उत्कृष्ट रीतीने केलेली, एका मोठ्या कारस्थानाची बांधणी!
एकदा हातात घेतल्यावर खाली न ठेवता येण्याजोगे पुस्तक.

– वॉशिंगटन पोस्ट

एक अप्रतिम थरारक कादंबरी! एका मोठ्या गुंतागुंतीच्या कारस्थानाची विश्वसनीय वाटावी अशी कथा. सुष्ट व दुष्ट व्यक्तिमत्त्वांनी भरलेली कादंबरी. रहस्य व वेगाने होणाऱ्या हालचालींनी युक्त असे पुस्तक. डॅन ब्राऊनने खूप मेहनत घेऊन रचलेली, ठासून भरलेली वास्तवपूर्ण शास्त्रीय व लष्करी माहिती असलेली आणि खरी वाटावी अशी कादंबरी!

– पब्लिशर्स वीकली

डॅन ब्राऊनला जे सांगायचे आहे त्याचे पूर्ण आकलन त्याने आधी करून घेतले होते. अत्यंत धूर्तपणे व इच्छित परिणाम साधणारा व तशी निर्मिती करणारा लेखक डॅन ब्राऊन!

– किर्कुस रिव्ह्यूज

अग्निबाणाच्या वेगाने घडणाऱ्या घटना निर्माण करणारी थरारकथा, पावलोपावली अनपेक्षित वळणे देणारी आणि अशी पुस्तके नेहमी वाचणाऱ्यांनाही विस्मयाने थक्क व्हायला लावणारी कादंबरी. अफाट संशोधन करून कल्पनेतली कथा वास्तवात खेचून आणल्याने 'डिसेप्शन पॉईंट' सर्व पुस्तकांत उठून दिसते आहे.

– व्हिन्स फ्लीन

न्यूयॉर्क टाइम्सने 'बेस्ट सेलर ऑथर' म्हणून गौरवलेला

एक उल्का नासाला सापडते. विज्ञानातील त्या घटनेमुळे राजकारण, सूडसत्र तसेच फसवाफसवीच्या अनेक टप्प्यांतून अद्ययावत तंत्रज्ञान आणि विज्ञानाचा मागोवा माणसाच्या विचाराच्या पातळ्यांवरून घेत ही कादंबरी पूर्ण होते.

दैनिक आनंद नगरी, २५-३-२०१०

आर्क्टिक बर्फमय भूमीवर एक उल्का नासाला सापडते. विज्ञानातील त्या घटनेमुळे नासाला नवसंजीवनी मिळते; पण...

दैनिक देशदूत, ११-४-२०१०

डिसेप्शन पॉईंट

डॅन ब्राऊन

अनुवाद
अशोक पाध्ये

मेहता पब्लिशिंग हाऊस

Please contact us at **Mehta Publishing House,** Pune 411030.
Email : production@mehtapublishinghouse.com
Website : www.mehtapublishinghouse.com

DECEPTION POINT by DAN BROWN

Copyright © 2001 by Dan Brown

by Arrangement with Sanford J. Greenburger Associates
Translated in Marathi Language by Ashok Padhye

डिसेप्शन पॉईंट / अनुवादित कादंबरी

अनुवाद : अशोक पाध्ये
Email : author@mehtapublishinghouse.com
मराठी अनुवादाचे व प्रकाशनाचे हक्क मेहता पब्लिशिंग हाऊस, पुणे.
प्रकाशक : सुनील अनिल मेहता, मेहता पब्लिशिंग हाऊस,
१९४१ सदाशिव पेठ, माडीवाले कॉलनी, पुणे - ४११०३०
अक्षरजुळणी : इफेक्ट्स, २१/६ब, आयडिअल कॉलनी, कोथरूड, पुणे - ३८

मुखपृष्ठ : चंद्रमोहन कुलकर्णी
प्रकाशनकाल : ऑक्टोबर, २००९ / डिसेंबर, २०१२ /
पुनर्मुद्रण : सप्टेंबर, २०१६

P Book ISBN 9788184980790
E Book ISBN 9789386175359
E Books available on : play.google.com/store/books
www.amazon.in

वाचण्यापूर्वी

अमेरिकेचे राष्ट्राध्यक्ष बिल क्लिंटन यांच्या भाषणातील महत्त्वाच्या ओळी पुढे पान नंबर दोनवर दिल्या आहेत. शास्त्रज्ञांना त्या वेळी एक उल्का सापडली होती. तिला त्यांनी ALH 84001 हे नाव दिले. त्या उल्केच्या प्राथमिक विश्लेषणावरून त्यामध्ये काही जीवाश्म किंवा जीवांचे अंश असण्याची शक्यता सूचित होत होती. पूर्ण निष्कर्ष हा अर्थातच संपूर्ण तपासणी कसून झाल्यावर निघणार होता; परंतु जो काही प्राथमिक निष्कर्ष काढला गेला तो उत्सुकता ताणणारा होता. त्या संदर्भात एका पत्रकार परिषदेत अमेरिकेचे राष्ट्राध्यक्ष बिल क्लिंटन यांनी जे उद्‌गार काढले ते पुढच्या पानावर दिले आहेत.

ते काहीही असो! पण ती एक काळाच्या ओघात घडलेली छोटीशी घटना होती; परंतु त्या घटनेने डॅन ब्राऊनच्या प्रतिभेला चेतावणी मिळाली. एका कथाबीजाची ठिणगी त्याच्या मनात पडली व पाहता पाहता त्याची एक मोठी कादंबरी बनली. तीच ही *डिसेप्शन* पॉईंट कादंबरी. या कांदबरीतील घटना मराठी माणसाला पूर्णपणे अनोख्या असतील. एवढ्याशा शोधावरून एक जबरदस्त घटनाशृंखला कशी जन्म घेते हे वाचकाला समजून येईल. माणसाच्या विश्वात भेदाभेद, व्यापारउदीम, स्पर्धा, ईर्ष्या, राजकारण वगैरे सारे नेहमीच खदखदत असते. त्यात कोणतीही अनपेक्षित अशी क्षुल्लक घटना घडली तरी त्या आधारे नवीन घटनामालिका जन्म घेते. डबक्यातल्या विश्वात एखादा छोटा दगड जरी पाण्यात पडला तरी तिथल्या जिवाणूंमध्ये अस्वस्थता निर्माण होऊन त्यांचे चिमुकले विश्व ढवळून निघते. तसलाच प्रकार डॅन ब्राऊनने या कांदबरीत योजला आहे. कोणाला तो अतर्क्य, असंभवनीय, अशक्य असा कदाचित वाटू शकेल, पण ते फक्त वाचून झाल्यावरच वाटेल. वाचताना मात्र यातील प्रत्येक घटना खरी आहे यावर वाचकाचा विश्वास बसतो. तो थक्क होतो, मंत्रमुग्ध होतो व सारखा अवाक होतो. उत्सुकता वाढत

वाढत त्याचे दडपण मनावर पडते. अन् शेवट... शेवट तर नेहमीप्रमाणेच अनपेक्षित व स्फोटक असा होतो.

द दा विंची कोड, एन्जल्स अॅण्ड डेमन्स या डॅन ब्राऊनच्या दोन कादंबऱ्या जबरदस्त गाजल्या. त्यातून या दोन्ही कादंबऱ्यांतील विषय हे ख्रिस्ती धर्माबद्दलचे होते. म्हणजे विषय अत्यंत संवेदनशील व धर्ममार्तंडांना न रुचणारा; परंतु प्राचीन रहस्ये व अर्वाचीन उत्तरे यांचे असे काही बेमालूम मिश्रण करून डॅन ब्राऊनने सर्वांना खिळवून ठेवले, की शेवटी पोपला त्याची दखल घेणे भाग पडले.

अशा यशस्वी कादंबऱ्यांच्या पार्श्वभूमीवर डॅन ब्राऊनने पूर्णपणे वैज्ञानिक विषय निवडून त्यावर ही एक रहस्यमय व सनसनाटी कादंबरी लिहिली. तीही गाजली व तिच्या जगभरात कोट्यवधी प्रती खपल्या; पण त्यासाठी त्याने लिहिण्याआधी किती अफाट परिश्रम करून माहिती गोळा केली याला तोड नाही. या कादंबरीतील सर्व वैज्ञानिक माहिती, शोध, तंत्रज्ञान हे काल्पनिक नाही, ते सत्य आहे. नासा ही अमेरिकी अंतराळ संशोधन संस्था, स्पेस फ्रंटियर फाऊंडेशन, नॅशनल रिकॉनिसन्स ऑफिस, डेल्टा फोर्स, नॅशनल सिक्युरिटी आर्काइव्ह, यूएस इंटेलिजन्स पॉलिसी डॉक्युमेन्टेशन प्रोजेक्ट, स्क्रिप्स इन्स्टिट्यूट ऑफ ओशिआनॉग्राफी, नॅशनल एअर अॅण्ड स्पेस म्युझियम इत्यादी संस्थांकडून भरपूर माहिती डॅन ब्राऊनने गोळा केली. हिमनदीशास्त्र, समुद्रविज्ञान, भूशास्त्र वगैरे शास्त्रांमधील तज्ज्ञांचे सल्ले त्याने घेतले अन् ती माहिती आपल्या कादंबरीत खुबीने पेरली. केवळ तपशील म्हणून नव्हे, तर त्या माहितीला घटनेचा एक भागच ठरवले. कादंबरीत वर्णन केलेले तंत्रज्ञान मराठी वाचकाला कल्पित वाटेल; पण ते सर्व प्रत्यक्षात अमेरिकेत अस्तित्वात आहे. श्रम, परिश्रम, अफाट कष्ट घेतल्यावर डॅन ब्राऊनची प्रतिभा कादंबरीत जिवंत होऊन उठली. नुसते परिश्रम केले तर कादंबरीची केवळ पृष्ठसंख्या वाढून कागदाचा ठोकळा निर्माण होईल, अन् नुसतीच प्रतिभा व्यक्त केली तर एखादी कथावस्तू निर्माण होईल; पण दोन्हींचा संगम झाला तर मात्र एक अद्भुत कादंबरी निर्माण होईल.

डिसेप्शन पॉईंट ही कादंबरी अशीच निर्माण झाली आहे. त्याच्या अन्य कादंबऱ्यांप्रमाणे याही कादंबरीतील कथानक अवघ्या चोवीस तासांत घडून जाते. अशी कथारचना केवळ डॅन ब्राऊनलाच शक्य आहे.

– अशोक पाध्ये

या कादंबरीतील सर्व तंत्रज्ञान काल्पनिक नसून अमेरिकेत प्रत्यक्षात उतरलेले आहे.

द डेल्टा फोर्स, द नॅशनल रिकॉनिसन्स ऑफिस आणि
द स्पेस फ्रंटियर फाऊंडेशन या सर्व खऱ्याखुऱ्या संस्था आहेत.

"जर या सापडलेल्या गोष्टींची शास्त्रज्ञांनी खात्री पटवली, तर विज्ञानाने शोधलेल्या आजवरच्या विश्वाबद्दलच्या कल्पनांमध्ये एक अभूतपूर्व असा बदल होईल. या शोधाने सूचित होणारे परिणाम हे कल्पनातीत दूरगामी व थक्क करणारे असतील. इतकेच काय, पण आपले पूर्वापार चालत आलेले जे जुने प्रश्न आहेत त्यांचीही उत्तरे त्यातून मिळतील. त्याचबरोबर अन्य काही नवीन व तेही अतिमूलभूत असे प्रश्न त्यातून उभे रहातील."

एका उल्केच्या शोधाबद्दल ७ ऑगस्ट, १९९६ रोजी
पत्रकार परिषदेत बोलताना
राष्ट्राध्यक्ष बिल क्लिंटन

घटनामालिकेची नांदी

ती एक निर्जन जागा होती. जगण्यासाठी अनुकूल असे तिथे काहीही नव्हते. टुंड्रामधील विस्तीर्ण, हिमाच्छादित व वनस्पतिविरहित असे जणू काही ते एक हिमाच्छादित वाळवंट होते. येथून पुढे उत्तर ध्रुवाभोवतालचा समुद्र सुरू होतो. तरीही तो प्रदेश भव्य होता, उदात्त भासत होता, मनावर छाप पाडणारा होता; पण ती भव्यता, उदात्तता व छाप ही हिंस्र होती, घातकी होती, जीवघेणी होती. अशा ओसाड जागी येणारा मृत्यू हा विविध स्वरूपांत अवतीर्ण होतो.

पण तरीही मृत्यूच्या त्या हिंस्र छायेत एक माणूस सतत जाऊन येत होता. तो एक भूशास्त्रज्ञ होता. जमीन, खडक, भूभर्ग इत्यादींचे जे शास्त्र होते, त्यात तो निष्णात होता. त्या विस्तीर्ण भूभागाचा तो अभ्यास करत आलेला होता. त्याच्यावर आता एक अत्यंत रानटी पद्धतीचा व अनैसर्गिक असा घाला पडणार होता. त्याला त्याची कल्पना नसल्याने त्या प्रसंगाला तोंड देण्यासाठी त्याने साहजिकच तयारी केली नव्हती. त्याचे नाव चार्ल्स ब्रॉफी होते.

अतिउत्तरेकडील त्या हिमाच्छादित प्रदेशात नेहमीप्रमाणे चार्ल्स ब्रॉफी संशोधनासाठी परत गेला होता. त्याच्याबरोबर संशोधनाची संवेदनशील साधनसामुग्री होती. एकूण, सामान वाहून नेण्यासाठी व प्रवासासाठी एक घसरगाडी त्याने बरोबर घेतली होती. बर्फाळ भूमीवरून ही घसरगाडी ओढत नेण्यासाठी चार कुत्री त्याला जोडली होती. त्या गाडीवरून त्याचा प्रवास चालू होता. अचानक त्या घसरगाडीचा वेग मंदावत जाऊन ती थांबली. चारही कुत्री आपले नाक आकाशाकडे करून वरती पाहू लागली होती.

ब्रॉफी त्या गाडीवरून खाली उतरला व आपल्या कुत्र्यांना उद्देशून म्हणाला, "काय भानगड आहे, बच्चे मंडळी?"

आकाशात वादळी ढग जमू लागले होते. त्या ढगांपलीकडून एक ट्विन-रोटर

जातीचे वाहतूक करणारे हेलिकॉप्टर प्रकट झाले. एका वर्तुळाकृती मार्गातून ते खाली खाली आले. जमिनीवरील बर्फाच्छादित उंचवट्याच्या जवळून जात ते सरळ ब्रॉफीकडे येऊ लागले. त्यातून त्या वैमानिकाचे लष्करी कौशल्य प्रकट होत होते.

ही काहीतरी वेगळी व चमत्कारिक घटना आहे, असे त्या भूशास्त्रज्ञाला वाटले. इतक्या दूरच्या उत्तरेकडच्या भागात हेलिकॉप्टर आलेले त्याने आजवर कधीही पाहिले नव्हते. त्याच्यापासून सुमारे दीडशे फुटांवर ते हेलिकॉप्टर जमिनीला टेकले. त्या वेळी तिथल्या जमिनीवरील सैल व बोचऱ्या हिमकणांचा एक फवारा हेलिकॉप्टरभोवती उसळला. घसरगाडीच्या कुत्र्यांना त्यात धोक्याची जाणीव झाली. ते घशातल्या घशात गुरगुरत आवाज करू लागले. त्यांच्या चेहऱ्यावरती अस्वस्थता प्रकट झाली होती.

हेलिकॉप्टरची दारे सरकवली गेली व त्यातून दोन माणसे बाहेर पडली. त्यांनी आपल्या अंगावरती थंडीपासून बचाव करणारे खास पोषाख नखशिखान्त चढवले होते. ते पोषाख पांढऱ्या रंगाचे होते. त्या दोघांच्या हातात रायफली होत्या. अत्यंत घाईघाईने ते दोघे ब्रॉफीकडे येऊ लागले.

"डॉ. ब्रॉफी?" जवळ आल्यावर त्यांच्यातील एकाने विचारले.

"तुम्हाला माझे नाव कसे ठाऊक आहे? अन् तुम्ही कोण आहात?"

"तुमच्याकडे असलेला तो वायरलेस सेट आधी बाहेर काढा, प्लीज."

"माझ्या लक्षात येत नाही. कशासाठी तो सेट मी बाहेर काढू?"

"तुम्ही तो नुसता बाहेर काढा. अन् ताबडतोब."

चक्रावलेल्या ब्रॉफीने आपल्या कोटाच्या आतल्या खिशातून तो छोटा वायरलेस सेट बाहेर काढला.

"तुमच्या या सेटवरून आम्हाला एक तातडीचा निरोप पाठवायचा आहे. सेटची फ्रिक्वेन्सी कमी करून ती शंभर किलोहर्ट्झवरती ठेवा."

शंभर किलोहर्ट्झ? ब्रॉफी आता पुरता गोंधळून गेला. इतक्या कमी फ्रिक्वेन्सीवर कोणालाच संदेश घेता येत नाहीत. त्याने विचारले, "कुठे काही अपघात झाला आहे काय?"

त्यावर त्या दुसऱ्या माणसाने आपली रायफल उचलली व सरळ ब्रॉफीच्या डोक्यावरती रोखली व म्हटले, "हे पहा, सगळा खुलासा करत बसायला वेळ नाही. आम्ही सांगतो तेवढेच करा."

थरथरणाऱ्या ब्रॉफीने आपल्या सेटची फ्रिक्वेन्सी शंभर किलोहर्ट्झवरती आणून ठेवली.

मग पहिल्या माणसाने एक कागद ब्रॉफीच्या पुढे केला. ते एक कार्ड होते व त्यावरती काही ओळी टाईप केल्या होत्या. तो म्हणाला, "यावरचा मजकूर

ताबडतोब प्रक्षेपित करा.''

ब्रॉफीने त्या कार्डकडे पहात म्हटले, ''पण मला हे काय चालले आहे ते समजत नाही. शिवाय या कार्डवरची माहिती चुकीची आहे. मी असले कधी...''

यावर त्या समोरच्या माणसाने आपल्या रायफलीची नळी ब्रॉफीच्या कपाळावरती दाबून धरली.

ब्रॉफीचा आता नाइलाज झाला. तो घाबरला. थरथरत्या आवाजात कार्डवरची चमत्कारिक माहिती वायरलेस सेटवरून तो प्रक्षेपित करू लागला.

सर्व मजकूर प्रक्षेपित केल्यावर तो पहिला माणूस म्हणाला, ''छान! आता तुम्ही, तुमची ही कुत्री व सारे सामान हेलिकॉप्टरमध्ये चढवा.''

बंदुकीच्या धाकाखाली त्या भूशास्त्रज्ञाला ते ऐकणे भागच होते. त्याने मुकाट्याने आपली नाखूष झालेली कुत्री आणि ती घसरगाडी हेलिकॉप्टरपाशी नेली. हेलिकॉप्टरच्या मागच्या भागात सामान ठेवण्याची जागा होती. तेथून एक धातूची फळी बाहेर तिरपी होऊन जमिनीला टेकली होती. त्या फळीच्या उतारावरून ती कुत्री घसरगाडीसह आत चढवली गेली. त्यांच्यामागोमाग ते तिघेजण आत गेले. ताबडतोब हेलिकॉप्टरने आपल्या फिरणाऱ्या पंख्याची गती वाढवली व ते आकाशात चढू लागले व त्याने पश्चिमेचा रोख धरला.

''हू द हेल आर यू? तुम्ही कोण आहात?''

ब्रॉफी आता चिडून त्यांना विचारत होता. त्याच्या अंगावरती सर्वत्र घामाचे झरे फुटले होते. त्या चमत्कारिक मजकुराचा अर्थ काय? कशासाठी तो पाठवावा लागला, हे प्रश्न त्याच्या मनात राहून राहून उमटत होते.

त्याच्या प्रश्नावर ती दोन माणसे काहीही बोलली नाहीत. ती नुसती गप्प बसून राहिली.

जेव्हा त्या हेलिकॉप्टरने पुरेशी उंची गाठली तेव्हा उघड्या दारातून आतमध्ये घोंगावणारा वारा घुसू लागला. ती चारही कुत्री अजूनही त्या घसरगाडीला जखडलेली होती. त्यांना त्या वाऱ्याचा त्रास होऊ लागल्याने ती विव्हळायला लागली.

ते पाहून ब्रॉफीने त्यांना म्हटले, ''निदान तेवढे दार तरी लावून घ्या. माझी कुत्री किती घाबरली आहेत ते दिसत नाही का?''

तरीही ती दोन्ही माणसे गप्पच राहिली. त्यांनी कसलीही प्रतिक्रिया व्यक्त केली नाही.

जेव्हा त्या हेलिकॉप्टरने चार हजार फुटांची उंची गाठली तेव्हा ते एका विशिष्ट भागाकडे जाऊ लागले. तिथे खाली बर्फाच्या दऱ्या होत्या, बर्फाला मोठमोठे तडे गेले होते. रुंद भेगा पडल्या होत्या. हेलिकॉप्टर त्या भागावरून आता जाऊ लागले. अचानक ती दोन माणसे उठली, त्यांनी एक शब्दही न बोलता ती जड घसरगाडी

त्यावरच्या कुत्र्यांसह उचलली आणि उघड्या दारातून बाहेर टाकून दिली. ब्रॉफी भयभीत होऊन ते दृश्य पहात होता. घसरगाडीला जखडलेली कुत्री खाली पडता पडताही सुटकेसाठी जिवाच्या आकांताने धडपडत होती. काही क्षणांतच ती घसरगाडी व कुत्री खालच्या हवेत अदृश्य होऊन गेली.

ब्रॉफी उठून उभा राहिला होता व तो किंकाळी फोडण्याच्या बेतात होता; पण त्या दोघांनी मिळून त्याला धरले. घाबरलेल्या ब्रॉफीने आपल्या मुठी आवळून त्यांना ठोसे लगावण्याचा क्षीण प्रयत्न केला; पण त्या बलदंड माणसांपुढे त्याचे काहीही चालले नाही. भीतीने गोठून गेलेल्या ब्रॉफीला त्यांनी शांतपणे बाहेर फेकून दिले.

ब्रॉफीच्या प्रतिकाराचा काहीही उपयोग झाला नाही. खाली सर्वत्र पसरलेल्या बर्फाच्या दऱ्या व भेगा यांनी भरलेल्या गर्तेत तो कोसळू लागला. त्या भागात आजवर कधीही माणूस पोहोचला नव्हता व येथून पुढे पोहोचणार नव्हता.

१

वॉशिंग्टनमधील कॅपिटोल हिल भागाला लागून टूलॉस रेस्टॉरन्ट आहे. कॅपिटोल हिल भागात अमेरिकेचे संसदगृह, 'व्हाईट हाऊस' हे राष्ट्राध्यक्षांचे निवासस्थान इत्यादी महत्त्वाच्या वास्तू असल्याने या रेस्टॉरन्टमध्ये नेहमीच राजकारणी पुरुषांची वर्दळ असते. या रेस्टॉरन्टमध्ये दिल्या जाणाऱ्या पदार्थांत वासराचे व घोड्याचे मांस असल्याने अनेकांना ते खटकत असे. ते काहीही असले तरी, वॉशिंग्टन शहरातील सर्व सत्ताधारी राजकीय व्यक्ती येथे रोज सकाळी येऊन आपला नाश्ता घेत असल्याने त्या नाश्त्याला एका नयनरम्य सोहळ्याचे स्वरूप प्राप्त झाले होते. आज सकाळीही हे रेस्टॉरन्ट नेहमीप्रमाणे गजबजलेले होते. तिथल्या टेबलांवरील चांदीच्या भांड्यांचा किणकिणाट, एस्प्रेसो कॉफी मशिनचे आवाज आणि मोबाइल फोनवरून चाललेली संभाषणे, यांचे संमिश्र आवाज येत होते.

आत्ता सकाळी तिथला मुख्य वेटर 'ब्लडी मेरी' हा मद्य प्रकार हळूच चाखून पाहत असताना एक स्त्री तिथे आली. तिच्याकडे पाहून त्याने नेहमीप्रमाणे आपल्या चेहऱ्यावर उसने हसू आणले.

"गुड मॉर्निंग! आज मी आपली काय सेवा करू?" त्या वेटरने तिला विचारले.

त्या स्त्रीचे वय पस्तिशीच्या आसपासचे होते. रूपाने ती आकर्षक होती. चुण्या असलेली करड्या रंगाची पॅन्ट तिने घातली होती. अंगात हस्तिदंती रंगाचा 'लॉरा ॲश्ले' नावाच्या फॅशनचा ब्लाऊज घातला होता. ताठ मानेने चालत तिने आत प्रवेश केला होता. त्यामुळे तिची हनुवटी किंचित वर उचलली गेली होती; परंतु अशा पवित्र्यामुळे ती उद्दाम वाटत नव्हती, तर एक सामर्थ्यवान स्त्री वाटत होती. तिने वॉशिंग्टनमधल्या लोकप्रिय फॅशननुसार आपल्या ब्राऊन केसांची रचना केली होती. त्या फॅशनला 'ॲन्करवूमन' हे नाव पडले होते. फिस्कारलेले केस खांद्यापर्यंत रुळू देणे व तिथे टोकाशी ते आत वळवणे, अशी काहीशी ती केशरचना होती.

एवढ्या लांब केसांमुळे कोणतीही अमेरिकी स्त्री ही मादक भासते, तर इतक्या कमी लांबीच्या केसांमुळे ती स्त्री ही 'कदाचित आपल्यापेक्षाही चलाख असू शकेल' असा पुरुषांना भास होई.

''मी थोडीशी उशिरा आले आहे,'' ती स्त्री म्हणत होती. ''सिनेटर सेक्स्टन यांच्याबरोबर येथे ब्रेकफास्ट घ्यायचा ठरलेला आहे. आले आहेत का ते?''

सिनेटर सेक्स्टनचे नाव ऐकताच त्या मुख्य वेटरच्या अंगात एक हलकीशी शिरशिरी येऊन गेली. सिनेटर सेजविक सेक्स्टन! हा सिनेटर नेहमी येथे यायचा व सध्या तो देशभर सर्वांचा लाडका होत चालला होता. गेल्याच आठवड्यात झालेल्या लोकप्रियतेच्या प्राथमिक स्पर्धेत त्याने बाजी मारली होती. अन्य बारा उमेदवारांपेक्षा त्याला सर्वांत अधिक पसंतीची मते मिळाली होती. त्यामुळे आगामी अध्यक्षपदाच्या निवडणुकीत रिपब्लिकन पक्षातर्फे तो एक संभाव्य उमेदवार ठरण्याची दाट शक्यता निर्माण झाली होती. अमेरिकी अध्यक्षपदाची ती निवडणूक आता येत्या हिवाळ्यात येऊ घातली होती. सध्या असलेले राष्ट्राध्यक्षही त्या वेळी पुन्हा उभे राहणार होते; पण त्यांची बरीच मते फोडून आपल्या बाजूला वळवण्याचे कौशल्य व तशी संधी सिनेटर सेक्स्टनकडे होती. नुकतेच सिनेटर सेक्स्टनचे छायाचित्र अमेरिकेतील बहुतेक मासिकांवरती छापलेले होते. त्याने आत्तापासून एक नवीन प्रचारमोहीम उघडून सध्याच्या डळमळत्या अमेरिकी अर्थव्यवस्थेला सुधारण्याचे आवाहन त्यात केले होते. *'उधळपट्टी थांबवा. अर्थव्यवस्था दुरुस्त करा!'* असे घोषवाक्य त्याने लोकप्रिय केले होते.

मुख्य वेटरने तिला म्हटले, ''सिनेटर सेक्स्टन त्यांच्या बूथमध्ये बसले आहेत. अन् आपण कोण?''

''मी रेचल सेक्स्टन– त्यांची मुलगी.''

यावर *अरे हे कसे आपल्या ध्यानात आले नाही* असा भाव त्या वेटरच्या चेहऱ्यावरती उमटला. बाप-लेकींमधले साम्य सहज कळून येण्याजोगे होते. भेदक डोळे आणि ठाम चाल त्या दोघांकडेही होती. ते जिथे जातील तिथे त्यांच्या जाण्यामुळे एक खानदानी व भारदस्त वातावरण तयार होई. सिनेटरचा देखणेपणा त्यांच्या मुलीतही उतरला होता. आपल्या वडिलांचे गुण त्यांच्या कन्येने मोठ्या विनयशील रीतीने धारण करून पुढे चालवले होते.

''मिस सेक्स्टन, आपल्या भेटीमुळे मला आनंद झाला,'' तो वेटर तिला म्हणाला.

मग त्याने तिला डायनिंग हॉलमधून नेले. तेथून जाताना अनेक पुरुषांच्या नजरा तिच्यावर पडल्याने त्या वेटरला संकोचल्यासारखे झाले. काहीजणांनी केवळ दृष्टिक्षेप टाकला तर काहीजण अधाशासारखे तिच्याकडे बघत राहिले. त्या रेस्टॉरंटमध्ये

फारच थोड्या बायका जात व ज्या जात असत त्या रेचल सेक्स्टनएवढ्या देखण्या नव्हत्या.

तिला पाहून एकजण हळूच आपल्या मित्रापाशी कुजबुजला, ''वा! काय झकास बॉडी आहे. त्या सिनेटरला कुठून अशा बायका मिळतात ते कळत नाही.''

त्यावर त्याचा मित्र म्हणाला, ''मूर्खा! ती त्यांची मुलगी आहे, हे लक्षात घे.''

मग तो पहिला मित्र चुकचुकत म्हणाला, ''पण तरीही हा सिनेटर स्त्रीलंपट आहे हे जगजाहीर आहे.''

जेव्हा रेचल आपल्या वडिलांच्या टेबलापाशी पोहोचली तेव्हा सिनेटर आपल्या मोबाइल फोनवरून आपल्या एका राजकीय यशाबद्दल बोलत होता. त्याने बोलता बोलता मान वर करून तिच्याकडे पाहिले व हातातल्या घड्याळावर दुसऱ्या हाताच्या बोटाने टकटक करून 'तिला उशीर झाला आहे' हे सूचित केले.

आपल्यालाही त्याबद्दल खेद होतो आहे, असे रेचलला वाटून गेले.

तिच्या वडिलांचे पहिले नाव हे थॉमस होते; पण तो नेहमी आपले मधले नाव, म्हणजे वडिलांचे नाव, आपले स्वत:चे म्हणून लावे. फार पूर्वीपासून तो असे करत आलेला होता. केवळ नावातला अनुप्रास साधण्याच्या हव्यासातून आपले वडील असे करत आलेले आहेत असा रेचलला संशय होता. सिनेटर सेजविक सेक्स्टन. सिनेटरच्या डोक्यावरचे केस पिकून चंदेरी झाले होते. त्याचे बोलणेही तसेच चंदेरी होते; पण ते राजकीय बोलणे असायचे. काही का असेना, त्याची वाणी ही साखरेत घोळलेली होती. तो बोलताना नजरेत दयाळू भाव दर्शवे. अमेरिकेतील टीव्हीवरच्या लोकप्रिय मालिकांमधील डॉक्टर जसा अभिनय करे, तसा अभिनय तो करतो आहे, असे अनेकांना वाटे. त्याच्या कुवतीच्या मानाने तो अभिनय ठीक होता.

आपला मोबाइल बंद करून ''रेचल,'' असे म्हणत सिनेटर उठून उभा राहिला व त्याने आपल्या मुलीचा एक पापा घेतला.

''हाय डॅड!'' असे उत्तरादाखल रेचल म्हणाली; पण तिने पाश्चात्त्य रिवाजाप्रमाणे आपल्या वडिलांचा पापा घेतला नाही.

''तू खूप दमलेली दिसते आहेस.'' सिनेटर म्हणाला.

तर झाली आता सुरुवात, असे तिच्या मनात आले. मग ती म्हणाली, ''मला तुमचा निरोप मिळाला. काय काम निघाले आहे?''

''मी तुला माझ्याबरोबर ब्रेकफास्ट घ्यायला बोलावले. आपल्या मुलीला असे बोलावले तर काही बिघडते का?''

परंतु रेचलचा दीर्घ काळातील अनुभव असा होता की तसलेच काही जरुरीचे काम असल्याखेरीज आपले वडील आपल्याला न्याहारीसाठी सहसा बोलावत नाहीत.

सिनेटर सेक्स्टनने पुढ्यातील कॉफीचा एक घोट घेत म्हटले, "मग, तुझे कसे काय चालले आहे?"

"मी कामात व्यग्र आहे. अन् तुमच्या अध्यक्षीय निवडणुकीच्या प्रचारकार्याचे काम ठीक चाललेले दिसते आहे."

"जाऊ दे ते. राजकारणावरचे बोलणे नको," मग थोडे पुढे वाकून तो हळू आवाजात तिला म्हणाला, "मी परराष्ट्र खात्यातले जे स्थळ तुला सुचवले होते तो मुलगा तू पाहिला का? कसा काय वाटला तुला तो?"

एक नि:श्वास टाकत रेचल म्हणाली, "डॅड, मला त्यांना एक फोन करण्यासाठी-सुद्धा अद्याप वेळ मिळाला नाही. अन् मला वाटते की तुम्ही माझ्यासाठी असले प्रयत्न करायचे आता थांबवावेत आणि–"

"असं बघ, कितीही वेळ नसला तरी महत्त्वाच्या गोष्टींसाठी तो काढावाच लागतो. रेचल, जीवनात प्रेम नसेल तर सारे काही निरर्थक आहे, व्यर्थ आहे."

यावर तिच्या मनात अनेक पूर्वस्मृती उफाळून आल्या; पण तिने यावरती गप्प राहण्याचे ठरवले. ती आता मोठी झाली असल्याने आपल्या वडिलांना कसे तोंड द्यायचे ते तिला चांगले ठाऊक होते. ती एवढेच म्हणाली, "डॅड, तुम्ही मला भेटायला बोलावले होते ना? तुम्हाला काहीतरी महत्त्वाचे सांगायचे होते."

'होय' एवढे म्हणून तो आपल्या कन्येचे निरीक्षण करू लागला. त्यांच्या त्या भेदक नजरेमुळे आपल्या मनातील विरोध वितळत चालला आहे हे तिला कळले. आपल्या वडिलांच्या त्या नजरेला ती मनातल्या मनात दूषणे देऊ लागली. सिनेटरचे ते खास डोळे ही त्याला मिळालेली एक दैवी देणगी होती. याच देणगीच्या जोरावर आपले वडील एके दिवशी व्हाईट हाऊसमध्ये जाऊन राष्ट्राध्यक्ष बनतील, असे रेचलला नेहमी वाटे. सिनेटर सेक्स्टन आपल्या डोळ्यांमध्ये पाहिजे तेव्हा हुकमी पाणी निर्माण करू शके. तसेच मनात आले की त्याच्या डोळ्यांतील अश्रू नाहीसे होऊन डोळे कोरडे होऊन जात. त्यामुळे एखाद्या निर्विकार व्यक्तीलाही तो बोलता बोलता आत्मसात करी, किंवा सर्वांची हृदये तो जिंकून घेई. हे सारे त्या डोळ्यांच्या खेळावर करणे त्याला जमे. सिनेटरचे डोळे म्हणजे खरोखरीच अद्भुत होते. सिनेटर, रेचलला नेहमी म्हणत, की *शेवटी सर्वांचा विश्वास जिंकणे हेच महत्त्वाचे आहे;* पण सिनेटरने आपल्याच या कन्येचा विश्वास काही वर्षांपूर्वी गमावलेला होता हे एक सत्य होते; परंतु तेव्हापासून तो हळूहळू अमेरिकेतील जनतेचा विश्वास कमावत चालला होता, हेही दुसरे सत्य होते.

"माझ्याकडे तुझ्यासाठी एक प्रस्ताव आहे." सिनेटर तिला सांगू लागला.

रेचल म्हणाली, "थांबा, मला तो प्रस्ताव ओळखू द्या." मग बसण्याची एक नीट स्थिती धारण करत ती पुढे म्हणाली, "कोणीतरी महत्त्वाची घटस्फोटित

व्यक्ती दुसऱ्या लग्नासाठी तरुण वधूच्या शोधात आहे, हो ना?''

''उगाच माझे बोलणे चेष्टेवारी नेऊ नकोस. तू आता तेवढी तरुण राहिलेली नाहीस.''

रेचल एकदम मनातून संकोच पावू लागली. जेव्हा जेव्हा ती वडिलांना भेटे तेव्हा तेव्हा तिच्या मनात तशी भावना निर्माण होत असे.

सिनेटर म्हणाला, ''मी तुला वाचवायचा प्रयत्न करतो आहे आणि ते सांगण्यासाठी मी तुला येथे बोलावून घेतले आहे.''

''असं? मी बुडते आहे हे मला ठाऊक नव्हते.''

''तू नाही बुडत, राष्ट्राध्यक्ष बुडत चालले आहेत. जहाज बुडायच्या आत तू त्यावरून उडी टाकून ते सोडले पाहिजेस. नंतर फार उशीर झालेला असेल.''

''डॅड, या विषयावरती आपण यापूर्वी अनेकवार बोललो आहोत ना?''

''रेचल, तुझ्या भवितव्याचा विचार कर. तू माझ्यासाठी काम करणे सुरू कर.''

''फक्त हे सांगण्यासाठी तुम्ही मला येथे ब्रेकफास्ट घेण्यासाठी बोलावले नाही, असे मी धरून चालते.''

सिनेटरने बळे बळे धारण केलेला शांतपणा आता थोडासा भंग पावला. किंचित चिडक्या स्वरात तो म्हणाला, ''रेचल, अग तू राष्ट्राध्यक्षांसाठी जे काम करते आहेस त्याचा माझ्यावर वाईट परिणाम होतो. माझ्या प्रचारकार्यावरतीही त्याचा परिणाम होतो. तुझ्या हे कसं लक्षात येत नाही?''

रेचलने यावरती एक नि:श्वास सोडला. या विषयावरती यापूर्वी अनेकवार त्या बापलेकींमध्ये बोलणे झालेले होते. ती म्हणाली, ''डॅड, मी राष्ट्राध्यक्षांसाठी काम करत नाही. मी तर अजून त्यांना भेटलेही नाही. मी फेअरफॅक्स गावात काम करते. बस्स, एवढेच!''

''रेचल बेटा, अग जे दिसते व जे जाणवते त्यावर राजकारण आधारित असते. असे *दिसते आहे* की तू राष्ट्राध्यक्षांसाठी काम करते आहेस.''

रेचलने पुन्हा एक नि:श्वास सोडला. आपल्या मनावर ताबा मिळवायचा तिने पुन्हा एक प्रयत्न केला. ती शांतपणे म्हणाली, ''असं पाहा, ही नोकरी मिळवण्यासाठी मी अफाट कष्ट घेतले होते. तेव्हा आता ती नोकरी मी सोडणार नाही.''

सिनेटरने यावर आपले डोळे बारीक करत म्हटले, ''अनेकदा तुझा हा स्वार्थी दृष्टिकोन खरोखरीच–''

''सिनेटर सेक्स्टन?'' कुठूनतरी तिथे एक पत्रकार टेबलापाशी अचानक उगवला होता व तो विचारत होता.

सेक्स्टनची वागणूक तत्क्षणी एकदम बदलली. रेचलने 'हंऽ' असा आवाज करत समोरच्या परडीमधील एक क्रॉयसंट उचलले.

तो पत्रकार सांगत होता, ''मी राल्फ स्नीडन– *वॉशिंग्टन पोस्ट*चा बातमीदार. मी आपल्याला थोडेसेच प्रश्न विचारले तर चालतील?''

सिनेटरने एक स्मित केले. आपले ओठ नॅपकिनने पुसले व म्हटले, ''माय प्लेझर राल्फ, पण सारे काही चटकन उरका. माझी कॉफी थंड होऊ देऊ नका.''

यावर तो बातमीदार हसला आणि म्हणाला, ''अर्थातच!'' मग हातात मावणारा एक छोटा टेपरेकॉर्डर त्याने बाहेर काढला व तो चालू करून म्हटले, ''तुमच्या टेलिव्हिजनवरील प्रचारात, 'बायकांनाही पुरुषांएवढेच पगार दिले गेले पाहिजेत व त्यासाठी कायदा केला पाहिजे' असे तुम्ही सांगता, तसेच 'नवीन कुटुंबांना करामध्ये सवलत दिली पाहिजे' असेही तुम्ही सांगता. तुमच्या या मतांवरती जरासे भाष्य करता का?''

''होय, नक्कीच करतो. ज्या स्त्रिया स्वतःच्या पायांवर उभ्या आहेत आणि ज्या कुटुंबातील प्रत्येक व्यक्ती ही मिळवती आहे, अशा सर्वांचा मी एक मोठा चाहता आहे.''

क्रॉयसंट खाता खाता रेचलला जवळजवळ ठसका लागला. तो पत्रकार पुढे बोलत होता, ''कुटुंबाच्या प्रश्नांबाबत बोलताना तुम्ही शिक्षणाबद्दलही खूप बोलता. देशातील शाळांना आणखी अनुदान देण्यासाठी तुम्ही राष्ट्रीय बजेटमध्ये खूप काटछाट सुचवता. त्याबद्दलही बरेच मतभेद आहेत.''

''मुले म्हणजेच राष्ट्राचे भवितव्य, असे मानणारा मी आहे.''

रेचलला आपल्या वडिलांची ती मुलाखत ऐकून सारखे नवल वाटत होते.

''आणखी एक प्रश्न, सर, गेल्या काही आठवड्यांत झालेल्या पक्षांतर्गत निवडणुकांत तुम्ही एकदम खूपच मोठी उडी घेऊन वरच्या पायरीवर पोहोचला आहात. यामुळे राष्ट्राध्यक्षांना आता चिंता करावी लागणार. तुमच्या या यशाबद्दल तुमचे काय विचार आहेत?'' त्या बातमीदाराने विचारले.

''मला वाटते, की हा सारा विश्वासाचा मामला आहे. देशासमोर असलेल्या प्रश्नांची सोडवणूक करण्याकरिता आताच्या राष्ट्राध्यक्षांवरती विश्वास ठेवण्यात अर्थ नाही, असे आता अमेरिकी नागरिकांना वाटू लागले आहे. या सरकारचा कालावधी आता थोडा उरला आहे. त्यामुळे भरमसाठ पैसे खर्च केले जाऊन दर दिवशी हा देश आणखी आणखी कर्जबाजारी होत चालला आहे. अमेरिकी जनतेला केव्हाच कळून चुकले आहे, की आता उधळपट्टी थांबवली पाहिजे नि अर्थव्यवस्था दुरुस्त केली पाहिजे.'' आपल्या वडिलांच्या त्या उपरोधिक बोलण्यातून सुटका व्हावी अशा विचारात असतानाच रेचलचा मोबाइल वाजू लागला. तिला एक एसएमएस येत होता. एरवी तिला त्या एसएमएसचा तीव्र आवाज हा अडथळा वाटायचा; पण आता तो तिला एक दिलासा देणारा आवाज वाटू लागला; पण सिनेटरने मात्र तिच्या

हँडबॅगकडे रागाने पाहून आपली नापसंती व्यक्त केली.

रेचलने आपल्या हँडबॅगेतून मोबाइल बाहेर काढला व त्याची पाच बटणे दाबली. ती बटणे दाबण्याचा क्रम हा आधी ठरवलेला होता. त्यामुळे नेमका तिलाच निरोप मिळत आहे याची पलीकडच्या माणसाची खात्री झाल्यावर मोबाइलचे वाजणे थांबले. मोबाइलचा स्क्रीन उघडझाप करू लागला. आता पंधरा सेकंदांत तिला एक निरोप मिळणार होता.

त्या पत्रकाराने हसत म्हटले, ''सिनेटर, तुमची कन्या ही एक नोकरी करणारी स्त्री आहे अन् तरीही तुम्ही दोघे एकत्र बसून ब्रेकफास्ट घेता, ही एक कौतुकाची गोष्ट आहे.''

''मघाशी मी म्हटले ना, की सर्वांत प्रथम कुटुंबसंस्थेला प्राधान्य दिले पाहिजे.''

त्याने आपली मान डोलावली व मग आपली नजर कठोर करत म्हटले, ''सर, मी आपल्याला असे विचारतो, की तुम्ही व तुमची कन्या यांच्यातील मतभेद किंवा संघर्ष हे कसे काय हाताळता?''

''मतभेद? संघर्ष?'' सिनेटरने आपला चेहरा गोंधळलेला दाखवत म्हटले, ''कोणत्या मतभेदाबद्दल आपल्याला विचारायचे आहे?''

रेचलने आपल्या वडिलांकडे चिडून दृष्टिक्षेप टाकला. तो प्रश्न कोणत्या दिशेने संभाषण पुढे नेणार आहे हे तिला ठाऊक होते. *डॅम रिपोर्टर्स!* या बातमीदारांपैकी निम्मेजण राजकीय पक्षांकडून नियमितपणे पैसे घेत असतात, असेही तिच्या मनात येऊन गेले. पत्रकारांच्या भाषेत त्या प्रश्नाला Grapefruit असे म्हटले जायचे. म्हणजे, वरवर दिसायला तो एक चौकशीवजा कठोर प्रश्न भासेल; पण प्रत्यक्षात त्या प्रश्नाला उत्तर देण्यास आवडावे. सिनेटरने खालच्या आवाजात त्या बातमीदाराला प्रतिप्रश्न केला होता. तेवढ्यामधूनही काहीतरी सूचित होत होते.

मग तो बातमीदार जरासा खाकरत म्हणाला, ''वेल सर...'' थोडेसे थांबून अस्वस्थपणाचा भाव धारण करून पुढे म्हटले, ''म्हणजे असे, की तुमची कन्या तुमच्या विरोधकासाठी काम करते आहे.''

यावर सिनेटर सेक्स्टनने फसकन हसून त्या प्रश्नाची धार बोथट केली व म्हटले, ''राल्फ, पहिली गोष्ट अशी, की मी व राष्ट्राध्यक्ष हे एकमेकांचे विरोधक नाही की प्रतिस्पर्धीही नाही. आम्ही दोघेही देशभक्त असून, आपल्या प्रिय देशाचा कारभार कसा चालवावा याबद्दल आम्हा दोघांच्या भिन्न भिन्न कल्पना आहेत.''

यावर त्या बातमीदाराला आनंद झाला. आपल्याला आता काहीतरी बातमी मिळणार याचा त्याला अंदाज आला. त्याने विचारले, ''अन् दुसरी कोणती गोष्ट?''

''दुसरी गोष्ट अशी, की माझ्या मुलीला राष्ट्राध्यक्षांनी आपल्याकडे नोकरी दिलेली नसून इंटेलिजन्स खात्याने, गुप्तपणे माहिती गोळा करणाऱ्या खात्याने तिला

नोकरी दिलेली आहे. ती त्या खात्यातील अहवालांचे सार काढून ते व्हाईट हाऊसकडे, सरकारकडे, पुढे पाठवते. ती एक बऱ्यापैकी खालच्या पातळीवरील अधिकारी आहे. यात तिचा राष्ट्राध्यक्षांशी थेट संबंध येत नाही.'' मग रेचलकडे बोट करून तो तिला म्हणाला, ''मला नाही वाटत की तू कधी कामानिमित्त राष्ट्राध्यक्षांकडे गेली असशील.''

रेचल आता अत्यंत अस्वस्थ झाली होती. ती मनातल्या मनात धुमसू लागली.

एवढ्यात मघाप्रमाणेच तो मोबाइल आवाज करू लागला. आता त्यावरती तिला निरोप येणार होता. ती मोबाइलच्या एलसीडी पडद्याकडे पाहू लागली. त्यावरती अक्षरे उमटली होती :

– RPRT DIRNRO STAT –

त्या सांकेतिक शब्दांचा अर्थ तिला ताबडतोब उमगला. तिच्या भुवया उंचावल्या. त्या निरोपाची अपेक्षा तिने केली नव्हती. नक्कीच काहीतरी काळजी करावयास लागणारी बातमी असावी; परंतु त्यामुळे तिला आता येथून निघून जाण्यास एक सबब तर मिळाली होती.

ती म्हणाली, ''जंटलमेन, मला आता माझ्या कामासाठी गेले पाहिजे. मला त्याचे वाईट वाटते आहे; पण माझा नाइलाज आहे.''

तो बातमीदार चटकन म्हणाला, ''मिस सेक्स्टन, माझ्या कानावर एक गोष्ट आली आहे. अफवा असेल ती. कृपा करून त्यावर आपण अत्यंत थोडक्यात भाष्य करू शकाल का?''

''कोणती अफवा?'' तिने निर्विकारपणे विचारले.

''आपल्या नोकरीचा राजीनामा देऊन तुम्ही आपल्या वडिलांच्या राजकीय प्रचारकार्याला मदत करणार आहात. अन् ते कितपत शक्य आहे ते पहाण्यासाठी तुमची आज येथे वडिलांबरोबर ब्रेकफास्ट मीटिंग ठरली होती.''

आपल्या चेहऱ्यावर एकदम कोणीतरी थाडकन गरम कॉफी मारावी, असे ते ऐकल्यावर रेचलला वाटले. त्या बातमीदाराच्या त्या प्रश्नाने तिच्या मनाचा तोल गेला. तिने आपल्या वडिलांकडे पाहिले. त्यांच्या चेहऱ्यावरती एक सूक्ष्म हसू पसरले होते. नक्कीच त्यांनी हा प्रश्न विचारण्यासाठी त्या बातमीदाराला आधी पढविले असणार. सरळ उठून टेबलावर चढावे व हातातल्या खाण्याच्या काट्याने त्याला भोसकावे असे तिला वाटले. आपल्याजवळील छोटा टेपरेकॉर्डर बाहेर काढून त्या बातमीदाराने तिच्या तोंडापुढे धरून तो चालू केला आणि म्हणाला, ''मग, सांगताय ना?''

रेचलने आपली नजर बातमीदारावरती रोखून म्हटले, "हे बघा मिस्टर राल्फ, किंवा जे काही तुमचे नाव असेल ते, मी काय सांगते ते नीट ऐका. मी आपल्याला स्पष्टपणे असे सांगते, की सिनेटर सेक्स्टन यांच्यासाठी मी माझ्या नोकरीचा राजीनामा देणार नाही, की माझा तसला इरादा नाही. समजलं? अन् आता जर तुम्ही माझ्या या सांगण्याला किंचित जरी विसंगत असे छापलेत, तर तुमचा हाच टेपरेकॉर्डर तुम्हाला पूर्णपणे धोक्यात आणेल अन् तसे करण्यासाठी मी काय वाटेल ते करेन. समजले?"

ते ऐकताच *वॉशिंग्टन पोस्ट* वृत्तपत्राच्या त्या बातमीदाराचे डोळे विस्फारले. त्याने आपला टेपरेकॉर्डर बंद केला आणि चेहऱ्यावर कसेबसे हसू आणत तो म्हणाला, "थॅन्क यू बोथ!" नंतर तो तेथून ताबडतोब उठून गेला.

आपल्या एकदम तडकून बोलण्याबद्दल रेचलला आता खेद वाटू लागला. एकदम चिडून बोलण्याचा आपला स्वभाव तिलाही आवडत नव्हता. तिच्या वडिलांचाही तसाच स्वभाव होता. त्यांच्याकडूनच आपल्याकडे हा दुर्गुण आनुवंशिकतेने आला आहे, हे तिचे मत होते. अन् म्हणून त्याबद्दल ती आपल्या वडिलांचा मनात राग करत होती. ती आता स्वत:ला बजावत होती, रेचल, *जरा सबुरीने घे, सबुरीने घे!*

तिच्याकडे नाराजीने पहात सिनेटर तिला म्हणाला, "जरासं तोल संभाळायला शीक."

सगळ्याच गोष्टी तिच्या मनाविरुद्ध होत गेल्या होत्या. त्यातून फटकळपणे बोलण्याची चूक तिने केली होती. त्याबद्दल तिला आता वडिलांचा उपदेश ऐकावा लागत होता. यातून सुटका करून घेण्यासाठी ती म्हणाली, "ठीक आहे, मी निघते आता."

झाल्या प्रसंगावर आता काहीही उपाय नाही हे लक्षात येताच सिनेटरही निरोपादाखल तिला म्हणाला, "बाय, स्वीटी! कधीतरी माझ्या ऑफिसात येऊन मला हॅलो म्हणालीस तरी पुरे. अन् हे बघ पोरी, आता फार उशीर करू नकोस. लवकर लग्न कर. तुझे वय आता तेहतीस झाले आहे."

यावर ती फटकन त्याचे बोलणे तोडत म्हणाली, "तेहतीस नाही, चौतीस. माझ्या वाढदिवसाला तुमच्या सेक्रेटरीने अभिनंदनाचे कार्ड पाठवले होते. आठवते ना?"

तो चुकचुक आवाज करत म्हणाला, "चौतीस! म्हणजे एक प्रौढ कुमारिका! मी जेव्हा चौतीस वर्षांचा झालो तेव्हा–"

"लग्न करून शेजारणीशी अनेक भानगडी केल्या होत्या, हो ना?" ती फाडकन म्हणाली. ते शब्द अचानक तिच्या तोंडून उमटले. अन् तेही एवढ्या

मोठ्याने की त्यानंतर तिथे जी काही दबक्या आवाजात संभाषणे चालली होती ती एकदम थांबली. जवळपासची माणसे त्यांच्याकडे चमत्कारिक नजरेने पाहू लागली.

सिनेटर सेक्स्टनच्या डोळ्यांत अंगार पेटला. आपले दोन डोळे तिच्यावर भेदकपणे रोखत तो म्हणाला, "पोरी, जीभ फार सैल सोडू नकोस. नीट वागत जा."

रेचल तिथून उठली व दाराकडे जात स्वत:शी म्हणाली, *माझ्यापेक्षा तुम्हीच नीट वागत जा.*

२

ते तिघेजण गप्प बसून वाट पहात होते. ध्रुव प्रदेशाजवळच्या त्या ओसाड व बर्फमय प्रदेशात एका तंबूत ते बसले होते. 'थर्माटेक' या ब्रॅन्डचा तो तंबू अत्याधुनिक होता. त्याचे कापड उष्णतारोधक असल्याने आतली उष्णता बाहेर निसटू न देता ती थोपवून धरली जात होती. एका खोलगट भागात त्यांनी हा तंबू टाकला होता. शिवाय त्याचा रंगही पांढरा होता. त्यामुळे कोणालाही तो दिसणे शक्य नव्हते. तंबूच्या बाहेर हिमकण वाहून नेणारा वारा त्या आश्रयस्थानाला झोडपत होता. केव्हाही वाऱ्याकडून तो तंबू फाडला जाईल व जमिनीत रोवलेल्या खुंट्यांपासून उखडला जाईल अशी भीती वाटत होती. तंबूतील माणसांजवळील साधने, शस्त्रे, वाहने, संपर्काची सामुग्री हे सारे अत्याधुनिक होते. त्यांच्यातील एकजण त्यांचा गटप्रमुख होता. त्याला 'डेल्टा-वन' या सांकेतिक नावाने संबोधले जात होते. पीळदार स्नायू असलेला, सतत आपले डोळे फिरवत भिरभिरत्या नजरेचा असा होता; पण त्याच्या डोळ्यांत कसल्याही भावना प्रकट होत नसत. बाहेरच्या कठोर व थंड हिमप्रदेशासारखेच त्याचे डोळे होते.

डेल्टा-वनच्या मनगटावर एक लष्करी घड्याळ होते. त्यातून एकदम एक तीव्र 'बीप' असा आवाज उमटला. बाकीच्या दोघांच्या हातातही तसलीच घड्याळे होती. त्यांच्याही घड्याळांमधून तसलाच तीव्र 'बीप' ध्वनी एकाच वेळी उमटला.

नंतर अशीच तीस मिनिटे काहीही न घडता निघून गेली. पुन्हा ती वेळ आली.

प्रतिक्षिप्त क्रिया व्हावी तशी हालचाल डेल्टा-वनने केली आणि तो तंबूबाहेर पडला. बाहेर अंधार होता व घोंगावणारा वारा होता. अंधुक चंद्रप्रकाश ढगांपासून कुठे कुठे पाझरत होता. त्याने आपल्याजवळील रात्रीच्या अंधारातही दृश्य दाखवणारी आपली इन्फ्रारेड दुर्बिण बाहेर काढली व त्याने क्षितिजापर्यंतचा सारा आसमंत बारकाईने निरखून पाहिला. तिथून सुमारे तीन हजार फुटांवरती एक रचना उभी केलेली होती. त्याने नेहमीप्रमाणे तिचे निरीक्षण केले. ती एक भव्य व प्रशस्त रचना होती. गेले दहा दिवस त्या रचनेची उभारणी चालू होती आणि सुरुवातीपासून तिचे

निरीक्षण तो करत होता. त्या निर्जन व बर्फाळ प्रदेशात उभ्या राहिलेल्या रचनेच्या आतमध्ये फार फार महत्त्वाची माहिती दडलेली होती. ती माहिती बाहेर पडताच जगाचे स्वरूप बदलून जाणार होते. त्या माहितीची गुप्तता राखण्यात आजवर अनेकांचे बळी पडले होते.

त्या रचनेच्या बाहेर आता सर्वत्र शांतता पसरली होती.

आत काय चालले असावे याचा अंदाज त्या शांततेमुळे येत होता. एक प्रकारची ती खरी चाचणी होती.

डेल्टा-वन आपल्या तंबूत परतला आणि आपल्या हाताखालच्या दोन्ही माणसांना म्हणाला, "आता उडवा त्याला. वेळ झाली आहे."

त्या दोघांनी यावर आपल्या माना डोलावल्या. एकाने आपला लॅपटॉप उघडला. त्याला 'डेल्टा-टू' या नावाने संबोधले जायचे. दुसऱ्यापेक्षा तो उंच होता. त्याने आपला लॅपटॉप सुरू केला. जॉय स्टिक कन्ट्रोल त्याने हाताने धरला. जॉय स्टिकची ती कांडी त्या लॅपटॉपमधून उगवलेली होती व ती कोणत्याही दिशेला झुकवता यायची. लॅपटॉपच्या पडद्याकडे पहात त्याने त्या कांडीला जरासा धक्का दिला. मग तिथून तीन हजार फूट अंतरावरती असलेल्या त्या रचनेत, त्या वास्तूत, कुठेतरी एका सांदीकोपऱ्यात असलेल्या एका वस्तूत चेतना आली. ती वस्तू उडू लागली. तो एक रोबोचा सूक्ष्म अवतार होता. उडणारा रोबो, पण एखाद्या डासाएवढा. एक यांत्रिक व सूक्ष्म असा उडणारा किडा समोरचे दृश्य पाहून ते प्रक्षेपित करू शकत असे. त्या लॅपटॉपवरती त्या यांत्रिक किड्याच्या डोळ्यांतून दिसणारे दृश्य उमटे.

३

'लीसबर्ग हायवे' वरून आपली पांढऱ्या रंगाची 'इंटिग्रा' मोटरगाडी रेचल सेक्स्टन चालवत होती. अद्यापही ती धुसफुसत होती. तिच्या रागाचा पारा अजून खाली उतरलेला नव्हता. वाटेत फॉल्सचर्च टेकडीच्या पायथ्याशी मेपल वृक्ष उभे होते. मार्च महिन्यातील आकाशाच्या पार्श्वभूमीवरती ते वृक्ष उठून दिसत होते. सभोवतालचे निसर्गदृश्य हे कोणालाही भुरळ घालणारे होते; पण तरीही तिचे मन शांत झाले नव्हते. पक्षांतर्गत निवडणुकीत तिच्या वडिलांनी नुकतीच अचानक बाजी मारली होती. त्या यशामुळे त्यांच्यातला आत्मविश्वास वाढायला हवा होता. वागण्यात डौल यायला हवा होता; पण त्याऐवजी त्या यशामुळे त्यांच्या अहंकारी वृत्तीला खतपाणी मिळाल्यासारखे झाले होते.

सिनेटरचे ते तसले वागणे रेचलला दुप्पट वेदनादायक ठरे; कारण रेचलच्या कुटुंबात तिच्याखेरीज फक्त तिचे वडीलच आता उरले होते. रेचलची आई तीन

वर्षांपूर्वी मरण पावली होती. तिच्या मृत्यूचा घाव तिच्या जिव्हारी बसला होता. त्या घावाने तिच्या हृदयावरती केलेली जखम अजून तिला ताजी वाटे. सिनेटरसारख्या माणसाबरोबर जन्मभर कुचंबणा करून घेत संसार करणे ही केवढी मोठी शिक्षा आपली आई भोगत होती! तिच्या मृत्यूमुळे ती या शिक्षेतून सुटली हेच एका परीने बरे झाले, असा विचार वारंवार तिच्या मनात येत राही.

रेचलचा मोबाइल पुन्हा वाजला. परत एक एसएमएस? समोरच्या रस्त्यावरील तिचे लक्ष थोडेसे विचलित झाले. बटणे दाबून तिने निरोप वाचला. तोच तो मघाचा निरोप पुन्हा आला होता.

– RPRT DIRNRO STAT –

Report to the Director of NRO Stat. तिने एक उसासा टाकून मनात म्हटले *होय, होय. मी तिकडेच येते आहे.*

कशाला आता बोलावणे केले असेल याची तिला अजिबात कल्पना करता येईना. तिची उत्सुकता वाढत गेली. नेहमी ज्या फाट्याला ती तो महामार्ग सोडून वळत असे तिकडे ती वळली. मग तिथून नंतर तिने एका खासगी मालकीच्या रस्त्यावरती आपली गाडी नेली. त्या रस्त्याच्या शेवटी एक फाटक होते व पहारेकऱ्याचे बूथ होते. अत्यंत भक्कम असलेल्या बूथमध्ये सशस्त्र पहारेकरी होता. येथून पुढे १४२२५, लीसबर्ग हायवे असा पत्ता असलेले आवार सुरू होत होते. अमेरिकेतील अत्यंत मोजक्या लोकांना ठाऊक असलेला हा एक गुप्त पत्ता होता.

त्या पहारेकऱ्याने तिच्या गाडीमध्ये संभाषण टिपणारी, भौगोलिक स्थान दर्शवणारी कोणतीही इलेक्ट्रॉनिक यंत्रणा लपवलेली नाही याची स्कॅनिंग करून खात्री करून घेतली. तिथल्या ६८ एकराच्या आवारात ती दहा लाख चौरस फूट जागा व्यापणारी वास्तू दिमाखाने उभी होती. ही जागा वॉशिंग्टन शहराच्या बाहेरील फेअरफॅक्स गावात होती. त्या मुख्य वास्तूचे दर्शनी स्वरूप हे संपूर्ण काचेचे होते. त्यामध्ये आजूबाजूच्या जमिनीवर लावलेल्या सॅटेलाईट अ‍ॅन्टेना, साध्या अ‍ॅन्टेना आणि रडार डोम्स यांचे प्रतिबिंब पडलेले होते. त्यामुळे एकूण दृश्यात या अ‍ॅन्टेना दुप्पट असल्याचे भासत होते. ते दृश्य पहाणाऱ्यावरती एकदम छाप पाडणारे होते खरे.

दोन मिनिटांनी रेचलने आपली गाडी आतील मुख्य फाटकापाशी नेऊन उभी केली. तिथे एक ग्रॅनाईटचा दगड उभा करून ठेवला होता. त्यावरती संस्थेच्या नावाची अक्षरे कोरून काढलेली होती :

NATIONAL RECONNAISSANCE OFFICE (NRO)

ते मुख्य फाटक बंदुकीच्या गोळ्यांना दाद न देणारे होते. त्याच्या दोन्ही बाजूला दोन सशस्त्र नौसैनिक पहारा देत होते. ते भव्य दार स्वत:भोवती फिरणारे होते. आता ते फिरत फिरत उघडले गेले व रेचलने आपली गाडी आतमध्ये नेली. आतील मोकळ्या जमिनीवर खास मेहनत घेऊन हिरवळ व कडेला शोभिवंत झाडे लावली होती. दारातून आत गाडी नेताना रेचलला नेहमी आपण एका निद्रिस्त राक्षसाच्या पोटात शिरत आहोत असे वाटे. आताही तिची तशीच भावना झाली.

इमारतीमध्ये अनेक खोल्या होत्या व त्याभोवताली एक व्हरांडा होता. तिथून आतले संभाषण दबक्या स्वरूपात बाहेर अर्धवट ऐकू येत होते. आतमध्ये सर्वत्र चकचकीत टाईल्स लावलेल्या होत्या. ती वास्तू NROचा मुख्य हेतू अप्रत्यक्षपणे आपल्या भव्यतेमधून प्रकट करत होती. तो हेतू असा होता :

ENABLING U.S. GLOBAL INFORMATION
SUPERIORITY,
DURING PEACE AND THROUGH WAR.

शांततेच्या काळात व युद्धकाळात जागतिक माहिती गोळा करून माहितीच्या क्षेत्रात अमेरिकेचे वर्चस्व राखणे. या संस्थेच्या मागचा अमेरिकी सरकारचा हेतू हा कागदोपत्री असा स्पष्ट केलेला होता.

त्या इमारतीमधल्या आतल्या भिंतीवरती जागोजागी मोठमोठी छायाचित्रे लटकवलेली होती. त्यात रॉकेट लॉन्चर्स, पाणबुड्या पाण्यात सोडण्याआधी त्यांच्या नामकरणाचे प्रसंग, मिसाईल पाडणाऱ्या यंत्रणा वगैरे अनेक छायाचित्रे होती. अमेरिकेच्या संरक्षण सिद्धतेमधील अनेक टप्पे त्यातून प्रकट होत होते. तिथल्या भिंती अमेरिकेची लष्करी प्रगती दाखवत होत्या.

या आवारात आल्यावर बाहेरच्या जगातील समस्या आपल्यामागे विरत विरत जात नाहीशा होत आहेत, असा अनुभव रेचलला नेहमी येत असे. तसाच अनुभव तिला आत्ताही आला. ती एका कृत्रिम जगात प्रवेश करत होती. त्या जगातील समस्या एकदम मालगाडीसारख्या अंगावरती धावून येत. त्यांचे निराकरण तेवढ्याच शांतपणे व कुजबुजत्या आवाजात केले जाई.

रेचल आता शेवटच्या तपासणी बूथपाशी गेली. तिला राहून राहून आश्चर्य वाटत होते की अर्ध्या तासात दोन वेळा मोबाइलवरून आपल्याला का निरोप पाठवला गेला असावा?

''गुड मॉर्निंग, मिस सेक्स्टन!'' तिथल्या पोलादी दरवाज्याजवळ जाताना तिथे उभ्या असलेल्या पहारेकऱ्याने तिला अभिवादन करत म्हटले. त्या पहारेकऱ्याने

प्लॅस्टिकची एक बंद डबी तिच्यापुढे करताच रेचल हसली.

"काय करणार, तुम्हाला तो परिपाठ ठाऊक आहेच." पहारेकरी ओशाळून म्हणाला.

रेचलने ती हवाबंद डबी घेतली. त्याच्यावरचे सील तोडून काढले व आतला कापसाचा बोळा काढून आपल्या तोंडात जिभेखाली ठेवला. दोन मिनिटांनी त्या पहारेकऱ्याने एका चिमट्याने तो बोळा काढून घेतला व एका यंत्रात टाकला. काही क्षणांतच त्या यंत्राने रेचलचे नाव व छायाचित्र पडद्यावरती झळकवले. माणसाच्या प्रत्येक पेशीत त्याच्या संपूर्ण शरीराची माहिती निसर्गाने एका दुहेरी अणुशृंखलेच्या स्वरूपात लिहून ठेवलेली असते. त्याला विज्ञानात संक्षेपाने डीएनए म्हणतात. प्रत्येक माणूस हा अंतर्बाह्य इतर सर्वांपासून वेगळा असल्याने प्रत्येकाचा डीएनए हा पूर्णपणे वेगळा असतो. थोडक्यात, डीएनए म्हणजे बोटांच्या ठशासारखा तुमचे वेगळेपण दाखवतो. म्हणून एखाद्याच्या डीएनएचा असा वेध घेणे म्हणजे 'डीएनए फिंगर प्रिंट घेणे' असे म्हणतात. त्या यंत्राने रेचलच्या डीएनएचा वेध घेऊन पूर्वीच यंत्रात ठेवलेल्या तिच्या माहितीशी, नव्याने घेतलेला डीएनए फिंगर प्रिंट ताडून पाहिला आणि 'हा नमुना रेचल सेक्स्टन हिचाच आहे' असा निर्वाळा दिला. व्यक्तीची तपासणी अशी होत असल्याने कोणालाच अधिकृत कर्मचारी असल्याचा बहाणा करून आत घुसता येत नव्हते.

त्या यंत्राने 'रेचल' असल्याची खात्री पटवल्यावर तो पहारेकरी तिला हसून म्हणाला, "असे दिसते, की अजूनही तुम्ही 'तुम्हीच' आहात!" एवढे म्हणून त्याने त्या यंत्रातला कापसाचा बोळा बाहेर काढला व तो दुसऱ्या एका यंत्रात टाकून दिला. तिथे ताबडतोब तो जाळला जाऊन त्याची राख झाली. मग त्याने एक बटण दाबल्यावर ते अवाढव्य पोलादी दार सावकाश उघडत गेले.

रेचल शेवटी इमारतीमध्ये गेली. गजबजलेले अनेक व्हरांडे, कॉरिडॉर, बोळ यांचा तिथे एक चक्रव्यूह बनला होता. त्या इमारतीमध्ये सहा वर्षे काम केल्यावरही तिथे चालणाऱ्या कामाचे जगड्व्याळ स्वरूप पाहून अजूनही ती स्तंभित होई. या सरकारी संस्थेची अजून अशीच सहा केंद्रे अमेरिकेत पसरलेली होती. त्यात एकूण दहा हजार कर्मचारी काम करत होते. संस्थेवरती वर्षाला दहा अब्ज डॉलर्स खर्च केले जात.

ही एनआरओ संस्था किंवा खाते अमेरिकेने अत्यंत गुप्तपणे निर्माण केलेले होते. त्याचप्रमाणे येथे हेरगिरीसाठी लागणारी अत्याधुनिक यंत्रणा, साधनसामुग्री जमवलेली होती. येथल्या तंत्रज्ञानावर मात करणारे नवीन तंत्रज्ञान जगात कोठेही उपलब्ध नव्हते. जगभर वेध घेणाऱ्या, चोरून संभाषण टिपणाऱ्या, दृश्ये पकडणाऱ्या इलेक्ट्रॉनिक यंत्रणांचे जाळे पसरवलेले होते. हेरगिरी करणारे अनेक उपग्रह अंतराळात

सोडून ते पृथ्वीच्या प्रत्येक कानाकोपऱ्यात नजर ठेवत होते. दूरसंचाराची जी जी साधने बाजारात उपलब्ध होती, त्यात गुपचूप इलेक्ट्रॉनिक चिप्स घालून ठेवल्या होत्या. मग ही साधने जगात कोणीही विकत घेऊन वापरली, तर केव्हाही मनात आणताच त्या साधनांद्वारे जो काही संपर्क साधला जात असे, तो जाणून घेता येत असे. 'क्लासिक विझार्ड' नावाचे एक मोठे इलेक्ट्रॉनिक जाळे तयार करून त्याद्वारे पृथ्वीवरील कोणत्याही समुद्रातील जहाजे व पाणबुड्या यांची हालचाल सहज कळत असे. या जाळ्यामध्ये १,४५६ हायड्रोफोन्स हे विविध समुद्रतळांवरती पक्के करून ठेवलेले होते.

एनआरओ संस्थेने आपल्याजवळ अत्याधुनिक तंत्रज्ञानाचा साठा वाढवत नेल्याने अमेरिकेला कोणत्याही लष्करी संघर्षात निर्णायक विजय मिळविण्यास आजवर मदत झाली होती. शिवाय शांततेच्या काळात सरकारचे संरक्षण खाते, सीआयए, एनएसए यांना एक अफाट माहितीचा प्रवाह अव्याहतपणे एनआरओ चालू ठेवत असते. त्यामुळे बरीच दहशतवादी कृत्ये मुळातूनच उखडली गेली होती. अनेक पर्यावरणविरोधी गुन्हे उघडकीस आणले गेले होते. सरकारी धोरणे ठरविणाऱ्यांना हवी ती माहिती पुरवून निर्णय घेण्यास मदत केलेली होती. एनआरओ ही एक खरोखरीच राक्षसी संस्था होती, चोवीस तास काम करणारी व माहितीचा स्रोत अखंड चालू ठेवणारी होती.

रेचल येथे एक 'जिस्टर' म्हणून काम करत होती. आलेल्या माहितीच्या जंजाळातून नेमके हवे ते, महत्त्वाचे निवडून त्या माहितीचा गोषवारा काढणे हे तिचे काम होते. ती आपले काम अगदी परिपूर्णतेने करे. जणू काही त्या कलेत ती जन्मजातच पारंगत होती.

रेचलकडे आता मुख्य जिस्टरचे पद आले होते. राष्ट्राध्यक्षांना जी माहिती हवी असेल ती शोधून त्याचा नेटक्या शब्दांतला गोषवारा कळवण्याचे काम तिच्याकडे आले होते. व्हाईट हाऊस व एनआरओ या दोघांमध्ये समन्वय साधण्याचे कामही तिला करावे लागत होते. एनआरओकडून निर्माण होणारे रोजचे विविध अहवाल चाळून त्यातून एक महत्त्वाचा अहवाल तिला व्हाईट हाऊसला सादर करावा लागत होता. राष्ट्राध्यक्षांना कोणत्या गोष्टींचे जास्त महत्त्व वाटते आहे हे ओळखून, त्यांच्यासाठी तो अहवाल तयार करावा लागे. त्यासाठी अनेक घटनांचे सार काढावे लागे, नवीन माहितीमधील महत्त्व सांगावे लागे. ठासून माहिती व अर्थ भरलेले शब्दच अशा वेळी उपयोगी पडतात. म्हणून अशा कामासाठी भाषेवरती खूपच प्रभुत्व असावे लागते. ते प्रभुत्व रेचलजवळ होते. कमीतकमी शब्दांमध्ये ती अधिकाधिक माहिती असलेला अहवाल तयार करे. शब्दांचा नेमका अर्थ ठाऊक असणे व त्याचा वापर करण्याचे कौशल्य असणे ही एक दुर्मिळ गोष्ट होती. तशी

देणगी तिला लाभली होती. तिचे रोजचे अहवाल राष्ट्राध्यक्षांच्या 'राष्ट्रीय सुरक्षा सल्लागारा'कडे पाठवले जात असत. एनआरओ संस्थेच्या शब्दांत– 'रेचल सेक्स्टन हिचे अहवाल म्हणजे आपल्या गिऱ्हाइकाला समाधान देणारे एक सुरेख उत्पादन आहे,' असे म्हटले जाई.

जरी तिच्या अंगी हे कौशल्य असले, तरीही तिचे काम तसे कठीण होते. त्यासाठी तिला खूप वेळ काम करत बसावे लागे. तिचे पद हे तिला खूप मानाचे वाटे, एखादे पदक मिळविल्यासारखे तिला वाटे, कदाचित आपल्या वडिलांपासून स्वातंत्र्य मिळाल्याचे समाधानही तिला त्यातून वाटत असे. सिनेटर सेक्स्टनने तिला 'मी तुझा आर्थिक भार उचलेन, तुझा प्रतिपाळ करेन,' अशा अर्थाची आश्वासने अनेकवार दिली होती; पण चमत्कारिक स्वभाव असलेल्या आपल्या वडिलांवर आर्थिकदृष्ट्या अवलंबून रहाणे तिला आवडत नव्हते. ज्याच्या हातात अनेक प्रकारची हुकमाची पाने आहेत, अशा माणसाच्या हातात आपल्या जीवनाची दोरी दिल्यास शेवटी काय होऊ शकते याचे उदाहरण म्हणजे आपली आई आहे, असे ती आपल्या मनाला नेहमी बजावे.

ती आता मार्बल हॉलमधून जात होती. पुन्हा एकदा तिसऱ्यांदा तिच्या हँडबॅगेमधील मोबाइल वाजू लागला. त्याचा आवाज त्या हॉलमध्ये छोटासा प्रतिध्वनी उमटवून गेला.

पुन्हा एसएमएस? पण आता तिने पर्समधून मोबाइल बाहेर काढला नाही. काही का निरोप असेना, नि कोणाकडूनही तो आलेला असला, तरी आता तिने त्याकडे दुर्लक्ष केले.

हे काय चालले आहे तरी काय, असे नवल करत तिने लिफ्टमध्ये प्रवेश केला. आपल्या नेहमीच्या मजल्याचे बटण न दाबता तिने सर्वांत वरच्या मजल्याचे बटण दाबले. एनआरओच्या संचालकाकडे ती आता चालली होती.

४

एनआरओचा संचालक हा एक साधासुधा माणूस आहे, असे जर कोणी विधान केले तर ते निखालस चुकीचे ठरेल. विल्यम पिकरिंग हा संचालक शरीराने लहान चणीचा, फिकट वर्णाचा आणि लक्षात रहाणार नाही इतक्या सामान्य चेहऱ्याचा व टक्कल पडलेला असा होता. त्याचे डोळे मोठे असले तरी धूसर वाटत. देशातील अत्यंत गुप्त माहिती वाचणारे ते डोळे म्हणजे दोन उथळ तलाव वाटत. तथापि, त्याने ज्यांच्याबरोबर काम केले, ज्यांनी त्याच्या हाताखाली काम केले, त्या सर्वांपेक्षा त्याचे कर्तृत्व अधिक होते. त्याचे संयमी व्यक्तिमत्त्व व तो सांगत असलेली

साधीसुधी तत्त्वे यांचा बोलबाला एनआरओच्या कर्मचाऱ्यांमध्ये नेहमी होत असे. कधीही रिकामा न रहाता तो सतत कामात असे आणि आपली कामे तो शांतपणे करत असे. त्याच्या अंगातील सर्व कपडे नेहमी काळ्या रंगाचे असत. त्यामुळे सर्वजण त्याच्यामागे त्याला 'क्वेकर' या टोपणनावाने संबोधत. कमालीच्या हुषारीने तो आपली धोरणे आखत असे. कार्यक्षमतेचा तो एक आदर्श नमुना कर्मचाऱ्यांपुढे ठेवी. आपल्या या छोट्या विश्वात त्याला त्यामुळेच कोणीही प्रतिस्पर्धी नव्हता. येथली त्याची सत्ता अबाधित होती. त्याचा एकच मंत्र होता, तो म्हणजे 'जे काय सत्य आहे ते शोधून काढा नि त्याआधारे कारवाई करत रहा.'

अशा या संचालकाच्या ऑफिसात रेचलने प्रवेश केला, तेव्हा तो फोनवरती बोलत होता. जेव्हा जेव्हा रेचलला विल्यम पिकरिंग दिसे तेव्हा तिला नेहमी, 'खुद्द राष्ट्राध्यक्षांना केव्हाही जागे करण्याचा अधिकार असलेली व्यक्ती इतकी साधी कशी' असे त्याच्याबद्दल वाटत असे.

पिकरिंगने आपल्या हातातील फोन खाली ठेवला व तिला हाताने बसण्याबद्दल सुचवत म्हटले, "एजंट सेक्स्टन, बसा." पिकरिंगच्या आवाजात एक प्रकारचा रांगडेपणा होता; पण तो रांगडेपणा ऐकणाराला मोहक वाटेल असा होता.

"थॅन्क यू, सर." असे म्हणून रेचल त्याच्या समोरच्या खुर्चीत बसली.

पिकरिंगचे बोलणे अत्यंत रोखठोक असे. त्यामुळे बऱ्याच जणांना त्याच्याशी बोलताना अस्वस्थ वाटे; पण रेचलला तसे कधी वाटले नाही. उलट, तिला त्याच्याबद्दल आकर्षण वाटत आले होते. आपल्या वडिलांच्या पुढे पिकरिंग हे एकदम दुसरे टोक आहे, असे नेहमी तिच्या मनात येई. दुसऱ्यावर प्रभाव न पाडणारी शरीरयष्टी, स्फूर्तिदायक बोलणे आणि नि:स्वार्थीपणे कर्तव्य करणे हीच खरी देशभक्ती असे समजून काम करणारा व प्रसिद्धीपासून नेहमी दूर रहाणारा; हे पाहिल्यावर तिला हा संचालक म्हणजे आपल्या वडिलांच्या बरोबर विरुद्ध असलेले एक टोक आहे असे वाटणे साहजिक होते. त्याच्यापुढे आपले वडील किती सतत प्रसिद्धीच्या झोतात राहू पहातात हे तिला आठवे.

पिकरिंगने आपल्या डोळ्यांवरील चष्मा काढला व तिच्याकडे पहात म्हटले, "एजंट सेक्स्टन, अर्ध्या तासापूर्वी राष्ट्राध्यक्षांनी मला फोन केला होता. त्यात थेट तुमचा संबंध आहे."

रेचल आपल्या आसनावर नीट सावरून बसली. उगाच पाल्हाळ न लावता चटकन मुद्द्यावर येण्याची पिकरिंगची सवय होती. कदाचित आपल्यापुढे एक संधी ठेवली जात असावी, असे तिला वाटले. ती त्यावर एवढेच म्हणाली, "माझ्या अहवालाबाबत काही अडचण आली नसावी, अशी मी आशा करते."

"नाही. तसले काही नाही. उलट त्यांच्याकडून तुमच्या कामाचे कौतुक केले

गेले आहे.''

रेचलने शांतपणे एक नि:श्वास सोडला व ती म्हणाली, ''मग त्यांना काय हवे आहे?''

''त्यांना तुम्हाला भेटायचे आहे. ही भेट व्यक्तिगत आहे अन् ती ताबडतोब घ्यायची आहे.''

रेचलची अस्वस्थता वाढत गेली. ती म्हणाली, ''व्यक्तिगत भेट? अन् ती कशासाठी?''

''चांगला प्रश्न आहे; पण ते त्यांनी मला सांगितले नाही.''

आता मात्र रेचल गोंधळली, चक्रावली. खुद्द एनआरओच्या संचालकापासूनही लपवावे असे काही करणे म्हणजे व्हॅटिकनमधले एखादे रहस्य पोपपासून गुप्त ठेवण्याचा प्रकार असल्यासारखे आहे. गुप्त माहिती खात्यात एक विनोद नेहमी सांगितला जाई. *जर विल्यम पिकरिंग यांना एखादी घटना ठाऊक नसेल तर ती घटना घडलीच नाही असे समजा.*

आपल्या खुर्चीतून उठून पिकरिंग मागच्या खिडकीसमोर येरझाऱ्या घालू लागला. तो म्हणाला, ''राष्ट्राध्यक्षांनी मला असे सांगितले आहे, की ताबडतोब तुमच्याशी संपर्क साधावा आणि भेटीसाठी त्यांच्याकडे पाठवून द्यावे.''

''म्हणजे आत्ता? या क्षणी?'' तिने आश्चर्यचकित होत म्हटले.

''होय, त्यांनी त्यासाठी वाहनही पाठवले आहे. ते बाहेर उभे आहे.''

रेचलने आपल्या भुवया उंचावल्या. राष्ट्राध्यक्षांचा तो निरोप ऐकून ती थक्क झाली. तिचे अवसान गळाले. आपल्यासाठी खास राष्ट्राध्यक्षांचा निरोप आहे हे कळल्यावर कोणाचेही अवसान गळणे साहजिक होते; पण ते अवसान त्या निरोपामुळे गळाले नव्हते, तर ते पिकरिंगच्या चेहऱ्यावरती उमटलेल्या चिंतेमुळे होते. ती म्हणाली, ''याबाबत तुमची काही वेगळी मते आहेत, असे मला उघड उघड दिसते आहे. खरे ना?''

''अर्थातच!'' पिकरिंग ठासून म्हणाला. नेहमी निर्विकारपणे बोलणाऱ्या पिकरिंगच्या आवाजात प्रथमच एक भावनेची छटा झर्रकन उमटून गेली. तो सांगू लागला, ''राष्ट्राध्यक्षांनी ही जी तुझ्या भेटीची वेळ निवडली आहे त्यात त्यांचा स्वच्छ हेतू नाही असे दिसते आहे. सध्या जी जनमताची चाचपणी करणारी पाहणी चालू आहे, त्यात तुमच्या वडिलांनी अध्यक्षांना आव्हान दिले आहे, अन् तरीही ते आपल्या विरोधकाच्या मुलीशी एका खासगी बैठकीची मागणी कशी काय करतात? मला हे खूपच चमत्कारिक व अत्यंत अयोग्य वाटते आहे. तुमच्या वडिलांना हे जर कळले तर तेसुद्धा तुला संमती देणार नाहीत.''

पिकरिंगचे मत तसे चूक नाही, हे रेचललाही कळत होते; मात्र आपल्या

वडिलांनाही तसेच वाटते हे मात्र चूक आहे, यावर ती ठाम होती. तिने विचारले, ''अध्यक्षांच्या विचारण्यामागे स्वच्छ हेतू नाही असे कशावरून म्हणता?''

''नोकरीला लागताना मी घेतलेल्या शपथेनुसार व्हाईट हाऊसमधील प्रशासनाला गुप्त व सत्य माहिती पुरवून पाठिंबा देईन, असे म्हटले होते. तिथल्या राजकारणावरती मते व्यक्त करीन असे शपथेत म्हटले नव्हते.''

हंऽऽ! हेच ते पिकरिंगचे नेहमीचे खास भाष्य! तिच्या मनात येऊन गेले. राजकारणाच्या पटावर उदय पावून काही काळात अस्तंगत होणाऱ्या राजकीय पुरुषांच्याबद्दल पिकरिंग बिनदिक्कतपणे बोलत असे. याचे कारण राजकारणाच्या पटावरील त्या बुद्धिबळाच्या खेळातील खरे खेळाडू म्हणजे पिकरिंगसारखी माणसे होती. त्यांनी अनेक वर्षे हा खेळ पाहिला होता व अप्रत्यक्षपणे तेच हा खेळ खेळत आलेले होते. जणू काही हे खेळाडूपद त्यांच्याकडे जन्मभर चालून आलेले होते. त्यामुळे त्यांना त्यातील सर्व बारकावे व तंत्रे ज्ञात झालेली होती. समोर घडणाऱ्या क्षुल्लक घटनांमागचा अर्थ तात्काळ जाणण्याची दृष्टी त्यांना आली होती. पिकरिंग म्हणत असे, की दोन वेळा अध्यक्षपदी निवडून आले, तरीही जागतिक राजकीय मंचावरील गुंतागुंत कळणे केवळ अशक्य आहे.

''कदाचित ती अजाणतेपणे केलेली एक प्रामाणिक विनंती असू शकेल.'' प्रचारमोहिमेपेक्षाही काहीतरी अधिक उच्च प्रकारचा हेतू राष्ट्राध्यक्षांना साध्य करायचा असेल, असे वाटून ती म्हणत होती. ''किंवा कदाचित एखाद्या संवेदनशील अहवालातील माहिती त्यांना माझ्याकडून नेटक्या शब्दांत मांडून हवी असेल.''

''एजंट सेक्स्टन, इतका छोटा उद्देश यामागे असू शकत नाही. जर व्हाईट हाऊसमधील प्रशासनाला तसे काही करून हवे असेल तर त्यासाठी त्यांच्याकडे तशी बरीच तज्ज्ञ माणसे आहेत. जर अन्य काही प्रशासनांतर्गत काम असेल, व्हाईट हाऊसपुरतेच ते मर्यादित असेल, तर त्यासाठी तुमच्याशी संपर्क न साधता ते काम कसे करायचे हे अध्यक्षांना चांगले ठाऊक आहे. अन् जर तसलेच काही महत्त्वाचे काम असेल तर एनआरओच्या डायरेक्टरची मदत न घेता, त्याला न सांगता, थेट एनआरओच्या मौल्यवान कर्मचाऱ्याला ते का बोलावत आहेत?''

पिकरिंग नेहमी आपल्या कर्मचाऱ्यांचा उल्लेख 'एनआरओचे मौल्यवान कर्मचारी' असा करी; पण अनेकजण त्याचा हा उल्लेख थंडपणे ऐकून घेत. तो पुढे सांगू लागला, ''तुझे वडील राजकारणातील त्यांचे प्रतिस्पर्धी आहेत आणि त्यांना आता जनमत चाचपणीत वाढता पाठिंबा आहे. राजकारणात ते वर वर चढत चालले आहेत. त्यामुळे अध्यक्षांचे प्रशासन हे नाराज होत जाणे साहजिक आहे.'' मग एक उसासा सोडून तो पुढे म्हणाला, ''राजकारण हा एक खरोखरीच जबरदस्त व्यवसाय आहे. जेव्हा राष्ट्राध्यक्ष एखादी गुप्त बैठक आपल्या प्रतिस्पर्ध्याच्या कन्येबरोबर

बोलावतात, तेव्हा मला वाटते की त्यांच्या मनात गुप्त माहितीच्या अहवालापेक्षाही अधिक काही तरी घोळत असावे.''

रेचलच्या अंगातून एक थंड शिरशिरी येऊन गेली. पिकरिंगचे तर्कशास्त्र हे काहीही वाटले तरी अजिबात खोडून काढता येण्याजोगे नव्हते. ती म्हणाली, ''मला या राजकीय उलाढालीत गुंतवण्यासाठी अध्यक्षांच्या प्रशासनाला एवढे अगदी निकडीचे वाटते आहे काय?''

क्षणभराने पिकरिंग म्हणाला, ''असे पहा, तुम्ही तुमच्या वडिलांबद्दलच्या भावना अनेकदा बोलून दाखवता. त्याबद्दल गप्प रहात नाही. त्यामुळे तुम्ही आणि तुमचे वडील यांच्यात जी दरी निर्माण झाली आहे ती अध्यक्षांच्या प्रचारमोहिमेच्या कर्मचाऱ्यांच्या कानावरती सहज पोहोचलेली आहे. नव्हे, माझी तशी खात्रीच आहे. त्यामुळे मला असे वाटते, की या गोष्टींचा उपयोग त्यांना तुमच्या वडिलांविरुद्ध करून घ्यायचा असावा.''

''मग आता मी घेऊ तरी कोणाची बाजू?'' तिने थोड्याशा चेष्टेच्या स्वरात म्हटले.

पिकरिंगवर तिच्या या प्रश्नाचा काहीही परिणाम झालेला तिला दिसला नाही. त्याने तिच्याकडे रोखून पहात म्हटले, ''एजंट सेक्स्टन, मी तुम्हाला एक सावधगिरीची सूचना देतो. तुम्हाला जर असे वाटले, की तुमच्या वडिलांच्या संदर्भातील खासगी बाबी राष्ट्राध्यक्षांच्या कामात किंवा कामाआड येत असतील तर तुम्ही त्यांची विनंती सरळ सरळ धुडकावून लावावी. त्यांच्या भेटीला जाऊ नये, असा माझा तुम्हाला कळकळीचा सल्ला आहे.''

''मी नकार देऊ? सरळ सरळ नकार देऊन अध्यक्षांची भेट टाळू?'' असे म्हणून तिने चुकचुकल्याचा आवाज केला. ती पुढे म्हणाली, ''छे! तसे उघडपणे करण्याचे धारिष्ट्यच माझ्यात नाही.''

''होय, तुमच्यात ते नाही हे मला दिसतेच आहे; पण माझ्यात मात्र तसे धारिष्ट्य आहे. मी ती भेट रद्द करू शकतो.''

पिकरिंगचे ते शब्द तिच्या मनात क्षणकाल घुमत राहिले. पिकरिंगला 'क्वेकर' का म्हणतात, तो राजकारण्यांनाही कसा भारी आहे, हे सर्व तिला ठाऊक होते. जर त्याच्या मनाविरुद्ध एखादा राजकारणी गेला तर तो राजकीय भूकंप लीलया घडवून आणू शकतो, एवढा तो सामर्थ्यवान आहे.

पिकरिंग सांगू लागला, ''माझा येथे अगदी साध्या गोष्टीच्या निमित्ताने संबंध येतो. माझ्यासाठी जी माणसे कामे करतात त्यांना संरक्षण देणे ही माझी जबाबदारी आहे. अन् माझ्या लोकांपैकी कोणाचाही राजकारणाच्या पटावर थोडासा जरी एखादे प्यादे म्हणून उपयोग करून घेतला जात आहे असे मला दिसले, तर मला ते

अजिबात आवडणार नाही.''

''मग मी काय करावे असे तुम्हाला वाटते?''

एक उसासा सोडून पिकरिंग म्हणाला, ''माझी अशी सूचना आहे की तुम्ही त्यांची भेट घ्यावी; पण त्यांना कसलेही आश्वासन देऊ नये. जेव्हा राष्ट्राध्यक्ष त्यांना तुमच्याकडून कसली मदत हवी आहे हे सांगतील, आपल्या मनातील सारा हेतू उघड करतील, तेव्हा नंतर तुम्ही ताबडतोब मला फोन करा. मग जर मला असे वाटले, की ते तुम्हाला एखाद्या राजकीय खेळीत गोवत आहेत, तर मी तुम्हाला ताबडतोब त्यातून बाहेर खेचून काढेन हे लक्षात ठेवा. अन् तेही इतक्या झटपट करेन की त्या माणसाला कळणारही नाही, त्याच्यावर काय एकदम येऊन आदळले आहे.''

''थॅन्क यू, सर!'' रेचल कृतज्ञतेने म्हणाली. पिकरिंगच्या भोवती एक सामर्थ्याचे वलय आहे असे तिला जाणवले आणि तो आपले रक्षण करू पहात आहे हेही तिला कळले. अशाच गोष्टींची अपेक्षा ती आपल्या वडिलांकडून करत आलेली होती. ती म्हणाली, ''अन् अध्यक्षांनी मला नेण्यासाठी एक वाहन येथे पाठवले आहे असे तुम्ही म्हणालात ना?''

''वाहन असे नेमके म्हणता येणार नाही,'' असे म्हणून पिकरिंगने भुवया उंचावून खिडकीबाहेर आपले बोट केले.

त्याच्या बोटाच्या दिशेने रेचलने खिडकीबाहेर खाली जमिनीवरती पाहिले.

तिथे हिरवळीवरती एक MH-60G जातीचे एक 'पेव्हहॉक' हेलिकॉप्टर उभे होते. त्याचा पुढचा भाग हा एखाद्या बोथट नाकासारखा दिसत होता. 'अत्यंत वेगाने जाणारे' म्हणून या पेव्हहॉक हेलिकॉप्टरची ख्याती होती. त्याच्यावरती व्हाईट हाऊसचे बोधचिन्ह रंगवले होते. हेलिकॉप्टरचा वैमानिक तिथेच जवळपास उभा राहून सारखा आपल्या हातातील घड्याळाकडे पहात होता.

रेचल थक्क झाली. तिचा अजूनही विश्वास बसत नव्हता. ती पिकरिंगला म्हणाली, ''पंधरा मैल अंतरासाठी व्हाईट हाऊसकडून माझ्यासाठी एक पेव्हहॉक हेलिकॉप्टर पाठवले गेले?''

''त्यामुळे एक तर तुमच्यावर छाप तरी पडेल किंवा तुम्ही घाबरून, दडपून जाल अशी अध्यक्षांची अटकळ असावी.'' मग तिच्याकडे आपले डोळे बारीक करून पहात पिकरिंग पुढे म्हणाला, ''या दोन्हीपैकी तुम्ही काहीही होऊ देऊ नका.''

यावर रेचलने आपली मान डोलावली; पण तरीही त्या दोन्ही भावनांनी तिला ग्रासले होते.

चार मिनिटांनी रेचल सेक्स्टन ही एनआरओच्या इमारतीमधून बाहेर पडली व

हेलिकॉप्टरमध्ये चढली. आपल्या आसनावर बसून पोटाला पट्टे बांधायच्या आत ते हेलिकॉप्टर आकाशात उडाले व एका बाजूला कलून व्हर्जिनियाच्या जंगलावरून जाऊ लागले. खालच्या झाडांचे शेंडे तिला धूसर झाल्यासारखे दिसत होते. आपल्या नाडीचे ठोके वाढत चालल्याचे तिला कळून चुकले. हे हेलिकॉप्टर व्हाईट हाऊसकडे कधीच पोहोचणार नाही, हे जर तिला आता कळले असते तर तिच्या नाडीचे ठोके आणखी वेगाने पडले असते.

५

त्या थर्माटेक तंबूला गार वारे झोडपून काढत होते; पण डेल्टा-वन याने त्याची दखल घेतली नाही. तो आणि डेल्टा-थ्री त्यांच्या सहकाऱ्याकडून चालवल्या जाणाऱ्या संगणकाकडे पहात होते. त्या संगणकाची जॉय स्टिक हलवून तो सहकारी दूरवरच्या त्या बैठ्या इमारतीमधील उडणारा यांत्रिक किडा नियंत्रित करत होता. एखाद्या कुशल शस्त्रवैद्याच्या कौशल्याने तो ते नियंत्रण करत होता. त्या किड्याच्या डोळ्यांतून दिसणारे दृश्य संगणकाच्या पडद्यावरती उमटत होते.

तंत्रज्ञानाची खरोखरच कमाल आहे. हा उडणारा सूक्ष्म किडा म्हणजे चोरून पाहणी करण्याच्या तंत्रातील कळस आहे, असे विचार डेल्टा-वनच्या मनात येऊन जात होते. जेव्हा जेव्हा त्या यांत्रिक किड्याचे उड्डाण घडवले जाई, तेव्हा प्रत्येक वेळी त्याला तसेच वाटत आलेले होते. सूक्ष्म तंत्रज्ञानातील शोधांपुढे विज्ञान-काल्पनिकांमधील अद्‌भुतता कमीच पडत होती.

त्या उडणाऱ्या यांत्रिक किड्याला 'मायक्रोबोट' असे म्हटले जाई. सूक्ष्म विद्युत-यांत्रिकी पद्धतीने केलेला तो एक आविष्कार होता. चोरून पाहणी करण्याच्या तंत्रातील हाय-टेक तंत्राला Fly on the Wall Technology असे संबोधले जाऊ लागले. उद्या घरातील भिंतीवर बसलेली एखादी निरुपद्रवी माशी ही एक यांत्रिक किडा असेल. असेल नव्हे, हे सारे प्रत्यक्षात उतरले आहे.

सूक्ष्म, अतिसूक्ष्म, रिमोट कन्ट्रोलकडून नियंत्रित केले जाणारे हे रोबोट ऊर्फ यंत्रमानव, विज्ञान-काल्पनिक साहित्यात कुठे ना कुठे तरी उल्लेखलेले असले तरी, १९९०पासून जगात तसे 'उडणारे' व 'पाण्यात पोहणारे' सूक्ष्म रोबोट अस्तित्वात येऊ लागले होते. 'डिस्कव्हरी' या इंग्रजी मासिकाने या विषयावर पहिल्या पानावरची एक स्टोरी मे १९९७च्या अंकात प्रसिद्ध केली होती. पाण्यात पोहणाऱ्या या सूक्ष्म रोबोटना नॅनो-पाणबुड्या संबोधले जाऊ लागले. मानवी देहातील रक्तवाहिन्यांत अशी एक पाणबुडी सोडण्याचे कार्य 'फॅन्टॅस्टिक व्हॉयेज' ह्या चित्रपटात तीस वर्षांपूर्वीच दाखवले होते; पण आता अत्याधुनिक वैद्यकीय उपकरणांत अशा

पाणबुड्यांची खरोखरीच भर पडलेली आहे. रक्तवाहिनीमधून प्रवास करणारे हे रोबोट माणसाच्या शरीराबाहेर दृश्ये पाठवू शकतात. त्यामुळे डॉक्टरांना टीव्हीच्या पडद्यावर पाहून रक्तवाहिनीमधील सर्व जागा पहात जाता येते. रक्तवाहिनीमधले अडथळे, ब्लॉक्स प्रत्यक्ष बाहेरून पहाता येतात. उद्याच्या जगात याच सूक्ष्म पाणबुड्यांकडून डॉक्टर मंडळी रक्तवाहिनीमधील अडथळे सहज दूर करू शकतील. आतासारखी चाकू चालवून शस्त्रक्रिया करण्याची गरज पडणार नाही.

या उडणाऱ्या सूक्ष्म रोबोटचे उत्पादन करणे हा एक अत्यंत सोपा व्यवसाय झाला आहे. विमानाचा शोध लागल्यापासून गेल्या शंभर वर्षांत एखादे यंत्र हवेत उडवण्यासाठी लागणारे हवाई गतिशास्त्र प्रगत होत गेले. फक्त सूक्ष्म आकाराच्या विमानाबाबत हे साध्य करणे बाकी होते. भविष्यकाळात मंगळ ग्रहावरती असे सूक्ष्म उडणारे किडे किंवा रोबोट हे अमेरिकेच्या नासाने प्रथम निर्माण केले. पहिले छोटे उडणारे रोबोट काही इंच लांबीचे होते; परंतु नॅनो तंत्रज्ञानात प्रगती झाल्याने, शक्तीचा संचय करू शकणारे पदार्थ निर्माण करता आल्याने आणि सूक्ष्म तंत्रज्ञानाचा विकास झाल्याने हे उडणारे रोबोट अस्तित्वात येऊ शकले आहेत.

परंतु खरी प्रगती ही 'बायोमिमिक्स' या शास्त्राच्या प्रगतीमुळे झाली. बायोमिमिक्स म्हणजे निसर्गाची नक्कल करणे. निसर्ग प्रतिकृती शास्त्रामुळे 'चतुर' हा उडणारा कीटक, उडत्या यांत्रिक कीटकांसाठी किंवा उडत्या सूक्ष्म रोबोटसाठी अगदी यथायोग्य आहे असे लक्षात आले. हा चतुर अत्यंत चपळ आणि कार्यक्षम असतो. क्षणात तो वेग धारण करतो, तर क्षणात तो हवेत ब्रेक मारल्यासारखा थांबून स्थिर रहातो. त्या बर्फाळ भूमीवरील वास्तुरचनेच्या आत जो उडता रोबोट डेल्टा-वन याने पाठवला होता, ती अशीच चतुर किड्याची प्रतिकृती होती. त्या मॉडेलचे नाव PH2 होते आणि त्याची लांबी अवघी एक सेंटिमीटर होती. म्हणजे, जवळजवळ एका मोठ्या डासाएवढी. सिलिकॉनच्या चकतीचे बनवलेले दोन पारदर्शक पंख त्याला बसवलेले होते. ते मुख्य अंगाला दोन सूक्ष्म बिजागऱ्यांनी जोडलेले होते. अशा त्या सूक्ष्म व उडत्या यांत्रिक किडा ऊर्फ मायक्रोबोटची हालचाल आणि हवेतील कार्यक्षमता अतुलनीय होती.

हा मायक्रोबोट उडण्यासाठी, त्याचे पंख वेगाने खाली-वर हलण्यासाठी इंधनाची गरज होती. ते इंधन त्याला हवेतल्या हवेत पुरविण्याचा शोध जेव्हा लागला, तेव्हा खरी प्रगती झाली. पहिला प्रायोगिक मायक्रोबोट जेव्हा तयार झाला तेव्हा त्याला जी ऊर्जा मिळे ती एका सेलमधून मिळे. त्यासाठी त्याला फक्त प्रखर प्रकाशात काही वेळ उडत रहावे लागे. मग प्रकाशाचे रूपांतर विजेत होऊन ती वीज त्याच्या छोट्या सेलमध्ये भरली जाई; परंतु अशा उडत्या रोबोटचा उपयोग हेरगिरी करण्यासाठी आणि अंधाऱ्या भागातील पाहणी करण्यासाठी होऊ शकत नव्हता.

आता नवीन मायक्रोबोट हे एका चुंबकीय क्षेत्रामध्ये येऊन थांबतात किंवा उतरतात. तिथे काही वेळ थांबल्यावर तिथल्या चुंबकीय शक्तीचे रूपांतर त्यांना लागणाऱ्या आवश्यक तेवढ्या विजेत होते. त्यांची बॅटरी रिचार्ज होते व ते मायक्रोबोट परत उडू लागतात. स्थिर असलेले चुंबकीय क्षेत्रही आपल्या दृष्टीने फारसे प्रभावी नसते. काही इंचापुरते त्याचे क्षेत्र सीमित असते. सुदैवाने आधुनिक काळात सार्वजनिक ठिकाणी अनेक जागा अशा आहेत की तिथे नेहमीच विद्युतचुंबकीय क्षेत्र असते. उदाहरणार्थ, जिथे विजेचे प्रवाह वहात आहेत, संगणकाचे पडदे आहेत, विजेच्या मोटर्स आहेत, लाऊड स्पीकर्स आहेत, मोबाइल फोन आहेत. अशा जागा सर्वत्र विखुरलेल्या आहेत व अगणित आहेत. थोडक्यात, मायक्रोबोटना लागणारी रिचार्जिंग स्टेशन्स कुठेही उपलब्ध होऊ शकतात, अगदी सहजासहजी. एखाद्या ठिकाणी एकदा आपण आपला हा मायक्रोबोट घुसवला की त्याचे काम सुरू. तो समोरचे दृश्य व आवाज टिपून ताबडतोब प्रक्षेपित करू लागतो. डेल्टा फोर्स जवळचा PH2 जातीचा मायक्रोबोट हा अविरतपणे असे प्रक्षेपण करू शकतो, कसलीही अडचण न येता.

एखाद्या धान्याच्या कोठारात किडा उडत रहावा तसा तो डेल्टा फोर्सचा मायक्रोबोट त्या अवाढव्य वास्तुरचनेत वावरत होता. तेथील स्तब्ध हवेत उंचावरून उडत होता. तिथल्या मोठ्या नियंत्रणकक्षात आता तो होता. त्याच्या नजरेतून दिसणारे खालचे दृश्य इकडे लॅपटॉपच्या पडद्यावरती उमटत होते. नियंत्रणकक्षात अनेक क्षेत्रातील शास्त्रज्ञ, तंत्रज्ञ व तज्ज्ञ मंडळी वावरत होती. जेव्हा तो मायक्रोबोट सर्वांना टिपत उडत होता तेव्हा डेल्टा-वनला दोन ओळखीचे चेहरे त्यांच्यात दिसले. ते एकमेकांशी बोलत होते. त्यांच्या बोलण्यातून महत्त्वाचा धागा किंवा माहिती मिळेल म्हणून त्याने आपल्या सहकाऱ्याला, डेल्टा-थ्री याला, सूचना केली. मग डेल्टा-थ्री याने आपल्या हातातील जॉय स्टिक व काही खटके हलवून त्या उडणाऱ्या मायक्रोबोटला खाली आणले. त्याच्यातील ध्वनी टिपणारी यंत्रणा जागृत केली आणि त्याचा पॅराबोलिक ॲम्प्लिफायर नीट जुळवला. तो मायक्रोबोट आता त्या बोलणाऱ्या दोन व्यक्तींच्या डोक्यावर दहा फुटांवर घिरट्या घालू लागला. त्यांचे बोलणे हळू आवाजात ऐकू येत असले तरी ते नीट कळत होते.

त्यातला एक शास्त्रज्ञ दुसऱ्याला म्हणत होता, ''माझा अजूनही यावरती विश्वास बसत नाही.'' त्याचा आवाज उत्तेजित झाला होता. ४८ तासांपूर्वी तो शास्त्रज्ञ येथे आला होता. त्या वेळी सुरुवातीला तो जेवढा उत्तेजित झाला, तेवढाच अजूनही उत्तेजित झालेला होता.

त्याच्या बरोबरचा दुसरा शास्त्रज्ञही तेवढाच उत्तेजित झालेला दिसत होता. तो म्हणत होता, ''तुमच्या सबंध आयुष्यात एवढे चित्तथरारक कधी अनुभवले होते

का?''

''छे! कधीच नाही!'' पहिला शास्त्रज्ञ उद्‌गारला, ''हे सारे एक महान स्वप्न आहे असेच वाटते आहे.''

डेल्टा-वन याने त्यांचे पुरेसे संभाषण ऐकले. अपेक्षेप्रमाणे सारे काही घडते आहे याची त्याला खात्री पटली. मग डेल्टा-टू याने तो मायक्रोबोट तेथून हलवला आणि परत त्याच्या लपण्याच्या जागी नेऊन ठेवला. एका विद्युत जनित्राच्या जवळ ती जागा होती. आता तो मायक्रोबोट काही मिनिटांत आपली स्वत:ची बॅटरी रिचार्ज करून घेणार होता. मग तो पुन्हा नवीन मोहिमेवरती जाऊ शकणार होता.

६

हेलिकॉप्टरमधून वेगाने जात असताना रेचलचे मन विचारात बुडून गेले होते. सकाळपासून एवढ्या वेगाने अनपेक्षित घटना घडत होत्या, की त्यांच्यामागचा अर्थ अजून तिला काढता येत नव्हता. वॉशिंग्टन पोस्टच्या पत्रकाराला फटकारणे, वडिलांना टाकून बोलणे, एनआरओच्या संचालकाकडून तातडीने एसएमएस येणे, राष्ट्राध्यक्षांनी व्हाईट हाऊसवरती येण्यासाठी तिच्यासाठी खास पेव्हहॉक हेलिकॉप्टर पाठवणे या साऱ्या गोष्टी तिला अतर्क्य वाटत होत्या. तिने सहज खाली पाहिले. तिचे हेलिकॉप्टर आता चिसापेक उपसागराकडे चालले होते. त्या दिशेने व्हाईट हाऊस नव्हते. ती एक पूर्णपणे चुकीची दिशा धरली गेली होती. ती एकदम चक्रावली. त्या धक्क्यातून बाहेर पडल्यावर तिला भीती वाटू लागली.

तिने ओरडून वैमानिकाला म्हटले, ''काय चालले आहे? भलतीकडे का जाता आहात?'' परंतु हेलिकॉप्टरचा पंखा एवढा जोरात गरगरत होता की त्या आवाजात तिचा आवाज बुडून जात होता. वैमानिकापर्यंत तिचे शब्द कसेबसे पोहोचले असावेत ती म्हणत होती, ''तुम्ही मला व्हाईट हाऊसला नेणार आहात.''

आपली मान हलवत वैमानिकाने म्हटले, ''सॉरी, मॅडम! अध्यक्ष आज सकाळी व्हाईट हाऊसमध्ये नाहीत.''

पिकरिंग तिला काय म्हणाला ते ती आठवू लागली. त्याने व्हाईट हाऊसचा उल्लेख केला होता का? का आपण तसे धरून चाललो होतो? तिने विचारले, ''मग राष्ट्राध्यक्ष कुठे आहेत?''

''दुसरीकडे तुमची भेट ठरलेली आहे.''

''दुसरीकडे म्हणजे कुठे?''

''फार दूर नाही.''

''मी ते ठिकाण किती दूर आहे ते विचारले नाही,'' ती रागावून म्हणाली.

"आता फक्त सोळा मैल उरले आहेत.''

तिने चिडून त्याच्याकडे पाहिले. *हा वैमानिक एक राजकारणी माणूस दिसतो आहे.* तिने ओरडून त्याला विचारले, "*तुम्ही माझे प्रश्न का टाळता आहात?*''

तो वैमानिक यावर काहीही बोलला नाही.

चिसापेक उपसागर ओलांडण्यासाठी त्या हेलिकॉप्टरला अवघी सात मिनिटे लागली. जेव्हा पाणी संपून जमीन दिसू लागली तेव्हा वैमानिकाने उत्तरेकडची दिशा धरली व एका छोट्या द्वीपकल्पाच्या कडेकडेने तो जाऊ लागला. त्या द्वीपकल्पावरती रेचलला विमानांच्या अनेक धावपट्ट्या आणि लष्करी इमारती दिसल्या. तिचे हेलिकॉप्टर आता त्याच दिशेने जात आपली उंची कमी करू लागले. ही कोणती जागा आहे ते एके ठिकाणी नजर टाकताच रेचलच्या एकदम लक्षात आले. तिथे अग्निबाण प्रक्षेपणासाठी सहा लॉन्चिंग पॅड्स होते. त्या पॅड्सच्या ऊर्फ अग्निबाणाच्या व्यासपीठाच्या शेजारी सहा गॅन्ट्री मनोरे उभे होते. हे मनोरे अग्निबाणाला उभ्या अवस्थेत धरून ठेवत. अग्निबाण सुटताना त्याच्या शेपटीतील ज्वाळांमुळे ते मनोरे चांगलेच भाजून निघत. त्यामुळे आता ते काळे पडलेले तिला दिसले. तिथे असलेल्या एका इमारतीच्या छपरावरती दोन मोठे शब्द रंगवलेले होते.

WALLOPS ISLAND

वॅलॉप्स बेटावरती नासा या अंतराळ संस्थेचा जुना अग्निबाणतळ होता. या तळावरून अजूनही अवकाशात उपग्रह सोडले जातात आणि कधी कधी प्रायोगिक विमानांच्या चाचण्याही घेतल्या जातात; परंतु तरीही हे बेट फारसे कधी प्रसिद्धीच्या झोतात आले नाही.

राष्ट्राध्यक्ष वॅलॉप्स बेटावरती काय करत आहेत? तिला याचा अर्थ लागेना. हे काहीतरी चमत्कारिक आहे असे तिला वाटू लागले.

त्या अरुंद बेटावरील तीन धावपट्ट्या ओलांडून जात खाली उतरण्यासाठी हेलिकॉप्टरच्या वैमानिकाने आपला वक्र मार्ग ठरवला व तो उंची कमी करू लागला. मधल्या धावपट्टीच्या दूरवरच्या टोकाला कुठेतरी जाण्याची दिशा त्याने धरली होती.

हेलिकॉप्टरचा वेग कमी करत वैमानिक म्हणाला, "राष्ट्राध्यक्षांना आपण त्यांच्या ऑफिसात भेटणार आहात.''

रेचलला आश्चर्य वाटले. हा वैमानिक चेष्टा तर करत नाही ना, असे वाटून तिने वळून विचारले, "अमेरिकेच्या अध्यक्षांनी या बेटावर आपले ऑफिस उघडल्याचे मी कधी ऐकले नाही.''

परंतु तो वैमानिक तसाच गंभीर राहिला. तो म्हणाला, ''मॅडम, अमेरिकेचे अध्यक्ष त्यांना पाहिजे तिथे आपले ऑफिस थाटू शकतात.''

एवढे म्हणून त्याने धावपट्टीच्या टोकाकडे दूरवर आपले बोट केले. रेचलला तिथे एक चकाकणारा महाकाय आकार दिसला. ते पाहून तिचे हृदय बंद पडण्याच्या बेतात आले. सुमारे हजार फुटांवरती उभा असलेला तो आकार हा एका बोईंग ७४७ विमानाचा होता. त्याला फिकट निळा रंग दिला होता.

''म्हणजे मी... मी त्या विमानात त्यांना भेटायचे?''

''होय, मॅडम, ते विमान म्हणजेच त्यांचे फिरते ऑफिस आहे, घर आहे. होम अवे फ्रॉम होम.''

रेचलने त्या विमानाच्या राक्षसी धुडाकडे एकदा रोखून पाहिले. त्या प्रतिष्ठेच्या विमानाला लष्करी भाषेत VC-25-A असे संबोधले जायचे; परंतु बाहेरच्या जगात ह्या विमानाला 'एअर फोर्स वन' असे म्हटले जायचे.

त्या विमानाकडे पहात वैमानिक म्हणाला, ''तुम्ही आज नव्या विमानात अध्यक्षांची भेट घेणार.''

तो काय म्हणतो आहे ते तिला क्षणभर कळेना. त्याने त्या विमानाच्या शेपटीवर असलेल्या नंबराकडे आपले बोट केलेले होते. त्या विमानासारखे दुसरे एक, अगदी हुबेहूब तसलेच विमान अस्तित्वात होते. म्हणून आलटूनपालटून ती विमाने वापरली जायची. एका विमानाच्या शेपटीवर २४००० असा क्रमांक रंगवलेला होता. तर दुसऱ्या विमानाच्या शेपटीवरती २९००० क्रमांक रंगवलेला असे. बाकी दोन्ही विमाने सारखीच होती. ती विमाने ताशी ६०० मैल वेगाने उडायची. तसेच, उडता उडता दुसऱ्या विमानातून इंधन भरून घेण्याची सोयही त्यात होती. त्यामुळे जगभर वाटेल तेवढ्या अंतरावर जाण्याची त्या विमानांची क्षमता होती.

शेवटी पेव्हहॉक हेलिकॉप्टर राष्ट्राध्यक्षांच्या विमानाच्या शेजारी खाली जमिनीवरती उतरले. राष्ट्राध्यक्ष हे विमानदलाच्या सर्वोच्चपदी असल्याने त्यांच्या या फिरत्या ऑफिसला 'एअर फोर्स वन' म्हटले जाते हे रेचलच्या आता लक्षात आले. त्या अवाढव्य राक्षसी विमानाचे एकूण रूपच बघणाऱ्याला हादरवून सोडणारे होते.

जेव्हा अन्य देशांच्या राष्ट्रप्रमुखांना भेटण्यासाठी अध्यक्ष जात तेव्हा अनेकदा ती भेट शक्यतो या विमानात घ्यावी, असे त्यांना सुचवले जायचे. सुरक्षिततेच्या कारणास्तव असे सुचवले गेले तरी त्याचा एक फायदा व्हायचा. भेटावयास येणारा तो राष्ट्रप्रमुख ते विमान, त्याची भव्यता व आतील सजावट पाहून थक्क व्हायचा, दडपून जायचा. अप्रत्यक्षपणे त्याला दाखवलेली ती एक भीतीही असे. यामुळे त्याच्याशी बोलणी करताना अमेरिकी राष्ट्राध्यक्षांचा फायदा व्हायचा. आतापर्यंत कधीही न पाहिलेल्या त्या भव्य विमानाच्या मधल्या धडावरील सहा फुटी उंच

UNITED STATES OF AMERICA ही अक्षरे, पहाणाऱ्याच्या मनातील 'अमेरिकेचा विरोध' सहज चिरडून टाकत.

ब्लेझर घातलेला, अध्यक्षांच्या सीक्रेट सर्व्हिसमधील एकजण तिला हाक मारत होता. हेलिकॉप्टरच्या दाराबाहेर तो उभा राहिला होता. त्याने दार उघडून तिला विचारले, "मिस सेक्स्टन? अध्यक्ष आपली वाट पहात आहेत."

रेचल बाहेर आली. तिने उभे राहून विमानाच्या पोटातून बाहेर आलेला जिना पाहिला. त्या विमानाच किंवा राष्ट्राध्यक्षांच्या त्या उडत्या ओव्हल ऑफिसचे अंतर्गत चटई क्षेत्रफळ हे चार हजार चौरस फुटांपेक्षा जास्त आहे. त्यामध्ये चार खासगी शयनकक्षही असून, विमानाच्या २६ कर्मचाऱ्यांना निजण्यासाठी बर्थ आहेत. तसेच ५० जणांना खाद्यपदार्थांचे वाटप करण्यासाठी एक भटारखानाही आतमध्ये आहे. कुठेतरी एकदा वाचलेली ती माहिती रेचलला आता आठवली.

ती जिना चढून वर जाऊ लागली. तिच्या मागून तो सीक्रेट सर्व्हिसचा माणूस येत होता. तिने मान वर करून विमानाचे अंगचे दार पाहिले. एखाद्या देवमाशाच्या पोटाला पाडलेल्या भोकासारखे ते तिला वाटले. ती थांबली की तिच्या मागचा माणूस तिला 'वर चला' म्हणून आग्रह करायचा. शेवटी ती दारापाशी पोहोचली आणि आतील अंधाऱ्या बोळात तिने पाऊल टाकले. तिचा आत्मविश्वास एकदम ओसरू लागला.

घाबरू नकोस, रेचल. हे फक्त एक विमान आहे. ती स्वत:ला मनातल्या मनात बजावू लागली.

ती क्षणभर दारापाशीच उभी राहिली. मग मागच्या सीक्रेट सर्व्हिसच्या माणसाने पुढे होऊन आदराने तिचा हात हळुवारपणे धरला व त्या अरुंद बोळातून तो तिला घेऊन जाऊ लागला. काही अंतर गेल्यावर ते उजवीकडे वळले आणि त्यांनी एका आलिशान व प्रशस्त केबिनमध्ये प्रवेश केला. त्या खोलीची छायाचित्रे पूर्वी प्रसिद्ध झालेली असल्याने रेचलने ती केबिन ताबडतोब ओळखली.

"इथेच थोडा वेळ थांबा," असे म्हणून तो माणूस तेथून कुठेतरी निघून गेला. ती त्या प्रसिद्ध केबिनमध्ये एकटीच उभी राहिली व आजूबाजूला पाहू लागली. आतमधल्या भिंती लाकडी पॅनेलच्या होत्या. याच खोलीत पाहुण्यांचे आदरातिथ्य केले जायचे, चर्चा व्हायच्या, बैठका घेतल्या जायच्या आणि येथे प्रथम येणाऱ्या व्यक्तीला दडपून टाकले जायचे. त्या खोलीच्या रुंदीने विमानाची आतली रुंदी व्यापून टाकलेली होती. जमिनीवरती सर्वत्र एक जाडजूड तांबूस रंगाचा गालिचा घातलेला होता. आतले फर्निचर अत्यंत निर्दोष होते. कार्जेव्हान कातड्याने मढवलेली आसने एका लाकडी टेबलाभोवती होती. चकचकीत पितळी शेड असलेले दिवे एका कॉन्टिनेन्टल सोफ्याभोवती उभे करून ठेवलेले होते. जवळच एक महोगनी

लाकडात बनवलेले मद्याचे कपाट होते. त्यात हाताने पैलू पाडलेले काचेचे पेले होते, उंची मद्याच्या नक्षीदार बाटल्या होत्या.

ज्यानी कोणी या केबिनची रचना केली असेल त्याने आपल्या मनात 'खोलीत बसणाऱ्यावर योजनापूर्वक केलेली शिस्तबद्ध रचना आणि निरामय शांतता यांची छाप पडावी' असा हेतू धरला असावा. ती शांतता रेचलला अद्याप भावत नव्हती. तिला आता फक्त एकच गोष्ट जाणवत होती. ती म्हणजे, याच खोलीत आतापर्यंत किती राष्ट्रप्रमुखांनी अमेरिकी राष्ट्राध्यक्षांशी चर्चा करून जगाला आकार देण्याचे निर्णय घेतले असतील!

तिथे पाईपमधील तंबाखूचा सूक्ष्म व सुंगधी वास पसरला होता. सर्वत्र अमेरिकी राष्ट्राध्यक्षांची बोधचिन्हे उमटवली होती. त्या दोन्हीतून एकच गोष्ट व्यक्त होत होती, प्रतीत होत होती अन् ती गोष्ट म्हणजे सत्ता, सामर्थ्य, जबरदस्त सामर्थ्य! अन्य काहीही नाही. खरे म्हणजे त्या खोलीतील प्रत्येक गोष्ट हेच प्रकट करत होती. सत्ता, बळ व सामर्थ्य! कोचावर बसल्यावर टेकण्यासाठी ज्या उशा होत्या, त्यावरती गरुडाने दोन्ही पंजात पकडलेले बाण व ऑलिव्ह वृक्षाच्या डहाळ्या हे बोधचिन्ह भरतकाम करून काढलेले होते. तसलेच चित्र मद्यालयाच्या कपाटातील बर्फाच्या पात्रांवरती कोरून काढलेले होते. बाटल्यांची बुचे उघडायच्या हत्यारावरही तेच चिन्ह छापलेले होते. तिने तसले एक हत्यार उचलले आणि ती ते निरखून पाहू लागली.

तेवढ्यात मागून कोणीतरी धीरगंभीर आवाजात तिला म्हटले, "काय, एवढ्यातच इथली वस्तू स्मृतिचिन्ह म्हणून घेऊन जाणार?"

ती एकदम दचकली व वळली. तिच्या हातातील ते बूच काढायचे हत्यार खाली पडले. ते उचलण्यासाठी ती थोडी वाकली. ते उचलून उठायच्या आत तिने मान वर करून पाहिले तर खुद्द अमेरिकेचे राष्ट्राध्यक्ष तिच्याकडे पहात उभे होते. त्यांच्या चेहऱ्यावरती चेष्टेचे एक स्मित तरळले होते.

राष्ट्राध्यक्ष तिला म्हणाले, "अरे, तुम्ही अशा माझ्यापुढे वाकू नका मिस सेक्स्टन. मी काही राजघराण्यातील माणूस नाही."

७

आपल्या गाडीत बसून सिनेटर सेजविक सेक्स्टन वॉशिंग्टनच्या भर गर्दीतही खासगीपणा अनुभवत होता, त्याचा आनंद घेत होता. त्याची गाडी लिंकन लिमोसिन होती. त्या गाडीची लांबी जास्त असल्याने आतमध्ये बसल्यावर सहज पाय ताणता येत होते. किंवा मागच्या आसनाची पाठ आणखी मागे जात असल्याने

अधिक आरामशीर स्थिती धारण करता येत होती. गाडीला काळ्या काचा असल्याने बाहेरच्या लोकांना आतले दृश्य दिसू शकत नव्हते. त्याचा ड्रायव्हर सकाळच्या रहदारीमधून नागमोडी वळणे घेत वाट काढत गाडी हाकत होता, त्याच्या ऑफिसकडे नेत होता. सिनेटरच्या शेजारी त्याची पीए ऊर्फ वैयक्तिक मदतनीस गॅब्रिएल ॲश बसली होती. २४ वर्षांची गॅब्रिएल त्याला त्याचा आजचा दिवसभराचा ठरवलेला कार्यक्रम ऐकवत होती; पण सिनेटर तिच्या बोलण्याकडे फारसे लक्ष देत नव्हता.

तो आपल्याच विचारात दंग होता. *मला हे वॉशिंग्टन शहर आवडते.* त्याच्या पीएने, म्हणजे गॅब्रिएलने एक काश्मिरी स्वेटर अंगात चढवलेला होता. त्यामुळे तिची वक्षस्थळे उठून दिसत होती. *शेवटी सत्ता व अधिकार हेच प्रभावी ठरतात... त्याच्या आकर्षणापायीच बायकांचे तांडे वॉशिंग्टन शहराकडे खेचले जातात.*

गॅब्रिएल ही मूळची न्यू यॉर्क शहरातली. एके दिवशी आपणही सिनेटर बनू अशी स्वप्ने ती पहात होती. *अन् तशी ती सिनेटर बनेलही असे त्याला वाटत होते.* ती दिसायला रुबाबदार होती, वागण्यात हुषार होती व व्यवहारचतुर होती; पण सर्वांत विशेष म्हणजे तिला राजकारणाच्या खेळातील सारे नियम समजत होते.

गॅब्रिएल ॲश ही काळ्या वर्णाची होती, मूळची आफ्रिकन होती; पण तरीही ती इतर आफ्रिकनांप्रमाणे काळी नव्हती, तर पिवळट तपकिरी रंगाची होती. त्या रंगाची भुरळ कोणत्याही गोऱ्या कातडीच्या माणसाला सहज पडण्याजोगी होती. शिवाय एक प्रकारे ती गोऱ्या कातडीची नसली तरी काळ्या कातडीची नाही, म्हणूनही त्यांना बरे वाटत असे. म्हणून सिनेटर सेक्स्टन तिच्या कमनीय देहावर अक्षरशः फिदा झाला होता. तो आपल्या मित्रांमध्ये तिची नेहमी स्तुती करत असे. 'ती हॅले बेरीसारखी भासते आणि तिची बुद्धिमत्ता व महत्त्वाकांक्षा या हिलरी क्लिंटनसारख्या आहेत,' असे तो गॅब्रिएलबद्दल बोलून दाखवत असे. असे म्हणताना कधी कधी त्याला या उपमा कमीच आहेत असे वाटे. ती यापेक्षाही उच्च पातळीवरची आहे, असे त्याला वाटे.

त्याची जेव्हा प्रचारमोहीम सुरू झाली तेव्हा त्याला झालेली गॅब्रिएलची मदत ही लाख मोलाची ठरू लागली. त्याने तीन महिन्यांपूर्वी आपल्या या मोहिमेची धुरा तिच्यावरती ठेवली होती. अन् कळस म्हणजे या कामासाठी जो भरमसाठ मोबदला द्यावा लागतो तो तिला द्यावा लागणार नव्हता. याचे कारण तिने हे काम अनुभव मिळावा म्हणून स्वेच्छेने पत्करले होते, फुकट करण्याचे ठरवले होते. त्यामुळेही सिनेटरचे बरेच पैसे वाचले होते. हे काम फुकट करण्याचे कारण तिला यातून बरेच काही शिकायला मिळणार होते. त्यासाठी ती रोज १६ तास सिनेटरसाठी राबत होती.

नुसत्या कामापेक्षाही अधिक काही करण्यासाठी आपण तिचे मन यशस्वीरीत्या

वळवले होते, असे त्याच्या मनात येऊन गेले. ही प्रचारमोहीम सुरू झाल्यावरती एकदा सिनेटरने तिला रात्री उशिरा बोलावून घेतले. राजकारणातील काही गोष्टींची ओळख व्हावी, असे कारण त्याने त्यासाठी दिले होते. आपल्याला अधिक काही शिकायला मिळेल म्हणून तीही तत्परतेने त्याच्याकडे आली. आपले नशीब खरोखरच उघडले असून, आता राजकारणातील विद्या सहजतेने आपल्या हातात येत आहे म्हणून तीही खूष झाली होती; परंतु सिनेटरच्या शब्दातील ते Orientation Session हे वेगळ्याच अर्थाचे ठरले. ते एक कामाचे सत्र न ठरता 'कामसत्र' ठरले. सिनेटर अशा प्रकारात अनुभवी होता. त्याने कसलीही घाई केली नाही. त्याने आपली जादू सावकाश सावकाश वापरली. त्याच्या त्या जादूपुढे तिच्या मनातला विरोध लटका ठरला. कणाकणाने त्याने तिला व्यापून टाकले. अन् हे सारे त्याच्या ऑफिसात त्याने घडवले.

जे काही घडले ते तिला खूपच समाधान देणारे व अद्भुत असे असणार, असे तो धरून चालला होता; पण दुसऱ्याच दिवशी तिने रात्री जे काही घडले तो सारा अविचारीपणा होता असे स्पष्टपणे बोलून दाखवले. त्या अवघडलेल्या परिस्थितीतून सुटण्यासाठी आपण ही नोकरी सोडत आहोत म्हणून त्याला सांगितले. आपला राजीनामा देऊ केला; परंतु त्याने तो स्वीकारला नाही. मग तीही तशीच त्याच्याकडे नोकरी करत राहिली; पण तिने एक गोष्ट मात्र केली. 'येथून पुढे आपले संबंध हे कामापुरते रहातील,' असे तिने स्पष्टपणे त्याला सांगितले.

गॅब्रिएलचे ओठ बाहेर आलेले होते. बोलताना तिच्या त्या ओठांच्या हालचाली पहाण्यात त्याला मजा वाटे. ती आत्ता ओठांच्या तशाच हालचाली करत म्हणत होती, "....तुम्ही आज दुपारी सीएनएन टीव्हीच्या स्टुडिओत असे उदास भासणारे कपडे घालून जाऊ नका. तिथे तुम्ही चर्चेत भाग घेणार आहात. असंख्य नजरा तुमच्याकडे त्या वेळी लागतील. तेव्हा योग्य तो पोषाख करायला हवा. तुमच्या विरुद्ध बाजूने चर्चेत भाग घेण्यास व्हाईट हाऊसमधून कोणाला पाठवले जाणार आहे ते अद्याप समजले नाही. ह्या मी टाईप केलेल्या नोट्स घ्या. त्यातील मुद्द्यांवरती बोला." असे म्हणून तिने एक फोल्डर त्याच्यापुढे केले.

सेक्स्टनने ते फोल्डर तिच्या हातून घेतले. त्या वेळी तिने आपल्या अंगाला लावलेल्या सेंटचा वास त्याला आला. त्या वासात गाडीतील आसनाच्या उंची कातड्याचा वासही मिसळला होता.

"माझ्या बोलण्याकडे तुमचे लक्ष नाही, असे दिसते," ती म्हणाली.

"खरं आहे," तो हसून म्हणत होता, "ती सीएनएन टेलिव्हिजनवरची चर्चा बाजूला राहू दे. आपण कितीही मेहनत घेतली तरी त्याचा काय उपयोग? कारण व्हाईट हाऊसतर्फे कोणीतरी खालच्या पातळीवरचा प्रतिनिधी मुद्दाम पाठवला

जाईल. त्याच्याशी मी काय चर्चा करणार? माझी मुस्कटदाबी अशा रीतीने केली जाण्याचा प्रतिपक्षाचा डाव आहे. त्या उलट त्यांनी एखाद्या निष्णात व्यक्तीला, बुजुर्ग माणसाला पाठवले तर मला आनंद होईल. मग बघ मी त्याला कसा कच्चा खाऊन टाकेन ते.''

गॅब्रिएल म्हणाली, ''छान. मी तुमच्यासाठी ज्या नोट्स काढल्या आहेत त्यात प्रतिपक्षाला अडचणीत आणणारे बरेच मुद्दे घातले आहेत.''

''हँऽऽ! ते नेहमीचेच मुद्दे असणार.''

''पण त्यात एक नवीन मुद्दा आहे. मला असे वाटते, की ती 'गे कम्युनिटी' तुमच्याविरुद्ध जाणार; कारण काल रात्री तुम्ही *लॅरी किंग* यांच्यावरती टीका केली होती.''

यावर सेक्स्टनने आपले खांदे उडवले. तो कंटाळून म्हणाला, ''म्हणजे, तोच तो समलिंगी व्यक्तींच्या विवाहाचा मुद्दा!''

गॅब्रिएलने त्याच्याकडे नाराजीने पहात म्हटले, ''तुम्ही त्या समलिंगी विवाहावरती भलतीच कडक टीका केली होती.''

समलिंगी विवाह! सेक्स्टनला त्याबद्दल घृणा वाटत होती. तो विचार करू लागला. *माझ्या हातात सत्ता असती, तर त्या 'गे' मंडळींचे मतदानाचे हक्क मी काढून घेतले असते.* तो जरासा शांत होऊन म्हणाला, ''ठीक आहे, मी त्या मुद्द्याची योग्य ती दखल घेईन.''

''छान, हा मुद्दा उगाच फार ताणू नका; कारण सध्या यावरती जनतेत चर्चा होऊ लागली आहे. जनतेचा कल कोणत्या दिशेने जाईल याची अजून नीट कल्पना येत नाही. आत्ता कुठे वारे तुमच्या बाजूने वाहू लागले आहेत. तेव्हा उगाच स्फोटक प्रश्नाला हात घालू नका की त्याला डिवचू नका. तुमच्या बाजूने जे जनमत होत चालले आहे त्या परिस्थितीवरती नुसते स्वार व्हा. काही सनसनाटी विधाने करून जोखीम ओढवून घेऊ नका. तुम्ही नुसते पुढे पुढे जात रहा व हा खेळ खेळत रहा.''

''व्हाईट हाऊसकडची काही बातमी?''

गॅब्रिएल थोडीशी गोंधळली. ती म्हणाली, ''अजूनही त्यांच्याकडून शांतता पाळली जात आहे. अधिकृतरीत्या काही बोलले जात नाही की निवेदन केले जात नाही. पत्रकेही काढली जात नाहीत. तुमचे प्रतिस्पर्धी जणू काही अदृश्य झाले आहेत असे वाटते.''

प्रतिस्पर्धी म्हणजे अमेरिकेचे अध्यक्ष. गेले आठ दिवस त्यांच्याविषयी काहीही बातमी समजत नव्हती. आपल्याला एवढे यश मिळेल याची कल्पना सेक्स्टनला अलीकडे आली. आपल्या प्रचारमोहिमेवरती कित्येक महिने राष्ट्राध्यक्ष मेहनत घेत होते; पण अचानक, म्हणजे आठवड्यापूर्वी, त्यांनी एकदम स्वत:ला ओव्हल

ऑफिसमध्ये कोंडून घेतले होते. व्हाईट हाऊसमधील त्यांच्या ऑफिसातील चर्चेचे टेबल हे लंबवर्तुळाकृती असल्याने त्या ऑफिसला पूर्वीपासून 'ओव्हल ऑफिस' हे नाव प्राप्त झाले होते; पण त्यांनी आपल्या प्रचारमोहिमेतून एकदम आपले अंग का काढून घेतले? शिवाय कोणत्याही सार्वजनिक समारंभात त्यांचे दर्शन गेल्या आठ दिवसांत झाले नव्हते. रेडिओ, टीव्ही, वृत्तपत्रे यातही त्यांच्याविषयी कसलीच बातमी नव्हती. जणू काही या प्रचारयुद्धात अध्यक्षांना सेक्स्टनला तोंड देणे जड जात होते. याचा परिणाम म्हणजे सेक्स्टनच्या बाजूने जनमताचे पारडे झुकू लागले होते.

आपल्या काळ्या कुळकुळीत केसांमधून गॅब्रिएलने आपला हात फिरवला व ते केस सरळ केले. ती म्हणाली, ''प्रतिपक्षाकडून कसलीच हालचाल होत नसल्याने आपण जसे गोंधळून गेलो आहोत, तसेच अध्यक्षांच्या प्रचारमोहिमेवरचे कर्मचारीही गोंधळून गेलेले आहेत, असे मला वाटते. आपल्या या अदृश्य रहाण्याबद्दलही अध्यक्षांकडून कसलाच खुलासा केला जात नाही. त्यामुळे तिथले ते कर्मचारीही चिडलेले आहेत.''

''यामागचे काही अंदाज?'' सेक्स्टनने विचारले.

गॅब्रिएलने त्याच्याकडे टक लावून पहात म्हटले, ''मला या बाबतीत एक फार महत्त्वाची बातमी आज सकाळीच मिळाली आहे. व्हाईट हाऊसमधील एका ओळखीच्या व्यक्तीने ती दिली आहे.''

सेक्स्टनने तिच्या डोळ्यांतील भाव ओळखले. तिला नक्की काहीतरी महत्त्वाचे कळले असावे. कदाचित असे तर नाही ना... की, आपल्या प्रचारमोहिमेतील तपशील प्रतिपक्षाला पुरवून त्या बदली त्यांच्याकडील माहिती मिळवण्याचा तिचा प्रयत्न असेल?... पण तसे असले तरीही सेक्स्टनला त्याची पर्वा नव्हती. तोपर्यंत उगाच कशाला काळजी करत रहायचे.

ती आता खालच्या आवाजात सांगू लागली, ''अशी एक अफवा आहे, की अध्यक्षांनी गेल्या आठवड्यात नासाच्या प्रमुखाशी खासगीत एक बैठक घेतली. अन् तेव्हापासून अध्यक्षांचे ते विचित्र वागणे चालू झाले आहे. जेव्हा ती खासगी बैठक आटपून अध्यक्ष बाहेर आले तेव्हा ते खूप भारावल्यासारखे दिसत होते. त्यांनी मग त्या दिवसाची आपली कामे भरभर उरकली. तेव्हापासून ते सारखे, अगदी आत्तापर्यंत सतत नासाच्या प्रमुखाच्या संपर्कात असतात.''

सेक्स्टनला ती बातमी ऐकून बरे वाटले. त्याने विचारले, ''नासाने काहीतरी वाईट बातमी दिली असावी, असा काही तुझा अंदाज आहे का?''

''तीही एक शक्यता आहे; पण जे काही कारण असेल किंवा बातमी असेल, ती अत्यंत जबरदस्त असणार यात शंकाच नाही. नाही तर अध्यक्ष आपले सर्व

कार्यक्रम कशाला आठवडाभर बाजूला सारतील?''

सेक्स्टन विचार करू लागला. जे काही कारण असेल ते कारण म्हणजे एखादी नासाबाबतची वाईट बातमी असणार, हे उघड उघड दिसते आहे. *जर चांगली बातमी असती तर ती बातमी माझ्या तोंडावर फेकण्यास अध्यक्षांनी कमी केले नसते.* सेक्स्टन गेले काही दिवस नासाच्या बजेटच्या प्रश्नावरून अध्यक्षांवरती सतत तोंडसुख घेत होता. नासाच्या एकामागोमाग फसलेल्या अंतराळमोहिमा, त्यांचे फुगत गेलेले अवाढव्य बजेट आणि झालेला अफाट खर्च यामुळे सेक्स्टनने आपल्या प्रचारमोहिमेत नासाला एक हत्यार बनवले होते आणि ते हत्यार अध्यक्षांविरुद्ध उगारले होते. उधळपट्टी व अकार्यक्षमता हे दोन परवलीचे शब्द त्या प्रचारमोहिमेत वापरले गेले होते. नासा ही अंतराळसंस्था एके काळी सर्व अमेरिकेचा एक मानबिंदू होता. मतांसाठी त्यावर हल्ले चढवण्याची राजनीती आत्तापर्यंत कोणत्याच पक्षाने वापरली नव्हती; पण आता सेक्स्टन ते हत्यार गॅब्रिएलच्या बुद्धिमतेच्या जोरावर वापरत होता. तिची तीक्ष्ण बुद्धी, तिचे अंदाज आणि तिची अंत:प्रेरणा याला तोड नव्हती. तिच्या साहाय्याने केलेल्या मोहिमांना यश येते आहे, हे लक्षात आल्यावर सेक्स्टन दुप्पट उत्साहाने कामाला लागला होता.

सेक्स्टनच्या वॉशिंग्टनमधील प्रचार कार्यालयात गॅब्रिएल काही महिन्यांपूर्वी कोऑर्डिनेटर म्हणून नोकरीला लागली होती. त्या वेळी सुरुवातीला सेक्स्टन जनमत चाचपणीमध्ये खूप मागे पडला होता. सरकारच्या अफाट उधळपट्टीवरती तो तोंडसुख घेत होता; परंतु त्याची टीका केवळ अरण्यरुदन ठरत होते. जणू काही त्याच्या बाबतीत सारे मतदार बहिरे झाले होते. अशा वेळी गॅब्रिएलने त्याला एक टिपण पाठवले व त्यात एक नवीन मुद्दा तिने सुचवला होता. त्यामुळे साऱ्या प्रचारमोहिमेचा दृष्टिकोन बदलू शकतो व मोहिमेत रंग भरू शकतो हे त्याच्या लक्षात आले. तिने असे सुचवले होते, की सिनेटरने नासावरती टीका करावी, त्यांच्या अवाढव्य बजेटचा प्रश्न जनतेपुढे मांडावा आणि प्रचलित सरकारने नासाच्या उधळपट्टीची जबाबदारी स्वीकारून आपला राजीनामा देण्याचा एक आदर्श निर्माण करावा.

''नासामुळे अमेरिकी नागरिकांनी कष्टाने जमवलेल्या संपत्तीचा विनाश होतो आहे. अमेरिकेला हे महागात पडते आहे...'' तिने आपल्या टिपणात लिहिले होते. सोडून दिलेले अनेक सरकारी प्रकल्प, त्यांच्यासाठी झालेल्या खर्चाची एक लांबलचक यादी, निरनिराळ्या गोष्टींतील अपयश वगैरेंची एक यादी तिने पाठवली होती. तिने त्यात पुढे म्हटले होते, ''या सर्व गोष्टींची मतदारांना बिलकूल कल्पना नाही. त्यांना जर हे कळले तर त्यांना एक फार मोठा धक्का बसेल. तेव्हा मला असे वाटते, की 'नासा' हा एक राजकीय मुद्दा तुम्ही करावा.''

नंतर कित्येक आठवडे गॅब्रिएल सिनेटरला आपल्याजवळील माहिती देत राहिली. जसजशी ती माहिती सिनेटर वाचत राहिला तसतशी त्याला तरुण गॅब्रिएलच्या प्रखर बुद्धिमत्तेची कल्पना येत राहिली. तिच्या बोलण्यातले तथ्य त्याला जाणवू लागले. त्याच्या लक्षात आले की अगदी सरकारी मापदंडानुसार पाहिले तरी नासा ही एक बेसुमार उधळपट्टी करणारी संस्था झाली आहे. नासाच्या खड्ड्यात आजवर जेवढा पैसा ओतला तेवढासुद्धा त्यातून कधीही बाहेर पडला नाही. नासा आता एक अकार्यक्षम संस्था बनली आहे.

एका दुपारी रेडिओवरच्या मुलाखतीच्या कार्यक्रमात सेक्स्टनने भाग घेतला होता. ती मुलाखत 'शिक्षण' या विषयाच्या संदर्भात होती. ते सर्व लाईव्ह ब्रॉडकास्टिंग, जिवंत प्रक्षेपण होते. एकदा तोंडून शब्द निसटला की तो मागे घेऊन उपयोग नव्हता. कार्यक्रमाचा सूत्रसंचालक सेक्स्टनला विचारत होता, की ज्या शाळांचा सेक्स्टन पुरस्कर्ता आहे त्या शाळांसाठी तो कोठून निधी मिळवणार? त्या प्रश्नाला उत्तर देताना सेक्स्टनला एकदम गॅब्रिएलने सुचवलेल्या नासा प्रकरणाची माहिती आठवली. त्याचा वापर येथे करून एक प्रयोग करायला हरकत नाही. नासाविरुद्ध आता प्रथमच बोलून त्या मुद्द्याला कितपत यश येते आहे ते त्याला अजमावता येणार होते. मग तो विनोदी ढंगात बोलू लागला, ''शिक्षणासाठी निधी? कदाचित तो निधी मिळवण्यासाठी मी नासाच्या अंदाजपत्रकात निम्मी कपात करेन. माझ्या गणितानुसार नासा दरवर्षी अंतराळावर १५ अब्ज डॉलर्स खर्च करते. तेव्हा सात अब्ज डॉलर्स पृथ्वीवरील शिक्षणासाठी मिळवण्यास काहीच हरकत नाही.''

त्या रेडिओ स्टेशनच्या ट्रान्समिशन बूथमध्ये सेक्स्टनच्या प्रचारमोहिमेचा व्यवस्थापक बसला होता. ते विधान ऐकताच तो उडालाच. एवढा बेजबाबदार शेरा किती घातक ठरेल हे जाणून भीतीने त्याने आ वासला. शेवटी सारी प्रचारमोहीम ही नासावर एक शेरा भिरकावल्याने गाळात जाणार होती. तात्काळ त्या रेडिओस्टेशनचे फोन्स खणखणू लागले. त्या व्यवस्थापकाला वाटले, की जी माणसे स्वतःला 'अंतराळ-प्रदेशभक्त' असे बिरुद लावून मिरवतात ती आता निषेधाचे फोन करू लागली आहेत. आपले भक्ष्य खायला आता ही गिधाडे सिनेटरवर तुटून पडणार; पण काहीतरी अनपेक्षित व वेगळेच घडले.

फोनवर आलेला पहिला माणूस विचारत होता, ''नासा दरवर्षी १५ अब्ज डॉलर्स खर्च करते?'' त्याला ती रक्कम ऐकून धक्काच बसला होता. दुसरा एकजण फोनवरती म्हणाला, ''माझ्या मुलाच्या गणिताच्या वर्गात बरीच मुले दाटीने बसतात. याचे कारण शाळेला जास्त शिक्षक ठेवणे परवडत नाही. असे असताना केवळ अंतराळातील धुळीची छायाचित्रे काढण्यासाठी नासा दरवर्षी १५ अब्ज डॉलर्स खर्च करते?''

त्या जिवंत प्रक्षेपणात फोनवरून श्रोते सेक्स्टनला प्रश्न विचारत होते.

"होय... तुम्ही म्हणता ते बरोबर आहे. नासा एवढा अफाट खर्च नेहमीच करत असते." सेक्स्टन म्हणाला.

"हा भलताच व चमत्कारिक विरोधाभास आहे. यात काही बदल घडविण्याचा अधिकार आमच्या राष्ट्राध्यक्षांना आहे का?"

"आहे. नक्कीच आहे. संपूर्ण अधिकार आहे," सेक्स्टन ठासून बोलत राहिला, "कोणत्याही खात्याचे अंदाजपत्रक हे जादा असेल तर राष्ट्राध्यक्ष त्यासाठी आपला नकाराधिकार बजावू शकतात."

"असे असेल तर, सिनेटर सेक्स्टन, मी माझे मत तुम्हालाच देईन. अंतराळावरती १५ अब्ज डॉलर्स आणि आमच्या मुलांसाठी पैशाअभावी शिक्षक उपलब्ध नाहीत, ही गोष्ट अत्यंत चीड आणणारी आहे. गुड लक, सर. तुम्ही ही निवडणूक पार पाडणार अशी मला आशा आहे."

यानंतर पुढचा श्रोता लाईनवरती आला आणि तो विचारू लागला, "सिनेटर, मी आत्ताच असे वाचले आहे, की नासाच्या आंतरराष्ट्रीय अंतराळ स्टेशनाचे अंदाजपत्रक हे बरेच फुगलेले आहे. अन् तरीही आमचे राष्ट्राध्यक्ष नासाला 'आणीबाणीचा निधी' उपलब्ध करून देऊन तो प्रकल्प पुढे चालू ठेवू देणार आहेत. हे खरे आहे का?"

तो प्रश्न ऐकल्यावर सेक्स्टनने मनातल्या मनात हर्षाने एकदम उडीच मारली. त्याने म्हटले, "होय, ते खरे आहे!" मग तो खुलासेवार सांगू लागला, की ते आंतरराष्ट्रीय स्थानक हा सुरुवातीला बारा देशांचा मिळून एक सामाईक प्रकल्प होता. ते सर्व बारा देश होणारा खर्च वाटून घेणार होते; पण जेव्हा ती रचना अंतराळात साकार होऊ लागली तेव्हा त्या स्थानकाचा खर्च भरमसाठ वाढू लागला. तो खर्च अंदाजपत्रक ओलांडून जाऊ लागला. त्यावरती नियंत्रण ठेवणे कठीण झाले. मग अमेरिकेखेरीज अन्य देशांनी त्या प्रकल्पातून आपला सहभाग चिडून काढून घेतला. नंतर हा सारा प्रकल्प रद्द करण्याऐवजी अध्यक्षांनी खर्च करत तो प्रकल्प पुढे रेटला. तर अशा ह्या आंतरराष्ट्रीय अंतराळ स्थानकासाठी अमेरिकेने सुरुवातीला जो आठ अब्ज डॉलर्सचा खर्च धरला होता, तो शेवटी दचकवून टाकणाऱ्या रकमेपर्यंत गेला. ती रक्कम आहे शंभर अब्ज डॉलर्स!"

यावर त्या फोन करणाऱ्याने चिडून विचारले, "पण मग एवढा अफाट खर्च होत असताना अध्यक्षांनी तो थोपवला का नाही?"

ते ऐकताच सेक्स्टनला मनात आनंद झाला. तो प्रश्न विचारणाऱ्याचा त्याला प्रेमाने मुका घ्यावासा वाटला. सेक्स्टन म्हणाला, "फार चांगला प्रश्न विचारलात. दुर्दैवाने तोपर्यंत एक तृतीयांश रचनेचे बांधकाम सामान अंतराळात पाठवून दिले गेले

होते. त्यासाठी अध्यक्षांनी तुम्ही दिलेल्या करांचा वापर केला होता. आता तो प्रकल्प बंद करणे म्हणजे तुम्हा नागरिकांच्या पैशांच्या जिवावर एक अब्जावधी डॉलर किमतीची चूक केल्यासारखे झाले असते.''

त्यानंतर सारखे फोन येत राहिले. त्यावरून असे दिसले, की प्रथमच अमेरिकी माणसांना नासाच्या कारभाराबद्दल जाग येते आहे. शेवटी 'नासा' ही काही कायमस्वरूपी असलेली राष्ट्रीय संस्था नसून तिलाही पर्याय असू शकतात. त्यावाचूनही प्रगती करता येते.

नासाचे समर्थन करणारे काही अपवादात्मक फोन आले होते. 'ज्ञानाचा शोध घेण्यासाठी माणसाची अविरत धडपड चालली आहे. ती ज्ञानतृष्णा तृप्त होईपर्यंत माणसाने शोध घेत राहिला पाहिजे. त्यामुळे नासावर खर्च करणे भाग आहे, इ.इ.' अशा अर्थाची वक्तव्ये त्यातून केली गेली होती; पण तेवढे फोन सोडले तर सेक्स्टनच्या मोहिमेला अनपेक्षित यश मिळाले होते. अद्यापही ज्यावर कधीच चर्चा झाली नाही अशा एका स्फोटक समस्येचे बटण त्याच्या हातात आले होते. त्या चर्चेमुळे अनेक मतदारांच्या मनाला हात घातला गेला होता.

त्यानंतरच्या आठवड्यात झालेल्या जनमतांच्या चाचपणीत सेक्स्टनने एकदम आघाडी घेतली होती. त्याचे प्रतिस्पर्धी एकूण पाच होते. त्या साऱ्यांना त्याने मागे टाकले. मग त्याने गॅब्रिएलला आपल्या प्रचारमोहिमेची नवीन वैयक्तिक मदतनीस बनवले. तिने नासाचा प्रश्न आपल्या लक्षात आणून दिल्याने तो तिची स्तुती करत सुटला. त्याने नुसता हात हलवताच एका काळ्या वर्णाच्या तरुण स्त्रीला एकदम राजकीय क्षितिजावरील उगवत्या ताऱ्याचे स्थान दिले. त्यामुळे त्याचा आणखी एक फायदा झाला. आता कोणीही त्याच्यावरती 'वंशवादी' आणि 'स्त्रीलंपट' असा आरोप करू शकणार नव्हते. त्याच्याबद्दल असलेले तसले समज व तशा नोंदी एका रात्रीत निष्प्रभ झाल्या.

आत्ता ते दोघे लिमोसिन गाडीत शेजारी शेजारी बसले होते. तिने पुन्हा एकदा आपले कर्तृत्व सिद्ध केले आहे असे त्याला कळून चुकले. नासाच्या प्रमुखासमवेत राष्ट्राध्यक्षांनी गेल्या आठवड्यात एक गुप्त बैठक घेतली होती, ही नवीन माहिती तिने आणली होती. नक्कीच नासाबद्दल नवीन काहीतरी समस्या सुरू झालेली असणार. कदाचित आणखी एखाद्या देशाने अंतराळ स्थानकाच्या खर्चातून आपले अंग काढून घेतले असणार.

वॉशिंग्टनच्या स्मारकाजवळून लिमोसिन जात असताना सिनेटर सेक्स्टनला अशी जाणीव झाली, की नियतीने आपल्याला आता उचलून धरले आहे.

८

राष्ट्राध्यक्ष झॅक हर्नी हे जगातल्या सर्वांत सामर्थ्यवान अशा एका राजकीय कार्यालयाच्या प्रमुखपदी चढले होते. त्यांची उंची मध्यम होती. ते सडपातळ होते व त्यांचे खांदे अरुंद होते. पूर्वी उन्हात खूप हिंडल्याने त्यांच्या चेहऱ्यावरती वांग उमटले होते. डोळ्याला बायफोकल चष्मा होता आणि डोक्यावरील काळे केस विरळ होत चालले होते. त्यांचे शरीर तसे फारसे प्रभाव पाडणारे अगर रुबाबदार नसले, तरी ते आपल्या प्रेमळ स्वभावाने सहवासात येणाऱ्यांची मने जिंकत. एखाद्या राजपुत्राचे चाहते असावेत तसे त्यांचे चाहते असत. असे म्हटले जाई, की एकदा तुम्ही झॅक हर्नी यांना भेटलात की तुम्ही त्यांच्याबरोबर जगाच्या अंतापर्यंत चालत रहाल.

"शेवटी तुम्ही येथवर पोहोचलात हे पाहून बरे वाटले," राष्ट्राध्यक्ष हर्नी रेचलशी हस्तांदोलन करत बोलले. त्यांच्या हस्तांदोलनातून त्यांची कळकळ प्रकट होत होती. रेचलने आवंढा गिळत म्हटले, "अंऽऽ... हो, मिस्टर प्रेसिडेंट, ॲन ऑनर टू मीट यू!"

मग अध्यक्षांनी तिच्याकडे पाहून एक आश्वासक स्मित केले. त्यांच्या वागण्यातील सौजन्याचा ती प्रथमच अनुभव घेत होती. त्यांचा चेहरा प्रत्येक गोष्ट सहजतेने घेणारा आहे असे तिला दिसले. म्हणून तर राजकीय व्यंगचित्रकारांनी त्यांचे कसेही रेखाटन केले तरी अध्यक्षांच्या चेहऱ्यावरील सौजन्य आणि स्नेहपूर्ण स्मित बरोबर उमटे. म्हणून साऱ्या व्यंगचित्रकारांना त्यांचे व्यंगचित्र काढावयास आवडे. त्यांच्या डोळ्यांत नेहमी प्रामाणिकपणा, कळकळ व आब प्रकट व्हायचा.

अध्यक्ष उत्साहाने तिला म्हणाले, "माझ्याबरोबर आलात तर तुम्हाला एक कप कॉफी प्यावी लागेल. त्या कॉफीवरती आज तुमचे नाव आहे."

"थॅन्क यू, सर."

मग अध्यक्षांनी तिथल्या इंटरकॉमचे बटण दाबून आपल्या ऑफिसात कॉफी पाठवून देण्यास कोणाला तरी सांगितले.

रेचल अध्यक्षांच्या मागोमाग त्यांच्या ऑफिसकडे जाऊ लागली. तिच्या लक्षात आले, की अध्यक्ष महाराज जनमत चाचपणीत खाली गेले, तरीही अत्यंत प्रसन्न दिसत आहेत. त्यांच्या अंगातले कपडेही तशीच प्रसन्नता दर्शवणारे होते. निळी जीन्स, एक पोलो शर्ट आणि पायात एल. एल. बीन हायकिंगचे बूट असा त्यांचा जामानिमा होता.

रेचलने काही संभाषण साधण्याचा प्रयत्न करत म्हटले, "आपण कुठे हायकिंगला जाऊन आलात का?"

"नॉट ॲट ऑल. माझ्या प्रचारमोहिमेच्या सल्लागारांनी मला हेच कपडे घालण्याचा सल्ला दिला आहे. हे माझे नवीन रूप त्यांना लोकांपुढे ठेवायचे आहे. तुम्हाला कसे वाटते?" अध्यक्ष गंभीर नसल्याने त्यांना आवडेल असे उत्तर द्यायला हरकत नाही असा विचार करून रेचल म्हणाली, "ह्या कपड्यांत तुम्ही... तुम्ही खूप पुरुषी वाटता, सर."

तिच्या उत्तरावरती त्यांचा चेहरा निर्विकार होता. "छान! असे असेल तर तुमच्या वडिलांच्या बाजूने जी स्त्रियांची मते पडतील त्यातील काही मते तरी मी माझ्याकडे वळवू शकेन." एवढे म्हणून अध्यक्ष मोठमोठ्याने हसू लागले व पुढे म्हणाले, "मिस सेक्स्टन, मी चेष्टेने बोलतो आहे. हा पोलो शर्ट व निळी जीन अंगात घालण्याखेरीज आणखीही बरेच काही निवडणूक जिंकण्यासाठी केले पाहिजे, हे आपल्या दोघांनाही ठाऊक आहे."

अध्यक्षांचा दिलखुलासपणा आणि विनोदी स्वभाव यामुळे रेचलला वाटणारा ताण लवकरच नाहीसा झाला. अध्यक्षांच्या कपड्यांत काहीही वैगुण्य असले तरी त्यांनी आपले राजकीय लागेबांधे मात्र व्यवस्थित जपले आहेत, याची तिला खात्री पटली. जनतेला कसे कौशल्याने हाताळावे याचे उपजतच ज्ञान या अध्यक्षाकडे आहे हे तिला जाणवले.

ती अध्यक्षांच्या मागोमाग जात राहिली. ते दोघे विमानाच्या मागच्या बाजूला जात होते. जसजसे ते आत आत जात राहिले, तसतशी ती जागा विमानासारखी वाटू लागली. बोळाच्या वक्राकार भिंती व छत, भिंतींना चिकटवलेला वॉलपेपर आता दिसू लागले होते. तिला एक छोटी व्यायामशाळाही तिथे दिसली. त्यामध्ये व्यायाम करण्यासाठी एक रोईंग मशीन होते; परंतु तिथे चिटपाखरूही दिसत नव्हते, हे मात्र विचित्र वाटत होते.

तिने विचारले, "तुम्ही एकटेच यातून प्रवास करता?"

त्यांनी आपली मान हलवली व म्हटले, "नुकताच मी येथे येऊन उतरलो आहे."

रेचलला त्या उत्तराचे आश्चर्य वाटले. *नुकताच येथे येऊन उतरलो? कोठून येऊन उतरले?* ह्या आठवड्यात त्यांना पाठवलेले अहवाल तिने आठवले; पण तिला कुठेही अध्यक्षांच्या प्रवासाची माहिती मिळालेली नव्हती. यावरून असे दिसत होते, की वॅलॉप्स बेटावरून अध्यक्ष कुठेतरी उड्डाण करत असावेत. त्यांना त्याचा कसलाही गाजावजा नको असावा.

"तुम्ही विमानात चढण्याआधी नुकताच माझा स्टाफ उतरून व्हाईट हाऊसला गेला. मीही आता तिकडेच जाणार आहे; पण त्याआधी मला तुम्हाला येथे माझ्या ऑफिसात भेटायचे होते, म्हणून बोलावून घेतले."

"म्हणजे तुम्ही माझ्यावर दडपण आणणार? का मला भीती दाखवणार?" तिने हसत हसत विचारले.

"नाही, उलट मिस सेक्स्टन, मी तुमचा आदर करतो आहे. व्हाईट हाऊसमध्ये मी जर तुमची भेट घेतली असती, तर मग जी आपल्या दोघांबद्दल बातमी होईल, त्यामुळे तुमची वडिलांबरोबर अवघडलेली स्थिती होईल."

"आपण बरोबर विचार केला आहे, सर."

"असे दिसते की तुमची सध्या तारेवरची कसरत चाललेली आहे. तुम्हाला फार नाजूक रीतीने परिस्थितीतून वाट काढावी लागत आहे; पण तुम्ही तेही काम अत्यंत सफाईने, डौलदार रीतीने करता आहात. मला त्यात ढवळाढवळ करायचे काहीही कारण नाही."

डौलदार रीतीने. सकाळी वडिलांबरोबर झालेले तिचे सवाल-जबाब रेचलला झर्रकन आठवले. आपल्याला 'डौलदार रीतीने' हे शब्द खरोखरच लागू पडतात का, असा प्रश्न तिला पडला. ते काहीही असो; पण हा अध्यक्ष आपली मर्यादा पाळण्यासाठी वेळ पडल्यास रूढ मार्ग सोडून देतो, असे तिच्या लक्षात आले.

"मी आपल्याला रेचल म्हटले तर चालेल ना?" अध्यक्षांनी तिला विचारले.

"चालेल!" ती म्हणाली. *मग मी तुम्हाला झॅक म्हटले तर चालेल?* एक मिस्कील प्रश्न तिच्या मनात तरळून गेला.

एका दाराकडे बोट करून अध्यक्ष हर्नी तिला म्हणत होते, "हे माझे ऑफिस." ते दार मेपल लाकडाचे होते व त्यावरती कोरीव काम केलेले होते.

ते दोघे ऑफिसात शिरले. एअर फोर्स वनचे ते ऑफिस अध्यक्षांच्या व्हाईट हाऊसमधील ऑफिसपेक्षा अधिक आरामशीर व झकपक होते; पण तरीही येथील फर्निचर हे वातावरणावरती आपला गंभीर दबदबा निर्माण करत होते. टेबलावरती कागदांचे ढीग होते. टेबलामागे एक भले मोठे तैलचित्र टांगले होते. त्याची छाप एकदम पहाणाराच्या मनावरती पडे. एक *स्कूनर* जातीचे जहाज त्या चित्रात दाखवले होते. त्या जहाजाला तीन डोलकाठ्या होत्या आणि आपली सारी शिडे उभारून समोरून येणाऱ्या वादळावर झेपावून मात करत जाण्याचा त्या जहाजाचा इरादा त्यातून जाणवत होता. झॅक हर्नी यांच्या आत्ताच्या कारकिर्दीचे रूपक त्यातून स्पष्टपणे व्यक्त होत होते.

टेबलाभोवती तीन एक्झिक्युटिव्ह खुर्च्या होत्या. त्यातल्या एका खुर्चीकडे बोट करून तिला बसण्याची विनंती अध्यक्षांनी केली. आपल्या समोरच्या खुर्चीवर ते बसतील अशी अपेक्षा रेचलने केली. त्याऐवजी ते तिच्या शेजारच्या खुर्चीत येऊन बसले.

समान वागणूक. हा माणूस संपर्कशास्त्रातील खरोखरच एक तज्ज्ञ आहे, असे

तिच्या मनात आले.

हर्नी खुर्चीत बसल्यावरती एक थकलेला नि:श्वास टाकत म्हणाले, ''वेल, रेचल, येथे बसताना तुम्ही खूपच गोंधळला असाल अशी माझी कल्पना आहे. बरोबर आहे?''

इतका वेळ या माणसाच्या आवाजात जी काही कृत्रिमता होती, सावधगिरी होती ती सारी आता गळून पडली आहे असे तिच्या लक्षात आले. ती म्हणाली, ''होय, सर. मला अजून काही नीट उमगलेले नाही.''

यावर अध्यक्ष हर्नी मोठ्याने हसत म्हणाले, ''वाऽ! झकास! एनआरओच्या माणसांना मी क्वचितच गोंधळून टाकत असतो. आज तसे घडलेले आहे.''

''याचे कारण तुम्ही आपल्या पायात हायकिंगचे बूट असताना एनआरओच्या माणसाला एअर फोर्स वनवरती क्वचितच बोलावत असता.'' ती धीर चेपून बोलली.

यावर अध्यक्ष पुन्हा मोठ्याने हसले.

ऑफिसच्या दारावरती हलकेच टिचक्या मारलेल्या ऐकू आल्या. कॉफीच्या आगमनाची ती वर्दी होती. विमान कर्मचाऱ्यांपैकी एक सेविका आत आली. एक गरम कॉफीपात्र आणि तसल्याच धातूचे दोन 'मग' ट्रेमध्ये तिने आणले होते. तिने तो टेबलावरती ठेवला व ती आवाज न करता तेथून निघून गेली.

''क्रीम आणि साखर?'' अध्यक्ष उठून उभे रहात तिला विचारत होते. ते स्वत: तिची कॉफी करून देणार होते.

काहीजणांना नुसती कोरी कॉफी प्यायला आवडते. तर काही जणांना दूध व साखर घातलेली कॉफी आवडते. नेहमीच्या दुधाऐवजी घट्ट केलेले दूध कित्येकदा वापरले जाते. यालाच 'क्रीम' असेही म्हणतात. म्हणून अध्यक्ष तिला तसे विचारत होते. रेचल म्हणाली, ''क्रीम, प्लीज.'' तिला कॉफीचा वास आला. *अमेरिकेचा राष्ट्राध्यक्ष स्वत: मला कॉफी तयार करून देतो आहे?*

अध्यक्षांनी तिचा मग तयार करून तिला दिला. ते म्हणत होते, ''हा अधिकृतपणे जुन्या काळातील 'पॉल रेव्हिरी मग' आहे. एक दुर्मिळ छोटीशी चैनीची बाब आहे.''

रेचल मगमधून कॉफीचे घुटके घेऊ लागली. आजवर तिने अशा अप्रतिम कॉफीची चव कधी चाखली नव्हती.

आपली स्वत:ची कॉफी तयार करून घेऊन खुर्चीवरती मागे रेलत अध्यक्ष म्हणाले, ''काहीही असो; पण आत्ता माझ्याजवळ थोडा असला तरी जो काही वेळ येथे आहे त्याचा उपयोग करून घेऊ. तेव्हा आपण आता आपल्या कामाकडे वळू.'' आपल्या कॉफीत साखरेचा एक क्यूब टाकत त्यांनी क्षणभर वरती पाहिले. मग तिच्याकडे वळून पहात तिला म्हणाले, ''माझी अशी खात्री आहे, की तुम्हाला येथे

भेटीला बोलावण्यामागे तुमच्याकडून माझा राजकीय हेतू साध्य करायचा आहे, असे पिकरिंग यांनी नक्की तुम्हाला सांगितले असणार. हो ना?''

''अगदी बरोबर. ते नेमके असेच म्हणाले मला .''

यावर चुकचुक आवाज काढत अध्यक्ष म्हणाले, ''नेहमी अशाच टोकाच्या दृष्टीतून ते पहातात.''

''म्हणजे ते चुकीचे बोलले?''

''अजिबात नाही. तसे बिलकूल समजू नका.'' अध्यक्ष हसत म्हणत होते, ''बिल पिकरिंगचे कधीही चुकत नाही. तो नेहमीच बरोबर ठरत आला आहे. यावेळीही त्यांचा होरा अचूक ठरला आहे.''

९

सिनेटर सेक्स्टन याची आलिशान लिमोसिन गाडी सकाळच्या गर्दीतून वाट काढत त्याच्या ऑफिसकडे चालली होती. गॅब्रिएल हरवल्यासारखी खिडकीतून बाहेर पहात होती. आयुष्याच्या मार्गात आपण या वळणावरती कसे येऊन पोहोचलो याचे तिला नवल वाटत होते. पर्सनल असिस्टंट टु सिनेटर सेजविक सेक्स्टन! तिला हेच पद हवे होते ना?

मी आत्ता अमेरिकेच्या भावी राष्ट्राध्यक्षांशेजारी बसले आहे.

सिनेटरच्या आसनापुढे असलेल्या आकर्षक अंतर्गत सजावटीकडे तिने नजर टाकली. सिनेटर आपल्याच विचारात हरवून गेला होता. त्याचे छाप पाडणारे रूप आणि त्याने परिधान केलेला परिपूर्ण पोषाख यामुळे तो खरोखरीच अमेरिकेच्या राष्ट्राध्यक्ष पदासाठी लायक आहे असे वाटते.

तीन वर्षांपूर्वी कॉर्नेल विद्यापीठात ती 'निवडणुकीचे शास्त्र' या विषयाचा अभ्यास करत होती, त्या वेळी तिने प्रथम सेक्स्टनला पाहिले. तो विद्यापीठात एक भाषण देण्यास आला होता. भाषण देताना त्याचे डोळे सर्व श्रोत्यांवरून फिरत होते व त्यातून तो एक आश्वासक संदेश देत होता, त्या वेळची त्याची ती नजर व डोळे ती विसरू शकत नव्हती. जेव्हा तिच्या नजरेशी त्याची नजर भिडली तेव्हा तिला स्पष्टपणे *माझ्यावरती विश्वास ठेवा* असा संदेश मिळाल्याचे जाणवले. एवढी त्याची नजर व डोळे प्रभावी होते. त्याचे भाषण झाल्यावर त्याला भेटण्यासाठी गॅब्रिएल रांगेत नंबर लावून उभी होती.

तिच्या खिशाला लावलेल्या नावाची पट्टी वाचून सिनेटर म्हणाला, ''गॅब्रिएल अॅश. एका सुंदर तरुण मुलीचे किती सुंदर नाव आहे हे!'' त्याच्या डोळ्यांतून पुन्हा तोच संदेश बाहेर पडत होता, *माझ्यावरती विश्वास ठेवा.* त्याचे डोळे खरोखरीच

आश्वासक होते.

"थॅन्क यू, सर!" गॅब्रिएल म्हणाली. त्याच्याशी हस्तांदोलन करताना तिला त्याच्या सामर्थ्याची जाणीव झाली. ती पुढे म्हणाली, "तुमच्या संदेशामुळे मी प्रभावित झाले आहे."

"हे ऐकून मला आनंद होतो आहे," असे म्हणून सेक्स्टनने आपले व्हिजिटिंग कार्ड तिच्या हातात खुपसले व पुढे म्हटले, "ज्यांना माझी दृष्टी समजते अशा तरुण व बुद्धिमान व्यक्तीच्या शोधात मी नेहमीच असतो. जेव्हा तुमचे येथले शिक्षण पूर्ण होईल तेव्हा तुम्ही माझ्याकडे या. माझी माणसे कदाचित तुम्हाला माझ्याकडे एखादी नोकरी देतील."

यावर कृतज्ञतेने आभार मानण्यासाठी तिने आपले तोंड उघडले; पण सिनेटरने त्या आधीच तिच्या मागे रांगेत उभे असलेल्यांशी बोलणे सुरू केले होते. नंतरच्या महिन्यात गॅब्रिएलने टेलिव्हिजनवरती सिनेटर सेक्स्टनचा जीवनपरिचय पाहिला. त्याने आपली राजकीय कारकीर्द कशी घडवली यावरचा तो एक माहितीपट होता. वारेमाप उधळपट्टीबद्दल प्रचलित सरकारवरती तो तोंडसुख घेत एक भाषण देत होता. माहितीपटातील त्याचे ते भाषण गॅब्रिएलने मोठ्या कौतुकाने ऐकले. आपल्या भाषणात त्याने खर्चाला कात्री लावण्यासाठी अनेक गोष्टींना काटछाट सुचवली होती. महसूलवसुलीमध्ये एकसूत्रता आणण्यासाठी सांगत होता. त्यामुळे त्या खात्याची कार्यक्षमता वाढणार होती. सरकारी नोकरांना भरमसाठरीत्या दिल्या जाणाऱ्या भत्त्यांमध्ये त्याने कपात सुचवली होती. तसेच कालबाह्य झालेले व निरुपयोगी ठरलेले अनेक सरकारी प्रकल्प रद्द करून टाकावेत असेही तो म्हणाला होता. सिनेटरची पत्नी अचानक एका मोटार अपघातात वारली. त्या दृश्यानंतर सिनेटरच्या बोलण्यात फरक पडलेला तिला दिसला. गॅब्रिएलला आश्चर्य वाटले. हाच सिनेटर आता नकारात्मक न बोलता सकारात्मक बोलू लागला व तशी भाषणे तो देऊ लागला. त्याच्यात केवढा फरक पडला होता. आपल्या पत्नीच्या मृत्यूचे दुःख विसरून सिनेटरने आपण अमेरिकेच्या अध्यक्षपदासाठी उभे रहाणार असल्याचे जाहीर केले. आपली येथून पुढची सारी सार्वजनिक सेवा आपण आपल्या पत्नीच्या स्मृतीला अर्पण करणार आहोत म्हणूनही घोषित केले. गॅब्रिएलने त्याच वेळी आपल्या मनाशी ठरवले की या सिनेटरच्या अध्यक्षीय निवडणुकीच्या प्रचारमोहिमेत आपण सामील व्हायचे.

आता ती त्याच्या एवढी निकट आली होती तेवढे अन्य कोणी आले नसेल.

सेक्स्टनच्या आलिशान ऑफिसात आपण जी कामक्रीडा केली तीही गॅब्रिएलला आठवली. तिने मोठ्या कष्टाने आपल्या मनातील त्या प्रसंगाच्या प्रतिमा दाबून टाकल्या. तो प्रसंग आठवला की तिला खूप अवघडल्यासारखे व्हायचे. *तर मी काय*

आठवत होते? ती जे काही आठवू पहात होती ते तिच्या स्मृतीमधून वरती येईना. मधेच नको त्या प्रसंगाची आठवण वरती आली होती. सिनेटर सेजविक सेक्स्टन हा तिचा एकमेव आदर्श होता... अन् आता त्यालाही निवडणुकीसाठी ती हवी होती.

लिमोसिनला एक धक्का बसला आणि तिची विचारशृंखला भंग पावून ती वर्तमानकाळात आली.

"तू ठीक आहेस ना?" सिनेटर तिला पाहून विचारत होता. गॅब्रिएलने ताबडतोब आपल्या चेहऱ्यावरती एक हसू आणले आणि म्हटले, "फाईन. मी ठीक आहे."

"त्या कामातल्या गलिच्छ भागाबद्दल तू विचार करते आहेस काय?"

तिने आपले खांदे उडवून म्हटले, "मला अजूनही तशी थोडीशी काळजी वाटते आहे."

"विसरून जा. या मोहिमेतील तसले काम हीच एक खूप मोलाची गोष्ट आहे."

प्रचारमोहिमेच्या कामामधील चमत्कारिक भाग कोणता होता? तर काय वाटेल ते करून प्रतिस्पर्ध्याविषयीची गोपनीय बाब जाहीरपणे उघड करणे. मग भले ती गोपनीय बाब कितीही किळसवाणी असली, गलिच्छ असली तरी. एखादा प्रतिस्पर्धी अश्लील मासिकाचा वर्गणीदार असेल, तर कोण्या स्पर्धकाने आपली काही प्रेमपात्रे ठेवलेली असतील, किंवा आणखीन काहीही किळसवाणी माहिती असू शकेल. त्या माहितीला आता या प्रचारमोहिमेत राजकीय महत्त्व दिले जात होते. असली माहिती प्रतिस्पर्ध्याविरुद्ध वापरणे ही काही सभ्य चाल नव्हती, पण तरीही अशी चाल खेळली जाते. गॅब्रिएलला राजकारणातले हे कठोर सत्य शिकायला जड गेले होते. प्रतिस्पर्ध्याची गलिच्छ माहिती उघड करणे ही जरी राजकीय खेळातील सभ्य चाल नसली, तरी जेव्हा तशी चाल खेळल्यावर यश मिळते ते फार मोठे यश असते.

विशेषत: जेव्हा अशी चाल उलटते तेव्हा...

अन् तशीच ती चाल उलटली. व्हाईट हाऊसवर उलटली. सुमारे महिन्यापूर्वी जेव्हा जनमत चाचणीच्या निकालात राष्ट्राध्यक्ष खाली खाली घसरू लागले तेव्हा त्यांच्या प्रचारमोहिमेच्या कर्मचाऱ्यांचा धीर सुटू लागला. मग त्यांनी आक्रमक होण्याचे ठरवले आणि त्यानुसार एक बातमी त्यांनी हळूच सोडून दिली. ती बातमी खरी असावी या संशयाच्या आधारे सोडून दिली होती. सिनेटर सेक्स्टन हा आपली वैयक्तिक मदतनीस गॅब्रिएल ॲश हिच्याबरोबर लैंगिक संबंध ठेवून आहे, अशी ती बातमी होती. दुर्दैवाने या बातमीच्या खरेपणाच्या संबंधात व्हाईट हाऊसकडे कसलाही ठोस पुरावा नव्हता; परंतु सिनेटर सेक्स्टन याचे असे ठाम मत होते की शत्रूवर जबरदस्त हल्ला केला तरच आपले संरक्षण होत असते. त्याने मग याचा उपयोग प्रतिस्पर्ध्यावर हल्ला चढवण्यासाठी केला.

त्याने राष्ट्रीय पातळीवर एक पत्रकार परिषद बोलावली आणि त्यात आपले निर्दोषत्व जाहीर केले. शिवाय त्याने चिडून आपल्या प्रतिस्पर्ध्यावरती अशा गलिच्छ चाली खेळल्याबद्दल आग पाखडली. त्या वेळी तो कॅमेऱ्यासमोर रोखून पहात आणि आपल्या डोळ्यांत वेदना प्रकट करत म्हणाला, "अशी दुष्ट, खोटी व गलिच्छ राळ उडवून माझ्या दिवंगत पत्नीच्या स्मृतींचा राष्ट्राध्यक्षांकडून उपमर्द होईल, हे कसे त्यांना समजले नाही?" सिनेटर सेक्स्टनचा टीव्हीवर दाखवला गेलेला हा अभिनय एवढा परिपूर्ण होता, की तो कार्यक्रम पहाणाऱ्या गॅब्रिएललासुद्धा असे वाटले की त्या रात्री आपण सिनेटरबरोबर झोपलोच नव्हतो. सिनेटर किती सहजरीत्या, सफाईने खोटे बोलतो हे पाहून तिला समजून चुकले, की हा माणूस धोकादायक आहे.

आपण निवडणुकीच्या अध्यक्षीय स्पर्धेत जिंकणाऱ्या एका व्यक्तीला साथ देतो आहे, असे जरी गॅब्रिएलला वाटत असले तरी ती आता मनामध्ये सतत स्वत:ला विचारू लागली होती. *आपला उमेदवार हा सर्वांत चांगला उमेदवार आहे का?* सिनेटरबरोबर राहून काम करणे हा तिच्यासाठी एक डोळे उघडणारा अनुभव ठरत होता. हॉलिवूडच्या चित्रपटसृष्टीबद्दल लहानपणापासून जे स्वप्न मनात तयार झालेले असते, ते स्वप्न तिथे जाऊन प्रत्यक्षात घेतल्या जाणाऱ्या दृश्यामागील सत्य परिस्थिती पाहिल्यावर जसा भ्रमनिरास होतो आणि माणूस म्हणू लागतो, *छे! हॉलिवूड म्हणजे काही जादू नाही.*

सेक्स्टनच्या वक्तव्यावरती गॅब्रिएलची बळकट श्रद्धा होती; पण तरीही त्याच्याबद्दल आता तिच्या मनात शंका उपस्थित होऊ लागली.

१०

"रेचल, मी आता जे तुला सांगेन ना ती माहिती ही UMBRA गटातील आहे असे समज." राष्ट्राध्यक्ष तिला सांगत होते. माहिती, साधी माहिती, गुप्त माहिती, महत्त्वाची माहिती व याहीपलीकडची जी माहिती अति अतिमहत्त्वाची असते, ती UMBRA गटात मोडते. रेचलला माहितीचे ते वर्गीकरण ठाऊक होते.

इतकी अति अति महत्त्वाची माहिती खुद्द अमेरिकेचे राष्ट्राध्यक्ष आपणास सांगणार आहेत म्हटल्यावर रेचलला एकदम गरगरल्यासारखे होऊ लागले. एअर फोर्स वन या विमानाच्या भिंती आक्रसत आक्रसत सर्व बाजूंनी आपल्याकडे येत आहेत असे तिला भासू लागले. हा राष्ट्राध्यक्ष आपल्याला खास हेलिकॉप्टर पाठवून वॅलॉप्स बेटावर बोलावून आणतो काय, स्वत:च्या विमानात नेतो काय, स्वत: कॉफी तयार करून देतो काय, अन् सरळ तिचे सहकार्य मागून ते सहकार्य तिच्या वडिलांच्या विरुद्ध राजकीय मोहिमेत वापरणार असे सांगतो आणि वरती महत्त्वाची

व गुप्त स्वरूपाची माहिती सांगणार असे म्हणतो काय, सारेच विलक्षण, अतर्क्य व अगम्य असे आहे. हा अध्यक्ष बोलण्यावागण्यात कितीही मोकळाढाकळा दिसत असला तरी रेचलला त्याच्याबद्दल एक गोष्ट ध्यानात आली. ती म्हणजे, हा माणूस बोल बोल म्हणता चर्चेची सारी सूत्रे आपल्या नियंत्रणात घेतो.

अध्यक्ष तिच्या डोळ्यांत आपली नजर भिडवत सांगू लागले, ''दोन दिवसांपूर्वी नासाने एक मोठा शोध लावला आहे.''

ते शब्द रेचलच्या मेंदूत नीट उतरेपर्यंत काही क्षण वातावरणात तसेच तरळत राहिले. *नासाने लावलेला शोध?* अगदी अलीकडच्या गुप्त वार्तांमध्ये तिला तसे काहीही आढळले नव्हते, किंवा तशी काही सूचक बातमीही नव्हती. सर्व काही नेहमीप्रमाणेच सामान्य व्यवहार तिथे चाललेले होते. हल्लीच्या दिवसांत फार तर नासाच्या एखाद्या प्रकल्पाला अंदाजपत्रकात अत्यंत तुटपुंजी रक्कम ठेवली गेली असल्याची घटना घडली असेल.

अध्यक्ष पुढे सांगू लागले, ''पुढे अधिक काही सांगण्याअगोदर मला आधी हे कळले पाहिजे की अंतराळ संशोधनाच्या कार्यक्रमाबद्दल तुमच्या वडिलांचा जो आकस आहे तो तुम्हाला कितपत मंजूर आहे?''

रेचलने चिडून म्हटले, ''माझ्या वडिलांच्या नासाविरुद्धच्या प्रचारावरती माझ्याकडून नियंत्रण घातले जावे, असले काही तुम्ही मला सांगणार नाही, असे मी धरून चालते.''

यावर अध्यक्ष हसले व म्हणाले, ''छेऽऽ! असले काहीही मी करायला सांगणार नाही. तुझे वडील मला चांगले ठाऊक आहेत. मी त्यांना गेली कित्येक वर्षे राजकारणात पहात आलेलो आहे. ते कोणाचेही नियंत्रण मानणारे नाहीत हे मला चांगले ठाऊक आहे.''

''सर, माझे वडील आलेली संधी कधीही सोडणारे नाहीत. अन् अनेक यशस्वी राजकारणी माणसे अशीच असतात; पण दुर्दैवाने या वेळी नासानेच त्यांना तशी संधी आपण होऊन उपलब्ध करून दिलेली आहे.'' नासाच्या हातून एकापाठोपाठ एक अशा चुका घडत गेल्या, की ते पाहिल्यावर कोणालाही ते सहन होण्याजोगे नव्हते किंवा हसावे की रडावे ते कळत नव्हते. कक्षेमध्ये उद्ध्वस्त झालेले उपग्रह, कधीही पृथ्वीवर परतू न शकलेले स्पेस प्रोब, आंतरराष्ट्रीय स्थानकाचा खर्च अंदाजपत्रकापेक्षा दसपट जास्त झाला आणि त्यामुळे सभासद राष्ट्रांनी त्या प्रकल्पातून आपला सहभाग मागे घेतला. अशा चुकांची मालिका घडत जाऊन त्यावर खर्च केलेले अब्जावधी डॉलर्स पाण्यात गेले. एवढे घडल्यावर सिनेटर सेक्स्टन अशी संधी थोडीच सोडणार? त्याने त्याचा फायदा उठवला. मग त्याचा लाभ त्याला होऊन त्याची लोकप्रियता वाढत गेली. लोकप्रियतेच्या लाटेवरती स्वार होऊन तो

अध्यक्षपदाची स्वप्ने आता पाहू लागला होता.

अध्यक्ष म्हणाले, ''नासा म्हणजे एक चालतीबोलती विनाशकारक संस्था अलीकडे बनली आहे, हे मी मान्य करतो. प्रत्येक वेळी मला त्यांच्या अंदाजपत्रकात काटछाट करण्यासाठी काही ना काही निमित्त तेच देत गेलेले आहेत.''

रेचलने हाच धागा पकडून पुढे नेत म्हटले, ''अन् तरीही तुम्ही गेल्या आठवड्यात नासाला ३० लाख डॉलर्सचा आणीबाणीचा निधी उत्पन्न करून त्यांना दिवाळखोरीपासून वाचवलेत?''

अध्यक्ष चुकचुकत म्हणाले, ''तुझ्या वडिलांना त्यामुळे टीका करण्यात आनंद झाला असेल. हो ना?''

''पण त्यामुळे तुम्ही तुमच्या मारेकऱ्याला दारूगोळा पुरवला, असेच झाले ना?''

''*नाईट लाईन* चॅनेलवरती तुझे वडील माझ्याबाबत म्हणाले की झॅक हर्नी यांना अंतराळ संशोधनाची नशा चढली आहे आणि त्यांच्या या सवयीला करदाते निधी पुरवत आहेत. तुम्ही ऐकलेत ते?''

''पण तरीही तुम्ही असे काही करत चालले आहात की आपला प्रतिस्पर्धीच त्यामुळे बरोबर ठरतो आहे.''

अध्यक्ष हर्नी यावरती मान डोलावत म्हणाले, ''मी नासाचा एक मोठा चाहता आहे ही गोष्ट लपवून ठेवत नाही. पूर्वीपासूनच मी तसा आहे. या अंतराळ स्पर्धेच्या काळातील माझा जन्म आहे. स्पुटनिक, जॉन ग्लेन, अपोलो ११ वगैरे सर्व घटना मी पाहिल्या आहेत. आपल्या अंतराळ प्रकल्पाबद्दल माझ्या भावना आणि राष्ट्रीय गर्व मी वेळोवेळी व्यक्त करत आलेलो आहे. माझ्या मते तर नासामध्ये काम करणारे स्त्री-पुरुष हे आधुनिक युगाचे शिल्पकार आहेत. ते सर्वजण अशक्य गोष्टी करू पहातात, आपले अपयश ते मुकाट्याने स्वीकारतात आणि मग परत ड्रॉईंग बोर्डपाशी जाऊन नवीन रचनेची निर्मिती करू लागतात. हे सारे चालू असताना आपण बाजूला उभे राहून नुसते बघत असतो व त्यांच्यावर टीका करत असतो.''

रेचलने शांतपणा धारण केला. तिच्या लक्षात आले, की अध्यक्षांच्या बाह्य रूपाखाली एक उद्वेग व राग आहे. अन् तो राग तिच्या वडिलांनी अविरतपणे नासाच्या विरुद्ध चालवलेल्या टीकास्त्राबद्दल आहे. तिचे कुतूहल आता वाढले. नासाला असे काय सापडले आहे? कशाचा शोध लागला आहे? ते सांगण्यासाठी अध्यक्ष मुद्दाम वेळ घेत आहेत.

अध्यक्ष हर्नी आता आवाज एकवटत म्हणाले, ''आज मी तुमचे नासाबद्दलचे संपूर्ण मत बदलून टाकणार आहे.''

तिला ते खरे वाटेना. म्हणून ती डोळे बारीक करून त्यांच्याकडे पहात

म्हणाली, ''असं पहा सर, मी माझे मत तुम्हालाच देणार आहे. तेव्हा देशातील इतर मतदारांची मते मिळवण्याचे प्रयत्न तुम्ही जारी ठेवावेत.''

''ते तर मी करतोच आहे,'' असे म्हणून कॉफीचा एक घोट पीत ते हसले व पुढे म्हणाले, ''अन् त्यासाठी मी तुमच्याकडून एक मदत मागतो आहे.'' एवढे बोलून ते क्षणभर थांबले व तिच्याजवळ वाकून म्हणाले, ''एका अत्यंत अनोख्या पद्धतीने ती मदत मला हवी आहे.''

रेचलला आता हळूहळू लक्षात येऊ लागले, की अध्यक्ष महाराज आपल्या प्रत्येक हालचालीवर लक्ष ठेवून अंदाज घेत आहेत. आपले सावज किती भेदरले आहे, किती माघार घेऊ बघत आहे किंवा किती संघर्षाच्या तयारीत आहे हे जसे एखादा शिकारी निरखून पहात असतो, तसेच अध्यक्ष करत आहेत. तिने आजूबाजूला पाहिले. दुर्दैवाने तिला कुठेही सुटकेचा मार्ग दिसेना.

दोन्ही कपात परत एकदा कॉफी ओतत अध्यक्ष म्हणाले, ''नासाचा EOS प्रकल्प तुम्हाला ठाऊक असेल असे मी धरून चालतो.''

तिने मान हलवून म्हटले, ''होय. EOS म्हणजे 'अर्थ ऑब्झर्व्हेशन सिस्टिम– पृथ्वीचे निरीक्षण करण्याची यंत्रणा.' माझे वडील त्याबद्दल माझ्याशी एकदोनदा बोलल्याचे मला आठवते आहे.''

ती असे म्हणाली खरे; पण तिचे हे बोलणे किंचित मर्मभेदी ठरले. त्यामुळे अध्यक्षांच्या भुवया थोड्याशा उंचावल्या. रेचलच्या वडिलांनी या EOS प्रकल्पावर संधी मिळताच टीकेची झोड उठवली होती. हाही नासाचा एक भव्य अंदाजपत्रक असलेला प्रकल्प होता. या प्रकल्पानुसार पृथ्वीभोवती सतत पाच उपग्रह फिरते ठेवायचे. पृथ्वी भोवतालचे ओझोनचे आवरण किती कमी कमी होत चालले आहे, ध्रुवप्रदेशातील किती हिम वितळते आहे, जागतिक तापमान किती वाढते आहे, 'वर्षावने' किती कमी होत जात आहेत या सर्वांचे निरीक्षण करून त्या माहितीचे पृथक्करण करून ती माहिती पृथ्वीकडे पाठवायची, असे या प्रकल्पाचे उद्दिष्ट होते. यामुळे कधी नव्हे तो भरपूर तपशील पर्यावरणवाद्यांना मिळणार होता. पृथ्वीच्या प्रत्येक चौरस फुटात झालेला व होत असलेला बदल कळून येणार होता. त्यामुळे पृथ्वीच्या सुधारित भवितव्याची आखणी करण्यात येणार होती.

दुर्दैवाने नासाचा हा प्रकल्प अपयशी ठरला. या आधीच्या इतर प्रकल्पांप्रमाणेच याही प्रकल्पाला सुरुवातीपासून भरमसाठ खर्च होत गेला. त्याबद्दल होणाऱ्या टीकेला अध्यक्ष हर्नीला तोंड द्यावे लागले होते. पर्यावरणवाद्यांचा या प्रकल्पाला पाठिंबा होता. त्यांचा उपयोग अध्यक्षांनी टीकाकारांना तोंड देताना वेळोवेळी करून घेऊन अमेरिकी कॉंग्रेसमध्ये या प्रकल्पासाठी १ अब्ज ४० कोटी डॉलर्स मंजूर करून घेतले; पण नासाकडून पृथ्वीच्या माहितीमध्ये भर घालण्याऐवजी अग्निबाण सोडताना

होणारे अपघात, संगणकांमध्ये ऐन वेळी बिघाड होणे आणि नासाच्या विषण्ण वातावरणातील पत्रकार परिषदा एवढेच निष्पन्न झाले. नासाचे प्रकल्प म्हटले की आता सर्वांची तोंडे दुर्मुखलेली व्हायची; पण सिनेटर सेक्स्टनच्या तोंडावर मात्र स्मितहास्य पसरायचे. तो सतत मतदारांना सांगू लागला, की पहा अध्यक्षांनी EOS प्रकल्पावरती किती उधळपट्टी केली आहे आणि त्यातून किती तुटपुंज्या प्रमाणात लाभ झाले आहेत!

आपल्या मगमध्ये एक साखरेचा क्यूब टाकत अध्यक्ष म्हणाले, "अन् आश्चर्याची गोष्ट अशी की ह्या EOS प्रकल्पामुळेच मी उल्लेख केलेला नवीन शोध नासाला लावता आला आहे."

आता रेचल पुरती गोंधळून गेली. हे सारे संभाषण नक्की कोणत्या दिशेने चालले आहे ते तिला कळेना. जर पूर्वीच्या अपयशाच्या पार्श्वभूमीवरती नासाला आता नवीन काही शोध लागला असेल आणि त्यामुळे त्यांना मान मिळणार असेल तर मग नासाने तो शोध जाहीर केला नसता का? तिचे वडील नासाला सतत धारेवर धरत असताना व त्यामुळे नासाची अपकीर्ती होत असताना तरी नासा असे मूग गिळून स्वस्थ बसणारी नाही.

रेचल म्हणाली, "तुम्ही ज्या शोधाबद्दल म्हणता आहात त्या शोधाबद्दल माझ्या कानावरती अद्याप काहीच आले नाही."

"त्याची मला कल्पना आहे. काही दिवस ही बातमी गुप्त ठेवण्याचा नासाचा इरादा आहे."

रेचलला ते पटले नाही. ती म्हणाली, "सर, माझा आजवरचा अनुभव असा आहे, की जेव्हा नासा आपण होऊन काही बातमी सांगते तेव्हा ती सहसा वाईट बातमी नसते." नासाच्या सार्वजनिक प्रसिद्धी खात्यावरती कसलीही बंधने नसतात. त्या बातम्या किती महत्त्वाच्या आहेत ते कधीच पाहिले जात नाही. या बाबतीत एनआरओमध्ये एक विनोद नेहमी असा सांगितला जातो, की नासाच्या एखाद्या शास्त्रज्ञाच्या पोटातून वात जरी सरला तरीही नासा ती बातमी पत्रकार परिषद घेऊन जाहीर करते.

अध्यक्ष आपल्या भुवया उंचावत म्हणाले, "अरे हो, मी एनआरओच्या पिकरिंग यांच्या अनुयायांशी बोलतो आहे हे मी विसरलो होतो. नासा जे अघळपघळपणे व जीभ सैल सोडल्यासारखे नेहमी बोलत असते त्याबद्दल पिकरिंग अजूनही कुरकूर करत असतात का?"

"सुरक्षितता जपणे हा त्यांचा व्यवसाय आहे अन् तो व्यवसाय ते इमानेइतबारे व गंभीरपणे चालवत आहेत."

"खरं आहे ते! नासा आणि एनआरओ या दोन्ही संस्थांमध्ये कित्येक समान

गुणधर्म असताना त्यांच्यात नेहमी संघर्ष का उडत असतो?''

पिकरिंगच्या हाताखाली काम करताना रेचल असे शिकली होती, की जरी दोन्ही संस्थांचा अंतराळाशी संबंध असला तरी त्या दोन्ही संस्थांनी आपापल्या उराशी जे तत्त्वज्ञान धरले आहे, ते नेमके एकमेकांविरुद्ध पार टोकाला जाणारे आहे. एनआरओ ही मुळात संरक्षणाच्या हेतूसाठी निर्माण झालेली संस्था आहे. त्यामुळे अंतराळाशी संबंधित असलेली त्यांची कार्ये नेहमी गुप्त ठेवली जाणे अपरिहार्य आहे. तर नासा ही एक संशोधन करणारी विज्ञानवादी संस्था आहे. सतत काही ना काही नवीन शोधणारी आहे. त्यामुळे त्यांच्याकडे थोडीशी जरी प्रगती झाली तरी त्याची प्रसिद्धी साऱ्या जगभर ते अत्यंत उत्साहाने करतात. येथेच पिकरिंग हरकत घेऊन असे म्हणतो, की ही प्रसिद्धी करताना राष्ट्रीय सुरक्षिततेची जोखीम बेधडक घेतात. उपग्रहातील दुर्बिणींसाठी नासाने काही उत्कृष्ट तंत्रज्ञानांचा शोध लावला. उदाहरणार्थ, अतिउच्च प्रतिमाविग्रह करणारी भिंगे, अति लांबच्या पल्ल्यांची बिनतारी संपर्क-साधने, प्रतिमा पाठवण्याची बिनतारी यंत्रे इ.इ. पण नासाच्या अशा जाहीर वार्तालाप करण्यामुळे शत्रूला आपले तंत्रज्ञान कळून ते त्याचा समावेश त्यांच्या शस्त्रभांडारात करतात आणि पुन्हा आपल्याविरुद्ध त्याचा वापर करतात, असे पिकरिंगचे मत होते. नासाच्या शास्त्रज्ञांजवळ प्रचंड बुद्धिमता असेल... पण त्यांची तोंडेही अतिप्रचंड आहेत, असेही पिकरिंग बोलून दाखवत असे.

एनआरओ आणि नासा यांच्यात आणखीही काही भांडणे होत असतात. एनआरओ संस्थेचे स्वत:च्या मालकीचे उपग्रह नासाकडून अवकाशात पाठवले जात. त्यात काही काही वेळा अपयश येई. अग्निबाणांचे अंतराळात प्रक्षेपण न होता ते कोसळत; पण त्यामुळे एनआरओचे मोठे नुकसान होई. १२ ऑगस्ट, १९९८ रोजी अशीच एक अपयशी घटना घडली. त्याच्याएवढे मोठे अपयश आजवर कधीही मिळाले नव्हते. नासा आणि विमानदल यांच्या संयुक्त प्रयत्नाने 'टायटन-४' हा अग्निबाण जमिनीवरून सुटल्यावर अवघ्या चाळीस सेकंदांत स्फोट पावला. त्या अग्निबाणात १३ अब्ज २० कोटी डॉलर्सच्या किमतीचा 'व्होर्टेक्स-२' या नावाचा एक उपग्रह होता. हा उपग्रह एनआरओ संस्थेच्या मालकीचा होता. संस्थेचे झालेले हे नुकसान व त्यावर अवलंबून असलेल्या पुढच्या प्रकल्पाचा झालेला विचका पिकरिंगच्या जिव्हारी लागला होता. तो ही गोष्ट अजूनही विसरू शकत नव्हता.

म्हणून रेचल थोड्याशा आव्हानात्मक स्वरात म्हणाली, ''हा जो काही 'शोध' नासाने लावला आहे त्याबद्दल नासा जनतेपुढे येऊन का जाहीर करत नाही? या चांगल्या बातमीमुळे नासाला उलट दिलासा नसता का मिळाला?''

''नासा अजून गप्प बसली आहे याचे कारण मीच त्या संस्थेला गप्प रहाण्याचा

आदेश दिला आहे.'' अध्यक्षांनी शांतपणे खुलासा केला.

आपण ऐकले ते बरोबर आहे की नाही अशी आता रेचलला शंका येऊ लागली. खरोखरीच अध्यक्षांना ती बातमी काही काळ गुप्त ठेवायची असेल तर याचा अर्थ असा, की अध्यक्षांना 'मरू किंवा मारू' अशा ईर्ष्येने काही राजकीय उद्दिष्ट साधायचे असेल. एखादी राजकीय हाराकिरी करायची असेल. नक्की काय असावे ते रेचलला समजेना.

अध्यक्ष सांगत होते, ''हा शोध सर्व तऱ्हेने... अत्यंत धक्कादायक आहे, सर्वांवर परिणाम करत जाणार आहे.''

ते ऐकल्यावर तिच्या शरीरातून एक शिरशिरी येऊन गेली. हेरखात्यात एवढे धक्कादायक काही असेल तर ती बातमी सहसा चांगली नसते. त्या EOS प्रकल्पाबद्दल एवढे गूढ का असेल? तर कदाचित त्यामुळे पर्यावरणाचा जबरदस्त विनाश करणारे काहीतरी सापडले असेल, दिसले असेल. नक्कीच काहीतरी जबरदस्त नैसर्गिक संकट आता येऊ घातले असणार.

तिने हळू आवाजात विचारले, ''मग, आता कुठे अडचण आली आहे?''

''कसलीही अडचण नाही, अडथळा नाही, की समस्या नाही. EOS प्रकल्पातून जे काही सापडले आहे ते खूपच आश्चर्यजनक आहे.''

रेचलने यावर कसलीच प्रतिक्रिया व्यक्त केली नाही की प्रश्न विचारला नाही. ती शांत बसून राहिली.

''असं पहा रेचल, नासाने शास्त्रीयदृष्ट्या महत्त्वाचा... अगदी भूकंप झाला असे वाटण्याइतपत महत्त्वाचा... शोध लावला असून अमेरिकी नागरिकांनी आजवर अंतराळ संशोधनावरती खर्च केलेल्या प्रत्येक डॉलरचे सार्थक झाले आहे. ह्या बातमीने तुम्हाला काय वाटेल?''

रेचलला यावरती कसलाही तर्क करता येईना.

अध्यक्ष उठून उभे राहिले व म्हणाले, ''चला, आपण थोडे हिंडू या आणि चालता चालता बोलू या.''

<h1 style="text-align:center">११</h1>

रेचल अध्यक्षांच्या मागोमाग गेली व विमानाबाहेरील चकचकीत जिन्यावरून खाली उतरू लागली. बाहेर आल्यावर मार्च महिन्यातील त्या थंड हवेमुळे रेचलचे मन हळूहळू स्थिर होऊ लागले; पण तिच्या स्थिर होत जाणाऱ्या मनाला अध्यक्षांच्या बातमीचा दावा हा पूर्वीपेक्षाही अधिक अगम्य असा वाटू लागला.

शास्त्रीयदृष्ट्या अत्यंत महत्त्वाच्या अशा नासाने लावलेल्या शोधामुळे प्रत्येक

अमेरिकी नागरिकाने अंतराळ प्रकल्पावर केलेल्या खर्चाचे, त्यातील प्रत्येक डॉलरचे खरोखर समर्थन व सार्थक होऊ शकेल?

रेचल मनातल्या मनात नासाच्या शोधाविषयी तर्क करू लागली. गुप्त माहितीचे विश्लेषण करणारे तिचे मन आता काम करू लागले. जर नासाने एवढा मोठा, अगदी क्रांतिकारी वाटणारा, असा शोध लावला असेल तर नासाच्या दृष्टीने कोणती गोष्ट मुळात क्रांतिकारी असू शकते? अंतराळात माणूस का पाऊल ठेवू पहातो? नासाच्या सर्व वैज्ञानिक प्रगतीमागे एकच मूलभूत प्रेरणा आहे. ती म्हणजे, अंतराळात जिथे कुठे मानवसदृश बुद्धिमान प्राणी असेल त्याचा शोध घ्यायचा. त्या बुद्धिमान जीवांशी संपर्क साधायचा; पण दुर्दैवाने आजमितीपर्यंत तरी हे शक्य झाले नाही. म्हणजे नासाच्या दृष्टीने तो महत्त्वाचा शोध बाह्य अवकाशातील जीवन शोधण्याशी असणार.

गुप्त माहिती खात्यातील एक विश्लेषक म्हणून रेचलला अनेक मित्रमैत्रिणी प्रश्न विचारायचे. अंतराळातून कोणी पृथ्वीवरील माणसांशी संबंध प्रस्थापित करण्याचा प्रयत्न केल्याच्या बातम्या प्रसृत व्हायच्य; पण त्याबद्दल सरकारमार्फत नेहमीच गुळगुळीत खुलासे केले जायचे. नक्की काय प्रकार आहे, असा प्रश्न तिला विचारला जाई; पण ती अशा प्रश्नांची उत्तरे टाळे. ठाम कोणतेच उत्तर देत नसे. तिचे उच्चविद्याविभूषित मित्रमैत्रिणी नेहमी तिच्यापुढे आपापले तर्कसिद्धान्त मांडत. बाह्य अवकाशातून काही उडत्या तबकड्या आल्या नि त्या पृथ्वीवरती कोसळल्या. त्यांचे अवशेष सरकारी तळघरात अत्यंत बंदोबस्तात ठेवलेले असून, त्याबद्दल मोठी गुप्तता पाळली जात आहे. अंतराळातील जीवांची प्रेते बर्फात थिजवून राखून ठेवली आहेत. काही निष्पाप नागरिकांना पळवून त्यांचे शवविच्छेदन परकीय जीवांनी करून घेतलेले आहे. अशासारख्या बातम्या ऊर्फ तर्कसिद्धान्त तिला विचारले जात.

त्या बातम्या व ते तर्क अर्थातच खोटे होते, कल्पित होते. मुळात परकीय जीवसृष्टीच नव्हती तर त्याबद्दलच्या बातम्या दडपण्याचा प्रश्नच येत नव्हता.

गुप्त रीतीने माहिती गोळा करणाऱ्यांच्या जगात सर्वांना ठाऊक होते, की पृथ्वीवरून इतक्या ठिकाणांवरून अंतराळावरती नजर रोखलेली आहे, की येथल्या नागरिकांचे बाहेरच्या जीवांकडून अपहरण झाले तर ते सहज लक्षात येईल. अशा बातम्या कपोलकल्पित असतात किंवा पैसे मिळवण्याच्या नादापायी मुद्दाम तयार केल्या जातात. उडत्या तबकड्यांबद्दलही अशाच भरपूर कंड्या पिकवल्या गेल्या होत्या; परंतु कुठेही त्या तबकड्यांची अधिकृत छायाचित्रे पुरावे म्हणून पुढे आली नाहीत. तसेच, ज्या काही अफवा उठत त्यात नेहमी असे प्रसंग असत की त्या उडत्या तबकड्या कोणत्या ना कोणत्या तरी अमेरिकी विमानदलाच्या तळापाशी आलेल्या असायच्या; कारण तिथे अत्याधुनिक विमानांच्या चाचण्या चालू असायच्या.

जेव्हा लॉकहीड कंपनी एका नवीन मूलभूत कल्पनेवर आधारित स्टील्थ जेट बॉम्बर विमानाच्या चाचण्या एडवर्ड्स एअर फोर्स बेसवरती घेऊ लागली, तेव्हा त्या परिसरात उडत्या तबकड्या दिसल्याच्या बातम्या नेहमीपेक्षा पंधरा पटीने वाढल्या.

"तुमच्या चेहऱ्यावरती मला संशय दिसतो आहे. मी सांगतो आहे यावर तुमचा विश्वास बसला नसावा." अध्यक्ष तिचा चेहरा निरखत म्हणाले.

त्यांच्या आवाजाने रेचल दचकली. तिने इकडेतिकडे नजर टाकली. अध्यक्षांच्या प्रश्नाला काय प्रतिसाद द्यावा, हे तिला कळेना. ती चाचरत बोलू लागली, "अंऽऽ, म्हणजे मला वाटते, की सर, आपण परग्रहावरील अंतराळ याने किंवा तिकडची कोणी हिरवी बुटकी माणसे यांच्याबद्दल बोलत नाही. हो ना?"

अध्यक्षांना तिच्या प्रश्नाची मोठी गंमत वाटली. ते म्हणाले, "रेचल, हा नवीन शोध विज्ञान कादंबऱ्यांतल्या कल्पनासृष्टीपेक्षाही अत्यंत गूढ वाटायला लावणारा आहे."

ते ऐकून रेचलला जरा हायसे वाटले. परग्रहावरील प्राणी वगैरे अफलातून कल्पना नासाने अध्यक्षांच्या गळी उतरवल्या नाहीत म्हणून तिला बरे वाटले. नाहीतर घायकुतीला आलेली ही संस्था तसे काही करू पाहील अशी तिला भीती वाटत होती; पण तरीही अध्यक्षांचे आत्ताचे मत ऐकून हे शोधाचे गूढ उकलण्याऐवजी आणखीनच रहस्यमय झाल्याचे वाटले. ती म्हणाली, "वेल, नासाला जे काही सापडले आहे किंवा जो काही शोध लागला आहे ती वेळ अत्यंत सोयीस्कर अशी आहे, असे म्हटले पाहिजे."

जिना उतरता उतरता अध्यक्ष हर्नी मधेच थांबले आणि तिच्याकडे वळून म्हणाले, "सोयीस्कर? अन् ते कसे काय?"

ते कसे काय? रेचलही थांबली व अध्यक्षांकडे रोखून पहात म्हणाली, "असं पहा अध्यक्ष महाराज, नासा सध्या आपली जीवन-मरणाची लढाई खेळत आपले अस्तित्व कसे आवश्यक आहे ते पटवून देऊ पहात आहे. अन् तुम्ही नासाला सतत निधी पुरवत आलेला आहात व त्याबद्दल तुमच्यावरती सारखी टीका होत आहे. अशा वेळी नेमका आत्ताच नासाला एखादा क्रांतिकारी शोध लागणे म्हणजे नासाला व तुमच्या प्रचारकार्याला एक जालीम औषध मिळण्याजोगे आहे. तुमचे टीकाकार तर उघड उघड याबद्दल संशय व्यक्त करतील."

"म्हणजे तुम्ही मला एक खोटारडा किंवा मूर्ख ठरवता आहात का?"

आपल्या घशात एक आवंढा तयार होतो आहे असे तिला वाटू लागले. ती म्हणाली, "सर, तसला अनादर दाखवण्याचा माझा हेतू नाही, अजिबात नाही. मी नुसते–"

"रिलॅक्स!" अध्यक्ष हर्नी म्हणत होते. त्यांच्या ओठावरती एक हसू उमटत

असल्याचा भास तिला झाला. मग परत जिना उतरत उतरत ते बोलू लागले, ''जेव्हा नासाच्या प्रमुखाने प्रथम मला त्या शोधाबद्दल सांगितले तेव्हा मला ते पटले नव्हते. मी सरळ सरळ त्यांचे म्हणणे धुडकावून लावले. शिवाय मी त्यांच्यावरती काहीतरी बनावट कल्पना प्रत्यक्षात राबवत असल्याचा आरोप केला. हा सारा कोणालाही कळता येण्याजोगा एक राजकीय बनाव आहे, हेही बोलून दाखवले.''

रेचलने आपल्या घशातला आवंढा गिळला.

जिन्याच्या शेवटी अध्यक्ष थांबले व तिच्याकडे पाहून म्हणाले, ''नासाला मी त्यांचा शोध अद्याप जाहीर करू दिला नाही याचे कारण मला त्या शोधाला संरक्षण द्यायचे आहे. या शोधाची महती अफाट आहे, कल्पनातीत आहे. आजवर नासाने जे जे शोध जाहीर केले त्यातला हा शोध म्हणजे कळस ठरणार आहे. याच्यापुढे चंद्रावरती माणूस उतरण्याची घटना अगदीच क्षुल्लक ठरते; कारण या शोधामुळे प्रत्येक माणसाला, मग त्यात मीही आलो, लाभ होणार आहे आणि काही गमवावेही लागणार आहे. त्यामुळे जे काही करायचे ते अत्यंत सावधगिरीने व काळजीपूर्वक केले पाहिजे. म्हणून त्या शोधाची दुहेरी खातरजमा आधीच करून घेणे हे मला शहाणपणाचे वाटले. नंतर जागतिक रंगमंचावर या शोधावर प्रसिद्धीचे झोत पडण्याआधी मी एक अधिकृत निवेदन प्रसिद्धीस देणार आहे.''

''ते निवेदन तुम्ही मला करण्यास सांगणार नाही हे नक्की.'' ती घाबरून म्हणाली.

अध्यक्ष हसत हसत म्हणाले, ''नाही. हे तुझे क्षेत्र नाही. शिवाय मी बिनसरकारी संस्थांमार्फतही त्या शोधाची खात्री करून घेतली आहे.''

रेचलने निःश्वास सोडला; पण तिला आणखी काही तरी शंका आली. तिने विचारले, ''बिनसरकारी? म्हणजे तुम्ही खासगी संस्थांची मदत घेतली? अन् तेही अशा 'अत्यंत गोपनीय' अशा सरकारी कामाच्या बाबतीत?''

यावर अध्यक्ष ठामपणे म्हणाले, ''मी बाहेरची चार जणांची तुकडी तयार केली. म्हणजे चार सिव्हिलियन शास्त्रज्ञ. नासाशी कसलाही संबंध नसलेले होते ते; पण त्यांची विद्वत्ता मोठी आहे, कीर्ती जगभरात आहे. त्यांनी तपासणीसाठी आपली स्वतःची यंत्रसामुग्री आणली होती. त्यांनी तपासणी करून स्वतःचे निष्कर्ष त्यातून काढले. अठ्ठेचाळीस तासांपूर्वीच त्यांनी या शोधाला आपली मान्यता देऊन टाकली. 'नासाचा शोध हा संशयातीत आहे,' असे ते म्हणाले आहेत.''

आता मात्र रेचलवरती नासाच्या शोधाचा प्रभाव पडला. अध्यक्षांनी आपल्या नेहमीच्या अविचल वृत्तीने एक खासगी तुकडी नेमून आपल्यावर कोणतीही जबाबदारी घेतली नाही. त्या खासगी तुकडीला त्या शोधामुळे कसलाही लाभ होणार नसल्याने जगाचा विश्वास त्यांच्यावरती बसणार होता. 'नासाला निधीची गरज असल्याने

त्यांनीच हा बनाव शिताफीने घडवून आणला' असेही कोणी म्हणू शकणार नव्हते. नासाचा शोध खरा की खोटा, हा वाद निर्माण होणार नव्हता. नासाचा हितचिंतक असलेला एक अध्यक्ष पुन्हा निवडून येऊ शकणार होता. सिनेटर सेक्स्टनचे टीकास्त्र निरुपयोगी ठरणार होते.

''आज रात्री ८ वाजता मी एक पत्रकार परिषद व्हाईट हाऊसमध्ये घेणार आहे. त्या परिषदेत हा शोध मी जगापुढे ठेवणार आहे.'' राष्ट्राध्यक्ष हर्नी म्हणाले.

रेचलला वाटले होते की आता आपल्याला तो शोध काय आहे ते सांगितले जाईल; पण त्याऐवजी राष्ट्राध्यक्ष पत्रकार परिषदेत तो शोध सांगणार म्हटल्यावर तिची थोडीशी निराशा झाली. इतका वेळ आपल्याला नक्की काय शोध आहे ते अजिबात सांगितले गेले नव्हते. म्हणून तिने विचारले, ''तो शोध नक्की कसला आहे? काय आहे?''

यावर स्मित करत राष्ट्राध्यक्ष म्हणाले, ''जरासा संयम पाळणे हा एक सद्गुण आहे. थोडासा संयम बाळगला तर तो शोध तुम्हाला प्रत्यक्षच पहायला मिळेल अन् त्याबद्दल सांगण्यापेक्षा तो शोध प्रत्यक्ष पहाणे हेच महत्त्वाचे आहे. आपण पुढचे पाऊल टाकण्याआधी सर्व परिस्थिती नीट ध्यानात घ्यावी असे मला वाटते. नासाचे ॲडमिनिस्ट्रेटर तुम्हाला आत्ताच्या शोधाबद्दल सांगण्यासाठी वाट पहात आहेत. तुम्हाला हवी ती माहिती ते देतील. नंतर मी आणि तुम्ही चर्चा करू व पुढच्या कार्यक्रमात तुमची काय भूमिका असेल ते ठरवू.''

राष्ट्राध्यक्षांच्या डोळ्यांत होऊ घातलेल्या आगामी नाटकाचे चित्र उमटल्याचे तिला जाणवले. व्हाईट हाऊसकडे काहीतरी लपवलेली गुप्त ठेवलेली गोष्ट आहे, असा जो तर्क पिकरिंगने केलेला होता तो तिला आठवला. पिकरिंगचा तर्क नेहमीप्रमाणेच खरा ठरला होता.

राष्ट्राध्यक्षांनी एका जवळच्या हॅन्गरकडे बोट केले व ते तिला म्हणाले, ''चला तिकडे माझ्याबरोबर.''

ते दोघेही त्या दिशेने चालत चालत जाऊ लागले, ते ज्या हॅन्गरच्या इमारतीच्या दिशेने जात होते त्या इमारतीला खिडक्या नव्हत्या, त्या हॅन्गरची छतापर्यंत गेलेली भव्य दारे बंद होती. त्यांना एक सील ठोकलेले होते; परंतु बाजूलाच एक छोटे दार होते. ते बंद नव्हते, फक्त किलकिले ठेवले होते. त्या दाराजवळ काही फुटांवर पोहोचताच राष्ट्राध्यक्ष थांबले.

ते तिला म्हणाले, ''बास, मी इथेच थांबतो.'' मग दाराकडे बोट करून ते म्हणाले, ''त्यातून तुम्ही आत जा.''

रेचल तसे करण्यास कचरू लागली. ती म्हणाली, ''म्हणजे काय, तुम्ही येणार नाही माझ्याबरोबर आत?''

''मला आता वॉशिंग्टनला परतायचे आहे. माझ्याकडे वेळ नसल्याने मी आता थोडक्यात सांगतो. अन् तुमच्याकडे तुमचा मोबाइल आहे का?''

''अर्थातच आहे!''

''मग तो मला द्या.''

तिने आपल्या पर्समध्ये हात घालून आपला मोबाइल बाहेर काढला आणि त्यांच्यापुढे केला. राष्ट्राध्यक्षांनी तो घेतला. तिला वाटले, की ते आता त्यामध्ये आपला एखादा गुप्त नंबर घालून तो फोन परत करतील; परंतु त्याऐवजी त्यांनी तो फोन सरळ आपल्या खिशात टाकला.

ते म्हणत होते, ''हे ठीक झाले. तुम्ही आता फोनच्या जाळ्यातून बाहेर पडला आहात. तुम्हाला जे काम करायचे आहे त्यासाठी सर्वतोपरी काळजी घेतलेली आहे. त्या कामाबद्दल तुम्ही कोणाशीही आज अजिबात बोलू नये. फक्त मी किंवा नासाच्या प्रशासकाने तुम्हाला तशी परवानगी दिली तरच बोलावे. लक्षात आले ना?''

रेचल राष्ट्राध्यक्षांकडे बघत राहिली. *हा काय प्रकार आहे? राष्ट्राध्यक्षांनी सरळ सरळ उघडपणे माझा मोबाइल चोरला?*

''त्या शोधाबद्दल नासाचे ॲडमिनिस्ट्रेटर तुम्हाला सारे काही सांगतील. त्यानंतर ते वेगळ्या चॅनेलवरून तुम्हाला माझ्याशी संपर्क साधून देतील. तो चॅनेल सुरक्षित आहे. त्यावरचे संभाषण कोणालाच पकडता येणार नाही. मी लवकरच तुमच्याशी संपर्क साधून बोलेन. ठीक आहे, गुडलक!''

रेचलने त्या हॅन्गरच्या दाराकडे पाहिले. तिच्यामध्ये आता एक अस्वस्थतेची जाणीव झाली व ती हळूहळू वाढत गेली.

राष्ट्राध्यक्ष हर्नी यांनी तिच्या खांद्यावरती हाताने थोपटले आणि त्या दाराकडे पाहून मान हलवली. ते म्हणाले, ''रेचल, तुम्ही मला या कामात जी मदत करता आहात त्याबद्दल नंतर तुम्हाला कधीही खेद वाटणार नाही, एवढे मी तुम्हाला आश्वासन देतो.''

त्यानंतर मात्र राष्ट्राध्यक्षांनी एक शब्दही न बोलता तिच्याकडे पाठ केली व तिला घेऊन येणाऱ्या त्या 'पेव्हहॉक' हेलिकॉप्टरकडे ते ताडताड पावले टाकत जाऊ लागले. त्यांनी तिच्याकडे मागे वळून पाहिले नाही. हेलिकॉप्टरमध्ये जाऊन बसताच हेलिकॉप्टरचा पंखा गरगरू लागला व पहाता पहाता त्याने गती घेतली. जमिनीवरून ते उचलेले गेले आणि वेगाने वॉशिंग्टनच्या दिशेने जाऊ लागले.

१२

एका बाजूला वेगळ्या पडलेल्या त्या हॅन्गरच्या छोट्या दरवाज्यात रेचल

एकटीच उभी होती. त्या दाराचा उंबरठा ओलांडून आत पाय टाकावा की न टाकावा अशा संभ्रमात ती पडली होती. पलीकडे सर्वत्र अंधार होता. त्या अंधारात डोकावून पहाण्याचा तिने प्रयत्न केला. पलीकडे एक वेगळेच जग अस्तित्वात होते. त्या जगाच्या काठावर ती उभी होती. गुहेसारख्या वाटणाऱ्या आतल्या जागेमधून एक थंड हवेची झुळूक तिच्या अंगावरून बाहेर पडली. जणू काही आतले जग श्वासोच्छ्वास करत होते.

"हॅलोऽऽ?" तिने ओरडून विचारले. तिच्या आवाजात थोडासा कंप उमटलेला होता. आतून काय प्रकट होईल याची सुप्त भीती तिच्या मनात जागृत होऊ लागली.

तरीही आत शांतता होती. धडधडत्या अंत:करणाने तिने शेवटी आत पाऊल टाकले. आता येथून माघार नव्हती. आतल्या अंधुक प्रकाशाला डोळे सरावले नसल्याने तिला एकदम काहीही दिसले नाही.

"तुम्ही मिस सेक्स्टनच ना?" कोणातरी माणसाचा आवाज तिला ऐकू आला. ती व्यक्ती तिच्यापासून तीन फुटांवरतीच उभी होती.

रेचल एकदम दचकली. आवाजाच्या दिशेने सरकली. जेव्हा तिचे डोळे आतल्या मंद प्रकाशाला सरावले तेव्हा आपल्यासमोर एक धिप्पाड पुरुष उभा आहे असे तिला दिसले. त्या माणसाचा जबडा रुंद होता. अंगावरती नासाचा फ्लाईट सूट होता. त्याचे शरीर पीळदार होते. त्याच्या पोषाखाच्या छातीवरती असंख्य चिन्हे स्टीकरसारखी चिकटवलेली होती.

तो माणूस आपली ओळख करून देत म्हणाला, "मी कमांडर वेन. माझ्यामुळे तुम्ही दचकला असाल तर सॉरी! मला अजून हॅन्गारची मोठी दारे उघडायची आहेत. त्यामुळे येथे जरासा अंधार आहे." ती यावर काही बोलायच्या आत तो पुढे म्हणाला, "आज सकाळी मला तुमचा वैमानिक होण्याचे भाग्य लाभले आहे."

ती बुचकळ्यात पडली. *माझा वैमानिक?* "मला येथे फक्त नासाच्या ॲडमिनिस्ट्रेटरला भेटायला सांगितलेले आहे."

"येस, मॅडम. तुम्हाला येथून त्यांच्याकडे ताबडतोब घेऊन जाण्याचे हुकूम मला मिळालेले आहेत." त्या वैमानिकाने खुलासा केला.

तो जे काही बोलला ते नीट समजायला तिला थोडा वेळ लागला; पण जेव्हा तिला ते समजले तेव्हा आपण एक प्रकारे फसवलो गेलो आहोत असे तिला वाटले. म्हणजे अजून आपला प्रवास संपला नाही तर! सकाळी गाडीने हॉटेल व ऑफिसमध्ये. नंतर हेलिकॉप्टरचा प्रवास. आता त्यानंतर विमानाचा प्रवास. आपल्याला किती दूर जायचे आहे? तिने विचारले, "पण ते तुमचे ॲडमिनिस्ट्रेटर कुठे आहेत?" तिला आता या रहस्यमय प्रकाराचा कंटाळा आला होता.

तो वैमानिक उत्तरला, "ती माहिती मलाही ठाऊक नाही. आपण जेव्हा

उड्डाण करू तेव्हा विमान चालवताना मला त्यांच्या ठिकाणाचे अक्षांश रेखांश कळवले जातील.''

त्या माणसाच्या बोलण्यात प्रामाणिकपणा आहे असे तिला जाणवले. ती व तिचा डायरेक्टर पिकरिंग या दोघांनाच अंधारात ठेवले होते असे नव्हे. याचा अर्थ राष्ट्राध्यक्ष खरोखरीच त्या बातमीबद्दल गुप्तता पाळत आहेत व हा प्रकार गंभीर आहे असे दिसते. म्हणून तर त्यांनी किती झटकन तिच्याकडून तिचा मोबाइल काढून घेतला. *मी येथे येऊन अर्धा तास झाला. तेवढ्या अवधीत माझा बाहेरच्या जगाशी संपर्क तोडला गेला आहे. माझ्या डायरेक्टरला आता मी कुठे आहे ते ठाऊक नाही आणि मीही त्यांच्याशी संपर्क साधू शकणार नाही.*

त्या उंच वैमानिकाच्या समोर उभी असताना तिला कळून चुकले की आपला आज सकाळचा कार्यक्रम हा आधीच ठरवून ठेवला गेला आहे. तो कार्यक्रम दगडावर जणू कोरला गेला होता. तिची त्यापासून सुटका नव्हती. तिची इच्छा असो वा नसो, तिला आवडो वा न आवडो, तो वैमानिक तिला घेऊन जाणारच होता. पण कुठे जाणार होते ते दोघे, एवढाच प्रश्न होता.

तो वैमानिक भिंतीच्या कडेकडेने चालू लागला. ती त्याच्या मागोमाग गेली. मग त्याने तिथल्या भिंतीवरचे एक बटण शोधून दाबले. हॅन्गरची दूरची बाजू हळूहळू सरकून बाजूला होऊ लागली. दारे उघडली जाऊ लागली. बाहेरचा प्रकाश मुक्तपणे आत आला. ते दोघे त्या प्रकाशात न्हाऊन निघाले. बाहेरच्या झगझगीत प्रकाशाच्या भव्य चौकोनाच्या पार्श्वभूमीवरती एका भल्या मोठ्या आकृतीच्या कडा उमटल्या. त्या बाह्यरेषांमुळे हॅन्गरच्या मध्यभागी एक अवाढव्य विमान उभे आहे असे तिला समजले. ते पाहून रेचलने आश्चर्याने आ वासला. *बाप रे! किती अवाढव्य!*

हॅन्गरच्या मध्यभागी एक राक्षसी व काळ्या रंगाचे विमानाचे धूड उभे होते. ते एक जेट लढाऊ विमान होते. त्या विमानाचा आकार तिने यापूर्वी कधीही पाहिला नव्हता. त्याचा सर्व पृष्ठभाग हा वक्र होता व हवेला कमीत कमी घर्षण करणारा होता. विमानाचा आकार व आकाररेषा मनाला भुरळ घालणाऱ्या होत्या.

पण आपल्यासाठी असले विमान? ''तुम्ही माझी चेष्टा तर करत नाही ना?'' तिने विचारले.

''हंऽऽ!'' एक नि:श्वास सोडत तो म्हणाला, ''सर्वांची प्रथम अशीच प्रतिक्रिया होते, मॅडम. पण हे 'एफ-१४, टॉमकॅट स्प्लिट टेल' विमान अगदी विश्वासार्ह आहे.''

हे विमान नाही, तर एक प्रक्षेपणास्त्र आहे!

त्याने तिला विमानाकडे नेले. आत एकामागे एक अशी दोनच आसने होती. ''तुम्ही मागच्या सीटवरती बसा,'' त्याने सांगितले.

तिचा अजूनही विश्वास बसत नव्हता. ती म्हणाली, "मला वाटले होते, की तुम्ही मला गाडीतून कुठेतरी नेणार असाल."

विमानात चढण्याआधी तिला आपल्या कपड्यांवर घालण्यासाठी एक सूट दिला गेला. तो थर्मल फ्लाईट सूट होता. अत्यंत उंचीवर प्रवास करताना तिथे गार हवा असते, किंवा अत्यंत विरळ हवा असते. मग अशा वेळी अंगातील उष्णता हळूहळू निसटून जाऊ लागते. ती उष्णता थोपवण्यासाठी तो खास सूट होता. शिडीवरून ती वर चढली व विमानाच्या मागच्या अरुंद आसनावरती कशीबशी सामावली गेली.

"नासाजवळ कोणी जाड वैमानिक नसतात वाटतं?" तिने विचारले.

तो वैमानिक यावरती काहीही बोलला नाही. तिला आसनांचे पट्टे बांधायला तो मदत करत होता. तिचे बोलणे ऐकून तो फक्त हसला. पट्टे बांधल्यावर त्याने तिच्या डोक्यावरती एक शिरस्त्राण चढवले.

तो म्हणाला, "आपण खूप उंचीवरून उडणार आहोत. तेव्हा तुम्हाला ऑक्सिजनची गरज लागणार." मग ऑक्सिजनचा मुखवटा त्याने तिच्या तोंडावरती बसवला. तो नीट बसवण्यासाठी तो धडपडत होता.

"मला जमेल ते," असे म्हणून तिने तो मुखवटा आपल्या शिरस्त्राणात बरोबर बसवला, पण आता तिला अवघडल्यासारखे वाटू लागले. *ही काही आरामदायी सोय नाही.*

मग त्या वैमानिकाने तिच्याकडे एकदा काही क्षण टक लावून पाहिले व तो हसला.

"काही चुकले आहे का?" तिने विचारले.

"काहीही नाही, मॅडम," तो आपले हसू लपवत म्हणाला. "तुमच्या सीटखाली हॅकसॅक आहेत. अशा विमानात बसल्यावर बरेचजण नर्व्हस होतात. काहींना मळमळते. तुम्हाला जर तसे काही वाटले तर ती हॅकसॅक बाहेर काढा व त्यात उलटी करा."

"मला ठीक वाटते आहे," ती म्हणाली. तिचा आवाज त्या मुखवट्याखालून थोडासा घुसमटल्यासारखा येत होता. "मला सहसा मळमळत नाही."

त्या वैमानिकाने खांदे उडवत म्हटले, "अनेक नेव्ही सील्स प्रथम असेच म्हणतात; पण नंतर मलाच हे कॉकपिट साफ करावे लागले आहे. 'नेव्ही सील्स' म्हणजे आरमारातील व्यक्ती."

यावर तिने मंदपणे आपली मान डोलवली.

"निघण्याआधी काही प्रश्न विचारायचे आहेत?" क्षणभर रेचल कचरली. मग

तिने आपल्या मुखवट्यावर टकटक करत म्हटले, ''इथे हनुवटीवरती हा मुखवटा जरा घट्ट बसला आहे. लांबवरच्या उड्डाणात तुम्ही त्या वेळी काय करता?''

तो शांतपणे हसत म्हणाला, ''मॅडम, आम्ही हे मुखवटे कधीही उलटे घालत नाही. तुम्ही वरची बाजू खाली केली आहे.''

शेवटी ते विमान हॅन्गारमधून बाहेर पडून सावकाश पळत धावपट्टीच्या टोकाशी जाऊन उभे राहिले. कंट्रोल टॉवरकडून परवानगीची वाट पाहू लागले. त्या विमानाच्या इंजिनाची घरघर आपल्या आसनाखाली चालू झाली आहे असे रेचलला जाणवले. आपण एका बंदुकीच्या मोठ्या काडतुसात बसलो असून आता केव्हाही चाप ओढला जाईल, याची ती वाट पाहू लागली. जेव्हा वैमानिकाने थ्रॉटल पुढे दाबला तेव्हा ते विमान, 'टॉमकॅट ट्विन लॉकहीड ३४५' हे जेट फायटर जोरात आवाज करू लागले. इंजिनाचा आवाज टिपेला पोहोचला. आपल्या सभोवतालचे जग थरथरत आहे असे तिला दिसले. जणू काही ते इंजिन आता खरे जिवंत झाले होते व चैतन्याने सळसळू लागले होते. जेव्हा वैमानिकाने विमानाच्या चाकांवरचे ब्रेक्स काढले, तेव्हा रेचल एकदम मागे आसनावरती थडकली. विमान धावपट्टीवरून कधी पळू लागले ते तिला कळलेच नाही. बघता बघता त्या विमानाने हवेत झेप घेतली आणि खालची जमीन कोसळत खाली जाऊ लागली. मात्र ते दृश्य भोवळ आणणारे होते.

आकाशात वर चढत उंची गाठताना रेचलने आपले डोळे मिटून घेतले. आज सकाळी आपले काय चुकले म्हणून आपल्याला असे एकामागोमाग एक धक्के बसत चालले आहेत, असे तिला वाटले. एरवी या वेळी ती आपल्या टेबलापाशी बसून नेहमीचे सारांश लिहून काढण्याचे काम करत असती. त्याऐवजी आपण शब्दशः कुठल्या कुठे भिरकावले गेलो आहोत?

आता ती एका टॉर्पेडोसारख्या विमानावर आरूढ होऊन ऑक्सिजनच्या मुखवट्यामधून श्वासोच्छ्‌वास करत होती. दूर जात होती. कुठे जात होती ते तिला ठाऊक नव्हते. भविष्यातले तिला समजत नव्हते. तरीही तिने त्यात स्वतःला झोकून दिले होते. आता माघार नव्हती. आपले घरदार, नातेवाईक, स्नेही मंडळी सर्व काही मागे राहिले आहे याची जाणीव तिला एकदम झाली.

पुढच्या आसनावर बसलेला वैमानिक आपल्या मुखवट्यामध्ये बोलत होता, वायरलेसवरती कोणाशी तरी बातचीत करत होता. जेव्हा त्याचे बोलणे संपले तेव्हा त्याने ताबडतोब आपले विमान डावीकडे वळवले. एक तीव्र वळण घेताना ते विमान डावीकडे कलले होते. मग त्या विमानाने आपले नाक वर करून सरळ आणखी उंची गाठायला सुरुवात केली. त्या वेळी ते सरळ हवेत जमिनीवरून सुटणाऱ्या

अग्निबाणासारखे उभे राहिले होते. शेवटी कोठे तरी एका उंचीवरती आणून त्याने आपले विमान आडवे केले. आता नेहमीची स्थिती आली होती.

रेचलने गंभीर आवाजात म्हटले, "ही कसरत करून तुम्ही मला सावध केले आहे. भलतीच कसरत होती!"

"आय ॲम सॉरी, मॅडम. मला आत्ताच तुमच्या ॲडमिनिस्ट्रेटरचे अक्षांश रेखांश कळले. आपण आता तिकडचीच दिशा धरली आहे."

"कोणती दिशा ते मला ओळखू द्या," ती म्हणाली, "म्हणजे उत्तरेकडेच ना?"

"पण तुम्हाला कसे कळले?" वैमानिक गोंधळून म्हणाला.

रेचलने यावर एक निःश्वास टाकला. *हे आजकालचे संगणकावरती प्रशिक्षण घेणारे तरुण आपली साधी तर्कशक्ती गमावून बसलेले आहेत.* ती म्हणाली, "आत्ता सकाळचे नऊ वाजलेले आहेत आणि सूर्य आपल्या उजव्या बाजूला आहे. म्हणजे आपण उत्तरेकडेच जात असणार."

काही क्षण कॉकपिटमध्ये शांतता होती. मग तो वैमानिक म्हणाला, "येस मॅडम. आपण उत्तरेकडेच चाललो आहोत."

"अजून किती दूर जायचे आहे आपल्याला?"

यावर त्याने आपल्या विमानाच्या स्थितीचे अक्षांश व रेखांश तपासले आणि तो म्हणाला, "अजून सुमारे तीन हजार मैल जायचे आहे."

रेचल एकदम आपल्या आसनात ताठ बसली व ओरडून म्हणाली, "काय?" तिने आपल्या नजरेसमोर एक नकाशा आणला. नक्की उत्तरेकडे कुठे जायचे आहे याचा ती अंदाज घेऊ लागली. ती म्हणाली, "म्हणजे अजून चार तासांचा प्रवास आहे!"

"होय, आत्ताच्या गतीने तेवढा वेळ लागणार असे दिसते. एक मिनिट हं!"

यावर ती काही बोलू पहात होती; पण त्याआधीच वैमानिकाने विमानाचे पंख मागे झुकवले. आता विमानाला होणारा हवेचा विरोध कमी झाला. पुन्हा एकदा रेचल आपल्या आसनात मागे थडकली; कारण विमानाचा वेग त्याने एकदम वाढवला होता. जणू काही इतका वेळ ते विमान हवेत नुसतेच थांबले होते व आता बंदुकीतून गोळी सुटावी तसे ते पुढे सटकले होते. एका मिनिटात विमानाचा वेग ताशी १,५०० मैलांवरती पोहोचला. आपला प्रवास त्याने दोन तासांवरती आणला.

रेचलला आता गरगरल्यासारखे होऊ लागले. ते विमान जणू काही आकाश फाडत तुफान वेगाने चालले होते. आता मात्र तिला खरोखरच मळमळू लागले. तिला राष्ट्राध्यक्षांचे शब्द आठवले. *रेचल, तुम्ही मला या कामात जी मदत करता आहात, त्याबद्दल नंतर तुम्हाला कधीही खेद वाटणार नाही, एवढे मी तुम्हाला*

आश्वासन देतो.

किंचित कण्हत तिने आपल्या आसनाखालील हॅकसॅकला हात घातला. *कोणत्याही राजकारणी व्यक्तीवरती कधीही विश्वास ठेवू नये.*

१३

सिनेटर सेजविक सेक्स्टन एका टॅक्सीतून चालला होता. त्याला टॅक्सी-ड्रायव्हर मंडळी आवडत नसत; परंतु आता त्याने विजयाच्या मार्गावरती पाऊल टाकले होते. त्या मार्गावरून जाताना प्रसंगी हा टॅक्सीचा प्रवास त्याला नाइलाजाने सहन करावा लागत होता. त्या टॅक्सीने त्याला पर्ड्यू हॉटेलच्या पार्किंग लॉटमध्ये आणून सोडले. खरे म्हणजे अशा झकपक हॉटेलात यावे तर आपल्या आलिशान लिमोसिन गाडीनेच. त्याच्याजवळ तशी गाडी होती व ती त्याला परवडत होती.

त्या पार्किंग लॉटमध्ये आता फारशा गाड्या नव्हत्या. त्या सिमेंटच्या खांबांच्या जंगलात तुरळकच गाड्या दिसत होत्या. तो पार्किंग लॉटमधून तिरप्या दिशेने जाऊ लागला. पायी जाता जाता त्याने आपल्या घड्याळात पाहिले.

11:15 A.M. झकास!

ज्या व्यक्तीला भेटण्यासाठी तो येथे आला होता ती व्यक्ती वक्तशीरपणाबद्दल अत्यंत काटेकोर होती. पुन्हा एकदा सेक्स्टनने त्या व्यक्तीला जे काही हवे आहे त्याचा अंदाज घेतला; कारण वक्तशीरपणासारखीच ती व्यक्ती आपल्या मागणीबाबतही नेहमीच काटेकोर असे.

पार्किंग लॉटमध्ये पांढऱ्या रंगाची फोर्ड विन्डस्टर मिनी व्हॅन उभी असलेली त्याने पाहिली. ती गाडी त्याच व्यक्तीची होती. जेव्हा जेव्हा ती व्यक्ती येथे येई तेव्हा नेमकी अचूकपणे त्याच जागेवरती आपली ही गाडी ठेवून देत असे. प्रत्येक भेटीच्या वेळी सेक्स्टनने ते पाहून ठेवले होते. तोच तो पार्किंग लॉटमधला पूर्वेकडचा कोपरा. त्या व्यक्तीला वरती हॉटेलात एखाद्या पॉश सूटमध्ये भेटायला सेक्स्टनला आवडले असते; परंतु अशा भेटींबाबत खूपच सावधगिरीची गरज असते. म्हणून तर तो आपल्या गाडीऐवजी टॅक्सीने येथे आला होता. त्या माणसाच्या जवळच्या माणसांनाही ही भेट कळता कामा नये. सेक्स्टन त्याला आता त्या व्हॅनमध्ये जाऊन भेटणार होता.

जसजसा सेक्स्टन व्हॅनच्या दिशेने पुढे सरकू लागला तसतशी त्याला ती चमत्कारिक जाणीव होऊ लागली. प्रत्येक भेटीच्या वेळी त्याला नेहमी तशीच जाणीव व्हायची. त्याने बळेबळे आपले खांदे पाडले, तोंडावरती एक उसने हसू आणले आणि व्हॅनचे दार उघडून तो आत शिरून ड्रायव्हरच्या शेजारच्या आसनावर

बसला. ड्रायव्हरच्या जागी एक काळ्या केसांचा व ७० वर्षांचा माणूस बसला होता. त्याने सेक्स्टनची अजिबात दखल घेतली नाही की आपल्या तोंडावर साधे स्मितहास्यही आणले नाही; परंतु त्याच्या चेहऱ्याच्या ताणलेल्या कातडीवरती एक प्रकारचा निगरगट्टपणा आला होता. अनेक कणखर, स्वप्नाळू व क्रूर उद्योजक माणसांच्या तुकडीचा नेता असल्यासारखे भाव त्याच्या चेहऱ्यावरती होते.

"दार बंद करा," त्या माणसाने फर्मावले. त्याच्या आवाजात कठोरपणा होता.

सेक्स्टनने त्याच्या हुकमानुसार तसे केले. त्या माणसाची तुटकपणाची ती वागणूक त्याने मोठ्या विनयाने स्वीकारली. शेवटी ही व्यक्ती अनेक श्रीमंत माणसांची प्रतिनिधी होती. ती माणसे अफाट अशा मोठमोठ्या रकमांच्या उलाढाली करत. यापैकी बराच पैसा आता त्यांनी सेजविक सेक्स्टनचे प्यादे व्हाईट हाऊसच्या उंबरठ्यावरती उभे करण्यात लावला होता. जगातील सर्व सामर्थ्य या व्हाईट हाऊसमध्ये केंद्रित झालेले असल्याने अनेकजण त्यावर आपला ताबा रहावा म्हणून आपल्याजवळची आर्थिक ताकद पणाला लावत होते. सेक्स्टनच्या निवडणूक प्रचाराला ते भल्या मोठ्या रकमांचे हप्ते पुरवत होते; कारण आता तो आगामी निवडणुकीत निवडून येण्याची शक्यता वाढत चालली होती. आत्तापर्यंत त्या माणसाबरोबर झालेल्या बैठकीत रणनीतीची चर्चा कमी होती. फक्त त्याची पैशांची किती गरज आहे ते पाहिले जात होते. त्याला ते पैसे पुरवत होते; पण ती सर्व माणसे आपल्या या गुंतवणुकीवर खूप लाभाची अपेक्षा करत होती. या गोष्टीची ते सेक्स्टनला दर महिन्याला आठवण करून द्यायचे. त्यांची ती मागणी ही मोठीच धाडसी व धक्कादायक होती, असे त्याला वाटले. एकदा का तो राष्ट्राध्यक्ष म्हणून निवडून आला, त्याने व्हाईट हाऊसमधील 'ओव्हल ऑफिस' या सरकारी कार्यालयाचा ताबा घेतला, की आपल्या अधिकारात त्यांची पैशांची कामे त्याने करून द्यायची होती.

त्या व्यक्तीला चटकन कामाचे बोलणे सुरू केलेले आवडते हे लक्षात घेऊन सेक्स्टन म्हणाला, "मी असे धरून चालतो, की तुम्ही आता पुढचा हप्ता तयार ठेवला आहे."

"होय. नेहमीप्रमाणे तो तयार ठेवला आहे. ते सर्व पैसे तुम्ही तुमच्या निवडणूक प्रचारावरती खर्च केले पाहिजेत. जनमत चाचणीचा कौल हळूहळू तुमच्या बाजूने झुकतो आहे हे आम्हाला चांगले लक्षण वाटते." तो माणूस नेहमी बोलण्यात 'आम्ही' असे म्हणायचा; कारण अनेक धनदांडग्या माणसांचे प्रतिनिधित्व तो करत होता. सेक्स्टन राष्ट्राध्यक्ष व्हावा म्हणून त्या सर्वांनी आपापला पैसा संघटितरीत्या ओतला होता. तो माणूस पुढे म्हणाला, "तुमच्या प्रचाराचा मॅनेजर आमचे पैसे योग्यरीत्या खर्च करतो आहे, असे आम्हाला दिसले आहे."

“आमच्या बाजूच्या मतदारांची संख्या भराभर वाढत चालली आहे.”

तो म्हातारा काचेतून समोर पहात त्याला म्हणाला, “मी तुम्हाला फोनवर सांगितल्याप्रमाणे आणखी सहा जणांना आम्ही पटवले आहे. ती माणसे आज रात्री तुम्हाला येऊन भेटतील.”

“छान!” सेक्स्टनने आपला प्रतिसाद व्यक्त केला.

मग त्या माणसाने सेक्स्टनला एक फोल्डर दिले व म्हटले, “यात त्यांची सारी माहिती आहे. त्याचा अभ्यास करा. त्यांना नेमके काय हवे आहे हे तुमच्या नीट लक्षात आले आहे का, ते पहाणार आहेत. तसेच तुम्ही त्यांच्याबद्दल सहानुभूती दाखवून त्यांच्यासाठी पुढे काम करणार आहात का, हेही त्यांना जाणून घ्यायचे आहे. आज रात्री तुमच्या घरी ते तुम्हाला भेटायला येतील.”

“माझे घर? पण मी नेहमी–”

“सिनेटर, ही सहा माणसे ज्या कंपन्या चालवतात ना, त्या कंपन्यांकडे एवढा पैसा आहे, की आत्तापर्यंत ज्यांनी तुम्हाला पैसा पुरवला आहे त्याच्यापेक्षा कैक पटीने तो आहे. ही माणसे म्हणजे बडे मासे आहेत आणि ते अत्यंत सावध असतात. त्यांना यातून भरपूर लाभ होणार आहे. त्यामुळे जास्त पैसे ओतायला ते तयार आहेत. मी फार कष्टाने त्यांना तुम्हाला भेटण्यासाठी पटवले आहे. त्यांना वेगळी व खास वागणूक द्या. तुमचा पर्सनल टच त्यात असू द्या. वैयक्तिकरीत्या आपल्याकडे लक्ष पुरवले जात आहे असे त्यांना वाटू द्या.”

सेक्स्टनने यावर चट्कन मान हलवली. तो म्हणाला, “अर्थातच. ठीक आहे. मी आज त्यांची माझ्या घरी भेट घेतो.”

“तसेच झाले पाहिजे; कारण त्यांना पूर्ण खासगीपणा हवा आहे.”

“मी बघतो ते.”

“गुड लक! आज रात्री सारे काही नीट जमले तर मग तुमची त्यांच्याशी असलेली शेवटची भेट असेल. तुमचे प्रचारकार्य टॉपला पोहोचवण्यासाठी फक्त ही माणसे पुरे आहेत.”

सेक्स्टनने त्यातील अर्थ ओळखला. चेहऱ्यावर एक आत्मविश्वासपूर्ण हास्य आणत तो म्हणाला, “ठीक आहे. आता होऊन जाऊ दे निवडणूक, मग बघाच मी कसा जिंकतो ते. शेवटी विजय माझाच आहे.”

“विजय?” तो म्हातारा कपाळावरती आठ्या घालत त्याच्याकडे अनिष्टसूचक अशा नजरेने पहात म्हणाला, “शेवटी विजय? सिनेटर, येथे संपत नाही सारे. व्हाईट हाऊसमधला तुमचा प्रवेश ही तर फक्त पहिली पायरी आहे. सिनेटर, पुढे काय करायचे ते तुम्ही विसरला नसाल असे मी समजतो.”

१४

तसे पाहिले तर व्हाईट हाऊस हा एक राजवाडा नव्हता की धड वाडा नव्हता. ती वास्तू खूप मोठी आहे, असे कुणाला वाटत असेल तर ते चूक आहे. त्या वास्तूची लांबी १७५ फूट आणि रुंदी अवघी ८५ फूट आहे. ८५ एकर जागेच्या निसर्गरम्य मैदानावरती ही वास्तू उभी आहे. ही वास्तू बांधण्यासाठी रचनाकारांची खुली स्पर्धा घेतली होती व त्यात वास्तुरचनाकार जेम्स होबन याचा नकाशा मंजूर केला गेला. परीक्षकांच्या मते त्याने जी रचना पुढे केली, ती अत्यंत आकर्षक, ऐटबाज, प्रतिष्ठित आणि नव्या कल्पनेनुरूप बदलणारी अशी वास्तू होती. एक दगडी बांधणीची चौकोनी रचना, त्यावरती उतरते छप्पर, कठड्यांमध्ये सोट्यासारखे ओळीने छोटे खांब आणि उंच स्तंभापासून प्रवेशद्वार असे त्या वास्तूचे रूप आहे.

परंतु अशा वास्तूत राष्ट्राध्यक्ष झॅक हर्नी हा गेली साडेतीन वर्षे रहात आलेला होता, तरी त्याला येथे कधीही घरगुती वातावरण वाटले नाही; कारण आत सर्वत्र झुंबरे, जुन्या दुर्मिळ वस्तू आणि हत्यारी नौसैनिकांचा जागोजागी पहारा होता. अशा ठिकाणी घरगुती वातावरण निर्माण होण्याऐवजी नुसता दिमाख व दबदबा निर्माण होत होता. आता तो पश्चिमेकडच्या बाजूला चालला होता. आपल्याला खूप बळ प्राप्त झाले आहे असे त्याला वाटत होते. त्याचबरोबर त्याला एकदम मोकळे झाल्यासारखेही वाटत होते. हे थोडेसे चमत्कारिक होते. खालच्या महागड्या गालिच्यावरून चालताना आपले पाय हलके झाले असून ते वजनरहित झाले आहेत असे त्याला वाटू लागले.

त्या पश्चिमेच्या बाजूला अनेक कर्मचारी काम करत होते. तरंगत चालल्यासारखे राष्ट्राध्यक्ष जवळ येताना पाहून अनेकांनी आपल्या माना वर करून त्यांच्याकडे पाहिले. राष्ट्राध्यक्षांनी प्रत्येकाकडे पाहून हात हलवला व प्रत्येकाला नावाने हाक मारून 'हॅलो' केले. त्या कर्मचाऱ्यांच्या प्रतिक्रिया जरी आदबशीर असल्या तरी मंद होत्या. त्यांनी आपल्या चेहऱ्यावरती बळेच एक हसू आणले होते.

"गुड मॉर्निंग, प्रेसिडेन्ट!"

"नाईस टू सी यू, प्रेसिडेन्ट!"

"गुड डे, सर!"

त्यांच्यामधून आपल्या कार्यालयाकडे जाताना राष्ट्राध्यक्षांना आपल्यामागे कुजबूज होत असल्याचे जाणवले. आपल्या सरकारविरुद्ध कुठे बंड होत असल्याचे तर हे चिन्ह नाही ना, अशी शंका त्याच्या मनात आली. गेले दोन आठवडे मतदारांच्या चाचपणीचे जे अहवाल प्रसिद्ध होत होते त्यात राष्ट्राध्यक्षांच्या लोकप्रियतेला ओहोटी लागत चालल्याचे दिसून येत होते. आपल्या जहाजावर बंडाची तयारी सुरू

झाल्यावर जशी कॅप्टनची अवस्था होते तशी आपली अवस्था होते आहे, अशी भावना राष्ट्राध्यक्ष हर्नीची होऊ लागली होती.

परंतु तरीही राष्ट्राध्यक्ष आपल्या कर्मचाऱ्यांना दोष देत नव्हते. येत्या निवडणुकीची तयारी करण्यासाठी हेच कर्मचारी जीव तोडून अहोरात्र काम करत होते; पण आता एकदम असे चित्र उमटू लागले होते, की राष्ट्राध्यक्षांच्या पायाखालची वाळू सरकू लागली आहे.

परंतु हर्नी आपल्या मनात म्हणत होता, *लवकरच त्यांना कळून चुकेल पुन्हा एकदा मी सर्वांचा लाडका नेता बनणार आहे.*

आपण जे काही नंतर जाहीर करणार आहोत त्याची वाच्यता आपल्या कर्मचाऱ्यांपाशी त्याने कधीही केली नव्हती. त्यांना अंधारात ठेवल्याबद्दल त्याला खेद होत होता; पण काय करणार, अशा प्रकरणात गुप्तता बाळगणे हे अतिमहत्त्वाचे असते अन् जेव्हा गुप्तता बाळगण्याचा प्रश्न येतो तेव्हा त्याला गळती लागण्याची शक्यता व्हाईट हाऊसमध्ये सर्वांत जास्त होती.

ओव्हल ऑफिसच्या बाहेर असलेल्या प्रतीक्षालयात तो गेला तेव्हा तिथे त्याची सेक्रेटरी बसलेली त्याला दिसली. तिला त्याने उत्साहाने आपला हात हलवून अभिवादन केले व म्हटले, ''डोलोरिस, एवढ्या सकाळीही तुम्ही अत्यंत खुषीत दिसत आहात.''

''तुम्हीसुद्धा तसेच दिसता आहात, सर.'' तिने त्याच्या अंगावरील घरगुती कपडे पाहून आपले नाक त्यासाठी किंचित मुरडून म्हटले. अशा कपड्यांत राष्ट्राध्यक्षांनी ऑफिसात जाणे हे तिला आवडले नव्हते.

मग हर्नीने आपला आवाज खाली आणत तिला म्हटले, ''मला एक मीटिंग घ्यायची आहे. त्याची ताबडतोब तयारी सुरू करा.''

''कोणाबरोबर मीटिंग घ्यायची आहे, सर?''

''व्हाईट हाऊसमधील सर्व कर्मचाऱ्यांबरोबर.''

तिने चमकून वर पहात म्हटले, ''तुमच्या एकूणएक कर्मचाऱ्यांबरोबर? म्हणजे सर्वच्या सर्व १५५ जणांबरोबर?''

''अगदी बरोबर.''

ती अस्वस्थ झाली. तिने म्हटले, ''ठीक आहे. मी ती मीटिंग... अंऽऽ ब्रीफिंग रूममध्ये ठेवू?''

हर्नीने आपली मान हलवत म्हटले, ''नाही, ती माझ्या ऑफिसात ठेवायची.''

आता ती हबकली. तिने त्याच्याकडे रोखून पहात म्हटले, ''म्हणजे तुम्हाला तुमचे सर्व कर्मचारी ओव्हल ऑफिसमध्ये हवे आहेत?''

''बरोबर.''

"अन् तेही आजच?"

"का नाही? दुपारी चार वाजता ठेवू या ती मीटिंग."

तिने त्यावर आपली मान अशी हलवली, की जणू काही एखादा मानसिक रुग्ण आपल्याशी काहीतरी विनोदी बोलतो आहे. ती म्हणाली, "व्हेरी वेल, सर. अन् ही मीटिंग कशासंबंधी आहे बरे...?"

"मला आज रात्री एक महत्त्वाचे निवेदन अमेरिकी जनतेला उद्देशून करायचे आहे; पण त्या आधी मला ते निवेदन माझ्या कर्मचाऱ्यांसमोर करायचे आहे."

ते ऐकल्यावर त्या सेक्रेटरीच्या चेहऱ्यावरती एकदम एक विषण्ण भावना पसरली. जणू काही कधीतरी अशी धास्ती वाटणारी गोष्ट घडणार याची ती आपल्या मनात बरेच दिवस वाट पहात असावी. तिने खालच्या आवाजात विचारले, "सर, तुम्ही निवडणुकीतून माघार तर घेत नाही ना?"

यावर हर्नीने एक गडगडाटी हास्य केले. "नो, डोलोरिस! उलट मी आता दंड थोपटून उभा रहाणार आहे!"

तिला अध्यक्षांचे बोलणे शंकास्पद वाटले. सर्व वृत्तमाध्यमे म्हणत होती, की राष्ट्राध्यक्ष हर्नी हे निवडणुकीतून पळ काढणार.

त्याने तिच्याकडे पाहून आश्वासकरीत्या आपले डोळे मिचकावले. "डोलोरिस, गेली काही वर्षे तुम्ही माझ्यासाठी फार छान काम केले आहे आणि अजून माझ्यासाठी पुढची चार वर्षे तरी झकास काम करत रहाणार आहात. आपण हे व्हाईट हाऊस सोडून जाणार नाही. मी हे शपथेवर सांगतो."

आपल्याला यावरती विश्वास ठेवायलाच हवा असा तिचा चेहरा झाला होता. "ठीक आहे, सर. मी सर्वांना चार वाजताच्या मीटिंगची सूचना कळवते."

ओव्हल ऑफिसमध्ये झॅक हर्नीने प्रवेश केल्यावरती, त्याला चेहऱ्यावरील स्मितहास्य रोखून धरता येईना. त्या छोट्या दालनात आपल्यासमोर सर्व कर्मचारी दाटीवाटीने बसले आहेत असे चित्र त्याच्या नजरेसमोर तरळू लागले.

त्या दालनाला 'ओव्हल ऑफिस' असे नाव पडण्याचे कारण तिथे एक भले मोठे लांबलचक व लंबवर्तुळाकृती टेबल होते, म्हणून त्याला ओव्हल ऑफिस म्हणायची प्रथा पडली होती. या ठिकाणी महत्त्वाच्या व्यक्तींशी अमेरिकी राष्ट्राध्यक्ष भेटीगाठी घेतो, चर्चा करतो, आपली रणनीती ठरवतो. गेल्या अनेक वर्षांत या दालनाला आणखीही टोपण नावे वेळोवेळी ठेवली गेली होती. Loo, Dick's den, Clinton Bedroom, इ.इ. पण हर्नीला ते The Lobster Trap नाव फार आवडायचे. ते नाव कसे चपखल बसायचे. एखादी नवीन व्यक्ती जर या दालनात शिरली तर त्या व्यक्तीचे दिशांचे भान येथे ताबडतोब हरपायचे. दालनामध्ये सर्वत्र

सारखेपणा भरलेला होता. सर्व भिंती सरळ सपाट नव्हत्या. त्या हळूहळू वक्र होत गेल्या होत्या. त्यामुळे चारही भिंती जाऊन त्याऐवजी एकच एक लंबवर्तुळाकार भिंत तिथे तयार झाली होती. आत-बाहेर करू देणारी भिंतीतली दारेही एवढ्या खुबीने बसवली होती, की ती एकदम लक्षात यायची नाहीत. एखाद्याला डोळ्यांवर पट्टी बांधून आणले व स्वत:भोवती गरागरा फिरायला लावून मग त्याच्या डोळ्यांवरची पट्टी काढली तर त्याचे जसे दिशांचे भान हरपेल तसे येथे भेट देणाऱ्या नवागताचे व्हायचे. परराष्ट्रांचे अनेक प्रतिनिधी येथे येऊन राष्ट्राध्यक्षांची भेट घ्यायचे. मग परत जाताना ते उठून उभे रहात, निरोप घेण्यासाठी राष्ट्राध्यक्षांशी हस्तांदोलन करत आणि सरळ ताडताड पावले टाकत एखाद्या दाराकडे जाऊन ते दार उघडत. मग नेमके ते दार एखाद्या कपाटाचे निघे. अशा वेळी हर्नी त्या पाहुण्याला वेळेतच वाटेत थांबवे व आपण होऊन त्याला बाहेर पडण्याच्या दाराकडे घेऊन जाई. किंवा तसे काहीही न करता त्या पाहुण्याची उडालेली त्रेधा मजेने पहात राही; पण ते सारे त्याच्याबरोबरची चर्चा कशी झाली यावरती अवलंबून राही.

त्या खोलीतील गालिच्यावरती मध्यभागी एका गरुडाचे रंगीत चित्र कशिदाकाम करून काढलेले होते. ते अमेरिकेचे एक बोधचिन्ह होते. हर्नीच्या मते ते चित्र त्या दालनात सर्वांत उठून दिसणारे होते. गरुडाने डाव्या पायात ऑलिव्ह वृक्षाची एक डहाळी पकडलेली होती आणि उजव्या पायात बाणांचा एक जुडगा धरलेला होता. तो गरुड समोर पहात नव्हता. त्याचे तोंड डावीकडे होते, म्हणजे ऑलिव्हची डहाळी धरलेल्या दिशेने होते. शांततेच्या काळात तो डहाळीच्या दिशेने डावीकडे पाही; परंतु युद्धकाळात त्याचे तोंड बाणांच्या दिशेने, उजवीकडे होई. चमत्कार वाटावा असा हा प्रकार आहे. बाहेरच्या थोड्या लोकांनाच हे ठाऊक आहे. अत्यंत गूढपणे हा गालिच्यामधील चित्रात बदल व्हायचा. व्हाईट हाऊसमधील वास्तूची देखभाल करणारे जे कर्मचारी आहेत, त्यांच्या प्रमुखाला तो चमत्कार ठाऊक आहे व तो फक्त त्या वेळच्या राष्ट्राध्यक्षांना तसे सांगतो. गूढपणे बघणाऱ्या त्या गरुडाचा चमत्कार हे एक ऐहिक सत्य होते व हर्नीला ते ठाऊक होते. युद्धाचे वातावरण कितपत आहे याचा अंदाज घेऊन देखभाल खात्याचा प्रमुख रात्री तळघरातील तसाच दुसरा गालिचा घेऊन, त्यावरची धूळ झटकून वरती यायचा व पहिला गालिचा काढून त्या जागी हा उजवीकडे पहाणाऱ्या गरुडाचा गालिचा ठेवायचा.

आत्ता हर्नी डावीकडे पहाणाऱ्या त्या गरुडाकडे टक लावून पहात होता. आपण त्या सिनेटर सेजविक सेक्स्टनविरुद्ध एक छोटेसे युद्धच छेडले आहे. तेव्हा हा गालिचा बदलायला हरकत काय आहे, असा विचार त्याच्या मनात डोकावून गेला.

१५

यू.एस. डेल्टा फोर्स हे एक छोटे असले तरी लढाऊ दल होते. त्यांनी काहीही केले तरी त्यांच्या कृतीला कायद्याचे आव्हान देता येत नव्हते. राष्ट्राध्यक्षांच्या खास परवानगीने तसे अधिकार त्यांना दिले गेले होते.

राष्ट्राध्यक्षांनी आपल्या अधिकारात, म्हणजे PDD 25 (Presidential Decision Directive 25) नुसार डेल्टा फोर्सच्या सैनिकांना सर्व कायदेशीर जबाबदारीतून मुक्तता दिली होती. कोणताही कायदा त्यांचे वाकडे करू शकत नव्हता. जर अमेरिकी लष्कराचा वापर हा खासगी कामासाठी, वैयक्तिक कामासाठी, देशांतर्गत कायदा व सुव्यवस्था राखण्यासाठी किंवा एखाद्या मंजुरी न मिळालेल्या छाप्यासारख्या हल्ल्यासाठी कोणी केला, तर तो दुरुपयोग समजून जबाबदार व्यक्तीवरती फौजदारी खटला भरला जाऊ शकतो. त्यासाठी एक कायदा 1876 Posse Committee Act नावाने केला होता.

परंतु लष्करालाही लागू असणाऱ्या ह्या कायद्यातून डेल्टा फोर्सला DD 25 नुसार मुक्तता मिळालेली होती. उत्तर कॅरोलिना राज्यातील फोर्ट ब्रॅग येथे लष्कराचे जे स्पेशल ऑपरेशन्स कमांड आहे त्यांच्यामध्ये कॉम्बॅट ॲप्लिकेशन्स ग्रुप नावाचे पथक आहे. त्यातून निवडलेले सैनिक डेल्टा फोर्समध्ये घेतलेले होते. या सैनिकांना माणसांना ठार करण्याचे प्रशिक्षण दिले होते. एकदम हल्ला करून ओलिसांना सोडविण्याच्या कार्यात ते तरबेज होते. शत्रूला चकित करून अचानक छापे घालणे, लपून बसलेल्या शत्रूचे सैनिक, दहशतवादी यांना हुसकावून त्यांचा नाश करणे वगैरे गोष्टी तर त्यांच्या हातचा नुसता मळ होता.

त्यामुळे अत्यंत गुप्त कामासाठीच हे डेल्टा फोर्स वापरावे लागायचे. कोणत्याही सुरक्षा दलामध्ये जी अधिकाराची उतरंड असते, त्यामुळे वरून खालपर्यंत आज्ञा पोहोचून मग तिचे पालन करण्यात अनेकदा अडचण येत असते; कारण समोरची परिस्थिती सेकंदासेकंदाला बदलत असते; पण डेल्टा फोर्समध्ये तसे नव्हते. येथे एकस्तरीय किंवा Monocaput Management व्यवस्था होती. म्हणजे येथे फक्त एका व्यक्तीकडे सर्व अधिकार एकवटलेले असत. फक्त तीच व्यक्ती आपल्या गटावरती, गटातील व्यक्तींवरती नियंत्रण ठेवू शकते; मात्र ही व्यक्ती लष्करातील अत्यंत वरच्या पातळीवरील अधिकारी व्यक्ती असते. तोच फक्त सर्व कारवाईवरती नियंत्रण ठेवतो. डेल्टा फोर्सच्या कामगिऱ्या, कारवाया यांचे विश्लेषण हे खूप वरच्या पातळीवरती होत असते. जेव्हा नेमून दिलेली कामगिरी पूर्ण होते तेव्हा त्यानंतर डेल्टा फोर्सचे सैनिक त्याबद्दल चुकूनही अवाक्षर काढत नाहीत, अगदी एकमेकांशीही बोलत नाहीत किंवा आपल्या वरिष्ठांशीही बोलत नाहीत.

वेगाने धावून जाणे, संघर्ष करणे आणि विसरून जाणे अशी त्यांची कार्यपद्धती होती.

डेल्टा फोर्सची एक छोटी तुकडी, तुकडी म्हणण्यापेक्षा एक छोटा गट हा उत्तरेकडे ८२ अक्षांशापलीकडे कार्यरत होता; पण तिथे तो एकाच जागी खिळून होता. कुठेही धावून जात नव्हता किंवा कोणाशीही लढत नव्हता. तो फक्त बारीक नजर ठेवून होता; कारण आत्ताची कामगिरी ही नेहमीपेक्षा अगदी वेगळी होती. त्यांच्या गटप्रमुखाला कोणीच नावाने संबोधत नव्हते. 'डेल्टा-वन' अशा टोपण नावाने ते त्याला संबोधायचे. त्या डेल्टा-वनला दीर्घ अनुभवाने हे कळून चुकले होते, की आपल्याला काहीही करायला सांगितले तरी त्याबद्दल आश्चर्य वाटू द्यायचे नाही. गेल्या पाच वर्षांत त्याने मध्यपूर्वेतील ओलिसांची सुटका करण्यात भाग घेतला होता. अमेरिकेतील दहशतवाद्यांचा शोध घेऊन त्यांचा माग काढत, त्यांना शेवटी पार संपवून टाकायचे हे कामही केले होते. एवढेच नव्हे तर जगातील अत्यंत धोकेबाज, खतरनाक अशा स्त्री-पुरुषांना संपवण्याचेही काम त्याने केले होते.

गेल्या महिन्यात डेल्टा फोर्सने एक अत्याधुनिक हत्यार आपल्या शस्त्रागारात दाखल केले होते व त्याचा वापरही केला होता. ते हत्यार म्हणजे एक छोटा उडणारा किडा होता; पण तो यांत्रिक होता. मायक्रोबोट नावाने तो ओळखला जायचा. त्याच्या पोटात एक तेवढाच सूक्ष्म कॅमेरा व ट्रान्समीटर बसवला होता. त्याच्या तोंडात एक टिटॅनियम धातूची केसाएवढी जाड व पोकळ सुई होती. आतमध्ये एक रसायन भरलेले होते. माणसाच्या शरीरात त्या रसायनाचे एक-दोन थेंब जरी शिरले, तरी त्यामुळे त्याच्या शरीरातील रक्तवाहिन्या संकोच पावत. तसे झाले की हृदयाचा रक्तपुरवठा थांबून हृदय बंद पडे व त्या व्यक्तीचा मृत्यू ओढवे.

अशा या मायक्रोबोटचा पहिला वापर डेल्टा फोर्सने एका व्यक्तीवर प्रथम करून पाहिला. ती व्यक्ती ही चोरट्या नशिल्या पदार्थांच्या व्यापारातील दादा माणूस होती. त्या दादाचे अभेद्य साम्राज्य होते. डेल्टा फोर्सच्या माणसांनी त्या दादाच्या दोन मजली इमारतीमध्ये तो उडता यांत्रिक किडा ऊर्फ मायक्रोबोट सोडला. दुसऱ्या मजल्यावरच्या खिडकीतून तो किडा आत शिरला. लॅपटॉपवर आतली दृश्ये पाहून त्याची निजण्याची खोली शोधून काढण्यात आली. पलंगावर सुखाने निजलेल्या त्या दादावर किड्याची चाल करण्यात आली. त्याच्या खांद्यावर बसून किड्याकरवी ते भयानक रसायनाचे इंजेक्शन, अवघे दोन थेंब, टोचण्यात आले. तात्काळ त्या मायक्रोबोटला तेथून उडवून खिडकीतून बाहेर आणून डेल्टा फोर्सच्या माणसाने आपल्या ताब्यात घेतले. कामगिरी सुखरूप पार पाडली गेली. त्या दादाला दोन-तीन सेकंदांत जाग आली. त्याला धाप लागली होती. छातीत वेदना होऊ लागल्या होत्या. त्याने आपल्या बायकोला बोलावले. तिने त्याची अवस्था पहाताच तातडीने

डॉक्टरांना पाचारण केले. तोपर्यंत डेल्टा फोर्सची तुकडी आपले काम आटपून विमानाने परतीच्या वाटेवर होती. शेवटी तो नशिल्या पदार्थांचा अनभिषिक्त राजा मृत्यू पावला. सरकारची एक डोकेदुखी नाहीशी झाली.

कुठेही घरात घुसण्यासारखी फोडतोड नाही.

मृत्यूचे कारण डॉक्टरांना नैसर्गिक दिसले.

एका अफलातून हत्याराने गुपचूप बळी घेतला.

त्यानंतर अगदी अलीकडे हा मायक्रोबोट एका सिनेटरच्या ऑफिसात सोडण्यात आला. तो सिनेटर हा राजकीय वर्तुळातील एक मोठे प्रस्थ होते. त्याच्या एका खासगी बैठकीचे चित्रण करायचे होते. मायक्रोबोटकडून जी चलच्चित्रे मिळवली गेली त्यानुसार ती खासगी बैठक म्हणजे सिनेटर महाशयांचे एका स्त्रीशी शरीरसंबंध चालू होते. त्या चित्रणाचा पुढे भविष्यकाळात कदाचित उपयोग केला जाईल; परंतु तेव्हापासून अशा चित्रणाला डेल्टा फोर्सची माणसे विनोदाने 'इन्सर्शन बिहाईन्ड एनिमी लाईन्स' असे म्हणू लागली.

आत्ता डेल्टा-वन हा आपल्या एका तंबूत गेले दहा दिवस लपून राहिला होता. त्याच्याबरोबर त्याची दोन माणसे, म्हणजे 'डेल्टा-टू' आणि 'डेल्टा-थ्री' ही होती. त्यांना एका विशिष्ट ठिकाणी मायक्रोबोटद्वारे लक्ष ठेवायचे होते. ही कामगिरी आता संपत आलेली होती. त्याला वरिष्ठांकडून सूचना देण्यात आल्या होत्या.

नेहमी लपलेले रहा.

समोरच्या मोठ्या रचनेत आत चाललेल्या हालचालींवर आणि बाहेर नजर ठेवा.

जर काही अनपेक्षित घडत असलेले दिसले तर ताबडतोब आपल्या कंट्रोलरशी संपर्क साधा.

डेल्टा-वनला असे प्रशिक्षण दिले गेलेले होते की त्याला दिलेल्या कामगिरीमध्ये कोठेही भावनांना थारा देऊ नये. आत्ताच्या कामगिरीबद्दल जेव्हा त्यांना सुरुवातीला माहिती देण्यात आली तेव्हा डेल्टा-वनच्या तुकडीची हृदये धडधडू लागली होती. त्यांना माहिती देताना त्यांच्यासमोर प्रत्यक्षात कोणीही व्यक्ती समोर हजर नव्हती. ते एक 'फेसलेस ब्रीफिंग' होते. म्हणजे फक्त वायरलेसद्वारे त्यांना माहिती व सूचना देण्यात येत होत्या. अत्यंत सुरक्षित अशा इलेक्ट्रॉनिक चॅनेल्सद्वारे ते वायरलेस प्रक्षेपण त्यांच्यापर्यंत पोहोचत होते. या कामगिरीसाठी कोण कंट्रोलर आहे ते डेल्टा-वनला कधीच कळणे शक्य नव्हते.

आत्ता डेल्टा-वन जेवणाची तयारी करत होता. म्हणजे कोरड्या प्रथिनांमध्ये

पाणी घालून खाण्यालायक पदार्थ तो बनवत होता. त्याच्याजवळच्या छोट्या घड्याळामध्ये एकदम 'बीप' आवाज आला. तसाच आवाज त्याच वेळी बाकीच्या दोन्ही साहाय्यकांच्या घड्याळांमध्येही उमटला. वेळेची आठवण करून देणारा तो एक गजर होता. काही सेकंदांतच त्यांच्यासमोरच्या वेगळ्या छोट्या वायरलेस सेटमध्ये एक बारीक दिवा उघडझाप करू लागला. CrypTalk मार्फत संपर्क साधला जात होता. आपल्या हातातील काम टाकून त्याने तो छोटा वायरलेस सेट उचलला. बाकीचे दोघेजण शांतपणे त्याच्याकडे पाहू लागले.

त्याने वायरलेस सेटमध्ये आपली ओळख सांगणारा शब्द उच्चारला, ''डेल्टा-वन!''

त्या दोन शब्दांच्या ध्वनीचे तात्काळ विश्लेषण केले जाऊन नक्की कोणाचा आवाज आहे ते त्याच वायरलेस सेटकडून ओळखले गेले. त्या शब्दांना काही सांकेतिक क्रमांक दिलेले होते. ते क्रमांक वायरलेस सेटमधून प्रक्षेपित झाले. त्या लहरी थेट उपग्रहाकडे पोहोचल्या व तेथून खाली ज्या व्यक्तीने डेल्टा फोर्सच्या तुकडीला फोन केला होता त्या व्यक्तीच्या वायरलेस सेटमध्ये गेल्या. तिथे त्या नंबरांचे रूपांतर कृत्रिम ध्वनीत होऊन आवाज उमटवला गेला. यामध्ये अवघा आठ लक्षांश सेकंद एवढाच वेळ गेला.

या कामगिरीची जबाबदारी ज्याच्यावर टाकण्यात आलेली होती तो कंट्रोलर आता त्या यंत्रात बोलला, ''कंट्रोलर हिअर.'' त्याचे शब्द पलीकडच्या टोकाला कृत्रिम व धातुमय आवाजात उमटू लागले, ''तुमची कामगिरी कोठवर आली आहे?''

''सर्व काही ठरवल्याप्रमाणे घडत आहे,'' डेल्टा-वनने उत्तर दिले.

''एक्सलंट! वेळेची मर्यादा आता नवीन आहे. ती मर्यादा आज रात्री ईस्टर्न स्टॅन्डर्ड टाईमनुसार आठ वाजेपर्यंत आहे. त्या वेळी सारी माहिती सार्वजनिकरीत्या जाहीर केली जाईल.''

डेल्टा-वनने आपल्या हातातील क्रॉनोग्राफमध्ये पाहिले. *म्हणजे आता फक्त आठ तास उरलेत.* त्यानंतर तो या कामगिरीतून मुक्त होणार होता. म्हणून त्याला आता बरे वाटले.

तो पलीकडचा कंट्रोलर सांगत होता, ''आणखी एक घटना घडली आहे. रिंगणात आणखी एक खेळाडू उतरला आहे.'' त्याचे सांगणे अर्थातच थोडेसे सांकेतिक स्वरूपात होते.

''कोणता खेळाडू?''

डेल्टा-वन ऐकू लागला. *झकास खेळ चालला आहे. कोणीतरी या खेळात रंग भरते आहे तर.* त्याने विचारले, ''ती व्यक्ती कितपत विश्वासार्ह आहे?''

पलीकडून सांगण्यात आले, "तिच्यावरती अगदी जवळून लक्ष ठेवावे."

"अन् मग तिच्याबाबतीत काही गडबड झाली तर?"

"तर तुमच्याकडे त्यासाठी हुकूम देऊन ठेवले आहेत." त्या आवाजात ठामपणा होता. कंट्रोलरने अजिबात विचलित न होता *ताबडतोब* उत्तर दिले होते.

१६

रेचल सेक्स्टन उत्तरेच्या दिशेने प्रवास करत होती. उडाल्यापासून आत्तापर्यंत एक तास झाला होता. वाटेत न्यू फाउंडलंड बेट सोडले तर तिला खाली सतत फक्त समुद्र दिसत होता. त्या एफ-१४ विमानाच्या प्रवासात खाली फक्त पाणीच पाणी होते.

तिला त्यामुळे वैताग आला. केवळ एकच एक कंटाळवाणे असे अथांग सागराचे दृश्य म्हणून तिला वैताग आला नव्हता, तर तिला पाण्याची घृणा होती म्हणून ती मनात थोडीशी चिडली होती. ही घृणा बसण्याचे कारण तिच्या लहानपणच्या एका प्रसंगात होते. त्या वेळी ती सात वर्षांची होती. पाण्यावर गोठलेल्या बर्फाच्या सपाट पृष्ठभागावर ती व तिची आई स्केटिंग करत होत्या. तिच्या मागोमाग तिची आई येत होती. अनेक स्त्री-पुरुष स्केटिंगचा आनंद लुटत होते. अचानक रेचलच्या पायाखालचा बर्फाचा थर मोडला व ती गार पाण्यात पडली. आता ती वरचा बर्फाचा थर आणि पाणी यामध्ये सापडून मरणार होती. रेचलला ते जाणवले. ती अत्यंत घाबरली. कशीबशी त्या बर्फाच्या थराला पडलेल्या भोकापाशी ती आली, पण पुन्हा खाली जाऊ लागली. 'संपले सारे' असे तिला वाटत असतानाच तिचा हात तिच्या आईने पकडून ठेवला. अगदी घट्ट पकडून ठेवला. शेवटी आईने जीव एकवटून तिला ओढून बाहेर काढले. एका जीवघेण्या प्रसंगातून ती वाचली खरी, पण त्यामुळे उरलेल्या आयुष्यात तिला सतत एका भयगंडाशी सामना करावा लागला. तो भयगंड पाण्याबद्दल होता. पाणी दिसले की ती घाबरे. तिला हायड्रोफोबियाची बाधा झाली. कोठेही तिला पाण्याचा विस्तार दिसला, विशेषत: थंड पाण्याचा, तर तिचा ऊर धडाडू लागे. आज ती उत्तर अटलांटिक महासागरावरून उडत चालली होती. तेव्हा तिची जुनी पाण्याबद्दलची भीती उसळी मारून वरती येऊ लागली.

तिचे विमान उत्तरेची दिशा धरून चालले होते. कोठवर आलो आहोत, हे तिला समजेना. थुले गावात एक अमेरिकी वायुदलाचा विमानतळ आहे. त्या वैमानिकाने जेव्हा त्या तळाशी संपर्क साधून आपली हवेतली स्थिती तपासून घेतली, तेव्हाच तिला आपण ग्रीनलंडपाशी आलेलो आहोत हे समजले; कारण थुले गाव ग्रीनलंडमध्ये आहे हे तिला ठाऊक होते. *याचा अर्थ मी आर्क्टिक सर्कल ओलांडून*

उत्तरेकडे आले? इतक्या दूरवर आल्याचे जाणवल्यावर ती अस्वस्थ झाली. हळूहळू तिची अस्वस्थता वाढत गेली. *ते इतक्या दूरवर मला का घेऊन जात आहेत? नासाला असे काय विशेष सापडले?* लवकरच तिला खालच्या निळ्या समुद्रात पांढरे पांढरे ठिपके दिसू लागले.

हिमनग.

रेचलने हिमनग आयुष्यात फक्त एकदाच पाहिलेले होते. सहा वर्षांपूर्वी तिच्या आईने तिचे मन वळवून अलास्काच्या सफरीवरती नेले. अमेरिकेचे अलास्का राज्य हे अतिउत्तरेकडे होते. हा भूभाग एके काळी कॅनडाचा होता. रेचल तिथे जायला तयार नव्हती; कारण वाटेत अथांग, थंड महासागर आणि हिमनगांची रेलचेल तिथे होती. तिचा थंड पाण्याचा भयगंड तिला अडवत होता. म्हणून तिने जमिनीवरची अन्य ठिकाणे सुचवली; परंतु तरी तिच्या आईने आपला आग्रह सोडला नाही. ती म्हणत होती, ''रेचल, हनी, पृथ्वीचा पृष्ठभाग हा दोन तृतीयांश पाण्याने भरलेला आहे. आज ना उद्या तुला समुद्राशी जमवून घ्यावेच लागणार आहे.'' तिची आई ही अमेरिकेच्या न्यू इंग्लंड भागातून आलेली होती. त्या भागातील माणसे चिवट असतात. आपल्या मुलीलाही तसेच बनवण्यासाठी तिची आई धडपडत होती.

शेवटी ती त्या बोटीच्या सफरीवरती आईबरोबर गेली; पण आईबरोबर केलेली ती सफर शेवटचीच ठरली. आई! *कॅथेरीन सेक्स्टन.* आईची आठवण होताच तिला एकदम एकाकीपणाची भावना झाली.

विमानाच्या बाहेर वारा घोंगावत होता. तिच्या मनातील मागे पडलेल्या स्मृती त्या वाऱ्यासारख्याच घोंगावत आता धावून आल्या आणि तिला आपल्याबरोबर नेहमीप्रमाणे फरफटत नेऊ लागल्या. तिच्या आईशी झालेले तिचे शेवटचे बोलणे हे फोनवरचे होते. ते संभाषण तिच्या कानात ऐकू येऊ लागले.

ती एक सकाळ होती. त्या दिवशी 'थँक्स गिव्हिंग डे' होता. कुटुंबातील सर्वांनी संध्याकाळी एकत्र जमून जेवण करायचे असते. हास्यविनोद करत, जुन्या आठवणी जागवत साऱ्यांनी मिळून आनंद व्यक्त करायचा असतो. एकत्र जेवण करणे, एकत्र गप्पागोष्टी करणे, एकत्र सुख-दुःख अनुभवणे म्हणजेच कौटुंबिक आयुष्य असते ना! त्यामुळे आजची संध्याकाळ रेचलच्या दृष्टीने महत्त्वाची होती. ओहेअर गावाच्या विमानतळावर ती आली तेव्हा तिथे सर्वत्र हिमवृष्टी झालेली होती.

तिथूनच तिने आईला फोन केला, ''आई, आज थँक्स गिव्हिंग डे! प्रत्येक वर्षी आपण सर्वजण घरी एकत्र राहून हा दिवस साजरा करत आलो; पण आज मात्र मला घरी येता येत नाही याचे फार वाईट वाटते. आय ॲम सॉरी!''

यावर रेचलची आई फार खचलेल्या आवाजात बोलली. ''अग, निदान तू घरी येशील म्हणून मी तुझी किती वाट पहात आहे.''

"आई, माझीसुद्धा तशीच इच्छा आहे. तू आणि बाबा आज संध्याकाळी टर्कीवर ताव मारणार आणि मी मात्र विमानतळावरचे बेचव जेवण जेवणार."

त्यानंतर फोनवर बराच वेळ शांतता होती. मग तिची आई थकलेल्या आवाजात म्हणाली, "रेचल, मी तुला सांगणार नव्हते. इथे जेव्हा तू येशील तेव्हा तुला ते कळेलच असे मी समजत होते; पण आता रहावत नाही म्हणून सांगते आहे. आज तू येणार नाहीस तसेच तुझे बाबाही येणार नाहीत. त्यांनी फोनवरून मला सांगितले की त्यांना आज वॉशिंग्टनमध्ये खूप काम आहे. ते तिथेच थांबणार आहेत. अजून काही दिवस तरी येणार नाहीत."

"काय?" रेचल फोनमध्ये ओरडून म्हणाली. तिला आश्चर्याचा धक्का बसला. थँक्स गिव्हिंग डे सारख्या सणाच्या दिवशी आपण घरी नाही, बाबाही घरी नाहीत, म्हणजे आई एकटीच रहाणार? तिला बसलेल्या आश्चर्याच्या धक्क्याचे रूपांतर आता रागात झाले. ती फोनवर ओरडून म्हणाली, "पण आज थँक्स गिव्हिंग डे आहे. सिनेटचे सत्रही चालू नाही. अन् घरापासून फक्त दोन तासांच्या अंतरावरती बाबा आहेत. त्यांनी घरी येऊन तुझ्याजवळ थांबायला पाहिजे."

"होय ग, पण ते म्हणतात, की ते खूप दमले आहेत. गाडी चालविणेही जमणार नाही एवढे ते दमले आहेत, असे ते सांगतात. म्हणून शेवटी ते तिकडेच मागे पडलेल्या कामाची कागदपत्रे घेऊन बसणार आहेत."

कामाची कागदपत्रे? रेचलला ते पटत नव्हते. ती एक सबब सांगितली जात आहे, असे तिला वाटत होते. म्हणे काम घेऊन बसणार आहेत. काम कसले, एखादी बाई घेऊन भलतेच 'काम' करत बसणार आहेत. आपल्या भानगडी बाहेर कळू नयेत म्हणून सिनेटर सेक्स्टन खबरदारी घेत होता. गेली अनेक वर्षे अव्याहतपणे तो तसे करत आलेला होता. फारच थोड्या लोकांना त्याचा बाहेरख्यालीपणा कळत होता. तसाच त्याच्या बायकोलाही तो कळत होता; पण तिने नुसती तशी शंका जरी बोलून दाखवली तरी तो काही ना काही थापा मारून आपल्या कृतीचे समर्थन करी, उलट तिच्यावरच दोषारोप करी. शेवटी सेक्स्टनच्या बायकोने त्याच्या वागण्याकडे काणाडोळा करून आपले दुःख गाडून टाकले. एकदा रेचलने आईला घटस्फोट घेण्याबद्दल सुचवले; पण कॅथेरीन सेक्स्टन ही स्त्री आपला शब्द पाळणारी होती. तिने सिनेटरशी विवाह करताना धर्मगुरूने सांगितलेली शपथ घेतली होती. ती शपथ तिने रेचलला सांगितली. *मृत्यू आम्हा दोघांना एकमेकांपासून विलग करेपर्यंत आम्ही एकमेकांना अंतर देणार नाही.* शिवाय वरती तिने रेचलला समजावले, "अग, तुझ्या बाबांनी मला तुझ्यासारख्या एका गोड मुलीची देणगी नाही का दिली? त्यासाठी तरी मी त्यांचे आभार मानले पाहिजेत. ते जे काही करत आहेत त्याचा जाब त्यांना कधीतरी वरती द्यावा लागेल."

आता विमानतळावरून फोन करताना रेचलचा राग वाढत गेला. ती म्हणाली, ''पण याचा अर्थ आई, तू आज संध्याकाळी एकटीच घरी बसणार.'' तिच्या पोटात त्या कल्पनेने ढवळून आले.

तिची आई फोनवर बोलू लागली. तिच्या आवाजात दु:ख होते, तरीही ती निर्धाराने बोलत होती. ती म्हणाली, ''वेल... मी खूप मोठा स्वयंपाक करून ठेवला आहे. ते सारे अन्न वाया जाऊ देणार नाही. मी तुझ्या मावशीकडे ते अन्न घेऊन जाईन. बिचारी किती तरी दिवस मला बोलावते आहे. मी आत्ताच तिला फोन करते बघ.''

रेचलला अपराधी वाटू लागले. ती म्हणाली, ''ठीक आहे. मी जितक्या लवकर तिकडे पोहोचता येईल तितक्या लवकर येते. आय लव्ह यू मॉम!''

''सेफ फ्लाईट, स्वीट हार्ट!''

सर्व अडचणींवर मात करत त्या दिवशी घरी पोहोचायला रेचलला रात्रीचे साडेदहा वाजले. घराच्या एका वळणावर आल्यावर तिला लांबूनच दिसले की घरातले सर्व दिवे जळत आहेत. सिनेटरचा आलिशान बंगला उजळून निघाला होता. दारात पोलिसांच्या तीन गाड्या उभ्या होत्या. टॅक्सी थांबल्यावर ती घराकडे पळत सुटली. तिचे हृदय जोरजोरात धडधडत होते.

घराच्या दारात एक पोलीस उभा होता. त्याचा चेहरा गंभीर दिसत होता. तो काहीही बोलला नाही. काय झाले असावे त्याचा तिला अंदाज आला. एक अपघात घडला होता.

आत गेल्यावर एक पोलीस अधिकारी तिला सांगू लागला, ''२५ नंबरच्या रस्त्यावरती बर्फ पडल्याने तो निसरडा झाला होता. तुमच्या आईची गाडी बाजूला घसरून एका घळईत पडली. गाडीला एवढा जबरदस्त धक्का बसला की तुमची आई जागच्या जागीच ठार झाली. आय ॲम सॉरी, व्हेरी सॉरी!''

ते ऐकताच रेचलचे सारे शरीर एकदम बधिर होऊन गेले. तिच्या वडिलांना ती बातमी कळताच ते ताबडतोब परतले होते. आत्ता ते बाहेरच्या दिवाणखान्यात बसून एक छोटी वार्ताहर परिषद घेत होते. बाहेरच्या जगाला ती बातमी जाहीर करत होते. संयमपूर्ण रीतीने त्यांनी सांगितले, की आपल्या पत्नीला एका थँक्स गिव्हिंग पार्टीनंतर घरी परतताना अपघात झाला.

रेचल दिवाणखान्याच्या बोळात उभी होती. हुंदके देत रडत होती.

तिचे वडील वार्ताहरांना सांगत होते, ''आजच्या दिवशी मला घरी हजर रहाण्याची खूप इच्छा होती. मी जर तसे केले असते तर हा प्रकार घडला नसता.''

ही गोष्ट तुम्हाला पूर्वीच समजायला हवी होती. रेचल मनात किंचाळून म्हणाली. रेचलने आपल्या बापाकडे पाठ फिरवली. ती मनात त्यांचा द्वेष करू

लागली. तिच्या आईने मात्र असे कधीही केले नव्हते. रेचलच्या मनातून आपण उतरल्याचे सिनेटरला क्वचितच कळले. त्यानंतर एकदम अध्यक्षपदासाठी आपले नाव आपल्या पक्षाने सुचवावे म्हणून तो पैसा खर्च करू लागला. त्यासाठी आपल्या मृत पत्नीची संपत्ती तो वापरू लागला. त्याला एव्हाना जी सहानुभूती लाभली होती तिला त्यामुळे ओहोटी लागली नाही. त्यानंतर तीन वर्षांनी, अजूनही अध्यक्षपदाच्या वेडाने भारलेला सिनेटर हा आपल्या कन्येपासून कामानिमित्ताने दूर रहात आल्याने, तिचे आयुष्य एकलकोंडे बनवत होता; परंतु ते त्याच्या लक्षात येत नव्हते. सत्तेसाठी तिच्या वडिलांच्या धडपडीमुळे रेचल आता आपल्या मनाजोगता नवरा मिळून त्याच्याशी संसार करण्याची फक्त स्वप्नेच पाहू लागली. सत्तेच्या स्पर्धेत असलेल्या वडिलांची ती कन्या असल्याने एका संभाव्य राष्ट्राध्यक्षाची एक संभाव्य 'अमेरिकेची पहिली कन्या' म्हणून तिच्याकडे पाहिले जात होते. तिला त्या वातावरणातून स्वत:ला पूर्णपणे बाहेर काढता आले असते; पण तिने तसे केले नाही.

आता दिवसाचा प्रकाश विमानाबाहेर हळूहळू मंद होऊ लागला. शेवटी तो प्रकाश पार क्षितिजापर्यंत मंद झाला. आर्क्टिक सर्कलच्या पलीकडे ते गेले होते. तिथे हिवाळा सुरू झाला होता. त्यामुळे सहा महिने अंधार असणाऱ्या प्रांतात ते शिरले होते. आपण रात्रीच्या प्रदेशात शिरलो हे तिने ओळखले.

जसजशी मिनिटामागून मिनिटे जाऊ लागली तसतसा अंधार वाढत गेला. सूर्य क्षितिजापलीकडे केव्हाच गेला होता. तरीही ते उत्तरेकडे जात राहिले. मग एक सुरेख चंद्रबिंब आकाशात उगवले. खालच्या स्फटिकासारख्या बर्फाळ प्रदेशावरती ते तरंगत आहे असे वाटत होते. समुद्रातील लाटा चमचम करत होत्या, तर खालच्या चंदेरी दुनियेत हिरे ठेवल्यासारखे हिमनग दिसत होते.

शेवटी रेचलला जमिनीची धूसर रेषा दिसू लागली. ते एक मैदान आहे असे थोड्या वेळात तिला कळले; परंतु तो काही फारसा आश्चर्याचा भाग नव्हता. खरे आश्चर्य पुढेच होते. काही क्षणांत तिला दिसले की त्या मैदानाच्या पुढे डोंगरांची रांग आहे. त्या टेकड्यांच्या माथ्यावरती बर्फ साठले होते.

"टेकड्या? ग्रीनलंडनंतर उत्तरेकडे डोंगर असल्याचे माझ्या कधी ऐकिवात नव्हते.'' तिने वैमानिकाला म्हटले.

"होय, असे दिसते आहे खरे,'' त्याने म्हटले. त्यालाही थोडेसे आश्चर्य वाटले असावे.

जेव्हा त्या एफ-१४ विमानाने आपले नाक खाली करून उंची कमी करायला सुरुवात केली तेव्हा रेचलला एक चमत्कारिक वजनरहित अवस्था अनुभवास येऊ लागली. तिच्या कानातही आवाज होऊ लागले. त्या आवाजात आणखी एक

बाहेरचा आवाज मिसळत होता. कॉकपिटमधल्या एका इलेक्ट्रॉनिक उपकरणातून सतत पिंग-पिंग-पिंग आवाज येत होता. याचा अर्थ खालून मार्गदर्शनासाठी जो बिनतारी लहरीचा झोत वरती पाठवला जात होता तो पकडून विमान खालच्या दिशेने चालले होते.

आता विमानाची उंची तीन हजार फुटांपेक्षा कमी झाली होती. रेचलला बाहेरच्या चंद्रप्रकाशात उजळून निघालेला खालचा प्रदेश दिसत होता. त्या डोंगराच्या पायथ्याशी एक विस्तृत मैदान पसरलेले होते. ते मैदान चांगले दहा मैल लांब-रुंद असावे. ते जिथे संपले होते तिथे सरळ एक कडा होता. ते मैदान म्हणजे बर्फाची समुद्राच्या पाण्यावर तरंगणारी एक अजस्त्र लादी होती.

शेवटी तिला ते दिसले. असे दृश्य तिने सबंध पृथ्वीवरती यापूर्वी कधीही कुठे पाहिले नव्हते. प्रथम तिला वाटले की त्या भुरळ घालणाऱ्या चंद्रप्रकाशामुळे आपल्याला तसा भास झाला असावा. तिने डोळे बारीक करून खालच्या बर्फाळ मैदानाकडे पाहिले. तिथे जे काही दिसत होते त्याचे तिला आकलन होत नव्हते. जसजशी विमानाची उंची कमी कमी होऊ लागली तसतसे ते दृश्य अधिकाधिक स्पष्ट होत गेले.

बाप रे! हा सारा काय प्रकार आहे?

त्या खालच्या मैदानावरती कोणीतरी तीन मोठे ओरखडे काढून तिथला बर्फ खरवडला असावा असे तिला दिसले. ते राक्षसी ओरखडे चमकत होते. तिथे मैदान कड्यापाशी संपले होते त्या सीमारेषेला ते ओरखडे ऊर्फ पट्टे समांतर गेलेले होते. विमान आत्ता ५०० फूट उंचीवर आल्यावर तिला कळून चुकले, की ते ओरखडे खोल असून, प्रत्येक ओरखडा हा शंभर फूट रुंदीचा असावा. त्यामध्ये पाणी साठले होते व ते गोठले होते. त्यामुळे एक सपाट आरशासारखा पृष्ठभाग तयार झाला होता. दोन ओरखड्यांच्या किंवा पट्ट्यांच्या दरम्यान बर्फाचे लांबट ढीग जागोजागी होते. जणू काही त्या तटबंद्या होत्या. त्यांचा रंग पांढरा होता, पण त्या चमकत नव्हत्या.

जसजसे त्यांचे विमान बर्फाच्या मैदानाजवळ जाऊ लागले तसतसे ते डचमळू लागले. हवेच्या खालच्या थरात खळबळ असल्याने तसे घडत होते. विमानाच्या पोटातून चाके बाहेर आली ती मोठा थड् आवाज करून; परंतु अजूनही तिला कुठेही विमानतळाची धावपट्टी दिसत नव्हती. असे असताना या वैमानिकाने चाके का बाहेर काढली? आपले विमान नीट एका पातळीत ठेवण्याची धडपड वैमानिक करत असताना तिला खालच्या मैदानावरती दोन उघडझाप करणाऱ्या प्रकाशांच्या रेषा दिसल्या. त्या दोन दिव्यांच्या रांगा होत्या. वरून जे मोठे ओरखडे किंवा चर तिला वाटले होते त्याच्या कडेने त्या दिव्यांच्या रांगा गेलेल्या होत्या. याचा अर्थ हा

वैमानिक आता सरळ त्या चरावरती आपले विमान नेणार?

"आपण *बर्फावर* उतरतो आहोत का?" तिने त्याला विचारले.

परंतु तो वैमानिक काहीही बोलला नाही. विमान न डुचमळता सावकाश उतरवण्याच्या क्रियेमध्ये तो आता गर्क झाला होता. समोरून येणारा वारा अत्यंत जोरदार होता. त्याच्याशी तो झुंज देत होता. शेवटी ती बर्फाची धावपट्टी जवळ आली. रेचलच्या पोटात एकदम गोळा आला. अखेर त्याच बर्फपट्टीवरती विमानाची चाके टेकली व विमान पुढे धावत राहिले. त्याचा वेग कमी कमी होत गेला. विमानाच्या दोन्ही बाजूने हिमकणांचा धुरळा उठला. रेचलने आपला श्वास रोखून धरला. तिला कळून चुकले, की त्या चरामधून जाताना किंचित जरी चूक झाली तरी तात्काळ अपघात होऊन मृत्यूशी गाठ पडणार होती. त्या बर्फाच्या चराच्या दोन्ही काठांवरती बर्फाचे तसेच लांबट ढीग होते. जेव्हा विमान त्या ढिगांमधून जाऊ लागले तेव्हा हवेतला खळबळाट एकदम थांबला. त्या बर्फाच्या ढिगांच्या भिंतीमधली हवा शांत होती. त्या ढिगांच्या तटबंदीने आजूबाजूच्या खळबळाटी हवेपासून संरक्षण केले होते. त्या दोन्हींच्या मध्ये तो गोठलेला चॅनेल, ऊर्फ कालवा, ऊर्फ बर्फाची धावपट्टी होती. त्यावरून विमान धावत होते.

विमानाने रिअर थ्रस्टर्स चालू केले. विमानाच्या शेपटीतून जी गरम हवा मागे फेकली जात होती ती विमानाच्या पुढच्या दिशेने फेकली जाऊ लागली. त्यामुळे विमानाचा धावण्याचा वेग कमी कमी होऊ लागला. ते पाहून रेचलने एक नि:श्वास सोडला. सुमारे तीनशे फूट धावत जाऊन हळूहळू विमान थांबले, पूर्ण थांबले. तिथूनच पुढे एक लाल रेषा बर्फाच्या पृष्ठभागावरती स्प्रे पेंटिंगने काढलेली होती. त्या रेषेच्या बरेच अलीकडे विमान थांबले. सुखरूप थांबले!

तिने उजवीकडे पाहिले. तिथे एक बर्फाची भिंत उभी होती. चंद्रप्रकाशात ती चमकत होती. डावीकडेही तसेच दृश्य होते. विमानातील विन्डशील्डमधून तिने समोर पाहिले... समोर फक्त एक बर्फाचे मैदान पसरले होते. त्याला अंत नाही असे वाटायला लावण्याइतपत त्याचा विस्तार होता. आपण कोणत्या तरी ओसाड ग्रहावर येऊन ठेपलो आहोत असे तिला वाटले. समोरची ती लाल रेषा सोडली तर कुठेही जीवनाचे चिन्ह दिसत नव्हते.

नंतर तिला एक आवाज ऐकू येऊ लागला. दूरवरून येणारा तो आवाज एका इंजिनाचा होता. हळूहळू तो आवाज मोठा मोठा होत जवळ येऊ लागला. शेवटी एका अवजड यांत्रिक वाहनाचे धूड तिच्या नजरेस पडले. तो एक बर्फात चालणारा ट्रॅक्टर होता. विमान ज्या चरामध्ये उतरले होते त्या चरामधून तो ट्रॅक्टर त्यांच्याजवळ आला. तो ट्रॅक्टर उंच होता, लांबुळका होता. जणू काही भविष्यकाळातील एखादे यंत्र वाटावे असा तो ट्रॅक्टर हिमधूळ उडवत आला होता. त्याला चाके नव्हती,

तर रणगाड्यांसारखे पट्टे होते. विज्ञान-काल्पनिकांमध्ये दाखवतात तसा तो एक राक्षसी यांत्रिक किडा आहे व आपल्याला खाऊन टाकायला तो आला आहे, असे तिला वाटले. त्या ट्रॅक्टरच्या चॅसीसवरती पारदर्शक प्लेक्सीग्लासची बनलेली एक केबिन होती. केबिनच्या बाहेरच्या बाजूला अनेक दिवे लावले होते. त्यांच्यातून बाहेर पडणारा प्रकाश समोरचा मार्ग उजळून टाकत होता.

धडधडत आलेला तो ट्रॅक्टर ऊर्फ यांत्रिक किडा विमानाशेजारी येऊन थांबला आणि थडथड करून त्याचे इंजिन बंद झाले. आतून एक मानवी आकृती बाहेर पडली. मानवी आकृती म्हणण्याचे कारण त्या व्यक्तीने संपूर्ण पांढरा चकचकीत पोषाख केला होता. आपले डोके व सारे तोंड एका पारदर्शक शिरस्त्राणाने झाकून टाकलेले होते. त्याच्या अंगावरचा पोषाख एवढा गुबगुबीत होता की त्याचा देह हवेने फुगला आहे असे भासत होते.

ट्रॅक्टरमधून त्याने खाली उडी टाकली. अखेर या ओसाड जागी एक तरी जिवंत व्यक्ती आहे असे पाहून रेचलला बरे वाटले.

त्याने वैमानिकाला खूण करून विमानाची मेघडंबरी ऊर्फ ते पारदर्शक टोपण उघडण्यासाठी खूण केली.

वैमानिकाने त्यानुसार आपल्या डोक्यावरील विमानाचे टोपण उघडले. बाहेरच्या हवेला कॉकपिट खुले झाले. बाहेरचा गार वारा आत घुसताच रेचलचे शरीर पहाता पहाता गार पडले. थंडी तिच्या हाडापर्यंत घुसली.

ते वरचे झाकण बंद करा!

ती व्यक्ती विमानाच्या योग्य त्या खाचेत पाय ठेवून वरती आली आणि तिला म्हणाली, ''मिस सेक्स्टन?'' त्याचे उच्चार शुद्ध अमेरिकी होते. ती व्यक्ती पुढे म्हणाली, ''नासातर्फे मी आपले स्वागत करतो.''

रेचल थंडीने कुडकुडत होती. *थँक्स ए मिलीयन!*

''प्लीज, अंगावरचे पट्टे आणि इतर जोडण्या सोडवून घ्या. तुमचे हेल्मेट विमानातच ठेवा आणि बाहेर या. आपल्याला काही प्रश्न विचारायचे आहेत?''

''होय,'' ती जोरात ओरडून म्हणाली, ''मी आले आहे तरी कुठे?''

१७

मार्जोरी टेन्च ही राष्ट्राध्यक्षांची सीनिअर ॲडव्हायजर होती. तिच्याकडे पाहिले, की ती एक टांगलेला हाडांचा सापळा आहे असे वाटे. तिची उंची सहा फूट असल्याने ती आणखीनच हडकुळी वाटे. तिच्या अशा देहावरती जे डोके उगवले होते ते अत्यंत पातळ कागदापासून बनवलेले आहे असे वाटायचे आणि कावीळ

झालेल्या रुग्णासारखा तिच्या चेहऱ्याचा पिवळा रंग होता. त्या कागदी मुंडक्याला जिथे दोन भोके पडली होती तिथे तिचे डोळे होते. आत्ता तिच्या ५१व्या वर्षी मार्जोरी ७० वर्षांची भासत होती.

परंतु मार्जोरी टेन्चचे रूप असे असले तरी राजकीय वर्तुळात तिला 'राजकारणातली एक शक्ती' मानले जायचे. परिस्थितीचे विश्लेषण ती एवढे अचूक करी की जणू काही तिला दुसऱ्याच्या अंतर्मनातील जाणण्याची विद्या आहे असे वाटावे. तिने दहा वर्षे परराष्ट्र खात्याच्या 'ब्युरो ऑफ इन्टेलिजन्स ॲन्ड रिसर्च' मध्ये काम केले होते. त्यामुळे तिच्या बुद्धीला एक तीक्ष्ण व प्रखर धार चढली होती. दुर्दैवाने, मार्जोरीच्या राजकीय विवेकबुद्धीमुळे तिच्यामध्ये एवढा थंडपणा आला होता की तिच्या सहवासात दहा मिनिटेसुद्धा कोणी टिकू शकत नसे; मात्र तिचा मेंदू म्हणजे एक महासंगणक होता. तिच्या अशा चमत्कारिक प्रवृत्तीचा फारसा त्रास अध्यक्ष झॅक हर्नी यांना होत नव्हता. तिची बुद्धिमत्ता आणि एकट्यानेच कष्टाळूपणे काम करण्याची वृत्ती यामुळे तिला हर्नीच्या ऑफिसात पाहिल्या क्रमांकाचे स्थान मिळाले होते.

ओव्हल ऑफिसात मार्जोरी आल्यावरती तिचे स्वागत करून अध्यक्ष म्हणाले, "मार्जोरी, बोला, काय काम काढले आहे?" त्यांनी तिला 'बस' म्हणून म्हटले नाही; कारण हे असले शिष्टाचार मार्जोरीला लागू पडत नव्हते. तिला जर बसायचे असेल तर तुम्ही खुर्ची दिली नाहीत तरी ती घेऊन त्यावर बसणारी ती बाई होती.

"मला असे कळले आहे की तुम्ही तुमच्या सर्व स्टाफला दुपारी चार वाजता एकत्र बोलावले आहे." ती घोगरट आवाजात बोलली. सतत सिगारेट ओढण्याच्या सवयीमुळे तिचा आवाज घोगरा बनला होता. "ठीक आहे! उत्तम!"

एवढे म्हणून तिने आपले बोलणे थांबवले. तिच्या डोक्यातील विचारचक्र कसे उलटसुलट फिरत असेल हे अध्यक्षांना जाणवले. अध्यक्षांच्या कर्मचाऱ्यांपैकी मार्जोरी टेन्च ही एकमेव अशी कर्मचारी होती की तिला नासाने लावलेल्या त्या शोधाची माहिती होती. मग त्यावर आधारित अशी अध्यक्षीय रणनीती आखण्याचे काम तिने केले होते व अजूनही ती ते काम करत होती.

तिने म्हटले, "सीएनएन चॅनेलवरती आज दुपारी एक वाजता राजकीय जुगलबंदी आहे. त्या सेक्स्टनशी सामना द्यायला आपल्यातर्फे कोणाला पाठवायचे?"

यावर हर्नीने स्मित करत म्हटले, "आपल्या निवडणूक प्रचारातील एखादा ज्युनियर प्रवक्ता आपण पाठवू. राजकीय शिकारीच्या खेळात आपण शिकाऱ्यापुढे नेहमी एखादा छोटा प्राणीच पाठवायचा. म्हणजे वादविवाद स्पर्धेत प्रतिपक्षाचा नेहमी विरस होतो, उत्साहभंग होतो."

आपले भकास डोळे अध्यक्षांच्या डोळ्यांवर रोखत मार्जोरी म्हणाली, "मला यापेक्षा एक चांगली कल्पना सुचली आहे. मी स्वतःच तुमच्यातर्फे जाते."

झॅक हर्नी याने आपले डोके फटकन वर करून म्हटले, ''काय, तुम्ही?'' *हिच्या डोक्यात आले आहे तरी काय?* ''मार्जोरी, तुम्ही या मीडियावाल्यांच्या नादी लागू नका. शिवाय तो एक दुपारचा कार्यक्रम आहे. मी माझा सीनियर ॲडव्हायझर पाठवला तर त्यातून काय अर्थ प्रसारित होईल? आपण आता गडबडून गेलो आहोत असा अर्थ लोक त्यातून काढतील.''

''अगदी बरोबर!''

हर्नीने तिच्याकडे पाहून विचार केला. मार्जोरी मुद्दाम काहीतरी आडवळणाने एखादी योजना प्रतिस्पर्ध्यापुढे ठेवत असेल; पण तरीही तिच्यासारखा मोहरा त्या सीएनएन टीव्हीच्या वादविवादात इरेला पाडण्यात काही हशील नव्हते; परंतु मार्जोरी जेव्हा जेव्हा असे काही चमत्कारिक म्हणते तेव्हा त्यामागे तिचा नक्कीच काहीतरी डाव असतो, पेच टाकलेला असतो. मार्जोरीचे रूप तसे भीतिदायक होते. अशा चेहऱ्यामागून व्हाईट हाऊसने काही संदेश पाठवणे योग्य नव्हते.

तिने परत म्हटले, या वेळी ठामपणे म्हटले, ''मी त्या सीएनएनच्या वादविवादात भाग घेते.'' या वेळी ती परवानगी विचारत नव्हती तर केवळ एक विधान करत होती.

''मार्जोरी,'' तिला समजावण्याच्या सुरात हर्नी अस्वस्थपणे बोलू लागले, ''तुम्ही माझ्यातर्फे तिथे गेलात की सेक्स्टनच्या प्रचारात 'व्हाईट हाऊस घाबरले' असा भाव आणला जाईल. इतक्या लवकर जवळच्या मोठ्या तोफा युद्धात उतरवणे म्हणजे आपण हादरलो आहोत असा अर्थ नाही का यातून निघणार?''

यावर मार्जोरीने शांतपणे आपली मान हलवली व एक सिगारेट काढून ती पेटवत म्हटले, ''आपण जितके हादरलेलो आहोत असे दिसेल तेवढे उत्तमच आहे.''

पुढच्या साठ सेकंदांत मार्जोरीने कोणत्याही खालच्या अधिकाऱ्याऐवजी आपल्यालाच सीएनएनच्या कार्यक्रमात का पाठवावे याचा खुलासा अध्यक्षांना केला. जेव्हा तिचे सांगणे संपले तेव्हा अध्यक्ष हर्नी आश्चर्यचकित होऊन तिच्याकडे नुसते पहात राहिले.

पुन्हा एकदा मार्जोरी टेन्च हिने आपण राजकीयदृष्ट्या किती प्रगल्भ व बुद्धिमान आहोत हे सिद्ध करून दाखवले.

१८

उत्तर ध्रुवाभोवताली सारा बर्फच बर्फ पसरलेला आहे. समुद्रावरती या बर्फाचे थर हजारो वर्षे साठून राहिलेले आहेत. उन्हाळ्यातही ते टिकून रहातात. या प्राचीन बर्फभूमीची जाडी काही फुटांपासून दोन-तीन मैलांपर्यंतही असू शकते. याचेच काही

तुकडे सुटून ते स्वतंत्रपणे समुद्रात भटकत रहातात. विस्तीर्ण पसरलेल्या व पाण्यावर तरंगणाऱ्या या सपाट बर्फभूमीला आइस शेल्फ असे म्हणतात. त्यांना नावेही दिलेली आहेत.

माईल्नी आइस शेल्फ ही अशीच एक सर्वांत विस्तृत बर्फभूमी उत्तरेकडे होती. ८२ उत्तर अक्षांशापासून ती सुरू होऊन एल्सीमीअर बेटापर्यंतची आर्क्टिक महासागरातील जागा तिने व्यापली होती. तिची रुंदी चार मैल होती, तर जाडी ३०० फुटांपेक्षा जास्त होती.

रेचलने त्या ट्रॅक्टरवरती चढून प्लेक्सीग्लासच्या केबिनमध्ये प्रवेश केला. तिच्या आसनावरती हातमोज्यांची एक जादा जोडी ठेवलेली होती. त्या केबिनमध्ये ट्रॅक्टरच्या इंजिनामधील उष्णता टाकली जात होती. यामुळे तिला खूपच बरे वाटले. बाहेरच्या बर्फाच्या धावपट्टीवर उभ्या असलेल्या एफ-१४ विमानाने आपले इंजिन चालू केले. त्याचा कानठळ्या बसवणारा आवाज तिला ऐकू आला. ते विमान सावकाश पळू लागून उडण्याच्या स्थितीकडे जाण्यासाठी वळून एक पवित्रा घेऊ लागले होते.

रेचलने घाबरून म्हटले, ‘‘तो निघून चालला आहे?’’ तिला घेऊन जाण्यासाठी आलेला माणूस ट्रॅक्टरवर चढून आत येत होता. आपली मान हलवत तो म्हणाला, ‘‘येथे फक्त शास्त्रज्ञ आणि नासाचे इथल्या कामासंबंधित असलेले कर्मचारी राहू शकतात. बाकीच्यांना या साईटवरती रहाण्याची परवानगी नाही.’’

ते एफ-१४ विमान अंधाऱ्या आकाशात झेपावले. रेचलला एकदम येथे अडकून पडल्याची भावना झाली.

तो माणूस म्हणत होता, ‘‘आता ही आइस रोव्हर आपण येथून बाहेर काढू. ॲडमिनिस्ट्रेटर तुमची वाट पहात आहेत.’’ नासाचा तो ॲडमिनिस्ट्रेटर इथल्या ओसाड जागेत व कडाक्याच्या थंडीत काय करतो आहे ते तिला समजेना.

एकदम तो माणूस ओरडून म्हणाला, ‘‘होल्ड ऑन. पक्के धरून बसा!’’ मग ते अवाढव्य यंत्र गुरगुराट करून आपल्याभोवती जागेवरतीच काटकोनात गर्रकन फिरले. सैन्यातला रणगाडा जसा जागेवरती फिरू शकतो तसे ते आपल्या पोलादी पट्ट्यांवरती फिरले. त्या चराच्या काठांवरती बर्फाच्या ढिगाऱ्याची भिंत उभी होती. आजूबाजूच्या मैदानापेक्षा ते खालच्या पातळीवर होते. मैदानात जायचे असेल तर उतरत्या काठावरून चढून वर जायचे आणि बर्फाच्या ढिगाच्या त्या तटबंदीवर चाल करून ती ओलांडून मग खाली मैदानात उतरायचे. वर काठावर जाणारा तो चढ एवढा तीव्र होता की तो चढून जाण्याच्या कल्पनेनेच तिचे अंग शहारले. *हा माणूस आपला ट्रॅक्टर नक्कीच अशा रीतीने वर नेणार नाही.*

‘‘रॉक ॲन्ड रोल!’’ असे म्हणून त्या माणसाने क्लच दाबून गिअर टाकला व

ते धूड सरळ पुढे चाल करून जाऊ लागले. रेचलच्या तोंडून एक घुसमटलेला आवाज फुटला. भीतीने तिने आपल्या आसनाला घट्ट पकडून ठेवले. जेव्हा ते यंत्र खरोखरीच ती तीव्र चढण चढण्याचा प्रयत्न करू लागले तेव्हा त्याच्या पट्ट्यांवर असलेले अणकुचीदार, जाड व लांब खिळे बर्फात घुसत गेले. हळूहळू ती यांत्रिक रचना वर वर चढू लागली. रेचलला खात्री होती, की चढ चढताना हा ट्रॅक्टर एवढा तिरपा होईल की तो सरळ मागे उलटून उलथा पडेल; परंतु आश्चर्य असे, की ट्रॅक्टर तिरपा झाला तरी त्यावरची केबिन मात्र तिरपी झालेली नव्हती. ती तशीच आडवी क्षितिजसमांतर होती. आपले खिळे रुतवत कित्येक टनांचे ते अवजड धूड इंचाइंचाने वर सरकत गेले. काठावर येऊन ते बर्फाच्या तटबंदीचा चढ चढू लागले. अखेर ते माथ्यावर जाऊन पोहोचले. तिथे ते यंत्र थांबवून त्या माणसाने आनंदाने रेचलकडे पाहिले. तिचा चेहरा भीतीने पांढरा पडला होता, तर आसनाच्या हाताला घट्ट पकडल्याने बोटेही पांढरी पडली होती. तो म्हणत होता, "असाच प्रयत्न एसयूव्ही वाहनामध्ये बसून करा. मग बघा कशी मजा येते! या वाहनामध्ये नवीन धक्के शोषण तंत्राची रचना बसवली आहे. मंगळावर जे 'पाथफाइन्डर' वाहन पाठवले होते त्यात अशी रचना वापरली होती. तीच यशस्वी रचना येथे वापरलेली आहे. काय झकास काम करते आहे!"

रेचलने यावर मलूलपणे आपली मान हलवून म्हटले, "हो ना!"

बर्फाच्या तटावर चढल्यावर रेचलने आजूबाजूच्या दृश्याकडे पाहिले. समोर आणखी एक मोठा बर्फाचा चढ होता. आणखी एक तटबंदी वाटेत मार्ग अडवून उभी होती; मात्र त्यानंतर पलीकडे एकदम सारे काही स्वच्छ, सपाट असे सर्वत्र होते. ती सपाट बर्फभूमी गुळगुळीत असल्याने त्यावरून प्रकाश परावर्तित होत होता. चंद्रप्रकाशमय झालेली ती बर्फभूमी दूरवर गेलेली होती. अन् मग पुढे ते डोंगर उभे होते.

त्या डोंगरामध्ये बोट करून आइस रोव्हरच्या ड्रायव्हरने म्हटले, "तेथूनच ती मिल्ने हिमनदी सुरू झाली आहे. ती पुढे येऊन पसरत गेली आहे. आता आपण त्या हिमनदीच्या मैदानावरती आहोत."

डोंगराच्या माथ्यावरती सतत हिमवृष्टी होते. मग ते हिम किंवा बर्फ डोंगरावरून घसरत घसरत खाली येते व तसेच पुढे समुद्राच्या पाण्यावर तरंगत पुढे जात रहाते; मात्र हा हिमनदीचा वाहण्याचा वेग एवढा मंद असतो, की दिवसाला तो एखादा इंच असू शकतो. त्यामुळे त्या हिमनदीचे विस्तृत पात्र ऊर्फ मैदानाचा पृष्ठभाग, ते यंत्राने खोल खणलेले चर, त्यांच्या काठावरचे बर्फाचे ढिगारे हे सारे दक्षिणेच्या दिशेने रोज एखादा इंच पुढे सरकत होते. कालांतराने, म्हणजे शेकडो वर्षांनी ते अशा ठिकाणी समुद्रात येतील की तेथील तापमानामुळे ती हिमनदी वितळून तिचे मोठमोठे खंड

सुटून वेगळे होऊन समुद्रात तरंगत इतस्ततः भरकटू लागतील.

त्या ड्रायव्हरने आता इंजिनाची गती वाढवली. ट्रॅक्टर ऊर्फ आइस रोव्हर उतारावरून वेगाने खाली जाऊ लागला. खाली आल्यावर पुन्हा त्यांच्या वाटेत ती दुसरी धावपट्टी ऊर्फ गोठलेला कालवा आडवा आला. त्याच्या दोन्ही काठांवरील त्या लांबट ढिगांचे उंचवटे वाटेत आले. मघासारखेच त्याने ते मोठ्या कौशल्याने पार केले. शेवटी ते हिमनदीच्या मैदानात उतरले. येथील पृष्ठभाग हा सपाट व गुळगुळीत होता. त्या पृष्ठभागात आपल्या पट्ट्यांवरील अणकुचीदार टोके घुसवत त्यांचा प्रवास चालू झाला.

रेचलने दूरवर नजर फेकली; पण काहीही खास असे तिला दिसले नाही. सर्वत्र तीच ती सपाट बर्फभूमी पसरलेली होती. तिने विचारले, "किती दूर जायचे आहे?"

"सुमारे दोन मैल." तिला उत्तर मिळाले.

तिला तेवढे अंतर फार वाटले. बाहेरचा वारा घोंगावत निर्दयपणे ट्रॅक्टरवरती आदळत होता. केबिनच्या प्लेक्सीग्लासच्या काचा त्यामुळे सारख्या थरथरत होत्या, खडखड वाजत होत्या. वाऱ्याचा जोर एवढा होता की जणू काही त्या काचा उखडून समुद्रात फेकून देण्याचे त्याच्या मनात आहे, असे वाटत होते.

वाऱ्याच्या आवाजावर मात करण्यासाठी तो ओरडून तिला म्हणाला, "हा कॅटाबॅटीक वारा आहे. या भागात असा वादळी वारा नेहमीच असतो. कॅटाबॅटीक हा शब्द मूळचा ग्रीक आहे. याचा अर्थ टेकडीवरून खाली वहात आलेला वारा." तो खुलासा करू लागला, "समोरच्या त्या डोंगरावरून थंड व जड हवा अशीच घसरत वेगाने येते आणि हिमनदीवरून वहात जाते; पण यामुळे इथले तापमान आणखी खाली घसरते. अशी जागा ही पृथ्वीवरील एकमेव अशी आहे." मग पुढे हसत तो म्हणाला, "या ठिकाणी नरकसुद्धा गोठून जाईल."

अनेक मिनिटांनी रेचलला दूरवर अंधुक असे आकार दिसू लागले. कसल्या तरी पांढऱ्या रंगाची तंबूसारखी ती अर्धगोल रचना होती. त्या रचनेच्या कडा तिला जाणवत होत्या. ती रचना अवाढव्य होती, राक्षसी होती. तिने अविश्वासाने आपले डोळे चोळून पाहिले.

हे... हे काय आहे?

"ते समोर जे दिसते आहे ना त्यात फार मोठमोठे राक्षसी एस्किमो लोक रहातात." त्याने विनोद करत म्हटले.

ह्यूस्टन शहरात तिने एक ॲस्ट्रोडोम पाहिला होता. त्या भव्य घुमटाकार तंबूच्या छतावरती तारे, ग्रह, आकाशगंगा यांच्या प्रतिमांचे प्रक्षेपण केले जायचे. तसली काही तरी समोरची रचना असावी असे रेचलला वाटले.

त्याची बडबड चालूच होती. तो सांगत होता, "नासाने दहा-बारा दिवसांपूर्वी

तो तंबू उभा केला. तो एक प्लेक्सी पॉलीसॉर्बेट पदार्थाचा अनेक अंगांचा तंबू आहे. तो फुगवून तयार करावा लागतो. अनेक मोठमोठ्या व लांबलचक प्लॅस्टिकच्या नळ्या त्याचे आधार असतात. त्या नळ्या फुगल्यावर त्यांच्या जाळ्याला घुमटाचा आकार येतो. त्या जाळ्यावरती प्लॅस्टिकचे कापड चिकटलेले असते. त्या तंबूचे अनेक सुटे भाग फुगवून ते एकमेकांना जोडले जातात. सर्व तंबू मोठमोठ्या मेख व तारा यांनी जमिनीला जखडला जातो. जरी हा तंबू तुम्हाला अवाढव्य वाटत असला तरी नासाचा हा एक प्रोटोटाईप व पोर्टेबल तंबू आहे. हा तंबू मंगळावर फुगवून उभा केला जाईल व त्यामध्ये माणसांची छोटी वसाहत राहील. म्हणून आम्ही त्याला 'हॅबिस्फिअर' असे म्हणतो.''

तिला हॅबिस्फिअर (वसतिगोल) या नवीन शब्दाची मौज वाटली. तिने म्हटले, ''हॅबिस्फिअर?''

''होय. कारण तो काही संपूर्ण गोल नाही. म्हणून हेमिस्फिअरच्या चालीवर आम्ही हॅबिस्फिअर म्हणतो.''

ते ऐकून रेचल हसली व दूरवर नजर रोखून आता आणखी जवळ आलेल्या त्या अनोख्या वास्तुरचनेकडे डोळे बारीक करून पाहू लागली. ती म्हणाली ''अन् नासाने अजूनही मंगळावर माणसे पाठवलेली नसल्याने तुम्ही मंडळी त्यात राहून परग्रहावर गेल्याचा आनंद घेत आहात ना? अनेकजणांनी मिळून एक भले मोठे पांघरूण अंगावर घेतल्यासारखे वाटते ना?''

यावर तो मोठ्याने हसला व म्हणाला, ''होय, तसे वाटते खरे; परंतु जागा चुकली. इथल्या कडाक्याच्या थंडीऐवजी ताहिती बेटासारख्या उष्ण हवेत हा तंबू उभारायला हवा होता; परंतु देवाने हीच जागा निवडून आम्हाला दिली.''

आणखी जवळ आलेल्या भव्य व प्रशस्त घुमटाकडे रेचलने मान वर करून पाहिले. काळ्या आकाशाच्या पार्श्वभूमीवरती ती धूसर वास्तुरचना ही भुतांच्या कथेतल्यासारखी तिला भासत होती. ती रचना मोठी मोठी होत गेली. शेवटी त्या तंबूजवळ जाऊन ट्रॅक्टर थांबला. त्या रचनेला तिथे एक छोटे दार होते. आता ते दार हळूहळू उघडले जाऊ लागले. आतला प्रकाश बाहेरच्या बर्फभूमीवरती सांडला. कोणाची तरी आकृती आतून बाहेर चालत येऊ लागली. तो कोणीतरी जाडगेला माणूस असावा. त्याच्या अंगात काळ्या रंगाचा लोकरीचा पुलओव्हर होता. त्यामुळे त्या माणसाचा देह आणखीनच जाड झालेला दिसत होता आणि लांबून तो एखाद्या अस्वलासारखा भासत होता. ते अस्वल आता त्या ट्रॅक्टरकडे येऊ लागले.

तो भला मोठा दांडगा माणूस कोण आहे ते रेचलने ओळखले. *हाच तो लॉरेन्स एक्स्ट्रॉम. नासाचा ॲडमिनिस्ट्रेटर.*

ट्रॅक्टर-ड्रायव्हरने त्याच्याकडे पाहून एक आश्वासक हास्य केले. तो रेचलला हळू आवाजात म्हणाला, "त्यांच्या देहाच्या आकारमानाला फसू नका. ते तसे मांजरासारखे आहेत."

मांजरासारखे? का वाघासारखे? असे तिच्या मनात आले. एक्स्ट्रॉमच्या स्वप्नांच्या आड जे जे येतात त्यांची तो डोकी खाऊन टाकतो, अशी त्याची ख्याती तिच्या कानावरती आली होती.

जेव्हा रेचल केबिनमधून बाहेर पडून खाली उतरली तेव्हा तिला घोंगावणाऱ्या गार वाऱ्यांनी घेरून टाकले. ते वारे एवढे जोरदार होते की आपण त्यामुळे उडून जाऊ अशी तिला भीती वाटली. आपल्या अंगावरचा ओव्हरकोट तिने दोन्ही हातांनी आवळून घेतला व ती तंबूच्या दिशेने चालत जाऊ लागली.

अर्ध्या अंतरातच तो ॲडमिनिस्ट्रेटर तिला भेटला. आपला हातमोजा घातलेला विशाल पंजा त्याने हस्तांदोलनासाठी तिच्यापुढे केला. तो म्हणाला, "मिस सेक्स्टन, थॅन्क यू फॉर कमिंग."

त्याच्या म्हणण्याचा आशय तिला नीट समजला नाही. मग घोंगावणाऱ्या वाऱ्यावर मात करण्यासाठी ती ओरडून म्हणाली, "सर, खरे सांगायचे तर येथे येण्यावाचून माझ्यापुढे दुसरा पर्याय नव्हता."

तिथून सुमारे तीन हजार फुटांवरती डेल्टा-वन हा आपल्याजवळील इन्फ्रा-रेड दुर्बिणीतून त्या दोघांकडे पहात होता. अंधारातही समोरचे दृश्य दाखवणारी ती दुर्बिण होती. नासाच्या ॲडमिनिस्ट्रेटरने रेचलला आत नेल्याची त्याने खात्री करून घेतली.

१९

नासाचा ॲडमिनिस्ट्रेटर लॉरेन्स एक्स्ट्रॉम हा तसा एक पहिलवानी थाटाचा माणूस होता. त्याचा चेहरा लालसर होता व तो तडकाफडकी बोलून तुटकपणे वागणारा होता. नॉर्वेतल्या लोकांच्या देवता जशा उग्र व रागीट स्वभावाच्या असतात तसा तो होता. त्याने आपल्या डोक्यावरचे लाल केस लष्करी सैनिकासारखे बारीक कापले होते. त्याचे नाक म्हणजे एक लंबवर्तुळाकृती गोळा होता आणि त्यावरील रक्तवाहिन्यांचे जाळे हे कोळ्याच्या जाळ्यासारखे वाटे. त्याचा चेहरा किती चमत्कारिक दिसत होता. त्याचे दगडी डोळे आता अनेक रात्री जागरण केल्यामुळे जड झाले आहेत, असे वाटत होते. नासामध्ये नोकरीस येण्यापूर्वी तो पेन्टॅगॉनमध्ये एअरोस्पेस स्ट्रॅटेजिस्ट व ऑपरेशन्स ॲडव्हायजर म्हणून काम करत होता. एक चिडका म्हणून त्याची ख्याती असली, तरी जे काम तो हातात घेईल ते तो पूर्ण केल्यावाचून रहात

नाही, अशीही त्याची ख्याती होती. त्या बाबतीत त्याच्याशी कोणी स्पर्धा करू शकत नव्हते.

रेचलने त्याच्याबरोबर हॅबिस्फिअरमध्ये, त्या तंबूत प्रवेश केला. आपण एका चमत्कारिक व अर्धपारदर्शक बोळातून जात आहोत असे तिला वाटले. आतल्या रस्त्यांचे जाळे हे चक्रव्यूहासारखे होते. मधल्या प्लॅस्टिकच्या भिंती या तारांनी टांगून ताणलेल्या होत्या. खाली बर्फाच्या जमिनीवरती एक रबरी सतरंजीची गुंडाळी अंथरली होती. तिला असंख्य व जवळजवळ अशा आडव्या उठावदार रेषा होत्या. त्यामुळे त्यावरून चालताना घसरण्याची भीती नव्हती. एका तात्पुरत्या मोकळ्या जागेतून ते चालत गेले. तिथे भिंतीलगत अनेक कॉट्स होत्या. काही रासायनिक स्वच्छतागृहे होती.

एक्स्ट्रॉम रेचलला घेऊन कुठेतरी नेत होता. तो खर्जातल्या आवाजात तिला म्हणाला, ''मिस सेक्स्टन, मी तुम्हाला स्पष्ट काय ते आत्ताच सांगतो. पुढचेही स्पष्टपणे सांगत राहीन.'' त्याच्या स्वरात 'रेचल आपली पाहुणी आहे' हा भाव सोडून बाकी सारे काही होते. ''तुम्ही येथे आला आहात ते केवळ अध्यक्षांची तशी इच्छा होती म्हणून. झॅक हर्नी हे माझे एक जवळचे स्नेही आहेत आणि त्यांचा नासाला मनापासून पाठिंबा असतो. मी त्यांचा आदर करतो, मी त्यांचा ऋणी आहे आणि माझा त्यांच्यावरती विश्वास आहे. त्यांच्याकडून थेट आलेल्या हुकमांवरती मी उगाच शंका काढत बसत नाही. मग भले मला ते हुकूम आवडले नाही तरी. पुढे काही गोंधळ नको म्हणून आत्ताच तुम्हाला सांगतो, की तुम्हाला या प्रकारात ओढण्याचा त्यांचा उत्साही निर्णय मला बिलकूल आवडलेला नाही. तुम्ही हे लक्षात ठेवले तर बरे पडेल.''

रेचल यावरती काय बोलणार? ती नुसती त्याच्याकडे बघत राहिली. *हे असले आदरातिथ्य करून घेण्यासाठी मी तीन हजार मैलांचा प्रवास केला काय? हा पठ्ठ्या भलताच उर्मट दिसतो आहे.* मग तिने त्याला प्रत्युत्तर करत म्हटले, ''आपला अनादर न करता मी आपल्याला अशी जाणीव करून देते, की मीही राष्ट्राध्यक्षांच्या आज्ञेनुसार येथे आले आहे. कोणत्या हेतूसाठी मला येथे पाठवले आहे ते मला अद्यापही सांगण्यात आलेले नाही. केवळ विश्वास ठेवून मी येथवर आलेले आहे. त्या मागे फक्त सदिच्छा आहे. दुसरे काहीही नाही.''

एक्स्ट्रॉम यावर म्हणाला, ''उत्तम! मग तर मी बेधडक रोखठोक बोलेन.''

''तसे बोलण्याची सुरुवात तर तुम्ही केव्हाच केली आहे.''

रेचलने 'जशास तसे' अशी प्रतिक्रिया व्यक्त केल्याने त्या ॲडमिनिस्ट्रेटरला धक्का बसल्याचे दिसत होते. त्याची पावले काही क्षण मंद पडू लागली. त्याने जाता जाता तिला निरखून पाहिले. अन् मग आपले वेटोळे मोडताना एखादा साप जसा

फूत्कार टाकतो तसा त्याने एक दीर्घ उच्छ्वास सोडला आणि पुन्हा तो नेहमीच्या वेगाने पावले टाकत चालू लागला.

तो आता म्हणत होता, ''एक लक्षात घ्या, की तुम्ही नासाच्या एका अत्यंत गुप्त प्रकल्पावरती आला आहात. माझ्या मनाला ते पटले नाही. तुम्ही नुसत्याच एनआरओच्या प्रतिनिधी नाही, तर तुमच्या संस्थेचा डायरेक्टर हा नासाच्या कर्मचाऱ्यांचा अनादर करतो. 'वाटेल तशी बडबड करणारी मुले आहेत' असे तो आम्हा सर्वांना समजतो; पण मी तिकडेही फारसे लक्ष देत नाही. मुख्य म्हणजे, ज्या व्यक्तीने नासाचा विनाश करण्याचा विडा उचलला आहे, त्या व्यक्तीची तुम्ही मुलगी आहात हे मात्र मला विसरता येत नाही. आत्ताचा काळ हा नासाचा एक देदीप्यमान काळ आहे. आजवर माझ्या माणसांनी खूप टीका सहन केल्याने आत्ताचे आनंदाचे क्षण उपभोगण्याचे हक्क त्यांना आहेत. तुमच्या वडिलांनी नासावरती प्रचंड आगपाखड केल्याने नासाला एका चमत्कारिक राजकीय कोंडीत जबरदस्तीने ढकलले गेले आहे. नासाला कुप्रसिद्धीच्या झोतात ओढले गेले आहे. त्यात माझे कष्टाळू कर्मचारी व मूठभर बिनसरकारी शास्त्रज्ञ सापडलेले आहेत. तसेच, जो माणूस नासाला नष्ट करू पहातो आहे त्यांची मुलगीही आता यात सापडली आहे.''

मी म्हणजे काही माझे वडील नाही, असे रेचलला ओरडून सांगावेसे वाटले; पण नासाच्या या प्रमुखाबरोबर आत्ता राजकारणावरती वाद घालण्याची ही वेळ नव्हती. ती यावरती एवढेच म्हणाली, ''असे पहा, मी येथे आले ते प्रसिद्धीच्या प्रकाशात उभे रहाण्यासाठी आले नाही.''

एक्स्ट्रॉम गुरगुरत म्हणाला, ''पण तुम्हाला याखेरीज दुसरा पर्याय नाही हे लवकरच कळून येईल.''

त्याच्या अशा बोलण्याचे तिला आश्चर्य वाटले. नक्की कोणती मदत ॲडमिनिस्ट्रेटरला सार्वजनिकरीत्या करावयाची याच्या कसल्याही सूचना अध्यक्षांनी तिला दिल्या नव्हत्या; परंतु तिचा साहेब विल्यम पिकरिंग याला मात्र तसा वास आला होता. रेचलचा उपयोग राजकारणातील एक प्यादे म्हणून केला जाईल असा त्याला संशय आला होता. ती म्हणाली, ''मला येथे काय काम करायचे आहे ते सांगा.''

''तुम्ही आणि मी, आपल्याला काय करायचे आहे ते मलाही ठाऊक नाही.''

''काय म्हणालात?''

''तुम्ही येथे आल्यावर आम्हाला जो शोध लागला आहे त्याची सर्व माहिती तुम्हाला लगेच द्यावी असे मला अध्यक्षांकडून सांगण्यात आले. आता या इथल्या सर्कशीत तुमच्याकडून नक्की कोणती भूमिका वठवून घेण्याचे अध्यक्षांच्या मनात आहे ते मला ठाऊक नाही. तो प्रश्न तुम्ही व अध्यक्ष यांच्यामधला आहे.''

"त्यांनी मला असे सांगितले, की तुमच्या त्या अर्थ ऑब्झर्व्हेशन सिस्टीमने-ईओएसने कशाचा तरी शोध घेतला आहे."

आपल्या डोळ्यांच्या कोपऱ्यामधून तिच्याकडे पहात एक्स्ट्रॉम म्हणाला, "त्या ईओएस प्रकल्पाबद्दल तुम्हाला कितपत माहिती आहे?"

"ईओएस, म्हणजे पृथ्वीचे निरीक्षण करणारी यंत्रणा. ही यंत्रणा नासाने सोडलेल्या पाच उपग्रहांनी मिळून बनलेली आहे. त्यांच्याकडून पृथ्वीचे निरनिराळ्या प्रकारे सतत निरीक्षण चाललेले असते. समुद्रांचे नकाशे बनवणे, प्रस्तरभंगाचे विश्लेषण करणे, ध्रुव प्रदेशातील बर्फाच्या वितळण्यावरती नजर ठेवणे, तेलाचे साठे किती आहेत, कुठे आहेत ते शोधणे-"

"बास! उत्तम!" एक्स्ट्रॉम तिचे बोलणे तोडत म्हणाला; पण त्याच्यावर तिची कसलीही छाप पडल्याचे त्याच्या आवाजातून प्रकट झाले नव्हते. "मग तुम्हाला त्या ईओएसमध्ये नवीन भर पडल्याचे ठाऊक असेलच. मी पॉडसबद्दल बोलतोय."

रेचलने यावर होकारार्थी मान डोलवली. पॉडस म्हणजे Polar Orbiting Density Scanner. पृथ्वीवरील खडकांचे स्तर सर्वत्र सारखे नाहीत. काही ठिकाणी जड खडक तर काही ठिकाणी हलके खडक. यामुळे पृथ्वीवरील प्रत्येक ठिकाणी घनतेमध्ये सूक्ष्म का होईना फरक पडतोच. तो फरक टिपणारे उपग्रह नासाने अवकाशात सोडले होते. उत्तर ध्रुव ते दक्षिण ध्रुव ते परत उत्तर ध्रुव अशा कक्षेमधून ते पृथ्वीला फेऱ्या मारायचे; मात्र प्रत्येक फेरीला ते एकेक रेखांश पुढे सरकायचे. अशा रीतीने सतत पृथ्वीवरील प्रत्येक बिंदू हा घनतेच्या दृष्टिकोनातून ते तपासत असायचे. या तपासणीमुळे पृथ्वीचे तापमान हळूहळू जे वाढत जात आहे त्यावरतीही लक्ष ठेवले जायचे; कारण खडकांप्रमाणेच प्रत्येक ठिकाणच्या हवेची घनताही तपासली जायची. पूर्वीपेक्षा ती घनता कमी झाली असेल तर तिथली हवा, वातावरण तापलेले आहे हे समजायचे. रेचलला हेही ठाऊक होते. ती म्हणाली, "ध्रुव प्रदेशात बर्फाच्या थराची जी जाडी व कठीणपणा आहे तेही पॉडसकडून तपासले जाते, असे मला वाटते."

"अं, होय. परिणामी, तेही मोजले जाते; मात्र त्यासाठी स्पेक्ट्रल बॅन्ड टेक्नॉलॉजी वापरली जाते. मोठ्या क्षेत्रफळाच्या जागेवरील प्रत्येक बिंदूची घनता मोजली जाऊन शेवटी त्या सर्व जागेची सरासरी घनता समजते. बर्फाच्या थरात सर्वत्र सारखी घनता असावयास हवी. या पद्धतीमुळे तशी सारखी घनता आढळत नसेल तर त्या ठिकाणची सरासरी घनता किती वेगळी आहे हे समजू शकते. म्हणजे मग बर्फातील पोकळ्या, आत गेलेल्या लांबलचक भेगा, तडे इत्यादींचा मागोवा सहज घेता येतो. त्यातून मग जागतिक तापमानवाढ कितपत होते आहे याचा अंदाज काढता येतो."

रेचलला सरासरी घनता काढण्याची स्कॅनिंग पद्धती ठाऊक होती. जणू काही ध्वनी सोडून बर्फात गाडले गेलेले पदार्थ शोधणारे सोनोग्राफी तंत्र होते ते. एनआरओने सोडलेल्या उपग्रहांनी हेच तंत्र वापरून जमिनीखाली बुजून गेलेल्या मोठ्या प्रमाणातील दफनभूमी पूर्व युरोपात शोधून काढल्या होत्या. पूर्वी केलेल्या सामूहिक कत्तलींना अशा प्रकारे वाचा फोडली होती. याचा फायदा राष्ट्राध्यक्षांना राजकीयदृष्ट्या झाला होता. वांशिक कत्तली अद्यापही युरोपात होत आहेत, हे त्यांनी या पुराव्याआधारे मग ठासून सांगितले.

एक्स्ट्रॉम सांगत होता, "दोन आठवड्यांपूर्वी या इथल्या बर्फाच्या थरावरून एक पॉडस गेला आणि त्याने येथील बर्फाच्या थरात कुठेतरी घनतेमध्ये गडबड आहे, सुसंगती नाही, हे दाखवून दिले. ती विसंगती (Anomoly) बर्फाच्या थरात २०० फूट खाली होती. सुमारे दहा फूट लांब-रुंद अशी एखादी वस्तू तिथे असावी असे भासत होते. एखाद्या द्रवाचा मोठा थेंब असावा असेच सर्वांना जाणवले."

"कदाचित तिथे पोकळी असून त्यात पाणी असेल." रेचलने आपली शंका व्यक्त केली.

"नाही. तसले काहीही नव्हते. घनतेमधील तिथली विसंगती ही आजूबाजूच्या बर्फापेक्षा एक कठीण वस्तू असल्याचे दर्शवत होती."

रेचलने म्हटले, "म्हणजे... म्हणजे एखादा खडकाचा भला मोठा तुकडा किंवा तसलेच काही?"

एक्स्ट्रॉम मान हलवत म्हणाला, "बरोबर. तसलेच काहीतरी."

आता तो काय गौप्यस्फोट करणार याची ती वाट पाहू लागली; पण त्याने तसे काहीही केले नाही. *नासाला एक भला मोठा खडक सापडला म्हणून मला येथे पाठवले आहे?*

"ती घनता अचूक मोजली जाईपर्यंत आमची अस्वस्थता व उत्सुकता वाढत गेली होती. म्हणून आम्ही येथे वैज्ञानिक पहाणी करण्यासाठी एक पथक विमानाने पाठवले. त्यांच्या पहाणीवरून आम्हाला कळून चुकले की कोणता तरी तो एक खडकच आहे; परंतु इथल्या एलीसमीरे बेटाच्या खडकाच्या घनतेपेक्षा त्याची घनता ही वेगळी आहे, खूपच जास्त आहे. इथल्या ४०० मैल त्रिज्येत येणाऱ्या कोणत्याही खडकापेक्षा त्याची घनता ही खूपच जास्त आहे."

रेचलने आपल्या पायाखालची बर्फभूमी पाहिली. येथेच कोठेतरी ३०० फूट खाली तो भव्य खडक अडकून राहिला आहे. "याचा अर्थ कोणीतरी बाहेरून तो खडक आणून येथे टाकून दिला आहे?" तिने आपली शंका विचारली.

तिच्या शंकेची एक्स्ट्रॉमला मोठी मौज वाटली. तो सांगू लागला, "तो खडक,

किंवा खडकाचा तुकडा, हा वजनाला आठ टनापेक्षा जास्त आहे. घट्ट बर्फाखाली तो दोनशे फूट गाडला गेला आहे. याचा अर्थ असा की गेल्या तीनशे वर्षांत त्याला कोणाचाही स्पर्श झाला नाही.''

त्या ॲडमिनिस्ट्रेटरबरोबर भव्य तंबूतील अरुंद बोळातून चालत जाताना रेचलला आता कंटाळा येऊ लागला. वाटेत नासाची दोन माणसे पहारा देत होती. त्यांच्यामधून ते गेले. मग एक्स्ट्रॉमकडे पहात रेचल म्हणाली, ''तो खडक तिथे आहे याबद्दल काही तर्क, सैद्धांतिक खुलासा करणे जमू शकेल... पण मग त्यासाठी गुप्तता बाळगण्यासाठी एवढी प्रचंड खबरदारी का घेतली जात आहे?''

एक्स्ट्रॉमने आपला चेहरा मख्ख ठेवत म्हटले, ''याचे कारण पॉडसकडून जो खडक शोधला गेला ती एक मोठी उल्का आहे.'' ते ऐकताच रेचल एकदम चालता चालता थांबली. एक्स्ट्रॉमकडे रोखून पहात ती म्हणाली, ''काय? एक उल्का?'' तिच्या स्वरात निराशेची एक लहर उगवून गेली. ही एवढी गुप्तता, हा भव्य शामियाना, अफाट खर्च वगैरे जे काही प्रचंड स्वरूप दिले गेलेले आहे ते केवळ एका भुक्कड उल्केसाठी? हे म्हणजे अद्‌भुततेच्या कळसावरून वास्तवतेच्या दरीत एकदम कोसळण्यासारखे होते. *अन् अशा ह्या शोधामुळे नासाने आजवर केलेले अफाट खर्च आणि चुका यांचे कसे काय समर्थन होऊ शकेल?* उल्केचे दगड हे पृथ्वीवरती दुर्मिळ समजले जात असले, तरी इतकी वर्षे नासाकडून तशा उल्कांचा शोध घेतला जात होताच. त्यात आता या वेळी वेगळे काय?

''पृथ्वीवर आजवर सापडलेल्या उल्कांमध्ये ही सर्वांत मोठी ठरेल,'' एक्स्ट्रॉम तिच्यासमोर ताठ उभा राहून बोलत होता, ''१७०० सालानंतर कधीतरी इथल्या आर्क्टिक महासागरात एक महाकाय उल्का पडली. तिचा एक तुकडा म्हणजे इथल्या बर्फात गाडलेली उल्का. ती महाकाय उल्का जेव्हा सागरात आपटली तेव्हा तिचा तुकडा उडून तो इथल्या मिल्ने हिमनदीवरती पडला आणि गेल्या तीनशे वर्षांत हळूहळू खाली खाली गाडला जाऊ लागला.''

रेचलला आता या साऱ्या प्रकाराची चीड येऊ लागली. एका दुर्मिळ व अवजड उल्केचा शोध लागला म्हणून असे काय विशेष घडत होते? उगाच या गोष्टीचा का गाजावाजा केला जातो आहे? नासावरती टीका होत गेल्याने ही संस्था आता घायकुतीला आल्यासारखी उगाच जादा प्रसिद्धीचा स्टंट करू पहात आहे. व्हाईट हाऊससुद्धा तसेच करू लागले आहे. एका क्षुल्लक शोधाला उगाच 'जग हादरवून सोडणारा शोध' या पातळीवरती नेऊन बसवले जात आहे.

''तुम्हाला या शोधाबद्दल विशेष वाटले आहे, असे काही दिसत नाही.'' एक्स्ट्रॉम तिला विचारत होता.

''मला असे वाटत होते की... की आपल्याला काही एकदम वेगळेच पहायला

मिळणार आहे. माझी तशी अपेक्षा होती.''

एक्स्ट्रॉमने आपले डोळे बारीक केले व तो म्हणाला, ''मिस सेक्स्टन, एवढ्या मोठ्या आकाराची उल्का ही अत्यंत दुर्मिळ आहे. जगातल्या मोठ्या उल्का ह्या संख्येने अत्यंत कमी आहेत.''

''त्याची मला कल्पना आहे—''

''परंतु या उल्केच्या आकारामुळे आम्ही फारसे प्रभावित झालो नाही.''

रेचलने एकदम मान वर करून त्याच्याकडे पाहिले.

एक्स्ट्रॉम तिला सांगू लागला, ''मी काय सांगतो ते नीट ऐकून घ्या आधी. इतर उल्केमध्ये नसलेले गुणधर्म हे या उल्केमध्ये आहेत. या आधी ते गुणधर्म कोणत्याच उल्केमध्ये नव्हते.'' मग आपल्यामागून येण्याची खूण करत तो बोलत बोलत पुढे जाऊ लागला, ''माझ्यामागून या. या विषयात माझ्यापेक्षाही तज्ज्ञ असलेल्या व्यक्तीची तुमच्याशी गाठ घालून देतो.''

रेचलचा गोंधळ उडाला, ''नासाच्या ॲडमिनिस्ट्रेटरपेक्षा कोणीतरी अधिक तज्ज्ञ आहे?'' तिने विचारले.

एक्स्ट्रॉमने आपले खास नॉर्डीक वंशाचे वैशिष्ट्य असलेले डोळे तिच्यावर रोखले व म्हटले, ''होय, माझ्यापेक्षाही अधिक तज्ज्ञ! याचे कारण ती व्यक्ती ही नासाच्या बाहेरची आहे. सरकारी सेवेतील नाही. खासगी संस्थेतील शास्त्रज्ञ आहे. तुम्ही स्वत: माहितीचे विश्लेषण करण्याच्या उद्योगातील असल्याने आपल्याला मिळालेली माहिती ही पूर्वग्रहदूषित नाही हे तुम्ही कटाक्षाने बघणार.''

''हंऽऽ!'' तिने एक सुस्कारा सोडला.

त्या अरुंद बोळातून रेचल त्याच्या मागोमाग गेली. त्या बोळाच्या शेवटी एखादे दार असावे. त्यावरती जाडजूड पडदा टांगलेला होता. पलीकडून अनेकजणांचे आवाज मंदपणे ऐकू येत होते. ते आवाज थोडेसे घुमल्यासारखे वाटत होते. पलीकडे फार मोठी विस्तृत अशी रिकामी जागा असावी, असा तिने तर्क केला.

ॲडमिनिस्ट्रेटरने एक शब्दही न बोलता हात पुढे करून तो पडदा बाजूला सारला. पलीकडे एकदम झगझगीत प्रकाश असल्याने तिचे डोळे दिपून गेले. थोडेसे कचरत तिने आत पाऊल टाकले व बारीक डोळे करून ती आतले दृश्य पाहू लागली. थोड्या वेळाने जेव्हा तिचे डोळे आतल्या प्रकाशाला सरावले तेव्हा तिला दिसले की ती एक अतिभव्य अशी खोली आहे. खोली नव्हे, दालन आहे. तिच्या तोंडून एक आश्चर्योद्गार बाहेर पडला. ''माय गॉड!'' ती कुजबुजत्या स्वरात म्हणाली. *ही जागा आहे तरी कसली?*

२०

वॉशिंग्टन शहराच्या बाहेर सीएनएनचा एक स्टुडिओ आहे. सीएनएनचे असे जगभर पसरलेले एकूण २१२ स्टुडिओ आहेत. त्या सर्व स्टुडिओंचा संपर्क हा उपग्रहाद्वारे सीएनएनच्या मुख्यालयाशी जोडलेला आहे. अटलांटा शहरात हे मुख्यालय असून, त्याला 'टर्नर ब्रॉडकास्टिंग सिस्टिम' या नावाने ओळखले जाते.

दुपारचे १:४५ झाले होते. सीएनएन स्टुडिओच्या पार्किंग लॉटमध्ये सिनेटर सेजविक सेक्स्टन याची लिमोसिन गाडी येऊन उभी राहिली. गाडीतून बाहेर पडताना सिनेटर स्वत:वरती खूष झाला होता. मोठ्या समाधानात तो प्रवेशद्वारापाशी चालत गेला. त्याच्याबरोबर त्याची मदतनीस गॅब्रिएल होती. खूप मोठे पोट असलेल्या सीएनएनच्या एका प्रोड्युसरने त्यांचे दारात हसत हसत स्वागत केले.

तो प्रोड्युसर म्हणाला, "सिनेटर सेक्स्टन, वेलकम! एक फार मोठी बातमी आहे. परिसंवादात तुमच्याशी व्हाईट हाऊसतर्फे चर्चा करण्यास कोण येते आहे ते ठाऊक आहे का? आता बघालच त्या व्यक्तीला." असे म्हणून सूचकपणे त्याने हास्य केले व पुढे म्हटले, "आता या वादविवादाच्या जुगलबंदीत तुम्हाला आपला खास चेहरा वापरावा लागेल." एवढे म्हणून त्याने प्रॉडक्शनच्या काचेपलीकडे असलेल्या स्टुडिओत सिनेटरला नेले.

सेक्स्टनने स्टुडिओमध्ये काचेतून पाहिले आणि त्याला धक्काच बसला. स्टुडिओतील ती व्यक्ती सारखी सिगारेट ओढत होती. व्हाईट हाऊसतर्फे ती सेक्स्टनशी वादविवादात सामना करण्यासाठी आली होती. सिगारेटच्या धुरातून त्या व्यक्तीचा चेहरा सेक्स्टनने पाहिला. तोच तो राजकारणातील कुरूप चेहरा तिथे होता.

"मार्जोरी टेन्च?" गॅब्रिएल आश्चर्याने म्हणाली, "तिचे येथे काय काम आहे?"

मार्जोरीला व्हाईट हाऊसने का पाठवले असावे याचा अंदाज सेक्स्टनला एकदम करता येईना; पण काहीही कारण असले तरी तिचे येथे येणे हीच एक अद्भुत बातमी होती. इतक्या मोठ्या पदावरील व्यक्तीला ज्याअर्थी अध्यक्षांकडून पाठवले जाते आहे, त्याअर्थी नक्कीच व्हाईट हाऊसच्या पायाखालची वाळू सरकत चालली आहे, राष्ट्राध्यक्ष हादरले आहेत, असेच अर्थ त्यातून सूचित होतात. समजा, तसा काही प्रकार नसेल तर मग अध्यक्षांनी आपल्या सीनियर ॲडव्हायजरला का पाठवावे? बुद्धिमान सेनापतीला सरळ आघाडीवरती लढण्यासाठी का पाठवले? राष्ट्राध्यक्ष झॅक हर्नी आपल्याजवळील मोठी तोफ मैदानात उतरवत आहेत, हे आव्हान सिनेटर सेक्स्टनने आता स्वीकारले. समोर चालून आलेल्या संधीचा तो पुरेपूर उपयोग करून घेणार होता.

शत्रू जेवढा मोठा तेवढा त्याचा पाडाव करणे कठीण.

मार्जोरी टेन्च ही एक कावेबाज बाई होती. याबाबतीत सिनेटरला कसलीही शंका नव्हती; पण तिला पाठवण्यात अध्यक्षांनी एक गंभीर चूक केली आहे असे त्याला वाटू लागले. मार्जोरी टेन्च दिसायला खूपच कुरूप होती. आता ती एका खुर्चीत बसून सिगारेट ओढत होती. तिचा उजवा हात एका तालात सारखा तिच्या ओठावरती ती मागे-पुढे करत होती. जणू काही एखादा राक्षसी नाकतोडा खाण्याचा आविर्भाव करतो आहे, अशी उपमा सिनेटरच्या मनात येऊन गेली. *हा असा चेहरा टीव्हीऐवजी रेडिओवरतीच असायला हवा होता.* सिनेटरने जेव्हा तिचा फिकुटलेला चेहरा एका मासिकात प्रथम पाहिला तेव्हा त्याला आपण एका जबरदस्त राजकीय चेहऱ्याकडे पहात आहोत याची कल्पना नव्हती.

"हे जे काय चालले आहे ते मला बिलकूल आवडले नाही," गॅब्रिएल कुजबुजत म्हणाली.

तिचे हे वाक्य सिनेटरला जेमतेम ऐकू गेले असेल वा नसेल; पण जसजशी तो चालून आलेल्या संधीवर विचार करू लागला तसतशी त्याला ती संधी अधिकाधिक आवडत गेली. मार्जोरीचा चेहरा प्रेक्षणीय नसला किंवा तो चेहरा चित्रवाणीच्या माध्यमाला बिलकूल अनुकूल नसला, तरी तिची ठाम मते मात्र या वैगुण्यावरती मात करून जायची. ती आपली मते अत्यंत स्पष्टपणे बोलून दाखवायची. तिचा परखडपणा हाच शेवटी प्रभावी ठरायचा. अमेरिकेला उच्च तंत्रज्ञानाची कास धरण्यावाचून गत्यंतर नाही, कोणत्याही नेतृत्वाला हाच मार्ग अवलंबावा लागेल, असे ती बोलून दाखवे. ई-गव्हर्नन्स ऊर्फ इलेक्ट्रॉनिक यंत्रणांद्वारे चालवले जाणारे प्रशासन, संशोधन व विकास कार्यक्रम आणि सर्वांत विशेष म्हणजे नासाचे कार्यक्रम, यामुळेच अमेरिकेचे भले होणार आहे, हे ती बोलून दाखवे. अनेकांचे असे मत होते, की मार्जोरीचा उच्च तंत्रज्ञानाचा आग्रह हा राष्ट्राध्यक्षांवरती दबाव टाकत असून त्यामुळेच नासाविरुद्ध त्यांना काहीही करता येत नाही.

सेक्स्टनच्या मनात आता अशी शंका उद्‌भवली, की कदाचित मार्जोरीच्या या अतिआग्रही मतांमुळेच अध्यक्षांनी तिला शिक्षा करण्यासाठी आजच्या राजकीय जुगलबंदीमध्ये भाग घ्यायला पाठवले असेल काय? *आपल्या या ज्येष्ठ सल्लागाराला तेवढ्यासाठी जाहीरपणे लांडग्यांसमोर फेकून दिले जात नाही ना?*

गॅब्रिएल काचेपलीकडून मार्जोरीकडे टक लावून पहात राहिली. जसजशी ती पहात राहिली तसतशी ती अस्वस्थ होत गेली. ही समोर बसलेली बाई भलतीच चलाख आहे आणि ती कधी पलटी मारून बाजी जिंकेल याचा नेम नाही. गॅब्रिएलला आतून कोणतीतरी जाणीव होऊन ती अधिकाधिक सावध होत गेली. तिची नासाबद्दलची

मते लक्षात घेऊनही अध्यक्षांनी तिला सेक्स्टन यांच्या पुढ्यात का सोडले आहे? काहीतरी त्यांच्या हातून चूक होते आहे; परंतु एवढी चूक करण्याइतपत अध्यक्ष नक्कीच वेडे नाहीत. ही वादस्पर्धा म्हणजे एक वाईट बातमी ठरणार आहे, असे तिला राहून राहून वाटू लागले.

सिनेटर सेक्स्टन हा मार्जोरीकडे पाहून फुरफुरत आहे हे तिला जाणवले. कधी आपण तिच्यावर तुटून पडतो आहोत असे त्याला झाले होते. त्याच्या त्या उतावीळपणाला ती पायबंद घालू शकत नव्हती. जेव्हा सेक्स्टन उतावीळ होतो तेव्हा तो फार धाडसी विधाने करू लागतो. नासाचा प्रश्न हा आता अध्यक्षीय निवडणुकीत कळीचा मुद्दा ठरू लागला होता; पण सेक्स्टन आता हा मुद्दा खूपच ताणून धरू लागला आहे, असे गॅब्रिएलला वाटले. आत्तापर्यंत अनेक उमेदवारांकडून जेव्हा प्रतिपक्षाला संपूर्णपणे उताणे पाडण्याचे प्रयत्न प्रचारमोहिमेत झाले, तेव्हा तेच स्वत:चीतपट झाले होते. आत्ताच्या सीएनएनच्या कार्यक्रमात तसेच होईल अशी भीती तिला वाटू लागली.

आता होणारी रक्त उसळवणारी टक्कर किंवा बौद्धिक साठमारी सुरू करण्यासाठी सीएनएनचा प्रोड्युसर उत्सुक झाला होता. तो सेक्स्टनला म्हणाला, ''चला सिनेटर, आपल्या आसनावर बसून तयारीत रहा.''

सेक्स्टन स्टुडिओत प्रवेश करण्यास पुढे सरकताच गॅब्रिएलने त्याची बाही पकडून कुजबुजत त्याला म्हटले, ''तुमच्या मनात काय चालले आहे ते मी जाणते. सावध रहा; पण उगाच भलते धाडस करू नका.''

''धाडस? माझ्याकडून?'' सेक्स्टन हसून म्हणाला.

''लक्षात ठेवा, ही बाई ठरवून आलेली आहे. ती खूप चलाख आहे.''

सेक्स्टनने यावर गॅब्रिएलकडे पाहून म्हटले, ''अन् मीही तेवढाच चलाख आहे!''

२१

नासाच्या त्या भव्य तंबूमध्ये जिथे नजर फेकावी तिथे विलक्षण दृश्य दिसत होते. अशी दृश्ये भूतलावर कोठेही दिसली नसती; परंतु ही दृश्ये ध्रुव प्रदेशातील एका निर्जन व ओसाड बर्फभूमीवरची असल्याने त्या अद्भुततेमध्ये एक चमत्कृती निर्माण होत होती. म्हणून रेचलला तो सारा भुलभुलय्या पाहून त्यावर विश्वास ठेवणे कठीण जात होते.

तिने वरती पाहिले. सारे छत हे असंख्य त्रिकोणी तुकड्यांचे बनलेले होते. ते तुकडे एकमेकांत अडकवून हवा तेवढा विस्तीर्ण पृष्ठभाग निर्माण करता येत होता.

आपण एका विशाल रुग्णालयात आलो आहोत असे रेचलला वाटले. आजूबाजूच्या भिंती या सावकाश तिरप्या होत खाली बर्फभूमीला टेकल्या होत्या. तिथे भिंतीच्या पायथ्याशी ओळीने अनेक हॅलोजन दिवे ठेवले होते. त्यांची तोंडे छताकडे होती. पहारेकऱ्यांसारखे उभे असणारे ते दिवे आपला प्रकाश सरळ छतावर फेकत होते. त्यामुळे तो सारा शामियाना एका दिव्य प्रकाशाने उजळून निघालेला होता.

खालच्या बर्फभूमीवरती काळ्या रंगाच्या सतरंजीचे पट्टे पाहिजे तसे वेडेवाकडे गेले होते. ते पट्टे प्लॅस्टिकच्या फोमचे होते. जणू काही रानातील असंख्य पायवाटा अनेक वळणे घेत एकमेकांना आडव्या जात होत्या. तिथे अनेक शास्त्रज्ञांची स्वतंत्र अशी आपापली वर्कस्टेशन्स ऊर्फ तात्पुरत्या प्रयोगशाळा होत्या. त्यांची अनेक अगम्य अशी इलेक्ट्रॉनिक यंत्रे होती व त्यावरचे दिवे सारखे लुकलुकत होते. त्या यंत्रांच्या गजबजाटात नासाचे ४० शास्त्रज्ञ आपापसात गप्पा मारीत उभे होते. सर्वांच्या अंगावरती पांढरे ओव्हरकोट होते. ते हर्षभरित स्वरात खूप उत्तेजित होऊन एकमेकांशी बोलत होते. त्या भव्य शामियान्यातील वातावरण चैतन्याने भारले गेले आहे हे रेचलच्या ताबडतोब लक्षात आले.

त्यामागचे कारण तोच तो 'नवीन शोध' होता.

रेचल आणि ॲडमिनिस्ट्रेटर हे तंबूच्या कडेकडेने जात होते. काहीजण तिच्याकडे वळून आश्चर्याने पहात होते, तर जे तिला ओळखत होते त्यांच्या चेहऱ्यावरती नाराजीचे भाव उमटलेले तिला दिसत होते. तिथे बोललेला आवाज घुमत असल्याने तिच्याबद्दलचे हलक्या आवाजातील शेरेही गुणगुणल्यासारख्या आवाजात सर्वत्र पसरत होते.

ती सिनेटर सेक्स्टनची मुलगी आहे ना?

पण ही बया येथे कशाला कडमडली आहे?

आपले ॲडमिनिस्ट्रेटर तिच्याशी बोलत आहेत यावर माझा विश्वासच बसत नाही.

आपल्या वडिलांबद्दल येथे तिटकारा असणार यात रेचलला नवल वाटत नव्हते. कुणी सांगावे, वडिलांच्या छोट्या बाहुलीसारख्या प्रतिकृती करून त्यावर जारणमारणाचे प्रयोग करण्याचे कामही येथे जरी दिसले असते तरी तिला नवल वाटले नसते. सर्वत्र वडिलांच्या उलट्या बाहुल्या टांगल्या आहेत असेही एक चित्र तिने नजरेसमोर आणून पाहिले. आपल्याबद्दल नुसतीच शत्रुत्वाची भावना इथल्या वातावरणात भरून राहिलेली नसून, त्याचबरोबर एक आत्मसंतुष्टतेची भावनाही येथे पसरलेली आहे हे तिला स्पष्टपणे जाणवले. त्या भावनेत शेवटी कोणाचे हसू होणार आहे हे रहस्य ठाऊक असल्यासारखे वाटत होते.

ॲडमिनिस्ट्रेटर रेचलला एका कोपऱ्यात घेऊन गेला. तिथे अनेक टेबले

मांडलेली होती. त्यावरती संगणक ठेवलेले होते. फक्त एका संगणकापाशी एकजण काम करत होता. त्याने आपल्या अंगावरती एक काळा कोट चढवलेला होता. पायात एक पांढरी क्वॉड्रा विजार होती आणि जाडजूड बूट त्याने घातले होते. नासाच्या प्रत्येक माणसाने जे पांढऱ्या रंगाचे कपडे आणि थंडीपासून बचाव करणारी साधने अंगावर चढवली होती, त्याला या व्यक्तीचा पोषाख सुसंगत नव्हता. त्याची पाठ त्यांच्याकडे असल्याने त्याचा चेहरा तिला समजत नव्हता.

ॲडमिनिस्ट्रेटरने तिला थोडेसे थांबण्यास सांगितले व त्याने पुढे जाऊन त्या व्यक्तीशी थोडेसे बोलणे केले. मग त्या व्यक्तीने समजल्यासारखी आपली मान हलवली. आपला संगणक बंद करण्याच्या तयारीला तो लागला. ॲडमिनिस्ट्रेटर तिच्याकडे परत आला.

तो तिला म्हणाला, ''येथून पुढे मिस्टर टॉलन्ड तुम्हाला मार्गदर्शन करतील. त्यांना इथल्या कामावरती खुद्द अध्यक्षांनीच नेमले आहे. तेव्हा तुम्हा दोघांचे चांगले जमेल. मी नंतर येऊन तुम्हाला परत भेटतोच. तुम्ही मायकेल टॉलन्ड यांचे नाव ऐकलेलेच असेल ना?''

रेचलने आपले खांदे उडवले. त्या झगझगीत व चमत्कारिक वातावरणातून अजूनही ती नीट सावरली नव्हती. अजूनही तिला समोर जे काही चालले आहे त्याचा नीट अर्थ लावता येत नव्हता. ती म्हणाली, ''हे नाव कुठे ऐकले आहे ते एकदम लक्षात येत नाही.''

तेवढ्यात काळ्या कोटातील तो माणूस उठून त्या दोघांकडे आला. तो म्हणाला, ''माझे नाव कुठे ऐकले ते लक्षात येत नाही ना?'' त्याचा आवाज नादमधुर होता व स्नेहपूर्ण होता. तो पुढे म्हणाला, ''तुमचे हे बोलणे म्हणजे माझ्या दृष्टीने आज दिवसभरातील एक मोठी बातमी आहे. मला न ओळखणाऱ्या माणसाशी माझी प्रथमच गाठ पडत आहे. असे आजवर कधीही झालेले नव्हते.''

जेव्हा रेचलने त्याच्या चेहऱ्याकडे निरखून पाहिले तेव्हा ती एकदम थिजून गेली. त्या माणसाचा देखणा चेहरा तिने एकदम ओळखला. अमेरिकेतील प्रत्येकाला तो माणूस ठाऊक होता.

त्याने तिच्याशी हस्तांदोलन केले. त्या वेळी ती शरमून म्हणाली, ''हंऽ! म्हणजे तुम्हीच ते मायकेल टॉलन्ड आहात तर.''

अध्यक्षांनी तिला माहिती देताना सांगितले होते, की नासाच्या शोधाचे यथायोग्य मूल्यमापन करण्यासाठी अत्यंत विद्वान अशा बिनसरकारी शास्त्रज्ञांची नेमणूक केली आहे. मायकेल टॉलन्ड हा त्यापैकी एक होता; परंतु 'बिनसरकारी खासगी शास्त्रज्ञ' अशा शब्दप्रयोगामुळे तिच्या डोळ्यांसमोर जाडजूड चष्मा असलेली व हडकुळी शरीर असलेली म्हातारी माणसे आली होती. टॉलन्ड हा तसा नव्हता. Amazing seas (आश्चर्यकारक समुद्र) या नावाची एक माहितीपूर्ण वैज्ञानिक मालिका चित्रवाणीवरती दाखवली जात होती. सर्व देशभर ती अत्यंत लोकप्रिय होती. त्या मालिकेमध्ये माहिती देणारा शास्त्रज्ञ म्हणून मायकेल टॉलन्ड काम करत होता. त्याचा चेहरा प्रत्येक अमेरिकी माणसाला त्यामुळे ठाऊक झाला होता. मालिकेमध्ये समुद्रतळावरील ज्वालामुखी पर्वत, दहा फूट लांबीचे अळ्यांसारखे प्राणी, भरतीच्या प्रलयकारी लाटा वगैरे अद्‌भुत गोष्टींचे दर्शन व्हायचे. जॅक्यूस कोस्तू हा जगातील गाजलेला फ्रेंच समुद्रशास्त्रज्ञ व अंतराळमोहीम शास्त्रातील तज्ज्ञ कार्ल सॅगन या दोघांचे एकत्रीकरण म्हणजे मायकेल टॉलन्ड, असे त्याच्याबद्दल सर्व वृत्तमाध्यमांतून छापून यायचे. टॉलन्डची विद्वत्ता, त्याचा उत्साही स्वभाव, खेळकरपणा आणि धाडसाची आवड यामुळे सर्व अमेरिकी माणसांच्या मनात त्याला नायकाचे स्थान प्राप्त झाले होते. 'ॲमेझिंग सीज' या मालिकेचे रेटिंग हे सर्वांत वर चढलेले होते. टॉलन्डची रांगडी नजर, आपल्याकडे लक्ष वेधले जावे म्हणून केलेल्या हालचाली यामुळे त्याच्या लोकप्रियतेमध्ये किंचितही घट झाली नाही. अगदी स्त्री-प्रेक्षकांमध्येसुद्धा.

"मिस्टर टॉलन्ड..." रेचल अडखळत बोलू लागली. तिला एकदम शब्द सापडेनात. ती म्हणाली, "मी... मी रेचल सेक्स्टन."

टॉलन्डने यावरती एक प्रसन्न व किंचित उपरोधिक हसू चेहऱ्यावरती आणले व म्हटले, "हाय, रेचल. तुम्ही मला नुसते माईक म्हटले तरी चालेल."

रेचलची जीभ टाळूला चिकटून बसली होती. तिच्या सर्व जाणिवा भारून गेल्या होत्या. हे काय चालले आहे सारे? ध्रुव प्रदेशातील बर्फाळ भूमी, त्यावरचा हा अवाढव्य शामियाना. त्यातील दिव्यांचा लखलखाट, सर्वांत मोठ्या उल्केचा शोध. त्यामागची गुप्तता अन् आता सर्वांत कडी म्हणजे टीव्हीवरील एक नायक चक्क समोर उभे रहाणे. या साऱ्यामुळे तिला खरोखरीच गरगरल्यासारखे होऊ लागले. ती कसेबसे त्याला म्हणाली, "तुम्हाला येथे पाहून मला अत्यंत आश्चर्य वाटते आहे." थोडेसे भानावर येत ती पुढे म्हणाली, "जेव्हा अध्यक्षांनी मला नासाबाहेरच्या काही शास्त्रज्ञांची नेमणूक या शोधाची शहानिशा करण्यासाठी केली असे सांगितले, तेव्हा माझी अशी अपेक्षा होती की..." तिला पुढे बोलता येईना.

"म्हणजे 'खरेखुरे शास्त्रज्ञ' असेच म्हणायचे आहे ना?" टॉलन्ड म्हणाला.

यावर रेचल शरमून हसली, "अं, तसेच काही नाही."

"जाऊ दे. तुम्ही उगाच त्यावर अधिक विचार करू नका," टॉलन्ड तिला आश्वासक स्वरात म्हणाला.

तेवढ्यात ॲडमिनिस्ट्रेटरने 'एक्स्क्यूज' म्हणून तिथून काढता पाय घेतला. आपण लवकरच परत येऊन भेटतो असे त्यांना जाता जाता सांगितले. टॉलन्ड आता तिच्याकडे वळून कुतूहलाच्या स्वरात तिला म्हणाला, "मला ॲडमिनिस्ट्रेटरने

सांगितले होते, की तुम्ही सिनेटर सेक्स्टन यांच्या कन्या आहात.''

रेचलने यावरती आपली मान डोलावली.

''म्हणजे शत्रूचा हेर सरळ सरळ गोटात दाखल!''

''परंतु युद्धभूमीचे क्षेत्र हे असे नेहमी आखल्याप्रमाणे नसते. तुम्हाला उगीचच तसे वाटते आहे,'' ती म्हणाली.

यावर एक अवघडलेली चमत्कारिक शांतता पसरली.

मग रेचलने चट्कन विचारले, ''मला एक सांगा बरं, जगातील एक सुप्रसिद्ध महासागरतज्ज्ञ इथल्या हिमनदीवर नासाच्या अग्निबाणतज्ज्ञांबरोबर काय करतो आहे?''

टॉलन्डने चकचक आवाज तोंडातून काढत पुढे विनोदाने म्हटले, ''अध्यक्षांसारख्या दिसणाऱ्या कोण्या एका माणसाने मला मदतीची विनंती केली. त्यावर मी तोंड उघडून 'मसणात जा' असे म्हणणार होतो; पण त्याऐवजी माझ्या तोंडून शब्द बाहेर पडले की 'येस सर!' मग आता मी काय करावे?''

यावर रेचल खळखळून हसली. सकाळपासून आज ती प्रथमच हसत होती. ती म्हणाली, ''अन् म्हणून तुम्ही येथे नासाच्या लोकांमध्ये सामील झालात.''

बहुतेक मोठमोठ्या व्यक्ती ह्या वैयक्तिकदृष्ट्या पाहिल्या तर अगदीच लहान असतात, क्षुल्लक असतात व कधी कधी नगण्यही असतात; परंतु मायकेल टॉलन्ड मात्र व्यक्ती म्हणूनही खूप उंच आहे असे तिला जाणवले. त्याचे तपकिरी डोळे हे सावध वाटत. तर टीव्हीवरती ते भुरळ घालणारे वाटत. त्याच्या आवाजात तोच तो टीव्हीवरचा प्रेमळपणा, नम्रपणा व उत्साह व्यक्त होत होता. अनेक पावसाळे पाहिलेले व खेळाडूसारखे असलेले त्याचे शरीर दणकट दिसत होते. त्याचे वय ४५ होते; पण तरीही तो खूपच तरुण वाटत होता. त्याचे केस काळे होते व काही बटा सारख्या त्याच्या कपाळावरती येऊन वाऱ्याबरोबर हलायच्या. त्याची हनुवटी चांगलीच बळकट वाटत होती. त्यातून त्याचा आत्मविश्वास व्यक्त होई. जेव्हा त्याने रेचलशी हस्तांदोलन केले तेव्हा रेचलला त्याच्या हाताचा खरबरीतपणा जाणवला. याचा अर्थ इतर टीव्हीवरील अन्य गुळगुळीत नायकांसारखा तो नव्हता. तो खरोखरीच समुद्रावर व समुद्राच्या पोटात शिरून कामे करणारा एक अभ्यासू तज्ज्ञ होता, एक संशोधक होता.

टॉलन्ड थोडासा संकोचून म्हणत होता, ''खरे सांगायचे झाल्यास माझ्याभोवती असलेल्या प्रसिद्धीच्या वलयामुळे माझी येथे नेमणूक केली गेलेली आहे. माझ्या शास्त्रीय ज्ञानाची दखल घेतली गेली नाही. अध्यक्षांनी मला या इथल्या शोधावरती एक माहितीपट बनवायला सांगितला आहे.''

''माहितीपट? अन् त्या उल्केवरती? पण तुम्ही तर एक सागर वैज्ञानिक

आहात.''

''अगदी बरोबर! मीही त्यांना नेमके हेच सांगितले; पण ते म्हणाले, की त्यांना उल्कांवरती माहितीपट बनवणारे कोणी ठाऊक नाहीत. अन् मी या प्रकल्पात असलो की या प्रकल्पाला एक जनमान्यता मिळून जाईल. असे दिसते की त्यांना माझा माहितीपट हा सर्व अमेरिकेत टीव्हीवरून प्रसारित करायचा असावा. आज रात्रीच्या मोठ्या पत्रकार परिषदेत अध्यक्ष हा शोध जाहीर करणार आहेत.''

म्हणजेच एका लोकप्रिय शास्त्रज्ञाला प्रवक्ता केले जाणार. झॅक हर्नी याची राजकीय बुद्धिमत्ता यामागे काम करत आहे तर. नासाची निवेदने अनेकदा एवढी क्लिष्ट, किचकट व शास्त्रीय परिभाषेने भरलेली असत, की ती सामान्य जनांच्या डोक्यावरून जात. तसे आरोपही त्यांच्यावरती नेहमी होत असत; पण आता या वेळी ते होणार नाहीत. त्यांनी वैज्ञानिक माहिती सोपी व रंजक करून सांगण्याच्या तंत्रातला हुकमी एक्काच येथे आणला आहे. शिवाय त्या हुकमी एक्क्याचा चेहरा अमेरिकी जनतेला ठाऊक आहे व त्याच्यावर सर्वांचा विश्वास बसला आहे.

टॉलन्डने दूरवरच्या एका कोपऱ्याकडे बोट केले. तिथल्या भिंतीजवळ पत्रकार परिषदेची तयारी चाललेली होती. खालच्या बर्फभूमीवरती एक निळ्या रंगाचे जाजम घातले होते. टेलिव्हिजनचे कॅमेरे सज्ज केले जात होते. प्रसिद्धिमाध्यमांच्या दिव्यांचे स्टॅन्ड उभे केले जात होते. एक लांबलचक टेबल मांडून त्यावरती अनेक माईक्स ठेवून दिलेले होते. मागच्या बाजूला पार्श्वभूमीवरती एकजण अमेरिकेचा राष्ट्रध्वज लावत होता.

टॉलन्ड सांगत होता, ''ही सारी आजच्या रात्रीची तयारी आहे. येथे नासाचा ॲडमिनिस्ट्रेटर आणि वरिष्ठ पातळीवरील शास्त्रज्ञ बसतील. उपग्रहामार्फत त्यांच्या प्रतिमा व आवाज हे राष्ट्राध्यक्षांच्या ८ वाजता असलेल्या पत्रकार परिषदेसाठी जोडले जातील.''

याचा अर्थ झॅक हर्नी हा नासाचे अंदाजपत्रक कधीच कमी करणार नव्हता, त्यात कपात होणार नव्हती. रेचलला त्या विचाराने थोडेसे हायसे वाटले.

तिने एक निःश्वास सोडत म्हटले, ''ठीक आहे; पण आता तुम्हाला सापडलेल्या त्या उल्केमध्ये अशी काय खास गोष्ट आहे की ज्याच्यासाठी एवढा आटापिटा आणि डामडौल चालला आहे?''

टॉलन्डने आपल्या भुवया उंचावून एक गूढ हास्य यावरती केले. तो म्हणाला, ''ही गोष्ट ऐकण्याजोगी नाही, तर प्रत्यक्ष पहाण्याजोगी आहे. त्याचा खुलासा तोंडी करण्यात अर्थ नाही,'' एवढे म्हणून त्याने जवळच्या एका वर्कस्टेशनकडे रेचलला चलण्याची खूण केली. तिथे गेल्यावर त्याने सांगितले, ''येथे जो कुणी काम करतो त्याच्याकडे त्या उल्केचे बरेच नमुने आहेत. तो ते नमुने तुम्हाला दाखवेल.''

“नमुने? त्या उल्केचे नमुने तुमच्याकडे आहेत?”

“अर्थातच. आम्ही वरून भोक पाडत त्या उल्केपर्यंत पोहोचलो. तिलाही भोके पाडून तिथले नमुने काढून वरती आणले. पार त्या उल्केच्या गाभ्यातील नमुने आम्ही वरती आणले. त्यांच्या तपासणीमुळेच नासाला त्या उल्केचे महत्त्व कळून चुकले.”

टॉलन्ड जो काही खुलासा करत होता तो तिने अद्याप मनातून मान्य केला नव्हता; परंतु तरीही ती त्याच्या मागोमाग जात राहिली. त्या वर्कस्टेशनपाशी कुणीच नव्हते. तिथल्या टेबलावरती दगडांचे अनेक नमुने अस्ताव्यस्तपणे पडले होते. त्यामध्येच एक कॉफीचा कपही होता. त्यातील कॉफीमधून वाफा बाहेर येत होत्या.

टॉलन्डने इकडे-तिकडे पहात मोठ्याने हाक मारली, “मार्लिन्सन!” त्याच्या हाकेला कोठूनही उत्तर आले नाही. त्याने हताशपणे सभोवार पाहिले आणि रेचलकडे वळून म्हटले, “बहुतेक हा पठ्ठ्या कॉफीत घालण्यासाठी दुधाची पावडर आणायला गेला असावा. मी तुम्हाला सांगतो बघा, एकदा मी याच्याबरोबर प्रिन्सीटन विद्यापीठाच्या पोस्ट ग्रॅज्युएट पदवीदान समारंभाला गेलो होतो. नेहमीप्रमाणे ही स्वारी हरवली होती. आता हा खूप मोठा झाला आहे. ॲस्ट्रोफिजिक्समधे त्याला नॅशनल मेडल मिळालेले आहे; पण याची ती जुनी सवय अजून काही जात नाही.”

रेचल म्हणाली, “मार्लिन्सन? म्हणजे ते सुप्रसिद्ध कॉर्की मार्लिन्सन यांचे ते कोण लागतात?”

टॉलन्ड हसून म्हणाला, “दोन्हीही एकच आहेत.”

रेचलला ते ऐकून धक्का बसला. ती म्हणाली, “कॉर्की मार्लिन्सन येथे आले आहेत? एनआरओ उपग्रहाच्या इंजिनिअर मंडळीत मार्लिन्सन यांच्या गुरुत्वाकर्षणा-बद्दलच्या कल्पना खूप गाजल्या आहेत. आता या शास्त्रज्ञालाही राष्ट्राध्यक्षांनी येथे पाठवले आहे.”

“होय, हाही एक खराखुरा शास्त्रज्ञ येथे आला आहे.” *जे खरे असते तेच बरोबर असते,* असे तिला वाटले. कॉर्की मार्लिन्सन हा एक अत्यंत बुद्धिमान शास्त्रज्ञ होता व त्याचे व्यक्तिमत्त्व आदरणीय असे होते.

“परंतु कॉर्कीच्या बाबतीत काही काही गोष्टी समजेनाशा होतात. तो तुम्हाला येथून अल्फा सेंटारी हा तारा किती दूर आहे ते अंतर पार मिलिमीटरमध्येही शेवटी सांगेल; पण त्याला स्वत:चा टाय गळ्यात नीट बांधता येत नाही अजून.”

“त्यासाठी मी तयार गाठी असलेले क्लिपचे बो-टाय वापरतो,” कोणीतरी अनुनासिक स्वरात मागून म्हणाले. त्या दोघांनी मागे वळून पाहिले असता कॉर्की मार्लिन्सन जवळ आलेला दिसला. तो म्हणत होता, “माईक, अरे फॅशनपेक्षा कार्यक्षमता महत्त्वाची असते. तुम्हा सिनेमा, टीव्हीवर काम करणाऱ्यांना कधी कळणार हे?”

तिथे एक मोठे इलेक्ट्रॉनिक यंत्र उभे होते. मार्लिन्सन त्यामागून प्रकट झाला होता. तो बुटका व गोल गरगरीत होता. त्याचे डोळे बुडबुड्यांसारखे वाटत होते. डोक्यावरचे केस खूप विरळ झालेले होते; पण तरीही ते कंगव्याने विंचरून नीट चापूनचोपून बसवले होते. टॉलन्डबरोबर एक बाई आहे हे पहाताच तो एकदम बोलायचे थांबला.

क्षणभराने तो म्हणाला, "बाप रे, आपण पार उत्तर ध्रुवाजवळ आलो आहोत. अन् तरीही तुला येथेही एखादी सुंदर स्त्री भेटायला येते? अजब आहे बुवा तुझे सारे! मलाही आता टेलिव्हिजनवरती काम करावेसे वाटू लागले आहे!"

मायकेल टॉलन्डला अवघडल्यासारखे वाटत आहे असे रेचलला दिसले. तो रेचलला म्हणाला, "मिस सेक्स्टन, प्लीज एक्स्क्यूज मिस्टर मार्लिन्सन, त्यांच्याजवळ व्यवहारचातुर्य कमी असले तरी त्याची कसर बाहेरच्या अंतराळातील ज्ञानाचे तुकडे भरपूर जमवून ते भरून काढतात."

कॉर्की मार्लिन्सन तिला म्हणाला, "मॅडम, आपल्या भेटीमुळे मला आनंद झाला आहे. आपले नाव माझ्या नीट लक्षात आले नाही."

ती म्हणाली, "मी रेचल, रेचल सेक्स्टन."

"सेक्स्टन?" असे म्हणून कॉर्की चेष्टेने पुढे म्हणाला, "मी असे धरून चालतो की त्या कोत्या दृष्टीच्या व लफडेबाज सिनेटर सेक्स्टनशी तुमचा काहीही संबंध नसावा."

टॉलन्ड अस्वस्थ होत म्हणाला, "असं पहा कॉर्की, सिनेटर सेक्स्टन हे रेचलचे वडील आहेत."

कॉर्कीच्या चेहऱ्यावरचे हसू एकदम मावळले. तो खजील झाला. "माईक, हे असे नेहमी माझ्याबाबतीत घडते. कोणत्याही बाईशी मी बोलायला गेलो की नेमका काहीतरी घोटाळा करून बसतो. माझे नशीबच चमत्कारिक आहे."

२२

कॉर्की मार्लिन्सनने आपल्या वर्कस्टेशनमध्ये रेचल व टॉलन्ड यांना आत घेतले. तो आपली टेबलावरील अवजारे, हत्यारे व दगडांचे नमुने नीट आवरून ठेवू लागला. त्याच्या हालचाली अशा काही चपळतेने होत होत्या, की जणू काही या माणसात एखादी स्प्रिंग खूप घट्ट पिळून ठेवली असून ती कोणत्याही क्षणी सुटेल, असे पहाणाऱ्याला वाटावे.

शेवटी तो अत्यंत उत्साहाने व किंचित थरथरत्या आवाजात म्हणाला, "ठीक आहे. मिस सेक्स्टन, तुम्हाला आता कॉर्की मार्लिन्सन याचे उल्केबद्दलचे तीस

सेकंदाचे पूर्वपीठिका सांगणारे भाषण ऐकावे लागणार आहे.''

टॉलन्डने रेचलकडे पाहून 'शांत रहा' अशा अर्थाने आपले डोळे मिचकावले व म्हटले, ''आमच्या या मित्राचे वागणे तुम्हाला जरासे सहन करावे लागेल; कारण काय, तर या बिचाऱ्याला एके काळी नट व्हायचे होते. त्याची ती ऊर्मी अद्यााप विरून गेली नाही.''

''होय, माझी तशी इच्छा होती खरी,'' मार्लिन्सन बोलू लागला, ''आणि या माईकला एक आदरणीय शास्त्रज्ञ व्हायचे होते, पण दैवाच्या मनात काही वेगळेच असते.'' मार्लिन्सनने उलट प्रतिटोला माईकला हाणत म्हटले. मग त्याने एका पुठ्ठ्याच्या खोक्यातून तीन छोटे दगडांचे नमुने बाहेर काढले आणि ते टेबलावरती नीट जुळवून ठेवले. तो पुढे म्हणाला, ''जगात सापडणाऱ्या उल्कांमध्ये जे तीन प्रमुख वर्ग मानले गेले आहेत त्या वर्गातील या एकेक उल्का आहेत.''

रेचलने ते तिन्ही छोटे दगड पाहिले. ते सर्व गोटोळे होते. त्यांचे आकार गोल्फच्या चेंडूएवढे होते. प्रत्येक दगड यंत्राने मधोमध अर्धा कापून ठेवला होता. त्यामुळे त्या दगडाच्या गाभ्यात काय आहे ते कळून येत होते.

कॉर्की मार्लिन्सन सांगत गेला, ''सर्व उल्कांमध्ये कमी-अधिक प्रमाणात निकेल व लोखंड यांचा मिश्रधातू हा असतोच. त्याशिवाय सिलिकेट्स आणि सल्फाईड्स असतात. आम्ही त्यांची वर्गवारी ही धातू व सिलिकेट यांचे एकमेकांशी असलेल्या प्रमाणानुसार करतो.''

रेचलच्या लक्षात आले, की या जागतिक दर्जाच्या शास्त्रज्ञाचे तीस सेकंदांचे भाषण नक्कीच लांबत जाणार आहे.

मार्लिन्सन सांगत होता, ''हा पाहिला नमुना पहा,'' असे म्हणून त्याने एका चकचकीत पण काळ्याकुट्ट दगडाच्या नमुन्याकडे बोट केले. तो म्हणत होता, ''ही एक लोखंडाची उल्का आहे. खूप जड आहे. हे छोटे महाराज दक्षिण ध्रुवाजवळच्या अंटार्क्टिका प्रदेशात काही वर्षांपूर्वी अवतरले.''

रेचलने ती उल्का नीट निरखून पाहिली. खरोखरच तो दगड हा परक्या विश्वातला वाटत होता. तो दगड म्हणजे एक लोखंडाचा जड गोळा होता. त्याचा पृष्ठभाग हा जळालेला व काळा पडलेला दिसत होता.

''त्या वरच्या काळ्या पृष्ठभागाला आम्ही 'फ्यूजन क्रस्ट' असे म्हणतो. उल्का पृथ्वीवर पडताना अत्यंत वेगाने वातावरणात घुसते, तेव्हा त्या उल्केचा पृष्ठभाग हवेशी झालेल्या घर्षणामुळे तापून लाल होतो, जळू लागतो. सर्वच उल्कांच्या बाबतीत असे होत असते. आता हा एक नमुना पहा. याला आम्ही 'स्टोनी-आयर्न' उल्का म्हणतो.''

तो जसजसे सांगत गेला तसतसे रेचलने तिथल्या उल्कांचे निरीक्षण केले.

प्रत्येक उल्का काळी पडलेली तिला दिसत होती. एक उल्का ही फिकट हिरव्या रंगाची छटा असलेली दिसत होती. त्या उल्केचा उभा छेद हा टोके आलेल्या अनेक रंगीत तुकड्यांचा होता. जणू काही शोभादर्शक खेळण्यातून रंगीत तुकड्यांची एखादी नक्षी पहावी तसे तिला दिसले.

"सुंदर!" तिने म्हटले.

"अहो नुसते 'सुंदर' म्हणू नका. 'अतिसुंदर! अप्रतिम!' असे काहीतरी म्हणा." त्यानंतर तो शास्त्रज्ञ मिनिटभर बोलत होता. त्या उल्केमध्ये 'ऑलिव्हिन' या खनिजाचे प्रमाण किती जास्त आहे, त्यामुळे हिरव्या रंगाची झळाळी कशी प्राप्त झाली आहे, वगैरे वगैरे तो सांगत गेला. नंतर त्याने नाट्यपूर्णरीत्या तिसरा व शेवटचा उल्केचा नमुना उचलला व तो रेचलच्या हातात दिला.

रेचलने ती उल्का आपल्या हातात घेतली व ती त्याकडे पाहू लागली. त्या उल्केचा छेद हा तिचा ब्राऊन रंग दाखवत होता. थोडाफार तो ग्रॅनाईट दगडासारखा वाटत होता. पृथ्वीवरच्या कोणत्याही दगडापेक्षा तो खूप जड आहे असे भासत होते; परंतु त्या व्यतिरिक्त त्या दगडाचे फक्त एकच लक्षण तो परग्रहावरचा आहे हे दाखवत होते. ते लक्षण म्हणजे त्याचा जळालेला बाहेरचा पृष्ठभाग!

आता कॉर्की मार्लिन्सन अधिकारवाणीने बोलू लागला, "या नमुन्याला 'स्टोनी' उल्का म्हणतात. उल्कांमधला हा एक नेहमी आढळणारा वर्ग आहे. पृथ्वीवर सापडणाऱ्या उल्कांमध्ये ९० टक्के उल्का या वर्गातील असतात."

रेचलला आश्चर्य वाटले. याआधी उल्का म्हणजे तिला दाखवलेल्या पहिल्या नमुन्यासारख्या वाटत होत्या. धातूचे खूप प्रमाण असलेल्या, जड व परकीय विश्वातील असल्यासारख्या गोळ्याच्या आकारातील सर्व उल्का असतात, अशी तिची समजूत होती; पण आता तिच्या हातातील उल्का तशी सर्वसाधारण होती. तरीही ती पृथ्वीबाहेरची आहे, हे स्पष्टपणे जाणवत होते. जळका पृष्ठभाग त्या उल्केला नसता व ती उल्का एखाद्या समुद्रकिनाऱ्यावरती पडली असती, तर बेधडक तिच्यावर पाय देऊन रेचल पुढे गेली असती.

त्या शास्त्रज्ञाचे डोळे आश्चर्याच्या भावनेमुळे मोठे झालेले होते. तो भलताच उत्तेजित झालेला दिसत होता. तो म्हणत होता, "या इथल्या मिल्ने हिमनदीवरती एक उल्का पडली होती आणि बर्फात खोल गाडली गेली होती. तुमच्या हातात असलेल्या उल्केच्या 'स्टोनी' प्रकारातीलच ती उल्का आहे. या प्रकारातील बहुतेक सर्व उल्का या पृथ्वीवरील अग्निजन्य खडकांसारख्याच वाटतात. त्यामुळेच त्या कठीण असल्याने शोधता येतात. बहुतेक वेळा फेल्स्पार, ऑलिव्हिन, पायरॉक्झिन अशा खनिजांच्या सिलिकेट्सच्या मिश्रणाने त्या बनलेल्या असतात. त्यामुळे त्यात विशेष रस घेण्याजोगे फारसे काही नसते."

आपल्या हातातील नमुना त्याच्याकडे देत रेचल म्हणाली, "मला तर ही उल्का म्हणजे कोणीतरी शेकोटीत टाकून भाजून काढलेली आहे असे वाटते."

ते ऐकल्यावर कॉर्की मार्लिन्सन एकदम फसकन हसू लागला. "होय, तुम्ही म्हणता ते खरे आहे. तशी ही शेकोटीमधीलच आहे; पण आकाशातील शेकोटीमधली! जेव्हा पृथ्वीवरील वातावरणात शिरून उल्का तापते तेव्हा तिचे तापमान हे कोणत्याही ब्लास्ट फर्नेसमधल्यापेक्षा जास्त असते. एवढ्या तापमानाला त्या उल्केची नासधूस होते!"

टॉलन्डने रेचलकडे पाहून एक आविर्भाव असा केला, की त्यातून त्याने मार्लिन्सनच्या मताला दुजोरा दिला. तो म्हणाला, "आत्ताच्या माहितीमधला हा एक लक्षणीय भाग आहे."

कॉर्की मार्लिन्सन तो नमुना हातात घेऊन पुढे सांगू लागला, "कल्पना करा, की ही उल्का, किंवा दगडाचा हा छोटा तुकडा मुळात एका मोठ्या घराएवढ्या आकाराचा होता." मग हातातली उल्का डोक्यावरती उंच धरून तो पुढे म्हणाला, "तर अशी ही अवाढव्य उल्का अंतराळात आपल्या सूर्यमालेत कुठे तरी तरंगत होती. त्या वेळी तिचे तापमान अंतराळातील गारव्यामुळे शून्याखाली उणे १०० अंश सेल्सिअस एवढे होते."

टॉलन्ड ते ऐकून तोंडाने चकचक आवाज करू लागला. त्याने याआधी मार्लिन्सनचे हे भाषण येथे ऐकले होते. आता तो त्या भाषणाची पुनरावृत्ती ऐकत होता, पहात होता.

मग उंच धरलेला हात खाली आणत मार्लिन्सनने म्हटले, "आपली ही घराएवढी उल्का आता पृथ्वीच्या गुरुत्वाकर्षणात सापडल्याने वेगाने पृथ्वीकडे वाटचाल करत आहे... जसजशी ती पृथ्वीच्या जवळ जवळ येते आहे, तसतसा तिचा वेग वाढतो आहे... वाढतो आहे... वाढतो आहे. आता या उल्केने एवढा वेग धारण केला आहे की दर सेकंदाला तो दहा मैलांपेक्षा जास्त आहे. म्हणजे ताशी सहा हजार मैलांपेक्षा जास्त! जमिनीपासून १३५ किलोमीटर उंचीवरती ती उल्का जेव्हा येते तेव्हा त्या उल्केचे वातावरणाशी घर्षण सुरू होते." त्याने आता हातातली उल्का थरथर हलवत खालच्या बर्फाच्या जमिनीकडे नेण्यास सुरुवात केली. "शंभर किलोमीटरपेक्षा कमी उंचीवरती जेव्हा ती येते तेव्हा ती चमकू लागते. काही क्षणांनी प्रकाशाने ती झगमगू लागते! आता वातावरणातील हवा दाट झालेली असल्याने त्यामुळे हवेशी होणारे घर्षण अटळ आहे! या उल्केभोवतालची हवा तापून त्यातूनही प्रकाश बाहेर पडू लागतो. उल्केचा पृष्ठभाग वितळू लागतो." मार्लिन्सन आता जळण्याच्या आवाजाची नक्कल करू लागला. "आता ही उल्का ८० किलोमीटर उंचीवर आल्यावरती तिच्या पृष्ठभागाचे तापमान हे १८०० अंश सेल्सिअस एवढे

झालेले असते!''

रेचल त्या शास्त्रज्ञाकडे पहात राहिली. राष्ट्राध्यक्षांकडून पदक व पुरस्कार मिळवणारा एक खगोलविज्ञान शास्त्रज्ञ आपल्या हातात उल्केचा नमुना घेऊन शाळकरी मुलाच्या उत्साहाने आवाज करत व अभिनय करत उल्कापाताचे वर्णन करत होता.

''६० किलोमीटर!'' तो ओरडून म्हणाला. ''आपली उल्का आता वातावरणाचा जाड पडदा भेदू पहात आहे. एवढ्या उंचीवरची हवा अत्यंत दाट असते. गुरुत्वाकर्षणाच्या जोरापेक्षा ३०० पट जोरानेही या उल्केचा वेग कमी होतो आहे.'' असे म्हणून त्याने ब्रेक लागल्यासारखा आवाज काढला. तो पुढे सांगू लागला, ''आता ही उल्का थंड झाली आहे. तिच्यातून प्रकाश बाहेर पडत नाही. ती चमकत नाही. येथून पुढे तिचा प्रकाशविहीन असा प्रवास सुरू झाला आहे. तिचा पृष्ठभाग थंड झाल्याने कडक बनला आहे. तिच्यावरती एक जळका काळा थर तयार झाला आहे.''

ती उल्का जमिनीवरती आदळणार हे दाखविण्यासाठी मार्लिन्सनने गुडघे टेकले व तो पुढचा अभिनय करू लागला. ते पाहून टॉलन्डने घशातून एक चमत्कारिक आवाज काढला.

कॉर्की मार्लिन्सन सांगू लागला, ''आता आपली ही अवाढव्य उल्का वातावरणाच्या खालच्या थरात आली आहे...'' मग त्याने हातातली उल्का जमिनीकडे एका कमी कोनातून नेण्याचा अभिनय केला. ''ती उल्का उत्तर ध्रुवाभोवतालच्या आर्क्टिक महासागराच्या दिशेने चालली आहे... जमिनीशी तिचा कोन आडवा व तिरकस आहे... अजूनही ती खाली पडतेच आहे... तिची उंची झपाट्याने कमी होते आहे... आता तर असे वाटते आहे की ती समुद्राच्या पृष्ठभागाला चाटून जाणार... तरीही ती पुढे जात राहिली आहे... आणि....'' एवढे म्हणून त्याने हातातील त्या उल्केचा दगड खालच्या बर्फभूमीवरती जोराने आदळला. ''बॉमऽऽऽ!'' त्याने एकदम मोठ्याने आवाज केला.

रेचल एकदम दचकली.

''उल्केचा हा आघात फार मोठा होता! ती उल्का एखाद्या स्फोटात सापडल्यासारखी फुटली. तिचे तुकडे महासागराच्या दिशेने भिरकावले गेले. ते हवेतून गरगरत जात पुढे पाण्यात कोसळले.'' आता तो आपल्या हालचाली सावकाश करू लागला. उल्केचा नमुना तो जमिनीवरून गडबडा लोळल्यासारखा नेत पुढे जाऊ लागला. ''त्यातला एक तुकडा समुद्राच्या पाण्याला स्पर्श करत एलीसमीअर बेटाच्या दिशेने गेला...'' असे म्हणत त्याने तो नमुना रेचलच्या पायापर्यंत आणून ठेवला. ''तेथूनही तो पाण्याला चाटत, उडत, चाटत, परत उडत शेवटी तो मिल्ने हिमनदीच्या

पृष्ठभागावरती आदळला.'' असे म्हणून त्याने तिच्या बुटावरून तो दगड नेऊन खाली ठेवला. ''लवकरच त्या उल्केचा पृष्ठभाग बर्फवृष्टीमुळे झाकला गेला. त्यामुळे त्या उल्केचा हवेमुळे होणाऱ्या झिजेपासून बचाव झाला.'' एवढे म्हणून शेवटी तो शास्त्रज्ञ हसत उठून उभा राहिला.

रेचलने आपल्या चेहऱ्यावरती कसेबसे एक हास्य ठेवले होते. ती म्हणाली, ''वेल, डॉक्टर मार्लिन्सन, तुमचा हा खुलासा अत्यंत...''

''तुम्हाला 'सुबोध व स्वच्छ' असे म्हणायचे आहे का?'' मार्लिन्सन तिला म्हणाला.

तिने यावर हसून 'होय' असे म्हटले.

मग त्याने आपल्या हातातील उल्केचा तो नमुना तिच्या हातात देत म्हटले, ''त्या नमुन्यांचा जिथे छेद घेतला आहे तिथला पृष्ठभाग पहा.''

रेचलने तसे करून पाहिले; पण तिला त्या उल्केच्या अंतर्भागात तसे काहीही दिसले नाही.

ते पाहून टॉलन्ड तिला म्हणाला, ''थोडेसे तिरपे धरून नीट प्रकाशात पहा. अगदी जवळून पहा.''

रेचलने ती कापलेली उल्का डोळ्यांजवळ आणून तसे करून पाहिले. छतावर परावर्तन पावून खाली येणाऱ्या हॅलोजन दिव्यांच्या झगझगीत प्रकाशात तिने पाहिले. अन् आता तिला ते दिसले. बारीक मण्यांसारखे ते चकचकीत धातूंचे उंचवटे प्रकाशात चमकत होते. छेदाच्या पृष्ठभागावर सर्वत्र तसले मणी विखुरले होते. जणू काही ते पाऱ्याचे असंख्य बारीक थेंब आहेत असे वाटत होते. प्रत्येक थेंब किंवा मणी हा एक मिलिमीटर रुंदीचा होता.

कॉर्की मार्लिन्सन सांगू लागला, ''ते जे अनेक सूक्ष्म बुडबुडे दिसत आहेत ना, ते सर्व 'कॉन्ड्र्युल्स' आहेत. ते *फक्त* उल्केमध्येच आढळतात.''

रेचलने डोळे बारीक करून त्या थेंबांकडे पाहिले व म्हटले, ''ठीक आहे. असा प्रकार मी कोणत्याही दगडात पाहिला नाही.''

''अन् तसा तुम्हाला तो दिसणारही नाही! कॉन्ड्र्युल्स ही एक भूशास्त्रीय रचना आहे. ते पृथ्वीवरच्या कोणत्याही दगडात दिसत नाहीत. काही कॉन्ड्र्युल्स हे कल्पनातीत प्राचीन असतात. कदाचित या विश्वाच्या निर्मितीच्या वेळेच्या पदार्थांचेही ते असू शकतील, इतके ते जुने असतात; पण या उल्केमधले कॉन्ड्र्युल्स हे अगदी बाल्यावस्थेतले आहेत असे म्हटले पाहिजे; कारण ते फक्त सुमारे दोन कोटी वर्षांपूर्वीचे आहेत.''

''दोन कोटी वर्षांपूर्वीचे? अन् तरीही बाल्यावस्थेतले?'' तिने नवल वाटून विचारले.

''होय! विश्वउत्पत्तीच्या शास्त्रानुसार ते कालच घडले आहेत, असे म्हटले पाहिजे. तर येथे मुद्दा असा आहे, की केवळ कॉन्ड्र्युल्सचे अस्तित्व या दगडात आहे म्हणून त्या दगडाला उल्का मानण्यास हरकत नाही; कारण तो एक निर्णायक पुरावा आहे.''

रेचल म्हणाली, ''ठीक आह. कॉन्ड्र्युल्स दगडात असतील तर तो दगड उल्का असतो. मानले मी.''

एक सुस्कारा सोडून कॉर्की मार्लिन्सन म्हणाला, ''अन् सरतेशेवटी, जर वरचा जळालेला पापुद्रा व कॉन्ड्र्युल्स यांच्या अस्तित्वानेही तुमची खात्री होणार नसेल तर आम्हा खगोलशास्त्रज्ञांजवळ आणखी एक ठाम पद्धत आहे. त्यामुळे तो दगड उल्का आहे की नाही हे पक्के ठरवता येते.''

''ती कोणती पद्धत?'' तिने विचारले.

यावर कॉर्कीने आपले खांदे सहज उडवले व तो सांगू लागला, ''आम्ही त्यासाठी पेट्रोग्राफिक पोलरायझिंग सूक्ष्मदर्शक यंत्र, एक क्ष-किरणांचा फ्लुओरोसेन्स स्पेक्ट्रोमीटर, एक न्यूट्रॉन अॅक्टिव्हेशन अॅनलायझर किंवा एक इन्डक्शन कपल्ड प्लाझ्मा स्पेक्ट्रोमीटर एवढे सारे वापरून त्या दगडातील फेरोमॅग्नेटिक प्रमाण शोधतो.''

टॉलन्ड तिला हळू आवाजात म्हणाला, ''आता हा लेकाचा मुद्दाम छाप पाडण्यासाठी अनेक तांत्रिक शब्द वापरतो आहे. त्याला थोडक्यात असे म्हणायचे आहे की दगडातील रासायनिक द्रव्ये मोजून उल्का ठरवली जाते.''

कॉर्कीला ते ऐकू गेले असावे; कारण तो चिडून त्याला म्हणाला, ''अरे, समुद्रावरच्या प्राण्या, विज्ञानाचा भाग हा शास्त्रज्ञांनाच हाताळू दे बरं!'' एवढे म्हणून तो लगेच रेचलकडे वळून पुढे बोलू लागला, ''पृथ्वीवरच्या खडकात निकेल धातूचे खनिज हे एकदम मोठ्या प्रमाणात तरी सापडेल किंवा सूक्ष्म प्रमाणात सापडेल. या दोन्ही टोकांमधले प्रमाण मात्र कधीच सापडणार नाही; परंतु उल्केच्या दगडात मात्र या दोन्हीमधले, म्हणजे ४० ते ६० टक्क्यांच्या आसपासचे निकेलचे प्रमाण आढळते. म्हणून आपण जर एखादा नमुना तपासून त्यातील निकेलचे प्रमाण शोधले तर तो दगडाचा नमुना हा उल्का आहे की नाही हे ठामपणे, अगदी संशयातीत रीतीने सांगता येते.''

रेचलला ती शास्त्रीय माहिती ऐकून दमल्यासारखे वाटू लागले. ती म्हणाली, ''ओके जेन्टलमेन, पृष्ठभागावरचा जळका पापुद्रा, कॉन्ड्र्युल्स, निकेलचे प्रमाण या सर्वांवरून तो दगड अंतराळातून आलेला आहे की नाही हे सिद्ध करता येते. मला आता बरेचसे चित्र स्पष्ट होते आहे.'' एवढे म्हणून तिने हातातला तो नमुना टेबलावर ठेवला व पुढे म्हटले, ''पण या साऱ्या प्रकरणात माझा कुठे संबंध येतो?

मला येथे कशासाठी बोलावले गेले आहे?''

यावर कॉर्कीने गंभीरपणे तिला म्हटले, ''इथल्या बर्फाच्या थराखाली असलेली उल्का नासाने शोधून काढली आहे. आपल्या पायाखालीच ती उल्का आहे. पहायची आहे तुम्हाला ती?''

दाखवा हो तो प्रकार मला लवकर. मी आता अगदी घायकुतीला आली आहे!

कॉर्कीने आता आपल्या वरच्या खिशात हात घालून एक दगडाची कपची बाहेर काढली. ती कपची संगणकातील सीडीएवढी लांब, रुंद होती. तिची जाडी सुमारे अर्धा इंच होती. वरवर पहाता त्या कपचीचे घटक हे अन्य उल्केच्या घटकांसारखेच भासत होते.

''ही कपची त्या उल्केच्या गाभ्यामधील एक नमुना आहे. आम्ही कालच ड्रिलिंग मशीनने खोदून ती बाहेर काढली.'' एवढे म्हणून कॉर्कीने ती कपची ऊर्फ उल्केची चकती रेचलच्या हातात दिली.

दिसायला ती कपची फारशी वेगळी वाटत नव्हती. अन्य उल्केसारखाच तिचा रंग होता. कपचीच्या परिघाचा काही भाग हा थोडासा जळका वाटत होता. म्हणजे त्या उल्केच्या बाहेरच्या पृष्ठभागालगत घेतलेला तो आतला नमुना होता. रेचल म्हणाली, ''मला येथे तो जळका पापुद्रा थोडासा दिसत आहे.''

मान डोलावत कॉर्की म्हणाला, ''होय, उल्केच्या पृष्ठभागाखालचाच थोडासा भाग आम्ही काढून घेतला आहे. त्यामुळे जळक्या पृष्ठभागाचा काही भाग त्यात आला आहे खरा.''

रेचलने प्रकाशात ती कपची कमी-अधिक तिरपी धरून पाहिली. तिला त्यात ते मण्यासारखे धातूचे भाग दिसले. ती म्हणाली, ''मला ते कॉन्ड्रयुल्सही दिसत आहेत.''

''गुड!'' कॉर्की म्हणाला. तो उत्तेजित होऊन पुढे म्हणाला, ''हीच गोष्ट मी तुम्हाला सूक्ष्मदर्शक यंत्रातून दाखवून त्यातील निकेलचे प्रमाणही कसे ५० टक्क्यांच्या आसपास आहे हे पटवून देईन. हा काही पृथ्वीवरचा दगड नाही हे तर सहज यावरून सिद्ध होते. हा दगड म्हणजे एक उल्काच आहे, तो अंतराळातून आलेला आहे, याची तुम्हाला खात्री झाली, याबद्दल मी आपले अभिनंदन करतो.''

रेचलने त्याच्याकडे गोंधळून पहात म्हटले, ''डॉ. मार्लिन्सन, हा दगड एक उल्का आहे. तेव्हा तो अंतराळातूनच येणार हे उघड नाही का? का माझे काही चुकते आहे?''

रेचलने ती कपची उलट करून पलीकडची बाजू पाहिली. ती जे काही पहात होती त्याचा अर्थ तिच्या मेंदूत उमगण्यासाठी काही क्षणच लागले असतील.

तिला जे जाणवले ते एक सत्य होते व त्या सत्याचा धक्का एखाद्या ट्रकच्या

धडकेएवढा जबरदस्त होता.

अशक्य! तिला ते जाणवले व आपल्याला हा 'अशक्य' शब्द का आठवला तेही कळून चुकले. त्या कपचीमध्ये एक छोटासा आकार रुतलेला होता. पृथ्वीवरच्या दगडात तसा एखादा आकार आढळणे नेहमीची गोष्ट होती; परंतु उल्केमध्ये तसे काही आढळणे म्हणजे अशक्य! केवळ अशक्य!

ती अडखळत म्हणू लागली, "ते... ते काय आहे? मला तो एक किडा वाटतो! या उल्केमध्ये एका किड्याचे अवशेष दिसत आहेत!"

तिचे हे वाक्य ऐकल्यावर टॉलन्ड व कॉर्की या दोघांच्या चेहऱ्यावरती एकदम उत्साह पसरला. कॉर्की तर ओरडून तिला म्हणाला, "आपले येथे स्वागत असो!"

रेचलला आता आश्चर्य, गूढता व कुतूहल अशा भावनांनी घेरून टाकले होते. काही क्षण तिला बोलता येईना. तिला गोंधळल्यासारखे वाटू लागले. अन् तरीही तिला त्या कपचीमधे असलेला जीवावशेष स्पष्ट दिसत होता. ती एक निर्विवाद वस्तुस्थिती होती. एक ढळढळीत सत्य तिच्यासमोर उभे राहिले होते. एके काळी जिवंत असलेला किडा तिथे दगडात रुतून अडकलेला होता. त्याचा अवशेष तीन इंच लांबीचा होता. एखादा तेवढ्या लांबीचा किडा उलथा पडला तर त्याच्या पोटाच्या बाजूने तो जसा दिसेल तसा तो अवशेष होता. तो एक मोठा डोंगळा किंवा सरपटणारा किडा होता. त्याला पायांच्या जोड्या होत्या. त्या एकूण सात होत्या. ते पाय एका मोठ्या कोशातून, म्हणजे पोटातून बाहेर आलेले वाटत होते.

रेचलला आता गरगरल्यासारखे वाटू लागले. ती कसेबसे म्हणाली, "अंतराळातून हा किडा येथे..."

कॉर्की म्हणाला, "शास्त्रीय परिभाषेत तो एक आयसोपॉड आहे. अन् किड्यांना पायांच्या फक्त तीन जोड्या असतात. म्हणजे एकूण फक्त सहा पाय असतात, चौदा नव्हे."

कॉर्कीचे बोलणे तिला ऐकू गेले नाही. तिला भोवळ आल्यासारखे वाटू लागले.

कॉर्की सांगत होता, "तुम्हाला हेही स्पष्टपणे दिसेल, की त्या किड्याचा पाठीचा भाग हा तीन विभागांत आहे. त्याच्या शेपटाच्या भागाकडे दोन कसले तरी भाग पुढे आलेले समजून येतात. पृथ्वीवरील उवांच्या शरीररचनेशी या किड्याचे साम्य दिसून येते."

रेचल अजूनही आश्चर्याच्या धक्क्यातून सावरली नव्हती. त्या किड्याच्या वर्गीकरणाला तिच्या दृष्टीने फारसे महत्त्व नव्हते. एका कोड्याचे तुकडे आता धाडकन एकत्र येऊन एकमेकांशी जुळून बसले होते. राष्ट्राध्यक्षांनी एवढी गुप्तता का बाळगली होती? नासाने या प्रकल्पाला इतके अवास्तव महत्त्व का दिले? आपल्याला येथे का पाठवले?... साऱ्या प्रश्नांची उत्तरे तिला एकदम मिळून गेली.

एका उल्केमध्ये जीवावशेष सापडला होता! उगाच एखाद्या जंतूचा ठिपका वाटावा असा तो जीवावशेष नव्हता. तो एक उत्क्रांत झालेला जीव होता. विश्वात कोठे तरी जीवन होते!

२३

सीएनएन चॅनेलवरती प्रचाराच्या जुगलबंदीत सिनेटर सेक्स्टन एकूण दहा मिनिटेच बोलला असेल. त्या वादविवाद स्पर्धेची आपल्याला आधी कशी काय काळजी वाटत होती याचे त्याला आता आश्चर्य वाटत होते. आपली प्रतिस्पर्धी मार्जोरी टेन्च हिला आपण उगीचच जादा महत्त्व देत होतो असे त्याच्या लक्षात आले. सिनेटर सेक्स्टन हा राजकारणात तिच्यापेक्षा अधिक अनुभवी होता. अशा वादविवादाच्या जुगलबंदीत तो प्रतिपक्षावरती कठोरपणे हल्ले चढवे; पण येथे त्याच्या लक्षात आले, की ही समोरची प्रतिस्पर्धी स्त्री, राष्ट्राध्यक्षांची प्रतिनिधी, ही त्याच्यापुढे एखाद्या गरीब गायीसारखी झाली होती. असली कसली ही प्रतिस्पर्धी? आपल्यासारख्याशी सामना द्यायला ती नक्कीच लायक नाही, असे त्याला सबंध वादविवादात वाटत होते.

पूर्वीच्या एका वादविवादात मार्जोरी टेन्चने सिनेटरवरती सतत दबाव ठेवला होता. त्या वेळी तिने सिनेटरच्या पूर्वायुष्याचा आधार घेऊन त्याच्यावरती तो स्त्रीविरोधी असल्याच्या आरोपांची झोड उठवली होती. त्या वादात तिने आपली पकड सिनेटरवरती ठेवली होती. आत्ताही ती तसेच करत होती; पण तसे करताना तिच्या हातून एक चूक झाली. निष्काळजीपणे घडलेली ती चूक होती. सिनेटरला प्रश्न विचारताना तिने मध्येच एकदम विचारले, की अमेरिकेतील शिक्षणपद्धती सुधारण्यासाठी जनतेवर अधिक कर न लादता कोठून निधी आणणार? सिनेटर यासाठी प्रचार करताना नेहमी नासाची उधळपट्टी पुढे आणायचा. ही उधळपट्टी थांबवली तर तेवढ्या पैशात अमेरिकेतील शिक्षणपद्धती अधिक सुधारता येईल व उच्च शिक्षणाचा लाभ अनेक वंचित विद्यार्थ्यांना मिळू शकेल. आपली ही मते सिनेटर ठामपणे मांडायचा व प्रत्येक वेळी नासाला धारेवर धरून बळीचा बकरा करायचा. यामुळेच त्याला लोकप्रियता मिळत चालली होती; परंतु त्याच्या बाजूच्या ह्या मुद्द्याला मार्जोरी टेन्च हिने असा कसा एकदम सुरुवातीला हात घातला? आता पुढचा सर्व वेळ सिनेटरला संधी दिल्यासारखे होणार होते. मार्जोरी टेन्चने जाता जाता छद्मीपणे सिनेटरला डिवचले होते. या विषयावरती सिनेटर बोलणार होता, पण तो शेवटी बोलणार होता. आपल्या मुद्द्याच्या प्रभावाने तो या वादविवादाचा शेवट करणार होता. त्यामुळे श्रोत्यांवरती अखेर त्याचाच प्रभाव रहाणार होता; परंतु

मार्जोरीने आधीच हा विषय उकरून काढला. *मूर्ख कुठची!*

सिनेटर आता सहज बोलल्यासारखा बोलू लागला. तो म्हणाला, "नासाचा विषय तुम्ही काढलात म्हणून मीच तुम्हाला विचारतो, की नासाला नुकतेच आणखी एका प्रकल्पाच्या बाबतीत अपयश आले आहे, अशी अफवा माझ्या कानावर सारखी येते आहे. आपण जरा याबद्दल काही खुलासा करू शकता का?"

या अनपेक्षित हल्ल्यामुळे मार्जोरीने अजिबात कच खाल्ली नाही. "नाही बुवा, अशी अफवा माझ्या तरी कानावरती अद्याप आलेली नाही." सॅन्डपेपर घासताना जसा आवाज होतो तशा आवाजात मार्जोरी म्हणाली.

"मग यावर तुम्ही भाष्य करणार नाही?"

"नाही! नो कॉमेन्ट्स!"

सिनेटर सेक्स्टनने यावर आपल्या तोंडून समाधानाने एक हुंकार काढला. 'नो कॉमेन्ट्स' या शब्दप्रयोगाचा अर्थ अमेरिकी वृत्तमाध्यमात नेहमी 'मनातून तो आरोप अथवा विधान मान्य आहे' असा काढला जातो. म्हणूनच सिनेटर आता खुषीत आला होता.

सिनेटर म्हणाला, "आय सी! आणखीही काही अफवा माझ्या कानावरती आल्या आहेत. उदाहरणार्थ, अध्यक्ष व नासाचे ॲडमिनिस्ट्रेटर यांच्यात एक गुप्त बैठक नुकतीच झालेली आहे. तुम्हाला त्याबद्दल काय म्हणायचे आहे?"

या वेळी मात्र मार्जोरी टेन्चला आश्चर्य वाटल्याचे दिसले. ती म्हणाली, "तुम्हाला नक्की कोणत्या बैठकीबद्दल म्हणायचे आहे ते मला समजले नाही. राष्ट्राध्यक्ष सतत अनेक बैठका घेत असतात."

"अर्थातच, ते तशा अनेक बैठका घेत असतात," सिनेटर म्हणाला. आता त्याने थेट मुद्द्याला हात घालण्याच्या दृष्टीने म्हटले, "मिस टेन्च, तुम्ही स्वतः नासाच्या एक खंद्या समर्थक आहात, हे खरे आहे ना?"

यावर टेन्चने एक निःश्वास सोडला. नासाबद्दलचे तेच तेच मुद्दे ऐकून तिला कंटाळा आल्याचे तिच्या आविर्भावातून दिसत होते. ती म्हणाली, "तंत्रज्ञान कोणतेही असू दे, मग ते औद्योगिक, गुप्त माहिती काढण्याचे किंवा संपर्कमाध्यमाचे असू दे, अमेरिका तंत्रज्ञानाच्या कोणत्याही क्षेत्रात आघाडीवर रहायला पाहिजे असे माझे मत आहे. नासाचाही असाच दृष्टिकोन आहे. तेव्हा बोला आता."

गॅब्रिएल प्रॉडक्शन बूथमधून त्याच्याकडे पहात होती. त्याने तिकडे नजर फेकली असता त्याला दिसले, की ती आपल्या डोळ्यांनी त्याला खुणा करून 'आत्ता हा मुद्दा टाळावा' असे सुचवत होती; परंतु सिनेटर सेक्स्टनला प्रतिपक्षावरती तुटून पडण्यास आवडत होते. वाघाला एकदा रक्ताची चटक लागली, की ते तोंडात धरलेले सावज तात्पुरतेही सोडून देत नाही. सेक्स्टन म्हणाला, "मॅडम, एक

कुतूहलाचा प्रश्न मी आपल्याला विचारतो. नासासारख्या अपयशी व रडतखडत चालणाऱ्या संस्थेला अध्यक्षांकडून जो पाठिंबा मिळतो त्यामागे तुमच्या मताचा अध्यक्षांवरती असलेला प्रभाव असावा. हे कितपत खरे आहे?''

टेन्चने आपली मान हलवत म्हटले, ''नाही. तसे अजिबात नाही. खुद्द अध्यक्ष हे नासाचे कट्टर समर्थक आहेत. आपले निर्णय अध्यक्ष स्वत:च घेतात. दुसऱ्यांचे ऐकून ते कधीही तसे करत नाहीत.''

सेक्स्टनला तिचे उत्तर ऐकून आश्चर्य वाटले. नासाला फार मोठा निधी उपलब्ध करून देण्यासाठी अध्यक्ष जबाबदार होते. त्यासाठी सेक्स्टन त्यांना दोषी धरत होता. आपल्या प्रश्नामुळे मार्जोरी टेन्च हिला या निमित्ताने बराचसा दोष स्वत:कडे घेऊन अध्यक्षांना काही प्रमाणात वाचवता येत होते. तो प्रश्न विचारून सिनेटरने तिला तशी संधी दिली होती; पण मार्जोरी टेन्च हिने अध्यक्षांकडे बोट दाखवून सरळ सरळ त्यांनाच जबाबदार धरले होते. 'आपले निर्णय अध्यक्ष स्वत:च घेतात' असे उत्तर देऊन तिने स्वत:ला त्या वादग्रस्त प्रश्नापासून दूर ठेवले. यात तसे फार मोठे आश्चर्य वाटण्याजोगे काहीच नव्हते. जेव्हा सारा धुरळा खाली बसेल तेव्हा मार्जोरी टेन्च ह्या बाईवरती नोकरी शोधण्याची पाळी येईल, असे सिनेटरला वाटले.

पुढची काही मिनिटे सेक्स्टन व टेन्च हे एकमेकांवरती शाब्दिक प्रहार करत होते, वार करत होते आणि वार चुकवतही होते. ती एक शाब्दिक जुगलबंदी चालली होती. टेन्चने तो विषय बदलण्यासाठी काही दुबळे प्रयत्न केले. तरीही सिनेटर 'नासाचे अंदाजपत्रक' या विषयापासून ढळत नव्हता.

टेन्च त्याला म्हणाली, ''सिनेटर, तुम्हाला नासाच्या अंदाजपत्रकात कपात हवी आहे; पण तसे केले तर नासामधील किती तरी उच्च तंत्रज्ञानधारक मंडळींना आपल्या नोकऱ्या गमवाव्या लागतील, याची तुम्हाला काही कल्पना आहे का?''

या प्रश्नाला सिनेटर तोंड भरून हसला. किती सोपा व फालतू प्रश्न या बाईने विचारला आहे. *अन् तरीही ही बाई वॉशिंग्टनच्या राजकीय वर्तुळात अत्यंत धूर्त व हुषार अशी कशी काय समजली जाते?* टेन्चला लोकसंख्येच्या अभ्यासाचा कसलाही गंध नाही हे सिनेटरने ओळखले. देशातील प्रचंड प्रमाणातील कष्टाळू कामगार वर्गाच्या संख्येपुढे बेकार होणाऱ्या उच्च तंत्रज्ञांची संख्या अगदीच नगण्य आहे.

सिनेटर सेक्स्टनने तिच्या प्रश्नावर झडप घालत म्हटले, ''मिस मार्जोरी, आपण येथे काही अब्ज डॉलर्स वाचवण्याच्या प्रश्नावरती बोलत आहोत. तुम्ही म्हणता तशी वेळ जर नासातील मूठभर उच्च तंत्रज्ञांवर आली व त्यांना बेकार व्हावे लागले तर त्यांनी सरळ आपल्या आलिशान बीएमडब्ल्यू गाडीत बसावे आणि आपल्या जवळील तंत्रज्ञान जेथे कुठे चालत असेल तिथे जाऊन ते विकावे किंवा तिथे नोकरी धरावी. नासाच्या भरमसाठ खर्चावरती आळा घालण्यासाठी मी शपथ

घेतली आहे असे समजा.''

यावर मार्जोरी टेन्च गप्प बसली. जणू काही तिला बसलेल्या या तडाख्यातून भानावर यायला तिला वेळ लागत होता.

मग सीएनएनचा सूत्रसंचालक मध्ये पडून तिला म्हणाला, ''येस मिस मार्जोरी? आपली यावरती काय प्रतिक्रिया आहे?''

शेवटी त्या बाईने काही क्षण तसेच शांततेत घालवून आपला घसा साफ केला आणि म्हटले, ''मिस्टर सेक्स्टन हे 'आपण कट्टर नासाविरोधक आहोत' हे दाखवण्यासाठी असे बोलत आहेत. त्यांचे तसे बोलणे ऐकून मला मोठेच आश्चर्य वाटते.''

सेक्स्टनने आपले डोळे बारीक केले. *बाई ग, छान प्रत्युत्तर दिलेस तू.* तो म्हणाला, ''मी नासाचा विरोधक नाही. म्हणून तुम्ही जो आरोप माझ्यावरती करता आहात त्याचा मी येथे निषेध व्यक्त करतो. मी फक्त एवढेच म्हणतो आहे, की तुमच्या अध्यक्षांनी मंजूर केलेले नासाचे अंदाजपत्रक चुकीचे आहे. तो सारा खर्च पाण्यात जाणार आहे, वायफळ आहे, त्यातून काहीही निष्पन्न होणार नाही. नासा म्हणाली की ते पाच अब्ज डॉलर्समध्ये एक स्पेस शटल बांधू शकतील; परंतु प्रत्यक्षात त्यासाठी बारा अब्ज डॉलर्स लागले. नासा म्हणत होती, की आठ अब्ज डॉलर्समध्ये अंतराळात एक स्थानक बांधता येईल; पण प्रत्यक्षात त्यासाठी १०० अब्ज डॉलर्स लागले.''

यावर मार्जोरी टेन्चने उत्तर दिले, ''अमेरिकी माणसे ही मूलभूत नेतृत्व करणारी आहेत. ती आपली उद्दिष्टे खूप वरची ठेवतात, आदर्श वाटावी एवढी ठेवतात, अन् मग ती उद्दिष्टे साध्य करण्यासाठी अडचणीच्या काळातही ते धडपड करत रहातात.''

''असं पहा मार्जोरी, ह्या राष्ट्रीय अस्मिता जागवण्याच्या भाषणाचा माझ्यावरती कसलाही परिणाम होणार नाही. गेल्या दोन वर्षांत नासाने तीन वेळा त्यांना मंजूर केलेल्या निधीपेक्षा अधिक व अफाट रक्कम खर्च केली. अन् मग ते राष्ट्राध्यक्षांकडे गुडघे टेकत व आपले शेपूट दोन पायांत घालत बसले. आपल्या हातून झालेल्या चुकांच्या दुरुस्तीसाठी त्यांनी आणखी पैशांची याचना केली. यातून कोणती राष्ट्रीय अस्मिता जागृत होते? तुम्हाला जर राष्ट्रीय अस्मितेवरती बोलायचे असेल तर सामर्थ्यवान शिक्षणसंस्थांबद्दल बोला, जागतिक आरोग्याबद्दल बोला, ज्या देशात संधी दिली जाते तिथे वाढणाऱ्या हुषार मुलांबद्दल बोला. याला राष्ट्रीय अस्मिता म्हणता येईल!''

यावरती टेन्चने रागावून विचारले, ''सिनेटर, मी आपल्याला एक थेट प्रश्न विचारू का?''

तिच्या प्रश्नाला त्याने कसलेच उत्तर दिले नाही. तो फक्त प्रश्नाची वाट पहात

बसला.

मग मार्जोरी टेन्चने आपल्या आवाजात एकदम धार आणत हेतुपूर्वक काही वाक्ये म्हटली. ती म्हणाली, ''सिनेटर, नासावर जेवढा खर्च होतो आहे त्याचा छोटा हिस्साही आपण अंतराळाचा वेध घेण्यासाठी वापरत नाही, असे जर मी तुम्हाला सांगितले, तर तुम्ही नासा संस्थेचे विसर्जन कराल काय?''

मार्जोरी टेन्चचा हा प्रश्न म्हणजे सिनेटर सेक्स्टनच्या पदरात एखादा मोठा धोंडा टाकल्यासारखा होता. त्याच्या मनात आले, की आपण समजतो तेवढी ही बाई मूर्ख नाही. तिने एकदम आपला पवित्रा बदलून सिनेटरवरती अचानक तलवारीचा वार केला होता. तो प्रश्न फार विचारपूर्वक रचला होता. त्या प्रश्नाचे उत्तर हे 'हो' किंवा 'नाही' असेच असेल अशी खबरदारी घेतली होती. त्यामुळे कुंपणावर बसलेल्या व्यक्तीला कोणत्यातरी एका बाजूला उडी मारणे भाग पडते व त्यासाठी मग त्याला आपला प्रतिवाद करावा लागतो. तो एक सापळा होता. मार्जोरीने त्या सापळ्यात सिनेटर सेक्स्टनला अचानक अडकवले होते.

सिनेटरच्या अंतर्मनाने ते ओळखून आपोआपच प्रश्न टाळण्याची भूमिका घेतली. तो म्हणाला, ''जर नासाने आपला कारभार योग्य प्रकारे केला तर नासाला आत्तापेक्षाही कमी पैशात अंतराळाचा वेध सहज घेता येईल.''

''सिनेटर सेक्स्टन, माझ्या प्रश्नाचे उत्तर द्या. अंतराळाचा वेध घेण्याचे काम हे खूप जोखमीचे, खर्चाचे व धोक्याचे असते. एखादे प्रवासी बोईंग विमान बांधण्यासारखे ते काम असते. ते काम एक तर योग्य प्रकारे करायला हवे किंवा करू नये. यातली जोखीम ही फार मोठी असते. माझा प्रश्न अजूनही असा आहे : जर तुम्ही अमेरिकेचे राष्ट्राध्यक्ष झालात आणि नासाचा खर्च तसाच पुढे चालू ठेवण्याचा प्रश्न तुमच्यापुढे आला, तर तुम्ही तो खर्च पुढे चालू ठेवाल का सरळ नासाचे विसर्जन कराल? बोला, यातले तुम्ही काय करायचे निवडाल?''

प्रॉडक्शन बूथमध्ये काचेपलीकडे उभ्या असलेल्या गॅब्रिएलकडे सिनेटरने दृष्टिक्षेप टाकला. तिच्या चेहऱ्यावरचे भाव त्याने पाहिले. त्याला ते वाचता आले. *तुम्हाला आता उत्तर देणे भाग आहे. त्याखेरीज दुसरा पर्याय नाही. तेव्हा थेट बोला. उगाच गुळमुळीत उत्तर देऊ नका.*

सेक्स्टनने आपली मान ताठ केली व म्हटले, ''असा जर प्रसंग माझ्यासमोर उभा राहिला तर नासावर होणारा सारा खर्च मी शिक्षणाकडे वळवेन. अंतराळ की आपली मुले, असा जर प्रश्न उभा राहिला, तर माझा स्पष्ट कल हा आमच्या अमेरिकी मुलांच्या बाजूने असेल.''

ते उत्तर ऐकताच मार्जोरी टेन्चचा चेहरा धक्का बसल्यासारखा झाला. ती म्हणाली, ''तुमचे हे उत्तर ऐकून मी अक्षरशः सुन्न झाले आहे. मी जे काही ऐकले

ते बरोबर नीट ऐकले ना? राष्ट्राध्यक्ष म्हणून तुम्ही आपल्या देशाचा अंतराळ प्रकल्प रद्द कराल?''

आपल्याला राग येत चालला आहे हे सेक्स्टनला जाणवू लागले. आपण जे बोललो नाही तेही शब्द ही बया आपल्या तोंडात बसवू पहात आहे. यावर तो काही बोलू पहात होता, पण मार्जोरी टेन्च पुढे बोलतच राहिली.

ती म्हणत होती, ''नोंद करण्यासाठी तुम्ही काय म्हणालात ते मी सांगते, की ज्या संस्थेने आपली माणसे पार चंद्रावर पाठवण्याची कर्तबगारी करून दाखवली ती अंतराळ संस्था तुम्ही बरखास्त करणार.''

''मी येथे असे म्हणतो, की अंतराळ विज्ञानात जी स्पर्धा चालू होती ती आता संपली आहे. काळ बदलला आहे. अमेरिकी नागरिकांच्या दैनंदिन जीवनातील नासाची भूमिका सपंलेली आहे. अन् तरीही आपण नासाला अजूनही सारखा निधी पुरवत राहिलो आहोत.''

''म्हणजे तुम्हाला असे म्हणायचे आहे का, की आपल्या भवितव्याचा अंतराळाशी बिलकूल संबंध नाही?''

''अंतराळ-विज्ञानात आपले भवितव्य आहे हे उघडच आहे; परंतु त्यासाठी आपण नासाचा एक राक्षसी, महाकाय असा दिनोसॉरससारखा प्राणी निर्माण केला आहे. अंतराळ-विज्ञानात खासगी क्षेत्राने लक्ष घालावे. उगाच वॉशिंग्टनमधल्या कोण्या एखाद्या नासाच्या इंजीनिअरला गुरू ग्रहाचे छायाचित्र घ्यायचे आहे म्हणून जनतेच्या पैशातून अब्जावधी डॉलर्स का खर्च करायचे? काळाच्या ओघात जुनी झालेली नासा संस्था टिकवून धरण्यासाठी आपल्या मुलांच्या भवितव्यासाठी राखून ठेवलेला निधी खर्च करण्याचा अमेरिकी नागरिकांना आता उबग आला आहे, कंटाळा आला आहे. या अफाट खर्चातून हाताशी फारच थोडे लागते, हे सर्वांना समजून चुकले आहे.''

टेन्चने मोठ्या नाट्यपूर्ण आविर्भावात एक नि:श्वास सोडला व म्हटले, ''फारच थोडे हाती लागले आहे? नासाचा एक तो SETI प्रकल्प सोडला तर अन्य प्रकल्पांतून नासाने खूप काही मिळवून दाखवले आहे.''

SETI हा प्रकल्प म्हणजे Serch for Extraterrestrial Intelligence या शब्दांचा एक संक्षेप होता. बाह्य अंतराळात, विश्वात कोठेतरी एखादा बुद्धिमान जीव असेल तर त्याचा शोध घेण्यासाठी हा प्रकल्प नासाने राबवला होता. त्या प्रकल्पातून काहीही साध्य झालेले नव्हते. नुसताच अफाट खर्च मात्र होऊन बसला होता. SETI प्रकल्प हे नासाचे एक वैगुण्य बनले होते, मर्मस्थळ झाले होते. मग फार टीका होऊ लागल्यावर नासाने त्या प्रकल्पाचे नाव बदलून त्याला एक नवे रूप देण्याचा प्रयत्न केला. SETI नाव बदलून Origins असे नवीन नामकरण केले

गेले. काही उद्दिष्टेही बदलली; परंतु तरीही हा जुगार अंगाशीच आला.

अशा या प्रकल्पाची, नासाच्या मर्मस्थळाची आठवण मार्जोरी टेन्चने कशी काय करून दिली, याचे सिनेटरला आश्चर्य वाटत होते. या संधीचा फायदा घेत सिनेटर म्हणाला, "आता तुम्हीच SETI प्रकल्पाचा उल्लेख केलात म्हणून त्याबद्दल मी बोलतो."

यावर मार्जोरीला धोक्याची जाणीव व्हायला हवी होती; पण त्या ऐवजी तिच्या चेहऱ्यावरती उत्सुकतेचे भाव प्रकटले. ती कान देऊन सिनेटरचे बोलणे ऐकू लागली.

आपला घसा साफ करत सिनेटर बोलू लागला, "गेली ३५ वर्षे नासा अंतराळात एखाद्या बुद्धिमान जीवसृष्टीचा वेध घेत आहे, हे सामान्य माणसाला फारसे ठाऊक नाही. शिवाय हा एक अति अति खर्चिक प्रकल्प आहे. त्यासाठी असंख्य डिश अॅन्टेना, अवाढव्य ग्रहण केंद्रे, पगारांवरती कोट्यवधी डॉलर्स खर्च करून, अंधाऱ्या खोलीत बसून अंतराळातून काही संदेश येत आहेत की नाहीत याचा शोध घेत शास्त्रज्ञ बसले, अशा अनेक प्रकारांनी प्रकल्पाचा खर्च झाला व त्यातून हातात काहीही आले नाही."

"म्हणजे तुम्हाला असे म्हणायचे आहे का, की वरती अंतराळात विश्वात कोठेतरी काहीही नाही? कोणतीही जीवसृष्टी नाही?"

"मी फक्त एवढेच म्हणतो, की जर ३५ वर्षे एका प्रकल्पावरती दरवर्षी चार कोटी डॉलर्स खर्च होत राहिले आणि त्यातून एकसुद्धा शास्त्रीय निष्कर्ष निघू शकला नाही, तर असला हा प्रकल्प बंदच करायला हवा. खरे म्हणजे फार पूर्वीच ते घडायला हवे." आपल्या बोलण्याचा परिणाम होऊ देण्यासाठी सेक्स्टन काही क्षण थांबला. मग तो पुढे म्हणाला, "आता मला असे वाटते की ३५ वर्षांनंतरही जर आपल्या हाती काही लागले नसेल, तर आपल्याला अंतराळात कोठेही जीवसृष्टी सापडण्याची सुतराम शक्यता नाही."

"अन् तुमचे हे मत, हे विधान चुकीचे ठरले तर?" मार्जोरी टेन्चने त्याला विचारले.

आपले डोळे फिरवत सेक्स्टन म्हणाला, "तर? तर मिस मार्जोरी टेन्च, मी माझी स्वत:ची कातडी हॅट खाऊन दाखवेन. माझी मलाच शिक्षा करेन."

तिने आपले पिवळसर डोळे सिनेटरवरती रोखले व ती म्हणाली, "सिनेटर, आपले हे बोलणे मी लक्षात ठेवीन, नीट लक्षात ठेवीन." मग प्रथमच हसत ती पुढे म्हणाली, "*सर्वजणच* हे बोलणे लक्षात ठेवतील."

सीएनएनच्या स्टुडिओपासून सहा मैल अंतरावरील व्हाईट हाऊसमध्ये आपल्या

ओव्हल ऑफिसात राष्ट्राध्यक्ष बसले होते. त्यांच्यासमोर एक टी.व्ही. सेट होता. त्यांनी तो आता बंद केला आणि स्वत:साठी एका ग्लासात मद्य ओतून घेतले. मार्जोरी टेन्चने त्यांना आधी सांगितल्याप्रमाणे आपले काम चोख केले होते. एक गळ सिनेटर सेक्स्टनपुढे लावण्यात आला. त्या गळाला सिनेटरचा मासा लागला होता. आता लवकरच सिनेटरला राजकीय जीवनातून उठवता येणार होते.

२४

रेचल आपल्या हातातील उल्केमधल्या जीवावशेषाकडे आ वासून पहात होती. ते पाहून टॉलन्ड याला खूपच उत्साह वाटला. त्याचा चेहरा आनंदाने फुलून आला. रेचलच्या चेहऱ्यावरच्या सौंदर्याचे रूपांतर एका लहान मुलीच्या चेहऱ्यात झाले होते. सांताक्लॉज प्रत्यक्षात भेटल्यावर एखाद्या लहान मुलीच्या चेहऱ्यावरती जे भाव उमटतील तसे भाव रेचलच्या चेहऱ्यावर दिसत होते. *तुला काय वाटते आहे त्याची मला कल्पना आहे,* असे टॉलन्ड मनात तिला म्हणाला.

याचे कारण खुद्द टॉलन्डलाही असाच अनुभव ४८ तासांपूर्वी आला होता. त्यावेळीही ती उल्का पाहून तो थक्क झाला होता, सुन्न झाला होता. आश्चर्यचकित करणारी उल्का सापडल्याच्या घटनेचे शास्त्रीय व तत्त्वज्ञानात्मक परिणाम आत्ताच त्याला जाणवायला लागले होते. निसर्गाबद्दलची त्याची आजवरची जी मते होती ती पुन्हा पुन्हा तो तपासून पाहू लागला.

टॉलन्डच्या समुद्रांतर्गत शोधांमध्ये पूर्वी ठाऊक नसलेल्या खोल पाण्यातील अनेक जीवांचा समावेश होता; पण तरीही हा स्पेस बग ऊर्फ अंतराळ कीटक पाहून तो चक्रावून गेला होता. हॉलिवूडच्या चित्रपटात परग्रहावरून पृथ्वीवर आलेले जीव हे छोटी बुटकी हिरवी माणसे या स्वरूपात दाखवले जातात; परंतु खगोलजीवशास्त्रज्ञांच्या मते पृथ्वीवरील कीटकांची एकूण संख्या व कोणत्याही परिस्थितीत टिकाव धरण्याची त्यांची क्षमता पहाता असाच प्रकार विश्वात सर्वत्र असावा असे त्यांना वाटते. म्हणजे बाह्य विश्वात जीवसृष्टी असेल तर ती कीटकांच्या स्वरूपातही नक्की असणार अशी त्यांची खात्री आहे.

कीटकांचा जीवशास्त्रीय वर्ग हा 'आर्थ्रोपोडा' या नावाने ओळखला जातो. या वर्गातील जीवांच्या अंगावर कठीण कवच असते. त्यांना जे पाय असतात त्यांची लांबी तुकड्यातुकड्याने बनलेली असल्याने त्या पायात सांधे बरेच असतात. अशा कीटकांच्या सुमारे १२ लाख २५ हजार जातींचे वर्गीकरण शास्त्रज्ञांनी केले आहे अन् अजूनही सुमारे पाच लाख कीटकांच्या जातींचे वर्गीकरण करायचे आहे. या सर्व कीटकांची एकूण संख्या पृथ्वीवरती एवढी आहे, की त्यापुढे अन्य जीवजाती या

अल्पसंख्य ठरतात. पृथ्वीवरील संपूर्ण जीवजातींमध्ये कीटकांची एकूण टक्केवारी ही ९५ टक्के एवढी आहे. अन् जर पृथ्वीवरील सर्व जीवांचे वजन केले तर त्यात कीटकांची टक्केवारी ४० टक्के भरेल.

परंतु कीटकांच्या असंख्य जाती आणि त्यांची एकूण संख्या यामुळे शास्त्रज्ञ फारसे भारावून जात नाहीत. प्रतिकूल नैसर्गिक परिस्थितीतही टिकून रहाण्याचा त्यांचा चिवटपणा एवढा कमालीचा आहे, की त्यामुळे शास्त्रज्ञ थक्क होतात. अंटार्क्टिकाच्या बर्फाळ भूमीमध्येही कीटक सापडतात. तसेच रणरणत्या वाळवंटातही विंचवासारखे कीटकवर्गातील जीव सापडतात. कोणतेही तापमान असू दे, तिथे ही कीटकमंडळी सुखेनैव जगत असतात. कितीही कोरडे हवामान असू दे, वातावरणाचा दाब कितीही असू दे, कीटक त्यामध्येही सहज टिकून रहातात.

अंतराळातून पृथ्वीवर अल्ट्राव्हायोलेट व कॉस्मिक किरणांचा मारा सतत होत असतो. त्यापुढे कोणीही टिकले नाही तरी कीटक सहज टिकतील. फार काय, १९४५मध्ये अमेरिकेत जिथे पहिल्या अणुबॉम्बची चाचणी घेतली होती तिथे कालांतराने शास्त्रज्ञ गेले. ज्या जागेवर, अगदी ज्या बिंदूवरती अणुस्फोट केला त्या जागेला 'ग्राऊंड झिरो' असे म्हणतात. त्या ठिकाणी शास्त्रज्ञांनी अलीकडच्या काळात पहाणी केली असता तिथेही मुंग्या व झुरळे यांची वस्ती आढळली. अणुस्फोटात बाहेर पडणाऱ्या किरणोत्सर्गाला दाद न देता काही कीटक जगले व त्यांचे वंश पुढे चालू राहिले. अगदी कसलीही विकृती न निर्माण होता. जणू काही ग्राऊंड झिरो जागेवरती पूर्वी कधी अणुस्फोट झालाच नव्हता. तिथल्या पदार्थांमध्ये, दगडमाती इत्यादींमध्ये बदल होऊन ते किरणोत्सर्गी बनले आहेत. त्यापासून बचाव करण्यासाठी पहाणी करणाऱ्या शास्त्रज्ञांना जाताना अंगावरती प्रतिबंधक पोषाख चढवावे लागले होते. कीटकवर्गातील जीवांच्या अंगावर जे कठीण कवच असते त्यामुळे त्यांचा वाटेल त्या किरणोत्सर्गापासून बचाव होतो. त्यामुळेच कोणताही ग्रह असू दे, हे कीटकवर्गातील जीव तिथे सुखाने नांदणार किंवा नांदत असतील, याची खगोलशास्त्रज्ञांना खात्री पटली आहे.

टॉलन्डला हे आठवून वाटले, की परग्रहावरचा जीव हा एखादा कीटकच असणार.

आपल्या पायातील त्राण कमी झाले आहे, असे रेचलला भासू लागले. ती कशीबशी व अडखळत म्हणाली, ''माझा... माझा यावरती विश्वास बसत नाही... मला असे कधीही वाटले नव्हते.''

तिची अवस्था पाहून टॉलन्ड तिला म्हणाला, ''ठीक आहे, यावर विचार करण्यासाठी वाटल्यास काही वेळ घ्या. मलाही सुरुवातीला गरगरल्यासारखे वाटत

होते; परंतु २४ तासांत मी भानावर येत गेलो.''

''अरे वा! नवीन माणूस आलेले दिसते आहे,'' कोणीतरी एक उंच आशियाई माणूस आपल्या वैशिष्ट्यपूर्ण आवाजात बोलत त्यांच्याकडे येत होता.

तो माणूस जवळ आल्यावरती कॉर्की मार्लिन्सन आणि टॉलन्ड यांचा उत्साह एकदम ओसरून गेला. इतका वेळ भारलेले जादूचे वातावरण एकदम संपले. जवळ आलेल्या त्या माणसाने स्वत:ची ओळख करून देत म्हटले, ''मी डॉ. वेली मिंग, उक्ला येथे पॅलिऑन्टॉलॉजी विभागाचा चेअरमन आहे.''

त्या माणसाने गुडघ्यापर्यंत लांब असलेला एक उंटाच्या कातड्याचा कोट घातला होता. कोटाखाली असलेल्या व बाजूला सरकलेल्या आपल्या बो-टायवरती तो सारखा हाताने थोपटत होता. मध्ययुगीन काळातील उमरावासारखा तो ताठ उभा होता. आपली मान त्याने मागे झुकवली होती.

''मी रेचल सेक्स्टन,'' रेचलने त्याच्याशी हस्तांदोलन करत आपली ओळख करून दिली. मिंगच्या गुळगुळीत हाताशी हस्तांदोलन करताना तिच्या हाताला सूक्ष्म कंप सुटला होता. मिंगला राष्ट्राध्यक्षांनीच येथे पाठवले असणार हे उघड समजत होते. बिनसरकारी शास्त्रज्ञांपैकी मिंग एक होता.

मिंग म्हणाला, ''आपल्याला जर इथल्या काही पॅलिऑन्टॉलॉजीत काही शंका असतील, किंवा अधिक काही माहिती हवी असेल तर मी आपले समाधान करू शकेन.''

''अन् बऱ्याच गोष्टी तुम्हाला मुद्दाम ठाऊक करून घ्यायच्या नाहीत.'' कॉर्की हळूच पुटपुटला.

मिंगने परत आपल्या टायभोवतालून बोटे फिरवायला सुरुवात केली. तो म्हणाला, ''पॅलिऑन्टॉलॉजी म्हणजे अश्मीभूत झालेल्या जीवांचे शास्त्र. तुम्हाला हे ठाऊक असणारच म्हणा. त्या शास्त्रात माझी स्पेशॅलिटी ही नामशेष झालेल्या आर्थ्रोपोडा व मायगॅलोमॉर्फी या जीवांमध्ये आहे. या उल्केत सापडलेल्या जीवामधील उघड उघड दिसणारे वैशिष्ट्यच हे–''

''– परक्या ग्रहावरून आल्याचे आहे!'' कॉर्की मध्येच बोलला.

मिंगची मुद्रा रागीट झाली. कपाळाला आठ्या घालत त्याने आपला घसा साफ करत म्हटले, ''हं, तर या उल्केतल्या जीवाचे महत्त्वाचे लक्षण म्हणजे पृथ्वीवरील जीवांचे डार्विनने जे वर्गीकरण केले त्यामध्ये हा परका जीव अगदी चपखल बसतो.''

रेचलने मान वर करून पाहिले. बाप रे! *म्हणजे हे शास्त्रज्ञ अशा परक्या जीवांचेही वर्गीकरण करू शकतात?* ती म्हणाली, ''प्रवर्ग, वर्ग, जाती, प्रजाती, उपजाती इत्यादीमध्येही तुम्ही अशा अज्ञात जीवांना बसवू शकता?''

यावर मिंग तिला म्हणाला, ''अगदी बरोबर. हाच जीव पृथ्वीवरचा असता तर

आयसोपोडा वर्गात त्याला आम्ही घातला असता. मग 'ऊ' सारख्या हजारो किड्यांसमवेत त्याला आम्ही ठेवून दिला असता.

"ऊ? पण हा किडा तर भलताच मोठा आहे."

"जीवांचे वर्गीकरण हे जीवांच्या आकारमानावरती अवलंबून नसते, ते शरीररचनेवरती अवलंबून असते. हा जीव स्पष्टपणे 'ऊ' असल्याचे दिसते आहे. चपटे शरीर, पायांच्या सात जोड्या आणि उवा, ढेकूण, नाकतोडे इत्यादींसारखीच या किड्याला पुनरुत्पादनासाठी पोटाला एक खास पिशवी आहे. इतर जीवांच्या अवशेषातही आणखी काही खास वैशिष्ट्ये दिसून–"

"इतर जीवांचे अवशेष?"

मिंगने कॉर्की व टॉलन्ड यांच्याकडे पाहून विचारले, "त्यांना अजून ठाऊक झाले नाही?"

टॉलन्डने यावरती आपली मान नकारार्थी हलवली.

मिंगचा चेहरा ताबडतोब उजळून निघाला. तो म्हणाला, "मिस सेक्स्टन, अजून तुम्हाला या शोधाविषयीची चांगली बातमी कळलेली नाही."

कॉर्की मध्येच तोंड खुपसून बोलू लागला, "आणखी बऱ्याच जीवांचे अवशेष त्या उल्केत मिळाले आहेत." जणू काही मिंगपेक्षा आपल्याला ती बातमी सेक्स्टनला सांगण्याचे श्रेय मिळावे म्हणून तो बोलू लागला होता. त्याने एक पुठ्ठ्याचे मोठे पाकीट बाहेर काढले व त्यातील फिल्म्स काढून टेबलावर ठेवल्या. "त्या उल्केमध्ये खूप आत ड्रिलिंग केल्यानंतर आम्ही एक क्ष-किरणांचा कॅमेरा खाली सोडला. त्याद्वारे तिथली छायाचित्रे काढली. त्यावर आणखी संस्कार करून आम्ही ही काही रेखाचित्रेही तयार केली आहेत. तिथल्या छेदात काय दडलेले आहे ते यावरून कळून येईल."

रेचलने ते क्ष-किरणांचे प्रिन्टआऊट्स पाहिले. ते पाहिल्यावर टेबलाजवळच्या खुर्चीवरती ती मटकन खाली बसली. त्रिमिती स्वरूपातील ती छायाचित्रे दहा-बारा तरी तसल्याच जीवांचे अस्तित्व दर्शवत होती.

मिंग सांगू लागला, "पॅलिओलिथिक रेकॉर्ड हे नेहमीच अनेक जीव एकत्र असलेले दर्शवत आलेले आहे. बहुतेक वेळा मातीच्या खडकांमध्ये मोठ्या संख्येने जीव एकत्र सापडलेले दिसतात. त्यांची सारी वसाहत त्या मातीत अथवा चिखलात एके काळी होती व त्या चिखलाचे पुढे खडक बनले."

कॉर्की हसून म्हणाला, "आम्हाला असे वाटते, की या उल्केमध्ये अशीच त्या जीवांची एखादी छोटी वसाहत अडकली आहे." मग एका प्रिन्टआऊटकडे बोट दाखवीत तो पुढे म्हणाला, "ही ऊ म्हणजे येथल्या साऱ्या उवांची 'जननी' आहे असे दिसते."

रेचलने त्या प्रिन्टआऊटकडे पाहिले. आश्चर्याने तिने आ वासला. ती ऊ दोन फूट लांबीची दिसत होती.

"बिग-ॲस लाऊस. हो ना?" कॉर्की म्हणाला. रेचलने मूकपणे आपली मान डोलवली. तिच्या नजरेसमोर एखाद्या लांबलचक पावाएवढी ऊ परक्या ग्रहावर हिंडते आहे हे चित्र उमटले.

मिंग सांगू लागला, "पृथ्वीवरती हे असले कीटक आकाराने लहान असतात; कारण इथल्या गुरुत्वाकर्षणामुळे त्यांची वाढ रोखली जाते. फार मोठी वाढ झाल्यास त्यांच्या शरीराच्या कवचाला एकूण शरीर पेलवेनासे होते; पण ज्या ग्रहावरती कमी गुरुत्वाकर्षण आहे तिथे मात्र या कीटकांचा आकार वाढू शकतो."

"म्हणजे तिथला एखादा नेहमीचा डास हा इथल्या गिधाडाएवढा मोठा असू शकेल. यावरून कल्पना करता येईल." कॉर्कीने विनोदाने म्हटले. त्याने तिच्या हातातून उल्केचा नमुना घेतला व आपल्या खिशात टाकला.

ते पाहून मिंग चिडून म्हणाला, "ही अशी चोरी करणे बरे नाही."

"रिलॅक्स, शांत व्हा," कॉर्की म्हणत होता, "अजून आपल्याकडे त्या उल्केचे आठ टन भरतील एवढे नमुने आहेत."

रेचलला जी माहिती आत्तापर्यंत मिळत गेली त्या माहितीचे तिच्या मनात मंथन चालू झाले. ती म्हणाली, "एक आकारमान सोडले तरी पृथ्वीवरच्या जीवसृष्टीसारखीच अंतराळातील जीवसृष्टी कशी? दोन्हीत एवढे साम्य कसे? त्यातून तुम्ही हा कीटक डार्विनने केलेल्या जीवांच्या वर्गीकरणात अगदी चपखल बसतो असेही म्हणता. एवढे साम्य कसे काय आहे?"

कॉर्की म्हणाला, "अगदी बरोबर. अन् विश्वास ठेवा अगर ठेवू नका; परंतु अनेक खगोलशास्त्रज्ञांनी असा अंदाज व्यक्त केला आहे, की अंतराळात कोठे जर जीवसृष्टी असेल तर ती पृथ्वीवरच्यासारखीच असेल."

"पण असे का? या उल्केतील जीव हा पृथ्वीपेक्षा अत्यंत भिन्न अशा ग्रहावरून, तिथल्या भिन्न परिसरामधून आलेला आहे. तेव्हा तो भिन्नच असायला हवा." तिने आपली शंका जोरदारपणे मांडली.

यावर कॉर्कीने हसत हसत उत्तर दिले, "पॅनस्पर्मिया!"

"म्हणजे काय?"

"पॅनस्पर्मिया हे एका काल्पनिक उपपत्तीचे नाव आहे. त्यातील सिद्धान्तानुसार या इथल्या ग्रहावर, पृथ्वीवर जी जीवसृष्टी आली तिचे सिंचन बाहेरून अंतराळातून किंवा एखाद्या अज्ञात ग्रहावरून झाले."

रेचल तटकन उठून उभे रहात म्हणाली, "मला हे पटत नाही. तुम्ही मला भलतेच काहीतरी सांगता आहात."

कॉर्कीने टॉलन्डकडे पहात म्हटले, ''माईक, तू पृथ्वीवरील सुरुवातीच्या समुद्रांबाबत तज्ज्ञ आहेस. तेव्हा तूच काय ते सांग बाबा.''

टॉलन्डला आता आपल्याकडे सांगण्याची सूत्रे चालून आली म्हणून आनंद झाला. तो सांगू लागला, ''रेचल, सुरुवातीला पृथ्वीवरती कसलीही जीवसृष्टी नव्हती. हा एक निर्जीव ग्रह होता. मग अचानक, जणू काही एका रात्रीत, येथे सर्वत्र जीवसृष्टी निर्माण झाली, वाढू लागली. अनेक जीवशास्त्रज्ञांना असे वाटते, की ही जी स्फोट झाल्यासारखी जीवसृष्टी अचानक निर्माण होऊन पसरत गेली व वाढत गेली, त्यामागे सुरुवातीच्या समुद्राच्या पाण्याचे गुणधर्म कारणीभूत होते. त्या पाण्यात अनेक मूलतत्त्वे किंवा पदार्थ होते. ते एक अद्भुत रासायनिक मिश्रण होते. त्याला प्रायमॉर्डिअल समुद्र म्हणून शास्त्रज्ञ संबोधतात. तसे मिश्रण प्रयोगशाळेत करून त्यातून जीवनिर्मिती करण्याचे प्रयोग शास्त्रज्ञांनी केले; परंतु त्यात त्यांना अपयश आले. हे पाहून काही धार्मिक पंडित पुढे झाले. जीवनिर्मितीमागे परमेश्वर असल्याने असले मानवनिर्मित प्रयोग अयशस्वी ठरणारच, असे त्यांनी प्रतिपादन करण्यास सुरुवात केली. हे अपयश म्हणजे परमेश्वर असल्याचाच एक पुरावा आहे, असेही ते म्हणू लागले. परमेश्वरी स्पर्श पूर्वीच्या प्राथमिक समुद्राला झाल्याने तिथे जीवसृष्टी अवतरली असा दावा ते करू लागले.''

आता कॉर्की बोलू लागला, ''पण पृथ्वीवर या अचानक उद्भवलेल्या जीवसृष्टीचा खुलासा आम्ही खगोलशास्त्रज्ञ वेगळ्या रीतीने करू लागलो.''

''पॅनस्पर्मिया!'' रेचल म्हणाली. त्या शास्त्रज्ञांना काय म्हणायचे आहे ते तिला आता समजू लागले होते. 'जीवांचे बीजारोपण' हा सिद्धान्त तिने पूर्वीही ऐकला होता; परंतु त्याला पॅनस्पर्मिया म्हणतात ते तिला ठाऊक नव्हते. ती पुढे म्हणाली, ''सुरुवातीच्या काळातील प्राथमिक समुद्रात, त्या प्रायमॉर्डिअल समुद्रात एक उल्का येऊन पडली. त्या उल्केत जीव होते. त्यांच्यापासून पुढे पृथ्वीवरील छोट्या जीवांची उत्पत्ती होऊन प्रसार होत गेला.''

''बिंगो!'' कॉर्की आनंदाने ओरडला.

रेचल पुढे म्हणाली, ''म्हणून पृथ्वीवरील जंतू, लहान जीवसृष्टी यांचे साम्य अंतराळातील जीवसृष्टीशी आढळून येणे नैसर्गिक ठरते.''

''डबल बिंगो!''

पॅनस्पर्मिया या सिद्धान्ताचे संपूर्ण परिणाम नक्की काय होतील याचे आकलन रेचलला झाले नव्हते; पण तरीही ती अंदाज करत बोलत होती. ती म्हणाली, ''म्हणजे या उल्केमुळे जीवांची उत्पत्ती मुळात अंतराळात अन्यत्र कुठेतरी झाली एवढे सिद्ध होतेच; पण त्याशिवाय पॅनस्पर्मिया या सिद्धान्तालाही पुराव्यानिशी बळकटी दिली जाते... थोडक्यात बाहेरून येथे येऊन झालेल्या जीवांच्या बीजारोपणामुळे

पृथ्वीवरील जीवसृष्टी निर्माण झाली.''

''ट्रिपल बिंगो!'' कॉर्की आता उत्साहाने बोलू लागला, ''म्हणजे तांत्रिकदृष्ट्या आपण सर्वजण पृथ्वीबाहेरून आलेले आहोत. येथे आपण उपरे ठरलो आहोत, परके आहोत.'' त्याने आपल्या डोक्यावरती हात धरून हातांची फक्त दोन बोटे उंचावली. अंतराळातून आलेल्या प्राण्याला डोक्यावरती दोन अॅन्टेना असतात अशी समजूत विज्ञान काल्पनिका वाङ्मयात केलेली होती. मग त्याने आपले डोळे तिरळे केले व आपली जीभ तो एखाद्या सरपटणाऱ्या प्राण्यासारखी सतत आत-बाहेर काढू लागला.

टॉलन्डने विषादाने हसून रेचलला म्हटले, ''अन् हा जीव म्हणजे पृथ्वीवरील उत्क्रांतीचा कळस म्हटला पाहिजे.''

२५

रेचल त्या भव्य तंबूमध्ये चालत होती. आपल्या सभोवताली तिला स्वप्नातील वातावरण पसरलेले आहे असे वाटू लागले. तिच्या मागे-पुढे, कॉर्की, टॉलन्ड व मिंग चालत होते. टॉलन्ड तिच्यावर लक्ष ठेवून होता. तिची अवस्था पाहून त्याने विचारले, ''तुम्ही ठीक आहात ना?'' कसेबसे हसत ती त्याला म्हणाली, ''ठीक आहे. हे भलतंच... जबरदस्त आहे.''

मग तिला ती एक जुनी घटना आठवली. १९९७ मध्ये नासाने आपला एक शोध जाहीर केला होता. नासाला अशीच एक उल्का सापडली होती. त्या उल्केला ALH 84001 असा क्रमांक दिला गेला. ती उल्का मंगळावरती सापडली होती आणि त्यामध्ये सूक्ष्म जंतूंचे अवशेष सापडल्याचे नासाने जाहीर केले. मग पंधरवड्यात नासाने एक मोठी पत्रकार परिषद घेतली व या गोष्टीचा गाजावाजा केला. मंगळावरच्या उल्केचे अस्तित्व व त्या उल्केचे पृथक्करण अर्थातच मंगळावर पाठविलेल्या यानाकडून झाले होते; पण अनेक शास्त्रज्ञ पुढे आले व त्यांनी नासाला वाटणाऱ्या त्या जीवांच्या खुणा म्हणजे दुसरे तिसरे काहीही नसून केरोजेन आहे असे पुराव्यानिशी सिद्ध केले. ते केरोजेन पृथ्वीवरचा जंतुसंसर्ग यानाला झाल्यामुळे तिथे अस्तित्वात आले, असा खुलासा केला. या घटनेमुळे नासाच्या विश्वासार्हतेला एक जबरदस्त तडाखा बसला. न्यू यॉर्क टाइम्सने तर उपरोधाने NASA हा संक्षेप Not Always Scientifically Accurate या शब्दसमूहाचा आहे असे म्हटले.

न्यू यॉर्क टाइम्सच्या त्याच अंकात पॅलिओबायोलॉजिस्ट स्टीफन गूल्ड याचा एक लेख प्रसिद्ध झाला होता. त्याने त्या उल्केबाबतचे सारे तपशील देऊन असे दाखवून दिले होते, की तो जो पुरावा नासाने पुढे केला आहे तो रासायनिक असून

त्यातून निष्कर्ष काढता येत नाही. एखादे हाड, शंख, शिंपला यासारखा 'सॉलिड' पुरावा असल्याखेरीज नासाचा दावा मानता येत नाही; पण आता मात्र नासाला अंतराळातील जीवसृष्टीचा सॉलिड पुरावा मिळाला आहे हे रेचलला कळून चुकले. ह्या पुराव्याला खोडून काढता येणे अशक्य आहे. कोणताही संशयखोर शास्त्रज्ञ या पुराव्याला आव्हान देणार नाही.

नासाचे 'कानफाट्या' पडलेले नाव आता पुसले जाणार होते. उल्केमधील सूक्ष्म जीवाणूंची मोठी केलेली छायाचित्रे आता सर्वत्र झळकणार होती. तसेच, साध्या डोळ्यांना दिसणाऱ्या जीवांची छायाचित्रेही प्रसिद्धीस दिली जाणार होती. विशेषत: ती दोन फूट लांबीची ऊ!

'मंगळावरील कोळी जीव' अशा अर्थाचे एक गीत रेचलने लहानपणी तोंडपाठ केले होते. आता तिला ते गीत आठवताच हसू आले. त्या वेळी एका लोकप्रिय ब्रिटिश गायकाने गायलेले ते गीत तुफान गाजले होते. त्या गीतातील शब्द आता खरे झालेले होते. तो ब्रिटिश गायक आत्ता हयात असायला हवा होता. त्या गाण्यातील स्वर तिच्या मनात तरळत असतानाच कॉर्की तिच्याजवळ येऊन म्हणाला, "टॉलन्ड त्याच्या डॉक्युमेन्टरीच्याबद्दल तुमच्याकडे काही बोलला का?"

रेचल म्हणाली, "नाही. पण मला त्यांचे त्याबद्दलचे बोलणे ऐकायला आवडेल."

मग कॉर्कीने टॉलन्डपाशी जाऊन त्याच्या पाठीवरती थाप मारत म्हटले, "बिग बॉय, गो फॉर इट. एक महत्त्वाचा ऐतिहासिक क्षण हा एका उगवत्या टी.व्ही. स्टारकडे देण्याचा निर्णय अध्यक्षांनी का घेतला ते सांग लेका आता तिला."

टॉलन्ड म्हणाला, "आता जरा गप्प बसतोस का?"

"ठीक आहे, तू सांगू नकोस. मीच सांगतो," असे म्हणून कॉर्की पुन्हा रेचलपाशी गेला.

चालता चालता कॉर्की तिला सांगू लागला, "मिस सेक्स्टन, राष्ट्राध्यक्ष आज एक पत्रकार परिषद घेणार आहेत आणि त्यामध्ये ते या उल्केचा शोध जगजाहीर करणार आहेत; पण जगातील सर्व माणसे ही या विषयातील तज्ज्ञ नसतात. सामान्य माणसांना शास्त्रीय विषय नीट समजणे कठीण असते. म्हणून अध्यक्षांनी टॉलन्डला यात ओढले व त्याच्याकरवी सारी माहिती जनतेला सोप्या भाषेत देण्यास सांगितले आहे."

टॉलन्ड म्हणाला, "थँक्स कॉर्की! व्हेरी नाईस," असे म्हणून त्याने रेचलकडे पाहिले. मग तो पुढे बोलू लागला, "कॉर्कीला असे म्हणायचे आहे, की या शोधामध्ये अफाट शास्त्रीय माहिती भरलेली असून, ती जनतेपर्यंत पोहोचवण्याचे काम फार कठीण आहे. म्हणून अध्यक्षांनी यावरती एक छोटा माहितीपट तयार करण्यासाठी मला सांगितले आहे. सर्वसामान्यांना कळेल अशा रीतीने मला तो

माहितीपट तयार करायचा आहे.''

कॉर्की रेचलला म्हणाला, ''तुम्हाला ठाऊक आहे का, की आपले अध्यक्ष हे टॉलन्डच्या 'अमेझिंग सीज' या टी.व्ही. मालिकेचे फार मोठे चाहते आहेत? मला ही बातमी आत्ताच समजली.'' असे म्हणून त्याने टॉलन्डकडे सहेतुकपणे पाहिले व पुढे म्हटले, ''झॅक हर्नी, स्वतंत्र जगाचा एक शास्ता, हे आपल्या सेक्रेटरीला टॉलन्डचे कार्यक्रम टेप करायला लावतात. मग जमेल तेव्हा ते कार्यक्रम बघतात.''

यावर टॉलन्डने खांदे उडवत म्हटले, ''अध्यक्षांची अभिरुची उच्च पातळीवरची आहे, एवढेच मी म्हणू शकतो.''

अध्यक्षांनी किती बुद्धिमानतेने व शिताफीने आपली योजना रचली आहे याचा उलगडा रेचलला हळूहळू होऊ लागला. राजकरण म्हणजे एक प्रसिद्धितंत्राचा खेळ आहे आणि या खेळात टॉलन्डकडून सर्व शास्त्रीय माहिती ही आपल्याला हव्या त्या स्वरूपात पत्रकार परिषदेत कशी सादर करायची ते अध्यक्षांना चांगले ठाऊक असल्याचे रेचलला कळले. म्हणून तर त्यांनी प्रसिद्धितंत्रातील एक्का असलेला टॉलन्ड इकडे आणला. जर त्याच्या तोंडून ती माहिती जनतेसमोर आली तर अध्यक्षांवर कोणीही टीका करू शकणार नव्हते, त्यांना माहितीच्या खरेपणाबद्दल आव्हान देऊ शकणार नव्हते. सर्व शास्त्रीय माहिती ही जनतेची मान्यता मिळालेला शास्त्रज्ञ टॉलन्ड याच्यामार्फत बाहेर पडणार होती.

कॉर्की तिला सांगत होता, ''टॉलन्डने इथल्या आम्हा सिव्हिलियन शास्त्रज्ञांच्या मुलाखती त्याच्या माहितीपटासाठी घेतल्या आहेत. अन् मी आता सांगतो की तो आता नक्की तुमची मुलाखत घेणार. मी हे पैजेवर सांगतो व पैजेसाठी मला मिळालेले राष्ट्रीय पदकही मी पणाला लावायला तयार आहे.''

रेचल त्याच्याकडे वळून म्हणाली, ''काय? माझी मुलाखत? अन् तीही माहितीपटासाठी? मी कोणत्याच विषयातील तज्ज्ञ नाही. मी फक्त गुप्त माहिती खात्यात काम करते.''

''मग अध्यक्षांनी तुम्हाला इकडे का पाठवले?''

''ते मला त्यांनी अद्यापही सांगितलेले नाही.''

कॉर्कीच्या ओठावर एक गमतीचे हसू उमटले. तो म्हणाला, ''गुप्त माहिती खाते व व्हाईट हाऊस यांच्यामध्ये समन्वय साधण्याचे काम करणाऱ्या तुम्ही आहात. जवळच्या माहितीमधील नेमकी खरी माहिती शोधून त्या आधारे थोडक्यात खुलासा करणे हे तुमचे काम असते, हो ना?''

''होय, पण यात शास्त्रीय भाग काहीच नाही.''

''त्यातून तुम्ही अशा एका व्यक्तीची कन्या आहात की जी व्यक्ती नासाच्या निधीवर टीका करते आहे.''

यापुढे आपल्याला काय ऐकावे लागणार त्याचा रेचलला अंदाज येऊ लागला.

आता मिंग आपल्या किणकिणत्या आवाजात सांगू लागला, "तुमच्याकडून माहितीपटात या उल्केची माहिती जर सांगितली गेली तर याच माहितीपटाची विश्वासार्हता वेगळ्याच पातळीवरती जाऊन वाढेल, हे लक्षात घ्या. जर अध्यक्षांनी तुम्हाला इकडे पाठवले असेल तर नक्कीच त्यांना तुम्ही येथून होणाऱ्या निवेदनात भाग घ्यावा असे वाटत असणार."

आपला साहेब पिकरिंग या संदर्भात जे काही बोलला, त्याची रेचलला आता आठवण झाली. आपला वापर करून घेतला जाईल, असा इशारा त्याने दिला होता.

टॉलन्डने आपल्या घड्याळात पहात म्हटले, "चला, आपल्याला ती वेळ गाठली पाहिजे." तंबूच्या मध्यभागाकडे बोट दाखवून तो पुढे म्हणाला, "ते तिकडे तयारी संपवत आलेले असतील."

"कसली तयारी?" तिने विचारले.

"बाहेर काढण्याची तयारी. नासाकडून ती उल्का आता बाहेर काढली जाणार आहे. यापुढे ती कोणत्याही क्षणी बाहेर प्रकट होईल."

ते ऐकून रेचल सुन्न झाली. ती म्हणाली, "म्हणजे तुम्ही तो आठ टनी खडक २०० फूट खोलीमधून टणक बर्फाच्या थरातून वर काढणार?"

कॉर्की अभिमानाने म्हणाला, "मग, तुम्हाला काय वाटते? एवढा मोठा शोध नासा असा बर्फात पुरलेला राहू देईल?"

"अंऽऽ, नाही. तसे नाही... पण," रेचल म्हणाली. एवढ्या मोठ्या प्रमाणात होणारे उत्खनन तिने आजवर कधी पाहिले नव्हते. त्यातून असे हे उत्खनन एका भव्य घुमटाखाली होणार होते. ती पुढे म्हणाली, "पण... पण नासा ती अवजड उल्का बाहेर कशी खेचणार?"

कॉर्कीने एक 'उफ्' असा आवाज काढून म्हटले, "त्यात काहीही अडचण नाही. तुम्ही काळजी करू नका. येथे अनेक अग्निबाणतज्ज्ञ हजर आहेत!"

मिंग तुच्छतेने म्हणाला, "ही सारी वटवट व्यर्थ आहे. डॉ. कॉर्की मार्लिन्सन यांना इतरांना उगाचच पिळण्यात आनंद वाटतो. येथे असलेल्या प्रत्येकाला ती उल्का बाहेर कशी निघेल यावरती बोलण्याची सुरसुरी येते. फक्त डॉ. मॅन्गोर यांनीच एक व्यवहार्य मार्ग त्यासाठी सुचवला आहे."

"मी डॉ. मॅन्गोर यांना अजून भेटले नाही."

"डॉ. मॅन्गोर या एक हिमनदीशास्त्रातील तज्ज्ञ आहेत. न्यू हॅम्पशायर विद्यापीठात त्या काम करतात." टॉलन्ड आता त्यांच्याबद्दल सांगत होता, "त्या म्हणजे येथे असलेल्या चौथ्या सिव्हिलिअन शास्त्रज्ञ आहेत. त्यांनाही राष्ट्राध्यक्षांनीच इकडे पाठवले. अन् मिंग जे म्हणाला ते बरोबर आहे. मॅन्गोर यांनीच यावरती उपाय

सुचवला.''

रेचल म्हणाली, ''डॉ. मॅन्गोर या एक बाई आहेत?''

''होय डॉ. मॅन्गोर ही एक स्त्री-शास्त्रज्ञ आहे.''

कॉर्की पुटपुटत म्हणाला, ''त्याबद्दल मला शंका आहे.'' मग तो रेचलला मोठ्याने म्हणाला, ''अन् मी तुम्हाला सांगून ठेवतो, डॉ. मॅन्गोर यांना तुम्ही आवडणार नाही.'' मग पुटपुटत हळू आवाजात तो पुढे म्हणाला, ''त्या खूप खाष्ट आहेत.''

यावर टॉलन्डने कॉर्कीकडे एक रागाचा दृष्टिक्षेप टाकला.

कॉर्की आपली बाजू सावरत म्हणाला, ''म्हणजे मला तसे वाटते याचे कारण डॉ. मॅन्गोर यांना आपल्याला कोणी प्रतिस्पर्धी असलेला आवडत नाही.''

रेचल गोंधळून म्हणाली, ''प्रतिस्पर्धी? पण मी कुणाशीही स्पर्धा करत नाही.''

यावर टॉलन्ड तिला म्हणाला, ''त्या कॉर्कीकडे तुम्ही लक्ष देऊ नका हो. कॉर्कीचे वय खूप कमी आहे. तो अजूनही लहान आहे ही गोष्ट नॅशनल सायन्स कमिटीच्या लक्षात आली नाही. तुमचे आणि डॉ. मॅन्गोर यांचे चांगले जमेल. ती एक व्यावसायिक दृष्टिकोन असलेली बाई आहे. हिमनदीशास्त्रामध्ये जगातील जे मूठभर तज्ज्ञ आहेत त्यापैकी ती एक आहे. काही वर्षांपूर्वी ती अंटार्क्टिका येथे जाऊन राहिली होती व तिने हिमनदीच्या वहनाचा अभ्यास केला होता.''

यावर कॉर्की म्हणाला, ''छे! तसे नाही. मी असे ऐकले, की विद्यापीठाला एक भली मोठी रक्कम देणगी म्हणून मिळाली होती. मग आपल्याला विद्यापीठात शांतता मिळावी म्हणून अधिकाऱ्यांनी तिला दूर तिकडे पाठवून दिले.''

मिंग याला कॉर्कीचे हे बोलणे आवडले नाही. त्याला ती टीका वैयक्तिक वाटली. तो फटकन म्हणाला, ''डॉ. मॅन्गोर यांना काम करताना तिकडे जवळ जवळ मृत्यूने गाठले होते. त्या एका हिमवादळात सापडल्या व हरवल्या. सव्वा महिना त्या हरवल्या होत्या. त्या काळात सील प्राण्याची चरबी खाऊन कशाबशा त्या तग धरून राहिल्या होत्या. नंतर कोणाला तरी त्यांचा ठावठिकाणा कळल्यावर त्यांची सुटका करण्यात आली.''

कॉर्की रेचलशी कुजबुजत म्हणाला, ''मी तर असे ऐकले होते, की कोणीही त्या खाष्ट बाईचा शोध घेत नव्हते.''

२६

सिनेटर सेक्स्टनची आलिशान लिमोसिन गाडी सीएनएनच्या स्टुडिओमधून त्याच्या ऑफिसकडे परत चालली होती. गॅब्रिएल त्याच्या शेजारी बसली होती व

सिनेटर खिडकीबाहेर पहात होता. सीएनएनवर झालेल्या कार्यक्रमामुळे त्या दोघांनाही समाधान वाटत होते. आपण जिंकल्याची भावना त्यांना स्पर्शून जात होती. ते दोघेही तृप्त झाले होते.

शेवटी सिनेटर म्हणाला, ''त्यांनी मार्जोरी टेन्चला दुपारच्या केबल शोसाठी का पाठवले असावे?'' मग गॅब्रिएलकडे पाहून एक प्रसन्न हास्य करत तो पुढे म्हणाला, ''याचा अर्थ व्हाईट हाऊस हादरले आहे!''

यावर गॅब्रिएलने नुसतीच आपली मान हलवली. त्या मान हलविण्यामागे 'हो' किंवा 'नाही' असा कोणताही अर्थ निघत नव्हता. याचे कारण जेव्हा मार्जोरी टेन्च ही कार्यक्रम आटपून गाडीतून निघून जात होती, तेव्हा तिच्या चेहऱ्यावरती अतीव समाधानाचे भाव उमटलेले गॅब्रिएलने पाहिले होते. त्यामुळे गॅब्रिएलच्या मनात संशयाची पाल चुकचुकली होती. आपण कुठे तरी फसलो तर नाही ना, असे तिला राहून राहून वाटू लागले होते. ती त्यामुळे थोडीशी खिन्न झाली होती.

सेक्स्टनचा मोबाइल फोन वाजू लागला. त्याने आपल्या खिशात हात घालून तो बाहेर काढला. सगळ्या राजकारणी व्यक्तींप्रमाणे त्यानेही आपल्याजवळ अनेक मोबाइल फोन बाळगले होते. ठरावीक व्यक्तींना तो ठरावीक मोबाइलचा क्रमांक द्यायचा. बाकीच्या फोनचे क्रमांक त्यांना सांगायचे नाहीत. त्यामुळे कोणता फोन वाजू लागला की कोणत्या गटातील व्यक्तीकडून फोन आला आहे ते समजते. त्या गटांमध्येही सर्वसाधारण, कनिष्ठ, मध्यम, उच्च, महत्त्वाचे, अतिमहत्त्वाचे असे स्तर होते. कोणत्या स्तरावरील फोन वाजतो आहे. त्यावरून तो घ्यायचा की नाही हेही आधी ठरवता येत होते; पण आता जो फोन वाजत होता तो खूप वरच्या स्तरावरील व्यक्तीकडून आला होता. सेक्स्टनच्या खासगी लाईनवरचा तो फोन होता. या फोनवर गॅब्रिएललासुद्धा सिनेटर सहसा बोलू देत नसे.

त्याने फोन घेतला. फोनमधून कोणीतरी लाघवी आवाजात बोलले, ''सिनेटर सेजविक सेक्स्टन?'' बोलणारी व्यक्ती ही सिनेटरचे नाव उच्चारताना तिन्ही शब्दांतील पहिल्या अक्षरातील अनुप्रासावर जोर देऊन बोलत होती. लिमोसिनच्या आवाजामुळे गॅब्रिएलला फोनवरील व्यक्तीचा आवाज अजिबात ऐकू येत नव्हता; परंतु सेक्स्टन लक्षपूर्वक ऐकत होता. बोलणाऱ्या व्यक्तीला तो उत्साहाने प्रतिसाद देत होता. तो म्हणत होता, ''फन्टॅस्टिक! तुम्ही फोन केलात म्हणून मला खूप आनंद झाला... मग सहा वाजताचे काय?... सुपर्ब... येथे वॉशिंग्टन डीसीमध्येच माझे एक अपार्टमेन्ट आहे... होय, खासगी अपार्टमेन्ट... अगदी आरामदायी आहे... तुमच्याजवळ तो पत्ता आहेच. हो ना?... ठीक आहे. मग भेटूच आपण त्यावेळी.''

सेक्स्टनने फोन बंद केला. त्याच्या चेहऱ्यावरती आनंद पसरला होता.

“हा कोण नवीन ‘चाहता’ आहे का?” गॅब्रिएलने विचारले.

“हो ना. त्यांची संख्या वाढत चालली आहे; पण हा माणूस अगदी जबरदस्त आहे.”

“असणारच; पण तुम्ही त्याला तुमच्या खासगी अपार्टमेन्टमध्ये कसे काय येऊ देता?” तिने विचारले. सिंह जसा आपले लपून रहाण्याचे ठिकाण अत्यंत महत्त्वाचे मानतो तशी प्रत्येकाने आपली खासगी जागा ही महत्त्वाची मानली पाहिजे. प्रत्येकाने आपल्या खासगी जागेचे पावित्र्य संभाळले पाहिजे. सिनेटर सेक्स्टन एरवी असे म्हणत असे.

तिच्या प्रश्नावर त्याने आपले खांदे उडवत म्हटले, “होय, बोलावले आहे खरे. त्याच्यामध्ये मी वैयक्तिकरीत्या लक्ष घालतो आहे, असा दिलासा मला त्याला द्यायचा आहे. या माणसाच्या वरच्या वर्तुळात फार ओळखी आहेत. त्यामुळे त्याच्याशी संबंध असलेले बरे. शेवटी माणसांचा विश्वास महत्त्वाचा.”

गॅब्रिएलने मान डोलवली. सेक्स्टनचा आजचा कार्यक्रम पहाण्यासाठी तिने त्याचे डेली प्लॅनर उघडून पाहिले. त्याला तिने विचारले, “मग पुढच्या कोणत्या तारखेला त्याची भेट ठरवायची आहे का? म्हणजे तसे मी येथे लिहून ठेवते.”

“आत्ता तशी काही जरुरी नाही. नाहीतरी मी त्याला आज रात्री घरी बोलावले आहेच. बघू या पुढे काय होते ते.” सेक्स्टन म्हणाला.

तिने डेली प्लॅनरमधील आजच्या रात्रीच्या वेळा पाहिल्या. सर्व वेळांपुढे सेक्स्टनने P.E. असे लिहिले होते. सेक्स्टनला संक्षेप करून लिहिण्याची सवय होती; पण P.E. म्हणजे काय? Personal Event किंवा Private Evening किंवा अन्य काही? नक्की काहीच बोध होत नव्हता. अनेकदा त्याने प्लॅनरमधील रात्रीच्या रकान्यात P.E. असे लिहिलेले असायचे. त्या वेळी तो आपल्या अपार्टमेन्टमध्ये बाहेरच्या जगाशी फारकत घेऊन रहायचा. फोनचा रिसिव्हर बाजूला काढून ठेवायचा. मग आरामात ब्रॅन्डी पीत जुन्या मित्रांबरोबर गप्पा करत बसणार. अशा वेळी आपण राजकारण बाजूला ठेवले आहे असा बहाणा तो करायचा. त्या वेळी तो त्याला हवा तसा वेळ आनंदात घालवायचा.

गॅब्रिएलने त्याच्याकडे आश्चर्याने पाहिले व म्हटले, “म्हणजे तुम्ही आधी ठरवलेल्या P.E. वेळेमध्ये व्यवसाय येऊ देणार?”

“एकदा रात्री वेळ असताना या माणसाने मला गाठले होते. आज मी त्याच्याशी अगदी थोडा वेळच बोलणार आहे. त्याला काय म्हणायचे आहे एवढेच बघणार आहे.”

असा माणूस म्हणजे कोणती गूढ व्यक्ती आहे हे गॅब्रिएलला विचारायचे होते; परंतु सेक्स्टन त्या माणसाबद्दल गुळमुळीत बोलतो आहे, म्हणजे त्या व्यक्तीचे नाव

त्याला हेतुपूर्वक गुप्त ठेवायचे आहे असे दिसते. कधी आग्रह धरू नये हे सेक्स्टनच्या सहवासात गॅब्रिएल चांगलीच शिकली होती. मग ती यावरती काहीच बोलली नाही.

जेव्हा ते सेक्स्टनच्या ऑफिसच्या इमारतीजवळ जाऊ लागले तेव्हा तिने परत एकदा त्या प्लॅनवरील P.E. अक्षंराकडे नजर टाकली. सेक्स्टनला त्या व्यक्तीचा फोन येणार हे आधीच ठाऊक होते, हे तिला जाणवले. शिवाय तिला ते चमत्कारिकही वाटले.

२७

नासाच्या त्या भव्य घुमटाच्या आत मध्यभागी बर्फाच्या जमिनीवरती एक मोठी चमत्कारिक तिपाई रचून उभी केली होती. ती तिपाई १८ फूट उंचीची होती. अनेक लाकडी वासे व पोलादी खांब यांनी मिळून ती रचना तयार केलेली होती. तर समुद्रातील तेलविहीर आणि पॅरिसचा आयफेल टॉवर अशा दोन्हींचे चमत्कारिक मिश्रण त्या रचनेत झालेले होते. रेचलने ती रचना पाहिली; पण अशा या विचित्र रचनेमुळे आतली ती महाकाय उल्का कशी काय वर काढता येईल हे तिला समजेना.

तिपाईसारख्या त्या रचनेच्या भोवती अनेक यंत्रे बर्फामध्ये स्क्रू फिरवून पक्की केलेली होती. ती विंच मशीन्स होती. म्हणजे पोलादी दोर अवाढव्य रिळाला गुंडाळून घेणारी होती. ती रिळे डिझेल इंजिनांकडून फिरवली जायची. मग त्यावरचा पोलादी दोर सुटत जायचा किंवा ओढून गुंडाळून घेतला जायचा. सर्व रिळांचे दोर तिपाईच्या वरती असलेल्या कप्पीवर जाऊन आत तिपाईमध्ये खाली उतरले होते. शेवटी ते बर्फाला पाडलेल्या भोकांमधून आत गेले होते. नासाची अनेक दणकट माणसे ते दोर ताणत होती. ताणण्यासाठी ते दोर मागे खेचावे लागत होते. खेचल्यावर प्रत्येक वेळी बर्फाच्या भोकातून दोर काही इंच वरती सरकून यायचे. जणू काही एखाद्या मोठ्या जहाजाने पाण्यात टाकलेला अवजड नांगर वरती काढला जात होता.

परंतु ती अवजड उल्का बर्फाबाहेर कशी काढणार हा प्रश्न रेचलला तरीही सतावत होता. बर्फात भोके पाडून ते दोर आत घातले गेले असतील, पण त्या दोरांनी उल्केला कसे काय जखडलेले असणार? जसजशी ती व तिच्या बरोबरचे ते तिघे शास्त्रज्ञ पुढे पुढे जाऊ लागले तसतशी ती उल्का बाहेर ओढून काढण्याचेच काम चालू आहे, असे तिला जाणवले.

“सगळीकडे सारखा ताण ठेवा! सारखा ताण ठेवा!” कोणीतरी बाईच्या

आवाजात कर्कशपणे ओरडत होते.

रेचलने मान उंचावून पाहिल्यावरती तिला एक स्त्री दिसली. झगझगीत पिवळ्या रंगाचा स्नोसूट तिच्या अंगावरती होता. स्नोसूटवरती अनेक ठिकाणी ग्रीसचे डाग पडलेले होते. रेचलकडे तिची पाठ असल्याने तिचा चेहरा तिला दिसला नाही; पण तरीही ह्याच बाईच्या देखरेखीखाली समोरचे काम चाललेले आहे हे तिच्या लक्षात आले. तिच्या हातात एक क्लिपबोर्ड होता व त्यावर ती कसल्यातरी नोंदी अधूनमधून करत होती. अधूनमधून कामात कितपत प्रगती झाली आहे हे पहाण्यासाठी ती पुढे जाई व तशीच पाठ न फिरवता मागे येई. शाळेतील ड्रिलमास्तर जसा समोरच्या मुलांकडून ड्रिल करून घेताना मागे-पुढे करतो, तसे ती करत होती. एखाद्या मुलाच्या हातून चुकले की तो जसा त्याच्यावरती खेकसतो तशी ती आपल्या माणसांवरती खेकसे.

एकदम ती ओरडून म्हणाली, ''अरे थांबलात कशासाठी? काय दमला आहात का? दमायला तुम्ही काय नाजूक पोरी आहात?''

कॉर्की ओरडून तिला म्हणाला, ''नोरा, त्या नासाच्या बिचाऱ्या पोरांवरती बॉसिंग करू नकोस. जरा इकडे माझ्याकडे बघ.''

पण ते ऐकूनही त्या बाईने, डॉ. मॅन्गोरने, आपली पाठ न फिरवता कॉर्कीला उद्देशून म्हटले, ''कोण मार्लिन्सन का? मला वाटलंच. या बच्च्याचे बोबडे बोल सहज ओळखू येतात. बाळ, तू जेव्हा वयात येशील ना, तेव्हा माझ्याकडे ये बरं.''

कॉर्की रेचलला म्हणाला, ''नोराच्या विनोदी बोलण्यामुळे आमची मरगळ दूर होते.'' मग तो मोठ्याने डॉ. मॅन्गोरला उद्देशून म्हणाला, ''नोरा, मी एक बातमी आणली आहे. अध्यक्षांनी इकडे पाठवलेली तूच एकटी बाई नाहीस.''

डॉ. नोरा मॅन्गोर हिने मागे वळून न पहाता म्हटले, ''होय रे बाबा, होय. अध्यक्षांनी पाठवलेली दुसरी बाई तुझ्याशिवाय कोण असणार?''

शेवटी टॉलन्ड त्या सवाल-जबाबामध्ये पडून म्हणाला, ''नोरा? एक मिनिट इकडे आम्हाला येऊन भेटणार का?''

टॉलन्डचा आवाज ऐकताच नोरा मॅन्गोरने आपले हातातले काम थांबवले आणि वळून पाहिले. तिची वागणूक एकदम बदलली. मोठ्या नम्रतेने ती म्हणाली, ''कोण? माईक! गेले बरेच तास तुम्ही कुठे दिसला नाहीत.''

''मी त्या माहितीपटावरती काम करत होतो. एडिटिंग चालले होते.''

''माझ्यावर केलेले शूटिंग कसे दिसते आहे?''

''झकास! तुम्ही भलत्याच देखण्या दिसत आहात.''

यावर कॉर्की म्हणाला, ''हंऽऽ! त्यासाठी त्यांनी स्पेशल इफेक्ट्स वापरले.''

नोराने कॉर्कीच्या विनोदी शेऱ्याकडे दुर्लक्ष केले व ती रेचलकडे स्मित करत

पाहू लागली. मग तिने परत टॉलन्डकडे पहात म्हटले, ''माईक, तुम्ही माझी चेष्टा नाही ना करत?''

टॉलन्ड किंचित लाजत तिला म्हणाला, ''हे बघा, मी यांची ओळख करून देतो.'' मग रेचलकडे हात दर्शवत तो पुढे म्हणाला, ''या रेचल सेक्स्टन. या गुप्त माहिती खात्यात काम करतात. राष्ट्राध्यक्षांच्या विनंतीवरून त्या इकडे आल्या आहेत. सिनेटर सेजविक सेक्स्टन हे यांचे वडील आहेत.''

नोराच्या चेहऱ्यावरती गोंधळ उडाल्याचे दिसले. ती म्हणाली, ''हा काय प्रकार आहे ते मला समजत नाही.'' मग तिने पुढे होऊन रेचलशी हस्तांदोलन केले; पण फार मोठ्या आनंदाने तिने तसे केले नाही. शिवाय त्यासाठी आपल्या हातातील हातमोजे तिने काढले नाहीत. ती रेचलला एवढेच म्हणाली, ''वेलकम टू द टॉप ऑफ द वर्ल्ड!''

रेचलने हसून 'थँक्स' म्हटले. नोरा मॅन्गोर ही एक कडक स्वभावाची बाई आहे हे तिला कॉर्कीच्या बोलण्यावरून कळले होते; पण तरीही तिचा चेहरा कडक न वाटता प्रसन्न वाटत होता. त्यावर खोडकर भाव होते. तिने आपले केस खूप कापले होते. ते केस ब्राऊन रंगाचे होते व त्यात अधूनमधून करड्या रंगाच्या बारीक बटा मिसळल्या होत्या. तिचे डोळे मात्र सावध होते व अत्यंत तीक्ष्ण नजरेचे वाटत होते. जणू काही ते बर्फाचे दोन स्फटिक वाटत होते. तिच्या हावभावातून व वागण्यातून एक कणखर आत्मविश्वास प्रकट होत होता. रेचलला तेच अधिक आवडले.

टॉलन्ड म्हणाला, ''नोरा, तुम्ही जे काही करत आहात ते अगदी थोडक्यात रेचल यांना सांगू शकाल?''

नोराने आपल्या भुवया उंचावत म्हटले, ''बाप रे, तुम्ही दोघेही मला आता सरळ सरळ पहिल्या नावाने संबोधू लागलात?''

कॉर्की हळू आवाजात टॉलन्डला म्हणाला, ''बाबा रे, मी सांगितले होते तुला.''

नोरा मॅन्गोर हिने रेचलला आपले चाललेले काम दाखवले. त्या अजस्र तिपाईच्या पायथ्याभोवतालून तिला हिंडवून बारीकसारीक तपशील दाखवले. टॉलन्ड, कॉर्की व मिंग त्या दोघींच्या मागून जात होते.

नोरा रेचलला सांगत होती, ''ती बर्फाला पाडलेली भोके दिसली का?'' तिच्या आवाजात आता मृदूपणा आला होता. आपल्या कामावर तिचे प्रेम असल्याने त्याबद्दल बोलताना तिच्यामध्ये एकदम कळकळ निर्माण होई.

रेचलने आपली मान होकारार्थी हलवली. तिपाईच्या आतमध्ये बर्फाला अनेक ठिकाणी एक फूट व्यासाची भोके पाडली होती. त्या भोकांमध्ये पोलादी दोर आत

घातलेले होते.

"त्या उल्केचे नमुने बाहेर काढण्यासाठी व क्ष-किरण कॅमेऱ्याने छायाचित्रण काढण्यासाठी ती भोके पाडलेली होती. आता त्याचाच उपयोग करून आम्ही आतमध्ये हेवी ड्यूटी स्क्रू आईज घातले आहेत. ते स्क्रू वरून फिरवल्यावर दगडात घुसत जातात. मग आतमध्ये आम्ही पोलादी दोर सोडले. त्या दोरांच्या टोकांना इंडस्ट्रिअल हूक लावले होते. स्क्रूच्या डोक्याला जी रिंग होती, त्यात ते हूक अडकले. बस्स! आता फक्त आम्ही ते दोर वरती ओढून घेतो आहोत. ह्या नासाच्या माणसांना ते दोर वर ओढायला त्रास होतो आहे. अनेक तास हे काम चालले आहे; परंतु हळूहळू का होईना ती उल्का इंचाइंचाने वर सरकते आहे."

रेचल म्हणाली, "मला नाही समजले. ती उल्का जर हजारो टन वजनाच्या बर्फाखाली गाडली गेली असेल तर ती वरती कशी येणार? उल्केच्या माथ्यावरील बर्फ आधी काढायला हवा ना."

यावर नोराने तिला वरती बोट करून दाखवले. त्या रचनेच्या वरती एक तांबडा दिवा लागलेला होता. त्याचा लाल प्रकाशझोत खाली पडला होता. रेचलला यापूर्वी तो दिसला होता. असेल काहीतरी यंत्राचा भाग, किंवा यंत्र चालू आहे हे दर्शवणारा दिवा असेल, किंवा नक्की उल्का खाली कुठे आहे ते दर्शवण्यासाठी त्या जागेवर लाल प्रकाशाचा झोत पाडला असावा, असे तिला वाटले होते.

नोरा म्हणाली, "तो एक लेसर प्रकाशाचा झोत आहे. मॅलेनियम आर्सेनाईडच्या साहाय्याने एक लाल प्रकाशाचा प्रखर झोत निर्माण केला गेलेला आहे."

रेचलने आता नीट निरखून पाहिले. जिथे तो झोत पडला होता तिथले बर्फ वितळून एक भोक पडले होते. त्या भोकातून तो झोत आत घुसला होता. नोराने सांगितले, "हा लेसर प्रकाश खूप उष्ण असतो. आम्ही जसजशी ती उल्का बाहेर काढत आहोत तसतशी तिला तापवत आहोत."

नोराची योजना अत्यंत डोकेबाज होती यात शंकाच नव्हती. ते जाणवून रेचल थक्क झाली. नोराने तो लेसर प्रकाशझोत सरळ खाली घुसवला होता. वाटेतल्या बर्फाचे पाणी करून टाकत तो झोत उल्केपर्यंत पोहोचला होता व उल्केला आता तापवत होता. उल्केचा दगड लेसर प्रकाशाने वितळून जाऊ शकत नव्हता; पण तो उष्णता शोषून घेऊन तापत होता. मग त्या तापलेल्या उल्केभोवतालचे बर्फ वितळून त्याचे पाणी होई. अशा रीतीने घट्ट बर्फात रुतलेली उल्का मोकळी झाली. तापलेल्या उल्केला वर खेचताना वरच्या बर्फावर तिचा दाब पडे. दाब व उष्णता यामुळे तिच्या माथ्यावरचा बर्फ वितळे व उल्का वरच्या दिशेने सरके. अशा रीतीने ती आपल्या मार्गातील बर्फाचा अडथळा दूर करत करत इंच इंच प्रगती करत होती. वर येणाऱ्या उल्केच्या मागे वितळलेले पाणी साठत होते.

किती अफलातून योजना होती! तो लेसरचा प्रकाशझोत बर्फातून आत घुसवणे म्हणजे फ्रीझमधील कडक झालेल्या लोण्याच्या गोळ्यातून एक तापलेली सुरी खुपसल्यासारखे होते.

नोराने ते पोलादी दोर गुंडाळून घेणाऱ्या अवाढव्य रिळांकडे बोट दाखवले. ती रिळे जनरेटरकडून फिरवली जायची. नोरा म्हणाली, ''सर्व अडथळ्यांवरती मात करत ती उल्का वर खेचून घेण्याएवढी त्या जनरेटर्सची एकूण ताकद नाही, हे माझ्या लक्षात आल्यावरती मी सरळ माणसांकरवी ती उल्का वर खेचण्याचे ठरवले.''

यावर तिथे काम करत असलेला एक माणूस हसत हसत म्हणाला, ''हे असले काहीही नाही. आम्हाला घामाने निथळलेले पहाण्यात बाईसाहेबांना स्वारस्य आहे. म्हणून त्या आम्हाला काम करायला लावत आहेत.''

नोराने त्याला टोला हाणत म्हटले, ''पोरांनो, शांत व्हा. दोन दिवस तुम्हीच तर किती थंडी वाजते आहे म्हणून तक्रार करत होता ना. म्हणून त्यावरती मी हा उपाय काढला. आता कशाला तक्रार करता? चला, खेचायला लागा.'' काम करणारी ती सर्व माणसे यावरती हसू लागली.

रेचलने बोट दाखवत विचारले, ''ते पायलॉन्स कसले आहेत?'' सुमारे तीन फूट उंचीचे फायबर ग्लासचे व भगव्या रंगाचे छोटे शंकू त्या उत्खननाच्या जागेभोवती विखरून ठेवले होते. रहदारी नियंत्रण करताना अनेक ठिकाणी हद्द दाखवताना तसे निमुळते शंकू उभे केलेले असतात. तंबूत शिरताना रेचलने तसेच शंकू तंबूभोवताली उभे केलेले पाहिले होते.

नोरा सांगू लागली, ''हिमनदीशास्त्रातील ते एक आवश्यक हत्यार समजले जाते. जेव्हा बर्फाच्या घट्ट थराला भोक पाडले जाते तेव्हा ती जागा कळण्यासाठी त्यावरती एक शंकू ठेवला जातो. नाहीतर त्या भोकात अनवधानाने पाय पडून घोटा दुखावतो किंवा मोडतो. म्हणून आम्ही कित्येकदा त्या शंकूना SHABA असे म्हणतो. Step here and break your ankle (येथे पाय टाका आणि आपला घोटा मोडून घ्या) या वाक्याचा तो संक्षेप आम्ही केला.'' मग तिने एक पायलॉन उचलून रेचलला दाखवला. तिथे बर्फाला एक भोक पाडलेले होते. ते खूप खोलवर गेलेले असल्याने वरून पहाताना जणू काही तळ नसलेल्या विहिरीत डोकावून पहातो आहोत असा भास होई. तिने त्यावर पायलॉनचे झाकण घालून म्हटले, ''येथे पाऊल पडणे हे फार धोक्याचे आहे. या हिमनदीच्या पृष्ठभागावरती आम्ही अनेक ठिकाणी अशी भोके पाडून येथल्या बर्फाची तपासणी केली. आम्हाला या बर्फाची जाडी सर्वत्र सारखी आहे का नाही हे पहायचे होते. तसेच बर्फात कुठे भेग आहे का, पोकळ्या आहेत का व तसे काही नसेल तर बर्फाची एकसंधता कितपत आहे हे

तपासायचे होते. म्हणून अनेक ठिकाणी भोके पाडून आम्ही या बर्फाच्या थराची परीक्षा केली.

पुरातत्त्वशास्त्राच्या नियमानुसार एखादी वस्तू जितकी खोल गाडली गेली असेल तितकी ती प्राचीन ठरवली जाते. जितकी खोल तितकी अधिक काळ ती वस्तू तिथे पडून असणार. येथेही तसेच असते. जेव्हा एखादी बर्फामध्ये गाडलेली वस्तू सापडते तेव्हा त्या वस्तूवर किती जाड बर्फाचा थर साठला आहे हे पाहून ती वस्तू बर्फावर केव्हा पडली तो काळ आम्ही ठरवतो. आमचा हा काळाचा निष्कर्ष कितपत बरोबर आहे याची खात्री करून घेण्यासाठी आम्ही त्या वस्तूवरील सर्व थरांची नीट पहाणी करतो. प्रत्येक वर्षीच्या हिवाळ्यात हिमवृष्टी होऊन बर्फाचा नवीन थर तयार होतो. आधीच्या व नंतरच्या थरामधली सीमारेषा ही छेद घेतल्यावर सहज दिसते. म्हणून बर्फामध्ये बोअरिंग करून भोके पाडून सर्व थरांचे सलग नमुने आम्ही वर काढतो व तपासतो. किती वर्षांचे ते खालचे थर आहेत हे जसे समजते, तसेच त्या सर्व थरांना भूकंपामुळे कुठे काही तडे, भेगा गेल्या आहेत का हेही कळून येते. कधीकधी दुसऱ्या एखाद्या समुद्रातील हिमखंडाचा दाब पडतो किंवा एखाद्या हिमनगाची टक्कर होते. त्यामुळेसुद्धा बर्फाच्या एकसंधतेला तडाखा बसतो. आता आपल्या पायाखालचा बर्फाचा थर हा कित्येक वर्षे असाच एकसंध राहिलेला आहे. अत्यंत निर्दोष असा आहे.''

''म्हणजे, ही हिमनदी शेकडो वर्षांतून फक्त काही इंच किंवा फूट जेमतेम पुढे सरकते. हो ना?''

''होय. तेव्हा अशा या एकसंध बर्फाच्या थरावरती फक्त एकदाच जोरदार आघात झाला. अन् तो म्हणजे अंतराळातून येऊन येथे आदळलेली उल्का. ही घटना १७१६मधली आहे. तेव्हापासून या उल्केला बर्फाखेरीज कशाचाही स्पर्श झाला नाही.''

रेचलला आश्चर्य वाटून ती म्हणाली, ''पण तुम्हाला त्या उल्कापाताचे अचूक वर्ष कसे कळले?''

नोराला त्या प्रश्नाचे नवल वाटले. ती म्हणाली, ''होय, म्हणून तर त्यांनी मला इकडे बोलावून घेतले. मला बर्फ नीट समजतो. बर्फाचे वयही समजते.'' असे म्हणून तिने एका ढिगाकडे बोट दाखवले. तिथे बर्फाला भोके पाडून वर काढलेले अनेक दंडगोलाकृती नमुने होते. एकेक नमुना हा टेलिफोनच्या खांबाएवढ्या लांबीचा व जाडजूड होता. त्या अर्धवट पारदर्शक हिमस्तंभांना नारिंगी रंगाचे तुकडे बांधून त्यावरती नंबर, तारीख वगैरे लिहिलेले होते. नोरा सांगत गेली, ''बर्फाच्या त्या भरीव नळ्या म्हणजे गोठलेल्या भूशास्त्रीय नोंदी आहेत. तुम्ही जर बारकाईने हे नमुने निरखून पाहिले तर त्यात तुम्हाला बर्फाचे दरवर्षीचे वेगवेगळे थर दिसतील.

रेचल तिथे गेली व खाली वाकून तिने नीट पाहिले. खरोखरच त्या बर्फाच्या

भरीव नळीमध्ये किंवा खांबामध्ये एकावर एक अनेक थर दिसत होते. दोन थरांमध्ये असलेली भिन्नता स्पष्टपणे समजून येत होती. काही थर हे कागदाएवढे पातळ होते, तर काही थर हे पाव इंच जाडीचे होते. काही थर स्वच्छ पारदर्शक होते, तर काही अर्धपारदर्शक होते.

नोरा सांगू लागली, "प्रत्येक हिवाळ्यात येथल्या हिमखंडावरती हिमवृष्टी होते. दर हिवाळ्यात ती सारखी नसते. तसेच प्रत्येक उन्हाळ्यात येथल्या पृष्ठभागावरचा ताजा थर हा कमी-अधिक वितळतो. त्यामुळे दरवर्षी चढलेला नवीन थर हा आदल्या वर्षीच्या थरापेक्षा वेगळा दिसतो. खालच्या बर्फाच्या थरांवर वरच्या थरांचा भार पडल्याने ते दबत जातात, घट्ट बनतात. प्रत्येक थरावर दरवर्षी अशा रीतीने दाब वाढत जातो. त्यामुळे वरपासून जसजसे खाली खाली थर मोजत जाल तेवढे ते थर अधिकाधिक जुने असतात. एका थरावर जितके थर चढतील तितक्या वर्षांचा तो थर जुना आहे हे समजून येते. त्यामुळे थरांचे वय कळते."

"झाडाच्या खोडाचा आडवा छेद घेतला की जितकी एकात एक अशी वर्तुळे आढळतील ते झाड तितक्या वर्षांचे जुने आहे हे समजते. त्यासारखेच ना?"

"नाही. इतके ते सोपे नाही, मिस सेक्स्टन. आपण शेकडो फूट जाडीचे नमुने वरती आणतो आहोत हे लक्षात घ्या. एखाद्या वर्षी हवामानात अचानक वेगळे बदल होतात. ते बदल त्या वर्षीच्या थरावर परिणाम करतात. हवामानाच्या मागच्या शेकडो वर्षांच्या नोंदी पाहून ते अनपेक्षित व वेगळे बदल कोणत्या थरात दिसत आहेत ते शोधून त्या थराला ते वर्ष चिकटवावे लागते. एक प्रकारचा हा बेंच मार्क समजा. अशा दोन पक्क्या बेंच मार्कांच्या दरम्यानचे थर मग काळजीपूर्वक निरीक्षण करून प्रत्येक थराचे जन्मवर्ष किंवा साल ठरवावे लागते. याशिवाय कोणत्या वर्षी वाऱ्यामार्फत धूलीकण, परागकण, धुराचे कण वगैरे प्रदूषण येथे आणले जाऊन बर्फाच्या थरात कितपत अडकले गेले त्याचाही शोध घ्यावा लागतो."

एव्हाना टॉलन्ड व इतर तिथे येऊन नोराचे बोलणे ऐकू लागले होते. टॉलन्ड रेचलला म्हणाला, "डॉ. मॅन्गोर ह्या बर्फातील तज्ज्ञ आहेत हे एव्हाना तुम्हाला पटले असेलच."

टॉलन्ड आलेला पाहून तिला नकळत बरे वाटले होते. ती त्याला म्हणाली, "होय, तुम्ही म्हणता ते खरे आहे. शी इज अमेझिंग!"

टॉलन्ड मान डोलवत म्हणाला, "तुमच्या माहितीसाठी म्हणून सांगतो. आम्ही येथे येण्याआधीच नासाने त्या उल्कापाताचे वर्ष शोधूनही काढले होते. आम्हाला ते ठाऊक नव्हते. पण डॉ. मॅन्गोर यांनी ठिकठिकाणी बर्फाला भोके पाडून, खोलवरचे नमुने घेऊन, त्यांचा अभ्यास करून जे उल्कापाताचे वर्ष ठरवले तो आकडा नासाच्या आकड्याशी तंतोतंत जुळला. ते वर्ष निघाले १७१६."

ते ऐकून नोराच्या ज्ञानाने रेचल प्रभावित झाली.

नोरा सांगू लागली, "अन् १७१६ साली अनेकांना उत्तर कॅनडातील आकाशात एक प्रचंड मोठा जळता गोळा जाताना दिसला होता. ती उल्का किंवा तिचा एक तुकडा खाली जळत जळत शेवटी येथे येऊन पडला. त्या उल्कापाताला 'जंगरसोल फॉल' असे अनेकजण म्हणू लागले. जंगरसोल या संशोधकाने तो उल्कापात पाहून जाहीर केलेला होता, म्हणून तसे नाव त्या उल्कापाताला दिले गेले."

कॉर्की म्हणाला, "हिमनदीच्या बर्फाच्या थरांचा काळ व ती ऐतिहासिक नोंद या गोष्टी एकमेकांशी मिळत्याजुळत्या असल्याने आपण त्याच उल्केच्या एका तुकड्याचे उत्खनन करत आहोत, असे म्हणावयास हरकत नाही."

तिथल्या नासाच्या एका कामगाराने नोराला हाक मारून म्हटले, "डॉ. मॅन्गोर, केबलच्या पुढच्या टोकाशी असलेल्या कड्या आता वर आलेल्या दिसत आहेत!"

"फोक्स, टूर इज ओव्हर! आपले काम संपल्यात जमा आहे. आता लवकरच ती उल्का वर येईल." असे म्हणून नोराने तिथली एक घडीची खुर्ची ओढली व त्यावरती चढून तिने ओरडून सर्वांना जाहीर केले, "पाच मिनिटांत ती उल्का बाहेर पडणार आहे!"

तंबूतील सर्वांनी आपापली कामे थांबवली. हातातील उपकरणे, हत्यारे ठेवून दिली आणि ते नोराच्या दिशेने धावले.

उल्का वर येण्याचा क्षण जवळ आल्याने सर्वांची उत्सुकता वाढली. अशीच उत्सुकता एके काळी 'टायटॅनिक' बोट वर काढताना साऱ्या जगाला लागली होती. १९१२ साली न्यू फाऊंडलंड बेटाजवळ एका हिमनगाला टक्कर दिल्याने जगातील पहिली आलिशान व भव्य बोट बुडाली होती. त्याबद्दल संपूर्ण विसावे शतकभर जगात हळहळ व्यक्त केली जात होती. एका कंपनीने ती बोट जिथे बुडली ती जागा शोधून काढली. पाण्याखाली कॅमेरे सोडून तिची छायाचित्रे घेतली. सर्व जग कमालीच्या उत्सुकतेने त्या प्रसंगाकडे डोळे लावून बसले होते. तशीच उत्सुकता असलेले वातावरण येथे तंबूत तयार झाले होते. अजून काही फूट ते पोलादी दोर ओढले की ती गूढ उल्का तीन शतकांनंतर प्रकट होणार होती. म्हणून नोराने त्या कामगारांना शेवटचा हुकूम सोडला, "ठीक आहे, रेज द टायटॅनिक!"

२८

"बाजूला सरका! बाजूला सरका!" नोरा तिथे जमलेल्या गर्दीला ओरडून सांगत पुढे चालली होती. पुढे जाऊन तिने त्या पोलादी दोरांवरचा ताण अजमावला. सर्वत्र नीट यांत्रिक जुळणी झाली आहे की नाही ते पाहिले.

"हं, ओढा!" असा हुकूम मिळताच ते अनेक पोलादी दोर सर्व कामगारांनी ताकद लावून ओढले. बर्फपृष्ठभागाखालून ते दोर भोकांमधून आणखी सहा इंच वर आले. ते कामगार आपली ताकद पणाला लावून इंच इंच लढवत होते. ते दोर इंच इंच वर येत होते आणि जमलेली गर्दीही नकळत इंचाइंचाने पुढे सरकत होती. उत्सुकता कमालीची ताणली जात होती.

त्या उत्खननाच्या जागेपाशी कॉर्की व टॉलन्ड हे लहान मुलांसारखे विस्फारित डोळ्यांनी समोरचे दृश्य पहात होते. उत्खननाच्या जागेपलीकडे नासाचा ॲडमिनिस्ट्रेटर एक्स्ट्रॉम उगवला. एक सोयीस्कर जागा घेऊन तिथून तो पाहू लागला.

"आता अगदी पुढच्या टोकाच्या कड्या बाहेर येऊ लागल्या आहेत," एक कामगार ओरडला.

इतका वेळ करड्या रंगाचे पोलादी दोर बाहेर पडत होते. आता कड्या बाहेर पडून त्यापुढे असलेल्या पुढच्या साखळ्या प्रत्येक भोकातून बाहेर पडू लागल्या. त्या पिवळ्या रंगाच्या होत्या.

"ओढत रहा! आता थोडेच अंतर राहिले आहे." नोरा ओरडून म्हणाली.

त्या राक्षसी तिपाईभोवताली शांतता पसरली. जणू काही प्रेक्षकवर्ग आता एखाद्या स्वर्गीय व्यक्तीच्या प्रकट होण्याची वाट पहात होता.

अन् मग रेचलला ते दिसले.

बर्फाखालची ती उल्का संथपणे वरवर सरकत होती. वाटेतल्या बर्फाला वितळवून ती तापलेली उल्का तसूतसूने वर चढत होती. पृष्ठभागाचा बर्फाचा थर आता खूपच पातळ झाला होता. आणखी वर खेचताच त्या उल्केने तो पातळ थर फोडून आपले डोके वर काढले असते. ती घटना काही क्षणांतच घडली. काळ्या रंगाची एक घनदाट छायाकृती आपले डोके वर काढून पांढऱ्या बर्फातून वरती आली होती. हळूहळू ती छायाकृती विस्तारू लागली व उंच उंच होत गेली. प्रथम ती आकृती धूसर वाटत होती; पण दर क्षणाला ती अधिकाधिक रेखीव बनून प्रकट होत गेली.

"केबल घट्ट पकडून ओढा, आणखी ओढा," कोणीतरी ओरडून हुकूम दिला. केबल ऊर्फ ते पोलादी दोर गुंडाळणारी राक्षसी रिळे जराही सैल पडू न देण्यासाठी बरेच कामगार धडपडत होते. त्या अवाढव्य तिपाईची रचना आता कुरकुर वाजू लागली.

"अजून पाच फूट बाकी आहेत! सर्व केबल्स सारख्याच ताणा. सगळीकडचा ताण समान हवा. चला, जोर करा."

जणू एखाद्या राक्षसी प्राण्याची मादी आपल्या अवाढव्य आकाराच्या पिल्लाला जन्म देते आहे, तशी ती उल्का या जगात पुन्हा जन्म घेत होती, मोठी मोठी होत

बाहेर येत होती. त्या उल्केच्या माथ्यावर व सर्व बाजूंना बाहेर येताना पृष्ठभागालगतचा बर्फ चिकटला होता. लेसर किरणाचा झोत अजूनही त्या उल्केला तापवत होता. तिला चिकटलेला सारा बर्फ वितळून, पाणी होऊन, ओघळून जात होता. बर्फभूमीला उल्केमुळे पडलेले भोक आता खूपच मोठे झाले होते. ते सुमारे ३० फूट व्यासाचे झाले.

नोरा ओरडून म्हणाली, ''ओके! लेसर बीम बंद करा आता!''

कोणीतरी एक मोठा खटका ओढला व तो लेसरचा झोत मंद होत विझला.

अन् मग ते घडले!

एखादी प्राचीन काळची देवता प्रकट व्हावी तसे काहीसे झाले. हिस्सऽऽऽ आवाज करत त्या उल्केच्या पृष्ठभागाचा पापुद्रा फुटत गेला. तप्त पृष्ठभागावरील पाण्याची वाफ होऊन जात होती. उल्केभोवती त्यामुळे धुक्यासारखे एक आवरण तयार होऊ लागले. लवकरच ते धुके विरून जाऊ लागले व त्यातून उल्केचा खराखुरा व महाकाय असा आकार प्रकट होऊ लागला. तीन शतकांपूर्वीची व बाहेरच्या विश्वातून पृथ्वीवर अवतरलेली उल्का आता आपली बर्फाखालची निद्रिस्तावस्था सोडून जागी होऊन वर आली व तिथल्या समस्त मानवांसमोर प्रकट होऊन त्यांना आपले दर्शन देत होती. ती कामगार मंडळी आता जिवाच्या कराराने ते पोलादी दोर आणखी ओढत होती.

आणखी! आणखी! आणखी!

शेवटी ती उल्का संपूर्णपणे बर्फाच्या पकडीतून मुक्त होऊन पोलादी दोरांच्या आधारे हवेत लोंबकळत राहिली. तिच्यामधून पाणी निथळत खाली पडत होते. उल्केच्या खाली एक ३० फूट व्यासाची विहीर तयार झाली होती. उल्केचा गुळगुळीत व ओलसर पृष्ठभाग उजेडात चमकत होता, झगमगत होता. ती काळ्या रंगाची व तापलेली उल्का म्हणजे एक अवाढव्य मनुका आहे असे भासत होते.

ते पाहून रेचल आश्चर्याने दिङ्मूढ झाली.

त्या लांबट उल्केचे एक टोक गोटोळे होते. याचा अर्थ मुख्य उल्केचा पुढील भाग हवेत तुटून तो येथे बर्फात पडला असणार. हवेशी अफाट घर्षण होत गेल्याने उल्केचा सारा पृष्ठभाग तापून लालबुंद होऊन जळत गेला. त्यामुळे तिचा पृष्ठभाग काळाठिक्कर पडला होता. ही घटना काही शतकांपूर्वी घडली. त्या उल्केचे कलेवर पोलादी दोरांना लोंबकळत होते, निथळत होते. एका उल्केची शिकार झाली होती. एक शोधयात्रा संपली होती.

सर्वत्र शांतता पसरली होती. पहाणाऱ्यांचे डोळे विस्फारले होते व आ वासल्याने खालचे जबडे आणखी खाली गेले होते. या घटनेतले थरारनाट्य रेचलला या क्षणापर्यंत जाणवले नव्हते; पण आता ते तिला प्रकर्षाने जाणवू लागले. तिच्यासमोर

लोंबकळणारे ते धूड विश्वाच्या गाभ्यातून कित्येक हजार अब्ज मैलांचा प्रवास करत आले होते. परक्या सृष्टीचा तो एक तुकडा येथे येऊन मानवाला आपले अस्तित्व दाखवत होता आणि त्या जळक्या शिलाखंडात एक पुरावा दडला होता. तो पुरावा सांगत होता, की अंतराळात मानवाखेरीज आणखीही एक जीवसृष्टी अस्तित्वात आहे! या विश्वात माणूस एकटाच नाही!

नासाच्या भव्य तंबूतील वातावरण अत्यानंदाने भारावून गेलेले होते. सारेजण स्तिमित झाले होते, थक्क झाले होते व मूक झाले होते. मग केव्हातरी तो क्षण आला. त्या क्षणी सर्वजण भानावर येऊ लागले. कोणीतरी एकजण आनंदाने ओरडला. दुसरा कोणीतरी टाळी वाजवू लागला. मग बघता बघता सारे जण हर्षाने ओरडत टाळ्या पिटू लागले, आनंदाने नाचू लागले. हर्षाचा एक कल्लोळ तेथे उठला. त्या जल्लोषात कडक स्वभावाचा नासाचा ॲडमिनिस्ट्रेटरही सामील झाला. तो आपल्या सहकाऱ्यांच्या पाठीवर कौतुकाने थोपटू लागला, त्यांचे अभिनंदन करू लागला. रेचलला एकदम नासाबद्दल कौतुक वाटू लागले व तिलाही आनंदाचे भरते आले. नासाचा वाईट काळ आता भूतकाळात जमा झाला. अखेर काळ बदलू लागला. परिस्थिती आता नासाच्या बाजूने होऊ लागणार होती, म्हणूनही तिथे सर्वांना अधिक आनंद झाला होता.

तंबूच्या मध्यभागी जिथून ती उल्का बाहेर पडली होती तिथे जमिनीवरती पोहण्याचा एक गोलाकार तलाव निर्माण झाला होता. त्या तलावाची खोली अर्थातच दोनशे फूट होती. तलावातील पाणी बर्फाच्या भिंतीवरती आपटून अजूनही हिंदकळत होते; पण लवकरच ते हिंदकळणे कमी कमी होत पाणी शांत झाले. बर्फाच्या जमिनीपासून चार फूट खाली त्या पाण्याची पातळी होती. याचे कारण उल्केच्या आकारमानाएवढी पोकळी त्या पाण्यात निर्माण झाली होती आणि पाण्याचे आकारमान बर्फापेक्षा कमी असल्यानेही आकारमानात आणखी घट झाली होती.

नोराने ताबडतोब धोक्याचे निदर्शक असलेले पायलॉन्स त्या तलावाभोवती लावून ठेवले. जरी तो पाण्याचा मोठा खड्डा किंवा तलाव कोणालाही स्पष्ट दिसू शकत असला तरीही कुणी सांगावे? एखाद्या उतावीळ व उत्सुक माणसाचा नेम नव्हता. तो पार कडेपर्यंत पोहोचू शकत होता व अपघाताने आत घसरून पडू शकत होता. आत पडल्यावर मात्र त्याला त्यातून बाहेर पडणे कठीण जाणार होते; कारण सभोवतालच्या बर्फाच्या भिंती या थंडगार व गुळगुळीत असल्याने त्याला त्या चढून वर येणे केवळ अशक्य झाले असते.

एक्स्ट्रॉम तरातरा चालत नोरा मॅन्गोरपाशी गेला आणि तिचे हात हातात घेऊन घट्ट दाबून जोरजोरात हलवले. तो तिला म्हणाला, ‘‘वेल डन, डॉ. मॅन्गोर!’’

‘‘आता माझ्याबद्दल सारी वर्तमानपत्रे स्तुतीनी भरलेले रकानेच्या रकाने छापणार!’’

ती भारावून जाऊन म्हणाली.

"होय! तुम्हाला नक्कीच तशी प्रसिद्धी दिली जाईल." मग रेचलकडे वळून तो तिला म्हणाला, "मग मिस सेक्स्टन, तुमच्या साऱ्या व्यावसायिक शंका अखेर फिटल्या ना?"

रेचलला यावरती काय बोलावे ते सुचेना. ती हसून एवढेच म्हणाली, "हे सारे खरोखरीच थक्क करणारे आहे."

"गुड! मग आता माझ्याबरोबर चला."

तंबूच्या भव्य घुमटाखाली एका बाजूला एक मोठी धातूची पेटी ठेवली होती. मालवाहतुकीसाठी लागणारा कंटेनर असतो तशी ती पेटी ऊर्फ कंटेनर चाकांवर उभी होती. त्या कंटेनरवरती लष्करी पद्धतीने वेडेवाकडे हिरव्या-पिवळ्या रंगांचे डाग चित्रित केले होते. लांबून शत्रूला त्या कंटेनरचे अस्तित्व कळू नये म्हणून तसा आभासात्मक परिणाम साधणारी ती रंगरंगोटी होती. एके ठिकाणी त्यावरती स्टेन्सिलने P-S-C अशी अक्षरे उमटविण्यात आली होती.

त्या कंटेनरकडे रेचलला घेऊन जात एक्स्ट्रॉम तिला म्हणाला, "तुम्ही अध्यक्षांशी या कंटेनरमधून संपर्क साधा."

ती P-S-C अक्षरे ही Portable Service Communication या शब्दांचा संक्षेप असणार, अशी कल्पना रेचलने मनात केली. बिनतारी संपर्क साधणाऱ्या या व्हॅन ऊर्फ कंटेनर हे युद्धात लष्कराकडून वापरले जायचे. हा कंटेनरही लष्कराचाच होता. युद्धात वापरला जाणारा कंटेनर शांततेच्या काळात नासा का वापरत आहे, असा प्रश्न तिला पडला. तिच्या प्रश्नाचे उत्तर तिला लगेच मिळाले. एक्स्ट्रॉम हा अमेरिकी लष्करामधून नासात नोकरीसाठी आला होता, हे तिला आठवले. तेव्हा असला कंटेनर लष्कराकडून तात्पुरता मागवून घेणे त्याला सहज जमले असणार. त्या कंटेनरच्या बाहेर लष्करी गणवेशातील दोन सशस्त्र माणसे पहारा देत होती. एक्स्ट्रॉम त्यांच्यापैकी एकाकडे गेला व त्याच्याशी त्याने काहीतरी बोलणे केले. त्या पहारेकऱ्याने मान डोलावताच तो रेचलकडे आला व तिला म्हणाला, "गुड लक! तुम्ही कंटेनरमध्ये जाऊ शकता."

बाहेरच्या जगापासून माझा संपर्क तुटलेला नाही. इथल्या कोणाचाच तो तुटलेला नाही. आपण येथे एकटे नाही. तो पहारेकरी तीन पायऱ्या वर चढून गेला व त्याने कंटेनरचे दार ठोठावले. काही वेळाने दार उघडले जाऊन एक तंत्रज्ञ दारात आला. पहारेकरी त्याच्याशी काहीतरी बोलल्यावर त्याने रेचलकडे पाहून आत येण्याची खूण केली. ती पायऱ्या चढून दारातून आत गेली.

आतमधला उजेड अगदी जेमतेम होता. सर्वत्र विविध उपकरणे व यंत्रे दाटीवाटीने

बसवलेली होती. टेलिफोन यंत्रणा, रेडिओ व उपग्रहामार्फत काम करणारी संदेश-यंत्रणा तेथे होती. आवश्यक तेथेच मंद उजेड, बाकी सर्वत्र काळोख होता. एखाद्या तळघरातील हवा जशी दमट, थंड व किंचित कुबट असते तशी तिथली हवा होती.

"मिस सेक्स्टन, प्लीज येथे बसा," असे म्हणून त्या माणसाने एका संगणकासमोरच्या खुर्चीकडे बोट केले. रेचल त्या खुर्चीवरती जाऊन बसली. त्याने तिच्यासमोर एक मायक्रोफोन ठेवला आणि भले मोठे एकेजी हेडफोन्सही ठेवले. तिने त्या खुर्चीत बसून ते हेडफोन्स आपल्या कानावरती चढवले. एका लॉगबुकात पाहून त्याने परवलीच्या शब्दांची यादी तपासली. मग जवळच्याच एका संगणकावरती काहीतरी टाईप केले. ताबडतोब रेचलसमोरच्या संगणकाच्या पडद्यावर एक टायमर उमटला.

00:60 SECONDS

जसजसे सेकंद जाऊ लागून पडद्यावरील आकडे कमी कमी होऊ लागले, तसे त्या तंत्रज्ञाला समाधान वाटले. तो तिला म्हणाला, "मिनिटभरात कनेक्शन लागेल." यानंतर मात्र तिथे तो थांबला नाही. तो झपाट्याने तेथून निघाला व बाहेर पडला. रेचलला दाराबाहेरचा बोल्ट सरकवल्याचा आवाज ऐकू आला.

आता ती जे बोलणार होती ते येथे कोणालाच कळणार नव्हते. ते अत्यंत गुप्त स्वरूपाचे बोलणे असणार होते. सकाळपासून आता प्रथमच तिला खासगीपणा लाभत होता. सकाळी उठल्यावर आपल्यापुढे आज काय वाढून ठेवलेले असेल याची तिला *किंचितही* कल्पना आली नव्हती. *अंतराळातील जीवसृष्टी* हा विषय इतके दिवस कल्पनाशक्तीवर लढवला जात होता; पण या विषयातील काल्पनिकता आता इतिहासजमा झाली. दंतकथेतील विषय सत्यात उतरला.

आपल्या वडिलांच्या दृष्टीने त्या उल्केचा शोध लागणे हे किती अनर्थकारक ठरणार आहे, याचा ती आता प्रथमच विचार करू लागली. स्त्रीचा गर्भपाताचा हक्क, समाजकल्याण, सामाजिक आरोग्य हे विषय राजकीय ठरले होते. त्याचा नासाशी काहीही संबंध नव्हता; पण तिच्या वडिलांनी तो संबंध जोडून दाखवला. त्यावरती आपली अध्यक्षीय निवडणुकीची प्रचार-मोहीम आधारली. त्या मोहिमेने चांगलाच जोर पकडला. पण आता?

आता त्या उल्केच्या शोधामुळे सिनेटर सेक्स्टन तोंडघशी पडणार होता. त्याच्या प्रचारमोहिमेतील हवाच निघून जाणार होती. जणू काही त्याच्यावरतीच तो उल्कापात होणार होता.

काही तासांतच नासाच्या यशाची बातमी घराघरात पोहोचणार होती. सर्वजण त्यामुळे थरारून जाणार होते. काही स्वप्नाळू लोकांच्या डोळ्यांत तर पाणी जमणार होते. शास्त्रज्ञ मंडळी आश्चर्याने आ वासणार होती. लहान मुलांची कल्पनाशक्ती स्वैर

सुटणार होती. या बातमीपुढे डॉलरच्या आंतरराष्ट्रीय किमतीमधील चढउताराची बातमी क्षुल्लक ठरणार होती. पुन्हा एकदा राष्ट्राध्यक्ष हर्नी हे दंड थोपटून अध्यक्षीय निवडणुकीत उत्साहाने उतरणार होते. राजकीय रंगमंचावरती ते नायक बनणार होते. त्यापुढे त्यांचे विरोधक सिनेटर्स हे खुजे ठरणार होते, कोत्या मनोवृत्तीचे समजले जाणार होते आणि त्यांना अमेरिकी लोकांच्या मानसिकतेमधील 'धाडसीपणा' हा गुणधर्म कधीच जोखता आला नाही, असा त्यांच्यावरती आरोप होणार होता.

संगणकामधून बीप बीप आवाज उमटू लागले. रेचल भानावर येऊन पडद्याकडे पाहू लागली.

00:05 SECONDS

संगणकाच्या पडद्यावर क्षणभर प्रकाशाची उघडझाप झाली आणि व्हाईट हाऊसच्या बोधचिन्हाची आकृती धूसरपणे उमटली. काही क्षणांतच ती आकृती विरून गेली आणि राष्ट्राध्यक्ष हर्नी यांचा चेहरा पडद्यावरती स्पष्टपणे उमटला.

"हॅलो, रेचल!" अध्यक्ष तिला विचारत होते. त्यांच्या डोळ्यांत मिष्कील भाव उमटले होते. ते विचारत होते, "काय, आजची दुपार झकास गेली ना?"

२१

वॉशिंग्टनमधील कॅपिटोल इमारतीच्या ईशान्येच्या रस्त्यावर सिनेट ऑफिसची इमारत उभी होती. त्या इमारतीमध्ये सिनेटर सेक्स्टन याचे कार्यालय होते. त्या इमारतीची रचना ही अत्याधुनिक विचारपद्धतीनुसार केली होती. पांढऱ्या चौकोनांनी बनलेल्या जाळीनी ती इमारत मढवलेली होती. काही टीकाकारांच्या मते त्या इमारतीची रचना कार्यालयीन इमारतीसारखी न वाटता एखाद्या तुरुंगासारखी भासते. त्या इमारतीमध्ये काम करणाऱ्यांपैकी अनेकांना तर तशी जाणीव सतत व्हायची.

तिसऱ्या मजल्यावरील सेक्स्टनच्या कार्यालयात गॅब्रिएल संगणकासमोर येरझाऱ्या घालत होती. आपले लांबसडक पाय ती मागे-पुढे हलवत होती. संगणकावर उमटलेल्या मजकुराचा अर्थ ती लावू पहात होती. ई-मेलवरती तिच्यासाठी एक नवीन निरोप आलेला होता. तो निरोप वाचून काय करावे ते तिला समजत नव्हते. त्यातील पहिल्या दोन ओळी अशा होत्या :

SEDGWICK WAS IMPRESSIVE ON CNN. I HAVE MORE INFORMATION FOR YOU.

सिनेटर सेजविक सेक्स्टन सीएनएनच्या चॅनेलवरती प्रभावी वाटले. तुम्हाला

देण्यासाठी माझ्याकडे आणखी माहिती आहे.

गॅब्रिएलला अशा गूढ भाषेतले निरोप गेले दोन आठवडे येत होते. ज्या पत्त्यावरून तो निरोप आला होता तो पत्ता खोटा होता. तिने तरीही ते निरोप व्हाईट हाऊस जवळच्या परिसरातून येत आहेत हे शोधून काढले होते. नक्कीच तो खबऱ्या किंवा खबर देणारी व्यक्ती ही व्हाईट हाऊसमधील कर्मचाऱ्यांपैकी असणार. कोणी का असेना, पण अलीकडे त्या व्यक्तीकडून महत्त्वाच्या राजकीय बातम्या पुरवल्या जात होत्या. अध्यक्ष व नासाचे ॲडमिनिस्ट्रेटर यांच्यात एक गुप्त बैठक झाल्याची बातमीही त्या व्यक्तीने कळवली होती.

त्या बातम्या कोणीतरी चक्रम व्यक्ती पाठवत असावी, असा संशय सुरुवातीला गॅब्रिएलला आला होता; पण जेव्हा तिने बातमीची सत्यता पडताळून पहाण्याचा प्रयत्न केला तेव्हा तिला धक्काच बसला. सर्व बातम्या खऱ्या होत्या, अचूक होत्या व गुप्त स्वरूपाच्या होत्या. नासाकडून होणाऱ्या भरमसाठ जादा खर्चाची आकडेवारी, नव्याने सुचवले जाणारे नासाचे अनेक महागडे प्रकल्प, अंतराळातील जीवसृष्टीचा शोध घेण्यासाठी नासाने प्रमाणाबाहेर चालवलेला खर्च व त्या जादा खर्चाला सतत मिळत जाणारी मंजुरी, अंतर्गत चाचणी पहाणीच्या अहवालानुसार मतदार यामुळे दुरावत जातील अशी दिलेली गंभीर सूचना वगैरे सर्व बातम्या तपशीलवार पुरवल्या गेल्या होत्या.

परंतु गॅब्रिएलने अशा मार्गाने आपल्याला बातम्या पुरवल्या जातात हे सिनेटर सेक्स्टनला कधीही सांगितले नव्हते. सिनेटर आपल्याला खूप मानतो आहे हे तिला कळले होते. अशा वेळी कुणीतरी अज्ञात व्यक्ती आपल्याला बातम्या पुरवते आहे, असे सिनेटरला सांगितले तर त्याच्या लेखी आपली किंमत कमी केली जाईल अशी तिला भीती वाटत होती. अन् सांगितले तर कदाचित सिनेटरने वेगळाच अर्थ त्यातून काढला तर? कोणीतरी कामसुखाच्या बदल्यात आपल्याला बातम्या पुरवत असावे असाही अर्थ काढला जाण्याचा संभव होता. त्यामुळे ती नेहमी 'माझ्या एका परिचिताकडून या बातम्या कळतात,' असे त्याला सांगत आली होती.

तिने येरझाऱ्या घालणे थांबवले; कारण आता पडद्यावरती एक नवीन निरोप तिच्यासाठी उमटला होता. आजवरच्या सर्व निरोपांच्यामधून तिने एकच ठाम निष्कर्ष काढला होता. तो म्हणजे, *कोणीतरी व्हाईट हाऊसमधूनच आपल्याला बातम्या पुरवते आहे;* कारण अध्यक्षीय निवडणुकीत सिनेटर सेक्स्टन विजयी व्हावे अशी कोणाचीतरी मनीषा होती. म्हणून सिनेटरच्या नासाविरुद्धच्या मोहिमेला बातम्या पुरवून साहाय्य केले जात होते.

पण ते 'कोणीतरी' कोण होते? अन् नक्की कशासाठी मदत केली जात होती?

कदाचित अध्यक्ष हर्नी यांची राजवट संपुष्टात आल्याची जाणीव झाल्यामुळे

त्यांच्या गोटातील कोणीतरी आधीच अध्यक्षांचे जहाज सोडण्याची तयारी करत असावे. जहाज बुडू लागले आहे हे समजले की जहाजावरचे उंदीर नाही का पटापट जहाजावरून बाहेर उड्या मारू लागतात, तसाच हा प्रकार असावा.

वॉशिंग्टनमध्ये तर अशा गोष्टी आजवर सर्रास चालत आलेल्या होत्या. आपला अध्यक्ष आता फार काळ अध्यक्षपदावर रहाणार नाही याची खात्री पटली की व्हाईट हाऊसमधील कर्मचारी नवीन संभाव्य अध्यक्षाला आधीपासूनच मदत करायला लागत. म्हणजे नवीन राजवटीत आपल्याला नीट सामावून घेतले जाईल, बढती मिळेल किंवा काही लाभ होऊ शकेल, असा त्यामागचा विचार असे. सेक्स्टनच्या विजयाचा कोणाला तरी वास आला असावा. अन् म्हणूनच ती व्यक्ती आधीपासून आपला स्वार्थ साधण्याच्या हेतूने कुंपणावर बसून मदत करत असावी.

गॅब्रिएलच्या संगणकाच्या पडद्यावरती जो नवीन निरोप तिला आलेला होता तो वाचून ती अस्वस्थ झाली होती. असा निरोप यापूर्वी कधीच आला नव्हता. त्या निरोपातील पहिली दोन वाक्ये तिला फारशी महत्त्वाची वाटली नाहीत; पण नंतरची दोन वाक्ये पाहून मात्र ती चिंतेत पडली होती :

EAST APPOINTMENT GATE : 4:30 P.M. COME ALONE

ईस्ट अपॉईन्टमेन्ट फाटकापाशी दुपारी ४ वाजता भेटा. एकट्याच या.

त्या खबऱ्याने यापूर्वी तिला कधीही प्रत्यक्ष भेटीला बोलावले नव्हते. अन् जरी बोलावले असते तरी त्यासाठी गॅब्रिएलने आणखी एखाद्या सुरक्षित जागेची अपेक्षा केली असती. *ईस्ट अपॉईन्टमेन्ट गेट?* वॉशिंग्टनमध्ये या नावाची फक्त एकच एक जागा होती. व्हाईट हाऊसच्या आवारात शिरण्यासाठी जी फाटके होती त्यापैकी एका फाटकाचे नाव 'ईस्ट अपॉईन्टमेन्ट गेट' असे होते. त्या नावाची तेवढी एकच जागा अस्तित्वात होती. *तो निरोप म्हणजे एखादा विनोद तर नाही ना?*

आपण असल्या निरोपाला ई-मेलवरून उत्तर देऊ शकत नाही हे गॅब्रिएलच्या लक्षात आले. तसे तिने पूर्वी केले असताना ती उत्तरे 'पत्ता सापडत नाही' म्हणून परत यायची. पाठविणारी खबरी व्यक्ती पुरेपूर काळजी घेत होती.

या बाबतीत सेक्स्टन यांचा सल्ला घ्यावा का? पण लगेच तिने तो विचार झटकून टाकला. सेक्स्टन आत्ता एका बैठकीत बोलत होता. त्याच्याशी संपर्क साधणे अशक्य होते. शिवाय त्याला आत्ता आलेल्या ई-मेलबद्दल सांगितले तर मग पूर्वी आलेल्या ई-मेलबद्दलही सांगावे लागणार. ज्या अर्थी आपल्याला दिवसाढवळ्या एका सार्वजनिक जागी बोलावले आहे त्या अर्थी बोलावणारी व्यक्ती आपल्याला

सुरक्षितता वाटावी याची काळजी घेत असली पाहिजे. शिवाय आत्तापर्यंत ती व्यक्ती मदत करत आलेली होती व अजूनही तिला मदत करण्याची इच्छा आहे. याचा अर्थ ती व्यक्ती ही मित्रवर्गातील असली पाहिजे.

तिने त्या ई-मेलकडे शेवटची नजर टाकली. मग आपल्या घड्याळात पाहिले. तीन वाजले होते व आता फक्त एकच तास उरला होता.

३०

नासाच्या ॲडमिनिस्ट्रेटरला आता खूपच हलके वाटत होते. एका मोठ्या दडपणातून तो मुक्त झाला होता. ती उल्का वर काढण्यात शेवटी त्याने यश मिळवले होते. *आता कसे सगळे नीट जागच्या जागी बसवले गेले होते.* तो आता समाधानाने पावले टाकत मायकेल टॉलन्डकडे चालला होता.

आता आपल्याला कोणीही रोखू शकत नाही.

टॉलन्ड एका संगणकासमोर काम करत बसला होता. तो अत्यंत थकलेला होता; पण तरीही त्याच्या चेहऱ्यावर उत्साह होता. तो महणाला, ''चित्रित केलेल्या दृश्यांचे मी संकलन करतो आहे. आत्ताची दृश्ये शेवटच्या भागाला जोडण्याचे काम बाकी आहे. लवकरच ते संपेल.''

''गुड!'' एक्स्ट्रॉम समाधानाने म्हणाला. टॉलन्डची फिल्म तयार झाली, की ती ताबडतोब उपग्रहामार्फत आपल्याकडे पाठवून द्यावी, असे अध्यक्षांनी त्याला बजावले होते.

टॉलन्डच्या कामाचा उपयोग करून घेण्याची अध्यक्षांची कल्पना एक्स्ट्रॉमला आवडली नव्हती; पण त्याने जेव्हा टॉलन्डच्या माहितीपटाची काही दृश्ये, रफ कट्स पाहिले तेव्हा मात्र तो प्रभावित झाला व त्याचे मत बदलले. माहितीपटातील टॉलन्डचे निवेदन उत्साहवर्धक होते. योग्य तिथे त्याने मिंग, नोरा, कॉर्की वगैरेंच्या मुलाखतीचे तुकडे टाकले होते. सर्व माहितीपट १५ मिनिटांचा झाला होता. आपल्या शोधांची चांगली प्रसिद्धी करणे नासाला कधीही जमले नव्हते. टॉलन्डने तेच काम अत्यंत उत्कृष्ट रीतीने करून दाखवले होते आणि तेही अगदी सहजतेने केले होते. सर्वसाधारण अमेरिकी नागरिकाचा बुद्ध्यांक लक्षात घेऊन, कुठेही प्रचाराचा वास येऊ न देता त्याने ती गोष्ट साध्य केली होती.

एक्स्ट्रॉम म्हणाला, ''जेव्हा तुमचे संकलनाचे काम संपेल तेव्हा तुमची फिल्म प्रेस एरियामध्ये घेऊन या. तिथे जमलेल्या बातमीदारांना ती दाखवता येईल. मी त्या फिल्मची एक डिजिटल प्रत काढून ती व्हाईट हाऊसकडे पाठवून देईन.''

''बरं.'' असे म्हणून टॉलन्ड आपल्या कामाला लागला.

एक्स्ट्रॉम पुढे गेला. उत्तरेकडच्या भिंतीपाशी 'प्रेस एरिया' होती. त्या जागेवरती एक भली मोठी निळी व जाडजूड अशी प्लॅस्टिकची सतरंजी बर्फभूमीवरती अंथरलेली होती. तिथे मध्यभागी एक मोठे लंबवर्तुळाकृती टेबल ठेवलेले होते. त्यावरती अनेक मायक्रोफोन्स होते. टेबलाच्या एका टोकाला नासाचे बोधचिन्ह व अमेरिकी ध्वज असलेला भला मोठा पडदा पार्श्वभूमीसाठी टांगलेला होता. हे दृश्य नाट्यपूर्ण करण्यासाठी बाहेर काढलेल्या त्या उल्केचे धूड एका मोठ्या स्लेजवरती, घसरगाडीवरती ठेवून टेबलाच्या दुसऱ्या टोकाला आणून ठेवलेले होते.

त्या जागी जमलेल्या माणसांचा उत्साह ओसंडून वहात होता. नासाचे बहुतेक सारे कर्मचारी तिथे आले होते. त्यांचा उत्साह पाहून एक्स्ट्रॉम खूष झाला. एक प्रकारचा समारंभ तिथे आता साजरा होणार होता. त्या उल्केभोवती एक गोल कठडा उभा केला होता. बरीच माणसे कठड्यावरून हात लांबवून उल्केला स्पर्श करून पहात होती. तिचा गरम स्पर्श अनुभवत होती. रात्रीच्या वेळी रानात केलेल्या शेकोटीभोवती सर्वजण जमून शेकोटीची ऊब अनुभवतात तसे ते दृश्य वाटत होते.

हाच तो क्षण आहे, असे एक्स्ट्रॉमने हेरले. तो भल्या मोठ्या खोक्यांपाशी चालत गेला. प्रेस एरियाच्या जवळच ती पुठ्ठ्याची खोकी ठेवलेली होती. आज सकाळीच त्याने ती सर्व खोकी ग्रीनलंडमधून विमानाने मागवून घेतलेली होती.

मग तो ओरडून सर्वांना म्हणाला, "चला, आपण हा प्रसंग साजरा करू या. माझ्याकडून तुम्हाला मी ड्रिन्क्स वाटतो." एवढे म्हणून त्याने एक खोके उघडले व आतील टिनचे डबे बाहेर काढले. ताबडतोब सर्वांनी एक रांग करून ड्रिन्क्सचे ते कॅन घ्यायला सुरुवात केली. त्या कॅनच्या झाकणाचे भोक उघडताच आतमध्ये बीअर आहे हे सर्वांच्या लक्षात आले.

एकजण ओरडून म्हणाला, "हेऽऽ बॉस, थँक्स! अजूनही यातली बीअर गार आहे."

एक्स्ट्रॉम यावरती हसला. तो कधी हसत नसल्याने त्याचे हे स्मितहास्य दुर्मिळ होते. तो म्हणाला, "होय, त्यासाठी मी मुद्दाम त्या पेट्या बर्फावर ठेवून दिल्या होत्या."

प्रत्येकाने एक्स्ट्रॉमच्या विनोदाला हसून दाद दिली.

"एक मिनिट, एक मिनिट!" एकजण हसत हसत ओरडून विचारत होता, "ही बीअर कॅनेडियन आहे. तुमची राष्ट्रीयता येथे कशी दिसत नाही?"

"याचे कारण आम्हाला अंदाजपत्रकाच्या मर्यादा आहेत. म्हणून मी बाजारातील सर्वांत स्वस्त माल आणला आहे."

यावर प्रचंड हशा झाला.

"अटेन्शन शॉपर्स! अटेन्शन प्लीज!" हातात मेगॅफोन घेऊन नासाचा एक

माणूस ओरडून सर्वांना काही तरी जाहीर करू पहात होता. तो सांगत होता, ''आता आम्ही या तंबूतले सर्व दिवे घालवून फक्त मीडियाचे दिवे लावणार आहोत. आठ वाजता वॉशिंग्टनमध्ये पत्रकार परिषद सुरू होणार आहे. टेलिव्हिजनच्या कॅमेऱ्यांसाठी त्यांचे दिवे सुरू होतील. प्रकाशात बदल होईल. हा बदल होताना तुम्हाला कदाचित काही क्षण अंधार जाणवेल.''

कोणीतरी यावर चावटपणे म्हणाले, ''नो किसिंग इन द डार्क! हा एक कौटुंबिक कार्यक्रम आहे.''

सर्वजण या विनोदावर खदखदा हसले. एक्स्ट्रॉमही हसला. नासाचे कर्मचारी दिव्यांच्या अदलाबदलीच्या कनेक्शनची तयारी करू लागले. टी.व्ही. चॅनेल्सची माणसे आपापले स्पॉटलाईट्स नीट जुळवून ठेवू लागले. त्यांना हवा तो कोन साधू लागले. येथून एक जिवंत प्रक्षेपण केले जाणार होते. त्यात शास्त्रज्ञ भाग घेणार होते. हा कार्यक्रम सरकारी वाहिनीवरती दाखवला जाणार होता.

मग कोणीतरी ओरडून सांगू लागले, ''स्विचींग टू मीडिया लाईट्स फाईव्ह, फोर, थ्री, टू...''

त्या तंबूतले हॅलोजन दिवे वेगाने मंद मंद होत विझले. काही सेकंदांत तंबूतील एकूणएक दिवे विझले. जनित्रांनी निर्माण केलेली वीज आता मीडिया लाईट्सकडे वळवण्याचे काम चालू झाले. तंबूत पूर्णपणे अंधार पसरला.

''माझ्या ढुंगणाला कोणी चिमटा काढला?'' कोणीतरी त्या अंधारात ओरडून चावटपणे म्हणाले. सर्वजण यावर खो खो हसले.

तो काळोख क्षणभरच अस्तित्वात होता. नंतर सर्व टी.व्ही. चॅनेल्सचे दिवे प्रकटले. प्रखर प्रकाश सारा काळोख भेदून गेला. त्या भेदक प्रकाशाने सर्वांचे डोळे दिपले. प्रकाशाचा बदल पूर्ण झाला होता. त्या भव्य तंबूचा उत्तरेकडचा भाग झगझगीत प्रकाशाने उजळून गेला होता. तो भाग म्हणजे टेलिव्हिजनचा एक स्टुडिओ बनला होता.

परंतु तंबूमधील उरलेली तीन चतुर्थांश जागा मात्र काळोखात बुडाली होती. त्या काळोखात शास्त्रज्ञ व तंत्रज्ञ यांच्या कार्यशाळेतील उपकरणांवरून काही प्रकाश परावर्तित होत होता. तंबूचे छतही काही प्रमाणात परावर्तित प्रकाश अंधाऱ्या भागात फेकत होता. त्या प्रकाशात तिथल्या वस्तूंच्या लांबलचक सावल्या उमटल्या होत्या. अंधारातील ही जागा आता निर्मनुष्य बनली होती. तिथे कोणीही थांबले नव्हते. सर्वजण पत्रकार परिषदेसाठी उत्तरेकडच्या भागात गेले होते.

एक्स्ट्रॉम प्रकाशामधून मागे सरकला व अंधारात उभा राहिला. आपले कर्मचारी त्या प्रकाशित उल्केभोवती बीअर पीत आनंद साजरा करत असलेले त्याने पाहिले. नाताळमधील ख्रिसमस ट्रीपाशी आपली लहान मुले आनंदाने बागडताना त्यांचा बाप

जसा समाधानाने पहातो, तसे तो पहात होता. त्यांनी घेतलेल्या कष्टाचे सार्थक झाले, असे त्याला वाटू लागले.

त्यांच्या कष्टाचे सार्थक झाले असे एक्स्ट्रॉमला *का* वाटले, *कुणास ठाऊक.* पुढे चालून येणाऱ्या संकटाची त्याला किंचितही कल्पना नव्हती.

३१

तंबूबाहेरच्या हवेत आता बदल होऊ लागला होता.

डेल्टा-फोर्सच्या आश्रयस्थानावरती वारे घोंगावू लागले. जणू काही पुढे येणाऱ्या रौद्र वादळाची सूचना देण्यासाठी येत होते. त्यांच्या घोंगावण्याचा आवाज विव्हळल्यासारखा होता, भीतिदायक होता. आपल्या आश्रयस्थानावरील आवरण 'डेल्टा-वन' याने बाहेर जाऊन नीट पक्के केले व तो आत गेला. आतमध्ये 'डेल्टा-टू' आणि 'डेल्टा-थ्री' हे दोघे होते. त्या तिघांना तसल्या वादळांचा अनुभव यापूर्वी अनेकदा आला होता. म्हणून त्यांनी बाहेरच्या वाऱ्याची फारशी दखल घेतली नाही. वादळ आले तरी ते नेहमीप्रमाणे निघून जाईल, असे त्यांना वाटले.

तंबूत सोडलेल्या मायक्रोबोटपासून आलेली दृश्ये लॅपटॉपवर पहाण्यात डेल्टा-टू दंग झाला होता. त्याने डेल्टा-वनला म्हटले, "हे तुम्ही पाहिलेत तर बरे!"

डेल्टा-वन त्याच्यापाशी गेला. लॅपटॉपमध्ये तंबूतले दृश्य त्याला दिसेना. त्याऐवजी तिथे काळोख दिसत होता. फक्त उत्तरेकडच्या एका कोपऱ्यात प्रकाश दिसत होता. बाकी सारे तंबूतील दृश्य अत्यंत अंधुक होते. डोळे फाडून नीट पाहिले तरच ते कळत होते. तो म्हणाला, "कुठे काय आहे? काहीही नाही! आज रात्रीच्या कार्यक्रमासाठी ते टेलिव्हिजन प्रकाशाची चाचणी घेत आहेत."

"प्रकाशाची समस्या नाही," असे म्हणून डेल्टा-टू याने लॅपटॉपच्या पडद्याच्या मध्यभागी बोट केले व पुढे म्हटले, "या इथे नीट पहा." पडद्यावरच्या अंधुक दृश्यात मध्यभागी एक काळे वर्तुळ होते. जिथून उल्का बाहेर काढली तिथे पडलेला ३० फूट व्यासाचा खड्डा पडद्याच्या मध्यभागी काळ्या वर्तुळाच्या स्वरूपात उमटला होता. "*इथेच* तर ती भानगड आहे!" डेल्टा-टू म्हणाला.

डेल्टा-वनने पुन्हा त्या काळ्या वर्तुळाकडे डोळे फाडून बघितले. त्या खड्ड्याभोवताली ठेवलेल्या पायलॉनचे एक वर्तुळ तयार झाले होते. खड्ड्यातील पाण्याचा पृष्ठभाग शांत होता. "मला त्या खड्ड्यात काहीही दिसत नाही," डेल्टा-वन म्हणाला.

डेल्टा-टू याने लॅपटॉपवर उगवलेली छोटी जॉय स्टीक नीट हलवली. मग त्या खड्ड्यावरील हवेत तरंगणाऱ्या मायक्रोबोटने वर्तुळे घेत घेत आपली उंची खूप कमी

केली. इकडे पडद्यावरती ते काळे वर्तुळ मोठे मोठे होत गेले. खड्ड्यातले पाणी तरीही शांत होते. त्यात किंचितही फरक झाला नव्हता. मग अचानक डेल्टा-वनला ते दिसले. तो एकदम धक्का बसल्यासारखा दचकून मागे सरकला. तो ओरडून म्हणाला, ''हे काय....?''

ते ऐकून डेल्टा-थ्री तिथे आला. त्यानेही ते पाहिले व तोही सुन्न झाला. तो म्हणाला, ''माय गॉड, याच खड्ड्यातून त्यांनी तो दगड बाहेर काढला. तिथल्या पाण्यामुळे तसे होते आहे काय?''

''नाही!'' डेल्टा-वन ठामपणे म्हणाला.

३२

वॉशिंग्टनपासून तीन हजार मैल दूर असलेल्या त्या बर्फभूमीवरील कंटेनरमध्ये रेचल बसलेली होती. जणू काही आपल्याला व्हाईट हाऊसमध्ये येण्याचे समन्स फर्मावले आहे असे तिला आता वाटू लागले होते. तिच्या समोरच्या संगणकावर ऊर्फ व्हिडीओफोन मॉनिटरवरती राष्ट्राध्यक्ष हर्नी यांची प्रतिमा स्पष्टपणे उमटली होती. अमेरिकी अध्यक्षांचे बोधचिन्ह असलेल्या पार्श्वभूमीवरती ते बसले होते. डिजिटल ऑटो कनेक्शन हे अत्यंत निर्दोष होते. पडद्यावरचे त्यांचे चित्र इतके रेखीवपणे उमटले होते की ते खरोखरीच आपल्यासमोर बसले आहेत, असा भास होत होता. आवाजात हुबेहूबपणा होता.

त्या दोघांच्या संवादात कोणाचाही हस्तक्षेप होत नव्हता. कोणीही ते संवाद किंवा दृश्य चोरून ऐकू शकत नव्हते किंवा पाहू शकत नव्हते. एका सुरक्षित चॅनेलवरून निरनिराळ्या फिल्टर्समधून आणि स्क्रॅम्बलरमधून ते एकमेकांशी संपर्क साधून बोलत होते.

अध्यक्षांच्या आवाजातील आनंद कळून येत होता; पण रेचलने केलेल्या नासाच्या कौतुकामुळे ते आश्चर्यचकित झालेले नव्हते. अध्यक्षांचा मूड चांगला होता व बोलण्यात खेळकरपणा व थोडीशी मस्करी भरली होती. ते आता गंभीर होत म्हणाले, ''एखाद्या परिपूर्ण जगात त्या उल्केच्या शोधाचे विविध पडसाद उमटतील. ते सर्व पडसाद हे शास्त्रीय स्वरूपाचे असतील.'' एवढे बोलून ते थोडे थांबले व थोडेसे पुढे झुकले. आता त्यांच्या चेहऱ्याने सर्व पडदा व्यापला गेला. ते पुढे म्हणाले, ''पण दुर्दैवाने आपण तशा परिपूर्ण जगात रहात नाही. ज्या क्षणी मी नासाचा हा शोध जाहीर करेन त्या क्षणी तो शोध म्हणजे एक राजकीय फुटबॉल ठरेल.''

रेचल यावर म्हणाली, ''त्या शोधाचा ठोस पुरावा आणि तुम्ही नेमलेल्या

शास्त्रज्ञांकडून त्याला दिली जाणारी मान्यता हे लक्षात घेतले तरीही तुमचे विरोधक, अमेरिकेतील जनता हे सत्य कितपत स्वीकारतील त्याचा मला अंदाज करता येत नाही.''

अध्यक्ष यावर विषादाने चुकचुकत म्हणाले, ''जे दिसेल त्यावर माझे राजकीय विरोधक *विश्वास ठेवतीलच,* पण जे सत्य दिसेल ते त्यांना आवडेलच असे नाही. मला त्याचीच काळजी वाटते.''

रेचलच्या लक्षात आले, की अध्यक्ष आपल्या सिनेटर वडिलांचा उल्लेख किती अप्रत्यक्षपणे करण्याची काळजी घेत आहेत. त्यांनी त्यांचा उल्लेख फक्त 'विरोधक' किंवा 'राजकीय विरोधक' अशा शब्दांनी व्यक्त केला. रेचलने त्यांना विचारले, ''केवळ राजकीय हेतूंसाठी तुमचे विरोधक 'हा शोध म्हणजे एक कारस्थान आहे' असे ओरडून म्हणू शकतील?''

''हाच तर या राजकीय खेळाचा गुणधर्म आहे. ते फक्त या शोधाबद्दल संशय निर्माण करतील. ते म्हणतील, की नासाच्या साहाय्याने व्हाईट हाऊसने कट करून हा शोध रचण्याची एक राजकीय लबाडी केली आहे. या शोधाबद्दल त्यामुळे शंका वाटते आहे. नंतर मग ताबडतोब मला एखाद्या चौकशीला सामोरे जावे लागेल. अंतराळातील परकीय जीवसृष्टीचा पुरावा नासाने सादर केला आहे हे मग वृतपत्रे विसरतील. मग सारी वृत्तमाध्यमे त्या तथाकथित कटकारस्थानाची पाळेमुळे शोधत रहातील, पुरावे शोधत बसतील. असे काही होणे हे मात्र विज्ञानाला हानिकारक ठरेल, व्हाईट हाऊससाठी तापदायक ठरेल, नासासाठी क्लेशदायक ठरेल आणि स्पष्ट सांगायचे तर सबंध देशासाठी ते घातक ठरेल.''

''म्हणून तुम्ही खात्री पटेपर्यंत आणि बिगरसरकारी व मान्यवर शास्त्रज्ञांकडून पुष्टी मिळेपर्यंत हा शोध जाहीर करण्याचे पुढे ढकललेत ना?'' रेचलने विचारले.

''या शोधासंबंधीची सर्व माहिती ही वादातीत रीतीने अशी सादर करायची, की त्यामुळे कोणाच्याही मनात तत्संबंधी निर्माण होणारी शंका मुळातच निपटून टाकली जाईल. मी हे असे धोरण ठेवले होते. ह्या शोधाचा समारंभ हा निखळ गौरवाने साजरा व्हावा, अशा लायकीचा तो शोध आहे. या वेळी नासा कोठेही कमी पडली नाही. ती आपल्या कर्तृत्वाने चमकून निघाली आहे.''

रेचलचे मन आता अस्वस्थ झाले.

त्यांना माझ्याकडून नक्की काय हवे आहे? कशासाठी मला हे सांगितले जात आहे?

जणू काही तिच्या मनात उद्‌भवलेल्या प्रश्नांना उत्तर देत अध्यक्ष म्हणाले, ''तुमची स्थिती अशी एकमेव आहे, की फक्त तुम्हीच मला या संदर्भात मदत करू शकाल. अन् ही गोष्ट अगदी उघडपणे कोणालाही कळू शकेल. माहितीची विश्लेषक,

थोडक्यात सारे काही मोजक्या शब्दांत जोखण्याचे तुमचे कसब, या गोष्टी तुमच्या जमेच्या बाजूला आहेत. अन् मुख्य म्हणजे तुम्ही जे सांगाल ते माझे राजकीय विरोधक मुकाट्याने मान्य करतील. याचे कारण त्या विरोधकांशी तुमचे रक्ताचे संबंध आहेत. त्यामुळेच तुमच्याकडून हा शोध सांगण्याला विश्वासार्हता प्राप्त होते.''

रेचलचा भ्रमनिरास आता वेगाने होऊ लागला. *म्हणजे, अध्यक्षांना माझा वापर करून घ्यायचा आहे... पिकरिंग यांनी अगदी तसेच बोलून दाखवले होते.*

अध्यक्ष हर्नी सांगत होते, ''तर हे असे आहे. म्हणून तुम्ही हा शोध स्वत: सांगावा अशी माझी इच्छा आहे. तुमच्याकडून होणाऱ्या निवेदनाला अधिकृतपणा यावा म्हणून 'व्हाईट हाऊस इंटेलिजन्स लियाँझा' म्हणून... आणि माझे विरोधक सिनेटर सेक्स्टन यांची कन्या म्हणून तुमचे नाव निवेदनाआधी जाहीर केले जाईल.''

तर हा सारा असा प्रकार आहे तर. शेवटी खरा हेतू प्रकट झाला!

रेचलला या क्षणापर्यंत असे वाटत होते, की अध्यक्ष हर्नी हे कधीच खुनशी राजकारण खेळणाऱ्यातले नाहीत; पण आपला तो भ्रम होता हे तिला आता कळून चुकले. या शोधाला आपल्याकडून जाहीररीत्या मान्यता देणे म्हणजे आपल्या वडिलांच्या राजकीय कर्तृत्वावर उल्कापात करण्यासारखे आहे. ज्या क्षणाला ती ते जाहीर निवेदन करेल, त्या क्षणापासून या उल्केची बाब ही सिनेटर सेक्स्टनच्या दृष्टीने वैयक्तिक ठरणार होती, राजकीय रहाणार नव्हती. उल्केच्या शोधावर राजकीय हल्ला चढवणे म्हणजे आपल्या स्वत:च्या कन्येवरती हल्ला चढवण्यासारखे सिनेटर सेक्स्टनला होणार होते. सिनेटर नेहमी कुटुंबव्यवस्थेचा उद्‌गाता होता, राजकीय प्रचारक होता. 'कुटुंब अग्रभागी' असे तो नेहमी आपल्या प्रचारात म्हणे. मग या शोधावर टीका करणे म्हणजे त्याच्या त्या 'कुटुंब अग्रभागी' या प्रचाराला तिलांजली दिल्यासारखे होणार होते.

रेचल समोरच्या पडद्यावर रोखून पहात म्हणाली, ''स्पष्ट व दिलखुलासपणे सांगायचे तर तुम्ही हे जे काही मला विचारले त्यामुळे मी अक्षरश: सुन्न झाले आहे.''

तिचे ते बोलणे ऐकून अध्यक्षांना धक्काच बसला. ते म्हणाले, ''मला वाटले, की मला मदत करण्यात तुम्हाला खूप स्वारस्य वाटेल.''

''स्वारस्य? सर, माझे माझ्या वडिलांशी असलेले माझे मतभेद बाजूला ठेवले तरी तुमच्या या विनंतीमुळे मी एका चमत्कारिक व अशक्य वाटणाऱ्या परिस्थितीत सापडते आहे. फुटबॉलच्या सामन्यात जशी अटीतटीची झुंज चालते तशी झुंज मी व माझ्या वडिलांमध्ये अनेक बाबतीत चालते; परंतु माझे त्यांच्याशी कितीही मतभेद असले, मला ते आवडत नसले, तरीही शेवटी ते माझे वडील आहेत. अन् टेलिव्हिजनसारख्या सार्वजनिक मंचावर त्यांच्याविरुद्ध मला दंड थोपटून उभे रहायला

लावणे हे तुम्हाला शोभून दिसत नाही.''

''होल्ड ऑन!'' अध्यक्ष हर्नी हे शरणागतीचा अभिनय करत हात हलवत म्हणाले, ''पण तुम्हाला कोणी सांगितले की मी सार्वजनिक मंचावरती तुम्हाला उभे करतो आहे?''

रेचल काही क्षण स्तब्ध राहून म्हणाली, ''मी असे धरून चालते आहे, की आज रात्री आठ वाजता व्हाईट हाऊसमध्ये घेतल्या जाणाऱ्या पत्रकार परिषदेत तुम्ही येथला लाईव्ह कार्यक्रम दाखवणार आहात. अन् त्या कार्यक्रमात नासा ॲडमिनिस्ट्रेटरशेजारी मलाही उभे करून माझ्याकडून हवे ते निवेदन करायला लावणार आहात.''

अध्यक्ष हर्नी तिच्या या बोलण्यावरती हसू लागले, जोरजोरात हसू लागले. हसण्याचा जोर ओसरल्यावर ते तिला म्हणाले, ''रेचल, तुम्हाला मी कशा प्रकारचा माणूस आहे असे वाटते? तुम्हाला खरोखर असे वाटते का, की मी एका राष्ट्रीय टेलिव्हिजनवरून आपल्या वडिलांच्या पाठीत तुम्हाला खंजीर खुपसायला लावेन?''

''पण तुम्ही तर असे म्हणालात की–''

''नासाच्या ॲडमिनिस्ट्रेटरवर पडणाऱ्या प्रसिद्धीच्या प्रकाशझोतात मी माझ्या कट्टर राजकीय विरोधकाच्या कन्येला कसा उभा करीन? तुमच्या ज्ञानावर मी टीका करत नाही; पण त्या शास्त्रज्ञांच्या कार्यक्रमात तुम्हाला कसे गोवता येईल? उल्का, जीवाश्म किंवा बर्फाची रचना अशा विषयात तुमच्याजवळ काही ज्ञान असेल तर ते येथे कमीच पडेल असे मला वाटते. त्यामुळे तुम्ही जे काही सांगाल त्याची विश्वासार्हता कोणालाच वाटणार नाही. खरे बोलल्याबद्दल मला माफ करा.''

रेचलला शरमल्यासारखे झाले. ती म्हणाली, ''पण मग... तुमच्या मनात माझ्याकडून कसले निवेदन करून घ्यायचे आहे?''

''ते निवेदन हे तुमच्या नोकरीतील पदाला साजेसे असेल.''

''म्हणजे काय?''

''तुम्ही 'व्हाईट हाऊस लियाँझा' या पदावरती आता आहातच. तुमचे सर्व अहवाल हे आमच्या येथल्या कार्यालयात माझ्याकडे येतात. पुढे त्यावर कार्यालयीन कारवाई केली जाते. त्यामुळे येथल्या सर्व अधिकाऱ्यांना तुम्ही पूर्णपणे परिचित आहात. म्हणून तुम्हीच माझ्या कर्मचाऱ्यांना त्या शोधाबद्दल सांगा.''

''काय तुमच्या अधिकाऱ्यांना, कर्मचाऱ्यांना मी सांगायचे?'' रेचलला त्या सूचनेचा धक्का बसला होता.

तिचा झालेला गोंधळ पाहून अध्यक्षांना मजा वाटत होती. ते म्हणाले, ''होय, मला नेमके तेच म्हणायचे आहे. व्हाईट हाऊसच्या बाहेरच्या जगात या शोधाबद्दल ज्या शंकाकुशंका काढल्या जातील, संशयाचे जे मोहोळ उठवले जाईल त्या सर्वांना

मी तोंड देईन; पण आता मला व्हाईट हाऊसच्या कर्मचाऱ्यांसाठी काही खास करून दाखवायचे आहे. इथल्या कार्यालयात आता बंडाची परिस्थिती आहे. कोणत्याही क्षणी माझ्याविरुद्ध उठाव केला जाईल. सारेजण माझ्या नासाबद्दलच्या धोरणाबद्दल नाराज आहेत. ही नाराजी आता पराकोटीला पोहोचली आहे. माझ्याबद्दलची विश्वासार्हता संपत चाललेली आहे. त्यामुळे मी सांगून काहीही उपयोग नाही. सर्व अधिकारी नासाच्या अंदाजपत्रकात कपात करा म्हणून आग्रह करत आहेत. तसे काही करणे म्हणजे राजकीय आत्महत्या करण्यासारखे आहे. म्हणून मला त्यांच्या मागणीकडे दुर्लक्ष करावे लागते आहे.''

''आत्तापर्यंत तशी परिस्थिती होती, पण येथून पुढे तशी असणार नाही.''

''अगदी बरोबर. सकाळी झालेल्या आपल्या चर्चेत यावर आपण विचार केला होता. आत्ताच्या राजकीय टीकेच्या गदारोळात नेमक्या याच वेळी त्या उल्केचा शोध लागल्याने अनेक राजकीय संशयपिशाचे जागृत होतील. आता तर माझ्या कर्मचाऱ्यांइतके दुसरे कोणीही संशयखोर असू शकत नाही. म्हणून जेव्हा त्यांना या शोधाची बातमी पहिल्यांदा कळवायची असेल तर ती सरळ–''

''म्हणजे अजून तुम्ही तुमच्या कर्मचाऱ्यांना ही बातमी सांगितली नाही?''

''फक्त काही वरिष्ठ अधिकाऱ्यांना मी सांगितले आहे. ही बातमी गुप्त ठेवण्याला सध्या सर्वोच्च प्राधान्य दिलेले आहे.''

ती सारी परिस्थिती ऐकून रेचल थक्क झाली. *असे असेल तर अध्यक्षांच्या कार्यालयात बंडाचे विचार शिरणे अगदी साहजिक आहे.* ती म्हणाली, ''पण असे काही निवेदन या विषयावरती करणे हा काही माझा प्रांत नाही. गुप्त माहितीचे सार काढणे वेगळे आणि उल्केचा शोध जाहीर करणे वेगळे.''

''होय, नेहमीच्या पारंपरिक दृष्टिकोनातून ते ठीक आहे; पण तरीही तुमच्यातील मूलभूत गुण व कौशल्ये येथे उपयोगी पडतात. गुंतागुंतीच्या माहितीमधून नेमका अर्थ शोधणे, विविध राजकीय पातळ्यांवरती–''

''पण मी उल्कांच्या शास्त्रांमधील तज्ज्ञ नाही. तुमच्या कार्यालयातील माणसांना उद्देशून नासाच्या ॲडमिनिस्ट्रेटरने बोललेलेच बरे.''

''चेष्टा करता काय तुम्ही? आमच्या कार्यालयात प्रत्येकजण त्याच्या नावाने खडे फोडतो आहे. त्यांच्या मते एक्स्ट्रॉम हा कसलाही तज्ज्ञ नसून, त्याची लायकी एका भुरट्या विक्रेत्याची आहे, असे येथे प्रत्येकजण बोलतो. यानेच मला एकामागोमाग एक अशा नवनवीन प्रकल्पांची भुरळ घातली.''

अध्यक्षांच्या बोलण्यात तथ्य आहे असे रेचलला दिसून आले. ती म्हणाली, ''मग तुम्ही कॉर्की मार्लिन्सन यांना निवेदन करायला सांगा. ते एक शास्त्रज्ञ आहेत आणि खगोलविज्ञानात त्यांना राष्ट्रीय पदक दिले गेले आहे. माझ्यापेक्षा त्यांची

विश्वासार्हता नक्कीच जास्त आहे.''

''रेचल, माझ्या कार्यालयातील बहुतेक अधिकारी व्यक्ती ह्या राजकारण विषयातल्या आहेत. डॉ. मार्लिन्सन यांना जर माझ्या निवडक माणसांवर सोडले तर त्या सगळ्या बुद्धिमान माणसांचे रूपांतर मोटारीच्या प्रखर झोतात सापडून सैरभैर झालेल्या हरणांच्या कळपात होईल. मार्लिन्सनचे निवेदन म्हणजे एक लंबेचौडे भाषण ठरेल. त्यापेक्षा ज्याच्यावर विश्वास आहे अशा व्यक्तीने सोप्या भाषेत समजावून सांगितले तरच ते ऐकून घेतील. अन् हे काम तुमच्याशिवाय दुसरे कोणीही करू शकणार नाही. शिवाय तुमच्याकडून येणारे रोजचे अहवाल ते वाचत असल्याने तुमच्याविषयी त्यांच्या मनात आस्था व आदर आहे. त्यातून तुम्ही सिनेटर सेक्स्टन यांची मुलगी असल्याने तुमचे सांगणे हे अत्यंत विचक्षक दृष्टिकोनातून असणार व सत्य असणार, अशी त्यांची भावना आगाऊच निर्माण झालेली आहे.''

अध्यक्ष आपल्या नेहमीच्या मन वळवण्याच्या शैलीने आपल्यावर या कामाची मोहिनी घालत आहेत आणि आपले मतही त्यासाठी हळूहळू अनुकूल होत आहे, असे तिला जाणवले. ती म्हणाली, ''निदान आपल्या विरोधकाच्या मुलीला निवेदन करू देण्याइतपत तिला किंमत देत आहात.''

यावर अध्यक्ष ओशाळत म्हणाले, ''होय, मला तुमची किंमत नक्कीच कळते. माझ्या कर्मचाऱ्यांपुढे कसे निवेदन करायचे ते तुम्ही ठरवा. रेचल, तुम्ही म्हणजे केक, नाही, केकवरती शेवटी जे आईसिंग घालतात, ते तुम्ही आहात. थोडक्यात व मोजक्या शब्दांत सर्व माहितीचे सार आणणाऱ्यांमध्ये तुम्ही मेरूमणी आहात. म्हणून फक्त तुम्हीच हे काम करू शकाल. त्यातून पुढच्या सत्रात व्हाईट हाऊसमधील माझ्या कर्मचाऱ्यांना हाकलून लावू शकणाऱ्या व्यक्तीची तुम्ही कन्या आहात. म्हणजे तुमची विश्वासार्हता दोन्ही बाजूने आहे.''

''सर, तुमच्या अंगी चांगलेच विक्रय कौशल्य आहे.''

''होय, आहे खरे माझ्याकडे पटवण्याचे कौशल्य. हेच कौशल्य तुमच्या वडलांकडेही आहे.'' मग आपल्या डोळ्यांवरचा चष्मा काढून हातात घेऊन अध्यक्षांनी रेचलच्या डोळ्यांत पाहिले. आपल्या वडिलांमध्ये असलेली मानसिक ताकद तिला त्यांच्याही डोळ्यांत दिसली. ते म्हणत होते, ''हे काम तुमच्या नोकरीचाच एक भाग असला तरी मी तुम्हाला ते काम करण्याची विनंती करतो आहे. मग, करणार का हे काम? हो का नाही? शोधाची माहिती माझ्या कार्यालयाला नीट समजावून सांगणार ना?''

त्या पी-एस-सी कंटेनरच्या सापळ्यात आपण कोंडले गेलो आहोत असे तिला वाटले. दुसऱ्याला पटवणे किती कठीण काम असते हे तिला आता कळले. अध्यक्ष तिच्यापासून तीन हजार मैल दूर होते; पण एवढ्या अंतरावरूनही त्यांच्या इच्छाशक्तीचे

सामर्थ्य समोरच्या पडद्यामधून तिला जाणवले. त्यांनी केलेली विनंती ही अगदी यथायोग्य होती. त्यात वावगे काहीही नव्हते. कसलाही करार नव्हता, कसलेही आश्वासन नव्हते की कसलाही लाभ दिला जाण्याची ती बाब नव्हती. ती एक कळकळीने केलेली निखळ विनंती होती. ती विनंती मानायची की नाही हे तिच्या मर्जीवरती होते.

"पण माझ्या काही अटी आहेत," रेचल म्हणाली.

अध्यक्षांनी आपल्या भुवया उंचावत विचारले, "त्या कोणत्या?"

"तुमच्या कार्यालयातील कर्मचाऱ्यांशी मी जे काही बोलेन ती एक खासगीतली गोष्ट आहे असे समजा. माझ्या निवेदनाच्या वेळी तिथे कोणताही पत्रकार नको. हे काही सार्वजनिक निवेदन नसणार."

"त्याबद्दल मी माझा शब्द देतो. आम्ही अगदी तसेच ठरवलेले आहे."

एक नि:श्वास सोडत रेचल म्हणाली, "मग ठीक आहे."

अध्यक्षांच्या चेहऱ्यावरती एकदम उत्साह संचारलेला दिसला. ते म्हणाले, "एक्सलंट! झकास!"

रेचलने आपल्या घड्याळात पाहिले. दुपारचे चार वाजून काही मिनिटे झाली होती. "होल्ड ऑन. जरा थांबा," ती गोंधळून म्हणाली, "तुम्ही रात्री आठ वाजता टी.व्ही. कॅमेऱ्यासमोर भाषण करणार आहात ते त्याच वेळी प्रसारित होणार असेल तर आता आपल्याकडे फारच कमी वेळ आहे. तुम्ही त्या चमत्कारिक विमानातून मला इकडे पाठवले. तेच विमान आता पुन्हा येथे येण्यात वेळ जाणार. मग त्यातून परत तिकडे मी पोहोचण्यात वेळ जाणार. तिथून व्हाईट हाऊसमध्ये हेलिकॉप्टरने पोहोचणार. हे सारे दोन-तीन तासात कसे शक्य आहे? त्यातून मला थोडेसे होमवर्क करून या शोधाच्या माहितीवरचे माझे भाष्य मला तयार करायचे आहे आणि–"

मग आपले डोके हलवत अध्यक्ष म्हणाले, "माफ करा. हे मी तुम्हाला सगळे नीट सांगितलेच नाही. तुमचे जे निवेदन आहे ते तुम्ही आत्तासारखेच संगणकाच्या पडद्यासमोर बसूनच करा. ती एक व्हिडिओ कॉन्फरन्स असेल."

"ओफ्." ते ऐकताच रेचल एकदम गडबडून गेली. "मी किती वाजता बोलायला सुरुवात करायची?"

यावर अध्यक्ष हर्नी हसत म्हणाले, "तसे म्हटले तर आत्ता लगेच तशी सुरुवात करायला काय हरकत आहे? येथे एका हॉलमध्ये सर्वजण जमलेले आहेतच. ते टीव्हीच्या एका भल्यामोठ्या पडद्यासमोर बघत आहेत. त्या टीव्हीला नुसते कनेक्शन जोडायचे बाकी आहे."

ते ऐकताच रेचल एकदम ताठ झाली. ती म्हणाली, "सर, पण अजून मी काहीच तयारी केली नाही. मला तसे–"

"त्या लोकांना तुम्ही फक्त सत्य काय आहे ते सांगायचे आहे. त्यात असे काय तुम्हाला कठीण वाटते आहे?"

"पण–"

"रेचल," अध्यक्ष पडद्यासमोर झुकून बोलू लागले, "एक लक्षात ठेव. त्या माहितीचे सार काढून त्याचे संकलन करून मग तू जे सांगणार आहेस त्याला नुसत्या अहवालाचे स्वरूप देऊ नकोस. ती माहिती शेवटी तू जिवंत माणसांना सांगणार आहेस हे लक्षात ठेव. अन् तिथे काय चालले आहे तेही तू त्या वेळी सांग." एवढे म्हणून तिथले एक बटण ते दाबणार होते; पण क्षणभर ते थबकले व तिला म्हणाले, "अन् तुम्हाला काही वेळ का होईना, पण मी एका सत्तास्थानावर बसवले आहे याचा मला आनंद होतो आहे."

अध्यक्षांना काय म्हणायचे आहे ते रेचलला नीट समजले नाही. त्याबद्दल त्यांना खुलासा विचारायला आता उशीर झाला होता. अध्यक्षांनी ते बटण दाबले आणि तिकडून होणारे प्रसारण थांबले. तिच्या समोरचा पडदा कोरा झाला.

काही क्षण ती तशीच भारावून बसून राहिली. जेव्हा ती भानावर येऊन ताजीतवानी झाली तेव्हा तिच्या समोरच्या पडद्यावरती काही प्रतिमा उमटल्या होत्या. त्या प्रतिमा पाहून ती दचकली व थोडीशी घाबरली. तिच्यासमोरचे दृश्य थेट व्हाईट हाऊसमधले होते. व्हाईट हाऊसमधल्या ओव्हल ऑफिसमधले होते. सारे ओव्हल ऑफिस व्हाईट हाऊसच्या कार्यालयातील व्यक्तींनी खचाखच भरलेले होते. त्यातला प्रत्येकजण तिच्याकडे टक लावून बघत होता. त्या माणसांसमोर अध्यक्षांचे जे टेबल होते त्यावरून आपण बघतो आहोत असा तिथे लावलेल्या कॅमेऱ्याचा कोन होता.

म्हणजे मी खरोखरीच आता अप्रत्यक्षपणे अध्यक्षांच्या सत्तास्थानावर बसून बोलणार आहे. रेचलला अक्षरशः घाम फुटला.

प्रेक्षक म्हणून बसलेल्या त्या माणसांच्या चेहऱ्यावर रेचलला पाहून आश्चर्य वाटलेले दिसत होते.

"मिस सेक्स्टन?" कोणीतरी आपल्या खरबरीत आवाजात तिला विचारत होते.

समोरच्या प्रेक्षकांच्या समुद्रातला कोणता चेहरा आपल्याला हाक मारतो आहे हे ती निरखून पाहू लागली. एक बाई सर्वांत पुढच्या रांगेतील एका खुर्चीत बसत होती. तिनेच रेचलला हाक मारली होती. तीच ती बाई– मार्जोरी टेन्च. कितीही गर्दी असली तरी त्या बाईचा चेहरा सहज वेगळा ओळखू येत होता.

मार्जोरी टेन्च म्हणत होती, "मिस सेक्स्टन, आम्हाला भेटल्याबद्दल आपले आभार! आत्ताच अध्यक्षांनी आम्हाला असे सांगितले, की तुमच्याजवळ आम्हाला

सांगण्याजोगी एक बातमी आहे. सांगणार ना ती बातमी?''

३३

जीवाश्मशास्त्रज्ञ वेली मिंग हा आपल्या कामाच्या जागेत बसलेला होता. तिथे आता अंधार होता; पण त्या किंचित प्रकाशात त्याला निवांत वाटत होते. आज रात्री होणाऱ्या उल्का प्रकाशन समारंभासाठी तो तयार होता. आता त्यावरतीच तो विचार करत होता. *लवकरच मी जगातील सर्वांत प्रसिद्ध असा एक जीवाश्मशास्त्रज्ञ बनणार आहे.* मायकेल टॉलन्डने आपल्या माहितीपटात आपली मुलाखत नीट सामावून घेतली असेल, अशी तो आशा करत होता.

आपल्या भावी प्रसिद्धीची सुखस्वप्ने पहात असताना मिंग एकदम उठून उभा राहिला. खालच्या बर्फभूमीमधून आलेल्या काही भूकंपलहरी त्याच्या पायाला जाणवल्या होत्या. जरी त्या लहरी अत्यंत कमी तीव्रतेच्या असल्या तरी त्याला त्या जाणवू शकत होत्या; कारण लॉस एंजेलिस या भूकंपप्रवण क्षेत्रात त्याचे आत्तापर्यंतचे आयुष्य गेलेले असल्याने सहसा इतरांना न जाणवणाऱ्या भूकंपलहरी त्याला जाणवत असत. जमिनीमध्ये अचानक होणाऱ्या सूक्ष्म बदलासाठी तो संवदेनशील झाला होता. एकदम त्याच्या लक्षात आले, की आपण एका तरंगत्या बर्फाच्या अजस्त्र लादीवरती असल्याने येथे पृथ्वीच्या पोटातील भूकंपलहरी पोहोचण्याची शक्यता जवळजवळ नाहीच. ज्या काही लहरी आता सूक्ष्मपणे अनुभवास आल्या तो एक बर्फाचे कडे कोसळण्याचा प्रकार होता.

ती मिल्ने हिमनदी समुद्रात जिथे संपत होती तिथे कडेला हळूहळू भेगा पडत मोठे हिमखंड तुटून पाण्यात ढासळत असतात. त्याचा हादरा साऱ्या हिमखंडातून पसरत जातो. हे आठवून त्याने सुस्कारा टाकला. अद्याप त्याला याची सवय झाली नव्हती. दर काही तासांनी बर्फाचे कडे मोठा आवाज करत हिमनदीपासून सुटून समुद्रात कोसळतात. तसूतसूने पुढे सरकणारी हिमनदी येथेच संपत असते. नोरा मॅन्गोर हिच्या मते असे झाले की एका हिमनगाचा जन्म होतो.

तो उठून उभा राहिला. त्याने आपले हात ताणून आळस दिला. तंबूत दूरवर चाललेल्या जल्लोषाकडे नजर टाकली. तिकडे टेलिव्हिजन लाईट्सचा झगमगाट होता. माणसे आनंदाने बीअर पीत होती; परंतु मिंगला अशा जल्लोषाचा व आरडा-ओरड्याचा थोडासा तिटकारा वाटे. म्हणून तो पाय मोकळे करण्यासाठी सरळ विरुद्ध दिशेने, अंधाराच्या बाजूला चालत जाऊ लागला.

मिंग जिथे काम करत होता तिथेच आसपास इतर शास्त्रज्ञ काम करत होते. प्रत्येकाला एक ठरावीक जागेचा चौकोन आखून दिलेला. त्या शास्त्रज्ञांची आपापली

लहानमोठी उपकरणे आपापल्या जागेत ठेवली होती. प्रत्येकाची जागा ही 'वर्क स्टेशन' समजण्यात आली होती. सर्व वर्कस्टेशन्सची तिथे गर्दी उडाली होती. आता ती सर्व वर्कस्टेशन्स मनुष्यरहित असल्याने तो भाग भुताटकीने पछाडलेल्या ओसाड गावासारखा दिसत होता. तो त्यातून मार्ग काढत आणखी दक्षिणेला चालला होता. उत्खननाच्या जागेकडे जात होता. अचानक त्याला थंडी वाजू लागली. म्हणून त्याने आपल्या अंगातील उंटाच्या कातड्याच्या कोटाची सर्व बटणे लावली.

त्याला समोर उत्खननाची जागा दिसत होती. त्या जागेभोवताली उभारलेली ती अजस्र तिपाई तिथून हलवली होती. मगच बाहेर काढलेली उल्का एका घसरगाडीवर चढवून तिथून तंबूतील उत्तरेच्या भागाकडे हलवता आली होती. उत्खननाच्या जागेपासून, त्या खड्ड्यापासून सुरक्षित अंतरावरती तो उभा होता. त्याच खड्ड्यातून काही वेळापूर्वी जगातला सर्वांत महत्त्वाचा जीवाश्म बाहेर काढलेला होता. आता खड्ड्यातील पाणी शांत झाले होते. मिंग पुढे सरकला. खड्ड्याभोवताली नारिंगी रंगाचे पायलॉन्स वर्तुळाकार लावून ठेवले होते. मिंग आणखी पुढे सरकला. त्याला खड्ड्यातील पाणी दिसू लागले. दोनशे फूट खोलीच्या खड्ड्यातील पाणी लवकरच गोठून त्याचा बर्फ बनणार होता.

मिंग त्या तीस फूट व्यासाच्या खड्ड्यातील पाण्याकडे पहात राहिला. ते पाणी अंधारातही किती छान दिसते आहे, असे त्याच्या मनात आले.

खास करून अंधारातच छान दिसते आहे.

आपल्या मनातील विचारांपाशी एकदम तो दचकून थांबला अन् मग नक्की काय दिसते आहे ते त्याला कळले.

कुठेतरी काहीतरी चुकले आहे.

त्याने आता पाण्याकडे नीट रोखून पाहिले. उल्का वर काढल्यापासून आत्तापर्यंत त्याच्या मनात समाधानाची भावना तरळत होती; पण आता ती भावना विरत जाऊन त्या जागी एक गोंधळाची भावना निर्माण होत होती. त्याने आपल्या पापण्यांची उघडझाप केली व पुन्हा तो पाण्याकडे रोखून पाहू लागला. मग एकदम त्याने मान वळवून मागे पाहिले. तंबूत प्रेस एरियात सारेजण आनंदाने बडबड करत होते, बीअर पीत होते आणि खिदळत होते. या इथल्या अंधारात आपण त्यांना दिसणार नाही हे त्याच्या लक्षात आले.

मी हे कुणाला तरी सांगायला हवे आहे का?

मिंग पुन्हा पाण्याकडे पाहू लागला. समोर जे दिसते आहे त्याबद्दल कसे सांगायचे ते त्याला कळेना. आपण पहातो आहोत तो एखादा भास आहे? का दृष्टिभ्रम आहे? किंवा काहीतरी चमत्कारिक परावर्तन होते आहे का? त्याला नक्की काहीच ठरवता येईना. म्हणून तो पुढे सरकला. पायलॉनची रांग ओलांडून गेला.

खड्ड्याच्या काठावरती तो दोन पायांवरती उकिडवा बसला. त्याच्यापासून खाली पाण्याची पातळी चार फुटांवरती होती. नीट पहाण्यासाठी तो आणखी खाली वाकला. होय, नक्कीच तिथे काहीतरी वेगळे घडत होते. आता तर त्याची खात्री झाली. समोरचे दृश्य स्पष्ट, ठळक व स्वच्छ होते; मात्र तंबूतील नेहमीच्या प्रकाशात ते दृश्य कधीच दृष्टीस पडले नसते. आता येथे खड्ड्यात गडद अंधार होता म्हणूनच ते दिसत होते.

मिंग उठून उभा राहिला. ही गोष्ट कोणाला तरी सांगायलाच पाहिजे. तो तेथून प्रेस एरियाकडे जाण्यासाठी निघाला; पण शंभर पावलावरतीच थबकला. त्याच्या मनात 'तो' विचार आल्याने तो थबकला होता. सत्य काय ते त्याला आता उमगले होते. त्याचे डोळे विस्फारत गेले.

''अशक्य!'' एवढाच एकच शब्द त्याच्या तोंडून बाहेर पडला.

अन् तरीही त्याला खरे कारण कळून चुकले होते. त्याने स्वत:च्या मनाला सावधानतेची सूचना दिली : *नीट विचार कर. यामागे वेगळी मूलभूत कारणे असू शकतील.* पण तो जितका विचार करू लागला तितकी त्याची खात्री पटत गेली व त्या अनपेक्षित दृश्यामागे फक्त एकच एक कारण आहे अशी त्याची खात्री पटली. त्याखेरीज दुसरे कारण असूच शकत नाही! कॉर्की मार्लिन्सन आणि नासा यांना हे कसे समजले नाही? पण त्याबद्दल त्याची तक्रार नव्हती.

वेली मिंग याने लावलेला हा नवीन शोध आहे!

तो उत्तेजित झाला. त्याचे पाय थरथरू लागले. जवळच्या एका वर्कस्टेशनपाशी तो गेला व तेथून त्याने एक काचेचे भांडे आणले. त्या भांड्यात त्याला त्या पाण्याचा एक नमुना घ्यायचा होता. बस्स! एकदा तो घेतला की पुढचे सारे तो सहज सिद्ध करून दाखवणार होता. नाहीतर आता त्याच्या सांगण्यावर कोणीही विश्वास ठेवला नसता.

३४

रेचल मायक्रोफोनमध्ये बोलू लागली. समोरच्या पडद्यावरती व्हाईट हाऊसमधील कर्मचारी दिसत होते. आपल्या आवाजातील थरथर लपवण्याचा ती आटोकाट प्रयत्न करत होती. ती म्हणत होती, ''माझ्या नोकरीमध्ये जिथे कुठे स्फोटक राजकीय परिस्थिती असेल तिथे जाऊन तिथली बातमी गोळा करणे, त्याचे विश्लेषण करणे आणि ती माहिती राष्ट्राध्यक्षांना व व्हाईट हाऊसला पुरवणे ही कामे मोडतात.''

तिच्या कपाळावरती घर्मबिंदू जमा होऊ लागले. तिने ते पुसून काढले. कसलीही आगाऊ सूचना न देता अनपेक्षितपणे या अवघड परिस्थितीत अध्यक्षांनी

आपल्याला सोडले याबद्दल ती त्यांच्या नावाने मनात बोटे मोडू लागली.

"इथल्या या अत्यंत परकीय स्थळी मी आत्तापर्यंत कधीही आले नव्हते," असे म्हणून तिने आजूबाजूला पाहिले. निरनिराळ्या यंत्रांनी खच्चून भरलेल्या जागेवरती एक दृष्टिक्षेप टाकला. ती पुढे म्हणाली, "तुमचा कदाचित विश्वास बसणार नाही, पण मी आत्ता या क्षणी तीन हजार मैल दूर असलेल्या आर्क्टिक सर्कलच्या वरच्या भागात मिल्ने हिमनदीच्या बर्फभूमीवरून आपल्याशी बोलते आहे. ही बर्फभूमी ३०० फूट जाडीची असून, ती समुद्रावरती तरंगत आहे."

पडद्यावर दिसणाऱ्या माणसांच्या चेहऱ्यावरती गोंधळलेले भाव तिला दिसले. 'काहीतरी सांगितले जाणार आहे' एवढेच त्या प्रेक्षकांना ठाऊक असावे. उत्तर ध्रुव प्रदेशाजवळच्या भागातून कोणी आपल्याशी बोलेल याची त्यांना कल्पना नसावी. त्यामुळे त्यांच्या चेहऱ्यावरती 'हे नक्की काय चालले आहे?' अशा अर्थाचे गोंधळलेले भाव होते. रेचलला ते कळून चुकले.

तिच्या कपाळावरती पुन्हा घाम जमू लागला. *रेचल, तिकडे लक्ष देऊ नकोस. बोलत रहा.* कोणीतरी तिच्या मनात म्हणाले. ती सांगत गेली, "मी येथे तुमच्यासमोर मोठ्या मानाने, अभिमानाने... आणि अत्यंत उत्तेजित होऊन बसले आहे."

प्रेक्षकांचे चेहरे निर्विकार होते.

छे! हा घाम नको तेव्हा येतो आहे. एवढ्यासाठी मी येथे आले? तिच्या मनात निरनिराळे विचार येऊ लागले. *आपली आई आत्ता येथे असती तर ती म्हणाली असती, जे काही बोलायचे ते सत्य बोलून टाक. सत्याचा आधार घेतला तरच धीर येतो. सर्व आव्हानांना तोंड देता येते.*

तिने एक खोलवर श्वास घेतला, नीट ताठ बसली व सरळ कॅमेऱ्यात पहात बोलू लागली, "सॉरी! मी घाम पुसते आहे यावरून मी थंड प्रदेशात नाही, काहीतरी खोटे सांगते आहे असे तुम्हाला वाटेल... पण तसे काहीही नाही. आपल्यासमोर बोलताना मी थोडीशी घाबरलेली आहे म्हणून मला घाम येतो आहे."

ते ऐकून प्रेक्षकांतील काही जणांच्या चेहऱ्यावरती दचकल्याचे भाव प्रकट झाले, तर काहीजण हसले.

ती पुढे बोलू लागली, "शिवाय त्यातून आपल्या अध्यक्षांनी मला फक्त दहा सेकंदच आधी तुमच्यासमोर निवेदन करण्यासाठी सांगितले. अचानकपणे असे काही सांगितले जाईल अशी मला कल्पना नव्हती."

या वेळी बरेचजण हसले.

"आणि मला कल्पना नव्हती, की हे निवेदन मला ओव्हल ऑफिसमध्ये अध्यक्षांच्या जागेवरून करावे लागेल. कारण त्याच जागी मोठा पडदा लावून त्यातून मी तुमच्याशी बोलते आहे."

आता मात्र सारेजण मनापासून हसू लागले. ''तर परिस्थिती अशी आहे,'' रेचल बोलू लागली. आता तिच्या आवाजात ताण नव्हता. नेहमीसारखाच तो आवाज येत होता. अगदी स्वच्छ व स्पष्ट येत होता. ती सांगत गेली, ''अध्यक्ष हर्नी हे गेले आठवडाभर पत्रकारांना भेटत नव्हते. निवडणूक प्रचारात त्यांना रस नव्हता, असे त्यामागचे कारण नव्हते. दुसऱ्या एका महत्त्वाच्या कामात अत्यंत व्यग्र असल्याने ते कोणाचीही भेट घेऊ शकत नव्हते. त्यांच्या दृष्टीने ते काम अति अति महत्त्वाचे होते.''

एवढे बोलून ती आपल्या समोरच्या प्रेक्षकांच्या चर्या न्याहाळू लागली.

''आर्क्टिक सर्कलच्या पलीकडे उत्तरेला, जिथे सहा महिने रात्र व सहा महिने दिवस असतो त्या ठिकाणी असलेल्या मिल्ने आइस-शेल्फवरती एक नवीन शास्त्रीय शोध लागला आहे. त्या शोधाबद्दल आज रात्री आठ वाजता अध्यक्ष सबंध जगाला उद्देशून भाषण देऊन त्यात ती बातमी सांगणार आहेत. तिथे जे काही सापडले आहे त्यामागे काही कष्टाळू अमेरिकी माणसे असून, गेले काही आठवडे त्यांच्या वाट्याला खडतर नशीब आले होते; परंतु आता त्यांचे दैव खुले झाले आहे. मी हे नासाबद्दल बोलते आहे. तुम्हाला सांगितले तर अभिमान वाटेल, की तुमच्या अध्यक्षांनी आपल्या मनोदेवतेचा कौल घेऊन नासाच्या पाठीशी उभे रहाण्याचे ठरवले आहे. अन् आता असे दिसते की त्यांची ही कृती अत्यंत योग्य ठरली असून त्याला चांगली फळे आली आहेत.''

त्या उल्केचा शोध लागणे ही ऐतिहासिकदृष्ट्या किती महत्त्वाची घटना आहे हे तिला या क्षणापर्यंत कळले नव्हते, पण आत्ता मात्र तिला ते जाणवले. तिचा कंठ आपोआप रुद्ध झाला. थोडेसे खाकरून तिने आपले बोलणे पुढे सुरू केले.

''मी इंटेलिजन्स खात्यात एक अधिकारी असून, कोणत्याही माहितीचे विश्लेषण करणे व त्या माहितीची खातरजमा करून घेणे हे माझे काम असते. नासाने लावलेल्या शोधाची खातरजमा करून घेण्यासाठी अध्यक्षांनी इतर अनेकांना जशी विनंती केली, तशीच मलाही केली. मी जागेवर जाऊन प्रत्यक्ष पहाणी केली आणि तिथे जमलेल्या अनेक शास्त्रज्ञांशी चर्चाही केली. तिथे सरकारी व बिनसरकारी असे दोन्ही प्रकारचे शास्त्रज्ञ होते. त्या सर्वांचे ज्ञान हे वादातीत आहे. त्याचबरोबर त्यांच्यावरती कोठलाही राजकीय प्रभाव पडू शकत नाही, हे विशेष. मी जी त्या शोधाची माहिती आता आपणापुढे ठेवणार आहे ती खरी आहे, सत्य आहे व अचूक आहे. तसेच, माझे असे वैयक्तिक मत आहे, की अध्यक्षांनी या संदर्भात चांगल्या हेतूने, माहितीची खातरजमा होईपर्यंत ही बातमी व्हाईट हाऊसपासून आणि राष्ट्रापासून गुप्त ठेवली. त्यासाठी त्यांनी कमालीचा संयम पाळला. गेल्या आठवड्यात जर त्यांना ही बातमी जाहीर करता आली असती तर त्यांना खूपच आनंद झाला असता;

पण ते शेवटपर्यंत सावधगिरी बाळगत होते.''

समोरच्या प्रेक्षकांच्या चेहऱ्यावरती गोंधळलेले भाव पसरल्याचे रेचलला दिसले. पण तरीही ते तिच्याकडे टक लावून पहात होते. आपले सर्व लक्ष तिचे बोलणे ऐकण्यावरती त्यांनी एकवटले होते.

''लेडिज ॲन्ड जेन्टलमेन, आता मी तुम्हाला ती थरारक बातमी सांगते. ती बातमी प्रथम व्हाईट हाऊसमध्येच प्रकट होत आहे.''

३५

तो मायक्रोबोट ऊर्फ इलेक्ट्रॉनिक किडा नासाच्या भव्य तंबूत उडत होता. तिथले दृश्य टिपून त्याचे प्रसारण डेल्टा फोर्सकडे होत होते. लॅपटॉपवरती आलेले दृश्य पहाण्यात डेल्टा-टू गुंग झाला होता. अंधुक प्रकाशातील खड्डे व त्यातील पाणी, त्याच्या काठाला पालथा पडून पाण्यात हात घालण्याचा प्रयत्न करणारा मिंग, दोन्ही बाजूने पसरलेला त्याच्या अंगातील ढगळ कोट असे हे दृश्य एखाद्या नवीन चित्रपटातील आहे असेच कोणालाही वाटत होते. मिंग त्या खड्ड्यातील पाण्याचा नमुना घेण्याचा प्रयत्न करत होता.

ते पाहून डेल्टा-थ्री म्हणाला, ''आपण त्याला थांबवायला हवे.''

त्यावर डेल्टा-वनने आपली मान होकारार्थी हलवली. मिल्ने आइस-शेल्फवरील गुपिते सुरक्षित ठेवण्याची जबाबदारी या तिघांवर होती. अगदी कोणतीही किंमत देऊनही.

''पण आपण कसे त्याला थोपवणार? तशी सोय मायक्रोबोटमध्ये केलेली नाही.'' डेल्टा-टू म्हणाला.

यावर डेल्टा-वन याने निषेधाचा हुंकार काढला. मायक्रोबोटचे ते मॉडेल खूप हलके केले होते. खूप वेळ उडत रहाण्यासाठी तसे मुद्दाम केलेले होते. त्यामुळे आता ते एखाद्या माशीएवढेच उपद्रवी ठरले होते.

''आपण हे कन्ट्रोलरला कळवू या.'' डेल्टा-थ्री म्हणाला.

डेल्टा-वन याने लॅपटॉपच्या पडद्यावरील प्रतिमेकडे टक लावून पाहिले. मिंग एकटाच त्या खड्ड्याच्या काठावर पालथा पडून पाण्याचा नमुना घेण्याची खटपट करत होता. त्याच्या आसपास कोणीही दिसत नव्हते. काही विचार करून तो म्हणाला, ''मला त्या मायक्रोबोटचा रिमोट कंट्रोल द्या.''

''हे घ्या; पण तुम्ही करणार काय?'' डेल्टा-टू याने विचारले.

यावर डेल्टा-वन फटकन म्हणाला, ''जे आपल्याला शिकवले आहे तेच करणार. ऐन वेळी मला जे सुचते तेच करणार.''

३६

वेली मिंग खड्ड्याच्या काठापाशी पालथा पडला होता. आपल्या उजव्या हाताने तो आतील पाण्याचा नमुना घेण्याचा प्रयत्न करत होता. तो पाण्याकडे बघत होता. आपल्याला जे दिसते आहे तो नक्कीच दृष्टिभ्रम नाही याची त्याला खात्री पटली होती. तो खड्ड्यात वाकला असल्याने त्याचे डोके पाण्यापासून तीन फुटांवरती आले होते. त्यामुळे त्याला पाण्यातील दृश्य अगदी स्वच्छ दिसत होते.

बाप रे! हे धक्कादायक आहे.

आपल्या हातातील काचेचे भांडे त्याने हात लांबवून कसेबसे पाण्यापर्यंत नेले होते. आता पाणी फक्त काही इंचावर राहिले होते. तेथवर हात पोहोचला की बस्स! परंतु आणखी हात लांबवणे त्याला जमत नव्हते. मग पुन्हा त्याने आपला पवित्रा बदलून जितके पाण्याजवळ पोहोचता येईल तेवढा तो जवळ गेला.

त्याने आपल्या बुटांच्या टाचा बर्फात रोवल्या आणि खड्ड्याच्या काठाला आपल्या डाव्या हाताने घट्ट पकडून धरले. पुन्हा त्याने आपला उजवा हात लांब करून पाहिले. आता पाणी जवळजवळ हाताशी आले होते. हातातल्या भांड्याची कड पाण्याला पोहोचली. भांड्यात पाणी शिरू लागले. मिंग त्या पाण्याकडे अविश्वासाने पहात होता.

नंतर मग काहीतरी घडले. एकदम काहीतरी झाले. नेमके काय झाले ते मिंगलाही कळले नाही. कुठून तरी अंधारातून एक छोटासा धातूचा कण त्याच्या दिशेने आला. मिंगला तो निमिषभर दिसला असेल-नसेल; पण तो कण त्याच्या उजव्या डोळ्यांत घुसला.

आपल्या डोळ्यांचे रक्षण करण्याची प्रतिक्षिप्त क्रिया माणसाच्या मनात खोलवर रुजलेली असते. 'कोणतीही हालचाल एकदम तडकाफडकी करू नये. नाहीतर तोल जाईल,' अशी सावधगिरीची सूचना मिंगच्या मेंदूने त्याला दिली होती; परंतु डोळ्यांत काहीतरी घुसल्यावर त्याची प्रतिक्षिप्त क्रिया मेंदूची ती सूचना झिडकारून झाली. मिंगच्या डाव्या हाताने खड्ड्याची कड पकडली होती; पण ती कड सोडून त्याचा डावा हात फटकन डोळ्यांवरती गेला. तो हात हवेतून डोळ्यांकडे जात असतानाच मिंगला कळले की आपली ही कृती चुकीची आहे, धोकादायक आहे. त्याने आपले शरीर त्या खड्ड्यात खूप आत झुकवलेले असल्याने व त्याचा एकमेव आधार नाहीसा झाल्याने त्याचे शरीर खड्ड्याच्या कडेवर बागेतल्या सी-सॉ सारखे हलू लागले. काय होते आहे हे त्याला कळायला थोडासा उशीर झाला. त्याने हातातले भांडे सोडून दिले व त्या हाताने खड्ड्याची कड पकडू लागला; पण ती कड गुळगुळीत असल्याने त्याच्या हातून निसटली व त्याचा तोल गेला. तो खड्ड्याच्या

दिशेने घसरत जाऊन आत पाण्यात पडला. अंधारलेल्या पाण्यात तो एकदम बुडाला.

त्याचे पडणे हे फक्त चार फुटांतून झाले होते. त्याच्या डोक्याला अतिथंड पाण्याचा प्रथम स्पर्श झाला. स्पर्श झाला म्हणण्यापेक्षा हबका बसला; परंतु तो हबका एवढा जबरदस्त आघात करणारा होता की ताशी ५० मैल वेगाने एखाद्याचे डोके फरशीवर आपटावे तसे होते. त्याच्या चेहऱ्याला सर्व बाजूने पाण्याने वेढून टाकले. त्या वेळी त्याला असे वाटले की आपला संपूर्ण चेहरा गरम ॲसिडने भाजला जात आहे. त्याच्या मेंदूत एकदम तीव्र कळा उमटल्या.

त्या अंधारात तो उलटा होऊन पाण्यात पडला होता. क्षणभर त्याचे दिशांचे भान हरपले. त्याच्या अंगातील उंटाच्या जाडजूड कातड्याच्या कोटाने काही वेळ त्याचे पाण्याच्या गारव्यापासून रक्षण केले, पण ते फक्त एक-दोन सेकंदच. शेवटी मिंग धडपडू लागला, हातपाय हलवू लागला, हवेसाठी तडफडू लागला. ते गारठणक पाणी त्याच्या कपड्यांमधून आत शिरले व त्याची पाठ, पोट व छाती वेगाने गार करू लागले. एखाद्या मोठ्या पकडीत आपली छाती सापडली असून ती आवळली जात आहे अशी वेदना त्याला होऊ लागली.

"हेऽऽल्प!" तो कसाबसा ओरडला; पण ओरडला म्हणण्यापेक्षा त्याने तसे ओरडायचा फक्त प्रयत्न केला. आपल्या छातीतील हवा पार निघून गेली आहे असे त्याला जाणवले. त्याने पुन्हा ओरडायचा प्रयत्न केला. "हेऽऽल्प!" पण त्याचे ओठ नुसतेच हलले. त्याला स्वत:लाही तो शब्द ऐकू आला नाही. त्याने खड्ड्याच्या भिंतीपाशी जाण्याची धडपड केली. तिथे पोहोचल्यावर तो उसळी मारून वर येण्यासाठी धडपडू लागला; परंतु ती भिंत वेडीवाकडी, खाचखळग्यांची अशी नव्हती. सरळ, सपाट व गुळगुळीत होती. तिला पकडून धरण्यासाठी काहीही नव्हते. मग त्याने आपल्या बुटाने त्या भिंतीला लाथा मारणे सुरू केले. कुठेतरी त्या बर्फाच्या भिंतीचा एखादा ढलपा पडेल अशी त्याला अंधुकशी आशा होती; पण तसले काहीही घडले नाही. त्याने शरीर ताणून पाण्याबाहेर उसळी मारली; पण त्याची उसळी ही खड्ड्याच्या काठापासून खाली एक फुटापर्यंतच जात होती.

मिंगचे स्नायू आता थकले होते. त्याला हवे तसे ते काम करत नव्हते. त्याने आपले दोन्ही पाय खालच्या दिशेने झाडून पाहिले; परंतु तो पुरेसा वर येऊ शकत नव्हता. आपले पाय हळूहळू शिशाचे होत चालले आहेत असे त्याला जाणवले. आपली फुप्फुसे आक्रसत चालली आहेत हेही त्याला जाणवले. जणू काही त्याच्या फुप्फुसांना एका अजस्र अजगराने विळखा घातला होता आणि तो अजगर निर्दयपणे आपला विळखा आवळत नेत होता. आणखी... आणखी आवळत नेत होता.

पाण्याने भिजलेला त्याचा कोट दर सेकंदाला जड जड होत चालला होता.

त्यामुळे तो आणखी खाली खेचला जात होता. त्याने तो कोट अंगातून काढून टाकण्याचा प्रयत्न केला; पण त्या कोटाची मगरमिठी त्याला सोडवता येईना, इतका तो त्याच्या अंगाला घट्ट चिकटून बसला होता.

मध्येच एकदा कधीतरी त्याचे डोके पाण्याबाहेर आले. मग तो जिवाच्या आकांताने ओरडला, "हेल्प...मी!"

पण त्याचा आवाज कोणीच ऐकला नाही. सारेजण तंबूच्या दुसऱ्या भागाकडे जमले होते. त्याला ते आठवले आणि तो हताश झाला, निराश झाला. आपली शेवटची आशाही संपली आहे हे सत्य त्याला उमगू लागले.

मग आली ती एक भीतीची लाट! ती लाट त्याच्यावरून गेली. एकापाठोपाठ अशा अनेक लाटा येत राहिल्या.

बुडून मरण्यासारखा वेदनादायक व भीतिदायक असा दुसरा कोणताही मृत्यू नसतो, असे कुठेतरी वाचलेले त्याला आठवले. आपल्याला बुडण्याच्या त्या यातना अनुभवाव्या लागतील असे त्याला यापूर्वी कधीही वाटले नव्हते. त्याच्या शरीराच्या स्नायूंनी त्याच्या मनाला सहकार्य करण्याचे नाकारले. तो आता फक्त आपले डोके पाण्यावरती ठेवण्याचा कसाबसा प्रयत्न करत होता. त्याच्या अंगावरचे पाण्याने जड झालेले कपडे त्याला खाली खेचू पहात होते. त्याची बधिर झालेली बोटे खड्ड्याच्या भिंती खरवडण्याचा दुबळा प्रयत्न करत होती.

तो किंकाळ्या फोडत होता; पण त्या किंकाळ्या फक्त त्याच्या मनातच फुटत होत्या.

अन् मग शेवटी ती वेळ आली.

शेवटी तो पाण्यात खाली खाली जाऊ लागला. मृत्यू आता केव्हाही त्याला गाठू शकत होता. सर्वांत वाईट म्हणजे अजूनही तो भानावर होता. त्याच्या जाणिवा शाबूत होत्या. त्याचे मन विचार करू शकत होते. जणू काही ती शेवटची भीती अनुभवण्यासाठीच त्याला जिवंत ठेवले गेले होते. तो अत्यंत मंदपणे पाण्यात खाली खाली घसरत चालला होता. त्या २०० फूट खोलीच्या बर्फाच्या भोकात तळापर्यंत त्याचे शरीर जाऊ पहात होते. त्याच्या डोळ्यांसमोर असंख्य विचार येऊन गेले. त्यात लहानपणापासूनच्या स्मृती, त्याचे शिक्षण, आजवरची धडपड सारे काही वेगाने येऊन जात होते. जणू काही तो आपल्या भूतकाळाच्या चित्रपटाची एक झलक पहात होता. इतक्या खाली आपण कोणाला सापडू की नाही याची त्याला शंका वाटू लागली. का आपला असाच अध:पात होत रहात आपण तळाशी जाऊन गोठत पडणार?... मग काही शतके आपण या बर्फाच्या थडग्यात पुरलेल्या अवस्थेत रहाणार.

मिंगची फुप्फुसे प्राणवायूसाठी आकांत करू लागली. त्याने आपला श्वास

रोखून धरत वर जाण्यासाठी लाथा मारायला सुरुवात केली. त्याच्या प्रतिक्षिप्त क्रिया बंद पडल्या होत्या. त्या पुन्हा चालू व्हाव्या म्हणून तो झगडू लागला. जमेल तसे पाय झाडून वर पृष्ठभागाशी जाण्यासाठी धडपडू लागला. त्याचे मन त्याला सांगू लागले, *श्वास घे, श्वास घे!* त्याने पोहत वर जाण्याचा एक दुबळा प्रयत्न करून पाहिला. शरीराची प्रतिक्षिप्त क्रिया आणि बुद्धी यांच्यात आता एक जीवघेणा संघर्ष सुरू झाला. त्याने आपले ओठ घट्ट मिटून ठेवले होते; पण शेवटी श्वासोच्छ्वासाच्या प्रेरणेने मात केली आणि त्याने तोंड उघडले.

सभोवतालचे पाणी एकदम त्याच्या तोंडातून आत शिरले व फुप्फुसात घुसले. हुळहुळ्या झालेल्या नाजूक त्वचेवरती तापलेले तेल ओतावे तशा वेदना त्याला फुप्फुसात त्या बर्फाळ पाण्यामुळे झाल्या. त्याला असे वाटले, की आपले शरीर आतून व बाहेरून नुसते पेटून उठले आहे. ते पाणी कठोर होते, दुष्ट होते. ते त्याला एकदम ठार मारत नव्हते. मिंगने सात सेकंद ते पाणी फुप्फुसात असताना श्वासोच्छ्वास करण्याचा दुबळा प्रयत्न केला. प्रत्येक सेकंद हा मागच्या सेकंदापेक्षा अधिक यातनामय ठरत गेला. प्रत्येक श्वासोच्छ्वास हा त्याच्या शरीराला हवा तो परिणाम देत नव्हता.

शेवटी त्या अंधारी व अत्यंत गारठणक पाण्यात मिंग कोसळत खाली जाऊ लागला. आपली शुद्ध हरपत चालली आहे याची त्याला जाणीव झाली. यातनांमधून सुटकेचा हाही एक मार्ग असल्याने मिंगने त्या बेशुद्धीचे स्वागत केले. त्याच्या भोवतालच्या पाण्यात त्याला अत्यंत सूक्ष्म असे प्रकाशाचे रंगीबेरंगी कण दिसले. ते कण असंख्य होते. असे विलोभनीय दृश्य त्याने जन्मात कधी पाहिले नव्हते. ते दृश्य शेवटचेच ठरले.

३७

व्हाईट हाऊसचे ईस्ट अपॉईन्टमेट गेट हे ईस्ट एक्झिक्युटिव्ह ॲव्हेन्यूवरती होते. ट्रेझरी खाते व ईस्ट लॉन यांच्यामध्ये ते होते. तिथे सर्व बांजूनी भक्कम कुंपण होते आणि सिमेंटचे जाडजूड खांब उभे केले होते. बेरूत शहरातील अमेरिकेच्या बराकीवरती हल्ला झाल्यानंतर अशी सुरक्षित कुंपणे व्हाईट हाऊसभोवती उभी केली होती.

तिथल्या फाटकाच्या बाहेर गॅब्रिएल उभी होती. आपल्या हातातील घड्याळात वारंवार किती वाजले ते पहात होती. तिची अस्वस्थता वाढत चालली. आपल्याला येथे ४.३० वाजता बोलावले असताना कोणीच कसे आपल्याशी संपर्क साधत नाही? आत्ता पावणेपाच वाजले आहेत. म्हणजे १५ मिनिटे वरती होऊन गेलीत.

मी येथे वेळेवर पोहोचली आहे. तुम्ही आहात तरी कुठे? तिचे मन आक्रंदून म्हणत होते. तिथेच अनेक हौशी प्रवाशांची गर्दी होती. ते प्रवासी येत-जात होते. ती प्रत्येकाचा चेहरा निरखून पहात होती; पण कोणीच तिला ओळख दाखवत नव्हते. काहीजण तिच्याकडे पाहून निर्विकारपणे निघून जात होते. आपली कोणी चेष्टा तर केली नाही ना, तिला शंका येऊ लागली; पण आत्तापर्यंत त्या खबऱ्याने गुप्त माहिती पुरविली असल्याने ती शक्यता ध्यानात घेता येत नव्हती किंवा ऐन वेळी त्या खबऱ्याचे पाय गळाठले असतील. तिला हीच शक्यता जास्त वाटू लागली. आपल्या हालचालींवरती फाटकाजवळचा सीक्रेट सर्व्हिसचा पहारेकरी आपल्या छोट्या बूथमधून लक्ष ठेवून आहे असे तिला जाणवले. तिने शेवटी त्या फाटकाकडे व व्हाईट हाऊसकडे एक शेवटचा दृष्टिक्षेप टाकला आणि ती वळून तेथून जाण्यासाठी निघाली.

"गॅब्रिएल अॅश?" कोणीतरी तिला मागून हाक मारली.

तिने गर्रकन वळून मागे पाहिले. तोच तो पहारेकरी आपल्या बूथमधून तिला हात हलवून जवळ बोलावत होता. तो एक सडपातळ तरुण होता. त्याचा चेहरा मात्र निर्विकार होता. तो तिला ओरडून म्हणाला, "तुमची पार्टी तुम्हाला भेटायला तयार आहे." असे म्हणून त्याने आतून काही खटके ओढून फाटक उघडले. तो तिला आत येण्याची खूण करत होता.

गॅब्रिएलचे पाय जमिनीला खिळून राहिले होते. ती म्हणाली, "मी आत यायचे?"

त्यावर त्या पहारेकऱ्याने होकारार्थी मान हलवत म्हटले, "आपल्याला काही वेळ वाट पहायला लावल्याबद्दल मला आपली माफी मागायला सांगितले आहे."

दार उघडेल्या फाटकाकडे तिने एकदा पाहिले; पण तरीही ती जागची हलली नाही. *हे काय चालले आहे?* असे काही घडेल याची तिने अपेक्षा केली नव्हती.

त्या पहारेकऱ्याने तिला ओरडून विचारले, "आपण गॅब्रिएल अॅश आहात ना?" त्याच्या चेहऱ्यावर आता अस्वस्थता पसरली होती.

"होय, पण–"

"मग चट्कन आत या. माझ्याबरोबर चला."

गॅब्रिएलचे पाय एकदम हलू लागले व ती त्या फाटकातून आत शिरली. तिच्यामागे ते फाटक मोठ्याने आवाज करून आपटले व बंद झाले.

३८

दोन दिवस अंगावरती सूर्यप्रकाश न पडल्याने टॉलन्डच्या शरीरातील नैसर्गिक घड्याळाचा क्रम बदलला होता. त्याच्या हातातील घड्याळ हे जरी आत्ता दुपार

असलेले दाखवत होते तरी टॉलन्डचे शरीर मात्र मध्यरात्र असल्यासारखे वागत होते. त्याने बनवलेल्या माहितीपटावरती तो शेवटचा हात फिरवत होता. ते झाल्यावर त्याने संपूर्ण फिल्म व्हिडिओ डिस्कवरती टाकली. मग ती डिस्क घेऊन तो प्रकाशित प्रेस एरियाकडे चालू लागला. तिथे असलेल्या नासाच्या मीडिया तंत्रज्ञाच्या हवाली त्याने ती डिस्क केली.

"थँक्स, माईक," तो तंत्रज्ञ डोळे मिचकावत म्हणाला, " 'नवीन अद्भुत' किंवा 'पाहिलेच पाहिजे' अशा मथळ्याखाली जाणार ना हा माहितीपट?"

टॉलन्ड यावरती कंटाळून हसत म्हणाला, "मला वाटते की अध्यक्षांना ही फिल्म नक्की आवडेल."

"अर्थातच. त्यात काहीच शंका नाही. आता तुमचे काम संपले आहे. आता तुम्ही आरामात बसून जे काही चालले आहे ते मजेत बघत बसा."

"थँक्स," असे म्हणून टॉलन्ड तिथून जाण्यासाठी निघाला. त्याने आजूबाजूला पाहिले. नासाची माणसे हातात बीअर कॅन घेऊन त्या उल्केच्या दिशेने ते उंचावून 'चीअर्स' असे म्हणत होती. टॉलन्डलाही त्यांच्यात जाऊन सामील व्हावेसे वाटत होते; पण त्याला आता खूप दमल्यासारखे वाटू लागले. मानसिकदृष्ट्याही शीण आल्यासारखे जाणवू लागले. रेचल सेक्स्टन कुठे दिसते आहे का हे पहाण्यासाठी त्याने आपली नजर चौफेर फिरवली; पण ती कुठेच नव्हती. याचा अर्थ अद्याप ती व्हिडिओफोनवरती अध्यक्षांशी बोलत असणार.

अध्यक्षांना तिचे बोलणे प्रसारित करायचे असावे, असे त्याला वाटले. उल्केच्या बाबतीत जे जे कोणी टीव्हीवरती बोलणार होते, त्यात तिचा समावेश असणे ही एक परिपूर्ण गोष्ट ठरणार होती. तिच्या चेहऱ्यावरचे भाव खूप बोलके असतात हे त्याने हेरले होते. समतोलपणा आणि आत्मविश्वास हाही तिच्या चेहऱ्यावरती प्रकट होतो. टॉलन्डला भेटलेल्या कोणत्याही स्त्रीमध्ये त्याला असे भाव दिसले नाहीत. त्याला भेटलेल्या बहुतेक स्त्रिया ह्या टेलिव्हिजनच्या क्षेत्रातल्या होत्या. त्यांच्यात एक निर्दय सत्ताकांक्षा तरी दिसायची किंवा नुसते सौंदर्य तरी दिसायचे. बाकी इतर गुणांच्या नावाने शून्य!

त्या झगमगीत प्रकाशातील जल्लोषापासून तो हळूच निसटला. इतर तीन शास्त्रज्ञ कुठे गायब झाले आहेत ते त्याला कळेना. जर ते आपल्यासारखेच दमले असतील तर मग ते निजण्याच्या जागेत सापडतील. रात्री आठ वाजता तो समारंभ चालू होणार आहे. त्याच्या आधी थोडीशी झोप काढावी असा त्यांचा विचार असणार. चालता चालता त्याला ती उत्खननाची जागा दिसली. त्या खड्ड्याभोवती आता ती राक्षसी तिपाई उभी नव्हती, फक्त पायलॉन्सनी एक वर्तुळ केलेले होते. तिथला भाग हा निर्मनुष्य झाला होता, निवांत झाला होता. आता तिथे फक्त पूर्वीच्या

स्मृतीच प्रतिध्वनित होऊन उमटणार होत्या. टॉलन्डला आपल्या पूर्वस्मृती आठवायच्या नव्हत्या. त्या दुःखद होत्या, वेदनादायक होत्या.

परंतु जितकी पूर्वस्मृतीची आठवण होऊन त्यांना झिडकारू पहावे, तितक्या त्या अधिकाधिक जागृत होऊन त्याचा पाठलाग करू पहायच्या. भुताला जितके घाबरून तुम्ही दूर जाल तितके ते तुमच्याजवळ येऊ पहाते. स्मृतींच्या बाबतीतही नेमके असेच होते. जेव्हा टॉलन्ड दमून एकटा बसलेला असे, किंवा काहीतरी साध्य करून विजयी भावनेने बसला असे किंवा काहीतरी साजरे करत असे, तेव्हा त्याच्या पूर्वस्मृती उफाळून येत. *आत्ता ती आपल्याबरोबर असायला हवी होती,* असा विचार हटकून त्याच्या मनात येई. तिची आठवण त्याचा आयुष्यभर पाठलाग करत होती.

महाविद्यालयात शेवटच्या वर्षात असताना त्याने एकदा आपली मैत्रीण सिलिया बर्च हिला 'व्हॅलेन्टाईन डे'च्या दिवशी आपल्या आवडत्या रेस्टॉरन्टमध्ये नेले होते. खाणेपिणे संपवल्यावर त्याने वेटरला खूण केली. तिला वाटले की आता शेवटचा पदार्थ येणार; पण वेटरने ट्रेमधून आणले ते वेगळेच होते. टॉलन्डने तो ट्रे आपल्या हातात घेतला व त्यावरचे झाकण उघडून त्याने तो तिच्यापुढे धरला. ट्रेमधल्या वस्तू पाहून ती थक्क झाली. ट्रेमध्ये एक सुरेख व लांब देठ असलेले गुलाबाचे फूल होते व एक हिऱ्याची अंगठी होती. टॉलन्डने अशा रीतीने सिलियाला मागणी घातली होती हे कळल्यावर तिच्या डोळ्यांत आनंदाश्रू जमले. ती यावर काहीतरी बोलायचा प्रयत्न करत होती; पण तिच्या तोंडून नीट शब्द फुटेना. तिने फक्त एकच शब्द उच्चारला व त्यामुळे टॉलन्डला हर्ष झाला. ती कसेबसे एवढेच म्हणाली, "येस!"

लवकरच त्या दोघांनी लग्न केले. एक छोटेसे घर विकत घेतले. 'स्क्रिप्स इन्स्टिट्यूट ऑफ ओशिआनाग्राफी' या समुद्र संशोधन करणाऱ्या संस्थेत त्याने नोकरी धरली. तिनेही त्या संस्थेच्या जवळ असलेल्या एका शाळेत विज्ञान शिक्षिकेची नोकरी धरली. तिथला पगार फार नव्हता, पण कमीही नव्हता. त्या दोघांच्या उत्पन्नात त्यांचे बरे चालले होते; परंतु टॉलन्डला आपल्या कामानिमित्त अनेकदा तीन-चार दिवस बाहेर समुद्रावर संशोधन सफरीसाठी जावे लागायचे; परंतु सफरीवरून परत आल्यावर त्याची व सिलियाची भेट ही अधिक प्रेमाची व उत्तेजित करणारी असायची.

समुद्र सफरीवर असताना टॉलन्ड नेहमी सिलियासाठी काही धाडसाचे चित्रण व्हिडिओ टेपवरती करायचा. ते त्याचे छोटे माहितीपट असायचे. एकदा त्याने पाणबुडीतून प्रवास करून खिडकीमधून बाहेरच्या समुद्रातील जगाचे चित्रण केले. त्यात एक चमत्कारिक वाटणारा व आत्तापर्यंत जगाला ठाऊक नसलेला एक कटलफिश आला होता. त्याचवेळी टॉलन्ड आपले निवेदन उत्साहाने करत होता.

या नवीन लागलेल्या शोधाचा आनंद त्याच्या बोलण्यातून ओसंडून वहात होता.

तो म्हणत होता : *या एवढ्या खोलीवर अक्षरश: हजारो अज्ञात जीवजाती अस्तित्वात आहेत! आपण समुद्रतळाचे संशोधन फारच थोडे केलेले आहे! आपल्याला कल्पनाही करता येणार नाही एवढा मोठा अद्भुत जीवांचा खजिना येथे खच्चून भरलेला आहे!*

सिलिया त्या छोट्याशा माहितीपटावरती अत्यंत लुब्ध झाली. त्यामधील समजण्याजोग्या भाषेतील आपल्या नवऱ्याचे अचूक निवेदन तिला खूप आवडले. तिने ती टेप आपल्या शाळेतील विद्यार्थ्यांना दाखवली. ती सर्वांना अत्यंत आवडली. इतर शिक्षकांनी ती टेप तिच्याकडून उसनी घेऊन दाखवली. काही पालकांनी त्याच्या प्रती करून घेतल्या. प्रत्येकजण आता टॉलन्डकडून पुढची टेप काय दाखवली जाणार आहे याची प्रतीक्षा उत्सुकतेने करू लागला. मग सिलियाला अचानक एक कल्पना सुचली. तिचा महाविद्यालयातील एक मित्र एनबीसी या मातब्बर टेलिव्हिजन कंपनीमध्ये नोकरी करत होता. तिने त्याच्याकडे ती टेप पाठवून दिली.

नंतर दोन महिन्यांनी टॉलन्डने सिलियाला बाहेर फिरायला नेले. जवळच एक समुद्रकिनारा होता. त्यावरती भटकायला दोघांना खूप आवडे. तिथे त्यांची एक ठरलेली खडकावरची खास जागा होती. त्या जागेवर बसून त्यांनी आयुष्यातली अनेक स्वप्ने पाहिली होती व सुखदु:खाच्या गोष्टी केल्या होत्या.

"सिलिया, मला तुला काही सांगायचे आहे," टॉलन्ड म्हणाला.

खडकावर बसून सिलियाने आपले पाय पाण्यात सोडले होते. ती पाय हलवत बसली होती. आपले पाय हलवणे थांबवत ती म्हणाली, "काय सांगायचे आहे?"

टॉलन्ड तिला उत्साहाने सांगू लागला, "गेल्या आठवड्यात मला एनबीसी टेलिव्हिजन कंपनीकडून एक फोन आला होता. त्यांना समुद्रातील जीवसृष्टीवरती एक मालिका बनवायची आहे आणि त्या मालिकेत समजावून सांगणारा एक शास्त्रज्ञ म्हणून मी भूमिका करावी अशी त्यांची विनंती आहे. मला त्यांची ऑफर ठीक वाटते. पुढच्या वर्षी ते तशी एक मालिका प्रायोगिक स्वरूपाची तयार करून प्रदर्शित करणार आहेत. तुला विश्वास बसतो का या बातमीवरती?"

तिने एकदम आनंदाने टॉलन्डचे चुंबन घेतले. ती उत्साहाने म्हणाली, "होय, माझा विश्वास आहे. तुम्ही यापुढे खूप मोठे होत जाणार!"

नंतर सहा महिन्यांनी सिलिया व टॉलन्ड हे दोघे एका समुद्रसफरीवर गेले होते. त्या वेळी तिने आपल्या कुशीत दुखते आहे अशी तक्रार केली. नंतर ती अधूनमधून अशी तक्रार करायची; पण असेल काहीतरी किरकोळ म्हणून त्या दोघांनी तिकडे दुर्लक्ष केले; पण जेव्हा खूपच दुखायला लागले तेव्हा ते डॉक्टरकडे गेले, तपासणी करून घेतली आणि दुखण्याचे निदान झाले.

पुढच्या क्षणाला त्या दोघांचे भावविश्व उद्ध्वस्त झाले. डॉक्टरांनी निदान केले होते, ''ॲडव्हान्स्ड स्टेजेस ऑफ लिम्फोमा. या वयात हा रोग क्वचितच होतो. अन् कुठेही तशी केस माझ्या ऐकिवात अद्याप आली नाही.'' लिम्फोमा हा एक प्रकारचा कर्करोग असतो. त्यामुळे टॉलन्ड व सिलिया हादरून जाणे नैसर्गिक होते.

मग त्या दोघांनी अनेक डॉक्टर व अनेक रुग्णालयांत जाऊन वारंवार तपासण्या करून घेतल्या; पण प्रत्येक वेळी तेच तेच उत्तर बाहेर पडत होते. कर्करोग! अन् तोही अजिबात बरा न होणारा!

ती हे मान्य करणारच नाही! टॉलन्डने आपली नोकरी ताबडतोब सोडून दिली, एनबीसीच्या माहितीपटांचे काम थांबवले आणि आपला सारा वेळ तो सिलियाच्या शुश्रूषेत घालवू लागला. तिनेही आपल्या परीने त्या दुखण्याशी झुंज दिली; पण वेदना कमी झाल्या नाहीत. त्या वाढतच गेल्या. ते पाहून टॉलन्डचे तिच्यावरचे प्रेम अधिकाधिक घट्ट होत गेले. समुद्रकिनाऱ्यावरती ते दोघे आता खूप दूरवर जाऊन भटकू लागले. तो तिला पौष्टिक अन्न भरवायचा. ती बरी झाल्यावर आपण काय काय करायचे याचे मनसुबे तो तिला सांगू लागला.

पण तसे काहीही घडणार नव्हते.

सात महिन्यांनंतर टॉलन्ड तिच्या बिछान्याशेजारी बसला होता. एका रुग्णालयात सिलिया शेवटच्या घटका मोजत होती. तिचा चेहरा आता न ओळखू येण्याजोगा झाला होता. कर्करोगाच्या हिंस्रपणात आता फक्त रासायनिक उपचारांच्या क्रौर्याची भर पडली होती. तिचे सारे शरीर म्हणजे एक हाडांचा सापळा बनला होता. तिचे शेवटचे क्षण जवळ आले होते नि यातनांची आता परमावधी झाली होती.

ती आपल्या खोल गेलेल्या आवाजात त्याला म्हणाली, ''मायकेल, आता निरोप घेण्याची वेळ आलेली आहे. मी चालले आहे.''

''नाही. नाही. मला... अशक्य–'' तो डोळ्यांत पाणी आणून म्हणाला.

''मी गेले तरी माझ्या मागे तू रहाणार आहेस. ही एक आनंदाची गोष्ट नाही का? माझ्यावाचून तू उगाच आपले आयुष्य वाया घालवू नकोस. एखादी चांगली स्त्री शोधून तिच्याशी लग्न कर.''

''नाही! मी कोणाशीही लग्न करणार नाही. ते केवळ अशक्य आहे.''

''आयुष्यात बऱ्याच अशक्य गोष्टी शिकाव्या लागतात.''

जून महिन्यातील एका सोनेरी सकाळी सिलियाचा मृत्यू झाला. मायकेलचे मन पूर्ण उद्ध्वस्त झाले. तो भरकटल्यासारखा वागू लागला. बंदराला जोडलेला दोर तुटल्यावर एखादे जहाज जसे भरकटत जाते तसा तो भरकटू लागला. त्याच्या मित्रांनी त्याला खूप समजावले, धीर देण्याचा प्रयत्न केला, पण कशाचाही उपयोग झाला नाही.

शेवटी त्याचे त्यालाच उमगले. आपल्याला काम केले पाहिजे किंवा मृत्यू पावले पाहिजे.

त्याने मग निर्धारपूर्वक स्वतःला कामात झोकून दिले. 'अमेझिंग सीज' या टीव्ही-मालिकेत तो काम करू लागला. त्यामुळेच त्याचे आयुष्य वाचले. चार वर्षांत टॉलन्डच्या मालिकेने धमाल केली. त्याला कमालीची प्रसिद्धी मिळाली. मग त्याच्याकडे अनेक तरुणी आकृष्ट होऊ लागल्या. त्याच्या डेट्स मागू लागल्या. काही निवडक जणींबरोबर तो हिंडलाही; पण त्या सर्वांचा शेवट हा वैफल्यात झाला. शेवटी त्याने तो प्रयत्न सोडून दिला व तो आपल्या कामात बुडून गेला. त्यासाठी भरपूर प्रवास करू लागला. टॉलन्डला खरे म्हणजे एका सुस्वभावी पत्नीची गरज आहे हे त्याच्या जवळच्या मित्रांना समजून चुकले होते; पण टॉलन्डची दुसऱ्या लग्नासाठी अद्याप तयारी झाली नव्हती.

टॉलन्ड चालत चालत उत्खननाच्या खड्ड्यापाशी आला. आपल्या मनातील साऱ्या दुःखदायक आठवणी त्याने बाजूस सारल्या. त्या अंधाऱ्या भागातील खड्ड्यातील पाणी हे त्याला भुरळ घालणारे वाटले. ते मोहक वाटत होते, सुंदर भासत होते. त्यात मध्येच निळसर रंगाचे प्रकाशकण चमकून जात होते. ते एक जादूई सौंदर्य भासत होते. त्या चमकणाऱ्या प्रकाशबिंदूकडे त्याने लक्षपूर्वक पाहिले. जणू काही कोणीतरी हिरव्या-निळ्या रंगाचे कण पाण्यावर शिंपडल्यासारखे वाटत होते. तो त्या चमकत्या बिंदूंकडे टक लावून पहात राहिला.

येथे काहीतरी वेगळे घडते आहे.

प्रथम त्याला वाटले की तंबूच्या छतावर काही प्रकाशबिंदू चमकत असून त्यांचे प्रतिबिंब खड्ड्यातील पाण्यात पडले आहे. त्याने वर पाहिले, पण तसला काहीही प्रकार नाही हे त्याच्या ध्यानात आले. ते चमकणारे हिरवे प्रकाशबिंदू हे एका लयीत चमकत होते व विझत होते हेही त्याच्या लक्षात आले. ते पाणी जणू काही जिवंत आहे असा भास त्यामुळे होत होता.

टॉलन्ड नकळत खड्ड्याभोवतालच्या पायलॉन्सची रांग ओलांडून पुढे सरकला.

पी-एस-सी व्हॅनमधून रेचल बाहेर पडली. तिला सर्वत्र काळोख दिसला व एका टोकाला प्रकाशाचा झगमगाट दिसला. एक क्षणभर ती थांबली. तिचे दिशांचे भान हरपले होते. मग ती प्रकाशाच्या दिशेने चालू लागली.

व्हाईट हाऊसच्या कर्मचाऱ्यांच्या समोर केलेल्या यशस्वी भाषणामुळे ती सुखावली होती. उल्केच्या शोधाबद्दल तिला जे काही ठाऊक होते ते सर्व काही तिने सांगितले होते. बोलत असताना ती प्रेक्षकांचे चेहरे न्याहाळत होती. त्या कर्मचाऱ्यांच्या चेहऱ्यावरती आश्चर्य प्रकट झाले होते. नंतर त्यांचा विश्वास बसलेला तिला दिसू

लागला. अन् शेवटी सर्वांनी ती माहिती स्वीकारल्याचे तिला कळले.

कोणीतरी शेवटी म्हणाले होते "म्हणजे परकीय जीवसृष्टी?"

"याचा अर्थ काय काढला जाईल?" आणखी कोणीतरी म्हटले.

त्याला परस्पर प्रेक्षकांतून कोणीतरी म्हटले, "याचा अर्थ एकच, की आपण ही निवडणूक जिंकणार! नक्की जिंकणार!"

रेचल प्रेस एरियात पोहोचली. तिथे सारेजण आनंदाने बेहोष झालेले होते. ही बातमी जगजाहीर झाल्यावर सबंध अमेरिकेत केवढी आनंदाची, उल्हासाची व जल्लोषाची लाट येईल याची तिला कल्पना आली. त्या लाटेपुढे आपल्या वडिलांची उमेदवारी कुठल्याकुठे दूरवर फेकून दिली जाईल. केवळ एका बातमीमुळे केवढा उत्पात व उलथापालथ घडू शकत होते.

तिला जेव्हा जेव्हा वडिलांची आठवण येई तेव्हा तिला आपल्या आईचीही आठवण हटकून यायची. तेव्हा तिला तिच्याबद्दल अनुकंपा वाटे, तिची दया येई. आपल्या वडिलांच्या रंगेल व छंदीफंदी स्वभावामुळे तिच्या आयुष्याची कशी परवड झाली हे तिला समजले होते. सिनेटर सेक्स्टनच्या बाहेरख्यालीपणामुळे तिच्या आईला शरम वाटे व यातना होत असत... सिनेटर रोज रात्री उशिरा घरी परतायचा. त्या वेळी तो स्वत:वर खूष झालेला असायचा व त्याच्या अंगाला अत्तरांचा वास येत असायचा. वैवाहिक पावित्र्यामागचे धार्मिक बंधन त्याने केव्हाच मागे टाकले होते. प्रत्येक वेळी तो आपल्या वागण्याच्या समर्थनार्थ थापा मारीत असे. त्याला पक्के कळून चुकले होते, की आपली पत्नी आपल्याला कधीही सोडून जाणार नाही.

त्यामुळे रेचलला आता वाटले, की आपल्या वडिलांचे जे काही राजकीय नुकसान होईल ते योग्यच ठरेल.

प्रेस एरियामधे जमलेल्या माणसांच्या आनंदाला उधाण आले होते. प्रत्येकाच्या हातात बीअरचे कॅन होते. महाविद्यालयीन पोरांनी रात्री पार्टी करावी तसे ते धुंद वातावरण होते. त्या गर्दीत मायकेल टॉलन्ड तिला कुठे दिसेना म्हणून ती नवल करत राहिली.

अचानक तिच्या मागे कॉर्की मार्लिन्सन येऊन उभा राहिला व तिला म्हणाला, "टॉलन्डला शोधता आहात ना?"

रेचल दचकली व म्हणाली, "अंऽऽ, तसंच... काही नाही."

कॉर्कीने आपले डोके खेदाने हलवत म्हटले, "मला ठाऊक आहे सारे. मला वाटते की तो थोडीशी झोप काढण्यासाठी निघून गेला असावा; पण कुठेही गेला असला तरी या तंबूत तुम्ही त्याला सहज शोधून काढाल. मग त्याने ओशाळवाणे हसून दूरवरच्या खड्ड्याकडे बोट दाखवून म्हटले, "जेव्हा जेव्हा त्याला पाणी दिसते तेव्हा तो भारावून जातो. आत्ताही तो तिकडे खड्ड्याकडे गेलेला असणार."

रेचलने त्या खड्ड्याच्या दिशेने पाहिले. तिला टॉलन्डची धूसर आकृती उभी असलेली जाणवली. तो खाली वाकून खड्ड्यात पहात होता.

तिने विचारले, ''ते तिकडे काय करत आहेत? तिथे उभे रहाणे धोक्याचे आहे.''

कॉर्की हसून म्हणाला, ''पाणी तपासत असेल. चला आपण जाऊन त्याला ढकलू या.''

रेचल व कॉर्की त्या दिशेने निघाले. टॉलन्डच्या जवळ पोहोचताच कॉर्की म्हणाला, ''हेऽ, ॲक्वा मॅन, आत उतरणार काय? अंगावर पोहण्याचा पोषाख घालायला विसरलास का?''

टॉलन्ड मागे वळून पाहू लागला. त्या अंधूक प्रकाशातही रेचलला जाणवले की टॉलन्डच्या चेहऱ्यावरती वेगळेच गंभीर भाव उमटलेले आहेत. त्याचा चेहरा असा काही दिसत होता की जणू काही चेहऱ्यावरती खालून कोणीतरी प्रकाश टाकलेला आहे.

''सारे काही ठीक आहे ना?'' रेचलने त्याला विचारले.

''अगदी तसेच काही नाही, पण...'' असे म्हणून त्याने पाण्याकडे बोट दाखवले.

कॉर्की पायलॉनची रांग ओलांडून पुढे गेला व टॉलन्डच्या शेजारी जाऊन उभा राहिला. रेचलही त्याच्या मागोमाग जाऊन त्यांच्या शेजारी उभी राहिली. तिघेही जण त्या खड्ड्यातील पाण्याकडे पाहू लागले. पाण्यावरती हिरवट-निळसर रंगांचे प्रकाशबिंदू चमकत होते. जणू काही निऑन प्रकाशाचे कण कोणीतरी पाण्याच्या पृष्ठभागावरती शिंपडले होते व ते आता तरंगत होते. ते प्रकाशबिंदू उघडझाप करत होते. खरोखरीच ते दृश्य विलोभनीय होते.

खाली वाकून टॉलन्डने एक बर्फाचा गोळा घेतला व तो पाण्यात भिरकावला. जिथे तो आपटला तिथले पाणी हिरव्या रंगाने चमकून उठले.

कॉर्कीने अस्वस्थ होत टॉलन्डला विचारले, ''माईक, हा काय प्रकार आहे ते मला सांग.''

टॉलन्ड म्हणाला, ''हे काय आहे ते मला चांगले ठाऊक आहे; पण ते नेमके येथेच कसे आले, हा खरा प्रश्न आहे.''

३९

टॉलन्ड म्हणाला, ''येथे फ्लॅगेलेट्स आले आहेत.''

''फ्लॅट्यूलन्स? नक्की काय म्हणायचे आहे?'' कॉर्की विनोदाने म्हणाला.

परंतु टॉलन्ड गंभीर मन:स्थितीत होता. त्याने कॉर्कीच्या बोलण्याकडे दुर्लक्ष केले. तो म्हणाला, "हे सूक्ष्म जीव येथे कसे आले ते मला कळत नाही. फ्लॅगेलेट्सच्या अंगावरती बारीक व ताठ तंतू असतात. म्हणून त्यांना तंतूधारी असेही म्हणतात. या पाण्यात माझ्या मते डायनोफ्लॅगेलेट्स आहेत. काजव्यासारखे ते आपल्या शरीरात क्षणकाल प्रकाश निर्माण करून बाहेर टाकतात. त्याला बायोल्यूमिनसन्ट असे म्हणतात."

"बायोल्यूमिनसन्ट? म्हणजे काय?" रेचलने विचारले. *जरा सामान्यांच्या भाषेत बोलाल का?*

"ते एकपेशीय व तरंगणारे जीव असतात. त्यांना प्लँक्टन म्हणतात. एका प्रकाश टाकणाऱ्या पदार्थात ते जवळच्या ल्युसिफेरॉनने रूपांतर करतात."

प्लँक्टन, ल्युसिफेरॉन ही काय सामान्यांची भाषा झाली?

एक दीर्घ श्वास घेऊन टॉलन्डने कॉर्कीला म्हटले, "कॉर्की, आपण ती जी उल्का बाहेर काढली तिच्या पृष्ठभागावर काही जीवजंतू होते का?"

ते ऐकल्यावर कॉर्की हसत सुटला. तो म्हणाला, "माईक, अरे बाबा, जरा गंभीर होऊन बोल की रे."

"मी गंभीरपणेच विचारतो आहे."

"असं? मग तसे काही असण्याची बिलकूल शक्यता नाही. त्या उल्केवरती जरी तसे काही परकीय जीवजंतू असले तरी हवेत शिरताना ती उल्का जळत जळत खाली आली होती आणि आता तिला बाहेर काढताना त्यातले जीवजंतू पाण्यात किंवा हवेतही निसटण्याची सुतराम शक्यता नाही."

ते ऐकल्यावर टॉलन्डला थोडेसे बरे वाटले, पण लगेच त्याच्यापुढे एक गूढ कोडे पडले. तो म्हणाला, "मला तरीही एक शंका आहे; पण तिचे निराकरण सूक्ष्मदर्शक यंत्रातून तपासणी केल्याखेरीज होणार नाही; परंतु तरीही मी सांगतो की हा एक प्लँक्टन जीव असून तो प्रकाश टाकतो. त्याचा जीवशास्त्रातील वर्ग हा 'फायलम पॉरीफायटा' हा आहे. त्याला जे नाव ठेवले आहे त्याचा अर्थ 'अग्नी-वनस्पती' असा होतो. आर्क्टिक सर्कलच्या वरती ध्रुवापर्यंतच्या समुद्रात सर्वत्र हे जीव भरून राहिलेले आहेत."

कॉर्की खांदे उडवत म्हणाला, "असे जर आहे तर हे जीव अंतराळातून आले असावेत असे का बोललास?"

टॉलन्ड सांगू लागला, "याचे कारण ती उल्का बर्फात खोलवर गाडली गेली होती. अन् हा बर्फ गोड्या पाण्याचा आहे, समुद्राच्या खारट पाण्याचा नाही. तीन शतके हा बर्फ गोठलेल्या अवस्थेत आहे. त्यामुळे या खड्ड्यातील पाणी हे गोड्या पाण्याच्या बर्फाचे आहे. शुद्ध पाणी आहे. हिमवृष्टीमुळे झालेल्या बर्फाचे आहे. या

ठिकाणी समुद्रातील जीव कसे काय येऊ शकतील?''

टॉलन्डने एक अचूक मुद्दा पुढे ठेवला होता. कोणीच त्यावर बोलेना. बराच वेळ तिथे शांतता पसरली.

रेचल खड्ड्याच्या काठाशी उभी होती. सभोवार काय चालले आहे आणि ती शास्त्रीय चर्चा कसली आहे हे समजावून घेण्याचा ती प्रयत्न करत होती. प्रकाश टाकणारा प्लँक्टन जीव या खड्ड्यात? याचा अर्थ काय होऊ शकतो?

टॉलन्ड म्हणाला, ''कुठे तरी खाली, बर्फाच्या थराला भेग गेलेली असेल. एवढाच तर्क करता येईल. मग त्या भेगेतून प्लँक्टन आत शिरले. आपण उल्का वर काढल्याने तिथे २०० फूट खोल असलेली एक विहीर तयार झाली आहे. त्या बर्फाच्या विहिरीत हे प्लँक्टन शेवटी पोहोचले.''

रेचलला टॉलन्डचे बोलणे नीट समजले नाही. तिने विचारले, ''पण हे प्लँक्टन येथपर्यंत कसे पोहोचले? समुद्रकिनारा तर येथून दोन मैलांवरती आहे.''

यावर कॉर्की व टॉलन्ड यांनी तिच्याकडे जराशा चमत्कारिक नजरेने पाहिले. कॉर्की म्हणाला, ''समुद्र थेट आपल्या पायाखाली आहे. त्यावरती ही ३०० फूट जाडीची बर्फाची लादी आहे. बर्फ पाण्यापेक्षा हलका असल्याने ती लादी समुद्रावरती तरंगते आहे.''

रेचल त्या दोघांकडे गोंधळून पाहू लागली व म्हणाली, ''तरंगते आहे? पण... पण आपण तर एका हिमनदीवरती आहोत ना?''

टॉलन्ड म्हणाला, ''होय, आपण हिमनदीवरतीच आहोत. हिमनदी ही जशी जमिनीवरून वहाते, वहाते म्हणण्यापेक्षा सरकते, तशीच ती समुद्रावरूनही सरकत असते. अतिसंथपणे सरकते. जमिनीवरून वहात आलेली हिमनदी ही शेवटी समुद्रात पोहोचली व तिथेही थंड हवामान असेल तर ती समुद्रात तिन्ही दिशांना पसरते. मग तिथे एक रोज किंचित पुढे सरकणारी, तरंगत जाणारी बर्फाची लादी आपल्याला दिसते. याला इंग्रजीत 'आइस शेल्फ' असे म्हणतात... आपण आता जमिनीपासून समुद्रात मैलभर तरी आत आहोत.''

ती माहिती ऐकून रेचलला धक्का बसला. हा इथला सारा पसारा, ती अवजड उल्का, तंबूचा डोलारा, आपण सारेजण एका तरंगत्या बर्फावरती आहोत हे कळल्यावर तिचे अंग शहारले. ती घाबरली. अस्वस्थ झाली.

तिचा अस्वस्थपणा टॉलन्डने टिपला. त्याने इथला बर्फ जमिनीसारखाच किती घट्ट व टणक आहे हे दाखवण्यासाठी आपले पाऊल जोरात त्या बर्फभूमीवर आपटून दाखवले. तो म्हणाला, ''काही काळजी करू नका. ही बर्फाची लादी ३०० फूट जाड आहे. ती सहजासहजी मोडणार नाही. त्या लादीचा १०० फुटाचा वरचा भाग समुद्राच्या पाण्याच्या बाहेर आहे व खालचा २०० फुटांचा भाग पाण्यात

बुडाला आहे. एखाद्या पेल्यातील पाण्यात बर्फाचा खडा तरंगत रहावा, तशी ही जाडजूड व भव्य लादी तरंगते आहे. यावरती आपण एखादी गगनचुंबी इमारत जरी उभी केली तरी ती पक्की ठरेल.''

रेचलने यावरती मलूलपणे आपली मान हलवली. तिला ती माहिती पचवणे जड जात होते; परंतु तिला टॉलन्डचा प्लँक्टनबाबतचा तर्क कळला व पटला. त्याला वाटते आहे की या बर्फाच्या थराला एक मोठी भेग गेलेली असून, ती पार समुद्रात पोहोचली आहे. तेथून ते प्लँक्टन जीवकण शिरले व उल्केच्या खड्ड्यातील पाण्यात आले.

यात अशक्य काहीच नाही, असे तिच्या मनाला वाटले; पण या तर्कसंगतीमुळे आणखी एक संभाव्य परिणाम होऊ शकत होता. त्या विचाराने ती अस्वस्थ झाली. नोरा मॅन्गोर हिला या विस्तृत बर्फाच्या लादीच्या एकसंधपणाबद्दल शंभर टक्के खात्री होती. असंख्य ठिकाणी बर्फाला भोके पाडून त्याच्या घट्टपणाची व एकसंधतेची तिने कडक परीक्षा केली होती.

रेचलने टॉलन्डकडे पाहिले व म्हटले, ''मला वाटते, की या हिमनदीची परिपूर्ण एकसंधता, सर्वत्र असलेला सारखेपणा यातच कुठेतरी सर्व माहितीचा डोलारा उभा आहे. डॉ. मॅन्गोर यांनी म्हटले होते ना की या बर्फाच्या थराला कोठेही चीर नाही, फट नाही, की तडा गेलेला नाही?''

कॉर्कीने आपल्या भुवया उंचावत म्हटले, ''डॉ. मॅन्गोर यांना आम्ही या विषयातले तज्ज्ञ समजतो; पण ही हिमराणी कुठेतरी घसरलेली आहे, चुकलेली आहे असे दिसते.''

बाबा रे, असे तू फार मोठ्याने बोलू नकोस. नाहीतर तुझ्या पाठीत ती बर्फाची हातोडीच मारेल. रेचलच्या मनात असा विचार उमटला.

टॉलन्ड आपल्या हनुवटीवरती बोटाने ताल धरीत होता व समोरच्या चमचमणाऱ्या पाण्याकडे पहात होता. तो म्हणाला, ''कोठेतरी भेग गेलेली आहे. त्याखेरीज दुसरा कोणताच खुलासा होऊ शकत नाही. त्यातून या बर्फाच्या लादीचा दाब खालच्या समुद्राच्या पाण्यावर पडत असल्याने ते पाणी लादीमधील सर्व भेगांत घुसणारच.''
केवळ एक तडा गेला किंवा भेग निर्माण झाली; पण त्यामुळे किती गोंधळ उडाला आहे. रेचल विचार करू लागली. जर येथला पायाखालचा बर्फाचा थर ३०० फूट जाडीचा असेल आणि हा खड्डा २०० फूट खोल असेल, तर मग कल्पना केलेली ती भेग फक्त १०० फुटांतूनच गेलेली असणार, *पण नोरा मॅन्गोर हिच्या तपासणीनुसार कुठेच तशी भेग गेलेली नाही.*

टॉलन्ड कॉर्कीला म्हणाला, ''प्लीज, एक काम करा. डॉ. मॅन्गोर यांना शोधून इकडे आणा. आपण असे धरून चालू या की या हिमनदीबद्दल त्यांना असे काही

ठाऊक आहे की जे त्यांनी अजून आपल्याला सांगितले नसेल. तसेच, मिंग यांनाही शोधा. कदाचित तेही या चमकणाऱ्या पाण्यातील जीवांचा उलगडा करू शकतील.''

कॉर्की तेथून पळतच निघाला.

टॉलन्डने त्याला जाता जाता ओरडून सांगितले, ''त्यांना लवकर घेऊन या. इथला पाण्यातील प्रकाश कमी कमी होत चालला आहे. तो प्रकाश संपायच्या आत इकडे या.''

रेचलने पाण्याकडे पाहिले, हिरव्या रंगात चमचमणाऱ्या पाण्याचा प्रकाश आता मघापेक्षा मंद झाला होता.

टॉलन्डने आपल्या अंगातील कोट काढला आणि तो खड्ड्याच्या कडेला समांतर असा आडवा व पालथा झोपला.

रेचलने ते पाहिले व ती गोंधळली. ''हा काय प्रकार चालला आहे?'' तिने त्याला विचारले.

''खड्ड्यात खरेच समुद्राचे खारे पाणी आले आहे की नाही, हे मला पहायचे आहे.''

''पण कोट न घालता नुसते झोपून कसे कळणार ते?''

टॉलन्डने आता आपल्या कोटाची एक बाही हाताने धरली व दुसरी बाही खड्ड्यात लोंबकळू दिली. ती बाही त्याने जितकी जमेल तेवढी खाली जाऊ दिली. शेवटी पाण्याच्या पृष्ठभागाला टेकली. मग त्याने मागे-पुढे हलवून बाहीचे टोक जास्तीत जास्त भिजू दिले. तो रेचलला म्हणाला, ''जगातील सर्व सागरविज्ञान तज्ज्ञ मंडळी ऐन वेळी असेच करून पाण्याचे नमुने घेतात. 'लिकिंग ए वेट जॅकेट' असे आम्ही या प्रकाराला म्हणतो.''

विस्तृत पसरलेल्या त्या बर्फाच्या थरावर, तंबूच्या बाहेर डेल्टा-वन हा हातातील नियंत्रक खटक्यांशी खटपट करत होता. खड्ड्यापाशी जमलेल्या माणसांवरती तो आपल्या मायक्रोबोटचे उड्डाण स्थिर ठेवण्याचा आटोकाट प्रयत्न करत होता. इतका वेळ त्याने जे शास्त्रज्ञांचे संभाषण ऐकले त्यावरून त्याला कळून चुकले की आता यानंतरच्या घटना वेगाने घडत जाणार.

तो डेल्टा-टू याला म्हणाला, ''कंट्रोलरशी संपर्क साधा. आपल्यापुढे आता एक फार मोठी समस्या निर्माण झाली आहे.''

४०

गॅब्रिएल व्हाईट हाऊसमध्ये यापूर्वी अनेकवार गेलेली होती. हौशी प्रवाशांच्या बरोबर जाऊन तिने अनेकदा व्हाईट हाऊस आतून पाहिले होते. शाळेत व महा-

विद्यालयात असताना सहलींबरोबरही ती तेथे जाऊन आली होती. तेव्हापासून तिच्या मनात कुठेतरी असे एक गुप्त स्वप्न उभे राहिले होते, की भविष्यकाळात आपण या वास्तूमध्ये काम करणार आहोत आणि सबंध अमेरिकेचे भवितव्य ठरविणाऱ्या मूठभर उच्चभ्रू सत्ताधाऱ्यांपैकी एक बनणार आहोत; पण आता ती जराशी घाबरली होती. जगात दुसरीकडे कुठेही जाऊ, पण आता येथे नको, असे तिला राहून राहून वाटू लागले.

सीक्रेट सर्व्हिसेसच्या माणसाने तिला फाटक उघडून आत घेतले व इमारतीमध्ये तो तिला घेऊन गेला. त्याच्या मागून एका सुशोभित केलेल्या व्हरांड्यातून जाताना तिला सारखे कुतूहल वाटत होते की आपल्या खबऱ्या व्यक्तीला नक्की काय सांगायचे असेल? आपल्याला त्या व्यक्तीने बेधडक व्हाईट हाऊसमध्ये बोलावणे एक मूर्खपणाचे कृत्य आहे. *जर कोणी मला येथे पाहिले तर?* नुकत्याच झालेल्या टीव्हीवरील कार्यक्रमात गॅब्रिएल ही सिनेटर सेक्स्टन यांच्या समवेत कॅमेऱ्यासमोर हजर झालेली होती. आपल्याला नक्कीच कोणी ना कोणी तरी येथे ओळखेल, अशी तिला रास्त भीती वाटत होती.

"मिस ॲश?"

गॅब्रिएलने आवाजाच्या दिशेने पाहिले. तिथे एक दयाळू वाटणारा पहारेकरी उभा होता. त्याने तिच्याकडे पाहून एक स्वागताचे स्मितहास्य केले. तो म्हणाला, "प्लीज, त्या तिकडे पहा."

त्याने जिकडे बोट केले त्या दिशेने तिने पाहिले, अन् एकदम फ्लॅशचा झगमगाट तिच्यासमोर झाल्याने तिचे डोळे दिपून गेले.

"थँक यू, मॅडम!" असे म्हणून त्या पहारेकऱ्याने तिला एका टेबलापाशी नेले व तिच्या हातात एक पेन दिले. "कृपया येथे रजिस्टरमध्ये आपली सही करा." असे म्हणून तिच्यापुढे कातडी बांधणीमधले एक जाडजूड रजिस्टर केले. तिला एकदा असे ऐकल्याचे आठवले, की आपल्या आधी कोण कोण येथे येऊन गेले ते नवीन येणाऱ्याला समजू नये, आधीच्या लोकांचा खासगीपणा जपला जावा, म्हणून प्रत्येक वेळी भेटीस येणाऱ्याला नवीन पानावरती सही करावी लागते. तिने मुकाट्याने त्या कोऱ्या पानावर आपले नाव लिहून त्यापुढे सही केली.

त्या गुप्त भेटीसाठी एवढी काळजी पुरेशी आहे.

मग तिला एका उभ्या चौकटीतून जावे लागले. अंगावरती कुठेही धातूचे शस्त्र नाही अशी त्या यांत्रिक चौकटीला खात्री पटल्यावरती 'बीप' असा आवाज झाला.

तो पहारेकरी हसून तिला म्हणाला, "मिस ॲश, एन्जॉय युवर व्हिजिट!"

नंतर ती त्याच्या मागोमाग एका बोळातून चालत गेली. त्या बोळामध्ये सर्वत्र चकचकीत टाईल्स बसवलेल्या होत्या. पन्नास एक फूट अंतर गेल्यावरती आणखी

एक सुरक्षारक्षकाचे टेबल मार्गात होते. येथला पहारेकरी एका लॅमिनेशन करणाऱ्या यंत्रातून बाहेर पडणारा एक व्हिजिटर्स पास गोळा करत होता. त्याने त्या पासला पंच मशिनने एक भोक पाडले, त्यात एक नायलॉनचा फास अडकवला व तो पास तिला दिला. या पासावरती तिचे नाव छापले होते व १५ सेकंदापूर्वी घेतलेले छायाचित्रही होते. पासावरचे प्लॅस्टिक अजूनही हाताला उष्ण लागत होते.

ती तत्परता पाहून गॅब्रिएल प्रभावित झाली. *कोण म्हणते की हे सरकार अकार्यक्षम आहे?*

ते दोघे पुढे जात राहिले. तो पहारेकरी तिला आत, खूप आत घेऊन जात होता. प्रत्येक पावलागणिक गॅब्रिएल अस्वस्थ होत चालली होती. ज्याने कोणी तिला येथे भेटण्याचे गूढ निमंत्रण दिले त्या व्यक्तीला नक्कीच ती भेट खासगीत व्हावी असे वाटत नसणार. तिला एक अधिकृत पास दिला गेला, तिची रजिस्टरमध्ये सही घेतली गेली आणि आता उघड उघड सर्वांच्या देखत मिरवत तिला नेले जात होते. ही कसली गुप्त भेट? याच तळमजल्यावरती प्रवाशांच्या सहली व्हाईट हाऊस पहायला येऊन जात होत्या. ते तिच्याकडे बघू शकत होते. हा कसला मामला आहे? तिला कसलाही अंदाज करता येईना.

एक गाईड पर्यटकांचा घोळका घेऊन तेथे आला होता. तो सर्वांना सांगत होता, "ही चायनारूम. येथेच नॅन्सी रेगन यांनी ९५२ डॉलर्सच्या चिनी मातीच्या महागड्या प्लेट्स खरेदी करून ठेवल्या होत्या. त्यावरून १९८१मध्ये फार मोठा वादविवाद झाला होता."

तो पहारेकरी तिला एका प्रशस्त संगमरवरी जिन्याकडे घेऊन गेला. हौशी पर्यटकांचा घोळका त्यांच्या आधी तो जिना चढत होता. त्या घोळक्याचा गाईड त्यांना सांगत होता, "यानंतर तुम्ही ३२०० चौरस फूट जागेच्या ईस्ट रूममध्ये प्रवेश करणार आहात. ॲबीगेल ॲडॅम्स हे अध्यक्ष असताना त्यांनी आपल्या मुलाचे कपडे येथे एकदा वाळत घातले होते. त्यानंतर आपण रेड रूममध्ये जाणार आहोत. जिथे मॅडीसन हे अध्यक्ष असताना त्यांच्या पत्नीने अन्य देशांच्या राजप्रमुखांना भरपूर दारू पाजली व मगच त्यांना आपल्या नवऱ्याकडे, जेम्स मॅडीसन यांच्याकडे राजकीय बोलणी करण्यासाठी नेले."

ते ऐकल्यावर पर्यटकांमध्ये हशा उसळला. तो घोळका जिन्यावरून वरच्या मजल्यावर निघून गेला.

पहारेकरी व गॅब्रिएल मात्र त्या जिन्याने वर गेले नाहीत. ते तो जिना ओलांडून पुढे गेले. तिथे अनेक ठिकाणी दोर लावले होते व अडथळे निर्माण केलेले होते. इमारतीमधला हा अत्यंत खासगी किंवा गुप्त भाग असावा, असे तिने हेरले. मग ते एका दालनातून मोठ्या खोलीत शिरले. तिथे सर्वत्र फक्त पुस्तके होती व एक

टेलिव्हिजन सेट होता. ती ते पाहून थक्क झाली.

माय गॉड! ही तर मॅप रूम आहे!

येथे कोणीही पर्यटक येऊ शकत नव्हते. भिंतींना लाकडी पॅनेल्स लावलेली होती. ती बाहेर ओढून सारता येत होती. आतमध्ये भिंतीवर नकाशे टांगलेले होते. तेही दूर केल्यावर आणखी तपशीलवार असलेले नकाशे आत होते. असे तिथे एकावर एक नकाशांचे अनेक थर होते. याच मॅप रूममध्ये बसून दुसऱ्या महायुद्धात रुझवेल्ट मार्गदर्शन करे. दोस्त फौजांचे धोरण येथून ठरे. अध्यक्ष क्लिंटन यांनी मोनिका लेविन्स्की हिच्याशी ह्याच खोलीत भानगड केल्याची कबुली दिली. गॅब्रिएलने तो गाजलेला 'भानगड' विषय आपल्या डोक्यातून बळेबळे बाजूला सारला. मॅप रूममधून इमारतीच्या पश्चिमेकडेच्या बाजूला जाणारा रस्ता होता. त्या बाजूलाच देशाचा कारभार व खरेखुरे सत्ताकारण चालते. अशा ठिकाणी आपल्याला नेले जाईल हे गॅब्रिएलच्या कधी स्वप्नातही आले नसते. आपल्याला ई-मेल पाठवणारी खबरी व्यक्ती ही एखादी तरुण व महत्त्वाकांक्षी व्यक्ती असेल, नुकतेच राजकारणाचे व सत्ताकारणाचे येथे धडे घेणारी असेल, किंवा एखादा सेक्रेटरी असेल, असे तिला वाटत होते; पण प्रत्यक्षात तसे अजिबात नव्हते.

मी आता वेस्ट विंगमध्ये शिरत आहे...

सीक्रेट सर्व्हिसच्या पहारेकऱ्याबरोबर ती एका बोळातून गेली. त्या बोळात गालिचा अंथरला होता. त्याने तिला पार शेवटी नेले आणि एका दारापाशी थांबवले. त्या दारावरती कसलीही पाटी नव्हती की खूण नव्हती. पहारेकऱ्याने दारावरती टकटक केले. गॅब्रिएलचे हृदय धडधडू लागले.

"दार उघडेच आहे," कुणीतरी आतून ओरडले.

मग पहारेकऱ्याने दार आत ढकलले व तिला आत प्रवेश करण्याची खूण केली.

गॅब्रिएल आत शिरली. खोलीत बाहेरचा प्रकाश नव्हता. सर्वत्र दिवे लावले होते; पण त्यांच्यावरच्या शेड्स खूप खाली ओढल्या होत्या. त्यामुळे कोठूनही थेट प्रकाश डोळ्यांवरती येत नव्हता. खोलीतील टेबलापलीकडे कोणीतरी बसले होते; पण त्या व्यक्तीच्या चेहऱ्यावरती उजेड नव्हता. अंधुक प्रकाशात त्या व्यक्तीची बाह्याकृती फक्त जाणवत होती.

"मिस गॅब्रिएल अॅश?" टेबलापलीकडे सिगारेटच्या धुराचा ढग तयार झाला होता. त्या ढगापलीकडून तो आवाज आला होता. ती व्यक्ती पुढे म्हणाली, "आपले स्वागत असो!"

तिथल्या अंधुक प्रकाशाला जेव्हा तिचे डोळे सरावले तेव्हा तिला त्या व्यक्तीचा चेहरा हळूहळू स्पष्ट होत गेलेला दिसला. तो चेहरा तिला ओळखीचा वाटत होता.

आश्चर्याने गॅब्रिएलचे स्नायू ताणले गेले. *हीच व्यक्ती मला ई-मेल पाठवत होती काय?*

"येथे आल्याबद्दल आपले आभार," मार्जोरी टेन्च थंड आवाजात म्हणाली.

"मिस... मिस टेन्च?" गॅब्रिएल अडखळत म्हणाली. तिला एकाएकी श्वास घेणे जड जाऊ लागले.

"मला मार्जोरी म्हटले तरी चालेल." ती हिडीस चेहऱ्याची बाई उठून उभी राहिली. एखाद्या ड्रॅगनसारखा तिच्या नाकातून धूर सोडला गेला. ती म्हणत होती, "मिस ॲश, लवकरच आपण दोघी एकमेकींच्या अगदी जवळच्या मैत्रिणी बनणार आहोत."

४१

उत्खननाच्या खड्ड्यापाशी टॉलन्ड, रेचल, कॉर्की यांच्यासमवेत नोरा मॅन्गोर उभी होती. ते सर्वजण खड्ड्यातील पाण्याकडे रोखून पहात होते. नोरा म्हणाली, "टॉलन्ड, तुम्ही हुषार आहात; पण तुम्ही अनेकदा चक्रमासारखे वागता. येथे मला कोठेही तो प्रकाश दिसत नाही. बायोल्यूमिनन्स नाही की काहीही नाही."

कॉर्की जेव्हा नोरा व मिंग यांना बोलवायला गेला होता तेव्हाच आपण या पाण्याचे व्हिडीओ शूटिंग करायला हवे होते, असे टॉलन्डला आता राहून राहून वाटू लागले. कारण त्याचवेळी तो निळसर हिरवा चमचमाट झपाट्याने ओसरू लागला होता. काही मिनिटांतच तो चमचमाट झपाट्याने नाहीसा झाला होता.

टॉलन्डने खाली वाकून बर्फाचा एक तुकडा उचलला व तो पाण्यात भिरकावला; परंतु मघासारखे ते हिरव्या रंगाचे उसळणे दिसले नाही.

"कुठे गेले ते?" कॉर्की विचारत होता.

टॉलन्डला त्याची साधारण कल्पना आली. बायोल्युमिनन्स ऊर्फ जैवप्रकाश स्फुरद हे एक निसर्गाने सूक्ष्म जीवकणांना बहाल केलेले अद्भुत संरक्षण साधन होते. समुद्रात तरंगणाऱ्या प्लँक्टनला ऊर्फ सूक्ष्म जीवकणांना जेव्हा अशी जाणीव होते, की आपल्यापेक्षा मोठे जीव आपल्याला खाऊ पहात आहेत, तेव्हा ते प्रकाशनिर्मिती करतात. या प्रकाशामुळे आणखी मोठे जीव तिथे आकृष्ट होतात. मग त्या मोठ्या जीवांना पाहून पहिले भक्षक जीव घाबरून पळून जातात. अशा रीतीने सर्वांत लहान सूक्ष्म जीवांचा नाश होणे थांबते. आता ह्या खड्ड्यात कुठल्यातरी फटीमधून प्लँक्टन जीव आत शिरले. मग त्यांना एकदम जाणवले की आपल्या सभोवतालची परिस्थिती बदलली आहे; कारण ते खाऱ्या पाण्यातून गोड्या पाण्यात आले होते. मग ते घाबरून आपल्यामध्ये प्रकाश निर्माण करून बाहेर टाकू लागले.

परंतु शेवटी गोड्या पाण्याने त्या जीवांचा सावकाश बळी घेतला. म्हणून टॉलन्ड म्हणाला, "मला वाटते की ते मृत्यू पावले असावेत.''

"त्यांचा खून झाला. ईस्टर बनी सशाने त्यांना खाऊन टाकले,'' नोरा त्यांची खिल्ली उडवत म्हणाली.

कॉर्की रागाने तिला म्हणाला, "नोरा, मी स्वत: तो प्रकाश पाहिला होता.''

"कधी पाहिला होतास रे बाळा? अफू घ्यायच्या आधी की नंतर?'' ती त्याचा उपहास करत म्हणाली.

कॉर्की यावर चिडून म्हणाला, "पण आम्ही खोटे कशाला बोलू?''

"याचे कारण पुरुष मंडळी खोटेच बोलत असतात.'' ती म्हणाली.

"होय, बरोबर आहे. जेव्हा पुरुषांना इतर स्त्रियांबरोबर झोपायचे असते तेव्हा ते नक्कीच खोटे बोलतात; पण प्लँक्टनच्या बायोल्युमिनन्सबद्दल ते कधीच खोटे बोलणार नाहीत.'' कॉर्कीने तिला टोला मारत म्हटले.

एक उसासा सोडून टॉलन्ड म्हणाला, "नोरा, या बर्फाच्या थराखाली जो समुद्र आहे त्यात प्लँक्टन असतात, हे तर तुम्हाला मान्य आहे ना?''

नोरा आता आणखीनच भडकली. ती म्हणाली, "माईक, उगाच माझ्या विषयातले मला शिकवू नका. तुमच्या माहितीसाठी म्हणून मी सांगते की डायअॅटम जीवप्रकारात दोनशेपेक्षा जास्त सूक्ष्म जीवांच्या जाती आहेत. ध्रुव प्रदेशाभोवतालच्या बर्फाच्या थराखालच्या समुद्रात त्यांची बेसुमार वाढ होते. त्यातल्या चौदा जीवजाती ह्या ऑटोट्रॉफीक नॅनोफ्लॅगेलेट्स आहेत, वीस हेटरोट्रॉफीक फ्लॅगेलेट्स आहेत, चाळीस हेटरोट्रॉफीक डायनोफ्लॅगेलेट्स आहेत आणि बाकीचे सारे मेटॅझोअन्स आहेत. त्यात पॉली किएटस अॅम्फीपॉड्स, कोपेपॉड्स, युफॉसीड्स वगैरे आहेत. आता बोला. तुम्हाला यावर काय विचारायचे आहे?''

टॉलन्ड शांतपणे तिला म्हणाला, "या आर्क्टिक प्रदेशातील जीवांची माहिती माझ्यापेक्षा तुमच्याकडे जास्त आहे, हे उघडच आहे. तेव्हा या बर्फाच्या थराखाली भरपूर जीवजाती आहेत हे तुम्हाला मान्य असणारच. तेव्हा आम्ही तो बायोल्युमिनन्सचा प्रकाश पाहिला याबद्दल तुम्हाला का शंका वाटते?''

"याचे कारण हा जो २०० फूट खोल गेलेला बर्फातला खड्डा आहे ना, तो सर्व बाजूने बर्फाकडून बंदिस्त झालेला आहे. त्यामुळे या खड्ड्यातील पाणी हे शुद्ध पाणी आहे, खारे पाणी नाही. समुद्रातील कोणतेही प्लँक्टन येथे शिरणे शक्यच नाही!''

टॉलन्ड आता ठामपणे बोलू लागला, "परंतु मी यातले पाणी तपासले व ते खारे पाणी आहे असे जाणवले; मात्र तो खारटपणा अगदी थोडाच जाणवत होता. तेव्हा येथे कुठूनतरी खारे पाणी शिरत आहे हे नक्की!''

नोरा यावर संशयाने म्हणाली, "तुम्हाला या पाण्याची चव खारट लागली

असणार. अगदी बरोबर. कारण तुम्ही तुमचा जो कोट पाण्यात बुडवून बाहेर काढला व चाटून पाहिला, तो कोट मुळातच घामट होता. त्यात घामातील क्षारकण अडकून राहिलेले होते. अंतराळातून पॉडसकडून या बर्फाची घनता प्रत्येक बिंदूपाशी मोजली गेली. ती सर्वत्र सारखीच भरली आहे. तसेच, या लादीमधील १५ ठिकाणांचे बर्फाचे नमुने घेऊन तपासून पाहिले आहेत. सर्व बर्फ शुद्ध पाण्याचे बनले आहे. साऱ्या परीक्षांमधून तावूनसुलाखून हा निष्कर्ष बाहेर पडला आहे.''

टॉलन्डने आपल्या कोटाची भिजलेली बाही तिच्यापुढे पुराव्यांसाठी केली.

''मी हा तुमचा कोट चाटून पहाणार नाही.'' असे म्हणून ती खड्ड्यातील पाण्याकडे पाहू लागली. काही क्षणांनी ती पुढे म्हणाली, ''मी तुम्हाला असे विचारते, की जरी तुमची ती बर्फाला गेलेली भेग मानली, तरी त्यामधून इकडे शुद्ध पाण्याकडे प्लँक्टन जीव का घुसले?''

यावर टॉलन्ड म्हणाला, ''उष्णता हे एक त्यामागचे कारण असावे. त्याच्याकडे ते प्लँक्टन आकर्षिले गेले असावे. जेव्हा आपण ती उल्का तापवून बाहेर काढली तेव्हा तिच्या भोवतालच्या बर्फाचे उबदार पाण्यात रूपांतर झाले. त्यामुळे तात्पुरत्या उबदार परिसराकडे प्लँक्टन आकृष्ट झाले.''

कॉर्की म्हणाला, ''हं, तर्कशास्त्रदृष्ट्या हे पटते.''

''तर्कशास्त्रदृष्ट्या?'' नोरा आपले डोळे गरगर फिरवत बोलू लागली, ''कॉर्की, अरे तू एक पारितोषिकविजेता पदार्थ वैज्ञानिक आहेस आणि जागतिक दर्जाचा सागर वैज्ञानिक आहेस. जगातल्या मोजक्या तज्ज्ञांमध्ये तू मोडतोस. अन् तू असे बोलावेस? तुझ्या हे कसे लक्षात येत नाही, की जरी तिथे भेग असली, तरी समुद्राचे पाणी त्या फटीतून खड्ड्यात जाणे केवळ अशक्य आहे,'' असे म्हणून तिने त्यांच्याकडे मोठ्या खेदाने पाहिले.

''पण नोरा–'' कॉर्की बोलू लागला.

त्याचे बोलणे तोडत नोरा म्हणाली, ''जंटलमेन, आपण येथे समुद्राच्या पातळीपेक्षा उंचावरती उभे आहोत.'' असे म्हणून तिने आपला पाय जमिनीवरती आपटला. ''लक्षात येते का तुमच्या मी काय म्हणते ते? समुद्राच्या पाण्याच्या पातळीपेक्षा १०० फूट वर हा बर्फाचा थर आला आहे. या हिमनदीच्या टोकाला त्यामुळेच बर्फाचे कडे आहेत. आपण समुद्राच्या पाण्याच्या पातळीपेक्षा अधिक उंचीवरती आहोत. या खड्ड्याच्या विहिरीला जर एखादी फट गेलेली असली तर यातले पाणी उलट समुद्राकडे त्या फटीतून गळून जाईल. त्यामागे साधा गुरुत्वाकर्षणाचा जोर आहे.''

तिने हे एक बिनतोड उत्तर दिले होते. कॉर्की व टॉलन्ड एकमेकांकडे पाहू लागले.

कॉर्की पाय आपटत म्हणाला, "छ्याऽ! माझ्या हे कसे लक्षात आले नाही?"

नोराने खड्ड्यातल्या पाण्याकडे बोट करून म्हटले, "तिकडे पहा. तुम्हाला असे दिसेल की पाण्याची पातळी अजिबात बदलत नाही."

आपण किती मूर्ख आहोत असे टॉलन्डला क्षणभर वाटून गेले. नोराचे म्हणणे पूर्णपणे बरोबर होते. जर कुठे फट गेली असेल व ती खालच्या समुद्राच्या पाण्यापर्यंत पोहोचली असेल तर या दोनशे फूट खोलीच्या खड्ड्यातील पाणी खाली समुद्रात निघून गेले असते. टॉलन्ड काहीही न बोलता बराच वेळ स्तब्ध उभा राहिला. ही समस्या कशी सोडवायची ते त्याला कळेना.

एक उसासा सोडत तो म्हणाला, "ठीक आहे. असे दिसते, की बर्फाला कुठेही तडा नाही, फट नाही की भेग नाही; परंतु आम्ही आमच्या डोळ्यांनी पाण्यामध्ये तो बायोल्युमिनन्सचा प्रकार पाहिला. यातून फक्त एक निष्कर्ष असा निघतो की या खड्ड्यातील पोकळी ही बंदिस्त नाही. तुमच्याजवळची या हिमनदीची माहिती ही बरीचशी 'हिमनदी ही एक एकसंध, घट्ट व घन लादी असते' या गृहीतावरती आधारलेली आहे."

"असे पहा, फक्त मीच माहिती गोळा केलेली नाही. नासानेही तोच निष्कर्ष काढला आहे. आम्ही सर्वांनी मिळून असा निष्कर्ष काढला, की ही हिमनदी घन आहे, तिला कोठेही चीर, भेग, तडा वगैरे काहीही गेले नाही." नोराने चिडून म्हटले.

टॉलन्डने यावरती लांब असलेल्या लोकांकडे पाहिले. त्यांचे पिणे चालले होते. ते हसत, खिदळत होते. तो म्हणाला, "ते काहीही असो, पण एक सावधगिरी म्हणून आणि मतभिन्नता असली तरीही आपण ही माहिती ॲडमिनिस्ट्रेटरच्या कानावर घातली पाहिजे. आणि–"

नोरा फणफणत म्हणाली, "धिस इज बुलशीट! मी तुम्हाला सांगून ठेवते की ही हिमनदी पूर्वीपासून जशी होती तशीच मूळच्या अवस्थेत आहे. तिच्यात कोठेही बदल झाला नाही की तिला कुठे सूक्ष्मसा तडाही गेलेला नाही. माझी माहिती ही अशी आहे. मग भले तुम्ही तुमचा भिजलेला कोट चाटून 'ते खारे पाणी आहे' असे म्हणा किंवा उगाच वेडेवाकडे तर्क करा." एवढे म्हणून ती धुसफुसत शेजारी असलेल्या सप्लाय एरियात गेली व काही उपकरणे व हत्यारे गोळा करू लागली. ती म्हणत होती, "मी आता त्या पाण्याचा एक योग्य नमुना घेईन आणि दाखवतेच की त्यात खाऱ्या पाण्यातील प्लँक्टन नाहीत. मग ते जिवंत असोत किंवा मृत असोत."

नोराने एक काचेची नळी घेतली. ती नळी मध्यभागी फुगीर होती. तिला 'पिपेट' म्हणतात. त्या पिपेटला एक भक्कम दोरा बांधून ती खड्ड्यातील पाण्यात सोडली,

पूर्णपणे बुडू दिली. काही वेळ जाऊ दिल्यावर खड्ड्यातील पाण्याने ती पिपेट पूर्ण भरून गेली. मग वेळ न गमावता तिने दोरा ओढून ती वर काढली. पिपेटचे खालचे भोक खूप लहान असल्याने त्यातून सावकाश पाणी गळत होते; पण वर काढेपर्यंत बरेच पाणी पिपेटमध्ये साठले होते. आता या पाण्याची परीक्षा ती करणार होती. ती तावातावाने काय करते आहे याकडे आता सगळे पाहू लागले. नोराने पिपेटमधील पाण्याचे काही थेंब एका छोट्या सूक्ष्मदर्शकारख्या दिसणाऱ्या यंत्रातील काचेवर टाकले. काचेखाली एक अंतर्गोल आरसा होता. लांबून येणारा प्रकाश त्या आरशाने नीट वळवून काचेवर खालून सोडला. आता ती त्या यंत्राला एक डोळा लावून पाहू लागली.

काही सेकंदांतच ती म्हणाली, ''बाप रे! या रिफ्रॅक्टोमीटरमध्ये काही तरी गडबड झालेली दिसते आहे!''

''काय, खारे पाणी सापडले ना?'' कॉर्कीने थोडेसे छद्मीपणे विचारले.

नोराने भुवया उंचावत म्हटले, ''काही प्रमाणात. या पाण्याची क्षारता तीन टक्के आहे, असे दाखवले जाते आहे. हे केवळ अशक्य आहे. बर्फ वितळलेले पाणी शुद्ध पाणी आहे. त्यात क्षार कोठून येणार? तीन टक्के क्षारता म्हणजे दर शंभर भाग पाण्यात तीन भाग क्षार. या पाण्यात क्षाराचा कणही असता कामा नये.''

मग तिने त्याच पाण्याचे काही थेंब हे जवळच्या एका सूक्ष्मदर्शक यंत्रावर टाकले व त्या यंत्राला एक डोळा लावून ती ते पाहू लागली. 'उफ्' असा उद्गार तिने मोठ्याने केला.

''काय, प्लँक्टन सापडले ना?'' टॉलन्ड म्हणाला.

''जी. पॉलीहैड्रा,'' तिने यंत्रावरचा डोळा न हलवता म्हटले; पण तिचा आवाज आता खूपच खाली आला होता. ती पुढे सांगू लागली, ''हा एक प्लँक्टनचा प्रकार आहे. बर्फाच्या थराखालच्या समुद्रात हा सूक्ष्म जीव आम्हाला खूप वेळा आढळतो.'' मग तिने डोके वर करून टॉलन्डकडे पहात म्हटले, ''ते सर्व सूक्ष्म जीव आता मृत झालेले दिसत आहेत. एवढ्या क्षारतेच्या पाण्यात ते जगत नसावेत असे उघड दिसते.''

नंतर ते चौघेजण पुन्हा त्या खड्ड्याभोवताली जाऊन उभे राहिले.

रेचलला कळेना की या छोट्याशा सूक्ष्म जीवाच्या अस्तित्वामुळे उल्केच्या शोधाला कसा काय शह दिला जाऊ शकतो. ही एक छोटीशी समस्या आहे. त्याचा एवढा का बाऊ केला जातो आहे? पण तरीही रेचलला जाणवले की मोठमोठे सिद्धान्त हे क्षुल्लक व छोट्याशा अडचणीमुळे धडाधड कोसळू शकतात. येथे तसे काहीतरी होत असावे.

''येथे काय चालले आहे?'' खर्जातील आवाजात कोणीतरी विचारत होते.

खड्ड्यातल्या पाण्याकडे पहाणाऱ्या प्रत्येकाने मान वर करून पाहिले. अंधारातून

नासाचा ॲडमिनिस्ट्रेटर एक्स्ट्रॉम प्रकट झाला होता.

टॉलन्ड म्हणाला, "या पाण्याबद्दल एक छोटासा पेच पडला आहे. आम्ही तो सोडवायचा प्रयत्न करतो आहोत."

कॉर्की मात्र जराशा आनंदाने म्हणाला, "नोराने जमवलेली सारी शास्त्रीय माहिती पाण्यात गेली."

"तुझ्याकडे कधीतरी मी बघेनच," नोरा कुजबुजल्या स्वरात म्हणाली.

एक्स्ट्रॉम जवळ आला. त्याच्या उंचावलेल्या केसाळ भुवया आता खाली पडल्या होत्या. त्याने विचारले, "काय झाले त्या शास्त्रीय माहितीला? नोराने गोळा केलेली माहिती आम्ही जमवलेल्या माहितीशी तंतोतंत जुळली आहे."

एक खोल श्वास घेत टॉलन्ड म्हणाला, "आम्हाला या पाण्याची क्षारता तीन टक्के मिळाली आहे. त्यामुळे अहवालातील म्हणण्याला बरीचशी बाधा पोहोचते आहे. अहवालात असे म्हटले आहे, की 'ती उल्का हिमनदीच्या अनेक वर्षांपूर्वीच्या शुद्ध पाण्याच्या बर्फाने संपूर्णपणे वेष्टिली गेली आहे' शिवाय आम्हाला या पाण्यात प्लँक्टनसुद्धा सापडले आहेत."

ते ऐकल्यावर एक्स्ट्रॉमच्या चेहऱ्यावरती राग प्रकट होत गेला. तो म्हणाला, "पण हे कसे शक्य आहे? या हिमनदीत कुठेही तडे गेलेले नाहीत. पॉडस उपग्रहांनी स्कॅनिंग करून तशी खात्री करून घेतली. ती उल्का सर्व बाजूने घट्ट बर्फात वेढली गेली होती. उल्का व बर्फ एकमेकांना घट्ट चिकटलेले होते."

एक्स्ट्रॉमचे म्हणणे बरोबर आहे हे रेचलला कळत होते. नासाच्या अहवालानुसार एखाद्या खडकाची एकसंध लादी असावी अशी ती हिमनदीची लादी होती. उल्केच्या सर्व बाजूने गोठलेला बर्फ होता. उल्का बर्फात बंदिस्त झाली होती. कुठेही त्या बर्फाला तडा गेलेला नव्हता. रेचलच्या मनात एक चमत्कारिक विचार येऊन गेला...

एक्स्ट्रॉम म्हणत होता, "शिवाय डॉ. मॅन्गोर यांनी भोके पाडून आतील बर्फाचे नमुने घेतले होते. त्यानुसारही सर्वत्र घट्ट बर्फ आहे असेच अनुमान निघाले होते."

"अगदी बरोबर!" आपल्या हातातील रिफ्रॅक्टोमीटर एका टेबलावर ठेवत नोरा म्हणाली. "दुहेरी रीतीने निष्कर्ष काढले गेले होते. बर्फाच्या लादीत कुठेही प्रस्तरभंग झाल्याचे दिसले नाही. तेव्हा ते पाणी खारे का? आणि त्यात प्लँक्टनचे अस्तित्व कसे आले याचा खुलासा करता येत नाही."

रेचल आता बोलू पहात होती. तिला काहीतरी सांगायचे होते. तिच्या आवाजात धाडस होते. तिलाही त्याचे आश्चर्य वाटले. ती म्हणत होती, "आणखीही एक शक्यता आहे." त्या शास्त्रज्ञांच्या खुल्या चर्चेने तिची कोणती तरी स्मृती जागृत झाली असावी. प्रत्येकजण तिच्याकडे पाहू लागला. त्यांच्या पहाण्यात अर्थातच अविश्वास होता.

रेचल स्मित करत म्हणाली, ''क्षार व प्लँक्टन हे पाण्यात कसे आले असावेत याबाबत मला एक तर्क सुचतो. अन् मिस्टर टॉलन्ड, तो तर्क आपल्या कसा ध्यानात आला नाही याचे मला आश्चर्य वाटते.''

४२

''काय? हिमनदीत प्लँक्टन गोठले गेले होते?'' कॉर्की मार्लिन्सन हा रेचलच्या खुलाशावर आपली प्रतिक्रिया व्यक्त करत होता, ''तुमच्या खुलाशावरती मी टीका करतो असे नाही; पण जेव्हा असे जीव गोठले जातात तेव्हा ते मरून जातात. अन् आपण पाहिलेले प्लँक्टन हे तर प्रकाश उत्पन्न करून फेकत होते.''

आता टॉलन्ड बोलू लागला. रेचलच्या खुलाशाने तो प्रभावित झालेला दिसला. तो म्हणाला, ''कदाचित मिस सेक्स्टन यांच्या खुलाशात तथ्य असू शकेल. अनेक जीवांच्या जाती अशा आहेत की त्या हिमनिद्रेत दीर्घ काळापर्यंत रहातात. जेव्हा त्यांच्या भोवतालची परिस्थिती त्यांना अनुकूल होईल तेव्हाच ते जागे होतात किंवा सामान्यांच्या भाषेत जिवंत होतात. निसर्गातील या प्रकारावर मी टीव्हीवरच्या मालिकेत एकदा एपिसोडही तयार केला होता.''

रेचल मान हलवत म्हणाली, ''होय, मी तो एपिसोड पाहिला होता. त्यात उत्तरेकडचे 'पाईक' मासे, तळे गोठल्यावर तेही त्यात गोठतात. नंतर उन्हाळ्यात बर्फ वितळल्यावरती ते परत जिवंत होतात, असे दाखवले होते. शिवाय त्या वेळी तुम्ही असेही सांगितले होते, की उन्हाळ्यात 'वॉटरबेअर्स' नावाच्या सूक्ष्म जीवांच्या अंगातील सर्व पाणी निघून जाऊन वाळवंटात ते पूर्णपणे सुकून जातात. तशा तथाकथित मृत अवस्थेत ते कित्येक दिवस रहातात; पण जेव्हा पाऊस येतो तेव्हा त्या पाण्याने ते परत जिवंत होतात.''

टॉलन्डने हसून म्हटले, ''म्हणजे तुम्ही खरोखरच माझी मालिका बघता तर?''

रेचलने यावर अवघडून नुसते आपले खांदे उडवले.

नोराने विचारले, ''मिस सेक्स्टन, तुम्हाला नक्की काय सांगायचे आहे?''

त्यावर टॉलन्ड नोराला सांगू लागला, तो म्हणाला, ''तिचा मुद्दा मला कळला आणि खरे म्हणजे मला तो आधीच सुचायला हवा होता. त्या एपिसोडमध्ये मी असे म्हटले होते, की एक प्रकारचा प्लँक्टन हा ध्रुव प्रदेशातील बर्फात दूर हिवाळ्यात गोठला जातो आणि आत बर्फातच तो दीर्घ हिमनिद्रेत जातो. अन् जेव्हा उन्हाळ्यात तो बर्फ वितळतो तेव्हा जागा होऊन तो पाण्यात जातो. त्या एपिसोडमध्ये सांगितलेली प्लँक्टनची जात ही प्रकाश टाकणाऱ्या प्लँक्टनची नव्हती, असे जरी धरून चालले

तरी येथे आता तसाच प्रकार झाला असावा.''

रेचल आता उत्साहाने बोलू लागली, ''गोठलेले प्लँक्टन या पाण्यात असतील तर सारा खुलासा होऊन जातो आहे. केव्हातरी भूतकाळात येथल्या बर्फाला लांबलचक तडा जाऊन त्यातून समुद्रातील प्लँक्टन आत शिरले असतील. तसेच खारे पाणीही आत आले असेल. त्यानंतर सर्व काही गोठून गेले. त्यामुळे ती भेग किंवा तो तडा बुजून गेला. या हिमनदीत खारट पाण्याचे छोटे छोटे साठेही कदाचित गोठून बसले असतील. त्यातही गोठलेले प्लँक्टन असतील. जेव्हा तुम्ही ती गरम केलेली उल्का वर काढत होता तेव्हा वाटेतील अशा छोट्या खाऱ्या पाण्याच्या साठ्याला वितळवून ती वर आली असेल. वितळलेल्या खाऱ्या पाण्यातील ते प्लँक्टन आपल्या हिमनिद्रेतून जागे झाले. यामुळे जसा बायोल्युमिनन्सचा खुलासा होतो तसाच खुलासा तीन क्षारतेचा होतो.''

नोरा हुश्श करत म्हणाली, ''बाप रे, येथे आता प्रत्येकजण हिमनदीच्या शास्त्रात तज्ज्ञ झालेला दिसतो आहे.''

कॉर्कीला तरीही शंका होती. तो म्हणाला, ''पण पॉडस उपग्रहांनी बर्फामधले खाऱ्या पाण्याच्या बर्फाचे साठे कसे काय ओळखले नाहीत? कारण सर्व बर्फाच्या घनतेचे मापन त्यांच्याकडून झाले होते. खाऱ्या पाण्याच्या बर्फाची घनता ही शुद्ध पाण्याच्या घनतेपेक्षा थोडी जास्त असते. दोन्हींमधली तफावत पॉडसनी कशी ओळखली नाही?''

''फारशी तफावत नसते,'' रेचल म्हणाली.

''चार टक्के क्षारता असली तरी बऱ्यापैकी तफावत आहे, असे म्हणायला पाहिजे.'' नोरा म्हणाली.

''होय, पण ती प्रयोगशाळेत,'' रेचल त्यावर खुलासा करत बोलू लागली, ''पॉडस उपग्रह हे १२० मैल उंचीवरून अंतराळात फिरतात. त्यावरचे जे संगणक आहेत त्यांना बर्फ, दलदल, ग्रॅनाइट खडक, चुनखडी यातील फरक ओळखता येईल एवढीच त्यांची संवेदनक्षमता आहे.'' मग ती ॲडमिनिस्ट्रेटर एक्स्ट्रॉम याचेकडे वळून म्हणाली, ''पॉडसकडून जमिनीवरील पदार्थांची घनता अंतराळातून मोजली जाते; पण गोडे पाणी व खारे पाणी यांच्या घनतेमधील तफावत पॉडसमधील संगणकांना ओळखता येते का?''

एक्स्ट्रॉम आपली मान नकारार्थी हलवत म्हणाला, ''चार टक्के क्षारता असलेले पाणी आणि शुद्ध पाणी यातील फरक पॉडसमधील संगणकांना ओळखू येत नाही. यापेक्षा कमी तफावत असेल, म्हणजे चार टक्क्यांपेक्षा कमी असेल तर मग अजिबातच ओळखू येणार नाही. उपग्रहातून दोन्ही प्रकारचे पाणी एकाच प्रकारचे समजले जाते.''

टॉलन्डची जिज्ञासा आता चेतवली गेली होती. तो म्हणाला, ''यावरून या खड्ड्याच्या विहिरीतील पाण्याची पातळी स्थिर का राहिली आहे याचाही खुलासा होतो.'' मग नोराकडे पाहून तो पुढे म्हणाला, ''तुम्ही सूक्ष्मदर्शक यंत्रातून जे प्लँक्टन पाहिले त्या जातीचे नाव काय होते म्हणालात?''

''*जी. पॉलीहैड्रा*. अन् आता तुम्हाला असा प्रश्न पडला असेल की या प्रकारचा प्लँक्टन हिमनिद्रेत जातो का नाही? तर तुम्हाला सांगायला मला आनंद वाटतो की त्याचे उत्तर *होय* असे आहे. या प्लँक्टनचे थवेच्या थवे तरंगत्या बर्फभूमीभोवती आढळतात. हे प्लँक्टन बर्फात गोठले तर हिमनिद्रेत जातात. तसेच, यांच्याकडून प्रकाश निर्माण करून तो बाहेर फेकला जाण्याची क्षमता आहे. आणखी काही प्रश्न मला विचारायचे आहेत?''

नोराच्या बोलण्याच्या स्वर हा चिडका होता. सर्वजण एकमेकांकडे पाहू लागले. काही बारीकसारीक शंका होत्या; परंतु रेचलचा खुलासा सर्वांना पटला होता.

टॉलन्ड म्हणाला, ''म्हणजे, तुम्हाला हे आता सारे शक्य वाटते आहे? बरोबर? हिमनिद्रेच्या सिद्धान्तामुळे शेवटी खुलासा झाला तर. हो ना?''

''नक्कीच,'' नोरा म्हणाली, ''जर तुम्ही आता आणखी काही खुसपटे काढली नाहीत तर.''

रेचलला तिच्या बोलण्याचा राग आला. ती म्हणाली, ''काय म्हणालात तुम्ही?''

नोरा मॅन्गोर रेचलकडे टक लावून बघत राहिली. काही क्षणांनी ती म्हणाली, ''तुमच्या स्वतःच्या व्यवसायात तुम्हाला हे जाणवले असेल, की 'थोडेसे ज्ञान हे फार धोकादायक असते' हीच गोष्ट हिमनदीच्या शास्त्राबाबतीतही खरी आहे.'' नोरा आता आळीपाळीने बाकीच्या चौघांकडे पाहू लागली. ती पुढे म्हणाली, ''मी येथे एकदा आणि शेवटचे सर्वांना स्पष्ट करून सांगते. मिस सेक्स्टन यांनी सुचवलेले बर्फात गोठलेले खारट पाण्याचे साठे खरोखरच आढळतात; पण ते 'साठे' म्हणावे एवढे मोठे कधीच नसतात. त्या असतात खारट पाण्याच्या रेषा. त्यांना *इंटरस्टिसेस* असे म्हणतात. या खारट पाण्याच्या रेषा बर्फात अत्यंत लांबवर गेलेल्या आढळतात. मात्र जाडीला त्या माणसाच्या केसाएवढ्या असतात. अशा रेषांचे जाळे बर्फात असते. एका रेषेला अनेक फाटे फुटलेले असतात. ती उल्का वर काढताना तिच्या वाटेतील बर्फात अशा असंख्य रेषा जर आल्या व त्या सगळ्या वितळल्या तर वरती त्यातून पुरेसे खारट पाणी निर्माण होऊ शकते.''

एक्स्ट्रॉम कपाळावर आठ्या घालत म्हणाला, ''शेवटी येथे असे खारट पाणी निर्माण झाले आहे का नाही? येथला खरा प्रकार काय आहे? तो मला सांगा.''

यावर नोरा म्हणाली, ''अशक्य! येथे असा प्रकार घडणे अशक्य आहे! याचे कारण मी जे खोदकाम करून बर्फाचे नमुने वर काढले त्यात मला खारे पाणी सापडायला हवे होते.''

''पण ते नमुने अनेक ठिकाणांहून काढले गेले होते ना? त्यातून ते वाटेल तिथल्या जागेतून रॅन्डम पद्धतीने काढले होते. बरोबर?'' रेचल आता नोराला विचारू लागली, ''मग आपण असे समजायचे का, की केवळ दुर्दैवाने वाटेल त्या जागेतील बर्फ बाहेर काढले तरी आपल्याला खारट बर्फ वाटेत लागला नाही? त्याची चुकामूक झाली?''

नोरा आता ठासून बोलू लागली, ''मी त्या उल्केच्या बरोबर वरच्या भागामधे भोक पाडत गेले. तेव्हा तेथून घेतलेल्या माझ्या बर्फाच्या नमुन्यांमध्ये खारट भाग यायलाच हवा होता. तसेच या बरोबर माथ्यावर असलेल्या बिंदूभोवती अनेक भोके पाडून मी आतील नमुने काढून घेतले होते, हेही लक्षात ठेवा. तेव्हा तुमच्या मुद्द्यात काहीही दम नाही. इंटरस्टिसेस रेषांचे जाळे हे फक्त मोसमी बर्फातच आढळते. मोसमी बर्फ म्हणजे जो प्रत्येक हिवाळ्यात गोठतो व लगेचच्या उन्हाळ्यात वितळतो; परंतु ज्या मिल्ने हिमनदीवरती आपण उभे आहोत तिथे असला प्रकार बिलकूल नाही. डोंगराळ भागात ही हिमनदी निर्माण होते. वेगाने सारे बर्फ उतारावरून येते व पुढे समुद्रात जाऊन पसरते. मग मात्र हा वेग अति अति मंद होतो. समुद्रात हिमनदी जरी सूक्ष्म वेगाने पुढे सरकत असली तरी तिथले प्लँक्टन बर्फात अडकण्याची शक्यता निर्माण होते असे म्हणणे एखाद्याला सोयीचे ठरत असेल; परंतु मी येथे ठामपणे सांगते की येथल्या बर्फात कोठेही खाऱ्या पाण्याचे बर्फ नाही, त्यांच्या रेषा नाहीत की काहीही नाही. तसे जर असते तर मी घेतलेल्या एका तरी बर्फाच्या नमुन्यात मला तसे आढळले असते.''

नोराच्या अशा निक्षून सांगण्यावरती सारेजण स्तब्ध झाले, गप्प बसले.

रेचलचा गोठलेल्या प्लँक्टनचा सिद्धान्त जरी फेटाळला गेला तरी तिचे मन ते मानायला तयार नव्हते. समोर आलेल्या माहितीचे शास्त्रशुद्ध पद्धतीने विश्लेषण करून निष्कर्ष काढायची तिला सवय होती. तिच्या व्यवसायातला तो भाग होता. या बर्फभूमीखाली समुद्रात प्लँक्टन्सची रेलचेल आहे. तेव्हा त्यांचा उगम तिथेच असणार. या कोड्याचे हेच एक साधे उत्तर असणार, अशी तिची अंत:प्रेरणा तिला सांगत होती. या संदर्भात तिला Law of Parsimony हा नियम आठवला. त्या नियमानुसार साधी व कमीतकमी गुंतागुंत असलेली रचना हेच उत्तर असते. एनआरओ संस्थेत काम करताना तिच्या प्रशिक्षकांनी तिच्या मनात तो नियम ठसवला होता.

जेव्हा असंख्य खुलासे करता येतात, तेव्हा त्यातला सर्वांत साधा व सोपा

खुलासाच सहसा बरोबर ठरतो.

नोरा मॅन्गोर हिने गोळा केलेल्या माहितीमधून निष्कर्ष काढता आला नाही तर तिचे खूप नुकसान होणार होते. जरी नोराने त्या प्लँक्टनचा प्रकाश पाहिला असता आणि ती सारी बर्फभूमी घट्ट व एकसंध आहे असे म्हणण्यात चूक केली असती, तरीही त्या मानी स्त्रीने माघार घेतली नसती. आपलेच म्हणणे खरे आहे असे ती म्हणत राहिली असती व उगाच काहीतरी सारवासारवी करत बसली असती.

रेचल म्हणाली, "मला जे काही ठाऊक झाले होते ते मी व्हाईट हाऊसमधील सर्व कर्मचाऱ्यांना व अधिकाऱ्यांना सांगितले आहे. ती उल्का ही ऐतिहासिक काळापासून नैसर्गिक बर्फाच्या थरात गाडली गेली असून ही घटना १७१६ मध्ये घडली. या उल्केचे नाव जेव्हापासून 'जंगरसोल' असे पडले आहे तेव्हापासून आजपर्यंत या उल्केला कशाचाही स्पर्श झाला नाही. ती होती तशीच आहे. आता तुम्ही जो शास्त्रीय वादविवाद करता आहात त्यावरून माझे सांगणे संशयास्पद ठरते आहे. त्यावरती अनेक प्रश्न उठतील."

रेचलचे बोलणे ऐकून एक्स्ट्रॉम गंभीर झाला. तिच्या बोलण्यात तथ्य आहे हे त्याला जाणवले. आधीच नासाच्या विरुद्ध गदारोळ झाला आहे, टीकेची झोड उठली आहे आणि आता त्यात या समस्येची भर पडल्यास सारेच मुसळ केरात जाणार. भावी संकटाची चाहूल तो घेऊ पहात होता.

टॉलन्डने आता आपला घसा साफ करून बोलण्यास सुरुवात केली. तो म्हणाला, "मी रेचलच्या मताशी सहमत आहे. या उत्खनन केलेल्या खड्ड्यातल्या पाण्यात खारे पाणी व प्लँक्टन अस्तित्वात आहेत याची खात्री पटली आहे. त्यासाठी कोणताही खुलासा तुम्ही करा; परंतु हा २०० फुटांचा खोल खड्डा किंवा विहीर बंदिस्त नाही हेही सत्य त्यातून डोकावते आहे हे लक्षात घ्या."

ही सारी चर्चा ऐकून कॉर्की अस्वस्थ झाला होता. तो म्हणाला, "अं, फोक्स, या चर्चेत खगोलविज्ञानाचा कुठे संबंध येत नाही, हे जरी खरे असले तरी मी आपल्याला हे सांगतो, की आमच्या शास्त्रात जेव्हा भूतकाळातील घटनांचा वेध घेताना आमच्या हातून चुका होतात, तेव्हा आमचे काळाचे अंदाज काही अब्ज वर्षांनी चुकतात; पण ते फारसे कोणी मनावर घेत नाही. कोणती घटना घडली, कशी घडली याला आम्ही जास्त महत्त्व देतो. येथे आपण एका ऐतिहासिक उल्केचे उत्खनन केले आहे. त्या उत्खननाच्या जागेत कोठून खारे पाणी व प्लँक्टन घुसले याला फारसे महत्त्व नाही. उल्केच्या भोवती शुद्ध पाण्याचा बर्फ असला काय अन् खाऱ्या पाण्याचा बर्फ असला काय, त्या बर्फामुळे खुद्द उल्केवर जोपर्यंत काहीही परिणाम होत नाही तोपर्यंत आपण उगाच कशाला चिंता करायची? आपल्याजवळ उल्का आली आहे, त्यातील अश्मीभूत जीवांचे अवशेष हाती लागले आहेत.

त्याबद्दल कोणीही आपल्याला शास्त्रीय आव्हान देऊ शकणार नाही. जरी कोणाला कळले की इथल्या बर्फाची अंतर्गत माहिती काढण्यात चूक झाली होती तरी कोणीही ते मनावर घेणार नाही. याचा पुरावा आपल्याला मिळाला आहे एवढीच गोष्ट ध्यानात घेतली जाईल.''

रेचल यावर म्हणाली, ''आय ॲम सॉरी, डॉ. मार्लिन्सन; परंतु जो कोणी आपण गोळा केलेल्या बर्फाच्या माहितीचे विश्लेषण करील, त्याला यात झालेली चूक किंवा गोंधळ म्हणा हवे तर, लक्षात येणार. अशा चुकीमुळे नासाची नाचक्की तर होईलच; पण त्यामुळे नासाने सादर केलेली उल्का व तिची माहिती यांच्या विश्वासार्हतेला नक्कीच धक्का बसणार. मग उल्केमधील जीवाश्मांबद्दलही शंका घेतल्या जातील.''

हा मुद्दा कॉर्कीच्या ध्यानात आला नव्हता. आश्चर्याने त्याचा जबडा खाली गेला. तो म्हणाला, ''पण ते जीवाश्म खरे आहेत,हे कोणालाही खोडून काढता येणार नाही.''

''ते मला ठाऊक आहे आणि तुम्हालाही ठाऊक आहे; पण नासाने बर्फाबद्दलची चुकीची माहिती, त्याबद्दल संशय असतानाही जाणूनबुजून जनतेपुढे सादर केली असे जर वाटले, तर त्याचा अर्थ 'नासाने आपल्याला फसवले' अशी लोकांची समजूत होईल.''

आता नोरा एक पाऊल टाकून पुढे आली. तिचे डोळे रागाने धुमसत होते. ती म्हणाली, ''मी मिळवलेली बर्फाबद्दलची माहिती चुकीची नाही आणि त्यावरती कोणीही शंका घेऊ शकत नाही.'' मग ती एक्स्ट्रॉमकडे वळून म्हणाली, ''या बर्फात कोठेही खारे पाणी अडकलेले नाही हे मी तुम्हाला ठामपणे सिद्ध करून दाखवू शकते.''

एक्स्ट्रॉम तिच्याकडे काही क्षण टक लावून पहात राहिला व मग त्याने तिला विचारले, ''पण कसे?'' नोराने त्यासाठी आपली एक योजना समजावून सांगितली. जेव्हा तिचे सांगणे संपले तेव्हा तिने एक पटण्याजोगी योजना मांडली आहे हे रेचलने मनात कबूल केले.

परंतु नोराच्या योजनेबद्दल एक्स्ट्रॉमला खात्री वाटत नसावी. त्याने विचारले, ''पण या तपासणीमधून जे निष्कर्ष बाहेर पडतील ते पक्के असतील? शंकास्पद नसतील? त्यांना कोणीही आव्हान देऊ शकणार नाही?''

''त्यातले निष्कर्ष हे शंभर टक्के वादातीत असतील. त्या खड्ड्यात एक औंसभर जरी खारे पाणी असेल, किंवा अगदी खाऱ्या पाण्याचे काही थेंब जरी असतील तरी माझ्या यंत्रात प्रकाशाने त्यांचे अस्तित्व दाखवले जाईल.''

एक्स्ट्रॉम लष्करातून निवृत्त होऊन नासाच्या नोकरत आला होता. तो वेळेला

जास्त महत्त्व देत होता. आपले डोक्यावरचे केसही त्याने लष्करातल्यासारखे बारीक ठेवले होते. तो म्हणाला, "आपल्याजवळ फार वेळ नाही. एक-दोन तासांत वॉशिंग्टनला पत्रकार परिषद सुरू होत आहे. जे काही करायचे आहे ते झटपट करा."

"मी ते वीस मिनिटांत संपवून परत येईन." नोरा म्हणाली.

"पण तंबूच्या बाहेर किती दूरवर तुम्ही जाणार?"

"फार नाही. फक्त पाचसहाशे फूटच दूर जावे लागेल."

एक्स्ट्रॉमने त्यावर शंका काढली, "पण या प्रकारात धोका नाही ना?"

"मी बरोबर फ्लेअर्स घेईन. माझ्याबरोबर माईक येईल." नोराने आश्वासन दिले. फ्लेअर म्हणजे जळणारी एक दारूची कांडी ऊर्फ मशाल असते. ती पेटवल्यावर तिच्यातून लख्ख उजेड बाहेर पडतो. लांबून कोठूनही तो प्रकाश दिसत असल्याने माणसांना हुडकण्यास सोपे जाते.

टॉलन्डने एकदम मान वर करत म्हटले, "मी? मी येऊ?"

"होय, तुम्हीच माझ्याबरोबर चला. आपण एकमेकांना लांब दोरीने बांधून ठेवू. म्हणजे चुकामूक होणार नाही. जर जोरदार वारा आला तर मला बळकट हातांची मदत लागेल. म्हणून तुम्ही चला."

"पण–"

"त्यांचे म्हणणे बरोबर आहे," एक्स्ट्रॉम म्हणत होता. मग टॉलन्डकडे वळून तो म्हणाला, "त्यांना एकटीला बाहेर सोडता येत नाही. त्यांच्याबरोबर माझ्या एका माणसाला मी पाठवायला पाहिजे; पण ही प्लँक्टनची बाब आपल्यातच रहावी म्हणून मी तुम्हाला नोराबरोबर जाण्याची विनंती करतो आहे."

शेवटी टॉलन्डने नाखुशीने आपली मान होकारार्थी हलवली.

"मलाही त्यांच्याबरोबर बाहेर जायचे आहे," रेचल एकदम म्हणाली. यावर नोरा एखाद्या नागिणीसारखी चवताळून तिच्याकडे वळली आणि म्हणाली, "अजिबात नाही! मी तुला घेणार नाही."

यावर एक्स्ट्रॉम बोलू लागला. त्याला काहीतरी सुचले असावे. तो म्हणाला, "मला वाटते की अशा प्रसंगी नेहमीची चौघांची पद्धत वापरावी. सर्वांनी एकमेकांशी दोरांनी बांधून घेतले तर वाऱ्यामुळे व अंधारामुळे कोणीच भरकटणार नाही. जर नोरा व टॉलन्ड गेले आणि एकाचा संपर्क दुसऱ्याशी तुटला तर दोघांची वाताहत होऊ शकते. दोघांपेक्षा चारजण अधिक बरे व सुरक्षित ठरते. अन् हो, ते डॉ. मिंग कुठे आहेत?"

टॉलन्ड म्हणाला, "मला दिसले नाहीत कुठे. कदाचित ते एखादी डुलकी घेत असावेत."

मग कॉर्कीकडे वळून एक्स्ट्रॉम म्हणाला, "डॉ. मार्लिन्सन, तुम्ही खरे म्हणजे त्यांच्याबरोबर बाहेर जाऊ नये असे मला वाटते. परंतु–"

"म्हणून काय झाले. सर्वजण सुरक्षित रहात असतील तर मला त्यांच्याबरोबर गेलेच पाहिजे." कॉर्की म्हणाला.

"नाही!" नोरा म्हणाली. "चार जण एकत्र असतील तर फार हळूहळू चालावे लागेल. मी आणि माईक, एवढेच फक्त जातो."

"नाही, बिलकूल नाही!" एक्स्ट्रॉमच्या आवाजात अधिकार होता व स्वर निर्वाणीचा होता. तो पुढे म्हणाला, "त्या ज्या खास दोऱ्या आहेत त्या चौघाजणांसाठीच आहेत. तरच त्यामुळे धोका टाळता येतो. नासाच्या इतिहासात मला कुठेही अपघात घडलेला चालणार नाही. तेव्हा नोरा, टॉलन्ड, डॉ. मार्लिन्सन व मिस सेक्स्टन एवढेच बाहेर जातील. खारे पाणी व त्यातील प्लँक्टन यांचे निराकारण होईपर्यंत ही चर्चा व समस्या फक्त आपल्यातच राहील. दॅट्स ऑल. यू कॅन गो नाऊ. इमिजिएटली!"

४३

त्या खोलीत वातावरण जड झाल्यासारखे वाटत होते. गॅब्रिएल एका मोठ्या खुर्चीत बसली होती. हे काय चालले आहे ते तिला कळेना. तिच्या समोरच्या टेबलामागे मार्जोरी टेन्च बसली होती. गॅब्रिएलची अस्वस्थता पाहून तिच्या कठोर चेहऱ्यावरती खुषी पसरली होती.

"माझ्या सिगारेटच्या धुराचा आपल्याला त्रास होतो का?" मार्जोरीने पाकिटातून एक नवी सिगारेट बाहेर काढून तिला विचारले.

"नाही," गॅब्रिएल खोटे बोलली.

परंतु तोपर्यंत मार्जोरीने आपली सिगारेट पेटवण्यास सुरुवातही केली होती. ती म्हणत होती, "निवडणूक प्रचारात तुम्ही आणि तुमच्या उमेदवाराने नासामध्ये भलताच रस घेतलेला दिसतो आहे."

"खरे आहे," गॅब्रिएल आपला राग लपवत फटकन बोलली, "आमच्या रचनात्मक कार्याला आपण दिलेल्या शुभेच्छांबद्दल धन्यवाद; परंतु आपण अधिक काही खुलासा केलात तर मला बरे वाटेल."

मार्जोरीने आपले ओठ बाहेर काढून अजाणतेपणे आपली नापसंती व्यक्त केली व म्हटले, "तुम्ही नासावर जो हल्ला चढवत आहात त्यासाठी मी तुम्हाला ई-मेलद्वारे माहिती पुरवत होते, त्याबद्दलच तुम्ही बोलता आहात का?"

"तुम्ही पाठवलेली माहिती आम्ही प्रचारात वापरल्याने अध्यक्ष दुखावले

असतील ना?'' गॅब्रिएलने उलट विचारले.

"होय, काही वेळापुरते झाले खरे तसे.''

मार्जोरीच्या आवाजात अनिष्टसूचक असा स्वर होता. त्यामुळे गॅब्रिएलने रागाने तिला विचारले, "तुम्हाला नक्की काय म्हणायचे आहे?''

"रिलॅक्स! शांत व्हा. माझ्या ई-मेलमधील मजकुराने तसा फारसा काही बदल तुमच्या प्रचारात झाला नाही. सिनेटर सेक्स्टन हे फार पूर्वीपासूनच नासाच्या मागे हात धुऊन लागले आहेत. मी फक्त त्यांचे सांगणे अधिक स्पष्ट व स्वच्छ असावे म्हणून मदत केली आहे. त्यामुळे त्यांची आहे ती स्थिती अधिक मजबूत होईल.''

"स्थिती अधिक मजबूत होईल?''

"अगदी बरोबर,'' असे म्हणून मार्जोरी हसली. हसताना तिचे डाग पडलेले दात दिसले. "मी तर असे म्हणेन की आज दुपारी सीएनएनवरती ते खूप परिणामकारक बोलले.''

मार्जोरीने कुंपणावर बसून विचारलेल्या प्रश्नांना सिनेटरने जे उत्तर दिले ते गॅब्रिएलला आठवले. होय, मी नासाच बरखास्त करून टाकेन. त्या वेळी सेक्स्टनची कोंडी झाली होती; पण त्याने निर्धारपूर्वक उत्तरे देऊन ती कोंडी फोडली होती. त्या वेळी तसे बोलणे हे योग्यच होते. मार्जोरी गॅब्रिएलकडे समाधानाने पहात होती. तसे पहाणे बघून काहीतरी गडबड आहे अशी गॅब्रिएलची भावना झाली.

एकदम मार्जोरी उठली. तिचा देह हडकुळा होता तरी त्या छोट्या जागेत तिचा प्रभाव पडत होता. तिने ओठात धरलेली सिगारेट अर्धवट लोंबकळत होती. ती चालत चालत भिंतीजवळच्या एका कपाटापाशी गेली. कपाट उघडून आतून एक लखोटा तिने बाहेर काढला आणि ती परत टेबलापाशी येऊन बसली.

गॅब्रिएल त्या लठ्ठ व फुगीर लखोट्याकडे पहात राहिली.

मार्जोरी हसली. तिने तो लखोटा आपल्या हातात खेळवायला सुरुवात केली. तिच्या चेहऱ्यावरती हर्ष झालेला दिसत होता. एखाद्या पत्त्याच्या जुगारात चारही राजे-राण्या यांचे पत्ते हातात आल्यावर जसा माणसाला आनंद होतो तसा तिचा हर्ष वाटत होता. जणू काही तो लखोटा म्हणजे तिच्याजवळची हुकमाची पाने होती. ती त्या लखोट्याला आपल्या बोटाच्या नखांनी सारखे खाजवत होती आणि गॅब्रिएलच्या प्रतिक्रियेची वाट पहात होती.

गॅब्रिएलला कळले की आपल्या अपराधी भावनेमुळे आपण अस्वस्थ झालो आहोत. तिला अशी भीती वाटत होती की त्या लखोट्यामध्ये आपण मागे एकदा सिनेटर सेक्स्टनशी ज्या अनैतिक कृत्यात भाग घेतला त्याचे पुरावे असावेत; पण त्याचा पुरावा निर्माण होणे शक्यच नाही असे तिला वाटले. सिनेटरच्या ऑफिसात कामाची वेळ संपल्यावरती ते कृत्य घडले होते. त्या वेळी ऑफिसचे दार आतून

कुलूपबंद होते. अन् जरी त्या कृत्याचा पुरावा व्हाईट हाऊसजवळ असता तर त्यांनी तो केव्हाच चव्हाट्यावर आणला असता.

त्यांना आपल्याबद्दल संशय आला असेल, पण त्यांच्याजवळ कसलाही पुरावा असणार नाही.

मार्जोरीने आपली सिगारेट ओठातून बाहेर काढून ॲश ट्रेमध्ये चिरडून विझवली. ती म्हणाली, ''मिस ॲश, तुम्हाला त्याची कल्पना असो वा नसो; पण तुम्ही एका संघर्षात मध्यभागी सापडला आहात. हा संघर्ष वॉशिंग्टनमध्ये १९९६पासून चालू आहे.''

म्हणजे आता प्रस्तावना संपून गाडी मुद्द्याकडे वळत चालली असावी असे गॅब्रिएलला वाटले. ती यावरती फक्त एवढेच म्हणाली, ''आपण काय म्हणालात?''

मार्जोरीने यावर काहीही न बोलता नवीन सिगारेट काढून तोंडात धरली व शिलगावली. तिच्या जाड ओठांनी ती सिगारेट घट्ट पकडली. सिगारेटचे टोक लालबुंद झाले. ती म्हणाली, ''अंतराळ व्यापारीकरण उत्तेजनाचा कायदा. तुम्हाला या ठरावाबद्दल काय ठाऊक आहे?''

गॅब्रिएलने असे काही यापूर्वी ऐकले नव्हते. तिने काहीही उत्तर न देता फक्त आपले खांदे उडवले.

मार्जोरी बोलू लागली, ''खरंच तुम्हाला काहीही ठाऊक नाही? मला याचे आश्चर्य वाटते. विशेषतः तुमच्या उमेदवाराची मते लक्षात घेता अधिकच आश्चर्य वाटते. अशा कायद्याचा प्रस्ताव सिनेटर वॉकर याने १९९६मध्ये पुढे केला होता. माणसाला चंद्रावरती पाठविल्यानंतर नासाला नेत्रदीपक असे यश मिळालेले नसल्याने ह्या कायद्याचा प्रस्ताव मांडण्यात आला होता आणि त्यात नासाच्या अपयशाचा पाढा वाचण्यात आला होता. म्हणून नासाचे ताबडतोब खासगीकरण करावे आणि नासाची मालमत्ता हवाई इंजिनीअरिंगच्या क्षेत्रात कामे करणाऱ्या कंपन्यांना ताबडतोब विकून टाकावी आणि अंतराळाचा अभ्यास व तिथला अधिक शोध घेण्यासाठी खुल्या बाजाराच्या पद्धतीनुसार जावे, असे या कायद्याच्या प्रस्तावात उल्लेखलेले होते. अशा रीतीने नासा चालवण्याच्या भरमसाठ खर्चातून सरकारची मुक्तता होईल आणि पर्यायाने नागरिकांवरचे कराचे ओझे कमी होईल.''

नासाच्या आर्थिक दुखण्यांवरती त्याचे खासगीकरण करावे असे जे टीकाकार म्हणत, ते गॅब्रिएलच्या कानावर आले होते; पण या उपायाचे एका कायद्यात रूपांतर करून त्याचा प्रस्ताव ठेवला गेला असेल हे तिच्या गावी नव्हते.

मार्जोरी सांगू लागली, ''नासाच्या व्यापारीकरणाचा प्रस्ताव कॉंग्रेसमध्ये ठेवला गेला. चार वेळा ठेवला गेला. असेच अन्य सरकारी उद्योगांचे खासगीकरण करण्याचे प्रस्ताव यशस्वीरीत्या पास झाले होते. उदाहरणार्थ, युरेनियमचे उत्पादन. कॉंग्रेसने

चारही वेळा नासाच्या खासगीकरणाचे प्रस्ताव पासही केले होते; परंतु अध्यक्षांनी त्यांना असलेल्या नकाराधिकाराच्या साहाय्याने ते प्रस्ताव चारही वेळा रद्दबातल केले. त्यात दोन वेळा तर सध्याचे राष्ट्राध्यक्ष हर्नी यांनीच ते रद्द केले होते.''

''पण हे सांगण्यामागचा तुमचा मुद्दा काय आहे?''

''मला असे सांगायचे आहे, की जर सिनेटर सेक्स्टन हे अमेरिकेचे अध्यक्ष म्हणून निवडून आले तर ते नक्की या प्रस्तावाला विरोध करणार नाहीत व तो कायदा शेवटी अमलात येईल. याचे कारण सेक्स्टन हे नासाची मालमत्ता व्यापारी कंपन्यांना विकण्याची आलेली पाहिली संधी कधीही सोडणार नाहीत. थोडक्यात, तुमचा अध्यक्षपदाचा उमेदवार अशा खासगीकरणाचा पुरस्कर्ता आहे.''

''माझ्या माहितीनुसार सिनेटरने अशा कायद्याबद्दल आपली मते सार्वजनिकरीत्या मांडलेली आहेत.''

''बरोबर; पण त्यांचे राजकारण लक्षात घेता ते वेळ येताच त्या कायद्याला आपला पाठिंबा नक्की देतील. तसे झाले तर तुम्हाला त्याचे आश्चर्य वाटायला नको.''

''परंतु खुल्या बाजाराच्या पद्धतीमुळे कार्यक्षमता वाढते.''

मार्जोरी यावर तिच्याकडे रोखून पहात म्हणाली, ''ही एक घृणास्पद कल्पना आहे. याखेरीज आणखीही बरीच अशी कारणे आहेत की ज्यामुळे असला कायदा प्रत्यक्षात होता कामा नये. त्यामुळे व्हाईट हाऊसने या कायद्याला नेहमीच विरोध दर्शवला.''

''अंतराळ खात्याच्या खासगीकरणाविरुद्ध मीही बरेच मुद्दे ऐकले आहेत. तेव्हा तुमच्या काळजीची मला कल्पना आहे,'' गॅब्रिएल म्हणाली.

''असं?'' मार्जोरी तिच्यापुढे वाकून म्हणाली, ''*कोणते* मुद्दे तुम्ही ऐकलेत?''

यावर गॅब्रिएलने अस्वस्थ होऊन आपली बैठक बदलत म्हटले, ''तीच ती नेहमी वाढणारी भीतीची भावना. जर नासाचे खासगीकरण झाले तर आता अंतराळाचे वैज्ञानिक ज्ञान मिळविण्याची जी धडपड चालू आहे ती लगेच थांबेल आणि ज्यात नफा आहे, लाभ आहे अशा गोष्टींना अग्रक्रम दिला जाईल.''

''खरे आहे. या व्यापारीकरणात अंतराळ विज्ञानाचा गळा दाबला जाईल. विश्वाच्या अभ्यासावर पैसा खर्च करण्याऐवजी खासगी अंतराळ कंपन्यांकडून अंतराळातील लघुग्रहांवरती ऊर्फ ॲस्टिरॉईड्सवरती खाणकाम सुरू केले जाईल. तिथे हौशी पर्यटकांसाठी हॉटेल्स बांधली जातील आणि तिथून व्यापारी उपग्रह सोडण्याची सेवा उपलब्ध करून दिली जाईल. यात भरपूर नफा असल्याने खासगी कंपन्या उगाच कशाला विश्वाच्या उत्पत्तीचे रहस्य उकलण्यासाठी अभ्यास करत बसतील? अशा अभ्यासासाठी कित्येक अब्ज डॉलर्स लागणार आणि आर्थिक लाभ

थोडाच होणार आहे?''

तिचे हे म्हणणे खोडून काढण्यासाठी गॅब्रिएल म्हणाली, ''अगदी असेच घडेल असे नाही. आपल्याला एक राष्ट्रीय निधी राखून ठेवून त्या आधारे फक्त अंतराळ संशोधन करणारी संस्था स्थापन करता येईल.''

''अशी संस्था सध्या अस्तित्वात असून ती नेमके तेच कार्य करत आहे. त्या संस्थेचे नाव 'नासा' असे आहे.''

यावर गॅब्रिएल गप्प बसली.

मार्जोरी पुढे बोलू लागली, ''नफ्यापुढे शास्त्रीय संशोधन सोडून देणे हा एक वेगळा मुद्दा आहे. जर अंतराळाचे खासगीकरण झाले तर जी काही अंदाधुंदी माजेल त्यापुढे हा मुद्दा काहीच नाही. तसे काही आपण करू गेलो तर काही शतकांपूर्वी पश्चिम अमेरिकेत जी 'वाईल्ड वेस्ट' ऊर्फ 'बळी तो कान पिळी' अशी अवस्था झाली होती तीच परत होईल. मग जी धाडसी व लोभी माणसे चंद्रावर पहिले पाऊल जिथे टाकतील तिथली जागा आपली स्वतःची म्हणून जाहीर करतील. त्या जागेत इतर कोणाला येऊ देणार नाही. त्यासाठी ते ताकद वापरतील.

''असाच प्रकार अंतराळात भरकटणाऱ्या ॲस्टिरॉईड्सवरती, शिलाखंडांवरती होईल. मी अलीकडेच असे ऐकले आहे, की काही कंपन्यांनी सरकारकडे अर्ज करून चंद्रावरती त्यांचे मोठमोठे जाहिरातींचे फलक उभे करू देण्यासाठी परवानगी मागितली आहे. त्या अवाढव्य राक्षसी फलकांवरील उघडझाप करणाऱ्या निऑन दिव्यांमधून अक्षरे प्रकट होतील व ती पृथ्वीवरून रात्री दिसतील. अंतराळात हॉटेल्स व पर्यटकांसाठी आकर्षण केंद्रे उभी करण्यासाठीही अर्जदार पुढे येत आहेत; पण या केंद्रांकडून नको असलेला कचरा अंतराळात ढकलला जाईल व तो पृथ्वीभोवती फिरत राहील. अशा फिरत्या कचऱ्याचे पुढे ढीग बनतील. अंतराळातील वाहतुकीला ती एक डोकेदुखी बनेल.

''कालच एका कंपनीचा प्रस्ताव माझ्या वाचनात आला– मृत माणसांचे दफन करून पृथ्वीवरील जागा अडविण्याऐवजी त्यांना सरळ अंतराळात उडवून द्यायचे. मग वर्षानुवर्षे त्यांचे देह तिथे पृथ्वीला घिरट्या घालत बसतील. कालांतराने ते जरी नष्ट झाले तरी त्या जागी सतत नवीन मृतदेह येत रहातील. मग आपली उपग्रहांची संपर्क यंत्रणा कशी नीट चालेल? कदाचित कोणाचा तरी देह त्या उपग्रहाला जाऊन धडकेल. असे काही होईल याची तुम्हाला कल्पना आहे का?

''गेल्या आठवड्यात माझ्याकडे एका अब्जाधीश कंपनीचा प्रमुख आला होता. त्याने मला एक अर्ज केला. त्याच्या अर्जानुसार जी योजना त्याने माझ्यापुढे ठेवली ती अशी होती– अंतराळात जाऊन अगदी जवळचा जो ॲस्टिरॉईड आहे, शिलाखंड आहे तो ओढून पृथ्वीजवळ आणायचा. मग त्या शिलाखंडावरील दुर्मिळ खनिजे

खाणकाम करून काढून घेत रहायचे. शेवटी मला त्या माणसाला जाणीव करून द्यावी लागली, की असा शिलाखंड पृथ्वीजवळ ओढून आणण्यामुळे जागतिक संकट निर्माण होईल. जरा काही चुकले तर तो शिलाखंड पृथ्वीवरती आदळू शकतो! मग केवढा हाहाकार उडेल! मिस गॅब्रिएल ॲश, जर तो कायदा पास झाला तर अंतराळात जाण्यासाठी जी काही गर्दी उडेल त्या लोंढ्यात अग्निबाणाचे शास्त्रज्ञ व इंजिनिअर नसतील, तर ज्यांचे खिसे मोठे व खोल आहेत आणि मेंदू उथळ आहे अशी माणसे त्यात असतील.''

''तुमचे म्हणणे सयुक्तिक आहे,'' गॅब्रिएल बोलू लागली, ''आणि मला खात्री आहे की तुमच्या मुद्द्यांची सिनेटर सेक्स्टन काळजीपूर्वक दखल घेतील. जेव्हा अशा कायद्याच्या प्रस्तावावर मत देण्याची पाळी त्यांच्यावर येईल तेव्हा ते एकांगी विचार करणार नाहीत, सर्वांगीण विचार करतील. नक्की करतील; परंतु मी एक विचारते तुम्हाला. ते म्हणजे या सर्वांचा माझ्याशी कसा काय संबंध पोहोचतो?''

मार्जोरीने आपले डोळे बारीक करून तोंडातील सिगारेटवरती खिळवले. ती म्हणाली, ''अनेकजण भरपूर पैसा कमावण्यासाठी अंतराळ वापरतील. त्यासाठी राजकीय लॉबी सर्व कायदेशीर अडथळे दूर करतील. काही नियम रद्द करतील. सर्व बंधने दूर झाल्यावरती धरणाची दारे उचलल्यावरती पाण्याचे लोंढे जसे उसळून बाहेर येतात तसे माणसांचे लोंढे अंतराळात घुसतील. याला बांध घालण्याचे फक्त एकच शस्त्र उपलब्ध आहे, ते म्हणजे अध्यक्षांच्या हातचे व्हेटोचे, नकाराधिकाराचे शस्त्र! खासगीकरणाला अडवणारी हीच एक अंतिम तटबंदी आहे. तरच अंतराळात अंदाधुंदी व बजबजपुरी माजणार नाही.''

''असे असेल तर मी अध्यक्ष हर्नी यांनी व्हेटो वापरला तर मी त्यांचे कौतुक करेन.''

''पण मला अशी भीती वाटते, की तुमचे उमेदवार सिनेटर सेक्स्टन हे तुमच्याएवढे दूरदर्शी नाहीत. ते निवडून आले तर नक्की खासगीकरणाच्या प्रस्तावाला पाठिंबा देतील.''

''मी आपल्याला पुन्हा आश्वासन देते, की जेव्हा तशी काही वेळ येईल तेव्हा सिनेटर सेक्स्टन हे एकूण एक बाबींचा विचार करतील.''

गॅब्रिएलच्या या बोलण्याची खात्री मार्जोरीला वाटली नाही. तिचा चेहराच तसे सांगत होता. ती म्हणाली, ''तुम्हाला हे ठाऊक आहे का, सिनेटर सेक्स्टन हे आपल्या प्रचारकार्यावरती, जाहिरातींवरती किती पैसा उधळतात ते?''

तो प्रश्न अचानक विचारला गेला होता. गॅब्रिएल त्यावर म्हणाली, ''ते आकडे जाहीर झालेले आहेत.''

''पण ते खरे आकडे नाहीत. तुमचे सिनेटर हे दर महिन्याला ३० लाख

डॉलर्सपेक्षा अधिक पैसा त्यासाठी खर्च करत असतात.''

गॅब्रिएल त्यावर खांदे उडवत म्हणाली, ''असे तुमचे म्हणणे आहे.'' परंतु तो आकडा खऱ्या आकड्याच्या जवळपास जाणारा आहे हे तिला कळून चुकले.

''काही का असेना, अफाट पैसा खर्च केला जातो आहे.''

''खर्च करण्यासाठी त्यांच्याजवळ तेवढा अफाट पैसा आहे.''

''होय, त्यासाठी त्यांनी व्यवस्थित योजना बनवली आहे. किंवा ती योजना ते कार्यवाहीतही आणत आहेत असे म्हटले पाहिजे.'' मग मार्जोरीने तोंडातील धूर सोडण्यासाठी क्षणभर बोलणे बंद केले. नंतर ती एकदम म्हणाली, ''त्यांची पत्नी कॅथेरीन हिच्याबद्दल मला खूप वाईट वाटते. तिच्या मृत्यूचे दुःख त्यांना खूपच झाले.'' एवढे बोलून तिने एक दुःखाचा उसासा सोडला; पण ती एक स्पष्टपणे केलेली बतावणी होती. ''त्यांच्या पत्नीचा मृत्यू फार दिवसांपूर्वी झाला नाही ना?''

''असे बघा, तुम्ही मुद्द्यावर येऊन बोला. नाहीतर मी येथून निघून जाते.'' गॅब्रिएल कंटाळून म्हणाली.

मार्जोरीला खोकल्याची उबळ आली. तिची फुप्फुसे पार घुसमटून गेली. मग तिने टेबलावर ठेवलेला तो फुगीर लखोटा उचलून हातात घेतला. तो उघडून त्यातून काही कागद बाहेर काढले. स्टेपल केलेल्या कागदांचा तो एक छोटासा गठ्ठा होता. गॅब्रिएलच्या हातात तो देत ती म्हणाली, ''सेक्स्टन यांची ही आर्थिक कागदपत्रे आहेत.''

गॅब्रिएलने ती कागदपत्रे नीट निरखून पाहिली, अभ्यासली. तिला आश्चर्य वाटले. त्या कागदपत्रातील सर्व आकडे हे अधिकृत होते. त्यात बँकेतील रकमा, क्रेडिट कार्डावर उलाढाली केलेल्या रकमा, कॅपिटल गेन्स, कर्जे, शेअर्सचे आकडे, स्थावर संपत्तीचा तपशील, देणी आणि तोटे वगैरे सारे सारे काही होते. ते वाचून गॅब्रिएल म्हणाली, ''पण ही खासगी माहिती आहे. तुम्ही कुठून ती मिळवली?''

''कुठून मिळवली हा प्रश्न महत्त्वाचा नाही; पण जर तुम्ही कधी या आकड्यांचा अभ्यास केलात तर तुम्हाला स्वच्छ कळून चुकेल, की सिनेटर सेक्स्टनकडे खर्च करण्यासाठी एवढा पैसा नसतो. कॅथेरीनचा मृत्यू झाल्यावर तिला तिच्या माहेरकडून वारसा हक्काने जी संपत्ती मिळाली त्यापैकी मोठा भाग सिनेटरने उधळून टाकला. ते पैसे त्यांनी चुकीच्या गोष्टीत गुंतवले. आपल्या वैयक्तिक चैनीवरती खर्च केले. वेळप्रसंगी त्यांनी महत्त्वाचे विजयसुद्धा चक्क विकत घेतले. सहा महिन्यांपूर्वी तुमचा हा सिनेटर कफल्लक झाला होता. त्याच्या डोक्यावर कर्जाचा डोंगर होता. अन् आता पहा. तुम्हीच पहा.''

ती जी टीका करते आहे त्या थापा आहेत असे गॅब्रिएलला जाणवले. जर सेक्स्टन कफल्लक असेल तर तसे त्याच्या वागण्यातून जाणवले असते. दर

आठवड्याला तो टेलीव्हिजन चॅनेल्सवरील खूप मोठी वेळ विकत घेऊन आपल्या प्रचारासाठी वापरत होता ही गोष्ट खरी होती.

मार्जोरी पुढे म्हणाली, "तुमचा उमेदवार हा त्याच्या उत्पन्नापेक्षा, कुवतीपेक्षा एवढा खर्च करत आहे की आमच्या अध्यक्षांच्या प्रचारखर्चापेक्षाही ती रक्कम चौपट भरेल. अन् सिनेटरकडे तर एवढा पैसा अजिबात नाही."

"आम्हाला भरपूर देणग्या मिळतात."

"होय, मिळतात ना. त्यातील फक्त काही देणग्याच कायदेशीर असतात."

आता मात्र गॅब्रिएलला राग आला. ही बया अप्रत्यक्षणे सिनेटर बेकायदेशीर मार्गाने पैसा जमवतो आहे म्हणते आहे. ती मार्जोरीला मोठ्या आवाजात म्हणाली, "काय म्हणालात?"

मार्जोरी टेबलावरती गॅब्रिएलच्या दिशेने झुकली. गॅब्रिएलला एकदम मार्जोरीच्या श्वासात निकोटीनचा दर्प जाणवला. ती गॅब्रिएलला म्हणाली, "मिस गॅब्रिएल ॲश, मी तुम्हाला एक प्रश्न विचारते आणि एवढीच सावधगिरीची सूचना करते, की उत्तर देण्यापूर्वी तुम्ही काळजीपूर्वक विचार करावा. नाहीतर कदाचित तुम्हाला पुढची काही वर्षे तुरुंगात काढावी लागतील. तेव्हा आधी दहा वेळा विचार करावा. सिनेटर सेक्स्टन हे आपल्या निवडणूक प्रचारासाठी मोठ्या प्रमाणात बेकायदेशीर पैसा हा लाचेच्या स्वरूपात विमान उद्योगातील कंपन्यांकडून घेतात; कारण नासाचे खासगीकरण झाल्यास या कंपन्यांना अब्जावधी डॉलर्सची जादा कमाई होऊ शकेल. तुम्हाला हे ठाऊक आहे काय? विचार करून बोला."

यावर गॅब्रिएलने तिच्याकडे रोखून पहात म्हटले, "हा एक चमत्कारिक, न पटणारा व खोटा आरोप केला जातो आहे."

"तुम्हाला हा प्रकार ठाऊक नाही किंवा त्याची जाणीव नाही, असे म्हणायचे आहे?"

"जर सिनेटर तसे काही करत असतील, किंवा तुम्ही म्हणता तेवढ्या प्रमाणात लाच स्वीकारत असतील तर मला ते सहज कळले असते."

मार्जोरी यावरती थंडपणे हसली व म्हणाली, "गॅब्रिएल, मला असे कळते आहे सिनेटरचे आणि तुमचे संबंध एकदा नको तितके जवळचे झाले होते; पण मी तुम्हाला ठामपणे सांगते, की या माणसाबद्दल तुम्हाला ठाऊक नसलेली बरीच माहिती आमच्याकडे आहे."

गॅब्रिएल एकदम उठून उभी राहिली व म्हणाली, "आपली भेट आता संपली!"

मार्जोरीने एक फोल्डर घेऊन ते टेबलावर ठेवले व म्हटले, "छे, छे! उलट आता कुठे आपली भेट खऱ्या अर्थाने सुरू झाली आहे."

४४

हॅबीस्फिअरच्या भव्य तंबूतील स्टेजिंग रूममध्ये ते चौघेजण जमले होते. जीव वाचवण्यासाठी नासाने 'मार्क-फोर' नावाचा एक पोषाख तयार केला होता. बाहेरच्या वातावरणाचा परिणाम या पोषाखाच्या आतमध्ये अजिबात होत नसे. मग बाहेर खूप थंडी असो वा उष्णता असो. पोषाख व शरीर यामधली जी लहान पोकळी होती त्यातील हवा नियंत्रित केली जायची. त्यातील तापमान, आर्द्रता व दाब आपोआप नियंत्रित होऊ शकत असे. सहारा वाळंवटातील अतिउष्ण भागात आणि ध्रुवप्रदेशातील कडाक्याच्या थंडीतही हा पोषाख घालून आरामात वावरता येत असे. हा संपूर्ण पोषाख डोक्यापासून पायापर्यंत सलग होता. त्याचा रंग काळा होता. पाणबुडे जो पोषाख घालतात तसाच हा दिसत होता. दोन प्लॅस्टिक-फोम थरांनी बनवलेल्या या पोषाखात अनेक पोकळ मार्ग होते व त्यामध्ये एक खास प्रकारची घट्ट जेली भरलेली होती. या जेलीमुळेच पोषाख घालणाऱ्याच्या शरीराचे तापमान संतुलित ठेवले जाई.

रेचलने तो पोषाख अंगावर चढवला. मानेपासून पुढे कपाळापर्यंत येणारी एक टोपी त्या पोषाखाच्या अंगचीच होती. तिने ती टोपी चढवली. ती टोपी मुद्दामच तंग बसेल अशी व्यवस्था केलेली होती.

एक्स्ट्रॉम तिथेच दारापाशी उभा होता. त्याला ही छोटीशी मोहीम नाइलाजाने मान्य करावी लागली होती. तसे नाराजीचे भाव त्याच्या चेहऱ्यावरती स्पष्टपणे दिसत होते.

रेचलला तो पोषाख चढवण्यास नोराने मदत केली. तशी मदत करताना ती या मोहिमेबद्दल कुरकुरत होती, शिव्या घालत होती. कॉर्कीकडे तिने एक पोषाख फेकला व म्हटले, "अन् हा छोटा पोषाख आपल्याला." टॉलन्डने निम्मा पोषाख अंगात चढवला होता.

रेचलने सर्व पोषाख चढवल्यावरती त्याच्या चेन्स ओढून बंद केल्या. त्या पोषाखातून निघालेली एक नळी नोराने एका छोट्या टाकीला जोडली. मग तिने त्या टाकीची झडप उघडत रेचलला म्हटले, "हं, आता श्वास घ्यायला लागा."

रेचलला हिस्स्ऽऽ असा आवाज ऐकू आला. त्या टाकीतील जेल पोषाखात शिरायला लागला होता. पोषाख फुगत गेला. त्याच्या आतल्या थराचा दाब संपूर्ण शरीरावरती बसत गेला. हातावर घट्ट व रबरी हातमोजा चढवून तो हात पाण्यात घातला तर जसे वाटते तशी जाणीव तिला साऱ्या शरीरभर होत गेली. जेव्हा डोक्यावरच्या टोपीत ते जेल जाऊ लागले तेव्हा तिच्या कानावर त्याचा दाब पडू लागला. एखाद्या मोठ्या भांड्यात तोंड घालून बोलल्यावर जसा घुमल्यासारखा व घुसमटल्यासारखा आवाज येतो तसे बाहेरचे आवाज तिला ऐकू येऊ लागले.

मला एखाद्या कोशात शिरल्यासारखे वाटते आहे.

नोरा सांगू लागली, ''या मार्क-फोर पोषाखाची एक गोष्ट फार चांगली आहे. ती गोष्ट म्हणजे याचे पॅडिंग सगळ्या बाजूने असल्याने तुम्ही शरीराच्या कोणत्याही भागावरती पडलात तरी तो धक्का पॅडिंगमध्ये शोषला जातो.''

हे मात्र रेचलला पटले; कारण तिला आता एका गादीमध्ये आपण कोंडले गेलो आहोत असे वाटले.

नोराने रेचलला एक बर्फ फोडण्याची कुऱ्हाड, दोरी, हूक, आकडे, कार्बाईनर इत्यादी वस्तू दिल्या. रेचलने त्या वस्तू आपल्या कंबरेच्या पट्ट्यात अडकवून टाकल्या. ती म्हणाली, ''फक्त पाच-सहाशे फूट अंतर जाण्यासाठी एवढ्या सर्व गोष्टी लागतात?''

नोराने डोळे बारीक करून तिला म्हटले, ''तुम्हाला माझ्याबरोबर यायचे आहे की नाही?''

ते ऐकून टॉलन्डने रेचलकडे पाहून आपले डोके आश्वासदर्शकरीत्या हलवले व म्हटले, ''हे सारे काळजी घेण्यासाठी त्या करत आहेत.''

एव्हाना कॉर्कीही पोषाख घालून तयार झाला होता. टॉलन्डने सर्व जामानिमा केला व रेचलकडे पाहून त्याने एक क्षीण हास्य केले. रेचल आता बूट व क्रॅम्पॉन चढवत होती. त्याने तिला विचारले, ''तुम्हाला नक्की येण्याची इच्छा आहे ना?'' त्याच्या विचारण्यामागे तिची काळजी वाटणे हे कारण होते. त्याच्या डोळ्यांत तिला तसे भाव दिसले. म्हणून ती क्षणभर हेलावली.

आपल्याला फार काही नाही फक्त पाच-सहाशे फूटच जायचे आहे असे ती आपल्या घाबरलेल्या मनाला बजावत होती. ती टॉलन्डला म्हणाली, ''होय, मी नक्कीच तुमच्याबरोबर येणार. फक्त समुद्रावरतीच थरार असतो असे नाही. यामध्येही तसा असतो.''

आपले क्रॅम्पॉन चढवत टॉलन्ड म्हणाला, ''पण मला गोठलेल्या पाण्यापेक्षा द्रवरूप पाणीच आवडते. म्हणून मी सागरविज्ञानाकडे वळलो.''

''पण मला या दोन्ही गोष्टी फारशा आवडत नाहीत. लहानपणी एकदा मी बर्फावरून घसरून पाण्यात पडले होते. तेव्हापासून मला पाण्याची भीती वाटत आलेली आहे.''

ते ऐकून टॉलन्डच्या डोळ्यांत तिच्याबद्दल सहानुभूतीचे भाव उमटले. तो म्हणाला, ''असे असेल तर आय ॲम सॉरी. इथले काम संपले की मी तुम्हाला 'गोया' बोटीवर येण्याचे निमंत्रण देतो. मग पहा तुमची पाण्याबद्दलची भीती कशी निघून जाईल ती. आय प्रॉमिस!''

त्याच्या निमंत्रणाचे तिला आश्चर्य वाटले. टॉलन्डची 'गोया' ही बोट एक

समुद्रसंशोधन करण्यासाठी बांधलेली होती. त्या बोटीवर जाण्यात कसलीच भीती नव्हती; परंतु ही गोष्ट प्रत्यक्षात उतरेल की नाही याचीच तिला शंका वाटत होती.

टॉलन्ड सांगत होता, "ती बोट आता न्यू जर्सीच्या किनाऱ्यापासून समुद्रात बारा मैलांवरती नांगरून उभी आहे."

"म्हणजे तिथे पोहोचणे जवळजवळ अशक्य."

"असेच काही नाही. अटलांटिक समुद्र हा अफलातून प्रकार आहे. आम्ही तिथे आता एक नवीन माहितीपटाचे चित्रीकरण सुरू करत आहोत. एव्हाना ते सुरूही झाले असते; परंतु मध्येच अध्यक्षांनी इकडे येण्यास मला भाग पडले, म्हणून ते काम तात्पुरते स्थगित ठेवले आहे."

रेचल यावर हसून म्हणाली, "कशावर तुम्ही माहितीपट बनवणार आहात?"

"स्फिर्ना मोकार्रान आणि मेगॅप्लुम्स."

रेचलला प्राणिशास्त्रातील ती नावे अजिबात कळली नाहीत. ती यावर नुसती हसली.

टॉलन्डने आपल्याला क्रॅम्पॉन्स लावले आणि वर पहात तो म्हणाला, "खरेच सांगतोय मी. एक-दोन आठवडे आमचे तिथे चित्रीकरण चालेल. न्यू जर्सीचा समुद्रकिनारा हा वॉशिंग्टनपासून फार दूर नाही. तुम्हाला सहज जमेल तिकडे यायला. घरी गेलात की रजा काढून या. उगाच उरलेले आयुष्य हे पाण्याच्या भीतीखाली घालवू नका. माझी बोटीवरची मंडळी लाल गालिचा घालून तुमचे स्वागत करतील."

नोरा मॅन्गोर त्या दोघांना म्हणाली, "तुम्ही दोघे माझ्याबरोबर बाहेर पडणार का? का तुमच्यासाठी येथे शॅम्पेन आणि मेणबत्त्या मागवून घेऊ?"

४५

मार्जोरी टेन्चच्या टेबलावर पसरलेली कागदपत्रे पाहून गॅब्रिएलला काय करावे ते सुचेना. त्या कागदपत्रांच्या गठ्ठ्यात झेरॉक्स केलेली पत्रे, फॅक्सच्या प्रती, फोनवरील संभाषणाच्या लिखित प्रती वगैरे होते. मार्जोरीने केलेल्या आरोपांना पुष्टी देणारी ती कागदपत्रे आहेत असे भासत होते. सिनेटर सेक्स्टन हा खासगी अंतराळ कंपन्यांशी संपर्क साधून आहे, हेही ती कागदपत्रे दाखवत होती.

मार्जोरीने त्या कागदपत्रातील दोन ब्लॅक अॅन्ड व्हाईट छायाचित्रे उचलली व ती गॅब्रिएलकडे सारली. ती म्हणाली, "ही छायाचित्रे म्हणजे तुम्हाला एक बातमीच असेल."

गॅब्रिएलने ती छायाचित्रे निरखून पाहिली. पहिल्या छायाचित्रात सिनेटर सेक्स्टन

हा कुठल्यातरी बंदिस्त गॅरेज वाटणाऱ्या जागी एका टॅक्सीतून खाली उतरत होता. सेक्स्टन हे कधीही टॅक्सीचा वापर करत नाहीत. तिने दुसरे छायाचित्र पाहिले. ते एक टेलिफोटो भिंग लावलेल्या कॅमेऱ्यापासून लांबून घेतलेले दृश्य होते. त्यामध्ये एका मिनीव्हॅनमध्ये सिनेटर चढताना दिसत होता. त्याच व्हॅनमध्ये कोणी एक वयस्कर व्यक्ती बसलेली छायाचित्रात आली होती.

"हा कोण माणूस आहे?" गॅब्रिएलने विचारले. तिला ती छायाचित्रे बनावट वाटत होती.

"एसएफएफमधील एक फार वरचा माणूस."

गॅब्रिएलला शंका वाटली. म्हणून तिने विचारले, "एसएफएफ म्हणजे 'द स्पेस फ्रंटीयर फाऊंडेशन'?"

एसएफएफ नावाची ती एक संघटना होती. अंतराळविज्ञानात काम करणाऱ्या कंपन्यांनी एकत्र येऊन काढलेली संघटना होती. त्यात एअरो स्पेसची कामे करणारे कंत्राटदार, उद्योजक, साहस-वित्त संस्था आणि ज्या कोणाला अंतराळविज्ञानात काही कर्तबगारी करून दाखवायची असेल ते, असे सर्वजण होते. या सर्वांच्या डोळ्यांत नासा खुपत होती. ते अशी टीका करायचे की अमेरिकेच्या अंतराळ प्रकल्पात खूप भानगडी करणारे लोक भरलेले असून, त्यांना या उद्योगात खासगी उद्योजकांना येऊ देण्याची इच्छा नाही, त्यांना अंतराळात आपले अग्निबाण उडवू द्यायचे नाहीत.

मार्जोरी म्हणाली, "एसएफएफमध्ये सध्या सुमारे शंभर मोठमोठ्या कॉर्पोरेशन्स सामील झाल्या आहेत. त्याखेरीज अनेक श्रीमंत उद्योजक त्या संघटनेचे सभासदत्व मिळविण्यासाठी उत्सुक आहेत. त्या सर्वांना अंतराळ उद्योगाचे खासगीकरण हवे आहे."

गॅब्रिएलने त्यावरती विचार केला. आपल्या उघड उघड असलेल्या हेतूंसाठी ती संघटना सेक्स्टनला पाठिंबा देत होती. सेक्स्टन मात्र त्या संघटनेच्या फार जवळ जाऊ नये यासाठी खबरदारी घेत होता; कारण आपले समर्थक वाढवण्यासाठी संघटनेने केलेल्या कारवायांवर उलटसुलट टीका होत असे. नुकतेच या एसएफएफ संघटनेने मोठ्या प्रौढीने बढाया मारणारे एक स्फोटक पत्रक प्रसिद्ध करून असा आरोप केला होता, की नासा म्हणजे एक बेकायदेशीर असलेली एकाधिकारशाही आहे. या नासाला कोणतीही मोहीम, गोष्ट, संशोधन वगैरे फायद्यात नेण्याची क्षमता नाही. अन् तरीही नासा अंतराळ-उद्योगात राहून खासगी कंपन्यांना आपल्या क्षेत्रात येऊ देत नाही. उदाहरणार्थ, जेव्हा जेव्हा एटी ॲण्ड टी या टेलीफोन कंपनीला आपले ग्राहक वाढवण्यासाठी एखादा उपग्रह अंतराळात उडवायचा असतो, तेव्हा अनेक खासगी कंपन्या ते काम पाच कोटी डॉलर्समध्ये करून देण्याची इच्छा

दर्शवतात; परंतु नासा तेच काम अवघ्या दोन कोटी डॉलर्समध्ये करून द्यायला पुढे सरसावते. प्रत्यक्षात नासाला याच्या पाचपट रक्कम खर्च करावी लागते. म्हणजे केवळ अन्य खासगी उद्योगांना परावृत्त करण्यासाठी नासा तोटा सोसायला तयार असते. अशा धोरणामुळे या उद्योगावर फक्त नासाचीच पकड रहाते. अन् तो तोटा अमेरिकी नागरिकांना सरकारला कर देऊन भरून काढावा लागतो. शेवटी नागरिकांवरतीच सारा भार पडतो. संघटनेच्या वकिलांनी नासावरती असा जाहीर आरोप केला होता.

मार्जोरी सांगत होती, ''या छायाचित्रात सेक्स्टन हे त्या संघटनेच्या प्रतिनिधीसमवेत गुप्तपणे भेटून सल्लामसलत करत आहेत असे दिसते.'' मग मार्जोरीने टेबलावरील अन्य कागदपत्रांकडे बोट दाखवून म्हटले, ''या संघटनेने आपल्या सभासद कंपन्यांकडे पत्रे पाठवून बऱ्याच मोठमोठ्या रकमांची मागणी केलेली आहे. त्या पत्रांच्या त्या झेरॉक्स नकला आहेत. गोळा केलेला तो सारा पैसा त्यांनी बँकेच्या अशा खात्यात भरला आहे की ज्यावरती फक्त सिनेटर सेक्स्टन यांचेच नियंत्रण आहे. परिणामी, असे दिसते की सेक्स्टन यांना अध्यक्षपदावरती नेऊन बसविण्यात या खासगी उद्योगांना भलताच रस आहे. मी तुम्हाला येथे फक्त एवढेच सांगते, की तुमच्या सेक्स्टनने या उद्योगांना आश्वासन दिले आहे की ते अध्यक्ष झाल्यावरती अंतराळ उद्योगाचे खासगीकरण करण्याचा कायदा मंजूर करवून घेतील. नासाचा अशा रीतीने विनाश घडवून आणला जाईल.''

गॅब्रिएलने त्या कागदपत्रांच्या ढिगाकडे अविश्वासाने पाहिले. ती म्हणाली, ''आपला प्रतिस्पर्धी उमेदवार हा प्रचारकार्याचा पैसा बेकायदेशीर मार्गाने गोळा करण्याचा पुरावा तुमच्याकडे आहे व मी त्यावर विश्वास ठेवावा अशी तुमची इच्छा आहे? अन् तरीही तुम्ही अद्याप ही गोष्ट कशी काय गुप्त ठेवता?''

''मग, तुमचा कशावर विश्वास आहे?''

गॅब्रिएल रागाने म्हणाली, ''खरे सांगायचे तर, अटकळ बांधण्याचे व पाहिजे ते खरे आहे असे भासवण्याचे तुमचे कौशल्य लक्षात घेता मला असे वाटते, की तुम्हाला अशी बनावट कागदपत्रे मला दाखवून माझ्याकडून काही मोठे काम करवून घ्यायचे असावे. त्यासाठी व्हाईट हाऊसने आपल्यासारख्या एका कर्मचाऱ्याची निवड केली असावी. मी तर्कशास्त्राच्या आधारे हे म्हणत आहे.''

''होय, तसा तर्क होऊ शकतो हे मला मान्य आहे; पण वस्तुस्थिती तशी नाही हेही खरे आहे.''

''वस्तुस्थिती नाही? मग त्या कॉर्पोरेशन्सच्या ऑफिसातला अंतर्गत पत्रव्यवहार तुम्ही कसा काय मिळवलात? अनेक कंपन्यांमधील ती कागदपत्रे गोळा करण्यासाठी अफाट पैसा खर्च करावा लागेल. व्हाईट हाऊसच्या मर्यादेपलीकडची ही गोष्ट आहे.''

"तुमचे म्हणणे बरोबर आहे. आम्हाला ही माहिती कोणीतरी निरपेक्ष हेतूने देणगी म्हणून दिलेली आहे."

आता मात्र गॅब्रिएल हतबुद्ध झाली. ही निर्लज्ज बाई किती बेधडक खोटे बोलत आहे.

मार्जोरी सांगत होती, "आम्हाला अजूनही अशी कागदपत्रे मिळत असतात. आमच्या अध्यक्षांचे अनेक हितचिंतक विरोधकांमध्ये आहेत. त्यांना अध्यक्ष हर्नी यांचा अध्यक्षपदाचा कालावधी आणखी पाच वर्षांनी वाढावा असे मनापासून वाटते. म्हणून ते आम्हाला अशी मदत करतात. खुद्द वॉशिंग्टनमध्येच अशी बरीच मंडळी आहेत. सिनेटर सेक्स्टन यांना एफबीआय या गुप्तचर संस्थेचे अंदाजपत्रक फुगलेले पाहून 'सरकारचा अतिरिक्त खर्च' असे वाटून हळहळायला नको. तसेच आयआरएस या संस्थेनेही अशी दुर्मिळ क्षणांची छायाचित्रे आम्हाला पाठवली तर नवल वाटायला नको. कदाचित या संस्थांमधील एखाद्या कर्मचाऱ्याचा सिनेटरवरती रोष असल्यानेही त्याच्याकडून तसे घडत असेल."

मार्जोरीच्या बोलण्याचा अर्थ गॅब्रिएलला कळला. एफबीआय आणि आयआरएस यांना असली गुप्त माहिती गोळा करणे हा केवळ पोरखेळ वाटेल इतके सोपे वाटे. ते तशा कामात तरबेज होते. तशी माहिती गोळा करून झाल्यावरती अध्यक्षांच्या निवडणूक प्रचाराला मदत म्हणून व्हाईट हाऊसकडे ते पाठवू शकत होते; परंतु तरीही गॅब्रिएलला एक गोष्ट पटत नव्हती, ती म्हणजे सिनेटर सेक्स्टन कसाही वागणारा असला तरी बेकायदेशीर मार्गाने प्रचारकार्यासाठी पैसा गोळा करणाऱ्यातला नव्हता. मग तिने आव्हान देत मार्जोरीला म्हटले, "जर तुमच्याकडची ही माहिती खरी असेल, अन् त्याबद्दल मला दाट शंकाच आहे, तर मग तुम्ही ती सार्वजनिकरीत्या उघड का केली नाही?"

"का केली नसेल? तुम्हाला काय वाटते?"

"याचे कारण ती माहिती बेकायदेशीररीत्या गोळा केलेली आहे. जर तुम्ही ती माहिती प्रसिद्ध केली तर ही गोष्टही उघड होईल."

"आम्ही कुठून कशी माहिती गोळा केली हे महत्त्वाचे नाही. महत्त्वाची आहे ती माहिती!"

"नाही. तुम्ही बेकायदेशीररीत्या गोळा केलेली माहिती उघड केलीत तर ती बनावटच वाटणार. मग त्यावर कोण विश्वास ठेवणार? जर ती माहिती खरी असती तर तुम्ही कायदेशीर मार्गाने ती गोळा केली असती. अन् अशा बेकायदेशीर मार्गाने मिळवलेल्या माहितीला न्यायालयात स्थान नसते हेही तुम्हाला ठाऊक असेल."

"न्यायालयात? पण न्यायालयात कोण जाते आहे? आम्ही सरळ ती माहिती गुपचूप वृत्तपत्रांना देऊ. मग ते त्या माहितीच्या बातमीमध्ये 'आमच्या विश्वासार्ह

माणसांकडून' असे शब्दप्रयोग वापरतील. शिवाय त्यात छायाचित्रे व कागदपत्रे समाविष्ट केल्यावरती सेक्स्टन महाशय हे निर्दोष आहेत असे सिद्ध होईपर्यंत दोषीच समजले जाणार. ते सतत आपल्या तोंडाने नासाविरुद्ध आगपाखड करत असल्याने त्यांनी अशी लाच स्वीकारली याचा हा अप्रत्यक्ष पुरावा मानला जाईल.''

मार्जोरी म्हणते त्यात तथ्य आहे हे गॅब्रिएलला मनातून पटले. तरी ती आव्हान देत म्हणाली, ''छान! असे जर असेल तर तुम्ही वृत्तपत्रांना ही माहिती का पुरवली नाही?''

''याचे कारण ही गोष्ट नकारात्मक होईल. अध्यक्षांना आपल्या प्रचारात नकारात्मक पद्धतींचा वापर करण्याचा तिटकारा आहे. तसे त्यांनी आपल्या प्रचारात जनतेला वचनही दिले आहे. अन् आपल्या वचनाला जागण्याचा अध्यक्षांचा नेहमीच निर्धार असतो.''

''असं काय! म्हणजे तुम्ही मला असे सांगता आहात की ही माहिती प्रचारात वापरली तर अध्यक्षांना अशी भीती वाटते की जनतेला ती नकारात्मक वाटेल. हो ना?''

''ती माहिती नुसती जनतेला नाही तर साऱ्या देशालाच नकारात्मक आहे. त्याचा परिणाम डझनभर कंपन्यांवरती नक्की होईल. त्यातल्या काही कंपन्या या प्रामाणिक व्यक्तींनी चालवल्या आहेत. त्या माहितीमुळे खुद्द सिनेटला कलंक लागेल आणि सबंध देशाचे नैतिक धैर्य खालावेल. अप्रामाणिक राजकारण्यांमुळे सर्व प्रामाणिक राजकारणी लोक दुखावले जातात. अमेरिकी जनतेला आपल्या नेत्यांवरती विश्वास ठेवायला आवडते. या माहितीचा पाठपुरावा केला तर एक अमेरिकी सिनेटर आणि बऱ्याच महत्त्वाच्या अंतराळ उद्योगातील कार्यकारी अधिकाऱ्यांना तुरुंगात जावे लागेल.''

मार्जोरीने म्हटलेल्या या तर्कशास्त्रात नक्कीच तथ्य होते; पण तरीही सेक्स्टनवर केलेले आरोप हे खोटे आहेत असे तिला वाटत होते. ती म्हणाली, ''पण हे सारे तुम्ही मला का सांगता? माझा यात कुठे संबंध येतो?''

''अगदी सोपे आहे ते. जर आम्ही ही कागदपत्रे वृत्तपत्रांना पुरवली तर तुमच्या सिनेटरवरती बेकायदेशीर प्रचार-फंड गोळा केल्याचा आरोप होईल. मग त्यांचे सिनेटरमधील सभासदत्व रद्द होईल. अन् तुरुंगात जाऊन बसण्याची दाट शक्यता निर्माण होईल.'' मग थोडे थांबून ती म्हणाली, ''पण...''

गॅब्रिएलने पाहिले, की मार्जोरीचे डोळे सापासारखे चमकू लागले आहेत. तिने विचारले, ''पण काय?''

मार्जोरीने तोंडातल्या सिगारेटचा एक दीर्घ झुरका घेतला व नाकातोंडातून धूर सोडून ती म्हणाली, ''पण तुम्ही जर काही केलेत तर हे सारे टळू शकेल.''

त्यानंतर तिथे एक चमत्कारिक शांतता पसरली.

थोडेसे खोकत मार्जोरी टेन्च म्हणाली, "गॅब्रिएल, मी काय सांगते ते ऐक. माझ्याजवळची ही वाईट माहिती तुला देण्यामागे तीन कारणे आहेत. पहिले कारण असे, की अध्यक्ष झॅक हर्नी हे एक सज्जन गृहस्थ असून ते प्रथम सरकारचे हित पहातात. दुसरे असे, की तुम्हाला तुमचा उमेदवार जितका विश्वासार्ह वाटतो तितका तो नाही आणि तिसरे असे, की तुमचे मन वळविण्यासाठी मी तुम्हाला लवकरच एक गोष्ट देऊ करणार आहे."

"कसली गोष्ट देऊ करणार आहात?"

"ती गोष्ट म्हणजे एक संधी आहे. तुम्हाला योग्य ते करण्याची संधी मी देणार आहे. तुमची स्थिती अशी झाली आहे की तुम्ही स्वत: वॉशिंग्टन या राजधानीला खळबळजनक भानगडीपासून वाचवू शकता. मी सांगेन तसे तुम्ही केलेत तर कदाचित तुम्ही अध्यक्षांच्या निकटवर्तीयांत सामीलही होऊ शकाल."

अध्यक्षांच्या निकटवर्तीयांत? त्यांच्या सल्लागार मंडळात? त्यांच्या तुकडीत? आपण काय ऐकतो आहोत त्यावर गॅब्रिएलचा विश्वास बसेना. ती म्हणाली, "मिस टेन्च, तुमच्या मनात काहीही असो; पण मला ब्लॅकमेलिंग आवडत नाही, जबरदस्ती केलेली चालत नाही आणि धमकीवजा बोलणी मी ऐकून घेत नाही. मी सिनेटरच्या प्रचारमोहिमेत जो भाग घेतला आहे त्याचे कारण माझा राजकारणावरती विश्वास आहे. अन् तुमची मागणी ही झॅक हर्नी यांच्या राजकीय प्रभावाची निदर्शक असेल तर मला त्यांच्याबरोबर राहून काम करण्यात अजिबात स्वारस्य नाही. जर तुमच्याकडे सिनेटर सेक्स्टन यांच्याविरुद्ध काही वाईट माहिती असेल तर तुम्ही ती जरूर वृत्तपत्रांना पुरवा, असे मी तुम्हाला सुचवते. खरे सांगायचे तर हा सारा प्रकार म्हणजे एक बनाव आहे."

मार्जोरी टेन्चने यावरती एक कोरडा उसासा टाकला व म्हटले, "गॅब्रिएल, तुमचा उमेदवार प्रचारासाठी बेकायदेशीर मार्गाने संपत्ती गोळा करतो आहे. आय ॲम सॉरी. तुमचा त्याच्यावर विश्वास आहे हे मला ठाऊक आहे." मग आपला आवाज खाली आणत तिने म्हटले, "हे बघा, मुद्दा असा आहे. जर गरज वाटली तर अध्यक्ष आणि मी तुमच्या प्रचाराचा पैसा कोठून येतो हे सार्वजनिकरीत्या जाहीर करू; पण तसे करणे हे घृणास्पद ठरेल. नंतर उडालेल्या गदारोळात महत्त्वाच्या अमेरिकी कॉर्पोरेट कंपन्या कायदा मोडल्याबद्दल जबाबदार धरल्या जातील. अनेक निष्पाप लोकांना त्याची किंमत मोजावी लागेल."

मग तिने एक खोल श्वास घेऊन तो सोडत पुढे म्हटले, "मला आणि अध्यक्षांना अशी आशा आहे की... दुसऱ्या कोणत्या तरी मार्गाने सिनेटर सेक्स्टन यांची ढोंगी नैतिकता उघडकीस आणली जावी. तो मार्ग हा अत्यंत आटोपशीर असा

आहे... त्या मार्गात कोणत्याही निष्पाप जीवांना त्रास होणार नाही.'' मार्जोरीने आपली तोंडातील सिगारेट काढली व आपल्या हातांची घडी घातली. ती पुढे म्हणाली, ''तो एक मार्ग तसा खूपच साधा. त्यासाठी तुम्ही फक्त जाहीररीत्या कबुली देऊन सांगायचे की तुमचे तुमच्या सिनेटरबरोबर लफडे आहे.''

गॅब्रिएलचे संपूर्ण शरीर एकदम लाकडासारखे कडक झाले. या गोष्टीला कोणताही पुरावा नाही हे गॅब्रिएलला ठाऊक होते. सिनेटरबरोबर तिचा शरीरसंबंध फक्त एकदाच झाला होता. अन् तोही सिनेटरच्या ऑफिसात, संध्याकाळनंतर आणि दार आतून बंद असता. *मार्जोरीकडे कसलाही पुरावा नाही. ती उगाच खडा टाकून बघते आहे.*

गॅब्रिएलने आवाज ताळ्यावर यावा म्हणून एक मिनिट वाट पाहिली व नंतर ठाम स्वरात ती म्हणाली, ''मिस टेन्च, आपण फार गोष्टी गृहीत धरून चालता.''

''म्हणजे कोणत्या? तुमच्या सिनेटरबरोबर असलेल्या लफड्याच्या? का तुम्ही आपल्या उमेदवाराबरोबरची साथ सोडून देणार आहात?''

''दोन्ही गोष्टी तुम्ही आपल्या कल्पनेनुसार गृहीत धरून चालला आहात.''

यावर मार्जोरी उठून उभी राहिली व म्हणाली, ''ठीक आहे. त्या वस्तुस्थितीपैकी एका बाबीची परीक्षा आपण आत्ताच पाहू या. चालेल ना?'' मग ती चालत चालत एका पोलादी कपाटापाशी गेली आणि त्यातून एक मोठे लाल रंगाचे पाकीट बाहेर काढून, ते घेऊन ती परत टेबलापाशी आली. त्या पाकिटावरती व्हाईट हाऊसच्या बोधचिन्हाचा शिक्का मारलेला होता. ते पाकीट उघडून तिने उलटे केले. आतल्या गोष्टी ह्या गॅब्रिएलच्या समोर टेबलावर खाली पडल्या.

आतून दहा-बारा रंगीत छायाचित्रे बाहेर पडली. ते पाहून गॅब्रिएलला कळून चुकले की राजकीय क्षेत्रातील आपली आजवरची कर्तबगारी, प्रतिष्ठा, आकांक्षा व स्वप्ने ही खाली कोसळत आहेत.

४६

हॅबीस्फिअर तंबूच्या बाहेर जबरदस्त वारे घोंगावत होते. टॉलन्डने तसले वादळी वारे समुद्रावरती कधी अनुभवले नव्हते. लाटा, हवेच्या दाबाची आघाडी, भरती, समुद्रप्रवाह यांच्या परिणामांमुळे समुद्राच्या पृष्ठभागावर वारे निर्माण होतात. येथे बर्फभूमीवरती मात्र तसे काही नव्हते. येथे पदार्थ विज्ञानाचे साधे नियम वाऱ्याला लागू होते. बर्फाच्या खोल दऱ्यांत थंड व जड हवा एखाद्या भरतीच्या लाटेसारखी आत घुसत जाई. त्यामुळे आजूबाजूची हवा ढवळली जाई. या वाऱ्याचा जोर मात्र जबरदस्त आहे असे टॉलन्डच्या लक्षात आले. असा वारा ताशी २० नॉट्स एवढ्या

वेगाने सुटला तर शिडाच्या जहाजावरचे खलाशी खूष होऊन जातात. येथे आता तोच वारा ताशी ऐंशी नॉट्स या वेगाने वहात होता. जोरदार वाऱ्यात जमिनीवरती उभे रहाणेसुद्धा कठीण होते. त्यातून समोरून येत असलेल्या वाऱ्याविरुद्ध चालणे तर फारच अवघड होते. टॉलन्ड पुढे वाकून वाऱ्याविरुद्ध कसाबसा सरकत होता. जर आपण मागे झुकून नुसते जरी थांबलो तर हाच वारा आपल्याला कागदाच्या कपट्यासारखा भिरकावून देईल, अशी त्याची खात्री होती.

त्या खवळलेल्या वाऱ्याच्या नदीमधून टॉलन्ड मोठ्या कष्टाने पुढे सरकत होता. दोन मैलांवर असलेल्या समुद्राच्या दिशेने त्या बर्फभूमीला किंचित उतार होता. आता सर्वांना त्या दिशेने जावे लागत होते. सर्वांनी आपापल्या बुटांवरती क्रॅम्पॉन्स चढवलेले होते. त्याला तीक्ष्ण टोके होती. त्यामुळे बर्फावरती पाय नीट ठेवता येत होता; पण तरीही जर एखादे पाऊल चुकीचे पडले तर मग मात्र वाऱ्यामुळे ते बर्फाच्या उतारावरूनही घसरत जाऊन शेवटी समुद्रात पडणार होते. बाहेर पडण्याआधी नोरा मॅन्गोरने सर्वांना सुरक्षिततेचे धडे दोन मिनिटांत दिले होते; पण आता सगळ्यांना कळून चुकले की तो दोन मिनिटांचा शिक्षणक्रम अगदीच तुटपुंजा ठरला होता.

तंबूत असताना सर्वांनी आपापल्या कंबरेला एक हलके असे हातोडीसारखे हत्यार लटकावले होते. त्याला 'पिऱ्हाना आइस अ‍ॅक्स' असे संबोधले जाते. त्या वेळी नोरा सर्वांना उद्देशून म्हणाली होती, "नेहमीचा चाकू, खंजीरसारखा वाकडा चाकू, पोकळ चाकू, हातोडी आणि कुऱ्हाडीसारखी तासणी या साऱ्या गोष्टी बरोबर बाळगणे आवश्यक आहे. जर कोणी बर्फावरती घसरून पडले, किंवा वावटळीत सापडून भरकटू लागले तर तुमची कुऱ्हाड एका हाताने डोक्यावर धरा व दुसऱ्या हाताने वाकडा चाकू बर्फात घुसवा. त्याला धरून रहा, अन् सावकाश बुटाचे क्रॅम्पॉन्स बर्फामध्ये घुसवून रुतवा."

एवढे बोलल्यानंतर तिने प्रत्येकाला 'हार्नेस' लावले, दोरीने एका माळेत सर्वांना गोवले. मग सर्वांनी वारा व हिमकण यांच्यापासून रक्षण करणारे चष्मे डोळ्यांवरती चढवले. सर्व तयारी झाल्यावरती तंबूच्या बाहेर पसरलेल्या काळोखाच्या अथांग समुद्रात भर दुपारी त्यांनी पाऊल टाकले.

एकामागोमाग एक अशा क्रमाने ते चौघेजण बर्फावरून पुढे जाऊ लागले. दोन व्यक्तींच्या मध्ये ३० फुटांची दोरी होती. अशा एकूण ९० फुटी दोरीच्या माळेतील चारही व्यक्ती धडधडत्या अंत:करणाने पुढे सरकू लागल्या. सर्वांत पुढे नोरा होती. तिच्या मागोमाग कॉर्की होता. त्याच्या मागोमाग रेचल व शेवटी टॉलन्ड होता.

जसजसे ते हॅबिस्फिअर तंबूपासून दूर जाऊ लागले तसतसा टॉलन्ड अस्वस्थ होत गेला. अंतराळातील एखाद्या प्रवाशाने अज्ञात ग्रहावर उतरून वाटेल तसे दिशाहीनपणे भरकटत जाऊ लागावे, तसे त्याला वाटू लागले. ध्रुवीय प्रदेशातील

ही बर्फभूमी सहा महिने अंधारात असते. त्या सहा महिन्यांच्या प्रदीर्घ रात्रीत कुठेही प्रकाश नव्हता. फक्त चंद्रप्रकाश येथे पडतो; पण आता वादळी काळ्या ढगांनी त्या चंद्राला झाकोळून टाकले होते. त्यामुळे चंद्रप्रकाशात चकाकणारी बर्फभूमी एकदम काळ्या रंगाची झाली. दर मिनिटाला वादळी वाऱ्याचा जोर वाढत होता. सर्वांच्या अंगावरती त्या वाऱ्याचा दाब पडू लागला. टॉलन्डने डोळे ताणून आजूबाजूला पहाण्याचा प्रयत्न केला; परंतु त्या ओसाड जागेत वाऱ्याखेरीज कसलीही हालचाल नव्हती. हळूहळू त्याला या जागेत भरलेला एक सुप्त धोका जाणवू लागला. जरी आपण सर्व तऱ्हेची सावधगिरी बाळगून बाहेर पडलो असलो तरी येथे पावलोपावली भरलेल्या धोक्यात नासाच्या ॲडमिनिस्ट्रेटरने दोघांऐवजी चौघांना का पाठवले ते त्याला कळेना. त्यातून जे दोघेजण यात गोवले गेले, त्यातील एकजण एका सिनेटरची मुलगी आहे आणि एकजण जगप्रसिद्ध खगोलवैज्ञानिक आहे. आपल्याला जर या दोघांची काळजी वाटते, तर तशी काळजी एक्स्ट्रॉमला का वाटली नाही? एक्स्ट्रॉम तर उत्खनन मोहिमेचा कॅप्टन आहे आणि कॅप्टनला जशी जहाजावरील प्रत्येकाची काळजी वाटते तशी त्याला का वाटली नाही?

"सर्वजण माझ्या मागून या," नोरा ओरडून म्हणाली; पण तिचा आवाज घोंगावणाऱ्या वाऱ्यात बुडून गेला. "आधी आपण ही स्लेड पुढे सोडू."

ती एक छोटी घसरगाडी ऊर्फ स्लेड होती. ॲल्युमिनियमच्या दोन घसरपट्ट्यांवरती एक सांगाडा रचला होता व त्यामध्ये नोराने आपली यंत्रसामुग्री ठेवली होती. त्या यंत्राच्या साहाय्याने ती उत्खननाच्या विहिरीच्या अंतर्भागाचा लांबून वेध घेणार होती. याशिवाय त्या घसरगाडीमध्ये अन्य हत्यारे, उपकरणे, बॅटरी पॅक, फ्लेअर्स आणि एक प्रखर प्रकाशझोत टाकणारा शक्तिशाली दिवा होता. या सर्वांवरती प्लॅस्टिकच्या कापडाचे आवरण होते. तिने ती घसरगाडी पुढे उतारावरती खुशाल सोडून दिली. जरी ती घसरगाडी जड होती, तरी ती उतारावरून विनासायास आपल्या स्वाभाविक गतीने पुढे घसरत जाऊ लागली. त्या गाडीला एक दोरी बांधून तिचे टोक नोराने हातात धरले होते. दोरी ताणली गेल्यावर तिलाही खेचू पाहू लागली; पण नोराने ती थोडी ओढून धरली होती. त्यामुळे घसरगाडीच्या वेगावर नियंत्रण आले आणि नोरालाही पुढे जाण्यासाठी थोडी मदत होऊ लागली.

तंबू आणि आपण यातले अंतर वाढत जाते आहे याची जाणीव टॉलन्डला जसजशी होत गेली तसतसा तो सारखा मागे वळून तंबूकडे पाहू लागला. आता तो तंबूपासून १५० फुटांवर आला होता; पण तेवढ्या अंतरामधूनही त्याला तंबू दिसेना. तंबूच्या आकृतीची बाह्य रेखा ही काळ्याकुट्ट अंधारात विलीन पावली होती.

टॉलन्डने ओरडून नोराला विचारले, "आपल्याला परतीचा रस्ता सापडेल ना? आता तंबू अजिबात दिसत–" तो एकदम बोलायचे थांबला; कारण एकदम

हिस्स्ऽऽ असा आवाज झाला. नोराने आपल्या हातातील एक फ्लेअर पेटवला होता. त्यातून झगझगीत लालसर पांढरा प्रकाश बाहेर पडला होता. त्या प्रकाशाने त्याच्या भोवतीची ३० फुटांच्या त्रिज्येतील जागा प्रकाशित केली होती. नोराने आपल्या बुटाने बर्फात एक खाच केली व त्यात तो फ्लेअर खोचून ठेवला. शिवाय त्या खाचेभोवती आजूबाजूचा बर्फ पायाने सारून दाबून बसवून टाकला

मग ती ओरडून साऱ्यांना म्हणाली, "हे फ्लेअर तासभर जळत रहातात. तेवढ्या वेळात आपण काम आटोपून सहज परतू. आपल्याला रस्ता सापडेल."

एवढे बोलून ती पुढे जाऊ लागली. सारेजण तिच्यावर भिस्त ठेवून पुढे सरकू लागले. त्या भयाण, ओसाड व मिट्ट काळोखात ते चार जीव पुढे जाऊ लागले.

४७

गॅब्रिएलच्या रागाची आता परमावधी झाली. ती चिडून मार्जोरी टेन्चच्या ऑफिसमधून बाहेर पडली. तिथून चाललेल्या एका सेक्रेटरीच्या अंगावरती ती धडकली. तिच्या डोळ्यांसमोर ती छायाचित्रे येत होती. त्यामध्ये तिने व सिनेटरने उधळलेले प्रणयरंग स्वच्छ टिपले गेले होते. एका छायाचित्रात त्या दोघांचे हातपाय एकमेकात गुंतलेले होते आणि त्यांच्या चेहऱ्यावरती सुखाची भावना एकवटली होती.

ती छायाचित्रे कशी काढली गेली याची तिला कल्पना येईना. सेक्स्टनच्या ऑफिसात कुठेतरी छताला तो कॅमेरा लपवलेला असणार; कारण सर्व दृश्ये वरून काढलेली होती. त्यामध्ये ते दोघे ऑफिसातील मोठ्या टेबलावर पडलेले होते. त्यांच्या आसपास टेबलावरची कागदपत्रे दिसत होती. *बाप रे! परमेश्वरा तूच आता माझा त्राता.*

मॅप रूममधून बाहेर पडून गॅब्रिएल तरातरा चालत होती. तिच्या मागोमाग घाईघाईने मार्जोरी बाहेर पडली होती. तिने गॅब्रिएलला गाठून हातातील ते तांबडे छायाचित्रांचे पाकीट दाखवत म्हटले, "तुमच्या प्रतिक्रियेवरून ती छायाचित्रे खरी आहेत आणि तुम्हालाही ते पटले आहे असे मी धरून चालते. अन् मला असे वाटते की माझ्या विनंतीपेक्षा ती छायाचित्रेच तुमचे मन वळवू शकतील. तसेच, आमच्या जवळची इतरही माहिती तुम्ही खरी मानाल; कारण दोन्ही गोष्टींचा उगम एकाच ठिकाणाहून झाला आहे."

आपल्या सर्वांगावरती घाम सुटून पुरळ उमटू लागले आहे, अशी भावना गॅब्रिएलला चालता चालता होऊ लागली. *बाहेर जायचा रस्ता कसा सापडत नाही?*

मार्जोरीच्या सडसडीत पायांना गॅब्रिएलपेक्षा अधिक वेगाने चालणे सहज जमत

होते. ती म्हणत होती, ''सिनेटर सेक्स्टन ह्यांनी पूर्वी जगाला शपथ घेऊन टीव्हीवरती सांगतले होते, की 'आपले दोघांचे प्रेम प्लेटॉनिक पातळीवरचे आहे, मानसिक स्वरूपाचे आहे.' त्यांचे हे टीव्हीवरचे बोलणे आम्ही टेप केले आहे. ती टेप आता माझ्या ऑफिसात आहेसुद्धा. पहायची आहे तुम्हाला? म्हणजे तुमची जुनी स्मृती जागृत होईल.''

गॅब्रिएलला ती गोष्ट आठवत नव्हती असे नाही. त्या वेळी एका पत्रकार परिषदेत सेक्स्टन तसे बोलला होता. तिला तो प्रसंग तपशीलवार आठवत होता. कोण्यातरी पत्रकाराने तो चावट प्रश्न विचारल्यावरती सेक्स्टनने त्याला एक ठोस खोटे उत्तर दिले होते.

मार्जोरी सांगत होती, तिच्या आवाजात कसलाही खेद नव्हता. ती म्हणत होती, ''तुमच्या सिनेटरने तसे बोलून अमेरिकी जनतेला किती सहज फसवले! तेव्हा आता पूर्वी सार्वजनिकरित्या केलेल्या विधानाबद्दल अधिक माहिती मागण्याचा जनतेचा हक्कच आहे. अन् त्यांना ते सारे *समजणारही* आहे. मी स्वत: होऊन तसे घडवून आणेन. आता फक्त हा प्रश्न कसा उकरून काढायचा एवढेच काम बाकी आहे. अन् मला वाटते की ती गोष्ट तुम्हीच प्रथम केलीत तर अधिक बरे पडेल.''

गॅब्रिएल ते ऐकून सुन्न झाली. ती गर्रकन मार्जोरीकडे वळून म्हणाली, ''तुम्हाला खरोखरच असे वाटते का, की आमच्या उमेदवारावरती होणाऱ्या चिखलफेकीला माझ्याकडून मदत होईल?''

मार्जोरीचा चेहरा कठीण झाला. ती म्हणाली, ''गॅब्रिएल, मी तुम्हाला एक संधी देते आहे. तिचा उपयोग तुम्ही करून घेतलात तर अनेकांचे होणारे हाल थांबणार आहेत. शिवाय तुम्हालाही नंतर मान ताठ करून जगता येईल. तेव्हा जे काही सत्य आहे ते तुम्ही सांगितलेत तर बरे पडेल. तुमचे सिनेटरशी संबंध होते, अशा कबुलीजबाबावरती फक्त तुम्ही एक सही करायची आहे.''

तरातरा चालता चालता गॅब्रिएल ते ऐकून एकदम थांबली व म्हणाली, ''काय?''

''अर्थातच! तुम्ही सही करून तो कबुलीजबाब दिलात की आम्हाला सिनेटरशी शांतपणे बोलणी करता येईल. म्हणजे नंतर देशभर होणारी खळबळ आम्हाला टाळता येईल. तेव्हा मी तुमच्याकडे एक साधी मागणी करते. एका कबुलीजबाबावर सही करा, म्हणजे ती छायाचित्रे आम्ही कधीच प्रकाशित होऊ देणार नाही.''

''तुम्हाला माझा असला कबुलीजबाब हवा आहे?'' तिने थांबून विचारले.

''होय. तांत्रिकदृष्ट्या ते आवश्यक आहे. एका शपथपत्रकावरती तुम्हाला सही करावी लागेल. याच इमारतीत एक नोटरी आहे. त्याच्यापुढे तुम्हाला सही करावी लागेल.''

''तुम्हाला खरोखर वेड लागले आहे.'' गॅब्रिएल म्हणाली. पुन्हा तरातरा चालू लागली.

मार्जोरीही तिच्याबरोबर चालू लागली व बोलू लागली. पण आता तिच्या आवाजात रागाची छटा उमटली होती. ''सिनेटर सेक्स्टन यांचे आज ना उद्या राजकारणातून उच्चाटन होणारच आहे. म्हणून गॅब्रिएल, मी तुम्हाला एक संधी देते आहे. त्यामुळे वर्तमानपत्रात तुमचा उघडा देह छापून येणे टळणार आहे! अध्यक्ष हे एक सज्जन गृहस्थ आहेत. त्यांना असल्या छायाचित्रांची प्रसिद्धी होणे अजिबात आवडणार नाही. तुम्ही फक्त मला शपथेवरती एका निवेदनावरती सही द्या. त्यात तुमच्या एकेकाळी आलेल्या संबंधांची स्वच्छ कबुली द्या. बास, मग या प्रकरणातील सारा गलिच्छ भाग टाळून राजकारणातील प्रतिष्ठेची पातळी राखता येईल.''

''मी स्वतःला विकायला काढलेले नाही.''

''पण तुमच्या उमेदवाराने मात्र तसे केलेले आहे. तो एक धोकेबाज माणूस आहे, आणि तो कायदा मोडत आहे.''

''कायदा मोडत आहे? उलट तुम्हीच दुसऱ्याच्या ऑफिसमध्ये बेकायदा घुसून नको ते छायाचित्रण चोरून करता! वॉटरगेटची आठवण आहे ना अजून?''

''आम्हाला आमच्यावर केल्या जाणाऱ्या चिखलफेकीची पर्वा नाही. तुमच्या प्रचाराला एसएफएफकडून आर्थिक साहाय्य होते ही माहिती जिथून आम्हाला मिळाली तिथूनच आम्हाला ती छायाचित्रे पुरवण्यात आली. कोणीतरी तुमच्यावर व सिनेटरवरती अगदी जवळून पाळत ठेवते आहे असे दिसते.''

गॅब्रिएल आता सिक्युरिटी टेबलापाशी आली होती. येथेच तिला पास दिलेला होता. आपल्या गळ्यात लोंबकळणारा पास तिने ओढून तोडून काढला व त्या टेबलावरती भिरकावला. तिथला सुरक्षा रक्षक डोळे मोठे करून तिच्याकडे पहात राहिला.

मार्जोरी अजूनही तिच्याबरोबर चालत होती. तिची पाठ सोडत नव्हती. ती म्हणत होती, ''मिस ॲश, तुम्हाला आता लवकर निर्णय घेतला पाहिजे. तुम्ही सिनेटरबरोबर शय्यासोबत केल्याचे एक कायदेशीर निवेदनपत्र तयार करून आणा. नाहीतर आज रात्री आठ वाजता आम्ही जी पत्रकार परिषद घेणार आहोत त्यात अध्यक्षांना सारे काही उघड करून सांगावे लागेल. सेक्स्टन यांच्या प्रचारकार्याचा पैसा कोठून येतो आणि तुमचे दोघांचे संबंध कसे आहेत, ह्या बाबी स्पष्टपणे उघड केल्या जातील. मग बघा. जनतेच्या नजरेत 'तुम्ही सिनेटरबरोबर उभे आहात, तरीही सिनेटर तुमच्याविषयी कसे खोटे बोलत आहेत' असे दिसेल. त्यानंतर जनतेचा जो प्रक्षोभ होईल त्यात सिनेटरबरोबर तुमचीही आहुती दिली जाईल.''

गॅब्रिएलला आता इमारतीबाहेर पडण्याचे दार दिसले. ती दाराकडे जाऊ लागली. तेव्हा ''गॅब्रिएल, लक्षात राहू दे. माझ्या टेबलावर आज रात्री आठ वाजेपर्यंत तुमचा कबुलीजबाब आला पाहिजे.'' असे म्हणून तिने छायाचित्रांचे ते

पाकीट गॅब्रिएलच्या दिशेने भिरकावले. "हे घेऊन जा, स्वीटी. आमच्याकडे आणखी खूप छायाचित्रे आहेत."

४८

रेचल जसजशी त्या गडद होत जाणाऱ्या काळोखात पुढे सरकू लागली तसतशी तिच्यामध्ये भीतीची एक शिरशिरी येऊन वाढत जाऊ लागली. तिला अस्वस्थ करणाऱ्या प्रतिमा तिच्या नजरेसमोर फेर धरू लागल्या– ती अवाढव्य उल्का, चमकणारे प्लँक्टन, नोराच्या हातून बर्फाचे नमुने तपासताना झालेली चूक.

तो एक शुद्ध पाण्याचा बर्फ आहे, असे प्रतिपादन नोराने केले होते. तिने त्या उल्केभोवताली सर्व ठिकाणी भोके पाडून आतील बर्फाची काटेकोर परीक्षा केली होती. तसेच उल्केवरच्या बर्फाचीही परीक्षा केलेली होती. जर वाटेत कुठे खाऱ्या पाण्याच्या बर्फाच्या रेषा तिला लागल्या असल्या तर ते तिला लगेच कळले असते. तसेच त्यातील प्लँक्टनचे अस्तित्वही तिला समजले असते. तरीही रेचलचे मन या गूढ रहस्यामागची उकल करण्यासाठी एखादे साधेसुधे कारण शोधत होते.

हिमनदीमध्ये प्लँक्टन गोठून बसलेले आहेत.

निघाल्यापासून आत्तापर्यंत दहा मिनिटे झाली होती. नोराने वाटेत तीन फ्लेअर्स पेटवून बर्फात खोचून ठेवलेले होते. दोन फ्लेअर्समध्ये सुमारे ७०० फुटांचे अंतर तिने राखले होते. कोणालाही कल्पना न देता नोरा एकदम थांबली. ती म्हणाली, "बास, येथेच थांबा. हीच ती जागा. येथून आपल्याला वेध घेता येईल." एखादा पानाड्या माणूस पाणी शोधता शोधता जसा एकदम मधेच थांबून 'येथे पाणी आहे' असे बोलतो, तसेच नोराने आता केले आहे असे रेचलला वाटले.

तिने मागे वळून पाहिले. ते जिथून खाली आले होते ती तंबूची जागा ती शोधू लागली. तो तंबू केव्हाच अदृश्य झाला होता; परंतु त्या जळणाऱ्या तीन फ्लेअर्स-कडून एक सरळ रेष दर्शवली जात होती. ती रेष एवढी सरळ होती की जणू काही विमानाच्या धावपट्टीसाठी तसे दिवे लावून ठेवले होते. रेचलला नोराच्या कौशल्याचे कौतुक वाटले.

"ती घसरगाडी पुढे घसरू देण्याचे आणखीही एक कारण आहे," नोरा सांगत होती. रेचलने त्या जळणाऱ्या फ्लेअर्सकडे बोट दाखवून 'अगदी अचूक' अशा अर्थाची खूण नोराला केली. नोरा म्हणाली, "जर घसरगाडी उतारावरून सोडून आपण त्या मागोमाग गेलो तर सरळ रेषेत पुढे जातो. शिवाय वाटेत कुठेही अडथळा नाही हेही त्यामुळे कळते."

"झकास युक्ती आहे," टॉलन्ड ओरडून म्हणाला. "आणखी पुढे गेलो तर

समुद्र लागेल का?'' टॉलन्डचे समुद्राचे आकर्षण येथेही प्रकट झाले होते.

हाच एक मोठा समुद्र आहे असा विचार रेचलच्या मनात आला. नाहीतरी त्या जागेत दुसरे काय होते? बर्फ, बर्फ आणि बर्फ! शिवाय या बर्फभूमीखाली प्रत्यक्ष समुद्र अस्तित्वात होताच. रेचलने मागे वळून पाहिले. एक क्षणभर तिचे लक्ष दूरवर जळणाऱ्या एका फ्लेअरने वेधून घेतले. त्या फ्लेअरचा प्रकाश क्षणभर नाहीसा झाला व परत प्रकट झाला. जणू काही कुठला तरी आकार त्या फ्लेअरसमोरून गेला होता. त्यामुळे तसे झाल्यासारखे तिला दिसले. तिला एकदम अस्वस्थ वाटू लागले. तिने ओरडून नोराला विचारले, ''या भागात बर्फातली अस्वले आहेत का?''

नोरा आता शेवटचे चौथे फ्लेअर पेटवून खोचायला पहात होती. तिला रेचलचे बोलणे ऐकू गेले नसावे किंवा तिला त्या प्रश्नाचे उत्तर द्यावेसे वाटले नसावे.

नोराऐवजी टॉलन्ड ओरडून म्हणाला, ''येथल्या अस्वलांमुळेच 'आर्क्टिक' हे नाव पडले आहे. ग्रीक भाषेत 'आर्क्टोस' म्हणजे अस्वल असा अर्थ होतो.''

टेरिफिक! रेचलने अंधारात आपली नजर भयभीत होऊन रोखली. ती पुढे टॉलन्डला म्हणाली, ''जाऊ दे तो विषय.''

तो हसून म्हणाला, ''ठीक आहे! सॉरी!''

एव्हाना नोराने शेवटचे जळते फ्लेअर बर्फात नीट खोचून ठेवले होते. त्या लालसर प्रकाशाच्या वर्तुळात ते चौघेजण थांबले होते. त्यांच्या अंगावरती फुगलेले काळे पोषाख होते. बर्फाळ भागात सर्वत्र बर्फ असते. नजर फेकाल तिकडे पांढरे पांढरे दिसते. त्या पार्श्वभूमीवर माणूस लांबूनही कळावा म्हणून ते पोषाख काळ्या रंगाचे केले होते; पण आता येथे त्याच काळ्या रंगामुळे माणसे अंधारात दिसेनाशी होत होती. त्यांना फक्त प्रकाशाच्या वर्तुळातील गोष्टी दिसत होत्या. बाकीचे सभोवतालचे जग त्यांच्यासाठी अदृश्य झाले होते. पुढे सोडलेली घसरगाडी नोरा आता दोरी गुंडाळून वर ओढू लागली. एकटीला ओढणे अशक्य आहे असे पहाताच तिने बाकीच्या तिघांना हाताने खुणा करून ती दोरी खेचण्यास सांगितले. सर्वजण ती घसरगाडी वर ओढत गेले. काही मिनिटांतच ती गाडी त्यांच्यापाशी आली. लगेच नोराने त्या घसरगाडीचे ब्रेक्स पायाने दाबले. चार अणकुचीदार खिळे बाहेर येऊन ते बर्फात घुसून बसले.

''ठीक आहे. चला आता काम करू या.'' एवढे बोलून नोरा त्या घसरगाडीवरील प्लॅस्टिकचे आवरण काढू लागली. आपण नोराशी जरा कडक वागलो आहोत, असे रेचलला वाटले. म्हणून ती पुढे होऊन नोराला मदत करू लागली.

''नाही!'' नोरा एकदम तिच्यावरती ओरडली. ''तसले काही करू नका.''

रेचल गोंधळली. काय झाले ते तिला समजेना.

''वाऱ्याच्या विरुद्ध दिशेची बटणे कधीही उघडू नका. तसे केले तर वारा

एकदम आत घुसून त्या कापडाची पिशवी करेल. मग ही घसरगाडी एखाद्या छत्रीसारखी वाऱ्याबरोबर उडून जाईल.

रेचल मागे सरत म्हणाली, ''आय ॲम सॉरी...''

नोरा रागाने म्हणाली, ''तुम्ही आणि हा स्पेसबॉय येथे यायलाच नको होते.'' स्पेसबॉय हा शब्दप्रयोग तिने कॉर्कीसाठी वापरला होता. कॉर्की लहान चणीचा होता व तो सारखा नोराशी चेष्टेच्या स्वरात बोले. म्हणून ती त्याला 'बॉय' असे संबोधे. तो खगोल विज्ञानात तज्ज्ञ असल्याने ती त्याचा उल्लेख 'स्पेसबॉय' असा करे.

परंतु तिचा शेरा ऐकून रेचलला वाटले, की *खरे आहे. आम्ही येथे यायलाच नको होते.*

नवखे लेकाचे! नोरा मनातून त्या दोघांवरती चडफडत म्हणाली. एक्स्ट्रॉमने रेचल व कॉर्कीला येथे पाठवले म्हणून त्याला ती मनात शिव्या घालू लागली. *या विदूषकांमुळे येथे कोणाचा तरी जीव जाईल.*

टॉलन्डला उद्देशून नोरा म्हणाली, ''माईक, मला या गाडीतला जीपीआर उचलायला जरा मदत करा.'' जीपीआर म्हणजे 'ग्राऊंड पेनीट्रेटिंग रडार' जमिनीमध्ये रडार लहरी घुसून त्या जमिनीमधील गोष्टींचे चित्र रडारच्या पडद्यावरती या यंत्रामुळे उमटवले जाते.

टॉलन्डने ते यंत्र उचलून जमिनीवरती ठेवले व त्याची स्थिती तो नीट जुळवू लागला. ते सबंध यंत्र अवघ्या तीन फूट लांबीचे होते. त्याची चौकट ॲल्युमिनियमची होती व त्या चौकटीला तीन पाती जोडलेली होती. यंत्रातून निघालेली एक केबल घसरगाडीमध्ये जाऊन विजेच्या ॲटेन्यूएटरला व बॅटरीला जोडलेली होती.

कॉर्कीने ओरडून विचारले, ''हे रडार आहे काय?''

नोराने न बोलता नुसती आपली मान हलवली. ते एक अत्याधुनिक यंत्र होते. पॉडस उपग्रहातून वेध घेणाऱ्या यंत्रापेक्षा हे कितीतरी पटीने संवेदनशील होते. याच्याकडून खाऱ्या पाण्याचे अस्तित्व कितीही सूक्ष्म असले तरी समजत होते. या यंत्रातून रडार लहरींच्या लाटा एकामागोमाग बर्फात सोडल्या जात. त्याच लाटा वाटेतल्या पदार्थांवर परावर्तित होऊन परत यंत्राकडे यायच्या. निरनिराळे पदार्थ निरनिराळ्या प्रकारे त्या लाटा परतवायचे. पदार्थांची स्फटिकरचना त्यासाठी कारणीभूत होती. शुद्ध पाण्याच्या झालेल्या बर्फाची अणुरचना ही थरांसारखी असते. तर खाऱ्या पाण्याच्या बर्फाची रचना ही त्यात असलेल्या मिठामुळे एखाद्या चाळणीसारखी असते. त्यामुळे त्यावरून परावर्तित होणाऱ्या रडारलहरी या कशाही असत. त्या निरनिराळ्या दिशांनी परावर्तित होत असल्याने यंत्राकडे येणाऱ्या लहरी कमी असत.

नोराने जीपीआर यंत्र चालू केले. ती म्हणाली, ''मी या बर्फाच्या थराचा छेद

दाखविणारी एक प्रतिमा काढून घेते. त्यामध्ये कुठे खारे पाणी असेल तर प्रतिमेमध्ये ते छायेच्या स्वरूपात दिसेल. आपल्या उत्खननाच्या खड्ड्याभोवतीच्या अशा प्रतिमा प्रथम मी काढेन. नंतर त्यांचे प्रिंटआऊट काढेन.''

''प्रिंटआऊट? अन् या इथे?'' टॉलन्डने आश्चर्याने विचारले.

नोराने घसरगाडीतील एका पेटीकडे बोट करून म्हटले, ''त्यातून प्रिंटआऊट मिळेल. कॉम्प्युटरच्या पडद्यासाठी उगाच फार वीज वापरली जाते. बॅटरीमधील वीज खूप वेळ पुरवायची असते. म्हणून सर्वजण फिल्डमध्ये हीट ट्रान्स्फर मशीन वापरून तिथल्या तिथे प्रिंटआऊट मिळवतात. त्यामध्ये रंग मात्र पाहिजे तेवढे गडद येत नाहीत, खूप फिके येतात; कारण उणे वीस अंशाखाली लेसर टोनरच्या गुठळ्या बनतात. ही गोष्ट मी अलास्कामध्ये अनुभवली.''

नोराने सगळ्यांना यंत्राच्या मागच्या बाजूला उभे केले. त्यामुळे यंत्र व उत्खननाच्या विहिरीच्यामध्ये कोणताही अडथळा येत नव्हता. तिने तंबूच्या दिशेने पाहिले; पण अंधारात तो दिसत नव्हता. जर तंबू दिसला असता तर रडारचा रोख त्यातील उत्खननाच्या खड्ड्याच्या किंवा विहिरीच्या दिशेने धरता आला असता. ती टॉलन्डला म्हणाली, ''माईक, मी त्या फ्लेअर्सच्या दिशेने यंत्राचा रोख धरायला बघते आहे; परंतु या यंत्रातून त्या फ्लेअरचा प्रकाश एवढा मोठा दिसतो की त्यामुळे नक्की रोख धरणे जमत नाही. म्हणून मी असे करते की जरा तंबूच्या दिशेने वर जाऊन फ्लेअरच्या मार्गात हात आडवे धरून उभी रहाते. तुम्ही मग यंत्रातून मला पाहून माझ्या दिशेने रोख धरा.''

टॉलन्डने मान हलवून होकार दिला व गुडघे टेकून तो यंत्रामागे बसला.

नोरा आता वाकून वाऱ्याविरुद्ध बर्फावरून जात होती. त्या दिशेला चढ असल्याने आणखीनच कठीण जात होते. तिच्या कल्पनेपेक्षा आजचा वारा अधिकच जोरदार होता. एक वादळ चालून येणार आहे अशी तिला जाणीव झाली. काही मिनिटांतच ते येथे पोहोचणार होते. *आपण आता घाई केली पाहिजे. त्या यंत्राने प्रिंटआऊट दिले की कळेलच सर्वांना, शेवटी माझेच खरे ठरणार आहे!* नोरा सुमारे तीस फूट दूर गेली व त्या प्रकाशाच्या वर्तुळाच्या कडेला दोन्ही हात पसरून उभी राहिली. तिला बांधलेली दोरी आता अगदी ताठ झाली होती.

तिने मागे वळून पाहिले. तिच्या दृष्टीला तिन्ही फ्लेअर्स दिसले; पण ते तिच्या डावीकडे होते. म्हणून तिने आपली जागा बदलली. ती डावीकडे थोडी थोडी सरकत सरकत गेली. शेवटी तिला त्या तिन्ही फ्लेअर्सच्या मशाली तिच्या बरोबर समोर एकामागोमाग एक अशा सरळ रेषेत आल्या. ''आता जुळवाजुळव करा!'' तिने ओरडून टॉलन्डला सांगितले.

टॉलन्डने त्याप्रमाणे केले व तो म्हणाला, ''ठीक आहे. ऑल सेट.''

मग नोराने मागे वळून सावकाश आपली नजर फ्लेअर्सच्या दिशेने नेली. तिकडे बघत असताना काहीतरी चमत्कारिक असे तिला जाणवले. तिन्ही फ्लेअर्सपैकी सर्वांत जवळचा फ्लेअर हा काही क्षण तिला अजिबात दिसेना. तिला वाटले की तो फ्लेअर संपत चालला असावा, विझला असावा; पण अचानक तो परत दिसू लागला. तिथे कोणी आले होते का? तसे घडणे शक्यच नव्हते; पण ती व तिसरा फ्लेअर यांच्यामध्ये काहीतरी नक्की येऊन गेले होते... कदाचित आपण आपल्या महत्त्वाच्या चार माणसांना बाहेरच्या असुरक्षित भागात पाठवले याबद्दल एक्स्ट्रॉमला खंत वाटत असावी. म्हणून त्याने मदतीसाठी आणखी एखादी तुकडी पाठवली असावी; पण तिला आपली शंका अनाठायी आहे की काय, असं वाटायला लागलं. खात्री वाटेना. कदाचित तिथे कोणीच नसेल. वाऱ्याच्या झोतामुळे त्या फ्लेअरची ज्योत क्षणभर विझली असेल व परत पेटली असेल.

नोरा परत जीपीआर यंत्रापाशी आली व तिने विचारले, ''नीट सरळ रेषा धरली ना?''

''होय, असे वाटते खरे.''

मग ती यंत्राच्या कंट्रोलपाशी गेली, काही बटणे दाबली. यंत्रातून एक तीव्र झझ्झ्ऽऽऽ आवाज आला व काही क्षणांतच तो थांबला. ''ठीक आहे. झाले काम.'' ती म्हणाली.

''एवढ्यात झाले?'' कॉर्कीने विचारले.

''हे यंत्र चालवायचे म्हणजे सुरुवातीला नीट जुळवाजुळवी करणे एवढेच काम असते. बाकी रडारने वेध घेण्याचे काम एका सेकंदात केले जाते.''

आता घसरगाडीवरचा हीट ट्रान्स्फर प्रिंटर चालू झाला होता. त्याचा हम् असा आवाज सुरू झाला आणि काही क्षणांत थांबला. मग क्लिक् आवाज होऊन एक कागद सावकाश बाहेर पडू लागला. तो जाड व वाकलेला कागद संपूर्ण बाहेर पडेपर्यंत नोराने दम धरला. त्या कागदावरची छपाई पूर्ण होऊ दिली. तिने प्रिंटरचे प्लॅस्टिकचे झाकण उघडून तो कागद हातात घेतला व त्या जळणाऱ्या फ्लेअरपाशी ती गेली. त्याच्या उजेडात सर्वांनाच त्या कागदावरील चित्र पहावयास मिळणार होते. *ते चित्र पहाताच सर्वांना कळून चुकेल की माझेच कसे बरोबर आहे. शेवटी या बर्फाच्या थरात कुठेही खारे पाणी नाही.*

सर्वजण नोराभोवती जमले व कोंडाळे करून उभे राहिले. नोराने आपल्या हातात तो कागद घट्ट धरला. एक खोल श्वास घेतला आणि गुंडाळी झालेला तो कागद हाताने सरळ केला, सपाट केला; पण कागदावर उमटलेली प्रतिमा पाहून ती एकदम थरारली, थक्क झाली व तिच्या तोंडून ''आँऽ!'' असा उद्गार बाहेर पडला.

नोरा त्या प्रतिमेकडे टक लावून पहात होती. तिच्या तोंडून पुन्हा एक उद्‍गार बाहेर पडला, "ओह् गॉड!" समोरच्या कागदावरचे दृश्य पाहून तिचा विश्वास बसेना. अपेक्षेप्रमाणे त्या प्रिंटआऊटमध्ये उत्खननाच्या खड्ड्याचा वरून खालपर्यंतचा संपूर्ण छेद उमटला होता. त्यात पाणी भरलेले होते; परंतु त्या प्रतिमेत एक अनपेक्षित व धक्कादायक गोष्ट उमटली होती. एक धूसर व करड्या रंगाची मानवी देहाची आकृती खड्ड्याच्या मध्यभागी तरंगत होती. त्या देहाचे डोके खाली होते. ते पाहून तिच्या रक्तातून एक थंड लहर शिरशिरत गेली. ती म्हणाली, "बाप रे, त्या खड्ड्यात कोणाचे तरी प्रेत दिसते आहे."

सर्वजण सुन्न होऊन स्तब्ध उभे राहिले.

त्या प्रतिमेतल्या उलट्या देहाभोवती एक अस्पष्ट अशी बाह्यरेखा उमटली होती. जणू काही त्या व्यक्तीभोवती एक वलयाकृती प्रभा निर्माण झाली होती. जीपीआर यंत्राने त्या व्यक्तीच्या अंगावरच्या जाड कोटाची अस्पष्ट प्रतिमाही पकडली होती. तसा जाड व जड कोट फक्त मिंग घालत होता. उंटाच्या केसाळ कातड्याचा तो कोट होता.

ती कुजबुजत्या आवाजात म्हणाली, "तो मिंग आहे... तो नक्कीच घसरून खड्ड्यात पडला असावा."

नोरा मॅन्गोरला हा एक मोठाच धक्का बसला; पण तिला याहीपेक्षा अजून एक मोठा धक्का बसणार होता. तिने मिंगच्या खाली खाली आपली नजर नेली. अन् तिला ते दिसले. शेवटी तिला तेही उमगले.

उल्केच्या जागेच्या खाली... नोरा टक लावून पाहू लागली. तिला प्रथम वाटले की यंत्राकडून स्कॅनिंग होताना काहीतरी चूक झाली असावी; पण जेव्हा तिने काळजीपूर्वक संपूर्ण प्रतिमा तपासली तेव्हा तिला त्यामागचा अर्थ उमगला. एक अप्रिय अर्थ हळूहळू तिच्या मनात उलगडत गेला. वाऱ्याचा जोर वाढला व तिच्या हातातला कागद फडफडू लागला. एखादे संकट आपल्यावर चालून येत आहे अशी तिला जाणीव झाली.

पण... पण हे अशक्य आहे!

मग अचानक तो अर्थ तिला गवसला. सत्याने तिच्या मनावरती वेगाने आघात केला. ते सत्य तिला दाबत दाबत गेले. आपण गुदमरतो आहोत, घुसमटतो आहोत असे तिला वाटू लागले. त्या सत्यापुढे ती मिंगचा मृत्यूही विसरली.

नोराला शेवटी कळून चुकले. *उत्खननाच्या खड्ड्यात सारे पाणीच आहे.* ती मटकन आपल्या गुडघ्यावरती खाली बसली. कशीबशी ती श्वासोच्छ्वास करत होती. तिने तो कागद तरीही घट्ट पकडून ठेवला. तिचा सारा देह थरथरू लागला.

माय गॉड... हा असा काही प्रकार असेल हे मलाही वाटले नव्हते.

मग एकदम ती रागाने पेटून उठली. तटकन उठून उभी राहिली व तंबूच्या दिशेने वळून तिकडे पहात ती कळवळून ओरडली, "यू बास्टर्ड्स!" ती किंचाळत किंचाळत परत परत म्हणत होती, "यू गॉऽऽडॅम बास्टर्ड्स!" पण तिचा आवाज तेथपर्यंत पोहोचणार नव्हता. तो वाऱ्यावरती विरून जात होता.

त्या अंधारात त्यांच्यापासून अवघ्या दीडशे फुटांवरती डेल्टा-वन याने आपल्या तोंडापाशी क्रिपटॉक वायरलेस फोन धरला व त्यात त्याने फक्त दोनच शब्द उच्चारले, "त्यांना समजले."

४१

नोरा मॅन्गोर गुडघे टेकून बसलेली होती. ती नुसती शिव्याशाप देत हळहळत होती. टॉलन्डने तिच्या थरथरत्या हातातून तो कागद काढून घेतला आणि त्याकडे तो निरखून पाहू लागला. मिंगचा देह खड्ड्यातील पाण्यात पाहून तोही हादरला. मग तो कागदावर उमटलेल्या संपूर्ण प्रतिमेचा अर्थ लावू लागला.

प्रतिमेमध्ये उत्खननाच्या खड्ड्याचा उभा छेद खाली दोनशे फुटांपर्यंत दिसत होता. तेवढ्या भागातच मिंगचा देह तरंगत होता. त्याने आपली नजर आणखी खाली नेली आणि त्याला जाणवले की येथे काहीतरी गडबड आहे. दोनशे फुटांनंतर खाली पार समुद्रापर्यंत सारा गडद काळा रंग भरला होता. समुद्राचे पाणीही गडद काळ्या रंगात प्रकट झाले होते. बर्फाच्या थरामध्ये तो काळा रंग किंवा ती छाया ही एक काळा पट्टा म्हणून दिसत होती. त्या पट्ट्याची जाडी खड्ड्याच्या किंवा त्या विहिरीच्या रुंदीएवढीच होती.

रेचल टॉलन्डच्या खांद्यावरून प्रिंटआऊटच्या कागदापुढे पहात होती. धक्का बसल्यासारखी तो ओरडून म्हणाली,

"माय गॉड! ती उल्केची विहीर पार खाली समुद्रापर्यंत पोहोचलेली आहे. बर्फाच्या थराला आरपार भोक पडलेले आहे."

टॉलन्ड हतबुद्ध होऊन उभा होता. समोरच्या कागदावर उमटलेले सत्य पचवणे त्याला जड जाऊ लागले. त्या वस्तुस्थितीचा खुलासा फक्त एकाच शक्यतेने होत होता; परंतु त्याचा मेंदू अद्याप ते सत्य स्वीकारायला तयार नव्हता. तो दिङ्मूढ होऊन उभा राहिला. कॉर्कीसुद्धा धक्का बसल्यासारखा उभा होता.

नोरा ओरडून म्हणाली, "कोणीतरी बर्फाच्या थराला तळाकडून भोक पाडलेले आहे." तिच्या डोळ्यांतून रागाचे स्फुल्लिंग उडत होते. ती पुढे म्हणाली, "खालून भोक पाडून त्यातून तो खडक आत घुसवून बसवला. हे सारे मुद्दाम घडवलेले आहे!

हेतुपूर्वक केलेले आहे! नक्कीच हे एक कारस्थान आहे. आम्हाला फसवलेले आहे!''

टॉलन्डमधल्या आदर्शवादी स्वभावाला नोराचे शब्द आवडत नव्हते; परंतु त्याच्यातील शास्त्रज्ञाला समजून चुकले होते की नोराचे म्हणणे बरोबर आहे. अगदी सहजगत्या ते पटणारे आहे. आर्क्टिक समुद्रावरती मिल्ने हिमनदीच्या बर्फाचा ३०० फूट जाडीचा थर तरंगत होता. त्या थराखालचा समुद्र एवढा खोल होता की तेवढ्या भागात एखाद्या पाणबुडीला सहज घुसता येत होते. टॉलन्डकडे स्वत:ची पाण्याखाली संशोधन करणारी 'ट्रायटन' नावाची पाणबुडी होती. एका माणसापुरती जागा असलेली ही पाणबुडीसुद्धा या कामासाठी, म्हणजे मोठा दगड पाण्याखालून वाहून नेण्यासाठी पुरेशी होती. याचे कारण, पाण्यामध्ये सर्वच वस्तू वजनाने हलक्या होत असतात. समुद्रातून पाणबुडीने आत शिरायचे, आपल्या माथ्यावर ती अवजड उल्का घेऊन पुढे सरकायचे आणि योग्य त्या जागी खालून भोक पाडायचे. मग ती उल्का त्या मोठ्या भोकात खालून वर ढकलायची. त्यासाठी पाण्यात फुगणारी कोणतीही यंत्रणा सहज वापरात आणता येते. एकदा ती उल्का जागेवर बसली की तिला खालून उचलून धरलेला आधार एकदम काढून घ्यायचा नाही. खालून पडलेल्या त्या बिळात शिरलेले समुद्राचे पाणी हे हळूहळू गोठत जाणार. बिळाच्या भिंतीला चिकटून बर्फ होण्याची सुरुवात झाल्याने काही वेळातच बर्फाच्या एका पोकळ नळीचा उल्केला आधार मिळेल. मग पाणबुडीने आपला कृत्रिम आधार काढून घ्यायचा. त्यानंतर सारे बीळ किंवा तो उभा बोगदा हा बर्फाचा होऊन जाणार. असे सर्व घडवणे शक्य आहे, अगदी सहज शक्य आहे. या लबाडीचा नंतर मागमूसही रहाणार नाही.

रेचलने टॉलन्डच्या हातून तो प्रिंटआऊट काढून घेऊन म्हटले, ''पण का? ज्यांनी कोणी असे केले ते का केले असेल? तुमचा जीपीआर नीट काम करत होता ना?''

''होय. अगदी पूर्णपणे नीट काम करत होता. शिवाय या नवीन माहितीमुळे खड्ड्यातल्या पाण्यात बायोल्युमिनन्सचा प्रकार का झाला याचाही खुलासा होतो.'' नोरा म्हणाली.

नोराने केलेला फसवणुकीचा तर्क टॉलन्डला मान्य करणे भाग होते. डायनोफ्लॅगेलेट्स हे खड्ड्यातील पाण्यात कसे आले त्याचाही उलगडा यामुळे होत होता. खालून बीळ पडल्यावर ते वर बिळात शिरले. पुढे या बिळातील पाण्याबरोबर तेही गोठले गेले. जेव्हा नोराने ती उल्का तापवली तेव्हा उल्केच्या खालचा थोडासा बर्फ वितळला. त्या बर्फातील प्लँक्टन जीव जिवंत झाले व वरच्या पाण्यात येत गेले. शेवटी उल्का बाहेर काढल्यावर ते पाण्याच्या पृष्ठभागापर्यंत येऊन पोहोचले.

पण येथे मात्र खारे पाणी नसल्याने ते शेवटी मरून गेले.

आता कॉर्कीही चिडला होता. तो ओरडून म्हणाला, "धिस इज क्रेझी! नासाजवळ आता एक उल्का आली आहे व तिच्यात जीवाश्म आहेत. तसे असताना त्यांनी ही लबाडी का करावी? त्यासाठी इतकी मेहनत ते कशासाठी घेतील?"

यावर नोरा म्हणाली, "त्यामागे काहीही कारण असो व ते आपल्याला ठाऊक नसले तरी काहीही बिघडत नाही. अन् जीपीआरचा प्रिंटआऊट तर खोटे बोलत नाही ना? आपल्याला फसवले गेले आहे. जंगरसोल उल्केचा आणि आज आपणास सापडलेल्या उल्केचा एकमेकांशी काहीही संबंध नाही. ती उल्का अगदी अलीकडेच या बर्फाच्या थरात खालून घुसवलेली आहे. गेल्या एक वर्षातच ती घुसवली गेली आहे; कारण एक वर्षापेक्षा जास्त काळ प्लँक्टन गोठलेल्या अवस्थेत राहू शकत नाहीत. ते मग मरून जात असतात." असे म्हणून नोरा आवराआवर करू लागली. तिने जीपीआर यंत्र मिटले, घसरगाडीवर चढवले आणि त्यावर प्लॅस्टिकचे आवरण ती बांधू लागली. मग सर्वांना उद्देशून ती म्हणाली, "आपण आता येथून ताबडतोब निघाले पाहिजे. परतल्यावर ही माहिती लगेच दिली पाहिजे; कारण अध्यक्ष लवकर जाहीरपणे उल्केची चुकीची बातमी सांगणार आहेत. नासाने अध्यक्षांनाही फसवलेले आहे."

"एक मिनिट! एक मिनिट!" रेचल म्हणत होती. "आपण निदान अजून एक तरी टेस्ट परत एकदा केली पाहिजे. म्हणजे आपली व इतरांची पूर्ण खात्री पटेल. नाहीतर केवळ या टेस्टवर विश्वास ठेवला जाणार नाही."

"प्रत्येकजण विश्वास ठेवेल." नोरा घसरगाडी तयार करत बोलत होती. "मी तंबूत पोहोचले, की पुन्हा एकदा त्या खड्ड्यात खोदकाम करेन. पार तळातल्या बर्फाचा नमुना बाहेर काढेन आणि तो बर्फ खारट पाण्याचा आहे असे सिद्ध झाल्यावर प्रत्येकजण माझ्यावरती विश्वास ठेवेल."

तिने घसरगाडीचे ब्रेक्स काढले, त्या गाडीचे तोंड तंबूच्या दिशेने वळवले आणि दोरीने ओढत ओढत ती चालू लागली. ती अगदी सहजतेने ती गाडी चढावर ओढत चालली. नोरा शास्त्रीय मोहिमेवरती असल्यावर खरोखरीच एक जबरदस्त बाई बनते.

नोराने ओरडून सर्वांना म्हटले, "चला, निघा आता." त्या फ्लेअरच्या भोवती प्रकाशाचे जे वर्तुळ झाले होते ते पार करून ती अंधाराच्या काठाला पोहोचली. ती म्हणाली, "नासाच्या मनात काय आहे ते समजत नाही; पण त्यांच्या या खेळात आमचा असा झालेला वापर मला बिलकूल खपणार..."

नोरा एवढे म्हणते न म्हणते तोच तिची मान फटकन मागे झाली. जणू काही एखाद्या अदृश्य शक्तीने तिच्या कपाळावरती ठोसा हाणला होता. वेदनेमुळे तिने

घशातून एक 'ओफ्' असा उद्गार बाहेर पडला, मग ती थोडीशी धडपडली आणि लगेच खाली कोसळून पडली. त्याच क्षणाला कॉर्कीही कळवळून ओरडला व गर्रकन वळून मागे आपटला. जणू काही कोणीतरी त्याच्या खांद्यावर एक जोरदार फटका मारला होता. बर्फावर पडून तो वेदनेने विव्हळू लागला.

रेचलच्या हातात तो प्रिंटआऊटचा कागद होता. तो कागद, मृत्यू पावलेला मिंग, ती उल्का आणि बर्फाच्या थराला खालून पडलेले ते बीळ हे सारे ती विसरली. तिच्या कानाला काहीतरी जोरात चाटून गेलेले होते. थोडक्यात चुकले होते, नाहीतर तिच्या कपाळावर तो आघात झाला असता. नकळत ती खाली गुडघ्यावर बसली आणि बसता बसता तिने टॉलन्डलाही खाली खेचले.

टॉलन्डने ओरडून विचारले, ''काय, चालले आहे तरी काय?''

हे गारांचे वादळ असावे अशी कल्पना रेचलच्या मनाला चाटून गेली. गोठलेल्या गारा हिमनदीच्या उतारावरून वेगाने टणाटण उड्या मारीत येत असाव्यात. ज्या अर्थी नोरा व कॉर्की तेवढ्या आघाताने खाली पडले त्या अर्थी त्या गारा ताशी शंभर मैल वेगाने येत असाव्यात असा तिने अंदाज केला. एकदम त्या दोघांच्या आजूबाजूला काचेच्या गोट्यांएवढ्या गारा आदळू लागल्या. खालच्या बर्फावर आदळताना तिथला बर्फ छोटा स्फोट झाल्यासारखा उडू लागला. रेचल तिच्या पोटावरती पडून लोळत दूर होऊ लागली. तिला त्या घसरगाडीकडे पोहोचून त्यामागे लपून बसायचे होते. समोरून येणाऱ्या गारांपासून बचाव करण्यासाठी तेवढाच एक उंचवटा तिथे होता. टॉलन्डही काही क्षणांत तिच्या मागोमाग लोळत लोळत तिथे पोहोचला.

नोरा व कॉर्की हे दोघे मात्र जमिनीवरती असुरक्षित अवस्थेत पडून आहेत हे टॉलन्डने पाहिले. ''त्यांना दोरीने इकडे ओढून घ्या.'' तो ओरडला.

पण ती दोरी नोराने घसरगाडीला गुंडाळली होती.

रेचलने आपल्या हातातील प्रिंटआऊटचा कागद आपल्या खिशात कोंबला व वरची वेल्क्रोची पट्टी लावून खिसा बंद केला. नोरा व कॉर्की यांना घसरगाडीकडे ओढण्याचा ती प्रयत्न करू लागली. टॉलन्ड तिच्या मागेच होता.

एकदम अनेक गारांचा मारा एका वेळी घसरगाडीवरती होऊ लागला. जणू काही निसर्गाने कॉर्की व नोरा यांच्यावरचा रोख बदलून रेचल व टॉलन्ड यांच्यावरती धरला होता. एक गार आली आणि ती घसरगाडीवर असलेले प्लॅस्टिकचे आवरण फाडून आत घुसली. ती गार घसरगाडीच्या एका लाकडी भागात घुसली होती; पण तिचा मागचा अर्धा तुकडा तुटून रेचलच्या पोषाखावरील बाहीवर पडला.

रेचलने तो तुकडा नीट निरखून पाहिला आणि ती हादरली. इतका वेळ तिला गारांच्या वादळाचे नवल वाटत होते. आता त्या नवलाचे भीतीमध्ये रूपांतर झाले.

कारण तिला कळले की या गारा निसर्गनिर्मित नाहीत, त्या मनुष्यनिर्मित आहेत. तिच्या बाहीवर पडलेला तो गारेचा तुकडा हा चेरीएवढा किंवा काचेच्या गोटीएवढा गोल होता. कोणत्या तरी दोन साच्यांत बर्फ घालून दोन्ही साचे एकमेकांवर दाबून ती बर्फाची गार ऊर्फ गोटी तयार केलेली होती; कारण दोन साच्यांच्या मधली रेषा त्या गोटीवर उमटली होती. गोटीचा पृष्ठभाग अत्यंत गुळगुळीत होता. जुन्या ठासणीच्या बंदुकांतील शिशाच्या गोळ्या जशा असत तशी ती गोळी होती. तेव्हा ती बर्फाची गार, ऊर्फ गोटी, ऊर्फ गोळी ही मनुष्यनिर्मित होती हे नि:संशय होते.

बर्फाच्या बुलेट्स.

रेचलला या प्रकारच्या दारूगोळ्याची माहिती होती. IM- शस्त्रास्त्रे या प्रकारात तो दारूगोळा मोडत होता. Improvised Munitious- 'सुधारित दारूगोळा' हा नवीन प्रायोगिक प्रकार अमेरिकी लष्करात नुकताच वापरून पाहिला जात होता. 'स्नो रायफल' बनवून पाहिली गेली होती. तिच्या दस्त्यात बर्फ घातल्यावर रायफलीमधील साच्यात तो दाबला जाऊन त्याची गोळी बनून ती उडवली जाई. बर्फाळ भागात अशा रायफली उपयुक्त ठरतील यात नवल नव्हते. यात नेहमीच्या गोळ्या वाचत होत्या, त्यांची वाहतूक करण्याची गरज नव्हती आणि अमाप प्रमाणात त्या हव्या त्या वेळी निर्माण करता येत होत्या. शिवाय वितळल्यानंतर त्यांचा मागमूस रहात नसे. वाळवंटी भागातील रेती वितळवून जी काच तयार होईल त्यालाही बंदुकीच्या गोळीचा आकार देता येत होता. या काचेच्या गोळ्या तर बर्फाच्या गोळ्यांपेक्षा भयानक ठरत होत्या; कारण त्या शरीरात घुसून फुटल्या तर माणूस आणखीनच जायबंदी व्हायचा. त्यांच्यामध्ये एवढी शक्ती होती की त्यामुळे माणसाचे हाड सहज मोडू शकत होते. नेहमीच्या दारूगोळ्यापेक्षा असा नवीन प्रकारचा दारूगोळा येथे वापरून त्याचा त्यांच्यावरती मारा केला जात होता. जेव्हा गरज आहे तेव्हा दारूगोळा बनवून तो उडवता येत होता.

रेचलला हे सारे ठाऊक होते; कारण गुप्त माहिती खात्याचे अहवाल तीच तयार करून व्हाईट हाऊसला पाठवत होती. त्या अहवालात एकदा तिच्या खात्याकडे आलेली ही माहिती तिला पुढे पाठवावी लागली होती.

गुप्त माहिती मिळवणाऱ्यांच्या जगामध्ये नेहमी घडते तसेच येथे आत्ता झाले. तुम्ही जितकी माहिती गोळा करत जाल तितकी परिस्थिती अधिक भयानक बनते. आत्ताही येथे तसेच घडत होते. अज्ञानात किती सुख असते हे रेचलला नीट ठाऊक असते तर तिने ते अज्ञान सहज पत्करले असते. तिला आय एम शस्त्रास्त्रांचे ज्ञान असल्याने भीतीने ती गोठून गेली. अशी शस्त्रे फक्त प्रायोगिक तत्त्वावर फक्त यू.एस. स्पेशल ऑपरेशन्स फोर्स यांनाच वापरण्यास परवानगी दिली होती. म्हणजे आपल्यावरती आता निसर्गाच्या गारा कोसळत नसून कोणत्या तरी लष्करी कारवाईला

आपण बळी पडत आहोत, हे तिला उमगले. अशा कारवाईतून वाचण्याची शक्यता जवळजवळ शून्य असते.

तिच्या या विचारात खंड पडला; कारण कोठून तरी एक बर्फाची गोळी येऊन घसरगाडीतील यंत्राला लागली व तेथून परावर्तन पावून ती तिच्या पोटाला लागली. तिच्या अंगावर तो जेलीने भरलेला संरक्षक पोषाख होता. तरीही तो मारा तिला जबरदस्त वाटला. कोणातरी मुष्टियोद्ध्याने आपल्या पोटात जबरदस्त ठोसा मारला आहे, अशा वेदना तिला त्यामुळे झाल्या. तिच्या नजरेसमोरच्या दृश्याभोवती तारे चमकू लागले. ती अडखळत मागे गेली; पण जाता जाता तिने त्या घसरगाडीला तोल जाऊ नये म्हणून पकडले. ते पाहून टॉलन्डने हातातील नोराची दोरी सोडून दिली आणि रेचलला मदत करण्यासाठी तो धावला; परंतु त्याला उशीर झाला होता. रेचल उताणी आपटली व घसरगाडी उलटून त्यातील यंत्रसामुग्री तिच्या अंगावर कोसळली. त्या इलेक्ट्रॉनिक यंत्रसामुग्रीच्या पसाऱ्यात कशीबशी धापा टाकत ती म्हणाली, "त्या... त्या गोळ्या आहेत, बुलेट्स आहेत." धाप लागल्याने तिला अधिक बोलवेना; पण एक क्षण असा आला, की तिच्या फुप्फुसातील हवा कशालाही न जुमानता बाहेर पडली. त्या वेळी ती बोलली, "चला, पळा..."

५०

वॉशिंग्टनमधील 'मेट्रोरेल' ही भुयारी रेल्वे आता 'फेडरल ट्रॅन्गल' या स्टेशनातून निघत होती. गॅब्रिएलच्या अपेक्षेने व्हाईट हाऊसपासून ती जेवढ्या वेगाने धावायला पाहिजे होती तेवढ्या वेगाने धावत नव्हती. गाडीतील एका रिकाम्या डब्यातील कोपऱ्यात ती बसली होती. तिच्या मांडीवर लाल रंगाचे मोठे पाकीट होते. त्यात 'ती' छायाचित्रे होती. आता त्या पाकिटाचे वजन तिला मणामणांचे भासत होते.

सिनेटरना भेटून मला हे त्यांना सांगितलेच पाहिजे. ती भुयारी रेल्वे आता सिनेटरच्या ऑफिसच्या जवळ असलेल्या *ला फाँ* स्टेशनकडे जाऊ लागली होती; पण किती हळू जात आहे, असे तिला वाटले.

तिच्या अंगावर गाडीतील दिव्यांचा मंद प्रकाश पडला होता. तिला असे वाटू लागले की कोणीतरी आपल्याला नशीला पदार्थ खायला घातला असून त्यामुळे निरनिराळे विचित्र भास होत आहेत. स्टेशनाबाहेर पडताना स्टेशनातील दिव्यांचा प्रकाश तिच्यावर पडून निघून जात होता. एखाद्या डान्स क्लबमध्ये जसे उघडझाप करणारे दिवे प्रकाश टाकत असतात तसे तिला वाटले. मग एकदम त्या बाहेरच्या दिव्यांचा प्रकाश नाहीसा झाला. गाडी आता बोगद्यात शिरत होती. सर्व बाजूने काळ्याकभिन्न भिंती धावून आल्या. त्यात गॅब्रिएल तिच्या रेल्वेसह गडप होत

चालली. आपण एका दरीत कोसळत आहेत असे तिला वाटले.

मार्जोरीने दिलेली धमकी प्रत्यक्षात उतरेल का?

आपल्या मांडीवरील छायाचित्रांच्या पाकिटाकडे तिने पाहिले. तिने ते पाकीट उघडून आतील एक छायाचित्र बाहेर काढले. त्या छायाचित्रात त्या दोघांचे चेहरे एवढे स्पष्ट व रेखीव आले होते, की पहाणाऱ्याला कसलीही खोटेपणाची शंका येऊ नये. ते पाहून ती थरथरली. पुन्हा ते छायाचित्र पाकिटात घालून तिने बंद केले.

झाले! संपले सारे!

गाडी बोगद्यातून बाहेर पडली व वरच्या जमिनीकडे जाण्यासाठी चढ चढू लागली. 'ला फाँ' स्टेशन जवळ आल्याची ती खूण होती. बोगद्यात मोबाइल चालत नसल्याने तिने आता तिचा मोबाइल चालू केला. सिनेटरचा नंबर दाबला; पण त्यावर पलीकडून व्हॉईस मेल यंत्राने परस्पर उत्तर दिले. तिला याचे कोडे पडले. सिनेटर गेले तरी कुठे? तिने त्याच्या ऑफिसचा फोन लावला. फोनवरती सिनेटरचा सेक्रेटरी बोलत होता.

"इट्स गॅब्रिएल. इज ही इन?" तिने विचारले.

सेक्रेटरीच्या बोलण्यात उद्वेग होता. तो म्हणाला, "तुम्ही होतात तरी कुठे? साहेब सारखे तुम्हाला धुंडाळत होते."

"मला एक मीटिंग होती. ती बराच वेळ चालली होती. मला आत्ता ताबडतोब त्यांच्याशी बोलायचे आहे."

"त्यासाठी तुम्हाला आता उद्या सकाळपर्यंत त्यांची वाट पहावी लागेल. आत्ता ते वेस्टब्रूकला आहेत."

वेस्टब्रूक लक्झरी अपार्टमेंट्स या इमारतीमध्ये सिनेटर वॉशिंग्टनला असताना रहात होता. गॅब्रिएल म्हणाली, "पण ते त्यांचा खासगी फोन उचलत नाहीत."

"आज रात्री पी.ई. असल्याने त्यांनी आपल्या सर्व खासगी लायनी बंद ठेवल्या आहेत. ते ऑफिसातून लवकर निघून गेले."

गॅब्रिएलच्या कपाळावरती आठ्या पडल्या. 'पी.ई.' म्हणजे Personal Event. वैयक्तिक भेटीगाठी! या सर्व धावपळीत गॅब्रिएल ही गोष्ट विसरून गेली होती. आजची संपूर्ण रात्र सिनेटरने आपल्या खासगी कामासाठी राखून ठेवल्याचे तिला ठाऊक होते. जेव्हा जेव्हा अशी वेळ येई तेव्हा सिनेटर बाहेरच्या जगाशी आपले संबंध पूर्णपणे तोडून टाकीत असे. त्याने तशा सक्त सूचना आपल्या नोकरवर्गाला दिलेल्या असायच्या. *फक्त इमारतीला आग लागली तरच माझे दार ठोठवा. अन्य कामासाठी मात्र सकाळपर्यंत वाट पहा,* असे तो म्हणत असे; परंतु आता खरोखरच आग लागायची पाळी आली आहे, असे गॅब्रिएलला वाटले. म्हणून ती म्हणाली, "माझा निरोप कसाही करून त्यांच्यापाशी पोहोचवा."

"अशक्य!" तो सेक्रेटरी ठाम स्वरात म्हणाला.

"पण एक गंभीर गोष्ट मला त्यांच्या कानावरती ताबडतोब घालायची आहे. मला खरोखरीच–"

"नाही. अक्षरश: शक्य नाही आता. त्यांनी त्यांचा पेजरही माझ्या टेबलावरती ठेवला आहे. जाताना मला सांगून गेले, की आता रात्रभर माझ्याशी कोणीही संपर्क साधायचा नाही. त्यांनी अगदी परखडपणे मला हे बजावले आहे." काही क्षण थांबून तो पुढे म्हणाला, "नेहमीपेक्षा ते अधिक गंभीर झालेले होते."

"ओके. थँक्स!" गॅब्रिएलने फोन बंद केला.

"ला फाँ प्लाझा!" डब्यात रेल्वेचे ध्वनिमुद्रित निवेदन केले जात होते, "कनेक्शन्स ऑल स्टेशन्स."

आता गाडीचा वेग कमी होऊ लागला. एलिफंट प्लाझा स्टेशन जवळ येत होते. गाडी तिथे थांबणार असल्यामुळे स्पीकरमधून डब्यात काहीतरी निवेदन केले जात होते.

तिने आपले डोळे मिटून घेतले. थोडासा विचार करायचा प्रयत्न केला; परंतु भयानक दृश्ये तिच्या नजरेसमोर तरळू लागली... तिची व सिनेटरची छायाचित्रे... सेक्स्टन लाच स्वीकारत असल्याचे आरोप करणाऱ्या कागदपत्रांच्या चळती... मार्जोरी टेन्च हिने घोगरट आवाजात दिलेली धमकी. *आता एकच गोष्ट कर. एक शपथेवर कबुलीजबाब लिहून दे. तुम्हा दोघांतल्या संबंधांची कबुली दे...*

चरचराट करत गाडीची चाके फिरायची थांबली.

जर ती छायाचित्रे वृत्तपत्रांकडे पोहोचली, तर सिनेटरची काय प्रतिक्रिया होईल यावरती गॅब्रिएल विचार करू लागली. हा विचार मनात आल्याबरोबर तिला धक्का बसला, शरम वाटली; पण सिनेटर अशा वेळी काय करेल?

सिनेटर सेक्स्टन हे साफ नाकारेल. खोटे बोलेल.

नक्की सिनेटर खोटे बोलेल असे तिचे मन सांगू लागले. आपला उमेदवार इतका खोटे बोलणारा निघेल?

होय, सेक्स्टन खोटेच बोलेल... अन् तेही अगदी सफाईने.

जर गॅब्रिएलने काहीही प्रतिक्रिया व्यक्त करण्याच्या आत ती छायाचित्रे वृत्तपत्रांत प्रसिद्ध झाली, तर सिनेटर स्पष्टपणे म्हणेल की सर्व छायाचित्रे बनावट आहेत, नकली आहेत, जनतेची क्रूर फसवणूक केल्याचे हे कारस्थान आहे. त्यातून आत्ताचे युग हे डिजिटल फोटो एडिटिंगचे आहे. संगणकाच्या साहाय्याने कोणीही या विषयातला तज्ज्ञ माणूस हा इतर व्यक्तींच्या छायाचित्रातील फक्त चेहरे बदलू शकतो. त्या जागी प्रसिद्ध व्यक्तींचे चेहरे बेमालूम लावता येतात. अशी छायाचित्रे तयार होऊ देण्यासाठी अनैतिक धंद्यातील अनेक व्यक्ती भरपूर मोबदल्याच्या

बदल्यात हव्या त्या स्थितीमध्ये छायाचित्रे काढून देतात. आपली राजकीय कारकीर्द बरबाद करण्यासाठी केलेला हा एक लंगडा प्रयत्न आहे, वगैर वगैरे सिनेटर सांगेल. तो हे कॅमेऱ्यात पाहून इतक्या सफाईने व निर्ढावलेल्या रीतीने सांगेल, की जगाचा त्यावर सहज विश्वास बसावा. तिला याची खात्री होती, बालंबाल खात्री होती. त्या वेळी तो रागाचा आविर्भाव आणेल आणि या बाबतीत अध्यक्षांनी ताबडतोब चौकशी करावी, असेही शेवटी सुनावेल.

म्हणूनच व्हाईट हाऊसने ही गोष्ट वृत्तपत्रांकडे दिली नाही यात नवल ते कसले; कारण यावरची सिनेटरची प्रतिक्रिया ही त्यांनाही अपेक्षित असणार. त्या छायाचित्रांचे प्रकरण आपल्यावरतीच उलटेल याची त्यांनाही कल्पना असणार. ती छायाचित्रे जितकी अस्सल होती, तितकाच त्यातून कसलाही निष्कर्ष निघू शकत नाही, हेही स्पष्ट होते.

गॅब्रिएलला एकदम हायसे वाटू लागले.

व्हाईट हाऊसला आपली भानगड सिद्धच करता येणार नाही.

मार्जोरीने गॅब्रिएलशी एक क्रूर खेळ खेळला होता. अत्यंत साधेपणे खेळलेली ती एक चाल होती : आपले सिनेटरशी संबंध कबूल कर नाहीतर सेक्स्टन तुरुंगात जाईल. एक साधीसुधी पण खुनशी धमकी दिली गेली होती. एकदम गॅब्रिएलला यामागचे तर्कशास्त्र नीट उमगले. ती छायाचित्रे वृत्तपत्रांत देण्यात अर्थ नसल्यामुळेच व्हाईट हाऊसला गॅब्रिएलच्या कबुलीची गरज वाटली.

तिच्या मनात हा विचार चमकून जाताच तिला एक आशेचा किरण दिसला. तिची मन:स्थिती एकदम उत्तेजित झाली.

गाडी ला फाँ स्टेशनात जाऊन थांबली. डब्यांची दारे सरकत सरकत भिंतीमध्ये गेली. अन् गॅब्रिएलच्या मनात कुठले तरी दूरवरचे दार उघडले गेले.

कदाचित मार्जोरीने सिनेटरच्या लाचेबद्दल जे सांगितले ते खोटेच असू शकेल. आपल्याला धाक दाखवण्यासाठी केलेली तीही एक चाल असेल.

शेवटी गॅब्रिएलला यातून काय दिसले? तर बँकेच्या कागदपत्रांच्या झेरॉक्स प्रती. सेक्स्टनचे कोणत्या तरी गॅरेजमध्ये घेतलेले एक छायाचित्र. न्यायालयात या गोष्टी टिकणार नाहीत. ते बनावट पुरावे असणार. मार्जोरीने आपल्याला सिनेटरची बोगस आर्थिक कागदपत्रे दाखवली. अन् हे सारे आपल्याला खरे वाटावे म्हणून त्याचबरोबर आपल्या संबंधांची छायाचित्रे दाखवली. छायाचित्रे खरी वाटली की इतर कागदपत्रेही खरी वाटणार. अशा गोष्टीला न्यायालयात Authantication by association असे म्हणतात. म्हणजे केवळ खऱ्या बाबींबरोबर बाकीचे खोटे पुरावे जोडले, की ते अधिकृत ठरवण्याचा प्रयत्न. आपले बेफाट व खोटे आरोप प्रतिपक्षांवरती सिद्ध करण्यासाठी राजकारणात आजवर हे नेहमीच असे चालत

आलेले होते.

याचा अर्थ सेक्स्टन निष्पाप आहे, असे गॅब्रिएलने आपल्या मनाला बजावले. अध्यक्षीय निवडणुकीच्या प्रचाराच्या धामधुमीत व्हाईट हाऊसच्या पायाखालची वाळू सरकू लागलेली आहे. म्हणून तर गॅब्रिएलने सिनेटर सेक्स्टनला जाहीररीत्या एकटे पाडावे अशी त्यांना गरज वाटते आहे. मार्जोरी म्हणूनच तिला म्हणत होती, *यातून तुम्ही बाहेर पडा, नाहीतर आठ वाजता पत्रकार परिषदेत सारे जाहीर केले जाईल.*

फक्त एकाच गोष्टीचा अपवाद होता.

मार्जोरीने इतकी विरोधाची भूमिका घेतली होती तर ती गॅब्रिएलला ई-मेलने खऱ्या बातम्या का उघड करून पाठवत होती? याचा एकच एक अर्थ निघत होता. तो म्हणजे नासाला सिनेटरची आपल्याविरुद्ध असलेली भूमिका अधिक बळकट करून द्यायची होती. एकदा तसे झाले की मग सिनेटरवरती हल्ला चढवता येईल. मग त्याचे ते लफडे, लाच ही प्रकरणे जाहीर करून सिनेटरविरोधी जनमत तयार करता येईल. मग साहजिकच त्याचा नासाविरोधी प्रचारही जनता मानणार नाही. तोही धुडकावला जाईल. सर्व गोष्टींच्या मागची तर्कसंगती ही अशीच असणार.

पण जर त्या ई-मेल मार्जोरीकडून आल्या नसतील तर?

कदाचित मार्जोरीला त्यांच्याच कर्मचाऱ्यांपैकी एखादा कच्चा माणूस सापडला असावा. त्याची अध्यक्षांवरती निष्ठा नसावी. अशा त्या विद्रोही माणसाला ई-मेल पाठवताना मार्जोरीने पकडलेले असावे. मग त्याला ताबडतोब कामावरून काढून टाकून तिने शेवटचा भेटीला येण्याचा निमंत्रण देणारा ई-मेल स्वतः पाठवला असावा. मार्जोरीने मुद्दाम आपणच नासाची माहिती ई-मेलवरून पाठवत होते असे खोटे भासवले असावे.

डब्यांच्या यंत्रणेतील हायड्रॉलिक्स हिस्स आवाज करून चालू झाले. त्यामुळे डब्यांची दारे हळूहळू सरकत बाहेर येऊन बंद होऊ लागली.

गॅब्रिएलने बाहेरच्या प्लॅटफॉर्मकडे पाहिले. ती आता वेगाने विचार करू लागली. आपल्या मनात उद्‌भवलेल्या शंकांमध्ये काही तथ्य आहे का नाही? का आपण केवळ आपल्या इच्छेनुरूप विचार करतो आहोत? तिला या दोन्हीतले काही कळेना. यावरती आता एकच उपाय होता. तो म्हणजे सरळ सिनेटरची गाठ घ्यायची. अगदी आज, आत्ता. मग भले त्यांची ती पी.ई. रात्र असो वा नसो.

हातात छायाचित्रांचे पाकीट घट्ट धरून ती उठली व डब्याची दारे बंद व्हायच्या आत घाईघाईने ती बाहेर पडू लागली. ती बाहेर पडली आणि दारे पूर्ण बंद झाली. आता तिला एकाच स्थळी जाऊन पोहोचायचे होते.

वेस्टब्रूक अपार्टमेंट्स!

५१

समोरच्या परिस्थितीशी सामना करणे किंवा पळून जाणे.

एक जीवशास्त्रज्ञ म्हणून टॉलन्डला ठाऊक होते, की जेव्हा एखाद्या जिवाला धोक्याचा वास येतो तेव्हा त्याच्या शरीरात अनेक बदल होऊ लागतात. मेंदूतील कॉर्टेक्स भागात ॲड्रेनिलिन हे रसायन स्त्रवू लागते, मग ते रक्तात पसरते, हृदयाची स्पंदने वाढवते आणि मग ते मेंदूला निर्णय घ्यायला भाग पाडते. तो निर्णय सर्व जीवांमध्ये प्राचीन काळापासून चालत आलेला आहे. सामना करा किंवा पळून जा.

टॉलन्डची अंत:प्रेरणा त्याला सांगत होती की येथून पळून जा; पण तरीही त्याची बुद्धी त्याला बजावत होती, की तू अजूनही दोरीने नोरा मॅन्गोर हिला जोडलेला आहेस. तिला एकटीला सोडून पळून जाऊ नकोस. अन् पळून जायचे ठरवले तरी कुठे जाणार? हॅबिस्फिअरचा तंबू हाच एकमेव आसरा होता. त्या दिशेने तर वाटेत ते हल्लेखोर होते. शिवाय ते उंचावरती होते. त्यांना तेथून खाली बरोबर नेम धरता येत होता. मागे जावे तर ती सपाट अशी बर्फभूमी होती. ती फार तर दोन मैल पसरलेली होती. नंतर सुरू होता तो गोठलेला समुद्र. गारठणक आर्क्टिक समुद्र. त्या दिशेने जाणे म्हणजे निव्वळ मृत्यू. तिकडे जाऊन काहीही केले नाही तरी केवळ थंडीमुळे गोठून मृत्यू येणार होता. आपण बाकीच्यांना सोडून पळून जाऊ शकत नाही हे त्याला कळून चुकले. नोरा आणि कॉर्की हे अजूनही खाली पडलेले होते. ते टॉलन्ड व रेचलला दोरीने बांधले गेले होते.

टॉलन्ड रेचलच्या बाजूला पडून राहिला. कलंडलेल्या घसरगाडीच्या आश्रयाने ते बर्फाच्या गोळ्या चुकवत होते. त्या गाडीतून बाहेर पडलेल्या वस्तू त्याने नीट निरखून पाहिल्या. एखादे शस्त्र, आकाशात उडवले जाणारे प्रकाशबाण किंवा फ्लेअर्स, एखादा छोटा वायरलेस सेट... काहीही, काहीही चालेल. तो भराभरा हाताने ते पडलेले सामान चिवडत होता, चाचपत होता.

"चला, पळा!" रेचल जिवाच्या आकांताने ओरडली.

त्यानंतर एकदम तो हिमगोळ्यांचा मारा थांबला. अचानक थांबला. जरी वारा घोंगावत होता तरीही आता तिथे शांत रात्र वाटू लागली... जणू काही एक वादळ अनपेक्षितपणे थांबले होते.

पण त्यानंतर टॉलन्डला एक रक्त गोठवणारे दृश्य दृष्टीस पडले. तो घसरगाडीच्या आश्रयाने अंग चोरून व सावधपणे समोर पहात होत. त्या वेळी त्याला ते दिसले.

अंधारातून फ्लेअरच्या उजेडात तीन आकृत्या भुतासारख्या प्रकट झाल्या. बर्फावरून सहजपणे घसरत त्या येत होत्या. त्यांच्या पायात स्कीज होत्या, घसरपट्ट्या होत्या; परंतु त्या नेहमीच्या घसरपट्ट्या नव्हत्या. अत्यंत आधुनिक

वाटणाऱ्या व नेहमीपेक्षा आखूड अशा त्या घसरपट्ट्या होत्या. हल्लीच्या काळात तरुण मुले जशा एका छोट्या फळीच्या रोलरब्लेड्स वापरतात तशा काहीशा त्या होत्या. त्यांच्या अंगावरील पोषाख पूर्णपणे पांढरे होते. बर्फात शत्रूला लांबून ओळखता येऊ नये म्हणून त्यांनी ते घातले असावेत. घसरपट्टीवरून सरकताना आधारासाठी ज्या दोन काठ्या हातात घ्याव्या लागतात त्या त्यांच्याकडे नव्हत्या. त्याऐवजी एकेक लांबलचक रायफल प्रत्येकाच्या हातात होती; पण त्या रायफली शस्त्रासारख्या वाटत नव्हत्या. त्या आकाराने विचित्र होत्या.

ती तिन्ही अज्ञात माणसे आपल्या जवळच्या बळीपाशी, नोरा मॅन्गोरपाशी येऊन ठेपली. ती शांतपणे आपली कामे करू लागली. जणू काही त्यांना ठाऊक होते, की आपण आत्ताची चकमक जिंकली आहे. आता शत्रू कुठे पळून जाईल? टॉलन्डने घसरगाडीच्या वरती आपले डोके वर काढण्याचे धाडस केले. त्याचे पाय थरथरत होते. त्या तिघांनीही टॉलन्डकडे पाहिले. त्यांच्या डोळ्यांवरती चमत्कारिक गॉगल होते. बहुतेक रात्रीच्या अंधारातील दृश्य दाखविणारे ते गॉगल असावेत असे टॉलन्डला वाटले. त्यांनी टॉलन्डकडे पाहूनही दुर्लक्ष केले.

कदाचित तेवढ्या वेळेपुरतेच त्यांनी तसे केले असावे. आता ही बाकीची सावजे पळून पळून कुठे जाणार? प्रत्येकाकडे सावकाश बघता येईल, असा त्यांनी विचार केला असावा.

डेल्टा-वन याने आपल्यासमोर बेशुद्ध होऊन पडलेल्या स्त्रीकडे पाहिले. तो आता तिला जे करणार होता, त्याबद्दल त्याला किंचितही करुणा वाटत नव्हती. याचे कारण त्याला तसेच प्रशिक्षण दिले होते. मुकाट्याने आज्ञा पाळायच्या, त्यामागचे हेतू विचारत बसायचे नाही.

खाली पडलेल्या बाईने एक काळा जाडजूड, थर्मल सूट अंगावरती चढवला होता. ती मोठ्या कष्टाने श्वासोच्छ्‌वास करत असावी आणि तो श्वासोच्छ्‌वास उथळ होता. बर्फाच्या गोळ्या झाडणाऱ्या रायफलीने तिच्या कपाळावरती आपल्या गोळीचा ठसा उमटविला होता. परिणामी, ती बेशुद्ध झाली होती; परंतु मृत्यू पावली नव्हती.

आता हे काम शेवटपर्यंत निस्तरण्याची वेळ आली.

बेशुद्ध झालेल्या स्त्रीशेजारी डेल्टा-वन गुडघे टेकून बसला. बाकीच्या दोघाजणांनी जवळच बेशुद्ध होऊन पडलेल्या बुटक्या माणसाकडे आणि घसरगाडीपलीकडे लपून बसलेल्या अन्य दोघांकडे आपल्या रायफली वळवल्या; परंतु त्यांच्या हालचालीचा वेग मंदावला होता. प्रथम ते त्या बेशुद्ध पडलेल्या स्त्रीला संपवणार होते. सर्वांना एकदम एकावेळी ठार करणे हे निष्काळजीपणाचे कृत्य ठरले असते. *तुम्ही जे काम हातात घेतले आहे त्यावरती लक्ष केंद्रित करा. नाइलाज झाला तरच दुसरीकडे लक्ष*

द्या, असेच प्रशिक्षण त्यांना दिलेले होते. ते त्यानुसार वागत होते. डेल्टा-फोर्स हा एका वेळी एकालाच ठार करतो. अत्यंत शांतपणे व शास्त्रशुद्ध रीतीने. याचे कारण कसा मृत्यू दिला गेला हे त्यानंतर कोणालाही कळून येत नसे. तीच तर त्यांची जादूई पद्धत होती. त्यासाठी ते एका वेळी एकालाच संपवत असत.

बेशुद्ध झालेल्या स्त्रीजवळ डेल्टा-वन हा उकिडवा बसला होता. त्याने आपल्या हातातील थर्मल हातमोजे काढून टाकले. जमिनीवरचा बर्फ हातात घेतला व त्या स्त्रीचे तोंड उघडून त्यात तो कोंबू लागला. त्याने तिच्या तोंडात ठासून बर्फ भरला. एवढेच नव्हे तर पुन्हा पुन्हा बोटाने तो आत, आत, आणखी आत दाबून कोंबू लागला. शेवटी तो श्वास नलिकेत जाऊन बसला. दाबल्यामुळे घट्ट होऊन बसला. आता तिचा मृत्यू तीन मिनिटांत होणार होता. श्वासोच्छ्वासाअभावी, ऑक्सिजन-अभावी ती मरून जाणार होती.

मृत्यूचे हे तंत्र रशियन गुंडांनी शोधून काढले होते. ते त्याला 'ब्येलय स्म्येर्त' म्हणजे 'पांढरा मृत्यू' असे म्हणत. घशात व श्वासनलिकेत कोंबलेला बर्फ वितळण्याच्या आत माणूस मृत्यू पावत असे. मृत्यू आल्यावरही शरीर बराच वेळ गरम रहात असल्याने तेवढ्या वेळात घशातील बर्फ वितळून त्याचे पाणी होई. नंतर जरी कोणाला संशय वाटला तरी मागे कसल्याच खुणा रहात नसल्याने केवळ तर्क करणे एवढेच हाती रहाते. तेवढा वेळ खुन्याला लांब पळून जायला पुरेसा होतो. बंदुकीतून झाडलेली बर्फाची गोळीही थोड्या वेळाने वितळून जात असल्याने तोही माग नाहीसा होतो.

एकदा या बाईला संपवले की अन्य तिघांकडे वळून पहाता येईल. प्रत्येकाला प्रथम जायबंदी करून नंतर त्याला तो 'पांढरा मृत्यू' देता येईल, असा त्या तिघांचा विचार होता. मग सर्वांची प्रेते टाकून देता येतील. पुन्हा त्यांच्या दोऱ्या एकमेकांना बांधता येतील. मग अनेक तासांनी कोणी जर त्यांना शोधत आले तर सर्वजण बर्फात गोठून मरण पावलेले सापडतील. मृत्यूचे वरवर दिसणारे कारण हे 'हिमवादळात फार काळ सापडल्याने व हायपोथर्मिया झाल्याने' असे असेल. ज्यांना ती प्रेते सापडतील ते नवल करतील की ही माणसे मार्ग सोडून भलतीकडेच कशी गेली? परंतु त्यांना त्यांच्या मृत्यूचे मात्र नवल वाटणार नाही. त्यांनी खोचून ठेवलेले ते फ्लेअर्स जळत राहून शेवटी विझून संपतील. आत्ताची हवा खळबळजनक आहे आणि या मिल्ने हिमनदीच्या पृष्ठभागावरती मृत्यू खूप झटपट येत असतो.

डेल्टा-वन याने त्या स्त्रीच्या तोंडात पुरेपूर बर्फ कोंबून भरण्याचे काम संपवले. मग बाकीच्यांकडे वळण्याआधी त्याने त्या स्त्रीच्या कमरेच्या दोरीचा हूक हार्नेसमधून काढून टाकला. नंतर तो परत लावता येईल; परंतु आता घसरगाडीच्या मागे दडलेल्या दोघांना आपले देह नंतर फरपटत नेले जाणार आहेत अशी शंका यायला

नको, असा विचार डेल्टा-वनने केला.

मायकेल टॉलन्डने नुकतीच नोराची हत्या झालेली पाहिली. त्याने स्वप्नातसुद्धा कल्पना केली नसेल अशी हत्येची पद्धत आता पाहिली होती. नोराच्या कमरेची दोरी सोडवल्यानंतर ती तीन माणसे आता कॉर्कीकडे वळली.

आता मात्र मी काहीतरी केलेच पाहिजे!

कॉर्की शुद्धीवर येत होता. तो मंदपणे कण्हू लागला. हळूहळू तो उठून बसण्याचा प्रयत्न करू लागला; पण त्या तिघांपैकी एकाने कॉर्कीला खाली उताणे पाडले, त्याच्या दोन्ही हातांवर आपले दोन गुडघे दाबून तो छातीवर बसला. वेदनेमुळे कॉर्कीने एक किंकाळी फोडली; पण भणाणत्या वाऱ्यात त्याची किंकाळी तत्क्षणी विरून गेली.

भीतीने व्याकूळ झालेल्या टॉलन्डने घसरगाडीतून खाली पडलेल्या वस्तू धडपडत चाचपणे सुरू केले. *यात काहीतरी असेलच! एखादे शस्त्र! किंवा तसा उपयोग होऊ शकणारे काहीही चालेल!* पण तिथे फक्त बर्फाच्या थरांचा वेध घेणारी यंत्रसामुग्री विखरून पडली होती. बहुतेक सारी बर्फाच्या गोळ्यांच्या माऱ्याने उद्ध्वस्त झाली होती. रेचल त्याच्या शेजारीच पडून होती. ती धडपडत उठून बसू पहात होती. आपली छोटी बर्फाची कुऱ्हाड हातात घेऊन त्याने जमिनीला रेटा देऊन ती उठत होती. ती ओरडून त्याला म्हणाली, "रन... पळा, पळा येथून."

रेचलच्या कमरेला ती कुऱ्हाड पट्ट्याने अडकवल्याचे त्याला दिसले. हेसुद्धा एक शस्त्र होऊ शकते! परंतु तीन सशस्त्र माणसांविरुद्ध आपण एका छोट्या कुऱ्हाडीनिशी कसा काय सामना करणार, हे त्याला कळेना; पण आणखी एक सुटकेचा उपाय होता.

आत्महत्या!

रेचल उठून बसल्यावरती टॉलन्डला तिच्या मागे काहीतरी दिसले. ती एक फुगीर अशी प्लॅस्टिकची पिशवी होती. त्यामध्ये एखादे फ्लेअर सोडण्याचे पिस्तूल असावे किंवा छोटा वायरलेस सेट असावा अशी प्रार्थना तो मनोमन करू लागला. तिच्या मागे हात नेऊन त्याने ती पिशवी काढून घेतली व उघडून आत पाहिले. आत एक मायलार प्लॅस्टिकचे पातळ कापड नीट घडी करून ठेवले होते. छे! याचा काहीही उपयोग नाही. अशा वस्तू त्याच्या संशोधन करणाऱ्या जहाजावरती होत्या. म्हणून त्याने ती वस्तू सहज ओळखली. तो एक छोटा फुगा होता. त्यात हेलियम वायू भरून तो फुगवायचा व वर आकाशात उंच सोडायचा. त्याला जोडलेल्या छोट्या यंत्राकडून वातावरणाचा वेध घेतला जातो. हवेचे तापमान, दाब, आर्द्रता, वाऱ्याचा ज़ोर व दिशा इत्यादी बाबींचा वेध घेऊन ती माहिती खाली वायरलेसने

पाठवली जाई. त्या फुग्याकडून टेबलावरील संगणकाएवढे वजन सहज वाहून नेण्याची त्याची भारक्षमता होती. अशा या फुग्याचा येथे काहीही उपयोग नव्हता. तो वरती सोडायचा म्हटले तरीही फुगविण्यासाठी हेलियमचा सिलिंडर जवळ असावयास हवा.

कॉर्की आता शुद्धीवर येऊन धडपड करू लागला होता. आवाज वाढत चालला होता. आपण किती असहाय आहोत याचे टॉलन्डला तीव्र दुःख त्या वेळी झाले. एवढी असहायतेची भावना त्याने आयुष्यभरात कधी अनुभवली नव्हती. त्याची पूर्ण निराशा झाली. आपण हरलो आहोत व सारे काही गमावून बसलो आहोत हे त्याला कळून चुकले. एका निष्पाप स्त्रीचा आपल्या डोळ्यांसमोर खून झाला. आता कॉर्कीचा खून पडत होता. त्यानंतर आपलाही मृत्यू होणार. आजवरच्या साऱ्या आयुष्याचा चित्रपट त्याच्या डोळ्यांसमोरून झर्रकन सरकून गेला. त्यात एक प्रतिमा त्याच्यासमोर आली. ती प्रतिमा त्याच्या लहानपणामधील होती. दुसऱ्या क्षणाला तो तिथे नव्हता, सॅन पेड्रो या गावात होता. एका मोठ्या पॅराशूटला दोर बांधलेला होता व तो त्या दोराला घट्ट पकडून होता. त्याने स्वतःला तो दोर जखडून घेतला होता. दोराचे जमिनीवरील टोक हे खाली एका मोटरबोटीकडून वेगाने ओढले जात होते. त्यामुळे ते राक्षसी पॅराशूट उलगडले जाऊन हवेत पतंगासारखे उडत होते. तो पतंग समुद्रावरून उडत होता. मोटरबोटीचा वेग कमी झाल्यावर तो पतंग खाली आला व पाण्यावरून पाच फुटांवरून जाऊ लागला. त्याला लोंबकळणारा छोटा टॉलन्ड मधेच वर जाई, मधेच त्याच्या पायाला पाण्याचा स्पर्श होई. त्या वेळी त्याचे सारे भवितव्य समुद्रावरून येणारा वारा, पुढे जाण्याचा वेग आणि तो दोर यावरती अवलंबून होते.

टॉलन्डने ताबडतोब मायलारच्या फुग्याचे ते कापड हातात घेतले. त्याला एकदम उत्तेजन मिळाल्यासारखे वाटले. आपले मन परिस्थितीला पूर्णपणे शरण गेलेले नाही असे त्याच्या लक्षात आले. एवढेच नव्हे तर आपल्या मनाने एक उपायही सुचवला आहे हेही त्याच्या लक्षात आले.

आपल्या उरावर बसलेल्या माणसाविरुद्ध कॉर्की अजूनही झगडत होता. टॉलन्डने एक नजर तिकडे टाकून आपली योजना अमलात आणण्यास सुरुवात केली. त्याच्या योजनेला यश मिळण्याची शक्यता फार दूरची होती; पण दूरची असली तरी ती होती हेही तितकेच खरे होते. येथे थांबणे म्हणजे उरलेल्या तिघांचा मृत्यू ओढवणार हे स्पष्टच होते. त्याने मायलारच्या कापडाची घडी हातात घेतली. त्यावरती एक सावधगिरीची सूचना छापली होती :

NOT FOR USE IN WINDS OVER 10 KNOTS.

ताशी दहा नॉट्सपेक्षा जास्त वारा असलेल्या हवेत वापरू नका.

खड्ड्यात गेली ती सूचना! ते कापड वाऱ्यात फडफडू नये म्हणून त्याने हातात घट्ट धरले. रेचल आता त्याच्या बाजूला बसली होती. तो तिच्याभोवती दोन पाय टाकून उभा राहिला. तिच्या डोळ्यांत गोंधळ उडाल्याचे त्याला दिसत होते. त्याने ओरडून तिला म्हटले, "हे पकडून धरा!"

त्याने ती कापडाची घडी तिच्या हातात दिली व आपल्या रिकाम्या हाताने त्या घडीपासून निघालेली दोरी घेतली. तिला शेवटी उघडता व मिटवता येणारा हूक होता. तो हूक त्याने आपल्या कमरेच्या हार्नेसला लावून पक्का केला. मग तीच दोरी त्याने तिच्याही कमरेच्या हार्नेसला लावून पक्की केली.

आता टॉलन्ड व रेचल हे एक झाले. दोघांच्या पाठी एकमेकांच्या पाठीला भिडल्या.

त्या दोघांमधून जाणारा पूर्वीचा कमरेला बांधलेला दोर कॉर्कीपर्यंत गेला होता. कॉर्की अजूनही जिवाच्या कराराने झगडत होता. त्याच्यापासून गेलेली दोरी ही नोरा मॅन्गोरपर्यंत गेलेली होती; पण तिला जोडलेले टोक आता काढून टाकलेले होते. टॉलन्डने स्वत:च्या मनाला बजावले. *नोरा आता मृत्यू पावलेली आहे. तिच्यासाठी आता काहीही करता येणार नाही.*

कॉर्कीच्या वळवळणाऱ्या शरीरावरती वाकून ते हल्लेखोर पहात होते. एकाने मूठभर बर्फ हातात घेतला व तो कॉर्कीच्या तोंडामध्ये कोंबण्यास सुरुवात केली. आता मात्र फार उशीर होतो आहे असे टॉलन्डला वाटले.

त्याने रेचलच्या हातून ती कापडाची घडी घेतली. तो एक घडी केलेला फुगा होता. त्या घडीला एक छोटे पॅड जोडलेले होते. कापड इतके हलके होते, की ते एखाद्या झिरझिरीत कागदासारखे होते. तसेच ते इतके चिवट होते, की त्याचा नाश करणे जवळजवळ अशक्य होते. तो रेचलला म्हणाला, "दोरीला घट्ट धरून ठेव!"

रेचल म्हणाली, "काय–"

पण तिचे पुढचे शब्द तिच्या तोंडातच राहून गेले. टॉलन्डने ते पॅड आपल्या डोक्यावरून हवेत भिरकावले. त्याबरोबर त्या मायलारच्या फुग्याची घडी मोडून ते हवेत फुगू लागले. फाडकन आवाज होऊन घोंगावणारा वारा फुग्यात वेगाने घुसू लागला. पहाता पहाता तो फुगा फुगत गेला, मोठा होत गेला. आणखी मोठा होत गेला... आणखी... आणखी!

आपल्या कमरेच्या हार्नेसला एक जोरदार हिसका बसतो आहे असे त्याला जाणवले. त्या वादळी वाऱ्याचा जोर त्याने अजमावला त्यापेक्षा कितीतरी अधिक होता. एका सेकंदात टॉलन्ड व रेचल हवेत वर अर्धवट उचलले गेले व हिमनदीवरून फरपटत ओढले जाऊ लागले. आता त्यांचे भवितव्य फक्त वाराच ठरवणार होता. काही क्षणांनी टॉलन्डला आणखी एक हिसका बसला. त्यांच्या दोरीचे टोक हे

शेवटी कॉर्कीला जोडलेले होते. ५० फुटांवरती घाबरलेल्या कॉर्कीला दोरीने खेचले. ते एवढ्या झटपट झाले की त्याच्या उरावर बसलेल्या हल्लेखोराला ते कळलेच नाही. त्याच्या अंगाखालून कॉर्की निसटला. तर वाकून बघणारा दुसरा हल्लेखोर धक्क्याने बाजूला कोलमडून पडला. कॉर्कीने जीव एकवटून एक किंकाळी फोडली. ती किंकाळी एवढी भेदक होती की ऐकणाऱ्याचे रक्त गोठून जावे. तो आता वेगाने बर्फावरून घसरत वाटेतल्या घसरगाडीकडे निघाला; पण थोडक्यात त्याची टक्कर वाचून तो तसाच पुढे निसटून गेला. त्याच्या मागून आणखी एक दोर येत होता; पण त्या दोराचे शेवटचे टोक रिकामे होते. त्या टोकाला नोरा असायला हवी होती; पण तिचा दोर हल्लेखोराने सोडवून टाकला होता.

टॉलन्ड स्वत:शीच म्हणाला, यापेक्षा जास्त मी काय करणार?

त्या तिघांची शरीरे खालच्या बर्फभूमीवरून ओढून नेली जात होती. त्यांच्या बाजूने बर्फाच्या गोळ्या जात होत्या; परंतु आता त्यांचे नेम चुकणार याची टॉलन्डला खात्री होती. त्याने मागे वळून पाहिले. पांढऱ्या पोषाखातील तिन्ही हल्लेखोरांच्या आकृत्या लहान लहान होत गेल्या व शेवटी अदृश्य झाल्या. तिथे जळणाऱ्या फ्लेअरचा प्रकाशही अखेर एका बिंदूएवढा झाला.

आपल्या अंगाखालून वेगाने सरकणारी खालची बर्फभूमी ही इतक्या वेगाने जाते आहे की हल्लेखोरांच्या तावडीतून सुटल्याची सुटकेची भावना त्यापुढे विरून गेली. तो भणाणणारा वारा हवेतल्या फुग्याला लीलया पुढे ढकलत नेत होता. हे किती वेळ चालणार होते? ती हिमनदी दोन मैलांवरतीच संपत होती. जिथे ती संपत होती तिथे बर्फभूमीचा कडा समुद्रात उभा होता. तेथपर्यंत सहज जाता येईल; पण पुढे काय होईल? नंतर १०० फूट खोलीवरती एक सरळ अध:पात होणार होता. ते तिघेही जण खालच्या समुद्राच्या लाटांत जाऊन पडणार होते. शेवटी तिघांचा मृत्यू आर्क्टिक समुद्राच्या थंड पाण्यात ठरला होता.

५२

व्हाईट हाऊसमधील कम्युनिकेशन रूमकडे जाण्यासाठी मार्जोरी टेन्च जिना उतरत होती. त्या दालनामध्ये वृत्तप्रसारण करण्याची सोय होती. संगणकाकडून ते काम आपोआप केले जाई. जमलेल्या पत्रकारांना मिळालेली पत्रके व त्यावरच्या त्यांच्या बातम्या ह्या झटपट वायरलेसने प्रसारित केल्या जायच्या. मार्जोरीच्या चेहऱ्यावर हास्य प्रकटले होते. गॅब्रिएल ॲशबरोबरची भेट अत्यंत यशस्वी झाली होती. ती मुलगी कितपत घाबरली व नंतर तो कबुलीजबाब देणार होती का नाही याचा अंदाज मार्जोरीला करता येणार नव्हता; पण तिने एक प्रयत्न करून पाहिला

होता.

गॅब्रिएलने सेक्स्टनविरुद्ध आरोप करणारा कबुलीजबाब दिला तर ती हुषार ठरेल, असे मार्जोरीला वाटले; पण त्या बिचाऱ्या पोरीला काय ठाऊक की सेक्स्टन हा इतक्या सहजासहजी हार खाणाऱ्यातला नाही.

आता काही तासांतच अध्यक्षांची पत्रकार परिषद सुरू होणार होती. उल्केचा शोध जाहीर होताच सेक्स्टनच्या शिडातील वारेच निघून जाणार होते. ही गोष्ट आता जवळजवळ पक्की झाली होती. अन् त्यातून गॅब्रिएल आपल्या सूचनांप्रमाणे वागली तर मग सेक्स्टनला एक शेवटचा जोरदार तडाखा बसेल. एवढा जोरदार की तो त्यातून कधी वरती उठणारच नाही. त्याची एवढी अप्रतिष्ठा होईल, की राजकारणातून त्याला निवृत्त होऊन तोंड लपवून बसावे लागेल. उद्या सकाळी गॅब्रिएलचा कबुलीजबाब मार्जोरी पत्रकारांना वाटणार होती. त्याचबरोबर सेक्स्टनने पूर्वी गॅब्रिएलच्या संदर्भात केलेल्या टीव्हीवरील निवेदनाच्या व्हिडिओ क्लिपिंग्जही ती देणार होती.

सिनेटर सेक्स्टनला असे दोन तडाखे लागोपाठ बसणार होते.

शेवटी राजकारण म्हणजे नुसते निवडणुका जिंकणे नसते. त्यात संपूर्णपणे व निर्णायक विजय सर्व बाजूने मिळवावा लागतो. तसे केले तरच आपली स्वप्ने साकार होण्यास त्या गोष्टींची मदत होते. आजवरचा इतिहास असे सांगतो, की जेमतेम बहुमत मिळवून जे अध्यक्ष निवडून येतात त्यांना सत्तेवर आल्यावर फारसे काहीही साध्य करून दाखवता येत नाही. असे अध्यक्ष सत्तेचा सोपान चढतात तेच अत्यंत दुर्बल रीतीने. अमेरिकेची काँग्रेस अशा अध्यक्षांवर मग तुटून पडते.

सिनेटर सेक्स्टनच्या प्रचाराचा विनाश घडवून आणणे हे तसे समजण्याजोगे व राजकीय दृष्टिकोनातून कदाचित आदर्शही ठरणारे असेल. सिनेटरवरती राजकीय व नैतिक अशा दोन्ही बाजूंनी हल्ले चढवले जाणार होते. वॉशिंग्टनमध्ये अशी राजनीती ही 'हाय-लो' अशा नावाने ओळखली जाते. लष्करी डावपेचाचीच ती एक नक्कल होती. शत्रूला दोन आघाड्यांवरती लढायला भाग पाडा. जेव्हा एखाद्या उमेदवाराकडे आपल्या प्रतिस्पर्ध्याविरुद्ध नकारार्थी माहितीचा तुकडा येतो, तेव्हा तो उमेदवार नेहमी तसलाच दुसरा माहितीचा तुकडा हातात येण्याची वाट पहातो. जेव्हा दोन माहितीचे तुकडे हातात येतात तेव्हाच तो सार्वजनिकरीत्या आपल्या प्रतिस्पर्ध्यावर ते तुकडे फेकून त्याला अडचणीत आणतो. एकेरी हल्ल्यापेक्षा असा दुहेरी हल्ला नेहमी अधिक परिणामकारक ठरत असतो. त्यातून जर एक हल्ला राजकीय पातळीवरील आणि एक हल्ला हा नैतिक पातळीवरील असेल तर मग भलतीच धमाल उडते. राजकीय आरोपांचे, हल्ल्यांचे खंडन करता येते. त्यामागे काहीतरी तर्कशास्त्र वापरता येते; पण ज्या वेळी त्या व्यक्तीच्या चारित्र्यावरती शिंतोडे उडवले जातात तेव्हा मात्र त्या व्यक्तीला राग येऊन तो रागापोटी काहीतरी चुकीचे करून

बसू शकतो. दोन्ही पातळीवरील आरोपांचे एकाच वेळी खंडन करणे ही एक अशक्यप्राय असलेली तारेवरची कसरत असते.

आज रात्री सिनेटर सेक्स्टनला नासाच्या देदीप्यमान विजयाचा एक जबरदस्त धक्का बसणार आहे. तो एक भयाण राजकीय स्वप्न प्रत्यक्षात अनुभवणार आहे. तरीही जर नासाविरुद्ध आपले टीकास्त्र तो चालवत राहिला तर त्याची आणखीनच पंचाईत होईल. तो राजकीय गर्तेत आणखी खाली ओढला जाईल. अशा वेळी त्याच्याच राजकीय मदतनीस स्त्रीने त्याच्यावरती खोटारडेपणाचा आरोप केला तर मग बहार उडणार होती.

मार्जोरी कम्युनिकेशन ऑफिसच्या दालनात येऊन पोहोचली. आता होणाऱ्या राजकीय झुंजीची तिला आधीच नशा चढली होती. शेवटी राजकारण हे एक युद्ध आहे. तिने एक खोलवर श्वास घेतला व आपल्या घड्याळात पाहिले. ६ वाजून १५ मिनिटे होती. आता पहिला तोफगोळा सोडायची वेळ जवळ येत चालली होती.

तिने दालनात प्रवेश केला.

कम्युनिकेशन ऑफिस हे छोटेसे भासत होते; पण जागेमुळे तसे वाटत नव्हते, तर त्याची गरजच तेवढ्या छोट्या जागेची होती. जनसंपर्क करणारे ते जगातील अत्यंत अद्ययावत असे स्टेशन होते. तिथे अवघे पाचजण नोकरीला होते. आता ते पाचहीजण आपापल्या इलेक्ट्रॉनिक यंत्रासमोर वाकून उभे होते. जणू काही पोहण्याच्या स्पर्धेतील स्पर्धक काठावरती पवित्रा घेऊन इशाऱ्याची वाट पहात होते.

ते तयारीत आहेत. मार्जोरीने त्यांच्या डोळ्यांतील उत्सुकता टिपली.

तिला नेहमीच आश्चर्य वाटे, की ह्या छोट्या ऑफिसला फक्त दोन तास आधी सूचना केली की ते जवळजवळ जगातील एक तृतीयांश लोकसंख्येशी सहज संपर्क साधू शकतात. इथले इलेक्ट्रॉनिक कनेक्शन हे अक्षरश: दहा हजारांपेक्षा जास्त जागतिक वृत्तसंस्थेशी संपर्क साधू शकत होते. त्यात मोठमोठ्या टी.व्ही. वृत्तसंस्था ते तालुका पातळीवरची छोटी वृत्तपत्रेही मोडत होती. फक्त काही बटणे दाबताच ती किमया घडत होती. जणू काही हात लांब करून ते ऑपरेटर्स हे जगाला स्पर्श करू पहात होते.

जगातील सर्व शहरांतील रेडिओ, टेलिव्हिजन, मुद्रणमाध्यमे व इंटरनेट माध्यमे यांच्या फॅक्समशीनमधून येथून पाठवलेल्या मजकुराची भेंडोळी बाहेर पडू शकत होती; परंतु ऑनलाईन न्यूज वायरमधून ई-मेल कार्यक्रम मोठ्या प्रमाणातून जात असल्याने अनेकदा ते वाट अडवून असतात. म्हणून स्वयंचलित यंत्रणेकडून हजारो मीडिया मॅनेजर्सना फोन केले जाऊन त्यांना आज रात्रीच्या निवेदनाचे रेकॉर्डिंग वाजवून दाखवण्यात आले. CNN, NBC, ABC, CBS आणि परदेशातील वृत्तसंस्थांबरोबर सिंडिकेट केलेल्या चॅनेल्स संस्था यांना सर्व मार्गांनी कळवून रात्रीच्या

प्रत्यक्ष दृश्याचे व आवाजाचे मोफत प्रसारण पाठवण्याचे आश्वासन देण्यात आले. त्या वेळी या टी.व्ही. संस्थांचे जे काही कार्यक्रम प्रसारित होत असतील ते ताबडतोब थांबवून राष्ट्राध्यक्षांचे तातडीचे भाषण प्रसारित केले जाणार होते.

थोडक्यात, सर्व वृत्तसंस्थांना आजचे प्रसारण देण्याची व्यवस्था झाली.

एखाद्या सेनापतीने आपल्या सैन्याची पहाणी करावी तसा पवित्रा घेऊन मार्जोरी त्या कम्युनिकेशन ऑफिसच्या दालनात शांतपणे शिरली. मग तिने आजच्या कार्यक्रमाचा फ्लॅश रिलीजचा छापील कागद हातात घेतला. त्या फ्लॅश रिलीजच्या आगाऊ केलेल्या ध्वनिमुद्रित निवेदनाच्या कार्ट्रिजेस यंत्रात घालून ठेवल्या होत्या. वेळ येताच एक बटण दाबून ते निवेदन उपग्रहांमार्फत वृत्तसंस्था व टी.व्ही. चॅनेल्ससाठी प्रसारित होणार होते. एखाद्या बंदुकीमध्ये काडतुसांच्या फैरी घालून ठेवाव्यात तशा त्या कार्ट्रिजेस आता यंत्रांमध्ये तयारीत बसल्या होत्या.

जेव्हा तिने निवेदनाचा छापील मजकूर वाचला, तेव्हा तिच्या चेहऱ्यावरती हसू उमटले. ते निवेदन काळजीपूर्वक तयार केलेले होते. त्यात निवेदनापेक्षा गर्भित जाहिरातच जास्त होती. अनेक कळीचे व सूचक शब्द त्यात पेरलेले होते आणि एकूण मजकूर हलकाफुलका वाटेल असा ठेवण्यात आला होता. ह्या असल्या निवेदनात अशा दोन्ही गोष्टी असणे खूप महत्त्वाचे होते. ज्या न्यूज वायर सर्व्हिसेस होत्या त्यांनी आपापल्या संगणकात एक खास प्रणाली बसवलेली होती. त्याच्या साहाय्याने येणाऱ्या सर्व मजकुरातील सूचक शब्द हुडकून काढून तिथे लक्षवेधक खुणा आपोआप केल्या जाणार होत्या. त्यामुळे बातम्यांचा वर्षाव होत असताना ऑपरेटरला अशा लक्षवेधी खुणा असलेल्या बातम्या वेगळ्या काढून त्या वृत्त संपादकाकडे पाठवणे सोपे झाले. आजच्या निवेदनाच्या मजकुरात त्यांना लक्षवेधी खुणा अनेक सापडणार होत्या. तो मजकूर असा होता :

From : White House Communication Office
Subject : Urgent Presidential Address

The *President of the United States* will be holding an *urgent* press conference to night at 8:00 p.m. Eastern Standard Time from the White House briefing room. The topic of his announcement is currently *classified*. Live A/V feeds will be available via customary outlets.

व्हाईट हाऊसच्या संपर्क कार्यालयाकडून
विषय : राष्ट्राध्यक्षांचे तातडीचे भाषण

युनायटेड स्टेट्सचे राष्ट्राध्यक्ष हे आज रात्री ईस्टर्न स्टँडर्ड प्रमाणवेळेनुसार एक *तातडीची* पत्रकार परिषद व्हाईट हाऊसच्या निवेदनगृहात घेणार आहेत. या परिषदेचा विषय हा सध्या *उघड न करण्याजोगा* आहे. कार्यक्रमाचे प्रत्यक्ष '*दृश्य व ध्वनी यांचे चित्रण*' नेहमीच्या मार्गाने पाठवले जाईल.

कम्युनिकेशन रूममध्ये पाठवलेला निवेदनाचा मजकूर तिने वाचला व समाधानाने तिथल्या टेबलावरती ठेवला. मग तिने आपली नजर त्या दालनात सर्वत्र फिरवली व समाधानाने मान हलवली. तिथले पाचही ऑपरेटर्स आता अत्यंत उत्सुक बनले होते.

एक सिगारेट पेटवून तिने आपल्या तोंडात धरली व तिचा एक झुरका मारला. ते ऑपरेटर्स तिच्याकडे पहात होते. रात्रीच्या पत्रकार परिषदेच्या सूचनेचा मजकूर पाठवण्यासाठी शेवटच्या आज्ञेची वाट पहात होते. अखेर मार्जोरीने हसत म्हटले, ''लेडीज अँड जेंटलमेन, स्टार्ट युवर इंजिन्स!''

५३

रेचल सेक्स्टनच्या मनातून सारी तर्कनिष्ठ कारणे बाद झाली होती. ती गूढ उल्का, तिच्या खिशातील जीपीआर यंत्रातून बाहेर काढलेला प्रिंटआऊटचा कागद, मृत्युमुखी पडलेला मिंग आणि नुकताच झालेला तिच्यावरील भयानक हल्ला हे सारे काही निघून गेले होते. फक्त एकच एक विचार मनात उरला होता.

स्वतःचा जीव वाचवणे.

तिच्या पायाखालून बर्फभूमी वेगाने घासत सरकत होती. तिच्याकडे नजर टाकल्यावर अंधुक दिसणारी ही धावपट्टी कधी संपणारच नाही, असे तिला वाटले. आपले सारे शरीर बधिर झाले आहे असेही तिला वाटू लागले. त्याचे कारण 'भीती' हे होते का अंगाला घट्ट बसणाऱ्या पोषाखामुळे तसे वाटत आहे हे तिला कळेना. काही का असेना, त्यामुळे शरीराला वेदना जाणवत नव्हत्या एवढे मात्र खरे.

तरीही.

निघताना तिची व टॉलन्डची एकमेकांना पाठ लागली होती; पण आता वाऱ्याबरोबर भरकटले जात असताना दोरीला थोडा पीळ पडून ती आपल्या अंगावर वळली होती. आता त्या दोघांची तोंडे एकमेकांसमोर आली होती. एक प्रकारच्या चमत्कारिक जखडलेल्या अवस्थेत ते जात होते. त्यांच्यापुढे तो फुगलेला फुगा त्यांना ओढून नेत होता. तो फुगा म्हणजे वाऱ्यावर स्वार झालेला सारथी होता.

सर्वांत शेवटी जमिनीवर पडलेला कॉर्की फरपटत जात होता. एखाद्या ट्रॅक्टरच्या मागे जोडलेला ट्रेलर जसा दोन्ही बाजूला हलत ओढला जातो तसा तो वेडावाकडा ओढला जात होता. ज्या मशालीसारख्या जळणाऱ्या फ्लेअरमधून ते निघाले होते ती जागा केव्हाच दिसेनाशी झाली होती.

जसजसा वाऱ्याचा वेग वाढत होता तसातसा त्यांचाही वेग वाढत होता. कधी ते दोघे हवेत उचलले जायचे, तर कधी त्यांचे पायच जेमतेम जमिनीला टेकायचे. तर कधी ते जमिनीवर सपशेल आडवे पडायचे. त्या वेळी त्यांच्या अंगावरील खास नायलॉनचा मार्क-४ पोषाख हा बर्फाला घासत जाऊन हिस्स आवाज होत राही. आपण नक्की किती वेगाने जातो आहोत याची रेचलला कल्पना नव्हती; पण ते वाऱ्याबरोबर ताशी साठ मैल वेगाने जात होते. 'जात होते' म्हणण्यापेक्षा 'वाऱ्यात वहात होते' असे म्हणणे योग्य ठरेल. विमानाच्या धावपट्टीसारखी दिसणारी खालची भूमी दर सेकंदाला अधिकाधिक वेगाने मागे जात राहिली. मात्र मायलारचा फुगा फाटण्याचे किंवा निसटून जाण्याचे कसलेही लक्षण दिसत नव्हते.

हा फुगा आता सोडून दिला पाहिजे, असा विचार तिच्या मनात आला. एका संकटापासून ते जेवढ्या वेगाने दूर जात होते तेवढ्याच वेगाने ते दुसऱ्या एका संकटाकडे सरकत होते. आता समुद्र फक्त एक मैलापेक्षा कमी अंतरावर राहिला असेल! बर्फाच्या पाण्याचा विचार मनात येताच तिच्या मनातील लहानपणीची ती भयानक आठवण जागृत झाली.

वाऱ्याचा जोर आणखी वाढला. त्यांचा पुढे जाण्याचा वेगही वाढला. त्यांच्यामागून फरपटल्या जाणाऱ्या कॉर्कीने मध्येच एकदम भीतीने एक किंकाळी फोडली. रेचलच्या लक्षात आले की आता काही मिनिटांतच ही बर्फभूमी संपून तो कडा जवळ येईल. तोही ओलांडल्यावर खाली सरळ समुद्रात बुडी!

टॉलन्डच्याही मनात असलेच विचार येत राहिले असावेत; कारण तो आता फुग्याची दोरी जिथे शरीराला अडकवली होती तिथे काहीतरी खटपट करू लागला होता. तो ओरडून म्हणाला, "मला हूक काढता येत नाही. ही दोरी फुग्याने फार जोरात ओढून ताणून धरली आहे."

वाऱ्याचा जोर क्षणभर जरी कमी झाला तरी तेवढ्या वेळात दोरी सैल पडल्याने हूक काढता येईल अशी भाबडी आशा रेचलला वाटत होती; पण तो निर्दय वारा आपला वेग किंचितही कमी करावयास तयार नव्हता. टॉलन्डला मदत करण्यासाठी रेचलने आपले शरीर वळवून आपली टाच बर्फात रुतवायचा प्रयत्न केला; पण बुटाला लावलेल्या त्या टोकदार पट्टीने बर्फ मात्र खरवडला जाऊन तेथून बर्फाच्या चुऱ्याचा फवारा मागे उडू लागला. यामुळे त्यांचा वेग कमी झाला; पण अगदी किंचितच.

"पुन्हा एकदा," ती ओरडून म्हणाली. आपला पाय वर घेऊन तिने परत तो

बर्फात खाली रुतवायचा प्रयत्न केला.

फुग्याच्या दोरीवरची ओढ क्षणभर कमी झाल्यासारखी वाटली. त्याचा फायदा घेऊन टॉलन्ड हूक सोडवायची धडपड करू लागला. मग तो ओरडून तिला म्हणाला, ''पुन्हा कर!''

टॉलन्डचे दोन्ही पाय जमिनीपासून वर उचलले गेलेले होते. त्यामुळे रेचलसारखे त्याला आपले पाय खाली बर्फात रुतवता येत नव्हते. मग त्याने आपले शरीर वळवून पाहिले. एक पाय कसाबसा खाली टेकत होता. आता त्यांच्या मागे बर्फाच्या चुऱ्याचे दुहेरी फवारे उडू लागले; मात्र त्यांचा वेग पूर्वीपेक्षा अधिक कमी झाला.

''परत एकदा,'' तो ओरडून म्हणाला. मग त्या दोघांनी आपले पाय वर घेतले व ते एकदम जोरात खाली रुतवणार होते; पण पाय वर घेतल्याने तेवढ्या क्षणात त्यांचा वेग पुन्हा वाढला. हुकची क्लिप व हूक गुंतवला जाण्याची एकूण रचनाच अशी होती की सहसा तो हूक चुकून किंवा अपघातानेही सुटू नये. सुरक्षिततेसाठी केलेली हीच योजना आता घातक ठरत होती. शेवटी सेफ्टी क्लिपमुळे मृत्यू येणार, असा विरोधाभास व्यक्त करणारा विचार रेचलच्या मनात चमकून गेला; मात्र त्या विचारातील शोकांतिका व किंचित विनोद जाणवण्याच्या मन:स्थितीत ती नव्हती.

''पुन्हा एकदा!'' टॉलन्ड ओरडला.

आपल्या शरीराला पीळ देऊन दोन्ही पायाच्या टाचा जितक्या खाली नेता येतील तितक्या नेऊन त्या बर्फात रुतवण्याचा तिने एक जोरदार प्रयत्न केला. आपली पाठ वाकवून आपले सारे वजन टाचेवर टाकायची तिने धडपड केली. टॉलन्डनेही त्याचवेळी तशीच धडपड केली; परंतु टाचा घासत गेल्याने जी कंपने पायात निर्माण झाली ती एवढी जोरदार होती, की तिला वाटले आपले पाय आता तुटणार.

''हं, असेच राहू दे, असेच राहू दे...'' टॉलन्ड म्हणाला. वेग कमी झाल्याने तो जीव खाऊन सेफ्टी क्लिप सोडवू लागला.

पण रेचलच्या बुटांचे क्रॅम्पॉन एकदम तुटले. कॉर्कीच्या अंगावर आपटून रात्रीच्या अंधारात ते मागे गेले व अंधारात गडप झाले. त्यामुळे मायलारचा फुगा एकदम पुढे झुकून त्यांना पूर्वीच्याच वेगाने ओढत घेऊन जाऊ लागला. ते दोघेही आता दोन्ही बाजूला हलू लागले. यामुळे टॉलन्डची क्लिपवरची पकड निसटली.

त्यांच्या या प्रयत्नामुळे जणू काही त्या फुग्याला राग आला असावा. तो आता अधिक वेगाने पुढे जाऊ लागला. हिमनदीचा शेवटचा कडा वेगाने जवळ येऊ लागला. रेचलला ते समजून चुकले. बर्फभूमी संपताच ते कड्यावरून शंभर फूट खाली कोसळणार होते. त्यांच्या मार्गात पुढे तीन उंचवटे होते. ते हळूहळू उंच होत गेलेले असल्याने ते सर्वजण त्यावरून जाताना हवेत उंच भिरकावले जाणार होते

व मग खाली पडून पुढे जाणार होते. त्यांच्या अंगातील मार्क-फोर सुटाने कितपत ते धक्के शोषले जातील याची त्यांना कल्पना करता येईना; पण तीन वेळा हवेत उडवले जाऊन शेवटी शंभर फूट खाली समुद्रात कोसळणे यातून वाचण्याची शक्यता जवळजवळ शून्य होती. जे काही करायचे ते आत्ताच केले पाहिजे. रेचलला ते जाणवले व ती आपल्या कंबरेला बांधलेल्या हार्नेसशी खटपट करू लागली. हार्नेसच सोडल्यावर त्याला जोडलेला हूक, दोरी, फुगा वगैरे सर्वच निसटून जाणार होते.

तेवढ्यात तिला तो आवाज ऐकू आला. किणकिणाटासारखा तो आवाज होता आणि एका तालात तो होत होता. कसली तरी धातूची वस्तू बर्फावरून आपटत पुढे जात होती. कुऱ्हाड! ती बर्फाची कुऱ्हाड! ॲल्युमिनियमची छोटी कुऱ्हाड ती पार विसरून गेली होती. एका छोट्या रिपकॉर्डला, दोरीला ती बांधून तिने ती कमरेला अडकवली होती. सर्व धामधुमीत कमरेत खोचलेली ती कुऱ्हाड निघून दोरीच्या आधारे खाली लोंबकळत होती, बर्फावर आपटत आपटत जात होती.

रेचलने वरती पाहिले. फुग्याला जोडलेली नायलॉनची विणलेली दोरी चांगलीच जाड होती. तिने आपला हात खाली आणून झुलत लोंबकळणारी बर्फाची कुऱ्हाड ती चाचपडू लागली. तिच्या हाताला कुऱ्हाडीची मूठ लागताच तिने ती पकडली. ती छोटीशी कुऱ्हाड एका ताणल्या जाणाऱ्या दोरीने बांधलेली होती. तिने ती आपल्याकडे ओढून घेतली व आपला हात डोक्यावर नेण्याचा ती प्रयत्न करू लागली. त्या कुऱ्हाडीच्या एका बाजूला करवती दाते होते. ती बाजू तिने फुग्याच्या दोरीवर ठेवली आणि ती ताठ दोरी कापण्याचा ती प्रयत्न करू लागली.

"बरोबर!" टॉलन्ड ओरडून म्हणाला. आता तोही आपली कुऱ्हाड काढायचा प्रयत्न करू लागला.

रेचलने आपले शरीर ताणून फुग्याचा ताणलेला दोर ती कापू लागली; परंतु ती दोरी अतिचिवट होती. त्यातील नायलॉनचे धागे हळूहळू एकेक करत कापले जाऊन वेगळे होऊ लागले. टॉलन्डही आपली कुऱ्हाड वर धरून त्याच जागी तोही दोरी कापू लागला. दोघांच्या कुऱ्हाडीची पाती एकमेकांना घासू लागली. एकदा ती आपले पाते पुढे नेई तर एकदा तो आपले पाते पुढे नेई. एकाच करवतीने दोन सुतार जसे ओंडके कापत असतात तसे ते करू लागले.

शेवटी ही दोरी कापली जाणार, नक्की कापली जाणार, असा विचार रेचलच्या मनात आला.

त्यांच्यासमोर असलेला मायलारचा चंदेरी रंगाचा फुगा दोरी ओढत नेत होता; पण आता ती तिरपी झालेली दोरी एकदम हवेत सरळ उभी राहिली. जणू काही फुग्याला खालून वर जाणाऱ्या हवेच्या प्रवाहाने ढकलले होते. त्या मागचे खरे

कारण जेव्हा रेचलला कळले तेव्हा ती मनात हादरली. तो फुगा जमिनीच्या चढउताराप्रमाणे खालीवर होत होता.

म्हणजे शेवटी ते आलेच.

ते तीन उंचवटे आले.

त्यांच्या डोळ्यांसमोर पहिल्या उंचवट्याची तिरपी भिंत उभी राहिली. ती दिसते न दिसते तोच ते त्या भिंतीवरती जाऊन चढले. रेचल त्या भिंतीला कुशीवर धडकली होती. आपल्या छातीतील सारी हवा बाहेर फेकली गेली आहे असे तिला वाटले. पाण्यावर घसरत जाण्याचा खेळ खेळणारे समोरच्या मोटरबोटीतून आलेल्या दोराला पकडून असतात. त्यांना दोर सोडता येत नाही. अशा वेळी मोटरबोट एखाद्या लाटेवर चढून पुढे गेली तर मागून घसरत जाणारा त्या लाटेवर चढतो व नंतर हवेतून खाली पाण्यात एकदम कोसळतो. येथेही तसेच झाले. फक्त येथे मोटरबोटीऐवजी ओढत नेणारा फुगा होता व बर्फाच्या उंचवट्याची एक लाट वाटेत उभी होती. पहाता पहाता ती व टॉलन्ड उंचवट्याच्या माथ्यावरून हवेत भिरकावले गेले. आता यानंतर दुसरा उंचवटा काही अंतरावरती होता. दरम्यान एक खळगा होता; पण त्या सर्वांना आलेला वेग एवढा होता की ते जरी हवेत भिरकावले गेले तरीही ते हवेतून पुढे सरकत राहिले, खालच्या खळग्यात न पडता तसेच पुढे गेले, पार दुसऱ्या उंचवट्याचा माथाही त्यांनी ओलांडला. आता पुढे आणखी एक खळगा, मग एक उंचवटा आणि नंतर पठार अन् त्यानंतर मात्र काहीही नाही. फक्त खोल असलेला एक समुद्र आ वासून होता.

रेचल भीतीने पार गोठून गेली. तिच्या तोंडून किंकाळीही उमटेना. अन् तेवढ्यात तिला कॉर्कीची किंकाळी ऐकू आली. कॉर्की आता वर फेकला जात होता. त्याने फोडलेली ती किंकाळी ऐकणाऱ्या कोणाच्याही जिवाचे पाणी पाणी करून जाणारी होती. आता ते तिघेही हवेत होते. साखळीने बांधलेले. संधी मिळताच साखळी तोडून पुढे झेप घेत जाणारा तो फुगा हवेतून जाऊ लागला.

अचानक एक फाड् असा आवाज झाला. रात्रीच्या शांततेत बंदुकीचा बार अनपेक्षितपणे व्हावा तसा तो आवाज झाला. अर्धवट कापलेली फुग्याची दोरी शेवटी तुटली. फुगा मुक्त झाला. दोरीचे मागचे टोक रेचलच्या तोंडावरती सापासारखे येऊन पडले. पुढच्या क्षणाला ते खाली पडत होते, कोसळत होते. त्यांच्या डोक्यावरील फुगा समुद्राच्या दिशेने गोल गोल फिरत निघून गेला.

रेचल व टॉलन्ड हे बर्फभूमीकडे पडू लागले. त्यांच्या दिशेने दुसऱ्या उंचवट्याचा माथा येऊ लागला. बसणाऱ्या धक्क्याची जाणीव होऊन तिचे अंग एकदम ताठ झाले; पण ते उंचवट्याच्या माथ्यावर आपटले नाहीत. त्याच्या आत ते हवेतून पुढे सरकले. अगदी थोडक्या अंतरातून तो माथा हुकला. आता ते पलीकडच्या खळग्यात

कोसळत होते. शेवटी ते आपटले; परंतु आपटण्याचा धक्का काही प्रमाणात त्यांच्या अंगावरील पोषाखाने शोषला, तर काही प्रमाणात उंचवट्याच्या उताराच्या बाजूने पचवला. रेचलच्या भोवतालचे जग हे एकदम धूसर होऊन गेले.

आपण वेगाने उतारावरून घसरत खळग्याच्या मध्याकडे चाललो आहोत असे तिला जाणवले. तिने पायाने पुढे जाण्याची गती रोखण्याचा आटोकाट प्रयत्न केला; परंतु त्यांचा वेग किंचितच कमी झाला. बघता बघता ते खळग्याच्या मध्याशी पोहोचले आणि तेथून शेवटच्या उंचवट्याचा चढ चढू लागले. पाण्यात सूर मारणारा जसा झटकन खाली जाऊन वरती येतो तसे त्यांचे झाले. ते एवढ्या वेगाने वर चढून उंचवट्याच्या माथ्यावर आले, की त्यांना तिथे एकदम आपले वजन नाहीसे झाल्याचा अनुभव आला. आता यानंतर मात्र एकदम उतार होता. तीव्र उतार होता. त्यांना समुद्रात कोसळण्यापासून प्रतिबंध करणारे तिन्ही उंचवट्यांचे अडथळे आता संपले होते. आता उतारावरून घसरत जाणे. त्याच वेगाने पुढचे ८० फुटांचे पठार पार करणे आणि... आणि मग एकदम समुद्रात कोसळणे. शेवटाच्या दिशेने केलेल्या प्रवासाचा शेवट होणार होता.

त्यांनी ते पठारही पार करावयास सुरुवात केली. तो शेवटचा कडा जवळ जवळ येत गेला. त्यांचे डोळे विस्फारत गेले. मिल्ने हिमनदी संपत आली. तरीही ते धडपड करत होते. घसरत सरकताना आपल्या पायांनी बर्फभूमी खरवडू पहात होते; पण जे अटळ होते ते थोडेच चुकवता येत होते? ती बर्फभूमी संपली व त्यांनी कड्याचे टोक गाठले. रेचलच्या तोंडून असहायतेने एक किंकाळी बाहेर पडली.

त्यांच्या अंगाखालून बर्फभूमीची कड झटकन निघून गेली. आपण आता खोल खोल कोसळत आहोत एवढेच रेचलला शेवटचे आठवले.

५४

२२०१ N स्ट्रीट NW या ठिकाणी आलिशान वेस्टब्रूक अपार्टमेंट होती. वॉशिंग्टनमधला हा पत्ता चुकणे शक्यच नव्हते, इतका तो प्रसिद्ध होता. गॅब्रिएल त्या इमारतीच्या गोल गोल फिरणाऱ्या दरवाज्यातून आत शिरली. त्या फिरणाऱ्या दरवाज्यावरती सोनेरी नक्षीकाम केलेले होते. आतमध्ये लगेच एक मोकळी जागा होती. तिथे जमिनीला व भिंतींना सर्वत्र संगमरवराने मढवलेले होते. त्या रिकाम्या जागेत एक कृत्रिम धबधबाही पडत होता. त्याचा घुमणारा आवाज सर्वत्र भरून राहिला होता. दरवाज्याच्या जवळ पहारेकऱ्याचे टेबल होते. गॅब्रिएलला पहाताच त्याला आश्चर्य वाटले. तो म्हणाला, ''मिस अॅश? आज रात्री तुम्ही येथे थंबणार असल्याचे मला कळवले गेले नाही.''

टेबलावरील व्हिजिटर्स रजिस्टरमध्ये तिने चटकन सही केली. तिथल्या वरच्या घड्याळात पाहून वेळही लिहिली. ६:२२ संध्याकाळ!

तो रक्षक उठून आपले डोके खाजवत तिच्यासमोर उभा राहिला व म्हणाला, "सिनेटर साहेबांनी मला येथे कोणाकोणाला सोडायचे त्यांची यादी दिली आहे. त्यात तुमचे नाव नाही."

"बरोबर आहे. नेहमी असेच होते. जी माणसे त्यांना खूप मदत करतात त्यांनाच विसरले जाते." असे म्हणून त्याच्याकडे पाहून एक केविलवाणे हास्य केले व ताडताड पावले टाकीत ती लिफ्टकडे जाऊ लागली.

तो पहारेकरी आता अस्वस्थ झाला. तो म्हणाला, "थांबा, मी वरती फोन करून विचारतो."

"थँक्स!" गॅब्रिएल म्हणाली व सरळ लिफ्टमध्ये शिरली आणि वरती जाऊ लागली. खुशाल फोन करू देत. सिनेटरचा फोन हा बाजूला काढून ठेवलेला आहे.

नवव्या मजल्यावर लिफ्ट पोहोचल्यावरती गॅब्रिएल बाहेर पडली आणि समोरच्या सजवलेल्या बोळातून जाऊ लागली. त्या बोळाच्या शेवटी सिनेटरच्या फ्लॅटचे दार होते. त्या दाराबाहेर एक पहारेकरी खुर्ची टाकून त्यावरती बसला होता. तो जाडगेला पहारेकरी सिनेटरचा अंगरक्षक म्हणूनही काम करत असे. तिथे बसून बसून तो कंटाळला असावा, असे त्याच्या चेहऱ्यावरून दिसून येत होते. हा सुरक्षारक्षक अजूनही ड्यूटीवर कसा म्हणून तिला आश्चर्य वाटले; पण तिला पाहून त्याला आश्चर्य वाटले नाही. तो एकदम उठून उभा राहिला.

तिने अद्याप निम्मेच अंतर पार केले होते. ती लांबूनच त्याला म्हणाली, "मला ठाऊक आहे. आज 'पी.ई. नाईट' आहे. सिनेटरना भेटता येत नाही."

यावर त्या रक्षकाने आपली मान होकारार्थी हलवली आणि तो दरवाजा अडवून उभा राहिला. ती जवळ आल्यावर तो म्हणाला, "साहेबांनी मला सक्त सूचना दिली आहे की कोणालाही आत सोडायचे नाही–"

"पण आत्ता आणीबाणीची परिस्थिती आहे."

"साहेब एका खासगी मीटिंगमध्ये आहेत."

"खरं?" असे म्हणून गॅब्रिएलने आपल्या काखेत दाबून धरलेले ते मोठे लाल पाकीट घेतले व त्याच्या समोर धरले. त्या पाकिटावरती व्हाईट हाऊसचे बोधचिन्ह छापले होते. त्यावर बोट ठेवून त्याला दाखवत ती म्हणाली, "मी आत्ताच व्हाईट हाऊसमधील ओव्हल ऑफिसमध्ये गेले होते. तिथून मला मिळालेली ही माहिती मला सिनेटरना द्यायची आहे. ती जर त्यांना मिळाली नाही तर मीटिंगमध्ये अडचण येईल. यातील कागदपत्रे पहाण्यासाठी त्यांच्या मीटिंगची फार तर पाच मिनिटे खर्च होतील. तेव्हा, मला आत गेलेच पाहिजे."

व्हाईट हाऊसचे बोधचिन्ह पाहून तो रक्षक किंचित विचारात पडला.

त्याने ते पाकीट उघडायला मला भाग पाडू नये, अशी इच्छा ती मनात व्यक्त करू लागली.

"ठीक आहे, माझ्याकडे द्या ते पाकीट. मी नेऊन देतो आतमध्ये." तो म्हणाला.

"हुडूत! मी स्वत: हे नेऊन द्यावे असा मला व्हाईट हाऊसचा आदेश आहे. याबाबतीत मला त्यांच्याशी ताबडतोब बोलले पाहिजे. तसे मी केले नाही, तर उद्या सकाळी आपल्या सर्वांच्या नोकऱ्या गेल्याच म्हणून समजा. समजले ना?"

त्या रक्षकाला काय करावे ते समजेना. त्याच्या मनात चलबिचल सुरू झाली. त्यावरून गॅब्रिएलने ओळखले की सिनेटरने आज नेहमीपेक्षा अधिक कडक सूचना दिल्या असाव्यात. एवढी खबरदारी आज का घेतली जात आहे? ती पुढे झाली. रक्षकाच्या पुढे ते पाकीट दाखवत तिने खालच्या आवाजात सहा शब्द उच्चारले, "यू डू नॉट अंडस्टँड द सिच्युएशन!" तुम्हाला परिस्थितीची जाणीव झालेली दिसत नाही!

त्या वाक्याला वॉशिंग्टनमधील सर्व सुरक्षा रक्षक घाबरतात. एखाद्या रक्षकाला कामावरून काढून टाकायचे झाल्यास वॉशिंग्टनमध्ये ते वाक्य उच्चारायची पद्धत होती. त्यांना नेहमी कंत्राटी पद्धतीने कामावर घेतले जायचे. त्यातून राजकीय व्यक्तींची सुरक्षा ठेवताना त्यांचा गोंधळ व्हायचा. राजकीय घडामोडी व परिस्थिती याची त्यांना जाण नसल्याने नेमकी महत्त्वाची परिस्थिती कोणती व एरवीची कोणती, हे त्यांना बहुतेक वेळा कळत नसे. त्यामुळे आपल्याला दिलेले हुकूम कितपत कडकपणे पाळायचे यावर त्यांचा गोंधळ उडत असे. त्याचबरोबर नोकरी जाण्याची भीती असल्याने ते जमेल तेवढे कडक रहात.

त्याने मनातून गॅब्रिएलचे म्हणणे मान्य केले. परत एकदा त्या पाकिटावरील व्हाईट हाऊसच्या बोधचिन्हाचा शिक्का पाहिला आणि म्हटले, "ठीक आहे, जा तुम्ही; पण तुम्ही मला असे करायला भाग पाडले हे मी सिनेटरला सांगेन."

त्याने किल्लीने दरवाज्याचे लॅच कुलूप उघडले व दार उघडून तिला आत जाऊ दिले. गॅब्रिएल झटपट आत शिरली. न जाणो, हा पठ्ठ्या शेवटच्या क्षणी आपले मन बदलेल अशी तिला भीती वाटली. आत शिरल्यावर आपल्या मागे तिने दार लावून टाकले.

ती आतल्या बोळातून जाऊ लागली. बाहेरच्या हॉलमध्ये कोणीच नव्हते. ती दबकत दबकत पुढे सरकू लागली. सिनेटरच्या खोलीतून पाच-सहा जणांचे दबके आवाज तिला ऐकू येत होते. ती पुढे सरकत राहिली. तिथे एक भिंतीतले कपाट होते. ते उघडेच होते. त्यावरून ती पुढे सरकली. जाता जाता तिला त्या कपाटात सहाजणांचे कोट टांगेलेले दिसले. ते सर्व कोट महागडे व भारीपैकी लोकरीचे होते. काही कोट ट्वीडचे होते. आतमध्ये खाली ब्रीफकेसेस पडल्या होत्या. याचा अर्थ

आतली खासगी सभा रात्रभर चालणार होती. एरवी ती त्या कपाटावरून सरळ पुढे निघून गेली असती; पण त्यातल्या एका ब्रीफकेसने तिचे लक्ष वेधून घेतले. त्यावरच्या नावाच्या छापील कार्डावरती एक लाल रंगातील अग्निबाणाचे चित्र होते.

ती थांबली व खाली वाकून ती ब्रीफकेस न्याहाळू लागली.

SPACE AMERICA INC.

ते कंपनीचे नाव वाचून ती गोंधळली. मग तिने इतरही ब्रीफकेसेस पाहिल्या.

BELL AEROSPACE, MICROCOSM INC, ROTARY ROCKET COMPANY, KISTLER AEROSPCE.

तिच्या मनात मार्जोरीचा खरबरीत आवाज घुमू लागला. सिनेटर सेक्स्टन हे आपल्या निवडणूक प्रचारासाठी मोठ्या प्रमाणात बेकायदेशीर पैसा लाचेच्या स्वरूपात विमान उद्योगातील कंपन्यांकडून घेतात.

गॅब्रिएलची नाडी वेगाने दौडू लागली. तिने बोळाच्या शेवटी असलेल्या सिनेटरच्या खोलीकडे पाहिले. आपण सरळ आत जाऊन सिनेटरशी बोलावे असे तिला वाटले. तरीही ती सावकाश पुढे सरकत होती. इंच इंच सरकत होती. सिनेटरच्या खोलीच्या दारावरच्या कमानीपासून ती काही फुटांवरती आली, अन् तिथेच अंधुक प्रकाशात नि:स्तब्धपणे ती उभी राहिली... आतले संभाषण तिच्या कानावर पडत होते. ते ऐकत ती उभी राहिली.

५५

नोरा मॅन्गोरचा देह, ती घसरगाडी आणि त्यावरील खाली पडलेली यंत्रे, उपकरणे इत्यादी डेल्टा-थ्री गोळा करू लागला. नोराच्या देहासह सर्व वस्तू घसरगाडीवर चढवून ते समुद्रात टाकून दिले जाणार होते. बाकीचे दोघेजण पळून गेलेल्या त्या तिघांच्या मागावरती निघाले.

त्या दोघांच्या पायात ज्या खास घसरपट्ट्या होत्या त्यांना जाड रबरी पट्टे लावलेले होते. त्या पट्ट्यांना मोठमोठ्या खाचा व उंचवटे होते आणि रणगाड्याच्या पट्ट्यासारखे ते फिरत. त्यासाठी खास ताकदवान व छोटी विजेची मोटर लावलेली होती. ती मोटर घोट्यावर बांधलेल्या बॅटरीवर चालायची. मोटरवरचे नियंत्रण हे एका बटणावर होते. अंगठ्याला चिकटवलेल्या त्या बटणावरती तर्जनी टेकवली की ते बटण चालू किंवा बंद होत असे. थोडक्यात, त्या घसरपट्टीच्या खाली एक चिमुकला पण एक ताकदवान रणगाडा होता. बोटातले बटण विशिष्ट प्रकारे दाबले की त्या विजेच्या मोटरचा वेग नियंत्रित व्हायचा. बॅटरीमध्ये नव्याने संशोधित केलेला एक अर्धप्रवाही पदार्थ होता. ती विजेची मोटर बिलकूल आवाज न करता फिरत

असल्याने एखाद्याच्या जवळ जाईपर्यंत त्या व्यक्तीला पत्ता लागत नसे. तसेच, उतारावरून जाताना तीच मोटर ही जनित्रासारखी काम करून वीज निर्माण करे व ती बॅटरीत साठवून ठेवली जाई. त्यामुळे खड्ड्यात घसरत जाऊन परत वरती सहज येता येई.

वाऱ्याला पाठीशी ठेवून डेल्टा-वन वाकून पुढे जाऊ लागला. तो समुद्राच्या दिशेने जात होता. त्या तीन व्यक्ती पुढे कोठे जाणार होत्या? कितीही पुढे व कुठेही गेल्या तरी त्यांच्या मागावरती तो शिकारी कुत्र्याप्रमाणे रहाणार होता. त्याने आपल्यासमोरचा हिमनदीचा पृष्ठभाग पार समुद्रापर्यंत न्याहाळला. ते तिघेजण याच दिशेने गेले होते. त्याच्या डोळ्याला नाईट व्हिजन गॉगल होता. रात्रीच्या वेळी अंधारातील गोष्टीही दाखवणारा तो खास चष्मा होता. 'पॅट्रियाट' नावाचे ते चष्म्याचे मॉडेल अमेरिकन नौदलात मोठ्या प्रमाणात वापरले जाते; परंतु हे मॉडेल आणखी खास होते. हात मोकळे ठेवूनही त्या चष्म्याच्या भिंगांची जुळवाजुळव करता यायची. त्याची क्षमता ही ४०×९० एमएम अशी होती. म्हणजे ९ सें.मी. व्यासाच्या भिंगामधून प्रकाश घेतला जाऊन समोरचे दृश्य ४० पट मोठे करून दाखवण्याची क्षमता त्या चष्म्याची होती. त्यात तीन भिंगांचा मॅग्निफिकेशन डबलर होता. तो नुसता चष्मा नव्हता तर एक दुर्बीणही होती. शिवाय इन्फ्रा रेड किरणे टिपणारी सुपर लाँग रेंजची सोय होती. त्यातून पाहिले असता बाहेरचे जग हे थंड निळ्या प्रकाशातले दिसायचे. एरवी अशा अन्य नाईट-व्हिजन चष्म्यातून हिरव्या रंगातील दृश्य दिसत असते. येथे ध्रुवीय प्रदेशात सर्वत्र बर्फ असतो. त्यामुळे येथे सर्व ठिकाणांहून प्रकाशाचे परावर्तन मोठ्या प्रमाणात होत असते. त्यासाठी ह्या निळ्या रंगाची योजना केली होती.

जेव्हा तो पहिल्या उंचवट्यापाशी पोहोचला तेव्हा त्याला उंचवट्याच्या माथ्याकडे जाणाऱ्या बर्फामध्ये अनेक रेघा, पट्टे उमटलेले दिसले. तिथला सर्व बर्फही विस्कळीत झाला होता. त्या रेघा व पट्टे हे झगझगीत निऑन प्रकाशाप्रमाणे चमकून उठलेले चष्म्यातून दिसत होते. त्या पळालेल्या तिघांनी कसले तरी शीड उभे केले व वाऱ्याच्या साहाय्याने पळून गेले; पण समोर उंचवटा आल्यावर शीड उतरवणे किंवा बंद करणे त्यांना जमलेले दिसत नाही. शेवटच्या उंचवट्याआधी जर त्यांनी शीड बंद केले नाही तर त्यावरून ते वाऱ्याने पलीकडे समुद्रात फेकले जाणार. कदाचित एव्हाना ते समुद्रात जाऊन पडलेही असतील. त्यांच्या अंगावरील पोषाखामुळे ते पाण्यात काही काळ नक्कीच तग धरून रहातील; पण किनाऱ्यापासून समुद्रात जाणारे प्रवाह त्यांना समुद्रात खूप दूरवर खेचून घेऊन जातील. काहीही झाले तरी शेवटी पाण्यात बुडून येणारा मृत्यू त्यांना अटळ आहे. त्याला तशी खात्री होती.

पण केवळ खात्री वाटते या भरवशावर रहावयास डेल्टा-वन तयार नव्हता.

कधीही भरवशावर विसंबून रहायचे नाही असे त्याला प्रशिक्षण मिळाले होते. त्याला त्या तिघांचे देह प्रत्यक्षात पहायचे होते. तो जरा खाली वाकला आणि दोन बोटांमधले बटण दाबून त्याने पहिला चढ चढून जाण्यासाठी आपला वेग वाढवला.

टॉलन्ड नुसताच पडून राहिला. काहीही हालचाल न करता तो आपल्याला किती लागले याचा आढावा घेत होता. त्याला सर्वत्र मार बसला होता; परंतु कुठेही हाड मोडले आहे असे त्याला जाणवत नव्हते. त्या मार्क-फोर पोषाखातील जेलीमुळे त्यांना बसलेले जबरदस्त धक्के काही प्रमाणात शोषले गेले होते; पण टॉलन्डचा त्यावर विश्वास बसत नव्हता. त्याने आपले डोळे सावकाश उघडले. हळूहळू त्याच्या मनात धूसरपणे विचार प्रकट होऊ लागले. आणखी काही वेळ जाताच ते विचार नीट स्पष्ट होत गेले. येथे सारे काही मऊ मुलायम दिसते आहे... किती शांतता आहे! वारा घोंगावत होता; पण त्यातल्या आवाजातील भयानकता येथे नव्हती.

आपण कड्यावरून पुढे गेलो व कोसळलो– हो ना?

त्याने डोळे नीट फोकस केले. त्याच्या लक्षात आले की आपण बर्फावरती पडून आहोत. रेचल त्याच्या अंगाखाली काटकोनात पडलेली होती. तिचा श्वासोच्छ्वास त्याला जाणवत होता; पण तिचा चेहरा त्याला दिसत नव्हता. तो तिच्यावरून बाजूला झाला. त्याचे स्नायू त्याच्या इच्छेप्रमाणे फारसे वागत नव्हते.

"रेचल...?" तो म्हणाला; परंतु त्याच्या तोंडातून शब्द बाहेर पडला की नाही हे त्याला कळेना. आपले कानही बधिर झाले असावेत.

आपल्या शेवटच्या झेपेचे शेवटचे काही सेकंद त्याला आठवले. फुगा वर खेचला गेला होता. दोरी फटकन तुटली होती. अन् त्यांची शरीरे बर्फावरून घसरत खाली गेली, शेवटच्या उंचवट्यावर चढली व तो उंचवटा ओलांडून घसरत कड्याच्या टोकाला पोहोचली. येथे बर्फभूमी संपली होती. रेचल व टॉलन्ड शेवटी खाली कोसळले. त्यांच्या मागोमाग कॉर्कीही येऊन आदळला; पण खोल वाटण्याइतपत ते कोसळणे नव्हते. अगदीच थोडे होते. सुमारे दहा-पंधरा फुटांतून ते खाली कोसळले होते. एकदम शंभर फूट खोल समुद्रात पडण्याऐवजी ते दुसऱ्या एका बर्फाच्या कड्यावरती पडले होते. हा कडा मागच्याच कड्याचा किंवा त्या विस्तृत हिमनदीचा एक भाग होता. सुमारे १५० फूट लांब-रुंद असलेला हा भाग मूळच्या हिमनदीपासून हळूहळू विलग होत चालला होता. त्याची उंची मागच्या कड्यापेक्षा दहा-पंधरा फुटाने कमी होती; परंतु तो कडा मागच्या कड्यापासून विलग होत चालल्याने त्या दोन्हीत एक चार फूट रुंदीची खाच तयार झाली होती. ती खाच फार खोल गेलेली नव्हती; परंतु कालांतराने ती रुंदावत खाली खाली गेली की हा पुढचा कडा मूळ हिमनदीपासून वेगळा होऊन समुद्रात कोसळणार होता. त्या तिघांच्या

सुदैवाने या कड्याच्या माथ्यावर ते येऊन पडले होते.

टॉलन्डने आपले डोके वर उचलून समुद्राच्या दिशेने पाहिले. काही फुटांवरतीच तो सुरू झाला होता. मग तो परत मागे वळून मागच्या कड्याकडे पाहू लागला. तिकडे ५० फुटांवरती त्या कड्याची उंच भिंत उभी होती. त्यावरून येऊन आपण या कड्यावरती पडलो. येथला पृष्ठभाग मात्र सपाट होता. त्यामुळे यावर पडताना फारसा मार बसला नाही. हा पृष्ठभाग एखाद्या छोट्या मैदानाएवढा होता; परंतु तरीही येथे फार काळ असणे हे धोक्याचे होते. हा भाग, कडा किंवा हिमखंड हे मूळ बर्फभूमीपासून कधीतरी सुटे होऊन जाणार होते. गुरुत्वाकर्षणाच्या जोराखाली हळूहळू ती खाच रुंदावत जाऊन एक मोठा तडा वरपासून खालपर्यंत जाणार होता.

आपण एका चमत्कारिक कड्याच्या माथ्यावर येऊन पडलो आहोत हे टॉलन्डला कळून चुकले. १५० फूट लांब व रुंद असलेल्या एका सज्ज्यात आपण असून, तिन्ही बाजूने आपल्याला समुद्राने वेढून टाकलेले आहे. कॉर्कीचे शरीर स्तब्ध होते. तो कसलीही हालचाल करत नव्हता. त्याच्यापासून तो ३० फुटांवर पडला होता. त्यामुळे टॉलन्डला त्याची काळजी वाटू लागली. त्याने उठून उभे रहाण्याचा प्रयत्न केला; पण अजूनही तो रेचलला दोरीने जखडला गेला होता. त्याने मोठ्या कष्टाने दोरी सोडवायचा प्रयत्न केला.

रेचल उठून बसण्याचा प्रयत्न करू लागली. ती खूप थकलेली दिसत होती. ती म्हणत होती, ''आपण... आपण कड्यावरून... गेलो होतो ना?'' तिचा आवाज चमत्कारिक येत होता.

''होय, तसे गेलो आणि खालच्या एका बर्फाच्या तुकड्यावर पडलो आहोत.'' टॉलन्ड म्हणाला. त्याने शेवटी दोरीतून आपली सोडवणूक करून घेतली होती आणि आता तो कॉर्कीकडे पहाणार होता. उभे रहाण्याचा प्रयत्न त्याने केला; पण त्याचे पायाचे स्नायू थकले होते. शेवटी त्याने कॉर्कीला बांधलेली दोरी ओढायचा प्रयत्न केला. दहा-बारा वेळा ओढल्यावर कॉर्की त्यांच्यापासून दोन फुटांवर आला.

कॉर्कीच्या साऱ्या अंगाला मार लागला होता. त्याच्या डोळ्यांवरचे गॉगल्स गायब झाले होते. गालावर एक मोठी जखम झालेली होती. नाकातून रक्त बाहेर येत होते. टॉलन्डला वाटले की कदाचित कॉर्की मृत्यू पावला असावा. दोन मैलांच्या फरपटीत वर्मी मार लागून मृत्यू पावण्याची शक्यता जास्त होती; परंतु तेवढ्यात तो आपल्या कुशीवर वळला आणि त्याने डोळे उघडून टॉलन्डकडे रागाने पाहिले. तो म्हणाला, ''काय, कसली युक्ती करायला गेलात?''

ते ऐकताच टॉलन्डला एकदम हायसे वाटले.

रेचल आता उठून बसली होती, आपले डोळे चोळत होती. तिने आजूबाजूला पाहिले. तिला परिस्थितीची कल्पना आली असावी. ती पुढे म्हणाली, ''हा बर्फाचा

भाग समुद्रात कोसळणार आहे. आपण येथून गेले पाहिजे.''

पण कसे जाणार? आणि कुठे जाणार? परंतु त्या प्रश्नांची उत्तरे शोधायला वेळ नव्हता. एकदम त्यांना भ र्र र्र र्र असा आवाज ऐकू आला. तो आवाज काही वेळापूर्वी ते वाऱ्याबरोबर फरपटत चालले होते तेव्हा येत होता. त्यांनी मागच्या कड्याकडे वरती मान करून पाहिले. तिथे कड्याच्या टोकावरती दोन मानवी आकृती सहजपणे येऊन थांबल्या होत्या. त्यांच्या अंगावरील पांढरे पोषाख व पायातील घसरपट्ट्या पाहिल्यावर हेच ते आपल्यामागे लागलेले मारेकरी आहेत हे त्यांनी ओळखले. खाली वाकून ते जखमी झालेल्या व थकलेल्या आपल्या सावजाकडे पहात होते. शह देऊन कोंडीत पकडल्यावर शेवटची खेळी करून जिंकण्यापूर्वीचा पवित्रा त्यांनी घेतला होता.

ती निसटलेली तिन्ही माणसे अजून जिवंत आहेत हे पाहून डेल्टा-वन याला नवल वाटले; परंतु ते फार काळ या हवामानात जिवंत रहाणार नाहीत, हे त्याला कळून चुकले. हिमनदीचा शेवटचा टोकाचा जो भाग हळूहळू सुटत चालला आहे त्यावर ते तिघे पडले आहेत. तो भाग शेवटी समुद्रात कोसळून पडणे हे अटळ होते. फक्त 'कधी?' एवढाच प्रश्न होता. आता ही तीन माणसे थकली आहेत, गलितगात्र झाली आहेत. तेव्हा त्या बाईसारखेच यांनाही सहज ठार करता येईल; पण त्याहीपेक्षा एक अगदी साधा व सोपा उपाय डेल्टा-वन याला सुचला. त्यामुळे त्या तिघांची प्रेतेही नंतर कधीच सापडू शकणार नव्हती.

डेल्टा-वन याने वरून खाली त्या खाचेत डोकावून पाहिले. ती खाच किंवा तो रुंद तडा किती खाली गेला होता ते त्याला समजेना; परंतु हळूहळू तो तडा शेवटपर्यंत खाली पोहोचल्यावर मग मुख्य हिमनदीपासून समोरचा हिमखंड अलग होऊन समुद्रात कोसळेल व वाहून जाईल. त्या तीन जीवांसकट! परंतु ही गोष्ट घडण्यास अजून पाच-सहा दिवस तरी लागतील.

पण आत्ताच तसे घडवता आले तर...

या बर्फभूमीवरती घोंगावणाऱ्या वाऱ्यांमुळे सतत काही ना काही आवाज होत असतात. दर तासांनी धडाम् आवाज होऊन कुठेतरी बर्फाला भेग जात असते. त्या आवाजात जर 'तो आवाज' मिसळला तर कोणाच्या लक्षात येणार आहे?

आपल्या सावजाला मारताना त्याच्या शरीरात नेहमी ॲड्रिनिलिन हार्मोन्स स्रवू लागे. आत्ताही तसेच झाले. डेल्टा-वन याला शरीरभर एक उबदार लाट पसरल्याची भावना झाली. त्याने आपल्या पाठीवरच्या पॅकमधून एक जड व गोलाकार वस्तू बाहेर काढली. ती वस्तू लिंबाएवढी होती. त्याला ते 'फ्लॅश-बॅन्ग' असे म्हणत असत. तो एक हातबॉम्ब होता; पण तो फोडल्याने माणसांना इजा होत नसे. त्यातून

अतितीव्र झगझगीत प्रकाश सेकंदभर बाहेर पडे. त्यामुळे माणसाचे डोळे दिपून काही क्षण आंधळेपणा येई. त्याच वेळी एवढा मोठा आवाज होई की काही क्षण माणूस बहिरा होऊन बसे. थोडक्यात, त्या बॉम्बमुळे माणसाच्या साऱ्या वृत्ती काही काळ बधिर होऊन जात. लष्करी छापे घालताना नेहमी अशा बॉम्बचा उपयोग करून शत्रूला बधिर अवस्थेत ठेवून त्याच्यावर हल्ला केला जाई. असा हा हातबॉम्ब माणसे ठार करणारा नव्हता; पण डेल्टा-वन आज रात्री याच बॉम्बने ती तीन माणसे ठार करणार होता.

तो कड्याच्या टोकावर पवित्रा घेऊन बसला. त्याच्या खाली जी खाच होती त्याकडे तो पहात होता. त्या खाचेची रुंदी वरती चार फूट होती; पण खाली मात्र हळूहळू कमी कमी होत गेली होती. ती खाच खाली किती खोल गेली होती? २५ फूट? ५० फूट? किती का खोल गेलेली असेना, त्याच्या मते त्यामुळे काहीही बिघडत नव्हते. त्याच्या योजनेला यश येणार होते. त्याने अशी कृत्ये आजपर्यंत अनेकवार केलेली होती. त्या हातबॉम्बच्या वरती एक डायल स्क्रूने बसवली होती. बाजूला आकडे होते. त्याने ती डायल फिरवून दहा आकड्यावर आणून ठेवली. बॉम्बची पिन काढून घेतली आणि खालच्या कड्याला पडलेल्या खाचेत तो बॉम्ब सोडून दिला. काही क्षणांत तो हातबॉम्ब खाचेत शिरून तिथल्या अंधारात नाहीसा झाला. डेल्टा-वन आणि डेल्टा-टू हे दोघे झटकन मागे सरले. कड्याच्या टोकापासून मागे येऊन तिथल्या उंचवट्यावर चढून वाट पाहू लागले. आता होणारा धमाका हा पहाण्याजोगा होता.

रेचल सेक्स्टनचे मन हे अर्धवट शुद्धीत होते; पण तशाही अवस्थेत त्या हल्लेखोरांनी खाचेत काय खाली टाकले याची तिला कल्पना करता आली. टॉलन्डला ते जाणवले की नाही तिला समजले नाही; पण त्याचा चेहरा तिला एकदम पांढराफटक पडल्याचा दिसला. त्याने आपल्या पायाखालच्या हिमखंडावरती एक भयभीत नजर फिरवत नेली. पुढे काय घडणार त्याचा त्याला अंदाज आला होता. आता ती घटना अटळ होती, थोपवता येण्याजोगी नव्हती.

एखाद्या वादळी ढगात लख्खकन वीज चमकून तो सारा ढग प्रकाशित व्हावा तसे ते ज्या बर्फावर उभे होते त्याचे झाले. त्या हिमखंडाच्या पोटातून प्रकाश बाहेर पडला. अर्धपारदर्शक पांढऱ्या पदार्थातून बाहेर पडणारा प्रकाश जसा दिसतो तसा तो हिमखंड झगमगून उठला. साऱ्या दिशांनी तो प्रकाश बाहेर फेकला गेला. त्यांच्या सभोवती १५० फुटांपर्यंतची बर्फभूमी प्रकाशित होऊन गेली. त्यानंतर त्यातून ती जबरदस्त ध्वनिलहर बाहेर पडली. तो आवाज भूकंपाच्या गडगडाटासारखा नव्हता; पण एक तडाखा मारावा तशी ती ध्वनिलहर फाड् आवाज करून सर्वत्र पसरत गेली. तो एक धक्का होता. दोन्ही कड्यांना आतपर्यंत दिलेला एक जबरदस्त हादरा होता.

मूळची हिमनदीची अजस्त्र लादी आणि त्यापासून सुटू पहाणारा टोकाचा भाग यामध्ये एक ताकदवान ध्वनिलहरीची पाचर खुपसली गेली होती. मग जे व्हायचे तेच झाले. खाच जिथे खाली संपली होती तेथून एक मोठा तडा खाली शेवटपर्यंत गेला. आघाडीवरचा हिमखंड आता हिमनदीपासून तुटला, सुटला व वेगळा होऊ लागला. त्याची व हिमनदीची फारकत होत गेली. त्या तिघांना बर्फभूमीच्या पोटातूनही प्रकाश आलेला दिसत होता. आता तडा गेल्याचा आवाजही ऐकू आला. टॉलन्डच्या डोळ्यांत मूर्तिमंत भीती प्रकट झाल्याचे रेचलने पाहिले. कॉर्कीच्या तोंडून एक भेदक किंकाळी बाहेर पडली.

मग त्या हिमखंडाचा तळ खाली बसू लागला, समुद्राच्या पाण्यात बुडू लागला.

क्षणभर रेचलला वजनरहित अवस्थेचा अनुभव आला. कित्येक लाख टन वजनाचा तो हिमखंड पाण्यात खाली चालला होता. आता तो हिमखंड नव्हता की हिमनदीचा एक भाग नव्हता. आता तो एक समुद्रातील हिमनग बनला होता. मग तो हिमनग त्या तिघांसकट खाली, खाली, आणखी खाली जात राहिला.

५६

तो हिमखंड सरळ खाली असा जात नव्हता किंवा शांतपणे पाण्यात बुडत नव्हता. मुळात ती मोठी फट किंवा तडा हा सरळ उभा खाली गेला नव्हता. तो तिरपा पुढच्या दिशेने गेला होता. त्यामुळे वेगळा झालेला हिमखंड मूळच्या बर्फावरून तिरपा खाली घसरत चालला होता. दोन अवजड बर्फपृष्ठांमधले घर्षण हे भयंकर आवाज करणारे होते. त्यातून बर्फकणांचे फवारे वर उडून बाहेर पडत होते. ते उंच हवेत जात होते. तो हिमखंड पाण्यामधे जसजसा शिरत गेला तसतसा तो हळूहळू घसरू लागला. रेचलला काही क्षणांपूर्वी जसे वजनरहित वाटत होते ते थांबून तिचे शरीर एकदम बर्फावर दाणकन आडवे झाले. टॉलन्ड व कॉर्की यांचेही तसेच झाले होते.

जसजसा तो पाच-सहा मजली हिमखंड पाण्यात बसू लागला तसतसे रेचलला खालच्या समुद्राचा फेसाळ पृष्ठभाग हळूहळू वर येताना दिसू लागला; पण जसजसा तो वर येत गेला तसतसे त्याचे वर येणे सावकाश होत गेले. तिच्या लहानपणीच्या भीतिदायक स्मृती पुन्हा धावून आल्या. *बर्फ... पाणी... अंधार.* जबरदस्त भीतीची भावना हीच माणसाच्या मनात प्राथमिक पातळीवर असल्याने तीच नेहमी उफाळून वर येते.

शेवटी तो भव्य हिमखंड पूर्ण पाण्यात गेला. मग त्या तिघांच्याकडे चारही दिशांनी समुद्राचे पाणी धावून आले. आपण या पाण्यात आणखी खाली खेचले

जातो आहोत असे रेचलला वाटू लागले. तिच्या अंगावरती खास पोषाख असल्याने फक्त चेहऱ्यावरची कातडी उघडी होती. त्यावर खाऱ्या पाण्याचा मारा बसल्यानंतर तिथे आग होऊ लागली. पायाखालची बर्फभूमी पाण्यात दिसेनाशी झाली. ती आता पाण्यात उभी तरंगत होती. वरती येण्यासाठी ती धडपडू लागली. तिच्या पोषाखातील जेलीमुळे तरंगण्यास तिला मदत होऊ लागली. तोंडात चुळकाभर खारे पाणी घेऊन तिने पाण्याच्या वर डोके बाहेर काढले. तिने आजूबाजूला पाहिले तर टॉलन्ड व कॉर्की हातपाय मारत धडपडत होते. ते दोघे एकमेकांना दोरीने बांधले गेले होते. ती दोरी सोडायचे राहूनच गेले होते.

टॉलन्डने ओरडून तिला म्हटले, ''ते परत वर येते आहे!''

त्याच्या शब्दांचा अर्थ कळायच्या आत रेचलला आपल्या पायाला वर उसळणारे पाणी जाणवले. त्यांच्या दिशेने पाणी खालून वर उसळून येत होते. एखादे अत्यंत अवजड असे रेल्वे इंजिनाचे धूड आपला वेग थांबवून उलट दिशेने जाऊ पहाते तसा तो पाण्यात बुडलेला भव्य हिमखंड आता वर उसळून येत होता. त्यांच्या दिशेने वर चढत येत होता. खालून एक अत्यंत कमी कंप्रतेचा ध्वनी गडगडाटी आवाज करत वर येत होता. तो भव्य पाच-सहा मजली उंच असलेला हिमखंड जणू काही रागाने वरती उसळी मारून आपली पूर्वीची जागा घेऊ पहात होता. येता येता तो हिमनदीच्या भिंतीला घासून वर येत होता.

सुरुवातीला हळूहळू वर येणारा हिमखंड नंतर वेगाने व शेवटी तर एकदम उसळी मारून वर आला. अंधारातून अंधुक उजेडात तो प्रकट झाला. जेव्हा तो रेचलला भिडला तेव्हा खालच्या समुद्रात आपण तळाशी जाऊन पोहोचलो आहोत असा भास तिला क्षणभर झाला. आपला तोल सावरण्यासाठी ती व्यर्थ धडपडू लागली. हिमखंड वर येताना समुद्राचे लक्षावधी टन पाणीही त्यासह उसळून वर आले. तो विस्तृत हिमखंड वर आल्यावर डगमगला. जणू काही तो आपला गुरुत्वमध्य शोधत होता. समुद्राचे पाणी त्याच्या माथ्यावर होते. तर उसळलेले पाणी सभोवताली होते. त्या डगमगत्या हिमखंडावर पाणीच पाणी झाले होते. रेचल कमरेइतक्या पाण्यात उभी होती. हिमखंडाच्या छोट्या मैदानाएवढ्या माथ्यावर सर्वत्र तेवढे पाणी होते. आता ते पाणी सर्व दिशांनी निघून जाऊ लागले, ओसरू लागले, समुद्रात पडू लागले. ती पाण्यात पडली. ओसरणाऱ्या पाण्याचा प्रवाह तिला ओढत घेऊन जाऊ लागला. ती कडेच्या टोकाला चालली होती; पण ती शिताफी करून पोटावर पालथी पडली व आपले हातपाय फाकून रोखण्याचा प्रयत्न केला; पण तरीही ती लांबची कड जवळ येत होती, वेगाने येत होती.

होल्ड ऑन! घट्ट पकडून ठेव. रेचलला तिच्या आईचा आवाज ऐकू आला. बर्फाच्या थराखालील पाण्यात ती लहानपणी बुडत होती. त्या वेळी तिला आईने

वरून हाताने घट्ट पकडून ठेव असे म्हटले होते. *घट्ट पकडून ठेव! आत खाली जाऊ नकोस!*

पाणी तिला हिसडा मारून पुढे नेत होते. तिच्या फुफ्फुसातील उरलीसुरली हवा बाहेर पडून गेली होती. संधी मिळताच त्या जागेत पाणी शिरणार होते. मग एकदम धक्का बसून तिचे पुढे जाणे थांबले. हिमखंडाची कड फक्त तीन फुटांवरती आली होती. तिच्यापासून तीस फुटांवरती तिला कॉर्कीचे लोळागोळा झालेले शरीर दिसले. तोही वहाता वहाता थांबला होता. त्याची दोरी तिच्या कमरेला अजूनही जखडलेली होती. ते दोघेही एकमेकांच्या विरुद्ध दिशेने वहात जात होते; पण एकमेकांमुळेच थांबले गेले होते. पाणी वाहून गेल्यावर जसजशी उथळ जागा होत गेली तसतसा आणखी एक काळा आकार कॉर्कीपाशी आला. तो आकार टॉलन्डचा होता. त्याने कॉर्कीची दोरी हाताने व गुडघ्यात घट्ट पकडून ठेवली होती. टॉलन्ड भडाभडा ओकत होता. त्याच्या पोटातील खारे पाणी बाहेर पडत होते.

हिमखंडाच्या माथ्यावरील सर्व पाणी वाहून गेले. आता तो हिमखंड एक हिमनग बनला होता. तो समुद्रात तरंगत होता व त्याचा हिमनदीशी काहीही संबंध उरला नव्हता. एवढ्या उत्पातानंतर तिथे आता शांतता पसरली होती. रेचल निपचित पडून त्या शांततेत समुद्राचे आवाज ऐकू पहात होती. आपल्याला थंडी वाजू लागली आहे हे पहाताच ती हातापायावर रांगत त्या दोघांकडे जाऊ लागली. उठून उभे रहाणे तिला धोकादायक वाटत होते; कारण अजूनही तो हिमनग समुद्रात डोलत होता. अर्धवट बेशुद्धी व वेदनेचा कहर झाला असतानाही ती त्या दोघांकडे जाऊ पहात होती.

हिमनदीच्या शेवटाशी, कड्याच्या टोकाशी डेल्टा-वन याने खाली डोकावून पाहिले. आपल्या नाईट व्हिजन गॉगलमधून तो खालच्या हालचाली न्याहाळत होता. खालच्या समुद्रात एक नवीन आकाराचा उभट हिमनग डुचमळत होता. त्याने पाण्यामध्ये पाहिले; पण कोणीही त्याला दिसले नाही. कोणाचेही देह तरंगत नव्हते. समुद्राचे पाणी काळे होते आणि त्यात पडणाऱ्या माणसांचे पोषाखही काळेच होते. तेव्हा दिसण्याची शक्यता जवळजवळ नव्हतीच.

मग त्याने आपली नजर हिमनगाच्या माथ्याकडे वळवली. तिथे नजर फोकस करणे त्याला जड जाऊ लागले; कारण तो हिमनग डोलत होता व अधूनमधून खाली-वरही होत होता; पण तरीही तो पहात राहिला, त्या तिघांना शोधत राहिला. तेवढ्यात त्याला तिथे तीन काळे ठिपके दिसले. *तेच ते असतील?* त्याने ते ठिपके फोकसमध्ये आणायचा आटोकाट प्रयत्न केला.

''काही दिसते आहे का?'' डेल्टा-टू याने विचारले.

डेल्टा-वन यावर काहीच बोलला नाही. आपल्या नाईट गॉगलचा मॅग्निफायर तो नीट जुळवून खालचे दृश्य मोठे करून पहाण्याची धडपड करत होता. तेवढ्यात त्याला हिमनगाच्या फिकट पार्श्वभूमीवर तीन माणसांच्या आकृत्या दिसल्या. आपले हातपाय पोटाशी घेऊन ते देह नि:स्तब्ध पडले होते. ते जिवंत होते का मरण पावले होते हे समजायला काही मार्ग नव्हता. जरी त्यांच्या अंगावरती तो खास पोषाख असला तरी ते फार काळ अशा अतिथंड हवेत टिकाव धरू शकणार नव्हते. आत्ता जर जिवंत असतील तर एका तासात ते सहज मरण पावणार होते. ते पूर्ण ओलेचिंब झाले होते. नवीन वादळ येऊ घातले होते आणि तो हिमनग त्या तीन माणसांसह हळूहळू समुद्रात जात चालला होता. लवकरच तो आर्क्टिक समुद्रात काही मैलांवर पोहोचणार होता. हा समुद्र जगातील सर्वांत मोठा धोकेबाज समजला जातो. म्हणजेच त्या तीन दुर्दैवी जीवांचे देह यानंतर कधीही सापडणार नव्हते.

डेल्टा-वन म्हणाला, ''नुसत्या सावल्या दिसत आहेत.'' मग कड्यापासून मागे फिरत तो म्हणाला, ''चला, आपल्या तळावर जाऊ या.''

५७

'कूरव्हाईजिशे' या फ्रेंच कोनॅक ब्रँडीने भरलेला आपला छोटा पेला सिनेटर सेक्स्टनने थोडासा प्यायला. त्याच्या खोलीतील फायर प्लेसवरच्या मॅन्टलपीसवर त्याने तो पेला ठेवला. खाली वाकून फायर प्लेसमधील पेटलेली लाकडे व कोळसे थोडा वेळ खाली-वर केले. तसे करताना त्याने आपल्या मनातील विचारांची नीट जुळवणी केली. वेस्टब्रूक अपार्टमेंटमधील आपल्या फ्लॅटमधील खोलीत तो होता. तिथे आणखी सहाजण जमले होते. ती माणसे शांतपणे बसून होती. इतका वेळ त्यांनी आपले म्हणणे सांगितले होते. आता त्यांना उद्देशून सिनेटरने काहीतरी बोलायची वेळ आली होती. तो काय बोलणार याची त्यांना कल्पना होती आणि त्यालाही ते ठाऊक होते.

शेवटी राजकारण म्हणजे काय असते? तर ती चक्क एक सौदेबाजी असते, एक विक्रयकला असते.

प्रथम विश्वास संपादन करा. त्यांच्या समस्या आपल्याला पूर्ण समजल्या आहेत असा दिलासा त्यांना द्या.

मग त्यांच्याकडे वळून सेक्स्टन म्हणाला, ''तुम्हाला ठाऊक असेल, की गेल्या काही महिन्यांमध्ये तुमच्या व्यवसायातील अनेक व्यक्तींशी माझ्या भेटी झाल्या.'' एवढे बोलून तो हसला व खाली बसून पुढे बोलू लागला, ''पण फक्त तुम्हालाच मी माझ्या घरी आणले आहे. तुम्ही इतरांपेक्षा वेगळे आहात व श्रेष्ठ आहात. तुम्हाला

भेटल्याने मला खूप आनंद होतो आहे.''

आपल्या दोन्ही हातांचे पंजे सेक्स्टनने एकमेकात गुंतवले व अर्धवर्तुळातून आपली नजर प्रत्येकावर फिरवत नेली. मग आपल्या पहिल्या पाहुण्याकडे त्याने पाहिले. तो एक पैलवानासारखा माणूस होता. त्याच्या डोक्यावरती काउबॉय हॅट होती.

सेक्स्टन त्याला म्हणाला, ''तुमची स्पेस इंडस्ट्री ही ह्यूस्टन शहरात आहे तर. सुरेख शहर आहे ते.''

''पण हे वॉशिंग्टन शहर मात्र मला आवडत नाही. मला या शहराचा राग येतो.'' तो धुसफुसत म्हणाला.

''त्याबद्दल मी तुम्हाला दोष देत नाही. वॉशिंग्टनमधल्या सरकारने तुम्हाला न्याय दिला नाही.''

यावर तो टेक्सास-टाईपचा माणूस काहीही बोलला नाही. आपल्या हॅटखालून तो नुसता पहात राहिला.

सिनेटर सेक्स्टन बोलू लागला, ''बारा वर्षांपूर्वी तुम्ही अमेरिकी सरकारला आपली एक योजना सादर केली होती. अंतराळात अमेरिकेचे एक स्टेशन उभे करण्यासाठी तुम्ही फक्त पाच अब्ज डॉलर्स मागितले होते.''

''होय. त्या योजनेचे सारे ब्ल्यू प्रिंट्स अजून माझ्याकडे आहेत.''

''अन् तरीही नासाने सरकारला पटवले, की अंतराळात एक स्टेशन उभे करणे ही गोष्ट नासाच्या अखत्यारीत आहे. फक्त नासाच तो प्रकल्प राबवेल.''

''बरोबर. नासाने त्यासाठी दहा वर्षे आधी काम सुरू केले होते.''

''दहा वर्षे! पण तेवढ्या काळात नासाचा प्रकल्प पूर्ण होऊ शकला नाही. अन् तोपर्यंत नासाने या प्रकल्पावरती १०० अब्ज डॉलर्स खर्च केले होते. म्हणून तुम्ही मागितलेल्या किमतीपेक्षा वीसपट रक्कम खर्च करूनही त्यांना तो प्रकल्प वेळेत पुरा करता आला नाही. एक करदाता नागरिक म्हणून मला या गोष्टीचे दुःख होते आहे.''

सिनेटरने असे म्हटल्यावरती त्या खोलीतील माणसांमध्ये आपसात हलक्या आवाजात प्रतिसाद उमटू लागले. सेक्स्टन त्या सर्वांवरून नजर फिरवत गेला.

सेक्स्टन मग सर्वांना उद्देशून बोलू लागला, ''अंतराळ उद्योगातील अनेक कंपन्यांनी आपले खासगी स्पेस शटल अंतराळात सोडण्यासाठी कमीत कमी पाच कोटी डॉलर्स एवढी रक्कम जाहीर केली होती. एका वेळेच्या अंतराळ प्रवासासाठी एवढी रक्कम लागत होती. पृथ्वी ते अंतराळ स्टेशन आणि परत पृथ्वी.''

बहुतेकांनी यावरती आपल्या माना डोलावल्या.

''अन् तरीही नासाने अंतराळात स्पेस स्टेशनपर्यंत जाऊन परत येण्याच्या प्रवासासाठी फक्त तीन कोटी ८० लक्ष डॉलर्स एवढा खर्च सांगून तुमच्या

मागणीतील हवा काढून घेतली होती. प्रत्यक्षात त्या वेळी एका वेगळ्या अंतराळ ट्रिपसाठी १५ कोटी डॉलर्स एवढा खर्च नासाला येत होता!''

जमलेल्या उद्योगपतींमधील एकजण म्हणाला, ''नासा नेहमी अशीच आपली कमी किंमत जाहीर करून आम्हाला कंत्राटे मिळवून देत नाही. खासगी उद्योगांना अंतराळ प्रवासासाठी नासासारखा ४०० टक्के तोटा सोसून धंदा कसा चालवता येईल?''

''अन् तसा तो तुम्ही का तोट्यात चालवावा?'' सिनेटर म्हणाला.

सर्वांनी आपल्या माना हलवून याला दुजोरा दिला.

सेक्स्टन आता त्याच्या शेजारी बसलेल्या एका साध्या उद्योगपतीकडे वळून बोलू लागला. त्याची फाईल वाचण्यात सेक्स्टनने खूप रस घेतला होता. हा उद्योगपती पूर्वी लष्करात इंजिनिअर होता. ती नोकरी सोडून त्याने अंतराळ उद्योगात उडी घेतली होती. या उद्योगात पुढे येण्याची त्याला उमेद होती; परंतु सरकारकडून कमी मिळणारा पैसा, तुटपुंजा लाभ, लाल फितीचा सरकारी कारभार या सर्वांचा त्याला वीट आला होता. त्याचा भ्रमनिरास झाला होता. सेक्स्टनच्या निवडणूक प्रचाराला इतर उद्योगपतींप्रमाणे त्यानेही आर्थिक मदत केली होती.

''किसलर एअरोस्पेस,'' असे म्हणून सिनेटरने त्याच्याशी हस्तांदोलन केले. मग आपले डोके खेदाने हलवत त्याला पुढे म्हटले, ''तुमच्या कंपनीने एका अग्निबाणाची रचना करून तो तयारही केला. त्याच्या साहाय्याने अंतराळात पाठवण्याच्या उपग्रहाचे, सामानाचे दर हे दर पौंड वजनामागे अवघे दोन हजार डॉलर्स एवढे कमी सरकारला सांगितले होते. नासाला मात्र असे काही करण्यासाठी दर पौंड वजनाला दहा हजार डॉलर्स खर्च येता होता.'' मग परिणामकारकता साधण्यासाठी सेक्स्टन काही क्षण गप्प बसला. शेवटी तो म्हणाला, ''आणि तरीही तुम्हाला ते कंत्राट दिले गेले नाही.''

त्यावर तो उद्योगपती म्हणाला, ''कसे दिले जाणार? गेल्या आठवड्यात नासाने मोटारोलाचा टेलिकॉम उपग्रह अंतराळात सोडण्यासाठी फक्त दर पौंड वजनामागे ८१२ डॉलर्स एवढीच फी आकारली. मोटारोलाचा उपग्रह उडवताना नासाला ९०० टक्के तोटा झाला होता!''

सेक्स्टनने यावरती आपली मान डोलावली. करदात्यांचा पैसा असा तोट्यात जाणाऱ्या सरकारी नासाला वाचवण्यासाठी सब्सिडीच्या रूपाने पुरवला जातो. या उद्योगातील स्पर्धेत नासा ही दहापट अकार्यक्षम होती. सेक्स्टन म्हणाला, ''ही वस्तुस्थिती अगदी स्वच्छ आहे व खूप यातनादायक आहे. या धंद्यात आपल्याला कोणीही प्रतिस्पर्धी राहू नये म्हणून नासा त्या प्रतिस्पर्ध्यांना पार घुसमटवून गळा दाबून टाकते. त्यासाठी ते बाजारभावापेक्षा कमी किंमत जाहीर करतात.''

"अंतराळ हे वाल-मार्टिन्‌गा आहे," काऊबॉय हॅट घातलेला उद्योगपती म्हणाला.

वा:, हे एक झकास साम्य दाखवले गेले आहे. लक्षात ठेवले पाहिजे ते. सेक्स्टनने आपल्या मनात याची नोंद घेतली. वाल-मार्ट ही कंपनी नेहमी नवीन क्षेत्रात प्रवेश करून आपली उत्पादने बाजारभावापेक्षा कमी किमतीला विकायला लागून त्या क्षेत्रातील सर्व स्पर्धकांना पार निपटून काढत असते. नासाही तसेच करते आहे.

काऊबॉय हॅट घातलेला उद्योगपती पुढे म्हणाला, "आय ॲम गॉडडॅम सिक अँड टायर्ड. मला असल्या गोष्टीचा आता अक्षरश: उबग आला आहे. सरकारला आम्ही लक्षावधी डॉलर्स कर भरायचा आणि सरकारने आमची गिऱ्हाइके पळवायची. नेहमी असेच होत आले आहे. मी कंटाळलो आता."

"बरोबर आहे. मला तुमची मन:स्थिती समजू शकते." सेक्स्टन सहानुभूती दाखवत म्हणाला.

अत्यंत चोखंदळपणे कपडे केलेला एकजण आता बोलू लागला, "आमच्या 'रोटरी रॉकेट' कंपनीला जाहिरातींची स्पॉन्सरशिप मिळत नाही. त्यामुळे आमचा धंदा मार खातो. अशा जाहिराती करणे हा कायद्याने गुन्हा ठरवला आहे."

"बाप रे! असा प्रकार आहे काय!" सिनेटर हे ऐकून हादरून म्हणाला. नासाने तसा कायदा सरकारकडून करवून घेतल्यामुळे खासगी अंतराळ उद्योगांना कसलीही जाहिरात करता येत नव्हती. कोणत्याही अंतराळ वाहनावर जाहिरात लावता येत नव्हती. नासाने अंतराळावरती आपला एकाधिकार असा पक्का केला होता. मोटारींच्या शर्यतीत मोटारींवरती निरनिराळ्या कंपन्यांच्या जाहिराती लावून पैसा उभा करता येत होता. स्पर्धेसाठी खर्च केलेला बराच पैसा असा वसूल करता यायच; पण जर अंतराळात एखादा अग्निबाण अथवा वाहन सोडायचे असेल तर त्यावरती फक्त U.S.A. ही अक्षरे आणि कंपनीचे नाव एवढेच कायद्याने लिहिता येत होते. ज्या देशात जाहिरातींवरती १८५ अब्ज डॉलर्स दर वर्षी खर्च होतात, त्याच देशात खासगी अंतराळ कंपन्यांना मात्र एक डॉलरचीसुद्धा जाहिरात स्वीकारता येत नव्हती.

एकजण मधेच फटकन म्हणाला, "ही शुद्ध दरोडेखोरी आहे. माझ्या कंपनीने फार वर्षांपूर्वीपासून पहिले अंतराळ प्रवासी यान तयार करून वर सोडण्याचे स्वप्न पाहिले होते. ठरल्याप्रमाणे जर तसे घडत गेले असते तर येत्या मे महिन्यात आमच्या कंपनीचे पहिले अंतराळ प्रवासी यान उडाले असते. मग अफाट प्रसिद्धी मिळाली असती. 'नाईके कॉर्पोरेशन' या कंपनीने आम्हाला ७० लाख डॉलर्स देऊ केले होते. आम्ही फक्त Nike हा शब्द आणि त्यापुढचा चितारलेला फराटा आणि त्यापुढे Just do it! एवढे आमच्या अग्निबाणावरती रंगवायचे होते. पेप्सीकोलाने तर दोनदा आम्हाला जाहिरात देऊ केली होती. 'Pepsi : The choice of a new generation' अशी जाहिरात आम्हाला करायला ते सांगत होते; परंतु फेडरल कायद्यानुसार आमच्या अग्निबाणावर, यानावर अशी जाहिरात करण्यावर बंदी आहे. कोणतीही जाहिरात अंतराळात पाठविण्यास बंदी घातलेली आहे.''

सिनेटर सेक्स्टन म्हणाला, ''बरोबर आहे. अन् म्हणूनच, मी जर निवडून आलो तर आम्ही तो जाहिरातबंदीचा कायदा रद्द करू. मी हे आश्वासन तुम्हाला अगदी मनापासून देतो. वाटल्यास हे माझे वचन आहे असे समजा. जशी पृथ्वीवरील एकेक चौरस इंचावरती जाहिरात करता येते तशीच जाहिरात अंतराळातही करायला मुक्त वाव असावा.''

सेक्स्टन आता आपल्या श्रोत्यांकडे टक लावून पाहू लागला. त्याच्या आवाजात आता गंभीरपणा येत गेला. तो म्हणत होता, ''पण तरीही तुम्ही सर्वांनी एक गोष्ट लक्षात घ्यावी. नासाचे खासगीकरण करण्यात नुसताच कायद्याचा अडथळा नाही; पण आणखी एक घटक महत्त्वाचा आहे. तो म्हणजे जनतेचा याकडे पहाण्याचा दृष्टिकोन. अमेरिकी अंतराळ प्रकल्पाकडे बहुतेक सर्व अमेरिकी नागरिक हे फार स्वप्नाळू दृष्टिकोनातून पहात असतात. त्यांना अजूनही ठामपणे वाटते की नासा ही एक *आवश्यक* अशी सरकारी संस्था आहे.''

यावर एकजण म्हणाला, ''याला त्या हॉलिवूडच्या फिल्म्स जबाबदार आहेत. 'पृथ्वीवर चालून आलेल्या विनाशकारी उल्केपासून जगाला कसे वाचवले' अशा तऱ्हेच्या कथांवर आधारित असलेल्या चित्रपटांमध्ये नासाची भूमिका दाखवलेली असते. हा सारा नासाचा प्रचार आहे.''

हॉलिवूडमधून नासाची कर्तबगारी दाखवलेले चित्रपट मोठ्या संख्येने बाहेर येऊ लागले आहेत, हे सेक्स्टनला ठाऊक होत; परंतु ती काही जाहिरातबाजी नव्हती. ते एक प्रकारचे अर्थकारण होते. त्याची सुरुवात अशी झाली होती. अमेरिकी नौदलाच्या जाहिरातीसाठी दोन तासांचा एक Top Gun नावाचा चित्रपट बनवला गेला होता. त्यात टॉम क्रूझ ह्या नटाने काम केले होते. तो चित्रपट पाहिल्यावर नासाला त्यातील सुप्त प्रचारसामर्थ्याची जाणीव झाली. जनतासंपर्क वाढवायला, लोकप्रियता मिळवायला हे साधन उपयोगी पडेल हे त्यांनी हेरले.

मग नासाने शांतपणे आपल्याकडील जागा हॉलिवूडच्या कंपन्यांना चित्रीकरणासाठी पार्श्वभूमी म्हणून वापरायला देणे सुरू केले. त्यासाठी ते कोणतीही फी आकारत नव्हते. लाँचपॅड, मिशन कंट्रोलचे भव्य दालन, प्रशिक्षणाच्या तऱ्हा वगैरे सर्व नाट्यपूर्ण जागांमध्ये चित्रीकरण नासा करू देऊ लागली. एखाद्या हव्या त्या जागेवर जाऊन चित्रीकरण करायचे असल्यास चित्रपट निर्मात्याला फार मोठी रक्कम संबंधितांना मोजावी लागत असते. अन्यथा खर्चिक सेट स्टुडिओत उभारावे लागत. त्यामुळे नासाने आपली दारे खुली केल्याने चित्रपट निर्मात्यांनी उडी मारून ती संधी

पकडली. यामुळे त्यांचे लक्षावधी डॉलर्स वाचत होते. 'अंतराळ थ्रिलर' चित्रपट आता जणू काही नासाच्या स्टुडिओत कसलेही भाडे न देता बनवता येत होते; परंतु यात मेख अशी होती की अशा चित्रपटांच्या पटकथा आधी तपासून मगच योग्य वाटले तर नासा चित्रीकरणाला परवानगी देई. नासाची जाहिरातबाजी अशी चालत असते.

एक स्पॅनिश उद्योगपती म्हणाला, ''जनतेचे ब्रेनवॉशिंग. जरी नासाची त्यात अप्रत्यक्षपणे जाहिरात होत असली तरी ते चित्रपट तेवढे काही वाईट नव्हते; पण त्यातून नासाचा दुटप्पीपणा दिसून येतो. एखाद्या ज्येष्ठ नागरिकाला अंतराळात पाठवण्याची त्यांच्याकडे एक योजना आहे म्हणे. माझ्या तर कानावर असे आले आहे की अंतराळ स्टेशनकडे पाठविण्यासाठी सर्वच्या सर्व अंतराळवीर ह्या स्त्रियाच असतील असाही एक प्रयोग नासा करून पहाणार आहे. नासाने अशी जाहिरातबाजी केलेली सरकारला चालते.''

सेक्स्टनने एक निःश्वास सोडला. त्याच्या स्वरात आता खेद आला. तो म्हणाला, ''तुम्ही म्हणता ते खरे आहे. तुम्हाला येथे ती आठवण मुद्दाम करून द्यायची जरुरी नाही. पण १९८०नंतर पाच-सहा वर्षांत अमेरिकेच्या शिक्षणखात्याचे दिवाळे निघाले. त्यांच्याकडे पैसा उरला नाही. मग त्या खात्याचे लक्ष नासाकडे गेले. नासा वाटेल तसा पैसा उधळते आहे. तो पैसा शिक्षण खात्यावर खर्च करू शकता येत होता. नासाने मग सार्वजनिक स्टंट केला. त्यांनी एका शिक्षकाला अंतराळात पाठवले. त्यातून मिळालेल्या प्रसिद्धीमुळे 'नासा ही संस्था शिक्षणप्रेमी आहे' असा प्रचार झाला.'' क्षणभर थांबून सेक्स्टन म्हणाला, ''ख्रिस्ता मॅक्ऑलिफी हे नाव तुम्हाला या संदर्भात आठवेलच.''

खोलीत आता शांतता पसरली.

सेक्स्टन आता गंभीरपणे बोलू लागला. त्यासाठी तो उठून शेकोटीसमोर जाऊन उभा राहिला. एक नाट्यपूर्ण पवित्रा घेत तो म्हणाला, ''जेंटलमेन, मला वाटते की सत्य काय आहे हे अमेरिकी जनतेने जाणून घेण्याची आता वेळ आलेली आहे. नासा आकाशाच्या दिशेने आपल्या प्रगतीची भरारी मारत नाही, अंतराळातही नीट पाऊल टाकत नाही व या क्षेत्रातून इतरांना हुसकावून लावते, हे ते सत्य आहे. अंतराळ हेसुद्धा उद्योगक्षेत्रात मोडते आणि या क्षेत्रात खासगी व्यावसायिकांना प्रवेश न करू देणे ही एक गुन्हेगारी आहे. संगणकक्षेत्र पहा. त्या क्षेत्रात होणारी प्रगती ही स्फोट झाल्यासारखी वेगाने व सर्व अंगाने होत आहे. दर आठवड्याला त्यात होणाऱ्या सुधारणा पाहून आश्चर्याने आपली छाती दडपते. तिथला प्रगतीचा आढावाही आपण नीट घेऊ शकत नाही. याचे कारण काय? तर संगणक उद्योग हा मुक्त बाजार व्यवस्थेवरती आधारित आहे. अशा व्यवस्थेत कार्यक्षमतेचे पुरेपूर चीज होते आणि

'नफा' या तत्त्वावर लक्ष ठेवून व्यवसाय केला जातो. संगणक उद्योग हा सरकारकडून चालवला जात आहे अशी नुसती कल्पना करून पहा. मग एकदम त्या क्षेत्रात आपली पीछेहाट होईल. आपला आताचा अंतराळ उद्योग हा यामुळेच नुसता तुंबून राहिला आहे. खासगी उद्योजकांच्या हातातच या उद्योगाचे स्थान आहे. तिथेच या उद्योगाला भवितव्य आहे. तसे जर आपण केले तर मग पहा या अंतराळउद्योगाची किती भरमसाठ वेगाने वाढ होत जाईल. त्यात लक्षावधी लोकांना नोकऱ्या मिळतील. अनेक स्वप्ने साकार होतील. हे एवढ्या मोठ्या प्रमाणावर होईल की सर्व अमेरिकी नागरिक आश्चर्याने थक्क होऊन जातील. मुक्त बाजारपेठ व्यवस्थाच अंतराळ उद्योगाला उंचावर नेऊन पोहोचवेल. मी जर निवडून आलो तर या उद्योगाची दारे आघाडीवरील खासगी उद्योजकांना उघडून देईन. तसे करणे ही माझी वैयक्तिक मोहीम असेल.''

सेक्स्टनने मॅन्टलपीसवर ठेवलेला त्या फ्रेंच ब्रँडीचा आपला ग्लास उचलला. तो पुढे म्हणाला, ''माय फ्रेंड्स, मी तुमच्या विश्वासास पात्र आहे की नाही हे ठरविण्यासाठी आज रात्री तुम्ही येथे आला आहात. मला खात्री आहे की मी तुमचा विश्वास नक्कीच संपादन करण्याच्या मार्गावरती आहे. अशाच पद्धतीने भांडवल गुंतवणूक करणारे एखादी कंपनी उभी करतात. तसेच ते एखाद्या अध्यक्षपदाचीही उभारणी करतात. मग तशाच प्रकारे कॉर्पोरेट कंपन्यांचे भागधारक हे लाभांशाची अपेक्षा करतात. तुम्ही जी राजकीय गुंतवणूक करणार आहात त्यातून तुम्ही लाभाची अपेक्षा करू शकता. आज रात्री मी तुम्हाला थोडक्यात व सोप्या शब्दांत सांगतो : माझ्यामध्ये गुंतवणूक करा आणि मग मी तुम्हाला कधीही विसरणार नाही. कधीही नाही. आपली दोघांची मोहीम एकच आहे.''

सेक्स्टनने आपल्या हातातील ग्लास शुभ चिंतनासाठी सर्वांच्या पुढे केला. तो पुढे म्हणाला, ''मित्रांनो, तुमच्या मदतीने मी लवकरच व्हाईट हाऊसमध्ये पोहोचेन... मग तुम्ही नुसती तुमची स्वप्ने प्रत्यक्षात उतरवत जा.''

गॅब्रिएल ही तेथून फक्त १५ फुटांवरती उभी होती. तिथल्या सावलीत ती ताठ झाली. तिला त्यानंतर सर्वांनी आपापले ग्लास एकमेकांच्या ग्लासावर आपटल्याचे नाजूक आवाज ऐकू आले.

५८

नासाचा एक तंत्रज्ञ गडबडून गेला, हादरला. हॅबिस्फिअरच्या तंबूमधून तो बेभानपणे धावत गेला. काहीतरी भयानक घडले होते! प्रेस एरियाच्या जवळ

एक्स्ट्रॉम एकटाच उभा होता. त्याच्यापाशी तो गेला आणि धापा टाकत सांगू लागला, ''सर, एक अपघात झाला आहे.''

एक्स्ट्रॉम त्याच्याकडे वळला. कुठेतरी दूर त्याने नजर लावली. त्याच्या मनात आता जे विचार चालले होते त्यामुळे तो अस्वस्थ झाला असल्याचे भासत होते. त्याने विचारले, ''तुम्ही काय म्हणालात? अपघात? अन् कुठे?''

''त्या... त्या खड्ड्यात. जिथून आपण उल्का बाहेर काढली त्या खड्ड्यात. तिथे एक प्रेत तरंगते आहे. डॉ. वेली मिंग यांचे ते प्रेत आहे.''

एक्स्ट्रॉमचा चेहरा निर्विकार होता. तो म्हणाला, ''डॉ. मिंग? पण...''

''त्यांना बाहेर काढले आहे; पण खूप उशीर झाला होता. ते आधीच मरण पावले होते.''

''बाप रे! ते तिथे किती वेळ पाण्यात होते?''

''मला वाटते की एक तास तरी असतील. ते त्यात पडले असावेत. पार खाली तळाशी गेले. जेव्हा त्यांचे शरीर फुगले तेव्हा ते तरंगून वर आले.''

एक्स्ट्रॉमचा चेहरा पांढरा पडला. तो म्हणाला, ''गॉड्डॅम इट! आणखी कोणाला हे समजले आहे?''

''कोणालाच नाही सर. फक्त तुम्हाला आणि मला ही बातमी ठाऊक झाली आहे. इतर कोणाला समजायच्या आधी मी तुमच्या कानावरती घातले आहे.''

''तुम्ही अगदी योग्य तेच केले आहे.'' मग एक जड नि:श्वास सोडत तो पुढे म्हणाला, ''आता असे करा, डॉ. मिंग यांची बॉडी ताबडतोब कुठेतरी लपवून ठेवा. त्यासाठी काय वाटेल ते करा. अन् कुणापाशीही हे बोलू नका.''

ते ऐकून तो तंत्रज्ञ कोड्यात पडला. तो म्हणाला, ''पण सर, मी–''

एक्स्ट्रॉमने आपला जाडजूड पंजा तंत्रज्ञाच्या खांद्यावर ठेवत म्हटले, ''हे बघा, मी काय म्हणतो ते नीट लक्ष देऊन ऐका. हा एक चमत्कारिक व दुर्दैवी अपघात घडला आहे. मला त्याचे फार दु:ख होते आहे. याबाबतीत वेळ येताच जे काय करायचे ते मी करीनच म्हणा; पण ती वेळ आत्ता नाही, हे लक्षात घ्या.''

''म्हणजे मी ते प्रेत लपवून ठेवू?''

एक्स्ट्रॉम हा नॉर्डिक वंशाचा होता. या मानववंशातील व्यक्तींचे डोळे भेदक असतात. त्याने आपले ते भेदक डोळे रोखून त्याला म्हटले, ''नीट विचार करून पहा. आपण ही बातमी साऱ्यांना सांगू शकू; पण त्यामुळे काय साधले जाणार आहे? आता तासाभरात अध्यक्षांची पत्रकार परिषद चालू होणार आहे. जर ही बातमी तोपर्यंत बाहेर पडली तर काय होईल? उल्केच्या शोधाला ही बातमी खाऊन टाकेल, त्यावर मात करेल. त्याचे पुढचे परिणाम कदाचित भयंकर ठरतील. आपल्या लोकांचे धैर्य खचेल. डॉ. मिंग यांनी निष्काळजीपणा केल्याने तो अपघात

घडला. त्याचे परिणाम नासाने का भोगावेत? ह्या बिनसरकारी शास्त्रज्ञांनी आत्तापर्यंत मीडियाचे लक्ष नासाऐवजी स्वत:कडे वळवून घेतले. त्यामुळे आता नासाच्या गौरवाच्या क्षणावर त्या शास्त्रज्ञाच्या चुकीमुळे घडलेल्या गोष्टीची छाया पडायला नको. ती पत्रकार परिषद संपेपर्यंत डॉ. मिंग यांची बातमी गुप्तच ठेवायला पाहिजे. लक्षात आले ना तुमच्या?''

त्या तंत्रज्ञाचा चेहरा पडला होता. तो कसेबसे म्हणाला, ''मी लपवतो त्यांची बॉडी.''

५९

समुद्र माणसांचे बळी किती निर्दयपणे घेतो हे टॉलन्डला चांगले ठाऊक होते; कारण आजवर त्याने अनेकदा समुद्रावरच्या सफरी केल्या होत्या. हिमनगाच्या त्या विस्तीर्ण माथ्यावरती तो गलितगात्र होऊन पडला होता. मिल्ने हिमनदीची विस्तृत बर्फभूमी त्याला आता मान वर करून पहावी लागत होती; परंतु त्याच्या दृष्टीला बर्फ भूमीची धूसर अशी बाह्यरेषा दिसत होती. एलिझाबेथ बेटापासून निघणारे समुद्रातील पाण्याचे जोरदार प्रवाह हे फिरत फिरत विस्तारत जातात. इतके, की शेवटी त्यांचा एक मोठा वेढा ध्रुवीय प्रदेशाला बसतो. टॉलन्डला हे चांगलेच ठाऊक होते; परंतु आत्ता त्याची काळजी करण्याचे कारण नव्हते. काही महिन्यांनी मात्र तसे घडावयास लागणार होते.

आपण येथे किती वेळ असहाय अवस्थेत पडून रहाणार, या प्रश्नाचे उत्तर टॉलन्डला ठाऊक होते. अंगावरती तो खास पोषाख नसता तर एव्हाना आपण केव्हाच मृत्यू पावलो असतो. *आता आपण तीस मिनिटेच जगू शकू... फार फार तर पंचेचाळीस मिनिटे.*

सुदैवाने त्या मार्क-फोर पोषाखाने त्यांचे शरीर कोरडे ठेवले होते. थंड हवेत जिवंत रहाण्यासाठी ही गोष्ट आवश्यक असते. पोषाखातील जेलमुळे उंचावरून पडण्याचा बराचसा धक्का शोषला गेला होता; पण आता त्यांच्या शरीरात जी काही थोडीफार उष्णता उरली होती ती निसटू न देण्याचे कार्य तो खास पोषाख करत होता; पण तरीही किती काळ ते तग धरून रहाणार होते? लवकरच त्यांना हायपोथर्मिया होणार होता. सुरुवातीला त्यांचे हातपाय टोकाकडून बधिर होत जाणार होते; कारण हळूहळू रक्तप्रवाह माघार घेत शरीरातील महत्त्वाच्या अवयवांपुरतेच काम करणार होता. फुप्फुस, हृदय व मेंदू हे ते महत्त्वाचे अवयव होते. येथले कार्य बंद पडू नये म्हणून शरीर धडपडणार होते. त्यानंतर अर्धवट बेशुद्धीला सुरुवात होणार होती. मग जसजशी नाडी व श्वासोच्छ्वास मंदावत जाईल तसतसे विचित्र भास होणार होते. मेंदूला ऑक्सिजनचा पुरवठा कमी कमी होत जाणार होता. मग

शरीर पुन्हा एकदा निकराचा प्रयत्न करून शरीरातील उष्णता राखून ठेवण्यासाठी धडपडणार होते. श्वासोच्छ्वास व हृदयाची स्पंदने चालू ठेवून शरीरातील बाकीच्या साऱ्या क्रिया बंद ठेवल्या जाणार होत्या. मग साहजिकच माणूस बेशुद्धीच्या प्रांतात शिरतो. शेवटी फुफ्फुसे व हृदय यांच्या क्रियांवरती नियंत्रण ठेवणारी मेंदूतील केंद्रे बंद पडणार होती. अशा रीतीने माणूस पूर्ण मृत होणार होता.

टॉलन्डला हे ठाऊक होते. त्याने आपले लक्ष रेचलकडे वळवले. तिला वाचवण्यासाठी आपण काहीतरी केले पाहिजे असे त्याला उत्कटतेने वाटू लागले.

रेचलला वाटले होते त्यापेक्षा तिच्या शरीरात पसरत जाणारा बधिरपणा तेवढा काही वेदनादायक नव्हता. हा बधिरपणा म्हणजे एक *नैसर्गिक मॉर्फिन* आहे, असे तिला वाटत होते. पडता पडता तिच्या डोळ्यांवरील संरक्षक गॉगल निसटून गेला होता. थंडीमुळे आपले डोळे मोठ्या कष्टाने ती उघडू शकत होती. जवळच टॉलन्ड व कॉर्की पडलेले तिला दिसत होते. टॉलन्ड तिच्याकडेच पहात होता व त्याच्या डोळ्यांत तिच्याबद्दल खेद व सहानुभूती दिसत होती. कॉर्की हलू शकत होता; पण तसे करताना त्याला खूप यातना होत. त्याच्या उजव्या गालाच्या हाडाला चांगलाच मार बसला होता व तो रक्ताळला होता.

रेचलच्या पुढे काही प्रश्न पडले होते. त्याची उत्तरे मनात शोधताना तिचे शरीर थरथरत होते. *ह्या साऱ्या प्रकारामागे कोण आहे? आणि का असे केले जात आहे?* तिच्या विचारात आता अडथळे येऊ लागले. आपल्यामध्ये एक प्रकारचा जडपणा तिला जाणवू लागला. तिला कशाचाच अर्थ लागत नव्हता. हळूहळू आपले शरीर बंद पडत चालले आहे आणि झोपी जाण्याची तीव्र ऊर्मी तिला होऊ लागली. जागे रहाण्यासाठी ती धडपडू लागली. तिच्या मनात रागाची एक भावना पेटून उठली. त्याच्या ज्वाळा तिने पसरू दिल्या.

त्यांनी आपल्याला ठार मारण्याचा प्रयत्न केला! तिने समोरच्या दर्याकडे पाहिले. तो जणू काही धमकी देत होता. आपल्याला मारण्यात हल्लेखोर जवळजवळ यशस्वी झाले आहेत. *आपण आता मेल्यात जमा आहोत. खरा मृत्यू यायला काही मिनिटे उरली आहेत.* मिल्ने हिमनदीच्या बर्फभूमीवरती कोणता जीवघेणा खेळ खेळला गेला आहे, याचे सत्य उमगायला ती बहुतेक जिवंत रहाणार नव्हती; पण तिला संशय आला होता. त्यासाठी कोणावर ठपका ठेवावा यावर तिचा काहीतरी विचार झाला होता.

नासाचा ॲडमिनिस्ट्रेटर एक्स्ट्रॉम याच्याकडेच तिच्या मते सारा दोष जात होता. त्यानेच आपल्याला तंबूच्या बाहेर पाठवले. त्याचे अमेरिकी लष्कराशी संबंध आहेत; कारण तो पूर्वी पेन्टॅगॉनमध्ये काम करत होता. तसेच त्याचे स्पेशल

ऑपरेशन्स खात्याशीही चांगले संबंध आहेत; *परंतु ती उल्का समुद्राच्या पोटातून हिमनदीमध्ये घुसवण्याने त्याचा काय लाभ होणार होता? किंवा जे कोणी त्या प्रकारामागे आहे त्यांनाही यामुळे काय मिळणार होते?*

रेचलच्या मनात राष्ट्राध्यक्ष झॅक हर्नी यांचाही विचार तरळून गेला. ते या कारस्थानामागचे सूत्रधार असतील का? किंवा या अज्ञात खेळात त्यांचा एखाद्या प्याद्यासारखा उपयोग करून घेतला होता का? अध्यक्षांना यातले काहीही ठाऊक नाही. ते याबाबतीत अजाण आहेत. नासानेच अध्यक्षांच्या मनात काहीतरी भरवून दिलेले असणार हे उघड दिसते आहे.

उल्केचा शोध जाहीर करण्यापासून अध्यक्ष आता फक्त एक तासाच्या अंतरावरती आहेत. शिवाय हा शोध जाहीर करताना त्यांच्याजवळ आता माहितीपट आहे. एक प्रत्यक्षदर्शी पुरावा आहे. शिवाय त्यात माझ्यासकट तीन शास्त्रज्ञांचा दुजोराही टिपलेला आहे.

होय, त्याच त्या चार मृत व्यक्ती!

तासाभराने होणारी ती पत्रकार परिषद कसेही करून थोपवायला हवी; पण रेचल त्यासाठी काहीही करू शकत नव्हती; परंतु तिने आपल्या मनात शपथ घेतली होती की ज्यांनी कोणी हे सारे घडवून आणले त्यांना बिलकूल सोडायचे नाही.

त्या विचारासरशी तिच्यामध्ये एक नवीन बळ संचारले. तिने उठून बसायचा प्रयत्न केला; पण तिची गात्रे दगडाची बनली होती. शरीराच्या प्रत्येक सांध्यातून वेदनेच्या कळा उमटत होत्या. तिने कसेबसे आपले हातपाय वाकवले. हळूहळू ती आपल्या गुडघ्यावर आली. तिने रांगण्याचा पवित्रा घेतला. खालचा बर्फ नीट न्याहाळला. तिचे डोके भिरभिरू लागले होते. तिच्या भोवतालचा समुद्र फिरू लागला, घुसळू लागला. टॉलन्ड तिच्या जवळच पडला होता. तो कुतूहलाने तिच्याकडे पहात होता. आपण आता प्रार्थना करणार आहोत म्हणून हा पवित्रा घेतला आहे, असे त्याला वाटत असावे हे तिच्या मनात येऊन गेले. ती जे आता करणार होती ती एक प्रकारची प्रार्थना होती, याचना होती, मदतीची हाक होती.

आपल्या कडक झालेल्या हाताने तिने कंबरेला लटकावलेली बर्फाची छोटी कुऱ्हाड चाचपडली. कडक झालेल्या बोटांनी कुऱ्हाडीची मूठ पकडली. मग शरीरातील सारे बळ एकवटून तिने खालच्या बर्फावरती आघात केला. *थड्...!* पुन्हा एकदा आघात केला *थड्...!* आपल्या शरीरातील रक्त काकवीसारखे घट्ट झाले आहे असे तिला वाटले; पण तरीही तिने जोर करून परत आघात केला. *थड्...!* टॉलन्ड तिच्याकडे गोंधळून पहात होता. पुन्हा एकदा रेचलने ती छोटी कुऱ्हाड बर्फभूमीवरती आपटली. *थड्...!*

टॉलन्डने आपल्या कोपरावर भार देऊन डोके वर केले व तिला हाक मारली,

"रे...चल?"

तिने त्याच्या हाकेला ओ दिली नाही. तिला आपल्या अंगातील शक्ती फक्त आपटण्याची कृती करण्यासाठी राखून ठेवायची होती. *थड्... थड्...*

टॉलन्ड म्हणत होता, "आपण... आपण खूप उत्तरेकडे आहोत... एसएएला... ते ऐकू जाणार नाही..."

रेचलने त्याच्याकडे वळून पाहिले. तिला त्याच्या म्हणण्याचे आश्चर्य वाटले. टॉलन्ड हा एक सागरवैज्ञानिक आहे हे ती विसरली होती. त्याने कदाचित आपण काय करतो आहोत हे ओळखले असावे. *बरोबर कल्पना केली आहे... पण मी एसएएला बोलवत नाही.*

बर्फावर आघात करण्याचे काम तिने चालूच ठेवले.

SAA हा संक्षेप Suboceanic Acoustic Array या यंत्रणेचा होता. अमेरिका व रशिया यांच्यामध्ये जे एके काळी शीतयुद्ध चालू होते त्याची ती यंत्रणा म्हणजे एक अवशेष होता.

पाण्याखालचे आवाज शेकडो मैल दूरवर जाऊ शकत असल्याने एकूण ५९ मायक्रोफोन पाण्यात जगभर पूर्वी बसवले गेले होते. एवढ्या थोड्या संख्येने असले तरीही समुद्रातील बहुतेक आवाज टिपता येत होते. पूर्वी ते जहाजांचे आवाज टिपण्यासाठी वापरले जात; पण आता शास्त्रज्ञांकडून या मायक्रोफोनच्या जाळ्याचा उपयोग करून देवमाशांच्या प्रवासाचा मागोवा घेता येत होता; पण रेचलला आणखी एक वेगळी गोष्ट ठाऊक होती. समुद्रतळावरती आणखीही कोणीतरी ध्वनी टिपत होते. ते या पाण्यातल्या आवाजांकडे आपले कान लावून बसले होते. त्यांचा पत्ता कोणालाही नव्हता. ती बर्फावर आघात करत राहिली. तिच्या आघातांमधून दिला जाणारा निरोप साधा होता, पण स्वच्छपणे समजणारा होता.

थड् थड् थड्

थड्... थड्... थड्...

थड् थड् थड्

रेचल ती कृती निर्धारपूर्वक करत होती. त्या कृतीमागे कसलीही भ्रामक कल्पना नव्हती. आपला मृत्यू जवळ येत चालला आहे याचीही तिला कल्पना होती. आत्ताच तिला सारे शरीर आवळले जात असल्याची भावना होऊ लागली होती. आपण अजून अर्धा तास तरी जिवंत राहू की नाही याची शंका तिला वाटत होती. सुटका करण्यास कोणी येण्याची शक्यता आता कल्पनेपलीकडची होती; पण तरीही ती बर्फभूमी ठोकत राहिली.

थड् थड् थड्

थड्... थड्... थड्...

थड् थड् थड्

"आता... आता फार... थोडाच वेळ... उरला आहे." टॉलन्ड क्षीण आवाजात म्हणाला.

पण मी माझ्यासाठी, जीव वाचवण्यासाठी हे करत नाही. माझ्या खिशात तो प्रिंटआऊट आहे. त्यावरची माहिती महत्त्वाची आहे. त्यासाठी ही धडपड आहे. रेचलने जीपीआर यंत्रातून बाहेर आलेल्या कागदावरील आकृती नजरेसमोर आणली. *मला हा प्रिंटआऊट एनआरओच्या हातात पडू द्यायचा आहे... अन् शक्य तितक्या लवकर.*

अर्धवट बेशुद्धीच्या अवस्थेत असतानाही रेचलला खात्री होती, की आपला निरोप स्वीकारला जाणार. १९८५ सालच्या सुमारास एसएएच्या ध्वनियंत्रणेऐवजी नवीन यंत्रणा बसवली. शेकडो संवेदनक्षम मायक्रोफोन्सचे जाळे समुद्रतळावरती पसरवण्यात आले. पूर्वीच्या एसएएपेक्षा ते तीसपट अधिक प्रभावी होते. त्यामुळे साऱ्या जगातील समुद्रांमधल्या आवाजावरती लक्ष ठेवता येत होते. त्यावरती सव्वा कोटी डॉलर्स खर्च केले होते. आता एनआरओचे कान सर्व समुद्रतळावरती पसरले होते. नंतरच्या काही तासांत एनआरओकडे असलेल्या 'क्रे' या इंग्लंडमधील महासंगणकावर गेल्या काही तासांतील टिपलेल्या सर्व ध्वनींचे विश्लेषण केले जाणार होते. मग तिथला ऑपरेटर आर्क्टिक महासागरात पेरलेल्या हायड्रोफोनकडून आलेल्या ध्वनीमधील आवाजाची विशिष्ट आवर्तने वेगळी काढणार होता. त्याचा अर्थ लावणार होता. तो अर्थ 'एसओएस' असा निघणार होता. मग त्या आवाजाचा उगम शोधण्यासाठी किमान तीन दूरदूरच्या हायड्रोफोन्सकडून आलेल्या त्या आवाजाच्या तीव्रतेनुसार तीन वर्तुळे काढून त्याच्या छेदनबिंदूपाशी आवाजाचा उगम आहे हे ठरवले जाणार होते. अशा रीतीने त्या उगमाचे अक्षांश-रेखांश कळणार होते. मग तिथे पहाणी करण्यासाठी एक रेस्क्यू विमान ग्रीनलंडच्या थुले येथून निघेल. त्या विमानाला मग तीन देह एका हिमनगावरती दिसतील. गोठून गेलेले. मृत झालेले. त्यातला एक देह एनआरओच्या कर्मचाऱ्याचा असणार... अन् त्या कर्मचाऱ्याच्या खिशात एक कागद सापडेल.

एका जीपीआर यंत्रणेचा प्रिंटआऊट!

नोरा मॅन्गोर हिच्या कामाचा शेवटचा पुरावा.

जेव्हा त्या प्रिंटआऊटचा अभ्यास केला जाईल तेव्हा उल्केच्या खाली असलेला तो गूढ बोगदा समजून येईल. त्यानंतर पुढे काय काय घडत राहील याची रेचलला कल्पना करता येईना; पण एक नक्की घडेल, की ती गुप्त माहिती इथल्या बर्फभूमीवर मृत पावणार नव्हती.

६०

व्हाईट हाऊसमध्ये जेव्हा एखादा राष्ट्राध्यक्ष बदलून नवीन येतो तेव्हा एक गोष्ट हटकून घडते. नवीन राष्ट्राध्यक्षाला तीन गोदामांमधून फिरवून आणले जाते. त्या गोदामांवरती चोवीस तास अत्यंत कडक पहारा ठेवलेला असतो. त्यामध्ये भूतकाळातील सर्व राष्ट्राध्यक्षांनी जमवलेल्या दुर्मिळ व मौल्यवान वस्तूंचा आणि वापरलेल्या सर्व वस्तूंचा संग्रह करून ठेवलेला आहे. त्यात पडदे, फर्निचर, चांदीची भांडी, पलंग वगैरे बऱ्याच गोष्टी असतात. हा संग्रह पार जॉर्ज वॉशिंग्टनच्या काळापासून जतन केलेला आहे. ते सर्व पाहिल्यावर नवीन अध्यक्ष त्यातल्या त्याला पाहिजे असलेल्या वस्तू, फर्निचर निवडून त्याच्या साहाय्याने व्हाईट हाऊस सजवतो. फक्त व्हाईट हाऊसमधील 'लिंकन रूम'मधील पलंग तिथे तसाच जतन करून ठेवला आहे. लिंकनचा हा पलंग कोणीही वापरत नाही; परंतु गंमत अशी, की खुद्द लिंकनसुद्धा त्या पलंगावरती कधीही झोपला नव्हता.

सध्याचे अध्यक्ष झॅक हर्नी ओव्हल ऑफिसमधील जे टेबल वापरत होते ते टेबल त्यांचा एके काळचा आदर्श पुरुष हॅरी ट्रूमन वापरत होता. आधुनिक युगातील मापदंडानुसार ते टेबल तसे लहान आहे. झॅक हर्नी तिथे बसून काम पहात असल्याने लाल फितीच्या कारभारातील सरकारी कागदपत्रे पुढे सरकत सरकत शेवटी या टेबलवर येऊन थांबायची. त्या कागदपत्राबद्दलची येथून पुढची सारी जबाबदारी हर्नी यांच्यावर पडायची. हर्नी यांनीही ती जबाबदारी आनंदाने स्वीकारली होती. त्यासाठी ते आपल्या कर्मचाऱ्यांकडून संबंधित कामे करवून घ्यायचे, त्यांना प्रेरित करायचे आणि त्यांच्यावर लक्ष ठेवायचे.

"मिस्टर प्रेसिडेंट?" हर्नींचा सेक्रेटरी त्यांच्या ऑफिसात डोकावून सांगत होता, "तुमच्यासाठी फोन आहे."

अध्यक्ष 'थँक यू' म्हणून फोनपाशी गेले. फोनवर बोलण्यासाठी त्यांना खासगीपणा हवा होता; पण आता तसा खासगीपणा मिळणे शक्य नव्हते; कारण त्यांच्यासमोर मेकअप करणारे दोघेजण हजर होते. एखाद्या चिलटाप्रमाणे ते सारखे अध्यक्षांच्या भोवती भोवती करत होते. निरनिराळ्या कोनातून त्यांचा चेहरा न्याहाळणे, मध्येच नाकाच्या शेंड्यावर थोडासा रंग ब्रशने लावणे, केसांची रचना जराशी बदलून पहाणे अशी त्यांची कामे चालू होती. एक तासावर ती महत्त्वाची पत्रकार परिषद येऊन ठेपली होती. अध्यक्ष कुठेही गेले तरी त्यांच्या मागे मागे ते मेकअपमन जायचे. अध्यक्षांच्या टेबलासमोर टेलिव्हिजनचे कर्मचारी उभे होते. त्यांच्या यंत्रांची जुळवाजुळव ते करत होते. शिवाय अध्यक्षांची सल्लागार मंडळी उभी होती. ऐन वेळी कोणाला काय सुचेल त्याचा नेम नव्हता. शिवाय जनसंपर्काचे काम पहाणारी माणसे

ऑफिसमध्ये आणि ऑफिसाबाहेर घिरट्या घालत होती. अत्यंत उत्तेजित होऊन ते पुढच्या डावपेचांबद्दल चर्चा करत होते.

टी मायनस वन अवर! प्रसारणाला आता एक तास उरला!

अध्यक्षांनी आपल्या खासगी टेलिफोनवरील प्रकाशित बटण दाबले आणि म्हटले, ''एक्स्ट्रॉम लॉरेन्स? तुम्हीच आहात ना?''

''होय, मीच आहे.'' नासाच्या ॲडमिनिस्ट्रेटरचा आवाज क्षीण झाला होता. त्यामुळे तो खूप दुरून बोलतो आहे असे भासत होते.

''तिकडे सर्व काही ठीक आहे ना?''

''आमच्या दिशेने अजूनही एक वादळ येते आहे; पण माझी माणसे सांगत आहेत की त्यामुळे उपग्रहाद्वारे संपर्क करण्यात कोणतीही अडचण येणार नाही. आमची तयारी चांगली झालेली आहे. एक तास उरला आहे आणि आम्ही प्रत्येक मिनिट मोजतो आहोत.''

''छान! तुम्ही सर्वजण खूप खुषीत आहात असे धरून चालतो.''

''होय. माझा सारा स्टाफ भलताच उत्तेजित झाला आहे. आत्ताच साऱ्या जणांनी बीअर पिऊन आपला आनंद व्यक्त केला.''

अध्यक्ष हसून म्हणले, ''हे ऐकून बरे वाटले. असे पहा, मी तुम्हाला मुद्दाम एवढ्यासाठी फोन केला, की कार्यक्रमाआधी मला तुमचे आभार मानायचे आहेत. नंतर कदाचित मला वेळ होणार नाही. आजची रात्र एकदम जोरदार ठरणार.''

यावर थोडे थांबून ॲडमिनिस्ट्रेटर बोलू लागला; पण त्याच्या आवाजात नेहमीचा ठामपणा नव्हता, किंचित चाचरणे होते. तो म्हणाला, ''होय, होईल खरे तसे. आम्ही याच क्षणाची बराच काळ वाट पहात होतो.''

थोडेसे कचरत अध्यक्ष म्हणाले, ''तुमचा आवाज मला थकलेला वाटतो.''

''मला थोडासा सूर्यप्रकाश आणि झोपायला एक खराखुरा पलंग हवा आहे.''

''थोडी कळ काढा. फक्त एक तास उरला आहे. कॅमेरा समोर आल्यावरती चेहऱ्यावर हसू आणा. तो क्षण साजरा करा. मग आम्ही येथून एक विमान पाठवून तुम्हाला इकडे वॉशिंग्टनमध्ये आणू.''

''होय, आम्ही त्याची वाट पाहू.'' एवढेच बोलून एक्स्ट्रॉम गप्प बसला.

समोरच्या व्यक्तीशी बोलणी करण्यात, त्याच्या मनातले ओळखण्यात, त्याच्या वाक्यांमागचा खरा अर्थ शोधण्यात अध्यक्ष अत्यंत तरबेज होते. ॲडमिनिस्ट्रेटरच्या आवाजात काहीतरी, कुठे तरी खटकल्यासारखे त्यांना वाटत होते. काहीतरी बिनसले आहे हे त्यांनी हेरले. ते म्हणाले, ''तिकडे सर्व काही ठीक आहे याची तुम्हाला खात्री आहे ना? नक्की सर्व ठीक आहे?''

''अगदी संपूर्णपणे. सर्व काही सुरळीत चालले आहे.'' एक्स्ट्रॉम विषय

बदलण्यासाठी उत्सुक होता. तो पुढे म्हणाला, "आम्ही टॉलन्डच्या माहितीपटाचे फायनल कट्स तुम्हाला पाठविले. तुम्ही पाहिले ते?"

"नुकतेच पाहिले. त्यांनी खरोखर एक अफलातून काम करून दाखवले आहे."

"हो ना. तुम्ही त्यांना यासाठी बोलावून घेतले हे बरे झाले."

"पण तरीही अजून ते कुरकूर करत आहेत का? त्यांच्या मते सिव्हिलियन शास्त्रज्ञांना यात ओढायला नको होते."

"होय." एक्स्ट्रॉमच्या आवाजात आता नेहमीचा जोर आला होता.

त्यामुळे अध्यक्षांना मनातून बरे वाटले. *एक्स्ट्रॉम हा ठीक दिसतो आहे. फक्त थोडासा थकलेला वाटतो.* "ठीक आहे, मग तासाभराने मी तुम्हाला उपग्रहाद्वारे भेटतो आहेच. पत्रकारांनी विचारावे म्हणून आपण काहीतरी बातचीत करूच."

"होय."

मग आपला आवाज एकदम खाली आणून अध्यक्ष म्हणाले, "तुम्ही एक फार चांगली कामगिरी यशस्वी करून दाखवली. मी ते कधीही विसरणार नाही."

डेल्टा-थ्री घसरगाडीतून बाहेर पडलेल्या साऱ्या वस्तू गोळा करत होता. त्याने ती उलटलेली घसरगाडी सरळ करून ठेवली. त्यात ते सामान भरले. जेव्हा सर्व सामान, यंत्रसामुग्री गाडीवर चढवली गेली तेव्हा त्याने त्यावरचे प्लॅस्टिकचे झाकण लावून त्याची खिट्टी लावून टाकली. मग त्याने नोरा मॅन्गोर हिचा निष्प्राण देह उचलून त्या झाकणावर ठेवला व दोरीने घसरगाडीला बांधून टाकला. जेव्हा तो ती घसरगाडी ढकलण्याच्या बेतात होता तेव्हा त्याचे दोन्ही साथीदार तिथे येऊन पोहोचले.

"आपली योजना बदलली, " डेल्टा-वन याने वाऱ्याच्या आवाजात ऐकू जावे म्हणून थोड्या मोठ्याने त्याला सांगितले. "बाकीचे तिघे कड्यावरून पलीकडे गेले."

डेल्टा-थ्री याला त्याचे आश्चर्य वाटले नाही. त्याला त्या वाक्याचा अर्थ समजला. मूळच्या योजनेनुसार त्या चारही जणांना येथे अपघाती मृत्यू आल्याचे दर्शवावयाचे होते; पण आता तसे दृश्य निर्माण करता येत नव्हते. एकच मृतदेह मागे सोडून देणे म्हणजे हजारो शंका निर्माण होण्यासारखे होते.

कड्यावरून परत येताना डेल्टा-वन ते तीन शास्त्रज्ञ ज्या मार्गाने गेले त्याच मार्गाने आला. त्याने खात्री करून घेतली की तिघेही निघून गेल्याच्या कोणत्याही खुणा आता बर्फात दिसत नाहीत. वादळी वाऱ्याने त्या साऱ्या पुसून टाकल्या होत्या. मग ते तिघेही ती घसरगाडी, त्यावरील यंत्रसामुग्री आणि नोराचा बांधलेला देह घेऊन

कड्याकडे निघाले. वाटेतले ते तीन उंचवटे ओलांडताना त्यांना कष्ट घ्यावे लागले. मग कड्यापाशी आल्यावर त्यांनी धक्का देऊन ती घसरगाडी, त्यातील सामान व नोराचा मृतदेह वरून ढकलून दिला. खालच्या समुद्रात ते सारे शांतपणे जाऊन पडले व बुडाले.

पार निपटले. डेल्टा-थ्रीला मनात तसे वाटले.

परत आपल्या तळाकडे जाताना त्यांना आपल्या घसरपट्टीच्या खुणाही वाऱ्याने पुसल्या गेल्या म्हणून बरे वाटले. चार व्यक्ती नाहीशा झाल्या. त्यांची नामोनिशाणीही मागे उरली नाही.

६१

'शार्लोत' नावाची अमेरिकेची अणुपाणबुडी आर्क्टिक समुद्रात पाच दिवसांसाठी तळ ठोकून होती. तिचे येथले वास्तव्य ही एक अतिगुप्त समजली जाणारी गोष्ट होती. नौदलातील दोन-तीन सर्वोच्च अधिकाऱ्यांनाच ही गोष्ट ठाऊक होती.

ती पाणबुडी 'लॉस एंजेलिस' या प्रकारात मोडणारी होती. नौदलाच्या भाषेत 'एलए-क्लास' असे म्हटले जायचे. शार्लोतची रचना ही खास करून आपले अस्तित्व जाणवू न देता अन्य जहाजे, पाणबुड्या आणि पाण्यातील वाहने यांचे आवाज ऐकण्यासाठी केलेली होती. कोणत्याही इंजिनाचा आवाज पाण्यात सहज दूरवर पसरतो. तो आवाज टिपून त्या इंजिनाची ताकद ओळखता येते, ते जहाज, बोट वगैरे आहे का हेही ओळखता येते. शिवाय आवाजाचा उगम किती अंतरावर, कोणत्या दिशेने आहे हेही सहज समजते. शार्लोतच्या ४२ टनी टर्बाईन इंजिनाची स्थिती अनेक स्प्रिंगच्या साहाय्याने अशी ठेवली होती, की त्या इंजिनाची कंपने वाटेतच जिरून जावीत. ही पाणबुडी आकाराने फार लांबलचक होती. जगातील ती सर्वांत मोठी पाणबुडी होती. तिची लांबी पुढच्या नाकापासून मागच्या शेपटापर्यंत ३६० फुटांपेक्षा जास्त होती. तिचा मुख्य भाग एखाद्या फुटबॉलच्या मैदानावरती ठेवला तर दोन्ही गोलपोस्ट सहज चिरडले जातील. अमेरिकी नौदलाची अशीच एक पाणबुडी पूर्वी होती. हॉलंड-क्लासची ती पाणबुडी त्या वेळी सर्वांत मोठी समजली जायची; पण शार्लोत ही त्याहीपेक्षा सातपट मोठी होती. जेव्हा ती पाण्यात पूर्ण बुडे तेव्हा तिच्याकडून ६,९२७ टन पाणी बाजूला सारले जायचे. पाण्यातला तिचा वेग हा ताशी ३५ नॉट्स एवढा जबरदस्त होता. शत्रूची जहाजे, पाणबुड्या यांचा माग आवाजावरती काढायचा आणि त्यांच्यापाशी आवाज न करता जाऊन हल्ला करायचा यासाठी ती पाणबुडी बांधली होती.

समुद्राच्या पाण्यात जसजसे खोल जावे तसतसे तापमान कमी कमी होत जाते.

कमी-अधिक तापमानाच्या पाण्यातून ध्वनिलहरी जाताना त्यांचे वक्रीभवनही कमी-अधिक होते; पण एका ठरावीक मर्यादेखाली गेल्यावर, थर्मोक्लाईन रेषेखाली गेल्यावर ध्वनिलहरींचे अंतर्गत परावर्तन होते. इंजिन थांबवून आवाज न करता पाण्यात उभे राहिलेल्या पाणबुडीचे अस्तित्व शोधताना बोटीवरून पाण्यात ध्वनिलहरी सोडतात. त्या समोर जाऊन पाणबुडीवर आपटून परत जहाजाकडे येतात. त्यावरून जहाजाला आपल्यापासून कुठे, किती अंतरावर आणि किती खोल पाणबुडी आहे हे सहज कळते; परंतु थर्मोक्लाईन रेषेच्याही खाली पाणबुडी गेली तर मात्र काहीही समजू शकत नाही. एवढ्या खोल पाणबुड्या सहसा जाऊ शकत नाहीत; परंतु शार्लोत तेवढ्या खोलीवर सहज जाऊन पोहोचे. त्यामुळे युद्धात हिचे अस्तित्व शत्रूच्या जहाजांना कळण्याची सुतराम शक्यता नव्हती. शार्लोत १५०० फुटांपेक्षा जास्त खोलीवर जाऊ शकत असे. कधी कधी शत्रूच्या जहाजांवरून पाण्यात रडार लहरी सोडूनही पाणबुडीचा वेध घेतला जाई; परंतु रडार लहरी इतक्या खोल पाण्यात घुसू शकत नसल्याने शार्लोतचे अस्तित्व याही मार्गाने समजू शकत नसे.

शार्लोत पाणबुडी म्हणजे पाण्याखालील वाहने आणि अवाढव्य ताकदीची जहाजे यांचा एक उत्कृष्ट संगम होता. या पाणबुडीवर १५८ कर्मचारी काम करत असतात. आतमध्ये ऑक्सिजनचा पुरवठा करण्यासाठी विजेच्या साहाय्याने पाण्याचे विघटन करून ऑक्सिजन मिळवला जाई. संपूर्ण पाणबुडी अणुशक्तीवर चालत होती. तेवढ्यासाठी आतमध्ये दोन अणुभट्ट्या होत्या. त्यामुळे मनात आले तर कुठेही न थांबता व पाण्याबाहेर डोके न काढता ही अणुपाणबुडी सबंध जगाला २१ वेळा प्रदक्षिणा मारू शके. शार्लोत पाणबुडीतील कर्मचाऱ्यांनी उत्सर्जित केलेला मळ हा समुद्रात टाकून दिला जाई; पण त्याआधी तो दाबून त्याचे ३० किलो वजनाच्या ठोकळ्यात रूपांतर केले जाई. अनेक मोठ्या क्रूझरवरती अशीच व्यवस्था असते. पाणबुडीतील खलाशी त्या ठोकळ्यांना विनोदाने Whale Turds (देवमाशांचे शेणगोळे) असे म्हणत.

शार्लोत पाणबुडीमध्ये एक 'सोनार रूम' होती. येथे पाण्यातून आलेले ध्वनी टिपण्याचे, गरज पडेल तर ते ध्वनिमुद्रित करण्याचे काम चाले. आवाज ऐकून तो कशाचा आहे हे ओळखणारी तज्ज्ञ माणसे येथे काम करत होती. त्यांच्याएवढी निष्णात माणसे जगात शोधून सापडणार नाहीत. त्यांचे मन म्हणजे असंख्य प्रकारच्या आवाजांचा एक शब्दकोश असतो. पूर्वी ऐकलेला वैशिष्ट्यपूर्ण आवाज ते कधीही विसरत नाहीत. तसेच, त्या आवाजाचा ऑसिलोस्कोपवरती उमटणाऱ्या वेव्हफॉर्मचे चित्रही ते विसरत नाहीत. दहा-बारा रशियन पाणबुड्या आल्या तर ते प्रत्येक पाणबुडीच्या पंख्याचा वेगवेगळा आवाज इतर आवाजांच्या गर्दीतही सहज ओळखून दाखवू शकतात. तसेच हजारो समुद्री जीवजातींचे आवाज, समुद्रातील

ज्वालामुखींचे आवाज हेही ते सहज ओळखू शकतात. खरोखरच मानवी श्रवणशक्तीची कमाल आहे!

आता तसाच एक तंत्रज्ञ ऑसिलोस्कोपसमोर बसला होता. त्याच्या कानावर हेडफोनमधून एक बद्द आवाज ऐकू येत होता; पण तो आवाज सारखा होत होता. त्याच्या सतत होण्यात काहीतरी सुसंगती होती. अन् मुख्य म्हणजे तसा आवाज येथे समुद्रामध्ये अत्यंत अनपेक्षित होता.

त्या तंत्रज्ञाने आपल्या कॅटलॉग असिस्टंटला म्हटले, "तुला मी काय ऐकतो आहे हे कळले तर आश्चर्य वाटेल." असे म्हणून आपल्या कानाचे हेडफोन्स त्याने त्याच्याकडे दिले.

त्या असिस्टंटने आपल्या कानावर ते हेडफोन्स चढवले अन् त्याच्या चेहऱ्यावर आश्चर्याचे भाव प्रकट होत गेले. "बाप रे! यामागचा संदेश अगदी स्वच्छ आहे. आपण काय करायचे आता?"

परंतु त्याला उत्तर देण्याच्या भानगडीत न पडता त्या तंत्रज्ञाने सरळ कॅप्टनला फोन लावला.

जेव्हा पाणबुडीचा कप्तान सोनार रूममध्ये आला तेव्हा येणारा आवाज त्याने स्पीकरफोनमधून उमटवून तो ऐकवू लागला.

थड् थड् थड्

थड्... थड्... थड्...

थड् थड् थड्

त्या आवाजामधल्या संदेशात सांकेतिक अर्थ भरला होता. 'थड् थड् थड्' म्हणजे S. थड्... थड्... थड्.... म्हणजे O. मग परत 'थड् थड् थड्' परत S. अशा रीतीने तारायंत्राच्या मोर्स संकेतानुसार हा S-O-S असा शब्द तयार होतो. जगभर सर्वत्र हाच शब्द आणीबाणीसाठी, मदत मागण्यासाठी वापरला जातो. मग तो तारायंत्रातून कट्टकट्टकट्ट, कड कड कड, कट्टकट्टकट्ट अशा आवाजात काढा किंवा कोणत्याही आवाजात काढा. अर्थ तोच. *आणीबाणी. आम्ही संकटात आहोत. धावा. मदत करा.* रेचल तोच निरोप पाठवत होती; पण ती लवकरच थकत गेली. संदेश पाठवणे हळूहळू होत गेले. हळूहळू आवाजाची तीव्रताही कमी कमी होत गेली.

कॅप्टनने विचार करून म्हटले, "व्हॉट आर द कोऑर्डिनेट्स? कोठून आवाज येतो आहे?"

तंत्रज्ञाने आपला घसा साफ करत म्हटले, "सर, तो वरतून पृष्ठभागावरून येतो आहे. आपल्या उजवीकडे तीन मैलांवरून तो आवाज येतो आहे."

६२

सिनेटर सेक्स्टनच्या फ्लॅटमधील बोळात अंधार होता. त्या अंधारात गॅब्रिएल उभी होती. तिचे पाय थरथरत होते. थकल्यामुळे किंवा बराच वेळ उभे राहिल्यामुळे ते थरथरत नव्हते. तिने जे काही ऐकले त्यामुळे तिचा जो भ्रमनिरास झाला त्यामुळे ते थरथरत होते. समोरच्या खोलीत अजूनही ती बैठक चालू होती, चर्चा झडत होती; पण आता गॅब्रिएलला एकही शब्द ऐकण्याची इच्छा उरली नाही. तिने जे सत्य ऐकले ते तिला वेदनादायक होते.

सिनेटर सेक्स्टन हे खासगी अंतराळ उद्योगांकडून लाच घेत असतात. मार्जोरी तिला हेच सत्य सांगत होती.

गॅब्रिएलमध्ये आता एकदम बदल झाला. तो बदल तिच्या शरीरात पसरत गेला. आपला विश्वासघात केल्याचे तिला जाणवले. हा आघात तिच्यावरती फार मोठा होता. तिने सेक्स्टनवरती विश्वास टाकला होता. त्याच्यासाठी तिने राजकारणात संघर्ष पत्करला, झुंज दिली. *मग असे असताना त्याने असे का केले?* आपल्या खासगी जीवनाचे संरक्षण करण्यासाठी सिनेटर सार्वजनिकरीत्या सफाईने खोटे बोलत होता. तो एक राजकारणाचा भाग होता; पण येथे आता तसे नाही. येथे तर सरळ सरळ कायदा मोडला जात आहे.

अजून निवडून आले नसताना हे सरळ व्हाईट हाऊस विकायला निघालेत?

तिला कळून चुकले की आपण फार वेळ सिनेटरला साथ देऊ शकणार नाही. नासाचे खासगीकरण करण्याचा ठराव पास करण्याचे वचन आधीच देणे हा कायदा व लोकशाही पद्धत यांची अपमानास्पद पायमल्ली करण्यासारखे आहे. जरी सिनेटरचे म्हणणे हे सर्वांच्या हिताचे आहे असे मानले, तरी तो भावी कायदा आधीच राबवायला लागणे म्हणजे सरकारी खजिन्याची दारे आपटून बंद करण्यासारखे आहे. कोणताही नवीन कायदा पास होताना काँग्रेसच्या सभागृहातील सर्व सभासद, सल्लागार, मतदार, त्या कायद्याचे प्रचारक वगैरे सर्वांना आपले विचार व मते व्यक्त करावयास मिळतात. त्यातून मग मंथन होऊन बहुमताच्या आधारे कायदा अस्तित्वात येतो. सर्वांत महत्त्वाचे म्हणजे सिनेटर सेक्स्टन याने प्रामाणिक गुंतवणूकदारांची पर्वा न करता, त्यांचे हित न पहाता फक्त श्रीमंत वर्गावर बेधडक कृपा करावयाचे ठरवले. अन् हे सर्व लोकशाही पद्धत धुडकावून लावून, निवडणूक येण्याआधी ठरवणे म्हणजे चक्क एक कट-कारस्थान या प्रकारात मोडते. नासाचे खासगीकरण करावे की न करावे यावरती वेगवेगळी मते असू शकतील. आपण निवडून आलो तर काय करू ही गोष्ट जाहीरनाम्याची बाब होऊ शकत; परंतु तसे सर्व काही घडणार असे समजून आधीच नासाची वाटणी खासगी उद्योजकात करणे

हे भलतेच आहे. अनेक नैतिक संकेत मोडणारे आहे.

तिला या प्रकाराची घृणा आला; पण आपण आता काय करावे हे तिला समजेना.

तिच्यामागून मोबाइल फोनच्या घंटीचा कर्कश आवाज तिला ऐकू आला. त्या अंधाऱ्या बोळातील शांतता भंग पावली. ती दचकली व मागे वळली. तिथे एका दारे नसलेल्या कपाटात काही कोट टांगून ठेवलेले होते. बैठकीला आलेल्या उद्योगपतींचे ते कोट होते. त्यातल्या एका कोटाच्या खिशातील मोबाइल वाजत होता.

"एक्स्क्यूज मी," असे कोणीतरी आतमध्ये घोगरट आवाजात बोलले. ज्याचा फोन आहे ती व्यक्ती उठून इकडे येणार व फोन घेणार हे गॅब्रिएलने ओळखले. आतमध्ये खुर्ची सरकवल्याचा आवाज ऐकू आला. ती चटकन मागे वळून धावत गेली. त्या बोळात एक जाजम अंथरलेले असल्याने तिच्या पावलांचा आवाज झाला नाही. फ्लॅटमधील स्वयंपाकघराचे दार उघडे होते. आत काळोख होता. ती चटकन आत शिरून लपली. पुढच्याच क्षणी तो काऊबॉय हॅट घातलेला उद्योगपती बाहेर आला होता.

त्याला कसलाही संशय आला नाही की काहीही दिसले नाही. त्याच्या डोक्यात फक्त फोनचा विचार असावा.

गॅब्रिएलला बोळातील आवाज ऐकू येऊ लागला. तो माणूस कोट चाचपत होता. तिथे टांगून ठेवलेल्या कोटांची सळसळ तिला ऐकू आली. त्याला आपला कोट सापडला व त्याने खिशातील मोबाइल फोन काढून कानाला लावला.

"या?... व्हेन?... रिअली? वुइ विल स्विच इट ऑन. थँक्स." त्या माणसाने मोबाइल परत कोटाच्या खिशात ठेवून दिला व तो घाईघाईने खोलीत परतला. आत गेल्यावर तो मोठ्याने म्हणाला, "आपला टी.व्ही. लावा. झॅक हर्नी हा एक तातडीची पत्रकार परिषद घेणार आहे. रात्री आठ वाजता. सर्व चॅनेल्सवरती दाखवणार आहेत. चीनशी युद्ध सुरू झाले काय? का ते इंटरनॅशनल स्पेस स्टेशन समुद्रात कोसळले? काय झाले ते कळत नाही."

"स्पेस स्टेशन समुद्रात कोसळले असेल तर आनंदच आहे," कोणीतरी म्हणाले.

यावर सर्वजण हसले. मग एकजण म्हणाला, "मग त्यासाठी आणखी एक राऊंड होऊन जाऊ दे."

परत एकदा पेले भरले गेले. पुन्हा एकदा काचपात्रांचा नाजूक किणकिणाट झाला. त्या मागोमाग 'चीअर्स'चे चीत्कार उमटले.

गॅब्रिएलला आपल्या भोवताली सारे स्वयंपाकघर फिरू लागल्याचा भास

झाला. *आठ वाजता पत्रकार परिषद?* याचा अर्थ मार्जोरी थापा मारत नव्हती. तिने 'सिनेटर लाच घेतो' असा आरोप केला होता. तो आरोप खरा आहे हे आपण आता पाहिले. जर आपल्याकडून रात्री आठ वाजेपर्यंत काही हालचाल झाली नाही तर उद्या आपल्याबद्दलची माहिती वृत्तपत्रांना गुपचूप पुरवली जाईल. ती छायाचित्रे प्रसिद्ध होतील. मार्जोरीची धमकी अशी होती. ती धमकी खरोखरीच प्रत्यक्षात येऊ लागलेली आहे. सिनेटर व आपल्यावरचे आरोप आता सार्वजनिकरीत्या मांडले जाणार. रात्री आठ वाजताच्या पत्रकार परिषदेत सांगितले जाणार.

एक तातडीची पत्रकार परिषद? पण एवढी तातडी का? गॅब्रिएल जसजशी यावरती विचार करू लागली तसतशी ती गोंधळून जाऊ लागली. *अध्यक्ष हर्नी, सेक्स्टनबद्दल स्वत: जाहीररीत्या पत्रकार परिषदेत बोलतील?*

जिथे बैठक चालली होती त्या खोलीतील टी.व्ही. सेट सुरू करण्यात आला. निवेदक रात्री आठ वाजताच्या पत्रकार परिषदेची घोषणा करत होता. त्याचा आवाज अत्यंत उत्तेजित झाला होता. तो सांगत होता, ''आज रात्री आठ वाजता पत्रकार परिषदेत राष्ट्राध्यक्ष हर्नी हे जे भाषण करणार आहेत त्याचा विषय अद्याप सांगितला गेलेला नाही. व्हाईट हाऊसकडून त्याबद्दल मौन राखले गेल्याने सर्वत्र निरनिराळे तर्कवितर्क केले जात आहेत. काही राजकीय विश्लेषकांच्या मते अध्यक्षीय निवडणूक प्रचारात गेला आठवडाभर हर्नी यांच्याकडून कसलीही हालचाल झाली नव्हती. ते कुठेही सार्वजनिकरीत्या प्रकट झाले नव्हते. यामुळे अशी एक संभाव्य व दाट शक्यता आहे की झॅक हर्नी हे आपण आगामी निवडणूक लढवणार नसल्याचे आज जाहीर करणार असावेत.''

खोलीमधून आनंदाचे उद्गार उमटले.

छे! असे कधीच होणार नाही. गॅब्रिएल मनात म्हणत होती. सेक्स्टन यांच्याविरुद्ध आता व्हाईट हाऊसकडे एवढा चिखल जमलेला असताना तो ते फेकणार नाहीत असे कसे होईल? आज रात्री अध्यक्ष नक्कीच आपल्या प्रतिस्पर्ध्यावरती कंबरेखाली वार करणार. आपल्याला आगाऊ सूचनाही दिली गेली होती, हे आठवून गॅब्रिएल आणखीनच खचली.

काय करावे? काहीतरी तातडीने केले पाहिजे. तिने आपल्या घड्याळात पाहिले. एक तासापेक्षा कमी वेळ उरला होता. आत्ताच काय तो निर्णय घेतला पाहिजे; पण आपला निर्णय विचारपूर्वक असला पाहिजे. अन् आपण तर आता विचार करू शकत नाही. तिला एकदम एक व्यक्ती आठवली. ती व्यक्तीच नीट सल्ला देऊ शकेल. मग छायाचित्रांचे पाकीट हातात धरून ती शांतपणे सिनेटरच्या फ्लॅटमधून बाहेर पडली.

दाराबाहेर उभ्या असलेल्या रक्षकाने तिला पाहिल्यावर सुटकेचा नि:श्वास टाकला.

तो म्हणाला, ''मी आतला जल्लोष ऐकला. तुमच्यामुळेच तो झाला हे मी ओळखले.''

यावर तिने फक्त एक स्मितहास्य केले आणि ती लिफ्टकडे गेली.

रस्त्यावर आल्यावरती तिला रात्रीचा अंधार दाटून येत असलेला जाणवला. एका टॅक्सीला हात करून तिने ती थांबवली व आत चढून बसली. आपण जे काही करतो आहोत ते ठीकच आहे, असे तिने पुन्हा एकदा आपल्या मनाला बजावले.

तिने ड्रायव्हरला म्हटले, ''एबीसी टेलिव्हिजन स्टुडिओ. आणि घाई करा. मला तिथे लवकर पोचायचे आहे.''

६३

टॉलन्ड बर्फावरती एका कुशीवर पडला होता. डोक्याखाली त्याने आपला एक हात घेतला होता. आता त्या हाताची जाणीव पार नाहीशी झाली होती. त्याच्या डोळ्यांच्या पापण्या जड झाल्या होत्या; पण तरीही तो डोळे उघडे ठेवण्याचा कसोशीने प्रयत्न करत होता. या चमत्कारिक स्थळावरून त्याने जगाचे शेवटचे दर्शन घेण्याचा प्रयत्न केला. फक्त बर्फ व समुद्र! कुठेही नजर फिरवली तरी तसलेच दृश्य. हे किती चमत्कारिक जग आहे. आजचा दिवस एवढा चमत्कारिक गेला की तशा दिवसाचा शेवटही जग चमत्कारिक दिसण्यानेच होणार.

तो हिमनग पाण्यात बुडलेला होता. फक्त त्याचा पाच-सहा फूट भागच पाण्यावर डोकावत होता. सर्वत्र शांतता होती. फारशी हालचाल कुठेही नसल्याने ती स्मशानशांतता वाटत होती. रेचलकडून कुऱ्हाड आपटणेही थांबले होते. मिल्ने हिमनदीपासून त्यांचा हिमनग वहात वहात दूर आला होता. इथला वाराही फार वेगाने वहात नव्हता व आवाज करत नव्हता. आपले शरीरही आता शांत होत चाललेले आहे असे त्याला वाटू लागले. डोक्यावरची टोपी 'स्कल कॅप' ही कानावरून गेली होती. त्यामुळे त्याला स्वत:च्या श्वासोच्छ्वासाचा आवाज मोठा होऊन त्याच्या डोक्यात भिनत होता. हळूहळू श्वासाची लय कमी होत जाऊ लागली आणि श्वासोच्छ्वासही उथळ उथळ होत चालला. आपले सारे शरीर आवळले जाते आहे अशी संवेदना त्याला बराच वेळ होत होती. आता त्याच्या शरीराने त्या संवेदनेविरुद्ध लढण्याचे सोडून दिले होते. शरीराच्या टोकांकडून रक्त धावत येऊ लागले. ते परत तिकडे वळत नव्हते. बुडणारे जहाज त्यावरील खलाशी जसे सोडून देतात तसे रक्त आता वागू लागले होते. ते फक्त शरीराच्या महत्त्वाच्या अंतर्गत अवयवांकडेच वाहू लागले. त्याला शुद्धीवर ठेवण्याचा तो एक शेवटचा प्रयत्न शरीर करत होते. ते एक युद्ध होते.

अन् हे युद्ध आपण हरणार, हे त्याला ठाऊक होते.

आश्चर्य असे की त्याला आता कोणत्याच वेदना होत नव्हत्या. वेदनेच्या अवस्थेतून तो केव्हाच पलीकडे गेला होता. आता आपण फुगत चाललो आहोत अशी भावना त्याला होऊ लागली. बधिरपणा, हवेत तरंगल्याचा भास. त्याची प्रतिक्षिप्त क्रिया मंद होऊ लागली. विशेषत: पापण्यांची उघडझाप होणे कमी कमी होऊ लागले. नजर अधू होत गेली. नजरेतले दृश्य फोकसमध्ये नसल्यासारखे दिसू लागले. त्याच्या डोळ्यांतील बाहुली व भिंग याच्यामधला द्रव आता गोठू लागला. सारखा सारखा गोठू लागला. त्याने मागे वळून मिल्ने हिमनदीकडे पाहिले. तिथे चंद्रप्रकाशात नुसतेच धुके दिसले.

आपल्या आत्म्याने हार खाल्ली आहे हे त्याला पटले. अस्तित्व असणे आणि अस्तित्व नसणे यांच्यामध्ये त्याचे आंदोलन होऊ लागले. त्याने दूरवरच्या लाटांकडे पाहिले. त्याच्याभोवती पुन्हा वारा घोंगावू लागला. दम दिल्यासारखा आवाज करू लागला.

आता त्याला भास होणे सुरू झाले; परंतु बेशुद्धी सुरू होण्याआधी त्याला सुटका झाल्याचा भास मात्र झाला नाही. ऊन आणि सुखद कल्पना यांचाही भास त्याला झाला नाही. त्याला दिसलेले शेवटचे दृश्य हे अत्यंत विचित्र होते, हादरवणारे होते.

एक भयंकर जलचर प्राणी त्या हिमनगापाशी पाण्यातून डोके बाहेर काढून येत होता. त्याने हिस्सऽऽ असा आवाज करून पाण्याचा पृष्ठभाग भेदला. पुराणकथेतील समुद्रातला राक्षसी प्राणी असावा तसा तो प्राणी होता. त्याचे अंग काळे होते, चकचकीत होते, गुळगुळीत होते व ओले झाल्याने चमकत होते. तसा तो अतिशय ताकदवानही दिसत होता. त्याच्या भोवतालचे पाणी फेसाळत होते. आपल्या डोळ्यांच्या पापण्यांची उघडझाप करण्याची टॉलन्डने पराकाष्ठा केली. त्याची नजर थोडीशी स्वच्छ झाली. तो राक्षसी प्राणी आता जवळ आला व त्या हिमनगाला धडकला. एखाद्या मोठ्या देवमाशाने छोट्या बोटीला धडक द्यावी तशी ती धडक होती. तो प्राणी त्याच्यासमोर उंच उंच होत गेला. त्याची ओली कातडी चमकत होती.

हळूहळू त्याची धूसर नजर विरत गेली व पूर्ण अंधार झाला. बाहेरच्या जगाशी फक्त ऐकण्याच्या जाणिवेचा धागा जोडलेला होता. कुठेतरी धातूवर धातू आपटल्याचा, घासल्याचा आवाज त्याने ऐकला. आपल्या दातांनी बर्फाचे तुकडे करत तो पुढे येत असावा. तो आवाज जवळ जवळ येत चालला. हिमनगावरचे देह ओढून नेले जाऊ लागले.

रेचल...

आपल्याला कोणीतरी पकडले आहे अशी अर्धवट जाणीव टॉलन्डला झाली. मग मात्र सारे काही काळोखात बुडून गेले.

६४

एबीसी चॅनेलच्या स्टुडिओत गॅब्रिएल शिरली व तिसऱ्या मजल्यावरील बातम्यांच्या विभागातील प्रॉडक्शन रूमकडे भरभर चालत गेली. जणू काही ती जॉगिंग करत होती. तरीसुद्धा तिथे असलेल्या इतरांपेक्षा तिच्या हालचाली कमी वेगानेच होत होत्या; कारण तिथले लोक अत्यंत धावपळीने हालचाली करत होते. नेहमीची लगबग आता अधिक वेगाने होत होती. चोवीस तास तिथे असेच वातावरण असते; पण तिच्यासमोर असलेल्या अनेक बूथमध्येही शेअर मार्केटमधील वातावरणासारखी धांदल चाललेली होती. अनेक न्यूज एडिटर्स मोठ्या आवाजात आपापल्या कंपार्टमेंटमधून ओरडून बोलत होते. बातमीदार आपापल्या हातातील फॅक्सचे कागद फडफडवत प्रत्येक क्युबिकलकडे पळत होते. प्रशिक्षणासाठी आलेले उमेदवार सारखे 'स्निकर' व 'माऊंटन ड्यू' या पेयांच्या बाटल्या तोंडाला लावत होते.

गॅब्रिएल येथे योलंडा हिला भेटायला आली होती.

नेहमी योलंडा प्रॉडक्शनच्या काचेच्या खोलीत बसलेली असायची. ज्यांना निर्णय घ्यायचे आहेत अशा अधिकाऱ्यांसाठी त्या खोल्या होत्या; पण आज योलंडा फ्लोअरवर गेली होती. फ्लोअरवरच्या गर्दीत कुठेतरी मिसळून गेली होती; पण तिने जेव्हा गॅब्रिएलला पाहिले तेव्हा तिच्या तोंडून नेहमीचा आनंदाचा चीत्कार बाहेर पडला.

"गॅब्स!" योलंडा ओरडून म्हणाली. तिने आपल्या अंगावर बाटिक कापडाची वस्त्रे चढवली होती. डोळ्यांवर चष्मा होता. शिवाय बरेच खोटे दागिनेही तिने घातले होते. योलंडा हात हलवत तिच्यापाशी आली आणि म्हणाली, "ये ग अशी जवळ. मला कडकडून भेट!"

एबीसी चॅनेलमध्ये योलंडा गेली १६ वर्षे न्यूज एडिटर म्हणून काम करत होती व आपल्या कामात सुखी-समाधानी होती. मूळची ती पोलंडमधली होती. तिच्या चेहऱ्यावरती वांग उठले होते. डोक्यावरचे केस पातळ झाले होते. उंचीने ती बुटकी होती व अंगाने स्थूल होती. त्यामुळे सर्वजण तिला 'मदर' म्हणून संबोधत असत. अन् आईसारखीच ती सर्वांना नेहमी संभाळून घ्यायची; परंतु जेव्हा ती एखादी बातमी काढण्याच्या मागे लागे तेव्हा मात्र ती कठोर बने.

'राजकारणातल्या स्त्रिया' या विषयावरती एका परिसंवादाला गॅब्रिएल उपस्थित राहिली होती. त्या वेळी ती वॉशिंग्टनमध्ये येऊन थोडेच दिवस झाले होते. योलंडाही

त्या परिसंवादाला हजर होती. तिथेच त्या दोघींची एकमेकींशी ओळख झाली व ओळखीचे मैत्रीत रूपांतर झाले. त्या दोघींनी मग भरपूर गप्पा केल्या. गॅब्रिएलच्या पार्श्वभूमीबद्दल योलंडाने चर्चा केली, वॉशिंग्टनमध्ये स्त्रियांपुढे कशी आव्हाने आहेत हे सांगितले आणि शेवटी दोघींनी आपल्या आवडीनिवडी एकमेकींना सांगितल्या. आश्चर्य म्हणजे त्या दोघींचाही हॉलिवूडचा प्रसिद्ध गायक नट एल्व्हिस प्रिस्ले हा आवडता होता. त्यांना या योगायोगाचे भलतेच आश्चर्य वाटले. योलंडाने गॅब्रिएलला राजकारणात पुढे येण्यासाठी खूप मदत केली. आपल्या अनेक ओळखींचा फायदा तिला करून दिला. महिन्यातून एकदा तरी गॅब्रिएल योलंडाला येथे येऊन किमान 'हॅलो' म्हणून जात असे.

गॅब्रिएलने योलंडाला कडकडून मिठी मारली. योलंडाच्या उत्साहामुळे गॅब्रिएलचे भरकटलेले मन स्थिर झाले.

मग योलंडा जरा मागे सरकली व ती गॅब्रिएलकडे निरखून पाहू लागली व म्हणाली, "तू मला आज खूप वयस्कर झालेली वाटते आहेस. काय झालं आहे तुला?"

गॅब्रिएलने आपला आवाज खाली आणत म्हटले, "योलंडा, मी आज फार मोठ्या अडचणीत सापडले आहे."

"पण मला तसे काहीही ऐकू आले नाही. सगळीकडे तुमच्या माणसाच्या लोकप्रियतेची बोलणी ऐकू येतात."

"इथे कुठे तरी खासगी खोलीत बसून आपण बोलायचे का?"

"अग, तू चुकीच्या वेळी आली आहेस बघ. आत्ता अर्ध्या तासात अध्यक्ष एक पत्रकार परिषद घेणार आहेत. अन् आम्हाला अजूनही कोणत्या विषयावर ती परिषद आहे याचा संकेत मिळाला नाही. मला त्यावरती एक कॉमेंट्री करायची आहे. अन् मी अजूनही अंधारात चाचपडते आहे."

"ती पत्रकार परिषद कशावरती आहे ते मला ठाऊक आहे."

योलंडाने आपल्या डोळ्यांवरचा चष्मा उतरवला व तिच्याकडे अविश्वासाने पहात म्हटले, "गॅब्रिएल, आमचा व्हाईट हाऊसमध्ये आतल्या गोटात एक कॉरस्पाँडन्ट आहे. त्यालाही याबद्दल अजून काही समजले नाही. तुला असे म्हणायचे आहे का, की सेक्स्टन यांना आतल्या बातम्या आगाऊ कळतात?"

"नाही. मी असे म्हणत आहे की मला ती आतली बातमी आगाऊ कळली आहे. मला तू फक्त पाच मिनिटे दे. मी तुला सारे काही सांगते."

योलंडाने गॅब्रिएलच्या हातातील लाल रंगाचे पाकीट पाहिले. त्यावरचा व्हाईट हाऊसचा शिक्का पाहिला. तिने विचारले, "ते पाकीट व्हाईट हाऊसमधील अंतर्गत व्यवहारांचे आहे. तुला कुठून मिळाले?"

“आज दुपारी मी मार्जोरी टेन्चकडे खासगी भेटीसाठी गेले होते. तिने मला हे दिले.”

योलंडा तिच्याकडे काही क्षण पहात राहिली व नंतर म्हणाली, “चल माझ्याबरोबर.”

आपल्या काचेच्या खोलीत योलंडा तिला घेऊन आली. गॅब्रिएलचा आपल्या या मैत्रिणीवरती पूर्ण विश्वास होता, भरवसा होता. म्हणून तिने एका रात्री सिनेटरबरोबर आलेले आपले संबंध आणि मार्जोरीकडे असलेली छायाचित्रे याबद्दल आडपडदा न ठेवता सारे काही सांगून टाकले.

सगळे ऐकून घेतल्यावर योलंडा हसू लागली. हसता हसता आपले डोके हलवू लागली. वॉशिंग्टनमध्ये गेली बरीच वर्षे ती पत्रकारितेच्या व्यवसायात असल्याने तिला आता कोणत्याच गोष्टीचा धक्का बसत नव्हता. ती म्हणाली, “गॅब, मला आतून असे वाटते आहे की तुला व सेक्स्टन यांना कुठेतरी अडकवले गेले आहे. अन् त्यात विशेष काही नवल आहे असे मला वाटत नाही. सिनेटर हा अब्रूदार समजला जातो आणि तू देखणी आहेस. त्या छायाचित्रांबद्दल बोलशील तर ती एक अप्रिय घटना आहे, हे नक्की; पण तरीही मला त्याची काळजी वाटत नाही. तेव्हा तूही त्याची फिकीर करू नकोस.”

फिकीर करू नकोस?

मग गॅब्रिएलने तिला खुलासेवार सांगितले. मार्जोरीने सिनेटर सेक्स्टनवरती अंतराळ कंपन्यांकडून बेकायदेशीर लाच घेतल्याचा कसा आरोप केला, स्वत:च्या कानाने एसएफएफच्या मंडळींबरोबर सिनेटरने केलेली गुप्त बोलणी कशी ऐकली व त्यावरून मार्जोरीचे आरोप कसे खरे वाटतात हे सांगितले; परंतु हे ऐकतानाही योलंडाच्या चेहऱ्यावरती फारसे विस्मयाचे भाव उमटले नव्हते. शेवटी गॅब्रिएलने आपण काय करणार आहोत त्याचा विचार सांगितला.

योलंडा आता अस्वस्थ झाली व म्हणाली, “गॅब्रिएल, जर तू आपण सिनेटरबरोबर झोपलो याचे एखादे कायदेशीर कागदपत्र करून देणार असशील व पुढे सिनेटरने ते खोटे आहे असे म्हटले तरी तू तुझ्या कबुलीला चिकटून रहाणार असशील, तर हा तुझा खासगी प्रश्न आहे; पण मी तरीही तुला सांगते, की तसे जर तू काही केले तर तुझ्या दृष्टीने ती एक वाईट हालचाल ठरेल. तू त्यावर खूप विचार कर अन् मगच काय ते ठरव.”

“तू माझे नीट ऐकून घेत नाहीस. अग, तेवढा विचार करण्यासाठी माझ्याकडे आता वेळ नाही!”

“मी तुझे पूर्णपणे नीट ऐकून घेते आहे. अन् हे बघ स्वीटहार्ट, तू काहीही कर अथवा करू नकोस. घड्याळाची टिकटिक ही चालूच रहाणार आहे. काळ पुढे

सरकत रहाणार आहे. काही गोष्टी तू अजिबात करता कामा नये. लैंगिक भानगडीसंबंधात तुला सिनेटरबरोबरच ठामपणे उभे राहिले पाहिजे. उगाच त्याच्याशी प्रतारणा करू नकोस. तसे जर तू काही केलेस तर ती तुझी आत्महत्या ठरेल. पोरी, अग मी तुला सांगते, जर तू एखाद्या अध्यक्षीय उमेदवाराच्या पाठीशी उभी राहिलीस तर सरळ एका मोटारीत बस आणि वॉशिंग्टनपासून जितके लांब जाता येईल तितके जा; कारण तुझ्यावरती राजकीय हल्लेखोर नेहमीच लक्ष ठेवणार. अनेक माणसे आपला उमेदवार निवडून यावा म्हणून त्याच्यावरती अफाट पैसा खर्च करत असतात. प्रचंड भांडवल आणि सत्ता येथे पणाला लावलेली असते. हे सत्ताकारण करणारे लोक त्यासाठी खूनही पाडायला तयार असतात.''

गॅब्रिएल निमूटपणे गप्प बसली.

योलंडा सांगत गेली, ''मला व्यक्तिश: असे वाटते की मार्जोरीची भिस्त तुझ्यावरती आहे. तुला दम भरला की तू गडबडून जाशील, गोंधळशील आणि काहीतरी चुकीचे करून सिनेटरची बाजू सोडून देशील व आपली भानगड कबूल करशील, अशी तिला फार मोठी आशा वाटते आहे.'' मग योलंडाने गॅब्रिएलच्या हातातील पाकिटाकडे बोट दाखवून पुढे म्हटले, ''तुझी व सिनेटरची ती छायाचित्रे जोपर्यंत तुम्ही मान्य करत नाही तोपर्यंत त्यांचा काहीही उपयोग नाही. व्हाईट हाऊसने जर ती छायाचित्रे बाहेर प्रसिद्ध केली तर सिनेटर सरळ ती नाकबूल करणार. 'ती छायाचित्रे बनावट आहेत' असे म्हणणार. मग व्हाईट हाऊसला ते खंडन करणे जड जाणार. असे घडेल याची व्हाईट हाऊसलाही खात्री असल्याने ते अशा मार्गाने कधीच जाणार नाहीत.''

''मी तसाही विचार केला होता; परंतु निवडणूक प्रचारासाठी लाच स्वीकारण्याच्या मुद्द्याचे काय?''

''अग पोरी, नीट विचार कर. जर अद्यापही व्हाईट हाऊसने ती गोष्ट सार्वजनिकरीत्या उघड केली नाही, लाचेचे आरोप केले नाहीत, तर याचा अर्थ तसे काही करण्याचा त्यांचा हेतू नाही. असा नकारार्थी किंवा विरोधी प्रचार होऊ नये म्हणून अध्यक्ष दक्षता घेत असतात. माझा तर्क असा आहे, की त्यांना एअरोस्पेस इंडस्ट्रीच्या भानगडी बाहेर काढायच्या नसून मार्जोरीला तुमच्यावर सोडून तुम्हाला नुसती भीती दाखवायची आहे. त्यासाठी ती छायाचित्रे त्यांनी वापरली. अन् तू जर घाबरून त्यांना हवा तसा कबुलीजबाब दिला तर आपल्या प्रतिस्पर्ध्याचा काटा परस्पर त्याच्याच माणसाकडून काढला जाईल.''

गॅब्रिएलने यावर विचार केला. योलंडा जे काही म्हणत आहे त्यात तथ्य आहे हे तिला पटू लागले; पण तरीही कुठे तरी तिला खटकत होते. गॅब्रिएलने काचेबाहेर चाललेल्या धावपळीकडे बोट दाखवून म्हटले, ''योलंडा, तुझी माणसे अध्यक्षांच्या

पत्रकार परिषदेसाठी धावपळ करून तयारी करत आहेत. जर अध्यक्ष या परिषदेत लाचखोरी किंवा लफडी यांचा उल्लेख करणार नसतील तर मग कशासाठी ती पत्रकार परिषद घेणार आहेत?''

योलंडाला ते ऐकून धक्काच बसला. ती म्हणाली, ''काय म्हणालीस? तू आणि सेक्स्टन यांच्या संदर्भात ही पत्रकार परिषद आहे असे तुला वाटते?''

''किंवा दोन्हीही असेल. म्हणजे लाचखोरी व लफडे. मार्जोरीने मला इशारा दिला होता की जर आठ वाजेपर्यंत कबुलीजबाब मिळाला नाही तर आठ वाजता पत्रकार परिषद घेऊन ते सारे जाहीर केले जाईल.''

यावर योलंडा एवढी जोरजोरात हसू लागली की तिची काचेची खोली कोसळेल अशी भीती गॅब्रिएलला वाटली. योलंडा म्हणाली, ''ओह्, प्लीज! कमाल आहे तुझी.''

गॅब्रिएल विनोद करण्याच्या वा ऐकण्याच्या मन:स्थितीत नव्हती. ती म्हणाली, ''म्हणजे काय?''

''ऐक पोरी.'' असे म्हणून योलंडा पुन्हा हसू लागली. तिचा हसण्याचा भर ओसरल्यावरती ती म्हणाली, ''माझ्यावरती विश्वास ठेव. मी व्हाईट हाऊसशी गेली १६ वर्षे व्यवहार करत आलेली आहे. झॅक हर्नी यांनी आजच्या पत्रकार परिषदेला जगातील सर्व प्रमुख वृत्तसंस्थांचे पत्रकार बोलावले आहेत. आपल्या प्रतिस्पर्धी उमेदवारावर आरोप करण्यासाठी किंवा लफडी-कुलंगडी मांडण्यासाठी त्यांना बोलावले असेल काय? तिने मुद्दाम तुझा तसा गैरसमज करून देण्यासाठी तशी धमकी दिली. अध्यक्ष त्यांचा आधी ठरलेला कार्यक्रम हा अशा फालतू प्रकरणांसाठी बदलत नाहीत किंवा उगाच प्रचारखर्चाच्या अर्धवट कायद्यावर ते चर्चा करणार नाहीत.''

''अर्धवट? अंतराळ उद्योगांबाबतच्या ठरावाच्या आधारे लक्षावधी डॉलर्स लभार्थींकडून आधीच उकळणे हा गुन्हा नाही होऊ शकत? याला प्रतिबंध करण्यासाठी सध्याचा कायदा अर्धवट आहे?''

योलंडा थोड्याशा कठोर शब्दांत आता बोलू लागली, ''ते जे काय करत आहेत त्याबद्दल तुझी खात्री आहे का? राष्ट्रीय टीव्हीवरती तुझे उघडे छायाचित्र दाखवले जाईल याबद्दल तुझी *खात्री* आहे का? नीट विचार कर. सध्या राजकारणात काहीही करायचे ठरवल्यास, अनेकांशी हातमिळवणी करावी लागते, समझोते करावे लागतात. आणि प्रचारासाठी आर्थिक मदत मिळवणे ही गोष्ट तर भलतीच गुंतागुंतीची आहे. कदाचित सेक्स्टन यांचे उद्योगपतींना भेटणे हे कायद्याच्या चौकटीत बसणारे असेल.''

''या बाबतीत ते कायदा मोडत आहेत, नक्की मोडत आहेत. हो ना?'' गॅब्रिएलने विचारले.

''किंवा तसे मार्जोरी टेन्च हिने तुला पटवले असावे. सर्व मोठ्या उद्योगसंस्थांकडून

निवडणुकांचे उमेदवार हे मागच्या दाराने देणग्या स्वीकारत असतात. तसे करणे हे कदाचित बरे दिसत नसेल; पण ही गोष्ट तेवढी बेकायदेशीरही ठरत नाही. कायद्याच्या पुढे आलेल्या बहुतेक समस्या ह्या 'पैसे कोठून आले?' याबद्दल नसतात तर 'उमेदवार ते पैसे *कसे* खर्च करतो' याबद्दल असतात.''

गॅब्रिएलचे मन आता डळमळीत होऊ लागले. तिला आपल्या मतांची खात्री वाटेना.

योलंडा पुढे म्हणाली, ''गॅब, आज दुपारी व्हाईट हाऊसने तुझ्यावरती एक खेळी करून पाहिली. तुला तुझ्याच उमेदवाराविरुद्ध फितवण्याचा त्यांनी प्रयत्न केला. तुझ्या जागी मी असते आणि जर मला कोणावर विश्वास टाकावा असा प्रश्न माझ्यापुढे पडला असता तर मी मार्जोरीसारखीच्या बाजूला उडी टाकण्याऐवजी सेक्स्टनच्याच बाजूला चिकटून राहीन.''

योलंडाच्या समोरचा फोन वाजला. तिने तो घेतला. ती ऐकत राहिली. मधून मधून हं हं असे करू लागली. मधेच काहीतरी टिपून घेतले आणि शेवटी, ''इंटरेस्टिंग, मी येतेच तिकडे,'' असे म्हणून तिने फोन खाली ठेवला.

मग तिने आपल्या भुवया उंचावत गॅब्रिएलकडे पहात म्हटले, ''पोरी, असे दिसते की तुझ्यावर त्यांचा डोळा नाही. माझा अंदाज खरा ठरला.''

''म्हणजे काय?''

''मला ते नक्की समजले नाही; पण तुला मी एवढेच सांगते की अध्यक्षांच्या पत्रकार परिषदेचा तुझ्याशी किंवा सेक्स्टनशी अजिबात संबंध नाही. कसले लफडे नाही की लाचखोरीची गोष्ट नाही.''

गॅब्रिएलला एकदम हायसे वाटले. हे सर्व खरे ठरो, अशी प्रार्थना ती मनोमन करू लागली. तिने विचारले, ''पण तुला कसे कळले हे?''

''व्हाईट हाऊसमधल्या कोणीतरी अशी बातमी हळूच दिली आहे की पत्रकार परिषद ही नासासंबंधी आहे.''

गॅब्रिएल एकदम ताठ बसली व म्हणाली, ''नासा?''

योलंडाने डोळे मिचकावत म्हटले, ''कदाचित तुझे नशीब आज रात्री जोरावर असेल. माझा असा अंदाज आहे की सेक्स्टन यांनी नासाविरुद्ध जोरदार मोहीम उघडल्यामुळे अध्यक्ष हर्नी हे खूप दबावाखाली आले असावेत. म्हणून मग नाइलाजाने त्यांना आपला नासाविरुद्धचा निर्णय जनतेला जाहीर करावा लागत असावा. अध्यक्षांना आपल्या या अपयशावरचे लक्ष दुसरीकडे वळवण्यासाठी लफड्यासारख्या भानगडीचा आधार घेण्याची जरुरी नाही. तेव्हा आता तुझी चिंता मिटली आहे. मी आता निघते. मला बरीच कामे करायची आहेत. माझा तुला सल्ला आहे, की चांगली एक कपभर कॉफी पीत येथेच बस. समोरचा माझा

टी.व्ही. लावून पहात रहा. ती पत्रकार परिषद त्यावरती बघ. आता फक्त वीस मिनिटे उरली आहेत. अध्यक्षांना तू व सेक्स्टन यांच्यात कसलाही रस नाही. सारे जग जी पत्रकार परिषद पहाणार आहे त्यात नक्कीच अध्यक्षांकडून काहीतरी गंभीर व महत्त्वाचा विचार मांडला जाणार आहे.'' मग तिने डोळे मिचकावत पुढे म्हटले, ''आता तुझ्याकडचे ते पाकीट मला दे.''

''काय?''

योलंडाने तिच्यापुढे आपला हात केला व म्हटले, ''ती छायाचित्रे मी माझ्या टेबलाच्या खणात कुलपात ठेवून देणार आहे. तू भलतेसलते काही करू नये याची मला खात्री वाटण्यासाठी माझ्याजवळ ते पाकीट असलेले बरे.''

गॅब्रिएलने नाखुषीनेच ते पाकीट योलंडाला दिले.

योलंडाने ते पाकीट न उघडता जसेच्या तसे आपल्या ड्रॉवरमध्ये ठेवून दिले आणि त्याला कुलूप घातले. किल्ली आपल्या खिशात ठेवून दिली. ती म्हणाली, ''गॅब, तू पुढे माझे याबद्दल नक्कीच आभार मानशील बघ.'' एवढे म्हणून ती तेथून निघाली. जाता जाता गॅब्रिएलचे डोक्यावरचे केस प्रेमाने विसकटून टाकत ती म्हणाली, ''येथेच बसून रहा. मला वाटते की एखादी चांगली बातमी येत आहे.''

योलंडाच्या काचेच्या खोलीत गॅब्रिएल एकटीच बसून राहिली. योलंडाच्या दृष्टिकोनामुळे तिची मन:स्थिती खूपच ताळ्यावर आली. पण... पण तरीही तिला किंचित खटकत होते. आज दुपारी टीव्हीवरच्या कार्यक्रमानंतर मार्जोरी टेन्च हिच्या चेहऱ्यावरती समाधानाचे स्मित का तरळत होते? आता अध्यक्ष टीव्हीवर जगाला काय सांगणार आहेत? काही का असेना, पण जे काही ते सांगतील ती बातमी सिनेटर सेक्स्टनला नक्कीच हानिकारक असणार, असे तिला मनोमन वाटू लागले.

६५

रेचल सेक्स्टनला कोणीतरी जाळत होते. निदान तसे तिला वाटत होते. जिवंतपणी आपल्याला जाळले जात आहे, अशा वेदना तिला खरोखरीच होत होत्या.

आपल्यावर ठिणग्यांचा पाऊस पडतो आहे!

तिने आपले डोळे उघडायचा प्रयत्न केला; पण तिला सर्वत्र धुक्यातल्या आकृत्या व डोळे दिपवून टाकणारे दिवे दिसत होते. तिच्यावर पाऊस पडत होता. पोळून काढणाऱ्या गरम पाण्याचा पाऊस पडत होता. तो पाऊस निर्दयपणे तिच्या उघड्या अंगावर आघात करत होता. ती आपल्या कुशीवर पडून राहिली होती.

अंगाखालच्या टाईल्ससुद्धा गरम झाल्या आहेत असे तिला जाणवत होते. तिने आपले हातपाय पोटाशी घेऊन जमेल तेवढे आपले शरीर आक्रसून घेतले होते. आईच्या पोटातील बाळाची स्थिती तिने धारण केली होती. वरून कोसळणाऱ्या भाजून, पोळून काढणाऱ्या द्रवापासून बचाव करण्यासाठी तिने आपले अंग आक्रसले होते. तिला रसायनांचा वास येऊ लागला. कदाचित ते क्लोरिन असावे, असा तिने तर्क केला. तसेच रांगत दूर जाण्याचा प्रयत्नही तिने केला; परंतु तिला तसे करता येईना. कोण्या ताकदवान हातांनी तिचे खांदे दाबून धरले होते.

मला जाऊ द्या! अहो, मी भाजली जात आहे!

पुन्हा एकदा शरीरातील मूलभूत प्रेरणेनुसार ती झगडू लागली, धडपडू लागली, निसटण्याचा प्रयत्न करू लागली; पण पुन्हा तिचे प्रयत्न हाणून पाडले गेले. बळकट हातांनी तिला आणखी दाबून धरले. एका माणसाचा आवाज तिच्या कानी आला, ''जशा आहात तशाच रहा. हालचाल करू नका.'' त्या माणसाच्या आवाजाची धाटणी अमेरिकी उच्चारांची होती. तो माणूस म्हणत होता, ''झाले, संपत आले आता.''

काय संपत आले? माझ्या यातना? की माझे आयुष्य?

तिने आपली नजर बारीक करून पहायचा प्रयत्न केला. या जागेत फार प्रखर दिवे लावले आहेत असे तिला वाटले. ही जागा म्हणजे एक लहान खोली आहे असेही तिला जाणवले. फार बंदिस्त आहे. वरचे छतही खूप खाली आलेले आहे.

ती किंचाळून म्हणाली, ''माझे अंग भाजते आहे!'' पण तिचे हे किंचाळणे पुटपुटण्याच्या रूपात तिच्या तोंडून बाहेर पडले.

तो आवाज तिला म्हणत होता, ''तुम्ही ठीक आहात. हे पाणी कोमट आहे. खरंच सांगतो.''

आपल्या अंगावरील अंतर्वस्त्रे सोडून बाकीचे सर्व कपडे उतरवले गेले आहेत हे तिला कळले; पण त्यामुळे तिला अवघडल्यासारखे वाटले नाही; कारण तिच्या मनात इतर असंख्य प्रश्नांनी गर्दी केली होती.

तिच्या स्मृती आता जागृत झाल्या. त्या धावत आल्या व त्यांचा एक धबधबा तिच्या मनात वाहू लागला. मिल्ने हिमनदीची विस्तृत बर्फभूमी. जीपीआर यंत्र. हल्ला.

तो हल्ला कोणी केला? का केला? मी आता कुठे आहे? स्मृतींचे तुकडे ती मनात जुळवत बसली; परंतु तिचे मन चैतन्यहीन झाले होते. मनातल्या गिअर्सची चाके एकमेकात गुंतून बसावीत तसे काहीसे झाले होते. त्या सर्व स्मृतींच्या दलदलीमधून एकच विचार उगवला : *मायकेल टॉलन्ड व कॉर्की कुठे आहेत?*

रेचलने आपली क्षीण नजर फोकस करण्याचा प्रयत्न केला; पण तिला

आपल्याभोवती काही माणसे उभी आहेत एवढेच कळले. त्या सर्वांनी कामगारांसारखे ओव्हरऑलचे कपडे अंगावर चढवलेले होते. तिला बोलायचे होते, प्रश्न विचारायचे होते; पण तिच्या तोंडाने सहकार्य दिले नाही. तिला एक शब्दही बोलता येईना. कातडीच्या पोळण्याचे रूपांतर आता दुखू लागण्यात झाले होते. त्या दुखण्याच्या लाटा तिच्या शरीरात सारख्या उठू लागल्या. भूकंपाच्या लहरींसारख्या त्या लाटा तिच्या स्नायूंत पसरत होत्या.

"असेच होत राहील. होऊ द्या तसे." कोणीतरी आश्वासक आवाजात तिला म्हणत होते, "तुमच्या सर्व स्नायूंत रक्त भिनत गेले पाहिजे. तुमचे हातपाय हलवण्याचे प्रयत्न करा." तो माणूस डॉक्टरसारखे बोलत होता.

ती वेदना तिच्या शरीरात पसरत होती. आपला प्रत्येक स्नायू हा हातोडीने घाव घालून ठोकला जात आहे असे तिला भासू लागले. टाईलवरती ती तशीच पडून राहिली. आपली छाती आवळली जात आहे असेही तिला जाणवत होते. ती कसाबसा श्वासोच्छ्वास करत होती.

"तुमचे हातपाय हलवा." मो माणूस आग्रह धरून बोलत होता, "काहीही होवो, पण हातपाय हलवत रहा."

तिने तसा प्रयत्न करून पाहिला; पण प्रत्येक हालचालीच्या वेळी आपल्या सांध्यांत सुरे खुपसले जात आहेत असे तिला वाटे. तिच्या अंगावर कोसळणाऱ्या पाण्याच्या धारा आता आणखी आणखी गरम होत चालल्या. पुन्हा अंग पोळणे सुरू झाले. चिरडून टाकल्यासारखे वाटणाऱ्या वेदना पुन्हा परत धावून आल्या. एक वेळ तर अशी आली की यापेक्षा आता जास्त सहन करता येणार नाही. हीच अखेरची वेळ भरली असावी. कोणीतरी आपल्याला इंजेक्शन देत आहे, असे तिला वाटले. वेदनेच्या लाटा हळूहळू ओसरत गेल्या. स्नायू दुखण्याच्या लहरीही सावकाश विरत गेल्या. आपण पुन्हा श्वासोच्छ्वास करतो आहोत, हे तिच्या लक्षात आले.

पण आता एक नवीन जाणीव तिच्या शरीरात पसरत जाऊ लागली. असंख्य सुया, पिना तिला सर्वत्र टोचू लागल्या. प्रत्येक ठिकाणी त्या खुपसल्या जात होत्या. त्या सुया अधिकाधिक टोकदार बनून तिला टोचू लागल्या होत्या. जेव्हा जेव्हा ती हालचाल करे तेव्हा त्यांचे टोचणे अधिक तीव्र व्हायचे. म्हणून हालचाल न करता स्तब्ध रहाण्याचे तिने पत्करले; परंतु पाण्याच्या धारा तिचे प्रयत्न सतत उधळून लावत होत्या. तिच्यापाशी उभ्या असलेल्या माणसाने तिचे हात धरले होते व तो ते हलवत होता.

अरे बाप रे! यामुळे तर आणखीनच त्रास होतो आहे.

त्या माणसाला प्रतिकार करण्याएवढे त्राण रेचलमध्ये उरले नव्हते. वेदना आणि तिच्या डोळ्यांतील अश्रू तिच्या गालावर ओघळत होते. शेवटी तिने आपले

डोळे गच्च मिटून घेतले. बाहेरच्या यातनामय जगापासून सुटका करून घेण्याचा तिचा हा एक दुबळा प्रयत्न होता.

शेवटी तिच्या अंगात टोचल्या जाणाऱ्या पिना व सुया हळूहळू नाहीशा होत गेल्या. वरून कोसळणारा निर्दय पाऊस शेवटी थांबला. जेव्हा तिने आपले डोळे उघडले तेव्हा तिची दृष्टी स्वच्छ झाली होती.

अन् मग तिला ते दिसले.

कॉर्की व टॉलन्ड जवळच टाईल्सवरती पडलेले होते. त्यांच्याही अंगावरती तोकडे कपडे होते. ते थरथरत होते व भिजलेले होते. त्यांच्या चेहऱ्यावरती वेदना होत्या. तेही आपल्यासारख्याच अनुभवातून गेले असणार हे रेचलने ओळखले. टॉलन्डचे ब्राऊन डोळे आता लाल झाले होते. जेव्हा त्याने रेचलकडे पाहिले तेव्हा त्याने कसेबसे एक क्षीण हास्य केले. त्याचे निळे पडलेले ओठ थरथरत होते.

त्या चमत्कारिक परिस्थितीत तिने उठून बसण्याचा एक अयशस्वी प्रयत्न केला. एका छोट्या स्नानगृहात ते तिघेही थरथरत जमिनीवरती पडले होते.

६६

बळकट हातांनी तिला उचलून घेतले.

ती अनोळखी माणसे आपले अंग पुसून कोरडे करत आहेत असे रेचलला जाणवले. त्यांनी तिला नंतर एका जाड ब्लँकेटमध्ये लपेटले. दवाखान्यात असणाऱ्या एका बिछान्यावर तिला झोपवण्यात आले होते. तिच्या हातापायांना मर्दन केले जात होते. आणखी एक इंजेक्शन तिच्या दंडात टोचण्यात आले.

"ॲड्रिनेलिन," कोणीतरी म्हटले.

इंजेक्शनचे रसायन आपल्या नसानसांत चैतन्य पसरवत चालले आहे हे तिला जाणवले. तिच्या स्नायूंत बळ येऊ लागले. आपल्या हातापायात रक्त परत वाहू लागले आहे हे तिला कळले; परंतु तरीही तिला आपल्या पोटात एक गार खड्डा पडला आहे अशी भावना होत राहिली.

मृत्यूपासून परत मागे!

तिने पुन्हा आपले डोळे बारीक करून पाहिले. जवळच टॉलन्ड व कॉर्की निजले होते. ब्लँकेटमध्येही ते कुडकुडत होते, थरथरत होते. काही माणसे त्यांच्या अंगाला मसाज करत होती. त्या दोघांनाही इंजेक्शन दिले गेले. ही जी कोण गूढ माणसे येथे जमली आहेत त्यांनीच आपले जीव वाचवले आहेत याची रेचलला शंकाच उरली नाही. त्यांच्यापैकी काहीजणांचे कपडे ओले झाले होते. याचा अर्थ त्यांनी कपड्यांसकट शॉवरमध्ये उभे राहून आपले काम केले होते. ती माणसे आपल्यापर्यंत पोहोचली

कशी हे मात्र तिला समजेना. न का समजेना. आता त्यामुळे फारसा फरक पडत नव्हता. *आपण जिवंत तर राहिलो ना.*

"आम्ही... आम्ही... कुठे आहोत?" रेचल कसेबसे हे साधे शब्द बोलू शकली; पण तेवढ्यासाठी तिला एवढे श्रम पडले की त्यामुळे तिचे डोके एकदम दुखू लागले.

तिला मसाज करणारा माणूस म्हणाला, "तुम्ही एका मेडिकल डेकवर आहात. एलए वर्गातल्या–"

त्याचे बोलणे एकदम थांबले. कोणीतरी हुकूम दिला होता, "ऑन डेक!"

आपल्या भोवताली एकदम गडबड झाली आहे हे रेचलला जाणवले. उठून बसायचा ती प्रयत्न करू लागली. एका निळ्या कपड्यातील माणसाने तिला त्यासाठी मदत केली. तिला नीट बसवून तिच्या मागे जादा उशा टेकायला दिल्या. तिच्या गळ्यापर्यंत त्याने ब्लँकेट ओढून ठेवले. तिने आपले डोळे उघडझाप करून पाहिले. कोणीतरी खोलीत चालत येत होते.

ती आलेली व्यक्ती ही एक बलदंड व्यक्ती होती. काळ्या वंशाचा तो माणूस अमेरिकन होता. छाप पाडणारा व अधिकाराचा रुबाब असलेला तो होता. त्याच्या अंगात एक खाकी गणवेश होता. सगळेजण ताठ उभे होते. त्यांना उद्देशून त्याने हुकूम दिला, "अॅट ईज." मग तो रेचलकडे चालत गेला व तिला आपल्या काळ्या डोळ्यांनी निरखून पाहू लागला. आपल्या खर्जातील व अधिकाऱ्याला साजेशा अशा आवाजात त्याने आपली ओळख तिला करून दिली, "मी हॅरॉल्ड ब्राऊन. यू.एस.एस. शार्लोतचा कॅप्टन. अन् आपण कोण?"

यू.एस.एस. शार्लोत. कुठे बरे हे नाव ऐकले? रेचल आठवू लागली. ते नाव तिला ओळखीचे वाटले. तिने त्याला म्हटले, "मी सेक्स्टन... रेचल सेक्स्टन."

त्या माणसाच्या चेहऱ्यावरती कोड्यात पडल्याचे भाव पसरले. तो तिच्या आणखी जवळ गेला आणि तिला निरखून पाहू लागला. "आय विल बी डॅम्ड! म्हणजे तुम्हीच त्या तर."

रेचल गोंधळून गेली. हा माणूस मला ओळखतो? या माणसाला पूर्वी आपण कधीही पाहिले नाही याची तिला खात्री होती. तिची नजर त्याच्या चेहऱ्यावरून खाली येत त्याच्या छातीवरील शिक्क्याकडे गेली. तिथे तेच ते ओळखीचे चित्र होते. एका गरुडाने आपल्या पायात जहाजाचा नांगर पकडलेला होता आणि त्याभोवती शब्द होते U.S. NAVY म्हणजे 'शार्लोत' ही एक अमेरिकी बोट आहे तर.

एकदम तिला आठवले. 'शार्लोत' हे नाव आपल्याला का ओळखीचे वाटले ते तिला कळले. ही एक पाणबुडी आहे तर!

"वेलकम अॅबोर्ड मिस सेक्स्टन!" कॅप्टन म्हणत होता, "या बोटीबद्दलच्या

अनेक अहवालांचे सार तुम्ही काढले होते. तेव्हा तुम्ही कोण ते मला समजले आहे.''

त्यावर तिने अडखळत विचारले, ''पण या इकडच्या पाण्यात तुम्ही काय करता आहात?''

त्याचा चेहरा थोडासा कठीण झाला. तो म्हणाला, ''मिस सेक्स्टन, खरे बोलायचे तर हाच प्रश्न मी तुम्हाला विचारणार होतो.''

टॉलन्ड आपल्या बिछान्यावर हळूहळू उठून बसत होता. बोलण्यासाठी तो आपले तोंड उघडत होता. ते पाहून रेचलने आपले डोके ठामपणे नकारार्थी हलवून त्याला इशारा केला. इथे नाही. आत्ता नाही. तिला खात्री होती की टॉलन्ड व कॉर्की हे जर बोलायला लागले तर त्यांच्या तोंडून कोणती पहिली गोष्ट बाहेर पडेल, तर ती उल्केविषयी आणि आपल्यावर झालेल्या हल्ल्याविषयी; परंतु नौदलाच्या पाणबुडीतील खलाशांसमोर ही गोष्ट बोलण्याजोगी नव्हती. माहिती काढण्याच्या इंटेलिजन्स खात्यात कितीही आणीबाणीची परिस्थिती उद्भवू दे, गुप्ततेला प्राधान्य द्यावेच लागते. अजूनही उल्केबाबतची परिस्थिती ही 'गुप्त स्वरूपाची माहिती' समजली जात होती.

तिने कॅप्टनला सांगितले, ''मला एनआरओचे डायरेक्टर विल्यम पिकरिंग यांच्याशी बोलायचे आहे, अन् तेही खासगीमध्ये. प्लीज, ताबडतोब मला कनेक्शन लावून द्या.''

ते ऐकून कॅप्टनने आपल्या भुवया उंचावल्या. आपल्याच पाणबुडीवरती बाहेरच्या माणसाकडून हुकूम घेण्याची त्याला सवय नव्हती.

ती सांगत होती, ''माझ्याकडे काही गुप्त स्वरूपाची माहिती आहे आणि ती मला त्यांच्याकडे पाठवायची आहे. ''

कॅप्टनने काही क्षण तिच्याकडे पाहिले व मग म्हटले, ''आधी आपले अंग नीट गरम होऊ दे, मग मी तुम्हाला पिकरिंग यांच्याशी जोडून देतो.''

''सर, ही गोष्ट एकदम तातडीची आहे. मी–'' रेचल मधेच बोलायची थांबली. तिच्या डोळ्याला तिथल्या भिंतीवरती लावलेले एक घड्याळ दिसले होते.

19:51. त्या घड्याळात ही वेळ दाखवली जात होती.

रेचलने डोळ्यांची उघडझाप करत घड्याळाकडे रोखून पाहिले व म्हटले, ''हे... हे घड्याळ बरोबर आहे?''

''मॅडम, तुम्ही एका नौदलातील पाणबुडीवरती आहात. आमची घड्याळे अगदी अचूक असतात.''

''पण... पण ती प्रमाणवेळ कोणती आहे? ईस्टर्न टाईम?''

''होय, अमेरिकेतील ईस्टर्न स्टँडर्ड टाईम. आम्ही नॉरफॉक बंदर ओलांडले

आहे ना. तेव्हा आत्ता संध्याकाळचे ७:५१ झालेले आहेत.''

माय गॉड! अजून फक्त ७:५१ झाले आहेत? तिला असे वाटत होते की बेशुद्ध झाल्यानंतर कित्येक तास उलटलेले आहेत. *म्हणजे अजून रात्रीचे आठ वाजायचे आहेत तर. अजून अध्यक्षांची ती उल्केबद्दलची पत्रकार परिषद सुरू झालेली नसणार. जनतेला अजून काहीही ठाऊक नाही. अजूनही आपल्याला ती पत्रकार परिषद थोपवता येईल.*

ती ताबडतोब अंगावरचे पांघरूण काढून टाकून पलंगावरून खाली उतरली. तिचे पाय लटपटत होते. ते ब्लँकेट तिने आपल्या अंगाभोवती लपेटून घेतले. ती म्हणाली, ''मला ताबडतोब अध्यक्षांशी बोलायचे आहे.''

ते ऐकून कॅप्टन गोंधळला. त्याने विचारले, ''कोणते अध्यक्ष?''

''अमेरिकेचे राष्ट्राध्यक्ष!'' ती म्हणाली.

''मला वाटले की तुम्हाला विल्यम पिकरिंग हवे आहेत.''

''पण आता तेवढा वेळ नाही. मला राष्ट्राध्यक्षांशीच बोलले पाहिजे.''

तिचे ऐकूनही कॅप्टन अजिबात हलला नाही. तिच्या वाटेत त्याचे धिप्पाड शरीर अडथळ्यासारखे उभे होते. तो म्हणाला, ''माझ्या माहितीप्रमाणे अध्यक्ष आत्ता एक महत्त्वाची पत्रकार परिषद घेणार आहेत. त्या वेळी ते खासगी फोन घेतील की नाही याची मला शंका वाटते.''

आपल्या लटपटत्या पायावर रेचल जमेल तेवढी ताठ उभी होती. तिने आपले डोळे कॅप्टनवर रोखून म्हटले, ''सर, परिस्थिती फार चमत्कारिक आहे. त्याचा खुलासा माझ्याकडून तुम्हाला करता येणार नाही. एवढी ही गोष्ट गोपनीय व अति महत्त्वाच्या स्वरूपाची आहे; परंतु मी एवढेच सांगते, की राष्ट्राध्यक्ष हे आता एक गंभीर चूक करण्याच्या बेतात आहेत. माझ्याकडे अशी महत्त्वाची माहिती आहे की ती मला त्यांना आठ वाजायच्या आत दिलीच पाहिजे. तेव्हा लगेच आत्ता मला फोन जोडून द्या. मी सांगते त्यावरती तुम्हाला विश्वास ठेवलाच पाहिजे.''

कॅप्टन रेचलकडे बराच वेळ पहात राहिला. मग आपल्या भुवया उडवत त्याने हातातील घड्याळ पुन्हा पाहिले, ''अजून आठला नऊ मिनिटे आहेत. मी व्हाईट हाऊसला फोन जोडून देतो; पण ती सुरक्षित लाईन नसेल. तुम्हाला फक्त रेडिओफोनवरती बोलता येईल. त्यावरचे संभाषण कोणीही ऐकू शकते. शिवाय तेवढ्यासाठी अँटेना पाण्याबाहेर काढण्याइतपत पाणबुडी वरती न्यावी लागेल. त्यासाठी काही–''

''मग करा तसे झटपट! आत्ताच!''

६७

व्हाईट हाऊसच्या पूर्वेकडील कक्षामध्ये खालच्या मजल्यावर टेलिफोन स्विचबोर्ड होता. तीन ऑपरेटर्स हे कायम तिथे ड्यूटीवर असतात. आता तिथे फक्त दोघीजणी बसल्या होत्या. तिसरी ऑपरेटर ही जिथे पत्रकार परिषद घेतली जाणार होती त्या ब्रीफिंग रूमकडे जीव खाऊन पळत सुटली होती. तिच्या हातात एक कॉर्डलेस फोन होता. तिने ओव्हल ऑफिसकडून आलेला फोन जोडून देण्याचा प्रयत्न केला होता; परंतु अध्यक्ष तेथून निघून ब्रीफिंग रूमकडे पत्रकार परिषदेसाठी निघाले होते. मग अध्यक्षांबरोबरच्या अंगरक्षकाशी तिने मोबाइलवरून संपर्क साधण्याचा प्रयत्न केला; परंतु आता ब्रीफिंग रूममधून प्रत्यक्ष लाईव्ह प्रसारण होणार असल्याने तिथले आणि त्या दालनाभोवतालचे सर्व मोबाइल फोन्स बंद ठेवण्यात आले होते. नाहीतर ऐन वेळी परिषद चालू असताना व्यत्यय यायचा.

त्या ऑपरेटरला रेचल सेस्क्टन हिने फोन केला व तिने, "वाटेल ते करून पत्रकार परिषद सुरू होण्याआधी अध्यक्षांकडे फोनचे कनेक्शन लावून द्या, ही आणीबाणीची परिस्थिती आहे," अशी विनंती केली तेव्हा तिला कल्पना आली. आता त्यांच्याकडे हातात फोन घेऊन पळत जाणे एवढीच एकमात्र शक्यता उरली होती. म्हणून कॉर्डलेस फोन घेऊन ती धावत सुटली होती. फक्त प्रश्न असा होता, की वेळेमध्ये तिथे पोहोचता येईल की नाही?

यू.एस.एस. शार्लोत या पाणबुडीमधील छोट्या दवाखान्यात रेचल सेक्स्टनने एक फोन कानाशी लावला होता. अध्यक्षांशी बोलण्यासाठी संपर्क साधला जाण्याची ती वाट पहात होती. टॉलन्ड व कॉर्की जवळच बसले होते. अजूनही ते हादरलेले दिसत होते. कॉर्कीच्या चेहऱ्यावरती पाच टाके पडले होते व त्याच्या गालाच्या हाडावर खूप खोल खरचटले होते. सर्वांच्या अंगावर नौदलातील कपडे होते. ते कपडे उष्णतारोधक होते. नौदलातील जाडजूड फ्लाईट सूट, मोठ्या मापाचे लोकरीचे पायमोजे आणि बूट त्यांनी घातले होते. गरम केलेल्या शिळ्या कॉफीचा कप रेचलच्या हातात होता. तिला आता माणसात आल्यासारखे वाटत होते व तिचे शरीर जवळ जवळ पूर्णपणे ताळ्यावर आले होते.

"का एवढा वेळ लागतो आहे? सात वाजून छप्पन्न मिनिटे झाली आहेत!" टॉलन्डने अस्वस्थ होऊन म्हटले.

पलीकडच्या टोकाला काय चालले आहे ते रेचलला कळत नव्हते. व्हाईट हाऊसच्या ऑपरेटरपर्यंत पोहोचण्यात ती यशस्वी झाली होती. आपण कोण आहोत व कशा प्रकारची आणीबाणीची परिस्थिती आहे हे तिने सांगितले होते. ती ऑपरेटर

मुलगी तिच्याशी सहानुभूतीने बोलली होती आणि तिने रेचलला जरा थांबण्यास सांगून होल्डचे बटण दाबले. नंतर अध्यक्षांपर्यंत पोहोचण्यासाठी तिने खूप तांत्रिक धडपड केली.

आता फक्त चार मिनिटे उरली आहेत. हरी अप! रेचल मनात म्हणाली.

आपले डोळे मिटून घेऊन रेचलने मनात आढावा घेण्यास सुरुवात केली. आजचा दिवस भलताच भानगडींचा गेला, धक्कादायक गेला व जिवावर बेतला होता. *आत्ता मी एका अणुपाणबुडीवर आहे,* असे तिने स्वत:शीच म्हटले. आर्क्टिक प्रदेशात जाणे आणि अणुपाणबुडीवर पोहोचणे या गोष्टी तशा दुर्मिळ आहेत व सामान्य माणसाच्या केवळ स्वप्नातील आहेत. आपण किती नशीबवान म्हणून अशा ठिकाणी आपण सहज पोहोचलो. पाणबुडीच्या कॅप्टनने सांगितल्यावरून तिला कळले, की ही पाणबुडी नेहमीच्या गस्तीवरती होती. बेअरिंगच्या सामुद्रधुनीत ती दोन दिवसांपूर्वी शिरली होती. आज त्या पाणबुडीला पाण्याखालून येणारे काही अज्ञात ध्वनी ऐकायला मिळाले. मिल्ने हिमनदीच्या बर्फभूमीच्या दिशेकडून ते येत होते. त्या आवाजात जमिनीला भोके पाडण्याच्या यंत्राचे आवाज, जेटचे आवाज आणि अनेक सांकेतिक वायरलेस संदेशांचे आवाज ऐकू येत होते. हे गूढ आवाज कोणते आहेत ते समजेना. त्यांनी नौदलाच्या ठाण्याकडे संदेश पाठवून विचारल्यावर त्यांना आपला नेहमीचा मार्ग बदलून मिल्ने हिमनदीच्या दिशेने जाण्याचा हुकूम मिळाला. तिथे गेल्यावर ते आवाज शांतपणे ऐकत रहाण्यास त्यांना सांगितले होते. त्याप्रमाणे ते तासाभरापूर्वी येथे पोहोचले होते. नंतर त्यांना मिल्ने बर्फभूमीमधून एक स्फोटाचा आवाज ऐकू आला. मग ते आवाजाच्या दिशेने आणखी पुढे सरकले. त्यांना तो आवाज कसला होता हे शोधायचे होते. अन् त्याच वेळी त्यांना रेचलच्या कुऱ्हाड आपटण्याचा आवाज ऐकू आला. थड्थड्थड् थड्......थड्.....थड्..... थड्थड्थड्. SOS. मोर्सच्या संकेतानुसार एक मदतीची याचना करणारा संदेश.

''आता तीन मिनिटे उरली आहेत!'' टॉलन्डने उतावीळ होऊन म्हटले. तिथल्या भिंतीवरील घड्याळावरती तो नजर ठेवून होता.

रेचल कमालीची अस्वस्थ झाली. त्यांना एवढा वेळ का लागतो आहे? अध्यक्ष आपला फोन का घेत नाहीत? जर त्यांनी पत्रकार परिषदेत उल्केचा शोध जाहीर केला तर?

रेचलने डोके हलवून आपले विचार झटकले. ती मनात ओरडली, *कुणीतरी फोनवर या!*

''आय हॅव ॲन इमर्जन्सी!'' ऑपरेटर धापा टाकत बोलत होती, ''अध्यक्षांना

फोन आहे.''

त्या सांगण्यावर विश्वास नसल्याचे भाव मार्जोरीच्या चेहऱ्यावरती उमटले. ती म्हणाली, ''आत्ता फोनबिन काहीही नाही.''

''हा फोन रेचल सेक्स्टन यांच्याकडून आला आहे. त्या म्हणत आहेत की फार तातडीचे काम आहे.''

ते ऐकल्यावर मार्जोरी गोंधळली, चिडली. तिने ऑपरेटरच्या हातातील कॉर्डलेस फोन पाहिला व म्हटले, ''ती हाऊस लाईन आहे. यावरचे बोलणे बाहेर कोणीही पकडू शकते. ही सुरक्षित लाईन नाही.''

''पण मॅडम, येथे बाहेरून आलेला फोन हा रेडिओफोन आहे. नाहीतरी तसले फोन कोणीही पकडून ऐकू शकते. सेक्स्टन मॅडमना ताबडतोब अध्यक्षांशी बोलायचे आहे.''

''लाईव्ह इन नाइन्टी सेकन्ड्स!'' दीड मिनिटात प्रक्षेपण सुरू होत असल्याचे कोणीतरी ओरडून जाहीर केले.

मार्जोरीने आपले थंड डोळे रोखले व आपला कोळ्याच्या पायासारखा हडकुळा हात तिने पुढे केला व म्हटले, ''इकडे द्या तो फोन.''

त्या ऑपरेटरचे हृदय धडधडू लागले. ती म्हणाली, ''मिस सेक्स्टन यांना अध्यक्षांशीच ताबडतोब बोलायचे आहे. आपले बोलणे होईपर्यंत अध्यक्षांनी पत्रकार परिषद पुढे ढकलावी असा आग्रह त्यांनी धरला आहे. मी त्यांना आश्वासन–''

मार्जोरीने एक पाऊल ऑपरेटरच्या दिशेने पुढे टाकत कुजबुजत्या आवाजात तिला धमकावत म्हटले, ''हे बघा, इथले काम कसे चालते ते मी सांगते. अध्यक्षांच्या विरोधकांच्या मुलीकडून तुम्ही हुकूम घेऊ नका, ते माझ्याकडून घ्या. मी फोनवर बोलणे हे अध्यक्षांनी बोलण्यासारखेच आहे. ही काय फोनाफोनी चालली आहे ती मला कळलीच पाहिजे. त्याखेरीज हा फोन अध्यक्षांना देता येणार नाही.''

ऑपरेटरने अध्यक्षांच्याकडे पाहिले. त्यांच्याभोवती मायक्रोफोनचे तंत्रज्ञ, हेअर स्टायलिस्ट, मेकअपमन आणि इतर कर्मचारी यांचा गराडा पडला होता. ते कर्मचारी अध्यक्षांच्या भाषणातील मुद्द्यांची तयारी करून घेत होते.

टेलिव्हिजनच्या तंत्रज्ञाने पुकारले, *''साठ सेकंद!''*

शार्लोत पाणबुडीवरील छोट्या खोलीत रेचल अस्वस्थ होऊन तिथल्या तिथे येरझाऱ्या घालीत होती. कानाला फोन लावून ती वाट पहात होती.

खरबरीत आवाजात कोणीतरी फोनवर म्हटले, ''हॅलो?''

''प्रेसिडेन्ट हर्नी?'' रेचलने विचारले.

''नाही. मार्जोरी टेन्च.'' पलीकडच्या व्यक्तीने दुरुस्ती करत म्हटले, ''मी अध्यक्षांची सीनिअर ॲडव्हायझर आहे. आपण जे कोणी आहात त्यांना मी बजावते, की चेष्टा करण्यासाठी जर आपण व्हाईट हाऊसला फोन केला असेल तर त्यामुळे कायद्याचे उल्लंघन–''

''ही चेष्टा नाही! मी रेचल सेक्स्टन बोलते आहे. मी तुमची एनआरओ लियाँझा आहे आणि–''

''मॅडम, रेचल सेक्स्टन कोण आहे ते मला चांगले ठाऊक आहे. तुम्हीच त्या आहात की नाही याबद्दल मला शंकाच आहे. तुम्ही व्हाईट हाऊसला एक ओपन व असुरक्षित लाईनवरून फोन केला आहे. शिवाय तुम्ही आत्ताचा अध्यक्षांच्या पत्रकार परिषदेचा महत्त्वाचा कार्यक्रम थांबवायला सांगता आहात. मला वाटते की–''

रेचल रागाने ओरडून म्हणाली, ''दोन तासांपूर्वी मी व्हाईट हाऊसमधल्या सर्व कर्मचाऱ्यांना सापडलेल्या उल्केबद्दल माहिती दिली होती. त्या वेळी तुम्ही पुढच्या रांगेत बसला होता. मी अध्यक्षांच्या टेबलावरील टेलिव्हिजनमधून तुमच्याशी बोलत होते! याबद्दल काही शंका आहे?''

मार्जोरी क्षणभर गप्प बसली. नंतर ती म्हणाली, ''मिस सेक्स्टन, याचा अर्थ काय? तुम्हाला नक्की काय सांगायचे आहे?''

''मला असे सांगायचे आहे, की तुम्ही ताबडतोब अध्यक्षांना थांबवा! त्यांना मिळालेली उल्केबद्दलची सर्व माहिती चुकीची आहे! आम्हाला नुकतेच कळले आहे, की ती उल्का बर्फाच्या थरात खालून घुसवलेली होती. कोणी ते काम केले हे मला ठाऊक नाही आणि का तसे केले हेही मला ठाऊक नाही! परंतु हे सारे प्रकरण वरवर जसे दिसते तसे नाही हे नक्की! अध्यक्षांच्याकडून जी माहिती आता दिली जाईल ती गंभीरपणे चुकीची असेल. म्हणून मी ठामपणे सांगते की–''

''एक मिनिट थांबा बाईसाहेब!'' मार्जोरी आपला आवाज खाली आणत म्हणाली, ''तुम्ही काय बोलत आहात याची आपल्याला जाणीव आहे का?''

''होय अगदी बिलकूल. मला अशी दाट शंका येते, की नासाच्या ॲडमिनिस्ट्रेटरने फार मोठ्या प्रमाणात एक हेराफेरीचे कृत्य केले आहे. त्यामुळे अध्यक्ष एका मोठ्या वादाच्या भोवऱ्यात सापडतील. निदान तुम्ही आत्ताची पत्रकार परिषद दहा मिनिटे तरी पुढे ढकला. म्हणजे तेवढ्या वेळात मी येथे काय चालले आहे त्याचा नीट खुलासा त्यांना करू शकेन. शिवाय कोणी तरी मला ठार मारण्याचा प्रयत्नही येथे केला!''

मार्जोरीच्या आवाजात आता बर्फासारखा थंडपणा प्रकट झाला. ती म्हणाली, ''मिस सेक्स्टन, मी आपल्याला एक सावधगिरीची सूचना देते. या मोहिमेबद्दल आपले मत बदलून जे काही नवीन मत तयार झाले असेल व त्यामुळे तुम्ही तुमची

पूर्वीची, व्हाईट हाऊसला मदत करण्याची, भूमिका बदलत असाल तर त्याला आता खूप उशीर झाला आहे. तुम्ही स्वत: अध्यक्ष व त्यांचे कर्मचारी यांच्यापुढे उल्केबद्दलची माहिती सादर केली होती. जर तुमचे मत व भूमिका बदलायची होती तर ती त्या आधीच बदलायला हवी होती.''

''काय?'' *ही बाई तरीही माझे नीट ऐकून घेत नाही?*

''तुम्ही आत्ता जे काही मतप्रदर्शन केलेत त्यामुळे मला तुमची चीड येते. एका असुरक्षित टेलिफोन लाईनवरती 'उल्केबद्दलची माहिती चुकीची आहे' असे सांगून तुम्ही दिशाभूल करू पहात आहात. तुम्ही एक इंटेलिजन्स अधिकारी आहात ना? मग रेडिओ-टेलिफोनवरून तुम्ही गुप्त माहिती व्हाईट हाऊसकडे कशी काय पाठवत आहात? याचा अर्थ उघड आहे. अन् तो म्हणजे, कोणीतरी हे संभाषण चोरून ऐकत असेल अशी मनात तुम्ही आशा करत असाव्यात.''

''हे पहा, डॉ. नोरा मॅन्गोर यांना या माहितीमुळेच ठार केले गेले आहे! डॉ. मिंग हेही मृत्यू पावले आहेत. म्हणून तुम्हाला सावध–''

''बास, बास. पुरे झाले तुमचे बोलणे. तुम्ही मनात कोणता हेतू धरून हा खेळ खेळत आहात ते मला ठाऊक नाही; पण मी तुम्हाला बजावते आणि जे कोणी हा फोन चोरून ऐकत असेल त्यांनाही बजावते, की नासाचे वरिष्ठ शास्त्रज्ञ, चार बाहेरचे नामवंत सिव्हिलियन शास्त्रज्ञ आणि तुम्ही स्वत:ही यांनी त्या उल्केच्या माहितीच्या खरेपणाबद्दल आपल्या तोंडाने ग्वाही दिली आहे. ती कबुली ही व्हिडिओ टेपवरती रेकॉर्ड झाली आहे व ती टेप आमच्या ताब्यात आहे; पण आता तुम्ही एकदम त्या गोष्टीकडे पाठ फिरवून भलतेच विरुद्ध बोलू लागला आहात. तुम्ही तसे का करता आहात याबद्दल मी फक्त तर्क करू शकते; पण ते कारण काहीही असले तरी एक लक्षात घ्या, या आत्ताच्या प्रसंगामुळे तुम्हाला व्हाईट हाऊसच्या लियाँझा पदावरून ताबडतोब काढून टाकण्यात आले आहे. तसेच, तुम्ही हा जो दिव्य शोध लावला आहे त्यासोबत आणखी काही चमत्कारिक आरोप जोडून गलिच्छ खेळ खेळू लागलात, तर तुमच्यावरती व्हाईट हाऊस व नासा यांची बदनामी केल्याच्या आरोपावरून तात्काळ खटला भरला जाईल, असा इशारा मी तुम्हाला देते. अन् ही गोष्ट एवढ्या वेगाने घडेल, की तुरुंगात जाण्याआधी तुम्हाला तुमची बॅग भरण्याचीही संधी मिळणार नाही.''

यावर काहीतरी बोलण्यासाठी रेचलने आपले तोंड उघडले, पण तिच्या तोंडून कोणतेच शब्द बाहेर पडले नाहीत.

मार्जोरी पुढे फटाफट बोलत गेली, ''झॅक हर्नी हे तुमच्या बाबतीत खूपच उदारपणे वागले आहेत. अन् खरे सांगायचे तर तुमच्या बरळण्याला मला सेक्स्टन प्रसिद्धितंत्राचा वास येतो आहे. तेव्हा असल्या गोष्टी ताबडतोब सोडून द्या, नाहीतर

आम्ही तुमच्यावरती आरोप ठेवून तुम्हाला कोर्टात खेचू. मी हे अगदी शपथेवर सांगते.''

यानंतर फोनवरती शांतता होती. फोनचा संपर्क बंद केला गेला होता.

रेचल सुन्न झाली. तिचे वासलेले तोंड तसेच उघडे राहिले.

तेवढ्यात दारावर टकटक करून पाणबुडीच्या कॅप्टनने आत डोकावले व म्हटले, ''मिस सेक्स्टन, कॅनेडियन नॅशनल रेडिओचे स्टेशन आमच्या वायरलेसवरती अंधुकपणे ऐकू येत आहे. त्यावरून असे कळते की राष्ट्राध्यक्ष झॅक हर्नी यांची पत्रकार परिषद नुकतीच सुरू झालेली आहे.''

६८

राष्ट्राध्यक्ष व्हाईट हाऊसमधील ब्रीफिंग रूममध्ये व्यासपीठावर उभे होते. त्यांच्या समोर छोटा, चौकोनी व साडेचार फूट उंचीचा व्याख्यानमंच उभा केलेला होता. त्यावरती अनेक माईक्सची गर्दी झाली होती. मीडियाच्या दिव्यांचे प्रखर झोत अध्यक्षांवरती पडले होते. त्याची धग त्यांना जाणवत होती. व्हाईट हाऊसच्या वृत्त कार्यालयाने सर्व प्रसारमाध्यमांशी संपर्क साधून आत्ताच्या परिषदेचा एक झंझावात उडवून दिला होता. ज्या व्यक्तींना टेलिव्हिजन, रेडिओ किंवा संगणक याद्वारे अध्यक्षांचे भाषण ऐकता येणे शक्य नव्हते त्यांना या भाषणाची बातमी त्यांचे शेजारी, सहकारी, स्नेहीमंडळी आणि नातेवाईक यांच्याकडून कळली होती. रात्री बरोबर आठ वाजता यच्चयावत अमेरिकी नागरिक रेडिओ व टीव्हीसमोर उपस्थित होते. फक्त कोणी गुहेत रहाणारा माणूस असेल तरच तो हजर नव्हता. सर्वांना अध्यक्षांच्या भाषणाचा विषय कोणता आहे याबद्दल उत्सुकता होती. सबंध जगभर आपापल्या घरात, रेस्टॉरंटमध्ये व बारमध्ये सारेजण टीव्हीसमोर ऐकण्यासाठी पुढे झुकले होते. त्यांना उत्सुकता जशी वाटत होती तशीच एक अनामिक भीतीही वाटत होती.

अशा या मोक्याच्या क्षणी झॅक हर्नी यांना आपल्या कार्यालयाचे महत्त्व, दबदबा व वजन पूर्णपणे जाणवत होते. सत्तेची नशा चढू शकत नाही, असे जर कोणी म्हणत असेल तर त्याने ही गोष्ट कधीच अनुभवली नसणार. तथापि, आपले भाषण सुरू करताना अध्यक्ष हर्नी यांना आतून असे जाणवत होते, की कुठेतरी चुकले आहे व आपण भरकटत जात आहोत. ती भावना नेमकी काय होती ते त्यांना समजत नव्हते की शब्दांतही सांगता येणे कठीण होते. काही जणांना भाषण देताना भीती वाटते, तशी भीती वाटण्यातले ते मुळीच नव्हते; पण किंचित का होईना, या चमत्कारिक भावनेमुळे त्यांना आतमध्ये कुठेतरी भीतीचा ओझरता स्पर्श झाला होता

हे नक्की. तसेच, हळूहळू ती भावना वाढत आपला कब्जा घेते आहे, हेही त्यांना कळून चुकले.

जगातून अफाट श्रोतृवर्ग आपल्याकडे कान व डोळे लावून बसला आहे, या विचारामुळे आपल्याला भीती वाटते आहे अशी त्यांनी आपली समजूत करून घेतली; पण ती केवळ एक समजूत होती. त्या समजुतीपेक्षा हे काहीतरी वेगळे जाणवत आहे असे त्यांना वाटू लागले.

पण ती गोष्ट किती लहान होती, क्षुल्लक होती, क्षुद्र होती. तरीही...

त्यांनी ती गोष्ट मनातून बाजूला सारली. अन् तरीही ती त्यांना चिकटून राहिली.

मार्जोरी टेन्च.

काही क्षणांपूर्वी अध्यक्ष व्यासपीठावर जाण्याची तयारी करत होते. त्या वेळी त्यांनी यलो हॉलवेमध्ये मार्जोरीला पाहिले. तिच्या हातात एक कॉर्डलेस फोन होता. त्यांना ती गोष्ट विचित्र वाटली; पण त्याच वेळी तिच्या शेजारी व्हाईट हाऊसमधील ऑपरेटर-स्त्री उभी होती, अन् भीतीने तिचा चेहरा पांढरा पडला होता. अध्यक्षांना मार्जोरीचे फोनवरील बोलणे ऐकू येणे शक्यच नव्हते; पण जे काही चालले होते ते भांडणाच्या स्वरूपाचे आहे, असे त्यांना वाटले. मार्जोरीच्या चेहऱ्यावरती संतापाचे भाव उमटले होते. इतके कमालीचे संतापाचे भाव तिच्या चेहऱ्यावर उमटलेले त्यांनी कधीच पाहिले नव्हते. ती खूप क्रुद्ध झाली होती. ती जोरजोरात वाद करत भांडत होती. क्षणभर अध्यक्षांनी तिच्याकडे पाहिले. तिनेही त्याच वेळी त्यांच्याकडे पाहिले. अध्यक्षांच्या चेहरा प्रश्नार्थक झालेला तिने पाहिले; पण तिने आपला डाव्या हाताचा अंगठा वर उचलून त्यांना दाखवला. आजवर तिने अशी खूण कोणालाही केल्याचे अध्यक्षांनी पाहिले नव्हते. टीव्हीच्या माणसाने खूण केल्यामुळे तिची तीच शेवटची प्रतिमा पाहून ते व्यासपीठाकडे वळले.

नासाच्या हॅबिस्फिअर तंबूतील प्रेस एरियामध्ये निळा रग सर्वत्र अंथरला होता. त्यावर एक लांबलचक टेबल मध्यभागी ठेवले होते. टेबलाच्या टोकाशी नासाचा ॲडमिनिस्ट्रेटर एक्स्ट्रॉम बसला होता. तर त्याच्या डाव्या व उजव्या बाजूला नासाचे वरिष्ठ अधिकारी व शास्त्रज्ञ बसले होते. त्या सर्वांना दिसेल अशा टोकाला एक भव्य टीव्हीचा पडदा उभा होता. अध्यक्षांचे सुरुवातीचे निवेदन त्या भव्य पडद्यावरती दाखवले जाणार होते. नासाचे बाकीचे कर्मचारी अन्य छोट्या पाच-सहा टीव्हीभोवती कोंडाळे करून गटागटाने उभे होते. आपला प्रमुख साहेब हा पत्रकार परिषदेत येथून कसा भाग घेतो आहे हे पहाण्याची उत्सुकता त्यांच्या चेहऱ्यावरती पसरलेली दिसून येत होती.

"गुड ईव्हिनिंग!" अमेरिकेचे राष्ट्राध्यक्ष बोलू लागले. त्यांच्या आवाजात

नकळत ताठरपणा आला होता, ''माझे देशबांधव आणि जगातील आमचे सर्व मित्रजनहो...''

एक्स्ट्रॉमच्या समोर ती अवाढव्य व काळी पडलेली उल्का प्रदर्शित केलेली होती. त्याकडे त्याने पाहिले आणि लगेच जवळच्या एका टीव्हीच्या पडद्याकडे पाहिले. त्या टीव्हीवर त्याने स्वत:ला पाहिले. त्याच्या दोन्ही बाजूंना नासाचे वरिष्ठ शास्त्रज्ञ व अधिकारी दिसत होते. तसेच, मागे पार्श्वभूमीवरती अमेरिकेचे एक भले मोठे निशाण व नासाचे बोधचिन्ह टांगलेले होते. त्यावरती सोडलेली प्रकाशयोजना अशी काही नाट्यपूर्ण होती, की ती पार्श्वभूमी म्हणजे अति आधुनिक चित्रकलेतील एक उत्कृष्ट नमुना वाटत होता. आपल्या बारा अनुयायांसह येशूने घेतलेल्या मृत्यूपूर्वीच्या शेवटच्या जेवणाचा प्रसंग हा लिओनार्डो दा विंचीने जेवढ्या प्रभावीपणे चित्रित केला होता, तितका प्रभाव या पार्श्वभूमीद्वारे भासत होता. हा सारा नाट्यपूर्ण प्रसंग अध्यक्ष आपल्या राजकीय उद्दिष्टांसाठी वापरत होते. याचे कारण *अध्यक्ष हर्नी यांना आता दुसरा कोणताच पर्याय उरला नव्हता.* एक्स्ट्रॉमला तर असे वाटले, की अवकाशातून खुद्द देवच उल्केच्या रूपाने खाली अवतरला असून, आपण त्याला टीव्हीच्या एका धार्मिक चॅनेलवरून जनतेला सादर करत आहोत, एवढा तो भारावून गेला होता.

पाच मिनिटांतच एक्स्ट्रॉम आणि नासाचे कर्मचारी यांची ओळख अध्यक्ष जगाला करून देणार होते. अन् मग उपग्रहामार्फत ध्रुव प्रदेशातील हिमनदीच्या एका तंबूमधील नासाची माणसे पडद्यावरती अवतीर्ण होऊन अध्यक्षांच्या पत्रकार परिषदेत भाग घेणार होती. अध्यक्षांकडून त्या उल्केची बातमी जगजाहीर होताना नासाची माणसे त्यांना पुष्टी देणार होती. मागच्या घटना सांगणार होती व शास्त्रीय पुरावे पुढे ठेवणार होती. त्या वेळी हा शोध कसा लागला व अंतराळ विज्ञानात त्याचे महत्त्व काय आहे हे श्रोते व प्रेक्षक यांना सांगितले जाणार होते. तसे करताना अध्यक्ष व नासाची माणसे एकमेकांची पाठ थोपटून 'अहो रुपम् अहो ध्वनी' असे करणार होती. शिवाय जे बिनसरकारी शास्त्रज्ञ यात सामील झाले त्यांच्याही कामगिरीचे कौतुक केले जाणार होते. मायकेल टॉलन्डसारख्या शास्त्रज्ञाने यावर केलेला तो माहितीपट पंधरा मिनिटे दाखवला जाणार होता. त्यानंतर सर्वांचा उत्साह कळसाला पोहोचणार होता. नंतर एक्स्ट्रॉम व अध्यक्ष हा समारंभ संपवणार होते. तसे करताना अध्यक्ष हे जनतेला उद्देशून 'आणखीही माहिती यापुढे वेळोवेळी आपल्यापुढे ठेवली जाईल,' असे आश्वासन देणार होते.

आता बोलण्याची आपली पाळी कधी येते आहे याची एक्स्ट्रॉम वाट पहात होता. त्याच्या रिकाम्या मनात हळूहळू एक शरमेची भावना उसळत होती. ही वेळ कधी तरी येईल याचीही कल्पना त्याला पूर्वीपासून होती. अपेक्षेप्रमाणेच ते घडत होते.

कारण त्याने खोटी विधाने केली होती... असत्य गोष्टी या वास्तव जगात घुसवल्या होत्या.

पण तरीही, ती खोटी माहिती ही आता परिणामकारक ठरत नव्हती. ते काहीही असो, एक्स्ट्रॉमच्या मनावरचे ओझे वाढत चालले होते.

एबीसी टेलिव्हिजनच्या प्रॉडक्शन रूममध्ये खूपच गडबड उडाली होती. अनेक अनोळखी व्यक्तींच्या गर्दीमध्ये गॅब्रिएल उभी होती. भिंतीवर उंच टांगलेल्या टीव्हीच्या पडद्याकडे सर्वजण माना वर करून उत्सुकतेने आठ वाजण्याची वाट पहात होते. जेव्हा तो क्षण आला तेव्हा अनेकांनी एका वेळी केलेला "हा:!" असा आवाज उमटला. काहीजण "शुक, शुक" असे ओरडून इतरांना गप्प बसण्यासाठी सूचना देऊ लागले. आता काय होणार? या भीतीने गॅब्रिएलने आपले डोळे गच्च मिटून घेतले. आपण जेव्हा डोळे उघडू तेव्हा टीव्हीच्या पडद्यावरती आपले उघडेवाघडे शरीर दिसेल, याची तिला खात्री पटली होती.

सिनेटर सेक्स्टन याच्या फ्लॅटमधील वातावरण औत्सुक्याने भारले गेले होते. तिथे आलेले सर्व पाहुणे उठून उभे राहून टीव्हीकडे पाहू लागले होते. सिनेटरच्या घरच्या प्लाझ्मा टीव्हीच्या मोठ्या पडद्याकडे त्यांचे डोळे खिळले होते.

राष्ट्राध्यक्ष कॅमेऱ्यासमोर उभे राहून साऱ्या जगाला अभिवादन करत होते; पण त्या अभिवादनात थोडासा अवघडलेपणा व्यक्त झाला होता. क्षणभर त्यांना काय बोलावे ते सुचत नव्हते.

हा माणूस गांगरला आहे. यापूर्वी तसे ते कधीही दिसले नव्हते, असे सेक्स्टनच्या मनात आले.

पाहुण्यांच्यापैकी कोणीतरी ती अवस्था हेरून म्हटले, "अध्यक्षांकडे पहा. नक्कीच काहीतरी वाईट बातमी सांगितली जाणार."

ती बातमी अंतराळ स्थानकाबद्दल तर नाही ना? सेक्स्टन तर्क करू लागला.

अध्यक्षांनी थेट कॅमेऱ्याच्या भिंगात रोखून पहात एक दीर्घ श्वास घेतला व ते बोलू लागले, "माझ्या मित्रांनो, गेल्या कित्येक दिवसांपासून आत्तापर्यंत मी विचार करत आलेलो होतो. आपल्याला मी जी बातमी आता सांगणार आहे, ती कशा शब्दांत आपल्यापुढे सादर करावी यावर मी विचार करत होतो..."

सेक्स्टन मनात म्हणत होता, 'ते कितीतरी सोपे आहे. त्यासाठी अवघे सात शब्द वापरावे लागतील. *'आम्ही ते अंतराळ स्थानक शेवटी उडवून दिले.'*

पहिली काही मिनिटे अध्यक्षांनी येत्या निवडणुकीत नासाचा मुद्दा पुढे यावा ही किती खेदाची बाब आहे ते सांगितले. "...परंतु शेवटी हिय्या करून त्याबद्दल आता

थोडक्यात परामर्श घ्यावा लागत आहे यासाठी जनतेने क्षमा करावी...''

अध्यक्ष पुढे सांगत गेले, ''हे निवेदन करण्यासाठी आत्ताचा निवडणुकीचा धामधुमीचा काळ निवडण्याऐवजी मी अन्य कोणतीही काळवेळ निवडू शकलो असतो. आत्ताच्या राजकीय काळात कोणालाही माझ्या निवेदनाबद्दल शंका येणे साहजिक आहे; परंतु तुमचा अध्यक्ष म्हणून मी तुम्हाला सांगतो, की सध्या मला जे काही समजले आहे ते तुमच्यापासून फार काळ लपवता येणे अशक्य असल्याने मी आपल्यासमोर निवेदन करण्यासाठी उभा राहिलो आहे.'' एवढे बोलून थोडेसे स्मित करत ते पुढे म्हणाले, ''असे दिसते, की अंतराळाच्या जादूची मात्रा मानवी कार्यक्रमपत्रिकेवर फारसा परिणाम करत नाही... मग भले ती व्यक्ती राष्ट्राध्यक्ष असली तरी.''

सेक्स्टनच्या खोलीतील सर्वजण बुचकळ्यात पडले. त्यांना यातून कोणताच अर्थ काढता येईना की अंदाज करता येईना.

राष्ट्राध्यक्ष हर्नी आता सावकाश सांगू लागले, ''दोन आठवड्यांपूर्वी नासाने सोडलेला नवीन उपग्रह पृथ्वीभोवती घिरट्या घालत असताना उत्तरेकडील ध्रुवीय प्रदेशावरून गेला. या उपग्रहात पृथ्वीच्या पृष्ठभागावरील प्रत्येक बिंदूची घनता मोजण्याचे साधन आहे. एल्समेर बेटावरून जाताना एक अज्ञात खडक या उपग्रहातील यंत्राने टिपला. त्या बेटावरती मिल्ने हिमनदी उगम पावून अतिमंद गतीने आर्क्टिक समुद्राच्या दिशेने सरकत असते. समुद्रावरती कित्येक मैल आत, तिचा सुमारे ३०० फूट जाडीचा बर्फाचा थर पसरला आहे. त्या थरामध्ये एक मोठ्या घनतेचा खडक २०० फूट खोलीवर अडकला असल्याचे समजले. ही जागा ८० अंश उत्तर या अक्षांशावरती आहे.'' यानंतर अध्यक्ष उत्स्फूर्त आनंदाने स्मित करत म्हणाले, ''ही माहिती नासाला समजताच तो खडक म्हणजे विश्वातून येऊन तिथे पडलेली उल्का असावी अशी शास्त्रज्ञांना शंका आली.''

सेक्स्टन उठून उभा रहात एकदम म्हणाला, ''उल्का? ही कसली बातमी?''

''नासाने मग समुद्रावरील त्या तरंगत्या बर्फाच्या थरावरती संशोधकांचे एक पथक पाठवले. त्यांनी तिथे खोदकाम करून थरात अडकलेल्या खडकाचे नमुने बाहेर काढले, त्यांचा अभ्यास केला. नासाने खरोखरीच...'' किंचित थांबून अध्यक्ष पुढे म्हणाले, ''कमाल केली होती. त्यांनी या शतकातील एक महत्त्वाचा शोध लावला होता.''

विश्वास न वाटून सेक्स्टनने टेलिव्हिजनच्या दिशेने एक पाऊल टाकले. *छे! हे भलतेच काहीतरी आहे...* खोलीतील बाकीची माणसेही अस्वस्थ झाली.

अध्यक्ष बोलत होते, ''लेडीज अँड जेंटलमेन, काही तासांपूर्वी नासाने बर्फाच्या थरातील ती उल्का बाहेर काढली. तिचे वजन आठ टन आहे आणि त्यामध्ये...''

पुन्हा एकदा अध्यक्षांनी विराम घेतला. जगातील सर्व प्रेक्षकांना उत्सुकतेने पुढे झुकायला लावले. मग ते म्हणाले, ‘‘त्या उल्केमध्ये जीवांचे काही अवशेष सापडले. ते जीवाश्म डझनभर तरी असतील. पृथ्वीखेरीज विश्वात अन्यत्र सजीव आहेत याचा ढळढळीत व निर्विवाद पुरावा म्हणजे ती उल्का ठरली आहे.’’

त्यानंतर अध्यक्षांच्या मागच्या पडद्यावरती एक चित्र उमटले. ते चित्र त्या उल्केचे होते आणि त्यामध्ये एका अवाढव्य किड्याचा जीवाश्म दिसत होता.

सेक्स्टनच्या घरी जमलेल्या सहा उद्योगपतींना ते पहाताच धक्का बसला. विस्फारित नेत्रांनी ते टीव्हीकडे पहात उठले. तर खुद्द सेक्स्टन जागच्या जागी थिजून गेला.

अध्यक्षांनी आपले निवेदन पुढे चालू केले. ते म्हणाले, ‘‘मित्रहो, माझ्या मागच्या चित्रात दिसणारा जीवाश्म हा १९ कोटी वर्षांपूर्वीचा आहे. सुमारे तीन शतकांपूर्वी पृथ्वीवरती ‘जंगरसोल’ नावाची अवाढव्य उल्का पडली. पडताना त्या उल्केचा एक तुकडा निखळून तो ध्रुव प्रदेशामधल्या आर्क्टिक महासागराकडे झेपावला व मिल्ने हिमनदीवर पडला. तिथे तो बर्फात गाडला गेला. त्यावरती बर्फाचे थर चढत गेले. त्याच तुकड्याचे चित्र तुम्ही आत्ता पहात आहात. नासाने गेले दोन आठवडे अविश्रांत परिश्रम करून त्या बर्फातील उल्केचे शास्त्रीय दृष्टीने सर्व तऱ्हेचे निरीक्षण व परीक्षण केले आणि ती उल्का वर काढली. मगच त्यांनी ही बातमी आत्ता जाहीर केली आहे. आजच्या कार्यक्रमात पुढच्या अर्ध्या तासात नासाचे अनेक शास्त्रज्ञ व चार बिनसरकारी शास्त्रज्ञ यांच्याकडून या उल्केबद्दल बरेच काही सांगितले जाईल. तसेच, या उल्केबद्दल व ती बाहेर काढण्यावरती एक छोटा माहितीपट तयार केला आहे, तोही आपल्याला दाखवला जाईल. हा माहितीपट ज्यांनी केला आहे त्यांचा चेहरा यामध्ये आपल्याला दिसेल. तुम्ही तो चेहरा चटकन ओळखाल. यापुढचा कार्यक्रम हा ध्रुवीय प्रदेशातून उपग्रहाद्वारे प्रक्षेपित केला जाईल. ते सर्व जिवंत प्रक्षेपण असेल. हे सर्व अत्यंत कष्टपूर्वक ज्या एका व्यक्तीने आपल्या नेतृत्वाखाली घडवून आणले त्यांचा मी येथे गौरवाने उल्लेख करतो. ती व्यक्ती आहे नासाचे प्रमुख अॅडमिनिस्ट्रेटर लॉरेन्स एक्स्ट्रॉम!’’

एवढे म्हणून अध्यक्ष मागे वळून पडद्याकडे पाहू लागले.

त्या उल्केचे चित्र नाट्यपूर्णरीत्या विरत विरत गेले व त्याच वेळी एक्स्ट्रॉमचा चेहरा हळूहळू पडद्यावर स्पष्ट होत गेला. कॅमेरा मागे मागे सरकत गेला आणि एका लांबट टेबलापाशी बसलेली व एक्स्ट्रॉमच्या दोन्ही बाजूला असलेली नासाची माणसे चित्रचौकटीत येत गेली.

‘‘थँक यू, मिस्टर प्रेसिडेंट!’’ एक्स्ट्रॉम उठून उभे रहात बोलू लागला. त्याच्या आवाजात ठामपणा होता आणि त्यात पुरेपूर अभिमान भरलेला होता. तो थेट कॅमेऱ्यात पाहून बोलत होता. तो म्हणाला, ‘‘नासाच्या इतिहासातील या सुवर्णक्षणाच्या

वेळी मला आपल्याशी बोलायचे भाग्य लाभले याबद्दल मला खूप अभिमान वाटतो, गर्व वाटतो आणि आनंद वाटतो.''

एक्स्ट्रॉम नासाबद्दल अत्यंत पोटतिडकीने बोलला, कौतुकाने बोलला. त्याने त्या उल्केचा शोध कसा लागला ते सांगितले. त्याच्या छोट्या भाषणात देशाभिमान व विजयाची भावना ओसंडून वहात होती. शेवटी त्याने यानंतर त्या उल्केवरचा माहितीपट दाखवला जाईल अशी घोषणा केली. तो माहितीपट अमेरिकी जनतेचा लाडका शास्त्रज्ञ मायकेल टॉलन्ड याने केला आहे, हेही त्याने जाहीर केले.

सिनेटर सेक्स्टनवर एका मागोमाग एकेक आघात होत गेले. तो उदास झाला, निराश झाला व खचला. तो एकदम गुडघ्यावर बसला व मोठ्या दु:खाने आपले डोक्यावरचे चंदेरी केस मुठीत धरून आवळू लागला. *नो! गॉड, नो!*

६९

मार्जोरी टेन्च ब्रीफिंग रूममधून फणफणत बाहेर पडली. आनंदाने जल्लोष करणाऱ्या गर्दीतून बाहेर पडून ती तरातरा चालू लागली. तिचा चेहरा राखाडी रंगाचा झाला होता. इमारतीच्या पश्चिम भागात असलेल्या आपल्या स्वतंत्र ऑफिसकडे ती जाऊ लागली. जल्लोष करण्याच्या किंवा आनंद साजरा करण्याच्या मन:स्थितीत ती नव्हती. रेचल सेक्स्टनच्या फोनमुळे ती अत्यंत अस्वस्थ झाली होती. तसल्या फोनची तिला बिलकूल अपेक्षा नव्हती.

त्या फोन कॉलमुळे ती प्रक्षुब्ध झाली होती.

मार्जोरीने आपल्या ऑफिसात शिरून आपल्या मागे धाडकन आपटून दार लावून टाकले. टेबलापाशी ती गेली आणि तिने टेलिफोन उचलून ऑपरेटरला म्हटले, ''विल्यम पिकरिंग, एनआरओ.''

मग तिने एक सिगारेट पेटवून तोंडात धरली व ती अस्वस्थपणे ऑफिसात येरझाऱ्या घालू लागली. पिकरिंग जिथे कुठे असेल तिथे त्याच्याशी संपर्क साधण्यासाठी ऑपरेटर धडपडू लागली. सर्वसाधारणपणे पिकरिंग रात्री आपल्या घरी निघून जाई; परंतु आज व्हाईट हाऊसमध्ये घडणाऱ्या मोठ्या प्रसंगामुळे तो नक्कीच ऑफिसात बसून रहाणार असा तिचा कयास होता. आत्तासुद्धा तो ऑफिसातील टीव्हीवर डोळे खिळवून बसला असणार. आता जगात काय घडते आहे याचे त्या एनआरओच्या डायरेक्टरला कसलेही पूर्वज्ञान नसणार याची मार्जोरीला खात्री होती.

जेव्हा अध्यक्षांनी रेचल सेक्स्टन हिला त्या हिमनदीकडे पाठवण्याचा निर्णय मार्जोरीला सांगितला तेव्हा तिला त्यात फारसे काही वावगे वाटले नाही. आता तिला त्याबद्दल पश्चात्ताप वाटू लागला. एरवी आपल्याला भावी संकटाचा

आगाऊ अंदाज येतो. त्या वेळी मात्र तो अंदाज आपल्याला का आला नाही म्हणून ती स्वत:वरती चरफडू लागली. छे, रेचलला तिकडे पाठवण्यात फार मोठी जोखीम घेतली गेली असे तिला आता वाटू लागले; पण अध्यक्षांपुढे तिचे त्या वेळी फारसे काही चालले नाही; कारण व्हाईट हाऊसमधील कर्मचाऱ्यांमध्ये दिवसेंदिवस अस्वस्थता वाढत चालली होती. तसेच, ती उल्का सापडल्याची बातमी नेहमीच्या मार्गाने व्हाईट हाऊसमध्ये आली असती तर कर्मचाऱ्यांना त्यात काहीतरी संशय आला असता; परंतु रेचल सेक्स्टन ही रोज व्हाईट हाऊसकडे आपले अहवाल पाठवत असल्याने तिच्या तोंडून ती बातमी ऐकल्यावर त्यांना कसलाही संशय आला नसता. उलट ते आनंदाने व जोमाने.निवडणूक प्रचाराच्या कार्याला लागले असते. अध्यक्षांचा हा होरा अगदी तंतोतंत खरा ठरला होता. मार्जोरीने हे मनात मान्य केले. अन् तरीही आता रेचल सेक्स्टन हिने आपली वेगळी माहिती दिली होती. ती माहिती घातक होती.

त्या हलकट बाईने एका असुरक्षित फोन लाईनवरून माझ्याशी संपर्क साधला.

त्या शोधाचे श्रेय आपल्याला घेऊ न देण्याचा रेचल सेक्स्टन हिचा उघड उघड हेतू दिसतो आहे, असे मार्जोरीला वाटले. रेचलने त्या शोधाबद्दल आधी जे वृत्तांकन व्हाईट हाऊसला ऐकवले ते अध्यक्षांनीही ऐकले होते, हा विचार मनात येऊन मार्जोरीला जरासे हायसे वाटले. शिवाय तिच्या निवेदनाची एक व्हिडिओ टेपही तयार झालेली होती. थँक गॉड! निदान त्याआधारे तरी रेचलचे मत बदललेले आहे हे सिद्ध करता येईल; पण पुढची वेळ तशी येईल का? मार्जोरीला थोडीशी भीती वाटू लागली.

रेचल सेक्स्टन ही एक हुषार बाई आहे आणि जर ती व्हाईट हाऊसच्याविरुद्ध टक्कर देण्याच्या स्थितीत उभी राहिली तर? तर त्यासाठी तिला तशीच कोण्या जबरदस्त व्यक्तीची मदत लागणार. त्यासाठी तिचा अग्रक्रम हा तिचा साहेब विल्यम पिकरिंग याला असेल. पिकरिंगची नासाबद्दलची मते काय आहेत हे तिला चांगले ठाऊक होते. रेचलने पिकरिंगशी संपर्क साधण्यापूर्वीच आपण त्याच्याशी संपर्क साधून त्याचे मन आपल्याला अनुकूल करून घ्यावे हे उत्तम.

तिने फोन उचलून आपल्या कानाला लावला. फोनवरती ऑपरेटर येण्याची ती वाट पाहू लागली. जर त्याच्याशी संपर्क साधला गेला नाही तर ऑपरेटर तसे तिला सांगणार होती. जर पिकरिंगशी लाईन जोडली गेली तर थेट पिकरिंगच फोनवर येणार होता. एकदम तिच्या कानात फोनमधून शब्द उमटले, "मिस टेन्च? मी पिकरिंग बोलतो आहे. आपले काय काम करू मी?"

पिकरिंगच्या बोलण्याच्या पार्श्वभूमीवरती टीव्हीचा आवाज ऐकू येत होता. नासातर्फे केले जाणारे प्रत्यक्ष वर्णन ऐकू येत होते. पिकरिंगच्या बोलण्याच्या

शैलीवरून व त्याच्या आवाजावरून तिने ओळखले की त्या पत्रकार परिषदेचा त्याच्यावरती प्रभाव पडलेला आहे. तिने त्याला विचारले, ''आपल्याजवळ थोडासा वेळ आहे का?''

''तुम्ही तो समारंभ साजरा करण्यात मग्न झाला असाल अशी माझी अटकळ होती. आजची रात्र ही तुमची आहे. नासा आणि अध्यक्ष हे दोघेही आता दंड थोपटून सामना करण्यास सज्ज झाले आहेत असे दिसते.''

पिकरिंगच्या आवाजातील आश्चर्याची भावना तिला जाणवली. त्यात थोडासा खवचटपणा भरला असल्याचेही तिच्या लक्षात आले होते. अमेरिकेने साऱ्या जगाला ओरडून 'ब्रेकिंग न्यूज'च्या रूपात एखादी बातमी देण्याचे पिकरिंगला कधीही आवडत नव्हते. उगाच आपली प्रगती नासाने जाहीर करण्याविरुद्ध तो होता म्हणून त्याच्या स्वरात तो खवचटपणा आला असावा.

मार्जोरी त्याला चुचकारून घेण्याच्या इराद्याने म्हणाली, ''व्हाईट हाऊस व नासा या दोघांनी तुमचे मत विचारले नाही याबद्दल मला वाईट वाटते. वाटल्यास मी त्याबद्दल आपली क्षमा मागते.''

पिकरिंग यावरती म्हणाला, ''तुम्हाला ठाऊक असेलच, की आमच्या एनआरओने दोन आठवड्यांपूर्वी नासाची अशी एक हालचाल टिपली आणि त्याबद्दल चौकशीही चालवली होती. हो ना?''

मार्जोरीच्या भुवया वर चढल्या. *शेवटी हा माणूस नको ते बोलून पचकला.* ती म्हणाली, *''होय, आम्हाला ठाऊक आहे. पण तरीही–''*

''आम्हाला नासाने असे सांगितले, की ती काही फारशी लक्षात घेण्याजोगी बाब नाही. अत्यंत तीव्र हवामानातील प्रशिक्षणाचा त्यांचा सराव चालला होता. तसेच, काही यंत्रसामुग्री, उपकरणे ते तीव्र हवामानात कितपत टिकत आहेत याची पहाणी ते करत होते.'' एवढे बोलून पिकरिंग क्षणभर थांबला व आपला आवाज खाली आणून म्हणाला, ''ते खोटे सांगत होते आणि आपणही ते तरीही मानले.''

''अंऽ, तसे ते 'खोटे आहे' असे म्हणता येणार नाही. एका वेगळ्या मार्गाने जाणे त्यांना भाग पडले होते. अन् त्या शोधाचे महत्त्व लक्षात घेता हे तसे क्षम्यच होते. मला वाटले, की नासाची याबद्दल मौन बाळगण्याची भूमिका तुम्हाला समजली असावी.''

''कदाचित जनतेच्या दृष्टीने तसे ठीक असेल.''

विल्यम पिकरिंगसारखी माणसे न आवडलेल्या गोष्टीबद्दल नुसते नापसंतीदर्शक ओठ बाहेर काढून गप्प बसणारी माणसे नव्हती. पिकरिंग आता रोखठोक बोलून नासावर तुटून पडण्याच्या बेतात आहे हे तिने जाणले. त्याच्यावर वर्चस्व गाजवण्यासाठी ती म्हणाली, ''माझ्याजवळ आता फक्त एक मिनिट आहे; पण तरीही सावधगिरीची सूचना देण्यासाठी मी तुम्हाला मुद्दाम फोन केला.''

"मला सावधगिरीची सूचना?" पिकरिंग थोडासा रागाने म्हणाला, "का, अध्यक्ष महोदयांनी मला हटवून माझ्या जागी एखादा नासाला अनुकूल असलेला माणूस नेमण्याचे ठरवले आहे काय?"

"अर्थातच तसले काहीही नाही! नासावरती तुमची टीका ही केवळ सुरक्षिततेच्या हेतूपोटी आहे, ही गोष्ट अध्यक्षांना ठाऊक आहे. अन् सुरक्षिततेसाठी ज्या काही त्रुटी राहिलेल्या आहेत त्या दूर करण्याचे त्यांचे प्रयत्न चालू आहेत. मी आत्ता हा फोन तुम्हाला केला आहे तो तुमच्या एका कर्मचाऱ्यासंबंधी आहे." एवढे बोलून ती क्षणभर थांबली. मग ती पुढे म्हणाली, "त्या कर्मचाऱ्याचे नाव रेचल सेक्स्टन आहे. तिच्याकडून तुम्हाला आज संध्याकाळपर्यंत काही कळले का?"

"नाही. मी तिला आज सकाळी व्हाईट हाऊसवर पाठवले होते. खुद्द अध्यक्षांनीच तशी मला विनंती केली होती. असे दिसते, की तुम्ही तिला अजून कामात गुंतवून ठेवलेले आहे. ती अद्याप इकडे परतली नाही."

रेचलच्याही आधी आपला फोन पिकरिंगकडे पोहोचला म्हणून मार्जोरीला हायसे वाटले. तिने सिगारेटचा एक खोल झुरका घेतला आणि शक्य तितक्या शांतपणे ती आता बोलू लागली, "मला असे वाटते, की लवकरच तुम्हाला मिस सेक्स्टनकडून फोन येण्याचा संभव आहे."

"गुड! मी तशा फोनची अजूनही वाट पहातो आहे. जेव्हा अध्यक्षांची पत्रकार परिषद सुरू झाली तेव्हा त्यांनी मिस सेक्स्टनला त्या पत्रकार परिषदेत उघड उघड भाग घेण्यास राजी केले असणार, असे मला वाटत होते; परंतु तिने तसे काही करण्यास विरोध केला आहे असे दिसते. मला त्यामुळे बरे वाटले."

मार्जोरी म्हणाली, "असे पहा, अध्यक्ष महाराज हे एक अत्यंत सज्जन गृहस्थ आहेत. आपल्या विरोधकांच्या कन्येला ते असे अडचणीत आणणार नाहीत. मिस सेक्स्टन यांच्यापेक्षा ते अधिक सज्जन आहेत हे नक्की."

त्यानंतर फोनवर बरेच क्षण शांतता होती. थोड्या वेळाने पिकरिंग म्हणाला, "तुम्हाला काय म्हणायचे आहे ते मला नीट समजले नाही."

यावर एक नि:श्वास टाकीत मार्जोरी म्हणाली, "मी काय बोलले ते तुम्हाला नीट समजले नाही. फोनवरती मी याबद्दल तपशीलवार बोलू शकत नाही; परंतु असे दिसते की नासाच्या निवेदनातील विश्वासार्हता ही रेचल सेक्स्टन उद्ध्वस्त करू पहात आहे. तिने तसे ठरवलेले दिसते. ती असे का करू पहात आहे याची मला कल्पना नाही. आज दुपारी तिने नासाने मिळवलेली माहिती स्वत: आम्हाला, येथे व्हाईट हाऊसच्या कर्मचाऱ्यांना सादर केली; पण नंतर मात्र तिने एकदम पाठ फिरवली. नासाने विश्वासघात केला असून त्या उल्केची सर्व माहिती खोटी आहे, बनावट आहे असे आरोप तिने केले."

पिकरिंग यावर म्हणाला, ''एक्स्क्यूज मी? तुम्ही काय म्हणालात?'' त्याने आता आपले सारे लक्ष एकवटल्याचे त्याच्या आवाजावरून जाणवत होते.

''हादरलात ना? तुम्हाला हे सांगायला मला खेद होतो, पण पत्रकार परिषदेच्या आधी दोन मिनिटं मिस सेक्स्टन हिने मला फोन केला आणि बजावले, की ती पत्रकार परिषद ताबडतोब रद्द करा.''

''पण कोणत्या कारणावरून?''

''त्यासाठी तिने दिलेले कारण चमत्कारिक व अविश्वसनीय वाटते. ती म्हणते, की नासाच्या त्या माहितीमध्ये तिला विलक्षण व गंभीर त्रुटी आढळल्या.''

यावर पिकरिंग फोनवरती बराच वेळ काहीही बोलला नाही. शेवटी तो म्हणाला, ''गंभीर त्रुटी?''

''हो ना. मला हे चमत्कारिक वाटते. नासाने चांगले पंधरा दिवस यावरती कसून प्रयोग केले, माहिती गोळा केली व अभ्यास केला. आणि आता ही रेचल–''

''रेचल सेक्स्टनसारखी व्यक्ती खुद्द अध्यक्षांना 'आपली पत्रकार परिषद पुढे ढकला' असे सांगते यावर विश्वास ठेवणे कठीण जाते. जर तिने तसे सांगितले असेल तर त्यामागे एखादे खास कारण तिला सापडले असावे.'' पिकरिंग गोंधळलेला होता. तो पुढे म्हणाला, ''तुम्ही तिचे बोलणे नीट ऐकून घ्यायला हवे होते.''

यावर मार्जोरी टेन्चने खोकत आपल्या घोगऱ्या आवाजात म्हटले, ''ओह, प्लीज! तुम्ही ती पत्रकार परिषद पाहिली आहेच. त्या उल्केबद्दलची माहिती व सारा तपशील हा अनेक तज्ज्ञांकडून पुन:पुन्हा तपासून घेऊन त्याची खात्री करून घेतली होती. त्या तज्ज्ञांमध्ये नासाच्या बाहेरचे काही सिव्हिलियन शास्त्रज्ञही होते. त्यांच्यावर तर नासा दबाव आणू शकत नव्हती. असे असताना रेचल त्या शास्त्रीय माहितीला एकटी आव्हान कशी देते? काही तासांपूर्वी तिनेच त्या उल्केची माहिती आम्हाला दिली व नासाच्या शोधाची भलावण केली होती; पण नंतर तिचे मन एकदम कसे बदलले? त्यातून अध्यक्षांचा एकमेव व कट्टर विरोध असलेल्याची रेचल ही कन्या आहे. तेव्हा तुम्हाला यात काही संशयास्पद वाटत नाही?''

''मिस टेन्च, हे सारेच मला संशयास्पद व गूढ वाटते आहे. याचे कारण रेचल व तिचे वडील यांचे एकमेकांशी जेमतेमच संबंध राहिलेले आहेत, असे मला समजलेले आहे. तेव्हा अनेक वर्षे अध्यक्षांच्या सेवेत असलेली रेचल अचानक पलटी खाऊन आपल्या वडिलांच्या बाजूला जाऊन मिळेल, यावर माझा विश्वास बसत नाही.''

''यामागे कदाचित तिची महत्त्वाकांक्षा हे कारण असू शकेल. तिला कदाचित... 'अमेरिकेची पहिली कन्या' हा मान मिळवायचा असेल...'' एवढे बोलून मार्जोरी गप्प बसली. तिने ती वाक्ये हळूच फोनवर सोडून दिलेली होती. त्याचा परिणाम ती

अजमावत होती.

पिकरिंगच्या आवाजात एकदम कठोरता आली. तो ठासून म्हणाला, ''मिस टेन्च, तुमची ही कारणमीमांसा तकलुपी आहे. अगदीच तकलुपी!''

ते ऐकून मार्जोरीच्या कपाळावरती आठ्या पडल्या. तिला पिकरिंगकडून कोणत्या प्रतिक्रियेची अपेक्षा होती? पिकरिंगच्या हाताखालच्या एका महत्त्वाच्या कर्मचाऱ्यावरती तिने अध्यक्षद्रोहाचा आरोप केला होता. साहजिकच पिकरिंग यावर आपली तीव्र प्रतिक्रिया व्यक्त करेल याची तिला कल्पना असावी. तो रेचलची बाजू उचलून धरणार यात विशेष काही नव्हते.

पिकरिंग तिला म्हणाला, ''तिला ताबडतोब फोनवरती बोलवा. मी स्वत: तिच्याशी बोलणार आहे.''

''ते शक्य नाही. ती आत्ता व्हाईट हाऊसमध्ये नाही.'' मार्जोरी म्हणाली.

''मग कुठे आहे ती?''

''अध्यक्षांनी जिथे उल्कापात झाला त्या हिमनदीवर तिला पाठवले आहे. तिथे तिने सर्व माहिती तपासून पहावी, अशी अध्यक्षांची अपेक्षा होती. ती तिकडून अजून परतलेली नाही.''

पिकरिंग चिडून म्हणाला, ''पण मला ही बातमी कोणीही दिली नाही.''

''असे पहा, या बातमीने तुम्ही दुखावले जाणार याची मला कल्पना होती; परंतु यावर विचार करण्यासाठी माझ्याजवळ पुरेसा वेळ नव्हता. आज जे काही घडत गेले आहे ते फार झटपट घडत गेले आहे. आत्ता मी जे काही तुम्हाला सांगितले ते केवळ सौजन्य म्हणून. मी तुम्हाला एवढेच सावध करून ठेवते की रेचल सेक्स्टन हिच्याकडे तिच्या स्वत:च्या काही योजना आहेत. आजच्या पत्रकार परिषदेच्या आधारे ती आपल्या योजना पुढे रेटण्याची शक्यता आहे. आता ती आपल्या बाजूला कोणाला ओढता येईल का ते पाहील. जर तिने तुमच्याशी संपर्क साधला तर तुम्ही हे लक्षात ठेवा, की तिने जे काही त्या उल्केबद्दल व्हाईट हाऊसच्या कर्मचाऱ्यांना सांगितले त्याच्या व्हिडिओ टेप व्हाईट हाऊसजवळ आहेत. तिने ते सारे अध्यक्षांच्या पुढ्यात त्यांच्या ओव्हल रूममध्ये सांगितलेले आहे. अध्यक्षांसकट व्हाईट हाऊसचे सारे कर्मचारी तिच्या सांगण्याचे साक्षीदार आहेत. रेचल सेक्स्टन ही बाई अध्यक्षांवर किंवा नासावर आता चिखलफेक करू पहात आहे. ती आणखी जर पुढे गेली तर मी अगदी शपथपूर्वक सांगते, की व्हाईट हाऊसकडून तिचा पूर्ण नि:पात करण्यात येईल, हे नक्की!'' आपल्या बोलण्याचा परिणाम होऊ देण्यासाठी ती काही क्षण थांबली व पुढे म्हणाली, ''मी हे सारे तुम्हाला केवळ सौजन्यापोटी कळवते आहे. या सौजन्याची परतफेड तुम्ही रेचलचा फोन येऊन गेल्याचे सांगून कराल, अशी मी आशा करते. ती बया आता थेट अध्यक्षांच्यावरती हल्ला चढवत आहे आणि तिने

अधिक काही वक्तव्ये करण्याआधीच तिला थोपवून तिला प्रश्नोत्तरासाठी उभे करण्याचा प्रयत्न येथे चालू झालेला आहे. अध्यक्षांच्या प्रतिमेचा भंग होण्याआधी हे करणे जरुरीचे ठरले आहे. ती तुम्हाला फोनवर जे काही सांगेल ते तुम्ही मला कळवाल अशी मी अपेक्षा करते. लक्षात आले ना डायरेक्टर महाशय? बास. मला एवढेच सांगायचे आहे. गुड नाईट!''

मार्जोरी टेन्चने फोन दाणकन आपटून बंद केला. विल्यम पिकरिंग या जबरदस्त माणसाशी अशा शब्दांत आजवर कोणी बोलले नसेल अशी तिला खात्री होती. निदान या विषयाबाबतीत आपण किती गंभीर आहोत हे तरी त्याला कळले आहे, हे तिने जाणले.

एनआरओमधील आपल्या ऑफिसात विल्यम पिकरिंग खिडकीबाहेर शहरातील रात्रीचे दिवे बघत उभा होता. मार्जोरी टेन्चच्या फोनमुळे तो खूपच अस्वस्थ झाला होता. आपल्या मनातील विचारांचे तुकडे तो एकत्र जुळवत होता व दाताखाली आपलेच ओठ चावत होता.

''डिरेक्टर?'' त्याची सेक्रेटरी त्याला अदबीने हाक मारीत होती. हलक्या आवाजात दारावर टकटक करून ती आत आली होती. ती म्हणत होती, ''सर, तुमचा आणखी एक फोन आला आहे.''

मागे वळून न बघता तो अनवधानाने बोलून गेला, ''नाही. आत्ता कोणाचाही फोन मला नको.''

तरीही त्याच्या सेक्रेटरीने धीर करून म्हटले, ''सर, मिस रेचल सेक्स्टन यांचा फोन आहे.''

ते ऐकताच पिकरिंग गर्रकन वळला. रेचलचा फोन येईल हे मार्जोरीने सांगितले होते. जणू काही ती भविष्यवेत्ती असल्यासारखी तिची वाणी खरी ठरली होती. तो म्हणाला, ''ठीक आहे, द्या जोडून इकडे! ताबडतोब!''

''पण सर, हा नेहमीच्या लाईनवरचा फोन नाही. तो एन्क्रिप्टेड एव्ही स्ट्रीम आहे. तुम्हाला तो कॉन्फरन्स रूममध्ये घ्यायचा आहे का?''

तो फोन व्हिडिओ कॉन्फरन्स लाईनवरचा होता. पलीकडच्या व्यक्तीचा आवाज स्पीकरमधून ऐकू येताना त्या व्यक्तीचे चित्र समोरच्या पडद्यावर उमटे, म्हणून त्या फोनला 'एव्ही स्ट्रीम' (ऑडिओ व्हिडिओ स्ट्रीम) असे म्हटले जाई. तसेच, वाटेत कोणी चोरून तो फोन ऐकू नये व पाहू नये म्हणून सर्व प्रक्षेपण हे सांकेतिक स्वरूपात पाठवले जाई.

सेक्रेटरीचे ते बोलणे ऐकून पिकरिंग गोंधळला. रेचल नक्की कुठे आहे? त्याने

विचारले, "ती कुठून बोलते आहे?"

त्याच्या सेक्रेटरीने त्यावरती उत्तर दिले.

ते ऐकून पिकरिंग बघत राहिला, क्षणभर स्तब्ध झाला. मग भानावर येत तो कॉन्फरन्स रूमकडे तरातरा चालत गेला. काहीतरी वेगळे घडले आहे अशी जाणीव त्याला चाटून गेली.

७०

ती एक खास छोटी खोली *शार्लोत* पाणबुडीवरती होती. त्याला 'डेड रूम' म्हटले जायचे. म्हणजे तशी ती भयानक, भीतिदायक अशी काही नव्हती; पण तिथे गेले की तसे वाटायचे खरे. बेल लॅबोरेटरीमध्ये अशी एक खोली निर्माण केलेली होती. ती खोली ध्वनिप्रतिबंधक होती. तिथे बाहेरचे आवाज आत घुसू शकत नसत व आतले आवाज बाहेर जाऊ शकत नसत. खोलीच्या भिंतींना, छताला, जमिनीला सर्वत्र ध्वनिशोषक पदार्थांचे शंकूचे आकार चिकटवलेले होते. काळ्या रंगाचे हे शंकू प्लॅस्टिक फोमचे होते व ते संख्येने बरेच होते. ते सर्व शंकू त्यांच्यावर पडलेला ध्वनी शोषून टाकत. त्यामुळे त्या खोलीत आवाज केला तरी कोठूनही त्याचा प्रतिध्वनी उमटत नसे. ९९.४ टक्के ध्वनी शोषला जाई. म्हणून त्या खोलीला बेल लॅबोरेटरीत पूर्वी ॲनेकोईक चेंबर (Anechoic Chamber) म्हणत. ती पाणबुडी ही धातूची बनवलेली असल्याने आतील ध्वनी हे धातूमार्फत बाहेर पाण्यात सहज जाऊ शकत. शत्रूच्या हेरांना अगर टेहळणी यंत्रांना आतील ध्वनीचा सहज मागोवा घेता येई. अशा ठिकाणी महत्त्वाचे गुप्त संभाषण फोनवरून करायचे असेल तर या खोलीत जाऊन करावे लागे. सर्वत्र काळा रंग असलेल्या त्या खोलीत शिरल्यावर फक्त आपल्या शरीरातील श्वासाचे व हृदयाच्या धडधडीचे आवाज ऐकू येत असत. अशा वेळी मृत्यूची भावना माणसाला स्पर्श करते. म्हणून या थडग्यासारख्या खोलीला 'डेड रूम' असे नाव पडले.

ती डेड रूम एखाद्या बाथरूमएवढी होती. पाण्यातल्या गुहेत गेल्यासारखे रेचलला आत शिरल्यावर वाटू लागले. तशा गुहांमध्ये छत व भिंती यातून अनेक लवणस्तंभ बाहेर प्रकट झालेले असतात. प्लॅस्टिक फोमचे ते शंकू सर्व बाजूने खोलीत उगवले होते.

तिच्या पायाखाली जमीन नव्हती. एक तारेची जाळी टांगलेली होती. त्या जाळीचा स्पर्श डेडरूमला फक्त एकाच बिंदूला होत होता. शिवाय जाळीवर रबराचे आवरण चढवलेले होते. चार तारांनी ती जाळी टांगलेली होती. येथे बोललेला शब्द फक्त मायक्रोफोन टिपणार होता. तिने जाळीतून खाली पाहिले. जमिनीमधून अनेक

शंकू बाहेर आलेले होते.

त्या खोलीत शिरताक्षणी रेचलचे दिशांचे भान हरपले. तिथल्या हवेत जिवंतपणा नव्हता. युगानुयुगे ती हवा तिथे साठून राहिली आहे असे भासत होते. ही हवा आपल्यामधील सर्व शक्ती शोषून घेऊ लागली आहे असाही तिला भास होऊ लागला. कापसाचे बोळे कानात घातल्यावर जसे वाटते तसे तिला वाटू लागले. तिचा स्वत:चा श्वास तिला आपल्या डोक्यात ऐकू येऊ लागला. तिने हळू आवाजात बोलायचा प्रयत्न केला; पण एखाद्या उशीला तोंड लावून बोलावे तसे तिला वाटले. आजूबाजूच्या भिंतींनी, छपराने व जमिनीने तिचा आवाज टिपून शोषून घेतला. ती जे काही बोलली तो आवाज फक्त तिच्या मेंदूला कळला.

त्या तिघांना आत सोडून कॅप्टन निघून गेला. जाताना त्याने पॅडिंग केलेले दार लावून घेतले. त्या जाळीवरती तीन खुर्च्या व एक टेबल होते. रेचल, टॉलन्ड व कॉर्की हे खुर्च्यांवरती जाऊन बसले. टेबलावरती अनेक मायक्रोफोन्स होते. बदकांनी आपल्या माना उंचावून पहाव्यात तसे ते मायक्रोफोन्स वाटत होते. एक व्हिडिओ कन्सोलचा पडदा होता. त्यावरती छोटा फिश-आय कॅमेरा ठेवला होता. ते पाहून तिला युनोची छोटी सभा येथे घेण्याची तयारी झाली आहे, असे वाटले.

अमेरिकेच्या गुप्त माहिती खात्यात काम केले त्यालाच तिथली रचना ही अत्यंत सुरक्षित संभाषणासाठी केलेली आहे हे समजून येईल. बंद खिडक्यांच्या काचांवर अदृश्य लेसर किरण सोडून त्यांचे परावर्तन पकडून आतील संभाषण ऐकण्याची यंत्रे त्या गुप्त खात्याने तयार केलेली आहेत. याच्यापेक्षाही सूक्ष्म आवाज दुरून टिपणारी यंत्रे बनवलेली आहेत. पाण्याखाली पॅराबोलिक यंत्रणा उभी करूनही जहाजातील संभाषण ऐकता येते. अशा सर्व अत्याधुनिक यंत्रणांना दाद न देता येथे सुरक्षितपणे संभाषण करता येते याची खरीखुरी जाणीव त्या तिघांमध्ये फक्त रेचलला झाली. कानावर हेडफोन चढवून समोरच्या पडद्याकडे बघत मायक्रोफोनमध्ये बोलले की पडद्यावरच्या व्यक्तीकडे पाहून संभाषण करता येते. एका वेळी तिघे-चौघे असे करू शकत असल्याने ती एक छोटी परिषद ठरत असे. म्हणूनच त्याला 'कॉन्फरन्स कॉल' म्हटले जात होते. येथे उमटलेली कंपने ही फक्त वायरलेसनेच बाहेर जाणार होती. अन् तीसुद्धा सांकेतिक स्वरूपात. नंतर वातावरणातून उपग्रहाकडे व तेथून परत पृथ्वीवरील इच्छित ठिकाणी कंपनांची माहिती पाठवली जाई.

सर्वांनी कानावर हेडफोन्स चढवले. काही मिनिटांतच त्या तिघांच्या हेडफोन्समध्ये आवाज आला, "लेव्हल चेक!"

अनपेक्षितपणे कानात उमटलेल्या आवाजामुळे ते तिघेही एकदम दचकले. तो आवाज विचारत होता, "डू यू रीड मी, मिस रेचल?"

रेचल समोरच्या माईकमध्ये वाकून म्हणाली, ''येस, थँक यू!'' *कोणी का असेना, त्याचे आभार मानायला काय हरकत आहे?*

तो आवाज म्हणत होता, ''आपले डायरेक्टर पिकरिंग यांची लाईन जोडली गेली आहे. लवकरच ते तुमच्याशी बोलतील. आय ॲम साइनिंग ऑफ नाऊ. मी आता बाजूला होतो.''

हेडफोन्सवर शांतता पसरली. जणू काही कोणी तरी कनेक्शन तोडले होते. मग दूरवर कुठून तरी ट्र ट्र ट्र ट्र असा आवाज ऐकू आला. त्यानंतर बीप, बीप, बीप आवाज सुरू झाले. अन् अचानक समोरचा व्हिडिओ पडदा जिवंत झाला. त्यावरती उमटलेले पिकरिंगचे चित्र दचकवून टाकेल एवढे रेखीव होते. पिकरिंग आपल्या कॉन्फरन्स रूममध्ये बसला होता. त्याने आपले डोके एकदम वर करून पाहिले, रेचलच्या डोळ्यांत सरळ रोखून पाहिले.

रेचलला एकदम सुटल्यासारखे वाटले.

''मिस सेक्स्टन,'' तो बोलू लागला. त्याच्या चेहऱ्यावरती गोंधळलेले भाव होते. तो विचारत होता, ''काय चालले आहे तरी काय?''

रेचल म्हणाली, ''सर, ती उल्का! मला वाटते की आपल्यापुढे आता एक गंभीर समस्या उभी राहिली आहे.''

७१

रेचलने आपल्याबरोबर असलेले मायकेल टॉलन्ड व डॉ. कॉर्की मार्लिन्सन यांची आधी पिकरिंगला ओळख करून दिली. त्यानंतर मात्र तिने दिवसभरातील अगम्य घडामोडी पटापटा सांगितल्या. तिने मोजक्या शब्दांत पण सविस्तर वृत्तान्त कथन केला.

ती सांगत असताना एनआरओचा संचालक हा स्तब्ध बसून ऐकत होता.

ज्या भोकातून ती उल्का बाहेर काढली तेथे दिसलेला प्लँक्टनचा जैविक प्रकाश तिने सांगितला. मग ते चौघेजण हॅबिस्फिअरमधून बाहेर पडून कसे गेले, नोराने ग्राऊंड पेनिट्रेटिंग रडार यंत्र जुळवून कसा बर्फातल्या उभ्या बिळाचा शोध लावला आणि त्याचे चित्र यंत्राद्वारे प्रिंटआऊट काढून घेतले, मग अचानक स्पेशल ऑपरेशन्सच्या लोकांनी त्यांच्यावर हल्ला कसा चढवला, तेथून कसा पळ काढला व शेवटी पाणबुडीत आपण कसे गेलो हे सर्व सविस्तर सांगितले.

दिली जाणारी माहिती कितीही धक्कादायक असली, तरी ती संपूर्ण समजेपर्यंत अजिबात गडबडून न जाता, अगदी डोळ्यांची पापणीही न लवता, शांतपणे ऐकून घेण्याची सवय पिकरिंगला होती. हे त्याच्या स्वभावाचे खास वैशिष्ट्य होते; परंतु

जसजशी रेचल सारे इतिवृत्त सांगत गेली, तसतसा पिकरिंग हादरत गेल्याचे त्याच्या चर्येवरून दिसू लागले. रेचलला त्याचे आश्चर्य वाटले. नोरावरती हल्ला होऊन तिचा खून करण्यात आल्याचे सांगताना रेचलचा संताप अनावर झाला होता. या हल्ला प्रकरणात नासाच्या प्रमुख प्रशासकाचा हात असावा, असा संशय तिने बोलून दाखवला; पण जोपर्यंत हातात पुरावा नाही, तोपर्यंत पिकरिंग त्याच्याकडे बोट करणार नाही याची तिला खात्री होती. तिचे सांगणे संपल्यावर बरेच सेकंद पिकरिंग काहीही बोलला नाही.

शेवटी आपले मौन सोडून तो म्हणाला, ''मिस सेक्स्टन तुम्ही तिघेही...'' एवढे म्हणून त्या सर्वांवरून आपली नजर त्याने फिरवली. तो पुढे म्हणाला, ''सुखरूप निसटलात हे मी सुदैवच मानतो. तुम्ही जे काही सांगत आहात ते खोटे नाही अन् तसे नसणारच; कारण तुम्हाला खोटे बोलायची गरजच नाही.''

यावर त्या तिघांनी मूकपणे आपल्या माना हलवल्या.

अध्यक्षांनी नासाबाहेरच्या चार शास्त्रज्ञांना निमंत्रण देऊन बोलावले... अन् त्यातील दोन मरण पावले.

पिकरिंगने एक दीर्घ उच्छ्वास सोडला. पुढे काय बोलावे ते न सुचल्याचे त्यावरून समजत होते. त्या साऱ्या घटनाक्रमांमधून काही तर्कसंगत अर्थ काढणे हे आता कठीण होते. शेवटी तो म्हणाला, ''तो जो उभा बोगदा किंवा बर्फातले मोठे बीळ म्हणता तो एखादा नैसर्गिक प्रकार तर नाही ना?''

रेचलने आपली मान हलवत म्हटले, ''नाही. ते बीळ अगदी परिपूर्ण रीतीने पाडलेले होते.'' असे म्हणून तिने आपल्या हातातील दमट झालेला, चुरगळलेला प्रिंटआऊट उचलून कॅमेऱ्यासमोर धरला व म्हटले, ''अगदी निर्दोष. परिपूर्ण.''

पिकरिंगने पडद्यावरील ती आकृती बारकाईने न्याहाळली. मग कपाळाला आठ्या घालत त्याने मान हलवत म्हटले, ''हा कागद महत्त्वाचा आहे. तुमच्या हातून तो गहाळ होऊ देऊ नका. नीट जपून ठेवा.''

रेचल म्हणाली, ''मी मार्जोरी टेन्चला सावध करत म्हटले होते, की अध्यक्षांना पत्रकार परिषद रद्द करायला सांगा; पण तिने माझे ऐकूनच घेतले नाही. उलट मलाच गप्प बसवले.''

''मला ठाऊक आहे ते. तिनेच मला तसे सांगितले.''

रेचलने एकदम चमकून आपली मान ताठ केली. तिला आश्चर्य वाटले. इतक्या झटपट सारे घडले?

''आत्ताच तिने मला तसा फोन केला होता. ती या प्रकारामुळे खूपच अस्वस्थ झाली आहे. तिला असे वाटते आहे, की अध्यक्ष व नासा यांना कसलेही श्रेय मिळू नये म्हणून तुम्ही किंवा कोणीतरी मुद्दाम दिशाभूल करते आहे. कदाचित यामागचा

हेतू तुमच्या वडिलांना मदत करण्याचा असेल. हा सगळा एक स्टंट आहे.''

ते ऐकताच रेचल रागाने उठून उभी राहिली. हातातला तो कागद फडफडवत व आपल्या दोन्ही सहकाऱ्यांकडे बोट दाखवत ती म्हणाली, ''आम्हा तिघांवर प्राणघातक हल्ला झाला. आम्ही अगदी मरणारच होतो! ही गोष्ट काय एक स्टंट आहे? शिवाय मी माझ्या वडिलांना का म्हणून–''

पिकरिंगने आपला हात वर करून तिचे बोलणे थोपवले व तो म्हणाला, ''जरा शांतपणे घ्या. मार्जोरी टेन्चने या प्रकरणात तुम्ही तिघे आहात असे अजिबात सांगितले नाही.''

आपण कॉर्की व टॉलन्ड यांच्याबद्दल मार्जोरीकडे बोललो की नाही, हे तिला आता आठवेना.

पिकरिंग पुढे म्हणाला, ''तुमच्याजवळ तो प्रिंटआऊट किंवा पुरावा आहे हेही तिने मला सांगितले नाही. तिने जी काही आपली मते मांडली त्याबद्दल मला संशयच वाटत होता. आता तुमचा फोन आल्यानंतर मला खात्रीच पटली की ती काहीतरी चुकीचे बोलली आहे. तुम्ही जे काही सांगत आहात त्याबद्दल माझी खात्री आहे; पण आता प्रश्न असा पडतो की हा काय प्रकार आहे? या सर्वांमधून काय अर्थ निघतो?''

यावर तिथे शांतता पसरली. कोणीच काहीही बोलेनात.

पिकरिंग हा क्वचितच गोंधळलेला दिसत असे. आत्ता तो गोंधळलेला होता. आपली मान तो हलवत होता. कोणत्या तरी गूढ विचारात तो पडला होता. शेवटी तो भानावर येऊन म्हणाला, ''सध्या आपण असे धरून चालू या की कोणीतरी ती उल्का खालून बर्फाला बीळ पाडून आत घुसवली असावा; पण मग पुढचा प्रश्न लगेच उठतो, की असे करण्यामागचे कारण काय असेल? जर नासाकडे जीवाश्म असलेली ती उल्का असेल तर नासा किंवा अन्य कोणीही ती उल्का कुठे सापडली याला कशासाठी महत्त्व देतील? ती उल्का पृथ्वीवर कुठेही सापडली तरी त्यांच्या हिताला व हेतूला कशी बाधा पोहोचेल?''

यावर रेचल म्हणाली, ''असे दिसते, की ती उल्का खालून घुसवली की उपग्रहाद्वारे तिचा शोध लागल्याचे पटेल. तसेच उल्कापातामध्ये मूळ उल्केचा एक तुकडा पडून तो आपल्याला सापडल्याचे भासवता येईल.''

''तो उल्कापात म्हणजे जंगरसोल उल्कापात.'' कॉर्की म्हणाला.

''पण त्या ठाऊक असलेल्या उल्कापाताशी या उल्केचा संबंध जोडून काय मिळणार?'' पिकरिंगने अस्वस्थ होत म्हटले. तो म्हणत होता, ''ही आत्ताची उल्का कुठेही आणि केव्हाही जरी सापडली तरी तिचा लागलेला शोध हा महत्त्वपूर्णच ठरतो. स्थान आणि काळ यांना फारसे महत्त्व नाही.''

यावर त्या तिघांनी सहमत होत आपल्या माना डोलावल्या.

पिकरिंग चाचरत म्हणाला, ''कदाचित... अर्थातच...''

रेचलने पिकरिंगकडे पाहिले. त्याच्या मेंदूतली चक्रे फिरू लागल्याचे तिला दिसत होते. इतिहासप्रसिद्ध जंगरसोल उल्कापाताशी संबंध जोडण्यासाठी त्याला एक साधे सोपे कारण सुचले होते; परंतु ते कारण एवढे साधे सोपे होते, की त्यामुळेच तो अस्वस्थ झाला होता.

तो म्हणाला, ''नेमक्या त्याच ठिकाणी ही उल्का नेऊन ठेवण्यामागे एकच साधे कारण मला दिसते आहे ते म्हणजे, तसे केल्याने त्या उल्केबद्दलची खोटी माहिती ही खरी वाटण्याचा संभव आहे.'' मग तो कॉर्कीकडे वळून म्हणाला, '' डॉ. मार्लिन्सन, ती उल्का बनावट असण्याची कितपत शक्यता आहे?''

''बनावट?''

''होय, बनावट! खोटी! मुद्दाम तयार केलेली! कृत्रिम असलेली!''

''नकली उल्का?'' कॉर्कीने चमत्कारिक चेहरा करून हसत म्हटले, ''संपूर्णपणे अशक्य! त्या उल्केची तपासणी अनेक तज्ज्ञांनी केलेली आहे. मी स्वत:ही तिची कसून तपासणी केली आहे. रासायनिक परीक्षा, वर्णपट, पृथक्करण, रुबिडियम-स्ट्रॉन्शियमने कालनिश्चिती वगैरे अनेक प्रकारच्या तपासण्या झाल्यात. त्यातून असे निष्पन्न झाले, की पृथ्वीवरील कोणत्याही खडकाशी त्याचे साम्य नाही. ती उल्का पूर्णपणे अधिकृत व अस्सल आहे, नकली नाही. कोणत्याही खगोल भूवैज्ञानिकाचे असेच मत होईल.''

पिकरिंग यावरती बराच वेळ विचार करत राहिला. आपल्या टायवरती तो बोटाने हलकेच थोपटत होता. शेवटी तो म्हणाला, ''पण तरीही, नासाला आता यातून मोठ्या प्रमाणात मिळणारे श्रेय, ती उल्का बर्फात खालून मुद्दाम घुसवल्याचा पुरावा आणि तुमच्यावर झालेले हल्ले, हे सारे पहाता... त्यातून तर्कशास्त्रदृष्ट्या एकच निष्कर्ष निघतो. अन् तो निष्कर्ष म्हणजे ती उल्का ही एक अत्यंत हुषारीने निर्माण केलेली 'नकली उल्का' आहे.''

''अशक्य! केवळ अशक्य!'' कॉर्की थोड्या रागाने बोलू लागला, ''तरीही मी नम्रपणे पण ठासून म्हणेन, की उल्का म्हणजे हॉलिवूडच्या सिनेमात दाखवतात तशी आभासमय वस्तू किंवा एखादा स्पेशल इफेक्ट नाही. प्रयोगशाळेत बसून हुषारीने उल्का बनवून बेसावध खगोल वैज्ञानिकांना फसवणे अशक्य असते. उल्का म्हणजे रासायनिकदृष्ट्या एक गुंतागुंतीचा पदार्थ आहे. तिची रचना ही वैशिष्ट्यपूर्ण स्फटिकासारखी असते आणि त्यातील मूलद्रव्यांचे प्रमाणही विशिष्टच असते!''

''डॉ. मार्लिन्सन, मी तुमच्या ज्ञानाला आव्हान देत नाही. मी तुमच्यापुढे

फक्त तर्कशास्त्राच्या आधारावरती घटनांचे विवेचन करून ठेवले. ती उल्का खालून बर्फात घुसवल्याची वाच्यता कोठेही करू नये म्हणून तुमच्यावरती जीवघेणा हल्ला केला गेला असेल. मी असा विचार करून पाहिला. मी सर्व प्रकारच्या शक्यता अजमावून पहातो आहे. तुम्ही ठामपणे अशी ग्वाही देत आहात की ती उल्का अस्सल आहे. नकली नाही, बनावट नाही. हो ना? त्यामागे कोणते एखादे विशिष्ट कारण आहे?''

''ग्वाही?'' कॉर्कीचा आवाज जरा वर चढला. तो म्हणाला, ''त्या उल्केचा पृष्ठभाग हा उष्णतेने वितळलेला आहे. त्यात कसलीही शंका घेण्यासाठी दोष दिसत नाही. त्यात कॉन्ड्रयुल्सचे अस्तित्व दिसते आहे. उल्केमधील निकेलचे प्रमाण हे पृथ्वीवरील कोणत्याही दगडात सापडणार नाही एवढे आहे.'' एवढे म्हणून कॉर्कीने आपल्या खिशातून एक पातळ चकती बाहेर काढली व ती कॅमेऱ्यासमोर धरली. एखाद्या सीडीच्या आकाराएवढी, म्हणजे सुमारे सात इंच रुंदीची ती चकती होती. तो पुढे सांगू लागला, ''त्या उल्केमध्ये ड्रिलिंग करून लांबलचक रॉड बाहेर काढले व त्याचे अनेक पातळ छेद घेतले गेले, त्यापैकी हा एक छेद किंवा चकती आहे. या नमुन्याच्या आम्ही शेकडो निरनिराळ्या परीक्षा घेतल्या. रुबिडियम-स्ट्रॉन्शियम पद्धतीनुसार उल्कापाताचा काळ ठरवला. एवढे केल्यावर कोणालाही 'ही उल्का बनावट आहे' असे म्हणता येणे केवळ अशक्य आहे!''

तो नमुना पाहून पिकरिंगला आश्चर्य वाटले. त्याने म्हटले, ''तुमच्याजवळ हा नमुना आहे? तुम्ही तो जवळ बाळगू शकता?''

आपले खांदे उडवत कॉर्की म्हणाला, ''नासाकडे असे डझनावारी नमुने आहेत व ते त्यांनी शास्त्रज्ञांना वाटून दिले आहेत.''

रेचलकडे पहात पिकरिंग म्हणाला, ''म्हणजे तुम्हाला असे सांगायचे आहे का, की नासाने जीवांचे अवशेष असलेली एक उल्का महत्प्रयासाने शोधून काढली व त्याचे नमुने ते लोकांना वाटू लागले?''

कॉर्की यावर बोलू लागला, ''मुद्दा असा आहे, की आत्ता माझ्या हातात असलेला नमुना हा अस्सल आहे, मूळ उल्केचा तो एक भाग आहे.'' मग त्याने पुन्हा ती चकती कॅमेऱ्यासमोर धरून पुढे म्हटले, ''तुम्ही हा नमुना पृथ्वीवरील कोणत्याही अश्मतज्ज्ञाला किंवा भूशास्त्रज्ञाला किंवा खगोलवैज्ञानिकाला द्या. ते सर्वजण या नमुन्याची परीक्षा घेऊन तुम्हाला सांगतील, की हा नमुना एक अब्ज ९० कोटी वर्षांपूर्वीचा आहे आणि पृथ्वीवरील कोणत्याही खडकाशी, दगडाशी या नमुन्याचे कोणतेही रासायनिक साम्य नाही.''

मग पिकरिंगने पुढे वाकून पडद्यावरील प्रतिमेचे थोडेसे निरीक्षण केले. क्षणभर तो त्या नमुन्याच्या प्रतिमेकडे थक्क होऊन बघत होता. शेवटी एक नि:श्वास सोडून

तो म्हणाला, "मी काही शास्त्रज्ञ नाही; पण मी एवढे म्हणू शकतो, की जर ती उल्का अस्सल असेल, अन् तसे ते दिसत आहे, तर मग नासाने ती उल्का जशी सापडली तशीच जगापुढे का सादर केली नाही? कोणीतरी ती उल्का काळजीपूर्वकरीत्या बर्फामध्ये खालून का घुसवली? हा सारा प्रकार नैसर्गिक आहे असे भासवण्याचा का प्रयत्न केला गेला?"

त्याच वेळी व्हाईट हाऊसमध्ये एक सिक्युरिटी ऑफिसर मार्जोरी टेन्च हिला फोन लावत होता.

पहिली घंटी वाजताच सीनिअर ॲडव्हायझर मार्जोरी टेन्च हिने फोन उचलून विचारले, "येस?"

पलीकडचा ऑफिसर म्हणाला, "मिस टेन्च, तुम्ही जी माहिती मला काढायला सांगितली होती ती मी काढली आहे. काही वेळापूर्वी जो रेडिओफोन तुम्हाला मिस रेचल सेक्स्टन यांच्याकडून आला होता तो कोठून आला याचा माग आम्ही काढला."

"मग सांगा बरं."

"सीक्रेट सर्व्हिस ऑपरेशन खात्याने आम्हाला कळवले आहे, की तो फोन *'यूएसएस शार्लोत'* या पाणबुडीमधून आला होता."

"काऽऽय?"

"त्या पाणबुडीचे नक्की स्थान समजू शकले नाही, मॅडम; पण जे वायरलेस संकेत वापरले गेले त्यावरून त्यांनी ते शोधले आहे."

"ओह, फॉर ख्राइस्ट सेक!" असे म्हणून मार्जोरीने फोन खाली आपटून ठेवून दिला. ती त्यावर जास्त काहीही बोलू शकली नाही.

७२

शार्लोत पाणबुडीच्या 'डेडरूम'मधील ती शांतता रेचलला सहन होईना. तिला त्याचा उबग येऊ लागला. समोरच्या पडद्यावरती पिकरिंगची गोंधळलेली नजर आता मायकेल टॉलन्डकडे वळली. पिकरिंग त्याला म्हणाला, "मिस्टर टॉलन्ड, आपण काहीही बोलत नाही."

वर्गात प्राध्यापकाने एखाद्या विद्यार्थ्याला अनपेक्षितपणे विचारल्यावर तो जसा दचकून प्राध्यापकाकडे पहातो तसे टॉलन्डने मान वर करून पाहिले व म्हटले, "सर?"

पिकरिंग म्हणाला, "तुम्ही यावरती जो माहितीपट तयार केलात तो मघाशी मी टीव्हीवरती पाहिला; पण आता या प्रकाराबद्दल तुमचे मत काय झाले आहे?"

"वेल सर," टॉलन्ड बोलू लागला; पण त्याच्या आवाजात मोकळेपणा नव्हता, अस्वस्थपणा प्रकट होत होता. तो म्हणाला, "मी डॉ. मार्लिन्सन यांच्याशी सहमत आहे. ती उल्का व त्यातील जीवांचे अवशेष हे अस्सल आहेत, असे माझे मत आहे. एखाद्या पुरातन वस्तूची कालनिश्चिती करण्याच्या चाचण्या मी अनेकवार केल्या आहेत. त्याचे पुरेसे ज्ञान व अनुभव मला आहे. शिवाय त्या उल्केची कालनिश्चिती ही विविध चाचण्यांनी केली आहे. तसेच त्यातील निकेलची टक्केवारीही काढली गेली आहे. ही सर्व माहिती, तिचा तपशील वगैरे कधीही खोटे असू शकणार नाहीत किंवा मुद्दाम कोणीतरी खोट्या तपासण्या केलेल्या नाहीत. त्या उल्केच्या खडकाचे वय खरोखरीच एक अब्ज ९० कोटी वर्षांपूर्वीचे आहे. त्यातील निकेलचे प्रमाणही पृथ्वीवरील खडकात सापडणार नाही. तसेच उल्केमधील जीवावशेषांचे वयही तेवढेच, म्हणजे सुमारे एक अब्ज ९० कोटी वर्षांचे आहे. नासाला सापडलेली ही उल्का एक खरीखुरी व अस्सल उल्का आहे हे नक्की!"

पिकरिंग यावरती गप्प बसला. त्याच्या चेहऱ्यावरती असे काही कोड्यात पडल्यासारखे भाव होते की तसले भाव रेचलने यापूर्वी कधीही पाहिले नव्हते.

रेचलने त्याला विचारले, "मग, आता काय करायचे, सर? उल्केच्या माहितीबद्दल आपण अध्यक्षांकडे काहीही तक्रार करू शकणार नाही, हे उघडच आहे."

पिकरिंगने भुवया उंचावत म्हटले, "ही गोष्ट अध्यक्षांना *एव्हाना* ठाऊक झालेली नाही अशी मी आशा करतो."

रेचलने एक आवंढा गिळला. पिकरिंगची भीती स्वच्छपणे समजत होती. या प्रकारात खुद्द अध्यक्षच गुंतलेले असण्याची शक्यता होती. रेचलला मात्र तसे बिलकूल वाटत नव्हते; परंतु नासा आणि अध्यक्ष या दोघांना उल्का प्रकरणामुळे खूप लाभ होणार होता हे उघडच होते.

पिकरिंग म्हणत होता, "दुर्दैवाने तो ग्राऊंड पेनिट्रेटिंग रडार यंत्राचा कागद चक्क बर्फामध्ये एक उभे बीळ मुद्दाम पाडले गेल्याचे दर्शवत आहे. तर सर्व शास्त्रीय माहिती मात्र नासालाच सर्व श्रेय देत आहे." मग सूचकपणे तो बोलायचे थांबला. काही क्षणांनी तो रेचलला म्हणाला, "तुमच्यावरती जो प्राणघातक हल्ला झाला... म्हणजे तुमच्या मते स्पेशल ऑपरेशन ग्रुपने तो केला..."

"येस, सर." ती म्हणाली. मग तिने पुन्हा बर्फाच्या गोळ्या झाडणाऱ्या त्या रायफली आणि अन्य हत्यारे याबद्दल सांगितले.

पिकरिंग आता मात्र खूपच अस्वस्थ होऊ लागला. त्याला कशाची तरी चिंता भेडसावू लागली असावी. त्या छोट्याशा लष्करी मारेकरी गटापर्यंत कोण कोण पोहोचू शकते याचा अंदाज पिकरिंग घेतो आहे, हे रेचलच्या लक्षात आले. अध्यक्षांचा हात तेथवर पोहोचू शकतो हे उघडच होते. तसाच सीनिअर ॲडव्हायझर

मार्जोरी टेन्चचाही त्या गटाशी संपर्क होऊ शकतो. नासाचा प्रशासक लॉरेन्स एक्स्ट्रॉम याचे लष्कराशी दाट संबंध असल्याने तोही स्पेशल ऑपरेशन्स गटापर्यंत पोहोचू शकतो. जसजसा रेचल विचार करत गेली तसतशा अनेक शक्यता तिच्या लक्षात येत गेल्या. त्या गटावरचे नियंत्रण हे वरिष्ठ पातळीवरती कोणाहीकडे असू शकेल.

पिकरिंग म्हणत होता, ''मी अध्यक्षांना आत्तासुद्धा फोन करू शकतो; पण आत्ता तसे करणे शहाणपणाचे ठरणार नाही, निदान त्या गटामागे नक्की कोण आहे हे कळेपर्यंत तरी. जर या प्रकरणात मी व्हाईट हाऊसला ओढले तर तुमचे संरक्षण करण्याच्या माझ्या जबाबदारीवरती नक्कीच मर्यादा पडतील. शिवाय व्हाईट हाऊसला नेमके काय सांगायचे ते मला समजत नाही. जर ती उल्का अस्सल असेल, अन् तशी तुमची खात्री आहे, तर मग बर्फात खालून बीळ पाडण्याच्या तुमच्या आरोपांमध्ये आणि तुमच्यावरच्या हल्ल्यांमध्ये काहीही तथ्य उरत नाही. मी केलेल्या तक्रारीवर मला हजारो प्रश्न विचारले जाऊ शकतात, अनेक शंका उपस्थित केल्या जाऊ शकतात.'' मग क्षणभर पिकरिंग अन्य पर्यायांचा विचार करत राहिला. नंतर तो म्हणाला, ''जर ही माहिती जनतेपर्यंत पोहोचली तर... तर फार मोठ्या पदावरील माणसांवरती बालंट येऊ शकते. या घटनांमागे कोणी तरी अतिजबरदस्त व्यक्ती आहे हे निश्चित. म्हणून इतर काही हादरे बसण्याच्या आत तुम्हाला सुखरूप इकडे आणणे, हे पहिले महत्त्वाचे काम ठरते.''

सुखरूप परत आणणे? रेचलला त्या शब्दांचे आश्चर्य वाटले. ती म्हणाली, ''सर, मला वाटते की आम्ही या अणुपाणबुडीमध्ये सुरक्षित आहोत.''

यावर पिकरिंगच्या कपाळावर संशयाच्या आठ्या पडल्या. तो म्हणाला, ''त्या पाणबुडीमधले तुमचे अस्तित्व हे फार काळ गुप्त रहाणार नाही. मी तुम्हाला तेथून झटपट बाहेर काढून घेतो. खरे सांगायचे तर, जोपर्यंत तुम्ही तिघेहीजण माझ्या ऑफिसात माझ्यासमोर बसलेले दिसत नाही तोपर्यंत मला चैन पडणार नाही.''

७३

सिनेटर सेक्स्टन हा एका कोचावरती आपल्या शरीराचे मुटकुळे करून बसला होता. त्याला आता आपण निर्वासित असल्यासारखे वाटत होते. तासापूर्वीच त्याच्या या जागेत नवीन मित्रमंडळी आणि समर्थक लोक जमले होते; पण आता ते सर्व निघून गेले होते. सर्वत्र व्हिजिटिंग कार्ड्स व खाण्याच्या बश्यांतील पदार्थ पडलेले होते. तिथे जमलेली माणसे एकेक करत घाईघाईने निघून गेलेली होती. तो आता एकटा पडला होता.

सामसूम झालेल्या त्या फ्लॅटमध्ये सिनेटर मूकपणे समोरच्या टीव्हीकडे पहात होता. त्याला तो टी.व्ही. बंद करायचा होता; पण उठून तेवढे करण्याइतपतही त्राण त्याच्यात आता उरले नव्हते. नवीन परिस्थितीचे राजकीय विश्लेषण चालू झाले होते. तज्ज्ञ पुढच्या राजकीय पडसादांचा, घटनांचा अंदाज घेत होते, विविध मते मांडत होते. निरनिराळ्या कोनांतून विवेचन करत होते. त्या विवेचनांना अंत नव्हता. हे वॉशिंग्टन शहर आहे. येथे राजकीय तज्ज्ञांना तोटा नव्हता. त्यांचे शास्त्रीय भासवले जाणारे अर्धवट राजकीय सिद्धान्त त्यावरती दिलेल्या तत्त्वज्ञानाच्या मुलाम्यासह आता अहमहमिकेने मांडले जाऊ लागले होते. प्रत्येक चॅनेलवरती विविध राजकीय चर्चा, मुलाखती व अंदाज सादर होऊ लागले. याचा जबरदस्त तडाखा सेक्स्टनला बसला होता. राजकारणातील गाळ ढवळला जात होता. त्याची चिखलफेक होऊ लागली होती. शिखरावर पोहोचणारा सेक्स्टन एकदम खोल राजकीय गर्तेत कोसळू लागला होता. त्याच्या मनाला जखमा झाल्या होत्या नि छळ करण्यात तरबेज असलेली मीडियामधील मंडळी त्या जखमांवरती दाहक ॲसिड ओतू लागली होती. बातम्यांमध्ये विश्लेषणाचे, विवेचनाचे तुकडे सतत सतत दाखवले जात होते नि सेक्स्टन अधिकाधिक खचत खचत चालला होता.

एक राजकीय विश्लेषक टीव्हीवरती म्हणत होता, ''काही तासांपूर्वी सिनेटर सेक्स्टन यांची प्रचारमोहीम शिगेला पोहोचली होती व आकाशात दिमाखात फिरत होती; पण आता नासाच्या शोधामुळे ती मोहीम धाडकन जमिनीवरती कोसळली आहे.''

सेक्स्टनने जरासे कचरत कूर्व्हायजर मद्याची बाटली उचलली व सरळ तोंडाला लावून त्या मद्याचा एक मोठा घोट त्याने घेतला. आपल्या आयुष्यातील आजची रात्र ही सर्वांत प्रदीर्घ व एकटेपणाची ठरणार आहे याची त्याला जाणीव झाली. टीव्हीसमोर चर्चेत आपल्या तोंडून नको ते वदवून घेणाऱ्या मार्जोरी टेन्चचा तो आता तिरस्कार करू लागला. नासाची आर्थिक मर्मे सांगणाऱ्या बातम्या त्याला गॅब्रिएल ॲशने पुरवल्या होत्या. त्यामुळे तो उत्तेजित होत गेला व त्या माहितीचा उपयोग त्याने आपल्या प्रचारात भरपूर करून घेतला होता; पण आता त्याबद्दल तो गॅब्रिएलचा तिरस्कार करू लागला. अन् अध्यक्ष हर्नी या झुंजीत किती नशीबवान ठरले हे जाणवून तो त्यांचा द्वेष करू लागला. आता सर्व जगात तो स्वत:च एक विनोदाचा विषय बनला होता. सारे जग त्याला हसू लागले होते. म्हणून सर्व जगाचा तो तिरस्कार करू लागला.

टीव्हीवरचा राजकीय विश्लेषक म्हणत होता, ''सिनेटर सेक्स्टन यांच्यासाठी ही उल्केची बातमी चांगलीच स्फोटक आहे. अध्यक्ष व नासा यांचा उल्केच्या शोधामुळे मोठाच विजय झाला आहे. या बातमीमुळे सेक्स्टन यांनी नासावरती

कितीही जरी टीका केली तरी काहीही उपयोग नाही. आज तर सेक्स्टन यांनी 'नासाचा निधीच बंद करून टाकावा' असे उद्‌गार काढले होते. अध्यक्षांच्या प्रचारमोहिमेला यामुळे संजीवनी लाभली आहे. अध्यक्षांनी त्या उल्केच्या शोधाची बातमी जाहीर करून सिनेटर सेक्स्टनला सरळ सरळ ठोसे लगावले आहेत. एवढ्या माऱ्यातून सेक्स्टन परत डोके वर काढतील असे वाटत नाही.''

सेक्स्टन मनात म्हणत होता, *अरे चोरांनो, तुम्ही मला फसवलेत, माझी दिशाभूल केलीत. व्हाईट हाऊसने माझा बळी घेतला. या ×××× व्हाईट हाऊसने...*

टीव्हीवरचा राजकीय विश्लेषक हसत होता व म्हणत होता, ''अमेरिकी जनतेच्या मनातून नासा उतरली होती; पण तिने पुन्हा त्यांच्या मनात एक आदराचे स्थान पटकावले आहे. रस्त्यारस्त्यांवर राष्ट्रीय गर्वाची भावना प्रकट केली जात आहे... हीच जनता अध्यक्ष झॅक हर्नी यांच्यावरती प्रेम करत होती; परंतु मधल्या काळात त्यांच्या या भावनेला ओहोटी लागली होती. अध्यक्ष आपल्यावर एका-मागोमाग एक प्रहार होत असतानाही विरोधकांवर आगपाखड न करता अत्यंत नम्रपणे आपली प्रचारमोहीम चालवत होते. योग्य वेळ येताच त्यांनी आपल्या पोतडीतून हुकमाचे पान काढून टाकले. ते हा डाव नक्कीच जिंकणार. त्यांच्यावरती झालेल्या टीकेच्या गदारोळातून एखादे गुलाबाचे फूल उमलावे तसे ते वर आले आहेत.''

सीएनएन चॅनेलवरती दुपारी झालेली चर्चा त्याला आठवली. त्याचे डोके एकदम दुखू लागले व पोटात खड्डा पडल्यासारखे त्याला वाटू लागले. नासाच्या प्रश्नावरून त्याने गेले काही महिने जे वातावरण तयार करून पेटवत आणले होते, ते एकदम थंडावले. नुसते एवढेच झाले नाही तर तेच वातावरण आता त्याच्यावर उलटले. तो त्यात घुसमटून जाऊ लागला. तो एकदम एक मूर्ख माणूस ठरला. त्याच्या लक्षात आले, की ही सारी खेळी व्हाईट हाऊसकडून खेळली गेली होती. त्याला एका भ्रामक कल्पनेत गुंतवून नाचवत ठेवले गेले होते. आता त्याचा एक विदूषक झाला. लोक त्याच्याकडे पाहून हसणार होते. उद्याच्या वृत्तपत्रात आपल्यावरती काय काय व्यंगचित्रे येतील याचा अंदाज त्याला आत्ताच आला. त्याच्या नावावरून अनेक विनोद तयार करून ते देशभर सांगितले जाणार होते. आता त्याच्या प्रचारमोहिमेला होणारा पैशांचा पुरवठा बंद केला जाईल हे त्याला स्वच्छ दिसू लागले. सारे काही बदलून गेले होते. इतका वेळ त्याच्या फ्लॅटमध्ये जी माणसे जमली होती त्या सर्वांची स्वप्ने पार स्वच्छतागृहात वाहून गेली होती. 'अंतराळाचे खासगीकरण' ही योजना शेवटी एका भिंतीवर आपटून नष्ट झाली.

त्याने कोनॅक ब्रँडीचा आणखी एक मोठा घोट घेतला. तो उठून उभा राहिला व लटपटत चालत आपल्या टेबलापाशी गेला. बाजूला काढून ठेवलेला फोन त्याने

पाहिल; परंतु फोन बाजूला काढून ठेवून साऱ्या जगाकडे पाठ फिरवणे म्हणजे झाल्या गोष्टीबद्दल स्वत:लाच शिक्षा दिल्यासारखे होईल, असे वाटून त्याने हळूच फोन परत जागेवर नीट ठेवला आणि आन्सरिंग मशीन चालू केले. आता काही सेकंदांतच बाहेरून फोन यायला सुरुवात होईल. काही क्षणांचाच अवधी असेल.

त्याने आकडे मोजायला सुरुवात केली... *एक... दोन...* फोनची घंटी तिसऱ्या आकड्याला वाजली. आन्सरिंग मशीनने फोन घेतला. पलीकडची व्यक्ती निरोप ठेवत होती. ती कोणी एक बाई होती. ती म्हणत होती, ''सिनेटर सेक्स्टन, मी सीएनएन चॅनेलमधून ज्युडी ऑलिव्हर बोलते आहे. नासाने जो शोध लावला आहे त्यावरची आपली प्रतिक्रिया समजावून घेण्यासाठी आम्ही तयार आहोत. कृपया मला फोन करा.'' फोन बंद झाला.

पुन्हा एकदा सेक्स्टन आकडे मोजू लागला. एक... परत फोनची घंटी वाजू लागली. त्याने तरीही काही हालचाल केली नाही. आन्सरिंग मशीन पलीकडचा आवाज ध्वनिमुद्रित करू लागले. दुसरा कोणीतरी बातमीदार बोलू लागला.

सेक्स्टनने त्याकडे दुर्लक्ष केले. हातातील मद्याची बाटली घेऊन तो बाल्कनीकडे गेला. तिथले काचेचे सरकते दार उघडून त्याने बाहेरच्या थंड हवेत प्रवेश केला. कठड्यावरून वाकून तो समोर पसरलेल्या शहराकडे पाहू लागला. दूरवर व्हाईट हाऊसची इमारत ठळकपणे नजरेत येत होती; कारण तिच्या दर्शनी भागावरती प्रखर प्रकाशाचे झोत मारले होते. वाहणाऱ्या वाऱ्यामुळे मध्येच ते दृश्य अंधुक होऊन परत स्पष्ट होई.

बास्टर्ड्स... त्याने मनात एक शिवी घातली. तो चडफडत विचार करत होता. अनेक शतके माणसाने अंतराळातील जीवसृष्टीचा शोध चालवला होता, अंदाज केले होते. आता त्याचा पुरावा माणसाच्या हातात आला; पण हे साले माझ्या प्रचारकाळातच का घडले? मला ही घटना अनुकूल नाही. कोणीतरी अगदी ठरवून माझ्याविरुद्ध ही घटना जादूने घडवली असावी, इतकी ती कमालीची ठरवल्यासारखी वाटते आहे. त्याने आजूबाजूला पाहिले. सर्व इमारतींमधल्या ज्या ज्या उघड्या खिडक्या होत्या त्यातून आत टी.व्ही. लावलेले कळत होते. अन् ही गॅब्रिएल ॲश कुठे उलथली आहे? अजून तिचा फोन कसा नाही आला? हे सारे तिच्यामुळेच घडले आहे. नासाला प्रतिकूल असणारी माहिती ती कोठून तरी काढून मला पुरवत होती. त्याआधारे मी माझा प्रचार वाढवत वाढवत पार शिगेला पोहोचवला होता.

त्याने हातातली बाटली उंचावून आतील मद्याचा एक घोट घेतला.

गॉड्डॅम गॅब्रिएल... या संकटात मी सापडण्यास तीच कारणीभूत आहे.

एबीसी चॅनेलच्या प्रॉडक्शन रूममध्ये गॅब्रिएल ॲश उभी होती. तिने इतरांबरोबर ती बातमी ऐकली व पाहिली. ती सुन्न होऊन गेली, थिजून पुतळ्यासारखी उभी राहिली. तिच्या सभोवती बरीच माणसे उभी होती. टीव्हीच्या पडद्यावरील निवेदन संपल्यावर सारेजण क्षणभर स्तब्ध झाले होते; पण नंतर तिथे एकदम धावपळ, गडबड सुरू झाली. ते सारे बातम्यांच्या व्यवसायातील व्यावसायिक होते. एक अनपेक्षित बातमी त्यांच्यापुढे आणून टाकली गेली होती. आता जनतेला याबद्दल आणखी माहिती हवी होती. माहितीची ही मागणी राक्षसी भुकेसारखी काही सेकंदांत वाढत जाणार होती. जगाला आता सारे काही हवे होते. बातमीतील विज्ञान... राजकारण... इतिहास... भावना सारे काही लवकरच स्फोट पावून उफाळून बाहेर पडणार होते. मीडियामधल्या माणसांना आज रात्री झोप मिळणार नव्हती.

"गॅब," योलंडा तिला सहानुभूतीपूर्वक हाक मारत होती. ती म्हणत होती, "चल, माझ्या केबिनमध्ये, चल! आत्ता तुला जर येथे कोणी ओळखले तर तुझी धडगत नाही. ते सर्वजण तुला नाना प्रश्न विचारून भंडावून सोडतील."

गॅब्रिएलला नंतर एवढेच जाणवले की आपल्या हाताला धरून योलंडा कुठे तरी नेत आहे. वाटेतले सारे धूसर दिसते आहे. बरीच गर्दी आसपास वावरते आहे. काचेच्या केबिनमध्ये गेल्यावर योलंडाने तिला खुर्चीत बसवले, एक ग्लासभर पाणी पिण्यास दिले. गॅब्रिएलने ते पाणी गटागटा पिऊन टाकले. मग आपल्या चेहऱ्यावर बळेबळे उसने हसू आणत योलंडा तिला म्हणाली, "गॅब, या साऱ्या प्रकारातील एक चांगली गोष्ट लक्षात घे. तुझ्या उमेदवाराची प्रचारमोहीम कोसळली असली तरी त्यामध्ये तुझे व सिनेटरचे अनैतिक संबंध कुठेही प्रकट झाले नाहीत."

"हंऽ! थँक्स!" गॅब्रिएल मलूलपणे म्हणाली.

योलंडा यावरती बोलू लागला. तिच्या आवाजात गांभीर्य होते. ती म्हणत होती, "गॅब, तुला खूप शरमल्यासारखे वाटत असेल. एखाद्या अवजड ट्रकने वेगाने येऊन धक्का द्यावा तसे तुझ्या सिनेटरचे झाले आहे. या धक्क्यातून ते लवकर सावरणार नाहीत, अशी माझी खात्री आहे; पण ते काहीही असो, तुझी ती आक्षेपार्ह छायाचित्रे टीव्हीवरून कोणी प्रसारित करत नाही आणि करणारही नाही, हेही नसे थोडके. माझ्या मते तर ही एक चांगली बातमी आहे. आता अध्यक्षांना दुसऱ्याच्या कुलंगड्यांचा वापर करण्याची गरज अजिबात उरली नाही. त्यांचे लक्ष सरळ निवडणुकीकडे लागले आहे."

योलंडाचे बोलणे ऐकून गॅब्रिएलला जरा बरे वाटले.

योलंडा पुढे बोलत राहिली, "मार्जोरी टेन्चने निवडणूक प्रचारासाठी सेक्स्टन बेकायदेशीररीत्या निधी गोळा करत रहाण्याचा प्रश्न..." मग तिने आपली मान हलवत सावकाश म्हटले, "पण तरीही माझ्या मनातील काही शंका तशाच रहात

आहेत. अध्यक्षांना प्रतिपक्षाविरुद्ध काही विरोधी प्रचारमोहीम किंवा निगेटिव्ह प्रचारमोहीम उघडायची नाही, असे क्षणभर खरे धरले. तसेच विरोधी उमेदवाराविरुद्ध लाचलुचपतीची चौकशी सुरू करणे हे शेवटी देशहिताच्या दृष्टीने योग्य नाही, असे त्यांनी मानले असावे.

"कदाचित हेही खरे असेल; परंतु अध्यक्ष महाराज हे खरोखरीच एवढे कट्टर देशभक्त आहेत का, की केवळ देशाच्या नीतिधैर्याचे रक्षण करण्यासाठी ते विरोधी उमेदवाराला राजकारणातून संपवतील? माझा तर्क असा आहे, की मार्जोरीने सिनेटर सेक्स्टनच्या ज्या काही आर्थिक भानगडी आहेत त्या खूप मोठ्या करून तुला दाखवल्या. तुला घाबरवून सोडायचा उद्देश त्यामागे होता. तिने तुला सर्व प्रकारची भीती दाखवून सिनेटरची बाजू सोडण्यासाठी प्रयत्न केले. एक प्रकारचा हा तिचा जुगारच होता. तू जर सिनेटरकडे पाठ फिरवली असती व सिनेटरबरोबरचे आपले लैंगिक संबंध कबूल केले असतेस तर मग मात्र सिनेटरची धडगत नव्हती. आज रात्रीच त्या साऱ्या गोष्टी टीव्हीवरून प्रसारित झाल्या असत्या. माझी तशी खात्रीच आहे!"

गॅब्रिएलने यावर आपली मान मूकपणे डोलवली. लैंगिक भानगडीचा बोभाटा करणे म्हणजे सिनेटर सेक्स्टनच्या पोटात दोन जोरदार गुद्दे लगावण्यासारखे आहे. मग त्यानंतर त्याचा राजकीय मृत्यू झाला असता.

योलंडा पुढे म्हणाली, "परंतु गॅब, तू मार्जोरीच्या काव्याला बळी पडली नाहीस. तिने तुझ्यापुढे एक गळ लावला होता; पण तू त्या गळाला लागली नाहीस. आता तू यातून बाहेर पडली आहेस. अजून बऱ्याच इतर निवडणुका व्हायच्या आहेत."

कशावर विश्वास ठेवावा, कशावर ठेवू नये हे गॅब्रिएलला आता समजेनासे झाले होते. योलंडा पुढे म्हणाली, "पण एक गोष्ट मात्र मान्य केली पाहिजे. ती म्हणजे, व्हाईट हाऊसने सिनेटर सेक्स्टनला सुरेख खेळवला. नासाची वैगुण्ये, पूर्वीच्या चुका त्याला पुरवून त्याला नासावरतीच सतत हल्ले करण्यास उद्युक्त केले. अन् तोही भरकटत गेला. नासाखेरीज कोणत्याच मुद्द्याला त्याने स्पर्श केला नाही. मग वेळ येताच नासाचा शोध जाहीर करून त्याला तोंडघशी पाडले. सिनेटर सपशेल नाकावर आपटला."

नासाच्या चुकांची माहिती मीच सिनेटरला पुरवल्याने मीच या प्रकाराला जबाबदार आहे, गॅब्रिएल मनात म्हणत होती.

"आत्ता जे निवेदन व्हाईट हाऊसमधून जाहीर केले होते ते किती हुषारीने केले होते! त्या शोधाचे महत्त्व वगळता त्या बातमीकडे वृत्तशास्त्राच्या दृष्टिकोनातून पहा. आर्क्टिक भागातून प्रत्यक्ष प्रसारण, मायकेल टॉलन्ड याने केलेला माहितीपट,

नयनरम्य अशी समुद्रातली दृश्ये. वा:! लाजवाब. प्रेक्षकांवरती याचा केवढा परिणाम झालेला असणार. अध्यक्षांनी आज रात्री एक फार मोठी बाजी मारली आहे. हा माणूस उगाच नाही अमेरिकेचा अध्यक्ष बनला!''

अन् आता आणखी चार वर्षे तो अध्यक्ष म्हणून राहील...

योलंडा म्हणत होती, ''गॅब, आता मला माझ्या कामाला लागले पाहिजे. तुला पाहिजे तितका वेळ माझ्या खोलीत बसून रहा. तुझी भीती कमी होऊन तुझ्यात थोडे धैर्य निर्माण होईपर्यंत येथेच थांब. मी काही मिनिटांतच परत येते आहे.''

गॅब्रिएल तिथे आता एकटी बसून राहिली. अधूनमधून ती पाणी पीत होती; पण त्या पाण्याची चव आता बदलली होती, नकोशी वाटणारी होती. मनात ती विचार करू लागली : *आपल्याकडून आपण सर्व प्रयत्न केले; पण शेवटी सारा दोष आपल्याकडेच येतो आहे; परंतु भूतकाळात नासाकडून भरपूर चुका झाल्या होत्या हे सत्यच आहे ना? अंतराळ स्थानकाची योजना, एक्स-३३ विमानाची रचना, मंगळावर पाठवलेली शोधयंत्रे, सर्व काही व्यर्थ ठरले होते. सतत नासाचे बजेट फुगत होते व बजेटपेक्षा अधिक खर्च केला जात होता. या सर्व गोष्टी सत्य असतील तर त्यांचे खापर आपल्यावर कसे काय फुटू शकेल? छे! आपले काहीही चुकले नाही. आपण केले ते सर्व बरोबर केले, योग्यच केले.*

होय, तिने केले ते बरोबरच होते. फक्त ते सारे तिच्यावरती उलटले होते.

७४

सी हॉक जातीचे आरमाराचे हेलिकॉप्टर घोंगावणारा आवाज करत विमानतळावरून उडाले. हा विमानतळ उत्तर ग्रीनलँडमधील थुले गावी होता. एका गुप्त मोहिमेवर ते निघाले होते. अत्यंत कमी उंचीवरून ते उडत जाऊ लागले. रडार लहरींच्या जाळ्याखालून जात असल्याने ते टिपले जात नव्हते. समुद्रावरून जाताना ते वादळी हवेत सापडले. समुद्रावरचे ७० मैलांचे अंतर त्या हेलिकॉप्टरला कापायचे होते. त्या वैमानिकांना एवढ्याच सूचना दिल्या होत्या की त्यांनी एका विशिष्ट जागी जाऊन हवेतच थांबावे. त्या विशिष्ट जागेचे अक्षांश व रेखांश त्यांना अचूकपणे पुरावण्यात आले होते. भर समुद्रातील ती विशिष्ट जागा असल्याने तिथे गेल्यावर वादळी हवेत हेलिकॉप्टर स्थिर ठेवण्यासाठी वैमानिक पराकाष्ठा करत होता. खाली अथांग समुद्र पसरलेला होता. त्यावर कोठेही जहाजांची वर्दळ नव्हती.

सहवैमानिकाने ओरडून विचारले, ''नेमकी कोणती जागा आहे?'' तो गोंधळून गेला होता. त्यांना सक्त सूचना दिल्या गेल्या होत्या, की त्यांनी तीन माणसांना उचलून घेण्यासाठी आवश्यक ते दोर व यंत्रसामुग्री बरोबर न्यावी; पण खाली तर

काहीच दिसत नव्हते. फक्त अथांग सागर पसरलेला होता. याचा अर्थ आपल्याला आता त्या माणसांचा शोध घ्यावा लागणार असे सहवैमानिकाच्या मनात आले. त्याने पुढे विचारले, "आपल्याला दिलेले त्या जागेचे अक्षांश व रेखांश हे नक्की बरोबर आहेत ना? त्यात कुठे काही चूक झाली नाही ना?" एवढे म्हणून तो समुद्राच्या पृष्ठभागावरती सर्चलाईट फिरवू लागला; पण सारा पृष्ठभाग निवांत होता. कोणाचाही मागमूस लागत नव्हता. फक्त—

"होली शिट!" असे म्हणून वैमानिकाने हातातील जॉयस्टिक मागे खेचली. हेलिकॉप्टर हवेत वर चढू लागले.

पण वर जाताना एकदम त्यांच्या समोर समुद्रातून एक काळा पर्वत उगवला. कसलीही पूर्वसूचना न देता तो अचानक उगवला होता. एक राक्षसी पाणबुडी समुद्राच्या पाण्यातून आपले डोके वरती काढत होती. आपले वजन कमी करण्यासाठी तिने प्रथम आपल्या पोटातील पाणी समुद्रात सोडून दिले. त्यामुळे असंख्य बुडबुडे निर्माण होऊन त्यांचा एक स्तंभ पाण्यात उभा राहिला. त्या बुडबुड्यांमधून ती पाणबुडी वर आली होती. अगदी अनपेक्षितपणे वर आली होती.

त्या दोन्ही वैमानिकांनी एकमेकांकडे पाहिले. एकजण दुसऱ्याला म्हणाला, "यांच्यापैकीच कोण्या तिघांना न्यावे लागणार आहे असे दिसते."

पाणबुडीच्या कॉनिंग टॉवरजवळची दारे उघडली गेली. आतून एक खलाशी बाहेर पडला आणि त्याने बॅटरीच्या दिव्याने हेलिकॉप्टरकडे सांकेतिक संदेश पाठवला. दिव्याची उघडझाप करून तो निरोप पाठवला जात होता; कारण पाणबुडीला व हेलिकॉप्टरला हुकूम दिले गेले होते, की एकमेकांना भेटताना वायरलेसचा उपयोग अजिबात करायचा नाही. मग ते हेलिकॉप्टर पाणबुडीच्या दिशेने सरकले, हवेत स्थिर झाले आणि त्यातून खाली तीन दोर सोडले गेले. त्या दोरांच्या टोकांना विशिष्ट प्रकारचा फास होता. रबर चढवलेल्या त्या फासात पाणबुडीतून बाहेर पडलेल्या तिघांनी आपापली शरीरे अडकवली. मग ते तिन्ही दोर सावकाश वर वर खेचले जाऊ लागले. वरून खाली येणाऱ्या हवेच्या प्रवाहाविरुद्ध लोंबकळत तीन देह शेवटी हेलिकॉप्टरमध्ये पोहोचले.

जेव्हा ती दोन माणसे व एक स्त्री हेलिकॉप्टरमध्ये सुखरूप पोहोचली तेव्हा त्यांनी आपापल्या बॅटऱ्यांची उघडझाप करून 'सर्व काही ठीक जमले' अशा अर्थाचा निरोप पाणबुडीला दिला. मग काही सेकंदांत पाणबुडीने आपली उघडलेली दारे बंद करून पाण्यात बुडी मारली. समुद्रपृष्ठावरती तिची नावनिशाणीही आता उरली नाही.

ती तीन माणसे हेलिकॉप्टरमध्ये सुखरूप आल्यावर वैमानिकाने हेलिकॉप्टरचे तोंड दक्षिणेला वळवले. हेलिकॉप्टरचे नाक थोडेसे खाली करताच ते वेगाने हवेत

पुढे जाऊ लागले. थुले येथील अमेरिकेच्या विमानदलाच्या तळावर त्या तीन प्रवाशांना नेऊन पोहोचवले की त्याची कामगिरी संपणार होती. ते प्रवासी कोण आहेत, ती पाणबुडी कुठली होती वगैरे माहिती वैमानिकाला देण्यात आली नव्हती; कारण ती एक लष्करी गुप्त मोहीम होती. त्याला दिलेल्या सूचना त्याने फक्त पाळावयाच्या होत्या. त्या अज्ञात प्रवाशांच्या सुरक्षिततेची जबाबदारी त्याच्यावर होती. उत्तरेकडून एक मोठे वादळ चालून येत होते. त्यात सापडण्याच्या आत त्याला थुले येथे पोहोचायचे होते.

७५

शेवटी मिल्ने हिमनदीवरती ते वादळ चालून आले. जणू काही एक जबरदस्त स्फोट वातावरणात झाला आहे असे वाटण्याइतपत त्या वादळाचा जोर होता. नासाच्या हॅबिस्फिअरवर, त्या अवाढव्य तंबूवर ते वादळ तुटून पडले होते. तो राक्षसी तंबू थरथरला. जमिनीला जखडून ठेवलेल्या तंबूच्या केबल्स ताणल्या गेल्या. आता लवकरच सारा तंबू उचलून समुद्रात फेकून दिला जाईल असे वाटण्याइतपत तो हलू लागला. त्या जोरदार वादळामुळे तो तंबू म्हणजे एक फुगा ठरत होता. जमिनीला कितीही पक्का जखडला गेला तरी त्याचा उपयोग होणार नव्हता. ज्या पोलादी व जाड केबल्सनी तो तंबू जखडला होता त्या केबल्स आता जबरदस्त कंप पावून एक खर्जातील भीतिदायक आवाज निर्माण करू लागल्या होत्या. बाहेर उघड्यावर चालणारे जनरेटर्स अधूनमधून अडखळू लागले. परिणामी, त्यांच्याकडून जो विद्युतप्रवाह निर्माण होई तोही अधूनमधून खंड पावू लागला. त्यामुळे तंबूतील दिवे मधूनच बारीक होऊन जात, तर कधी कधी क्षणमात्र बंद होत. लवकरच विद्युत पुरवठा बंद पडून अंधार होणार असे दिसू लागले.

नासाचा ॲडमिनिस्ट्रेटर लॉरेन्स एक्स्ट्रॉम तंबूमध्ये अस्वस्थ होऊन येरझाऱ्या घालत होता. आज रात्री येथे आकाश कोसळून पडले तर बरे, अशी इच्छा तो मनात व्यक्त करत होता. उद्या एक दिवस तो येथे थांबणार होता. सकाळी आणखी एक पत्रकार परिषद व्हिडिओ कॉन्फरन्सिंगद्वारा तो घेणार होता. ती अवाढव्य उल्का येथून वॉशिंग्टनला हलवून नेण्याची तयारी त्याला करायची होती. त्या कामावर तो स्वत: जातीने देखरेख करणार होता. आत्ता या क्षणाला काहीही काम न करता त्याला झोप घेण्याची अनावर इच्छा झाली होती. आजच्या दिवसात अनेक अनपेक्षित घटना घडल्याने तो दमून गेला होता, शिणला होता. वेली मिंग, रेचल सेक्स्टन, नोरा मॅन्गोर, मायकेल टॉलन्ड आणि कॉर्की मार्लिन्सन यांची त्याला सारखी आठवण येत होती. ह्या माणसांच्या अनुपस्थितीची जाणीव त्याच्या काही कर्मचाऱ्यांना आता होऊ

लागली होती. हे सिव्हिलियन शास्त्रज्ञ कुठे गायब झाले आहेत याचे त्यांना कोडे पडले होते.

एक्स्ट्रॉमच्या ते लक्षात आले होते; परंतु त्याने स्वत:ला समजावले, *काही काळजी करू नकोस. परिस्थिती एवढी काही हाताबाहेर जाणार नाही.*

त्याने एक खोल श्वास घेतला. आज आत्ता सबंध पृथ्वीवरती नासा आणि नासाने लावलेला शोध याचीच चर्चा चालू आहे, जगभर खळबळ माजलेली आहे. १९४७ सालापासून 'अंतराळातील अन्य जीव' हा विषय खूप वेळा चर्चेत आला होता. जनतेत त्याबद्दल कमालीची उत्सुकता होती. १९४७ साली घडलेल्या त्या प्रसंगाला 'रॉसवेल घटना' असे नाव मिळाले होते. रॉसवेल हे न्यू मेक्सिकोमधील एका गावाचे नाव होते व तिथे परग्रहावरील एक यान कोसळल्याची बातमी सर्वत्र पसरली होती. तेव्हापासून 'उडत्या तबकड्या' हा विषय सुरू झाला होता. परग्रहावरून त्या तबकड्या येतात असे लोक मानू लागले होते. तसे सिद्धान्त अनेकांनी तयार केले होते. त्यावर विश्वास ठेवणारी माणसे अद्यापही रॉसवेलला भेटी देऊन येत.

एक्स्ट्रॉम जेव्हा अमेरिकी लष्कराच्या मुख्यालयात काम करत होता, तेव्हा त्याला रॉसवेल घटनेबद्दल समजले होते. ती घटना म्हणजे 'प्रोजेक्ट मोगल' या नावाने एका नवीन अज्ञात रचनेच्या हवाई फुग्याचा अपघात होता. एका राक्षसी फुग्याची निर्मिती करून तो अवकाशात सोडून त्याद्वारे रशियातील अणुस्फोटाच्या चाचण्यांचा वेध घेणे, हे त्या प्रोजेक्ट मोगलचे उद्दिष्ट होते. त्या प्रायोगिक फुग्याचे उड्डाण झाल्यावर भरकटत तो फुगा न्यू मेक्सिको येथे गेला व खाली कोसळला. लष्कराची माणसे तिथे पोहोचण्याअगोदर एका नागरिकाने त्या जागी जाऊन कोसळलेली गूढ यंत्रसामुग्री पाहिली. त्यातून एक अफवांची मालिका जन्म पावली.

घडत गेले ते असे :

ज्या नागरिकाने तो कोसळलेला फुगा व त्याला जोडलेली यंत्रसामुग्री पाहिली, त्याचे नाव विल्यम ब्रॅझेल होते. तो एक मोठा शेतकरी होता. वाळवंटात कोसळलेल्या फुग्याची यंत्रे त्याला योगायोगाने दिसली. फुग्याचे रबर नेहमीचे नव्हते. ते कृत्रिमरीत्या तयार केलेले निओप्रेन रबर होते. ही गोष्ट जनतेला अद्याप ठाऊक नव्हती. तसेच, जी यंत्रसामुग्री होती ती अत्यंत हलक्या मिश्रधातूपासून बनवली होती. तसले मिश्रधातू बाजारात आले नव्हते. १९४७ सालची ही घटना आहे. प्रयोगशाळेतील शोधांचा उपयोग व्यवहारात येण्याआधी लष्कराने केला होता. त्यामुळे त्या शेतकऱ्याला हा सारा प्रताप परग्रहावरून आलेल्या एखाद्या उडत्या यंत्राचा असावा असे वाटले. त्याने ताबडतोब गावच्या पोलीस प्रमुखाला, शेरीफला घटनास्थळी बोलावून घेतले. त्या मागोमाग वृत्तपत्रांची माणसे आली. सर्व बातमीला अतिरंजित प्रसिद्धी दिली गेली. मग जनतेची उत्सुकता वेगाने वाढत गेली. लष्कराचा तो प्रयोग गुप्त

असल्याने ती सर्व यंत्रसामुग्री आपली नाही असा दावा त्यांनी केला. त्यामुळे झाल्या घटनेचे गूढ वाढत गेले. शेवटी वार्ताहरांनी या गोष्टीचा छडा लावण्यास सुरुवात केली. हळूहळू ते 'प्रोजेक्ट मोगल'च्या दिशेने जाऊ लागले. आता मात्र अमेरिकेचे लष्कर खाते पेचात पडले. हा सारा प्रकल्प अतिगुप्त स्वरूपाचा होता. शत्रूवर नजर ठेवण्यासाठी हेरगिरी करणारा फुगा आकाशात सोडला, ही बातमी खळबळजनक ठरणार होती. यातून पुढे काहीही घडू शकणार होते. जगाच्या रंगमंचावरती राजकीय उलथापालथी घडू शकणार होत्या. अन् मग काहीतरी अद्‌भुत घडले.

वृत्तमाध्यमांनी या घटनेमधून एक अनपेक्षित निष्कर्ष काढला. गूढ असणारी व भविष्यकाळातील वाटणारी ती यंत्रसामुग्री ही परग्रहावरील जीवांनी तयार केलेली असून ते जीव पृथ्वीवरील माणसांपेक्षा अधिक प्रगत आहेत, बुद्धिमान आहेत व विज्ञानात फार पुढे पोहोचलेले आहेत. त्यातून लष्कराने ती यंत्रसामुग्री आपली असल्याचे नाकारले असल्याने वृत्तलेखकांच्या या शोधाला आणखीनच बळकटी मिळाली. शेवटी 'परग्रहावरील जीव पृथ्वीला भेट देऊ लागले' ही कल्पना जनमानसात पक्की होत गेली. अमेरिकेच्या लष्कराला आपली गुप्तता राखण्यासाठी या अफवेचा अनपेक्षितपणे फायदा होत असल्याने त्यांनीही ती कल्पना उचलून धरली. सबंध जगाला काल्पनिक परग्रहावरील जीवसृष्टीचा धोका वाटला तर बिघडले कुठे? त्यामुळे रशियन सरकारला मात्र आपल्या प्रोजेक्ट मोगलबद्दल संशय येणार नाही. अन् ही गोष्ट महत्त्वाची असल्याने अमेरिकी लष्करानेही वृत्तसृष्टीच्या सुरात आपला सूर मिळवला.

परग्रहावरील माणसांच्या किंवा जीवांच्या पृथ्वीला दिल्या जाणाऱ्या भेटींची कल्पना आणखी दृढमूल करण्यासाठी अमेरिकेचे हेरखाते आता पुढे सरसावले. त्यांनी गुप्तपणे रॉसवेल गावातील घटनेमध्ये हवा तो मालमसाला घालून त्याच्या कथा बाहेर फोडावयास सुरुवात केली. 'आतील गोटातील ही गुप्त बातमी बाहेर फुटली आहे' असा भास होऊ देण्याची त्यांनी खबरदारी घेतली होती. त्यातून आणखी गूढ बातम्यांना त्यांनी जन्म दिला. 'असेच एक अंतराळयान सरकारने ताब्यात घेतले आहे.', 'डेटन गावातील लष्करी विमानतळावरती एक हॅन्गार-१८ नावाच्या ठिकाणी त्या यानातील परग्रहावरील मृत व्यक्तींचे देह बर्फामध्ये जतन करून ठेवले आहेत.' अशा अफवा योजनापूर्वक पेरून त्यांचा प्रसार केला गेला. त्यामधून नवीन अफवा आपोआपच जन्म घेत गेल्या. त्यानंतर जेव्हा जेव्हा एखाद्या नागरिकाला लष्कराचे प्रायोगिक अवस्थेतील अद्ययावत विमान कोसळलेले सापडे तेव्हा हेरखाते आपल्या कानावरती हेतुपूर्वक हात ठेवे. त्या बातमीबद्दल काहीही न बोलणे, मौन धारण करणे, यामागे 'नक्कीच काहीतरी पाणी मुरते आहे' असा संशय जनतेच्या मनात येई. हेरखात्याला नेमके हेच हवे असायचे. शेवटी अशी एखादी

बातमी आली की लोक मनात म्हणायचे, *पडले ते विमान नाही, ते एक परग्रहावरील अंतराळयान आहे.*

जनतेची किती साध्या गोष्टींनी फसवणूक करता येते, हे आठवून एक्स्ट्रॉमला नेहमी नवल वाटे. आजमितीलाही तसेच घडते आहे हे पाहून तर त्याला आणखीनच आश्चर्य वाटे. प्रत्येक वेळी वृत्तमाध्यमात अचानक 'यूएफओ' (Unidentified Flying Objects) ऊर्फ उडत्या तबकड्या दिसल्याच्या बातम्या झळकतात आणि भोळी जनता त्यावरती विश्वासही ठेवते. कमाल आहे! ते पाहून एक्स्ट्रॉमला हसू येई. अशा बातम्यांमागे एनआरओकडे असलेल्या ५७ विमानांपैकी एखाद्या विमानाचे उड्डाण नक्कीच असते, हे त्याने जाणले होते. ती सर्व ५७ विमाने वैमानिकांवाचून उडत. त्यांच्यावरती रिमोट कंट्रोलने नियंत्रण ठेवले जाई. अत्यंत वेगाने उडणाऱ्या त्या विमानांना संबंधित लोक 'ग्लोबल हॉक' असे म्हणत. त्यांचा आकार लांबट गोल असा होता. एखाद्या नागरिकाने तसले चमत्कारिक विमान आकाशात क्षणभर जरी पाहिले तरी त्यानंतर 'उडती तबकडी दिसली' अशी वावडी उठायची.

न्यू मेक्सिकोमध्ये रॉसवेलला वाळवंटात जिथे तो गूढ रबरी फुगा कोसळला होता तिथे उडत्या तबकड्यांवर विश्वास ठेवणारे अनेक लोक अजूनही भेटी देतात. एखाद्या तीर्थस्थळाला श्रद्धेने भेट द्यावी तेवढ्या श्रद्धेने ते भेटी देतात. आणि रात्रभर आपल्या व्हिडिओ कॅमेऱ्याने आकाशाचे चित्रण करत बसतात. ते पाहून एक्स्ट्रॉमला त्यांची खूप कीव करावीशी वाटे. स्वत: काहीही न बघता केवळ सांगोपांगी बातम्या, अफवा यावरती विश्वास ठेवून कितीजण त्या गोष्टी सत्य मानतात! मनुष्यस्वभावाची खरोखरच कमाल आहे! फक्त एकदाच एकाने आकाशात रात्री उडती तबकडी प्रत्यक्ष पाहिली होती. अनेक प्रकाशाचे प्रखर बिंदू आकाशातून वेगाने धावत गेलेले त्याने पाहिले होते. त्यांचा वेग एवढा होता की तेवढ्या वेगाने त्या वेळचे कोणतेच विमान धावू शकत नसे; परंतु तो प्रकाशबिंदू म्हणजे एक उडती तबकडी नव्हती, तर सरकारची ती प्रायोगिक विमाने चाचणीसाठी धावत होती. संशोधनामध्ये विकास पावत असलेली ती विमाने नंतर १२ वर्षांनी लोकांना प्रत्यक्षात पहावयास मिळाली. तोपर्यंत मूळ घटना विसरून गेली होती. मागे राहिली होती फक्त एक अफवा, एक हवाहवासा वाटणारा कल्पनातर्क! तल्लख इंजिनिअर्सच्या डोक्यातील कल्पना प्रत्यक्ष उतरताना असे नेहमीच होत आलेले आहे. अमेरिकी हेर खाते व माहिती खाते हे मात्र अशा अफवा उठल्यावर नेहमीप्रमाणे मूग गिळून बसत असे; कारण त्यामुळे उठलेल्या अफवांचे निराकरण न झाल्याने एक गूढ वातावरण निर्माण होई व गूढ धुक्यात भावी विमानांची गुप्तता राखली जाई.

हे सारे आठवूनही एक्स्ट्रॉमच्या मनात आले की, *पण तरीही आता सारे बदलले*

आहे. आता काही तासात 'परग्रहावरची जीवसृष्टी' ही अफवा नसून पुराव्यानिशी एक वास्तव असल्याचे जगभर मानले जाईल.

"ॲडमिनिस्ट्रेटर?" एक तंत्रज्ञ एक्स्ट्रॉमच्या मागोमाग वेगाने चालत येत हाक मारत होता. तो म्हणत होता, "तुम्हाला पीएससीमध्ये एक सिक्युरिटी कॉल आलेला आहे."

ते ऐकताच एक्स्ट्रॉम थांबला व मागे वळला. *आत्ता कोणाचा एवढा महत्त्वाचा फोन असेल?* तो कम्युनिकेशन ट्रेलरकडे जाऊ लागला.

तो तंत्रज्ञ घाईघाईने एक्स्ट्रॉमच्या बरोबर चालू लागला. तो म्हणाला, "पीएससीमध्ये जी माणसे रडार चालवत आहेत त्यांना आश्चर्य वाटते आहे, सर..."

"असं?" एक्स्ट्रॉमच्या मनात अजूनही वेगळेच विचार धावत होते.

"रडारवरती एक फॅट-बॉडी, मोठे वाहन किनाऱ्यावर उगवल्याचे सूचित झाले. तुम्ही तशी आधी कल्पना का नाही दिली?"

एक्स्ट्रॉमने त्याच्याकडे पहात विचारले, "मला नाही समजले."

"सर, एक अवाढव्य पाणबुडी पाण्यावरती उगवली. तुम्ही रडार चालवणाऱ्यांना तशी पूर्वसूचना द्यायला हवी होती. समुद्रात तुम्ही जादा सिक्युरिटी ठेवल्याचे त्यांना ठाऊक नव्हते. त्यामुळे ते एकदम दचकले व हादरून गेले."

ते ऐकताच एक्स्ट्रॉम एकदम थांबल व आश्चर्याने म्हणाला, "कसली पाणबुडी?"

तो तंत्रज्ञही थांबला होता. ॲडमिनिस्ट्रेटरला आश्चर्य वाटल्याचे त्याला अनपेक्षित होते. तो म्हणाला, "म्हणजे? ती पाणबुडी आपल्या इथल्या मोहिमेसाठी नव्हती?"

"नाही! कुठे आहे ती आता?"

त्या तंत्रज्ञाच्या लक्षात आले की जे घडले आहे ते अत्यंत गंभीर आहे. तो आवंढा गिळत म्हणाला, "येथून तीन मैल अंतरावरती किनाऱ्यापाशी ती पाणबुडी रडारला योगायोगाने दिसली. दोन मिनिटांकरता ती पाण्यावरती आली होती. रडारच्या स्क्रीनवरती एक मोठ्ठा ठिपका चमकला व ब्लीप आवाज मोठ्याने झाला. म्हणजे ती पाणबुडी नक्कीच अवाढव्य असणार. एक फॅट-बॉडी असणार. आम्हाला वाटले की एक जादा संरक्षण म्हणून तुम्ही आरमाराला आधी कळवून ठेवलेले असणार. अन् हे तुम्ही आमच्यापासून गुप्त ठेवले असावे."

एक्स्ट्रॉम त्याच्याकडे रोखून पहात म्हणाला, "नाही, तसे काहीही नाही. मी कसल्याही गुप्त सूचना कोणालाही दिल्या नाहीत."

आता तो तंत्रज्ञ थरथरत्या आवाजात बोलू लागला, "वेल, सर. तसे असेल तर मी आपल्याला आता अशी बातमी देतो, की पाण्याबाहेर डोके काढलेल्या त्या पाणबुडीने किनाऱ्यापाशी एका विमानाशी संपर्क साधला. बहुतेक ते विमान हेलिकॉप्टर असावे. बहुतेक त्यांनी त्यांच्या कर्मचाऱ्यांची अदलाबदल तिथे केली असावी. एवढ्या

प्रचंड वादळात त्यांना ते जमले याबद्दल आम्ही त्यांचे मनापासून कौतुकच केले.''

ते ऐकताच आपले स्नायू ताठ होत चालले आहेत असे एक्स्ट्रॉमला जाणवले. *मला न कळवता या बेटाजवळ त्या पाणबुडीच्या कसल्या हालचाली चालू आहेत?* तो म्हणाला, ''नंतर ते विमान किंवा हेलिकॉप्टर कोणत्या दिशेने गेले?''

''थुले विमानतळाच्या दिशेने. तिथे त्याचा तो लष्करी तळ आहे. पाणबुडीला रसद पुरविण्यासाठी त्याचा वापर केला जात असावा, असे मला वाटते.''

यावर एक्स्ट्रॉम काहीच बोलला नाही. तो सरळ त्या वायरलेस पीएससीच्या बंदिस्त ट्रेलरकडे चालत गेला. आतल्या खचाखच भरलेल्या व अंधाऱ्या जागेत जाऊन त्याने फोन घेतला.

त्याच्या कानात तोच तो नेहमीचा घोगरा आवाज आला, ''वुई हॅव ए प्रॉब्लेम.'' मार्जोरी टेन्च बोलत होती.

''रेचल सेक्स्टनची आपल्याला अडचण निर्माण होणार आहे असे दिसते.''

७६

आपण शून्यात किती वेळ नजर रोखून पहात होतो हे सिनेटर सेक्स्टनला कळले नाही. जेव्हा त्याच्या फ्लॅटच्या बाहेरच्या दारावरती धक्के मारल्याचे आवाज त्याला ऐकू येऊ लागले तेव्हा तो भानावरती आला. सुरुवातीला त्याला वाटले होते की जास्त मद्य प्यायल्याने आपल्या कानात तसे आवाज होत आहेत; पण तसे नसून कोणीतरी खरोखरीच दारावरती जोरजोरात ठोठावत होते. तो कोचावरून उठला व कूर्व्हायझर मद्याची बाटली लपवून ठेवली व दाराकडे निघाला.

दारापाशी आल्यावर त्याने आतून ओरडून विचारले, ''कोण आहे?'' त्याला आत्ता कोणालाही भेटायचे नव्हते. तो शिणला होता, थकला होता, दमला होता.

दाराबाहेरून त्या रक्षकाने जोरात ओरडून आलेल्या पाहुण्याचे नाव सांगितले. ते नाव ऐकताच सिनेटरचा आवाज एकदम खाली आला. *ही व्यक्ती अनपेक्षितपणे येथे लगेच येऊन पोहोचली? किती वेगाने घटना घडू लागल्यात!* निदान उद्या सकाळपर्यंत तरी आपल्याकडे कोणी फिरकणार नाही असे त्याला वाटत होते.

मग त्याने एक खोल श्वास घेतला, आपले डोक्यावरचे केस हाताने नीटनेटके केले व पुढे होऊन दार उघडले. त्याच्यासमोर एक ओळखीची व्यक्ती दारात उभी होती. त्या व्यक्तीचा चेहरा कठोर व गंभीर होता. चेहऱ्यावरच्या सुरकुत्या कडक होत्या. त्याचे वय ७०च्या पुढे होते. आज सकाळी त्याच माणसाची गाठ सेक्स्टनने हॉटेलच्या पार्किंग लॉटमधील पांढऱ्या व्हॅनमध्ये गुपचूप घेतली होती. त्याला पाहून सेक्स्टन क्षणभर चक्रावून गेला. याच माणसाला आपण आज सकाळीच भेटलो हे

त्याला खरे वाटेना. किती थोड्या वेळात सारी परिस्थिती पालटून गेली.

काळे केस असलेला तो माणूस विचारत होता, ''मी आत येऊ का?''

सेक्स्टन मुकाट्याने वाटेतून बाजूला झाला. स्पेस फ्रंटियर फाऊंडेशनच्या त्या प्रमुखाला त्याने आत घेतले.

सेक्स्टन दार बंद करत असताना त्याने विचारले, ''काय, मघाची मीटिंग ठीक झाली ना?''

मघाची मीटिंग ठीक झाली? म्हणजे या माणसाला अजून काय उलथापालथ झाली ते ठाऊक नाही? हा काय कोशात गुरफटून रहातो आहे काय? सेक्स्टन म्हणाला, ''टीव्हीवर अध्यक्ष उगवेपर्यंत सारे काही झकास चालले होते.''

मग त्या म्हाताऱ्या गृहस्थाने आपली मान खेदाने हलवली व म्हटले, ''होय, अध्यक्षांनी बाजी मारली खरे. आपल्या हेतूलाच आता मोठा धक्का बसणार.''

म्हणजे ह्या माणसाला अजूनही आशा वाटते आहे? नासाने आज रात्री जे साध्य केले आहे त्यावर मात करून खासगीकरणासाठी अंतराळ खुले करण्यासाठी किती मोठा काळ आता जाईल. तोपर्यंत ही समोरची व्यक्ती मरूनही जाईल.

तो म्हातारा माणूस म्हणत होता, ''गेली अनेक वर्षे मी जे म्हणतो आहे त्याचा पुरावा समोर येईल अशी मला आशा होती; पण ते कधी घडेल व कसे घडेल याची मला कल्पना नव्हता; पण कधीतरी ते घडणार हे नक्की होते.''

ते ऐकून सेक्स्टन सुन्न झाला, ''म्हणजे तुम्हाला झाल्या घटनेचे बिलकूल आश्चर्य वाटत नाही?''

सेक्स्टनच्या फ्लॅटमधील दिवाणखान्याकडे जात तो म्हातारा बोलू लागला, ''संपूर्ण विश्वाच्या गणिताचा विचार केला तर पृथ्वीवरील जीवप्रकारांपेक्षा अन्य जीवप्रकार हे कुठेतरी विश्वात असण्याची संभाव्यता खूपच आहे. म्हणून त्या उल्केच्या शोधामुळे मला आश्चर्य वाटले नाही. बौद्धिकदृष्ट्या मी अक्षरशः थरारून गेलो; पण आध्यात्मिकदृष्ट्या मात्र मला अचंबा वाटतो आहे. तर राजकीयदृष्ट्या मी अत्यंत अस्वस्थ झालो आहे. नेमक्या याच वेळी हे असे घडायला नको होते. याच्याइतकी अधिक वाईट वेळ दुसरी कुठलीही असू शकणार नाही.''

सेक्स्टनला कळेना की हा माणूस आत्ता कशासाठी येथे आला असावा? आपल्याला उत्तेजन द्यायला तो नक्कीच आलेला नाही.

तो सांगत होता, ''तुम्हाला ठाऊक आहे की स्पेस फ्रंटियर फाऊंडेशनच्या सभासद कंपन्यांनी कोट्यवधी डॉलर्स खर्चून अंतराळ खासगी उद्योगधंद्यांना खुले व्हावे म्हणून प्रयत्न केले. त्यातील बराच पैसा हा अलीकडे तुमच्या प्रचारमोहिमेवरती खर्च केला गेला.''

सेक्स्टनने एकदम बचावाचा पवित्रा घेऊन म्हटले, ''आज रात्री जो काही

विचका झाला आहे त्यावर माझे कसलेही नियंत्रण नाही. मी नासावर सतत टीका करावी म्हणून व्हाईट हाऊसने मला भुलवत नेले. मी त्यांच्या योजनेला बळी पडलो खरा.''

''होय. अध्यक्षांनी तो राजकीय खेळ चांगलाच खेळल; पण तरीही आपण सारे काही अजून गमावले नाही.'' त्या माणसाच्या डोळ्यांत एक आशेची चमक तरळून गेली.

म्हातारा खुळा आहे, असे सेक्स्टनच्या मनात येऊन गेले. आपण सारे काही गमावलेले आहे, हे सत्य आहे. कसाही विचार केला तरी ते सत्य खाली उरते आहे. आत्ता या क्षणाला सिनेटर सेक्स्टनच्या प्रचारमोहिमेचे बारा वाजल्याचे प्रत्येक टी.व्ही. स्टेशनवरून सांगण्यात येत असताना हा माणूस कोणत्या आधारावरती आपल्याला आशा दाखवतो आहे?

तो माणूस सरळ दिवाणखान्यात जाऊन एका कोचावर बसला आणि त्याने आपले शिणलेले डोळे सिनेटरवरती रोखले. तो म्हणाला, ''पॉडस उपग्रहावरती जे सॉफ्टवेअर बसवले त्याबद्दल नासाला सुरुवातीला कशा अडचणी आल्या होत्या, ते आठवते तुम्हाला? जमिनीवरती किंवा जमिनीखाली कुठेही घनतेमध्ये विसंगती आढळली तर पॉडसकडून त्याची दखल घेतली जायची. ती दखल घेणाऱ्या सॉफ्टवेअरमध्ये काहीतरी दोष राहिला होता, कमतरता होती, त्रुटी होत्या.''

या माणसाला नक्की काय सांगायचे आहे? हे संभाषण कोणत्या दिशेने चालले आहे? *अन् आता ती माहिती कळून काहीही उपयोग नाही. त्याने असा काय फरक पडणार आहे? शेवटी पॉडसकडून ती उल्का शोधली गेलीच ना? त्यात जीवांचे अवशेष सापडलेत ना?*

तो म्हणत होता, ''कदाचित तुम्हाला आठवत असेल की पॉडस उपग्रहावरती बसवलेले सॉफ्टवेअर हे सुरुवातीला नीट चालत नव्हते. त्याबद्दल तुम्ही वर्तमानपत्रातून खूप आवाज उठवला होता. आठवते?''

''होय. मला तसे करणे भागच होते. नासाचे ते एक अपयश होते!'' सेक्स्टन त्याच्या समोरच्या कोचावरती बसत म्हणाला.

आपली मान होकारार्थी हलवत तो म्हातारा पुढे म्हणाला, ''मला पटते ते; पण लवकरच त्यानंतर नासाने एक पत्रकार परिषद घेतली. त्यामध्ये त्यांनी त्या सॉफ्टवेअरमधील दोषावरती एक उपाययोजना केल्याचे जाहीर केले. एक तात्पुरती मलमपट्टी करावी तसा तो प्रकार होता.''

सेक्स्टनने ती पत्रकार परिषद टीव्हीवरती पाहिली नव्हती; पण त्याच्या कानावर त्याबद्दल जे काही आले त्यावरून त्याला ती एक छोटी व फारशी महत्त्वाची नसलेली पत्रकार परिषद वाटली होती. त्याच्या मते बातमीच्या दृष्टिकोनातून त्या

परिषदेला फारसे महत्त्व नव्हते. त्या परिषदेत नासाच्या पॉडस मोहिमेच्या डायरेक्टरने एक रटाळ शास्त्रीय माहिती सांगितली होती. पॉडसकडून पृथ्वीवरील आजूबाजूच्या घनतेशी जी विसंगती असेल ती टिपण्याच्या सॉफ्टवेअरमधील किरकोळ दोष काढून टाकलेला होता.

"मी ती पत्रकार परिषद पहात होतो. त्या सॉफ्टवेअरमध्ये दोष आहे असे समजल्यावर मला त्या प्रकरणात रस वाटू लागला होता." असे म्हणून त्याने एक व्हिडिओ सीडी खिशातून बाहेर काढली व तो सेक्स्टनच्या टेलिव्हिजनच्या दिशेने चालत गेला. तिथल्या सीडी प्लेअरमध्ये त्याने ती सीडी घालून सुरू केली व म्हटले, "तुम्हाला आता हे पहाताना नक्कीच रस वाटेल."

टीव्हीच्या पडद्यावरती चित्र उमटले व दृश्य सुरू झाले. वॉशिंग्टनमध्ये नासाच्या मुख्यालयात ती पत्रकार परिषद चालू झाली होती. अत्यंत नीटनेटका पोषाख केलेला माणूस पोडियमपाशी येत होता. त्याने तिथे उभे राहिल्यावरती समोरच्या प्रेक्षकांना मान लववून अभिवादन केले. त्या दृश्यावरती अक्षरे उमटली होती :

CHRIS HARPER, Section Manager
Polar Orbiting Density Scanner Satellite (PODS)

डॉ. क्रिस हार्पर हा एक उंच, सुसंस्कृत व सभ्यपणे वागणारा युरोपीय-अमेरिकी माणूस होता. युरोपातील आपल्या मूळच्या मातीशी इमान राखणारा होता. त्याचे उच्चार विद्वत्तापूर्ण होते. तो स्पष्ट व स्वच्छ बोलणारा होता. तो मोठ्या आत्मविश्वासाने भाषण करत होता, पॉडसबद्दलची वाईट बातमी सांगत होता. "जरी पॉडस उपग्रह हा अवकाशात आपल्या कक्षेत सध्या व्यवस्थित भ्रमण करत असला तरी त्याच्यावर बसवलेल्या एका सॉफ्टवेअरमध्ये छोटीशी चूक राहून गेली आहे. प्रोग्रॅमिंग करताना ती चूक राहिलेली आहे आणि जरी ती चूक छोटी असली तरी त्याची जबाबदारी मी माझ्याकडे घेतो. शास्त्रीय परिभाषेत सांगायचे झाल्यास FIR Filter मध्ये दोषपूर्ण Voxel Index आहे. त्यामुळे ते सॉफ्टवेअर नीट काम करत नाही; परंतु आम्ही त्यावरती एक उपाययोजना करत आहोत. ते काम चालू झालेले आहे."

यावर प्रेक्षक वर्गातून सुस्कारे सोडण्यात आले. नासाकडून चुका होणे व त्यावरती उपाययोजना केल्या जाणे हे त्या प्रेक्षकांतील व्यक्तींच्या अंगवळणी पडलेले असावे असे दिसत होते. कोणीतरी विचारले, "परंतु आत्ता तो पॉडस उपग्रह वापरता येतो आहे का? त्याची आत्ताची अवस्था सांगा."

हार्परने तो प्रश्न नैसर्गिक आहे असा आविर्भाव करून ऐकला व मोठ्या आत्मविश्वासाने म्हटले, "अशी कल्पना करा, की एखाद्याचे दोन्ही डोळे उत्तम

आहेत, निर्दोष आहेत व कार्यक्षम आहेत; पण त्या डोळ्यांत ज्या प्रतिमा उमटतात त्यांचा नीट अर्थ लावण्यात त्या माणसाचा मेंदू कमी पडतो आहे. पॉडस उपग्रहाचे डोळे हे सर्वोत्तम आहेत. माणसाची निर्दोष नजर जशी ६-६ अशी मोजली जाते, तशी पॉडसच्या डोळ्यांची निर्दोष नजर ही २०-२० आहे; पण आपण नेमके काय पहातो आहे हे त्या उपग्रहाला नीट कळत नाही. या पॉडस उपग्रहाच्या निर्मितीमागचे खरे उद्दिष्ट हे मुख्यत्वेकरून ध्रुवीय प्रदेशातील बर्फाच्या थरांमधील वितळलेल्या पोकळ्या शोधणे हे आहे; परंतु तेथील प्रत्येक बिंदूच्या घनतेची माहिती जरी या उपग्रहाने घेतली तरी त्याचे पूर्ण क्षमतेने विश्लेषण करण्यास उपग्रहातील सॉफ्टवेअर कमी पडते आहे. त्यामागे एक छोटा दोष राहून गेला आहे. त्यामुळे शास्त्रज्ञांना जमिनीवरचे ते विसंगत घनता दाखवणारे नेमके स्थळ समजू शकत नाही. यावर आता एकच उपाय आहे. ज्या वेळी नासाचे पुढचे शटल यान अंतराळात जाईल त्या वेळी त्या उपग्रहातील दुरुस्तीचे काम करण्यात येईल.''

यावर तिथे जमलेल्या प्रेक्षकांमधून खेदाचे व निराशेचे उद्गार बाहेर पडले.

सेक्स्टनकडे पहात तो म्हातारा म्हणाला, ''त्यांनी ती वाईट बातमी चांगल्या रीतीने सादर केली. हो ना?''

''तसे तो शास्त्रज्ञ करणारच. शेवटी तो नासाचा नोकर आहे.'' सेक्स्टन म्हणाला.

काही क्षण पडद्यावर कोणतेच दृश्य नव्हते. मग एकदम दुसऱ्याच एका पत्रकार परिषदेचे दृश्य उमटले. तीही पत्रकार परिषद नासाने घेतली होती.

तो सेक्स्टनला सांगत गेला, ''आता ही दुसरी पत्रकार परिषद पहा. काही आठवड्यांपूर्वीच नासाने ती घेतली होती; पण ती रात्री उशिरा दाखवली गेल्याने फारच थोड्या जणांनी ती पाहिली. या वेळी मात्र ह्या डॉ. हार्पर यांनी नासातर्फे एक चांगली बातमी सांगितली.''

त्या पत्रकार परिषदेत डॉ. हार्पर पोडियमपाशी उभा होता. त्याचा डोक्यावरचा भांग विस्कटलेला होता व तो अत्यंत अस्वस्थ दिसत होता. तो सांगत होता, ''मला सांगण्यास आनंद होतो आहे, की त्या सॉफ्टवेअरमधील दोषावरती नासाला एक उपाय सापडला आहे. पॉडस उपग्रहातील ते सॉफ्टवेअर आता दुरुस्त झाल्यात जमा आहे. त्यासाठी आम्ही एक उपाय केला.'' तो उपाय कोणता त्याची शास्त्रीय माहिती देताना तो सारखा अडखळत होता. पॉडस उपग्रहाला जमिनीवरची जी माहिती मिळेल तिचा उपग्रहातील सॉफ्टवेअरच्या साहाय्याने अर्थ लावण्याऐवजी ती माहिती सरळ खाली नासाकडे पाठवली जाऊन मग पृथ्वीवरील संगणक त्या माहितीवरती पुढील प्रक्रिया करून त्याचा अर्थ लावतील. जमलेले सर्व प्रेक्षक नासाच्या या युक्तीवरती खूष झालेले दिसत होते. ही युक्ती तशी कोणालाही पटण्याजोगी होती

व त्यात कसलीही लबाडी वाटत नव्हती. तसेच, एक मोठी समस्या सहजरीत्या मिटल्याने सर्वजण उत्तेजित झालेले होते. जेव्हा हार्परचे निवदेन संपले तेव्हा तिथे जमलेल्या सर्वांनी टाळ्या पिटून आपला आनंद व्यक्त केला.

''म्हणजे आता त्या उपग्रहाकडून लवकरच माहितीचा ओघ पृथ्वीकडे वाहू लागेल, असे आम्ही धरून चालावे काय?'' एका पत्रकाराने विचारले.

यावर हार्परने आपली मान डोलवली. त्याचा चेहरा घामाने भिजला होता. तो कसाबसा म्हणाला, ''होय. काही आठवड्यांतच तसे घडू लागेल.''

यावरही मघासारख्याच टाळ्या वाजवल्या गेल्या. अनेकांनी आपले हात वर उंचावून, हलवून आपला हर्ष व्यक्त केला.

''मला आत्ता आपल्याला एवढेच सांगायचे होते.'' असे म्हणून हार्पर आपल्याजवळील कागदपत्रांची आवराआवर करू लागला. तो शेवटी समारोप करताना म्हणाला, ''पॉडस अंतराळात आहे आणि तो आपले काम करत आहे. लवकरच आमच्या हाती त्याच्याकडून माहिती येईल.'' एवढे म्हणून डॉ. हार्परने पोडियम सोडले व तो तेथून त्वरेने निघून गेला. 'त्वरेने निघून गेला' असे म्हणायच्या ऐवजी 'त्याने स्टेजवरून अक्षरश: पळ काढला,' असे म्हणणे योग्य ठरले असते.

सेक्स्टनच्या कपाळावरती आठ्या पडल्या. जे काही समोर दिसले ते नक्कीच चमत्कारिक होते. जेव्हा एका पत्रकार परिषदेत तो वाईट बातमी सांगत होता तेव्हा तो शांत वाटत होता; पण दुसऱ्या पत्रकार परिषदेत त्याच्यावरती चांगली बातमी सांगायची पाळी आली तेव्हा मात्र तो अस्वस्थ वाटत होता. असे उलट कसे काय घडले होते? जेव्हा ही पत्रकार परिषद टीव्हीवरून दाखविण्यात आली होती तेव्हा सेक्स्टनने ती पाहिली नव्हती. त्याच्या कानावर फक्त 'काहीतरी पॉडसच्या सॉफ्टवेअरमध्ये घोटाळा आहे' एवढेच आले होते. त्या घोटाळ्यावरती नासाने जो उपाय शोधून काढला त्यामुळे नासाला फारसे श्रेय मिळणार नव्हते. जनतेच्या मनातील नासाची अकार्यक्षम प्रतिमा तशीच राहिली होती. तिला फारसा धक्का बसला नव्हता. पॉडस म्हणजे नासाचे आणखी एक अपयश असून, त्यावर कशीतरी रंगसफेदी केली जात आहे असेच जनमानस झाले होते.

त्या म्हाताऱ्याने टी.व्ही. बंद केला व तो म्हणाला, ''नासाकडून नंतर असे कळवले गेले की डॉ. हार्पर यांची प्रकृती त्या रात्री, पत्रकार परिषदेच्यावेळी, फारशी ठीक नव्हती.'' मग थोडे थांबून तो पुढे म्हणाला, ''मला अजूनही असे वाटते आहे की डॉ. हार्पर दुसऱ्या पत्रकार परिषदेत खोटे बोलले, नक्की खोटे बोलले!''

खोटे बोलले? सेक्स्टन कुठेतरी टक लावून पहात विचार करू लागला. त्याच्या धूसर विचारांमुळे त्याला मिळालेले माहितीचे तुकडे एकत्र जुळवणे त्याला जमेना. हार्परने सॉफ्टवेअरच्या बाबतीत खोटे बोलण्याचे कारणच काय? जरी

सेक्स्टनला त्या प्रश्नाचे उत्तर सापडत नव्हते तरी डॉ. हार्पर खोटे बोलला हे नक्की! याचे कारण सेक्स्टनने स्वत: आयुष्यभरात अनेकवार खोटी विधाने केली होती. त्यामुळे त्याला एक क्षुल्लक खोटे बोलणारा, थापा मारणारा माणूस सहज ओळखता येत होता. डॉ. हार्परच्या इथेच काहीतरी पाणी मुरते आहे हे त्याने ओळखले होते.

तो म्हातारा सांगत होता, ''कदाचित तुम्हाला ती थाप जाणवली नसेल; परंतु डॉ. ख्रिस हार्पर यांनी जे खोटे निवेदन केले ते नासाच्या आजवरच्या सर्व पत्रकार परिषदेतील सर्वांत छोटे, पण अत्यंत महत्त्वाचे निवेदन आहे.'' मग थोडे थांबून खालच्या आवाजात सावकाश एकेक शब्द उच्चारत तो पुढे म्हणाला, ''खराब सॉफ्टवेअरवरील ती सोयीस्कर उपाययोजना ही अशासाठी सांगितली होती, की त्यामुळे पॉडस उपग्रहाला उल्का सापडल्याचे जाहीर करता आले.''

सेक्स्टनची मती गुंग झाली. तो म्हणाला, ''पण जर हार्पर खोटे बोलला असेल, त्याने थाप मारली असेल, आपली सर्वांची दिशाभूल केली असेल आणि प्रत्यक्षात ते सॉफ्टवेअर खरोखरीच काम करत नसेल, तर मग नासाला ती उल्का सापडली तरी कशी?''

त्या गंभीर चेहऱ्याच्या म्हाताऱ्याच्या चेहऱ्यावरती आता एक अस्फुट स्मितहास्य उमटले. तो म्हणाला, ''अगदी बरोबर! मला नेमके हेच म्हणायचे आहे.''

७७

अमली पदार्थांच्या वहातुकीसाठी वापरलेली अनेक विमाने कारवाईत जप्त केली गेली होती. त्या विमानांमध्ये हव्या तशा सुधारणा करून त्यातून अमेरिकी विमानदलाने एक ताफाच तयार केलाा होता. त्या विमानांना सारेजण रिपझेस्ड या अर्थाने 'रिपो' असे म्हणू लागले. या ताफ्यात डझनभर खासगी जेट विमाने, नूतनीकरण केलेली तीन 'जी फोर' विमाने होती. अमेरिकी लष्करातील अति महत्त्वाच्या व्यक्तींच्या प्रवासासाठी ती विमाने वापरली जात. अशाच एका जी-फोर विमानाने तासाभरापूर्वी थुले विमानतळ सोडला होता. वाटेत भेटलेल्या वादळाशी झुंजत त्या विमानाने पुरेशी उंची गाठली होती. आता वादळ खाली राहिले होते. रात्रीच्या अंधारात कॅनडाच्या हद्दीतून ते सरळ वॉशिंग्टनकडे झेपावत चालले होते. त्याची ताकदवान इंजिने रोंरावत आवाज करत होती. आठ आसने असलेल्या त्या विमानात रेचल सेक्स्टन, मायकेल टॉलन्ड आणि कॉर्की मार्लिन्सन बसले होते. त्यांच्या अंगावरील चुरगळलेले निळे कपडे व डोक्यावरील टोप्या ह्या *शार्लोत* पाणबुडीवरील खलाशांच्या होत्या.

विमानाची ग्रुमन इंजिने खूप आवाज करत असली तरीही कॉर्की मार्लिन्सनला

झोप लागली होती. तो सर्वांत मागच्या आसनावरती बसला होता. पुढच्या आसनावर टॉलन्ड बसला होता. त्याचा चेहरा खूप दमलेला दिसत होता. तो खिडकीतून बाहेरच्या समुद्राकडे टक लावून पहात होता. त्याच्या शेजारच्या आसनावरती रेचल बसली होती. तिला झोप येत नव्हती. तिने झोपेची गोळी जरी घेतली असती तरी तिला झोप आली नसती. त्या उल्केच्या गूढ रहस्यामुळे तिचे मन व्यापून गेले होते. अन् त्याहीपेक्षा पिकरिंगशी पाणबुडीच्या डेडरूममधून झालेल्या संभाषणामुळे ती अत्यंत गोंधळून गेली होती. ते संभाषण संपवताना पिकरिंगने तिला ज्या दोन गोष्टी सांगितल्या त्यामुळे ती चक्रावून गेली होती. ती माहिती हादरवणारी होती.

पहिल्या माहितीनुसार रेचलने जे निवेदन व्हाईट हाऊसच्या कर्मचाऱ्यांसमोर केले होते त्या चित्रणाची सीडी आता मार्जोरी टेन्चच्या ताब्यात होती. अन् मार्जोरी त्याच्या साहाय्याने रेचलला सरळ सरळ धमकी देऊ लागली होती. ती उल्का, तिचे तिथे सापडणे वगैरे सारा एक बनाव आहे असे रेचल म्हणू लागली, तर तिच्याविरुद्ध तिने केलेले निवेदन हा पुरावा म्हणून वापरण्याची धमकी मार्जोरीने दिली होती. रेचलचे निवेदन हे पूर्णपणे खासगी पातळीवरचे असेल व फक्त व्हाईट हाऊसच्या कर्मचाऱ्यांसाठी असेल अशी ग्वाही तिला खुद्द अध्यक्षांनी दिलेली होती. म्हणजे अध्यक्षांनी आपले वचन पाळलेले नाही, असे तिला दिसले.

दुसरी एक माहिती तिला अशीच धक्कादायक वाटली होती. दुपारी सीएनएन चॅनेलवरती तिचे वडील व मार्जोरी यांनी एकमेकांशी वादविवाद केले होते. मार्जोरी टेन्च ही सहसा टीव्हीवरती येत नसे; पण आज ती आली होती आणि तिने सिनेटर सेक्स्टनला वादविवादात गुंगवत त्यांच्या तोंडून त्यांची नासाविरोधी भूमिका वदवून घेतली होती. अगदी स्पष्ट व स्वच्छ शब्दांत! विशेषत: तिने सिनेटरची खुशामत करत त्याच्या तोंडून अंतराळातील जीवसृष्टीचा पुरावा कधी सापडेल याबद्दल साशंकता वदवून घेतली होती. अन् हीच गोष्ट रेचलच्या दृष्टीने फार महत्त्वाची होती.

"तसा जर काही पुरावा सापडला तर आपण आपली हॅट खाऊन दाखवू," असेही सिनेटर म्हणाला होता. रेचलला इथेच कुठे तरी पाणी मुरते आहे असे वाटू लागले होते. याचा अर्थ त्या उल्केबद्दल मार्जोरीला आधीच सारे काही ठाऊक होते. तेव्हा त्याविरुद्ध जर एखादे विरोधी विधान सिनेटरच्या तोंडून वदवले गेले तर पुढे प्रचारात त्याचा भलताच उपयोग करता येणार होता. मार्जोरीने हे सारे योजनापूर्वक घडवून आणले होते. म्हणजेच सारे व्हाईट हाऊस हे उल्का सापडण्याच्या घटनेचा उपयोग करून जाहीररीत्या आपल्या प्रतिस्पर्ध्याचा फुगा फोडण्याची तयारी करून बसले होते. त्यांना जनतेसमोर सिनेटर सेक्स्टनचा मोठा पराभव दाखवायचा होता. ही एक मोठी राजकीय चाल होती, डाव होता, खेळी होती. सिनेटर सेक्स्टनचा बळी

घेण्यासाठी सारे षड्यंत्र रचले होते. अन् अध्यक्ष महाराज साळसूदपणे राजकीय मंचावरील त्या कुस्तीबाहेर उभे राहिले होते. त्या मंचावरती टेन्चने प्रवेश केला होता. ती आपल्या सावजावर झडप घालण्यासाठी घिरट्या घालत होती, अनुकूल संधी शोधत होती. सिनेटर योग्य जागी पोहोचताच त्याला तडाखा हाणणार होती.

अध्यक्षांनी रेचलला सांगितले होते, की उल्केच्या शोधाच्या माहितीची खात्री पटवली जाईपर्यंत नासाला तो शोध जाहीर करण्यास त्यांनी मनाई केली होती. जेव्हा त्या शोधाबद्दलची प्रत्येक गोष्ट अचूक ठरेल तेव्हाच नासाकडून निवेदन होणार होते. त्यासाठी नासाला वाट पहावी लागणार होती, अन् त्या वाट पहाण्याचे इतर काही लाभ होते, हे रेचलला आता कळून चुकले. तेवढ्या वेळात सिनेटर सेक्स्टन याला नासाविरोधी खूप विधाने करू देऊन शेवटी शोध जाहीर झाल्यावर त्याच्या प्रचाराचा फुगा फुटणार होता.

रेचलला आपल्या वडिलांबद्दल कसलीही सहानुभूती वाटत नव्हती. अन् तरीही तिला कळून चुकले की प्रेमळ वाटणाऱ्या झॅक हर्नी या अध्यक्षामध्ये एक राजकीय शार्क मासा दडला आहे. हा शार्क आपल्या शत्रूला पद्धतशीरपणे खाऊन टाकणारा आहे, संपवणारा आहे. दुसऱ्यांना संपवण्याची प्रवृत्ती तुमच्यात नसेल तर तुम्ही जगातील सर्वांत सामर्थ्यशाली व्यक्ती कशी व्हाल? पण प्रश्न असा होता, की अध्यक्षांमधला तो शार्क मासा किंवा ती प्रवृत्ती ही अजाण होती व केवळ बघणारी होती? का खरोखरीच प्रत्यक्ष कृतीत, राजकीय खेळात भाग घेणारी होती?

रेचलने आपले पाय ताणले व ती उठून उभी राहिली. विमानातील दोन्ही बाजूंच्या रांगांमधून ती येरझाऱ्या घालू लागली. तिच्या हातात माहितीचे जे तुकडे आले होते त्याने गूढ उकलत नव्हते, रहस्याचा भेद होत नव्हता. ते माहितीचे तुकडे परस्परविरुद्ध होते. त्यातून निष्कर्ष काढणे अशक्य होते. त्यामुळे ती निराश झाली होती. पिकरिंगने आपल्या तर्कशास्त्रानुसार ती उल्काच बनावट असल्याचा दाट संशय व्यक्त केला होता; परंतु टॉलन्ड आणि कॉर्की यांनी शास्त्रीय मुद्द्यांच्या आधारे ती उल्का अस्सल असल्याचा निर्वाळा दिला होता. तर रेचलला फक्त एवढेच ठाऊक झाले होते, की बर्फाच्या थरांतून एक कोळसा झालेली, जीवाश्म असलेली शिळा बाहेर काढली गेली होती.

कॉर्कीजवळून जाताना तिने त्याच्याकडे पाहिले. त्या खगोल पदार्थ वैज्ञानिकाच्या चेहऱ्यावरती बर्फाचे आघात उमटलेले होते. त्याच्या गालावरची सूज आता ओसरू लागली होती. जखमेवर घातलेले टाकेही ठीक वाटत होते. तो झोपला होता व घोरत होता. तरीही त्याच्या हाताने उल्केच्या नमुन्याची चकती घट्ट धरून ठेवली होती. आपल्या हातून ती चकती निसटली तर गायब होईल अशी त्याला भीती वाटत असावी.

रेचलने खाली वाकून त्याच्या हातातील ती चकती अलगदपणे काढून घेतली. तिने वर उचलून नीट प्रकाशात धरून तो उल्केचा नमुना निरखून पाहिला. त्यातील जीवांचे अवशेष पाहिले. ते एवढे स्वच्छ व स्पष्ट होते की त्यामुळे कोणत्याही शंकांचे सहज निरसन व्हावे. तिलाही तसेच जाणवले. आपल्या विचारांची नीट जुळवाजुळव ती पुन्हा करू लागली. तिचे तसे करणे, ही तिच्या एनआरओ संस्थेतील एक जुनी पद्धत होती, युक्ती होती. ज्या ज्या घटना घडल्या, जे जे पुरावे समोर आले, त्या सर्वांची पुन्हा एकदा प्रथमपासून वेगळ्या तऱ्हेने पुनर्रचना करून पहाणारी ती पद्धत होती. जेव्हा निरनिराळे तर्क, विचार एकमेकांशी जुळत नाहीत तेव्हा परत पहिल्यापासून नव्याने त्यांचा आढावा घेत प्रयत्न करणे, माहितीचे विश्लेषण करणारे सर्वजण ही पद्धत अवलंबत असत.

सर्व पुराव्यांची पुन्हा नव्याने जुळणी करणे.

ती परत येरझाऱ्या घालू लागली.

खरेच ती उल्का परग्रहावरील जीवसृष्टीचा पुरावा आहे का?

पुरावा म्हणजे काय असतो? तर वस्तुस्थितीवर आधारित असलेल्या अनेक गोष्टींच्या समुद्रमंथनामधून काढलेला एक निष्कर्ष. अनेक प्रकारची माहिती स्वीकारून त्यातून काही निश्चित कल्पना नंतर ठरवल्या जातात.

मुळात आपण जी गृहीतके धरली आहेत, ती सर्व बाजूला सारू या व पुन्हा पहिल्यापासून सुरुवात करू.

आपल्याजवळ काय आहे? तर एक मोठा 'उल्का' नावाचा दगड.

ती यावर काही क्षण विचार करू लागली. एक दगड. त्या दगडात *अश्मीभूत झालेले जीवावशेष.* ती चालत चालत आपल्या आसनापाशी आली आणि मायकेल टॉलन्डपाशी बसली.

ती त्याला म्हणाली, "माईक, आपण एक खेळ खेळू या."

टॉलन्ड खिडकीबाहेर पहात होता. कुठेतरी दूरवर शून्यात त्याने नजर लावली होती. तो आपल्या विचारात गढून गेला होता. त्याने तिच्याकडे वळून पहात म्हटले, "खेळ? कसला खेळ?"

तिने त्याच्या हातात त्या उल्केचा नमुना, ती चकती दिली व म्हटले, "असं बघा, तुम्ही हा जीवाश्म असलेला दगडाचा तुकडा प्रथमच पहात आहात अशी कल्पना करा. हा दगड किंवा ती उल्का कोठून आली, कशी सापडली हे तुम्हाला अजिबात सांगितलेले नाही. तर आता हा नमुना पाहून तुम्ही मला काय सांगाल?"

टॉलन्डने एक दीर्घ सुस्कारा टाकला व म्हटले, "तुम्ही फारच गंमतशीर प्रश्न विचारता आहात. माझ्या मनात आत्ताच काही चमत्कारिक विचार येऊन गेलेत..."

त्यांच्या विमानाच्या शेकडो मैल मागे एक चमत्कारिक दिसणारे विमान दक्षिणेच्या दिशेने उडत येत होते. यामध्ये डेल्टा फोर्सची माणसे बसली होती. हिमनदीवरील नासाच्या तंबूबाहेर ते इतके दिवस ज्या जागेत ठाण मांडून बसले होते त्या जागेतून त्यांना घाईघाईने हुकूम देऊन बाहेर काढण्यात आले होते. यापूर्वी त्यांना अनेकदा कामगिरीच्या जागेमधून बाहेर काढण्यात आलेले होते; पण एवढ्या घाईने कधीच काढले गेले नव्हते.

त्यांचा नियंत्रक, तो कंट्रोलर खूप चिडला होता, संतापला होता.

त्या आधी डेल्टा-वन याने आपल्या कंट्रोलरला हिमनदीच्या बर्फभूमीवरती घडलेली अनपेक्षित घटना कळवली होती. तंबूतून बाहेर पडलेल्या चारही व्यक्तींना ठार मारण्याखेरीज त्याच्यापुढे दुसरा कोणताही पर्याय नव्हता.

ती बातमी ऐकून कंट्रोलरला धक्का बसला होता. जरी हत्या करणे हा शेवटचा अधिकृत उपाय असला तरी आत्ताच्या योजनेत त्याला स्थान नव्हते. त्या कंट्रोलरला ती घटना आवडली नव्हती. अन् जेव्हा त्याला कळले की त्या हत्येतही अर्धवट यश आले होते तेव्हा मात्र कंट्रोलरला खूपच राग आला होता. तो चिडून म्हणाला, ''डेल्टा-वन, तुमच्या तुकडीला आपल्या कामात अपयश आले आहे! तुम्ही चौघांना मारणार होता; पण त्यातील तिघेजण अद्याप जिवंत आहेत.''

हे अशक्य आहे! असे घडूच शकत नाही, असा विचार डेल्टा-वनच्या मनात आला. तो म्हणाला, ''पण आम्ही त्यांना प्रत्यक्ष पाहिले–''

''त्यांनी एका पाणबुडीशी संपर्क साधला आणि आता ते सरळ वॉशिंग्टनकडे निघाले आहेत.''

''काय?''

आता कंट्रोलर शांतपणे पण अत्यंत कठोर स्वरात बोलू लागला. तो म्हणाला, ''नीट लक्ष देऊन ऐका. मी आता तुम्हाला नवीन हुकूम देईन. अन् या वेळी मात्र तुम्हाला अपयश येता कामा नये.''

७८

आपल्या अनाहूत पाहुण्याला, त्या एसएफएफच्या प्रमुखाला निरोप देत लिफ्टपर्यंत सोडण्यासाठी सिनेटर त्याच्याबरोबर चालत निघाला. तो माणूस आपले सांत्वन करायला आला नव्हता. उलट थोडेसे उत्तेजन देऊन हे प्रचारयुद्ध अद्याप संपले नाही, हे त्याने दाखवून दिले होते. सिनेटरला त्यामुळे थोडीशी आशा वाटू लागली.

कुठे तरी नासाच्या अभेद्य कवचाला एक लहानसा का होईना पण तडा गेला होता!

नासाच्या त्या दोन पत्रकार परिषदा पाहिल्यावार सिनेटरची खात्री पटली होती. एसएएफएफचा म्हातारा जे म्हणतो आहे ते खरेच आहे. पॉडस मोहिमेच्या हार्परने जे निवेदन केले ते नक्कीच खोटे होते; पण तो असे खोटे का बोलला? अन् जर त्या सॉफ्टवेअरमध्ये दुरुस्ती झाली नाही तर नासाला ती बर्फात गाडलेली उल्का कशी काय शोधता आली?

ते दोघे बरोबर चालत होते. तो म्हातारा त्याला म्हणाला, ''कधी कधी सारा गुंता सोडवण्यासाठी एखादा धागा जरी ओढला तरी पुरेसे ठरते. नासाच्या आत्ताच्या विजयाला छेद देण्यासाठी कदाचित आपल्याला त्यांच्या पोटात शिरूनच काम करावे लागेल. प्रथम एक शंका बोलून अविश्वास निर्माण करायचा. मग हळूहळू पुढे सरकत जायचे. आपण कोठे पोहोचू ते काही सांगता येत नाही.'' मग आपले थकलेले डोळे सिनेटरवरती रोखून तो पुढे म्हणाला, ''सिनेटर, मी अजून या संघर्षातून माघार घेतली नाही. मी हे युद्ध पुढे रेटत नेणार आहे. तुम्हीही तसेच कराल असे मी धरून चालतो.''

आपल्या आवाजात उसना उत्साह आणत सिनेटर म्हणाला, ''अर्थातच, अर्थातच. आपण आत्तापर्यंत खूप मजल मारली आहे. आपले प्रयत्न असे अर्धवट वाटेत सोडून द्यायचे नाहीत.''

लिफ्टमध्ये शिरता शिरता तो वयस्कर माणूस म्हणाला, ''हार्परने पॉडसच्या कार्यात सुधारणा केल्याचे खोटेच सांगितले; पण तसे त्याने का केले हे आपण शोधून काढले पाहिजे.''

''मी माझ्याकडून त्या प्रश्नाचे उत्तर शोधण्यासाठी कसोशीने प्रयत्न करतो.'' सेक्स्टन म्हणाला. *तसले काम करण्यासाठी एक अगदी योग्य व्यक्ती माझ्याकडे आहे.*

''छान! तुमचे सारे भवितव्य त्यावरती अवलंबून आहे हे लक्षात ठेवा.''

सेक्स्टन आपल्या फ्लॅटकडे चालत आला; पण आता त्याची पावले जड पडत नव्हती. त्याच्या मनातील गोंधळ कमी झाला होता. आलेली मरगळ दूर झाली होती. *नासाने पॉडसबद्दल खोटी माहिती दिली होती;* पण ही गोष्ट सेक्स्टन कशी सिद्ध करणार होता?

तो आता गॅब्रिएलबद्दल विचार करू लागला. ती आत्ता कुठेही असली तरी शरमेने चूर झाली असणार. तिने व्हाईट हाऊसमधील पत्रकार परिषद नक्कीच पाहिली असणार. तिला एवढे दु:ख झाले असेल, की ती आत्महत्येच्या कड्यापर्यंत पोहोचली असेल; कारण प्रचारमोहिमेत नासाला लक्ष्य बनवायचे ही तिचीच कल्पना होती. तिची कल्पना राबवली गेल्यामुळेच हा असा तडाखा बसला आहे. तिला वाईट वाटणे, दु:ख होणे हे नैसर्गिक आहे.

तरीही ती माझी ऋणी असणार आणि तिलाही ते ठाऊक आहे. सेक्स्टनच्या मनात असा विचार येऊन गेला.

नासामधली गुपिते फोडण्यात गॅब्रिएल वाकबगार आहे. तिने ते यापूर्वीच सिद्ध करून दाखवले आहे. तिचे नासामध्ये नक्की कुठेतरी लागेबांधे आहेत. गेले अनेक आठवडे ती नासासंबंधीची मार्मिक माहिती बाहेर काढत आली होती; पण नक्की कोणाकडून ती माहिती काढते, कोण तिला तशी मदत करते हे मात्र तिने आजवर सांगितले नाही. आता पॉडसबद्दलची खरीखुरी माहिती तीच काढू शकेल. त्या उल्केच्या शोधामुळे सारी बाजू उलटली. आपले प्रचाराचे धोरण चुकले म्हणून ती शरमिंदी झाली असणार. तेव्हा त्यावर उतारा म्हणून ती काय वाटेल ते करायला तयार होईल. पॉडसबद्दलची माहिती काढायला तिची कधीच हरकत असणार नाही. सेक्स्टन लिफ्टपासून आपल्या फ्लॅटच्या दाराकडे चालत येत असताना त्याच्या मनात वरील विचार येऊन गेले.

जेव्हा तो आपल्या दारापाशी येऊन थबकला तेव्हा तिथे ठेवलेल्या पहारेकऱ्याने त्याला म्हटले, "गुड ईव्हनिंग, सिनेटर. गॅब्रिएल यांना मघाशी मी आत सोडले होते. बरोबर केले ना मी? साहेबांशी फार महत्त्वाचे बोलायचे आहे, असे त्या म्हणाल्या होत्या."

सेक्स्टन म्हणाला, "काय म्हणालात?"

"मिस गॅब्रिएल ॲश. त्यांना फार महत्त्वाची बातमी तुम्हाला द्यायची होती. म्हणून मी त्यांना आत सोडले होते."

आपले सारे शरीर ताठ होत आहे, असे सेक्स्टनला जाणवू लागले. हा सिक्युरिटीचा माणूस बोलतो आहे तरी काय?

सेक्स्टनची ती प्रतिक्रिया पाहून तो पहारेकरी गोंधळला, चिंतेत पडला व थोडासा घाबरला. तो पुढे म्हणाला, "सिनेटर, तुम्हाला बरे वाटत नाही का? गॅब्रिएल आल्याचे तुम्हाला नीट आठवते आहे ना? त्या आतमध्ये थोडा वेळ होत्या."

यावर सेक्स्टन कुठेतरी थोडा वेळ टक लावून पहात राहिला. आपली नाडी वेगाने धावते आहे हे त्याला जाणवले. *एसएफएफबरोबर माझी खासगी बैठक असताना या बथ्थड पहारेकऱ्याने गॅब्रिएलला आतमध्ये कसे काय सोडले? आतमध्ये येऊन ती कुठेतरी थांबली आणि मला न भेटता कशी काय निघून गेली?* गॅब्रिएलने काय ऐकले असेल यावरती सेक्स्टन आता केवळ तर्कच करू शकत होता. आपला राग गिळून टाकून त्याने चेहऱ्यावरती एक उसने हास्य आणले व त्या पहारेकऱ्याला म्हटले, "अंऽ, होय! आय ॲम सॉरी. मी फार दमून गेलो आहे. त्यातून मी थोडेसे प्यायलोसुद्धा आहे. मिस ॲशशी माझे बोलणे झाले होते. त्यांना आत सोडले हे तुम्ही बरे केलेत."

त्या पहारेकऱ्याला एकदम हायसे वाटले.

"जाताना आपण कुठे जाणार याबद्दल त्या तुमच्यापाशी काही बोलल्या?"

आपली मान हलवत पहारेकरी म्हणाला, "नाही. त्या खूप घाईगडबडीत होत्या."

"ठीक आहे, थँक्स!"

एवढे बोलून सेक्स्टन आपल्या फ्लॅटमध्ये धुसफुसत आत शिरला. *तरी मी नीट सूचना दिल्या होत्या. कोणालाही आत सोडू नका. तरीही घोटाळा झालाच. गॅब्रिएल नक्की आतमध्ये बराच वेळ असणार. मग ती गुपचूप निघून गेली. जे ऐकू नये ते तिने ऐकले असणार. नेमके हे आज रात्रीच का घडले?*

परंतु शेवटी त्याला कळून चुकले, की आपण गॅब्रिएलला आता सोडता कामा नये. तिच्यावरती आपला पूर्ण विश्वास आहे हे दर्शवलेच पाहिजे. नाहीतर आपली फसवणूक झाली असे वाटलेल्या बायका ह्या नेहमी सूड घेणाऱ्या ठरतात व त्या काय वाटेल ती मूर्खासारखी कृत्ये करत बसतात. गॅब्रिएलला परत आपण आपल्याकडे आणले पाहिजे, हे त्याला कळून चुकले. कोणत्याही परिस्थितीत ती आपल्याच बाजूला राहिली पाहिजे.

सेक्स्टनला तशी गरज आज रात्री फार वाटू लागली.

७९

एबीसी टेलिव्हिजनच्या चौथ्या मजल्यावरील स्टुडिओमध्ये गॅब्रिएल ही योलंडाच्या खोलीत एकटीच बसली होती. त्या काचेच्या खोलीत ती जमिनीवरच्या गालिच्याकडे बघत राहिली होती. कधी कोणावर विश्वास टाकावा याचे आपल्याला अचूक ज्ञान होत असते, असा तिचा आजवरचा गर्व होता. इतक्या वर्षांनी आज मात्र तिला एकटे एकटे वाटू लागले. काय करावे, कुठे जावे, हे तिला कळेना.

तिचा मोबाइल फोन वाजू लागल्याने तिने गालिच्यावरची आपली नजर काढून घेतली. मोठ्या नाखुषीने तिने फोन उचलून म्हटले, "गॅब्रिएल ॲश."

"हं! गॅब्रिएल, मी बोलतोय." पलीकडून कोणीतरी बोलले.

सिनेटर सेक्स्टनचा आवाज तिने चटकन ओळखल; परंतु आत्ता जो एवढा मोठा राजकीय भूकंप झाला तरीही सिनेटरच्या आवाजात एवढा शांतपणा कसा काय आहे, हे तिला समजेना.

"आजची रात्र भयंकरच आहे असे दिसते. म्हणून मी काय बोलतो आहे ते तू नुसते आधी ऐकून घे. अध्यक्षांची पत्रकार परिषद तू टीव्हीवर पाहिली असशीलच. आपण आपल्या प्रचारात नासाचा मुद्दा हा कळीचा मुद्दा म्हणून वापरला. तसा तो

वापरायला नको होता. आपले चुकलेच ते. तू त्याबद्दल स्वत:ला उगाचच दोष देत असशील. तसले काहीही करू नकोस. पुढे काय घडणार हे आधी कोणाला कळत असते का? जाऊ दे ते. मला असे वाटते आहे की यातूनही एक मार्ग निघतो आहे. त्यामुळे आपली स्थिती परत पहिल्यासारखी होऊ शकते.''

गॅब्रिएल एकदम उठून उभी राहिली. सेक्स्टन कशाबद्दल व नेमके काय बोलतो आहे हे तिला उमजेना. इतके झाले तरी त्याच्याकडून अशी प्रतिक्रिया होईल असे तिला वाटले नव्हते.

सेक्स्टन सांगत होता, ''आज रात्री मी अंतराळ उद्योगातील उद्योगपतींशी एक खासगी बैठक घेतली होती. आणि–''

''तुम्ही घेतलीत ती बैठक?'' घोगरट आवाजात ती म्हणाली. सेक्स्टनचे बोलणे ऐकून ती सुन्न झाली होती. अशी बैठक घेणे हे तिच्या मते निवडणूक प्रचाराला मदत करणारे बेकायदा कृत्य होते. मग भानावर येऊन ती चाचरत पुढे म्हणाली, ''म्हणजे... मला असे म्हणायचे की... मला त्याची काहीच कल्पना नव्हती.''

''तशी काही ती बैठक फारशी महत्त्वाची नव्हती की फारशी मोठीही नव्हती. मी तुला त्या बैठकीला हजर रहाण्यास सांगणारही होता; पण ते उद्योगपती हे अशा बाबतीत जरासे संवेदनशील असतात. त्यातले काहीजण तर आपल्या प्रचारमोहिमेसाठी देणग्याही देत आहेत; पण या गोष्टीची वाच्यता होऊ नये अशी त्यांची इच्छा असते.''

सेक्स्टनने असे म्हटल्यावर त्याच्यावर आता ती कोणते आरोप करणार होती? तिच्यामधली हवाच निघून गेली. तिने चाचरत म्हटले, ''पण... पण... अशा देणग्या घेणे... हे बेकायदेशीर असते ना?''

''बेकायदेशीर? नाही, बिलकूल नाही! सर्व देणग्या या दोन हजार डॉलर्सच्या आतल्या आहेत. म्हणजे अगदीच क्षुद्र! किरकोळ! तेवढ्या देणग्या मिळाल्याने प्रचारखर्च फारसा भरून येत नाही हेही तितकेच खरे आहे; परंतु त्यांना नाराज करायचे नाही म्हणून मी त्या स्वीकारतो. कदाचित त्यांच्याशी जोडलेले संबंध ही भविष्यकाळासाठी एक गुंतवणूक ठरेल असे मला वाटते. म्हणून मी फारशी कसलीही फिकीर करत नाही. व्हाईट हाऊसला या देणग्यांचा नुसता वास जरी आला तरी ते यावर गदारोळ उठवतील; पण ते जाऊ दे. हा काही विशेष मुद्दा नाही. मी तुला अशासाठी फोन केला, की ती बैठक झाल्यानंतर माझ्याकडे एसएफएफचे प्रमुख आले होते. त्यांच्याशी माझी चर्चा झाली...''

सेक्स्टन पुढे बोलत राहिला होता; पण काही सेकंद त्याचे बोलणे तिला ऐकू येत नव्हते. आपण त्याच्याबद्दल किती चुकीची समजूत करून घेतली म्हणून तिला

स्वत:ची शरम वाटू लागली होती. तिने आजच्या तथाकथित बेकायदा बैठकीबद्दल त्याला काहीही विचारले नसतानाही सिनेटरने आपणहून उद्योगपतींबरोबर तशी बैठक घेतल्याचे तिला सांगितले. जर त्यात थोडासाही बेकायदेशीरपणा असता तर त्याने त्या बैठकीची बातमी आत्ता दिलीच नसती. सारे काही व्यवस्थित कायद्यात बसणारे होते. अन् आपण मात्र सिनेटरच्या विरुद्ध भलभलत्या शंका घेऊन त्याचा पक्ष सोडणार होतो. त्याची बाजू सोडणार होतो. मार्जोरी टेन्चकडे वळणार होतो; पण योलंडाने आपल्याला रोखले म्हणून आपण वाचलो!

सिनेटर बोलत होता, ''...म्हणून मी एसएफएफच्या प्रमुखाला सांगितले, की मी संबंधित माहिती काढण्याचा प्रयत्न करतो. तुला नासाच्या गोटातील बातम्या काढण्यास जमते असेही मी त्यांना म्हणालो.''

गॅब्रिएल भानावर येत म्हणाली, ''ठीक आहे!''

''गेले अनेक महिने तुझी जी नासातील व्यक्ती तुला माहिती पुरवत होती तिच्याशी अद्यापही तुझा संपर्क आहे ना?''

मार्जोरी टेन्च! हीच ती व्यक्ती तिला माहिती पुरवत होती. तिचे नाव सिनेटरला कसे सांगता येईल? ती चाचरत बोलली, ''अंऽऽ, बघते मी.''

''गुड! आता मला एक माहिती ताबडतोब हवी आहे. तू बघ प्रयत्न करून.''

नंतर गॅब्रिएल जसजशी सिनेटरचे बोलणे ऐकत गेली तसतसे तिला कळून चुकले की सिनेटरबद्दल आपण चुकीचे अंदाज बांधत गेलो. त्याला कमी समजलो. त्याच्याकडे नोकरीला सुरुवात करताना याच सिनेटरच्या प्रभावाने ती दिपून गेली होती. नंतर तिला वाटू लागले की सिनेटरचा प्रभाव ओसरला आहे. वाटला तेवढा दम त्याच्यात नाही; पण आता हाच सिनेटर एवढ्या राजकीय तडाख्यानंतरही किती झळाळून उठला आहे! परत एकदा त्याचा प्रभाव तिच्यावरती पडला. आपण ठरवलेला प्रचारमोहिमेतील नासाचा मुद्दा हा कळीचा मुद्दा होता; पण त्याच मुद्द्यावरती प्रतिस्पर्ध्याने सिनेटरला तोंडघशी पाडले होते. खरे म्हणजे मुळात त्यासाठी आपणच जबाबदार आहोत; पण त्याबद्दल सिनेटरने आपल्याला एका शब्दानेही दोष दिला नाही. उलट त्याने आपल्याला पुन्हा एक संधी देऊन स्वीकारले आहे.

आता या संधीचा आपण उपयोग करून घेतला पाहिजे. त्यासाठी कितीही किंमत द्यावी लागली तरी!

८०

विल्यम पिकरिंग आपल्या ऑफिसात खिडकीपाशी उभा होता. खिडकीतून

दूरवर दिसणाऱ्या हायवेवरचे दिवे तो बघत होता. त्याचे ऑफिस सर्वांत वरच्या मजल्यावर होते आणि या ठिकाणी उभे राहिल्यावर जगाच्या सर्वोच्च शिखरावरती उभे राहिल्याची भावना होई. एका वेगळ्या अर्थानेही ते खरे होते; कारण त्याच्या हातात अमेरिकी प्रशासनातील फार मोठी सत्ता एकवटली होती.

पण एवढी अफाट सत्ता हातात असूनही... मी तिला वाचवू शकलो नाही.

पिकरिंगची कन्या आता जिवंत नव्हती. तिचे नाव डायना होते आणि तांबड्या समुद्रातील एक छोट्या आरमारी बोटीत ती नॅव्हिगेटर म्हणून काम करत असताना मरण पावली होती. त्या वेळी तिची बोट बंदरात सुरक्षित ठिकाणी उभी होती. आकाश निरभ्र होते व सर्वत्र दुपारचा स्वच्छ सूर्यप्रकाश पडला होता. त्या वेळी स्फोटकांनी भरलेली एक लहान नाव त्या बोटीवर चालून गेली. दोन आत्मघातकी दहशतवादी ती नाव चालवत होते. जेव्हा ती नाव डायनाच्या बोटीला टेकली तेव्हा तिचा स्फोट झाला. त्या स्फोटात डायना पिकरिंग व अन्य तेरा तरुण अमेरिकी नौसैनिक मरण पावले.

डायनाच्या मृत्यूमुळे विल्यम पिकरिंगची मन:स्थिती उद्ध्वस्त झाली. बरेच महिने तो अस्वस्थ होता. त्या हल्ल्याचा माग एका दहशतवादी गटापर्यंत पोहोचला. त्या गटाचा मागोवा घेण्यात सीआयए ह्या केंद्रीय गुप्तचर संस्थेला अनेक वर्षे अपयश आले होते. पिकरिंगला ते कळताच त्याच्या दु:खाचे रूपांतर रागात झाले. तो सीआयएच्या वरिष्ठांकडे गेला आणि त्याने त्यांना याचा जाब विचारला.

पण त्यांनी दिलेले उत्तर त्याला पचवणे जड गेले.

त्या दहशतवादी गटावर हल्ला करून त्यांना संपवण्यासाठी सीआयए कित्येक महिने आधीपासून तयारीत होती. त्या दहशतवाद्यांचा तळ हा अफगाणिस्तानातील एका डोंगरावरती होता. त्याचे अचूक स्थान दर्शवणारी छायाचित्रे उपग्रहाकडून मिळविण्यासाठी सीआयएचे तज्ज्ञ वाट पहात होते. त्यांना अत्यंत बारीकसारीक तपशील दाखवणारी छायाचित्रे हवी होती. हल्ल्यासाठी नेहमीच्या ढोबळ छायाचित्रांचा उपयोग नव्हता. त्यासाठी एनआरओचा उपग्रह वापरावयाचा होता. अब्जावधी डॉलर्स किमतीचा तो उपग्रह नासाच्या अग्निबाणाद्वारे अंतराळात प्रक्षेपित केला जाणार होता. त्या उपग्रहाचे नाव 'व्हॉर्टेक्स-२' असे होते; परंतु तो अग्निबाण जमिनीवरून झेपावतानाच स्फोट पावला व त्यात तो व्हॉर्टेक्स-२ उपग्रहही जळून गेला. नासाच्या अग्निबाणाला झालेल्या या अपघातामुळे सीआयएचा हल्ला हा साहजिकच पुढे ढकलला गेला. परिणामी, दहशतवाद्यांच्या हल्ल्यात डायना पिकरिंग मरण पावली.

पिकरिंगने हेरले, की या अपघाताला नासा थेट जबाबदार नाही; परंतु तरीही नासावरचा त्याचा राग शमला नाही. नंतर जी तपासणी झाली त्यात असे आढळून आले, की अग्निबाणाची फ्युएल इंजेक्शन पद्धत रचणाऱ्या नासाच्या इंजिनिअर्सच्या

हातून एक चूक झालेली होती. त्यांनी फ्युएल इंजेक्शन यंत्रणेसाठी दुय्यम दर्जाचे भाग वापरले होते; कारण नासाच्या अंदाजपत्रकात कपात केलेली असल्याने मंजूर झालेल्या पैशात त्या इंजिनिअर्सना ती यंत्रणा कनिष्ठ दर्जाच्या स्वस्त भागातून बनवावी लागली होती. म्हणजे त्या इंजिनिअर्सनाही जबाबदार धरता येत नव्हते.

याबद्दल लॉरेन्स एक्स्ट्रॉम याने एकदा पत्रकार परिषदेत जाहीरपणे सांगितले, की ''नासाकडून खर्च कमी करण्याचे प्रयत्न कसोशीने केले जात आहेत. परंतु या ठिकाणी मात्र तसे प्रयत्न व्हायला नको होते. आम्ही यात लक्ष घालत आहोत.''

परंतु यामुळे डायना पिकरिंग मात्र मृत्युमुखी पडली.

जो व्हॉर्टेक्स-२ उपग्रह सोडला जाणार होता तो एक हेरगिरी करणारा उपग्रह होता. त्यामुळे त्या संबंधीची माहिती जनतेपुढे कधीच येणार नव्हती. एनआरओच्या त्या महागड्या उपग्रहाचे हकनाक तुकडे झाले. अन् त्याचबरोबर अप्रत्यक्षपणे अनेक अमेरिकी माणसांचेही! पिकरिंग कोणाला दोष देणार होता?

''सर?'' पिकरिंगची सेक्रेटरी त्याला इंटरकॉमवरून हाक मारत होती. तिचा आवाज ऐकताच तो दचकला. ती म्हणत होती, ''सर, लाईन वनवरती मार्जोरी टेन्च आहेत. फोन घेता का?''

पिकरिंगने भानावर येत आपली मान हलवली. पुन्हा एकदा या बाईचा फोन? आता कशासाठी असेल? त्याने भुवया उंचावून तो फोन घेतला व म्हणाला, ''मी पिकरिंग बोलतो आहे.''

मार्जोरी टेन्च बोलू लागली; पण तिच्या आवाजात पुरेपूर चीड भरलेली होती. रागाने ती वेडी झाली होती. ती म्हणत होती, ''शेवटी तिने तुम्हाला काय सांगितले?''

''आय ॲम सॉरी? काय म्हणालात तुम्ही?''

''रेचल सेक्स्टनने तुमच्याशी संपर्क साधला. तिने तुम्हाला काय सांगितले? ती एका पाणबुडीवरून तुमच्याशी बोलली ना? फॉर गॉड्स सेक, मला त्याचा तुमच्याकडून खुलासा हवा आहे.''

पिकरिंगच्या लक्षात आले, की रेचल पाणबुडीवरती होती हे आपल्याला ठाऊक नाही, असे सहज सांगता येणार नाही; कारण मार्जोरीने आणखीही काही माहिती आपल्या नकळत गोळा केली असणार आणि अजूनही करत असेल. त्याला याचे आश्चर्य वाटले; परंतु रेचल आपल्याशी काय बोलली हे तिला नक्कीच कळले नसणार. शेवटी तो म्हणाला, ''रेचलने माझ्याशी संपर्क साधला, ही गोष्ट खरी आहे.''

''तिला आणण्यासाठी तुम्ही व्यवस्था केलीत. अन् तरीही मला ते कळू दिले नाही.''

"मी तिला आणण्यासाठी विमान पाठवून दिले, हे खरे आहे." जवळच्या बोलिंग एअर फोर्स बेसवरती ते तिघे येण्यास अद्याप दोन तासांचा अवधी आहे, हे घड्याळ पहाताच त्याच्या लक्षात आले.

"अन् तरीही तुम्ही माझ्याशी संपर्क साधला नाही. का?" मार्जोरीने मागणी केली.

या प्रश्नाचे उत्तर टाळत पिकरिंग तिला म्हणाला, "रेचलने अस्वस्थ करणारे काही आरोप केले आहेत."

"म्हणजे तेच ते. ती उल्का बनावट आहे... आणि आपल्यावरती जीवघेणा हल्ला झाला, वगैरे, वगैरे. हो ना?"

"होय, इतर अनेक गोष्टी सांगताना तिने हेही सांगितले." पिकरिंग सावधगिरीने म्हणाला.

"ती खोटे बोलत आहे हे उघड आहे."

पिकरिंग यावरती म्हणाला, "तिच्या म्हणण्याला दुजोरा देणारे आणखी दोन शास्त्रज्ञ तिच्याबरोबर आहेत हे लक्षात घ्या."

यावर मार्जोरी काही क्षण गप्प राहिली. नंतर ती म्हणाली, "होय. हे तर आणखीनच कठीण होऊन बसले आहे. त्या सर्वांच्या तक्रारींची दखल व्हाईट हाऊस फार गंभीरपणे घेत आहे."

"व्हाईट हाऊस? का तुम्ही स्वत:?" पिकरिंगने तिला टोला मारला.

हे ऐकल्यावरती मार्जोरीचा आवाज धारदार झाला व ती मोठ्याने बोलली, "डायरेक्टर, आज रात्री मी आणि व्हाईट हाऊस यात तसा फरक राहिलेला नाही, हे तुम्ही लक्षात ठेवा."

परंतु तिच्या गर्भित धमकीचा पिकरिंगवरती काहीही परिणाम झाला नाही. गुरगुरणारे राजकीय नेते आणि त्यांचा राजकीय मदतनीस वर्ग हे नेहमीच गुप्त माहिती खाते, हेरसंस्था, माहिती गोळा करणाऱ्या संस्था यातील अधिकाऱ्यांवरती आपला दबाव टाकण्याचा प्रयत्न करत असतात. पिकरिंगला हे ठाऊक होते व त्याची सवय होती; परंतु मार्जोरी टेन्च ही आत्तापर्यंतच्या सर्व राजकीय व्यक्तींमध्ये भलतीच शिरजोरी करणारी होती. तिला शह देण्याच्या उद्देशाने पिकरिंग तिला म्हणाला, "तुम्ही आत्ता मला फोन करता आहात हे अध्यक्षांना ठाऊक आहे का?"

"डायरेक्टर, तुम्ही त्या तीन वेडपट माणसांना फार सभ्यपणे वागवत आहात ही गोष्ट मला अत्यंत धक्कादायक वाटते आहे."

अग बये, पण तू माझ्या प्रश्नाचे उत्तर दिले नाहीस, असे पिकरिंग मनात म्हणाला. तो पुढे तिला म्हणाला, "ती तिन्ही माणसे खोटे बोलत असतील असे मला अजिबात वाटत नाही. त्यांच्या खोटे बोलण्यामागे कोणतेही तर्कशास्त्रीय

कारण मला दिसत नाही. तेव्हा, एक तर ते खरे बोलत असतील किंवा ते नकळत एक चूक प्रामाणिकपणे करत असतील.''

''चूक? आपल्यावर हल्ला झाल्याचा दावा करणारी चूक? नासाच्या उल्केमध्ये काही दोष आहेत, असे सांगणारी चूक? मला तर हा सारा राजकीय बनाव आहे असे उघडपणे दिसत आहे.''

''तसा जर काही राजकीय मामला असेल तर त्यामागची राजकीय उद्दिष्टे मला कशी कळणार?''

यावर मार्जोरीने एक दीर्घ उसासा टाकला आणि आपला आवाज खाली आणत म्हटले, ''हे बघा डायरेक्टर महाशय, येथे काही सुरक्षा घटक व त्यांची माणसे जागृत होऊन हालचाली करू लागली आहेत. त्याची तुम्हाला कल्पना नसेल. तेव्हा याबाबतीत नंतर आपण सविस्तरपणे बोलू या; पण आत्ता या क्षणाला मला ही माहिती हवी आहे, की ती रेचल सेक्स्टन आणि ते दोन शास्त्रज्ञ आत्ता कुठे आहेत? ते तिघे आणखी काही हानी पोहोचवायच्या आत मला ते समजले पाहिजे. कुठे आहेत ते?''

यावरती पिकरिंग शांतपणे तिला म्हणाला, ''ही माहिती मी तुम्हाला देणे मला प्रशस्त वाटत नाही. जेव्हा ते तिघेजण येथे उगवतील तेव्हा मी तुमच्याशी संपर्क साधेन.''

''चूक. जेव्हा ते तिघे येथे येतील तेव्हा मीच त्यांच्या स्वागताला हजर राहीन.''

होय, तुम्ही आणि तुमची सीक्रेट सर्व्हिसची माणसे त्यांना सामोरे जाल. पिकरिंग शांतपणे पुढे म्हणाला, ''जर मी तुम्हाला त्यांच्या येण्याचा ठावठिकाणा व वेळ सांगितली तर नंतर आपण सर्वांना अगदी मैत्रिपूर्ण रीतीने गप्पा मारता येतील काय? का तुम्ही त्या तिघांना एक खास सशस्त्र दल घेऊन सामोरे जाल व त्यांना ताब्यात घ्याल?''

''*त्या तिघांनी थेट अध्यक्षांनाच एक धमकी दिली. तेव्हा अशा व्यक्तींना ताब्यात घेऊन त्यांच्याकडून माहिती काढून घेण्याचा व्हाईट हाऊसला पूर्णपणे अधिकार आहे.*'' मार्जोरी फुत्कारत म्हणाली.

मार्जोरीचे म्हणणे बरोबर आहे हे पिकरिंगला समजून चुकले; कारण अमेरिकी कायद्यातील टायटल १८, सेक्शन ३०५६ नुसार व्हाईट हाऊसला एक स्वतंत्र सशस्त्र दल बाळगता येते. त्या दलाला बंदुकांसारखी शस्त्रे, घातक मनुष्यबळ बाळगता येते आणि कसल्याही आधारावाचून कोणालाही अटक करण्याचे अधिकार बहाल केलेले आहेत. एखादी व्यक्ती अध्यक्षांविरुद्ध काही कृती, घोर गुन्हा करत असेल किंवा करणार असेल तर त्या व्यक्तीला किंवा केवळ तशा संशयावरूनही त्या व्यक्तीला अटक करण्याचे पूर्ण अधिकार घटनेने बहाल केलेले आहेत. त्या

अधिकारात अन्य कोणालाही, अगदी न्यायालयालाही हस्तक्षेप करता येत नाही. अशा अधिकाराद्वारे व्हाईट हाऊसने स्वतःचे एक सीक्रेट सर्व्हिस दल उभे केले आहे. अनेकदा व्हाईट हाऊसच्या बाहेर निरर्थक रीतीने रेंगाळणारी माणसे व व्हाईट हाऊसमधील व्यक्तींना धमकीचे ई-मेल पाठवणारी शाळकरी मुले यांना अटक केली जात असते. ती अटक याच सीक्रेट सर्व्हिस दलाकडून होते.

एवढे अधिकार असल्याने रेचल व त्या दोघा शास्त्रज्ञांना मार्जोरी सहज ताब्यात घेऊ शकत होती. तिला कोणीही अडवू शकत नव्हते. त्या तिघांना ती पाहिजे तितका काळ अटकेत ठेवू शकत होती. पिकरिंगला हे ठाऊक होते. त्यामुळे अशी कारवाई होऊ देणे ही एक धोक्याची बाब ठरेल असे त्याला वाटले; परंतु मार्जोरीपुढे दुसरा पर्याय नव्हता. म्हणजेच त्यामागे तेवढेच अति महत्त्वाचे मोठे कारण असणार. त्याखेरीज ती इतकी भयंकर जोखीम कशी उचलेल? एकदा मार्जोरीच्या हातात सारे नियंत्रण गेले की मग पिकरिंग काय करू शकत होता?

मार्जोरी उद्दामपणे सांगत होती, ''अध्यक्षांचा खोट्या आरोपांपासून बचाव करण्यासाठी मी जे जे जरूर वाटेल ते सर्व काही बेधडक करेन.'' तिच्या स्वरात आता धमकी प्रकट होऊ लागली होती. ती पुढे म्हणाली, ''अध्यक्षांचा संबंध एखाद्या जरी गैर गोष्टीशी जोडला गेला तरी त्यामुळे व्हाईट हाऊस व नासा यांच्यावरती एक मोठे सावट पडते. अध्यक्षांनी रेचल सेक्स्टनवरती जो विश्वास टाकला त्याचा तिने गैरफायदा उठवला. अन् त्याचे परिणाम अध्यक्षांनी भोगू नयेत असे मला वाटते. समजले?''

''मग तसे असेल तर तुम्ही एक अधिकृत चौकशी समिती नेमा व त्या समितीसमोर रेचल सेक्स्टन हिला आपली बाजू मांडण्याची संधी द्या, असे मी तुम्हाला सुचवतो. मी त्या समितीसमोर मिस रेचल यांना हजर करतो. माझी ही विनंती मान्य कराल?''

''तुम्ही असे काही करणे म्हणजे खुद्द अध्यक्षांनी केलेल्या आज्ञेची थेट पायमल्ली करण्यासारखे होईल. शिवाय अशा चौकशी मंचावर रेचलला उभे करणे म्हणजे नंतर एक मोठा राजकीय गोंधळ निर्माण करण्यासारखे होईल. डायरेक्टर, मी आपल्याला पुन्हा एकदा विचारते, तुम्ही त्या तिघांना विमानातून कोठे पाठवत आहात? ''

पिकरिंगने यावरती एक दीर्घ सुस्कारा टाकला. कोणत्या विमानतळावर त्या तिघांचे विमान येणार हे आपण जरी मार्जोरीला सांगितले नाही तरी ती माहिती तिला सहज शोधून काढता येईल, हे त्याला ठाऊक होते. खरा प्रश्न पुढे होता. ठरल्याप्रमाणे मार्जोरी त्या तिघांना खरेच ताब्यात घेईल काय? तिच्या आवाजातील ठामपणा पाहून ती तसे नक्की करेल हे त्याला जाणवले. याचा अर्थ मार्जोरी टेन्च

खूप घाबरली आहे, हे त्याने ओळखले.

"मार्जोरी," पिकरिंग तिच्याशी शांतपणे बोलू लागल; पण त्याच्या आवाजात आता कसलाही संदेह उमटत नव्हता. तो ठासून बोलू लागला, "कोणीतरी माझ्याशी खोटे बोलत आहे, हे नक्की. मला तशी आता खात्रीच पटली आहे. मग रेचल सेक्स्टन व ते दोन शास्त्रज्ञ खोटे बोलत असतील किंवा तुम्ही तरी खोटे बोलत असाल. मला वाटते की तुम्हीच खोटे बोलत आहात."

मार्जोरी टेन्चच्या रागाचा आता स्फोट झाला. ती ताडकन म्हणाली, "तुम्ही असे बोलण्याचे धाडस–"

तिचे बोलणे तोडत पिकरिंग म्हणाला, "तुमच्या रागाचा माझ्यावरती काहीही परिणाम होणार नाही. तेव्हा उगाच तुम्ही रागावण्यात आपली शक्ती खर्च करू नका. आपल्यासारख्या शहाण्या व्यक्तीला मी आता असे सांगतो, की नासा आणि व्हाईट हाऊस यांच्यातर्फे आज असत्य, खोटी व कल्पित माहिती जाहीर केली गेली आहे. त्यासाठी माझ्याजवळ एक जबरदस्त पुरावा आहे." मार्जोरी टेन्च यावरती एकदम गप्प बसली. काहीही बोलेनाशी झाली. तिच्याकडून कोणतीच प्रतिक्रिया व्यक्त होईना. तिच्यावरती एक बॉम्बगोळा टाकला गेला होता.

पिकरिंग यावरती काही क्षण बोलला नाही. आपल्या शब्दांचा पूर्ण परिणाम तिच्यावर होऊ देण्यासाठी तो थांबला होता. नंतर काही क्षणांनी तो तिला म्हणाला, "आत्ताची राजकीय घडी मोडून नव्याने बसवली जावी अशी माझी बिलकूल इच्छा नाहा; पण तरीही असत्य व खोटी माहिती सांगितली गेली आहे. असत्य फार काळ टिकून राहू शकत नाही. माझ्याकडून तुम्हाला जर काही मदत हवी असेल तर तुम्ही प्रथम माझ्याशी प्रामाणिकपणे वागायला सुरुवात करा."

मार्जोरीला यावरती होकार द्यावा असे वाटत होते; पण त्याऐवजी ती म्हणाली, "जर काही खोटी माहिती प्रसारित होत आहे याची तुम्हाला खात्री आहे, तर मग ती माहिती खोडून काढायला तुम्ही पुढे का आला नाहीत?"

"मला राजकीय घडामोडीत कसलाही रस नाही. म्हणून मी त्यात ढवळाढवळ करत नाही."

यावर मार्जोरी तोंडातल्या तोंडात काहीतरी बोलली. त्या बोलण्याचा ध्वनी 'बुलशिट' शब्दासारखा होता.

पिकरिंग बोलू लागला, "असे पहा मार्जोरी, तुम्हाला त्यावरही असे म्हणायचे आहे का, की अध्यक्षांनी आज पत्रकार परिषदेत जे निवेदन केले ते संपूर्णपणे अचूक होते?"

यावर फोन लाईनवरती शांतता पसरली.

आपण तिला बरोबर पेचात पकडले आहे हे पिकरिंगने ओळखले. तो पुढे

म्हणाला, ''ऐका, हा एक टाईमबॉम्ब असून, तो केव्हाही उडू शकतो हे आपणा दोघांनाही ठाऊक आहे; पण तो फार काळ थांबणार नाही. कधी तरी स्फोट पावेलच. तेव्हा ज्या काही तडजोडी करायच्या आहेत त्या आपण आत्ताच करून टाकू.''

यावर मार्जोरी कित्येक सेकंद काहीही बोलली नाही. शेवटी एक नि:श्वास सोडून मोठ्या कष्टाने ती बोलली, ''आपण दोघांनी एकमेकांना भेटले पाहिजे.''

अखेर ताळ्यावर आली तर! पिकरिंग मनात म्हणाला.

मार्जोरी पडत्या आवाजात म्हणाली, ''मला तुम्हाला काही दाखवायचे आहे. त्यामुळे या प्रकरणावरती काही प्रमाणात उजेड पडेल.''

''ठीक आहे! मी तुमच्या ऑफिसात येतो.''

''नको, नको,'' ती घाईघाईने म्हणाली, ''त्याला आता उशीर झाला आहे. तुम्ही येथे दिसलात की नसत्या शंका निर्माण होतील. ही गोष्ट फक्त तुमच्या-माझ्यातच रहावी.''

यामागचा अर्थ पिकरिंगने ओळखला. *याचा अर्थ अध्यक्षांना यातील काहीही ठाऊक नाही.*

''मग तुम्ही माझ्या ऑफिसात या. येथे तुमचे स्वागत आहे.''

यावर तिने थोड्याशा अविश्वासाने म्हटले, ''आपण बाहेर कुठेतरी भेटू या.''

ती असे काही सुचवेल अशी पिकरिंगची अटकळ होती.

ती म्हणाली, ''व्हाईट हाऊसजवळ एफडीआर स्मारक आहे. ते सोयीचे आहे. आत्ता उशिरा ते रिकामे असते. तिथे कोणीही नसते.''

पिकरिंगने त्यावरती थोडा विचार केला. जेफर्सनचे स्मारक व लिंकनचे स्मारक यांच्यामध्ये ते एफडीआरचे स्मारक आहे. ती अत्यंत सुरक्षित जागा आहे. थोड्या वेळाने त्याने तिला याबद्दल होकार दर्शविला.

मार्जोरी म्हणाली, ''एका तासाने तिथे या. आणि एकटेच या.''

फोन खाली ठेवल्यावर मार्जोरीने पुन्हा तो उचलून नासाचा ॲडमिनिस्ट्रेटर एक्स्ट्रॉम याला लावला. त्याला ती वाईट बातमी सांगताना तिच्या आवाजात पुरेपूर ताण भरलेला होता.

तिने शेवटी म्हटले, ''पिकरिंग आपल्याला अडचणीत आणणार आहे असे दिसते.''

८१

गॅब्रिएल ॲश एबीसी चॅनेलमधल्या योलंडाच्या केबिनमध्ये टेबलापाशी उभी होती. फोन उचलून तिने एक्स्चेंजला लावला व एका नंबरची चौकशी ती करत

होती. आत्ता ती नवीन उत्साहाने सळसळत होती. नवीन आशेने ती भारावून गेली होती.

सेक्स्टनने जे काही तिला सांगितले ते जर खरे ठरले तर मग मोठीच राजकीय उलथापालथ होणार होती व ती सेक्स्टनला खूपच लाभदायक ठरणार होती. *नासाने पॉडसबद्दल खोटे सांगितले, ही बातमी खळबळजनक ठरणार होती.* गॅब्रिएलने ती हार्परने घेतलेली पत्रकार परिषद पाहिली होती. तिलाही त्यात काहीतरी खटकले होते; पण नेमके काय ते तिला समजले नव्हते. आत्ता ती त्या वेळचे सारे विसरून गेली होती. काही महिन्यांपूर्वी पॉडसचा विषय हा तेवढा गंभीर समजला जात नव्हता; पण आता मात्र तो विषय नक्की गंभीर ठरणार होता.

सेक्स्टनला पॉडसबद्दल खुद्द नासाच्या गोटातून खरी माहिती बाहेर काढायची होती. अन् तीही त्वरित हवी होती. त्यासाठी तो गॅब्रिएलच्या खबऱ्यावरती अवलंबून होता. आपण आपल्याकडून त्यासाठी प्रयत्नांची शिकस्त करू, असे तिने सिनेटरला आश्वासन दिले होते; पण यातली अडचण अशी होती की इतके दिवस तो तथाकथित खबऱ्या मार्जोरी टेन्च ही होती. आता ती थोडीच मदत करणार होती? तेव्हा गॅब्रिएलला अन्य मार्गाने ती माहिती काढणे भाग होते.

फोनवर पलीकडून आवाज आला, ''डिरेक्टरी असिस्टंट.''

''आपल्याला क्रिस हार्पर यांचा फोन नंबर हवा आहे.'' असे तिने सांगितले. मग एक मिनिट शांततेत गेले. नंतर पलीकडच्या ऑपरेटरने क्रिस हार्पर नावाचे तीन नंबर अस्तित्वात आहेत असे सांगितले.

गॅब्रिएलने ते तिन्ही नंबर लावून पाहिले. पहिला नंबर एका लॉ फर्मचा निघाला. दुसऱ्या नंबरवरून काहीच प्रतिसाद मिळेना. पलीकडे घंटी वाजल्याचेही ऐकू येईना. तिसरा नंबर मात्र लागला. घंटी वाजल्याचे तिला ऐकू आले.

कोणी तरी बाई फोनवर आली व म्हणाली, ''हार्पर रेसिडन्स.''

गॅब्रिएल तिच्याशी अत्यंत अदबीने बोलू लागली, ''मिसेस हार्पर? मी आपल्याला डिस्टर्ब तर करत नाही ना?''

''छे, छे! बिलकूल नाही.'' ती बाई म्हणाली. गॅब्रिएलला पार्श्वभूमीवरती टीव्हीचा आवाज ऐकू येत होता. उल्केबद्दलच्या बातमीतला तपशील सांगितला जात होता. ती बाई पुढे म्हणाली, ''तुम्हाला क्रिस पाहिजे असतील ना?''

ते ऐकताच गॅब्रिएलची नाडी वेगाने दौडू लागली. ती म्हणाली, ''होय, मॅडम.''

''पण ते आत्ता घरी नाहीत. जेव्हा अध्यक्षांचे टीव्हीवरील निवेदन संपले तेव्हा त्यांनी एकदम ऑफिसकडे धाव घेतली. माझी खात्री आहे की आत्ता या वेळी ते काम करणार नाहीत. नक्कीच तिथे एखादी पार्टी करत असतील. ते अध्यक्षांचे निवेदन होतेच तसे धक्कादायक. तेव्हापासून आमचा फोन सतत वाजतोच आहे. नासातील

सर्व माणसे आत्ता तिथे ऑफिसात जमली असणार.''

''म्हणजे 'ई-स्ट्रीट कॉम्प्लेक्स' येथेच ना?'' गॅब्रिएलने नासाच्या मुख्य ऑफिसचा पत्ता सांगत विचारले.

''बरोबर. तिकडे जाणार असाल तर डोक्यावर पार्टी हॅट घालूनच जा.''

गॅब्रिएलने फोन खाली ठेवला. आणि ती केबिनमधून बाहेर पडून प्रॉडक्शन रूममध्ये योलंडाला शोधू लागली. तिथे योलंडा एका गटाकडून पुढील कार्यक्रमाची पूर्वतयारी करून घेत होती. तो गट अंतराळशास्त्रज्ञांचा होता. त्या उल्केवरती आपली शास्त्रीय मते ते उत्साहाने मांडणार होते.

गॅब्रिएलला जवळ येताना पाहून योलंडाने स्मितहास्य केले. ती जवळ आल्यावर तिला म्हणाली, ''आता तुझा चेहरा मघापेक्षा जरासा बरा वाटतो आहे. काही नवीन बातमी मिळाली? काही आशादायक?''

''मी आत्ताच सिनेटरशी बोलले. त्यांची मघाशी झालेली ती बैठक मला वाटली तशी बेकायदेशीर कामासाठी अजिबात नव्हती.''

''म्हणजे माझा तर्क बरोबर ठरला तर. मार्जोरी टेन्च ही तुला नुसतीच खेळवत होती. उल्केच्या बातमीबद्दल सिनेटर काय म्हणाले?''

''अपेक्षेपेक्षाही चांगले बोलले.''

योलंडाला तिच्या बोलण्याचे आश्चर्य वाटले. ती म्हणाली, ''कदाचित राजकीय आत्महत्या करण्याचा त्यांचा इरादा असावा.''

''ते म्हणाले, की नासाच्या माहितीमध्ये काहीतरी गफलत असावी.''

''हंऽऽ!'' योलंडाने एक संशय व्यक्त करणारा हुंकार काढला व ती पुढे म्हणाली, ''मी आत्ता पाहिली तीच पत्रकार परिषद त्यांनी पाहिली का? आता त्या बाबतीत किती वेळा पुन:पुन्हा खात्री पटवून घ्यायची?''

''मी आता नासामध्ये जाऊन मला हवी असलेली माहिती तिथे तपासून घेणार आहे.''

योलंडाने आपल्या भुवया पेन्सिलीने कोरल्या होत्या. त्या भुवया एकदम कमानीसारख्या वक्र झाल्या. ती म्हणाली, ''सिनेटर सेक्स्टनचा उजवा हात असलेली व्यक्ती सरळ नासामध्ये जाणार? तेही आत्ता? तुला काय सार्वजनिकरीत्या ठार मारले जावे असे तर वाटत नाही ना? तिथले सगळेजण तुझ्यासारख्या शत्रूवरती तुटून पडतील.''

यावर गॅब्रिएलने सिनेटर सेक्स्टन यांना क्रिस हार्पर हे पत्रकार परिषदेत कसे खोटे बोलले अशी शंका येते आहे, ते सांगितले. त्या सॉफ्टवेअरमधील चुकीवरती त्यांनी उपाय शोधून काढल्याची थाप मारली असावी.

परंतु योलंडाला ह्या असल्या शंका पटत नव्हत्या. ती म्हणाली, ''आम्ही ती

पत्रकार परिषद आमच्याही चॅनेलवरून दाखवली होती. त्या वेळी हार्पर नेहमीसारखा नव्हता. त्या वेळी तो भयंकर आजारी होता, असा नासाने नंतर खुलासा केला होता.''

''नाही, तसे नाही. अन्‌ जरी हार्पर आजारी असला तरीही तो नक्की खोटे बोलला, असे सिनेटरना वाटते आहे. इतर काही बड्या लोकांनाही तसेच वाटते आहे.''

''जर पॉडसमधील घनतेतील बदल टिपण्याचे सॉफ्टवेअर दुरुस्त केले नव्हते तर पॉडसला ती उल्का कशी शोधता आली?'' योलंडाने म्हटले.

नेमका हाच मुद्दा सिनेटर उचलून धरत आहेत.

गॅब्रिएल म्हणाली, ''उल्का कशी सापडली ते मला ठाऊक नाही; परंतु त्याचेच उत्तर शोधण्याची कामगिरी सिनेटरने माझ्यावरती सोपवली आहे.''

योलंडा आपली मान हलवत म्हणाली, ''सेक्स्टन तुला सरळ वाघाच्या गुहेत पाठवत आहेत. आपल्या हातून निसटलेल्या विजयामुळे ते काहीतरी आततायीपणा करत आहेत. म्हणून तू अजिबात नासामध्ये जाऊ नकोस. तू सिनेटरचे काहीही देणे लागत नाहीस.''

''पण जर सिनेटरचा मुद्दा बरोबर असेल आणि हार्पर खरोखरीच खोटे बोलला असेल तर?''

योलंडा तिला समजाविण्याच्या सुरात म्हणाली, ''असं बघ हनी, जर पॉडसचा सेक्शन मॅनेजर हार्पर हा जाहीररीत्या खोटे बोलला असेल तर तो तुझ्याशी खरे बोलेल, असे तुला वाटते का?''

गॅब्रिएलने त्याही मुद्द्याचा विचार केला होता आणि त्यावरती ती काही उपाय शोधू लागली होती. ती म्हणाली, ''मी तिथे काही ना काही नवीन शोधून काढेनच. नंतर मी तुला फोन करीन.''

यावर योलंडाने एक अविश्वासदर्शक हास्य केले व ती म्हणाली, ''जर तुला तशी काही बातमी लागली तर मी माझी हॅट खाऊन दाखवीन.''

८२

या उल्केच्या नमुन्याबद्दल तुम्हाला जी काही माहिती आहे ती क्षणभर बाजूला ठेवा किंवा विसरा.

मायकेल टॉलन्ड आपल्या विचारात बुडून गेला होता. आज घडलेल्या घटना त्याला चक्रावून टाकणाऱ्या होत्या. एका मागोमाग एक अनेक विचार त्याच्या मनात येत होते; परंतु तेच तेच विचार प्रकट होत होते. त्यात आता रेचलने म्हटल्यानुसार

उल्केबद्दल पुन्हा नव्याने प्रथमपासून विचार करण्याची भर पडली. विचारांच्या या गदारोळात तो अक्षरश: हैराण झाला, अस्वस्थ होत गेला. त्याने आपल्या हातातील उल्केच्या नमुन्याकडे पाहिले.

हा नमुना जर एखाद्याने तुम्हाला दिला व हा दगड कुठे सापडला, कसा सापडला वगैरे माहिती सांगितली नाही, तर आपली प्रतिक्रिया काय होईल? याच्याबद्दल आपण कसा विचार करू?

रेचलने विचारलेला प्रश्न हा हेतुपूर्वक होता हे नक्की. तिला काहीतरी शंका आली असावी. ती शंका फेडण्यासाठी तिने अशा पद्धतीने आपल्याला विचार करायला लावला आहे, हे टॉलन्डने ओळखले. अशा पद्धतीने विचार करून केलेले विश्लेषण हे जबरदस्त असते हे त्याला ठाऊक होते. जेव्हा तो हिमनदीवरील भव्य तंबूत गेला, तेव्हा त्याला उल्केबद्दल बरीच शास्त्रीय माहिती पुरवण्यात आली होती. ती माहिती त्याने आता बाजूला टाकली. त्याच्या लक्षात आले, की आपण उल्केबद्दल जे निष्कर्ष काढले ते बरेचसे आपल्याला पुरवलेल्या माहितीवर आधारित होते. विशेषत: 'त्यातील जीवावशेष हे उल्केमध्ये अडकलेले होते' या गृहीतावर आधारलेले होते.

पण जर त्यांनी उल्केबद्दल काहीच सांगितले नसते तर, असा प्रश्न त्याने स्वत:ला विचारला. मग आपण कसा विचार केला असता? त्याला अजूनही विचारांची नवीन दिशा सुचत नव्हती. त्याने 'उल्का' हा शब्द डोक्यातून काढून टाकला व 'एका अज्ञात खडकाचा नमुना' असे समजून तो विचार करू लागला. काही वेळाने त्याला वेगळीच दिशा सापडली. त्या दिशेने चाचपडत तो विचार करू लागला. आता तो, रेचल व कॉर्की एकत्र येऊन चर्चा करू लागले.

रेचल गंभीरपणे म्हणत होती, ''माईक, जर तुम्हाला कोणी त्या उल्केचा तुकडा काहीही न बोलता दिला, तर तुम्ही तो दगड पृथ्वीवरचाच आहे असे समजाल ना?''

''अर्थातच! दुसरे मी काय समजू शकतो? त्यातील जीवांचे अवशेष पाहून फार तर हा एक पृथ्वीवरचाच जीवाश्म आहे असे मी म्हणेन; परंतु परग्रहावरील जीवांचे अवशेष त्या उल्केत आहेत असे मानणे म्हणजे फार मोठी उडी मारल्यासारखे होईल. तसले विधान अतिधाडसाचे होईल. शिवाय शास्त्रज्ञांना पृथ्वीवरतीच जीवांच्या नवीन जाती दर वर्षी सापडत आहेत.''

''मग त्या दोन फूट लांबीच्या ऊ'च्या अवशेषांबद्दल तुम्ही काय खुलासा कराल?'' कॉर्कीने अस्वस्थ होत म्हटले, ''त्याला फक्त एकच उत्तर आहे. ते म्हणजे पृथ्वीवरील ऊ'पेक्षा उल्केमधील ऊ ही मोठी आहे.''

''पण ते विधान आत्ता जरा बाजूला ठेवा. दोन फूट लांबीच्या उवा किंवा तत्सम

जीव एकेकाळी पृथ्वीवरती असतीलही; पण आता ती जात पूर्णपणे नामशेष झालेली आहे. तेव्हा प्राचीन काळातील 'ऊ'चा तो जीवाश्म आहे असे समजा. याचे कारण कित्येक अतिप्राचीन किंवा प्रागऐतिहासिक काळातील जीवांच्या जाती या आकाराने मोठ्या होत्या. उदाहरणार्थ, डायनॉसोर, पंख असलेले सरपटणारे प्राणी, काही पक्षी इत्यादी.'' टॉलन्डने आपले मत दिले.

कॉर्की यावरती म्हणाला, ''पण तुमच्या मतामध्ये एक गंभीर दोष राहून गेला आहे. जे डायनॉसोर, पंखवाले सरपटणारे प्राणी वगैरे म्हणता आहात त्यांच्या शरीरात सांगाडे होते. त्यामुळे त्यांची बाहेरच्या बाजूने वाढ होऊ शकायची. मग गुरुत्वाकर्षणाचा जोर कितीही असू दे; परंतु हा उल्केमधला जीवाश्म बघा...'' हातात उल्केचा नमुना घेत तो वर धरून दाखवत तो पुढे म्हणाला, ''याचा सांगाडा मात्र शरीराच्या बाहेर आहे. याला exoskeleton आहे. हे सारे आर्थ्रोपॉड वर्गातील कीटक आहेत. तुम्हीच म्हणता ना की एवढे मोठे कीटक हे फक्त कमी गुरुत्वाकर्षण क्षेत्रातच निर्माण होऊ शकतात. नाहीतर हा मोठा सांगाडा आपल्याच वजनामुळे चुरमडून जाईल.''

''अगदी बरोबर.'' टॉलन्ड म्हणाला, ''हे जीव जर पृथ्वीवर चालू लागले तर स्वत:च्या भारानेच चुरमडले जातील.''

कॉर्कीने आपल्या भुवया वाकड्या करत म्हटले, ''आता जर एखाद्या त्या काळातील गुहेतल्या माणसाने गुरुत्वाकर्षणविरोधी वातावरण तयार करून तिथे उवांची संख्या वाढवण्याचा प्रयत्न केला तर ती वेगळी गोष्ट होईल. म्हणून, ही दोन फूट लांबीची ऊ, पृथ्वीवरची आहे असे तुम्ही कसे काय धरून चालता आहात हे मला समजत नाही.''

यावर टॉलन्ड कॉर्कीला मनातल्या मनात हसला; कारण कॉर्की एक साधी गोष्ट विसरला होता. टॉलन्ड त्याला म्हणाला, ''प्रत्यक्षात आणखीही एक शक्यता आहे,'' मग त्याने कॉर्कीवरती आपली नजर रोखून पुढे म्हटले, ''कॉर्की, तुम्ही नेहमी वरती आकाशात पाहून उत्तर शोधत असत; कारण तुम्ही एक खगोल भूवैज्ञानिक आहात; पण आता तुम्ही जरा *खाली* पहा. याच पृथ्वीवरती गुरुत्वाकर्षणविरोधी असा कितीतरी विस्तृत भाग आहे ते ध्यानात घ्या. आणि हा भाग प्रागऐतिहासिक काळापासून अद्याप अस्तित्वात आहे.''

कॉर्कीने आपली नजर टॉलन्डवर रोखून गंभीर आवाजात त्याला विचारले, ''तुम्हाला नेमके काय म्हणायचे आहे?''

रेचललाही टॉलन्डच्या म्हणण्याचे नवल वाटले होते.

मग टॉलन्डने विमानाच्या खिडकीकडे बोट केले. खिडकीतून खालचा अथांग महासागर दिसत होता. त्यावरती चंद्रप्रकाश पसरला होता. टॉलन्ड सावकाश

म्हणाला, "समुद्र!"

रेचलने एक हलकीच शीळ घालत म्हटले, "अर्थात!"

टॉलन्ड खुलासा करू लागला, "पाण्यातील परिसर हा कमी गुरुत्वाकर्षणाचा असतो. पाण्यातील प्रत्येक गोष्ट ही वजनाला कमी भरते. जेली फिश, महाकाय स्क्विड्स, लांबलचक ईल मासे अशा नाजूक रचनेचे जीव फक्त पाण्यातच असतात, जमिनीवर नसतात."

कॉर्कीने यावरती आपली मान हलवली; पण किंचितच हलवली. तो म्हणाला, "ठीक आहे; परंतु प्रागऐतिहासिक काळात पाण्यात मोठ्या आकाराचे जीव नव्हते."

"चूक. त्या वेळी होते व अद्यापही आहेत. लोक त्या प्राण्यांना रोज खातात. कित्येक देशात तर ते प्राणी अत्यंत रुचकर मानले जातात."

"माईक, कोण असे राक्षसी कीटक खातात?"

"शेवंड, खेकडे आणि कोळंबी हे खाल्ले जात नाहीत का?"

ते ऐकून कॉर्की स्तब्ध झाला व पहात राहिला.

टॉलन्ड पुढे खुलासा करू लागला, "समुद्रातील कवचधारी जीव म्हणजे राक्षसी किडे आहेत. ऊ, खेकडे, कोळी, किडे, नाकतोडे, विंचू, शेवंड हे सारे एका वर्गात मोडतात. यांच्या अंगामध्ये सांगाडे नाहीत, अंगावरती बाहेर सांगाडे आहेत. त्यांच्या शरीराला बाहेरच्या बाजूला आणखी एखादा अवयव हा जोडल्यासारखा दिसतो."

कॉर्कीचा चेहरा एकदम पडला. तो आजारी असल्यासारखा दिसू लागला.

टॉलन्ड पुढे सांगत गेला, "जीवांचे वर्गीकरण करण्याच्या दृष्टिकोनातून पाहिले तर ते बरेचसे किड्यांसारखे दिसतात. हॉर्स-शू खेकडा हा राक्षसी ट्रायलोबाईट किड्यासारखा दिसतो. अन् शेवंडाचे पंजे हे मोठ्या विंचवासारखे दिसतात."

कॉर्की आता मात्र पुरता शरमला. तो म्हणाला, "ठीक आहे, माझा पराभव मी मान्य करतो."

रेचलला आता या चर्चेत खूप रस वाटू लागला. ती म्हणाली, "म्हणून ऑर्थ्रोपॉड वर्गातील जमिनीवरचे जीव हे आकाराने लहान असतात. जमिनीवरती गुरुत्वाकर्षणाचा जोर प्रभावी असल्याने लहान जीवांना जगणे सुकर जाते; परंतु पाण्यातील उद्धरण-शक्तीमुळे, पाण्याकडून जीवांना वर उचलून धरण्याच्या प्रवृत्तीमुळे तिथले जीव आकाराने मोठे असू शकतात."

"अगदी बरोबर!" टॉलन्ड म्हणाला, "अलास्कातील राक्षसी खेकडा हा राक्षसी कोळी समजला जाण्याची चूक होऊ शकते; परंतु आपल्याला पुरेसे जीवाश्म मिळालेले असल्याने आपण तशी चूक करत नाही."

रेचलच्या डोक्यात एक शंका उद्‌भवली. ती सचिंत होत टॉलन्डला म्हणाली,

''माईक, त्या उल्केचा अस्सलपणा जरा बाजूला ठेवू या. आता मला हे सांगा : उल्केमधले जे जीवाश्म आपण पाहिले ते समुद्रातील कशावरून नसतील? 'पृथ्वीवरील समुद्रातील' असे मला म्हणायचे आहे.''

रेचल आपल्याकडे टक लावून पहाते आहे हे टॉलन्डला जाणवले. त्यामुळे तिने केलेल्या प्रश्नामागची कळकळ व गांभीर्य त्याला समजले. तो पुढे म्हणाला, ''तेव्हा तात्त्विकदृष्ट्या 'समुद्रातील प्राणी' असे मी म्हटले तर ते फारसे चुकीचे ठरणार नाही. महासागरातील कित्येक तळाचे भूभाग असे आहेत की ते १९ कोटी वर्षांपूर्वी तयार झाले आहेत. म्हणजे जीवाश्मांच्याच वयाचे ते आहेत. अशा त्या जीवप्रकारांना महासागराच्या तळांवरती सुखनैव जगता आले असले पाहिजे.''

कॉर्की उपहासाने म्हणाला, ''मी जे ऐकतो आहे त्यावर माझा विश्वास बसत नाही. ती उल्का अस्सल आहे की नाही हा प्रश्न त्यामुळे बाजूलाच पडतो आहे. त्या उल्केला कोणीही आव्हान देऊ शकत नाही. त्या उल्केच्याच वयाएवढे सागरतळाचे जरी वय असले तरी त्या उल्केवरती जळाल्याचा एक पृष्ठभाग आहे, एक कवच आहे. असे कवच सागरतळाला नसते. शिवाय त्या उल्केत बेसुमार प्रमाणात निकेल धातू आहे. कॉन्ड्र्यूल्स आहेत. या गोष्टी सोडून तुम्ही भलत्याच फालतू मुद्द्यांवरती चर्चा करत आहात.''

कॉर्कीचे म्हणणे खोटे नाही हे टॉलन्ड जाणत होता. तरीही उल्केमधील जीवाश्म हे समुद्रातील प्राण्यांचे असावेत ही कल्पनाही त्याला चुकीची वाटत नव्हती. या कल्पनेने तोही आश्चर्यचकित झाला होता. हीच कल्पना त्याला आता अधिक जवळची व नेहमीची वाटू लागली होती.

रेचल त्याला म्हणाली, ''माईक, नासाच्या एकाही शास्त्रज्ञाला उल्केतील जीवाश्म हे समुद्रातील प्राण्यांचे असावेत असे का वाटले नाही? मग भले तो समुद्र परग्रहावरचा असला तरी.''

टॉलन्ड त्यावर खुलासा करू लागला, ''त्याला दोन कारणे आहेत. समुद्रतळावरील प्राण्यांचे जीवाश्म हे पेलॅगिक कालखंडातील असतात. त्यांच्या शरीरात बेसुमार वाढ झालेली असते. शरीररचनेत दोन किंवा अधिक जीवप्रकारांची वैशिष्ट्ये उतरतात. जे जीवप्रकार समुद्रपृष्ठावर व समुद्रात असतात, ते मृत पावल्यावर शेवटी समुद्रतळावर जाऊन पडतात. यामुळे समुद्रतळ म्हणजे पाण्यातील सर्व जीवांची दफनभूमी झालेली असते. पाण्यात विविध उंचीवर, विविध तापमान व दाब असलेल्या भागात भिन्न भिन्न जीवप्रकार अस्तित्वात असतात; पण ते शेवटी समुद्रतळावर जाऊन पडतात; परंतु त्या उल्केमध्ये जीवांचा एकच प्रकार अस्तित्वात आहे. दुसरा कोणताही नाही. बाकी सारे काही स्वच्छ आहे. जणू काही वाळवंटातील खडकात मिळालेला एखादा जीवाश्म आहे असे वाटण्याइतपत तो प्रकार आहे.

म्हणजे एखादा तत्सम जीवप्रकार वाळूत वादळामुळे गाडला जावा असे काहीसे ते आहे.''

रेचलने मान डोलवत म्हटले, ''अन् दुसरे कोणत्या कारणामुळे ती उल्का जमिनीवरील खडकाची आहे असे दिसू शकते?''

टॉलन्डने आपले खांदे उडवत म्हटले, ''मनातून वाटणारे ते एक अनुमान आहे. शास्त्रज्ञांनी नेहमीच असा विश्वास ठेवला आहे, की जर अंतराळात कुठे एखाद्या परग्रहावर जीवसृष्टी असेल तर त्या किड्यांचे बेसुमार प्रमाण असेल. अन् आपल्या आजवरच्या अंतराळाच्या निरीक्षणातून असे दिसले आहे की तिथे शुष्क धूळ, खडक ह्याच गोष्टी पाण्यापेक्षा जास्त आहेत.''

रेचल यावरती गप्प बसली.

टॉलन्ड पुढे म्हणाला, ''समुद्रतळावरती कित्येक विभाग असे आहेत की त्यांना 'मृत विभाग' असे समुद्रवैज्ञानिक म्हणतात. आपल्याला ते अजून नीट समजलेले नाहीत; परंतु त्या विभागातील अंतर्गत प्रवाह आणि जीवांसाठी असलेले खाद्य हे असे काही आहेत की त्यामुळे तिथे कोणतेच जीव तग धरून राहू शकत नाहीत. फक्त तिथल्या तळावर रहाणारे फारच थोडे जीवप्रकार अस्तित्वात आहेत. म्हणून केवळ एकच जीवाश्म उल्केत सापडणे ही शक्यता फेटाळता येत नाही.''

कॉर्की म्हणाला, ''परंतु तुम्ही उल्केवरचा जळालेला पृष्ठभाग का लक्षात घेत नाही? त्यातल्या अतिरिक्त निकेलच्या प्रमाणाकडे का दुर्लक्ष करता? कॉन्ड्र्यूल्सचे काय? ते सोडून उगाच फक्त जीवाश्मावरतीच का चर्चा करायची?''

टॉलन्ड यावरती गप्प बसला.

आता रेचल कॉर्कीशी बोलू लागली, ''त्या निकेलच्या प्रमाणाबद्दल मला जरा पुन्हा सांगता का? पृथ्वीवरील खडकात निकेल हे एक तर अत्यंत जास्त असेल किंवा अत्यंत कमी असेल; परंतु उल्कांमध्ये मात्र ते हमखास एका मर्यादेत असते. मला एवढेच ज्ञात झाले आहे.''

कॉर्कीने मान वर करून पहात म्हटले, ''अगदी बरोबर!''

''उल्केतील निकेलचे कमाल व किमान प्रमाण जे धरले आहे त्याच्या मर्यादेत त्या सापडलेल्या उल्केतील निकेलचे प्रमाण आहे. बरोबर?'' रेचल म्हणाली.

''बरोबर. जवळपास तसेच आहे.''

यावर रेचलला आश्चर्य वाटले. ती म्हणाली, ''थांबा, थांबा. जवळपास तसेच आहे? याचा अर्थ काय?''

आता मात्र कॉर्की कंटाळल्यासारखा झाला. तो म्हणाला, ''मी पूर्वीच खुलासा केल्याप्रमाणे विविध उल्कांमध्ये वेगवेगळी खनिजे असतात. जेव्हा एखादी नवीन उल्का सापडते तेव्हा त्यातील खनिजांचे प्रमाण भिन्न असू शकते; परंतु आजवरच्या

पहाणीत या नवीन निरीक्षणाची भर घालून आपले मूळचे गृहीत अथवा सिद्धान्त यात किती बदल होतो आहे याचीही तपासणी होते. ही प्रक्रिया सतत चालूच असते. त्यावरून जे ठरवले गेले आहे त्या निकेलच्या प्रमाणाच्या आसपास नवीन उल्केतील निकेलचे प्रमाण किती आहे हे पाहिले जाते.''

ते ऐकून रेचल सुन्न झाली. तिने त्या उल्केचा नमुना हातात धरून म्हटले, ''म्हणजे, या उल्केमध्ये जे निकेलचे प्रमाण नव्याने सापडले आहे ते धरून आजवरचे सरासरी प्रमाण तुम्ही बदलले आहे. हो ना? मग हे नवीन प्रमाण पूर्वीच्या प्रमाणाबाहेर सरकले आहे का?''

''तसा फारसा फरक पडला नाही. अगदी किंचितच.'' कॉर्की पटकन म्हणाला.

''मग ही गोष्ट का सांगितली गेली नाही?''

''कारण ती काही समस्या ठरू शकत नाही. खगोलभूविज्ञान हे एक सतत प्रगती करणारे विज्ञान आहे. त्यात सतत नवीन माहितीची भर पडत असते.''

''अगदी महत्त्वाच्या विश्लेषणाच्या वेळीसुद्धा?''

कॉर्की एक निःश्वास सोडून म्हणाला, ''असे पहा, त्या उल्केमधील निकेलचे प्रमाण हे स्टँडर्ड समजलेल्या प्रमाणाच्या अगदी जवळपास आहे, याची मी ग्वाही देतो. आजवर सापडलेल्या उल्कांमधील सरासरी प्रमाणाएवढेच ते आहे असे समजा.''

रेचल टॉलन्डकडे वळून म्हणाली, ''तुम्हाला हे ठाऊक आहे?''

टॉलन्डने नाखुषीने आपली मान हलवली. निकेलचे प्रमाण ही काही आत्ता समस्या ठरत नव्हती. तो म्हणाला, ''मला असे सांगण्यात आले, की इतर उल्कांमध्ये असलेल्या निकेलच्या प्रमाणापेक्षा या उल्केतील निकेलचे प्रमाण हे किंचितच जास्त आहे; परंतु नासातील तज्ज्ञांनी या माहितीकडे फारसे लक्ष दिलेले नाही, असे मला दिसते.''

कॉर्की आता मध्येच बोलू लागला, ''परंतु खनिजशास्त्रदृष्ट्या निकेलचे प्रमाण हे काही उल्केच्या अस्सलतेचा निष्कर्ष काढण्याच्या दृष्टीने उपयुक्त नसते. त्यामुळे फार तर असा निष्कर्ष काढता येईल की ही उल्का पृथ्वीवरील खडकासारखी नाही.''

आपले डोके हलवत रेचल म्हणाली, ''सॉरी, पण माझ्या व्यवसायात हे असले तर्कशास्त्र वापरले तर लोकांचा जीव घेतला जाईल. 'पृथ्वीवरील खडकासारखी उल्का नाही' असे म्हटल्याने 'ती एक उल्का आहे' असे काही सिद्ध होत नाही.''

''पण त्याने असा कितीसा फरक पडतो?''

''काहीही नाही.'' रेचल म्हणाली, ''पण तुम्ही पृथ्वीवरील खडक, प्रत्येक दगड पाहिल्यावरच तसे म्हणू शकता.''

कॉर्की थोडा वेळ गप्प बसला. शेवटी तो म्हणाला, ''ठीक आहे. तुम्ही

निकेलबद्दल एवढे संवेदनशील असाल तर निकेलच्या प्रमाणाचा मुद्दा आपण सोडून देऊ; पण तरीही त्या उल्केभोवतालचा जळालेला पृष्ठभाग किंवा कवच आणि कॉन्ड्रयूल्स हे दोन ढळढळीत मुद्दे उरतातच. त्याचे काय?''

रेचल उठून उभी रहात म्हणाली, ''बरोबर आहे. तीन मुद्द्यांपैकी आता फक्त दोन मुद्दे उरले आहेत.''

८३

नासाचे मुख्य कार्यालय वॉशिंग्टनमधील ३००, ई स्ट्रीट येथे होते. ती एक महाकाय, अवाढव्य अशी चौकोनी इमारत होती. चारही बाजूने इमारतीला काचा लावलेल्या होत्या. त्या इमारतीमध्ये २०० मैल लांबीच्या केबल्सचे जाळे होते. त्यामधून माहितीचा ओघ वहात येई. हजारो संगणक प्रोसेसर्स होते. १,१३४ सिव्हिल नोकर त्या इमारतीत कामाला येत. त्यांच्या हातून नासाचे १५ अब्ज डॉलर्सचे वार्षिक बजेट हाताळले जायचे. तसेच, नासाच्या देशभरातील १२ शाखांमधील रोजच्या कारभारावरती लक्ष ठेवले जाई.

आज नासामधली कामाची वेळ संपली होती तरीही इमारतीच्या दर्शनी भागातील आतल्या मोकळ्या जागेत खूप माणसांची वर्दळ होती. त्यात अर्थातच वृत्तवाहिन्यांची उत्तेजित झालेली माणसे होती आणि नासाचे कर्मचारी मोठ्या प्रमाणावर होते. गॅब्रिएल तिथे घाईघाईने शिरली. आत प्रवेश करण्याचा मार्ग हा एखाद्या वस्तुसंग्रहालयात जाणारा वाटत होता. आतमध्ये महागडी संगमरवरी फरशी सर्वत्र बसवलेली होती. नासाच्या आजवरच्या जेवढ्या मोहिमांमध्ये ज्या यानांनी भाग घेतला होता, त्या यानांच्या पूर्णाकृती आणि आजवर सोडलेले महत्त्वाचे उपग्रह तिथल्या भव्य जागेत टांगून ठेवलेले होते. वृत्तवाहिन्यांचे कॅमेरामन हा सारा माहोल आपल्या कॅमेऱ्यात टिपून ठेवत होते. आत प्रवेश करणारे नासाचे कर्मचारी त्यांच्याकडे विस्फारित नेत्रांनी पहात होते.

गॅब्रिएल तिथे पोहोचली. तिने आपल्या नजरेने सारी गर्दी नीट न्याहाळली; परंतु त्या गर्दीत तिला क्रिस हार्पर कुठेही दिसला नाही. तिथे असलेल्या निम्म्या लोकांकडे पत्रकारितेचे पास होते. नासाच्या कर्मचाऱ्यांच्या गळयात त्यांची ओळखपत्रे अडकवलेली होती. त्या ओळखपत्रावरती त्यांची छायाचित्रे होती. गॅब्रिएलजवळ कसलेही अधिकृत प्रवेशपत्र नव्हते की ओळखपत्र नव्हते. तिने एका तरुण बाईला पाहिले, तिच्या गळयात नासाचे ओळखपत्र अडकवलेले होते. गॅब्रिएल तिच्याकडे घाईघाईने गेली.

''हाय! मी डॉ. क्रिस हार्पर यांना शोधते आहे.'' गॅब्रिएल तिला म्हणाली.

त्या बाईने चमत्कारिक नजरेने गॅब्रिएलकडे पाहिले. जणू काही 'कुठेतरी आधी पाहिले होते' असे भाव तिच्या चेहऱ्यावरती होते. ती म्हणाली, "काही वेळापूर्वी मी डॉ. हार्पर यांना जाताना पाहिले. बहुतेक ते वरच्या मजल्यावर गेले असतील. आपण कोण?"

"तशी माझी ओळख सांगण्याएवढी महत्त्वाची नाही." एवढे म्हणून गॅब्रिएल तिथून निघण्यासाठी वळली व पुढे म्हणाली, "वरच्या मजल्यावर कुठून जायचे?"

"तुम्ही नासामध्ये काम करता का?"

"नाही!" गॅब्रिएल उत्तरली.

"मग तुम्हाला वरती जाता येणार नाही."

"तसे असेल तर मी येथून फोनने त्यांच्याशी संपर्क साधू शकते–"

त्या बाईच्या डोळ्यांत एकदम राग प्रकट झाला. ती म्हणाली, "मी ओळखले तुम्हाला. सिनेटर सेक्स्टन यांच्याबरोबर तुम्हाला टीव्हीवरती पाहिले आहे. तुम्हाला येथे येण्याचे धाडस झाले तरी कसे–"

परंतु तिचे वाक्य पुरते ऐकून न घेता गॅब्रिएल तिथून निघाली व गर्दीत मिसळून गेली. ती बाई रागारागाने गॅब्रिएल आत्ता येथे आल्याचे कोणाला तरी सांगत होती. तिचे शब्द गॅब्रिएलने ओझरते ऐकले.

बचावले! थोडक्यात बचावले! दोन सेकंद उशीर झाला असता तर माझे नाव नासाने 'मोस्ट वॉटेड'च्या यादीत घातले असते.

लॉबीच्या दुसऱ्या टोकाला जाण्यासाठी गॅब्रिएल घाईघाईने निघाली. त्या गर्दीत तिने आपली मान खाली घातली होती. तिथे भिंतीला एक फोनची डिरेक्टरी अडकवलेली होती. त्यामध्ये इमारतीमधील साऱ्या अंतर्गत फोनचे नंबर होते. गॅब्रिएलने त्यामध्ये डॉ. क्रिस हार्परचे नाव शोधायचा प्रयत्न केला; परंतु तिला ते सापडले नाही. त्यात कोणाचीच नावे नव्हती. फक्त खात्यांची नावे होती.

कदाचित 'पॉडस' या नावाखाली हार्परचा फोन असण्याची शक्यता होती. Polar Orbiting Density Scanner या खात्याचे नाव ती पाहू लागली; पण तिला ते कुठेच सापडले नाही. कोणत्याही क्षणी आपल्या खांद्यावर नासाच्या कर्मचाऱ्यांचे हात मागून पडतील आणि आपणाला मारझोड सुरू होईल अशी भीती तिला वाटू लागली. तिला मागे वळून पहायचीसुद्धा भीती वाटू लागली. एवढ्यात तिला चौथ्या मजल्यावरच्या एका खात्याचे नाव दिसले. त्या खात्याचा पॉडसशी कितपत संबंध असेल याची तिला शंका वाटली. तिथे छापले होते :

EARTH SCIENCES ENTERPRISES, Phase II
Earth Observing System (EOD)

तिने चौथ्या मजल्यावर जाण्याचा निर्णय घेतला. गर्दीपासून आपले तोंड लपवत ती एका कोपऱ्याकडे निघाली. तिथे अनेक लिफ्ट्स होत्या. एक शोभेचे कारंजेही होते. लिफ्टचे बटण दाबण्यासाठी तिने हात पुढे केला खरा, पण तिथे कोणतेच बटण नव्हते. फक्त काही फटी ठेवल्या होत्या. याचा अर्थ त्या फटी मजल्यांसाठी होत्या व त्यात कर्मचाऱ्याने आपले ओळखपत्र घातल्यावर लिफ्टची दारे उघडली जाणार होती. अनधिकृत माणसे येऊ नयेत म्हणून घेतलेली ती प्रतिबंधात्मक योजना होती.

तरुण शास्त्रज्ञांचा एक गट लिफ्टकडे घाईघाईने येत होता. ते सर्वजण उत्साहाने बडबडत होते. त्यांच्या गळ्यात नासाची ओळखपत्रे अडकवलेली होती. गॅब्रिएलने चटकन तिथल्या कारंज्याच्या मागे वाकून आडोसा घेतला व ती लपून राहिली. तिने पाहिले, की चेहऱ्यावरती असंख्य पुटकुळ्या असलेला त्या घोळक्यातील एक माणूस आपले ओळखपत्र फटीत घालत होता. लिफ्टची दारे एकदम उघडली गेली. तो माणूस हसत होता. त्याच्या चेहऱ्यावरती आश्चर्याचे भाव होते.

तो म्हणत होता, ''त्या प्रकल्पातील माणसे तर आता वेडीच होतील.'' एवढे म्हणून तो आत शिरला. त्याच्यामागोमाग बाकीचे आत शिरू लागले. तो पुढे म्हणाला, ''दोनशे मिलीजान्स्की एवढी तीव्रता ठेवून गेली वीस वर्षे ते अंतराळात परकीय जीवसृष्टीचा शोध घेत आहेत; परंतु खाली बर्फातच त्याचा पुरावा आहे हे मात्र त्यांना समजले नाही.''

लिफ्टची दारे बंद झाली आणि ती माणसे दिसेनाशी झाली.

गॅब्रिएल उठून उभी राहिली. तिने आपले तोंड पुसले. काय करावे ते तिला समजेना. आजूबाजूला नजर टाकून तिने कुठे अंतर्गत फोन दिसतो आहे का ते पाहिले. कुठेही तशा फोनचा मागमूस नव्हता. फटीत घालून दारे उघडण्यासाठी एखादे की-कार्ड चोरता आले तर पहावे, असा विचार तिच्या मनात येऊन गेला; पण तसे काही करणे हे शहाणपणाचे ठरणार नाही, असे तिच्या लक्षात आले. आपल्याला जे काही साध्य करायचे आहे ते फार वेगाने साध्य केले पाहिजे. वेळ फार थोडाच उरला आहे. तिने मागे वळून लांबवर नजर टाकली. लॉबीमध्ये तिच्याशी बोललेली ती स्त्री आता एका सुरक्षा रक्षकाला घेऊन गर्दीतून कुठे तरी जात होती. नक्कीच तिने आपला शोध सुरू केला असणार.

तेवढ्यात तिला एक टक्कल पडलेला माणूस लिफ्टपाशी येताना दिसला. ती कारंज्यामागे आणखी खाली वाकली; परंतु त्या माणसाचे तिच्याकडे बिलकूल लक्ष नव्हते. तो माणूस आता वाकून आपले कार्ड लिफ्टपासच्या एका फटीत घालीत होता. लिफ्टची दारे उघडली व तो माणूस आत शिरला.

चला, आत्ताच प्रयत्न केले पाहिजेत. नाहीतर परत कधी अशी संधी मिळणार नाही.

त्या लिफ्टची दारे आता हळूहळू सरकत बंद होऊ लागली होती. गॅब्रिएल झपाट्याने तिथून पळत निघाली व लिफ्टपाशी आली. आपले हात तिने पुढे केले होते. लिफ्टच्या दारांच्या फटीत तिने ते हात घुसवले. दारे ताबडतोब माघार घेऊ लागली. दारे बंद होताना जर कोणी लिफ्टमध्ये शिरत असेल तर ती आपोआप मागे सरकतात. त्याचा फायदा तिने उठवला होता. ती आत शिरली. तिचा चेहरा उत्तेजित झालेला दिसत होता. आतल्या माणसाला ती म्हणाली, "तुम्ही असे कधी पाहिले नसेल ना?"

"माय गॉड! इट्स क्रेझी," असे म्हणून तो माणूस तिच्याकडे विचित्र नजरेने पाहू लागला.

गॅब्रिएलने आपले संभाषण सुरू केले. आपण नासातील कर्मचारी आहोत असे वाटावे म्हणून ती म्हणाली, "त्या S.E.T.I. प्रकल्पातील माणसांना आता खरोखर वेड लागले असेल. दोनशे मिलीजान्स्की तीव्रता वीस वर्षे ठेवूनही त्यांना परकीय जीवसृष्टीचा शोध लागेना. अन् येथे पृथ्वीवर बर्फाखाली त्याचा पुरावा गाडलेला आहे हे त्यांना कळले नाही."

त्या माणसाला आश्चर्य वाटत होते. तो म्हणाला, "अंऽऽ... होय... म्हणजे तसेच आहे ते म्हणा." त्याने तिच्या गळ्याकडे पाहिले. तिचे ओळखपत्र तिथे नव्हते याचे त्याला आश्चर्य वाटत होते. तो म्हणाला, "आय ॲम सॉरी, तुम्ही–"

"चौथ्या मजल्याचे बटण दाबा, प्लीज. मी एवढ्या घाईघाईत निघाले की मला अंगावर अंडरवेअर चढवण्याचे भान राहिले नाही. अंघोळ केल्यावर नुसते वरचे कपडे घालून मी निघाले." एवढे म्हणून ती जोरात हसली व त्या माणसाच्या ओळखपत्रावरती तिने नजर टाकली. त्यावरचे नाव तिने वाचले : James Thiesen, Finance Administration.

त्या माणसाने अस्वस्थ होत म्हटले, "तुम्ही येथे काम करता? मिस...?"

गॅब्रिएलने म्हटले, "मी तुम्हाला ठाऊक नाही याचे मला आश्चर्य वाटते."

त्या माणसाचा चेहरा पडला. पुन्हा अस्वस्थ होऊन तो आपल्या डोक्यावरून सारखा हात फिरवू लागला. तो म्हणाला, "आय ॲम सॉरी. आत्ता सर्वत्र फार मोठी खळबळ माजल्यासारखा उत्साह भरला आहे. तुमचा चेहरा मला पाहिल्यासारखा वाटतो. कोणत्या प्रकल्पावरती तुम्ही काम करता?"

नेमका नको तो प्रश्न विचारला. गॅब्रिएलने मोठ्या आत्मविश्वासाने उत्तर दिले, "E.O.S."

"तुम्ही चौथा मजला म्हणालात त्यावरून ते उघडच दिसते आहे; पण त्या

प्रकल्पातील कोणता कार्यक्रम?''

आपली नाडी जोराने धडधडते आहे असे गॅब्रिएलला जाणवले. तिने बेधडक म्हटले, ''पॉडस.''

तिचे उत्तर ऐकून त्या माणसाला आश्चर्य वाटले. तो म्हणाला, ''खरंच? मी डॉ. हार्पर यांच्या तुकडीतील सर्वांना भेटलो आहे; पण तुम्ही कधी भेटला नाहीत.''

मग तिने संकोचल्याचा अभिनय करत म्हटले, ''क्रिस नेहमी मला इतरांपासून बाजूला ठेवतात. याचे कारण मीच ती मूर्ख प्रोग्रॅमर. माझ्याच हातून त्या सॉफ्टवेअरमध्ये चूक झाली होती.''

त्या माणसाचा जबडा आश्चर्याने वासला. तो म्हणाला, ''काय म्हणता काय?''

''हो ना. मला त्या गोष्टीचा एवढा पश्चात्ताप होतो आहे की त्यामुळे गेले अनेक दिवस मला नीट झोप येत नाही.''

''पण डॉ. हार्पर यांनी तर सारा दोष आपलाच आहे असे कबूल केले आणि त्या प्रकरणातील सारी हवा त्यांनी काढून घेतली.''

''होय. डॉ. हार्पर हे तसे दयाळू व अत्यंत हुषार आहेत. त्यांनीच शेवटी सारी गाडी रुळावरती आणली. आजची टीव्हीवरची पत्रकार परिषद पाहिलीत ना? मी तर आश्चर्याने सुन्न झाले. कमाल आहे आपल्या लोकांची. ती उल्का आता साऱ्या अमेरिकेत गाजते आहे.''

तेवढ्यात चौथा मजला आला आणि लिफ्ट थांबली. गॅब्रिएल पटकन बाहेर पडली. जाता जाता ती त्याला म्हणाली, ''गिव्ह माय बेस्ट टू द बॉईज इन बजेटिंग डिपार्टमेंट!''

''शुअर!'' तो म्हणाला. लिफ्टची दारे बंद होऊ लागली होती. तो पुढे म्हणाला, ''नाईस सीईंग यू.''

८४

आजवरच्या सर्व अध्यक्षांप्रमाणे झॅक हर्नी यांनाही रोज रात्री फक्त चार ते पाच तासांची झोप पुरत होता; पण गेला आठवडाभर ते याहीपेक्षा कमी काळ झोपू लागले होते. आजच्या पत्रकार परिषदेतील जोष व थरारकता जसजशी हळूहळू कमी होत गेली तसतसा अध्यक्षांना थकवा जाणवू लागला.

अध्यक्ष आणि फार वरच्या पातळीवरचे काही मोजके अधिकारी आत्ता व्हाईट हाऊसमधील रुझवेल्ट रूममध्ये बसले होते. शांतपणे शॅम्पेन पीत होते. आत्तापर्यंत आलेल्या सर्व चॅनेल्सच्या वृत्तान्ताचे, टीका-टिप्पणीचे इतिवृत्त रेकॉर्ड केले होते. ते सर्व रेकॉर्डिंग त्यांच्यासमोर असलेल्या एका टेलिव्हिजनवरती दाखविले जात होते.

आपली स्वत:ची पत्रकार परिषद त्यांनी बारकाईने पाहिली. टॉलन्डने तयार केलेला तो खास माहितीपट पाहिला. आत्ता पडद्यावरती एका चॅनेलची पत्रकार स्त्री हातात मायक्रोफोन घेऊन उभी होती. ती उत्साहाने नुसती सळसळत होती. तिच्या मागे व्हाईट हाऊसचे चित्र पार्श्वभूमीला होते.

ती पत्रकार स्त्री म्हणत होती, ''संपूर्ण मानवजातीला फक्त एका जीवप्रकाराने संबोधणारी, मेंदूला मुंग्या आणणारी व दूरगामी परिणाम करणारी आजची घटना आहे. नासाच्या शोधामुळे वॉशिंग्टन येथे घडणाऱ्या सध्याच्या राजकारणावरतीही त्याचे पडसाद उमटत आहेत. एवढेच नव्हे तर येथल्या राजकारणाला कठोर कलाटणीही मिळत आहे. उल्केमधील जीवाश्म उजेडात येण्याची आत्ताची वेळ ही अत्यंत यथायोग्य आहे, असेच म्हटले पाहिजे; कारण देशाच्या भावी अध्यक्षपदासाठी आत्ता चुरशीची लढाई चालू आहे.'' यानंतर तिचा आवाज थोडा गंभीर झाला. ती पुढे म्हणाली, ''सिनेटर सेक्स्टन यांच्यासाठी मात्र आजची ही घटना चांगली ठरली नाही.''

यानंतर ते रेकॉर्डिंग थांबवले गेले व दुपारी सीएनएनच्या स्टुडिओत झालेल्या चर्चेचे रेकॉर्डिंग चालू झाले. सिनेटर सेक्स्टन म्हणत होता,

''आता मला असे वाटते आहे, की पस्तीस वर्षांनंतरही जर आपल्या हाती काही लागले नसेल, तर आपल्याला अंतराळात कोठेही जीवसृष्टी सापडण्याची सुतराम शक्यता नाही.''

''अन् तुमचे हे मत, हे विधान चुकीचे ठरले तर?'' मार्जोरी टेन्चने त्याला विचारले.

आपले डोळे फिरवत सेक्स्टन म्हणाला, ''तर? तर मिस मार्जोरी टेन्च, मी माझी स्वत:ची कातडी हॅट खाऊन दाखवेन. माझी मलाच शिक्षा करेन.''

यावर रुझवेल्ट रूममधील प्रत्येकजण हसला. नीट विचार केला तर यावरून असे दिसते की मार्जोरीने सिनेटरला फार विचित्र रीतीने कोंडीत पकडले होते. राजकीय खेळामधील हा एक क्रूर भाग होत; परंतु तरीही प्रेक्षकांना याबद्दल फारसे काही वाटले नाही; कारण मुळात त्यांची सहानुभूती त्याच्याकडे फारशी नव्हती.

अध्यक्षांनी खोलीत सर्वत्र नजर फिरवून मार्जोरी टेन्चचा शोध घेतला. पत्रकार परिषद सुरू होण्यापूर्वी ती एकदाच त्यांना ओझरती दिसली होती. त्यानंतर ती अद्यापपर्यंत कुठेच दिसली नाही. आत्ता येथे ती असायला हवी होती. अध्यक्षांच्या मनात आले, आत्ता आम्ही जो आनंद साजरा करतो आहोत त्याचे बरेचसे श्रेय तिलाच जाते.

टीव्हीवरील बातम्या संपुष्टात येत चालल्या. त्यांचा आढावा घेतानाही 'व्हाईट हाऊसने राजकीय आघाडीवरती एक भली मोठी झेप घेतली.' अशी टिप्पणी केली गेली. त्याचबरोबर 'त्या राजकीय खेळीत सिनेटर सेक्स्टन यांनी आपल्याच पायावर धोंडा पाडून घेऊन खूप गमावले आहे' अशीही टिप्पणी केली गेली.

अध्यक्षांच्या मनात आले, *केवळ एका दिवसाने केवढा मोठा फरक झाला. राजकारणात कोणत्याही क्षणी तुमच्या भोवतालचे जग बदलते.*

आजचा दिवस संपला होता. रात्र सुरू झाली होती. जे काही बदल झाले होते ते पूर्ण थोडेच झाले होते. अध्यक्षांच्या मनात आलेला विचार हा पहाटेपर्यंत किती सार्थ ठरणार होता.

८५

मार्जोरी टेन्च म्हणाली होती, *पिकरिंग आपल्याला अडचणीत आणणार आहे, असे दिसते.*

मिल्ने हिमनदीवरच्या नासाच्या भव्य तंबूवरती वादळ चालून आले होते. वादळाचा जोर वाढत चालला होता; परंतु एक्स्ट्रॉमचे तिकडे लक्ष नव्हते; कारण त्याच्या मनात मार्जोरीचे शब्द घुमत होते. तिने दिलेली बातमी फारच गंभीर होती. त्या बातमीने त्याचे मन व्यापून गेले होते. त्यापुढे त्याचे मन वादळाची दखल घेईना. तंबूला पक्क्या ताणून धरणाऱ्या केबल्सचा आवाज आता वरच्या पट्टीत होऊ लागला. तंबूतील नासाचे कर्मचारी मनातून भ्यायले होते. झोपायला जायच्या ऐवजी उगाचच जागे राहून काहीतरी कामे करण्याचा देखावा करत होते. एक्स्ट्रॉमच्या मनात एक दुसरेच वादळ घोंगावू लागले होते. आत्ता वॉशिंग्टनमध्ये काय चालले असेल? तिथे नक्की काहीतरी स्फोटक वातावरण निर्माण झाले असणार. गेल्या काही तासांत अनेक समस्या त्याच्यासमोर उभ्या राहिल्या होत्या. त्या सर्वांना तो शर्थीने तोंड देत होत; परंतु एक समस्या मात्र इतर सर्व समस्यांपेक्षा सर्वांत मोठी होती. त्या समस्येपुढे बाकी सर्व समस्या फिक्या पडल्या होत्या.

पिकरिंग आपल्याला अडचणीत आणणार आहे, असे दिसते.

एक्स्ट्रॉम हा पृथ्वीवरील कोणत्याही माणसाला भारी ठरेल असा होता. त्याला प्रतिस्पर्धी कोणीही नव्हता. फक्त पिकरिंग हीच अशी व्यक्ती होती की जिच्यापुढे त्याचे काहीही चालत नव्हते. गेली अनेक वर्षे नासा व एक्स्ट्रॉम यांच्यावरती पिकरिंग सतत कुरघोडी करत आला होता. नासाचे खासगीकरणाच्या धोरणावर नियंत्रण ठेवणे, निरनिराळ्या मोहिमांमध्ये अग्रक्रम ठरवणे आणि नासाच्या वाढत्या अपयशाला आटोक्यात आणणे अशा कामात पिकरिंगचा हात असे.

एनआरओचा SIGINT हा अब्जावधी डॉलर्सचा उपग्रह सोडताना जमिनीवर जो स्फोट होऊन सर्व अग्निबाण जळून गेला, तेव्हापासून पिकरिंगचा नासावरचा रोष वाढला होता. एक्स्ट्रॉमला ते ठाऊक होते. नासामधून महत्त्वाची माहिती बाहेर फुटली किंवा नासातील वरिष्ठ पदे भरण्याची वेळ आली, की पिकरिंग सावध होऊन

खूप टीका करत असे. नासाविरुद्धच्या त्याच्या तक्रारी म्हणजे एक सतत चालणारे भ्रमनिरासाचे आणि धुसफुशीचे नाट्य होते.

नासाने एक्स-३३ नावाचे एक अंतराळ विमान तयार केले होते. अंतराळात जाऊन येणाऱ्या सध्याच्या शटलयानासाठी तो एक पर्याय होता; परंतु ते विमान तयार होऊनही गेली पाच वर्षे त्याचे उड्डाण सतत लांबणीवर पडत गेले होते. परिणामी, एनआरओचे डझनभर उपग्रह हे दुरुस्तीवाचून अंतराळात निकामी होऊन फिरत राहिले होते. त्यातील काहींची आशा तर सोडून देण्यात आली होती. शेवटी एक्स-३३ या अंतराळ विमानाचा प्रकल्प पूर्णपणे रद्द करण्यात आला होता. यामध्ये ९० कोटी डॉलर्स वाया गेले. पिकरिंगला ते कळताच त्याचा राग पराकोटीला गेला. त्या वेळी पिकरिंगने नासाविरुद्ध खूप थयथयाट केला होता.

तंबूतील आपल्या ऑफिसात दारावरचा पडदा सारून एक्स्ट्रॉम आत शिरला. टेबलापाशी तो जाऊन बसला आणि त्याने दोन्ही हातांनी आपले डोके गच्च दाबून धरले. त्याला काही निर्णय घ्यायचे होते. आजच्या दिवसाची अखेर ही एका भयप्रद संकटाच्या चाहुलीने होत होती. ते संकट त्याला घेरून टाकत होते. विल्यम पिकरिंग आता काय करेल याचा अंदाज घेण्यासाठी त्याने पिकरिंगच्या मन:स्थितीची कल्पना करण्यास सुरुवात केली. आता पिकरिंग पुढे काय करेल? पिकरिंगसारखा कोणताही बुद्धिमान माणूस हा नासाच्या आत्ताच्या शोधाचे महत्त्व प्रथम जाणून घेईल. निवडलेले काही पर्याय हे तो वगळेल. या आत्ताच्या आनंदाच्या क्षणी विरजण घालणारे व न भरून येणारे नुकसान किती झाले आहे याचा तो अंदाज घेईल.

परंतु पिकरिंगजवळ जी काही गुप्त माहिती आहे, पुरावा आहे, त्याचे तो काय करेल? तो ती माहिती वापरेल, का त्याचा उपयोग करून नासाला पाहिजे तसे वाकवून आपला सूड उगवेल?

तो नक्कीच तसले काहीतरी करणार, हे जाणून एक्स्ट्रॉमच्या कपाळावर आठ्या पडल्या.

नासाच्याबद्दल काही खोलवर गेलेली कारणे पिकरिंगकडे होती... त्यातले एक कारण म्हणजे नासाबद्दल त्याच्या मनात भरून राहिलेला वैयक्तिक कडवटपणा. राजकारणापेक्षाही हे कारण फार खोलवर रुजलेले होते.

८६

रेचल गप्प बसली होती. समोरच्या खिडकीतून बाहेर रोखून पहात होती. तिच्या मनात अनेक विचार धावत होते. त्यांचे जी-फोर विमान कॅनडाच्या किनाऱ्याच्या कडेकडेने धावत होते. टॉलन्ड कॉर्कीशी गप्पा मारीत होता. त्या उल्केच्या अस्सलपणाला

दुजोरा देणारे अनेक अधिकृत पुरावे होते; परंतु तरीही 'त्या उल्केमधील पूर्वीच्या मर्यादेपेक्षा निकेलचे प्रमाण थोडे अधिक आहे,' या कॉर्कीच्या मतामुळे रेचलचा मूळचा संशय पुन्हा पुन्हा डोके वर काढत होता. विरून जात नव्हता. गुप्तपणे बर्फाच्या थरात खालून उल्का घुसवल्याची घटना ही ती फसवणूक किती हुषारीने केली हे दर्शवत होती. यामुळेच त्या उल्केच्या अस्सलपणाबद्दल रेचलला संशय येत होता.

पण तरीही, जे शास्त्रीय पुरावे हे उल्केच्या खरेपणाला पाठिंबा देत होते त्याचे काय? ते कसे खोडून काढणार? काय करावे ते तिला सुचत नव्हते.

रेचल खिडकीपासून दूर झाली. तिने पुन्हा तो चकतीसारखा उल्केचा नमुना पाहिला. त्यातले छोटे छोटे कॉन्ड्र्यूल्स चमकत होते. टॉलन्ड व कॉर्की यांनी थोडा वेळ त्या कॉन्ड्र्यूल्सवरती चर्चा केली. ती चर्चा शास्त्रीय परिभाषेत असल्याने रेचलच्या डोक्यावरून गेली. इक्विलिब्रेटेड ऑलिव्हिन लेव्हल्स, मेटॅस्टेबल ग्लास, मॅट्रायसेस आणि मेटॅमॉर्फिक रिहोमोजनेशन हे असले शब्द रेचलला कळणे शक्यच नव्हते; परंतु त्या दोघांच्या चर्चेचा गोषवारा तिला समजला. त्यांच्या मते कॉन्ड्र्यूल्सचे अस्तित्व हे निर्णायकपणे तो दगड हा उल्काच असल्याचे दाखवत होता. त्यात कोणताच संदेह नव्हता.

रेचलने आपल्या हातातील उल्केच्या चकतीची हालचाल केली. त्या चकतीच्या कडेवरून तिने आपले बोट फिरवले. काही भागावरती तिथे वितळलेला पातळ थर, पापुद्रा होता. तो जळालेला भाग हा तसा ताजाच वाटत होता. ३०० वर्षे म्हणजे फारसा काळ लोटलेला नव्हता. शिवाय ती उल्का बर्फामध्ये गाडली गेलेली असल्याने तिच्यावरती बाहेरच्या वातावरणाचा कसलाच परिणाम झाला नव्हता. ही गोष्ट तिला तशी तर्कसंभव वाटली. रेचलने टीव्हीवरच्या अनेक कार्यक्रमांत बर्फात गाडली गेलेली पुरातन प्रेते बाहेर काढलेली पाहिली होती. अगदी चार हजार वर्षांपूर्वीचे प्रेत असले तरी त्या प्रेताची कातडी व्यवस्थित परिपूर्ण वाटायची.

तो फ्युजन क्रस्ट, वितळलेल्या पदार्थांचा पापुद्रा ती नीट पाहू लागली. एकदम एक वेगळाच विचार तिच्या मनात आला. त्याबद्दलची माहिती कशी काय दिली गेली नाही? ही माहिती वगळल्याचे उघड उघड जाणवत होते. चुकून ती माहिती दिली गेली नाही, का कुणाच्या तरी विसराळूपणामुळे ती देण्याचे राहून गेले.

ती एकदम कॉर्कीकडे वळून म्हणाली, ''त्या फ्युजन क्रस्टच्या पापुद्र्याची नक्की तारीख काय? तो केव्हा निर्माण झाला याची तपासणी कशी कुणी केली नाही?''

कॉर्कीने तिच्याकडे वरती मान करून पाहिले. तो गोंधळला होता. तो म्हणाला, ''काय?''

"हा जो फ्युजन क्रस्ट आहे तो केव्हा निर्माण झाला? त्याचा काळ ठरवला गेला का? जर तो काळ काढला गेला आणि जंगरसोल उल्का जेव्हा पडली, त्याच्याशी जर तो जुळला तर ती उल्का अस्सल आहे असे म्हणण्यास आधार मिळेल."

कॉर्की यावर म्हणाला, "सॉरी. त्याचा काळ काढणे अशक्य आहे. ऑक्सिडेशन होताना सारे काही बदलून जाते. रेडिओ आयसोटोप मार्कर्स असतील तर त्यांची नव्याने मांडणी होते. शिवाय रेडिओ आयसोटोपचा नष्ट होण्याचा वेग हा अत्यंत मंद असतो. म्हणून पाचशे वर्षांपेक्षा कमी काळ मोजणे हे अशक्य ठरते."

दिलेल्या माहितीमध्ये ही कालनिश्चितीची माहिती का नाही याचे कारण आता रेचलला उमगले. ती म्हणाली, "म्हणजे हा खडक, दगड किंवा उल्का ही मध्ययुगीन काळात जळत जळत आकाशातून खाली आली असेल किंवा गेल्या आठवड्यात खाली पडली असेल. असेच ना?"

टॉलन्डने तोंडातून चक् चक् आवाज काढत म्हटले, "विज्ञानाजवळ सर्व प्रश्नांची उत्तरे असतात असे नाही."

रेचल आता बोलू लागली, "उल्केवरती फ्युजन क्रस्ट आहे, जळालेला पापुद्रा आहे याचा अर्थ फार मोठ्या तापमानाला उल्का जळत आली असली पाहिजे. तांत्रिकदृष्ट्या म्हणायचे झाल्यास दीड शतकापूर्वी केव्हाही हा दगड कोणत्याही तऱ्हेने जळाला असला पाहिजे."

"कोणत्याही तऱ्हेने जळाला असला पाहिजे? चूक!" कॉर्की बोलू लागला, "कोणत्याही तऱ्हेने नव्हे, तर फक्त एकाच तऱ्हेने. अन् ते म्हणजे वातावरणातून ती उल्का खाली पडताना."

"का बरे? दुसरी कोणतीही तऱ्हा नाही? तशी शक्यता का धरायची नाही? कशावरून तो उल्केचा दगड भट्टीत भाजला गेला नसेल?" रेचल आपला मुद्दा सोडायला तयार नव्हती.

कॉर्की म्हणाला, "भट्टी? त्या उल्केचे सर्व नमुने हे इलेक्ट्रॉन मायक्रोस्कोपखाली तपासलेले आहेत. जगातील कोणतीही अत्यंत स्वच्छ असलेली भट्टी घेतली तरी त्यात भाजल्या गेलेल्या दगडावरती भट्टीतल्या इंधनाचे अंश चिकटतातच. मग ते इंधन खनिजतेलाचे असो, रसायनाचे असो किंवा अणुइंधन असो; पण ते जाऊ दे. उल्का वातावरणातून जळत खाली येताना त्यावरती हवेचे चरे उमटल्याच्या खुणा दिसतात. वितळलेल्या पृष्ठभागावर तशा खुणा उमटतात. त्यांना 'स्ट्राएशन्स' म्हणतात. भट्टीत भाजल्या गेलेल्या दगडावरती तशा खुणा कशा उमटतील?"

ज्या मार्गाने उल्का खाली येते त्या मार्गाला समांतर अशा रेघा, चरे किंवा स्ट्राएशन्स उमटतात. रेचल हे विसरूनच गेली होती. ज्या अर्थी तशा खुणा

उल्केवरती होत्या त्या अर्थी ती नक्कीच वातावरणातून खाली कोसळत पडली असली पाहिजे. मग तिने धाडस करून आणखी एक शक्यता मांडली, "कशावरून तो दगड ज्वालामुखीच्या स्फोटातून वर उडून खाली पडला नसेल?"

यावर कॉर्कीने मान हलवत म्हटले, "तो जळालेला भाग अति अति स्वच्छपणे व परिपूर्ण रीतीने जळाला आहे."

रेचलने टॉलन्डकडे त्याच्या मताच्या अपेक्षेने पाहिले.

टॉलन्ड म्हणाला, "मला ज्वालामुखींचा पुरेसा अनुभव आहे. समुद्रतळावरच्या ज्वालामुखींचाही मी अनुभव घेतला आहे. कॉर्कीचे म्हणणे बरोबर आहे. ज्वालामुखीतून बाहेर उडालेल्या दगडांवरती डझनभर तरी दूषित द्रव्ये चिकटलेली असतात. त्यात कार्बन-डाय- ऑक्साईड, सल्फर-डाय-ऑक्साईड, हायड्रोजन सल्फाईड, हायड्रोक्लोरिक ॲसिड वगैरे असतात. ही सर्व द्रव्ये इलेक्ट्रॉन मायक्रोस्कोपखाली सहज दिसून येतात. तो फ्युजन क्रस्ट हा वातावरणातून खाली येताना हवेशी झालेल्या घर्षणामुळे निर्माण झाला आहे. ए क्लीन बर्न!"

रेचलने एक सुस्कारा सोडला व ती खिडकीतून खाली पाहू लागली. ए क्लीन बर्न! एक परिपूर्ण जळणे! ते शब्द तिच्या डोक्यात ठाण मांडून बसले. तिने टॉलन्डला विचारले, "क्लीन बर्न म्हणजे काय?"

त्याने आपले खांदे उडवत म्हटले, "इलेक्ट्रॉन मायक्रोस्कोपमधून एखादी जळालेली वस्तू पाहिली असता जर आम्हाला इंधनाचे अंश किंवा अवशेष पृष्ठभागावरती दिसले नाहीत, तर आम्ही समजतो, की तो पदार्थ घर्षणामुळे तापून जळाला आहे, रसायनांमुळे किंवा किरणोत्सर्गी पदार्थांमुळे नव्हे."

"जर तुम्हाला मायक्रोस्कोपखाली इंधनांचे अंश दिसले नाहीत, कोणतेही अन्य घटक सापडले नाहीत, तर मग त्या फ्युजन क्रस्टचे रासायनिक पृथक्करण काय असू शकेल?"

कॉर्की तिला सांगू लागला, "ज्याची आम्हाला अपेक्षा होती तेच आम्हाला सापडले. हवेतलेच शुद्ध घटक सापडले. म्हणजे नायट्रोजन, ऑक्सिजन, हायड्रोजन; परंतु पेट्रोलियमचा अंश सापडला नाही. सल्फरचा अंश सापडला नाही. ज्वालामुखीत असलेले कोणतेही आम्ल सापडले नाही. खास असे काहीही सापडले नाही. जे काही सापडले ते वातावरणातून उल्का खाली येताना जे तिच्या पृष्ठभागावर सापडते तेच व तेवढेच सापडले."

रेचल आपल्या आसनावर मागे रेलून बसली. ती आता आपल्या मनातील विचारांवरती लक्ष केंद्रित करत होती.

कॉर्की आसनावर पुढे झुकला व तिच्याकडे पहात म्हणाला, "तुमच्या मनात आता एक नवीन कल्पना सुचत असणार, किंवा सुचलीही असेल. त्या कल्पनेनुसार

नासाने जीवाश्म असलेला एक मोठा दगड निवडला व तो उंच अंतराळात स्पेस शटलमधून नेला. मग तो खाली पृथ्वीकडे भिरकावून दिला. जळत जळत खाली पडणाऱ्या ह्या गोळ्याकडे कोणाचेही लक्ष जाणार नाही, असे नासा धरून चालली होती. पृथ्वीवर जिथे कुठे हा दगड पडेल तिथे जो मोठा खळगा निर्माण होईल, स्फोट झाल्यासारखा धुरळा उडेल वगैरे गोष्टीसुद्धा कोणाच्याही लक्षात येणार नाहीत असे नासा धरून चालली होती. असा जर तुमचा नवीन सिद्धान्त असेल तर कृपया तो मला सांगू नका.''

कल्पना जरी रंजक असली तरी रेचलच्या डोक्यात तसली कल्पना उगवली नव्हती. ती कल्पना प्रत्यक्षात अमलात आणण्यास अनेक व्यावहारिक अडचणी होत्या. तिचे विचार हे जमिनीवरतीच बनावट उल्का कशी करता येईल याकडे चालले होते. *हवेतील सर्व मूलद्रव्ये पृष्ठभागावरती चिकटणारा. संपूर्ण व स्वच्छ ज्वलन होते. हवेतून वेगाने जाताना वितळलेल्या पदार्थांचे ओघळ हे स्ट्राएशन्सच्या रेघा निर्माण करतात.* या मुद्द्यांवरती ती विचार करत होती. त्या वेळी तिच्या मनाच्या कोपऱ्यात कुठे तरी मध्येच एक बारीक ठिणगी चमकून गेली. ती म्हणाली, ''वातावरणातील नायट्रोजन, ऑक्सिजन इत्यादी वायूंचे जे प्रमाण असते, त्याच प्रमाणात या वायूंचे अस्तित्व असलेल्या उल्केच्या पृष्ठभागावरती सापडायला हवे. तसे ते आजवरच्या सर्व उल्कांच्या पृष्ठभागावरील फ्युजन क्रस्टमध्ये सापडलेत का?''

कॉर्कीला या प्रश्नाचे उत्तर थोडेसे टाळायचे असावे असे दिसले. तो म्हणाला, ''तुम्ही हे का विचारता?''

तो उत्तर देण्यास का कू करतो आहे हे पाहून रेचलची नाडी चटकन धावू लागली. ती म्हणाली, ''वातावरणातील वायूंच्या प्रमाणात फ्युजन क्रस्टमधले प्रमाण सापडले नाही. असेच ना?''

''त्यामागे एक शास्त्रीय खुलासा आहे.''

ते ऐकताच तिचे हृदय धडधडू लागले. ती म्हणाली, ''वातावरणातील एखाद्या तरी वायूच्या संयुगाचे प्रमाण कल्पनातीत वाढलेले तुम्हाला आढळले का?''

तिच्या या प्रश्नावरती कॉर्की व टॉलन्ड यांनी एकमेकांकडे दचकून पाहिले. कॉर्की म्हणाला, ''होय, पण–''

''तो वायू हायड्रोजन होता का? आयोनाइज्ड हायड्रोजन?'' तिने उतावीळपणे विचारले.

तिचा हा प्रश्न ऐकताच त्या खगोलभूशास्त्रज्ञाचे डोळे एकदम मोठे झाले. तिने ते ओळखले कसे हे त्या दोघांना कळेना. कॉर्की म्हणाला, ''पण तुमच्या कसे हे लक्षात आले?''

टॉलन्डलाही रेचलचे आश्चर्य वाटले. रेचल त्या दोघांकडे रोखून पहात म्हणाली, ''पण ही गोष्ट मला कोणीच कशी सांगितली नाही?''

''कारण त्यामागे एक पक्का शास्त्रीय खुलासा अस्तित्वात आहे.'' कॉर्की म्हणाला.

''मला सांगा तो,'' तिने म्हटले.

''जादा प्रमाणात आयोनाइज्ड हायड्रोजन वायूचे प्रमाण उल्केच्या पृष्ठभागात सापडण्याचे कारण ती उल्का उत्तर ध्रुवाभोवतालच्या वातावरणातून खाली पडलेली होती. त्या ठिकाणी पृथ्वीचे चुंबकीय क्षेत्र जास्त असल्याने तिथे हायड्रोजनचे आयन्स अतिरिक्त प्रमाणात एकवटले जातात.''

यावर रेचलने आपल्या भुवया उंचावल्या. ती म्हणाली, ''पण यासाठी माझ्याकडे मात्र एक वेगळेच कारण आहे.''

८७

नासाच्या मुख्यालयातील चौथा मजला हा तळमजल्यावरील लॉबीशी तुलना करता अनाकर्षक होता. सर्वत्र ओसाड वाटणारे व्हरांडे. ओळीने असणारी अनेक केबिन्सची दारे. कसलीही हालचाल नसल्याने सारे वातावरण निर्जीव वाटत होते. सर्वत्र पाट्या होत्या. त्यावरती पारदर्शक प्लॅस्टिकचे थर चढवले होते. त्या पाट्या दिशांचे बाण दर्शवत होत्या.

←   LANDSAT 7

TERRA   →

←   ACRIMSAT

←   JASON

AQUA   →

PODS   →

पॉडसच्या खुणेच्या पाट्या पहात गॅब्रिएल जाऊ लागली. लांबलचक व्हरांड्यातून ती पुढे जात राहिली. अखेर जिथे तो व्हरांडा संपला होता तिथे ती पोहोचली. त्या ठिकाणी असलेल्या शेवटच्या खोलीला पोलादी दारे होती.

POLAR ORBITING DENSITY SCANNER (PODS)

Section Manager, Chris Harper

ती पोलादी दारे अर्थातच पक्की बंद होती. की-कार्ड व पिनकार्ड यांच्याच साहाय्याने ती उघडू शकत होती. ती दाराबाहेर उभी राहिली. क्षणभर तिला आतमध्ये कोणीतरी बोलत आहे असे ऐकू आले. आत कोणीतरी खरोखरच आग्रहाने काहीतरी वाद घालतो आहे असे तिने ऐकले; पण सारे अस्पष्ट होते. आपण दारावरती ठोठवावे का? मग आतून दार उघडले जाईल? पण तसे करण्यात धोका होता. तिला फक्त क्रिस हार्पर यांनाच भेटायचे होते, अन् तेही इतरांना न समजता. तिने आजूबाजूला दुसरे एखादे दार आहे का याचा शोध घेतला; पण तसे ते कुठेही नव्हते. मुख्य दाराशेजारी एक छोटे दार होते. ते तिने उघडून पाहिले. सुदैवाने ते इलेक्ट्रॉनिक्सच्या साहाय्याने बंद केले जाणारे नव्हते. आतमध्ये फक्त झाडू, बादल्या, फरशी स्वच्छ पुसण्याचे सामान असल्या किरकोळ गोष्टी होत्या; परंतु तिला कुठेही किल्ल्यांचा जुडगा दिसला नाही.

ती तेथून बाहेर पडली व परत त्या पोलादी दारापाशी आली. आपले कान तिने दाराला लावले. या वेळी तिला आतले आवाज स्पष्टपणे ऐकू आले. आता ते आवाज मोठे होत चालले. दाराच्या दिशेने पावले वाजली. दाराचे लॅच आतून कोणीतरी काढत असल्याचा आवाज तिने ऐकला.

तिने तेथून ताबडतोब दूर जायला हवे होते. कुठेतरी लपायला हवे होते; पण तेवढा वेळ नव्हता. ती एकदम बाजूच्या भिंतीला जाऊन चिकटली, पालीसारखी चिकटली. ते दार बाहेर उघडणारे असल्याने त्या दारामागे ती आपोआपच झाकली जाणार होती. तसेच झाले. ते दार बाहेर उघडले जाऊन आतून तीन-चार जणांचा एक गट घाईघाईने बाहेर पडला. ते सर्वजण आपसात तावातावाने बोलत होते. त्यांच्या बोलण्यातून राग व्यक्त होत होता.

"या हार्परची अडचण तरी कसली? मला तर वाटले की आज हा पार ढगात तरंगत असेल."

दुसरा एकजण म्हणाला, "मला वाटले की आज हा रात्रभर आनंद साजरा करत बसेल; पण लेकाचा म्हणतो, 'मला एकट्याला येथे राहू द्या.' काय झाले आहे तरी काय याला?"

ती बाहेर पडलेली माणसे बोलत बोलत दारापासून दूर जाऊ लागली. त्यांच्यामागे ते पोलादी दार आता न्यूमॅटिक बिजागऱ्यांवरती फिरत हळूहळू मिटू लागले. गॅब्रिएल हळूहळू उघडी पडत चालली. ती दूर जाणारी माणसे दिसेपर्यंत गॅब्रिएलला स्तब्ध रहाणे भाग होते. दार मिटत चालले होते. आता काही इंच पुढे गेले, की ते संपूर्ण मिटणार होते. आता मात्र ती झटकन पुढे झाली व तिने दाराची मूठ धरून दार बंद होण्यापासून रोखले. दूर गेलेली माणसे एका कोपऱ्यावरती वळून अदृश्य होत गेली; परंतु त्यांच्यापैकी कोणीही मागे वळून पाहिले नाही. ती सर्व माणसे वळून

जाईपर्यंत गॅब्रिएल दाराची मूठ धरून तशीच निश्चल उभी होती.

गॅब्रिएलने धडधडत्या हृदयाने दार ओढून उघडले व आत पाऊल टाकले. आतमध्ये अंधुक प्रकाश होता. आत गेल्यावर अजिबात आवाज न करता तिने दार बंद केले.

आतली जागा बऱ्यापैकी मोठी होती. ती एक प्रयोगशाळा होती. विविध यंत्रे, इलेक्ट्रॉनिक उपकरणे, संगणक इत्यादींची तिथे गर्दी झाली होती. त्या अंधुक प्रकाशाला तिचे डोळे सरावल्यावरती तिला ते नीट पहाता आले. अनेक ब्ल्यू प्रिन्ट्स व गणिते केलेले कागद तिथे पडले होते. खोलीच्या दारावरती एक दिवा मंदपणे जळत होता. पाय न वाजवता गॅब्रिएल तिथे चालत गेली. दारावरती एक छोटी खिडकी होती. खिडकीच्या काचेतून तिने आत पाहिले. एक माणूस संगणकापाशी बसून काम करत होता. टीव्हीवरील नासाच्या पत्रकार परिषदेत हाच माणूस तिने पाहिला होता. दाराच्या पाटीवरती लिहिले होते :

Chris Harper
Section Manager, PODS

येथवर यशस्वीपणे येऊन पोहोचल्यावर मात्र तिचे हातपाय गळाठले. तिला एकदम भीती वाटू लागली. या प्रकरणात माघार घ्यावी आणि पळ काढावा असे तिला वाटले. सिनेटर सेक्स्टनने हार्पर खोटे बोलल्याचे किती ठासून सांगितले होते ते तिला आठवले, "या गोष्टीला पुरावा मिळाला तर येथून पुढची मोहीम मी त्यावरतीच अवलंबून ठेवीन," असेही तो तिला म्हणाला होता.

सिनेटरसारखेच इतरही काहीजण होते व त्यांनाही हार्पर खोटे बोलल्याचे ठामपणे वाटत होते. जर यामागचे सत्य गॅब्रिएलने हुडकून काढले तर तेही मग नासावरती तुटून पडणार होते. आत्ताच्या राजकीय खेळीत हरलेले सारेजण त्यांना नासाविरुद्ध एखादा सूक्ष्म मुद्दा जरी मिळाला तरी ते पुन्हा दंड थोपटून उभे रहाणार होते. आज दुपारी मार्जोरी टेन्चने आपल्याला जी वागणूक दिली ती गॅब्रिएलला आठवली. तिच्या मनातला राग उफाळून आला. काय वाटेल ते झाले तरी आता माघार घ्यायची नाही, असा तिचा निश्चय झाला.

दार ठोठावण्यासाठी तिने आपला हात वर उचलला खरा; पण तिला योलंडाचे शब्द आठवल्याने तिने दार ठोठावले नाही. योलंडा तिला म्हणाली होती, की जर क्रिस हार्परने जगापुढे असत्य सांगितले असेल तर तो कशासाठी तुला खरे सांगेल?

त्याला खरे बोलायला भाग पाडण्यासाठी काय करावे? 'भीती' हाच एकमेव उपाय तिच्यापुढे उभा होता. अशीच भीती तिच्यापुढे मार्जोरीने उभी केली होती. मग

तिने तेवढ्यातल्या तेवढ्यात मनात एक योजना आखली. अनेकदा सिनेटर आपल्या राजकीय विरोधकांच्या तोंडून माहिती काढून घेण्यासाठी तशी योजना आखत असलेले तिने पाहिले होते. त्यातला नीतिमत्तेचा भाग सोडला तर तशा योजना यशस्वी होत हेही तिने पाहिले होते. आज आता नीती-अनीतीचा विचार करायचा नाही. जर क्रिस हार्परला खरे बोलायला आपण भाग पाडले, त्याने पत्रकार परिषदेत आपण जाहीरपणे खोटे बोललो असे कबूल केले, तर सिनेटरच्या निवडणूक प्रचारमोहिमेसाठी एक छोटे का होईना पण दार उघडून दिल्यासारखे होईल. शिवाय सिनेटर हा एक असा माणूस होता की त्याला थोडी जरी फट सापडली तर तो मोठ्या कौशल्याने समोरच्या व्यक्तीवरती बाजू उलटवून लावू शकत होता.

गॅब्रिएलची योजना ही 'अतिरिक्त आरोप करणे' या धोरणावरती आखलेली होती. संशयितांकडून माहिती काढून घेण्यासाठी त्याच्यावरती अनेक खोटे आरोप लादले की मग तो फक्त जे खरे आहे तेवढेच ओकून टाकतो, बाकीचे नाकारतो. रोमन अधिकाऱ्यांनी ही युक्ती शोधून काढलेली होती. त्याच्या साहाय्याने ते संशयित गुन्हेगारांच्या तोंडून सत्य वदवून घेत. ती पद्धत तशी अगदीच सोपी होती :

जी माहिती हवी आहे ती आधी नीट पक्की करा.

मग त्याबरोबरच अनेक अतिगंभीर गुन्ह्यांचे आरोप संशयितांवरती लादा.

थोडक्यात, आरोपीसमोर फक्त दोनच पर्याय ठेवा. सर्व आरोप कबूल करणे किंवा जे खरे आहे तेवढेच कबूल करणे. यामध्ये आरोपी फक्त सत्य सांगण्याचा पर्याय निवडतो.

या युक्तीमुळे संशयितांच्या मनातील आत्मविश्वास निघून जातो, निर्धार ढेपाळतो; परंतु ही युक्ती येथे उपयोगी पडेल काय? आपली योजना सफल होईल काय? गॅब्रिएलला पुढे काय होईल त्याचा अंदाज येईना. शेवटी हा एक जुगार खेळून पहायचाच, असे ठरवून तिने एक खोल श्वास घेतला. आपल्या योजनेतील मुद्दे पुन्हा एकदा मनात नीट रचले आणि मोठ्या आत्मविश्वासाने दार ठोठावले.

आतून हार्पर ओरडून म्हणाला, ''मी तुम्हाला सांगितले होते ना की मी कामात आहे म्हणून!''

तिने तरीही पुन्हा दार ठोठावले. या वेळी तर अधिक जोराने ठोठावले.

''मी सांगितले ना तुम्हाला की मी खाली येणार नाही.''

आता मात्र तिने आपल्या मुठीने दारावरती प्रहार केले.

क्रिस हार्पर उठला, ताडताड चालत दाराकडे गेला आणि त्याने चिडून दार उघडले. तो म्हणाला, ''ब्लडी हेल, तुम्हाला–'' दारात गॅब्रिएलला पाहून तो एकदम थांबला.

''डॉ. हार्पर,'' गॅब्रिएल कळकळीच्या सुरात बोलली.

"तुम्ही येथे आलातच कसे?"

गॅब्रिएलचा चेहरा कठोर होता. चेहऱ्यावरती एकही रेषा तिने उमटू दिली नाही. ती थंड स्वरात त्याला म्हणाली, "मी कोण आहे ते तुम्हाला ठाऊक आहे?"

"अर्थातच! तुमचे सिनेटर साहेब माझ्या प्रकल्पावरती अनेक महिने टीका करत होते; पण तुम्ही आत कशा आलात?"

"सिनेटर सेक्स्टन यांनी मला आपल्याकडे पाठवले आहे."

हार्परने तिच्या मागे प्रयोगशाळेत आपली नजर फिरवून सर्वत्र पाहिले व विचारले, "पण मग तुमच्याबरोबरचा नासाच्या सिक्युरिटीचा माणूस कुठे गेला?"

"त्याच्याशी तुम्हाला काहीही कर्तव्य नाही नि आत्ता ते अजिबात महत्त्वाचे नाही. सिनेटर साहेबांच्या सर्वत्र ओळखी आहेत."

"या इमारतीमध्येसुद्धा?" हार्परच्या नजरेत शंका प्रकट झाली होती.

"डॉ. हार्पर," गॅब्रिएल आता गंभीर आवाजात बोलू लागली, "तुम्ही अप्रामाणिक आहात. तुम्ही खोटे बोलता आणि तुमच्या सर्व प्रकरणांची शहानिशा करण्यासाठी सिनेटरने एक खास सिनेटोरियन जस्टिस बोर्डची मागणी केली आहे. त्यांची मागणी मंजूर होऊन पुढचे बरेच काम झालेले आहे."

हार्परने डोळे बारीक करून तिला विचारले, "तुम्ही कशाबद्दल बोलता आहात?"

"तुमच्यासारख्या हुषार माणसांनी बावळटपणाचे सोंग आणू नये. डॉ. हार्पर, तुम्ही आता अडचणीत आलेला आहात. म्हणून सिनेटरने मला तुमच्याकडे काही बोलणी करण्यासाठी पाठवलेले आहे. सिनेटर साहेबांच्या प्रचारमोहिमेला आज फार फार मोठा तडाखा बसला आहे. तेव्हा ते खूप चिडलेले असून आता ते कोणालाही दयामाया दाखवणार नाहीत. जर त्यांना वाटले तर ते तुमचा पाडाव केल्यावाचून आता रहाणार नाहीत. हे सारे तुमच्याकडून सुरू झालेले आहे."

"तुम्ही काय बोलता आहात? नीट शुद्धीवरती आहात ना?"

मग गॅब्रिएलने एक खोल श्वास घेतला आणि आपली चाल ती खेळू लागली. ती म्हणाली, "पॉडसमधल्या विसंगत घनता शोधणाऱ्या सॉफ्टवेअरबद्दल तुम्ही पत्रकार परिषदेत बेधडक खोटे बोललात. आम्हाला ठाऊक आहे ते. तसेच, ही गोष्ट आणखी बऱ्याच जणांनाही ठाऊक आहे; पण आत्ता तो काही प्रश्न समोर उभा नाही." हार्पर यावरती आपले तोंड उघडून काही बोलू पहात होता; पण गॅब्रिएल आवाज चढवून पुढे म्हणाली, "सिनेटरने आत्ता नुसता इशारा करताच तुमच्या साऱ्या थापा बाहेर येतील; पण त्यांना त्यात फारसा रस नाही. त्यांना याहीपेक्षा मोठ्या प्रकरणात रस आहे." एवढे बोलल्यावर आपला आवाज खाली आणून ती पुढे म्हणाली, "मी कशाबद्दल बोलते आहे ते तुम्हाला समजले असेलच."

"नाही. मी–"

परंतु तिने त्याला पुढे बोलूच दिले नाही. ती म्हणाली, ''सिनेटरने आपल्यापुढे एक प्रस्ताव ठेवला आहे. ज्यांच्याबरोबर तुम्ही नासातील पैशांचा अपहार करत आहात त्या वरिष्ठ एक्झिक्युटिव्ह मंडळींची नावे तुम्ही सिनेटर साहेबांना दिलीत, तर सिनेटर सॉफ्टवेअरबद्दलचे तुमचे खोटे वक्तव्य विसरून जायला तयार आहेत.''

हे ऐकताच क्रिस हार्परचे डोळेच फिरले. तो म्हणाला, ''काय? मी पैशांचा अपहार करतो?''

''सर, तुम्ही जे काही बोलाल ते नीट विचारपूर्वक बोला, असे मी तुम्हाला सुचवते. गेले काही महिने सिनेटोरियल कमिटी ही या प्रकरणासंबंधातील कित्येक कागदपत्रे गोळा करत आलेली आहे. अन् तरीही तुमच्याकडे कमिटीचे लक्ष जाणार नाही, असे तुम्हाला वाटते? पॉडसच्या संदर्भातील सर्व कागदपत्रांची तपासणी केली आहे. तसेच नासातील अपहार केलेले पैसे खासगी खात्यात भरल्याचीही कागदपत्रे मिळवली गेली आहेत. डॉ. हार्पर नासातर्फे खोटे बोलल्याबद्दल आणि नासाच्या पैशांचा अपहार केल्याबद्दल तुम्ही तुरुंगात जाऊ शकता. विसरलात तुम्ही हे?''

''परंतु मी असला कोणताही गुन्हा केलेला नाही!''

''तुम्ही पॉडसबद्दल खोटे बोलला नाहीत?''

''मी कोणत्याही पैशांचा अपहार केला नाही, असे मला म्हणायचे आहे.''

''म्हणजे तुम्ही पॉडसबद्दल *खोटे बोललात* तर.''

यावर हार्पर तिच्याकडे पहात राहिला. काय बोलावे ते त्याला सुचेना.

गॅब्रिएलने एका हाताने हवेत बाजूला सारल्याची कृती करत म्हटले, ''ते खोटे बोलण्याचे बाजूला राहू दे. सिनेटर साहेबांना तुम्ही खोटे बोललात यात फारसा रस नाही. अशा खोट्या गोष्टी ऐकण्याची आम्हाला सवय आहे. तुम्हाला फक्त एक उल्का सापडली. ती तुम्ही कशी सापडवली याची कोणीही पर्वा करत नाही. खरा प्रश्न आहे तो पैशांच्या अपहाराचा. नासातील अत्यंत वरिष्ठ पातळीवरील कोणाचा तरी त्यात नक्की हात असणार. आम्हाला ते समजून घेण्यात रस आहे. तुम्ही सिनेटर सेक्स्टन यांना फक्त एवढेच सांगा, की तुम्ही अपहार प्रकरणात कोण्या वरिष्ठ अधिकाऱ्याबरोबर काम करत होतात? म्हणजे मग त्या दिशेने पुढचे चौकशीचे कामकाज चालवणे आम्हाला सोपे पडेल. ते जर आम्हाला कळले नाही, तर मग सिनेटर प्रत्येक बारीकसारीक प्रकरणांपासून सुरुवात करून मोठाच गहजब करतील. त्यात तुमचे पॉडसचे सॉफ्टवेअर प्रकरण आलेच. आणखीही काही बेजबाबदार कामे उघडकीस येतील.''

''तुम्ही थापा मारत आहात. अशी पैशांचे अपहार झाल्याची प्रकरणे मुळातच नाहीत.''

''डॉ. हार्पर, तुम्ही पक्के खोटारडे आहात असे दिसते. मी स्वत: काही

कागदपत्रे पाहून त्या अपहाराबद्दल बोलते आहे. सर्व कागदपत्रांमध्ये तुमचे नाव कुठे ना कुठे तरी परत परत आलेले आहे.''

''मी अगदी शपथपूर्वक सांगतो, की मला त्या अपहाराबद्दल काहीही ठाऊक नाही.''

यावर गॅब्रिएलने निराशा व्यक्त करणारा एक सुस्कारा टाकला. ती म्हणाली, ''असं पहा, क्षणभर तुम्ही माझ्या जागी आहात अशी कल्पना करा. मी आता फक्त दोनच निष्कर्ष यातून काढते. तुम्ही पत्रकार परिषदेत जसे खोटे बोललात तसेच आत्ताही खोटे बोलत असाल किंवा कोणीतरी नासातील फार मोठी वरिष्ठ व्यक्ती त्या अपहारासाठी तुमचा बकरा करत असेल; कारण त्या व्यक्तीला स्वत:ला वाचवण्यासाठी कोणाला तरी बळी द्यायचे असेल.''

गॅब्रिएलने त्याच्यापुढे फक्त हे दोनच पर्याय ठेवले. डॉ. हार्पर गप्प बसला.

गॅब्रिएलने आपल्या हातातील घड्याळ पहात म्हटले, ''सिनेटरने तुम्हाला एका तासाचा अवधी दिला आहे. कृपया विचार करून काय ते सांगा. नाहीतर ते त्यांच्या ठरलेल्या मार्गाने पुढे जातील. या तासाभरात तुम्ही जर त्या वरिष्ठ अपहारकर्त्याचे नाव सांगितलेत तर उत्तम. म्हणजे मग तुमच्यावरती कसलेही किटाळ येणार नाही. तुम्ही यातून कदाचित सहीसलामत सुटूही शकाल. ज्या वरिष्ठ एक्झिक्युटिव्ह पातळीच्या माणसाला तुम्ही अपहार करण्यात साथ दिलीत त्या व्यक्तीला तुमचा बळी गेल्याबद्दल कसलेही दु:ख होणार नाही. तेव्हा त्या व्यक्तीची पर्वा करू नका. सिनेटर साहेबांना फक्त मोठ्या माशात रस आहे. ती जी कोणी व्यक्ती असेल तिच्याकडे खूप मोठे अधिकार असणार हे उघड आहे; मात्र आपले नाव कुठेही येऊ न देता वेळ आलीच तर दुसऱ्यावर हे प्रकरण शेकून आपण नामानिराळे होऊ, अशी खबरदारी त्या व्यक्तीने घेतलेली आहे. सर्व कागदपत्रांत फक्त तुमचेच नाव आहे, त्या व्यक्तीचे नाही. आम्हाला त्या व्यक्तीचा शोध घ्यायचा आहे. त्या व्यक्तीचे नाव हवे आहे.''

डॉ. हार्पर मलूल आवाजात आपली मान हलवत म्हणाला, ''तुम्ही मला खोटे सांगत आहात.''

''मग तुम्ही तसे कोर्टात सांगू शकाल?''

''नक्कीच. मी सर्वच गोष्टी नाकारेन.''

''अगदी शपथ घेऊनही?'' गॅब्रिएल घृणा वाटत असल्याचा अभिनय करत बोलली, ''समजा, तुम्ही पॉडसमधील चुकीच्या सॉफ्टवेअरवरती उपाय काढल्याचे कोर्टात सांगितले तर?'' एवढे बोलून त्याच्या डोळ्यांत रोखून पाहू लागली. तिचे हृदय धडधडत होते. हार्पर यावरती काय प्रतिक्रिया देतो आहे यावर सारे अवलंबून होते. ती पुढे म्हणाली, ''तुम्ही पत्रकार परिषदेत खोटे बोलल्याचे कोर्टात नाकाराल?

नीट विचार करा. डॉ. हार्पर, अमेरिकेतील तुरुंग तसे फारसे चांगले नसतात हे लक्षात ठेवा.''

हार्परचे डोळे मोठे झाले होते. क्षणभर त्याच्या डोळ्यांत शरण आल्याची भावना चमकून गेल्यासारखी तिला वाटली; पण हार्पर बोलू लागला तेव्हा त्याचा आवाज पोलादासारखा भक्कम व ठाम होता.

हार्परच्या डोळ्यांत नुसता अंगार पेटला होता. तो म्हणाला, ''मिस गॅब्रिएल ॲश, तुम्ही केवळ हवेत वार करत आहात. तुम्हाला व मला, असे आपणा दोघांनाही ठाऊक आहे की नासामध्ये कुठेही पैशांचा अपहार चालू नाही. या खोलीत फक्त एकच व्यक्ती खोटे बोलत आहे, अन् ती व्यक्ती म्हणजे तुम्ही स्वत:!''

आपले सर्व स्नायू ताठ होत चालले आहेत असे गॅब्रिएलला वाटले. डॉ. हार्परचे डोळे नुसती आग ओकत होते. ते पाहून तिला क्षणभर एवढी भीती वाटली की सरळ माघार घेऊन येथून धूम ठोकावी. *आपण एका अग्निबाण-शास्त्रज्ञाला फसवायचा प्रयत्न केला. तेव्हा त्याचा परिणाम यापेक्षा वेगळा काय होणार?*

तिने आपली मान मोठ्या कष्टाने ताठ ठेवली. आपल्या आवाजात आत्मविश्वास आणत ती तटस्थपणे म्हणाली, ''मी जी पुराव्याची कागदपत्रे पाहिली त्यावरून मी हे बोलते आहे. त्यानुसार तुम्ही व तुमचा कोणीतरी वरिष्ठ असे दोघे मिळून नासामध्ये अफरातफर करत आहात, असा ठाम निष्कर्ष निघतो. सिनेटर सेक्स्टन यांनी मला फक्त एवढेच सांगितले आहे, की तुमच्यापुढे एक संधी ठेवून तुम्ही अफरातफरीमधील तुमच्या साथीदाराशी असलेले संबंध तोडावेत. म्हणजे चौकशी सत्रातून तुम्हाला वगळता येईल. आता मी सिनेटर साहेबांना असे सांगणार आहे, की तुम्ही सहकार्यास तयार नसून जे काय सांगायचे आहे ते फक्त कोर्टातच सांगणार आहात. तुम्ही मला जे सांगितलेत तेच तुम्ही कोर्टात सांगा. म्हणजे, आपण पैशाच्या अपहारात सामील नाही आणि पॉडसच्या सॉफ्टवेअरबाबत आपण खोटे बोललो नाही.'' एवढे बोलून तिने स्मित केले. थोडे थांबून ती पुढे म्हणाली, ''तरीही पंधरा दिवसांपूर्वी पत्रकार परिषदेत तुम्ही जे लंगडे समर्थन केले होते, किंवा खोटे बोलला होता त्याबद्दल मला शंकाच वाटत राहील.'' एवढे बोलून ती गर्रकन वळली व बाहेरच्या अंधाऱ्या प्रयोगशाळेत शिरली. आपण येथे गुपचूप येण्याचे धाडस केले खरे. कुणी सांगावे, त्यामुळे कदाचित आपल्याला अटक होऊन तुरुंगात डांबले जाईल. कदाचित हार्पर आपल्याला तसे सुखासुखी जाऊ देणार नाही.

परंतु चालताना तिने आपली मान ताठ ठेवली होती. हार्पर एखादे वेळेस आपल्याला परत येण्यासाठी हाक मारेल अशा आशेने ती थोडीशी मंद गतीने चालली होती. बाहेर पडण्याचे ते पोलादी दार तिने आतून उघडले व व्हरांड्यात पाऊल टाकले. आता लिफ्टकडे जायचे. वरती येताना लिफ्ट उघडण्यासाठी जसे

कार्ड लागायचे तसे खाली जाताना लागणार नाही अशी तिला आशा होती. शेवटी तिने हार्परला गाठले; पण ती हरली. तिला जी माहिती पाहिजे होती ती मिळालीच नाही. तिने आपल्या परीने खूप प्रयत्न केले; पण त्याला डॉ. हार्पर बधला नाही. तिच्या मनात आले, *कुणी सांगावे, हार्पर पत्रकार परिषदेत खरेही बोलला असेल.*

तिच्या मागे एकदम आवाज झाला. हार्परच्या प्रयोगशाळेचे पोलादी दार दाणकन उघडले गेल्याचा तो आवाज होता. हार्पर तिला हाक मारत होता, ''मिस ॲश, मी अगदी शपथपूर्वक सांगतो, की पैशांच्या अपहाराबद्दल मला खरोखरीच काहीही ठाऊक नाही. मी एक प्रामाणिक माणूस आहे!'' हार्पर काकुळतीने बोलत होता.

आपल्या हृदयाचा एक ठोका चुकल्याचा भास गॅब्रिएलला झाला. तरीही ती बळेबळे पुढे चालत राहिली. तिने फक्त आपले खांदे उडवले आणि चालता चालता मागे वळून पहात म्हटले, ''अन् तरीही तुम्ही पत्रकार परिषदेत खोटे बोललात.''

त्यानंतर हार्पर काहीही बोलला नाही. तिथे शांतता होती. ती तशीच पुढे जात राहिली.

एकदम हार्पर ओरडला, ''थांबा!'' तो भराभरा चालत तिच्यापाशी आला. त्याचा चेहरा पांढरा पडला होता. तिच्याबरोबर चालता चालता तो खालच्या आवाजात तिला म्हणाला, ''त्या पैशांच्या अपहारामध्ये मला कोणी अडकविलेले असेल याची आता मला कल्पना आली आहे.''

ते ऐकताच गॅब्रिएल एकदम थांबली. मग ती सावकाश वळून त्याच्याकडे पहात अगदी सहज स्वरात म्हणाली, ''कुणीतरी आपल्याला त्या प्रकरणात अडकवते आहे, यावर मी विश्वास ठेवावा?''

हार्पर निःश्वास टाकीत म्हणाला, ''मी अगदी शपथेवर सांगतो, की पैशांच्या अफरातफरीबद्दल मला काहीही ठाऊक नाही; पण जर तसा माझ्याविरुद्ध पुरावा असेल तर...''

''ढीगभर पुरावे आहेत.''

हार्पर म्हणाला, ''तर माझ्या नकळत मला कोणीतरी यात गोवलेले आहे. वेळ पडली तर माझी बेअब्रू करण्याचा यामागचा डाव असणार. अन् अशी गोष्ट येथे माझ्याविरुद्ध फक्त एकच व्यक्ती करू शकते.''

''कोण करू शकते?'' तिने आपल्या आवाजावरती नियंत्रण ठेवत म्हटले.

तिच्या डोळ्यांत पहात हार्पर म्हणाला, ''लॉरेन्स एक्स्ट्रॉम. दुसरे कोण? तोच माझा द्वेष करतो.''

त्याचे हे उत्तर ऐकून गॅब्रिएल सुन्न झाली. एवढ्या धक्कादायक उत्तराची तिला अपेक्षा नव्हती. ती म्हणाली, ''नासाचा प्रमुख प्रशासक?''

हार्परने आपली मान खंबीरपणे हलवत म्हटले, "त्यानेच माझ्यावर पत्रकार परिषदेत खोटे बोलण्याची जबरदस्ती केली होती."

८८

डेल्टा-फोर्सची माणसे ज्या विमानातून पुढे चालली होती ते विमान 'ऑरोरा' जातीचे होते. ध्वनीच्या वेगापेक्षा त्या विमानाचा वेग तिप्पट होता. म्हणजे ताशी दोन हजार मैल एवढा वेग होता. त्या विमानाचे इंजिन हे 'पल्स डिटोनेशन वेव्ह' प्रकारातील होते. त्यामुळे सतत त्या इंजिनाची धडधड ऐकू यायची. ती धडधड एका लयीत असल्याने प्रवाशांच्या मनावर एक प्रकारची अर्धवट गुंगी चढायची. विमानाच्या खाली १०० फुटांवरती समुद्राचा पृष्ठभाग होता. विमानाचे इंजिन शेपटीकडे होते व इंजिनाच्या मागे निर्वात जागा हवेत तयार होत. त्यामुळे खालच्या समुद्रात ५० फूट उंचीपर्यंत पाणी उचंबळत असे.

याच कारणामुळे आधीच्या 'एसआर-७१ ब्लॅकबर्ड' या विमानाला मोडीत काढण्यात आले होते, असे डेल्टा-वन याच्या मनात आले.

ते 'ऑरोरा' जातीचे विमान म्हणजे एका गुप्त रचनेचे विमान होते. तरी ते सर्वांना ठाऊक झालेले होते. नेव्हाडा राज्याच्या वाळवंटात याच्या चाचण्या घेण्यात आल्या होत्या. त्याचे चोरून चित्रण करून डिस्कव्हरी चॅनेलवरती ते दाखवले गेले होते. विमानातून सतत हवेत निर्वात पोकळ्या होत गेल्याने धडाड धडाड आवाज येत. त्याला भूकंपासारखे 'स्कायक्वेक' (आकाशकंप) असे नाव मिळाले होते. नेव्हाडातील चाचण्यांमधील ते आवाज अगदी लॉस एंजिल्स शहरापर्यंत ऐकू आल्याने या विमानाबद्दल जबरदस्त कुतूहल निर्माण झाले होते. अति उत्तरेकडे असलेल्या 'नॉर्थ सी' या समुद्रात एक तेलविहीर आहे. तिथे काम करणाऱ्या लोकांनी हे विमान त्यांच्या जवळून जाताना प्रत्यक्ष पाहिले होते. अमेरिकी सैन्याच्या अंदाजपत्रकात या विमानासाठी काही रक्कम राखून ठेवली होती. या विमानाबद्दलची गुप्त माहिती बाहेर कशी फुटली, हे सांगणे कठीण ठरेल. अनेकांनी प्रत्यक्ष पाहिलेले व सरकारी कागदपत्रात नोंद झालेले विमान असल्यावर त्यासंबंधीची गुप्त माहिती बाहेर न फुटणे हे केवळ अशक्य होते. लॉकहीड कंपनीने या 'ऑरोरा' विमानाची रचना केली होती. एखादा फुटबॉल चपटा केल्यावर जसा दिसेल तसे हे विमान दिसत होते. ११० फूट लांबी, ६० फूट रुंदी आणि सर्वत्र पृष्ठभाग हा अत्यंत गुळगुळीत टाईल्सचा बनवलेला. अशा ह्या विमानात इंधन म्हणून द्रवरूप हायड्रोजन वापरला जात होता. या विमानाच्या मागे म्हणूनच ढगांची लांब शेपटे तयार होत. त्यासाठी हे विमान रात्री चालवले जायचे. नाहीतर दिवसा ढगांच्या पांढऱ्या व तुटक तुटक

रेषा पाहून लोक चक्रावून जातील. तुफान वेगाने जाणाऱ्या या विमानात डेल्टा-फोर्सची माणसे जात होती. एवढ्या वेगाने ते रेचलच्या विमानाच्या आधी एक तास पोहोचणार होते. तिचे विमान पाडण्यावरती आधी चर्चा झाली होती; परंतु कंट्रोलरला अशी भीती वाटत होती, की कुठल्या तरी रडारवरती या गोष्टी टिपल्या जातील आणि जळालेल्या विमानाचे अवशेष सापडल्यावर फार खोलवर शोध घेतला जाईल. रेचलचे विमान नेमके कोठे उतरणार हे कळले की मग डेल्टा-फोर्सचे पुढचे काम सोपे होते. ते आपल्या सावजावर झडप घालणार होते.

डेल्टा-वनजवळचा क्रिपटॉक वायरलेस फोन वाजला. त्यातून इलेक्ट्रॉनिक आवाजात त्याला सांगितले जात होते, ''परिस्थितीत बदल झाला आहे. रेचल सेक्स्टन व ते दोन शास्त्रज्ञ जमिनीवरती उतरायच्या आत तुमच्यावरती आणखी एका कामाची जबाबदारी सोपवलेली आहे.''

आणखी एक कामगिरी! म्हणजे एखादे नवीन सावज टिपावे लागणार, हे डेल्टा-वनने ओळखले. याचा अर्थ घटना आणखी गुंतागुंतीची होत चालली आहे. आपण जर त्या मिल्ने बर्फभूमीवरची सर्व सावजे नीट टिपली असती तर आजचा हा प्रसंग उद्भवला नसता. आपणच निर्माण केलेला गुंता आता आपल्याला सोडवायचा आहे.

कंट्रोलरचा आवाज त्याला सांगत होता, ''एक चौथी व्यक्ती आली आहे.''

''कोण?'' डेल्टा-वनने विचारले.

कंट्रोलर क्षणभर थांबला व नंतर त्याने त्या चौथ्या व्यक्तीचे नाव सांगितले.

डेल्टा-फोर्सची तिन्ही माणसे ते नाव ऐकताच हादरली. त्यांनी दचकून एकमेकांकडे पाहिले. ते नाव त्यांच्या परिचयाचे होते. ते नाव एवढे महत्त्वाचे आहे, की ते सांगण्यास कंट्रोलर कचरत होता, असे डेल्टा-वनच्या मनात येऊन गेले. मूळच्या मोहिमेमध्ये 'शून्य हत्या' अपेक्षिली होती; परंतु आता हत्येचे प्रमाण वाढत चालले होते. जेव्हा कंट्रोलर त्याला आपले नवीन सावज कुठे व कसे टिपायचे हे सांगू लागला तेव्हा त्याचे स्नायू ताठ झाले.

कंट्रोलर म्हणत होता, ''आता जोखीम खूप वाढलेली आहे. तेव्हा नीट ऐका. मी या सूचना फक्त एकदाच देत आहे, परत नाही.''

८९

रेचलचे जी-फोर जेट विमान वॉशिंग्टनच्या दिशेने झेपावत होते. मायकेल टॉलन्ड आणि कॉर्की मार्लिन्सन यांना रेचल आपला अंदाज सांगत होती. उल्केच्या वरच्या जळक्या पापुद्र्यात हायड्रोजन आयन्सचे प्रमाण का वाढलेले आहे याचा ती

खुलासा करत होती.

ती म्हणत होती, ''नासाकडे 'प्लम ब्रूक स्टेशन' नावाची विमानांच्या इंजिनांची चाचणी परीक्षा घेण्याचा खासगी विमानतळ होता.'' ती जे सांगत होती ती एक सरकारी गुप्त माहिती होती. सरकारी गोपनीयतेचा ती भंग करत होती. आजवर तिने तसे कधीही केले नव्हते; पण आताची परिस्थिती अपवादात्मक असल्याने टॉलन्ड व कॉर्की यांना ते सारे समजावणे भाग होते. ती म्हणाली, ''प्लम ब्रूकमध्ये एक टेस्ट-चेंबर असून, त्यात नवीन कल्पनांवर आधारित असलेली व तशी बनवलेली इंजिने तिथे तपासली जातात. त्यांची प्रणाली, कार्यक्षमता सारे काही काळजीपूर्वक बघितले जाते. दोन वर्षांपूर्वी नासाने तिथे एका 'एक्स्पान्डर सायकल' तत्त्वावरील इंजिनाची चाचणी परीक्षा केली.''

कॉर्कीने तिच्याकडे संशयाने पहात म्हटले, ''एक्स्पान्डर सायकल इंजिन ही कल्पना अद्यापही तात्त्विक पातळीवरती आहे, फक्त कागदावरतीच आहे. कोणीही त्या तत्त्वावर आधारित तसले इंजिन बनवले नाही. ते बनवायला अजून दहा-वीस वर्षे तरी लागतील.''

रेचलने आपली मान हलवत म्हटले, ''सॉरी, कॉर्की. नासाने तशी कामचलाऊ इंजिने बनवली आहेत व त्यांची परीक्षाही घेतली जात आहे.''

कॉर्कीने डोळे बारीक करत तिला म्हटले, ''काय? अशी ई-सी-ई इंजिने ही फक्त हायड्रोजन व ऑक्सिजनवरतीच चालतात. अन् हे दोन वायू अंतराळात गोठून जातात. त्यामुळे नासाला तसल्या इंजिनांचा काहीही उपयोग नाही. ही गोठण्याची समस्या सोडवल्याखेरीज ते तसली इंजिने बनवणार नाहीत, असे नासाने जाहीर केले होते.''

''त्यांनी ती समस्या केव्हाच सोडवली आहे. त्यांनी ऑक्सिजनचाही नाद सोडला. त्याऐवजी त्यांनी एक हायड्रोजनचे खास मिश्रण तयार केले आहे. ते मिश्रण अर्धवट गोठलेले असते. त्याला त्यांनी 'स्लश-हायड्रोजन' असे नाव दिले आहे. याचे ज्वलन अत्यंत स्वच्छ असते व यातून भरपूर ताकद पुरविली जाते. यामुळे नासाची याने मंगळावर सहज जाऊन संचार करू शकतील.''

ते ऐकून कॉर्की आश्चर्यचकित झाला. तो म्हणाला, ''मला हे खरे वाटत नाही. हे पटायला जड जात आहे.''

''पण तरीही ते खरे आहे, सत्य आहे, अस्तित्वात उतरलेले आहे.'' रेचल सांगत गेली, ''अध्यक्षांना याबद्दलची माहिती मी थोडक्यात लिहून दिलेली आहे. नासाला ही माहिती सार्वजनिकरीत्या प्रकट करायची होती. आपले महान यश साजरे करायचे होते; परंतु माझे बॉस मि. पिकरिंग, यांना ती कल्पना आवडली नाही. त्यांनी विरोध केला. त्यांच्या आग्रहामुळेच व्हाईट हाऊसने नासाला संबंधित माहिती गोपनीय'

वर्गात घालण्यास सांगितली.''

''का बरे?''

''का ते महत्त्वाचे नाही.'' रेचलला यावरती अधिक खुलासा करून आणखी काही गोपनीय माहिती उघड होऊ द्यायची नव्हती. त्या वेळी चीनचे अंतराळविज्ञान वेगाने विकसित पावत होते. स्लश-हायड्रोजनची माहिती उघड केल्यास अमेरिकेच्या सुरक्षायंत्रणेला अप्रत्यक्षरीत्या शह दिला जाणार होता. निदान तशी भीती पिकरिंगला वाटत होती. चीनने त्या वेळी एक प्रक्षेपण-मंच बनविला होता. तो मंच किंवा लॉन्चिंग प्लॅटफॉर्म, हा ते कोणालाही भाड्याने देण्यास तयार होते. जे कोणी जास्तीत जास्त पैसे मोजतील त्यांनाच ते तो मंच भाड्याने देणार हे उघड होते. अन् असा मंच भाड्याने घेणारी अर्थातच अमेरिकाविरोधी राष्ट्रे होती. साहजिकच अमेरिकेच्या सुरक्षेला थेट आव्हान पोहोचत होते. सुदैवाने एनआरओला कळले, की चीन आता अग्निबाणासाठी एक जबरदस्त ताकदीचे इंजिन बनवण्याच्या मागे लागला आहे. त्यामुळे पिकरिंगने भावी धोका ओळखून स्लश-हायड्रोजनच्या माहितीवरती गोपनीयतेचा शिक्का मारला.

टॉलन्ड अस्वस्थ होत म्हणाला, ''थोडक्यात, तुम्हाला असे म्हणायचे आहे का, की नासाकडे स्वच्छ ज्वलन करणारी व हायड्रोजनवर चालणारी इंजिने आहेत?''

रेचल मानेने होकार देत म्हणाली, ''माझ्याजवळ त्या संबंधीची आकडेवारी नाही; पण तशा इंजिनातून बाहेर पडणाऱ्या वायूंचे तापमान हे कल्पनाही करता येणार नाही एवढे उच्च असते. अग्निबाणाच्या ज्या नॉझलमधून हे तप्त वायू बाहेर पडतील त्याला टिकून राहील असा पदार्थ किंवा मिश्रधातू बनवण्याच्या मागे नासा लागली.'' मग थोडा दम खाऊन ती म्हणाली, ''एखादा मोठा खडक जर या स्लश-हायड्रोजनच्या ज्वलनाच्या मार्गात, म्हणजे त्या तप्त वायूंच्या मार्गात ठेवला तर त्या खडकावरती किंवा दगडावरती एक फ्यूजन क्रस्ट सहज तयार होईल.''

''म्हणजे आपण पुन्हा त्या बनावट उल्केच्या तर्कापाशी पोहोचलो आहोत.'' कॉर्की म्हणाला.

परंतु टॉलन्डला रेचलचा तर्क एकदम पटल्यासारखे दिसले. तो म्हणाला, ''ही कल्पना खरोखरीच राबवून पहाण्याजोगी आहे. म्हणजे एखाद्या अग्निबाणाच्या शेपटीखाली एक खडक ठेवायचा व तो अग्निबाण उडवायचा.''

कॉर्की पुटपुटत होता, ''बाप रे, काय ही तर्कशक्ती! मी खरोखर किती अज्ञानी जीवांबरोबर प्रवास करतो आहे!''

टॉलन्ड कॉर्कीला म्हणाला, ''नुसत्या तर्कसिद्धान्त पद्धतीने बोलायचे झाल्यास असा एखादा मोठा दगड खरंच पेटत्या अग्निबाणाखाली ठेवला तर त्यावरती

उल्केसारखाच पृष्ठभाग तयार होईल. तसाच जळालेला पापुद्रा, तशीच स्ट्राएशन्स, तसेच वितळलेल्या पदार्थांचे ओघळ, सर्व काही तसेच उमटेल. हो की नाही?''

कॉर्की घोगरट आवाजात म्हणाला, ''होईल खरे तसे.''

''तसेच, हायड्रोजन ज्वाळांमध्ये तो दगड ठेवला तर त्यावरती कोणत्याही अन्य रसायनांचे अवशेष हे अंशमात्रही रहाणार नाहीत; मात्र पृष्ठभागावरती हायड्रोजन आयन्सचे प्रमाण वाढेल.''

कॉर्की आपले डोळे फिरवत म्हणाला, ''असे पहा, ती ईसीई इंजिन्स खरोखरीच अस्तित्वात आहेत असे आपण धरून चालू आणि ती स्लश-हायड्रोजनवर चालतात हेही मान्य करू. मग तुम्ही म्हणता तसा फ्युजन क्रस्टचा पापुद्रा तयार करता येणे शक्य कोटीतील होऊ शकेल. तरीही हे सारे कल्पनेतच रहाते आहे.''

टॉलन्डने त्यावर विचारले, ''का बरे? ती प्रक्रिया तशी सोपी आहे. का जमू शकणार नाही?''

रेचल म्हणाली, ''फक्त आपल्याकडे त्यासाठी १९ कोटी वर्षांपूर्वीचा व जीवाश्म रुतून बसलेला खडक हवा. मग तो हायड्रोजनवर चालणाऱ्या इंजिनामधून बाहेर पडणाऱ्या झोतात ठेवा. बस्स! झाले काम. नंतर तो बर्फात पुरून टाका. इन्स्टंट उल्का तयार झाली!''

कॉर्की म्हणाला, ''एखाद्या हौशी प्रवाशाचे हे विचार ठीक आहेत; पण नासाचे शास्त्रज्ञ असला विचार करणार नाहीत! पण मग त्या कृत्रिम उल्केमध्ये तुम्ही कॉन्ड्र्यूल्स कसे तयार करणार?''

ते कॉन्ड्र्यूल्स कसे तयार होतात ते कॉर्कीने सांगितले होते. ती ते आठवण्याचा प्रयत्न करू लागली. ती म्हणाली, ''तुम्ही म्हणाला होतात की कॉन्ड्र्यूल्स हे अंतराळातील उष्णतेने आणि तिथेच गार होण्याच्या क्रियेने निर्माण होतात. अन् हे सारे वेगाने घडत असते. हो ना?''

कॉर्की म्हणाला, ''एखादा अंतराळातील अतिथंड झालेला खडक हा एकदम अति तापतो व अर्धवट वितळण्याच्या अवस्थेपर्यंत पोहोचतो, म्हणजे ज्या वेळी १,५५० अंश सेल्सियस तापमानाला पोहोचतो, आणि त्यानंतर तो अतिवेगाने थंड होऊ लागतो, त्या वेळी त्या खडकातील द्रवरूप झालेले भाग कडक होऊ लागून त्यांचे कॉन्ड्र्यूल्स बनतात.''

टॉलन्डने यावर विचार केला व कॉर्कीला म्हटले, ''ही प्रक्रिया आपल्याला पृथ्वीवर घडवून आणणे शक्य होणार नाही?''

''अशक्य! केवळ अशक्य!'' कॉर्की सांगू लागला, ''ते अति तापणे व अति थंड होणे या क्रिया खूप वेगाने घडल्या तरच शक्य होते. यासाठी अणुस्फोटातील उष्णता व उणे २७३ अंश सेल्सिअस एवढे तापमान व थंडपणा लागतो. पृथ्वीवर तो कसा

काय मिळवणार? इतक्या उष्णतेमधील टोकांचा फरक पृथ्वीवरती अस्तित्वात नाही.''

त्याच्या म्हणण्यावरती विचार करून रेचल म्हणाली, ''निदान नैसर्गिकरीत्या तरी नाही.''

''म्हणजे काय म्हणायचे आहे तुम्हाला?''

''म्हणजे असे, की तापवणे व थंड करणे या क्रिया पृथ्वीवरती आपल्याला कृत्रिमरीत्या घडवता येतील. स्लश-हायड्रोजनवर चालणाऱ्या इंजिनाच्या झोतात खडक ठेवायचा आणि तापल्यावरती तो क्रायोजेनिक फ्रीजरमध्ये वेगाने थंड करायचा.''

कॉर्की तिच्याकडे पहात म्हणाला, ''अशा रीतीने पृथ्वीवर उल्का बनवता येतील?''

''अशी एक कल्पना आहे.''

''फार चमत्कारिक कल्पना आहे.'' कॉर्की हातातील उल्केचा नमुना दाखवत पुढे म्हणाला, ''यातील कॉन्ड्र्यूल्स हे १९ कोटी वर्षांपूर्वीचे आहेत, हे शास्त्रीय तपासणीतून सिद्ध झालेले आहे.'' मग तो समजावणीच्या स्वरात म्हणाला, ''अन् १९ कोटी वर्षांपूर्वी माझ्या माहितीनुसार पृथ्वीवरती कुठेही स्लश-हायड्रोजनवर चालणारे इंजिन नव्हते आणि क्रॉयोजेनिक कूलर्सही नव्हते.''

या कॉन्ड्र्यूल्सच्या मुद्द्यावरून सारे काही बिनसते आहे, असे टॉलन्डला वाटले. तो बराच वेळ शांतपणे बसला होता. रेचलने फ्युजन क्रस्टबद्दल जे तर्क मांडले त्यावरती तो अस्वस्थ होऊन विचार करत होता. तिचा तर्कसिद्धान्त हा नवीन दिशा दाखवणारा होता.

जर कृत्रिम फ्युजन क्रस्ट निर्माण करता येऊ शकत होता... तर अन्य बाबतीतही काही ना काही शक्यता का असणार नाही?

''तुम्ही काही बोलत नाही,'' रेचल त्याला म्हणाली. ती त्याच्या शेजारीच बसली होती.

टॉलन्डने तिच्याकडे नजर टाकली. विमानातील अंधूक प्रकाशातही त्याला रेचलच्या डोळ्यांत जे मृदू भाव दिसले तसले भाव त्याने आपली पत्नी सिलिया हिच्या डोळ्यांत पाहिले होते. तिच्याबद्दलच्या स्मृती उफाळून येण्याच्या आत त्याने झटकून टाकल्या. तो दमलेल्या स्वरात म्हणाला, ''मी विचार करत होतो की...''

तिने हसून म्हटले, ''कसला? उल्केबद्दलचा?''

''दुसरा कसला असणार?''

''अं, हो. दुसरा कसला असणार?''

''सर्व पुराव्यांची छाननी केल्यावर आता खाली काय उरले आहे?''

''हो. असलाच काहीसा तो विचार होता.''

"मग काही सुचते आहे का?" तिने विचारले.

"नाही. बर्फाखाली एक बीळ वरच्या दिशेने खणल्याने किती शास्त्रीय माहिती एकदम मातिमोल झाली!"

रेचल म्हणाली, "एकावर एक आधारित असे पुरावे रचले गेले की पत्त्याच्या बंगल्यासारखे होते. मग तुमची पायाभूत गृहीते काढून घ्या. सर्व काही पुरावे कोसळतात. त्या उल्केची जागा हीच मुळात चुकीची गृहीत धरली गेली असावी."

"मी जेव्हा मिल्नेच्या बर्फभूमीवर पोहोचलो तेव्हा नासाच्या प्रशासकाने मला सांगितले, की ३०० वर्षांपूर्वीच्या बर्फाच्या थरात ती उल्का सापडली. त्या भागातील अन्य सर्व खडकांपेक्षा त्या उल्केची घनता खूप अधिक होती. त्यामुळे मी ती माहिती खरी मानली व पुरावा म्हणून धरली. ती उल्का किंवा तो दगड हा आकाशातूनच तिथे पडला असला पाहिजे असे मी धरून चाललो."

"आम्ही सगळेच तसे धरून चाललो होतो."

"मग ते उल्केतील निकेलचे प्रमाण, जरी ते पटण्यासारखे असले तरी ते तेवढे बिनचूकही नव्हते."

"पण जवळ जवळ तेवढेच आहे." कॉर्की म्हणाला.

"होय, पण अगदी बिनचूकही नाही."

यावर कॉर्कीने आपली मान नाइलाजाने हलवून संमती दर्शवली.

टॉलन्ड पुढे सांगू लागला, "मग तो कधीही न पाहिलेल्या जीवाचा अवशेष. तो परग्रहावरील जीव असावा असे साहजिकच वाटले; पण प्रत्यक्षात तो अतिप्राचीन काळातील खोल पाण्यातील कवचधारी जीवप्रकार असू शकेल, ही शंका आली नाही."

"अन् मग तो फ्युजन क्रस्ट, जळका पापुद्रा..." रेचल म्हणाली.

टॉलन्ड त्यावर म्हणाला, "हे सारे पहाता, माझ्या असे लक्षात आले आहे, की त्या उल्केबद्दल नकारार्थी पुरावे हे होकारार्थी पुराव्यांपेक्षा जास्त आहेत. मला शेवटी असे नाइलाजाने म्हणावे लागते आहे." शेवटचे वाक्य त्याने कॉर्कीकडे पाहून म्हटले.

आता कॉर्की बोलू लागला, "असे पहा, विज्ञान म्हणजे केवळ अंदाज किंवा तर्क नसते. पुरावे, पुराव्यांची मालिका, असे काही असले तरच वैज्ञानिक निष्कर्ष काढता येतो. त्या उल्केतील कॉन्ड्र्यूल्स हे निश्चितच अंतराळात जन्मलेले आहेत. तेवढे सोडले तर बाकीच्या तुमच्या शंका, कुशंका, तर्क, अंदाज हे असे आहेत की कोणीही त्यामुळे अस्वस्थ व्हावे; पण तरी आपल्याला कॉन्ड्र्यूल्स विसरता येत नाही. हा एकमेव पुरावाच शेवटी निष्कर्षाला मदत करणारा आहे. तर बाकीचे पुरावे हे फक्त परिस्थितिजन्य आहेत."

रेचल भुवया उंचावत म्हणाली, "मग आपण शेवटी यातून समजायचे तरी

काय?''

''काहीही नाही. कोणतीच बाजू ठामपणे धरता येत नाही. कॉन्ड्र्यूल्स सांगतात, की 'ती एक उल्का आहे' अन् तो एक निश्चित पुरावा आहे. फक्त प्रश्न असा पडतो, की ती बर्फाखालून आतमध्ये का घुसवली गेली?''

टॉलन्डला कॉर्कीच्या या म्हणण्यावरती विश्वास ठेवावा असे वाटू लागले. त्याचा विचार तर्कशुद्ध होता; पण तरीही कुठेतरी काहीतरी चुकते आहे असे त्याला वाटू लागले होते.

''माईक, तुम्हाला माझे म्हणणे पटत नाही असे दिसते आहे,'' कॉर्की टॉलन्डला म्हणाला.

टॉलन्डने एक सुस्कारा टाकत म्हटले, ''मला ते नीट समजत नाही; पण कॉर्की, तीनमधील दोन पुरावे हे ती उल्का नाही असे दर्शवितात. आता फक्त एकाच गोष्टीचे निराकरण होणे भाग आहे. अन् त्यासाठी आपण काहीतरी विसरतो आहोत असे मला वाटते आहे.''

९०

अखेर आपण सापडलो, असे डॉ. हार्परच्या मनात आले. त्याच्या डोळ्यांसमोर तुरुंग आला आणि अंगातून एक थंड शिरशिरी येऊन गेली. *मी पॉडसच्या सॉफ्टवेअर-बाबत खोटे बोललो हे सिनेटर सेक्स्टन यांना समजलेच.*

हार्परने गॅब्रिएलला पुन्हा आतमध्ये आपल्या खोलीत नेले. आत जाताना त्याला जाणवले, की आपल्या मनातील एक्स्ट्रॉमबद्दलची तिरस्काराची भावना एकदम तीव्र झाली आहे. नासाच्या या प्रशासकाचा खोटारडेपणा हा त्याच्या हाडीमांसी किती खोलवर मुरला आहे, हेही त्याला जाणवले. आपल्याला त्याने पत्रकार परिषदेत जाहीरपणे खोटे बोलायला भाग पाडले. त्यामुळे पॉडस सॉफ्टवेअर आपण दुरुस्त केल्याचे खोटेच सांगितले; पण उद्या आपण फिरलो तर, या भीतीपोटी एक्स्ट्रॉमने आपल्याला नकळत कुठेतरी पैशांच्या अपहारात अडकवून ठेवले आहे. जर डॉ. हार्पर आपल्याविरुद्ध गेला तर ते अपहाराचे प्रकरण आपण पुढे आणू, अशी तरतूद त्याने करून ठेवली.

परंतु तो अपहाराचा पुरावा काय असू शकतो, यावरती हार्पर विचार करू लागला. नक्कीच आपल्याला ब्लॅकमेल करण्यासाठी तो सापळा लावलेला असणार. अमेरिकेचा अंतराळ विज्ञानातील आजचा दिवस देदीप्यमान समजला जात आहे. आपण सत्य परिस्थिती जगापुढे आणली तर जग आपल्यावर विश्वास ठेवेल? मग पैशांचे अपहार प्रकारण पुढे आणले जाईल. त्यावरून सारेजण आपल्यालाच खोटे

ठरवतील. नासाला वाचवण्यासाठी एक्स्ट्रॉम हा कोणत्या थरापर्यंत जाऊ शकतो हे हार्परला आता कळून चुकले. त्याने पॉडसकडून उल्का शोधली असे खोटेच जाहीर केले. त्यात सापडलेला जीवाश्मही खोटा असेल किंवा ते निवेदन खोटे असू शकेल. शेवटी नासाच्या जीवन-मरणाचा तो प्रश्न होता. तेव्हा एक्स्ट्रॉम पाहिजे त्या थराला जाऊ शकत होता.

हार्परसमोर एक भव्य टेबल होते. टेबलापलीकडे गॅब्रिएल बसली होती; परंतु तो मात्र येरझाऱ्या घालत होता. त्या टेबलावरती पॉडस उपग्रहाची एक प्रतिकृती ठेवली होती. ती प्रतिकृती म्हणजे एक जाडजूड व उभट लोलकाचा आकार होता. अनेक ॲन्टेना त्यातून बाहेर आल्या होत्या. उपग्रहाच्या पृष्ठभागाभोवती अनेक भिंगे लावलेली होती. गॅब्रिएलने तो उपग्रह पाहिला आणि ती शांतपणे डॉ. हार्परच्या अस्वस्थ येरझाऱ्या पाहू लागली. तो आता कधी बोलेल त्याची ती वाट पाहू लागली. हार्परला आता या साऱ्या प्रकाराची शिसारी आली. त्याला ती पत्रकार परिषद आठवली. नंतर ऑफिसात प्रत्येकाने त्याला त्याबद्दल विचारले. प्रत्येकाला, प्रत्येक वेळी त्याला तेच तेच खोटे सांगावे लागले. शिवाय आपण त्या वेळी आजारी होतो असेही त्याला सांगणे भाग पडले. त्याचे ऑफिसातील सहकारी, मित्र व पत्रकार नंतर ते सारे विसरून गेले. पत्रकार परिषदेतील त्याच्या सांगण्यावर आणि त्याच्या चमत्कारिक वागण्यावरती असा पडदा पडला.

पण आता तो पडदा उचलला गेला. मागच्या साऱ्या चुकांची भुतावळ पुन्हा त्याच्याकडे धावत येऊ लागली!

गॅब्रिएलने आपल्या चेहऱ्यावरचे भाव सौम्य केले. ती त्याला म्हणाली, ''मिस्टर हार्पर, एक लक्षात ठेवा. तुमची गाठ एक्स्ट्रॉमसारख्या एका प्रबळ शत्रूशी पडली आहे. त्यांना तुम्ही एकट्याने तोंड देऊ शकणार नाही. लढण्यासाठी तुमच्या बाजूला आणखी कोणीतरी हवे आहे. अन् ती व्यक्तीही तेवढीच ताकदवान हवी आहे. अशा प्रसंगी सिनेटर सेक्स्टन हेच फक्त तुमचे मित्र बनू शकतात. तर आपण आता परत सुरू करू या. पूर्वी काय काय व कसे कसे घडत गेले हे तुम्ही मला तपशीलवार सांगा बरे.''

हार्परने एक सुस्कारा सोडला. सत्य सांगण्याची वेळ आली आहे, हे त्याने ओळखले; *पण हेच सत्य आपण प्रथमच सांगितले असते तर कुठे बिघडले असते?* तो सांगू लागला, ''पॉडस उपग्रह सुरळीतपणे अंतराळात सोडला गेला. तो ध्रुवीय कक्षेत फिरूही लागला. सर्व काही योजल्याप्रमाणे घडत गेले.''

गॅब्रिएलला अशी सुरुवात करण्याचा कंटाळा आला. तिला हे सारे ठाऊक होते. ती एवढेच म्हणाली, ''पुढे सांगा.''

''त्यानंतरच ती अडचण उद्भवली. जेव्हा आम्ही पृथ्वीवरील बर्फमय प्रदेशातील

घनता-विसंगती शोधू लागलो तेव्हा कळले की त्यासाठी उपग्रहातील सॉफ्टवेअर काम करत नाही.''

''हंऽऽ! हंऽ!''

आता हार्परच्या सांगण्याचा वेग वाढला. ''त्या सॉफ्टवेअरकडून हजारो एकर क्षेत्रफळातील घनता-विसंगती ही वेगाने शोधली जायची. तसेच, ज्या बर्फाची घनता अन्य बर्फापेक्षा वेगळी आहे, तीही शोधली जायची. सुरुवातीला बर्फामधील घनतेमधले थोडेसे फरक हे सापडायचे. याचा अर्थ तिथले बर्फ हे वितळू लागले आहे. जागतिक तापमानवाढीचा तो परिणाम पॉडस जोखत होते; पण जर बर्फाच्या घनतेमध्ये जबरदस्त फरक असेल तर ती जागा उपग्रहाच्या स्मृतीमध्ये नोंदवून ठेवली जायची. पॉडसकडून उत्तर ध्रुवाभोवतालच्या आर्क्टिक प्रदेशाची अशी पहाणी अनेक आठवड्यांत करून नंतर आम्ही त्यातून खरोखरीच जागतिक तापमानवाढीच्या खुणा शोधून निष्कर्ष काढणार होतो.''

गॅब्रिएल म्हणाली, ''परंतु ते सॉफ्टवेअर काम करत नसल्याने पॉडस उपग्रहाचा उपयोग होत नव्हता. मग केवळ त्या भागाच्या छायाचित्रांची पहाणी पृथ्वीवर करून प्रत्येक चौरस इंच न् इंच तपासावा लागणार. मग त्यातून पुढे घनतेची विसंगती दाखवली जाते आहे ते आपल्याला कळणार. हो ना?''

हार्परने आपली मान हलवून तिला दुजोरा दिला. त्या काळातील मानसिक तणाव तो आता पुन्हा अनुभवत होता. तो म्हणाला, ''त्या तऱ्हेने काम करण्यास कित्येक वर्षे लागतील. त्यामुळे परिस्थिती बिकट झाली. हे सारे पॉडसच्या सॉफ्टवेअरमधील माझ्या चुकीमुळे झाले. माझ्यामुळे नासाचा हा प्रकल्प निष्प्रभ झाला होता. एव्हाना अध्यक्षीय निवडणुका जवळ आल्या. मग तुमचे सिनेटर सेक्स्टन माझ्यावर टीका करू लागले...'' एवढे बोलून त्याने एक निःश्वास सोडला.

''तुमच्या चुकीमुळे नासा व अध्यक्ष अशा रीतीने संकटात सापडले.''

''नेमक्या अशा वेळी हे घडायला नको होते; परंतु एक्स्ट्रॉम हा आता पेटून उठला होता. तरी मी त्यांना वचन दिले, की मी ही समस्या सहज सोडवेन. स्पेस शटलमधून त्या उपग्रहापाशी जायचे व त्यातील सॉफ्टवेअरची ती चिप बाहेर काढून त्यात नवीन सॉफ्टवेअरची चिप ठेवून द्यायची. बस्स! झाले काम! परंतु स्पेस शटलची पुढची अंतराळवारीही त्या वेळी नव्हती. काही महिन्यांनी होती. तोपर्यंत अध्यक्षीय निवडणुका होऊन गेल्या असत्या. त्यामुळे सॉफ्टवेअरमध्ये मी केलेली दुरुस्ती ही वेळेआधी जाहीर केली असे समजा.''

गॅब्रिएलने एक हलकी शीळ घालत म्हटले, ''एका छोट्या असत्याच्या साहाय्याने फार मोठी संधी साधण्याचा प्रयत्न केला गेला.''

हार्परला आता थकल्यासारखे वाटू लागले. तो पुढे सांगू लागला, ''म्हणून मी

ते खोटे बोललो. एक्स्ट्रॉम यांच्या हुकमानुसार मी ती पत्रकार परिषद घेतली व त्यात जाहीर केले, की समस्येवरती मार्ग सापडला आहे. नंतर काही दिवस वाट पाहून मी तो उपग्रह जिथे ती उल्का सापडली त्या जागेच्या अक्षांश-रेखांशावरती आणून ठेवला. ते अक्षांश-रेखांश मला एक्स्ट्रॉम यांनीच दिले होते व तिथे उपग्रह नेण्याचा हुकूम सोडला होता. नंतर मी अर्थ ऑब्झर्वेशन स्टेशनच्या डायरेक्टरला फोन करून आपल्याला पॉडसकडून विसंगती घनतेची जागा सापडली असल्याचे कळवले. हेही मी एक्स्ट्रॉम यांच्या सूचनेवरून केले. मी त्या डायरेक्टरला हेही सांगितले, की त्या जागी घनतेमध्ये एवढी विसंगती आहे की तिथे एखादी उल्का असण्याची शक्यता आहे. मग नासाने एक छोटी तुकडी त्या जागी पाठवली आणि त्यांनी बर्फात खणून उल्केचे काही नमुने बाहेर काढले. येथून पुढे मात्र अति अतिगुप्तता बाळगण्यात आली.''

''म्हणजे तुम्हाला आज टीव्हीवर जाहीर होईपर्यंत त्या उल्केत जीवाचे अवशेष आहेत हे ठाऊक नव्हते?''

''येथे कोणालाच ते ठाऊक नव्हते. ती बातमी ऐकून आम्हाला सगळ्यांनाच धक्का बसला. आता प्रत्येक जण मला या प्रकरणातला हिरो बनवतो आहे. अंतराळात कुठेतरी जीवसृष्टी आहे याचा पुराव्यानिशी शोध लावल्याचे श्रेय ते मला देत आहेत. यावर काय बोलावे ते मला समजत नाही.''

गॅब्रिएलने त्यावरती काहीही प्रतिक्रिया व्यक्त केली नाही. ती बराच वेळ गप्प बसली होती. आपल्या काळ्याभोर डोळ्यांनी ती हार्परकडे बघत होती. जणू काही त्याच्या मनाचा ती वेध घेत होती. शेवटी ती म्हणाली, ''पण जर पॉडसने त्या उल्केच्या जागेचा शोध लावला नाही तर मग एक्स्ट्रॉमला नेमकी तिथेच उल्का बर्फात गाडली गेली आहे हे कसे कळले?''

''याचा अर्थ आधी कोणाला तरी त्या उल्केचा शोध लागला असावा.''

''कोणाला तरी? कोण असणार ते?''

पुन्हा एक सुस्कारा सोडून हार्पर सांगू लागला, ''कॅनडामधील एक भूशास्त्रज्ञ – चार्ल्स ब्रॉफी त्याचे नाव – हा संशोधक एल्समेअर बेटावरती गेला होता. तो मिल्ने हिमनदीबद्दलची, तिथल्या बर्फाच्या थराची माहिती गोळा करत होता. त्याला योगायोगाने त्या उल्केच्या अस्तित्वाचा शोध लागला. त्याने ती बातमी, तिथल्या अक्षांश-रेखांशासकट वायरलेसवरून कळवली. तो वायरलेसवरचा निरोप नासाच्या माणसांनी मध्येच ऐकला.''

गॅब्रिएल म्हणाली, ''म्हणजे त्या कॅनेडियन भूशास्त्रज्ञाचे श्रेय नासा घेत आहे असे कळल्यावर तो नाही चिडणार?''

''नाही,'' हार्पर म्हणाला. त्याच्या अंगातून पुन्हा एकदा थंड शिरशिरी येऊन गेली. तो म्हणाला, ''तो शास्त्रज्ञ मृत झाला आहे. हे अगदी सोयीस्कररीत्या घडले आहे.''

११

मायकेल टॉलन्डने आपले डोळे मिटले व तो जी-फोर इंजिनाच्या घरघरीचा आवाज ऐकू लागला. त्या उल्केबद्दल अधिक काही विचार करण्याचे त्याने सोडून दिले. आपण वॉशिंग्टनला पोहोचेपर्यंत यावर कसलाही विचार करायचा नाही असे त्याने ठरवले. कॉर्कीच्या मताप्रमाणे उल्केमधील कॉन्ड्र्यूल्स हा एकमेव पुरावा उल्का ठरविण्यासाठी पुरेसा होता. रेचलनेही आपला बॉस विल्यम पिकरिंग याला सांगण्यासाठी आपले मत राखून ठेवलेले होते. त्यामुळे आता विमानातून उतरेपर्यंत ती याबद्दल काहीही बोलणार नव्हती; पण तरीही तिचे विचारचक्र चालूच राहिले होते. ते विचार कॉन्ड्र्यूल्सपाशी येऊन थांबत. कॉन्ड्र्यूल्सचा पुरावा शंकास्पद वाटत असला तरीही ती उल्का खोटी ठरवता येत नव्हती.

ठीक आहे! जसे असेल तसे!

बर्फावरून सुटकेसाठी केलेल्या पलायनामुळे व नंतर त्या पाणबुडीतील उपचारांमुळे रेचलला जबरदस्त धक्का बसला होता; परंतु तरीही ती त्यातून चटकन सावरली होती व स्वतंत्रपणे विचार करत होती. आत्ता तिच्यासमोर दोन प्रश्न उभे होते. ती उल्का खरी आहे का बनावट आहे? आणि आपल्याला ठार करण्याचा कोणी प्रयत्न केला?

संपूर्ण प्रवासात रेचल टॉलन्डच्या शेजारच्या आसनावर बसलेली होती. टॉलन्डला तिच्याशी बोलताना बरे वाटे. काही मिनिटांपूर्वी ती विमानातील स्वच्छतागृहात गेली होती; पण तेवढा वेळ टॉलन्डला ती शेजारी नसल्याने चुकल्याचुकल्यासारखे वाटत होते. त्याची पत्नी सिलिया वारल्यापासून काही वर्षांनी प्रथमच तो एका स्त्रीच्या सहवासात आला होता.

"मिस्टर टॉलन्ड?" कोणीतरी त्याला हाक मारत होते.

त्याने वर पाहिले. समारेच्या केबिनमधून वैमानिकाने आपले डोके बाहेर काढले होते. तो म्हणत होता, "तुमच्या जहाजाच्या जवळ आलो की कळवा असे तुम्ही म्हणाला होतात ना? आत्ता आपण जहाजापासून टेलिफोनच्या रेन्जमध्ये आलेले आहोत. तुम्हाला हवे असेल तर आत्ता तिथे फोन जोडून देऊ?"

"थँक्स!" असे म्हणून टॉलन्ड उठला व आसनांच्या रांगांमधून चालत चालत केबिनमध्ये गेला.

वैमानिकाच्या केबिनमधून त्याने आपल्या जहाजाला फोन लावला. त्या जहाजावरती त्याचे कर्मचारी होते. आपण अजून एक-दोन दिवस तरी जहाजावरती परतणार नाही, असा निरोप त्यांना द्यायचा होता. कोणत्या संकटात आपण सापडलो व त्यातून कसे पार पडत आलो, हे मात्र तो त्यांना सांगणार नव्हता.

जहाजावरील फोनची घंटा बराच वेळ वाजत होती. लवकरच फोनला जोडलेल्या व्हॉईस रेकॉर्डिंग मशीनने प्रतिसाद दिला. मशीनमध्ये ध्वनिमुद्रित केलेला आवाज बोलू लागला. तो आवाज त्याच्या एका कर्मचाऱ्याचा होता. जहाजावरती 'विदूषक' म्हणून त्याला टोपणनाव मिळाले होते. बोलताना तो चमत्कारिक शब्द बोलून ऐकणाऱ्याला हसवत असे.

"हिया, हिया, धिस इज गोया!" तो आवाज म्हणाला. हिया म्हणजे हॅलो आणि गोया हे जहाजाचे नाव होते. पुढे शब्द आले, "आत्ता या वेळी येथे कोणीही नाही. आम्हा सर्वांना एका 'राक्षसी ऊ' नावाच्या प्राण्याने पळवून लावले आहे! प्रत्यक्षात आम्ही सर्वजण किनाऱ्यावर जाऊन आमचे मालक मिस्टर माईक टॉलन्ड यांच्या कर्तृत्वाबद्दल आनंद साजरा करत आहोत. आज आम्हाला त्यांचा खूप अभिमान वाटतो आहे. तुम्ही आपले नाव, फोन नंबर व निरोप देऊन ठेवा. जेव्हा आम्ही नीट जागे होऊ तेव्हा उद्या सकाळी जहाजावरती परत येऊ. अच्छा!"

हे ऐकून टॉलन्ड हसला. आपल्या कर्मचाऱ्यांना बरेच दिवस न भेटल्याने त्याला चुकल्याचुकल्यासारखे वाटत होते. त्या निरोपावरून त्याच्या लक्षात आले, की त्यांनीही टीव्हीवरील कार्यक्रम पाहिला असावा अन् आनंद साजरा करण्यासाठी ते किनाऱ्यावर गेल्याचे कळल्यावर त्याला बरे वाटले. जेव्हा अध्यक्षांनी टॉलन्डला बोलावून घेतले तेव्हा एकदमच त्याला जहाज सोडून अनिश्चित काळासाठी जावे लागले होते. त्या काळात काहीही काम नसल्याने जहाजावर नुसते बसून रहाण्याचा त्यांना किती कंटाळा आला असेल याची त्याला जाणीव होती. त्याचे जहाज जिथे नांगर टाकून उभे होते तिथे समुद्रातले प्रवाह फार जोरदार होते. त्यामुळे इतके दिवस आपले कर्मचारी जहाज सोडून गेले नाहीत हेही त्याला समजले.

आपल्यासाठी वेगळा काही निरोप असेल तर ऐकावा म्हणून टॉलन्डने फोनवरची काही बटणे दाबली. त्याच्याच एका रगेल कर्मचाऱ्याच्या आवाजात तो निरोप ऐकू लागला :

"हाय माईक, हेल ऑफ ए शो! कदाचित तुम्ही आत्ता व्हाईट हाऊसमध्ये असाल व पार्टीमध्ये चैन करत असाल. प्रत्येकजण तुमचे अभिनंदन करत असेल. आम्ही सर्व जण जहाज सोडून किनाऱ्यावरती गेलो याबद्दल सॉरी! पण आजची रात्र अशी कोरडेपणाने कशी साजरी करणार? मग किनाऱ्यावर जाणे भागच पडले; पण तुम्ही काळजी करू नका. आम्ही जहाज पक्के नांगरून ठेवले आहे. कितीही जोरदार प्रवाह आला तरी काहीही होणार नाही. शिवाय जहाजाचे मागचे-पुढचे दिवे लावून ठेवले आहेत; पण तरीही आम्ही गुप्तपणे अशी इच्छा मनात धरून आहोत की कोणीतरी आज रात्री आपले जहाज पळवून न्यावे. म्हणजे मग एनबीसी टेलिव्हिजन कंपनी आपल्यासाठी एक अद्ययावत जहाज खरेदी करेल! राग मानू नका. मी

आपली नुसती चेष्टा केली, मॅन. डोन्ट वरी. झावियाने जहाजावरती थांबण्याचे कबूल केले आहे. आमच्यासारख्या दारुड्यांबरोबर पार्टीला यायला ती तयार नाही. तेव्हा जहाजाची काळजी करू नका.''

कोणीतरी जहाजावरती थांबून लक्ष ठेवते आहे हे समजल्यावर टॉलन्डला बरे वाटले. त्यातून झाविया ही पुरुषांबरोबर कधीही पार्टीला न जाणारी होती. ती एक सागरी भूशास्त्रज्ञ होती आणि अत्यंत प्रामाणिक होती. तिचे व्यक्तिमत्त्व आदरणीय असे होते.

तो निरोप अजून चालूच होता, ''एनीहाऊ माईक, आजची रात्र ही धमाल करण्यासाठी आहे. आज तुम्हालाही अभिमान वाटत असेल. प्रत्येकजण तुमचे आणि नासाचे कौतुक करत आहे; पण ते नासाचे कौतुक राहू दे बाजूला. आज आपली मान मात्र उंचावली आहे. आपली 'अमेझिंग सीज' ही सिरियल आता आणखी जोरदार चालेल. आज रात्री तर तिचे रेटिंग कित्येक लाख पॉइन्टनी उंचावेल. यू आर ए स्टार, मॅन! ए रिअल वन. काँग्रॅट्स! एक्सलन्ट जॉब!''

यानंतर फोनवरती टॉलन्डला हलक्या आवाजातील काहीतरी कुजबूज ऐकू आली. मग एक आवाज आला, ''ओ, येस. झावियाबद्दल बोलायचे झाल्यास आम्ही काय सांगणार. तिला तुम्हाला काहीतरी चार शब्द सुनवायचे आहेत. आता ती बोलते आहे.''

झावियाचा धारदार आवाज उमटू लागला, ''माईक, मी झाविया बोलते आहे. तुम्ही तर कमाल केलीत. खरोखरीच तुम्ही देव आहात. या जहाजावर आजची रात्र मी जागून काढणार आहे. तुम्ही त्या उल्केवर केलेला माहितीपट पाहिला. फन्टॅस्टिक! आज अगदी एका वेगळ्याच व बुद्धिमान मायकेल टॉलन्डचे आम्हाला दर्शन झाले. मला अगदी धन्य वाटले. तेवढे त्या बाकीच्या तिघांना वाटले नसणार. ते उगाच स्वत:ला शास्त्रज्ञ म्हणवतात. तुम्ही आणि मी येथे भूशास्त्रज्ञ आहोत. आपल्याला उद्देशून ते काय म्हणतात ठाऊक आहे? हे शास्त्रज्ञ नेहमी *फॉल्ट* शोधतात...'' Fault शब्दाचा अर्थ 'दोष' आहे, तर भूशास्त्रात तो 'प्रस्तरभंग' असा आहे. झावियाने त्या तिघांचा तो विनोद त्याला सांगितला. ती पुढे म्हणाली, ''ते जाऊ दे. तुमच्या माहितीपटात एक छोटीशी चूक राहून गेली आहे. म्हणून उल्केच्या अश्मशास्त्राबद्दल मला एक छोटासा मुद्दा सांगायचा आहे; पण जर मी हे आत्ता सांगितलं, तर रात्रभर तो किडा तुमच्या डोक्यात वळवळणार; परंतु तुम्हाला त्या बाबतीत एक-दोन टीकेचे फोन नक्की येतील.'' यानंतर झाविया जोरजोरात हसली. पुढे ती म्हणाली, ''जाऊ दे ते सारे. मी आज जहाजावर थांबणार आहे. रात्रभर पत्रकारांचे फोन येत रहाणार. मी सरळ व्हॉईस रेकॉर्डिंग मशीनला फोन लावून ठेवेन. तुम्ही उगाच इकडे फोन करण्याची तसदी घेऊ नका. बाकी सारे भेटीअंती. सी यू.''

यानंतर फोन बंद झाला.

मायकेल टॉलन्ड मनात विचार करू लागला.

माझ्या माहितीपटात एक चूक राहिली?

रेचल सेक्स्टन विमानाच्या स्वच्छतागृहात आरशासमोर उभी होती. आपला चेहरा खूप पांढरा पडला असल्याचे तिने पाहिले. आपली शरीरयष्टीही वाटते त्यापेक्षाही अधिक कृश झाल्याचे तिला जाणवले. गेल्या बारा-पंधरा तासांत घडलेल्या घटनांमुळे तिच्यातले बरेच काही काढून घेतले गेले होते. तिच्या अंगावरती *शार्लोट* पाणबुडीवरील कपडे होते. डोक्यावरती एक टोपी होती. तिने ती टोपी काढली. तिच्या डोक्यावरचे लांबसडक केस एकदम खाली आले. आता कसे आपण पूर्वीसारखे झालो असे तिला वाटले.

आरशात तिने आपला चेहरा नीट निरखला. आपल्या डोळ्यांत खूप थकवा जाणवतो आहे; पण तिच्या त्या डोळ्यांमध्ये एक निग्रह होता. तिला तो आत्ता जाणवला. ही आपल्या आईकडून आपल्याला मिळालेली देणगी आहे हे तिला ठाऊक होते. *तुम्ही काय करावे नि काय करू नये हे तुम्हाला कोणीही सांगणार नाही,* असे तिची आई तिला म्हणत असे. आत्ता आपली आई असती आणि तिला आपल्यावर आज जीवघेणा हल्ला झाला हे कळले असते तर?

खरेच, आपल्या चौघांवरती कोणी हल्ला केला यावरती ती विचार करू लागली. तिच्या डोळ्यांसमोरून अनेकांची नावे सरकू लागली. *लॉरेन्स एक्स्ट्रॉम... मार्जोरी टेन्च... अध्यक्ष झॅक हर्नी.* यातील प्रत्येकाकडे तसा हल्ला घडवून आणण्यासाठी हेतू असू शकत होता. अन् मुख्य म्हणजे त्यांच्याकडे तेवढी क्षमताही होती. या विचाराने ती एकदम शहारली; पण तिने स्वतःला सांगितले, *छे! अध्यक्ष अशी गोष्ट कधीच करणार नाहीत.* तिचा आपल्या वडिलांपेक्षा अध्यक्षांवरती जास्त विश्वास होता. या गूढ प्रकरणात ते असणेच शक्य नाही.

पण तरीही आपल्याला काहीही ठाऊक नाही. कोण असेल?... हा नाही तर तो... पण का?

विल्यम पिकरिंगला सांगण्यासाठी तरी तिला त्या प्रश्नांची उत्तरे हवी होती; पण उत्तरे न मिळता उलट अनेक प्रश्न मात्र डोके वर काढत होते.

जेव्हा ती स्वच्छतागृहातून बाहेर आली तेव्हा मायकेल टॉलन्ड आपल्या आसनावर नसल्याचे पाहून तिला आश्चर्य वाटले. जवळच कॉर्की डुलक्या खात होता. ती इकडे-तिकडे पहात असताना मायकेल कॉकपिटमधून बाहेर पडत होता. आतमध्ये वैमानिक रेडिओ टेलिफोन उचलून ठेवत होता. टॉलन्डचे डोळे विस्फारले होते.

"काय झाले?" रेचलने त्याला विचारले.

टॉलन्डने तिला फोनवरचे घेतलेले निरोप सांगितले. आपल्या माहितीपटात एक चूक झाल्याचेही तिला सांगितले. तो या गोष्टीचा उगाचच बाऊ करतो आहे असे तिला वाटले. ती म्हणाली, ''कदाचित ती चूक अगदीच किरकोळ असेल; पण तिने ती चूक तुम्हाला कशी सांगितली नाही? कशाबद्दल ती चूक होती?''

''उल्केच्या अश्मशास्त्राबद्दल. पेट्रॉलॉजी ऑफ मिटीऑर्स.''

''म्हणजे खडकाच्या रचनेबद्दल?''

''होय. झाविया म्हणाली, की फक्त एक-दोन भूशास्त्रज्ञच ती चूक ओळखून टीकेचे फोन करतील. याचा अर्थ उल्केच्या घटकांबद्दल मी काहीतरी चुकीचे निवेदन केले असणार.''

रेचलने उत्सुकतेने विचारले, ''कॉन्ड्र्यूल्स?''

''ते मला ठाऊक नाही; पण तिने ती चूक नेमकी या वेळी काढावी हा एक योगायोग असावा.''

ती उल्का अस्सल आहे, बनावट नाही, हा नासाचा दावा फक्त कॉन्ड्र्यूल्सवर अवलंबून होता. त्या एकमेव पुराव्याच्या धाग्यावरती त्या उल्केचा अस्सलपणा अवलंबून होता.

कॉर्की डोळे चोळत उठला व त्यांना म्हणाला, ''काय चालले आहे?''

टॉलन्डने त्याला काय झाले ते सांगितले. ते ऐकून कॉर्कीच्या कपाळाला आठ्या पडल्या. आपली मान हलवत तो म्हणाला, ''माईक, ती चूक कॉन्ड्र्यूल्ससंबंधी नाही. नक्कीच नाही. आपल्याला मिळालेली सर्व माहिती ही नासाकडून आणि माझ्याकडून दिली गेलेली आहे. तेव्हा त्यामध्ये अजिबात दोष राहिलेला नाही की चूक राहिलेली नाही.''

''मग मी अश्मशास्त्रदृष्ट्या कोणती चूक माझ्या माहितीपटात केलेली असेल?''

''कोणास ठाऊक? शिवाय ती भूशास्त्रज्ञ ही सागरी भूशास्त्रज्ञ आहे. तिला कॉन्ड्र्यूल्सबद्दल थोडेच समजणार?''

''ते मला सांगता येणार नाही; पण तिच्याजवळ निखालस प्रामाणिकपणा आहे. त्याखेरीज ती तसे अजिबात बोलणार नाही.''

रेचल म्हणाली, ''सर्व परिस्थिती लक्षात घेता, मला वाटते आपण त्या बाईशी बोलले पाहिजे. नंतरच मी आमचे डायरेक्टर पिकरिंग यांच्याशी बोलेन.''

टॉलन्ड आपले खांदे उडवत म्हणाला, ''मी तिला चार वेळा फोन केला; पण प्रत्येक वेळी आन्सरिंग मशीनकडून उत्तर मिळाले. कदाचित ती जहाजाच्या हायड्रोलॅबमध्ये असेल. त्यामुळे तिला फोनची घंटी ऐकू येत नसेल. सकाळपर्यंत तरी तिच्याशी मला थेट संपर्क साधता येणार नाही.'' एवढे म्हणून टॉलन्डने आपल्या घड्याळात पाहिले व तो पुढे म्हणाला, ''जर...''

“जर काय?”

टॉलन्ड रेचलकडे पहात गंभीरतेने म्हणाला, “तुम्हाला तुमच्या डायरेक्टरशी बोलण्याआधी झावियाला भेटणे हे कितपत महत्त्वाचे वाटते?”

“जर तिला कॉन्ड्र्यूल्सबद्दल काही सांगायचे असेल तर मात्र ते अतिमहत्त्वाचे आहे. आत्ता आपल्याकडे बाकीची सारी माहिती ही त्या उल्केच्या विरोधात आहे. पिकरिंग यांना कोणतेही उत्तर हे स्वच्छ व ठाम स्वरूपाचे हवे असते. गुळमुळीत किंवा जर... तर... स्वरूपाचे चालत नाही. तेव्हा आपल्याला पक्के उत्तर मिळत असेल तर उत्तम, असेच मी म्हणेन.”

“मग आपल्याला वाटेत थांबणे भाग आहे.”

रेचल त्यावर म्हणाली, “म्हणजे तुमच्या जहाजावरती थांबायचे?”

“ते जहाज न्यू जर्सीच्या किनाऱ्यापासून दूर समुद्रात नांगरून ठेवले आहे. अगदी वॉशिंग्टनच्या वाटेवरती मध्येच आहे. आपण झावियाशी बोलून पुढे काय करायचे ते नंतर ठरवू या. शिवाय कॉर्कीजवळ अजूनही उल्केचा तो नमुना आहेच. जर झावियाला त्या नमुन्याची तपासणी करायची असेल, काही परीक्षा घ्यायच्या असतील, तर जहाजावरती एक सुसज्ज प्रयोगशाळाही आहे. मला वाटते, की तासाभरात आपल्याला हवी ती उत्तरे सापडतील.”

रेचल आता थोडीशी चिंतेत पडली. पुन्हा समुद्रावर जायचे या कल्पनेने तिला थोडीशी भीती वाटली; पण पिकरिंगला याचे उत्तर हवे आहे आणि आपल्यालाही हवे आहे, या विचाराने तिने होकार दिला. ती वाटेत थांबायला तयार झाली.

१२

पुन्हा एकदा आपण जमिनीवर उतरलो म्हणून डेल्टा-वन खूष झाला. विमानप्रवासात नुसते बसून राहिल्यामुळे तो कंटाळला होता.

ते 'ऑरोरा' जातीचे विमान अत्यंत वेगवान होते. त्या विमानाने उडताना आपली फक्त अर्धी ताकदच वापरली होती व वक्राकार मार्ग धरला होता. तरीही रेचलचे विमान वॉशिंग्टनला पोहोचायच्या आत ते अवघ्या दोन तासांत पोहोचले होते. विमानातून उतरल्यावरती डेल्टा-वनला आनंद झाला. आता त्याच्यापुढे एक नवीन कामगिरी ठेवली होती. एका नवीन सावजाला ठार करायचे होते. ते काम आटोपल्यावरती तो रेचल आणि मंडळींकडे वळणार होता.

डेल्टा-फोर्सच्या माणसांचे विमान वॉशिंग्टनच्या बाहेर असलेल्या एका अज्ञात विमानतळावरती उतरले. तिथे त्यांच्यासाठी एक हेलिकॉप्टर वाट पहात उभे होते. ते हेलिकॉप्टर पहाताच डेल्टा-वन खूष झाला. *पुन्हा एकदा कन्ट्रोलरने आपल्यासाठी*

सर्वांत उत्तम असे हेलिकॉप्टर पाठवले.

ते हेलिकॉप्टर मुळात पहाणी करण्यासाठी व अत्यंत हलके असे तयार केलेले होते. त्या मॉडेलला नाव दिले गेले होते 'किओवा वॉरियर.' त्याची सुधारित आवृत्ती आता सैन्यात दाखल झाली होती. आता त्याचे काम नुसते पहाणी करणे नसून हवाई हल्ला करणे हे झाले होते. त्यावरती इन्फ्रारेड किरणांच्या साहाय्याने अंधारातील दृश्येही पहाता येत. तसेच, अदृश्य लेसर किरण आपल्या लक्ष्यावर सोडले की मग त्या दिशेने 'लेसरगायडेड' अस्त्रे सोडता येत. ती अस्त्रे मग अचूक लक्ष्यवेध करत. तसेच एका वेळी सहा लक्ष्यांवर जरी हल्ला करायचा असला तरीही ते शक्य होत असे. त्यासाठी एक हाय स्पीड डिजिटल सिग्नल प्रोसेसर हेलिकॉप्टरमध्ये बसवलेला होता. आत्तापर्यंत शत्रूची फारच थोडी माणसे किओवा हेलिकॉप्टरच्या हल्ल्यातून बचावली होती. शत्रूच्या ज्या माणसांनी हे हेलिकॉप्टर जवळून पाहिले ती जिवंत राहिली नव्हती.

डेल्टा-वन किओवा हेलिकॉप्टरमध्ये चढला आणि त्याने वैमानिकाच्या आसनावरती बसून आपले पट्टे बांधले. आता त्याला आपण एकदम प्रबळ झाल्याची सुखद भावना स्पर्श करून गेली. हे हेलिकॉप्टर चालविण्याचे प्रशिक्षण त्याला दिले होते. आत्तापर्यंत त्याने तीन वेळा मोहिमांमध्ये भाग घेऊन शत्रूवरती छुपे हल्ले यशस्वीपणे चढवले होते. किओवा हेलिकॉप्टर तशा कामासाठी एक अत्यंत परिपूर्ण यंत्र आहे, असे त्याचे अनुभवातून मत झाले होते. या हेलिकॉप्टरचे इंजिन 'रोल्स-राईस ॲलिसन' या प्रकारातील होते. हेलिकॉप्टरला मध्यावरती दोन फिरणारी पाती होती. ती पाती मुद्दामच अर्धलवचीक अशी ठेवलेली होती. फिरताना त्यांचा आवाज होत नसल्याने त्या हेलिकॉप्टरला 'सायलेन्ट हेलिकॉप्टर' संबोधले जायचे. किओवा हेलिकॉप्टरला संपूर्ण काळा रंग दिला होता. बाहेरचे व आतले सर्व दिवे बंद करून अंधारात उडू लागले की ते डोळ्याला दिसत नसे... अगदी डोक्यावर आले तरच त्याचे अस्तित्व जाणवत असे. रडारच्या पडद्यावरती मात्र हे हेलिकॉप्टर कळून येत असे.

थोडक्यात, हे एक आवाज न करणारे काळ्या रंगाचे हेलिकॉप्टर होते. काळ्या रंगाचा चित्ता जसा अंधारातून अचानक आपल्या सावजावरती हल्ला चढवतो तसे ते आपली सावजे टिपत असे.

'कट-कारस्थान' हाही एक अभ्यासाचा विषय झाला आहे. या विषयातील तज्ज्ञ मंडळी किओवाबद्दल नाके मुरडत. तर 'हे नवीन जगातील स्टॉर्म ट्रूपर्स आहे.' असे युनोमधील तज्ज्ञ मंडळी म्हणत. इतर काहीजण 'आपल्या शत्रूचा गुप्तपणे शोध घेणारे हेलिकॉप्टर' असा उल्लेख करत. जेव्हा अशी अनेक हेलिकॉप्टर्स हवेत एक विशिष्ट रचना करून रात्री उडत जात तेव्हा त्यांच्या दिव्यांमुळे असे वाटे की एकच मोठे विमान हवेतून संथपणे पुढे सरकत आहे. अन् जर ही सर्व हेलिकॉप्टर्स सरळ हवेत वर किंवा खाली जाऊ लागली तर ती एक भव्य उडती तबकडी आहे असा

भास होई; कारण फक्त अशी उडती तबकडीच सरळ खाली-वर होऊ शकते. अनेकदा त्यातून उडती तबकडी पाहिल्याच्या अफवा उमटत. त्यामुळे सैन्यातील अधिकारी खूष होत असत; कारण त्या अफवेमुळे किओवा हेलिकॉप्टरची माहिती गुप्त राखली जाई.

अलीकडेच एका गुप्त छाप्यात डेल्टा-वन याने भाग घेतला होता. त्या वेळी त्याच्या किओवा हेलिकॉप्टरमध्ये अद्ययावत तंत्रज्ञानावर आधारित असलेले एक उपकरण बसवलेले होते. त्याला 'एस अँड एम' अशा टोपणनावाने संबोधले जाई. 'स्मोक अँड मिरर्स' अशा सांकेतिक शब्दांचा तो संक्षेप होता. त्या उपकरणामधून लांबून शत्रूच्या आकाशात काही होलोग्राफिक प्रतिमा प्रक्षेपित केल्या जायच्या. अशाच एका हल्ल्यात किओवा हेलिकॉप्टरमधून लढाऊ विमानाची प्रतिमा शत्रूच्या आकाशात प्रक्षेपित केली. त्या ठिकाणी शत्रूच्या विमानविरोधी तोफा बसवलेल्या होत्या. ताबडतोब प्रक्षेपित विमानाच्या चित्रावर तोफगोळे व मशीनगन्सचा मारा बेभानपणे होऊ लागला. तो मारा एवढा वेळ चालला की शेवटी शत्रूकडचा दारूगोळा संपला. त्यानंतर मग अमेरिकेची खरी विमाने तिथे चाल करून गेली.

डेल्टा-वन व त्याची माणसे हेलिकॉप्टरमध्ये बसली. डेल्टा-वनने उड्डाण केले. आकाशात ते हेलिकॉप्टर ठरवलेल्या मार्गाने जाऊ लागले. तेव्हा कन्ट्रोलरचे शब्द त्याला आठवले. तो म्हणाला होता, "तुम्हाला आणखी एक काम करायचे आहे," त्यांना ज्या बळीचे लक्ष्य दिले होते त्या बळीचे असामान्यत्व लक्षात घेता ती कामगिरी भलतीच मोठी होती; परंतु उलट प्रश्न विचारायचे अधिकार डेल्टा-फोर्सच्या माणसांना नव्हते. त्यामुळे डेल्टा-वन गप्प बसला होता. त्याच्या तुकडीला वरिष्ठांचा हुकूम मिळाला होता. आता तो हुकूम, ती आज्ञा, इमानेइतबारे पाळणे एवढेच त्यांच्या हातात होते. जसे सांगितले तसेच करायचे होते. मग भले त्याचे परिणाम काहीही होवोत; पण ती पद्धत खूपच धक्कादायक होती.

पण त्या कन्ट्रोलरला नरकात पाठवायचे असेल तर त्याने सांगितलेली ही कृती करणे योग्यच ठरेल.

किओवा वर उडाले व डेल्टा-वन ते हेलिकॉप्टर नैर्ऋत्येला नेऊ लागला. त्याने यापूर्वी वॉशिंग्टनमधील एफडीआर मेमोरिअल हे स्मारक दोनदा पाहिले होते; पण तो तेच स्मारक आकाशामधून प्रथमच पहाणार होता.

९३

"ती उल्का प्रथम एका कॅनेडियन भूशास्त्रज्ञाने शोधली होती?" गॅब्रिएल अॅश थक्क होऊन समोरच्या तरुण प्रोग्रॅमर हार्पर याच्याकडे पहात होती, "अन् तो

कॅनेडियन आता मृत पावला होता?''

हार्परने यावर नुसती आपली मान गंभीरपणे हलवली.

''हे तुम्हाला केव्हापासून ठाऊक आहे?''

''पंधरा दिवसांपूर्वी. एक्स्ट्रॉम आणि मार्जोरी टेन्च यांनी त्या पत्रकार परिषदेत मला जबरदस्तीने भाग घ्यायला लावल्यानंतरची ही गोष्ट आहे. एकदा मी जाहीरपणे जे सांगेन ते माझ्याकडून परत नाकारले जाणे शक्य नाही हे त्यांना ठाऊक होते. त्या वेळी त्यांनीच मला ती उल्का खरोखर कशी सापडली ते सांगितले.''

म्हणजे पॉडस उपग्रहाकडून त्या उल्केचा शोध लागला नाही तर!

परंतु गॅब्रिएलला कळेना की ही सारी माहिती नेमके काय दर्शवते आहे? कोणत्या दिशेने हे प्रकरण चालले आहे? पण आपल्याला जे काही कळते आहे ते निश्चितच हादरा बसवणारे आहे. एवढी माहिती समजल्यावर त्या आधारे बराच प्रचार करता येईल. तो प्रचार मार्जोरी टेन्चला घातक ठरेल, तर सिनेटर सेक्स्टनची कॉलर ताठ करणारा ठरेल.

हार्पर सांगत होता, ''मघाशी मी सांगितल्याप्रमाणे त्या उल्केचे स्थान हे केवळ योगायोगाने तो रेडिओ संदेश ऐकू आल्याने समजले. तुम्हाला तो INSPIRE नावाचा सॉफ्टवेअर प्रोग्रॅम ठाऊक आहे? म्हणजे Interactive NASA Space Physics Ionosphere Radio Equipment.''

गॅब्रिएलने त्याबद्दल केवळ ढोबळपणे ऐकले होते.

हार्पर सांगत होता, ''अत्यंत कमी कंप्रतेच्या वायरलेस लहरी ग्रहण करणारा उत्तर ध्रुवाजवळचा रेडिओ सेट. याद्वारे पृथ्वीचा आवाज ऐकता येतो. म्हणजे, उत्तर ध्रुवाजवळ आकाशात जे प्लाझ्मा लहरींचे उत्सर्जन होते, वादळी विजा चमकताना ज्या ब्रॉडबॅन्ड पल्सेस निर्माण होतात, ते सारे प्रकार या रेडिओवरती ऐकता येतात.''

''ठीक आहे.'' गॅब्रिएल म्हणाली. तिला हा शास्त्रीय गुंता समजणे तसे कठीणच होते.

''काही दिवसांपूर्वी, INSPIRE रेडिओ सेट जवळ असलेल्यापैकी एकाने एल्समेअर बेटावरून येणारा एक वायरलेस संदेश ऐकला. एक कॅनेडियन भूशास्त्रज्ञ मदतीसाठी आवाहन करत होता. तो संकटात सापडला होता. अत्यंत कमी कंप्रतेच्या लहरी वापरून तो बोलत होता. ती कंप्रता एवढी कमी होती, की नासाच्या कमी कंप्रतेच्या रेडिओ सेटवरतीही ऐकू येणे जवळ जवळ दुरापास्त होते. आम्ही असे धरून चाललो की तो कॅनेडियन लॉन्ग वेव्हिंग करत होता.''

''मला समजले नाही.'' ती म्हणाली.

''म्हणजे असे, की वायरलेस लहरींची कंप्रता जेवढी जास्त तेवढा त्यांचा पल्ला कमी. तर जेवढी कंप्रता कमी तेवढा पल्ला जास्त. आपली मदतीची हाक

जास्तीत जास्त दूर पोहोचावी म्हणून तो कॅनेडियन प्रत्येक वेळी कंप्रता कमी कमी करत मदतीचे आवाहन करत होता. तो त्या विस्तृत बर्फाळ भूमीवरती मध्यभागी अशा ठिकाणी सापडला होता, की नेहमीची कंप्रता वापरून त्याचे वायरलेसवरचे आवाहन फार दूर पोहोचू शकले नसते. त्या ओसाड भूमीच्याही पलीकडे कोणी ना कोणी त्याचे आवाहन ऐकले तरच त्याला मदत मिळण्याची आशा होती.''

''त्याच्या त्या आवाहनात, निरोपात नक्की काय म्हटलेले होते?''

''तो निरोप फारच त्रोटक होता. तो कॅनेडियन मिल्ने बर्फभूमीवरती बर्फथराची शास्त्रीय निरीक्षणे करत होता. त्या वेळी त्याला बर्फाच्या थरात मध्येच कुठेतरी जास्त घनता आढळली होती. तिथे एखादी महाकाय उल्का पडली असल्याचा संशय त्याला आला; परंतु त्याच वेळी तिथे मोठे वादळ चालून आले व त्यात तो अडकला. त्याने त्या ठिकाणाचे अक्षांश व रेखांश दिले आणि आपल्याला वादळातून वाचवावे म्हणून आवाहन केले. यानंतर त्याच्याकडून संदेश येणे बंद झाले. नासाचे वायरलेस लिसनिंग केंद्र होते व त्यांनी एवढेच ऐकले. मग ताबडतोब त्यांनी जवळच्या थुले गावाहून एक मदत करणारे विमान त्या जागेवरती त्या शास्त्रज्ञाला वाचवण्यासाठी पाठवले. त्यांनी कित्येक तास त्या जागेवर व आसपास शोध घेतला; पण त्या जागेपासून काही मैल अंतरावरती बर्फाच्या एका घळईत तळाशी तो सापडला. अर्थातच तो मेलेला होता. त्याची घसरगाडी व कुत्रीसुद्धा आजूबाजूला पडले होत. कुत्रीही मेलेली होती. असे वाटते, की वादळापासून पळ काढण्यासाठी तो घसरगाडीतून वेगाने निघाला असावा; पण तरीही वादळ त्याच्या अंगावर आलेच. त्या वादळात त्याला काहीही नीट न दिसू शकल्याने मार्ग सोडून तो भरकटत गेला आणि कड्यावरून त्याची घसरगाडी खाली खोल जाऊन बर्फाच्या एका मोठ्या भेगेत किंवा घळईत पडली. तिथेच त्याचा अंत झाला.''

गॅब्रिएलने या माहितीचा नीट विचार केला. ती चक्रावून गेली. ती म्हणाली, ''अशा रीतीने कोणालाही ठाऊक नसलेल्या एका उल्केचा शोध नासाला अचानक लागला. असेच ना?''

''अगदी बरोबर. आणि जर त्या वेळी माझे पॉडसमधील सॉफ्टवेअर नीट काम करत असते तर ती उल्का पॉडसला अचूक समजली असती. अन् तीही त्या कॅनेडियन माणसाला कळण्याआधी एक आठवडा.''

गॅब्रिएलला या योगायोगाचे नवल वाटले. ती काही क्षण विचार करून म्हणाली, ''एक उल्का बर्फात ३०० वर्षं गाडली गेली असताना एकाच आठवड्यात दोनदा सापडते?''

''होय, हे तसे विलक्षण चमत्कारिक वाटते खरे! पण विज्ञानात असे घडू शकते. लग्गा लागला तर मेजवानी, नाहीतर उपासमार. मुद्दा असा आहे, की माझे

सॉफ्टवेअर ठीक असते तर त्या उल्केचा शोध आपल्याकडून लागला असता, अन् आता तो कॅनेडियन मृत पावलेला असल्याने नासाने त्या उल्केच्या शोधाचे श्रेय घेण्यास काय हरकत आहे, असे एक्स्ट्रॉम यांना वाटते. त्या कॅनेडियनच्या संदेशात म्हटल्याप्रमाणे त्या स्थानाच्या अक्षांश व रेखांशावरती मी जर नासाचा उपग्रह आणून ठेवला तर पुढचे सारे जमून जात होते. मग आम्हालाच त्या उल्केच्या शोधावरती प्रथमपासून दावा करता आला असता. त्यामुळे नासाच्या कपाळी जी या मोहिमेच्या अपयशाची नामुष्की येत होती त्याला थोडाफार छेद दिला गेला असता.''

''शेवटी तुम्ही तसेच केलेत तर.''

''याचे कारण मला त्यांनी दुसरा पर्याय दिला नव्हता. माझ्या चुकीमुळेच ते यश नासाच्या हातून निसटत होते,'' एवढे बोलून हार्पर थोडा वेळ थांबला व नंतर म्हणाला, ''आज जेव्हा मी अध्यक्षांची पत्रकार परिषद टीव्हीवरती पाहिली आणि जेव्हा मला कळले की ज्या उल्केच्या शोधावरती आपण हक्क सांगितला, त्या उल्केत एका प्राचीन जीवाचे अवशेष आहेत...''

''मग ते ऐकून तुम्ही अगदी सुन्न होऊन गेला असाल?''

''हो ना.''

''त्या उल्केच्या शोधावरती नासाचा हक्क सांगताना एक्स्ट्रॉम यांना त्यात जीवाश्म असल्याचे ठाऊक होते?''

''त्याची मला कल्पना नाही. त्या पुरल्या गेलेल्या उल्केला कोणाचाही हात लागला नव्हता. नासाची तुकडी तिथे जाऊन प्रथम त्यांनी त्या उल्केचे नमुने ड्रिलिंग करून बाहेर काढले. माझा असा तर्क आहे की ते नमुने वर काढून त्याची क्ष-किरण यंत्राखाली तपासणी करेपर्यंत नासाच्या लोकांना त्यातल्या जीवाश्मांची कल्पना नव्हती. त्यांनी मला पॉडसच्या सॉफ्टवेअरबाबत खोटे बोलण्यास भाग पाडले, तेव्हा त्यांना फक्त उल्केच्या शोधावरती आपला हक्क सांगायचा होता. नासाला आपल्या कर्तृत्वाने जगातील एक मोठी उल्का सापडली एवढ्याच श्रेयाची अपेक्षा असावी; पण जेव्हा त्यात जीवाश्म सापडला तेव्हा त्यांना कळले, की आपल्याला एक फारच मोठा शास्त्रीय लाभ झाला आहे.''

ते सर्व ऐकून गॅब्रिएल उत्तेजित झाली. तिचा श्वास उथळ होत गेला. ती म्हणाली, ''डॉ. हार्पर, पॉडसच्या सॉफ्टवेअरबाबत नासाने व व्हाईट हाऊसने आपल्याला खोटे बोलायला भाग पाडले हे तुम्ही शपथेवर लेखी निवेदन करावयास तयार आहात?''

हार्परचा चेहरा घाबरलेला झाला. तो म्हणाला, ''ते काही मला सांगता येत नाही. माझ्या तशा करण्याने नासाचे किती नुकसान होईल ते मला सांगता येत नाही... तसेच या शोधाचेही किती नुकसान...''

"डॉ. हार्पर, तुम्हाला व मला, दोघांनाही ठाऊक आहे, की हा शोध कसाही लागलेला असू दे, पण तो एक अद्‌भुत शोध आहे; पण येथे मुद्दा असा आहे, की तुम्ही जाहीरपणे पत्रकार परिषदेत खोटे बोलल्याने सबंध अमेरिकी जनतेशी खोटे बोलला आहात. तेव्हा नासा जे पॉडसबद्दल सांगते आहे तेवढेच नाही, तर बरेच काही दडवले गेलेले आहे."

"ते मला ठाऊक नाही. मी ॲडमिनिस्ट्रेटर एक्स्ट्रॉमला तुच्छ लेखतो; पण माझ्याबरोबर काम करणारी मंडळी... ती चांगली माणसे आहेत."

"पण त्यांचीही फसवणूक झालेली असल्याने सत्य काय आहे ते त्यांना समजून घेण्याचा हक्क आहे."

"अन् त्या पैशांच्या अपहारात माझ्याविरुद्ध असलेल्या पुराव्याचे काय?"

"ती गोष्ट तुम्ही डोक्यातून काढून टाका." काही वेळापूर्वी त्याला दिलेली धमकी जवळ जवळ विसरून गॅब्रिएल म्हणाली, "मी सिनेटरना सांगेन की त्या अपहाराबद्दल तुम्हाला काहीही ठाऊक नाही. तो एक तुम्हाला अडकविण्यासाठी तयार केलेला सापळा आहे. तुम्ही पॉडस प्रकरण फोडू नये म्हणून एक्स्ट्रॉमने तो एक प्रकारचा विमा उतरवलेला आहे."

"सिनेटर माझी बाजू घेऊन मला संरक्षण देतील?"

"अगदी संपूर्णपणे. तुम्ही कसलेही गैरकृत्य केलेले नाही. तुम्ही फक्त वरिष्ठांची आज्ञा पाळत आलेला होतात. शिवाय तुम्ही आपण होऊन मला त्या कॅनेडियन शास्त्रज्ञाची माहिती दिली आहे. याचा अर्थ तुम्ही काहीही लपवू इच्छित नाही. तेव्हा सिनेटर तुम्हाला पैशाच्या अपहारात कदाचित गोवणार नाहीत. किंवा कदाचित ते हा प्रश्न उचलूनही धरणार नाहीत. पॉडसबद्दल व उल्केबद्दल नासाने चुकीची माहिती पुरवली यावरतीच सिनेटर आता भर देतील. एकदा का सिनेटरने त्या कॅनेडियन शास्त्रज्ञाची माहिती बाहेर फोडली की एक्स्ट्रॉम यांना तुमच्या खोट्या निवेदनाला तुम्हीच जबाबदार आहात हा मुद्दा उचलून धरता येणार नाही."

हार्पर अजूनही चिंतेत पडला होता. गप्प बसून तो आपल्यासमोर येणाऱ्या सर्व पर्यायांचे परिणाम जोखत होता. गॅब्रिएलने क्षणभर त्याला विचार करू दिला. तिला यापूर्वीच जाणवले होते, की या हकिगतीभोवती आणखीही काही अडचणीत आणणारा योगायोग आहे; परंतु ती योगायोगाची घटना ती आत्ता बोलून दाखवणार नव्हती; पण हार्परला अजून एक धक्का द्यायची जरुरी आहे असे तिला वाटले.

"तुमच्याजवळ कुत्री आहेत?" तिने विचारले.

त्याने तिच्याकडे मान वर करून पहात म्हटले, "काय म्हणालात?"

"जरा हे चमत्कारिक वाटेल; परंतु तुम्ही मला सांगितलेत की त्या कॅनेडियन भूशास्त्रज्ञाने त्या गाडलेल्या उल्केचे अक्षांश-रेखांश कळवले. तसेच, त्याची ती

कुत्र्याची घसरगाडीही नीट दिसत नसल्याने बर्फाच्या एका मोठ्या घळईत कोसळली.''

''यांचे कारण त्या वेळी तिथे वादळ चालून आले होते. त्यामुळे मार्ग सोडून त्यांची घसरगाडी, ती कुत्री व तो शास्त्रज्ञ हे सारे बर्फाच्या घळईत कोसळले.''

यावर गॅब्रिएलने आपले खांदे उडवले व आपला संशय व्यक्त होईल अशा स्वरात म्हटले, ''बरं... ठीक आहे.''

हार्परला तिचा संशय स्पष्टपणे जाणवला. त्याने विचारले, ''तुम्हाला काय म्हणायचे आहे?''

''काही नाही. या उल्केच्या शोधाभोवती खूप योगायोग कसे काय गुंफले गेले आहेत? एक कॅनेडियन शास्त्रज्ञ उल्केचे भौगोलिक स्थान कळवतो आणि त्याच्या वायरलेसच्या कंप्रतेवरती फक्त नासाच त्याचे मदतीचे आवाहन ऐकते? त्यानंतर ती कुत्री व त्यांनी ओढलेली घसरगाडी एका कड्यावरून खाली कोसळते?'' थोडे थांबून ती पुढे म्हणाली, ''त्या शास्त्रज्ञाच्या मृत्यूमुळे नासाच्या पुढच्या यशाचा संपूर्ण मार्ग खुला झाला, हे उघड दिसते आहे.''

हार्परच्या चेहऱ्यावरचा रंग झरझर उतरत गेला. ''म्हणजे तुम्हाला असे वाटते का, की एक्स्ट्रॉम त्या उल्केसाठी कोणाचा खूनही पाडतील?''

मोठे राजकारण. मोठा पैसा. ती म्हणाली, ''मी सिनेटरशी आधी बोलते. मग आपण एकमेकांशी संपर्क साधू. आता मला हे सांगा, की येथून मागच्या एखाद्या जिन्याने मला बाहेर पडता येईल?''

चेहरा पडलेल्या डॉ. हार्परच्या खोलीतून गॅब्रिएल बाहेर पडली. त्याने दाखविलेल्या मागच्या एका जिन्याने ती खाली उतरली. आग लागली असता झटपट निसटण्यासाठी तो जिना बांधलेला होता. तेथून ती इमारतीच्या मागच्या रस्त्यावरती गेली. पुढे जाऊन तिने एका टॅक्सीला हात केला. ती टॅक्सी नुकतीच नासाच्या काही माणसांना घेऊन आली होती. त्यांना आज ऑफिसात पार्टी करायची होती, आनंद साजरा करायचा होता.

टॅक्सीत बसल्यावर तिने ड्रायव्हरला सांगितले, ''वेस्टब्रूक प्लेस लक्झरी अपार्टमेंट्स.'' ती आता सिनेटर सेक्स्टनला खुषीत आणणार होती.

९४

जी-फोर जेट विमानाच्या कॉकपिटच्या दारात रेचल उभी होती. एका वायरलेस फोनची तार ओढून घेऊन ती फोनवर बोलत होती. वैमानिकापासून जितके लांब रहाता येईल तितके ती राहिली होती. त्याला आपले बोलणे ऐकू जाऊ नये म्हणून ती धडपडत होती. कॉर्की आणि टॉलन्ड तिच्याकडे पहात होते. वॉशिंग्टन

शहराबाहेरील बोलिंग एअर फोर्स बेसवर त्यांचे विमान उतरणार होते. तोपर्यंत एकमेकांशी अजिबात संपर्क साधायचा नाही असे तिचे व पिकरिंगचे ठरलेले होते; पण आत्ता रेचलजवळ अशी माहिती होती की ती पिकरिंगला ऐकायला आवडेल अशी तिची खात्री होती. अन् तशीच निकड पण होती; म्हणून तिने पिकरिंगच्या मोबाइलचा नंबर दाबला. पिकरिंग तो मोबाइल नेहमी जवळ बाळगे. त्यासाठी खास सिक्युरिटी सर्किट होते. त्यामुळे सहजासहजी कोणालाही त्यावरील संभाषण ऐकता येत नसे की टेप करता येत नसे; परंतु 'सहजासहजी' हा शब्द महत्त्वाचा. तंत्रज्ञानाचा वापर करून कोण कुठली युक्ती करेल व माहितीचा भेद करेल याचा भरवसा नव्हता.

जेव्हा पिकरिंगने फोन घेतला तेव्हा त्याच्या त्या खास फोनवरती अक्षरे उमटलेली होती Unsecured Call. रेचल वायरलेस फोनवर बोलत असल्याने तिची फोन लाईन कोणीही मनात आले तर ऐकू शकत होते. म्हणून पिकरिंग फोनवर तिला म्हणाला, ''प्लीज, काळजीपूर्वक बोला. या कनेक्शनबद्दल मला भरवसा नाही.''

रेचलला ती भाषा समजली. तेव्हा आता आपण अगदी संदिग्धपणे बोलायचे. फोनवर कोणाचीही नावे घ्यायची नाहीत. कोणाचाही पत्ता सांगायचा नाही.

रेचल म्हणाली, ''मी कोण बोलते आहे हे तुम्ही माझ्या आवाजावरून ओळखले असेलच.'' ही सांकेतिक भाषा एनआरओमध्ये आधी ठरवलेली होती. अशा असुरक्षित लाईनवर आपण फोन केला म्हणून डायरेक्टरला आवडणार नाही, असे तिला वाटले होते; परंतु पिकरिंगचा प्रतिसाद उत्साहवर्धक होता.

''होय. मीच तुम्हाला फोन करणार होतो. आपल्याला हा फोन 'रिडायरेक्ट' करायला हवा. तुमच्या स्वागताला काहीजण येणार आहेत. मी त्याबद्दल विचार करतो आहे.''

रेचल एकदम हादरली, घाबरली. याचा अर्थ आपल्या हालचालींवरती, प्रवासावरती कोणी तरी नजर ठेवून आहे. पिकरिंगच्या आवाजातही धोका उद्भवल्याची छटा उतरली होती. म्हणून तर त्याने 'रिडायरेक्ट' हा शब्द वापरला होता. याचा अर्थ ठरलेल्या मुक्कामावर येऊन न थांबता अन्यत्र कोठेतरी थांबायला हवे. रेचल नेमकी तीच विनंती त्याला करणार होती, पण वेगळ्या कारणांसाठी.

''अस्सलपणाबद्दलचा तो जो प्रश्न आहे त्याबद्दल आम्ही येथे चर्चा करत होतो,'' रेचल सांगू लागली, ''त्या प्रश्नाचे स्पष्टपणे 'हो' किंवा 'नाही' हे उत्तर शोधण्याचा एक मार्ग आहे असा आमचा अंदाज आहे.''

''उत्तम! येथेही काही घटना घडल्या आहे. त्यातील काहींच्यामुळे मला पुढे जाण्यासाठी ठणठणीत आधार मिळाला आहे.''

''तो पुरावा शोधण्यासाठी आम्हाला ताबडतोब येथे थांबायला हवे आहे. आमच्यापैकी एकजण हा प्रयोगशाळा मिळवून देऊ शकतो–''

पण तिचे बोलणे तोडत पिकरिंग म्हणाला, ''प्लीज, त्या प्रयोगशाळेचा पत्ता सांगू नका. तुमच्याच सुरक्षिततेसाठी मी हे सांगतो.''

आपण वाटेत थांबून पुढे काय करणार आहोत याची योजना रेचल फोनवरती सांगणार नव्हती. ती म्हणाली, ''GAS-AC येथे उतरण्यासाठी परवानगी मिळवू शकाल काय?''

थोडा वेळ पिकरिंग गप्प होता. GAS-AC या सांकेतिक शब्दाचा अर्थ उलगडण्याचा तो प्रयत्न करत आहे, हे तिच्या लक्षात आले. एनआरओच्या अहवालात शॉर्टहँडमध्ये लिहिताना हा सांकेतिक शब्द नेहमी वापरला जायचा. त्याचा अर्थ तटरक्षक दलाचा 'Group Air Station Atlantic City' असा होता. पिकरिंगला तो समजेल अशी आशा रेचल करू लागली.

शेवटी तो म्हणाला, ''होय. मी तशी व्यवस्था करतो; पण तेच तुमचे शेवटचे स्थान आहे का?''

''नाही. आम्हाला तिथून पुढे जायला एक हेलिकॉप्टर लागेल.''

''ठीक आहे. तेथे ते तुमची वाट पहात असेल.''

''थँक यू!''

''आम्हाला आणखी काही समजेपर्यंत तुम्ही कमालीची काळजी घ्या, सावधगिरी बाळगा, असे मी सुचवतो. कोणाशीही बोलू नका. शक्तिमान पक्षांमध्ये तुमच्या संशयामुळे फार महत्त्व दिले जात आहे.''

बलवान पक्ष म्हणजे दुसरे कोण असणार? तीच ती मार्जोरी टेन्च. एव्हाना अध्यक्षांशी आपला थेट संपर्क व्हायला हवा होता असे तिला तीव्रतेने वाटायला लागले.

''मी आता माझ्या गाडीत बसलो आहे. त्या विशिष्ट बाईला भेटायला चाललो आहे. तिने मला एका खासगी भेटीसाठी तटस्थ जागी बोलावले आहे. त्यातून बरेच काही उघड होईल.'' पिकरिंग म्हणाला.

म्हणजे पिकरिंग मार्जोरी टेन्चला भेटायला कुठे तरी आपली गाडी चालवत चालले आहेत? मार्जोरी जे काही त्यांना सांगेल ते तेवढेच महत्त्वाचे असणार; कारण ते ती फोनवरती सांगू शकत नाही, म्हणून तर भेट होत आहे.

पिकरिंग म्हणाला, ''प्लीज, तुमच्या शेवटच्या स्थानाची माहिती कुठेही बोलू नका. अन् यानंतर कोणताही वायरलेस संपर्क नको. नीट कळले ना हे सारे?''

''येस, सर. आम्ही एका तासात GAS-AC येथे पोहोचतो आहोत.''

''तेथून पुढे जाण्यासाठी वाहन पाठवले जाईल. जेव्हा शेवटच्या ठिकाणी

पोहोचाल तेव्हा सुरक्षित वायरलेस चॅनेलवरून मला कळवा.'' थोडे थांबून तो पुढे म्हणाला, ''तुमच्या सुरक्षिततेबद्दलच्या गुप्ततेसंबंधी मला वारंवार व जादा बोलता येत नाही. आज तुम्हाला खूप शक्तिमान शत्रू निर्माण झाले आहेत. तेव्हा योग्य ती काळजी घ्या.'' एवढे बोलून पिकरिंगने फोन बंद केला.

रेचलच्या मनावरती आता खूप ताण आला होता. ती टॉलन्ड व कॉर्कीकडे वळली.

टॉलन्डने उत्सुकतेने तिला विचारले, ''उतरायचे ठिकाण बदलले?''

रेचलने मान हलवून नाइलाजाने टॉलन्डच्या जहाजाचे नाव घेतले, *''गोया.''*

कॉर्कीने एक सुस्कारा टाकला व तो हातातल्या उल्केच्या नमुन्याकडे पहात म्हणाला, ''मला अजूनही कल्पना करता येत नाही की नासाकडून असे काही...'' जसजसा वेळ जाईल तसतसा तो अधिकाधिक चिंताक्रांत होत गेला.

काय ते आपल्याला आता लवकरच कळणार आहे, असे रेचलच्या मनात आले.

कॉकपिटमध्ये जाऊन तिने तो फोन नीट जागच्या जागी ठेवला. समोरच्या खिडकीतून तिने खाली पाहिले. खाली ढगांची मैदाने चंद्रप्रकाशात मागे पळत होती. तिच्या मनात आता एक विचार निष्कारण उद्‌भवत होता, वारंवार आपले डोके वर काढत होता. गोया जहाजावरती आपल्याला पाहिजे ते उत्तर मिळणार नाही, हा तो विचार होता.

९५

लीस्बर्ग हायवेवरून विल्यम पिकरिंग आपली सेडन गाडी चालवत निघाला होता. बरीच रात्र झालेली होती. त्याच्या गाडीमध्ये दुसरे कोणीही नव्हते; पण आत्ता त्याला फार एकटे वाटू लागले होते. कधी नव्हे अशी ती एकटेपणाची भावना त्याला अस्वस्थ करू लागली. रस्ता पूर्णपणे निर्मनुष्य होता. अनेक वर्षांनी तो इतक्या उशिरा ऑफिसातून घरी परत चालला होता.

मार्जोरी टेन्चचा खरबरीत आवाज अजूनही त्याला ऐकू येत होता, ''एफडीआर मेमोरिअलपाशी. व्हाईट हाऊसपासून जवळ आहे नि सोयीस्कर आहे. मी तिथे भेटायला येते.''

मार्जोरी टेन्चला आपण शेवटचे कधी पाहिले ते पिकरिंग आठवू लागला. ती दोन महिन्यांपूर्वीची गोष्ट होती. त्या वेळी ते दोघे आमनेसामने बसले होते व तो प्रसंग आनंददायक नव्हता. व्हाईट हाऊसमध्ये एक नॅशनल सिक्युरिटी कौन्सिलची बैठक

भरली होती. एका मोठ्या टेबलाभोवती सारे सभासद बसले होते. अध्यक्ष हर्नी, सीआयएचा प्रमुख, नासाचा प्रमुख प्रशासक आणि अन्य जॉइन्ट चीफ मंडळी बसलेली होती.

सुरुवात करताना सीआयए गुप्तहेर एजन्सीच्या प्रमुखाने थेट मार्जोरी टेन्चकडे रोखून पहात म्हटले, ''पुन्हा एकदा मी तुमच्यासमोर येऊन ह्या प्रशासनाला विनंती करतो आहे की नासामधील सुरक्षा यंत्रणेचा बोजवारा उडत चालला आहे. ह्या गोष्टीची कृपया गंभीरपणे दखल घ्या.''

त्याच्या या निवेदनामुळे तिथे बसलेल्या कोणालाही आश्चर्य वाटले नाही. हेर खाते, गुप्त माहिती खाते व संबंधित खात्यात आजवर या प्रश्नावरती इतक्या वेळा चर्चा झाली होती की या समस्येचा साऱ्यांनाच आता वीट आला होता. दोनच दिवसांपूर्वी नासामधून ३०० पेक्षा अधिक छायाचित्रांची चोरी झाली होती. नासाच्या माहितीसाठ्यातील ती छायाचित्रे संगणकाद्वारे हॅकर्सनी पळवली होती. उत्तर आफ्रिकेमध्ये असलेल्या अमेरिकेच्या गुप्त लष्करी प्रशिक्षण केंद्रांची ती अत्यंत रेखीव छायाचित्रे नासाने उपग्रहातून काढलेली होती. जगाच्या बाजारपेठेत त्या छायाचित्रांना काळ्या बाजारात फार मोठा भाव मिळाला होता. खरेदी करणारी गिऱ्हाइके ही अर्थातच मध्यपूर्वेतील अमेरिकेच्या शत्रू राष्ट्रांच्या गुप्तहेर संस्था होत्या.

सीआयएचा प्रमुख म्हणत होता, ''आम्ही व्यक्त केलेल्या हेतूमागच्या सदिच्छा लक्षात घेऊनही नासाचे अस्तित्व ही आता राष्ट्रीय सुरक्षेला एक धमकी होऊ लागली आहे. साध्या, सोप्या शब्दांत सांगायचे झाल्यास आमची ही नासा नावाची अंतराळ संस्था त्यांनीच निर्माण केलेले तंत्रज्ञान व माहिती जपून ठेवण्याइतपत सक्षम नाही, हे उघड दिसते आहे.''

उत्तर देताना अध्यक्ष महाराज म्हणाले, ''आत्तापर्यंत सतत नासाकडून अविचारीपणा प्रकट होत आलेला आहे. महत्त्वाच्या माहितीची गळती होऊन त्यामुळे राष्ट्राचे नुकसान झालेले आहे. मला या साऱ्याचा फार फार खेद होतो.'' मग दगडी चेहरा करून बसलेल्या नासाचा प्रमुख प्रशासक एक्स्ट्रॉम याच्याकडे निर्देश करत ते पुढे म्हणाले, ''नासाची सुरक्षितता आणखी कशी कडक करता येईल याचे मार्ग अजूनही आपण शोधत आहोत.''

सीआयएचा डायरेक्टर म्हणाला, ''नासाविषयी योग्य तो आदर राखूनही मी असे म्हणेन की ज्या काही नवीन सुरक्षा उपाययोजना नासा राबवत आहे त्या साऱ्या परिणामशून्य ठरल्या आहेत; कारण माझ्या मते त्या उपाययोजना अमेरिकेच्या हेरसंस्थांना वगळून राबविल्या जात आहेत.''

हे ऐकताच तिथे जमलेल्या सभासदांमध्ये एक अस्वस्थतेची लाट येऊन गेली. आता सभेचे गाडे कोणत्या दिशेने सरकत आहे हे सर्वांना कळून चुकले. सीआयएचा

डायरेक्टर पुढे बोलत राहिला; पण त्याचा आवाज अधिकाधिक तीव्र होत गेला. तो म्हणत होता, ''तुम्हाला ठाऊक आहेच, की लष्करी संस्था, सीआयए, एनएसए, एनआरओ अशा सर्व संस्थांना गोपनीय माहिती हाताळावी लागते, साठवावी लागते. म्हणून त्यासंबंधीचे गुप्ततेचे सर्व नियम या संस्था अगदी कडकपणे पाळतात. त्यांनी निर्माण केलेले तंत्रज्ञान आणि गोळा केलेली माहिती बाहेर फुटू नये म्हणून ते आत्यंतिक काळजी घेतात. असे जर आहे तर मी आता आपल्याला विचारतो, की अगदी आघाडीवरचे अंतराळ तंत्रज्ञान मोठ्या प्रमाणात निर्माण करणारी, प्रतिमाशास्त्र, उड्डाणशास्त्र, सॉफ्टवेअर व टेलिकॉम-तंत्रज्ञान निर्माण करणारी अशा नासा संस्थेमध्ये मात्र गोपनीयतेचे नियम पाळले जात नाहीत. याच नासाकडून सर्व हेरसंस्था, लष्करीसंस्था या तंत्रज्ञान स्वीकारतात व वापरतात; पण तरीही नासा संस्था मात्र गुप्ततेच्या छत्राखाली येत नाही, हे कसे काय?''

अध्यक्षांनी यावरती एक जड नि:श्वास टाकला. सभेपुढे मांडला जाणारा प्रस्ताव हा अगदी स्वच्छ होता. तो प्रस्ताव म्हणजे 'नासाची पुनर्रचना करून त्या संस्थेला अमेरिकेच्या गुप्त माहिती गोळा करण्याच्या वर्गात घालावे.' अन्य संस्थांच्या पुनर्रचनेचे काम भूतकाळात झालेले होते; परंतु नासाला लष्करी वर्गात घालून तिच्यावर लष्करी संस्था, सीआयए इत्यादी संस्थांची अप्रत्यक्षही हुकमत चालू देणे अध्यक्षांना मंजूर नव्हते. नॅशनल सिक्युरिटी कौन्सिलच्या सभेत या प्रश्नावरून फूट पडत होती. अनेक सभासदांनी हेरसंस्थांच्या मतांना आपला पाठिंबा दर्शवला.

लॉरेन्स एक्स्ट्रॉमला अशा सभा आवडत नव्हत्या आणि आत्ताची सभाही याला अपवाद नव्हती. त्याने सीआयएच्या डायरेक्टरकडे एक उग्र कटाक्ष टाकला आणि म्हटले, ''मी जे यापूर्वी सांगितले त्याचीच येथे जरी आत्ता पुनरावृत्ती होत असली, तरी मी परत सांगतो की नासामध्ये निर्माण होणारे तंत्रज्ञान हे बिनलष्करी व सैद्धान्तिक संशोधन यासाठी उपयुक्त असते. जर तुमच्या हेरसंस्थांना आपल्या अंतराळ संस्थेतल्या मोठमोठ्या दुर्बिणी ह्या आकाशाकडे रोखण्याऐवजी आजूबाजूला रोखून चीनकडे पहावे असे वाटत असेल तर ती केवळ तुमची निवड आहे.''

ते ऐकताच त्या सीआयए डायरेक्टरचा राग उफाळून आला. त्याचा चेहरा लाल झाला.

पिकरिंगने त्याची नजर पकडली व तो मध्येच बोलू लागला; मात्र बोलताना त्याने अत्यंत संयमी स्वरात म्हटले, ''असे पहा एक्स्ट्रॉम, तुमच्या संस्थेचे कार्य हे तुटपुंज्या निधीवरती चालले आहे. त्यामुळे तुमच्या ज्या मोहिमा फसतात त्याचे परिणाम तुम्हाला भोगावे लागतात. जर नासाला हेरसंस्थेच्या वर्गात घातले तर तुम्हाला अमेरिकन काँग्रेसकडे पैशासाठी वेळोवेळी साकडे घालण्याची गरज उरणार नाही. मग तुम्हाला आत्तापेक्षा कितीतरी अधिक निधी 'ब्लॅक बजेट'मधून मिळेल.

यामुळे नासाला आपली संस्था चालवायला कसलीच अडचण येणार नाही. नासाने निर्माण केलेल्या तंत्रज्ञानाला संरक्षण मिळेल आणि हेरसंस्थांनाही शांतता लाभेल.''

यावर एक्स्ट्रॉमने आपली मान हलवत म्हटले, ''तत्त्वत: नासाला असले रूप देण्यास माझा तीव्र विरोध आहे. नासा ही एक अंतराळ संशोधन संस्था आहे. या संस्थेचा आणि राष्ट्रीय सुरक्षिततेचा कुठेही संबंध नाही.''

आता सीआयएचा डायरेक्टर उठून उभा राहिला. जेव्हा अध्यक्ष बसलेले असतात तेव्हा असे उठून उभे रहाण्याचा संकेत नसतो; पण त्याला कोणीही थोपवले नाही. नासाच्या प्रशासकाकडे रागाने जळफळत पहात तो म्हणाला, ''तुम्हाला असे म्हणायचे आहे का, की विज्ञानाचा राष्ट्रीय सुरक्षिततेशी काहीही संबंध नाही? मग लक्षात घ्या, ह्या दोन्ही गोष्टी एकाच नाण्याच्या दोन बाजू आहेत. आपल्या देशाची विज्ञान व तंत्रज्ञान या क्षेत्रात नेत्रदीपक प्रगती झाल्यामुळेच अमेरिकेला सुरक्षितता लाभली आणि तुम्हाला हे आवडो वा न आवडो, नासाने ते विज्ञान व तंत्रज्ञान निर्माण करण्यात अति अति मोलाची कामगिरी केली आहे; पण दुर्दैवाने तुमच्या संस्थेमधून वेळोवेळी महत्त्वाची माहिती बाहेर गळत आलेली आहे. एखाद्या चाळणीतून पाणी गळत रहावे तशी तुमच्याकडची महत्त्वाची माहिती व तंत्रज्ञान हे सतत गळत राहिलेले आहे. त्यामुळे 'सुरक्षितता' ही तुमच्या संस्थेचे एक जबाबदारीचे अंग होऊन बसले आहे!''

यावर तिथे सर्वत्र शांतता पसरली.

आता नासाचा प्रशासक एक्स्ट्रॉम उठून उभा राहिला व सीआयएच्या डायरेक्टरच्या नजरेला नजर भिडवत म्हणाला, ''म्हणजे तुम्हाला असे सुचावायचे आहे की नासामधील वीस हजार शास्त्रज्ञांना हवाबंद अशा लष्करी प्रयोगशाळेत कोंबून टाकायचे? त्यांना फक्त तुमच्यासाठी काम करायला लावायचे? आमच्या शास्त्रज्ञांची अंतराळात खोलवर डोकावून पहाण्याची एक तीव्र आकांक्षा होती, मनीषा होती किंवा एक स्वप्न होते. म्हणून तर त्यांच्याकडून खास अंतराळ-दुर्बिण निर्माण करण्याचे काम झाले. तुम्हाला नाही असे वाटत? आश्चर्याने थक्क व्हावे असे जे शोध नासामध्ये लागत आहेत, ते फक्त एकाच कारणामुळे लागत आहेत. ते कारण म्हणजे, आमच्या कर्मचाऱ्यांना बाहेरच्या विश्वात खोल खोल डोकावून पहाण्याची व तेथील ज्ञान मिळविण्याची तीव्र आस आहे. ताऱ्यांनी भरलेल्या आकाशाकडे स्वप्नाळू नजरेने पहात आमचे शास्त्रज्ञ मोठे झालेले आहेत. त्यांच्या मनात सतत एकच प्रश्न असतो, तो म्हणजे 'तिथे वरती आणखीन काय काय आहे?' तीव्र ओढ व कुतूहल या दोन गोष्टी नासाच्या शोधांना प्रेरणा देतात. लष्करी वर्चस्वाचे वचन देण्यातून ना प्रेरणा मिळते, ना स्फूर्ती मिळते.''

आता पिकरिंग उठला. आपला घसा साफ करून तो खालच्या स्वरात बोलू

लागला. त्याला सभेचे गरम वातावरण शांत करायचे होते. तो म्हणाला, ''असे पहा एक्स्ट्रॉम, नासाच्या शास्त्रज्ञांना लष्करी उपग्रह बांधण्याच्या कामास जुंपावे, असे काही डायरेक्टरांचे मत नाही. नासा संस्थेची उद्दिष्टे व मोहिमा या आहे तशाच रहातील. त्यात काहीही बदल होणार नाही. नासा आपले काम येथून पुढेही नेहमीप्रमाणेच करत राहील; मात्र तुमचा निधी वाढला पाहिजे व सुरक्षितताही आत्तापेक्षा वाढवली पाहिजे.'' आता अध्यक्षांकडे वळून पिकरिंग म्हणाला, ''सुरक्षितता पाळणे ही गोष्ट महागडी आहे. या खोलीतील सर्वांना हे ठाऊक आहे की अपुऱ्या निधीअभावी सुरक्षिततेला भोके पडत असतात. पैशाच्या कमतरतेमुळे कडक सुरक्षितता पाळता येत नाही. यासाठी नासाला आपल्या खर्चाला आळा घालावा लागतो, सुरक्षिततेत जेवढी जमेल तेवढी काटकसर करावी लागते, अन्य देशांबरोबर संयुक्त मोहिमा आखाव्या लागतात. म्हणजे मग बराचसा खर्चाचा भार ते देश उचलतात. नासा ही आत्तासारखीच सामर्थ्यवान, वैज्ञानिक व बिनलष्करी संस्था रहावी; पण तिचे अंदाजपत्रक वाढवले गेले पाहिजे आणि तिला अधिक अधिकार मिळाले पाहिजेत. म्हणजे काटकसर करणे व अन्य देशांबरोबर संयुक्त मोहिमा आखणे याला फाटा देता येईल.''

यावर अनेक सभासदांनी आपल्या माना संमतीदर्शक हलवल्या.

''बुलशिट!'' अध्यक्ष गरजले.

प्रत्येकाच्या भुवया उंचावल्या. अध्यक्ष अशा खालच्या पातळीवरती जाऊन आजवर कधीच बोलले नव्हते.

आता अध्यक्ष महाराज हळूहळू उठून उभे राहिले. त्यांना पिकरिंगचे मत संपूर्णपणे पटलेले होते असे दिसले नाही. पिकरिंगला म्हणाले, ''मी तुम्हाला असे विचारतो, पुढच्या दशकात मंगळावर जाण्याचा नासाचा मनसुबा आहे व तशी त्यांना आशा आहे; परंतु त्यासाठी अफाट खर्च होईल. हा अफाट खर्च देशाच्या ब्लॅक बजेटमधून, गुप्त अंदाजपत्रकातून होऊ देण्यास किती हेरसंस्था राजी होतील? मंगळावरच्या मोहिमेमुळे कोणती राष्ट्रीय सुरक्षितता साधली जाणार आहे, असा सवाल त्या वेळी उठेल.

''अध्यक्ष म्हणून मी एक गोष्ट शिकलो आहे. ती म्हणजे, जे कोणी डॉलर्सवरती नियंत्रण ठेवू शकतात तेच भावी घटनांना किंवा भवितव्याला दिशा देण्यावर नियंत्रण ठेवत असतात. ज्या उद्दिष्टांसाठी नासाची स्थापना झाली त्या उद्दिष्टांमध्ये जे कोणी सहभागी नाहीत, त्यांच्या हातात नासाच्या पैशाच्या नाड्या मी देऊ इच्छित नाही. मी एवढीच कल्पना करू शकतो, की शुद्ध विज्ञान हे लष्कराच्या सहकार्याने नासाच्या कोणत्या मोहिमा या व्यवहार्य ठरवू शकेल.''

अध्यक्षांनी सर्वांवरून सावकाश नजर फिरवली व शेवटी पिकरिंगवरती आपले

डोळे रोखले. ते म्हणाले, "तुम्हाला नासाने अन्य राष्ट्रांच्या अंतराळ संस्थांबरोबर संयुक्त मोहिमा आखलेल्या आवडत नाहीत. याला कारण तुमची नजर फार दूरवर जात नाही. चीन आणि रशिया यांच्याबरोबर कोणी ना कोणी तरी रचनात्मक कार्य करत असतेच. केवळ लष्करी बळाने या ग्रहावरती शांतता प्रस्थापित करता येणार नाही. मग भले त्या देशांच्या सरकारांमध्ये एकमेकांबद्दल मतभेद असले तरीही त्यांचे सहकार्य व कार्य चालूच असते. *त्यांच्यामुळेच या जगात शांतता नांदू शकेल.* अब्जावधी डॉलर्स खर्चून सोडलेल्या एखाद्या लष्करी हेरगिरी करणाऱ्या उपग्रहामुळे जेवढी राष्ट्रीय सुरक्षितता सांभाळली जाईल त्यापेक्षाही अधिक सुरक्षितता आपल्याला नासाच्या संयुक्त मोहिमांमुळे लाभेल. त्यामुळेच भविष्याबद्दलच्या आपल्या आशा अधिक उंचावू शकतात.''

पिकरिंगच्या मनात कुठेतरी खोलवर राग धुमसू लागला. *एखाद्या राजकीय पुरुषाने माझ्याशी अशा तऱ्हेने बोलावे!* राजकीय मंचावरती अध्यक्षांचा आदर्शवाद शोभून दिसेल; पण व्यवहारात यामुळे आपले अनेक लोक बळी पडतील.

पिकरिंगच्या रागाचा आता स्फोट होईल हे जणू काही जाणून मार्जोरी टेन्च त्याला म्हणाली, "आम्हाला ठाऊक आहे, की तुमची कन्या दहशतवादी हल्ल्यात ठार झाली आहे; परंतु ती एक वैयक्तिक पातळीवरची घटना आहे.''

तिचे शब्द पिकरिंगच्या मनात नीट उतरत नव्हते; पण त्यांचा गोषवारा त्याला समजत होता. मार्जोरी म्हणत होती, "प्लीज, हे लक्षात घ्या, की आत्ता सध्या व्हाईट हाऊसकडून अंतराळ-उद्योगाचे खासगीकरण थोपवून धरलेले आहे. नासाने कितीही जरी चुका केल्या तरी इलेक्ट्रॉनिक्स उद्योगांशी तिचे मित्रत्वाचे नाते आहे. तेव्हा या सर्वांतून काही चांगले निष्पन्न होईल, अशी आशा आपण करू या.''

हायवेवरती असलेल्या एका लांबट उंचवट्याच्या पट्ट्याने पिकरिंगच्या मोटारीला धक्के बसले. त्याचे मन एकदम वर्तमानकाळात आले. आजूबाजूच्या वास्तवाचे त्याला भान आले. हायवे सोडून जिथे एफडीआर मेमोरिअलकडे वळायचे होते ती जागा जवळ येत चालली आहे हे त्याच्या लक्षात आले. काही वेळाने तो वळला. वळल्यावरती त्या रस्त्यावर बाजूलाच एक हरिण मरून पडले होते. शेजारच्या जंगलातून रात्री भरकटत आलेले ते हरिण मोटारीचा धक्का लागून मेले होते. ते पाहून तो थोडासा कचरला. त्याला हा एक अपशकुन वाटला. पुढे जावे की न जावे अशा विचित्र संभ्रमात तो सापडला; पण क्षणभरच. तो आपली गाडी चालवत पुढे जातच राहिला.

कारण त्याला ती भेट पाळायला हवी होती.

१६

फ्रॅन्कलीन डेलानो रुझवेल्ट मेमोरिअल ऊर्फ एफडीआर मेमोरिअल हे अमेरिकेतील सर्वांत मोठे स्मारक आहे. या रुझवेल्ट स्मारकामध्ये एक विस्तृत बगीचा, धबधबे, पुतळे, निवांत बसण्यासाठी केलेल्या खास जागा, कोनाडे, छोटी छोटी तळी आहेत. ही स्मारकाची जागा चार भागांत विभागलेली आहे. प्रत्येक भागात एकेक प्रदर्शन आहे. त्यात रुझवेल्ट यांच्या प्रत्येक कार्यकाळातील ऑफिसची नक्कल करून ठेवलेली आहे. दिवसभरात हजारो लोक या स्मारकामधील निसर्गरम्य स्थळाला भेटी देत असतात.

पण आता रात्र पडलेली असल्याने स्मारकाच्या आवारात कोणीही नव्हते. सर्वत्र सामसूम झालेली होती. तिथून एक मैलावरती एक किओवा वॉरियर हेलिकॉप्टर शहरावरून चालले होते. त्याचे दिवे अत्यंत मंद केलेले होते. वॉशिंग्टनसारख्या शहरात अनेक व्हीआयपी मंडळी असल्याने नेहमीच हेलिकॉप्टर्सची वर्दळ असे. त्यात वृत्तमाध्यमांच्या हेलिकॉप्टर्सची भर पडे. त्यामुळे त्या खास किओवा हेलिकॉप्टरकडे फारसे कोणाचे लक्ष वेधले गेले नाही. पक्ष्यांचा संचार जेवढा नैसर्गिक आहे तेवढीच हेलिकॉप्टर्सचीही उड्डाणे वॉशिंग्टनच्या आकाशात नैसर्गिक वाटत होती. फक्त व्हाईट हाऊसच्या नेमके वरती कोणालाही शिरता येत नव्हते.

ते किओवा हेलिकॉप्टर २१०० फूट उंचीवरून उडत उडत व्हाईट हाऊसजवळून गेले व एफडीआर मेमोरिअलच्या आकाशात घिरट्या घालू लागले. डेल्टा-वन हेलिकॉप्टर चालवत होता आणि त्याच्या डावीकडे डेल्टा-टू बसला होता. रात्रीच्या अंधारातही दृश्य दाखविणाऱ्या यंत्रणेची जुळवाजुळव तो करत होता. व्हिडिओच्या पडद्यावरती रुझवेल्ट स्मारकाच्या प्रवेशमार्गाचे चित्र हिरव्या रंगात उमटलेले होते. आजूबाजूला व संपूर्ण आवारात कोणीही नाही याची त्याने खात्री करून घेतली.

आता ते आकाशात आपल्या सावजाची वाट पहात आहे त्याच जागी थांबणार होते.

ज्या सावजाची शिकार करायची ते सावज मात्र तसे फालतू नव्हते, महत्त्वाचे होते. त्याच्या शिकारीमुळे खूप गदारोळ उडणार होता. काही लोकांना संपवणे हे तेवढे सोपे नसते. त्यांच्या हत्येनंतर खूप आरडाओरड होण्याची दाट शक्यता असते. मग मृत्यूनंतर चौकशीसत्र सुरू होते. शोधकार्य जारी होत असते. या सावजाच्या हत्येत तसे होणार होतेच; परंतु स्फोट, आग, अपघात आदींमुळे शोधकार्य अनेक शक्यतांच्या दिशांनी पसरत जाते. त्या वेळी पहिला विचार येतो तो परकीय दहशतवाद्यांनी केलेल्या हल्ल्याचा. विशेषत: हत्या झालेली व्यक्ती ही नामवंत राजकीय व्यक्तिमत्त्वाची असेल तर.

डेल्टा-वन याने समोर पसरलेल्या स्मारकाच्या तिन्ही बाजू काळजीपूर्वक पाहिल्या. मोटारींचे पार्किंग लॉट, प्रवेशमार्ग व अन्य मार्ग हे सर्व रिकामे होते. आता लवकरच ती वेळ येणार, असे त्याच्या मनात आले. खासगी भेटीची ही जागा शहरातली असली तरी आत्ता माणसांवाचून भकास वाटत होती. डेल्टा-वनने आपली नजर स्क्रीनवरून अस्त्र सोडण्याच्या यंत्रणेकडे वळवली. त्या अस्त्राचे किंवा छोट्या क्षेपणास्त्राचे नाव 'हेलफायर' असे होते. कोणतेही धातूचे कवच फोडून उद्‌ध्वस्त करण्याइतपत त्याची क्षमता होती. लक्ष्यवेध करण्यासाठी नेम धरण्याची जरुरी नव्हती. ज्यावर ते अस्त्र सोडायचे त्यावरती एक लेसर किरण सोडला की पुरे. मग त्या लेसरच्या ठिपक्याचा वेध हा अस्त्रातील यंत्रणेकडून आपोआप घेतला जाई. लेसर किरणांकडे आकृष्ट होऊन ते अस्त्र १०० टक्के बिनचूक आदळे. जरी लक्ष्य हे हलते असेल, म्हणजे एखादे वाहन, किंवा विमान असले तरीही ते अस्त्र आपल्या लक्ष्याचा पाठलाग करून त्यावरती आदळे. त्यामुळे एकदा ते अस्त्र सोडले की त्या लक्ष्याचा विचार खुशाल सोडून द्यावा. इतका त्या लक्ष्यवेधाचा अचूकपणा होता. 'हेलफायर' अस्त्र विमानातून विमानावर, जमिनीवरून विमानावर असे कसेही सोडा. आपली कामगिरी ते बजावणारच. यामुळेच या अस्त्राला आंतरराष्ट्रीय चोरट्या बाजारात फार मोठी किंमत दिली जाई.

''आली, सेडन गाडी आली.'' डेल्टा-टू म्हणाला.

डेल्टा-वन याने स्क्रीनवरती पाहिले. एक काळ्या रंगाची लक्झरी सेडन गाडी रुझवेल्ट स्मारकाच्या प्रवेश मार्गापाशी येत होती. जरी ती अचूक वेळेवर येत नव्हती तरी कळवल्याप्रमाणे ती येत होती.

अशा सेडन मोटारगाड्या ह्या उच्च सरकारी अधिकाऱ्यांना वापरायला दिलेल्या असतात, हे डेल्टा-वनला ठाऊक होते. स्मारकाच्या आवारात आत शिरताना ड्रायव्हरने गाडीचे हेडलाईट्स बंद केले होते. मग आत आवारात त्या गाडीने बऱ्याच चकरा मारल्या आणि शेवटी झाडीच्या कडेला ड्रायव्हरने आपली गाडी उभी केली. काही सेकंदाने त्या ड्रायव्हरने आपल्या खिडकीची काच खाली केली. डेल्टा-वनला गाडी चालविणाऱ्या व्यक्तीचा चेहरा स्क्रीनवरती दिसला.

तो चेहरा पहाताच त्याने एकदम आपला श्वास आत ओढला.

''टार्गेट कन्फर्म्ड!'' डेल्टा-टू म्हणाला. सावज ओळखले गेले.

एखाद्या मारेकऱ्याला राजघराण्यातील व्यक्तीचा वेध घेताना जसे वाटेल तसे डेल्टा-वनला वाटले.

मग डेल्टा-टू याने समोरच्या कंपार्टमेंटमधील डावीकडच्या बाजूची यंत्रणा चालू केली, नेम धरला व एक लेसर किरण वरून खाली सोडला. टाचणीच्या डोक्याएवढा तो लेसर किरणाचा बिंदू सेडन गाडीच्या टपावरती पडला. गाडीतल्या

माणसाला याची बिलकूल कल्पना नव्हती. डेल्टा-टू म्हणाला, "टार्गेट पेन्टेड!"

मग एक खोलवर श्वास घेऊन डेल्टा-वन याने एक बटण दाबले.

ते छोटे क्षेपणास्त्र हेलिकॉप्टरपासून हिस्स आवाज करत सुटले. हवेतून एक अत्यंत मंद लेसर किरण खाली जमिनीवरच्या दिशेने जात होता. त्या मार्गाने ते धावत गेले व एक सेकंदाने आपल्या लक्ष्यावरती कोसळले.

ती जमिनीवरची सेडन मोटारगाडी एकदम स्फोट पावली. एक डोळे दिपवून टाकणाऱ्या प्रकाशाचा झगझगाट क्षणभर झाला. त्या गाडीचे शतशः तुकडे तुकडे झाले व ते सर्व दिशांनी उडाले. तिथे आग भडकली. चारही टायर्स ज्वाळा सोडत जळू लागले व घरंगळत इतस्तत: जाऊ लागले.

डेल्टा-वन म्हणाला, "किल कम्प्लीट!" शिकार फत्ते झाली! त्याने केव्हाच आपले हेलिकॉप्टर वळवून परतीचा मार्ग धरला होता. तो आपल्या सहकाऱ्याला म्हणाला, "कन्ट्रोलरला फोन लावा."

दोन मैलांवरती असलेल्या व्हाईट हाऊसमध्ये अध्यक्ष झॅक हर्नी हे निजायच्या तयारीत होते. त्यांच्या खोलीच्या खिडक्यांना एक इंच जाडीच्या व बंदुकीच्या गोळीला दाद न देणाऱ्या लेक्सन काचा बसवलेल्या होत्या. त्यामुळे अध्यक्षांना त्या स्फोटाचा आवाज अजिबात ऐकू आला नाही.

१७

अटलांटिक शहराच्या विमानतळावरती तटरक्षक दलाचा एक तळ होता. तिथे पाटी होती.

The Coast Guard Group
Air Station
Atlantic City

त्या तटरक्षक दलाच्या गटाची जबाबदारी ही ऑस्बरी पार्क ते केप मे या भागातील समुद्राची होती.

जेव्हा विमानाची चाके जमिनीला टेकली तेव्हा एक धक्का बसून रेचल सेक्स्टन जागी झाली. त्या विमानतळावरती आत्ता कसलीही हालचाल दिसत नव्हती. सर्वत्र शांतता होती. टारमॅकवरती विमानाच्या चाकांचे टायर किचकिच आवाज करत घासून जाऊ लागले. त्या विमानतळाची धावपट्टी ही दोन भव्य गोडाऊनमधून गेलेली होती. आपण झोपलो होतो असे तिच्या लक्षात आल्यावर

तिला आश्चर्य वाटले. *आपल्याला झोप कशी लागली? आणि आत्ता किती वाजले आहेत?* तिने आपल्या घड्याळात पाहिले. रात्रीचे २ वाजून १३ मिनिटे झाली होती. पण तिला असे वाटले की आपण कित्येक दिवस झोपून आहोत.

तिच्या अंगावरती एक उबदार पांघरूण घातले होते व तिच्या अंगाखाली ते काळजीपूर्वक खोचले होते. शेजारच्या आसनावर झोपलेला मायकेल टॉलन्ड आता जागा होऊ लागला होता. त्याने तिच्याकडे पाहून एक स्मित केले.

कॉर्की उठला व आसनांच्या रांगांमधून धडपडत जाऊ लागला. जेव्हा त्याने त्या दोघांना पाहिले तेव्हा तो म्हणाला, "अरे, तुम्ही दोघे अजूनही येथे आहात? मला वाटले होते की जागे झाल्यावर कालच्या साऱ्या गोष्टी ह्या एका वाईट स्वप्नातील ठरतील."

त्याला नक्की काय वाटत असेल याचा अंदाज रेचलला आला. आता आपल्याला समुद्राकडे जायचे आहे.

विमानाचा वेग कमी होत ते शेवटी थांबले. ते तिघेहीजण त्या निर्मनुष्य वाटणाऱ्या विमानतळावर उतरले. जरी रात्र होती तरीही जवळच समुद्र असल्याने हवा थंड नव्हती, उबदार होती, जड होती. निदान एल्समेअर बेटावरच्या हवेच्या तुलनेत तरी ती तशी होती. येथे अगदी विषुववृत्तीय हवामानात आल्यासारखे वाटत होते.

"इकडे या!" एक आवाज त्यांच्या दिशेने आला.

त्या तिघांनी आवाजाच्या दिशेने पाहिले. तटरक्षक दलाचे एक गुलाबी रंगाचे डॉल्फिन जातीचे हेलिकॉप्टर त्यांची वाट पहात उभे होते. हेलिकॉप्टरच्या शेपटावरती झगझगीत पांढऱ्या रंगातील पट्टे रंगवलेले होते. वैमानिकाचा गणवेश घातलेला एक वैमानिक तिथे उभा होता.

टॉलन्डने रेचलकडे कौतुकाने पहात म्हटले, "तुमचा साहेब हा खरोखरीच कामे करणारा माणूस आहे."

आमचा साहेब कसा आहे याची खरी कल्पना तुम्हाला नाही, असे तिने मनात म्हटले.

कॉर्की मात्र थोडासा नाराज झाला, "एवढ्यात हे हेलिकॉप्टर तयार झाले? रात्रीच्या जेवणासाठी कुठे मुक्काम नाही?" त्याला भूक लागली होती.

त्या वैमानिकाने त्यांचे स्वागत केले आणि त्यांना हेलिकॉप्टरमध्ये चढून आसनावर बसण्यास मदत केली. त्याने त्या तिघांची नावे विचारली नाहीत की अन्य कोणतेही प्रश्न विचारले नाहीत. तो फक्त प्रवासात घेण्याच्या काळजीबद्दल बोलत होता व सौजन्यशील अशा भाषेत त्यांना काही ना काही सूचना देत होता. याचा अर्थ पिकरिंगने त्यांना तशा सूचना नक्की दिलेल्या असणार. या प्रवासाबद्दल गुप्तता बाळगण्याची सावधगिरी त्यामुळेच घेतली गेली असावी. त्या तिघांची नावेही

सांगितली गेली नव्हती; पण काही सेकंदांतच त्या वैमानिकाचे डोळे विस्फारले. त्याने टेलिव्हिजनवर नेहमी दिसणाऱ्या मायकेल टॉलन्डला बरोबर ओळखले होते.

टॉलन्डशेजारी बसून आपल्या आसनाचा पट्टा पोटाला बांधताना रेचलच्या मनावर ताण आला होता. त्यांच्या डोक्यावरील इंजिन सुरू होऊन आवाज करू लागले. त्याच्या माथ्यावरच्या पंख्याची ३९ फूट लांबीची पाती ही खालच्या दिशेने वाकली होती. ती आता सरळ होऊन फिरू लागली व हळूहळू वेग घेऊ लागली. त्यांच्या जागी चंदेरी वर्तुळ दिसू लागले. इंजिनाचा आवाज वाढत वाढत तो कर्कश झाला व टिपेला पोहोचला. मग एका क्षणी ते हेलिकॉप्टर जमिनीवरून उचलले गेले. हवेत वर वर चढत ते रात्रीच्या अंधारात दिसेनासे झाले.

वैमानिकाने कॉकपिटमधून मागे वळून पहात त्यांना म्हटले, ''मला असे सांगण्यात आले आहे, की एकदा हेलिकॉप्टर हवेत उडाले की मग तुम्ही मला कोठे जायचे ते सांगाल.''

टॉलन्डने त्याला आपल्या जहाजाचा पत्ता नीट सांगितला. येथून ३५ मैलांवरती आग्नेय दिशेला असलेला किनारा.

पण ते जहाज किनाऱ्यापासून बारा मैल दूर आहे, असे रेचलच्या मनात आले. तिथले अक्षांश-रेखांश वैमानिकाने आपल्या दिशादर्शक यंत्रणेमध्ये टाईप केले. मग इंजिनाचा वेग वाढवून हेलिकॉप्टरचे नाक थोडे खाली झुकवले व हेलिकॉप्टर हवेत एक वळण घेऊन योग्य मार्गाने पुढे जाऊ लागले.

न्यू जर्सी राज्यातील टेकड्या हेलिकॉप्टरखालून सरकत गेल्या. जमीन दिसेनाशी झाली व समुद्रावरून हेलिकॉप्टर जात राहिले. समुद्राचे पाणी आता काळे दिसत होते. आत्तापर्यंतच्या सबंध विमानप्रवासात ती खाली समुद्र पहात आली होती. याही प्रवासात पुन्हा समुद्राचे दर्शन होताच ती कंटाळली. तिने आपली नजर आत वळवली. आपल्या शेजारी असा एक माणूस बसला आहे ज्याने समुद्राला आपला जीवनसाथी बनवला आहे, या विचारामुळे तिला बरे वाटले. तिथली बसण्याची जागा थोडीशी अडचणीची होती. तिला टॉलन्डशी खेटून बसावे लागले होते; परंतु तरीही त्या दोघांनीही आपापली बसण्याची स्थिती बदलली नाही.

एकदम हेलिकॉप्टरचा वैमानिक बोलू लागला. जणू काही त्याची उत्सुकता आता फारच ताणली गेली होती. तो म्हणाला, ''मी हे बोलायला नको आहे; पण तुम्ही मायकेल टॉलन्ड आहात हे उघड दिसते आहे. तुम्हाला रात्री टीव्हीवरती त्या 'उल्का' नावाच्या कार्यक्रमात पाहिले! काय अप्रतिम कार्यक्रम होता. तुम्हालाही त्या उल्केमुळे आश्चर्य वाटलेले असेल. हो ना?''

''होय!'' टॉलन्ड मान हलवत म्हणाला.

''तुमचा तो माहितीपट अफलातून होता! सगळे नेटवर्क सारखा तो माहितीपट

प्रसारित करत राहिले. आज रात्री कोणत्याही वैमानिकाला ड्यूटीवर जायची इच्छा नव्हती. त्यांना टी.व्ही. पहात रहायचे होते; पण मी थोड्या वेळासाठी कामावरती आलो. अन् काय कमाल आहे, मी चक्क आत्ता तुमच्याबरोबर प्रवास करतो आहे.''

रेचल त्याचे बोलणे थांबवत म्हणाली, ''आम्हाला तुमच्याबरोबर प्रवास करताना आनंद होतो आहे; पण कृपा करून आमच्या ह्या प्रवासाबद्दल कोठेही बोलू नका. आम्ही येथे आलो आहोत हे कोणालाही समजता कामा नये.''

''काही काळजी करू नका, मॅडम. मला तसेच हुकूम दिले गेले आहेत.'' मग क्षणभर तो थांबला; पण दुसऱ्याच क्षणी त्याचा चेहरा उजळून निघाला. तो उत्साहाने म्हणाला, ''आपण तुमच्या 'गोया' जहाजाकडे तर चाललो नाही ना?''

टॉलन्ड नाइलाजाने म्हणाला, ''होय, तिकडेच जात आहोत.''

''टीव्हीवरच्या कार्यक्रमात मी ते जहाज पाहिले आहे. दोन बोटी थोड्या अंतराने एकमेकांना जोडल्यासारखे ते जहाज आहे. फार वेगळेच दिसते ते! असे वाटते की तो कोणता तरी प्राणी आहे.'' वैमानिक उत्साहाने बोलत होता.

रेचलने त्या वैमानिकाची बडबड आपल्या डोक्यातून काढून टाकली व ती बाहेरच्या समुद्राकडे पाहू लागली. तिला त्याचाही कंटाळा आला. काहीतरी भावनेने ती अस्वस्थ झाली.

तिच्याकडे पाहिल्यावर टॉलन्डला ते जाणवले. त्याने मृदू आवाजात तिला विचारले, ''ठीक आहात ना? तुम्ही खरे म्हणजे किनाऱ्यावरतीच रहायला हवे होते. मी प्रथमपासून तसे म्हणत होतो.''

''नाही, तसे काहीही नाही. मी ठीक आहे.''

यावर टॉलन्ड स्मित करत म्हणाला, ''बरं! पण माझे तुमच्यावर लक्ष रहाणार आहे. तुम्ही बिलकूल काळजी करू नका बरं!''

''थँक्स!'' ती म्हणाली. टॉलन्डच्या आवाजातील सहानुभूती व प्रेमळपणा यामुळे आपल्याला किती आधार वाटतो आहे, याचे तिला आश्चर्य वाटले.

''तुम्ही माझे 'गोया' जहाज टीव्हीवरती पाहिले असेल ना?''

मान हलवत ती म्हणाली, ''होय... ते... ते एक इंटरेस्टिंग जहाज आहे.''

टॉलन्ड हसला व म्हणाला, ''पूर्वी ते जहाज म्हणजे भलतेच अत्याधुनिक समजले जायचे; पण त्याची रचना म्हणावी तेवढी छाप पाडत नाही.''

''त्याची मला कल्पना करता येत नाही.'' ती म्हणाली.

''आता एनबीसी टेलिव्हिजन कंपनी माझ्यावर दडपण आणते आहे. त्यांच्या मते हे जहाज जुने झालेले असून, नवीन चांगले जहाज खरेदी करावे. ते नवीन जहाज चकचकीत, झकपक, सेक्सिअर... असले काहीतरी छाप पाडणारे असावे, असे त्यांचे म्हणणे आहे. या जुन्या जहाजाला लवकर निरोप द्या असा तगादा त्यांनी

माझ्यामागे लावला आहे.'' टॉलन्ड विषण्णपणे म्हणाला.

"तुम्हाला कोरे करकरत असे नवीन जहाज आवडत नाही का?"

"ते मला ठाऊक नाही... या 'गोया' जहाजाशी माझ्या अनेक स्मृती जोडलेल्या आहेत.''

रेचल मृदूपणे हसली. ती म्हणाली, "माझी आई मला म्हणायची, लवकर किंवा उशिरा आपल्याला जुन्या गोष्टी, भूतकाळ यांचा त्याग करावा लागतो.''

टॉलन्डने आपली नजर तिच्या डोळ्यांत बराच वेळ रोखली व म्हटले, "होय, खरे आहे ते.''

<h1 style="text-align:center">१८</h1>

"छ्याऽ!'' तो टॅक्सी ड्रायव्हर वैतागून म्हणाला. मागे वळून त्याने गॅब्रिएलला म्हटले, "पुढे काहीतरी अपघात झालेला दिसतो आहे. आपल्याला काही वेळ येथेच अडकून पडावे लागणार असे दिसते.''

गॅब्रिएलने खिडकीबाहेर वाकून पाहिले. तिला लांबवर पोलिसांच्या गाड्यांवरील स्वत:भोवती फिरणारे तांबडे दिवे दिसले. रात्रीच्या अंधारात ते उठून दिसत होते. अनेक पोलीसमंडळी पुढे उभी होती व त्यांनी एका मॉलपाशी वाहतूक थोपवून धरली होती.

"भलताच मोठा अपघात झालेला असावा,'' एफडीआर मेमोरिअलसमोर उसळलेल्या ज्वाळांकडे बघत तो ड्रायव्हर म्हणाला.

गॅब्रिएलने तिकडे पाहिले. नेमके आत्ताच कसे हे घडले? काय वाटेल ते करून मला सिनेटरला ताबडतोब भेटलेच पाहिजे, असे तिच्या मनात आले. निष्प्रभ असलेले पॉडस आणि त्या कॅनेडियन भूशास्त्रज्ञाचा मृत्यू या दोन घटनांची नवीन माहिती तिला द्यायची होती. आपल्याला ती उल्का कशी सापडली याबद्दल नासाची विधाने खोटी असतील तर त्यामुळे सेक्स्टनच्या प्रचारमोहिमेत कितपत प्राण फुंकला जाईल, याचा ती अंदाज घेऊ लागली. कदाचित अन्य राजकारण्यांना याचा हवा तेवढा लाभ उठवता येणार नाही; पण सेजविक सेक्स्टन मात्र असा माणूस होता की दुसऱ्यांचे अपयश फुगवून त्यावर आपली मोहीम चालवण्यात तरबेज होता.

अनेकदा गॅब्रिएलला हे आवडत नसे. विरोधकांच्या दुर्दैवाचा गैरफायदा उठवणे हे नीतिमत्तेत बसत नाही असे तिला वाटे; पण काहीही असले तरी सिनेटर तसे करण्यात वाकबगार होता आणि त्याला अनुकूल असे परिणाम त्यामुळे घडत. सिनेटर सेक्टन हा प्रतिपक्षाविरुद्ध वक्रोक्तीने बोले, त्यांचा अपमान होईल अशी

विधाने करे. आता तर त्याच्या हातात नासाचे हे घृणास्पद उल्का प्रकरण आल्यावरती तो एवढा थयथयाट करेल की त्यामुळे संपूर्ण नासा व तिच्यासोबत अध्यक्ष असल्याने तेही पार बदनाम होऊन जातील.

गॅब्रिएलला खिडकीमधून मेमोरिअलमधल्या आगीच्या ज्वाळा आता भडकलेल्या दिसल्या. त्या उंच जाऊ पाहू लागल्या; कारण जवळपासच्या झाडांनी पेट घेतला होता. आगीचे बंब त्या ज्वाळांवरती पाण्याचे फवारे सोडून त्या ज्वाळा विझवू पहात होते. टॅक्सी ड्रायव्हरने गाडीतील रेडिओ चालू केला व तो निरनिराळी स्टेशने लावून पाहू लागला.

गॅब्रिएलने एक सुस्कारा टाकला व तिने आपले डोळे मिटून घेतले. ती दमली होती, थकली होती. जेव्हा ती वॉशिंग्टनला प्रथम आली तेव्हा तिने राजकारणात आपले करिअर करण्याचा निश्चय केला होता. एक दिवस आपण व्हाईट हाऊसमध्ये जाऊ व तिथून बरीच सूत्रे हलवू, असे तिचे एक स्वप्न होते; पण राजकारणाचे सारे रंगढंग अनुभवल्यावर तिला आता त्याचा उबग आला होता. आज तर कळस झाला होता. मार्जोरी टेन्चने दिलेली धमकी, तिची सिनेटरबरोबर असलेली आक्षेपार्ह छायाचित्रे आणि नासामधले ते कारस्थान व त्यांचे जाहीरपणे खोटे वक्तव्य करणे... या साऱ्यांचा तिला आता वीट आला, घृणा वाटू लागली.

रेडिओवरील बातम्या देणारा निवेदक सांगत होता की एफडीआर मेमोरिअलमध्ये एका मोटारीमध्ये ठेवलेला बॉम्ब उडाला असून, ते कोण्या दहशतवाद्याचे कृत्य असावे.

छे! बस्स झाले. मला या शहरापासून आता सुटका करून घेतली पाहिजे! या राजधानीच्या शहरात आल्यापासून प्रथमच त्यापासून दूर निघून जाण्याचा विचार तिच्या मनामध्ये उद्‌भवला.

९९

कन्ट्रोलर नेहमी उत्साहात असे; पण आज मात्र तो पार थकून गेला. आजच्या घटनांचा त्याच्यावरती जबरदस्त परिणाम झाला. अपेक्षेप्रमाणे काहीही घडले नाही. बर्फाच्या थरात घुसवलेल्या उल्केखालच्या बिळाचा शोध, सारी माहिती गुप्त ठेवण्याच्या आटोकाट धडपडीमागे येत गेलेल्या अडचणी, आणि आता या कारस्थानात बळी पडत जाणाऱ्यांची वाढती संख्या... कुठवर हे सारे जाणार?

या प्रकरणात कोणाचाही मृत्यू होणार नव्हता. फक्त तो कॅनेडियन भूशास्त्रज्ञ याला अपवादभूत होता...

या कारस्थानातील जो अत्यंत अवघड असा तांत्रिक भाग होता तो अगदी

सहजरीत्या पार पाडला गेला. त्यात कुठेही अडचण आली नाही. एका महिन्यापूर्वीच ती उल्का बर्फाच्या थरात खालून व्यवस्थितरीत्या घुसवली गेली होती. त्यात किंचितही अडचण आली नाही. एकदा ती उल्का योग्य जागी स्थानापन्न झाल्यावरती फक्त तिचे अस्तित्व पॉडस उपग्रहाकडून जाहीर होणे बाकी होते. त्यासाठी त्या उपग्रहाच्या प्रक्षेपणाची वाट पाहिली जात होती. आर्क्टिक प्रदेशाची संपूर्ण 'घनता-विसंगती'ची पहाणी तो उपग्रह करणार होता. अन् मग त्या गाडलेल्या उल्केचा शोध लागणार होता.

पण नेमके त्यातले सॉफ्टवेअर कुचकामाचे ठरले.

जेव्हा ते सॉफ्टवेअर उपयोगाचे नाही हे कन्ट्रोलरला कळले तेव्हा त्याचा निरुपाय झाला. सॉफ्टवेटअरमधील दुरुस्ती ही अध्यक्षीय निवडणुकीनंतर होऊ शकत होती. यामुळे ठरलेली योजना कार्यवाहीत येऊ शकत नव्हती. सॉफ्टवेअरमधील एका क्षुल्लक चुकीमुळे किती गोष्टी एकदम धोक्यात आल्या! कन्ट्रोलर म्हणूनच चक्रावून गेला. जर पॉडसकडून उल्का सापडणार नसेल तर ती कोणालाच सापडणार नव्हती. मग कन्ट्रोलरने असे ठरवले, की नासातील कोणाला तरी त्या उल्केचे अस्तित्व गुपचूप कळवावे; पण त्यासाठी कोणती थाप मारायची? मग कोणीतरी एका कॅनेडियन भूशास्त्रज्ञाचा वायरलेसवरील निरोप, आवाहन हे चोरून ऐकले व त्याच्याकडून नासाला कळवले गेले असा बनाव रचला गेला; कारण प्रत्यक्षात तसा एक कॅनेडियन भूशास्त्रज्ञ खरोखरीच त्या भागात म्हणजे मिल्नेच्या बर्फभूमीवरती काम करत होता. त्या भूशास्त्रज्ञाला जिवंत ठेवता येणार नव्हते हे उघडच होते. त्याला ताबडतोब ठार मारले गेले अन् 'तो अपघातात मेला' असा देखावा तयार करण्यात आला. एका निष्पाप भूशास्त्रज्ञाला हेलिकॉप्टरमधून ढकलून मारल्यानंतर ते जीवघेणे नाट्य सुरू झाले. त्या घटनेतून दुसरी घटना, त्यातून तिसरी, असे होत होत एक घटनामालिका जन्म पावली. ती घटनामालिका किती वेगाने पुढे सरकत होती! अन् किती जणांचे बळी घेत चालली होती!

प्रथम वेली मिंग उल्केच्या खड्ड्यात बुडून मेला!

मग नोरा मॅन्गोरला ठार मारले गेले!

नंतर एफडीआर मेमोरिअलमध्ये एका व्हीआयपीचा बळी घेतला गेला!

आता लवकरच या यादीत रेचल सेक्स्टन, मायकेल टॉलन्ड आणि डॉ. कॉर्की मार्लिन्सन यांचा समावेश होणार होता.

पण आता थांबता येणार नाही. कन्ट्रोलर आपले दुःख गिळत मनात म्हणाला. *कारण काही तरी फार मोठे पणाला लागले होते.*

१००

तटरक्षक दलाचे ते डॉल्फिन हेलिकॉप्टर 'गोया' जहाजापासून अजून दोन मैल अंतरावरती होते. आकाशात ते तीन हजार फुटांवरून उडत होते. टॉलन्डने हेलिकॉप्टरच्या घरघराटीवर मात करण्यासाठी ओरडून त्याला विचारले, "तुमच्याकडे या हेलिकॉप्टरमध्ये 'नाईट साईट' यंत्रणा आहे का?"

वैमानिकाने मान हलवून होकार दिला व म्हटले, "म्हणजे काय? साहेब, हे हेलिकॉप्टर संकटकाळात मदतीला जाते. तशी यंत्रणा यात असणारच."

टॉलन्डला तशी कल्पना होतीच. नाईट साईट ही यंत्रणा उष्णतेचा वेध घेऊन त्याचे स्क्रीनवर चित्र दाखवणारी होती. अंधारात जहाज बुडाल्यानंतर जे अभागी जीव समुद्रात कसेबसे तरंगत रहात असतात, त्यांचा शोध यामुळे घेता येतो. त्या व्यक्तींच्या डोक्याची उष्णता ही बारीक लाल ठिपक्यांच्या रूपात स्क्रीनवर उमटते.

"नाईट साईट चालू करा," टॉलन्ड म्हणाला.

ते ऐकून तो वैमानिक गोंधळला. त्याने विचारले, "का? तुमचे कोणी हरवले आहे का?"

"नाही. मला येथे एक गोष्ट सर्वांना दाखवायची आहे."

"परंतु एवढ्या उंचीवरून काहीच टिपले जाणार नाही. अगदीच पाण्यावर तेल पसरले व ते पेटले तरच दिसेल."

"तुम्ही चालू करा बरं," टॉलन्डने आग्रह धरत म्हटले.

त्या वैमानिकाने टॉलन्डकडे चमत्कारिक नजरेने पाहिले आणि मग एक खटका दाबला. काही डायल्स इकडे-तिकडे फिरवून जुळवाजुळव केली. मग त्या हेलिकॉप्टर-खाली असलेले एक उष्णतेचे भिंग कार्यरत झाले. तीन मैलांच्या परिसरातील समुद्राचा त्याने वेध घेतला. मग डॅशबोर्डवरचा एक एलसीडी स्क्रीन उजळला व त्यावरती एक प्रतिमा उमटली.

"बाप रे!" तो वैमानिक दचकून म्हणाला. तो स्क्रीनकडे पहात राहिला.

रेचल व कॉर्की पुढे वाकून पाहू लागले. त्यांनाही त्या प्रतिमेचे आश्चर्य वाटत होते. समुद्राच्या काळ्या पार्श्वभूमीवरती अनेक तांबड्या रंगाचे ठिपके व रेघा चमकत चमकत एका मध्याभोवती फिरत होत्या.

रेचल टॉलन्डकडे वळून घाबरून म्हणाली, "हे तर चक्रीवादळासारखे दिसते आहे."

"होय, तसे ते चक्रीवादळच म्हटले पाहिजे; पण उष्ण, कोमट पाण्याच्या प्रवाहांचे चक्राकार फिरत फिरत जाणारे आहे. याची रुंदी सुमारे अर्धा मैल आहे."

तटरक्षक दलाचा वैमानिक आश्चर्याने म्हणाला, "हा एक फार मोठा गरम

पाण्याचा चक्राकार प्रवाह आहे. आम्ही अधूनमधून तसे पहात असतोच; पण येथला चक्रीप्रवाह कधी पाहिला नव्हता. पूर्वी येथे कधी तसा नव्हता. अन् हा किती मोठा आहे!''

टॉलन्ड म्हणाला, ''हा गेल्या आठवड्यातच समुद्राच्या पृष्ठभागावरती खालून आला. आता काही दिवस तो टिकेल. मग नाहीसा होऊन जाईल.''

गरम पाण्याचा तो अवाढव्य भोवरा पाहून रेचल अक्षरश: चक्रावून गेली. भर समुद्रात एवढे मोठे भोवरे असतात हे ती प्रथमच अनुभवत होती, ''पण हा भोवरा निर्माण कसा झाला?'' तिने विचारले.

''मॅग्मा डोम! समुद्रतळावरील छोटी ज्वालामुखीची टेकडी!'' त्या वैमानिकाने उत्तर दिले.

रेचल टॉलन्डकडे वळून म्हणाली, ''हा काय प्रकार आहे? समुद्रात ज्वालामुखी असतात?''

''होय,'' टॉलन्ड सांगू लागला, ''तसे हे ज्वालामुखी जागृत नसतात, ते निद्रिस्त असतात आणि ते ज्वालामुखीचा डोंगर वाटण्याइतपत मोठेही नसतात; पण कधी कधी त्यातून गरम लाव्हा रस बाहेर पडतो. त्या वेळी ते किंचित जागृत झाले असे समजायचे. त्यामुळे समुद्रतळावरती तात्पुरते गरम क्षेत्र तयार होते. समुद्रतळावरती गरम पाणी, तर त्याच वेळी, समुद्रपृष्ठावरती बरोबर तिथेच थंड पाणी असा उलटा प्रकार होतो. परिणामी, गरम पाण्याचे मोठे भोवरे निर्माण होतात. जणू काही त्या ज्वालामुखीचा हा राक्षसी पिसारा आहे, असे समजून त्याला 'मेगॅप्लुम' असे म्हणतात. काही आठवडे ते गरगरत रहातात व नंतर विरून जातात. अमेरिकेच्या पूर्व किनाऱ्यावर जागृत ज्वालामुखी नाहीत; पण असा एखादा समुद्रतळावरचा छोटा ज्वालामुखी किंवा लाव्हा रसाचे साठे अधूनमधून जागृत होतात.''

उघडझाप करत चमकत रहाणारे असंख्य बिंदू व वक्राकार रेषा फिरत होत्या. एलसीडी स्क्रीनवरील ते दृश्य पहात वैमानिक म्हणाला, ''असे दिसते की हा भोवरा मोठा होत जाणार, ताकदवान होणार.'' मग थोडे थांबून त्याने टॉलन्डच्या जहाजाचे अक्षांश-रेखांश तपासले आणि आश्चर्याने मागे वळून तो म्हणाला, ''मिस्टर टॉलन्ड, तुमचे जहाज नेमके या भोवऱ्याच्या मध्यभागी नांगरलेले आहे असे दिसते.''

टॉलन्डने मानेने होकार देत म्हटले, ''भोवऱ्याच्या मध्यभागी प्रवाहाचा वेग खूपच कमी असतो. सुमारे ताशी १८ नॉट्स या वेगाने ते फिरत असतात. तरीसुद्धा १८ नॉट्स हा वेग आपल्याला खूपच वाटेल. अशा ठिकाणी जहाज नांगरणे म्हणजे नदीच्या वेगवान प्रवाहात बोट नांगरण्यासारखे आहे. या आठवड्यात आमच्या जहाजाच्या नांगराच्या साखळदंडाची खरी परीक्षा होणार आहे. तो या प्रवाहाला

टिकून रहातो का ते कळेल.''

''बाप रे!'' वैमानिक म्हणाला, ''१८ नॉट्सचा प्रवाह? एवढ्यामुळे डेकवरती नीट चालताही येणार नाही. माणसे पडतील.'' एवढे म्हणून तो हसला.

रेचल मात्र हसली नाही. ती म्हणाली, ''माईक, तुम्ही याआधी कधी इथल्या ज्वालामुखीबद्दल किंवा त्या मेगॅप्लुमबद्दल आणि गरम प्रवाहांबद्दल आम्हाला बोलला नाहीत.''

त्याने तिला धीर देण्यासाठी तिच्या गुडघ्यावर हाताने हलकेच थोपटत म्हटले, ''जहाजावरती तुम्ही अत्यंत सुरक्षित असाल. माझ्यावर विश्वास ठेवा.''

रेचलने भुवया उडवत त्याला विचारले, ''तुम्ही येथे जो माहितीपट बनवत आहात तो पाण्याखालच्या छोट्या ज्वालामुखीबद्दल आहे का?''

''होय. मेगॅप्लुम आणि 'स्फिर्नामोकारान' यांच्याबद्दल आहे. स्फिर्ना मोकारान हे प्राणिशास्त्रातील शास्त्रीय नाव आहे. त्या प्राण्यांना उबदार पाणी आवडते म्हणून ते या भागात मोठ्या प्रमाणात आढळतात.''

''पण 'स्फिर्ना मोकारान' हे काय प्रकरण आहे? ते कोणते प्राणी असतात?''

''समुद्रातील सर्वांत कुरूप मासा!'' टॉलन्ड म्हणाला.

''म्हणजे 'फ्लाऊन्डर' मासा?''

टॉलन्ड हसून म्हणाला, ''हॅमरहेड शार्क मासा!''

ते नाव ऐकताच रेचलचे शरीर एकदम ताठ झाले. मुळात शार्क मासा हा अत्यंत क्रूर. कोणत्याही अन्य प्राण्याला तो भराभर लचके तोडून खाऊन टाकतो. एखाद्या ट्रॅक्टरला माती ढकलण्यासाठी जसे पुढे मोठे आडवे पाते लावलेले असते, तसे या शार्क माशाचे डोके चपटे होऊन अधिक आडवे झालेले असते.

रेचल म्हणाली, ''बाप रे, तुमच्या जहाजाभोवती या हॅमरहेड शार्क माशांचा गराडा पडलेला आहे तर.''

टॉलन्ड डोळे मिचकावत म्हणाला, ''घाबरू नका. ते काही बोटीवर येणार नाहीत. तुम्हाला वाटते तेवढे ते मासे धोकादायक नाहीत.''

''जोपर्यंत ते तुमच्यावर चालून येत नाहीत तोपर्यंत म्हणा तसे हवे तर.''

मग टॉलन्ड वैमानिकाला म्हणाला, ''तुम्ही आत्तापर्यंत एखाद्या माणसाला हॅमरहेड शार्कच्या हल्ल्यापासून वाचवले आहे का?''

त्या वैमानिकाने आपले खांदे उडवत म्हटले, ''तशी वेळ गेल्या दहा वर्षांत आमच्यावरती कधी आली नाही.''

मग टॉलन्ड रेचलकडे वळून म्हणाला, ''बघितले? गेल्या दहा वर्षांत तसला अपघात कधीही झालेला नाही. तेव्हा काळजी करू नका.''

''फक्त गेल्या महिन्यात,'' तो वैमानिक सांगू लागला, ''एक मूर्ख पाणबुड्या

हा त्यांच्याशी अधिक दोस्ती करायला जवळ गेला होता–''

''थांबा, थांबा,'' रेचल त्याला म्हणाली, ''तुम्ही म्हणालात की गेल्या दहा वर्षांत तुम्ही या शार्क माशांच्या हल्ल्यातून कोणालाही वाचवले नाही. म्हणजे तुमच्यावरती तशी वेळ आली नाही. हो ना?''

''होय. म्हणजे तोपर्यंत त्या माशांनी त्या व्यक्तींना खाऊन टाकलेले होते. ते मासे आपल्या भक्ष्याला फार वेगाने खाऊन संपवतात.''

१०१

हेलिकॉप्टरमधून त्या सर्वांनी पाहिलेला मेगॅप्लुम किंवा गरम पाण्याचा भोवरा निम्माच पाहिला होता. क्षितिजापलीकडे त्याचा उरलेला निम्मा भाग दिसू लागला. हळूहळू क्षितिजावरती अंधुक प्रकाश दिसू लागला. क्षितिज अजून अर्धा मैल दूर होते. हेलिकॉप्टरने आपली उंची बरीच कमी केली होती. हळूहळू तो प्रकाश ठळक होत गेला. टॉलन्डने आपल्या जहाजाच्या डेकवरील तो दिव्यांचा प्रकाश ओळखला. झावियानेच ते दिवे मुद्दाम लावून ठेवले होते. एखाद्या वाटसरूला कंटाळवाणा प्रवास करताना आपल्या घराचा रस्ता एकदम दिसल्यावर जसा आनंद होतो तसे टॉलन्डला झाले.

त्या जहाजाच्या डेकवरील सर्व दिवे लावलेले पाहून रेचल आश्चर्याने म्हणाली, ''मला वाटले की तुमच्या जहाजावरती आत्ता फक्त एकच व्यक्ती असेल.''

''तुम्ही जेव्हा घरी एकट्या असता तेव्हा किती दिवे रात्रभर जळत ठेवता?''

''फक्त एकच. घरातील सर्व दिवे जळत ठेवत नाही,'' ती म्हणाली.

तिच्या उत्तरावर टॉलन्ड हसला. खरे म्हणजे रेचल घाबरलेली होती; पण तसे न दाखविण्याची धडपड करताना ती असले काहीतरी प्रश्न विचारत होती. तिला कवेत घेऊन तिची भीती व्यर्थ आहे हे सांगावे अशी प्रबळ इच्छा टॉलन्डला झाली; परंतु केवळ बोलून तिची भीती घालवणे एवढेच आपल्या हाती आहे हे त्याला ठाऊक होते. तो म्हणाला, ''सुरक्षिततेसाठी सारे दिवे लावलेले आहेत. त्यामुळे जहाजावरती सर्व प्रकारची कामे जोरात चालू आहेत असे वाटते.''

कॉर्कीने विचारले, ''म्हणजे या भागात चाचे लोकांचा राबता आहे?''

''नाही, तसले काहीही नाही. काही मूर्ख नाविकांना आपल्या जहाजावरचे रडार-स्क्रीन नीट वाचता येत नाही. समोर एक मोठ्या जहाजाचा अडथळा आहे हे न कळल्याने ते एक छोटी बोट अंधारात उभी आहे असे समजतात. केवळ एक दिवा लावल्यानेही तसा गैरसमज होतो. डेकवरील सर्वच दिवे लावले की जहाजाचा आकार नीट समजतो. रडारपेक्षाही माणसाचा आपल्या डोळ्यांवर अधिक विश्वास

असतो. त्यामुळे दुसरी एखादी बोट आमच्या जहाजाला धडक देण्याची घटना टळते.''

कॉर्की डोळे मिचकावत म्हणाला, ''नवीन वर्षाच्या पूर्वसंध्येला अशा रोषणाई केलेल्या बोटीवरून सहली निघतात. त्याची येथे आठवण होते. बाकी हा इलेक्ट्रिकचा खर्च एनबीसी कंपनी तुम्हाला देत असणार.''

तटरक्षक दलाच्या हेलिकॉप्टरचा वेग कमी केला गेला. आता 'गोया' जहाज हे जवळून अवाढव्य वाटू लागले. झगझगीत प्रकाशात ते उजळून निघाले होते. हेलिकॉप्टरने जहाजाभोवती एक चक्कर मारून जहाजाच्या मागच्या बाजूला असलेल्या हेलिपॅडवर उतरायची तयारी केली. त्या भागातले उष्ण प्रवाह किती जोरदार आहेत हे टॉलन्डला वरून कळले. जहाजाच्या भिंतींना जे तिरपे आधारस्तंभ होते त्यावरती ते प्रवाह जोरदार धडका मारत होते. जहाजाचा रोख प्रवाहात सामील झाल्याचा होता; परंतु भक्कम साखळदंडाने जखडलेल्या त्या जहाजाचा नांगर सुटणे शक्य नव्हते. एखादे दांडगे जनावर साखळीने बांधावे तसे टॉलन्डला वाटले.

''हे जहाज खरोखरच सुंदर आहे,'' वैमानिक हसत हसत म्हणाला.

तो उपरोधाने तसे म्हणत आहे हे टॉलन्डच्या लक्षात आले. दिसण्यामध्ये ते जहाज सुंदर वगैरे अजिबात नव्हते. असलेच तर ते बेढब होते. टेलिव्हिजनवरचा एक समीक्षक तर त्या जहाजाला उद्देशन 'कुरूप पार्श्वभाग असलेले' अशा अर्थाने म्हणायचा. तशा रचनेची अवघी सतरा जहाजे बनवली गेली होती; पण ते काहीही असो, 'गोया' जहाज त्याच्या चमत्कारिक वाटणाऱ्या रचनेमुळे लोकांचे लक्ष वेधून घेत होते. दोन स्वतंत्र व मोठ्या बोटी मध्ये काही अंतर ठेवून पोलादी पाईपांनी एकमेकांना जोडलेल्या होत्या. एका बोटीवरून दुसऱ्या बोटीवर जाण्यासाठी एक जाळीचा पूलही मध्यभागी जोडलेला होता. या रचनेमुळे असले जहाज वादळात उलटण्याची, कलंडण्याची शक्यता खूपच कमी झालेली असते.

त्या दोन्ही बोटींच्या मागच्या बाजूला एक मोठा विस्तृत डेक पाण्यावर तरंगत होता. समुद्रपृष्ठापासून तो तीस फूट उंच होता. त्या डेकला किंवा प्लॅटफॉर्मला समुद्रातून चार मोठे खांब आधार देत होते. ते खांब तळाशी एका तरत्या पोलादी चेंडूला पक्के केलेले होते. पाण्यात तरंगणारे ते पोलादी चेंडू त्या डेकला, त्या मंचाला खालून आधार देत होते. त्या दोन जड बोटी तरंगत्या मंचाला ओढून नेत. ही रचना लांबून पहाणाऱ्याला एखादे विस्तृत असे तरंगणारे टेबल वाटे. त्या मंचाच्या एका टोकाला दोन-तीन मजली मनोऱ्यासारखी रचना होती. त्यात एकाखाली एक अशा नॅव्हिगेशन ब्रिज, संशोधनाची प्रयोगशाळा, रहाण्याच्या खोल्या असे होते. समुद्र-पृष्ठापासून तीस फूट उंचीवरील एक विस्तृत मंच व त्याला ओढत नेणाऱ्या दोन बोटी असे स्वरूप त्या जहाजाकडे वरून पाहिल्यावर वाटे.

परंतु ती रचना कितीही चमत्कारिक असली, प्रवाहानुकूल नसलेली वाटली, तरी त्याच रचनेमुळे त्या जहाजाला स्थैर्य मिळत होते. *त्या विस्तृत व तरंगत्या मंचावरून छायाचित्रण नीट करता येई, स्थिर प्रयोगशाळेत नीट संशोधन करता येई.* जहाज हलण्याच्या त्रासामुळे कोणी आजारी पडले असेही होत नसे. जरी एनबीसी कंपनी नवीन अत्याधुनिक जहाज विकत घेण्यासाठी दडपण आणत होती तरी टॉलन्ड त्याला नकार देत होता. जरी नवीन जहाजे अधिक स्थिर व अधिक सोयीची असली तरीही या 'गोया' जहाजावरती टॉलन्ड गेली दहा वर्षे काम करत आलेला होता. त्यामुळे त्या जहाजाशी त्याचे एक अतूट नाते निर्माण झाले होते. त्याची पत्नी सिलिया मृत्यू पावल्यानंतर हे जहाज हेच आपले घर आहे, असे वाटू लागले होते. अनेकदा रात्री डेकवर उभे असताना वाऱ्यामध्ये त्याला सिलियाचा आवाज ऐकल्याचा भास होई. तिच्या स्मृतींची भुते कायमची नाहीशी झाली आहेत, असे जेव्हा त्याला वाटेल तेव्हा तो कदाचित दुसरे जहाज खरेदी करण्याचा विचार करेल.

पण आत्ता नक्कीच नाही.

जेव्हा जहाजाच्या विस्तृत डेकवरती मागच्या बाजूला ते हेलिकॉप्टर उतरले तेव्हा रेचलला क्षणभर हायसे वाटले. आपला समुद्रावरून उडत होणारा प्रवास थांबला म्हणून तिला खरे हायसे वाटले होते; पण आपण अजूनही समुद्रावरतीच उभे आहोत म्हणून ती नाराज होती. तिचे पाय थोडेसे थरथरत होते. डेकवर पाय ठेवून उभे राहिल्यावरती तिने आजूबाजूला पाहिले. आता तिला हाच डेक फार लहान वाटू लागला. डेकच्या पुढच्या भागावर असलेली रचना पाहून ती बुचकळ्यात पडली.

टॉलन्ड तिच्याजवळ आला व म्हणाला, "टेलिव्हिजनवर हीच जागा खूप मोठी भासते." पाण्याचा आवाज खूप मोठा होत असल्याने त्याला ओरडून बोलावे लागत होते.

रेचलने मान डोलावून म्हटले, "येथे बऱ्यापैकी स्थिर वाटते आहे."

"हे एक अत्यंत सुरक्षित जहाज आहे, तेव्हा अजिबात काळजी करू नका." असे म्हणून त्याने आपला एक हात तिच्या खांद्यावर ठेवला व तिला घेऊन तो पुढे जाऊ लागला.

त्याच्या बोलण्यापेक्षाही त्याच्या हाताच्या स्पर्शाने तिला खूप धीर आला. तिने जहाजाच्या मागच्या बाजूला वळून पाहिले. तिथे वेगाने खळाळत पाण्याचे प्रवाह दूर जात होते. असे वाटत होते की खुद्द जहाजच अत्यंत वेगाने प्रवास करत पुढे चाललेले आहे. *आपण एका ज्वालामुखीवरती उतरलो आहोत हे विसरलोच,* असे तिच्या मनात येऊन गेले.

डेकच्या मागच्या बाजूला एक ट्रिटॉन पाणबुडी टांगलेली होती. तिचे आठ पाय

हे कोळ्याची आठवण करून देत होते. 'ट्रिटॉन' हे नाव ग्रीक भाषेतील समुद्राच्या देवतेचे होते. तो एक राक्षसी पोलादी गोळा होता. त्याची वरची अर्धी बाजू ही पारदर्शक ॲक्रिलिक प्लॅस्टिकची होती. त्या गोळ्याला पाणबुडी समजणे हे तिला चुकीचे वाटत होते; पण त्याच गोळ्यात बसून पाण्याखाली शेकडो फूट खोल जाऊन आतील जीवसृष्टीचे चित्रीकरण करता येत होते. पाण्याखाली शेकडो फूट जाण्याच्या कल्पनेने ती मनात घाबरली. आजूबाजूचा समुद्र व आपण यामध्ये असलेली फक्त एक प्लॅस्टिकची काच आपले संरक्षण कसे करेल, असे तिला वाटले; परंतु टॉलन्डच्या मते एकदा त्या गोळ्यात बसले व वरचे दार घट्ट लावून घेतले की हवेतून खाली ३० फूट जातानाच काय ती भीती वाटते. पाण्यात शिरल्यावर मात्र कसलीच भीती वाटत नाही; पण हे त्याचे मत होते. इतरांचे थोडेच तसे मत असणार?

''झाविया हायड्रोलॅबमध्ये असेल. चला, आपण सगळे तिकडेच जाऊ या.'' असे म्हणून टॉलन्ड त्या दोघांना घेऊन निघाला.

रेचल व कॉर्की टॉलन्डच्या मागून निघाले. तो वैमानिक मात्र हेलिकॉप्टरमध्येच बसून राहिला. त्याने वायरलेस यंत्रणा बंद ठेवावी अशा सक्त सूचना त्याला दिल्या गेल्या होत्या.

डेकच्या मागच्या बाजूला कठड्याजवळून जाताना टॉलन्ड बोट दाखवून म्हणाला, ''इकडे पहा.''

रेचल नाखुषीने कठड्यापाशी गेली व तिने खाली डोकावून पाहिले. खाली तीस फुटांवरती समुद्राचे पाणी होते; परंतु त्यातून बाहेर पडणाऱ्या उष्णतेच्या झळा पार वरपर्यंत येऊन जाणवत होत्या. पाण्याच्या प्रवाहाच्या आवाजावर वरताण करत टॉलन्ड म्हणाला, ''हे कोमट पाणी आहे. अंघोळीच्या पाण्याएवढेच कोमट आहे.'' मग कठड्यापाशी असलेल्या एका स्विच-बॉक्सपाशी जाऊन तो म्हणाला, ''आता खाली पाण्यात पहा बरं.'' एवढे म्हणून त्याने तिथला विजेचा खटका दाबला.

जहाजाच्या मागे पाण्याखाली प्रकाशाचा एक अर्धगोल पसरला. तिथला पाण्याचा भाग उजळून निघाला. ते पाहून रेचल व कॉर्की दोघांच्याही तोंडून एकदम 'वॉव' असा आश्चर्योद्गार बाहेर पडला.

जहाजाच्या सभोवताली आता दहा-बारा छाया पाण्यात फिरताना दिसू लागल्या. प्रकाशित पाण्याखाली फूटभर अंतरावरती त्या छायाकृतींची हालचाल चालू होती. तर अनेक छायाकृती एकमेकांना समांतर राहून प्रवाहाविरुद्ध पोहत होत्या. ते हॅमरहेड शार्क मासे होते. त्यांची डोकी मागे-पुढे होत होती. एखाद्या प्राचीन काळच्या लयीत ती डोकी मागे-पुढे हलत होती.

कॉर्की हर्षभरित होऊन अडखळत म्हणाला, ''वा! माईक, फार झकास दृश्य

आम्हाला दाखवले.''

पण रेचल मात्र भीतीने थिजून गोठून गेली होती. तिला कठड्यापासून मागे हटायची इच्छा झाली होती; परंतु तिला हालचाल करता येईना. समोरचे दृश्य पाहून ती अक्षरश: हादरून गेली होती.

टॉलन्डने पुन्हा तिच्या खांद्यावरती हात ठेवत म्हटले, ''काय, सुंदर दृश्य आहे ना? त्या उबदार पाण्यात ते अनेक आठवडे रहातात. त्या माशांचे नाक भलतेच संवेदनशील असते. जीवशास्त्रीय भाषेत सांगायचे झाल्यास 'एनहॅन्स्ड टॅलेनसिफॉलॉन ओल्फॅक्टरी लोबस.' रक्ताचा वास त्यांना एक मैलावरूनही येतो.''

कॉर्कीचा यावर विश्वास बसलेला दिसेना.

''विश्वास नाही ना बसत?'' असे म्हणून टॉलन्ड जवळच्या एका ॲल्युमिनियमच्या कपाटाकडे गेला व आत काहीतरी शोधू लागला. काही क्षणांनी त्याने एक छोटा मेलेला मासा आतून बाहेर काढला. मग एक सुरी शोधून काढली व त्या माशावरती अनेक ठिकाणी छेद घेतले. त्या माशाच्या अंगातून रक्त वाहू लागले.

कॉर्की म्हणाला, ''माईक, हे काय चालले आहे? मला तर किळसवाणे वाटते आहे.''

टॉलन्डने त्याच्या बोलण्याकडे लक्ष न देता तो रक्ताळलेला मासा खाली भिरकावून दिला. पाण्याच्या पृष्ठभागाला स्पर्श होताक्षणी सहा-सात शार्क मासे तात्काळ त्या जागी बाणासारखे धावले. त्यांनी आपापले जबडे वासले होते. त्यांच्या तोंडातील चंदेरी दातांच्या ओळी चमकत होत्या. त्या मेलेल्या माशाच्या भक्ष्यावरती कोण आधी तुटून पडते, यावरून त्यांच्यात चढाओढ चाललेली होती. त्या फेकलेल्या माशाचे लचके धावून आलेल्या शार्क माशांनी तोडले व गपागप गिळून टाकले. पहाता पहाता तो मासा नाहीसा झाला, नष्ट झाला, खाल्ला गेला. अन् तेही केवळ एका मिनिटात.

रेचलने भयभीत होऊन आपले तोंड फिरवले व टॉलन्डकडे पाहिले. त्याने आणखी एक मासा हातात घेतला होता. मघासारखाच तो होता; पण त्याच्यावर त्याने सुरी चालवली नाही. तो म्हणाला, ''आता तसलाच हा मासा पहा. याच्यातून रक्त गळत नाही.'' असे म्हणून त्याने तो पाण्यात फेकला.

तो मासा पाण्यात पडल्यावरही तिथे काहीच घडले नाही. कसलीही खळबळ माजली नाही. त्या हॅमरहेड शार्क माशांनी त्या पडलेल्या माशाची बिलकूल दखल घेतली नाही. पाण्यात पडलेला तो मृत मासा तरंगत तरंगत प्रवाहात सापडला व काही वेळात दूर गेला.

टॉलन्डने सांगितले, ''केवळ वास लागला तरच हे हॅमरहेड शार्क मासे धावून येतात.'' मग त्या दोघांना त्याने कठड्यापासून दूर नेले. जाता जाता त्याने म्हटले,

"तुम्ही येथे खुशाल पोहू शकता. अगदी सुरक्षितपणे; मात्र तुमच्या अंगावरती कुठेही उघडी जखम असता कामा नये."

यावर कॉर्कीने आपल्या गालाच्या जखमेवरील टाक्यांकडे बोट केले.

ते पाहून टॉलन्ड म्हणाला, "बरोबर. तुम्ही इथल्या पाण्यात पोहू नका."

१०२

इतर गाड्यांप्रमाणे गॅब्रिएल अॅशची गाडी थांबून राहिली होती, पुढे सरकू शकत नव्हती.

तिथे बाहेर पाहिले तर एफडीआर मेमोरिअलपाशी इमर्जन्सीच्या गाड्या, पोलिसांच्या गाड्या यांची गर्दी झाली होती. एक चमत्कारिक धुके सर्व शहरभर पसरत आहे असा भास तिला झाला. रेडिओवरच्या बातम्यांत आता अधिक माहिती दिली जात होती. ज्या गाडीत स्फोट झाला ती गाडी कोणत्या तरी वरिष्ठ सरकारी अधिकाऱ्याची असावी असा अंदाज केला जात होता.

तिने आपला मोबाइल बाहेर काढला व ती सिनेटर सेक्स्टनचा नंबर दाबू लागली. गॅब्रिएलला इतका वेळ का लागला म्हणून तो नवल करत बसला असणार, अशी तिची खात्री होती.

परंतु त्याचा नंबर लागला नाही. तो एन्गेज्ड होता.

गॅब्रिएलने टॅक्सीच्या मीटरकडे पाहिले. त्यावरील आकडे हळूहळू वाढत चालले होते. इतर काही गाड्या आता रस्ता सोडून बाजूला जाऊ लागल्या. कुठून तरी आडमार्ग शोधून त्या परतीची वाट धरत होत्या.

ड्रायव्हरने तिला विचारले, "तुम्हाला येथे वाट पहायची आहे का?"

गॅब्रिएलला लांबवर आणखी सरकारी गाड्या त्या मेमोरिअलपाशी येताना दिसल्या. ती म्हणाली, "नाही. मागे वळून दुसऱ्या रस्त्याने जाऊ या."

यावर त्या ड्रायव्हरने "हं!" असा उद्‌गार काढून आपली गाडी रस्ता सोडून बाजूला घेण्यास सुरुवात केली. तसे करताना गाडीला धक्के बसू लागले. गॅब्रिएलने परत एकदा सिनेटरला फोन लावायचा प्रयत्न केला. तरीही फोन लागला नाही.

पंधरा-वीस मिनिटांनी तिच्या टॅक्सीने लांबचा रस्ता पकडला. तिने दूरवर 'फिलिप हार्ट' ही उंच सरकारी इमारत पाहिली. त्या इमारतीमध्ये सर्व सिनेटर मंडळींना आपापली ऑफिसे थाटण्यासाठी सरकारने जागा दिली होती. सिनेटर सेक्स्टनचे ऑफिसही तिथेच होते. तिला सरळ सिनेटरच्या घरी जावेसे वाटले; परंतु त्याचे ऑफिस एवढे जवळ आले असताना...

"गाडी थांबवा. तिकडे उजवीकडे," तिने टॅक्सी ड्रायव्हरला सूचना केली.

तिने सांगितलेल्या जागी टॅक्सी थांबली. गॅब्रिएलने मीटर पाहून पैसे दिले व वरती दहा डॉलर्स जास्त दिले. तिने त्याला विचारले, "जरा दहा मिनिटे येथे थांबाल का? मी पटकन परत येते."

त्याने आपल्या घड्याळात पहात म्हटले, "पण दहा मिनिटांपेक्षा जास्त वेळ मी अजिबात थांबणार नाही."

गॅब्रिएल तिथून धावतपळत निघाली. मनात ती म्हणाली, *मी पाच मिनिटांत परत येईन.* सिनेट ऑफिस इमारतीमधील संगमरवरी व्हरांडे आता निर्मनुष्य होते. त्यामुळे तिथे उदासवाणे वाटत होते. तिसऱ्या मजल्यावरती ती गेली. प्रवेशद्वारावरील पहारेकऱ्याचे दगडी पुतळे आपल्याकडे बघत आहेत असा तिला भास झाला. त्यांची आपल्यावर नजर आहे हे तिला जाता जाता वाटले.

सिनेटर सेक्स्टनचे ऑफिस पाच खोल्यांमध्ये पसरलेले होते. तिने आपल्याजवळील की-कार्ड काढून ऑफिसच्या दाराच्या खास फटीत घातले. दार उघडताच ती आत शिरली. आतमध्ये बाहेरून आलेला मंद प्रकाश पडला होता. तिने दिव्यांची बटणे फटाफट दाबली व ती तडक तिच्या कामाच्या जागी गेली.

तिथे फायलींचे एक कपाट होते. त्यातली एक फाईल ही नासाच्या पॉडस प्रकल्पावरती होती. त्यात असंख्य प्रकारची माहिती ठासून भरली होती. हार्परच्या भेटीतून जे काही कळले ते सेक्स्टनला सांगितल्यावर तो नक्की ही फाईल मागणार याची तिला खात्री होती.

नासाने पॉडसबद्दल खोटे निवेदन केले होते.

तेवढ्यात तिचा मोबाइल वाजला. आपल्या कानाला लावत तिने म्हटले, "सिनेटर?"

"नाही. मी योलंडा बोलते आहे. तू अजूनही नासामध्येच आहेस का?" योलंडा तीव्रपणे विचारत होती.

"नाही, मी माझ्या ऑफिसात आले आहे."

"नासामध्ये काही सापडले?"

अग, तुला कल्पना येणार नाही एवढे मला सापडले आहे. आपण सिनेटरला सर्व सांगेपर्यंत योलंडाला या बाबतीत सांगता येणार नाही, याची गॅब्रिएलला कल्पना होती; कारण मिळालेल्या माहितीचा उपयोग कसा करून घ्यायचा याबद्दल सिनेटरकडे काही खास कल्पना होत्या. ती म्हणाली, "मी सिनेटरशी बोलल्यानंतर तुला ते सांगेन. आता मी त्यांच्या घरी जात आहे."

योलंडा क्षणभर गप्प बसली व नंतर म्हणाली, "गॅब, तुला सिनेटरच्या प्रचार-मोहिमेचा निधी आणि स्पेस फ्रंटियर फाऊंडेशन यांच्याबद्दल ठाऊक आहे ना?"

"होय; पण माझी कल्पना चुकीची निघाली आणि–"

"हे बघ, आमच्या दोन बातमीदारांनी एक वेगळी बातमी आणली आहे. ते दोघेजण एरोस्पेस इंडस्ट्रीच्या संबंधी नेहमी बातम्या काढत असतात. अशासारख्याच एका हकिगतीवरती ते दोघे कामे करत आलेले आहेत."

गॅब्रिएलला आश्चर्य वाटले, "म्हणजे?"

"ते नक्की मला ठाऊक नाही; पण ते बातमीदार खूप चांगले आहेत, प्रामाणिक आहेत. स्पेस फ्रंटियर फाऊंडेशनकडून सेक्स्टन पैसे स्वीकारतात याबद्दल त्या दोघांची खात्री पटली आहे. त्यामुळे मला वाटले, की तुझ्या कानावरती ही गोष्ट ताबडतोब घालावी. जरी तुला मी पूर्वी म्हटले होते की माझा या प्रकारावरती विश्वास नाही, ती कल्पनाच मूर्खपणाची आहे. मार्जोरी टेन्चने जे काही सांगितले ते सारे थातुरमातूर होते. तिच्या बातमीचा उगम हा फारसा विश्वासार्ह नसावा; परंतु आमचे हे दोन बातमीदार... त्यापेक्षा तू असे कर. सिनेटरना भेटण्याआधी तू आमच्या या दोन्ही बातमीदारांची गाठ घे."

"त्या बातमीदारांची एवढी खात्री पटली असेल तर ते दोघे वृत्तपत्रांकडे का गेले नाहीत?" गॅब्रिएलने आता बचावात्मक भूमिकेतून म्हटले; परंतु नकळत तिने त्या भूमिकेवरती जोर दिला होता.

"याचे कारण त्यांच्याकडे ठोस पुरावा नव्हता. सिनेटर आपल्या कृत्याचे पुरावे नाहीसे करण्यात पटाईत आहेत. त्यामुळे अशा गोष्टींचा माग काढता येत नाही."

सगळेच राजकारणी लोक तसे करतात. "योलंडा, अग तुला वाटते तसे काहीही नाही. आपण स्पेस फ्रंटियर फाऊंडेशनकडून पैसे घेतले हे सिनेटरने माझ्यापाशी अगदी स्पष्टपणे कबूल केले. त्यांनी सांगितले की त्या साऱ्या देणग्या असून सर्व काही कायद्यात बसणारे आहे."

"ते तुला असेच सांगणार याची मला कल्पना आहे; परंतु गॅब, मी कोणाचे खरे आणि कोणाचे खोटे हे येथे सांगत बसत नाही. मी तुला फोन अशासाठी केला, की खरी परिस्थिती मी तुझ्या कानावरती घालावी म्हणून; कारण मार्जोरीने जे सांगितले त्यावर विश्वास ठेवू नकोस असे मीच तुला सांगितले होते. अन् आता मला दुसऱ्याकडून असे कळले आहे की सिनेटरचा घरचा व दारचा सारा खर्च इतरांकडून चालवला जात असावा. बस्स! एवढेच!"

"ते दोन बातमीदार कोण आहेत?" गॅब्रिएलने विचारले. आपल्याला एकदम राग येत चालला आहे असे गॅब्रिएलच्या लक्षात आले.

"त्यांची नावे मला विचारू नकोस. मी तुझी त्यांच्याशी भेट घडवून आणते. ती फार हुषार माणसे आहेत. त्यांना निवडणूक प्रचाराचे सारे कायदे ठाऊक आहेत..." योलंडा थोडेसे कचरत पुढे म्हणाली, "हे बघ, त्या दोघांची खात्रीच पटली आहे की सेक्स्टन हा पैशासाठी कोणालाही दुखविण्यास तयार असतो. तो

कफल्लकही झाला असावा.''

तिथल्या ऑफिसात आत्ता शांतता होती. त्या शांततेत गॅब्रिएलला मार्जोरी टेन्चने दुपारी केलेल्या आरोपांचे प्रतिध्वनी ऐकू येऊ लागले. मार्जोरी आपल्या भसाड्या आवाजात म्हणाली होती :

सिनेटर सेक्स्टनकडे खर्च करण्यासाठी एवढा पैसा नसतो. कॅथेरीनचा मृत्यू झाल्यावर तिला तिच्या माहेरकडून वारसा हक्काने जी संपत्ती मिळाली त्यापैकी मोठा भाग सिनेटरने उधळून टाकला. ते पैसे त्यांनी चुकीच्या गोष्टीत गुंतवले. आपल्या वैयक्तिक चैनीवरती खर्च केले. वेळप्रसंगी त्यांनी महत्त्वाचे विजय चक्क विकत घेतले. सहा महिन्यांपूर्वी तुमचा हा सिनेटर कफल्लक झाला होता. त्याच्या डोक्यावर कर्जाचा डोंगर होता. अन् आता पहा. तुम्हीच पहा.

योलंडा म्हणत होती, ''आमच्या माणसांना तुझ्याशी बोलायला आवडेल.''

नक्कीच त्यांना आवडणार. गॅब्रिएल म्हणाली, ''मी तुला याबद्दल कळवते.''

''तुझा आवाज मला पडलेला वाटतो आहे. तू माझ्यावर नाराज तर झाली नाहीस ना?''

''अग योलंडा, मी तुझ्यावर कधीच नाराज होणार नाही, कधीच नाही. थँक्स!''

गॅब्रिएलने फोन खाली ठेवला.

सिनेटर सेक्स्टनच्या दाराबाहेर एक खुर्ची टाकून तो पहारेकरी डुलक्या घेत बसला होता. त्याचा मोबाइल फोन वाजल्यावर तो एकदम दचकून जागा झाला. ताठ बसला आणि आपल्या खिशातून फोन काढून कानाला लावला.

''याऽ?''

''ओवेन, मी गॅब्रिएल बोलते आहे.''

त्या पहारेकऱ्याने तिचा आवाज ओळखला. तो म्हणाला, ''ओह्, हाय!''

''मला सिनेटर साहेबांशी बोलायचे आहे. त्यांचा फोन सारखा गुंतलेला आहे. तुम्ही त्यांच्या दारावरती टकटक करता का जरा?''

''आता बरीच रात्र झालेली आहे.''

''पण ते जागे आहेत, फोनवर बोलत आहेत. जरा तातडीचे काम आहे.'' गॅब्रिएल म्हणाली.

''पुन्हा तसलेच तातडीचे काम?''

''होय. त्यांना नुसते फोनवरती बोलवा. त्यांना काही महत्त्वाचे विचारायचे आहे.''

त्या पहारेकऱ्याने एक नि:श्वास टाकला व उठून उभे रहात तो म्हणाला, ''ठीक आहे, ठीक आहे, मी दार ठोठावतो.'' त्याने हातपाय ताणून आळस दिला व तो

दाराकडे वळला. तो म्हणाला, "तुम्हाला याआधी मी आत सोडल्याचे त्यांना कळल्यावर ते खूष झाले होते." एवढे म्हणून जराशा नाखुषीने त्याने आपली मूठ दार ठोठावण्यासाठी उंचावली.

"तुम्ही आत्ता काय म्हणालात?" गॅब्रिएलने विचारले.

पहारेकऱ्याची मूठ हवेतच थांबली. तो म्हणाला, "मी असे म्हणालो की तुम्हाला मी आत सोडल्याचे सिनेटरना सांगितल्यावर ते खूष झाले होते. तेव्हा तुमचे बरोबर आहे. त्यांना बोलावण्यास काहीच हरकत नाही."

गॅब्रिएल आश्चर्यचकित होऊन म्हणाली, "याआधी मी येऊन गेल्याचे तुम्ही त्यांना सांगितलेत?"

"होय, का बरे?"

"नाही. मला तसे वाटले नव्हते..."

"खरे सांगायचे तर त्यांना ते आधी चमत्कारिक वाटले होते. तुम्ही आत आल्याचे आठवण्यास त्यांना काही सेकंद लागले. मला वाटते आतमध्ये सर्वांची एक छोटी पार्टी चालली असावी."

"तुमच्या दोघांत कधी संभाषण झाले?"

"तुम्ही निघून गेल्यानंतर. का? काही गडबड आहे?"

क्षणभर फोनवर शांतता होती. मग ती म्हणाली, "अंऽऽ, नाही... तसे काही नाही; पण मला आता असे वाटते आहे की या वेळी परत सिनेटरना त्रास देण्यात अर्थ नाही. मी त्यांच्या लँडलाईनवर फोन करून बघते. तिथेही फोन उचलला नाही तर मग मी परत तुम्हाला फोन करेन. मगच तुम्ही दार ठोठवा."

आपले डोळे फिरवत तो म्हणाला, "ठीक आहे!"

"थँक्स, ओवेन. तुम्हाला मी उगाचच त्रास दिला."

"नो प्रॉब्लेम." असे म्हणून त्या पहारेकऱ्याने फोन बंद केला. आपल्या खुर्चीत त्याने अंग टाकले आणि तो झोपून गेला.

गॅब्रिएल ऑफिसमध्ये किती वेळ नि:स्तब्ध उभी होती. थोड्या वेळाने भानावर येऊन तिने फोन बंद केला. *म्हणजे मी आत शिरल्याचे सिनेटरला ठाऊक झाले तर... पण ही गोष्ट त्यांनी मला का सांगितली नाही? मला त्याबद्दल का विचारले नाही?*

आज रात्री घडणाऱ्या साध्यासुध्या चमत्कारिक घटना या आणखीनच गूढ बनत चालल्या होत्या. सिनेटरचे फोनवरचे बोलणे तिला आठवले. अंतराळ उद्योग कंपन्यांकडून आपण पैसे घेतो हे त्याने किती सहजपणे सांगितले होते. त्याच्या त्या प्रामाणिक बोलण्यामुळे आपण पुन्हा त्यांच्या बाजूला आलो. तिला स्वत:ची लाज वाटली. त्यांची कबुली किती उलथापालथ करणारी आहे हे तिला कळेना.

सॉफ्ट मनी! अगदी कायदेशीर! असे सिनेटर म्हणाला होता.

सिनेटरबद्दलचे आजवर झालेले सारे छोटे-मोठे कुतर्क अचानकपणे तिच्या मनाच्या पृष्ठभागावरती उसळून आले.

बाहेर टॅक्सीवाला सारखा हॉर्न वाजवू लागला होता.

१०३

'गोया' जहाजावरील ब्रिज म्हणजे पारदर्शक प्लॅस्टिकच्या भिंतींनी बनवलेली एक चौकोनी खोली होती. जहाजावरील 'ब्रिज' म्हणजे सर्वांत उंचावरची खोली. तिथून आसमंताचे निरीक्षण चालते व जहाजावर नियंत्रणही ठेवता येते. कॅप्टन याच खोलीत बसून आपले काम करत असतो. या ब्रिजमधून रेचलने सर्व दिशांकडे पाहिले. बाहेर काळा समुद्र पसरलेला होता. तिने समुद्राकडे एकदाच नजर टाकली व घाबरून आपली नजर आत वळवली. तिला एक काम करायचे होते. त्यावर तिने आपले लक्ष एकवटले.

टॉलन्ड व कॉर्की हे दोघेजण झावियाला शोधायला गेले होते. रेचलनेच त्यांना पाठवले होते. तेवढ्या वेळात तिला पिकरिंगशी संपर्क साधायचा होता. येथे आल्यानंतर आपण संपर्क साधू असे तिने डायरेक्टरला वचन दिले होते. त्याचे मार्जोरीशी काय बोलणे झाले हे त्याच्याकडून जाणून घ्यायला ती उत्सुक होती.

गोया जहाजावरती संपर्कासाठी एक वायरलेस सेट होता. SHINCOM 2100 हे त्याचे नाव होते. तो डिजिटल वायरलेस सेट कसा हाताळायचा याचे ज्ञान रेचलला होते. जर आपण आपले बोलणे कमी वेळ केले तर ते अधिक गुप्त व सुरक्षित राहील याची तिला जाणीव होती.

तिने पिकरिंगच्या मोबाइलचा नंबर दाबला व ती वाट पाहू लागली. आपल्या कानावर तिने रिसिव्हर दाबून धरला होता. पहिल्याच घंटीला तो फोन उचलेल याची तिला खात्री होती; पण तसे काही घडले नाही. फोनची घंटी वाजत राहिल्याचे तिला ऐकू येत राहिले.

सहा वेळा घंटी वाजली. सात... आठ...

तिने बाहेर पाहिले. बाहेर अथांग असा काळा समुद्र पसरला होता. संपर्क साधला कसा जात नाही याबद्दलचा विचार ती करू लागली; पण तरीही बाहेरच्या समुद्राच्या अस्तित्वामुळे तिला आलेली अस्वस्थता काही कमी होईना.

नऊ वेळा घंटी वाजली... दहा वेळा...

ती येरझाऱ्या घालू लागली, वाट पाहू लागली. काय चालले आहे तरी काय? फोन लागायला एवढा कसा वेळ लागतो आहे? पिकरिंगच्या खिशात तो फोन

नेहमी असतो आणि काय वाटेल ते झाले तरी आपल्याला फोन केल्यावाचून राहू नये, असे त्याने तिला अगदी निक्षून बजावले होते.

पंधरा वेळा घंटी वाजल्यावर तिने रिसिव्हर खाली ठेवला.

तिला याची भीती वाटू लागली. आजवर असे कधी झाले नव्हते. तिची भीती वाढत जाऊ लागली. तिने पुन्हा फोन लावला.

चार वेळा घंटी वाजली... पाच वेळा...

पिकरिंग आहेत तरी कुठे?

शेवटी एकदाचे कनेक्शन लागले. रेचलला एकदम हायसे वाटले; पण क्षणभरच. पलीकडच्या बाजूला फोनवरती कोणीच आले नव्हते. फक्त शांतता.

"हॅलो?... डायरेक्टर?..." ती बोलली.

त्यानंतर तिला फोनवरती तीन वेळा एका पाठोपाठ क्लिक् क्लिक् क्लिक् आवाज ऐकू आले.

"हॅलो?" ती पुन्हा फोनमध्ये बोलली.

त्यानंतर तिला लाईनवरती इलेक्ट्रॉनिक खरखर ऐकू आली. तो आवाज खूप मोठा होता. एवढा मोठा होता की तिने चटकन फोन कानापासून दूर केला. ती खरखर फटकन थांबली. आता तिला वेगाने खाली-वर स्वरात होणारे ध्वनी ऐकू येऊ लागले. दर अर्ध्या सेकंदाच्या अंतराने ते होत होते. तिच्या मनात गोंधळ उडाला. मग काय झाले असावे ते तिला चटकन उमगले.

आणि त्यापाठोपाठ ती भीतीने थरथरू लागली.

तिने पटकन फोन खाली ठेवला व संपर्क बंद केला. भीतीने गोठून ती तशीच बरेच क्षण उभी राहिली. आपण फोन वेळेत बंद केला की नाही, यावर ती विचार करू लागली.

जहाजावरती दोन डेकखाली हायड्रोलॅबची प्रयोगशाळा होती. ती एक प्रशस्त जागा होती. तिथे लांबलचक काऊंटर्स ठेवल्याने त्या जागेचे काही भाग झाले होते. मधेच काही टेबलेही होती. त्यावरती चित्रविचित्र इलेक्ट्रॉनिक्सची उपकरणे होती. समुद्रतळावरील उंच-सखलपणा पहाण्याचे यंत्र होते. समुद्रप्रवाहांचे विश्लेषण करणारे उपकरण होते. बेसिन, वाफा खेचून घेणारी हूड्स होती. स्पेसिमेन कूलर होते. संगणक होते. आणि ही सारी यंत्रे कार्यक्षम ठेवण्यासाठी व त्यांची देखभाल करण्यासाठी आणखी वेगळी यंत्रे व उपकरणे होती. थोडक्यात, त्या प्रशस्त जागेत यंत्रसामुग्री खचाखच भरलेली होती.

जेव्हा टॉलन्ड आणि कॉर्की यांनी तिथे प्रवेश केला तेव्हा झाविया एका टी.व्ही. सेटसमोर वाकून काहीतरी जुळवाजुळव करत होती. त्यावर चित्र आणण्याची

धडपड करत होती. मागे वळून न पहाता तिने म्हटले, ''काय, बिअर पिण्यात सर्व पैसे संपले म्हणून आलात ना परत?'' आपले सहकारीच परत आले आहेत असे तिला वाटले होते.

''झाविया, मी माईक आहे,'' टॉलन्ड म्हणाला.

मग ती एकदम गर्रकन वळली. तिच्या हातात एक सँडविच होते. त्याचा एक घास तिच्या तोंडात होता तो एकदम गिळून टाकत ती अडखळत म्हणाली, ''माईक?'' टॉलन्डला पाहून ती दचकली होती, आश्चर्याने थक्क झाली होती. तिने टी.व्ही. सेट बंद केला. चालत चालत त्या दोघांकडे गेली आणि म्हणाली, ''मला वाटले की आपलीच माणसे बारमधून परतली आहेत. अन् तुम्ही कसे काय येथे येऊन पोहोचलात? काय काम काढलेत?''

झाविया ही जहाजावरची भूशास्त्रज्ञ होती. तिची कातडी तांबूस रंगाची होती आणि आवाज वरच्या पट्टीतील होता. टेलिव्हिजनवरती टॉलन्डने त्या उल्केवरती केलेला माहितीपट सारखा सारखा दाखवला जात होता. ती म्हणाली, ''तुम्ही त्या उल्केपाशी थांबला नाहीत तर.''

''झाविया, या डॉ. कॉर्की मार्लिन्सन यांना ओळखलेस का?'' टॉलन्डने तिला विचारले.

तिने मान हलवून कॉर्कीला म्हटले, ''ॲन ऑनर, सर.''

कॉर्कीला अत्यंत भूक लागली होती. त्याची अधाशी नजर तिच्या हातातील सँडविचकडे लागली होती. झावियाला ते खूपच चमत्कारिक वाटले. तिने त्याच्याकडे एक नाराजीचा दृष्टिक्षेप टाकला.

टॉलन्ड तिला म्हणाला, ''तुम्ही सगळ्यांनी फोनमध्ये ठेवलेले निरोप मला मिळाले. माझ्या त्या माहितीपटात मी एक चूक केली आहे, असा उल्लेख त्यात होता. मला त्याबद्दल चर्चा करायची आहे.''

झावियाने टॉलन्डकडे क्षणभर रोखून पाहिले व ती एकदम कर्कश आवाजात हसू लागली. तिचे हसू कमी झाल्यावरती ती म्हणाली, ''तेवढ्यासाठी तुम्ही येथे आलात? मी जे काही बोलले असेन ते विसरून जा. ते एवढे काही विशेष नव्हते. नासाने तुम्हाला काही जुनी माहिती पुरवली हे उघड समजते आहे. अन् ती चूक जगातील फक्त तीन-चार निष्णात भूशास्त्रज्ञांनाच कळेल!''

टॉलन्ड म्हणाला, ''ते जाऊ दे; पण ती चुकीची माहिती ही कॉन्ड्र्यूल्ससंबंधीच आहे का?''

ते ऐकताच झावियाला आश्चर्याचा धक्का बसला. आपले डोळे मोठे करत ती म्हणाली, ''माय गॉड, म्हणजे त्या भूशास्त्रज्ञांपैकी कुणीतरी तुम्हाला फोन केलेला दिसतो आहे.''

ते ऐकताच टॉलन्डचे खांदे पडले. त्याने एकदा कॉर्कीकडे पाहिले व एकदा झावियाकडे पाहिले. तो तिला म्हणाला, ''झाविया, मला त्या कॉन्ड्र्यूल्सबद्दल सारे काही सांग. तुला जेवढे काही ठाऊक आहे तेवढे सारे सांग. मी काय चूक केली?''

झाविया त्याच्याकडे पहात राहिली. टॉलन्ड खूप गंभीर झाला आहे हे तिच्या लक्षात आले. ती म्हणाली, ''माईक, हे तसे फारसे मनावर घेण्याजोगे नाही. मी एकदा एक छोटा लेख नुकताच वाचला होता. त्याच्या आधारे ती चूक माझ्या लक्षात आली; पण मला कळत नाही, तुम्ही का ती गोष्ट एवढी गंभीरतेने घेता?''

टॉलन्ड एक उसासा टाकून म्हणाला, ''झाविया, तुला हे बरेच चमत्कारिक वाटेल; पण मला त्याबद्दल आज रात्री फार बोलता येत नाही. तू जास्त प्रश्न मला विचारू नयेस हे उत्तम. मी तुला एवढेच विचारतो, की कॉन्ड्र्यूल्सबद्दल तुला काय ठाऊक आहे ते सांग. नंतर मी तुला एक नमुना देईन तो तपासून तुझे मत आम्हाला दे.''

झावियाच्या चेहऱ्यावरती कोड्यात पडल्याचे भाव उमटले. तसेच, या प्रकरणातील फार माहिती आपल्याला होऊ नये म्हणून काळजी घेतली जात आहे, याचे तिला थोडेसे दुःख झाले. ती म्हणाली, ''ठीक आहे, मी तुम्हाला तो लेखच आणून देते म्हणजे झाले! त्यावरची टिपणे माझ्या ऑफिसात आहेत.'' असे म्हणून तिने आपले सँडविच खाली ठेवले व ती तेथून जाऊ लागली.

कॉर्की तिला म्हणाला, ''मी ते सँडविच घेतले तर चालेल?''

तिने थांबून त्याला विचारले, ''पण माझे सँडविच तुम्हाला का हवे आहे?''

''अंऽ, म्हणजे मला वाटते की तुम्हाला ते आता नको आहे.'' भुकेलेला कॉर्की म्हणाला.

''तुम्ही तुमचे वेगळे सँडविच करून खा,'' एवढे म्हणून ती तेथून निघून गेली.

टॉलन्डने च् च् असा आवाज काढला व समोरच्या फ्रीजकडे बोट दाखवत कॉर्कीला म्हटले, ''तळातल्या कप्प्यात शोधा. तिथे ते मिळेल.''

ब्रिजमधून रेचल बाहेर पडली होती. जिना उतरून ती खाली डेकवर आली आणि सरळ चालत चालत हेलिकॉप्टरकडे गेली. आतमध्ये वैमानिक डुलक्या घेत होता. कॉकपिटच्या दारावरती तिने टकटक केले.

तो म्हणाला, ''झाले तुमचे काम? इतक्या लवकर?''

रेचलने त्याला विचारले, ''तुमच्या हेलिकॉप्टरमधील रडारची रेन्ज किती आहे?''

''दहा मैल. दहा मैलाच्या त्रिज्येतील कोणतीही गोष्ट टिपता येते.''

''मग ते रडार चालू करा. पाण्यावरून आणि हवेतून आपल्याकडे कोणी येते आहे का ते पहा, प्लीज.''

तिच्या या सांगण्यामुळे तो वैमानिक गोंधळून गेला; पण त्याने मुकाट्याने तिची आज्ञा मानली. त्याने चार दोन खटके दाबले. रडारचा पडदा एकदम उजळून निघाला. हेलिकॉप्टरवरचा रडार लहरी फेकणारा व ग्रहण करणारा आडवा दांडा फिरू लागला.

"आपल्या दिशेने काही येत आहे?" तिने विचारले.

त्या दांड्याला काही वेळ वैमानिकाने गोलाकार फिरू दिले. मग परत एकदा काही खटके व बटणे दाबून त्याने जुळवाजुळव केली. तो म्हणाला, "काही छोटी जहाजे दहा मैलांवरून निघून जात आहेत. आपल्यापासून दूर जात आहेत. आपल्याला कसलाही धोका नाही. सर्व बाजूने मैलोमैल नुसता खुला समुद्र आहे."

यावर रेचल सेक्स्टनने एक सुस्कारा टाकला; पण तिचे पूर्ण समाधान झाले नव्हते. ती त्याला म्हणाली, "माझे एक काम करा. जर तुम्हाला दुरून आपल्याकडे एखादी बोट, विमान किंवा काहीही जरी येताना दिसले तर मला ताबडतोब सांगाल?"

"अगदी नक्की सांगेन. काय गडबड आहे?"

"आपल्याला भेटायला कोणी येते आहे का ते मला पहायचे आहे."

वैमानिकाने खांदे उडवत म्हटले, "मॅडम, मी रडारवरती लक्ष ठेवेन. जर काही ब्लिप आवाज आला तर मी ताबडतोब तुम्हाला कळवेन."

जेव्हा ती तेथून हायड्रोलॅबकडे जाण्यास निघाली तेव्हा तिला चमत्कारिक वाटू लागले होते. हायड्रोलॅबमध्ये गेल्यावर तिथे एका संगणकासमोर टॉलन्ड व कॉर्की उभे होते. कॉर्की एक सँडविच खात होता. तोंडात सँडविचचा तोबरा असतानाही कॉर्कीने तिला हाक मारून म्हटले, "तुम्हाला काय खायला पाहिजे? फिशी चिकन, फिशी एग सॅलड, फिशी बोलोग्ना?"

रेचल टॉलन्डला म्हणाली, "माईक, तुम्हाला जी माहिती हवी आहे ती चटकन मिळवा आणि जितक्या लवकर येथून निघता येईल तितके निघा."

१०४

टॉलन्ड झावियाची वाट पहात हायड्रोलॅबमध्ये येरझाऱ्या घालत होता. कॉन्ड्र्यूल्सबद्दलच नेमकी ती शास्त्रीय चूक व्हावी आणि रेचलच्या फोनच्या प्रयत्नांची बातमीही चांगली नसावी, हे कळल्यावर तो अस्वस्थ झाला होता.

डायरेक्टरने फोन का घेतला नाही?

अन् दुसऱ्या कोणीतरी पल्स-स्निच वापरून या जहाजाचे स्थान शोधण्याचा का प्रयत्न केला?

टॉलन्ड सर्वांना सांगू लागला, "रिलॅक्स! घाबरू नका. आपण सुरक्षित आहोत. आपल्या हेलिकॉप्टरचा वैमानिक रडारच्या साहाय्याने लक्ष ठेवत आहे. आपल्या दिशेने कोणी येत असेल तर तो लगेच आपल्याला कळवेल."

तरीही रेचलच्या मनात काय होईल काय होणार नाही याबद्दल धाकधूक होती.

"माईक, हे काय आहे?" कॉर्की एका संगणकाच्या पडद्याकडे बोट दाखवून विचारत होता. त्या पडद्यावर एक रंगीत व वेडीवाकडी आकृती ही सारखे रंग बदलत फिरत होती.

टॉलन्ड म्हणाला, "ते होय? ते अकॉस्टिक डॉपलर करंट प्रोफाईलर आहे. जहाजाच्या खाली प्रवाह कसे जात आहेत नि समुद्राच्या तळापर्यंत तापमान कसे बदलत आहे, हे त्यावरून समजते."

रेचल त्याकडे रोखून पहात म्हणाली, "म्हणजे आपण चक्क यावरतीच थांबलेलो आहोत?"

टॉलन्डला मानेने होकार द्यावा लागला. त्या पडद्यावरची आकृती भीतिदायक वाटत होती. समुद्रपृष्ठालगतचे पाणी निळसर हिरवे होते व फिरत होते. तर जसजसे खाली खाली जावे तसतसा पाण्याचा रंग हा नारिंगी, गुलाबी, लाल, गडद लाल होत गेला होता. याचा अर्थ पाण्याचे तापमान खाली वाढत गेलेले होते. खाली तळावरती, म्हणजे मैलभर खाली, एक लालबुंद रंगातील पाण्याचा प्रवाह स्वत:भोवती फिरत होता. तो एक गरम पाण्याचा जबरदस्त भोवरा होता.

त्याकडे बोट दाखवत टॉलन्ड म्हणाला, "हाच तो मेगॅप्लुम."

कॉर्की म्हणाला, "पाण्याखालचे चक्रीवादळ त्याला म्हटले पाहिजे."

"बरोबर. त्यामागचेच तत्त्व येथे लागू पडते. समुद्र हे तळापाशी सर्वसाधारणपणे अधिक थंड असतात; पण त्यांचे गतिशास्त्र मात्र नेमके उलट असते. खोलातले पाणी तापले गेले, हलके झाले व मग ते वर चढू लागले. दरम्यान, त्यांची जागा घेण्यासाठी वरचे थंड व जड पाणी खाली घुसू लागले. या दोन्ही पाण्यांच्या हालचालीत एक मध्याभोवती फिरत दूर जाणारा प्रवाह निर्माण झाला. हाच तो राक्षसी भोवरा."

"त्या समुद्रतळावरती ते मोठे टेंगूळ कसले आलेले आहे?" कॉर्कीने संगणकाच्या पडद्याकडे बोट दाखवत म्हटले. तिथे एक घुमटाकृती बुडबुडा दिसत होता. त्याच्या डोक्यावरच तो भोवरा फिरत होता.

"तोच तो मॅग्मा डोम." टॉलन्ड सांगत होता, "येथूनच लाव्हा रस बाहेर पडू पहातो. हाच तो वडवानल!"

"अन् हा बाहेर उफाळून आला तर? त्याचा अचानक उद्रेक झाला तर?"

त्याच्या या प्रश्नावरती टॉलन्डला एक जुनी घटना आठवली. 'जुआन द

फुका' नावाची समुद्रात एक लांबट डोंगराची रांग आहे. तिथे १९८६ साली मेगॅप्लुममधून अचानक लाव्हा रस उफाळून बाहेर आला. त्या लाव्हा रसाचे तापमान १२०० अंश सेल्सिअस एवढे होते. तिथले समुद्रपृष्ठावरील प्रवाह एकदम जोरदार झाले व एक पाण्याचा महाकाय भोवरा तिथे गरगरत फिरू लागला. पुढे त्या भागात जो हाहाकार उडाला तो आत्ता या दोघांना सांगण्यात अर्थ नाही असे त्याच्या लक्षात आले.

टॉलन्ड त्यांना म्हणाला, "अटलांटिक महासागरातील मॅग्मा डोममधून कधीही उद्रेक होत नाही. त्याच्या माथ्यावरती असलेले थंड पाणी सतत त्याला गार ठेवते. मग त्याचा पापुद्रा गार होऊन कडक बनतो. एक प्रकारची दगडाची जाड खपली त्यावरती धरली जाते. काही दिवसांनी तो मॅग्मा डोम थंड होत जातो. मग वरचा भोवरा, उष्ण पाण्याचे प्रवाह आपोआप नाहीसे होतात. म्हणून म्हणतो, येथले मेगॅप्लुम्स धोकादायक नाहीत."

कॉर्कीने संगणकाजवळच्या एका फाटक्या मासिकाकडे बोट दाखवून म्हटले, "तुम्हाला असे म्हणायचे आहे का, की हे 'सायंटिफिक अमेरिकन' मासिक मनोरंजनात्मक, काल्पनिक मजकूर प्रसिद्ध करते?"

टॉलन्डने त्या मासिकाचे मुखपृष्ठ पाहिले. कोणीतरी जहाजावरील ग्रंथालयातून फेब्रुवारी १९९९चा तो अंक आणला होता. त्याच्या मुखपृष्ठावरती समुद्रातील एका राक्षसी भोवऱ्यात एक अजस्त्र तेलवाहू जहाज सापडून गरगर फिरते आहे असे चित्र काढलेले होते. तो पाण्याचा भोवरा म्हणजे एक राक्षसी नरसाळे दाखवले होते. मुखपृष्ठावरती मथळा होता :

MEGAPLUMES – GIANT KILLERS FROM THE DEEP?

ते पाहून टॉलन्ड हसला. तो म्हणाला, "याचा येथे काहीही संबंध नाही. त्यातील लेखातील मेगॅप्लुम हा भूकंपप्रवण क्षेत्रातील आहे. बर्म्युडा ट्रँगल भागातील जहाजे अचानक नाहीशी कशी होतात याबद्दल काही वर्षांपूर्वी एक तर्कसिद्धान्त मांडला गेला होता. तो खूपच लोकप्रिय झाला होता. तांत्रिकदृष्ट्या बोलायचे झाल्यास, समुद्रतळावरती जर काही मोठ्या प्रमाणात भूशास्त्रीय उलथापालथ होत असेल तर मात्र हा मॅग्मा डोम स्फोट पावून उद्रेक होईल, मोठा भोवरा निर्माण होईल. तो एवढा मोठा असेल... बाकी तुम्हाला ते माहिती आहेच म्हणा..."

"नाही, आम्हाला अजिबात माहीत नाही," कॉर्की म्हणाला.

टॉलन्ड खांदे उडवत म्हणाला, "की तो भोवरा पार समुद्राच्या पृष्ठभागावरती पोहोचेल."

"टेरिफिक! बरे झाले आम्ही या तुमच्या जहाजावर येऊन थांबलो. येथे सुरक्षित असते ना?''

झाविया काही कागद घेऊन तिथे आली व म्हणाली, "त्या मेगॅप्लुमचे कौतुक चालले आहे वाटते.''

"हो ना,'' कॉर्की उपरोधाने म्हणाला, "आत्ताच आम्हाला सांगितले जात होते की ती छोटी समुद्रतळावरची टेकडी फुटली तर आपण सारे पाण्याच्या भोवऱ्यात कसे गरगरत फिरत राहू. मग आपणा सर्वांना खाली एका मोठ्या भोकात कसे खेचून घेतले जाईल. बिग ड्रेन!''

"ड्रेन?'' झाविया थंडपणे हसत म्हणाली, "म्हणजे आपण जगाच्या एका मोठ्या टॉयलेटमध्ये ओढले जाणार असेच ना?''

गोया जहाजाच्या डेकवरती तटरक्षक दलाचे हेलिकॉप्टर उभे होते. त्याचा वैमानिक रडारच्या पडद्यावर आपली नजर रोखून होता. संकटात सापडलेल्या लोकांचे जीव आजवर त्याने अनेकदा वाचवले होते. त्या वेळी त्यांच्या डोळ्यांत उतरलेले भीतीचे भाव त्याने पाहिले होते. रेचल सेक्स्टनच्या डोळ्यांत उमटलेली भीती त्याने चटकन हेरली होती. "आपल्याला भेटायला कोणी येते का ते मला पहायचे आहे,'' असे ती म्हणत होती. असे अनपेक्षितपणे कोण येणार आहे, हे त्याला कळेना; पण काहीतरी गडबड आहे हे त्याला जाणवले.

येणारी माणसे कोण असतील? रेचल सेक्स्टन यांना कोण अपेक्षित आहे?

तेथून दहा मैलांच्या त्रिज्येतील समुद्रात व आकाशात कोणीही नव्हते. सारा परिसर हा सामान्य वाटत होता. फक्त आठ मैलांवरती एक मासेमारी करणारी बोट आली होती. कधी कधी एखाद दुसरे विमान दहा मैलाच्या परिघाला स्पर्शून जाताना दिसे. नंतर ते रडारच्या टप्प्याबाहेर गेल्याने अदृश्य होई. सारे काही नेहमीसारखेच होते.

त्या वैमानिकाने पडद्यावरची आपली नजर काढून जहाजाच्या भोवतालच्या पाण्याकडे लावली. खळखळणारे पाणी जहाजाला सारखे भिडत होते व फेस निर्माण करत होते. आपण सर्व बाजूने वेढलो गेलो आहोत असे त्याला वाटले. हे जहाज कोठेही न जाता कोणत्या तरी अज्ञात स्थळी चालले आहे ही जाणीव त्याच्या मनात भुतासारखी पाठलाग करू लागली.

त्याने आपली नजर काढून घेतली व ती रडारच्या पडद्यावरती खिळवली. तो आता सावध झाला होता, सतर्क झाला होता. कशाची तरी वाट पाहू लागला.

१०५

टॉलन्डने झावियाशी रेचलची ओळख करून दिली. आपल्या हायड्रोलॅबमध्ये किती मोठमोठ्या व्यक्ती आहेत याचे तिला नवल वाटत होते. ती गोंधळून जात चालली होती. हे काय चालले आहे? कशाकरता चालले आहे? हे तिला समजेना. त्यातून रेचल तिला सारखी घाई करत होती. त्या नमुन्याची तपासणी करा नि येथून झटपट पळ काढा, अशी तिच्या मनाची अवस्था झाली होती. रेचलच्या घाईमुळे झावियासुद्धा अस्वस्थ होत चालली होती.

तर टॉलन्ड झावियाला मनात म्हणत होता, *झाविया, तुला हवा तेवढा वेळ घे; पण आम्हाला सर्व काही ठाऊक झाले पाहिजे.*

झाविया आता बोलू लागली. तिच्या आवाजात परखडपणा होता. ती म्हणत होती, ''माईक, तुमच्या त्या माहितीपटामध्ये तुम्ही असे म्हटले आहे, की त्या उल्केमध्ये धातूचे लहान लहान बिंदू सापडले आहेत. ते बिंदू केवळ अंतराळातच खडकामध्ये बनू शकतात.''

टॉलन्ड एकदम भीतीने शहारला. *कॉन्ड्र्यूल्स हे फक्त अंतराळात बनू शकतात. नासाकडून मला असेच सांगण्यात आले होते.*

झाविया तो लेख हातात धरून म्हणत होती, ''पण या लेखात म्हटल्यानुसार ते विधान संपूर्णपणे खरे नाही.''

कॉर्की कठोरपणे म्हणाला, ''नाही, तसे नाही. ते विधान खरेच आहे.''

झावियाने कपाळावर आठ्या घालून कॉर्कीकडे पाहिले व हातातला लेख हवेत नाचवत म्हटले, ''गेल्या वर्षी, ड्र्यू विद्यापीठातील ली पोलॉक नावाच्या एका तरुण भूशास्त्रज्ञाने आपले संशोधन करताना मरीन रोबोचा, यंत्रमानवाचा, उपयोग केला. पॅसिफिक महासागराच्या तळावरील दगडांचे नमुने त्या यंत्रमानवाकडून वरती काढले जात होते. मरिआना ट्रेन्च नावाचा जो खंदकासारखा पट्टा आहे त्या भागात तो काम करत होता. त्या यंत्राकडून, म्हणजे त्या यंत्रमानवाकडून समुद्रतळावरील एक सैल दगड खेचून वर आणला. त्या दगडामध्ये असे एक भूशास्त्रीय वैशिष्ट्य होते की त्याने ते कधीही पाहिले नव्हते. ते वैशिष्ट्य हे कॉन्ड्र्यूल्ससारखे होते. त्याने त्याला 'प्लॅगिओक्लेज स्ट्रेस इन्क्ल्युजन्स' असे नाव दिले. त्या दगडामध्ये अनेक छोटे छोटे धातूंचे बुडबुडे होते. खोल समुद्रतळावरील प्रचंड दाबामुळे ते निर्माण झाले असावेत असे वाटत होते. डॉ. पोलॉक यांना दगडात धातूंचे सूक्ष्म बुडबुडे सापडावेत याचे नवल वाटले. म्हणून त्यांनी याचा खुलासा करणारा एक अभिनव सिद्धान्त मांडला.''

''तसे करणे त्याला भागच आहे,'' कॉर्की म्हणाला.

कॉर्कीच्या बोलण्याच्या अडथळ्याकडे दुर्लक्ष करत झाविया पुढे बोलू लागली,

''मारियाना ट्रेन्च येथे पॅसिफिक महासागर अतिखोल आहे. तिथे पडणाऱ्या अफाट दाबामुळे पूर्वीच्या दगडांचे रूपांतरण झाले, मेटॅमॉर्फोसिस झाले. त्यामुळे दगडातील काही धातू हे वितळले.''

टॉलन्ड या मुद्द्यावर विचार करू लागला. मारियाना ट्रेन्च येथे समुद्राची खोली सुमारे सात मैल आहे. या ठिकाणच्या भूमीचा अद्याप फारसा अभ्यास झाला नाही. पृथ्वीवरचा हा सर्वांत शेवटचा मानवस्पर्शरहित भाग आहे. आजवर फक्त हाताच्या बोटांवर मोजण्याएवढे यंत्रमानव या तळावर सोडून तिथले दगडांचे नमुने वर काढण्याचे प्रयत्न झाले आहेत; परंतु ती यंत्रे किंवा यंत्रमानव तळावर पोहोचण्या-आधीच त्यांच्यावर पडलेल्या पाण्याच्या अफाट दाबामुळे निकामी झाले, चुरमडून गेले. काही यंत्रे मात्र तळावर पोहोचली. तिथे तळावरती पाण्याचा दाब हा दर चौरस इंचावर सुमारे १८,००० पौंड एवढा असतो. समुद्राच्या पृष्ठभागावर तो अवघा २४ पौंड असतो. यावरून त्या अफाट दाबाची कल्पना येऊ शकेल. समुद्रशास्त्रज्ञांना अद्यापही एवढ्या प्रचंड दाबाखाली असलेल्या सर्वांत खोल समुद्रतळावरती भूशास्त्रीय प्रेरणा कशा काम करत असतील याची नीट कल्पना नाही. टॉलन्ड म्हणाला, ''म्हणून पोलॉक यांनी असे म्हटले आहे की मारियाना ट्रेन्च येथील दगडांमध्ये कॉन्ड्र्यूल्ससारखी रचना असते, असे म्हणायचे आहे?''

झाविया म्हणाली, ''तो सिद्धान्त तसा अद्याप पुसट आहे, कच्चा आहे. तो अधिकृतरीत्या अद्याप प्रसिद्ध केलेला नाही. मी गेल्या महिन्यात पोलॉकची वेबसाईट पाहिली. आपल्या आगामी मेगॅप्लुमच्या माहितीपटासाठी मी काही माहिती गोळा करत होते. त्यासाठी खडकाच्या वितळलेल्या रसाचा अन्य खडकांवर काय परिणाम होतो हे मी अजमावत होते. नाहीतर या विषयाकडे माझे लक्ष कधीच गेले नसते.''

''म्हणजे ही सगळी माहिती वेबसाईटवरची आहे. पोलॉकचे सिद्धान्त प्रसिद्ध होऊन त्याला मान्यता मिळालेली नाही; कारण मुळातच पोलॉकचे प्रतिपादन हे चमत्कारिक आहे. कॉन्ड्र्यूल्स तयार होण्यासाठी मुळात उष्णता असावी लागते. पाण्याचा दाब हा खडकातील स्फटिक-रचनेची पुन्हा वेगळी रचना कशी करणार?''

झाविया थोडीशी चिडून म्हणाली, ''आपल्या ग्रहावरती भूशास्त्रीय बदल घडवून आणण्यासाठी 'अफाट दाब' हा एकमेव घटक अत्यंत कार्यक्षम व पुरेसा आहे. त्यामुळेच रूपांतरित खडक निर्माण झाले आहेत. मला वाटते की एवढे प्राथमिक उदाहरण उत्तर देण्यास पुरेसे आहे.''

यावर कॉर्की काही बोलला नाही; पण त्याच्या कपाळावर आठ्या पडल्या.

झावियाचे म्हणणे टॉलन्डच्या लक्षात आले. तिच्याकडे खोडून न काढता येण्याजोगा मुद्दा आहे, हे नक्की. पृथ्वीवर रूपांतरित खडक निर्माण करताना उष्णतेचाही काही सहभाग होता, हेही खरे आहे; परंतु बहुतेक रूपांतरित खडक हे

अतिप्रचंड दाबामुळे बनलेले आहेत. समुद्रतळावरील खडकांवर तर इतका दाब पडलेला असतो की त्यामुळे त्या खडकात रासायनिक बदल होत जातात, त्यांची कठीण स्थिती बदलून ते लवचीक व कधी कधी अर्धप्रवाही अवस्थेत जातात. हे सारे खरे असले तरी डॉ. पोलॉक यांचा सिद्धान्त किंवा तर्क हा जरासा अधिकच ताणल्यासारखा वाटतो.

टॉलन्ड म्हणाला, ''झाविया, केवळ पाण्याच्या दाबामुळे एखाद्या खडकाची रासायनिक स्थिती बदलू शकते, हे मी कधीही ऐकले नव्हते. तू एक भूशास्त्रज्ञ आहेस. तुझे काय मत आहे?''

हातातले कागद चाळत ती म्हणाली, ''वेल, असे वाटते की फक्त पाण्याचा दाब हा एकमेव घटक नसावा.'' एवढे म्हणून तिने हातातल्या कागदातून एक उतारा शोधला आणि पोलॉकने त्यावर काय म्हटले आहे ते ती वाचून दाखवू लागली. ''मारियाना ट्रेन्चमधील समुद्राच्या तळावरती आधीच पाण्याचा अफाट दाब पडलेला आहे. तो भाग हा भूशास्त्रीय उलथापालथी घडू शकणाऱ्या भागात मोडतो. या घडामोडींसाठी हजारो वर्षे दाब दिला जात असतो. आधीच पाण्याचा दाब व त्यात भूशास्त्रीय घडामोडींचा दाब किंवा शास्त्रीय भाषेत टेक्टॉनिक फोर्सेस, अशा दोन्हींमुळे त्या खडकात बदल होऊ शकतात.''

बरोबर आहे, असे टॉलन्डला वाटले. पॅसिफिक महासागराखालील भूखंड व आशियाई विभागातील भूखंड हे एकमेकांच्या दिशेने सरकू पहात असल्याने कुठेतरी एक जबरदस्त दाब निर्माण होतो. ती दाबरेषा किंवा दाबाचा पट्टा हा मरियाना ट्रेन्च विभागातून जातो. एके काळी हे दोन खंड एकमेकांवर आदळले होते. मारियाना ट्रेन्चमधील खडकांवर असा बाजूने येणारा खंडांतर्गत दाब आणि माथ्यावरती सात मैल उंचीचा पाण्याचा दाब पडतो. त्यामुळे कॉन्ड्र्यूल्सची निर्मिती होत असावी. मारियाना ट्रेन्च हा भाग दूरवरचा, समुद्रातील व अत्यंत खोलवरचा. त्यामुळे त्या भागातील खडकांचे नमुने गोळा करणे, अभ्यास करणे वगैरे दुरापास्त ठरते.

झाविया वाचत होती, ''पाण्याचा दाब व भूखंडीय असा टेक्टॉनिक दाब यामुळे तिथल्या खडकांना अर्धप्रवाही अवस्थेकडे नेले जाते. अशा वेळी खडकातील हलकी मूलद्रव्ये आधी तशा अवस्थेत जातात, वितळल्यासारखी त्यांची स्थिती बनते. कॉन्ड्र्युल्सच्या बाबतीत हीच गोष्ट अंतराळातून येताना अफाट उष्णता निर्माण झाल्याने होते. अन् फक्त तशीच उदाहरणे, म्हणजे उल्का सापडत गेल्याने, कॉन्ड्र्यूल्स फक्त अंतराळात बनू शकतात या विचाराने मूळ धरले.''

कॉर्की आपले डोळे गरागरा फिरवत म्हणाला, ''अशक्य!''

टॉलन्डने त्याच्याकडे पहात म्हटले, ''डॉ. पोलॉक यांना समुद्रतळावरील खडकात जे कॉन्ड्र्यूल्स सापडले त्यामागे आणखी एखादे कारण असू शकते

काय?''

कॉर्की सांगू लागला, ''अगदी सोपे आहे ते. पोलॉकला जो खडकाचा नमुना मिळाला तो म्हणजे अंतराळातून समुद्रात पडलेल्या एका उल्केचा नमुना असला पाहिजे. समुद्रावरती सतत उल्का आकाशातून पडत असतात. ती उल्का आहे हे पोलॉकला समजणे शक्य नव्हते; कारण कोण्या एका प्राचीन काळी पडलेली ती उल्का पाण्यात एवढ्या प्रदीर्घ काळ पडून होती, की तिच्यावरचा तो जळका पापुद्रा पाण्यामुळे नष्ट होऊन गेला. त्यामुळे पोलॉकला तो एक पृथ्वीवरच्याच दगडाचा नमुना वाटला.'' मग तो झावियाकडे वळून म्हणाला, ''पोलॉकने त्या खडकाच्या नमुन्यातील निकेलचे प्रमाण तपासून पाहिले असेल असे मला वाटत नाही. तेवढा तो हुषार नसावा.''

झाविया त्याला प्रत्युत्तर देत म्हणाली, ''होय, त्यांनी तसेही पृथक्करण केलेले आहे.'' मग हातातील कागद चाळत तिने एक कागद निवडला व त्यावरील मजकूर वाचून दाखविण्यास सुरुवात केली, ''पोलॉक असे लिहितो : त्या खडकाच्या नमुन्यातील निकेलचे प्रमाण मी तपासले. अन् आश्चर्य असे की ते प्रमाण कमाल व किमान मर्यादेच्या बरोबर मध्यभागी होते. पृथ्वीवरील खडकात असे सहसा आढळत नाही.''

यावर टॉलन्ड व रेचलने एकमेकांकडे दचकून पाहिले.

झाविया वाचत होती, ''जरी ते निकेलचे प्रमाण हे उल्केच्या दगडामध्ये असलेल्या प्रमाणाएवढे नव्हते तरी ते आश्चर्यजनकरीत्या त्याच्या जवळपास पोहोचले होते.''

रेचल अस्वस्थ होऊन म्हणाली, ''किती जवळ? तो समुद्रतळावरचा दगड आहे का, पाण्यात पडलेली उल्का आहे, हे ठरविण्यासाठी काही चाचणी आहे का?''

झावियाने आपली मान हलवत म्हटले, ''मी काही रासायनिक अश्मशास्त्रज्ञ नाही; पण मला जे कळते आहे त्यावरून असे दिसते, की एखादी उल्का आणि पोलॉकला मिळालेला दगड या दोन्हींच्यामध्ये अनेक रासायनिक भेद आहेत.''

''ते कोणते भेद आहेत?'' टॉलन्डने आग्रह धरत विचारले.

झावियाने आपल्या हातातील एका कागदाकडे लक्ष दिले. त्या कागदावरती एक आलेख काढलेला होता. ती सांगू लागली, ''या आलेखानुसार एक भेद हा कॉन्ड्र्यूल्सच्या रासायनिक रचनेतील भेद आहे. असे दिसते की टिटॅनियम व झिरकॉनियम यांच्या प्रमाणात भेद आहे. समुद्रतळावरील दगडाच्या नमुन्यातील झिरकॉनियम हे खूपच कमी झालेले आहेत. फक्त दोन पीपीएम एवढेच ते उरले आहे.''

दोन पीपीएम म्हणजे दहा लाख भागात अवघे दोन भाग. ते ऐकून कॉर्की

म्हणाला, ‘‘दोन पीपीएम? उल्केमध्ये ते याच्यापेक्षा हजारो पट जास्त असते.’’

‘‘बरोबर आहे,’’ झाविया उत्तरली, ‘‘म्हणून तर पोलॉक यांना असे वाटते, की त्या दगडाच्या नमुन्यात जरी कॉन्ड्र्यूल्स असले तरी तो दगड म्हणजे उल्का नव्हे.’’

टॉलन्डने कॉर्कीकडे वाकून हळू आवाजात त्याला विचारले, ‘‘नासाने त्या उल्केमधील टिटॅनियमचे झिरकॉनियमशी असलेले प्रमाण कधी तपासले होते?’’

‘‘अर्थातच नाही,’’ कॉर्की पुटपुटत म्हणाला, ‘‘कोणीच तशी तपासणी करणार नाही. एखाद्या मोटारगाडीकडे पहायचे आणि ती मोटारगाडीच आहे की नाही हे ठरवण्यासाठी त्या गाडीच्या टायरमधील रबराचे विश्लेषण करून पहायचे, अशासारखे ते होईल.’’

टॉलन्डने एक सुस्कारा टाकला व त्याने झावियाकडे पाहिले. त्याने तिला विचारले, ‘‘कॉन्ड्र्यूल्स असलेला एखादा दगडाचा नमुना आम्ही तुला दिला, तर त्याची तपासणी करून त्यातील कॉन्ड्र्युल्स हे अंतराळात तयार झाले आहेत का... का ते पोलॉकच्या सिद्धान्तानुसार अतितीव्र दाबामुळे झाले आहेत, हे तुला सांगता येईल?’’

झावियाने खांदे उडवत म्हटले, ‘‘मला ते जमेल असे वाटते. त्यासाठी इलेक्ट्रॉन मायक्रोप्रोब वापरावा लागेल. त्याची अचूकता तेवढी आहे; पण हा सारा मामला काय आहे? हे काय चालले आहे?’’

टॉलन्ड कॉर्कीकडे वळून म्हणाला, ‘‘तो नमुना तिला द्या.’’

कॉर्कीने मोठ्या नाखुषीने आपल्या खिशातून उल्केची ती चकती बाहेर काढली व झावियापुढे धरली.

झावियाने ती चकती हातात घेऊन नीट निरखून पाहिली. तिच्या भुवया उंचावल्या गेल्या. तिने त्या चकतीचा जळका पापुद्र्याचा भाग पाहिला आणि मग त्यातला तो जीवाश्मही पाहिला, ‘‘माय गॉड!’’ आश्चर्याचा धक्का बसून ती म्हणाली. आपले डोके तिने वर केले आणि पुढे म्हटले, ‘‘म्हणजे हा... हा नमुना ‘त्या’ उल्केचा भाग आहे?’’

‘‘होय! दुर्दैवाने आहे खरे तसे.’’ टॉलन्ड म्हणाला.

१०६

गॅब्रिएल ॲश आपल्या ऑफिसात खिडकीपाशी उभी होती. पुढे काय करावे ते तिला कळत नव्हते. एका तासापूर्वी ती जेव्हा नासामधून बाहेर पडली तेव्हा पॉडसच्या संबंधी मिळालेल्या माहितीमुळे ती अत्यंत उत्तेजित झाली होती. कधी एकदा ती माहिती सिनेटरला देईन असे तिला झाले होते.

अन् आता तिला काय करावे ते समजत नव्हते.

योलंडाने तिला सांगितले होते, की दोन बातमीदारांना असा संशय आहे, की स्पेस फ्रंटियर फाऊंडेशनकडून सिनेटर लाचेच्या रूपात पैसे घेतात. आपण सिनेटरच्या फ्लॅटमध्ये शिरलो आणि गुपचूप परतलो हेही सिनेटरला ठाऊक झाले. असे असूनही त्याने एका शब्दानेही त्याची जाणीव आपल्याला करून दिली नाही. असे त्यांनी का केले?

गॅब्रिएलने कंटाळून एक निःश्वास सोडला. बाहेर तिची वाट पहाणारी टॅक्सी निघून जाऊन बराच वेळ झाला होता. आता ती दुसरी टॅक्सी बोलावून घेणार होती. तिला आणखी एक काम प्रथम उरकायचे होते.

ते काम करणे आपल्याला खरोखरच जमेल का?

शेवटी तिला कळून चुकले की आपल्याला ते काम करण्यावाचून दुसरा कसलाही पर्याय नाही. कोणावर विश्वास टाकावा ते तिला समजेना.

सिनेटरच्या ऑफिसातील तिच्या खोलीतून ती बाहेर पडली. सिनेटरच्या ऑफिसची जागा तशी बरीच मोठी होती. ती सेक्रेटरिअल लॉबीमध्ये गेली आणि तिथून एका रुंद व प्रशस्त बोळात शिरली. त्या बोळाच्या शेवटी सेक्स्टनचे ऑफिस होते. त्याच्या ऑफिसचे दार भक्कम होते, पोलादी होते आणि त्याला नेहमीच्या किल्ल्या, इलेक्ट्रॉनिक की-पॅड एंट्री कार्ड लागत असे. इतकेही करून जर ते दार फोडायचा कोणी प्रयत्न केला तर मोठा गजर वाजण्याची सोय होती. तिला त्या दारातून पार व्हायचे होते; पण ते केवळ अशक्य होते.

आत गेल्यावर तिला फक्त काही मिनिटेच हवी होती. तेवढ्या वेळात तिला आपला कार्यभाग सहज साधता येणार होता. त्यामुळे अनेक प्रश्नांची तिला उत्तरे मिळणार होती. ती त्या दिशेने निघाली. आत शिरण्यासाठी तिच्याकडे एक वेगळी योजना होती.

सेक्स्टनच्या ऑफिसच्या अलीकडे दहा फुटांवर गॅब्रिएल एकदम काटकोनात वळली आणि स्त्रियांच्या स्वच्छतागृहात शिरली. आतमध्ये अंधार होता; पण कोणीही आत शिरले की तिथले दिवे आपोआप लागतील अशी स्वयंचलित व्यवस्था होती. अन् तिथून बाहेर पडले की ते दिवे आपोआप बंद होत. ती आत शिरल्यावर तिथले फ्लुओरोसन्ट दिवे एकदम पेटले. तिथल्या पांढऱ्या टाईल्सवरून प्रकाशाचे परावर्तन झाल्याने तिथे एकदम झगझगीत प्रकाश पडला व त्यामुळे तिचे डोळे दिपले. हळूहळू तिच्या डोळ्यांनी त्या प्रकाशाला जुळवून घेतले. तिने स्वतःला समोरच्या आरशात पाहिले. ती नाजूक दिसे; पण ती मनाने मात्र तशी नव्हती, अत्यंत खंबीर होती.

अग, तुला हे जमणार आहे का नक्की? तिने स्वतःला प्रश्न केला.

सिनेटर सेक्स्टन आत्ता उत्सुकतेने आपली वाट पहात असणार हे तिला ठाऊक होते. त्याला पॉडस प्रकरणाची संपूर्ण माहिती हवी आहे. दुर्दैवाने तिला हेही कळून चुकले होते, की सिनेटर आज रात्री मोठ्या कुशलतेने आपल्याकडून कामे करवून घेतो आहे. आपल्याला असे कोणी वागवावे आणि आपण त्याच्या तालावर नाचावे हे गॅब्रिएलला बिलकूल पसंत नव्हते. सिनेटरने बऱ्याच गोष्टी आपल्याला सांगितल्या नाहीत. आपल्याला वगळून त्याने अंतराळ-उद्योगातील उद्योगपतींची एक गुप्त बैठक आज रात्री घेतली. आपल्यापासून त्याने अशा किती गोष्टी लपविलेल्या असतील, या प्रश्नाचे उत्तर त्याच्या ऑफिसात दडलेले आहे. या भिंतीपलीकडे ते उत्तर आहे.

"फक्त पाच मिनिटे!" ती स्वत:शीच बोलली.

त्या स्वच्छतागृहात एक भिंतीतले कपाट छतापर्यंत गेले होते. तिने त्या कपाटाच्या चौकटीच्या माथ्यावरती आपला हात फिरवला. एका किल्लीला तिची बोटे लागली व ती किल्ली खालच्या टाईल्सवरती पडली. त्या सरकारी इमारतीमध्ये सर्व सफाई कामगार सरकारी नोकरीमधील होते. जेव्हा अन्य कोणत्याही सरकारी कर्मचाऱ्यांचा संप होई किंवा तत्सम निषेध व्यक्त होई त्या वेळी हे कामगार एकदम अदृश्य होऊन जात. मग स्वच्छतागृहातील संडास, युरीनल्स वगैरेची सफाई तर सोडाच, पण टॉयलेट पेपर, साबण इत्यादी गोष्टी संपल्यावर आणून ठेवल्या जात नसत. ती स्थिती अनेक आठवडे तशी राही. त्या गोष्टींचा साठा त्या कपाटात ठेवलेला असे; परंतु ते कपाट किल्लीवाचून उघडता येत नसे. अशा वेळी पंचाईत होऊ नये म्हणून सेक्स्टनच्या ऑफिसातील स्त्री-कर्मचाऱ्यांनी एक युक्ती केली होती. त्यांनी त्या कपाटाची एक बनावट चावी करून कपाटावरती लपवून ठेवलेली होती. आणीबाणीच्या वेळी ती उपयोगी पडे.

आज रात्री ती चावी उपयोगी पडणार असे गॅब्रिएलला वाटले.

तिने ते भिंतीतले कपाट उघडले.

आतमध्ये असंख्य गोष्टी खच्चून भरलेल्या होत्या. फिनाईल, टॉयलेट पेपर, फरशी पुसायची फडकी, साबण, कागदी रुमाल इ. इ. महिन्यापूर्वी गॅब्रिएल एकदा त्या कपाटात कागदी रुमाल शोधत होती, त्या वेळी तिला अचानक भलताच शोध लागला. कपाटात वरच्या कप्प्यात कागदी रुमालांचा एक गठ्ठा तिला दिसला; पण तिचा हात तेथपर्यंत पोहोचू शकत नसल्याने तिने एक लांबलचक झाडू घेतला. त्या झाडूच्या काठीच्या दुसऱ्या टोकाने तो कागदी रुमालाचा गठ्ठा ती त्या काठीने खाली पाडायचा प्रयत्न करू लागली. या सगळ्या गडबडीत तिच्या हातातल्या झाडूच्या काठीने वरच्या नकली छताला धक्का बसला. ते नकली छत फायबर ग्लासच्या चौकोनी तुकड्यांनी बनवलेले होते. लाकडी चौकटींच्या आधारावरती एकेक

फायबर ग्लासची मोठी टाईल नुसती ठेवून दिलेली होती. जेव्हा कपाटावरून चढून ती टाईल बसवण्याचा प्रयत्न ती करू लागली तेव्हा तिला सिनेटर सेक्स्टनचा आवाज ऐकू आला.

अगदी स्वच्छपणे!

तिच्या लक्षात आले, की पलीकडच्या बाजूला सिनेटरचे स्वच्छतागृह असून तो आतमध्ये गाणे गुणगुणत आहे. सिनेटरचे ते खासगी स्वच्छतागृह त्याच्या ऑफिसला आतून जोडलेले होते. वरचे नकली छत हे तसेच पलीकडे त्याच्या स्वच्छतागृहावरती गेलेले होते.

गॅब्रिएलने आपल्या पायातील सँडल्स काढून ठेवल्या. मग त्या कपाटातील कप्प्यांवर पाय देत ती वर चढली. तिने नकली छतावरील एक टाईल काढली व आत डोके खुपसले आणि तिने आपले शरीर वरच्या माळ्यावरती ओढून नेले. आपण हे सारे चोरून करत असलो, हे कृत्य जरी बेकायदेशीर असले, तरी त्याच्या मागचा हेतू हा *राष्ट्रीय सुरक्षितता* आहे असे ती आपल्या मनाला बजावत होती. या कृत्याने आपण किती राज्यांचे व केंद्राचे कायदे मोडतो आहोत ते कोणास ठाऊक!

नकली छतापलीकडच्या माळ्यावरती ती गेली व ओणवी होऊन सिनेटरच्या बाजूला गेली. तिथली अशीच एक वरची टाईल तिने काढली व सावकाश आपले शरीर तिने आतमध्ये सोडले. तिचे पाय गार पडलेल्या बेसिनवरती पडले. मग उभी राहून तिने खाली उडी मारली. आपला श्वास रोखून धरत तिने स्वच्छतागृहाचे दार उघडून सिनेटरच्या ऑफिसमध्ये पाऊल टाकले.

तिथले जमिनीवरचे पौर्वात्य गालिचे तिला आता खूप मऊ व उबदार वाटले.

१०७

तीस मैलांवरती एक काळ्या रंगाचे किओवा लढाऊ हेलिकॉप्टर हे झाडांच्या शेंड्यापेक्षा जरा अधिक उंचीवरून पुढे चाललेले होते.

पुढच्या स्थानाचे अक्षांश-रेखांश हे स्वयंचलित दिशादर्शन करणाऱ्या यंत्रणेत भरून ठेवले होते. आता डेल्टा-वन फक्त स्वस्थ बसून सर्व यंत्रांवर नजर ठेवत होता. हेलिकॉप्टर आपल्या भावी स्थानाकडे आपोआप जात राहिले होते.

गोया जहाजावरून होणारे फोनचे वायरलेस प्रसारण आणि पिकरिंगच्या मोबाइलमधून होणारे प्रसारण हे अन्य कोणी चोरून ऐकले तरी त्याला कळू नये म्हणून सांकेतिक भाषेत त्याचे रूपांतर होई. त्यामुळे बोलणाऱ्याचे शब्द न कळता फक्त चमत्कारिक आवाज ऐकू येई. फक्त अशा फोनवर बोलणाऱ्यांना पलीकडचे बोलणे नेहमीसारखे स्वच्छ शब्दांत ऐकू येई; परंतु रेचलचे पिकरिंगशी होणारे

फोनवरचे बोलणे डेल्टा फोर्सला ऐकण्यात रस नव्हता. त्यांना फक्त रेचल कोठून बोलते आहे त्या स्थानाचे अक्षांश-रेखांश हवे होते. रेचलच्या फोन करण्याच्या प्रयत्नामुळे त्यांनी गोया जहाजाचे स्थान अचूक शोधून काढले होते. आकाशातील उपग्रहांद्वारे वायरलेस फोन अथवा मोबाइल फोन यावर बोलणाऱ्याचे स्थान अचूक कळत असते. तीन भिन्न भिन्न ठिकाणी असलेल्या उपग्रहांकडून ही माहिती संगणकात घालताच त्रिकोणमितीच्या साहाय्याने ते स्थान कळे. अगदी सहज कळे. अक्षांश-रेखांश तर बिनचूक कळे. त्यातली अचूकता एवढी होती की बोलणाऱ्या व्यक्तीच्या स्थाननिश्चितीमध्ये अवघ्या दहा फुटांचा फरक पडे. मग भले ती व्यक्ती पृथ्वीवर कोठेही असो. जर सरकारला वाटले तर फोन करणारी व्यक्ती कुठे आहे ते त्यांना सहज शोधून काढता येई; परंतु मोबाइल कंपन्या ही गोष्ट कधीच आपल्या जाहिरातीमध्ये सांगत नाहीत किंवा आपल्या गिऱ्हाइकाला सांगत नाहीत.

आज रात्री डेल्टा फोर्सला पिकरिंगच्या मोबाइल फोनवर येणारे फोन सहज पकडता आले व ते कोठून आले तेही त्यांना सहज कळले. पिकरिंगला फक्त एकच फोन आला होता व तो रेचलकडून आला होता. 'पल्स-स्निच' तंत्राच्या साहाय्याने त्यांनी तो सहज पकडला होता. पुढची भौगोलिक स्थाननिश्चिती त्यांना सहज करता आली.

शिकारी आता आपल्या सावजावर चालून जात होते. त्यांचे हेलिकॉप्टर थेट गोया जहाजाच्या दिशेने चालले होते. वीस मैल अंतर उरल्यावर डेल्टा-वनने आपल्या सहकाऱ्याला विचारले, "अम्ब्रेला प्राईम्ड?" डेल्टा-टू हा रडार यंत्रणा चालवणे व हेलिकॉप्टरमधली शस्त्रे चालवणे एवढेच पहात होता. 'अम्ब्रेला' याचा अर्थ शत्रूच्या रडारवर आपले अस्तित्व न दाखवता त्याची रडार-यंत्रणा बंद पाडणारी आपली यंत्रणा. त्या यंत्रणेला अम्ब्रेला असे नाव पडले होते. जणू काही शत्रूच्या रडारपासून बचाव करणारी ती छत्री होती. आपले उड्डाण शत्रूच्या रडारला कळू नये म्हणून ते अगदी जमिनीलगत उडत चालले होते.

डेल्टा-टू म्हणाला, "ॲफरमेटिव्ह. अवेटिंग फाईव्ह-माईल रेन्ज." होय, ती यंत्रणा तयारीत ठेवली असून, शत्रूचे ठिकाण पाच मैल अंतरावर येताच चालू केली जाईल. डेल्टा-टू याच्या तांत्रिक भाषेतील उत्तराचा हा अर्थ होता.

पाच मैल! तोपर्यंत आपल्याला गुपचूप जायचे आहे. शत्रूंपैकी कोणीतरी घाबरून रडारने आकाश न्याहाळत असेल; पण डेल्टा-वनच्या मते तशी शक्यता फारच कमी होती. डेल्टा फोर्सकडे एकच विशिष्ट उद्दिष्ट होते. ते म्हणजे शत्रूला साफ करणे. त्याला काही कळायच्या आत साफ करणे. मदतीसाठी वायरलेसवरून कोणालाही आवाहन करण्याची संधी न देता साफ करणे.

जहाजापासून पंधरा मैलांवर ते आले होते. अजूनही तसे ते शत्रूच्या रडारच्या कक्षेबाहेर होते. डेल्टा-वनने अचानक आपले हेलिकॉप्टर पश्चिमेकडे ३५ अंशाने

वळवले आणि त्याने तीन हजार फुटांची उंची वेगाने गाठली. आपला वेग त्याने ताशी ११० नॉट्स ठेवला.

गोया जहाजाच्या डेकवरती तटरक्षक दलाच्या वैमानिकाने आपल्या रडारस्कोपवरती एकच 'बीप' असा आवाज ऐकला. दहा मैलांच्या त्रिज्येत कोणीतरी आले होते. त्यावरून त्याने तर्क केला की एक छोटे मालवाहू विमान पश्चिमेच्या बाजूला किनाऱ्यालगत चाललेले आहे.

कदाचित ते न्यूआर्क गावाकडे जात असेल. त्या विमानाचा मार्ग पहात ते गोया जहाजापासून थोड्याच वेळात चार मैलांवर येणार होते. हा केवळ एक योगायोग आहे असा तर्क त्याने केला; पण तरीही तो सावधपणे आपल्या रडारच्या पडद्यावर त्या विमानाचा उघडझाप करणारा ठिपका पहात होता. हळूहळू ते विमान गोया जहाजापासून चार मैलांवर आले. मग अपेक्षेप्रमाणे ते दूर जाऊ लागले.

४.१ मैल. ४.२ मैल. त्या विमानाचे अंतर वाढत गेले. हेलिकॉप्टरच्या वैमानिकाने एक निःश्वास टाकला.

त्यानंतर मात्र एक अत्यंत चमत्कारिक गोष्ट घडली.

"अम्ब्रेला नाऊ एन्गेज्ड," डेल्टा-टू आपला अंगठा हवेत वर करून दाखवत म्हणाला. तो डेल्टा-वनच्या डाव्या बाजूला बसला होता. गोळ्या झाडण्याची जबाबदारी त्याच्यावरतीच होती. तो पुढे म्हणाला, "बॅरेज, मॉड्युलेटेड नॉईज, ॲन्ड कव्हर पल्स आर ऑल ॲक्टिव्हेटेड ॲन्ड लॉक्ड."

याचा अर्थ, गोळीबारासाठी शस्त्र तयारीत आहे. शत्रूला आपण रडारवर न दिसण्याची व्यवस्था केली आहे. लक्ष्य हेरून त्यावरचा आपल्या रडार यंत्रणेचा नेम पक्का केला आहे.

डेल्टा-वन आता तयारीत बसला. त्याने एकदम एक तीव्र वळण उजवीकडे घेतले व तो सरळ आपल्या लक्ष्याकडे चालून गेला. त्याच्या हेलिकॉप्टरची ही हालचाल जहाजवरील रडारला कळणेच शक्य नव्हते.

"शुअर बीट्स बेल्स ऑफ टिनफॉईल!" डेल्टा-टू म्हणाला. डेल्टा-वनने ते लक्षात घेतले.

दुसऱ्या महायुद्धात शत्रूच्या रडारलहरी जखडण्याचा शोध योगायोगाने लागला होता. त्या वेळी असे झाले होते. एका विमानातील सर्वसाधारण कर्मचाऱ्याने टीनच्या पातळ पत्र्यात गुंडाळलेली काही पुडकी विमानातून बाहेर टाकण्यास सुरुवात केली. ऐन युद्धभूमीवर बॉम्बिंग चालू असताना हवेतून खाली पडणाऱ्या त्या पुडक्यांवरून रडारलहरी परावर्तित होऊ लागल्या. जर्मनांच्या रडारच्या पडद्यावरती

त्या पुडक्यांचे अनेक ठिपके दिसू लागले. मग जर्मनांना आपल्या विमानविरोधी तोफांचा नेम कशावर धरावा ते समजेना. ते गोंधळून गेले. तेव्हापासून या तंत्रात सुधारणा होत गेल्या व शत्रूच्या रडारयंत्रणेला फसवण्याच्या युक्तीत परिपूर्णता येत गेली.

शत्रूच्या रडारयंत्रणेला ठप्प करणाऱ्या किओवावरील यंत्रणेचे नाव 'अम्ब्रेला' होते. लष्करातील ती एक अत्यंत खतरनाक अशी इलेक्ट्रॉनिक यंत्रणा होती. शत्रूशी भिडताना ती खूप उपयुक्त ठरे. त्या यंत्रणेकडून एखाद्या स्थानावरती वायरलेस लहरींचा मारा करायचा. त्या लहरी शत्रूच्या यंत्रांनी पकडल्या तरी त्यांना ऐकू येई केवळ इलेक्ट्रॉनिक गोंगाट. हिस्सऽऽऽ, खर्रर्रर्र, चुंईऽऽऽ असले निरर्थक आवाज त्यातून प्रकट होत. शत्रूवरती अशा चमत्कारिक वायरलेस लहरींची छत्री घालायची की त्यांना त्यांची वायरलेस-यंत्रणा वापरता यायची नाही. रडार, वायरलेस फोन वगैरे सारे ठप्प होऊन जाई. त्यांच्या रडारच्या स्क्रीनवरती काहीही उमटेनासे होई. जणू काही वायरलेस लहरींच्या साहाय्याने वेध घेणारे शत्रूचे डोळे, कान व तोंड बंद करून टाकले जाई. मग अशा वेळी शत्रू गोंधळून जाई. त्याला मदतही मागता येणे कठीण होई. त्यांचे प्रसारण बंद पडे.

गोया जहाजावरती अशी छत्री किओवा हेलिकॉप्टरने धरली. कोणत्याही जहाजाकडून वायरलेस रेडिओलहरी किंवा मायक्रोवेव्ह लहरी यांच्या साहाय्याने बाहेरच्या जगाशी संपर्क साधला जातो. आता तसे करणे गोया जहाजावर अशक्य होऊन बसले. शत्रूच्या वायरलेस डोळ्याला एका प्रखर सर्चलाइटने आंधळे करून टाकले. एका अदृश्य इलेक्ट्रॉनिक गोंगाटाच्या ढगाने वेढून टाकले गेले.

झकास! आता त्यांचा संपर्क तुटला आहे. ते एकटे पडले आहेत. त्यांची संरक्षण यंत्रणा हतबल झाली आहे, असे डेल्टा-वनच्या मनात आले.

डेल्टा-फोर्सचे सावज हे मिल्नेच्या बर्फभूमीवरून निसटले होते; पण आता तसे होणार नव्हते. रेचल सेक्स्टन व ते दोघे यांनी समुद्रात प्रवेश करायला नको होता. किनारा सोडायला नको होता. त्यांनी एक फार मोठी गंभीर चूक केली होती. ती चूक त्यांचा शेवट घडवून आणणार होती.

व्हाईट हाऊसमध्ये अध्यक्ष झॅक हर्नी आपल्या शयनकक्षात सुखाने झोपले होते. त्यांच्या शेजारी एक टेलिफोन होता. केवळ आणीबाणीसारखी स्थिती असेल तरच तो फोन वाजायचा. आत्ता अचानक तो फोन वाजू लागला. दचकून अध्यक्ष उठले व त्यांनी तो फोन घेतला. तो एक व्हिडिओ फोन होता. समोरच्या पडद्यावरती पलीकडची व्यक्ती बोलताना दिसे. तसेच त्या व्यक्तीलाही अध्यक्ष दिसे. फोनवर कम्युनिकेशन ऑफिसरला अध्यक्ष विचारत होते, "आत्ता? एक्स्ट्रॉम यांना माझ्याशी

आत्ता बोलायचे आहे?'' त्यांनी डोळे बारीक करून पलीकडे ठेवलेल्या घड्याळाकडे पाहिले. रात्रीचे ३ वाजून १७ मिनिटे झाली होती.

फोनवरच्या कम्युनिकेशन ऑफिसरने उत्तर दिले, ''येस, मिस्टर प्रेसिडेंट. ते म्हणत आहेत की तसाच आणीबाणीचा प्रसंग आहे.''

१०८

त्या इलेक्ट्रॉन मायक्रोप्रोब यंत्रावरती झाविया वाकली होती. त्यात डोकावून पहात होती. आतले दृश्य हे दोन लाख पटीने मोठे करून पहाता येत होते. उल्केच्या चकतीची तपासणी चालली होती. त्यात जे दिसेल ते ती कॉर्कीला सांगे. मग तोही त्या सूक्ष्मदर्शक यंत्रात डोकावून पाही. कॉन्ड्र्यूल्समधील झिरकॉनियम किती प्रमाणात आहे याची ते तपासणी करत होते. रेचल आणि टॉलन्ड शेजारच्या एका खोलीत गेले. तिथेही प्रयोगशाळा होती. टॉलन्डने तिथला संगणक सुरू केला. त्याला आणखी कशाची तरी तपासणी करून खात्री करून घ्यायची होती.

संगणक जेव्हा सुरू झाला तेव्हा रेचलकडे टॉलन्ड वळला. त्याने काहीतरी बोलायला तोंड उघडले होते; पण तो काही क्षण थांबला.

''काय सांगणार आहात?'' रेचलने विचारले. या हादरवून टाकणाऱ्या गोंधळात आपण त्याच्याकडे कसे आकर्षिले गेलो याचे तिला नवल वाटत होते. हे सारे सोडून द्यावे नि एक मिनिटभर तरी त्याच्या निकट रहावे.

टॉलन्ड कष्टी चेहरा करून म्हणाला, ''मला तुमची माफी मागायची आहे.''

''माफी? ती कशासाठी?''

''डेकवरती असताना मी हॅमरहेड शार्क माशांविषयी बोललो. मी जे बोललो, ते सारे उत्साहाच्या भरात बोललो. अनेक लोकांना समुद्र हा किती भयप्रद वाटत असतो हे मी कधी कधी विसरून जातो.''

ते दोघे एकमेकांसमोर उभे होते. नुकतीच वयात आलेली तरुणी जेव्हा एखाद्या नवीन बॉयफ्रेंडसमोर उभी रहाते, तसे रेचलला वाटले. ती म्हणाली, ''थँक्स! नो प्रॉब्लेम ॲट ऑल. तुम्ही ते एवढे मनावर घेऊ नका.'' तिच्या अंतर्मनात तिला जाणवले की आत्ता टॉलन्डला आपले चुंबन घेण्याची तीव्र इच्छा झाली आहे.

टॉलन्ड जरासा शरमून बाजूला झाला व म्हणाला, ''तुम्हाला किनाऱ्यावरती जायचे आहे हे मला ठाऊक आहे. चला, आपण आपले काम लवकर संपवू या.''

''आत्ता?'' रेचल मृदू हसत म्हणाली.

''होय. आत्ता.'' असे म्हणून टॉलन्डने संगणकापाशी एक खुर्ची ओढून घेतली व तो त्यावरती बसला.

रेचलने एक निःश्वास सोडला व ती त्याच्यामागे खुर्चीला खेटून उभी राहिली. त्या छोट्या प्रयोगशाळेत त्यांना निवांतपणा लाभला होता. टॉलन्ड संगणकाच्या पडद्यावर विविध फायलींची नावे आणून त्यापैकी एक फाईल शोधण्याचा प्रयत्न करत होता. तिने विचारले, ''तुम्ही काय करता आहात?''

''त्या उल्केमध्ये एका मोठ्या 'ऊ'सारख्या प्राण्याचे अवशेष सापडले होते. तसला एखादा जीवप्रकार समुद्रात असतो का ते मी बघतो आहे. कोणत्या तरी डेटाबेसमध्ये तो कदाचित सापडेल. प्रागऐतिहासिक काळातला तो जीवप्रकार असावा. त्याचा जीवाश्म कोणाला ना कोणाला तरी सापडून तो यादीत टाकलाही असेल.'' एवढे म्हणून त्याने एक सर्च पेज पडद्यावर आणले. त्यावरती मथळा होता : PROJECT DIVERSITAS

त्या प्रोजेक्टच्या मेनूच्या यादीत तो शिरला. खुलासा करत तो म्हणाला, ''डायव्हर्सिटाज ह्या प्रकल्पात सतत नवीन संशोधित गोष्टींची भर टाकली जाऊन त्याची सूची ही नेहमी अद्ययावत ठेवली जाते. त्या सूचीत समुद्रातील सर्व जीवप्रकार येतात. समुद्राचा तो जणू काही 'बायोडेटा' आहे. जेव्हा एखादा जीवशास्त्रज्ञ समुद्रातील नवीन जीव किंवा जीवप्रकार शोधून काढतो तेव्हा तो आपल्याला मिळालेली सर्व माहिती व छायाचित्रे एका मध्यवर्ती माहितीच्या साठ्याकडे पाठवतो. दर आठवड्याला इतकी नवीन माहिती निर्माण होत असते की फक्त ह्याच एका मार्गाने संशोधनाला मदत होते. नाहीतर तेच तेच जीव, जीवप्रकार निरनिराळ्या ठिकाणी शोधले जातील. एकाने केलेले काम पुन्हा दुसऱ्याने तेच करून त्याचा वेळ, श्रम, बुद्धी व पैसा का वाया घालवायचा?''

''म्हणजे तुम्ही आता एका वेबसाईटवरती गेला आहात तर?'' रेचलने म्हटले.

''नाही. भर समुद्रात इंटरनेटशी संबंध जोडता येणे खरोखरीच अवघड असते. म्हणून आम्ही अनेक प्रकारच्या माहितीचे साठे येथे जहाजावरती करून ठेवतो. ऑप्टिकल ड्राईव्हमध्ये संग्रहित केलेले ते साठे दुसऱ्या खोलीत जतन करून ठेवले आहेत. जेव्हा आमचे जहाज एखाद्या बंदराला लागते तेव्हा आम्ही प्रोजेक्ट डायव्हर्सिटाजचे ताज्या आवृत्तीशी कनेक्शन करून आमचा संग्रह अद्ययावत करून ठेवतो. त्यामुळे भर समुद्रात आम्हाला इंटरनेटच्या कनेक्शनवाचूनही काम करता येते. आमच्याकडचा हा माहितीचा साठा जास्तीत जास्त एक किंवा दोन महिन्यांपूर्वीचा असू शकतो.'' असे म्हणून टॉलन्डने कळीचे शब्द टाईप करायला सुरुवात केली. तो पुढे म्हणाला, ''तुम्हाला तो 'नॅपस्टर' नावाचा सॉफ्टवेअर प्रोग्रॅम ठाऊक असेल. त्यात संगीताच्या फायलींची संगणकावरती देवाण-घेवाण करता येते. त्या प्रोग्रॅमबद्दल खूप उलटसुलट मते व वाद झाले होते.''

रेचलने मान डोलवली.

''डायव्हर्सिटाज हा प्रोग्रॅमही सागरी जीवशास्त्रज्ञांसाठी तसाच आहे. आम्ही त्याला LOBSTER असे म्हणतो.'' लॉबस्टर म्हणजे शेवंड. त्याचे नाव का दिले असावे याचा ती विचार करू लागली; पण टॉलन्डनेच त्याचे उत्तर दिले. तो म्हणाला, ''लॉबस्टर म्हणजे Lonely Oceanic Biologists Sharing Totally Eccentric Research. त्यातील सर्व शब्दांची आद्याक्षरे घेऊन तो LOBSTER शब्द तयार केला.''

रेचल यावरती मनापासून हसली. आत्ताच्या भीतिग्रस्त परिस्थितीत टॉलन्डने केलेल्या विनोदामुळे रेचलला क्षणभर का होईना, पण हसू आले. ती मनापासून हसली. तिला आता हळूहळू उमगत होते की आपण आपल्या आयुष्यातील गेल्या काही वर्षांत फारच थोड्या वेळा खळखळून हसलो होतो.

टॉलन्डने त्याला हवी असलेली माहिती त्या डेटाबेसमधून शोधून काढण्यासाठी बरेच कळीचे शब्द संगणकात भरले. तो सांगू लागला, ''आमचा हा डेटाबेस, माहितीचा हा साठा, फार मोठा आहे. यामधली माहिती ही शब्द, छायाचित्रे, वर्णन इत्यादी स्वरूपात असून त्यासाठी संगणकात दहा टेरॅबाईट्स वापरले गेले आहेत. यामध्ये काही काही माहिती तर अशी आहे की ज्यावरती अजूनही कोणाचीही नजर पडली नाही. अन् तशी ती भविष्यकाळातही पडेल असे मला वाटत नाही. समुद्रातील जीवजातींची संख्या ही अगणित आहे, अफाट आहे, कल्पनातीत आहे.'' त्याने आता सर्च बटण दाबले, ''ठीक आहे. आपल्या त्या उल्केतील जीवाला अन्य कोणी पृथ्वीवर पाहिले आहे का ते पाहू या आता.''

काही सेकंदांनी पडद्यावरती अश्मीभूत झालेल्या सागरी जीवांच्या चार याद्या झळकल्या. टॉलन्डने त्यातील प्रत्येक जीवजातीच्या शब्दावरती क्लिक केले. त्या जीवजातीचे नाव, गुणधर्म, छायाचित्र इत्यादी माहिती पडद्यावर दिसू लागली व तो ती तपासत गेला; परंतु उल्केतील जीवासारखा कोणताही जीव त्याला मिळाला नाही.

आपल्या भुवया उंचावत तो म्हणाला, ''ठीक आहे. आपण दुसरे काही पाहू.'' मग त्याने FOSSIL (जीवाश्म) हा शब्द उडवला आणि पुन्हा ते 'सर्च'चे बटण दाबले. तो म्हणाला, ''आपण आता अस्तित्वात असलेल्या सर्व जीवांमधून शोध घेऊ या. कदाचित त्या उल्केतील जीवाचा एखादा उत्क्रांत झालेला जीव आपल्याला सापडेलही.''

पुन्हा एकदा पडद्यावर अनेक नावे झळकली.

त्यावर टॉलन्डने परत आपल्या भुवया प्रश्नार्थक केल्या. तो आपली हनुवटी बोटाने थोपटत म्हणाला, ''ठीक आहे, हे फारच होते आहे. आता आपला शोध हा आणखी सीमित करू या.''

मग त्याने सूचीतील यादीत HABITAT या शब्दावर क्लिक केले. या वेळी तर झळकलेल्या यादीचे शेपूट अति अति दूर गेले होते. यादी कितीही वर वर नेली तरी स्क्रॉल करताना ती संपत नव्हती. मग त्याने पर्याय दिला DESTRUCTIVE MARGINS – OCEANIC TRENCHES.

झकास! रेचल मनात म्हणाली. टॉलन्ड अत्यंत चलाखीने यादी कमी कमी करत नेत होता. उल्केतील जीव कोणत्या भौगोलिक परिस्थितीत वाढले असतील त्या परिस्थितीतून शोध घेण्यास त्याने संगणकाला सांगितले.

या वेळी संगणकाच्या पडद्यावरती फक्त तीनच जीवजातींची नावे उमटली. टॉलन्ड हसून म्हणाला, "ग्रेट! फक्त तीनच नावे!"

रेचलने डोळे बारीक करून पहिले नाव वाचले.

Limulus poly... पुढे बरेच काहीतरी होते.

त्या नावावर टॉलन्डने क्लिक केल्यावर एक छायाचित्र पडद्यावरती आले. तो एक मोठा खेकडा होता. त्याला शेपूट नव्हते, म्हणजे याच्यापासून उल्केमधली ऊ उत्क्रांत होणे शक्य नव्हते.

"नोप," असे म्हणून त्याने दुसऱ्या शब्दावरती क्लिक केले.

पडद्यावरती एक यादी आली. एका जीवाचे नाव त्यात होते व त्या जीवाचे अन्य उपजीव होते. Shrimpus Uglius From Hellus. रेचलचा गोंधळ झाला. ती म्हणाली, "हे असले एखाद्या जीवजातीचे नाव असू शकते? मला खरे नाही वाटत."

टॉलन्ड म्हणाला, "ही एक नवीन जीवजाती आहे. अजून त्याचे नीट वर्गीकरण व्हायचे आहे. ते जेव्हा होईल तेव्हा त्यानुसार त्याला नाव दिले जाईल. तोपर्यंत त्या संशोधकाने Shrimpus Uglius (कुरूप कोळंबी) असे शास्त्रीय भासणारे नाव विनोद बुद्धीने दिले आहे. वर्गीकरण झाल्यावर त्याचे नाव बदलले जाईल." मग टॉलन्डने क्लिक केल्यावर त्या जीवजातीचे छायाचित्र उगवले. तो कोळंबी खरोखरीच कुरूप वाटावा असा होता. त्याला लांब मिशा होत्या व चमकणारी एक गुलाबी शेंडीही होती.

"अगदी योग्य नाव ठेवले आहे याचे," टॉलन्ड म्हणाला, "पण हा काही आपला अंतराळातील जीव किंवा त्याचा पूर्वज अथवा वंशज असू शकत नाही."

शेवटी त्याने सूचीतील तिसऱ्या नावावरती क्लिक केले. "आता ही स्वारी कशी आहे ते पाहू या."

पडद्यावर नाव आले Bathynomous gigantcus. टॉलन्डने ते नाव आणि वर्णन मोठ्याने वाचले. मग त्याचे छायाचित्र पडद्यावर आणले. ते एक रंगीत छायाचित्र होते. अगदी जवळून घेतलेले होते.

ते पहाताच रेचल एकदम उडाली. ती म्हणाली, ''माय गॉड!'' पडद्यावरील तो जीव तिच्याकडे रोखून पहात होता. ती थरारली.

टॉलन्डने एक खोल श्वास घेतला व म्हटले, ''ओ बॉय! हा पठ्ठ्या ओळखीचा वाटतो.''

रेचल मुग्ध झाली होती. Bathynomous Gigantcus. तो जीव म्हणजे पाण्यात पोहू शकणारी एक राक्षसी ऊ वाटत होती. नासाच्या उल्केमधील अश्मीभूत झालेल्या जीवाशी त्याचे हुबेहूब साम्य होते.

''पण या दोन्हीत तसा किंचित फरक आहे,'' असे म्हणून टॉलन्डने काही त्या जीवाच्या रचनेचे नकाशे स्क्रॉल करून पडद्यावर आणले. ती रेखाचित्रे पाहून तो म्हणाला, ''पण हा तर त्या उल्केतल्या जीवाशी अत्यंत जवळचे साम्य दाखवतो आहे. शिवाय हा जीव उत्क्रांत व्हायला १९ कोटी वर्षे लागली. म्हणजे त्या उल्केतील जीवाचा हा वंशज आहे.''

केवढे विलक्षण साम्य!

त्या जीवाचे वर्णन पडद्यावर दिसत होते. टॉलन्ड ते वाचू लागला, ''समुद्रातील हा सर्वांत जुना जीव असावा. हा जीव दुर्मिळ असून, नुकतेच त्याचे वर्गीकरण झालेले आहे. अत्यंत खोल पाण्यात हा जीव रहातो. समुद्रतळाची जैविक साफसफाई करणारा हा आयसोपॉड हा एखाद्या मोठ्या ढेकणासारखा दिसतो. त्याची लांबी दोन फूट असून, या जीवावरती एक कठीण कवच असते. त्याचे डोके, गळा व पोट असे तीन भाग पडतात. याला पायांच्या जोड्या असतात व दोन संवेदनशील मिशा असतात. जमिनीवरील कीटकांना जसे अनेक छोट्या छोट्या भिंगांचे मिळून बनलेले डोळे असतात तसेच ते यालाही असतात. समुद्रतळावर रहाणाऱ्या या जीवाला खाणारा दुसरा कोणताही जीव अद्याप ठाऊक नाही. जिथे ओसाड व Pelagic काळातील परिसर आहे तिथे हा जीव नांदतो. अशी ठिकाणे ही जीवांच्या वस्तीसाठी प्रतिकूल आहेत असे पूर्वी समजले जायचे.'' टॉलन्डने वर पाहून म्हटले, ''यामुळेच त्या दगडात अन्य जीवांचे अवशेष का सापडले नाहीत याचा खुलासा होऊ शकतो.''

पडद्यावरील त्या जीवाच्या चित्राकडे रेचल टक लावून पहात होती. तिला त्या वर्णनातील सारे काही समजले नसले तरीही ती उत्तेजित झाली होती.

टॉलन्ड आता भाष्य करू लागला, ''कल्पना करा की १९ कोटी वर्षांपूर्वी हा जीव मेला व खोल समुद्रतळावरील चिखलात गाडला गेला. त्या चिखलाचे घट्ट दगडात रूपांतर झाले. त्यामुळे या जीवाच्या शरीराचे जीवाश्मात रूपांतर झाले. त्याच वेळी समुद्रतळ हा कारखान्यातील सरकपट्ट्याप्रमाणे अत्यंत मंद वेगाने, पण निश्चितपणे समुद्रखंदकाच्या दिशेने सरकत होता. त्याच्याबरोबर असलेले सर्व जीवाश्म अतिउच्च दाब असलेल्या भागात वाहून नेले जात होते. त्यामुळे त्या

दगडात कॉन्ड्र्यूल्स तयार झाले.'' आता टॉलन्ड भरभर बोलू लागला. ''अन् मग जर जीवावशेष असलेल्या व कॉन्ड्र्यूल्स असलेल्या एखाद्या खडकाचा काही भाग तुटला आणि तो खंदकात जाऊन अडकला तर त्याची तिथली स्थिती अशी होईल की तो सहज सापडू शकेल. अन् असे घडणे हे सहज शक्य असते!''

''पण जर नासा...'' रेचल जरा अडखळत बोलू लागली, ''म्हणजे मला असे म्हणायचे आहे, की जर नासाचे प्रतिपादन खोटे असेल तर केव्हा ना केव्हातरी त्या जीवाश्माचे साम्य या सामुद्री जीवाशी सापडेलच ना, अशी भीती नासाला कशी वाटली नाही? आपल्यालाच पहा चोवीस तासांत ते सर्व समजू शकले ना?''

संगणकाच्या पडद्यावर उमटलेली माहिती व छायाचित्र टॉलन्डने प्रिंटरला पुरवली. प्रिंटर त्या माहितीच्या प्रती काढू लागला. तो म्हणाला, ''समजा, जरी कोणी पुढे येऊन उल्केतला जीव आणि पृथ्वीवरील समुद्रातील जीव यातील साम्य तपशीलवार दाखवून देऊ लागला तरीही त्यामुळे नासाचीच बाजू बळकट होईल.''

तो मुद्दा रेचलच्या चटकन ध्यानात आला. Panspermia! म्हणजे पृथ्वीवरील जीवसृष्टी ही अंतराळातून येऊन पडलेल्या जीवांच्यामुळे निर्माण झाली, हा तो सिद्धान्त.

टॉलन्ड म्हणत होता, ''अंतराळातील जीव आणि पृथ्वीवरील जीव यांच्यात साम्य असू शकते ही गोष्ट शास्त्रीय तर्कात अगदी चपखल बसते. हा समुद्रजीव नासाची बाजू बळकट करेल.''

''फक्त ती उल्का बनावट आहे, हे सिद्ध केले तरच नासाची बाजू उघडी पडेल. मग मात्र आत्ता नासाला अनुकूल असलेला हाच समुद्री जीव हा नासाचा कट्टर शत्रू बनेल.''

प्रिंटरमधून माहितीचे कागद एकापाठोपाठ बाहेर पडत होते. रेचल स्तब्ध उभी होती. तिला असे वाटू लागले, की नासाच्या हातून ही चूक प्रामाणिकपणे झाली असावी; पण लगेच आपल्यावर झालेला हल्ला आठवताच तिच्या लक्षात आले की प्रामाणिक चूक करणारे दुसऱ्याचा जीव घेत नाहीत.

एकमद पलीकडच्या प्रयोगशाळेतून कॉर्कीचा आवाज ऐकू आला. तो मोठ्याने म्हणाला होता, *''अशक्य!''*

टॉलन्ड आणि रेचल एकदम वळून तिकडे पाहू लागले.

''पुन्हा एकदा ते प्रमाण तपासा! नाही तर याला काही अर्थच नाही!''

झाविया धावत धावत टॉलन्डकडे आली. तिच्या हातात प्रिंटरमधून छापून आलेला कागद होता. तिने तो घट्ट धरला होता. तिच्या चेहऱ्यावरील रंग उतरलेला होता. ती म्हणत होती, ''माईक, काय म्हणावे ते मला कळत नाही...'' तिचा आवाज तीव्र झाला होता. ती पुढे म्हणाली, ''ते टिटॅनियम व झिरकॉनियमचे

एकमेकांशी असलेले प्रमाण आम्ही त्या नमुन्यामध्ये पाहिले, तपासले.'' मग आपला घसा साफ करून ती पुढे म्हणाली, ''त्यावरून असे अगदी उघड उघड दिसते, की नासाने एक घोडचूक केलेली आहे. ती उल्का म्हणजे समुद्रतळावरचा एक खडक आहे.''

टॉलन्ड आणि रेचल एकमेकांकडे न बोलता बघत राहिले. समुद्रातील पाणी जसे एका ठिकाणी एकवटू लागून फुगत येते व मग तो फुगवटा कुठेतरी आपटून फुटतो तसे येथे झाले. साऱ्या शंका, त्रुटी, संशय हे साचत साचत एकदम फुटले व त्याखालचे सत्य उघडे पडले. ते उघडे-नागडे सत्य सांगत होते, की ती उल्का नाही. तो समुद्रतळावरील एक खडक आहे.

टॉलन्डने आपली मान हलवली. त्याच्या डोळ्यांत एक दुःख तरळले. तो म्हणाला, ''होय, थँक्स झाविया.''

झाविया म्हणत होती, ''पण मला एक कळत नाही की तो जळका पापुद्रा... अन् बर्फात हा खडक सापडणे...''

''आपण एकदा किनाऱ्यावर पोहोचलो की मग त्याबद्दल मी नीट खुलासा करेन. आता आपल्याला येथून निघायचे आहे.'' टॉलन्ड म्हणाला.

रेचलने ताबडतोब सारे कागद गोळा केले. ते कागद आता महत्त्वाचे पुरावे ठरत होते. त्या पुराव्याचा निष्कर्ष हा अत्यंत धक्कादायक होता : जीपीआर प्रिंटआऊटचा कागद तर ती उल्का बर्फाच्या थरात खालून घुसडल्याचे दाखवत होता. समुद्रतळावर रहाणाऱ्या एका जीवाचे छायाचित्र उल्केतल्या जीवावशेषाशी साम्य दाखवत होते. डॉ. पोलॉक यांचा लेख हा कॉन्ड्र्यूल्सचे कारण सांगत होता. टिटॅनियमचे अत्यंत कमी प्रमाण हे 'ती उल्का नाही' असे दाखवत होते.

या सर्वांचा निष्कर्ष एकच होता.

एक बनावट उल्का!

हा निष्कर्ष नाकारता येण्याजोगा नव्हता.

टॉलन्डने रेचलच्या हातातील कागदांची चळत पाहून एक सुस्कारा टाकला. तो म्हणाला, ''ठीक आहे. विल्यम पिकरिंग यांना देण्यासाठी आपण पुरेसे पुरावे गोळा केलेले आहेत.''

रेचलने मान डोलावला; पण पिकरिंग यांनी आपल्या फोनला उत्तर का दिले नाही हे कोडे तिला उमगले नाही.

टॉलन्डने जवळचा एक फोन उचलला व तो रेचलला देत म्हटले, ''तुम्हाला परत एकदा प्रयत्न करून पहायचा आहे?''

''नाही. चला आता. आपण येथून निघू या. मी त्यांना आता हेलिकॉप्टरमधूनच फोन लावेन.'' तिने तसा निर्णय मघाशीच घेतला होता. एवढेच नव्हे तर तटरक्षक

दलाच्या त्या हेलिकॉप्टरमधून थेट एनआरओच्या आवारात जाऊन उतरायचा तिचा बेत होता. येथून ते ठिकाण अवघे १८० मैलांवरती होते.

टॉलन्डने सहज फोन आपल्या कानाला लावला आणि तो गोंधळला. आपली भुवई उडवत तो म्हणाला, "कमाल आहे. डायल टोन अजिबात नाही."

रेचलने कंटाळून विचारले, "म्हणजे काय?"

तो म्हणाला, "कमाल आहे. इथली फोन यंत्रणा थेट कॉमसॅट उपग्रहाला जोडलेली आहे. कॅरिअर लहरी तरी असायला– "

"मिस्टर टॉलन्ड?" तटरक्षक दलाचा वैमानिक त्याच्याकडे पळत आला होता. त्याचा चेहरा भीतीने पांढराफटक पडला होता.

"काय झाले?" रेचलने विचारले, "काही गडबड आहे?"

"एक अडचण उद्भवली आहे. मला कळत नाही की हेलिकॉप्टरमधली रडार यंत्रणा व वायरलेस संपर्क यंत्रणा एकदम कोलमडली आहे. अजिबात काम करेनाशी झाली आहे."

रेचलने सर्व कागद आपल्या शर्टात आतमध्ये नीट खोचून ठेवले. ती ओरडून म्हणाली, "चला, आपण सारे निघू या. हेलिकॉप्टरमध्ये चला. ताबडतोब!"

१०९

गॅब्रिएलचे हृदय धडधडत होते. ती सेक्स्टनच्या बंदिस्त ऑफिसात शिरली होती. ती खोली प्रशस्त होती व छाप पाडणारी होती. सर्वत्र उत्तम लाकडी पॅनेल्स लावलेले होते. जमिनीवरती पार्शियन गालिचे होते. कातड्याने मढवलेल्या खुर्च्या होत्या. आणि एक सुरेख नक्षीदार महोगनी लाकडाचे टेबल होते. सेक्स्टनच्या संगणकाच्या पडद्यातून एक मंद प्रकाश बाहेर पडला होता.

गॅब्रिएल टेबलाकडे गेली.

सिनेटर सेक्स्टनने आपले ऑफिस 'डिजिटल' केले होते. त्याला कागदपत्रे, फायली यांचा तिटकारा होता. फायलींच्या कपाटाऐवजी त्याने आपल्या संगणकात खच्चून माहिती भरून ठेवलेली होती. सगळ्या बैठका, सभा यांची टिपणे, महत्त्वाच्या लेखांचे स्कॅनिंग, भाषणे, ब्रेन स्टॉर्म इत्यादी सारे काही संगणकात भरलेले होते. त्याचे ऑफिस हे एक पेपरलेस ऑफिस होते. त्याला आपला संगणक तर अत्यंत परम पवित्र वाटत होता. आपल्या गैरहजेरीत आपल्या ऑफिसात कोणी शिरू नये म्हणून तो ते नेहमी बंदोबस्तात ठेवी. त्याने इंटरनेटचे कनेक्शन मुद्दाम घेतले नव्हते; कारण एखादा हॅकर कधी तरी आपल्या संगणकात शिरकाव करेल अशी त्याला भीती वाटत होती.

एक वर्षापूर्वी गॅब्रिएलची अशी समजूत होती की कोणतीही राजकीय व्यक्ती ही आपल्या विरुद्ध जाणारी कागदपत्रे, माहिती ही स्वत:जवळ कधीच ठेवणार नाही. ते ती माहिती नष्ट करतील; परंतु ती या राजधानीच्या शहरात आल्यावर बरेच काही शिकली होती. *माहितीमध्ये ताकद असते* हे तत्त्व ती येथेच शिकली. आपण घेतलेली लाच, निवडणूक प्रचारासाठी स्वीकारलेली देणगी, त्या संबंधातील पत्रे, पावत्या, रजिस्टरे इत्यादी सर्व काही एखाद्या सुरक्षित ठिकाणी राजकारणी व्यक्ती लपवून ठेवत असत. त्याला ते काऊंटर ब्लॅकमेल व्यूहनीती म्हणत. वॉशिंग्टनमध्ये याला 'सयामीज इन्शुअरन्स' म्हटले जाई. एखादे वेळी आपल्याला लाच किंवा देणगी देणारा आपल्यावरती भविष्यकाळात उलटला तर ही कागदपत्रे उघडकीस आणण्याची भीती त्याला दाखवली जाई. कधी कधी ती लाच देणारी व्यक्ती अथवा कंपनी ही नको तितके राजकीय दडपण त्या राजकारण्यावरती आणू पाही, किंवा कधी कधी त्याच्याकडून अवास्तव मागण्या केल्या जात. त्या वेळीही 'सर्व प्रकरण उजेडात आणण्याची' त्या व्यक्तीला किंवा कंपनीला धमकी दिली जाई. लाच घेणारा जसा दोषी असतो तसा लाच देणाराही दोषी असतो. कायद्याच्या दृष्टीने दोघेही गुन्हेगारच असतात. त्यामुळे लाचेचा पुरावा हा दोघांनाही गोत्यात आणू शकतो. थोडक्यात, कंबरेला चिकटलेली सयामी जुळी बालके जशी असतात तशी ही बाब असते.

गॅब्रिएल सिनेटरच्या टेबलापाशी जाऊन बसली. संगणकाकडे पहाताना तिच्या मनात आले, *जर सिनेटर लाच स्वीकारत असेल तर त्यासंबंधीचा पुरावा याच संगणकात असणार.*

सेक्स्टनच्या संगणकावरील स्क्रीन सेव्हरमध्ये व्हाईट हाऊसच्या इमारतीचे चित्र होते. ते चित्र त्याच्या कर्मचाऱ्यांनी मोठ्या सद्भावनेने केले होते. त्यात निरनिराळ्या प्रतिमा होत्या. व्हाईट हाऊसमधील भावी कार्याची कल्पना देणारी ती चित्रे होती. प्रत्येक प्रतिमेच्या भोवती एक झेंडा फडफडताना दाखवलेला होता. त्यावरती अक्षरे झळकत होती : President of the United States Sedgwick Sexton

गॅब्रिएलने संगणकाचा माऊस हलवायला सुरुवात केली. पडद्यावर अक्षरे झळकली :

ENTER   PASSWORD

गेल्या आठवड्यात ती जेव्हा सेक्स्टनच्या ऑफिसात शिरत होती तेव्हा सेक्स्टन आपला संगणक सुरू करत होता. त्या वेळी त्याने एका बोटाने एकच अक्षर तीन वेळा टाईप केले होते.

ते पाहून ती दारातून सिनेटरला म्हणाली, "हा पासवर्ड आहे?"

सिनेटरने तिच्याकडे वरती पाहून विचारले, "काय?"

"तुम्ही पासवर्डची पुरेशी काळजी घेत नाही असे दिसते. तज्ज्ञांच्या मते किमान सहा वेगवेगळी बटणे वापरून पासवर्ड तयार करावा. तरच तो सुरक्षित रहातो. सहसा कोणाला शोधून काढता येत नाही."

"तज्ज्ञ म्हणजे ती अलीकडची पोरटी. टीन एजर्स. जेव्हा ते आपली चाळिशी ओलांडतील तेव्हा त्यांनी सहा वेगवेगळी अक्षरे नेहमी लक्षात ठेवायचा प्रयत्न करावा. शिवाय येथे दरवाज्यालाही मी एक अलार्म बसवलेला आहे. आतमध्ये कोणालाच प्रवेश करता येणार नाही."

गॅब्रिएल चालत चालत त्याच्यापाशी गेली आणि हसून म्हणाली, "पण जेव्हा तुम्ही बाथरूममध्ये असाल त्या वेळी कोणी येथे प्रवेश केला तर?"

"अन् त्या वेळी पासवर्डची अक्षरे त्याला कळली आणि सर्व प्रकारे त्याने कितीही प्रयत्न केले तरीही उपयोग होणार नाही. बाथरूममध्ये मला जरी वेळ लागत असला तरी इतका वेळ लागत नाही." सिनेटर हसून म्हणाला.

"हे बघा, मी तुमचा पासवर्ड दहा सेकंदांत शोधून काढेन; पण तुम्ही मला त्याबद्दल 'डेव्हिड' हॉटेलात जेवण दिलं पाहिजे."

हे ऐकून सेक्स्टन कोड्यात पडला; पण त्याला तिच्या बोलण्याची गंमत वाटली. तो म्हणाला, "ठीक आहे; पण ही पैज एकतर्फी नको, दुतर्फी हवी. तू हरलीस तर तूही मला डेव्हिडमध्ये जेवण दिले पाहिजे. तुला परवडणार आहे का ते?"

"म्हणजे मी घाबरते आहे असे तुम्हाला म्हणायचे आहे?" गॅब्रिएल जिद्दीला पेटली होती.

यावर सेक्स्टनने तिची अट मान्य करून तिला संगणकापुढे बसायला सांगितले. त्याने संगणक बंद केला. ती बसल्यावर तो म्हणाला, "फक्त दहा सेकंदांत तुला पासवर्ड शोधता आला पाहिजे. अन् एक गोष्ट लक्षात घे. मी त्या हॉटेलात फक्त साल्टिम्बोका हाच पदार्थ मागवतो आणि तो खूप महागडा आहे."

ती खांदे उडवून त्याच्या संगणकासमोर बसली व म्हणाली, "पण शेवटी ते पैसे तुम्हालाच द्यावे लागणार आहेत. तेव्हा मी का त्याची काळजी करू?"

तिने संगणक चालू केला. त्यावर अक्षरे उमटली :

ENTER   PASSWORD

"फक्त दहा सेकंद." त्याने तिला आठवण करून दिली.

गॅब्रिएल यावरती हसली. तिला फक्त दोन सेकंद पुरेसे होते. दारातून आत शिरतानाच तिने पाहिले होते, की सेक्स्टनने वेगाने एकच अक्षर टाईप केले. तेही

त्याने एकाच बोटाने म्हणजे तर्जनीने केले होते. म्हणजे एकच की त्याने तीन वेळा लागोपाठ दाबली असणार. त्याचा हात कीबोर्डच्या डाव्या भागावर होता. त्या बाजूला नऊ अक्षरांची जास्त संभाव्यता होती. त्या नऊ अक्षरांतील एक अक्षर निवडणे अगदीच सोपे होते. सेक्स्टनला नेहमी एकच अक्षर तीन वेळा आलेले आवडते. म्हणून तर तो सिनेटर सेजविक सेक्स्टन असा आपला उल्लेख कागदोपत्री नेहमी करायचा. त्याचे आपल्या नावावर प्रेम होते.

राजकारणी व्यक्तीचा अहंभाव कधीही कमी नसतो.

तिने अखेर टाईप केले SSS, आणि ताबडतोब स्क्रीनसेव्हर पडद्यावरून नाहीसा झाला. तिला सेक्स्टनचा संगणक एकदम खुला झाला.

सेक्स्टन आ वासून बघत राहिला.

ही गेल्या आठवड्यातील गोष्ट होती. आता पुन्हा गॅब्रिएल त्याच संगणकासमोर बसली होती. सेक्स्टनने नंतर आपला पासवर्ड बदलला असणार याची तिला शंकाच नव्हती. त्याने तसे केले असेल का?

पण तो तसे का करेल? त्याचा माझ्यावर पूर्ण विश्वास आहे.

तिने SSS टाईप केले. पडद्यावर अक्षरे उमटली :

INVALID PASSWORD – ACCESS DENIED

गॅब्रिएलला धक्का बसला.

सिनेटरचा आपल्यावर पूर्णपणे विश्वास नाही. आपला त्याबद्दलचा अंदाज चुकला.

११०

कसलीही पूर्वसूचना न देता तो हल्ला झाला. आकाशात नैर्ऋत्येला खूप खाली येऊन किओवा हेलिकॉप्टरने गोया जहाजावर गोळ्यांच्या फैरी झाडल्या. त्या मारेकरी हेलिकॉप्टरची बाह्यरेषा पाहून ते एक राक्षसी चिलट आकाशातून खाली झेपावले आहे असे वाटत होते. ते येथे का आले व कशाकरता आले याबद्दल रेचलच्या मनात कसलाही संदेह नव्हता.

रात्रीच्या अंधारात हेलिकॉप्टरमधून सटासट गोळ्या सुटल्या व त्यांनी जहाजाच्या फायबर ग्लासच्या डेकला भोके पाडली. मागच्या बाजूला भोकांनी बनलेली एक रेघ डेकवर काढली गेली. रेचल ताबडतोब खाली झेपावली; पण तिला किंचित उशीर झाला होता. काही गोळ्या तिच्या हाताला चाटून गेल्या. तिने खाली जमिनीवरती आपले अंग झोकून दिले होते व लगेच ती गडबडा लोळत तिथून दूर झाली. ट्रिटॉन

पाणबुडी जवळ टांगलेली होती. तिच्या माथ्यावरील फुगीर घुमटामागे ती आश्रय घेणार होती.

पुढे निघून गेलेले ते हेलिकॉप्टर पुन्हा त्यांच्यावरती धावून आले. त्याच्या फिरणाऱ्या पंख्याचा भेदक आवाज आला. ते सरळ पुढे समुद्रावरती गेले आणि एक तीव्र वळण घेऊन पुन्हा चालून आले.

डेकवर थरथरत पडलेल्या रेचलने मागे असलेल्या टॉलन्ड व कॉर्कीकडे पाहिले. त्या दोघांनी तिथल्या छोट्या गोडाऊनसारख्या भागामागे आश्रय घेतला होता. आता ते दोघे धडपडत उठून उभे रहात होते. त्यांचे भयभीत झालेले डोळे सारे आकाश निरखून पहात होते. रेचल कशीबशी आपल्या गुडघ्यावरती उभी राहिली. साऱ्या गोष्टी अत्यंत मंद गतीने घडत आहेत असे तिला एकदम वाटले.

ट्रिटॉन पाणबुडीच्या मागे ती लपली होती. सुटकेचा फक्त एकच मार्ग होता. तो म्हणजे तटरक्षक दलाचे ते हेलिकॉप्टर. तिने त्याच्याकडे पाहिले. झाविया त्या हेलिकॉप्टरमध्ये चढत होती. इतरांकडे पाहून हात हलवून ती त्यांना तिकडे येण्यासाठी घाईघाईने इशारा करत होती. तो वैमानिकही हेलिकॉप्टरमध्ये चढून बसला होता व काही खटके ओढत होता व बटणे फटाफट दाबत होता. हेलिकॉप्टरच्या पंख्याची पाती हळूहळू फिरू लागली... पण किती मंदपणे.

अति मंदपणे.

चला घाई करा!

आपण उभे राहिलो आहोत असे रेचलच्या लक्षात आले. तिने तिथून पळून जाण्याचा पवित्रा घेतला. ते किओवा हेलिकॉप्टर आपल्याकडे पुन्हा चालून येण्याच्या आत तिला पळायचे होते. तटरक्षक दलाचे हेलिकॉप्टर गाठायचे होते. तिच्या मागे असलेले कॉर्की व टॉलन्ड हेही जोरात आपल्या हेलिकॉप्टरकडे पळू लागले.

अन् तिला ते दिसले.

सुमारे तीनशे फुटांवरती आकाशातील काळ्या पोकळीतून एक लाल प्रकाशाची रेष खाली आली व ती जहाजाच्या डेकवर फिरू लागली. त्या लाल रेषेला शेवटी आपले लक्ष्य दिसले. तटरक्षक दलाच्या हेलिकॉप्टरवरती ती रेषा स्थिर झाली.

ते दृश्य क्षणभरच तिला दिसले असेल; पण तेवढ्या त्या अल्प क्षणात डेकवरील सारी हालचाल तिला धूसर वाटली. सारे आवाज थांबल्यासारखे वाटले. टॉलन्ड व कॉर्की तिच्याकडेच पळत येत होते. झाविया तिला हेलिकॉप्टरकडे येण्यासाठी अजूनही जोरजोरात हात हलवत होती. त्या हेलिकॉप्टरवरती आकाशाची पोकळी कापून एक प्रखर लाल शलाका आली होती व तिने त्या हेलिकॉप्टरचा नेम धरला होता.

आता फार उशीर झाला होता.

रेचलने वळून टॉलन्ड व कॉर्की यांच्या दिशेने घूमजाव केले. ते दोघेही हेलिकॉप्टरकडे जीव खात धावत सुटले होते. तिने त्यांच्या मार्गात उडी घेऊन त्यांना प्रतिबंध करण्यासाठी आपले दोन्ही हात आडवे पसरले. त्या तिघांची टक्कर झाली व डेकवरती ते पडले. एखाद्या आगगाडीची टक्कर व्हावी तसे झाले होते. तिघांचे हातपाय एकमेकांत गुंतून सारेजण डेकवर पडले होते.

काही अंतरावरती एक झगमगीत पांढरा प्रकाश क्षणभर पडला. रेचलने तिकडे पाहिले. एका क्षेपणास्त्राची धुराची रेषा सरळ खाली हेलिकॉप्टरकडे येत होती. हेलिकॉप्टरच्या माथ्यावरती लाल प्रकाशाचा एक ठिपका पडला होता.

जेव्हा ते 'हेलफायर' क्षेपणास्त्र हेलिकॉप्टरवर पडले तेव्हा त्याचे एखाद्या खेळण्यासारखे तुकडे तुकडे झाले. त्यानंतर उष्णतेची एक लाट सबंध डेकवर चोहो बाजूला पसरली. त्याच वेळी कानठळ्या बसवणारा आवाजही झाला. त्या पाठोपाठ स्फोटात झालेल्या व उडालेल्या तुकड्यांचा डेकवरती पाऊस पडला. तटरक्षक दलाच्या हेलिकॉप्टरचा सांगाडा जळत होता. त्याचे शेपूट मोडले होते. तो सांगाडा थोडासा मागे सरकला, अडखळला आणि डेकवरून खाली समुद्रात कोसळला. समुद्रातून एक हिस्स आवाज होऊन वाफेचा लोट वरती उठला.

रेचलने आपले डोळे झाकून घेतले. तिला श्वास घेणे मुष्कील झाले होते. तो जळणारा सांगाडा चुर्र आवाज करत बुडत होता. ते आवाज ती ऐकत होती. काही क्षणांतच तो सांगाडा पाण्याच्या प्रवाहाने तेथून दूर नेला गेला. या गदारोळात टॉलन्ड ओरडत होता. तिला हाका मारत होता. त्याचे बळकट हात तिला उचलून आपल्या पायावरती उभे करू पहात होते; पण तिला हालचाल करता येत नव्हती.

तटरक्षक दलाचा वैमानिक आणि झाविया मृत्युमुखी पडले होते.

आता आपली पाळी!

१११

मिल्नेच्या बर्फभूमीवरचे वादळ आता शमले होते. तो अवाढव्य तंबू आता स्थिर झाला होता. तरीही नासाचा प्रशासक लॉरेन्स एक्स्ट्रॉम याला झोप येत नव्हती. काही तास त्याने एकट्याने येरझाऱ्या घालण्यात घालवले होते. अधूनमधून तो उत्खननाच्या खड्ड्याच्या दिशेने पहात होता. तर मध्येच तो त्या उल्केजवळ जाई. काळ्याठिक्कर पडलेल्या त्या उल्केवरच्या खाचखळग्यात तो आपली बोटे घालून फिरवे.

शेवटी त्याने कसला तरी निश्चय केला.

हॅबिस्फिअरमधील वायरलेस संपर्क साधणाऱ्या व्हॅनकडे तो गेला आणि त्याने व्हिडिओ फोनवरून सरळ राष्ट्राध्यक्षांशी संपर्क साधला. अध्यक्ष झॅक हर्नी

यांच्या पेंगुळलेल्या डोळ्यांत तो डोकावून पहात होता. त्यांनी अंगावरती एक बाथरोब चढवला होता. त्यांच्या चेहऱ्यावर ते नेहमीचे हास्य नव्हते. जेव्हा आपण त्यांना ते सांगू तेव्हा तर ते नक्कीच हसणार नाहीत, गांभीर्याने घेतील, असे त्याला वाटले.

जेव्हा एक्स्ट्रॉमचे बोलणे थांबले तेव्हा अध्यक्षांच्या चेहऱ्यावरती एक अस्वस्थपणा पसरलेला त्याला दिसला. कदाचित आपण पेंगुळल्यामुळे समोरच्या दृश्याचा नीट अर्थ आपल्याला लावता येत नाही अशी एक शंका एक्स्ट्रॉमच्या मनाला चाटून गेली.

अध्यक्ष बोलू लागले, ''बास! आत्ताचा हा आपला संपर्क मला अशुभ वाटतो आहे. अगदी नक्की. नासाने एक वायरलेस संदेश ऐकल्याने त्या उल्केचे स्थान कळले. अन् मग तुम्ही पॉडसमुळे ती उल्का सापडली असा बहाणा केलात. असेच तुम्हाला म्हणायचे आहे ना?''

त्या अंधाऱ्या व्हॅनमध्ये एक्स्ट्रॉम एकटाच होता. या भयाण स्वप्नातून लवकर बाहेर पडावे असे त्याला तीव्रतेने वाटत होते. अध्यक्षांच्या बोलण्यावरती तो गप्प बसला, काहीही बोलेना.

त्याची मूक स्थिती अध्यक्षांना आवडेना. ते जरा मोठ्याने म्हणाले, ''लॅरी, अरे बाबा, प्लीज सांग मला की हे सारे खोटे आहे.''

एक्स्ट्रॉमच्या तोंडाला कोरड पडली. तो म्हणाला, ''सर, ती उल्का सापडली ही गोष्ट फारशी संबंधित नाही. महत्त्वाची नाही.''

''नाही, नाही.'' अध्यक्ष उत्तेजित होऊन म्हणाले, ''हे सारे खोटे आहे. नव्हे तसे असायला हवे.''

तिथल्या शांततेमुळे एक्स्ट्रॉमच्या कानात एक विचित्र आवाज होऊ लागला. *मला ते सांगितलेच पाहिजे. मी जितका काळ ते सांगणार नाही तितक्या काळात परिस्थिती आणखीनच बिघडेल.* एक्स्ट्रॉम स्वतःला बजावत होता. तो सांगू लागला, ''अध्यक्ष महाराज, पॉडस उपग्रह कार्यरत न झाल्याने तुम्ही निवडणुकीत पराभूत होण्याची शक्यता वाढत होती. जेव्हा आम्हाला वायरलेसवरच्या संदेशातून एका भल्या मोठ्या उल्केचा पत्ता लागला तेव्हा आम्हाला असे दिसले, की तुम्हाला निवडून आणण्यासाठी ही एक संधी आली आहे.''

ते ऐकून अध्यक्ष सुन्न झाले. ते म्हणाले, ''म्हणजे पॉडसने तो शोध लावला अशी थाप मारून मी निवडून यायचे?''

''पॉडसला काहीही झाले नाही. तो व्यवस्थित आपल्या कक्षेत फिरतो आहे. त्यातील दुरुस्तीही होईल, पण ती निवडणुकीनंतर. तोपर्यंत काय करायचे? त्यातून सिनेटर सेक्स्टन हे तर नासावरती तुटून पडले होते. म्हणून–''

"तुम्ही मूर्ख तर नाही? लॅरी, तुम्ही मला खोटे सांगितले."

"सर, आमच्या हातातोंडाशी ती संधी आली होती. तिचा लाभ उठवायचे मी ठरवले. आम्ही त्या कॅनेडियन माणसाचा वायरलेस संदेश पकडला. त्याला त्या उल्केचा शोध लागला होता. तो नंतर लगेच्या तिथल्या वादळात मरण पावला. बाकी कोणालाही ती उल्का तिथे पडल्याचे ठाऊक नव्हते. शिवाय पॉडस उपग्रह तिथून जात होता. नासाला एका नेत्रदीपक यशाची गरज होती. अन् आम्हाला त्या उल्केचे निश्चित स्थान कळले होते."

"मग तुम्ही मला हे आत्ता का सांगता आहात?"

"मला वाटले की तुम्हाला हे ठाऊक असावे."

"जर ही माहिती सेक्स्टनला कळली तर तो काय करेल हे तुम्हाला ठाऊक आहे?"

एक्स्ट्रॉमने त्यावर कधीच विचार केला नव्हता.

अध्यक्ष म्हणाले, "सिनेटर जगाला ओरडून सांगेल, की नासा आणि व्हाईट हाऊस यांनी अमेरिकी जनतेचा विश्वासघात केला!"

"पण सर, तुम्ही खोटे बोलला नाहीत, मी खोटे बोललो. म्हणून वाटल्यास मी माझे पद सोडतो–"

"लॅरी, तुम्ही एक मुद्दा लक्षात घेत नाही आहात. सत्य व सभ्यता यावर आधारित मी माझी अध्यक्षपदाची कारकीर्द चालवीन अशी शपथ घेतली आहे! गॉड डॅम इट! आजची रात्र स्वच्छ होती; पण आता असे दिसते की मी साऱ्या जगापुढे खोटे बोललो."

"सर, पण ते एक किरकोळ खोटे बोलणे होते."

अध्यक्ष धुसफुसत म्हणाले, "लॅरी, किरकोळ खोटे व घाऊक खोटे असे काहीही नसते."

त्या वायरलेस व्हॅनच्या भिंती चारही बाजूने आपल्यावर चालून येत आहेत, असे एक्स्ट्रॉमला वाटले. अध्यक्षांना अजून किती तरी सांगायचे बाकी होते; पण त्याऐवजी उद्या सकाळपर्यंत वाट पहावी असे त्याला वाटले. तो एवढेच म्हणाला, "सर, तुमची झोपमोड केल्याबद्दल मला क्षमा करा. मला वाटले की तुम्हाला हे सांगितलेच पाहिजे."

त्याच वेळी सिनेटर सेक्स्टनने कोनॅक फ्रेंच ब्रँडीचा आणखी एक पेग घशात ओतला. तो आता अस्वस्थतेने येरझाऱ्या घालू लागला.

ही गॅब्रिएल गेली तरी कुठे?

११२

सिनेटर सेक्स्टनच्या टेबलापाशी गॅब्रिएल ॲश अंधारात बसली होती. समोरच्या संगणकाकडे ती कपाळाला आठ्या घालून पहात होती.

INVALID PASSWORD – ACCESS DENIED

तिने अनेक इतर शब्द संभाव्य पासवर्ड म्हणून वापरून पाहिले; पण त्यातला कोणताही शब्द चालला नाही. ऑफिसातील अनेक ड्रॉवर्स तिने धुंडाळली. कुठे काही पासवर्डचा सांकेतिक धागा सापडतो का ते तिने पाहिले. ती आता कंटाळून तिथून निघून जाणार होती; पण अचानक तिला सेक्स्टनच्या टेबल कॅलेंडवरती काहीतरी लिहिलेले चमकत आहे असे दिसले. निवडणुकीच्या तारखेभोवती लाल, पांढऱ्या आणि निळ्या रंगाची वर्तुळे काढली होती. चमकदार शाई असलेली स्केच पेन्स वापरून ती वर्तुळे काढलेली होती. हे काम सिनेटरचे नक्कीच नव्हते. तिने ते कॅलेंडर उचलून पाहिले. त्यातील निवडणुकीच्या तारखेपाशी तशाच चमकदार शाईने काहीतरी लिहिले होते. तो एक शब्द होता. POTUS असा शब्द होता.

सेक्स्टनच्या चलाख सेक्रेटरीने तो लिहिलेला होता. अमेरिकेच्या सीक्रेट सर्व्हिस एजन्सीमध्ये अमेरिकी अध्यक्षाचा उल्लेख President of the United States असा न करता त्याचा संक्षेप POTUS असा वापरतात. जर निवडणुका व्यवस्थित पार पडल्या आणि सेक्स्टन निवडून आला तर तो नवीन POTUS बनणार होता.

तिथून निघायचे म्हणून गॅब्रिएलने ते कॅलेंडर पुन्हा नीट जसेच्या तसे टेबलावरती लावून ठेवले व ती उठून उभी राहिली; पण एकदम तशीच थबकली. संगणकाच्या पडद्यावरती अक्षरे उमटली होती ENTER PASSWORD. तिच्या डोक्यात एक कल्पना चमकून गेली. त्यामुळे तिला एकदम आशा वाटू लागली. कशावरून हाच POTUS शब्द पासवर्ड म्हणून सिनेटरने वापरला नसेल? कारण हा शब्द त्याला नक्की भुरळ घालणारा होता. *सोपा, सकारात्मक आणि स्वत:चा संदर्भ देणारा.*

तिने ताबडतोब तो शब्द टाईप केला आणि श्वास रोखून ENTER चे बटण दाबले. संगणकातून बीप आवाज आला आणि पडद्यावरती शब्द उमटले :

INVALID PASSWORD – ACCESS DENIED

अनधिकृत सांकेतिक शब्द! म्हणून संगणक तिला पुढची प्रगती करू देत नव्हता. आता मात्र ती खचली. तिने आपले प्रयत्न सोडून दिले. परत निघण्यासाठी ती सिनेटरच्या स्वच्छतागृहाकडे निघाली. अर्ध्या वाटेत असताना तिचा मोबाइल वाजू लागला. त्या आवाजाने ती दचकली. तिथे भिंतीवरती सिनेटरने आपले जुने लंबकाचे घड्याळ लावले होते. पहाटेचे चार वाजले होते. या वेळी फोन करणारी व्यक्ती फक्त सिनेटरच असणार. इतका वेळ गॅब्रिएल कुठे गेली आहे, असा प्रश्न तो स्वत:ला करत असणार. त्याचा फोन घ्यावा की घेऊ नये, या दुविधेत ती सापडली. जर फोन घेतला तर तिला काहीतरी थाप मारून उशिराबद्दलचे समर्थन करावे लागणार होते; पण जर फोन घेतला नाही तर मात्र त्याला संशय येणार होता.

शेवटी तिने फोन घेतला, "हॅलो?"

"गॅब्रिएल?" सेक्स्टनच्या आवाजात अधीरता होती. तो म्हणत होता, "तुला एवढा का वेळ लागतो आहे?"

ती म्हणाली, "ते एफडीआर मेमोरिअल. तिथे टॅक्सी अडकून पडली आहे."

"पण आवाजावरून तू टॅक्सीत असल्यासारखी वाटत नाही."

"नाही, मी आत्ता टॅक्सीत नाही." आता तिचे धडधडणारे हृदय ताळ्यावर येऊ लागले. ती पुढे म्हणाली, "वाटेत मी आपल्या ऑफिसात येऊन थांबले आहे. नासाची पॉडसबद्दलची काही कागदपत्रे शोधून मी ती घेऊन येणार आहे. मला ती शोधायला जरा वेळ लागतो आहे."

"चल, लवकर शोधून काढ. मला सकाळी एक पत्रकार परिषद घ्यायची आहे. त्यात मला काही विशिष्ट गोष्टी सांगायच्या आहेत."

"मी लवकरच येते आहे."

नंतर फोनवर काही क्षण शांतता होती. मग सिनेटर म्हणाला, "तू ऑफिसमध्ये तुझ्या केबिनमध्ये आहेस?" सिनेटरच्या आवाजात एकदम गोंधळ झालेला तिला जाणवले. त्याला कसली तरी शंका आली असावी.

"होय. मी दहा मिनिटांत तुमच्या घरी येते."

गॅब्रिएलने मोबाइल बंद केला. सेक्स्टनचे ते भिंतीवरचे घड्याळ टिकटिकत होते. दर सेकंदाला त्याचा तीन वेळा टिक टिक टिक आवाज होई; पण त्या आवाजाकडे तिचे लक्ष गेले नाही.

११३

रेचल जखमी झाली आहे हे टॉलन्डच्या प्रथम ध्यानात आले नाही. जेव्हा

तिच्या हातावरून गळणारे रक्त त्याने पाहिले तेव्हा त्याने चटकन तिला ट्रिटॉनच्या आडोशाला नेले. तिच्या चेहऱ्यावरील तीव्र भाव पाहून त्याने ओळखले की तिला जखमेमुळे फारशा वेदना होत नसून ती अत्यंत भेदरलेली आहे. त्याने तिला सावकाश धरून नेले. मागे वळून पाहिल्यावर त्याला कॉर्की अडखळत येताना दिसला. त्याच्याही डोळ्यांत भीतीची भावना उतरली होती.

आपल्याला कुठे तरी आडोसा घेतला पाहिजे, असे त्याला कळून चुकले. आत्ता जे काही घडल्यामुळे भीती निर्माण झाली होती ती अजूनही त्याला नीटशी समजली नव्हती. त्याने डेकच्या पुढच्या बाजूला उभ्या असलेल्या रचनेकडे पाहिले. ब्रिजकडे जाणारा जिना रिकामा होता. ब्रिज तर एक चौकोनी पारदर्शक खोली होती. ब्रिजवर जाण्यात अर्थ नव्हता. मग वरून त्याच्यावरती अचूक नेम धरता आला असता. त्याचे डोळे भिरभिरत आडोसा शोधू लागले. आता फक्त एकच दिशा त्यासाठी उरली होती. ती दिशा खाली नेणारी होती.

क्षणभर टॉलन्डला वाटले, की सरळ त्या ट्रिटॉन पाणबुडीत जावे आणि ती पाण्यात सोडून पाण्याखाली लपावे. म्हणजे त्यांना आपल्यावर गोळ्या झाडता येणार नाहीत.

पण त्याचा काहीही उपयोग नव्हता. त्या पाणबुडीत फक्त एका माणसापुरतीच जागा होती. तसेच, डेकवर टांगलेली ती पाणबुडी विंच मशीनच्या साहाय्याने पाण्यात सोडण्यासाठी किमान दहा मिनिटे तरी लागणार होती. समुद्राचे पाणी खाली तीस फुटांवरती होते. शिवाय त्याआधी पाणबुडीच्या बॅटऱ्या चार्ज करून घ्यायला हव्या होत्या. त्यातले कॉम्प्रेसर नीट पहायला हवे होते. तसे न करता पाणबुडीतून पाण्यात जाणे म्हणजे तिथे बेधडक मृत्यूला कवटाळण्यासारखे होते.

कॉर्की कर्कश आवाजात ओरडला, ''ते परत आले पहा.'' त्याच्या आवाजात पुरेपूर भीती भरलेली होती. तो बोटाने आकाशात काहीतरी दाखवत होता.

परंतु टॉलन्डने आकाशात पाहिलेसुद्धा नाही. डेकवरून खाली जाणारा एक ॲल्युमिनियमच्या जाळीचा उतार होता, तिकडे त्याने बोट केले. आपले डोके खाली करून कॉर्की त्या दिशेने धावू लागला. त्या जाळीच्या उतारावरून तो खाली गेला व दिसेनासा झाला. टॉलन्डने एका हाताने रेचलच्या कंबरेला घट्ट विळखा घातला व तिला ओढत तोही त्या दिशेने पळू लागला. किओवा हेलिकॉप्टर वेगाने खाली आले व डेकवर आपल्या मशीनगनमधून गोळ्यांचा पाऊस पाडू लागले; पण दोन सेकंद आधीच टॉलन्ड व रेचल डेकवरून खाली गेले होते.

त्या दोन बोटींना जोडणारी एक जाळी होती. तो एक कठडा असलेला जाळीचा पूल होता. खाली तीस फुटांवरती समुद्राचे पाणी खळाळत होते. जाळीतून ते दिसत होते. टॉलन्ड रेचलला घेऊन त्यावरून पुढे निघाला. पण... एकदम तिचे सारे शरीर

ताठरले. त्याला वाटले, की हेलिकॉप्टरमधून झाडलेली एखादी गोळी कुठेतरी आपटून ती रेचलला लागली असावी. या शंकेने तो घाबरला; परंतु जेव्हा त्याने तिचा चेहरा पाहिला तेव्हा त्याला कळून चुकले की काहीतरी वेगळ्याच कारणामुळे तिला धक्का बसला आहे. त्याने तिच्या रोखलेल्या नजरेच्या दिशेने पाहिले. ती खाली समुद्राच्या पाण्याकडे पहात होती.

एकदम त्याला तिच्या भीतीचे कारण समजले.

रेचल स्तब्ध उभी होती. तिचे पाय हलायला नकार देत होते, जड झाले होते. जाळीमधून दिसणारे खालचे भोवळ आणणारे दृश्य ती पहात होती. दोन बोटींच्यावर आधारलेला एक मोठा डेक व त्या डेकला खालून आधार दिलेले आणखी चार पाय. हेच पाय पाण्यात तरंगणाऱ्या मोठ्या पोकळ चेंडूवर टेकलेले होते. गोया जहाजाचे हे असे स्वरूप होते. त्या दोन बोटी एकमेकांपासून काही अंतर राखून होत्या व त्या एकमेकांना पोलादी आधाराने जोडलेल्या होत्या. दोन्ही बोटींना जोडणारा तो जाळीदार व कठड्याचा पूल होता. तिथून खाली दिसणारे दृश्य हे एका खोल दरीत डोकावून पहाताना जसे दिसते तसे होते. ती दरी म्हणजे एक गर्ता वाटत होती. खाली खळबळता समुद्र आ वासून वर पहात होता. येथे त्याचा आवाज कानठळ्या बसवणारा होता; कारण वरचा डेक व दोन बोटी यांच्यावरून तो आवाज परावर्तित पावून घुमत होता. नवीन माणसाला सहज धडकी भरेल असा तो आवाज होता. बोटीच्या पाण्यात बुडालेल्या भागामध्ये दिवे बसवलेले होते. ते दिवे चालू असल्याने समुद्राचा खळबळाटी अंतर्भाग उजळून निघाला होता. पांढरा फेस व हिरवट पाणी यांचे एक मिश्रण तिथे झाले होते. अन् त्या प्रकाशात त्या भेसूर व हिडीस छायांचे आकार हिंडत होते. तेच ते हॅमरहेड शार्क मासे होते. त्यांच्या सावल्या खूप लांबवर पाण्यात जात होत्या. त्यांची लवचीक शरीरे मागे-पुढे डोलत होती.

टॉलन्डने रेचलला ओरडून सांगितले, ''रेचल, तुम्हाला काहीही झालेले नाही. तुम्ही ठीक आहात. खाली पाहू नका. समोर पहा. घाबरू नका. मी तुमच्या मागे आहे.'' त्याने मागून आपल्या दोन्ही हातांनी तिला धरले होते. तिने कठड्याचे गज घट्ट पकडले होते. त्याने हळुवार तिचे हात कठड्यापासून सोडवले; पण त्यानंतर ती आणखीनच घाबरली; कारण तिच्या हातावरून जाणारे रक्ताचे ओघळ हे आता जाळीमधून खाली पाण्यात पडू लागले. तिने खाली पाहिले. ते सात-आठ हॅमरहेड शार्क मासे इतका वेळ इतस्तत: भरकटत वाटेल तसे हिंडत होते; पण आता त्या साऱ्यांच्या हालचाली एकदम एकाच दिशेने होऊ लागल्या. त्यांची तोंडे वासली होती व आतले दात दिसत होते. त्यांच्या शेपट्या वळवळत होत्या. पाण्यातल्या लांडग्यांना सावजाचा वास आला होता.

एका मैलावरूनही त्यांना रक्ताचा वास येतो.

"नजर सरळ समोर हवी. खाली पहायचे नाही," टॉलन्ड तिला ओरडून सारखे बजावत होता, "मी तुमच्या मागे आहे हं. घाबरू नका." तो तिला आश्वासक आवाजात धीर देत होता.

रेचलला त्याचे हात आपल्या कंबरेवरती आहेत हे आता जाणवले. पुढे जाण्यासाठी तो तिला मागून जोर लावत होता. ती नजर सरळ ठेवत पुढे जाऊ लागली. कुठून तरी तिला हेलिकॉप्टरच्या फिरणाऱ्या पंख्याचा आवाज ऐकू येऊ लागला. कॉर्की त्या पुलावरून केव्हाच पुढे जाऊ लागला होता. एखाद्या दारुड्यासारखा तो झोकांड्या खात पुढे जात होता.

टॉलन्डने त्याला ओरडून सांगितले, "कॉर्की, खाली जाणाऱ्या जिन्याकडे जा."

आपण कोठे जाणार आहोत हे रेचलने पाहिले. पूल संपल्यावर पुढे एक उतार असलेली जाळी खाली गेली होती. ती जाळी पार खाली पाण्यात शिरली होती. तो एक प्रकारचा जिना होता. खाली शेवटी एक छोटेसे फडताळासारखे डेक होते. ते डेक सर्व जहाजाला चिकटलेले होते. त्या अरुंद डेकला काटकोनात परत छोटे छोटे धक्के होते. त्याला मोटरबोटी येऊन लागायच्या. दोन अवाढव्य बोटींच्यामध्ये असलेल्या जागेत त्या छोट्या धक्क्याला लागलेल्या मोटरबोटी सुरक्षित रहायच्या. याच दोन बोटींच्या जागेत पाणबुडे मंडळी पाण्याखाली जाऊन चित्रीकरण करायची. त्यामुळे तिथे एक मोठी पाटी लावली होती.

DIVE AREA

Swimmers may Surface without Warning

– Boats Proceed with Caution –

पाणबुड्यांसाठी जागा. पाणबुडे मंडळी केव्हाही पृष्ठभागावर आपले डोके सूचना न देता वर काढतील. बोट चालवणाऱ्यांनी सावधगिरीने पुढे सरकावे.

रेचलने ती पाटी वाचली. क्षणभर तिला वाटले की टॉलन्ड आता आपल्याला पोहायला लावणार. तिथे कठड्याला लागून एक जाळीची पेटी होती. टॉलन्ड ती उघडायला लागताच तिची भीती एकदम वाढली; कारण त्या पेटीत पाण्यातले पोषाख, तोंडावरचे पाण्यातील मुखवटे, श्नॉर्केल, पायातले फ्लिपर्स, लाईफ जॅकेट्स आणि स्पिअरगन इत्यादी साहित्य होते. आपल्याला आता हे सारे अंगावर चढवून खरेच पाण्यात उतरावे लागणार. त्या क्रूर हॅमरहेड शार्क माशांच्यामध्ये पोहावे लागणार याची तिला खात्री पटली. तिची भीती पराकोटीला पोहोचली. तिने निषेध प्रकट करण्याआधीच टॉलन्डने त्या पेटीतून फ्लेअर गन बाहेर काढून घेतली

व तो म्हणाला, "चला आता."

पुन्हा ते दोघे तो पूल पार करू लागले.

पुढे गेलेल्या कॉर्कीने तो जिन्यासारखा उतार निम्मा पार केला होता. "मला सापडले." तो ओरडून म्हणाला. त्याच्या आवाजात हर्ष होता.

कॉर्कीला काय सापडले होते? कॉर्की सरळ समुद्रात जाणाऱ्या त्या जिन्याच्या उतारावरून कुठे जाणार, असा रेचलला प्रश्न पडला. तिथे पाण्यात तर शार्क माशांचा बुजबुजाट झाला आहे. टॉलन्डने तिला मागून ढकलले. कॉर्कीला का आनंद झाला ते तिला एकदम कळले. त्या जिन्याच्या उताराच्या टोकाला एक मोटरबोट बांधून ठेवलेली होती. कॉर्की तिकडेच जात होता.

रेचल बघतच राहिली. *एका मोटरबोटीतून हेलिकॉप्टरचा पाठलाग कसा चुकवणार?*

टॉलन्ड म्हणाला, "त्या मोटरबोटीत एक वायरलेस सेट आहे. आपण त्या हेलिकॉप्टरने जॅम केलेल्या भागातून बाहेर पडलो की आपल्याला त्या सेटमधून निरोप पाठवता येईल. मदत..."

पण रेचलला शेवटचे शब्द ऐकू आले नाहीत. ती एकदम गारठली. कशीबशी ती म्हणाली, "त्याचा काहीही उपयोग नाही. आपल्याला उशीर झाला आहे," असे म्हणून तिने आपले थरथरणारे बोट पुढे करून दाखवले. *संपले सारे...!*

जेव्हा टॉलन्डने वळून पाहिले तेव्हा त्यालाही तेच वाटले. जहाजाच्या टोकाला ते हेलिकॉप्टर येऊन उभे राहिले.

एखाद्या उडत्या ड्रॅगनने गुहेत तोंड घालून बघावे तसे ते किओवा हेलिकॉप्टर खूप खाली येऊन जहाजाच्या दोन बोटींमधल्या जागेत तोंडाशीच येऊन हवेत उभे राहिले होते. त्यातून बाहेर आलेल्या मशीनगनची नळी त्या दोघांना दिसली. स्वत:भोवती थोडेसे फिरत ते हेलिकॉप्टर त्यांच्यावरती नेम धरण्यासाठी पवित्रा घेत होते. त्या पुलावर ते दोघे अगदी मध्यभागी उभे होते. कुठेही आडोसा घ्यायला जागा नव्हती.

हेलिकॉप्टरमधून बाहेर पडलेल्या मशीनगनने कुठे रोख धरला आहे त्या दिशेने टॉलन्डने पाहिले व तो मोठ्याने ओरडला, "नो!"

कॉर्की मोटरबोटीच्या बाजूला वाकून तिची दोरी सोडवत होता. त्याने वर पाहिले तर त्याला ते भयानक हेलिकॉप्टर दिसले. तात्काळ हेलिकॉप्टरच्या माशीनगनमधून त्याच्या दिशेने एक फैर झाडली गेली. कॉर्की अडखळत थोडा पुढे गेला व मोटरबोटीमध्ये त्याने सरळ आपले अंग झोकून दिले व मोटरबोटीच्या तळावरती आपले शरीर जितके सपाट करता येईल तेवढे त्याने केले. टॉलन्डला वरून ते सारे दिसत होते. कॉर्की सरपटत पुढे गेला व चाचपडत मोटरबोटीचे कंट्रोल्स तो शोधू

लागला. त्याच्या हाताला शेवटी मोटरबोटीच्या स्टार्टरमध्ये असलेली किल्ली लागली. त्याने ती फिरवताच त्या बोटीचे २५० हॉर्सपॉवरचे ते इंजिन घरघर आवाज करत जागृत झाले.

काही क्षणांत हेलिकॉप्टरमधून एक लेसर प्रकाशाची शलाका बाहेर पडली व ती मोटरबोटीच्या दिशेने जाऊ लागली. आता कोणत्याही क्षणी मोटरबोटीवर पडलेल्या लेसर प्रकाशाच्या ठिपक्याचा वेध घेणारे क्षेपणास्त्र सुटणार होते.

टॉलन्डने तात्काळ हालचाल केली. आपल्या हातात असलेले एकमेव शस्त्र, ती फ्लेअर गन त्याने चालवली. सरळ हेलिकॉप्टरवर नेम धरून चालवली. त्याने त्या फ्लेअर गनचा चाप ओढताच त्यातून एक प्रखर प्रकाशाचा एक गोळा सुटला व तो हेलिकॉप्टरच्या दिशेने गेला. त्याच वेळी हेलिकॉप्टरच्या खाली बसवलेले क्षेपणास्त्र सुटले. आपल्याला ती फ्लेअर गन चालवायला उशीर झाला होता हे लगेच टॉलन्डला कळून चुकले. समोरून येणरा फ्लेअरचा गोळा चुकवण्यासाठी हेलिकॉप्टर वळले व बाजूला निघून गेले. टॉलन्डला ते दिसेनासे झाले.

"लुक आऊट!" टॉलन्ड ओरडला व तो एकदम खाली बसला. आपल्याबरोबर त्याने रेचललाही खाली ओढले होते.

ते क्षेपणास्त्र रोंरावत निघाले खरे; पण मोटरबोटीवरचा लेसर प्रकाश नाहीसा झाल्याने ते सरळ पुढे जाऊन डेकच्या आधाराच्या एका तिरप्या खांबावर जाऊन धडकले. एक कानठळ्या बसवणारा स्फोट झाला, डोळे दिपवणारा प्रकाश पडला आणि पाणी व धातूंचे वेडेवाकडे झालेले तुकडे एकदम वरती उसळले. तिथे सर्वत्र धूर झाला. हे सारे पाण्यालगत झाल्याने रेचल व टॉलन्ड वाचले, सहीसलामत बचावले.

धूर विरून गेल्यावर टॉलन्डला दिसले की एक आधार कमकुवत झाल्याने गोया जहाज थोडेसे तिरपे झाले आहे. उडालेले धातूचे काही तुकडे त्या पुलावरती खणखणत पडले; परंतु त्या दोघांना सुदैवाने एकही तुकडा लागला नाही. जहाजाच्या खालून जोरदार प्रवाह जात असल्याने तो कमकुवत खांबाचा आधार केव्हाही कोसळून पडू शकत होता.

तिथेच खालच्या डेककडे जाणारा एक गोल जिना होता. त्याचे आधारही तुटलेले होते. तो जेमतेम एका आधारावर लोंबकळल्यासारखा दिसत होता. त्या जिन्याकडे बोट दाखवत व रेचलला ओढत टॉलन्ड ओरडला, "कमॉन!" *आपल्याला वेगाने खाली गेले पाहिजे!* एवढाच विचार त्याच्या मनात आता होता.

पण त्यांना उशीर झाला होता. तो लोंबकळणारा जिना एकदम जहाजापासून निसटला व खाली समुद्रात जाऊन पडला.

ते किओवा हेलिकॉप्टर वर आकाशात गेले. डेल्टा-वनने पुन्हा त्या हेलिकॉप्टरवर आपला ताबा नीट ठेवला आणि तो जहाजावरती घिरट्या घालू लागला. क्षणभर का होईना, त्याचा ताबा सुटण्याचे कारण त्यांच्या दिशेने आलेल्या फ्लेअर गनमधून सुटलेला तो प्रखर प्रकाशाचा गोळा. त्यामुळे त्याचे डोळे दिपून गेले होते. प्रतिक्षिप्त क्रियेने त्याने आपले हेलिकॉप्टर एकदम वर नेले होते. आता तो शिव्याशाप देत गोयाच्या डेकवर घिरट्या घालत होता. आपली कामगिरी पुरी होण्याची तो वाट पाहू लागला.

जहाजावरील सर्वांना ठार करा, असे कन्ट्रोलरने स्पष्ट शब्दांत बजावले होते.

"शिट्! ते बघा!" मागे बसलेला डेल्टा-टू ओरडून म्हणाला. त्याने कॉर्की बसलेल्या मोटरबोटीकडे बोट केले होते.

डेल्टा-वनने मागे वळून पाहिले तर एक मोटरबोट जहाजापासून निघून चालली होती.

त्याला आता एक निर्णय घ्यायचा होता.

११४

कॉर्की आपल्या रक्ताळलेल्या हाताने त्या मोटरबोटीचे स्टिअरिंग व्हील धरून ती चालवीत होता. त्याने थ्रॉटल पूर्ण दाबून इंजिन कमाल वेगाने चालू केले होते. आता त्याला आपल्याला वेदना होत असल्याचे कळले. त्याने खाली पाहिले तर त्याच्या उजव्या पायातून रक्त गळत होते. रक्त पाहिल्यावर त्याला ताबडतोब चक्कर आल्यासारखे वाटू लागले.

त्याने आपले शरीर स्टिअरिंग व्हीलच्या खाली ठेवले होते. न जाणो ते हेलिकॉप्टर परत गोळ्या झाडत आले तर? थोड्या वेळाने त्याने आपले डोके हळूच त्या चक्राच्या वरती करून मागे जहाजाकडे पाहिले. आपल्या मागे ते हेलिकॉप्टर लागले असेल अशी त्याची अपेक्षा होती. टॉलन्ड आणि रेचल त्या मधल्या पुलावर सापडले असताना त्याला त्यांच्याकडे जाता आले नाही; परंतु म्हणून त्याने त्या हेलिकॉप्टरचे लक्ष आपल्याकडे वेधून घेण्यासाठी झटपट एक निर्णय घेतला होता.

फूट पाडा आणि विजय मिळवा.

जर आपण त्या हेलिकॉप्टरला भुलवत जहाजापासून दूर नेले तर टॉलन्ड व रेचलला वायरलेसवरून मदत मागण्यासाठी वेळ मिळेल, असे त्याला वाटले होते; पण आत्ता त्याने मागे वळून पाहिले असताना त्याला पाठलाग करणारे हेलिकॉप्टर दिसेना. ते जहाजावरती घिरट्या घालत डेकवर खाली उतरत होते. बाप रे! म्हणजे

आपला तर्क चुकला! रेचल व टॉलन्ड हे दोघेही आता ठार केले जातील याबद्दल त्याला कसलाच संदेह उरला नाही.

शेवटी आपण आता वायरलेसवरून मदत मागवावी या विचाराने त्याने डॅश-बोर्डवर चाचपडून वायरलेस सेटचे बटण शोधले. त्याने ते सुरू करण्याचे बटण दाबले खरे; पण काहीच घडले नाही. त्यावरचा इंडिकेटर दिवा लागला नाही की इलेक्ट्रॉनिक खरखरीचा आवाज त्यातून उमटला नाही. मग त्याने आवाज मोठा करण्याचे बटण फिरवले, पार शेवटपर्यंत फिरवले. काहीही घडले नाही. *कम ऑन!* त्याने हातातले चक्र सोडून दिले व खाली वाकून तो तपासणी करू लागला. तसे करताना त्याच्या पायातून एक जीवघेणी कळ उठली. त्याने वायरलेस सेट पाहिला. त्याने जे पाहिले त्यावर त्याचा विश्वास बसेना. समोरच्या डॅशबोर्डमध्ये अनेक भोके पडली होती. वायरलेस सेटच्या डायलचे तुकडे तुकडे झाले होते. तिथून काही वायर्स बाहेर येऊन लोंबकळत होत्या. तो सुन्न होऊन बघत राहिला.

काय वाईट नशीब आहे आपले...

गुडघा दुखत असल्याने तो कसाबसा उठून उभा राहिला. परिस्थिती किती वाईट होत जावी याला मर्यादाच उरली नाही असे त्याला वाटले. संकटे सारखी कोसळतच राहिली आहेत. ती कधी संपतील? त्याने मागे जहाजाकडे पाहिले असताना त्याला याचे उत्तर मिळाले. दोन लष्करी गणवेश घातलेले जवान हेलिकॉप्टरमधून डेकवर उतरत होते. ते उतरल्यानंतर हेलिकॉप्टर पुन्हा आकाशात उडाले. मग ते हेलिकॉप्टर आपल्याकडेच वेगाने चालून येत आहे असे कॉर्कीला वाटले.

कॉर्की आता मात्र खचला, निराश झाला.

फूट पाडा आणि विजय मिळवा असे धोरण आखून आपण तिथून निघालो; पण त्याचा उपयोग झाला नाही. त्यांनी टॉलन्ड व रेचलवरती मारेकरी सोडले व ते आपला समाचार घ्यायला आता इकडे येत आहेत; परंतु त्याच्यासारखीच आणखीही एकाने त्या रात्री तीच शक्कल लढवली होती.

डेल्टा-थ्री याने डेकवर चालत चालत खाली जाणारा तो जाळीचा उतार शोधला. खालच्या डेककडे तो जात होता. आपल्या खालच्या डेकवरती एक बाई ओरडत आहे असे त्याला ऐकू आले. त्याने वळून डेल्टा-टूकडे पाहिले व खुणेनेच 'आपण खाली जात आहोत' असे त्याला कळवले. डेल्टा-टूने मान हलवून त्याला संमती दिली. त्या दोघांच्याकडे एकमेकांशी संपर्क साधण्यासाठी खास वायरलेस सेट होते. किओवाच्या जॅमिंग करण्याच्या यंत्रणेतून त्यांच्या स्वतःच्या वायरलेस लहरी मात्र मोकळ्या सोडलेल्या होत्या. डेल्टा-टू मात्र वरच्या डेकवरतीच थांबला.

या बाजूने कोणी शत्रूचा माणूस आला तर आपण सज्ज असावे असा त्याचा हेतू होता.

आपली हातातील छोटी मशीनगन घेऊन डेल्टा-थ्री शांतपणे आवाज न करता त्या उतारावरून खाली जाऊ लागला. तो एक प्रशिक्षित मारेकरी असल्याने सावधगिरीने खाली जात होता.

त्या जाळीच्या उतार-मार्गावरती अंधुक प्रकाश होता. नीट दिसण्यासाठी तो पुढे वाकून चालत होता. त्याला आता ते ओरडणे स्पष्ट ऐकू येऊ लागले. तो खाली उतरत राहिला. अर्ध्या अंतरावर आल्यावर त्याला बाजूने बरीच वेडीवाकडी वळणे असलेले छोटे छोटे मार्ग दिसले. मोठ्या डेकखाली असा काही प्रकार असेल याची त्याला कल्पना नव्हती. ते ओरडणे आता आणखी मोठ्याने ऐकू येऊ लागले.

अन् मग त्याला ती दिसली. पुलासारख्या एका आडव्या मार्गावरती ती मध्यभागी उभी होती. तीच ती रेचल सेक्स्टन. कठड्यावरून खाली वाकून ती पाण्याकडे पहात होती व टॉलन्डला हाका मारत होती.

टॉलन्ड खाली पाण्यात पडला काय? कदाचित आपण सोडलेल्या त्या क्षेपणास्त्राच्या स्फोटातही तो नष्ट झाला असावा.

तसे जर झाले असेल तर डेल्टा-थ्री याचे काम आणखी सोपे झाले. आता फक्त आणखी खाली उतरले व रेचलला गोळी घातली की झाले काम. पिपातल्या पाण्यातील माशाला मारणे जितके सोपे होते तसेच हे होते. रेचल एका उघडलेल्या पेटीपाशी उभी आहे हे त्याने हेलिकॉप्टरमधून पाहिले होते. त्यामुळे तिच्यापाशी त्या पेटीतील एखादे शस्त्र जवळ असण्याचा संभव होता; पण ते शस्त्र असून असून असे कोणते असणार? तर माशावर चालवता येणारी स्पिअरगन किंवा शार्कला मारणारी एखादी रायफल. त्या शस्त्रांचे मशिनगनपुढे काय चालणार? आत्ताच्या परिस्थितीवरती आपलीच हुकमत आहे याची त्याला खात्री होती. म्हणून तो आत्मविश्वासाने पुढे सरकत गेला. तो आणखी खाली उतरला. आता त्याला रेचल व्यवस्थित दिसत होती. त्याने आपली मशिनगन उचलली.

अन् आणखी एक पाऊल पुढे टाकले.

त्या उतारमार्गाच्या जाळीखाली काहीतरी एकदम हालचाल झाल्याचे त्याला जाणवले. डेल्टा-थ्रीने खाली पाहिले मात्र व तो गोंधळला. जाळीखाली टॉलन्ड उभा होता व त्याने एक ॲल्युमिनियमची काठी जाळीतून वरती घुसवली होती व ती त्याच्या पायाच्या दिशेने तो वळवत होता. जरी डेल्टा-थ्री फसला होता तरी त्याला या फालतू युक्तीमुळे हसू आले होते. आपल्याला अडखळून पाडण्यासाठी केलेली ही युक्ती आहे हे त्याला समजले.

त्या काठीचा स्पर्श आपल्या पायाला झाल्याचे त्याला क्षणभर जाणवले.

पुढच्या क्षणी त्याच्या शरीरातून तीव्र वेदनेची एक राक्षसी लाट स्फोट पावल्यासारखी पसरत गेली. तो कळवळला. त्याचा तोल गेला. तो खाली पडला. त्या उतारमार्गावरून तो गडगडत खाली गेला. त्याच्या हातातील ती मशीनगन केव्हाच गळून पडली होती. वेगाने घसरत ती कठड्यावरून खाली पाण्यात पडली. आपला उजवा पाय पकडण्यासाठी त्याने शरीराचे मुटकुळे केले; पण तो पाय आता तिथे नव्हताच.

आपल्या हल्लेखोराच्या अंगावरती दोन पाय फाकून टॉलन्ड उभा होता. त्याच्या हातात ती ॲल्युमिनियमची काठी होती. त्यातून धूर बाहेर येत होता. ती एक बॅन्ग-स्टिक नावाने ओळखली जाणारी काठी होती. जर शार्क माशाने तुमच्यावरती हल्ला चढवला तर आत्मसंरक्षणासाठी तिचा उपयोग केला जाई. तिच्या टोकाला एक शॉटगनची गोळी होती. तिच्यावर जरा दाब पडला की ती स्फोट पावून उडे. शार्क माशाला नुसता स्पर्श जरी झाला तरी ती गोळी उडून तो जायबंदी होई. टॉलन्डने त्या काठीच्या नळीत आता दुसरी एक गोळी भरली आणि काठीचे टोक त्या हल्लेखोराच्या गळ्यापाशी नेले. तो माणूस पाठीवर निपचित पडला होता. तो टॉलन्डकडे डोळे रोखून पहात होता. त्याच्या डोळ्यांत चीड व दुःख पुरेपूर भरलेले होते.

रेचल तिथे धावत धावत आली. आधी ठरलेल्या योजनेप्रमाणे तिने त्या माणसाची माशीनगन काढून घ्यायची होती; पण दुर्दैवाने ते शस्त्र खालच्या पाण्यात पडून नाहीसे झाले होते.

त्या माणसाच्या पट्ट्यातील वायरलेस फोन कडकडकड करत वाजू लागला. त्यातून एक धातूमय निर्विकार आवाज बाहेर पडत होता, "डेल्टा-थ्री, कम इन. आय हर्ड ए शॉट."

उत्तर देण्यासाठी त्या माणसाने कसलीही हालचाल केली नाही.

पुन्हा एकदा तो फोन वाजला, "डेल्टा-थ्री? तुम्ही ठीक आहात ना? तसे सांगून आमची खात्री करा. तुम्ही खालीच आहात ना? तुम्हाला मदत हवी?"

त्यानंतर लगेच एक नवीन आवाज उमटला. त्या आवाजात हेलिकॉप्टरच्या इंजिनाचा आवाजही ऐकू येत होता. तो आवाज म्हणत होता, "डेल्टा-थ्री, धिस इज डेल्टा-वन. मी त्या पळून जाणाऱ्या मोटरबोटीच्या मागे जातो. तुम्हाला मदत हवी आहे?"

टॉलन्डने त्या काठीचे टोक त्या डेल्टा-थ्रीच्या तोंडात खुपसले व काठीच्या बटणावर बोट ठेवत म्हटले, "तुमच्या हेलिकॉप्टरला मोटरबोटीचा पाठलाग सोडून द्यायला सांगा. जर तुम्ही माझ्या मित्राला मारलेत तर तुलाही मरावे लागेल."

तो माणूस पराकोटीच्या वेदनेने हैराण झाला होता. त्याने कसाबसा तो

वायरलेस फोन आपल्या हातात घेतला व आपल्या ओठापाशी धरला. मग त्याने टॉलन्डकडे रोखून पहात फोनमध्ये म्हटले, "डेल्टा-थ्री. मी ठीक आहे. त्या पळून जाणाऱ्या बोटीचा नाश करा."

११५

गॅब्रिएल ॲश शेवटी संगणकाचा नाद सोडून सेक्स्टनच्या स्वच्छतागृहात गेली. ती बेसिनवर चढण्याचा प्रयत्न करत होती. सिनेटरच्या फोनमुळे तिची उत्सुकता आणखी ताणली गेली होती. आपण आपल्या ऑफिसात आहोत हे त्याला सांगितल्यावरही तो जरासे कचरत का बोलला? जणू काही त्याला आपण खोटे बोलत असल्याचे कळले होते; पण ते काहीही असो, तिला सिनेटरच्या संगणकातील फायली वाचता आल्या नाहीत. त्यामुळे आता पुढची हालचाल काय करायची हे तिला कळेना.

सेक्स्टन आपली वाट पहात आहे.

शेवटी ती हताश होऊन बेसिनवर चढून वरती सरकण्याचा प्रयत्न करत होती. त्या वेळी टाईल्सवरती काहीतरी टप टप आवाज करत पडल्याचे तिने ऐकले. आपल्या पायाने कशाला धक्का लागून खाली काय पडले ते तिला समजेना. आपला माग पाठीमागे राहू नये म्हणून ती खाली उतरली व टाईल्सवरती शोध घेऊ लागली. तेव्हा तिला सिनेटरच्या शर्टाच्या बाहीची दोन बटणे, कफलिंक्स पडलेली दिसली. बेसिनच्या कडेवर ती बटणे राहिलेली असणार. पुन्हा तिथेच ती बटणे तिने ठेवली व ती बेसिनवरती चढू लागली; पण एकदम ती थांबली, त्या बटणांकडे तिने पाहिले. एरवी तिने त्या बटणांकडे दुर्लक्ष केले असते; पण आज ती अत्यंत सावध वृत्तीची झालेली असल्याने त्या बटणांवरच्या अक्षरांनी तिचे लक्ष वेधले. ती अक्षरे नक्षीदार वळणाची होती आणि एकमेकांत गुंफल्यासारखी होती. त्यावरती SSS अक्षरे होती. तिच्या डोक्यात POTUS हा संभाव्य पासवर्ड उमटला. SSS. टेबलावरच्या कॅलेंडवरती POTUS होते. त्या स्क्रीनसेव्हरवरती व्हाईट हाऊसचे चित्र होते. या साऱ्यातून 'आपण राष्ट्राध्यक्ष होणार' हा आशावाद प्रकट होत होता.

President of the United States Sedgwick Sexton...

President of the United States Sedgwick Sexton...

President of the ...

गॅब्रिएल क्षणभर स्तब्ध उभी राहिली. आपण राष्ट्राध्यक्ष होणारच याबद्दल सिनेटरला एवढी खात्री वाटते?

तसे असेल तर मग तो पासवर्डही तसाच असायला हवा.

ती चटकन मागे परतली. सिनेटरच्या ऑफिसात घाईघाईने शिरली. पुन्हा तिने संगणक चालू केला आणि त्यात तो सात अक्षरी पासवर्ड भरला.

POTUSSS

स्क्रीनसेव्हर ताबडतोब नाहीसा झाला आणि ती बघत राहिली. तिला त्या संगणकावरील साऱ्या फायली एकदम खुल्या झाल्या.

राजकारणी व्यक्तीच्या मीपणाला कधीही कमी लेखू नका.

११६

कॉर्कीने या आधी कधीही इतक्या वेगाने रात्रीच्या अंधारात मोटरबोट चालवली नव्हती. पूर्ण वेगाने धावणारी ही बोट सरळ रेषेत पुढे पुढे जात राहील. त्यासाठी आपल्याला स्टिअरिंग व्हील हातात धरायची गरज नाही. कमीत कमी विरोधाच्या मार्गानेच मोटरबोट जाणार.

ती बोट आता पाण्यावर आपटत आपटत चालली होती. तो स्टिअरिंग व्हील सोडून आपल्या पायाची जखम तपासू लागला. ती गोळी पुढून न लागल्याने त्याचे नडगीचे हाड बचावले होते. याचा अर्थ पोटरीत घुसलेली गोळी तिथेच कदाचित रुतून बसलेली असेल. वाहणारे रक्त थांबवण्यासाठी तो सर्वत्र शोध घेऊ लागला; परंतु त्याला काहीही सापडले नाही. पायात घालावयाच्या फिन्सच्या सपाता, एक श्नॉर्केल आणि एक-दोन लाईफ जॅकेट्स एवढेच त्याला सापडले. बोटीत कुठेही प्रथमोपचाराची पेटी नव्हती. एका खणामध्ये काही हत्यारे, चिंध्या, चिकटपट्टी, तेल आणि मोटरबोटीची देखभाल करण्यासाठी लागणाऱ्या वस्तू त्याला सापडल्या. त्याने आपल्या रक्ताळलेल्या पायाकडे पाहिले. शार्क माशांच्या भागातून आपण किती दूर जाऊ शकू याचा तो विचार करू लागला.

या भागातून पुढे काही मैल तरी आपल्याला गेले पाहिजे.

डेल्टा-वन याने आपले हेलिकॉप्टर समुद्रावरती खूप खाली आणले व अंधारात तो मोटरबोटीचा शोध घेऊ लागला. पळून जाणारी मोटरबोट ही किनाऱ्याच्या दिशेने जाणार असे गृहीत धरून तो त्या दिशेने खाली पहात पहात जाऊ लागला.

एव्हाना आपण त्या बोटीला सहज गाठायला हवे होते.

एरवी अशा बोटीचा माग काढणे खूपच सोपे असते. सरळ रडारने ती मोटरबोट शोधता आली असती; परंतु किओवा हेलिकॉप्टरमधील रडार जॅमिंग व्यवस्था चालू असल्याने रडारयंत्रणा चालू करण्यात अर्थ नव्हता. तसेच रडार जॅमिंग बंद करणे

हाही पर्याय वापरता येत नव्हता. गोया जहाजावरील सर्वजण ठार झाले आहेत असा निरोप मिळेपर्यंत तसे करण्यात अर्थ नव्हता. काय वाटेल ते झाले तरी त्या जहाजावरून एकही आणीबाणीचा संदेश बाहेर जाऊ देता कामा नये.

उल्केबद्दलचे ते रहस्य येथेच संपणार. येथेच कायमचे गाडले जाणार. अगदी येथेच.

डेल्टा-वनकडे मागोवा घेण्यासाठी अन्य काही उपाय होते. त्या गरम पाण्याच्या प्रवाहाच्या पार्श्वभूमीवर ती मोटरबोट शोधणे तसे सोपे होते. सरळ खालील समुद्रातील उष्णतेचा नकाशा टिपला की त्यात त्या मोटरबोटीच्या उष्णतेचा वेगळा ठिपका सहज दिसून येईल. त्याने हेलिकॉप्टरमधील थर्मल स्कॅनर चालू केला. हेलिकॉप्टर भोवतालच्या समुद्रातून बाहेर पडणाऱ्या उष्णतेचे तापमान त्या यंत्रणेने मोजून सांगितले. ३५ अंश सेल्सिअस. तर मोटरबोटीच्या इंजिनातून बाहेर पडणाऱ्या धुराचे तापमान १३७ अंश सेल्सिअस असल्याने त्या मोटरबोटीचा उष्ण ठिपका ठळकपणे पडद्यावर उमटणार होता.

कॉर्की मार्लिन्सनचे पाऊल व तंगडी बधिर होऊन गेले होते. त्याने तिथल्याच चिंध्या घेऊन पोटरीवरचे रक्त पुसून काढले. तिथेच चिकटपट्टीही होती. एखाद्या पाइपातून कुठे गळती सुरू झाली तर ती बंद करण्यासाठी तिचा वापर केला जायचा. त्या चिकटपट्टीने त्याने आपली जखम बंद करून बांधली. संपूर्ण तंगडी त्याने ती चिकटपट्टी गुंडाळून झाकून टाकली. होती नव्हती तेवढी सारी चिकटपट्टी त्याने संपवली. त्या चंदेरी चिकटपट्टीने त्याचा पाय चंदेरी रंगाचा दिसू लागला. रक्तस्राव थांबला; पण त्याच्या हाताला व कपड्याला बरेच रक्त लागले होते.

मग त्या धावत्या मोटरबोटीच्या जमिनीवर बसून तो विचार करू लागला. आत्तापर्यंत त्या हेलिकॉप्टरने आपला पाठलाग कसा केला नाही? त्याने क्षितिजावर असलेल्या गोया जहाजाकडे पाहिले. तेथून ते हेलिकॉप्टर आपल्या दिशेने येते की नाही याचे बारकाईने निरीक्षण केले; परंतु त्याला ते हेलिकॉप्टर दिसले नाही की जहाजही दिसले नाही. आपण इतके काही दूरवर आलेलो नाही. मग असे का व्हावे?

अचानक त्याला वाटले की आपण त्यांच्या तावडीतून खरोखरीच निसटलो आहोत. अंधारात ते आपल्याला पाहू शकले नसावेत. कदाचित आपण किनाऱ्याच्या दिशेने जात असू. थोड्याच वेळात आपण जमिनीवरती पोहोचू! या सुखद विचाराने त्याला बरे वाटले; परंतु खरा प्रकार काय होता?

काय झाले ते त्याच्या थोड्या वेळात लक्षात आले. आपल्या बोटीमागे जो पाण्याचा खळखळाट समुद्रावरती एक तात्पुरता पट्टा उमटवत होता त्या पट्ट्याचा

मार्ग सरळ नसून थोडासा वक्राकार होता. याचा अर्थ उघड होता. तो अर्थ कळल्यावर कॉर्की हादरला. त्याने मनातल्या मनात तो वक्राकार मार्ग समुद्रावर रेखाटून अंदाज घेतला. शेवटी त्याला ते सत्य उमगले. आपण एका मोठ्या वर्तुळाकृती मार्गावरती आहोत. पाण्याच्या प्रवाहात सापडलो आहोत. बोटीचे स्टिअरिंग व्हील सोडून दिल्यावर बोटीला प्रवाहाने आपल्याच मार्गात ठेवले होते. शेवटी मेगॅप्लुमच्या मोठ्या भोवऱ्यात आपण सापडलो असून, गोया जहाजाभोवती चकरा मारत आहोत! इंजिन चालू असल्याने दुप्पट वेगाने फिरत आहोत!

या भोवऱ्यामध्ये असलेल्या हॅमरहेड शार्क माशांबद्दल टॉलन्डने सांगितलेले त्याला आठवले. त्या माशांना रक्ताच्या एका थेंबाचा वास एक मैलावरूनही सहज येतो. कॉर्कीने घाबरून आपल्या हातापायांकडे पाहिले.

आता कोणत्याही क्षणी ते हेलिकॉप्टर तिथे येणार होते.

त्याने झटपट आपल्या अंगावरचे रक्ताळलेले कपडे काढले. मग अडखळत तो बोटीच्या मागच्या बाजूला गेला. बोटीचा पाठलाग तेवढ्याच वेगाने शार्क मासे करू शकणार नाहीत हे त्याला ठाऊक होते. जर ते हेलिकॉप्टर आले तर मात्र आपल्याला समुद्रात उडी घ्यावी लागेल.

चुकून जरी एखादा रक्ताचा थेंब अंगावर राहिलेला असला तर...

त्यावरती एकच उपाय होता. त्याला ठाऊक होते की जनावरे आपल्या वर्चस्वाचे क्षेत्र आखण्यासाठी स्वतःच्या मूत्राचा उपयोग करतात. याचे कारण मूत्रामधील युरिक ॲसिड हे अत्यंत वास मारणारे असते. मनुष्याजवळही असेच युरिक ॲसिडने युक्त असलेले मूत्र आहे.

मूत्र हे रक्ताच्या वासापेक्षा अधिक दर्प सोडणारे आहे, अशी त्याने आशा केली. आपला जायबंदी झालेला पाय त्याने बोटीच्या काठावरती ठेवला आणि पायाला गुंडाळलेल्या चिकटपट्टीवरती तो मुतण्याचा प्रयत्न करू लागला; पण त्याला लघवीच होईना. उल्का वर काढल्यावर जो जल्लोष केला गेला त्या वेळी आपण बिअर प्यायलो असतो तर आत्ता आपल्याला चटकन लघवी करता आली असती, असे त्याच्या मनात येऊन गेले. *कम ऑन!* तो वाट पाहू लागला, जोर करू लागला. शेवटी काही वेळाने त्याला लघवी झाली. आपल्या मूत्राने त्याने ती सारी चिकटपट्टी चिंब भिजवून टाकली. तिथेच ज्या चिंध्या पडल्या होत्या त्याही त्याने ब्लॅडरमधील उरल्यासुरल्या मूत्राने भिजवल्या. मग त्या चिंध्यांच्या बोळ्याने आपले मूत्र त्याने सर्वांगाला फासले.

वरती आकाशातून एक लाल रंगाची प्रकाशशलाका अवतीर्ण झाली. जणू काही गिलोटीनचे एक धारदार पाते त्याच्या मोटरबोटीवरती कोसळले होते; परंतु हेलिकॉप्टरच्या वैमानिकाला कळेना की पळून गेलेली ही मोटरबोट पुन्हा जहाजाच्या

दिशेने जाऊन का चकरा मारते आहे?

कॉर्कीने ताबडतोब एक हाय-फ्लोट लाईफ जॅकेट अंगावरती चढवले. तो पटकन बोटीच्या मागच्या बाजूला गेला. बोटीत आता एक प्रखर लाल प्रकाशाचा ठिपका पडला होता. कॉर्कीपासून तो अवघा पाच फुटांवरती होता.

कोणत्याही क्षणी वरून क्षेपणास्त्र कोसळणार होते.

जहाजावरती टॉलन्डने दूरवर सर्वत्र आपली नजर फिरवून पाहिले; परंतु त्याला कोठेही मोटरबोट दिसली नाही. निदान ती क्षेपणास्त्राने नष्ट केली असेल तर त्या स्फोटाचा आवाज ऐकू यायला हवा होता. तसेच त्या धमाक्याचा प्रकाशही दिसायला हवा होता. आगीच्या ज्वाळा व धूर येथून दिसण्यात काहीच अडचण नव्हती. त्याला आपल्या मोटरबोटीचा वेग माहीत होता. कॉर्की जाऊन किती वेळ झाला तेही त्याला ठाऊक होते. एव्हाना तो क्षितिजापलीकडे नक्कीच जाऊ शकणार नव्हता.

अखेर त्याने त्या स्फोटाचा आवाज ऐकला.

११७

व्हाईट हाऊसमधील पश्चिमेकडचा कक्ष रात्रीच्या या वेळी नेहमी शांत असतो; पण खुद्द अध्यक्षांचे नाईट गाऊनमध्ये झालेले आगमन पाहून त्यांचा रक्षक आणि रात्रपाळीचे कर्मचारी चक्रावून गेले.

"मिस्टर प्रेसिडेंट, तुम्ही फोनवर सांगितल्याप्रमाणे मी मिस टेन्च यांचा शोध घ्यायचा खूप प्रयत्न केला; पण त्या कुठेही सापडत नाहीत." एक तरुण रक्षक अध्यक्षांच्या मागोमाग चालत चालत त्यांना सांगत होता. अध्यक्ष आता आपल्या ओव्हल ऑफिसकडे चालले होते. तो पुढे म्हणाला, "मी त्यांचा पेजर, मोबाइल यावरही प्रयत्न केला; पण कुठूनही प्रतिसाद मिळत नाही."

अध्यक्ष थांबून म्हणाले, "तुम्ही त्यांच्या खोलीत–"

"त्या व्हाईट हाऊस सोडून बाहेर कुठे तरी गेल्या आहेत असे मला कळले." दुसरा एक रक्षक तिथे घाईघाईने येऊन सांगू लागला, "तासाभरापूर्वीच त्या गेल्या. जाताना त्यांनी रजिस्टरमध्ये तशी नोंदही केली होती. कदाचित त्या एनआरओकडे गेल्या असाव्यात; कारण टेलिफोन ऑपरेटरने मला सांगितले की त्यांनी रात्री पिकरिंग यांना फोन केला होता. नंतरच त्या तासाभराने बाहेर पडल्या."

"विल्यम पिकरिंग?" अध्यक्ष म्हणाले. ते गोंधळलेले दिसत होते. टेन्च व पिकरिंग यांचे स्वभाव पहाता त्यांचे एकमेकांशी सख्य नाही हे त्यांना ठाऊक होते. "मग तुम्ही पिकरिंग यांना फोन लावला की नाही?"

“सर, त्यांच्याकडून काहीही प्रतिसाद मिळत नाही. एनआरओच्या ऑपरेटरने खूप प्रयत्न करून पाहिला; पण त्यांनाही पिकरिंग यांच्याशी संपर्क साधता आला नाही. ते तर असे म्हणत आहेत की पिकरिंग यांचा मोबाइल वाजत असल्याचेही ऐकू येत नाही. जणू काही ते अदृश्य झाल्यासारखे भासत आहे.”

अध्यक्षांनी आपल्या रक्षकांकडे काही क्षण रोखून पाहिले व ते सरळ आपल्या बारकडे निघून गेले. तिथे गेल्यावर त्यांनी प्रथम बूरबाँ मद्याचा एक पेग स्वत:साठी ओतून घेतला. आपला ग्लास उचलून तो ओठाला लावत असताना सीक्रेट सर्व्हिसमधील एक माणूस तिथे धावत आला.

तो घाईघाईने सांगू लागला, “मिस्टर प्रेसिडेंट, मी तुम्हाला उठवणार नव्हतो; पण आज रात्री एफडीआर मेमोरिअलच्या जागेत एका मोटरगाडीतील बॉम्बचा स्फोट झाला.”

“काय?” असे जोरात म्हणून अध्यक्षांनी आपला ग्लास खाली ठेवला, “अन् ही गोष्ट कधी घडली?”

“एक तासापूर्वी.” सांगणाऱ्याचा चेहरा गंभीर झाला होता. तो पुढे म्हणाला, “एफबीआयने त्या मोटारीत बळी पडलेली व्यक्ती कोण असावी ते नुकतेच शोधून काढले आहे...”

११८

डेल्टा-थ्री वेदनेमुळे विव्हळत होता. बेशुद्धीच्या काठावर तो तरंगत होता. मृत्यू हा असा असतो? त्याने हालचाल करायचा प्रयत्न केला; पण पक्षाघात झाल्याप्रमाणे त्याला आपले अवयव हलवता येईनात. तो कसाबसा श्वासोच्छ्वास करत होता, एवढेच. समोरचे दृश्य त्याला सारवल्यासारखे व अंधुक दिसत होते. काहीतरी आकृत्या आजूबाजूला वावरत आहेत असे त्याने पाहिले. त्याने आठवायचा प्रयत्न केला. दूरवर समुद्रात त्या मोटरबोटीचा स्फोट झालेला त्याने ऐकला होता. टॉलन्डच्या डोळ्यांत त्यामुळे पेटलेला अंगार त्याने पाहिला होता. आपली स्फोटक काठी टॉलन्डने त्याच्या घशात खुपसली होती.

नक्कीच त्याने मला ठार केले असणार...

पण तरीही उजव्या पायातून किंवा तिथल्या भागातून त्याला तीव्र कळा जाणवत होत्या. याचा अर्थ आपण अजूनही जिवंत आहोत. तो हळूहळू शुद्धीवर आला. मोटरबोटीचा स्फोट ऐकल्यानंतर टॉलन्डच्या तोंडून एक रागाचा उद्‌गार बाहेर पडला होता. आपला एक मित्र मेला म्हणून त्याला तीव्र दु:ख झाले होते. मग आपले रागाने धुमसणारे डोळे डेल्टा-थ्रीकडे फिरवत टॉलन्ड वाकला. आपल्या

हातातील ती काठी तो बेधडक आत घशात खुपसणार होता. तसे तो करणारच होता; पण तो ऐन वेळी कचरला. त्याच्या स्वतःच्या नैतिकतेने टॉलन्डला मागे खेचले. त्याने आपली काठी बाहेर काढून घेतली व आपल्या पायातील बूट डेल्टा-थ्रीच्या उद्ध्वस्त पायावर जोरात दाबला. अगदी क्रूरपणे दाबला!

डेल्टा-थ्री हे आठवत होता. शेवटचे त्याला आठवले ते तो दुःखाने ओकत होता आणि सारे जग हे अंधारात तरंगत होते.

आता तो शुद्धीवर येत होता; आपण किती वेळ बेशुद्ध पडलो होतो हे त्याला कळेना. आपले दोन्ही हात मागे नेऊन एकमेकांशी बांधले आहेत हे त्याला जाणवले. ते एवढ्या करकचून बांधले होते की तसे बांधणे फक्त खलाशी लोकांनाच जमते. त्याचे पायही बांधून टाकले होते. ते मागच्या बाजूला वळवून हाताशी गुंतवून टाकले होते. त्यामुळे त्याचे शरीर मागे वाकले होते, बाकदार झाले होते.

त्याने बोलायचा प्रयत्न केला; पण त्याच्या तोंडून आवाज फुटेना. त्याला घुसमटल्यासारखे वाटू लागले. आपल्या तोंडात कशाचा तरी मोठा बोळा कोंबला आहे हे त्याला कळून चुकले.

डेल्टा-थ्री याला काय चालले आहे ते कळेना. जेव्हा त्याच्या अंगाला थंड वारा लागला तेव्हा त्याने डोळे उघडले. त्याचे डोळे प्रखर प्रकाशाने दिपले. त्याच्या लक्षात आले की आपल्याला आता वरच्या डेकवर आणले गेलेले आहे. त्याने मदतीसाठी वळून पाहिले तर त्याला एक भयानक दृश्य दिसले. ते दृश्य म्हणजे त्याने पाहिलेले स्वतःचे प्रतिबिंब होते; पण ते प्रतिबिंब चमत्कारिक होते. त्यात त्याचे शरीर विकृत आकाराचे झालेले दिसले होते. ती छोटी ट्रिटॉन पाणबुडी तिथे टांगलेली होती. त्या पाणबुडीच्या माथ्यावरती एक पारदर्शक प्लॅस्टिकचा घुमट होता. त्या घुमटाच्या चकचकीत पृष्ठभागावरती त्याने आपले प्रतिबिंब पाहिले होते. आपल्याला या पाणबुडीत घालून बंद करणार हे त्याच्या लक्षात आले. एका राक्षसी सापळ्यात आपल्याला टाकले जाणार आहे; पण एका प्रश्नाचे उत्तर त्याला मिळत नव्हते.

जर मी डेकवरती असेन... तर डेल्टा-टू कुठे आहे?

डेल्टा-टू याला डेकवर एकट्याने रहाण्याचा कंटाळा आला होता. तो अस्वस्थ होत गेला. त्याच्या जोडीदाराने जरी त्याला आपण ठीक असल्याचे वायरलेसवरती कळवले होते तरीही त्याला नीट काही समजेना; कारण त्याने एक बंदूक झाडल्याचा आवाज ऐकला होता. तो आवाज मशीनगनमधून झाडलेल्या गोळीसारखा नव्हता. टॉलन्ड किंवा रेचल यांच्यापैकीच कोणीतरी ती गोळी झाडली असणार हे उघड होते.

आपला जोडीदार जिथून खाली गेला तिथे जाऊन त्याने कठड्यावरून खाली डोकावून पाहिले. त्याला खालच्या डेकवरती रक्त सांडलेले दिसले.

आपली हातातील मशीनगन उचलून धरत तो खालच्या डेकवरती गेला. जिथे रक्त सांडले होते तिथे तो गेला. एका छोट्या व्हरांड्यात सांडत गेलेल्या रक्ताचा माग धरून तो पुढे जाऊ लागला. ते रक्त शेवटी जहाजाला संपूर्ण वळसा घालून पुन्हा वरच्या मुख्य डेककडे जाणाऱ्या दुसऱ्या उतारमार्गावरती गेले होते. रक्ताचे डाग ठिबकणाऱ्या थेंबांचे नव्हते, तर ते सारवत नेलेल्या रक्तासारखे होते. दुसरा उतारमार्ग चढून मुख्य डेकवरती तो परत आला.

व्हॉट द हेल इज गोईंग ऑन? ह्या रक्ताच्या डागांनी जहाजाला वेढणारे एक मोठे वर्तुळ काढलेले आहे.

आता तो खूपच सावध झाला. कोणत्या तरी मोठ्या युक्तीला आपल्याला बळी पडायचे नाही, हे तो आपल्या मनाला बजावत पुढे सरकू लागला. मोठ्या डेकवरील प्रयोगशाळेचे दार ओलांडून तो पुढे सरकला. ते रक्ताचे डाग तरीही पुढे गेलेले होते. डेकच्या मागच्या भागाकडे गेले होते. तो सावधगिरीने कोपऱ्यापाशी दुरून वळला. त्याचे डोळे रक्ताचा माग शोधत होते.

शेवटी त्याला ते दिसले.

बाप रे!

तिथे डेल्टा-थ्री पडलेला होता. हातपाय बांधलेला व तोंडात बोळा कोंबलेल्या अवस्थेत तो होता. त्या तिथेच जहाजावरची छोटी पाणबुडी टांगलेली होती. ती पाणबुडी लांबट आकाराची नेहमीसारखी नव्हती, तर तिचा आकार एका मोठ्या बुडबुड्यासारखा होता. माथ्यावरती एका पारदर्शक प्लॅस्टिकचा घुमट होता. त्या पाणबुडीसमोर डेल्टा-थ्री याला वाटेल तसे फेकून दिले होते. लांबून पहातानाही डेल्टा-टूला कळले की आपल्या जोडीदाराच्या उजव्या तंगडीचा अर्धा भाग नाहीसा झालेला आहे.

ज्या अर्थी येथे याला उघड्यावरती फेकून दिलेले आहे त्याअर्थी हा काही तरी नक्की सापळा लावला आहे, हे जाणून तो अत्यंत सावधगिरीने पुढे सरकू लागला. डेल्टा-थ्री आता वळवळू लागला होता. बोलायची धडपड करत होता. ते पाहून डेल्टा-टू आपली मशीनगन रोखत पुढे जाऊ लागला. डेल्टा-थ्रीला अशा रीतीने बांधले होते, की त्याच्या हातापायातील रक्तस्राव त्यामुळे थांबला होता. त्यामुळेच तो अद्याप जिवंत राहिला होता.

जेव्हा डेल्टा-टू त्या टांगलेल्या पाणबुडीपाशी पोहोचला तेव्हा त्या पाणबुडीच्या माथ्यावरील घुमटाच्या चकचकीत पृष्ठभागावरून आपल्या मागचा सारा डेक दिसतो आहे असे त्याच्या लक्षात आले. डेल्टा-टू शेवटी आपल्या जोडीदारापाशी पोहोचला.

त्याने ओणवे होऊन पाहिले तर त्या जोडीदाराच्या डोळ्यांत कसली तरी धोक्याची सूचना उमटलेली आहे; पण ती सूचना मिळायला खूप उशीर झाला होता.

कुठून तरी एक चंदेरी रंगाचा पट्टा झटकन नजरेसमोर गेल्यासारखा वाटला.

ट्रिटॉन पाणबुडीला दोन-तीन हात होते. त्या हातांच्या टोकांना पंजे होते. त्यातला एक हात अचानक जिवंत झाला व तो वेगाने डेल्टा-टू कडे आला. त्या हाताच्या उघडलेल्या पंजाने डेल्टा-टू याची डावी मांडी आपल्या चिमट्यात पकडली. अगदी घट्ट पकडून धरली. आणखी जर पकड घट्ट केली तर मांडीच्या हाडांचा भुगा झाला असता. त्याने जिवाच्या आकांताने त्या पकडीतून सुटण्याची धडपड केली; पण त्या पंजाने त्याला अजिबात सोडले नाही. वेदनेमुळे तो कळवळून ओरडला. आपले मांडीचे हाड मोडते आहे असे त्याला वाटू लागले. त्याचे डोळे वर फिरले. त्याच्या नजरेला डेकचे त्यावरचे प्रतिबिंब दिसले. त्या प्रतिबिंबाच्या मधून त्याने पलीकडे पाहिले. त्याला ट्रिटॉनचा अंतर्भाग दिसला.

मायकेल टॉलन्ड आतमध्ये कन्ट्रोलपाशी बसला होता.

चुकीची कल्पना शत्रूने राबवली, असे त्याच्या मनात आले. मग आपल्या वेदनेवरती कसाबसा काबू मिळवत त्याने आपली मशीनगन खांद्याला टेकवून वर नेम धरला. त्या घुमटापासून त्याच्या मशीनगनच्या नळीचे तोंड अवघे तीन फुटांवरती होते. नेम चुकणे शक्यच नव्हते. त्या प्लॅस्टिकच्या घुमटावरती त्याने थडाथड गोळ्या झाडल्या. मशीनगनमधल्या गोळ्या संपल्या तरी त्याने चापावरचे बोट काढले नव्हते. इतका त्याला आपण फसले गेल्याचा राग आला होता. त्याला आता श्वास घेणे मुष्कील झाले होते. त्याच्या हातातील मशीनगन खाली गळून पडली.

"संपल्या गोळ्या." डेल्टा-टू म्हणाला. त्याने त्या राक्षसी चिमट्यातून आपला पाय सोडवायचा प्रयत्न केला; पण तो पंजाचा चिमटा अधिकच आवळला गेला. त्याच्या मांसात रुतला. त्याच्या मांडीतून भळाभळा रक्त गळू लागले. ते पाहून तो चिडून म्हणाला, "फक्!" त्याने आपल्या कंबरेच्या पट्ट्याला हात घातला. वायरलेस सेट काढून त्याने आपल्या ओठांपाशी नेला; पण तेवढ्यात पाणबुडीचा दुसरा एक यांत्रिक हात वेगाने पुढे आला व त्याने त्याचा उजवा हात पकडून मागे ओढला. तो वायरलेस सेट खाली डेकवरती पडला.

डेल्टा-टू च्या समोर तो प्लॅस्टिकचा घुमट होता. आतील व्यक्ती इतक्या गोळ्या झाडल्यावर जिवंत रहाणे शक्यच नव्हते; पण ती आतली व्यक्ती आता जिवंत होऊन दोन्ही बाजूला हलू लागली. नक्कीच ते भूत असणार. त्या व्यक्तीने घुमटाला आपले डोके लावून बाहेर पाहिले तेव्हा डेल्टा-टूला सत्य कळले. तो प्लॅस्टिकचा घुमट बुलेटप्रुफ होता. त्यावर कसलाही परिणाम होऊ शकत नव्हता.

टॉलन्ड आतमध्ये सुखरूप जिवंत राहिला; परंतु घुमटावरती किंचित ओरखडे गेलेले होते.

काही वेळाने तो घुमट उचलला गेला व त्यातून टॉलन्ड बाहेर पडला. तो थरथरत असावा; पण तो अजिबात घाबरलेला नव्हता. ॲल्युमिनियमच्या शिडीवरून तो खाली आला व डेकवरती उडी मारून उतरला. टॉलन्डने त्या प्लॅस्टिकच्या घुमटाचे नीट निरीक्षण केले.

शेवटी तो डेल्टा-टूला म्हणाला, "तुमच्या गोळीचा आघात दर चौरस इंचावर दहा हजार पौंड एवढा आहे. पुढच्या वेळेस जरा जास्त ताकदवान शस्त्रे वापरत जा."

रेचल प्रयोगशाळेत लपून वाट पहात होती. लाख मोलाचा वेळ भराभर निघून जात आहे असे तिला वाटत होते. डेकवर गोळीबार झाल्याचे आवाज तिने ऐकले होते. टॉलन्डने जशी योजना आखली तसेच सारे घडलेले असावे, अशी ती मनोमन इच्छा करत होती. ती बनावट उल्का निर्माण करून सबंध जगाची फसवणूक करण्यामागे कोण आहेत? नासाचा ॲडमिनिस्ट्रेटर, मार्जोरी टेन्च का खुद्द राष्ट्राध्यक्ष? पण तिची त्याबद्दलची उत्सुकता केव्हाच मावळली होती. कोणी का असेना, आपल्याला काय करायचे, अशी तिची वृत्ती आता झाली होती.

परंतु जे कोणी असतील ते फार लांब जाऊ शकणार नाहीत. शेवटी सत्य बाहेर पडेलच.

रेचलच्या खांद्याला गोळी खरचटून गेल्याने जी जखम झाली होती, त्यातून रक्त बाहेर येणे आता बंद झाले होते. ॲड्रीनिलिन तिच्या रक्तात पसरत गेल्याने तिच्या वेदनाही कमी झाल्या होत्या. तिला आपली नजर नीट फोकस करता येत होती. एखाद्या गोष्टीवर लक्ष केंद्रित करता येत होते. तिथून तिने एक कागद व पेन शोधून काढले व त्यावरती दोन ओळीत एक निरोप लिहिला. तिचे अक्षर मोठे व चमत्कारिक उमटले होते; पण निरोपातील भाषा स्वच्छ होती. काही वेळ मिळाल्याने ती नीट भानावर आली होती. तो निरोपाचा कागद तिने आपल्या हातातल्या कागदाच्या गठ्ठ्यावर ठेवून दिला. त्या कागदांत बर्फाच्या थराला खालून पाडलेले भोक दर्शविणारा GPR यंत्राचा प्रिंटआऊट होता. समुद्रतळातील 'ऊ'सारख्या जीवाचे छायाचित्र होते. कॉन्ड्र्यूल्सच्या लेखातील काही मजकूर व आणखी छायाचित्रे होती. इलेक्ट्रॉन मायक्रोस्कॅनचा प्रिंटआऊट होता. थोडक्यात, तो सारा पुरावा एवढा भरभक्कम होता की त्यामुळे ती उल्का बनावट आहे, हे सहज सिद्ध करता येत होते.

हायड्रोलॅबच्या प्रयोगशाळेत एक फॅक्स यंत्र होते. तिला फारच थोड्या जणांचे फॅक्स नंबर ठाऊक होते. तिने असा एक नंबर निवडला की त्या नंबरावरील व्यक्ती

तो पुरावा आनंदाने स्वीकारेल. आपला श्वास रोखून तिने त्या व्यक्तीच्या फॅक्सचा नंबर की बोर्डवर टाईप केला.

मग तिने पाठविण्याची आज्ञा फॅक्स यंत्राला दिली. पलीकडची व्यक्ती नक्की ते कागद स्वीकारेल अशी तिला आशा होती.

ते फॅक्स यंत्र चालू झाले. त्यातून 'बीप' आवाज आला.

ERROR : NO DIAL TONE

असे काही होईल याची रेचलला अपेक्षा होतीच. गोया जहाजावरील संपर्क यंत्रणा अजूनही किओवा हेलिकॉप्टरच्या जॅमिंगच्या तुरुंगात अडकली होती.

ती वाट पहात उभी राहिली. पुन्हा एकदा यंत्रातून बीप आवाज आला.

REDIALING.....

पुन्हा तेच. रेचल हताश होऊन त्या यंत्राकडून होणाऱ्या पुनरावृत्तीकडे पहात होती.

ERROR : NO DIAL TONE

REDIALING.....

ERROR : NO DIAL TONE

REDIALING.....

एवढ्यात तिला बाहेर हेलिकॉप्टरचा आवाज ऐकू आला. किओवा हेलिकॉप्टरच्या पंख्याचा घरघराट फार मोठा होता. जेव्हा त्या फॅक्स यंत्राला कनेक्शन मिळेल तेव्हा ते सारे कागद फॅक्सकडून आपोआप पाठवले जातील असा विचार करून रेचल वेगाने त्या प्रयोगशाळेतून बाहेर पडली.

११९

गोया जहाजापासून १६० मैलांवरती गॅब्रिएल ॲश सिनेटर सेक्स्टनच्या संगणकाच्या पडद्याकडे डोळे फाडून आश्चर्याने बघत होती, मूकपणे बघत होती. तिला आलेला संशय बरोबर होता.

पण आपला संशय इतका खरा ठरेल याची तिला कल्पना नव्हती.

ती आत्ता डझनभर बँकेच्या चेक्सची माहिती पहात होती. ते सारे चेक्स सिनेटरने निरनिराळ्या खासगी अंतराळ उद्योग कंपन्यांकडून घेतलेले होते. केमान बेटावरील एका बँकेत ते सारे चेक्स शेवटी जमा झालेले होते. त्या बेटावरील बँकेत कोणालाही आपले नाव जाहीर न करता खाते उघडता यायचे. त्यांना फक्त एक खाते नंबर दिला जाई. तीच त्यांची ओळख ठरे. कोणाच्या नावावर बँकेत किती रकमा आहेत हे बाहेरच्या जगाला अजिबात कळत नसे. सर्वांत कमी रकमेचा

सेक्स्टनला मिळालेला चेक हा फक्त १५,००० डॉलर्सचा होता. बाकी सारे चेक्स हे वाढत्या रकमांचे होते. सर्वांत मोठा चेक हा पाच लाख डॉलर्सचा होता.

देणग्यांच्या रकमांचे खुलासे सिनेटरने, "ते सारे छोटे बटाटे आहेत," अशा भाषेत तिला केले होते. "आपल्याला मिळालेल्या देणग्या ह्या दोन हजार डॉलर्सच्या आतल्या आहेत," असेही तो म्हणाला होता.

सिनेटर तिच्याशी खोटे बोलत आला होता ते आता तिला उघड झाले. एका मोठ्या व बेकायदेशीर मार्गाने केलेल्या पैशाच्या पुरवठ्याच्या आधारावर सिनेटरची निवडणूक प्रचारमोहीम चाललेली होती. त्याने आपला विश्वासघात केला म्हणून तिला फार दु:ख झाले. त्याच्याबद्दलचा भ्रमनिरास तिच्या हृदयात खोलवर जाऊन रुतला. अरेरे! शेवटी सिनेटर आपल्याशी खोटे बोलले! ती खूप दु:खीकष्टी झाली.

आपल्याला किती हातोहात बनवले गेले. आपण किती मूर्ख ठरलो. तिला स्वत:वरतीच कोणीतरी घाण उडवल्यासारखे वाटले. आपल्याला आता वेड लागेल असे तिला वाटू लागले.

त्या अंधारात गॅब्रिएल हताश होऊन बसली. तिला आता पुढे काय करावे ते कळेना.

१२०

एका बाजूला कलून वळण घेत गोया जहाजावर ते किओवा हेलिकॉप्टर घोंगावत आले व डेकच्या मागच्या बाजूवर घरघरत हवेत स्थिर राहिले. डेल्टा-वन याने आपली नजर खाली फिरवली आणि तिथले अनपेक्षित दृश्य पाहून थक्क झाला.

एका छोट्या टांगलेल्या पाणबुडीच्या शेजारी मायकेल टॉलन्ड उभा होता. त्या पाणबुडीच्या एका यांत्रिक हाताने डेल्टा-टू याला पकडले होते. तो लोंबकळत होता. त्या राक्षसी पकडीतून निसटण्यासाठी तो धडपडत होता.

बाप रे! हे झाले तरी कसे?

रेचल सेक्स्टन डेकवर आल्यावर तर डेल्टा-वनला आणखी एक जबरदस्त धक्का बसला. डेल्टा-थ्री याचे हातपाय बांधून त्याचे मुटकुळे करून ठेवले होते. त्या मुटकुळ्याच्या दोन्ही बाजूला आपले पाय ठेवून ती उभी राहिली. तिथे पडलेली मशीनगन हातात घेऊन तिने त्याच्यावर रोखली. कोणत्याही क्षणी ठार मारू असा तिने पवित्रा घेतला. मग तिने हेलिकॉप्टरकडे जळजळीत नजरेने पाहिले. जर तुम्ही पुन्हा हल्ला कराल तर तुमच्या या दोन्ही माणसांना मी ठार करेन, अशी धमकीही तिच्या नजरेतून व्यक्त झाली होती.

डेल्टा-वनला क्षणभर काही सुचेना. आपण कुठे आहोत, कशासाठी आलो

आहोत वगैरे सर्व तो विसरून गेला. त्याच्या तुकडीला, डेल्टा-फोर्सला, किती खडतर प्रशिक्षण दिले होते. कोणत्याही परिस्थितीत जिद्द न सोडता शत्रूवर मात करायची. त्यासाठी कसलाही विधिनिषेध बाळगायचा नाही. तुम्ही कसे केले ते महत्त्वाचे नसते, मिळणारी फळे महत्त्वाची असतात. वाटेल ते करून आपले ईप्सित साध्य करायचे. त्यांना दिलेल्या प्रशिक्षणात असे त्यांच्या मनावर ठसवले होते. त्यामुळेच त्यांना आजवर कधीही अपयश मिळाले नव्हते. फक्त काल मात्र मिल्नेच्या बर्फभूमीवर तीन माणसे त्यांच्या हातून निसटून गेली होती. अगदी सहजासहजी; परंतु त्याबद्दल खुलासा करता येत होता. तिथल्या वादळाला दोष देता येत होता; परंतु आत्ताचा आपल्या दोन जवानांचा पराभव हा त्याला एक मोठा तडाखा बसला होता.

त्याला बसलेला हा धक्का पचवणे कठीण जात होते. या अपयशाबद्दल तो दुःखीकष्टी झाला होता. त्यातून त्यांचा प्रमुख, मार्गदर्शक व बॉस आत्ता त्याच्याबरोबर होता. त्याच्या मागच्या आसनावर कन्ट्रोलर बसला होता. आपला डेल्टा-फोर्स कसे काम करतो आहे हे तो जातीने पहात होता. त्याच्या डोळ्यांसमोर आपल्या मोहिमेला निम्मे अपयश येणे ही गोष्ट डेल्टा-वन याला असह्य होती. याची टोचणी त्याला लागून राहिली होती. कन्ट्रोलर आपल्या मोहिमेत स्वत: हजर राहील अशी कल्पना त्याने कधीही केली नव्हती.

कन्ट्रोलर .

डेल्टा-फोर्सच्या माणसांनी जेव्हा आपला बळी एफडीआर मेमोरिअलमध्ये घेतला तेव्हाच कन्ट्रोलरने डेल्टा-वनला हुकूम दिला होता, की त्यांनी एका सार्वजनिक उद्यानात ठरावीक ठिकाणी उतरावे. ते उद्यान व्हाईट हाऊसजवळ होते आणि तेव्हा ते निर्मनुष्य झाले होते. त्याप्रमाणे त्याने आपले हेलिकॉप्टर त्या उद्यानातील हिरवळीवर उतरवले. कन्ट्रोलर तिथे आला होता. आपली गाडी त्याने जवळच कुठे तरी पार्क करून ठेवली होती. कन्ट्रोलरला हेलिकॉप्टरमध्ये घेतल्यावरती ते सर्वजण थेट गोया जहाजाच्या दिशेने काही सेकंदांतच जाऊ लागले.

कन्ट्रोलरने स्वत: मोहिमेत भाग घेणे ही तशी एक दुर्मिळ गोष्ट होती. डेल्टा-वनला याबद्दल तक्रार करता येणे शक्यच नव्हते. डेल्टा-वन याने मिल्ने बर्फभूमीवरती ज्या तऱ्हेने काम केले त्यामुळे कन्ट्रोलर नाराज झाला होता. त्याने डेल्टा-वन याला सांगितले होते, की त्या निसटलेल्या माणसांमुळे परिस्थिती आणखी गंभीर होत गेली. लवकरच सर्वत्र संशय व्यक्त केला जाऊ लागण्याची शक्यता वाढत जाईल व झाल्या घटनेची तपासणी अनेकांकडून होऊ शकेल. म्हणून आता एकदाच काय तो सोक्षमोक्ष लावून टाकून या प्रकरणावरती पडदा पडलाच पाहिजे. त्याची खात्री करून घेण्यासाठी स्वत: कन्ट्रोलर आला होता.

कन्ट्रोलरच्या हातात एक शॉटगन होती. त्याला आता अपयश येऊ द्यायचे नव्हते. म्हणून तो जातीने आला होता. सेनापतीच रणांगणावरील आघाडीपाशी हजर राहिला होता.

हे सारे थांबलेच पाहिजे. अगदी आत्ता.

कन्ट्रोलरने खाली जहाजाच्या डेकवरती पाहिले. हे कसे काय घडले याचे त्यालाही आश्चर्य वाटले. ठरल्याप्रमाणे काहीच घडत नव्हते. त्या उल्केबद्दल प्रथम शंका येणे, बर्फाच्या थराखालचे उल्केचे बीळ सापडणे, मिल्ने बर्फभूमीवरून आपले बळी निसटून जाणे आणि शेवटी अतिमहत्त्वाच्या उच्चपदस्थ व्यक्तीची एफडीआर मेमोरिअलमध्ये हत्या घडणे या साऱ्या घटनांना आता वाटेल ते करून पूर्णविराम देणे भाग होते.

"कन्ट्रोलर ," डेल्टा-वन शरमेने बोलत होता, "असे काही घडेल याची मला कल्पनाच करता येत नाही..."

मलाही करता येत नाही, कन्ट्रोलरच्या मनात आले. या वाचलेल्या लोकांच्या क्षमतेचा अंदाज करता आला नाही.

कन्ट्रोलरने रेचल सेक्स्टनकडे पाहिले. तिने वर हेलिकॉप्टरच्या चकचकत्या विंडशील्डकडे थंडपणे पाहिले. मग तिने डेल्टा-थ्रीचा वायरलेस सेट उचलून आपल्या तोंडापाशी नेला. जेव्हा तिच्या आवाजाचे रूपांतर यांत्रिक आवाजात होऊन हेलिकॉप्टरमध्ये उमटले तेव्हा ती आपल्याला माघार घेण्यास सांगणार, अशी त्याची अटकळ होती. सारी संपर्कयंत्रणा ठप्प करणारे, जॅम करणारे ते हेलिकॉप्टरमधील यंत्र बंद करायला सांगतील. म्हणजे त्यांना वायरलेसवर मदत मागता येईल.

परंतु त्या कन्ट्रोलरचा अंदाज चुकला, सपशेल चुकला. रेचल जे म्हणाली ते कन्ट्रोलरला अत्यंत भयप्रद वाटले. तो हादरून गेला.

रेचल म्हणाली होती, "आता त्याला फार उशीर झाला आहे. त्या उल्केचे रहस्य, त्यामागचे सत्य फक्त आम्हाला ठाऊक आहे, असे नाही. इतर काही जणांनाही ते ठाऊक झाले आहे."

तिचे शब्द क्षणकाल हेलिकॉप्टरमध्ये प्रतिध्वनी उमटवत राहिले. ती जे म्हणाली ते खरे कशावरून, असा प्रश्न कन्ट्रोलरला पडला; परंतु जर खरे असेल तर, या दुसऱ्या प्रश्नाने तो हादरून गेला. तशी शक्यता जरी अगदी अंधुक असली तरी तिची दखल घेणे भाग आहे. कन्ट्रोलर दचकून विचार करू लागला. त्या उल्केच्या प्रकल्पाचे यश हे संपूर्णपणे गुप्त राखण्यात होते. ज्यांना ज्यांना ते रहस्य, ते सत्य ठाऊक झाले त्या माणसांना जिवंत ठेवता येत नव्हते. ते सर्वजण मृत्यू पावले तरच ते रहस्य तसेच रहाणार होते आणि असत्य हे सत्य म्हणून मिरवणार

होते. शिवाय रहस्य उलगडून सत्य जनतेच्या समोर आले तर... तर कन्ट्रोलरची धडगत नव्हती. तेव्हा रेचल, टॉलन्ड, कॉर्की यांना संपवायलाच हवे. कन्ट्रोलर या निर्णयाला आला.

इतर काहीजणांनाही ते ठाऊक झाले आहे...

रेचल सेक्स्टन महत्त्वाची व गुप्त माहिती कुठेही बोलत नसे की त्याचा उल्लेख करत नसे. त्यासंबंधीचे नियम ती कडकपणे पाळत असे. तिची ही ख्याती कन्ट्रोलरला ठाऊक होती. तेव्हा एवढी राष्ट्रीय महत्त्वाची माहिती ती अन्य कुणाला सांगेल यावर त्याचा विश्वास बसेना.

रेचल पुन्हा डेल्टा-फोर्सच्या त्या खास वायरलेस फोनवरती बोलू लागली. ती म्हणाली, ''मुकाट्याने माघार घ्या. तरच आमच्या ताब्यातील तुमच्या या दोन माणसांना आम्ही काहीही करणार नाही. तुम्ही जर आमच्या जवळ येऊ पहाल तर आम्ही त्यांना ठार मारू. अन् तुम्ही माघार घेतली काय आणि नाही घेतली काय, सत्य हे आता बाहेर पडलेले आहे. आमच्याखेरीज इतरांनाही ते ठाऊक झालेले आहे. तेव्हा आम्ही सांगतो तसे ऐकलेत तर निदान तुमचे कमी नुकसान होईल. तेव्हा येथून निघून जा. माघार घ्या.''

कन्ट्रोलर म्हणाला, ''तुम्ही खोटे बोलत आहात.'' आपला खरा आवाज तिला कळणार नाही याची त्याला खात्री होती; कारण मूळ आवाजाचे एकसुरी यांत्रिक आवाजात रूपांतर त्या फोनमध्ये व्हायचे. तो पुढे म्हणाला, ''तुम्ही कोणालाही काहीही सांगितलेले नाही. उगाच थापा मारू नका.''

''असं? मग प्रयत्न करण्याची एक संधी घेऊन पहाणार का?'' रेचलने फटकन कन्ट्रोलरला प्रत्युत्तर दिले. ''याआधी मला विल्यम पिकरिंग यांच्याशी संपर्क साधता आला नाही. म्हणून मी मला आलेल्या फोनवर एका व्यक्तीशी बोलताना त्याला सारे सांगून ठेवले आहे. जर माझे काही बरेवाईट झाले, किंवा दोन दिवसांत कसलीही बातमी कळली नाही, तर त्याने सरळ योग्य ठिकाणी ही माहिती पुरवावी, अशी सूचना त्याला देऊन ठेवली आहे. त्यामुळे मी माझा एक प्रकारे विमा उतरवलेला आहे.''

कन्ट्रोलरने आपल्या भुवया उंचावून थोडा विचार केला. रेचल जे म्हणते आहे ते खरे नसेल; पण कदाचित खरे असले तर? या विचाराने कन्ट्रोलर घाबरला.

रेचल टॉलन्डकडे पहात म्हणाली, ''मी जे म्हणाले ते त्यांना पटलेले दिसत नाही. किंवा पटलेले असले तरी ते मान्य करायला तयार होणार नाहीत.''

पाणबुडीच्या राक्षसी यांत्रिक हाताच्या पकडीत डेल्टा-टू सापडला होता. त्याने एक वेदनेने भरलेले मंद स्मित करून म्हटले, ''तुमच्या जवळच्या मशीनगनमधल्या

गोळ्या संपलेल्या आहेत आणि ते हेलिकॉप्टर तुम्हाला मिसाईलने उडवेल. तुम्ही दोघेही मरणार आहात. जर तुम्ही आम्हा दोघांना सोडलेत तरच तुम्ही वाचण्याची आशा आहे.''

खड्ड्यात गेलास. रेचल मनातल्या मनात त्याला म्हणाली. पुढे कोणती चाल खेळायची यावर ती विचार करू लागली. तिने खाली पडलेल्या माणसाकडे पाहिले. त्याचे हातपाय बांधले होते व त्याच्या तोंडात बोळा कोंबला होता. त्याच्या अंगातून बराच रक्तस्राव झाल्याने आता तो अर्धवट बेशुद्धीत होता. ती त्याच्यापाशी वाकून बसली व त्याच्या डोळ्यांत रोखून पहात म्हणाली, ''मी तुझ्या तोंडातील बोळा काढणार आहे. तुझ्या तोंडाशी वायरलेस फोन धरेन. तू हेलिकॉप्टरमधील तुझ्या माणसांना माघार घेण्यासाठी पटवून दे. समजले?''

त्या जायबंदी माणसाने, डेल्टा-थ्रीने आपली मान हलवून होकार दिला. अगदी कळकळीने होकार दिला.

रेचलने त्याच्या तोंडातील बोळा उपसून बाहेर काढला. मग त्याने आपल्या रक्तमिश्रित थुंकीचा एक बेडका रेचलच्या तोंडावर फटकन थुंकला.

तो खोकत खोकत म्हणाला, ''अग हडळे, तू कशी मरणार ते मी पहाणार आहे. ते तुला एखाद्या डुकरासारखे ठार मारतील. त्यावेळचे प्रत्येक मिनिट मी आनंदाने पाहीन.''

रेचलने आपल्या चेहऱ्यावरील त्याची थुंकी पुसून काढली. टॉलन्डने तिच्यापाशी येऊन तिला आपल्या दोन्ही हातांनी धरून उभे केले आणि ओढत ओढत बाजूला नेले. तिच्या हातातून त्याने मशीनगन काढून घेतली व तिला शांत केले. त्याच्या थरथरणाऱ्या स्पर्शामुळे तिला असे जाणवले, की त्याच्या मनात एकदम काहीतरी तुटले आहे, मोडले आहे. मग टॉलन्ड थोडे दूर असलेल्या एका कन्ट्रोल पॅनेलकडे गेला. तिथल्या एका खटक्यावर त्याने हात ठेवला. आपले डोळे त्याने डेकवर पडलेल्या माणसावर खिळवले.

टॉलन्ड त्याला म्हणाला, ''स्ट्राईक टू. आणि माझ्या जहाजावर तुम्हाला आता हे एवढेच मिळेल.''

मग रागाने व निर्धारपूर्वक त्याने तो खटका खाली केला. ट्रिटॉन पाणबुडी जिथे टांगली होती तिच्या खालच्या डेकचा एक मोठा चौकोनी भाग एकदम खाली गेला. ते एक दार होते. ते आता खाली पडून बिजागरीवर लोंबकळू लागले. ती पाणबुडी पाण्यात सोडण्यासाठी ते दार उघडावे लागे. मग त्या चौकोनी भोकातून पाणबुडी खाली समुद्रात सोडली जाई. फाशी देताना जसे गुन्हेगारांच्या पायाखालचे दार फटकन उघडले जाऊन तो खाली कोसळतो, तसेच त्या डेल्टा-थ्रीचे झाले. तो तीस फूट खाली कोसळला. खालच्या खळबळत्या समुद्रात पडला. जिथे पडला तिथले

पाणी लगेच गुलाबी होत गेले; कारण त्याच्यावर शार्क मासे तुटून पडले होते. अगदी तात्काळ!

ते पाहून कन्ट्रोलर हादरून गेला. त्याने हेलिकॉप्टरमधून खाली पाहिले. डेल्टा-थ्रीचे शरीर प्रवाहात सापडले होते. जे प्रकाशित पाणी होते ते पाणी गुलाबी रंगाचे होत गेले. हातासारख्या दिसणाऱ्या एका तुकड्यासाठी अनेक शार्क मासे भांडत होते.

बाप रे!

कन्ट्रोलरने आपली नजर परत डेककडे वळवली. डेल्टा-टू अजूनही त्या यांत्रिक हाताच्या पकडीत सापडून लोंबकळत होता; पण आता त्याच्या खाली डेक नव्हते, तर तीस फुटांवरती पाणी होते. त्यातच डेल्टा-थ्रीचा नुकताच अंत झाला होता. ती पाणबुडी त्याच्यासकट डेकवरच्या मोठ्या भोकावरती लोंबकळत होती. टॉलन्डने त्या यांत्रिक हाताची पकड नुसती सैल केली की डेल्टा-टू पाण्यात पडणार होता.

शेवटी कन्ट्रोलर फोनमध्ये ओरडून म्हणाला, "ओके! थांबा, जरा थांबा!"

रेचल खालून त्या हेलिकॉप्टरकडे पाहू लागली. इतक्या वरून पहातानाही कन्ट्रोलरला तिच्या डोळ्यांतील निर्धार जाणवला होता. रेचलने फोन उचलून त्यात म्हटले, "तुम्हाला अजूनही आम्ही थापा मारतो आहोत असे वाटते आहे? तर मग असे करा. एनआरओ संस्थेच्या मुख्य टेलिफोन स्विचबोर्डला फोन करा. तिथे जिम समिलजान नावाच्या माणसाला फोनवरती बोलवा. तो रात्रपाळीला पी अँड ए विभागात काम करतो आहे. मी त्या उल्केबाबत त्याला सर्व काही सांगितले आहे. तो तुमची खात्री पटवेल."

बाप रे! ती मला चक्क एक विशिष्ट नाव देत आहे? याचा अर्थ ती जे काही सांगते आहे ते खरे असावे. हे काही चांगले लक्षण नाही. रेचल सेक्स्टन ही मूर्ख बाई नाही. अन् ती थापा मारते आहे की नाही हे कन्ट्रोलरला चटकन फोनवर तपासून पहाता येणार होते. त्याच्या मते एनआरओ संस्थेत कित्येक हजार माणसे काम करत असली तरी या नावाचा माणूस तिथे नसावा; पण कुणी सांगावे रेचलची माहिती आपल्यापेक्षा अधिक खरी असू शकते. ती कदाचित खरे काय ते सांगत असावी. नाही तर तिने विशिष्ट नाव कसे काय सांगितले?

ती थापा मारते आहे की नाही याची खात्री करून घेणे एवढाच उपाय कन्ट्रोलरसमोर होता.

डेल्टा-वन याने मागे वळून पहात कन्ट्रोलरला म्हटले, "तुम्हाला जर फोन करायचा असेल तर तो जॅमर बंद करायला हवा. काय करू? बंद करू? म्हणजे तुम्हाला फोन करून खातरजमा करता येईल."

कन्ट्रोलरने खाली वाकून रेचल व टॉलन्ड यांच्याकडे पाहिले. ते दोघेही नजरेच्या टप्प्यात स्पष्ट येत होते. जर जॅमर बंद केला तर त्या दोघांपैकी कोणीही एकाने आपला स्वत:चा वायरलेस सेट किंवा फोन इत्यादी चालू करण्यासाठी हालचाल केली, जराशीही हालचाल केली, तर वरून गोळ्या झाडून त्यांना सहज संपवता येईल. हे काम डेल्टा-वन सहज करू शकेल. त्याच्या प्रतिक्षिप्त क्रिया अतिजलद होत. कन्ट्रोलरला ते ठाऊक होते. तेव्हा हेलिकॉप्टरमधून जॅमर बंद करून फोन करण्यात फारशी जोखीम नव्हती.

"तो जॅमर बंद करा," कन्ट्रोलरने हुकूम सोडला व आपल्या खिशातून एक मोबाइल बाहेर काढला. "ती थापा मारते आहे की नाही ते मला आत्ता कळेल. मग आपण डेल्टा-टू याला सोडवून आणू आणि बाकीचे प्रकरण संपवून टाकू."

एनआरओमधील मुख्य टेलिफोन स्विचबोर्डपाशी बसलेली ऑपरेटर अस्वस्थ होत चालली होती. ती फोनवरती म्हणत होती, "मी तुम्हाला सांगितले ना, प्लॅन्स ॲन्ड ॲनॅलिसिस विभागात जिम समिलजान या नावाची कोणीही व्यक्ती नाही."

परंतु फोन करणारी व्यक्ती तरीही आग्रह धरत होती. ती व्यक्ती म्हणाली, "तुम्ही वेगवेगळ्या प्रकारची स्पेलिंग वापरून पहा. कदाचित तो माणूस दुसऱ्या कोणत्या तरी विभागात काम करत असेल."

त्या ऑपरेटर स्त्रीने तसेही करून पाहिले होते; पण तरीही तिने तसा प्रयत्न पुन्हा एकदा करून पाहिला. मग मिनिटभराने ती म्हणाली, "आमच्या संपूर्ण स्टाफवरती जिम समिलजान नावाची कोणीही व्यक्ती नाही. कसेही स्पेलिंग केले तरीही ती व्यक्ती येथे नाही."

"ठीक आहे." फोनवरची व्यक्ती म्हणाली; पण त्या व्यक्तीच्या आवाजात थोडासा आनंद प्रकट झाला होता. ती व्यक्ती पुढे म्हणाली, "एनआरओमध्ये जिम समिलजान नावाची कोणीही व्यक्ती नाही, अशी तुम्ही खात्री करून घेतली आहे, असे मी धरून चालतो–"

अचानक त्या टेलिफोन लाईनवरती काहीतरी गडबड उडाल्याचे जाणवले. कोणीतरी ओरडले. मग फोन करणाऱ्या व्यक्तीने एक शिवी हासडून झटकन आपला फोन बंद केला.

किओवा हेलिकॉप्टरमध्ये डेल्टा-वन एकदम ओरडला. सर्व वायरलेस यंत्रणा ठप्प करणारी जॅमिंग यंत्रणा तो पुन्हा चालू करत होता. इतक्या वेळ त्याने कन्ट्रोलरचा फोन चालू असल्याने ती यंत्रणा बंद ठेवली होती; पण बंद करण्याच्या आधी त्याने समोरच्या पॅनेलवरील असंख्य बटणे व प्रकाशित दिवे

यांच्याकडे पाहिले. कन्ट्रोलरने फोन बंद केल्यावरतीही कुठे तरी पॅनेलवरचा एक बारीक दिवा लागलेला होता. याचा अर्थ आकाशातील सॅटकॉम उपग्रहाशी गोया जहाजावरून कोणीतरी संपर्क जोडला होता. जॅमिंग यंत्रणा बंद असताना जहाजावरून बाहेरच्या जगाशी संपर्क चालू होता; *पण ते कसे शक्य आहे? डेकवरून तर कोणीही हलले नव्हते.*

डेल्टा-वन जॅमिंगची यंत्रणा पुन्हा सुरू करत असतानाच गोया जहाजावरून सॅटकॉमला जोडलेले कनेक्शन तोडले गेले. आपोआप तोडले गेले.

हायड्रोलॅबमध्ये असलेल्या फॅक्सच्या यंत्रातून सर्व फॅक्स पाठवले गेल्याची व कृती पूर्ण झाल्याची खूण म्हणून 'बीप' असा आवाज उमटला. जणू काही ते यंत्र समाधानाने बीप म्हणाले होते.

त्याच्या डिस्प्ले लाईनवरती अक्षरे उमटली :

CARRIER FOUND..... FAX SENT

१२१

शत्रूला ठार करा नाहीतर स्वत: मरा. रेचलला स्वत:मधल्या एका वृत्तीचा आत्ता शोध लागला होता. आपल्यात अशी काही वृत्ती आहे याचा तिला पत्ता नव्हता. आपले अस्तित्व टिकवून धरण्याची वृत्ती! भीतीमुळे ही वृत्ती उफाळून येते. ही एक नैसर्गिक गोष्ट आहे.

वायरलेस फोनमधून रेचलला कोणीतरी विचारत होते, ''त्या फॅक्स मशीनमधून काय बाहेर पाठवले गेले?''

ते ऐकताच आपली युक्ती सफल झाल्याचे रेचलला कळले व तिला हायसे वाटले. ती करड्या आवाजात फोनवर म्हणाली, ''ताबडतोब येथून माघार घ्या. परत फिरा. सारे काही संपले आहे. तुमचे भांडे आता फुटले आहे.'' आपण कोणकोणते कागद बाहेर पाठवले तेही तिने सांगितले. सुमारे अर्धा डझन कागदपत्रे कशी पाठवली, त्यात कोणती छायाचित्रे होती, काय मजकूर होता ते तिने सांगितले. अगदी तपशीलवार सांगितले. ती अत्यंत सावकाश सांगत गेली. कोणताही तांत्रिक खुलासा सांगायचे तिने बाकी ठेवले नाही. त्या खुलाशावरून ती उल्का बनावट आहे हे पुरेपूर सिद्ध करता येते, हे ती ठामपणे म्हणाली. शेवटी तिने धमकीवजा स्वरात म्हटले, ''आम्हाला तुम्ही इजा केलीत तर तुमची परिस्थिती आणखीनच खराब होईल.''

तिच्या सांगण्यानंतर तिथे शांतता पसरली. मग फोनमधून तिला विचारले गेले, ''*तुम्ही कोणाला फॅक्स पाठविलेत?*''

त्या प्रश्नाचे उत्तर देण्याची तिची इच्छा नव्हती. तिला व टॉलन्डला शक्य तितके कालहरण करायचे होते. ते दोघेही अशा ठिकाणी उभे राहिले होते की त्यांनी गोळ्या झाडल्या असत्या तर वाटेत लोंबकळत असलेल्या डेल्टा-टू याला आधी त्या लागल्या असत्या.

तिला वरून विचारणा झाली, "तुम्ही विल्यम पिकरिंग यांना फॅक्स केलेत. हो ना?" त्या विचारण्यात कुठे तरी एक आशेची भावना लपली होती.

चूक, रेचल मनात म्हणाली. सर्वांत प्रथम पिकरिंगला ती सर्व माहिती पाठवण्याचे तिच्या मनात होते; परंतु तिला अशी भीती वाटली होती, की पिकरिंग यांनासुद्धा एव्हाना संपवले गेले असावे. म्हणून तिने नाइलाजाने दुसऱ्या एका व्यक्तीची निवड केली. ती व्यक्ती एवढी धाडसी होती की त्या व्यक्तीचे शत्रूही ते धाडस पाहून घाबरत. शिवाय त्या व्यक्तीने एकदा ठरवले की तिचा निर्धार कधीही बदलत नसे. त्यामुळे एका घायकुतीच्या क्षणी तिने त्याच व्यक्तीला ते कागद फॅक्सने पाठवून देण्याचा निर्णय घेतला होता.

आता बाण सुटला होता. पुढचा घटनाक्रम लवकरच सुरू होणार होता.

तिच्या वडिलांचे ऑफिस.

रेचलच्या स्मृतिपटलावरती तिच्या वडिलांचा फॅक्स यंत्राचा नंबर तिच्या आईच्या मृत्यूनंतर वेदनामयरीत्या उमटलेला होता. त्या वेळी सेक्स्टन आपल्या मृत पत्नीच्या नावे असलेल्या स्थावर-जंगम मालमत्तेची विल्हेवाट रेचलला विचारात न घेता लावत होता. रेचलला कधीही असे वाटले नाही की नंतर कधी काळी आपण वेळ येताच आपल्या वडिलांकडे मदतीसाठी धाव घेऊ. आज रात्री मानवी स्वभावातील दोन गुणधर्मांचा कस लागणार होता. आपल्या राजकीय उद्दिष्टांसाठी, प्रतिस्पर्ध्यावर मात करण्यासाठी, त्याला नेस्तनाबूत करण्यासाठी बनावट उल्केबाबतची सर्व माहिती जगापुढे आणून ठेवणे किंवा तसे करण्याची त्याला धमकी देऊन त्या सरकारी मारेकऱ्यांच्या तुकडीला माघारी बोलावण्याची सक्ती करून आपल्या कन्येचा जीव वाचवणे.

सिनेटर सेक्स्टनपुढे हे दोन पर्याय उभे रहाणार होते. राजकीय प्रतिस्पर्ध्यावर विजय मिळवून आपला भावी राजकीय उत्कर्ष साधणे किंवा आपल्या कन्येचा प्राण वाचवणे. राजकारण महत्त्वाचे की मानवी जीव महत्त्वाचे? राजकीय स्वार्थ की कौटुंबिक कर्तव्य? सिनेटरच्या स्वभावाचा आता कस लागणार होता. नियती त्याची परीक्षा पहाणार होती. दोन्ही बाजू समसमान होत्या. त्यातून काय निष्पन्न होणार होते? दोन्ही पारड्यांचा तोल एका नाजूक बिंदूवर आधारला जात होता. पारडे कुठेही झुकले तरी त्यातून एखादी घटनामालिका जन्म घेणार होती. त्या मालिकेच्या शेवटी काय असेल. भविष्यातील घटना वर्तमानकाळातील कृत्यांमुळे ठरत असतात हेच

खरे? का घटनांना आपोआप कलाटणी दिली जात असते?

आपले वडील आत्ता रात्रीचे आपल्या ऑफिसात नाहीत याची रेचलला कल्पना होती. शिवाय आपली स्वत:ची ऑफिसातील खोली बँकेतील तिजोरीप्रमाणे ते बंद करतात हे तिला ठाऊक होते. अन् समजा जरी आपण ते फॅक्स कुठे पाठवले हे सांगितले तरी काही वेळ ती बंदिस्त तिजोरी समोरच्या माणसांना नक्कीच फोडता येणार नव्हती; कारण सिनेटरचे ऑफिस असलेल्या त्या इमारतीमध्ये कडक सुरक्षा व्यवस्था होती. रेचलने आपल्याकडची रहस्यभेद करणारी माहिती ही एक प्रकारे तिजोरीत ठेवली होती. ती तिजोरी ठरावीक वेळाने उघडली जाणारी असल्याने तिला टाईम-लॉक लागलेले होते.

फोनमधला आवाज तिला म्हणत होता, ''तुम्ही ज्या कोणाला फॅक्स पाठवला ती व्यक्ती आता धोक्यात आली आहे.''

आपल्याला जरी भीती वाटत असली आणि ती भीती रास्त असली तरीही, आपण हातात हुकमाची पाने असल्यासारखेच बोलले पाहिजे, असे रेचलला कळून चुकले होते. तिने पोलादी पंजात अडकून लोंबकळणाऱ्या माणसाकडे बोट केले. त्याचे पाय हलत होते. अंगातले रक्त पायावरून खाली गळत होते. अन् खाली डेक नव्हता, तर तीस फूट खोलीवरती समुद्राचे पाणी होते. तिथे हॅमरहेड शार्क माशांची हालचाल वाढलेली होती. ती म्हणाली, ''धोक्यात आहे तो फक्त तुमचा हा माणूस,'' फोनवर ती सांगू लागली, ''आता सर्व खेळ संपलेला आहे. परत निघून जा. तुमच्या हातातून ती माहिती निसटली आहे. तुम्ही हरला आहात. ही जागा सोडून जा. नाहीतर तुमचा हा माणूस मरेल.''

तिच्या कानावर हेलिकॉप्टरमध्ये बोललेले शब्द पडले, ''मिस सेक्स्टन, तुम्हाला परिस्थितीचे गांभीर्य कळलेले नाही–''

''कळलेले नाही?'' रेचलच्या रागाचा आता स्फोट झाला. ती कडाडून बोलत होती, ''तुम्ही निष्पाप माणसे ठार केली आहेत हे मला कळले आहे! मला हेही कळले आहे की त्या उल्केसंबंधी तुम्ही खोटे बोललात! आणि मला हेही कळते आहे की यामुळे तुमची आता अजिबात धडगत नाही! अगदी तुम्ही आम्हाला जरी मारून टाकलेत तरीही तुमची सुटका होणार नाही. तेव्हा तुमचा खेळ खलास झालेला आहे, संपला आहे, हे लक्षात ठेवा.''

त्यानंतर फोनवर बरेच क्षण शांततेत गेले. शेवटी वरचा आवाज म्हणाला, ''मी तुम्हाला भेटायला खाली येतो.''

ते ऐकताच रेचलचे स्नायू एकदम ताठ झाले.

खाली येणार?

तो आवाज म्हणाला, ''माझ्याजवळ शस्त्र नाही. तेव्हा कोणतीही आततायी

कृती करू नका. आपल्याला समोरासमोर बोलणी करायची आहेत.''

यावर ती काहीतरी बोलणार होती; पण तेवढ्यात ते हेलिकॉप्टर खाली येऊन जहाजाच्या डेकवरती उतरले. बाजूचे दार उघडून एका माणसाची आकृती बाहेर प्रकट झाली. तो माणूस त्याच्या माणसांसारखा लष्करी पोषाखात नव्हता, साध्या कपड्यातला होता. त्याने काळा कोट घातला होता व एक टाय बांधला होता. त्याला पहाताच रेचलचे विचारचक्र एकदम फिरायचे थांबले! ती सुन्न झाली! तिचे मन बधिर होऊन गेले!

ती विल्यम पिकरिंगकडे पहात होती!

गोया जहाजाच्या डेकवरती विल्यम पिकरिंग उभा होता. त्याने रेचल सेक्स्टनकडे खेदाने पाहिले. आज आपल्याला आपल्याच हाताखालच्या एका कर्मचाऱ्यासमोर अशा परिस्थितीत उभे रहावे लागेल अशी त्याने कधीही कल्पना केली नव्हती. जेव्हा तो तिच्या दिशेने पुढे जाऊ लागला, तेव्हा त्याला तिच्या डोळ्यांत विविध भावना प्रकट झालेल्या दिसल्या.

आश्चर्याचा धक्का, विश्वासघात झाल्याची चीड, गोंधळ, राग.

तिच्या या भावना समजण्याजोग्या आहेत; पण तिला अजून बऱ्याच गोष्टी कळलेल्या नाहीत, असे त्याच्या मनात आले.

क्षणभर त्याच्या मनात त्याची मृत कन्या डायना हिची स्मृती जागृत झाली. ती मरण पावताना तिच्या डोळ्यांतही अशाच भावना उमटल्या असतील का? एक अघोषित युद्ध छेडले गेले होते आणि पिकरिंग ते युद्ध खेळत होता. अगदी शपथपूर्वक शेवटपर्यंत ते युद्ध खेळण्याचे त्याने ठरवले होते. डायना आणि रेचल या दोघीही त्या युद्धात भरडल्या गेल्या होत्या; पण कधी कधी युद्धात भरडले जाणे हे फार क्रूरपणाचे ठरते.

''रेचल,'' पिकरिंग बोलू लागला, ''अजूनही आपल्याला परिस्थितीतून मार्ग काढता येईल. मला खूप गोष्टींचा खुलासा करायचा आहे.''

रेचल भयचकित झालेली दिसत होती. तिला सर्व गोष्टींचा उबग आल्यासारखे वाटत होते. आता टॉलन्डने हातात मशीनगन घेतली होती. ती त्याने पिकरिंगच्या छातीवरती रोखून धरली होती. त्याच्याही चेहऱ्यावरती खूप गोंधळ उडालेला होता.

टॉलन्ड ओरडून म्हणाला, ''स्टे बॅक! पुढे येऊ नका.''

पिकरिंग तिथेच थांबला. त्यांच्यापासून तो पंधरा फुटांवर आला होता. त्याने आपले डोळे रेचलवर रोखत म्हटले, ''तुमचे वडील लाच घेत असतात, रेचल. खासगी अंतराळ उद्योगांकडून नेहमी पैसे घेत असतात. त्यांनी नासा संस्थेची पूर्ण मोडतोड करायची ठरवले आहे. अंतराळ उद्योगाचे क्षेत्र ते पूर्णपणे खासगी

कंपन्यांना खुले करणार आहेत. एक राष्ट्रीय सुरक्षेची बाब म्हणून त्यांना थोपवायला हवे होते.''

रेचलच्या चेहऱ्यावरती कोणतेच भाव उमटले नाहीत.

पिकरिंग निःश्वास सोडत पुढे म्हणाला, ''नासामध्ये कितीही दोष असले तरी ती संस्था ही सरकारी क्षेत्रात व सरकारच्या अखत्यारीतच रहायला हवी.''

तिला नक्कीच यातले धोके समजू शकतील.

''नासाचे खासगीकरण झाले तर नासामधील बुद्धिमान वर्ग आणि त्यांच्या कल्पना ह्या खासगी क्षेत्रात जातील. तिथे त्यांची रेलचेल होईल. आत्ता जो काही एकत्रित 'ब्रेन ट्रस्ट' निर्माण झाला आहे, तो विरून जाईल. त्या बुद्धिमान लोकांचे शोध, नवीन कल्पना यांचा लाभ लष्कराला होणार नाही; कारण त्याआधीच खासगी उद्योगांनी त्यावर पैसा कमवायला सुरुवात केलेली असेल. त्या खासगी कंपन्या आपले भांडवल वाढवण्यासाठी नासाच्या आजवरच्या शोधांचे स्वामित्व हक्कसुद्धा विकून टाकू लागतील, त्यांचे लिलाव होतील. मग सर्वांत जास्त बोली लावणारी जगातील कोणतीही व्यक्ती, कंपनी ते हक्क विकत घेईल.''

रेचल थरथरत्या आवाजात म्हणाली, ''पण तुम्ही बनावट उल्का तयार केली आणि निष्पाप लोकांची हत्या केलीत... अन् तेही राष्ट्रीय सुरक्षेच्या नावाखाली?''

''हे असे घडेल असे आधी वाटले नव्हते. तशी अजिबात कल्पना केली नव्हती.'' पिकरिंग सांगत होता, ''एका महत्त्वाच्या सरकारी संस्थेला वाचवायची ती योजना होती. त्यात कोणाचीही हत्या करण्याची योजना बिलकूल नव्हती.''

बनावट उल्केच्या साहाय्याने फसवणूक करण्याची योजना गुप्त माहिती खात्याकडून पुढे आलेली होती. अशा योजना भीतीपोटी जन्म घेतात हे पिकरिंगला ठाऊक होते. तीन वर्षांपूर्वी एनआरओकडून खोल पाण्यात हायड्रोफोन्स बसवण्याची योजना अमलात आणली गेली होती. ते हायड्रोफोन्स शत्रूच्या कोणत्याही माणसाला काढता येणार नाहीत अशा ठिकाणी बसवायचे होते. योजना अमलात आणण्यासाठी नासाने एका नवीन पदार्थाचा शोध लावला होता. त्या पदार्थाच्या साहाय्याने अत्यंत खोल पाण्यातही सहज टिकेल अशी एक भक्कम पाणबुडी निर्माण करण्याचा कार्यक्रम ठरवला गेला. तो कार्यक्रम राबविण्यात पिकरिंगने पुढाकार घेतला होता. त्या पाणबुडीतून पाण्यात कितीही खोल गेले तरी आतल्या माणसाला धोका पोहोचत नसे. जगातील कोणत्याही महासागरातील सर्वांत खोल ठिकाणी ती पाणबुडी पोहोचू शकत होती. अगदी 'मरियाना ट्रेन्च' येथील तळावरसुद्धा.

ती पाणबुडी लहान होती. त्यात फक्त दोन माणसे बसू शकत. चिनी माती, काच, भाजून कडक केलेला मातीचा पदार्थ अशासारख्या एका नवीन सिरॅमिक पदार्थांपासून ती पाणबुडी बनवली होती. तिची रचना क्रांतिकारक होती.

कॅलिफोर्नियातील एका इंजिनिअरने तिची रचना केली होती. त्याचे नाव ग्रॅहॅम हॅक होते. अशी पाणबुडी तयार करण्याचे ग्रॅहॅमचे एक रम्य स्वप्न होते; पण ती बनवण्यासाठी त्याच्याकडे पैसे नव्हते. तर पिकरिंगच्या सरकारी संस्थेकडे अफाट पैशांचे अंदाजपत्रक होते. तो पैसा अमर्यादित होता. बिचाऱ्या ग्रॅहॅमकडे असलेल्या त्या पाणबुडीच्या रचनेचे आराखडे हे त्याच्या संगणकाचा भेद करून त्यातून काढून पिकरिंगकडे गेले.

त्या पाणबुडीची रचना नासाने शोधलेल्या नवीन सिरॅमिक पदार्थाच्या साहाय्याने करण्यात आली. मग दोन माणसांची एक गुप्त तुकडी तयार करून त्यांना त्या पाणबुडीतून मरियाना ट्रेन्चच्या तळावरती हायड्रोफोन्स बसवण्यासाठी पाठवले. जिथे शत्रूचा कोणताही माणूस पोहोचू शकणार नाही अशा ठिकाणी ते हायड्रोफोन्स बसवण्यात आले. हे करताना तळावरती खोदकाम करावे लागले. त्या वेळी आजवर भूशास्त्राला ठाऊक नसलेली खडकांची रचना हातात आली. त्या खडकांची तपासणी करताना त्यात कॉन्ड्र्यूल्स आणि अनेक अज्ञात जीवांचे अश्मीभूत अवशेष सापडले. हा साराच मामला अतिगुप्ततेचा व लष्करी उपयोगासाठी असल्याने यातून मिळालेली शास्त्रीय माहिती, विज्ञान जगापुढे कधीच ठेवण्यात आली नाही. खूप खोलवर बुडी मारण्याचे तंत्रज्ञान फक्त एनआरओपुरतेच राहिले. तसेच, समुद्रतळावरून बाहेर काढलेल्या खडकांच्या रचनेची माहितीही फक्त त्यांनाच ठाऊक झाली.

त्यानंतर अलीकडे, केवळ भीती वाटल्याने पिकरिंग आणि त्याच्या शास्त्रज्ञांच्या गुप्त तुकडीने नासाला बळ पुरविणारी योजना आखली. त्यासाठी मरियाना ट्रेन्चमधील तळाच्या खडकांच्या अंतर्रचनेचा उपयोग त्या योजनेत करावयाचे ठरले. तिथल्या एका खडकाचे रूपांतर उल्केमध्ये करणे हे आता फार सोपे झाले होते. स्लश हायड्रोजन इंजिनच्या झोतात तो खडक ठेवला की झाले काम. नासाकडे तसले इंजिन होतेच. अशा रीतीने ती उल्का बनली. तिच्यावर तो खात्री पटवणारा जळका पापुद्रा, फ्युजन क्रस्ट निर्माण करण्यात आला. मग एक छोटी पाणबुडी घेऊन मिल्नेच्या तरंगत्या बर्फभूमीखाली तो खडक ऊर्फ उल्का नेण्यात आली. खालून मोठे बीळ पाडून ती बनावट उल्का वरती घुसविण्यात आली. नंतर त्या बिळातील पाणी गोठत गेले. आता ती बनावट उल्का वरून उत्खनन करून काढल्यावरती खरोखरच अस्सल वाटणार होती, तीनशे वर्षांपूर्वीची वाटणार होती. सारे कसे व्यवस्थित जमून गेले होते. एक गुप्त कारवाई पार पडली.

परंतु!

परंतु जगातील सर्व गुप्त कारवायांचा इतिहास पाहिला तर असे दिसते, की अनेकदा कुठेतरी क्षुल्लक चूक घडते आणि त्या कारवाईचा, त्या गुप्त योजनेचा

मोठा डोलारा कोसळतो. काल तसेच झाले. उल्केचे उत्खनन केलेल्या खड्ड्यात अंधारात प्रकाश टाकणारे फ्लॅगेलाईट्स अवतीर्ण झाले. मोठ्या कल्पकतेने निर्माण केलेल्या एका भ्रमाचा निरास होत गेला. आणि त्यातून एक भयप्रद घटनामालिका चोवीस तास घडत गेली. अजूनही ती मालिका पुढे चाललीच होती. शेवटी काय घडणार होते?

किओवा हेलिकॉप्टर डेकवर उतरले तरी त्याच्या माथ्यावरचा पंखा डेल्टा-वन याने सावकाश फिरत ठेवला होता. इंजिन आयडलिंगवर ठेवले होते. डेल्टा-वन आपल्या समोर उलगडत जाणारे डेकच्या मंचावरचे नाट्य पहात होता. रेचल आणि टॉलन्ड यांची त्या नाटकातल्या प्रवेशावरती पकड होती. डेल्टा-वनला त्यातला पोकळपणा कळत होता. तो मनात हसत होता. टॉलन्डच्या हातातील मशीनगन निरुपयोगी होती. इतक्या लांबूनही डेल्टा-वनला दिसले होते की त्या मशीनगनचा कॉकिंग बार हा मागे गेला आहे. याचा अर्थ आतल्या गोळ्या संपल्या होत्या.

आपला सहकारी त्या पोलादी पंजात अडकून बेशुद्ध होण्याच्या बेतात आला आहे, हे डेल्टा-वनच्या लक्षात आले. आता अधिक वेळ घालविण्यात अर्थ नव्हता. टॉलन्ड व रेचल यांचे लक्ष पिकरिंगवरती पूर्णपणे केंद्रित झालेले होते. तेव्हा आता हालचाल करावयास हरकत नाही असे ठरवून डेल्टा-वन उठला. माथ्यावरचा पंखा तसाच चालू ठेवून तो हेलिकॉप्टरच्या मागच्या दाराने हळूच बाहेर पडला. जहाजाच्या मागच्या बाजूला एक बाहेरून खाली जाणारा गॅन्गवे होता. तिथे फारसा उजेड नव्हता. आपली स्वत:ची मशीनगन हातात घेऊन तो आणखी मागे मागे गेला. हेलिकॉप्टर खाली उतरायच्या आधी पिकरिंगने डेल्टा-वन याला काही विशिष्ट हुकूम आधीच देऊन ठेवले होते. त्या योजनेनुसार तो हालचाली करू लागला. त्याच्या दृष्टीने आताची कारवाई तर भलतीच सोपी होती.

आता काही मिनिटांत सारे काही संपणार होते, त्याने मनात हसत म्हटले.

१२२

राष्ट्राध्यक्षांच्या अंगावरती अजूनही झोपण्याची वस्त्रे होती. आपल्या ओव्हल ऑफिसमध्ये ते टेबलापाशी बसले होते. त्यांचे डोके थडथड उडत होते. एका कोड्याचा काही भाग नुकताच उलगडला होता.

मार्जोरी टेन्च हिचा मृत्यू झाला होता.

अध्यक्षांच्या रक्षकाने ती बातमी त्यांना दिली होती. टेन्च व पिकरिंग हे एफडीआर मेमोरिअलकडे एकमेकांना भेटण्यासाठी चाललेले होते. मार्जोरी टेन्च

स्फोटात ठार झाली तर पिकरिंग आता गायब झाला होता. व्हाईट हाऊसमधील अधिकाऱ्यांना भीती वाटत होती की पिकरिंगचाही मृत्यू झाला असावा.

अध्यक्ष व पिकरिंग हे दोघेही नुकतेच काही दिवस एका मुद्द्यावरून आपसात भांडत होते. काही महिन्यांपूर्वी अध्यक्षांना कळले होते, की त्यांच्यातर्फे पिकरिंगने एका बेकायदेशीर कारवाईत भाग घेतला होता. त्या कारवाईनुसार अध्यक्षांची निवडणूक प्रचाराची जी मोहीम भरकटत चालली होती, लोकप्रियता कमी होत होती, त्या गोष्टी ताळ्यावर येतील असे पिकरिंगला वाटत होते.

एनआरओ संस्थेची ताकद वापरून पिकरिंगने सिनेटर सेक्स्टनची बरीच माहिती गुप्तपणे शोधून काढली होती. मग त्याआधारे तो अप्रत्यक्षरीत्या त्यांच्यावर चिखलफेक करू लागला होता, त्याच्या प्रचारमोहिमेचे तीन तेरा कसे वाजतील हे तो पाहू लागला होता. सिनेटर आणि सिनेटरची मदतनीस गॅब्रिएल अॅश या दोघांच्या लैंगिक भानगडीची छायाचित्रे त्याने मिळवली होती. खासगी अंतराळ कंपन्यांकडून लाच स्वीकारत असल्याचे पुरावे त्याच्याकडे रोज येऊ लागले होते. पिकरिंगने निर्विकारपणे तो सारा पुरावा मार्जोरी टेन्चकडे पाठवला होता. व्हाईट हाऊस त्या पुराव्याचा उपयोग हुषारीने करेल अशी त्याने अपेक्षा ठेवली होती; परंतु ते सारे पुरावे पाहिल्यावरती अध्यक्षांनी ते वापरण्यास मार्जोरीला मनाई केली होती. लैंगिक भानगडी आणि भ्रष्टाचार या दोन गोष्टींचा कर्करोग वॉशिंग्टन शहरात फैलावत होता. राजकारणात जर या गोष्टींचा वापर झाला तर जनतेचा राजकीय लोकांवरचा व सरकारवरचा विश्वास उडून जाईल, असे अध्यक्षांना वाटत होते. म्हणून त्यांनी जनतेसमोर सिनेटर सेक्स्टनची ही काळी बाजू पुढे आणण्यास मनाई केली होती.

माथेफिरूपणा, उपहास व मूर्खपणा यामुळे हा देश मृत्युपंथाला लागेल.
सिनेटर सेक्स्टनची प्रकरणे जर जाहीर केली तर सिनेटरला राजकीयदृष्ट्या सहज संपवता येईल; पण अध्यक्षांनी असा विचार केला, की त्यामुळे अमेरिकेच्या सिनेटरची, संसदेची अप्रतिष्ठा होईल. म्हणून कोणत्याही परिस्थितीत ही असली किंमत मोजण्यास अध्यक्ष तयार नव्हते.

कोणतीही नकारात्मक चाल खेळायची नाही. अन्य काही मुद्द्यांवरून मात्र अध्यक्ष महाराज हे सिनेटरशी मुकाबला करायला तयार होते. त्यात त्यांना यशाची खात्री होती.

पिकरिंगने पाठवलेला सिनेटरविरुद्धचा पुरावा वापरण्यास व्हाईट हाऊसने दिलेला नकार पिकरिंगने मान्य केला. मग त्याने सिनेटर सेक्स्टनचे गॅब्रिएलशी संबंध आहेत अशी अफवा उठवण्यास सुरुवात केली; परंतु दुर्दैवाने सिनेटरने या गोष्टीचे जोरदार खंडन एवढ्या निरागसतेने केले, की त्याबद्दल खुद्द अध्यक्षांनी

सिनेटरची व्यक्तिश: माफी मागितली. म्हणजे सरतेशेवटी पिकरिंगचे अध्यक्षांच्या बाजूचे प्रयत्न हे त्यांचीच बाजू कमकुवत करण्यास कारणीभूत होत गेले. मग अध्यक्षांनी पिकरिंगला बजावले, की परत जर तो अध्यक्षीय निवडणूक प्रचारात ढवळाढवळ करेल तर त्याच्यावरती कायदेशीर कारवाई करावी लागेल; परंतु सर्वांत उपरोधाची बाब म्हणजे पिकरिंगला अध्यक्ष हर्नी अजिबात आवडत नव्हते. त्यांच्या निवडणूक प्रचाराला तो एवढ्यासाठीच मदत करत होता, की सिनेटर सेक्स्टनपेक्षा हर्नी हे कमी नुकसानकारक होते. दगडापेक्षा वीट मऊ! सेक्स्टन जर निवडून आला तर तो नासाची पुरती वाट लावणार होता. तो पैशाला लालचावलेला होता. त्याला राष्ट्रीय सुरक्षितता समजत नव्हती. म्हणून पिकरिंग अध्यक्ष हर्नी यांच्या बाजूला होता.

पिकरिंगला कोणी तरी ठार केले असेल काय?

अध्यक्षांच्या मनात हीच शंका वारंवार उद्भवत होती. यापेक्षा जास्त तर्क त्यांना करता येत नव्हता.

एक रक्षक त्यांना म्हणत होता, ''मिस्टर प्रेसिडेंट, तुम्ही सांगितल्याप्रमाणे मी लॉरेन्स एक्स्ट्रॉम यांना फोन करून मार्जोरी टेन्च यांच्या मृत्यूची बातमी दिली.''

''थँक यू!''

''त्यांना तुमच्याशी बोलायचे आहे, सर.''

एक्स्ट्रॉमच्या खोटे बोलण्याच्या प्रकारामुळे अध्यक्ष अद्यापही त्याच्यावरती चिडलेले होते. ते म्हणाले, ''त्यांना म्हणावे की मी त्यांच्याशी सकाळी बोलेन.''

''पण सर, त्यांना अगदी आत्ताच तुम्हाला काहीतरी सांगायचे आहे. ते खूपच अस्वस्थ झालेले आहेत.''

अस्वस्थ झाले आहेत? अध्यक्षांचा राग आता टोकाला पोहोचला होता. ते शेवटी नाइलाजाने एक्स्ट्रॉमचा फोन घेण्यास निघाले. आता आणखी काय नवीन भानगड, गोंधळ आज रात्री होणार आहे ते देव जाणे, असा विचार अध्यक्षांच्या मनात येऊन गेला.

१२३

गोया जहाजावरती रेचल सुन्न झाली होती. पिकरिंगने जे काही सांगितले त्यामुळे आपले डोके हलके होत चालल्याची चमत्कारिक भावना तिला जाणवली. या प्रकरणाभोवती गूढतेचे जे काही दाट धुके पसरलेले होते ते आता हळूहळू निवळू लागले होते. जे वास्तव होते ते आता स्पष्ट स्वरूपात तिच्यापुढे प्रकट होऊ लागले होते. पिकरिंग तिला आता अनोळखी वाटू लागला होता. आणि त्याचा आवाज

तिला जेमतेम ऐकू येत होता.

पिकरिंग सांगत होता, ''आपल्याला नासाच्या प्रतिमेची पुनर्रचना करायची आहे. त्याच्या लोकप्रियतेला ओहोटी लागली आहे. त्याचे अंदाजपत्रक हळूहळू कमी केले जात आहे. काही काही पातळीवरती तर ती रक्कम कमालीची कमी केली गेलेली आहे.'' पिकरिंग क्षणभर थांबला. आपल्या करड्या डोळ्यांनी तिच्या डोळ्यांत रोखून पहात तो पुढे म्हणाला, ''रेचल, नासा कोणत्या ना कोणत्यातरी विजयासाठी, यशासाठी घायकुतीला आली आहे. ते यश, तो विजय नासासाठी कोणीतरी खेचून आणायला हवा.''

काहीतरी करायला पाहिजे, असे पिकरिंगला वाटले होते. नासाला कसे वाचवावे, त्या संस्थेची प्रतिष्ठा कशी वाढवावी आणि तिचे अंदाजपत्रक कसे मंजूर होईल याची काळजी पिकरिंग करू लागला. त्यासाठी तो व इतर काहीजण नासाच्या बाजूने अंतर्गत प्रचार करू लागले. नासाचा सरळ गुप्त माहिती खात्यात, इंटेलिजन्स विभागात अंतर्भाव केला तर खूप समस्या सुटण्याजोग्या होत्या. एक तर नासाला अंदाजपत्रकात हवे तितके पैसे मिळाले असते आणि टीकेपासून सुरक्षितता लाभली असती; पण व्हाईट हाऊसकडून प्रत्येक वेळी तसली सूचना फेटाळून लावण्यात आली. शुद्ध विज्ञानावरती त्यामुळे आक्रमण होईल, असे त्यामागचे कारण देण्यात येई. पिकरिंगच्या मते ते कारण म्हणजे एक 'कोता आदर्शवाद' होता. नंतर सिनेटर सेक्स्टन याची लोकप्रियता वाढत गेली. तो कट्टर नासा-विरोधक म्हणून समजला जाऊ लागला. मग पिकरिंगला आणि लष्करातील काही उच्चपदस्थांना वाटले, की आता फारच थोडा वेळ उरला आहे. काहीतरी केले पाहिजे. करदाते नागरिक आणि अमेरिकी कॉंग्रेस यांच्याकडूनच काही झाले तर होऊ शकते. नासाचा लिलाव हेच लोक थोपवू शकतात. नासा जर जिवंत ठेवायची असेल, तर नासाकडून असे काही नेत्रदीपक व दिव्य घडायला हवे की त्यामुळे नासाची पुन्हा ती मागची वैभवशाली, चंद्रावर माणूस उतरण्यावेळची लोकप्रियता निर्माण होईल. यामध्ये अध्यक्ष हर्नी यांचाही निवडणुकीत विजय होणार होता व सिनेटर सेक्स्टन पराभूत होणार होता.

अध्यक्ष हर्नी यांच्याकडे सर्व पुरावा मी मार्जोरी टेन्चमार्फत पाठवला होता, असे पिकरिंगला आठवले. दुर्दैवाने तिला त्याचा वापर करू देण्यास अध्यक्षांनी मनाई केली. मग पिकरिंग नाइलाजाने काहीतरी जबरदस्त घटना घडवून आणण्याच्या मागे लागला.

पिकरिंग तिला सांगत होता, ''रेचल, तुम्ही जी माहिती आत्ता या जहाजावरून बाहेर फॅक्सने पाठविली आहे ती अत्यंत धोकादायक आहे. तुम्ही हे नीट समजावून

घेतले पाहिजे. जर ती माहिती उघड झाली तर नासा आणि व्हाईट हाऊस हे गुन्ह्यातील एकमेकांचे साथीदार आहेत असे जनतेला वाटेल. मग अध्यक्ष आणि नासा यांच्याविरुद्ध फार मोठी प्रतिक्रिया उमटेल. प्रत्यक्षात नासाला आणि अध्यक्षांना या प्रकरणाची फारशी माहिती नाही. ते याबाबतीत निष्पाप आहेत. त्यांना वाटते आहे की ती उल्का अस्सल आहे.''

या कारस्थानात पिकरिंगने अध्यक्ष व एक्स्ट्रॉम यांना मुद्दामच अंधारात ठेवले होते; कारण हे दोघेही अतिआदर्शवादी होते. त्यांना असली घोर फसवणूक करणे मंजूर नव्हते. मग भले अध्यक्षपद हातचे गेले किंवा नासाचे खासगीकरण झाले तरी त्यांना पर्वा नव्हती. एक्स्ट्रॉमचा गुन्हा एवढाच होता की त्याने डॉ. हार्पर यांना पॉडसबद्दल जाहीरपणे खोटे बोलायला लावले होते. ज्या वेळी एवढी भली मोठी उल्का ही पॉडसखेरीज अन्य उपायांनीही सापडू शकते हे एक्स्ट्रॉमला समजले तेव्हा मात्र त्याला आपण केलेल्या चुकीबद्दल खेद वाटला.

फक्त वैध, नैतिक व स्वच्छ मार्गानेच निवडणुकीचा प्रचार करायचा, अध्यक्षांच्या अशा आग्रहामुळे मार्जोरीसुद्धा निराश झाली होती. मग तिने एक्स्ट्रॉमशी मसलत केली व पॉडसकडून त्या उल्केचा शोध लागला असे भासवले. पॉडसमुळे झालेला हा लाभ छोटा असला तरी त्यामुळे सिनेटर सेक्स्टनने उठवलेल्या नासाविरुद्धच्या लाटेला मागे परतवता येईल असा तिचा विश्वास होता.

मी पुरवलेली छायाचित्रे व लाच घेतल्याचे पुरावे मार्जोरीने वापरले असते तर हे सारे अजिबात घडले नसते!

मार्जोरी टेन्चला ठार करावे लागले, ही एक अत्यंत खेदजनक बाब होती; पण जेव्हा रेचलने टेन्चला फोनवरती 'ती उल्का म्हणजे एक बनाव आहे' असे सांगितले तेव्हा मात्र नाइलाज झाला. हा गुप्त कट तिला कळला. तेव्हा गुप्तता राखण्यासाठी तिला संपवणे भाग होते; कारण मार्जोरीला एकदा एखाद्या प्रकरणाचा वास आला की त्याचा मागोवा घेत ती त्या प्रकरणाच्या पार बुडाशी जाते, अत्यंत क्रूरपणे जाते. रेचलच्या माहितीमागचे हेतू, तिचे विलक्षण दावे ती नुसते ऐकून सोडून देणार नव्हती. ती पार मुळापर्यंत पोहोचणार होती. मग सारा कट उघडकीस येऊ शकत होता. जर मार्जोरी टेन्चचा मृत्यू झाला तर अध्यक्षांबद्दल जनतेची सहानुभूती काही प्रमाणात वाढणार होती. त्यांच्या बाजूच्या मतांत थोडी तरी भर पडणार होती. अशा रीतीने मार्जोरी आपल्या मृत्यूने एक प्रकारे अध्यक्षांची सेवा करणार होती. त्याचबरोबर तिच्या मृत्यूबद्दलच्या संशयाच्या भोवऱ्यात खुद्द सिनेटर सेक्स्टन हाही सापडणार होता; कारण सीएनएन चॅनेलवरती त्याने तिचे वाभाडे काढले होते.

रेचलला हे समजावून सांगितल्यावरही ती आपल्या भूमिकेवरती ठाम उभी होती

व आत्ता पिकरिंगकडे जळजळीत नजरेने पहात होती.

पिकरिंग तिला म्हणाला, ''जर त्या बनावट उल्केची बातमी बाहेर पसरली तर एक निष्पाप अध्यक्ष उद्ध्वस्त होतील आणि नासासारखी संस्था निष्कारण कोसळेल. त्याचबरोबर व्हाईट हाऊसमध्ये एका धोकेबाज माणसाला तुम्ही अध्यक्षपदावरती बसवाल. म्हणून तो फॅक्स कुठे पाठवला गेला आहे हे मला कळणे अत्यंत गरजेचे आहे.''

पिकरिंगने हे म्हटल्यावर रेचलचा चेहरा विचित्र दिसू लागला. त्या चेहऱ्यावर भीतियुक्त वेदना प्रकटली. आपण केवढी गंभीर चूक केली याची जाणीव झाल्यावर जसा माणसाचा चेहरा होतो तसा तिचा चेहरा झाला.

डेल्टा-वन त्या छोट्या मार्गाने सबंध जहाजाला फेरी मारून जहाजाच्या डाव्या बाजूला गेला. तिथे तो हायड्रोलॅबमध्ये शिरला. जेव्हा तो जहाजाकडे हेलिकॉप्टरमधून येत होता तेव्हा हायड्रोलॅबमधून रेचल बाहेर पडताना त्याने वरून पाहिले होते. आत शिरल्यावर त्याला एका संगणकाच्या पडद्यावरती अनेक रंगांतील आकृत्या फिरताना, खालीवर होताना दिसल्या. जहाजाखालच्या पाण्यातील तापमानाच्या हालचाली त्यावरती प्रकट होत होत्या. त्याला त्या आकृत्यांचा अर्थ समजला. ज्वालामुखीवर विसावलेल्या जहाजावरून काम होताच ताबडतोब दूर गेले पाहिजे हे त्याने ठरवले.

तो आणखी पुढे सरकला.

एका टेबलावरती ते फॅक्स पाठवणारे यंत्र होते. त्याच्या ट्रेमध्ये छापलेले अनेक कागद पडलेले होते. पिकरिंगने अंदाज केला तशीच ती कागदपत्रे होती. त्याने तो कागदांचा गठ्ठा उचलून घेतला. पहिल्याच पानावरती रेचलने दोन ओळी लिहिल्या होत्या. त्याने त्या वाचल्या.

सर्व कागदपत्रे एकामागोमाग एक तो चाळत गेला. टॉलन्ड आणि रेचल यांनी किती खोलवर विचार करून तपशीलवार अभ्यास केला याचे त्याला कौतुक वाटले. प्रत्येक कागद एक जबरदस्त पुरावा ठरत होता. ही कागदपत्रे शेवटी कुठे गेली हे त्याला जाणून घ्यायचे होते. त्यासाठी रिडायलचे बटण दाबण्याची गरज नव्हती. फॅक्सच्या यंत्रावरती तो आकडा उमटलेला होता. त्या नंबराआधी जो एसटीडी कोड होता त्यावरून तो नंबर वॉशिंग्टनमधला आहे हे त्याला कळून चुकले.

त्याने तो नंबर काळजीपूर्वक उतरवून घेतला. सारी कागदपत्रे गोळा केली आणि तो त्या हायड्रोलॅबमधून बाहेर पडला.

मशीनगन धरलेल्या टॉलन्डच्या हाताला घाम सुटला होता. त्याने त्या शस्त्राची नळी पिकरिंगच्या छातीवरती रोखली होती. एनआरओचा तो डायरेक्टर असूनही रेचलवर दबाव आणून फॅक्स कुठे पाठवला ते विचारत होता. टॉलन्ड अस्वस्थ होत चालला होता. त्याला कळत होते की सारखे तेच तेच बोलून पिकरिंग वेळ काढू पहात आहे. पण कशासाठी?

पिकरिंग पुन्हा सांगू लागला, ''व्हाईट हाऊस व नासा या प्रकरणात कुठेही नाहीत. ते निर्दोष आहेत. रेचल, माझ्याबरोबर काम कर. माझ्या चुकांमुळे नासाचे जे काही थोडेफार नाव शिल्लक आहे ते धुळीला मिळता कामा नये. जर ती कागदपत्रे बाहेर प्रसिद्ध झाली तर सारा दोष नासाकडे जातो असे वाटेल. आपण दोघे एकमेकांत एक समझोता करू या. देशाला त्या उल्केची गरज आहे. उशीर व्हायच्या आत सांगा की तो फॅक्स कुठे पाठवला आहे?''

''ते नाव मी सांगितले, की तुम्ही त्या व्यक्तीला ठार करणार. हो ना? मला तुमची घृणा वाटते.'' रेचल चिडून म्हणाली.

रेचलचा निर्धार पाहून टॉलन्डला नवल वाटले. तिला आपले वडील आवडत नव्हते; पण तिला आपल्या वडिलांना धोकाही पोहोचवायचा नव्हता. दुर्दैवाने आपल्या वडिलांना मदतीसाठी फॅक्स पाठवण्याची कृती आता तिच्यावरतीच उलटली; परंतु जरी आत्ता सिनेटर आपल्या ऑफिसात आला, त्याने तो फॅक्स पाहिला आणि अध्यक्षांना बनावट उल्केची माहिती दिली व आपल्यावरील मारेकरी मागे घ्या म्हणून इशारा दिला, तरी काहीही उपयोग नव्हता; कारण व्हाईट हाऊसला हे सारे प्रकरण ठाऊक नसल्याने त्यांना सेक्स्टन काय बोलतो आहे हेच समजणार नाही. शिवाय डेल्टा-फोर्स नेमका कुठे गेला आहे हेही त्यांना ठाऊक नाही.

पिकरिंग म्हणत होता, ''मी पुन्हा एकदा सांगतो. ही आत्ताची परिस्थिती अत्यंत गुंतागुंतीची आहे. तिचे संपूर्ण आकलन तुम्हाला होणे कठीण आहे. ती माहिती फॅक्सने बाहेर पाठवून तुम्ही घोडचूक केली आहे. आपल्या स्वत:च्या देशाला एका फार मोठ्या संकटात तुम्ही ढकलले आहे.''

विल्यम पिकरिंग खरोखरीच वेळ काढत आहे, हे टॉलन्डला कळून चुकले. त्याचे कारणही त्याला लगेच दिसून आले. जहाजाच्या उजव्या बाजूने डेल्टा-फोर्सचा एक जवान शांतपणे चालत त्यांच्याकडे येत होता. त्याला पाहून टॉलन्डच्या शरीरात भीतीची लहर पसरली. त्या जवानाच्या एका हातात कागदांची चळत होती व दुसऱ्या हातात मशीनगन होती.

आता मात्र टॉलन्ड चिडला. त्याने निर्णायकरीत्या आपली मशीनगन त्या जवानावर रोखली व तिचा चाप ओढला. त्या शस्त्रातून गोळी बाहेर पडली नाही. नुसताच क्लिक् आवाज झाला.

तो जवान पिकरिंगला म्हणाला, "तो फॅक्स कुठे पाठवला तो नंबर मला मिळाला आहे." मग आपल्या हातातील कागदांचा गठ्ठा पिकरिंगकडे देत तो पुढे म्हणाला, "अन् मिस्टर टॉलन्ड यांच्या हातातील मशीनगनमधल्या गोळ्या संपल्या आहेत."

१२४

सेजविक सेक्स्टन आपल्या ऑफिसच्या हॉलमध्ये एकदम घुसला. गॅब्रिएल आपल्या ऑफिसमध्ये कशी शिरली हे त्याला कळेना; पण ती शिरली होती हे निश्चित. जेव्हा ते दोघे फोनवरती बोलत होते तेव्हा सेक्स्टनने अगदी स्पष्टपणे आपल्या ऑफिसातील जुन्या घड्याळाची वैशिष्ट्यपूर्ण टिकटिक ऐकली होती. तसेच याआधी आपली स्पेस फ्रंटियर फाऊंडेशनची बैठक आपल्या घरी चाललेली असताना ती आत घुसली होती व न सांगता गुपचूप तिथून निघून गेली होती. आपण तिला नीट ओळखले नाही. नक्कीच ती आपल्याविरुद्ध पुरावा गोळा करत असणार. सिनेटरच्या डोक्यात असले विचार चालू होते.

पण ती माझ्या ऑफिसात शिरली कशी?

आपण आपल्या संगणकातील पासवर्ड बदलला हे आठवून सेक्स्टनला हायसे वाटले.

ऑफिसात शिरण्याआधी त्याने दाराला लावलेली धोक्याचा गजर करणारी यंत्रणा आधी बंद केली. त्यासाठी त्याला तिथल्या की-पॅडवरती एक सांकेतिक क्रमांक टाईप करावा लागला. मग त्याने आपल्या खिशात चाचपडून किल्ल्या बाहेर काढल्या. त्या अवजड दाराचे कुलूप उघडून तो एकदम आत घुसला. गॅब्रिएलला बेसावधपणे पकडता येईल अशी त्याची अटकळ होती.

पण त्याच्या ऑफिसात कोणीच नव्हते. ते पूर्णपणे रिकामे होते. तिथे अंधार होता. फक्त संगणकाच्या पडद्यावरचा स्क्रीनसेव्हर नेहमीप्रमाणे चालू होता. त्याचा मंद प्रकाश सर्वत्र पडला होता. त्याने बटणे दाबून तिथले सर्व दिवे लावले. आपली नजर सर्वत्र फिरवून त्याने बारकाईने तपासणी केली. सारे काही जिथल्या तिथे होते. तिथे शांतता होती. फक्त या जुन्या घड्याळाची वैशिष्ट्यपूर्ण टिकटिक चालू होती.

ही गेली तरी कुठे?

आपल्या स्वच्छतागृहातून काहीतरी सळसळल्याचा आवाज ऐकू आला म्हणून तो तिकडे धावला. आतले दिवे लावून त्याने पाहिले. ते स्वच्छतागृह पूर्णपणे रिकामे होते. त्याने दाराआड पाहिले. छे! कुठेही कोणी नव्हते.

तो कोड्यात पडला. सेक्स्टनने तिथल्या आरशात स्वत:चे प्रतिबिंब पाहिले.

आज रात्री आपण जरा जादाच मद्य घेतले असे त्याला वाटले. पण... पण मी नक्की ती घड्याळाची टिकटिक ऐकली होती. तो पुन्हा आपल्या ऑफिसात आला.

"गॅब्रिएल?" त्याने ओरडून तिला हाक मारली. मग तो बाहेर हॉलमध्ये गेला. तिच्या ऑफिसात त्याने डोकावले. ती तिथेही नव्हती. तिथे पूर्ण अंधार होता.

स्त्रियांच्या स्वच्छतागृहातून पाणी सोडल्याचा आवाज त्याला ऐकू आला. मग तो गर्रकन वळून तिकडे गेला. तो दारापाशी पोहोचत असताना आतून गॅब्रिएल बाहेर पडत होती. आपले हात कोरडे करत येत होती. जेव्हा तिला तो दिसला तेव्हा तिने घाबरून उडी मारली.

"माय गॉड! तुम्ही मला घाबरवलेत." ती घाबरल्याचा अभिनय करत म्हणाली, "अन् तुम्ही येथे काय करत आहात?"

"पण तू तर नासाची कागदपत्रे पहाण्यासाठी तुझ्या ऑफिसात आली होतीस ना? कुठे आहेत ती?" तिच्या रिकाम्या हाताकडे पाहून त्याने विचारले.

"मला ती सापडली नाहीत. मी सर्वत्र शोधले. त्यामुळेच तर मला एवढा वेळ लागला."

मग त्याने आपली नजर सरळ तिच्या डोळ्याला भिडवत विचारले, "तू माझ्या ऑफिसात गेली होतीस का?"

त्या फॅक्स मशीनमुळे मी वाचले, असे ती मनात म्हणाली.

फक्त काही मिनिटांपूर्वी ती सेक्स्टनच्या ऑफिसात बसली होती. चेकने घेतलेल्या पैशांच्या यादीची ती प्रिंटआऊट काढत होती. त्या फाईल्स संगणकात संरक्षित केल्या होत्या. त्यामुळे त्यांचा प्रिंटआऊट कसा काढावा याचा विचार करण्यात तिचा बराच वेळ गेला होता. तेवढ्यात सेक्स्टनच्या फॅक्स मशीनचा आवाज आला. नाहीतर ती अजूनही प्रिंटआऊट काढत बसली असती व ऐन वेळी पकडली गेली असती. त्या आवाजामुळे ती दचकली व भानावर आली. वास्तव परिस्थितीची तिला जाणीव झाली. हाच एक इशारा आहे असे समजून तिने आपले काम थांबवले व तिने संगणकातील संरक्षित फाईल बंद केली. नीट सगळी आवराआवर केली. तिथून आल्या वाटेने निघाली. जेव्हा सेक्स्टन हॉलमध्ये घुसला तेव्हा ती त्याच्या स्वच्छतागृहातील बेसिनवर चढून वर जात होती. केवळ काही क्षणांमुळे ती बचावली होती. त्या फॅक्स मशीनमुळे ती बचावली होती.

आता सेक्स्टन तिच्यासमोर उभा होता व ती खाली पहात होती. आपण खोटे बोलत आहोत की नाही हे तो आपल्या डोळ्यांत शोधत आहे, ते तिला समजले होते. तिला ठाऊक होते, की समोरची व्यक्ती खोटे बोलत आहे की नाही हे ओळखण्यात सेक्स्टन खरोखरीच वाकबगार होता. आपण खोटे सांगतो आहोत हे

त्याला सहज समजेल.

गॅब्रिएल त्याच्याकडे वळून म्हणाली, ''तुम्ही खूप प्यायलेला आहात.'' मग ती दुसरीकडे पाहू लागली. *मी त्यांच्या ऑफिसात शिरले हे त्यांना कसे कळले?*

सेक्स्टनने तिचा खांदा पकडून तिला आपल्या बाजूला वळवले व तो म्हणाला, ''तू माझ्या ऑफिसात गेली होतीस की नाही?''

आपल्या मनातील भीती वाढत चालली आहे हे तिला जाणवले. सेक्स्टन खरोखरीच प्यायलेला होता. त्याने अगदीच धसमुसळेपणाने तिला आपल्याकडे वळवले होते. ते ओळखूनच तिने त्याच्यावर प्यायल्याचा आरोप केला. ''तुमच्या ऑफिसात?'' एक गोंधळलेले हसू आपल्या चेहऱ्यावरती आणत तिने विचारले, ''मी आत कशी जाणार? अन् कशासाठी जाणार?''

''तू फोनवर बोलताना भिंतीवरील माझ्या जुन्या घड्याळाची टिकटिक मला ऐकू आली.''

गॅब्रिएल मनात एकदम संकोचली, आक्रसली. ही गोष्ट आपल्या कशी लक्षात आली नाही? तो म्हणत होता, ''माझे ते घड्याळ कसे वेगळ्याच रीतीने टिकटिक करत असते हे तुला ठाऊक आहे. ठाऊक आहे ना तुला?''

''मी इतके दिवस येथे काम करत असल्याने ते घड्याळ कसे आवाज करते ते मला ठाऊक आहे.''

ही वादावादी लवकर थांबवली पाहिजे असे तिला वाटू लागले. यावरती एकच उपाय होता. उपरोधाने आपल्यावरील आरोप कबूल करून प्रतिपक्षावरतीच हल्ला चढवायचा. आक्रमण हेच संरक्षण, असे योलंडा म्हणाली होती.

मग आपले दोन्ही हात कंबरेवरती ठेवून ती त्याच्यासमोर गेली व सरळ नजरेला नजर भिडवत म्हणाली, ''आता सरळ काय वास्तव आहे ते मी सांगते. आत्ता पहाटेचे चार वाजत आलेले आहेत आणि तुम्ही इतका वेळ पीत राहिलेला आहात. तुम्हाला फोनवर तुमच्या घड्याळाची टिकटिक ऐकू आली म्हणून तुम्ही येथे आलात?'' मग हॉलमध्ये आपले बोट करत ती म्हणाली, ''आता तुमच्या समाधानासाठी सांगते. होय, तुमच्या आरोपानुसार मी येथे आले. तुमच्या ऑफिसच्या दरवाज्याचा धोक्याचा गजर मी बंद केला. किल्ली लावून कुलूप उघडले अन् तुम्ही फोन केल्यावरही मी मूर्खपणे तुमच्याच ऑफिसातून बोलले. मग मी बाहेर आले. दारे लावली. ती कुलूपबंद केली. पुन्हा ती धोक्याच्या गजराची यंत्रणा चालू केली. नंतर मी लेडिज टॉयलेटमध्ये शांतपणे गेले. येथली कोणतीच वस्तू न घेता मी निघून जाणार होते. हो ना? असेच तुमच्या मनात आहे ना?''

सेक्स्टन तिच्याकडे डोळे फाडून पहात राहिला.

मग गॅब्रिएल म्हणाली, ''एकट्याने कधी ड्रिंक घेऊ नये असे म्हणतात त्यामागे

काही कारणे आहेत. आता तुम्हाला माझ्याशी नासाबद्दल बोलायचे आहे की नाही?''

सेक्स्टन पुरता गोंधळून गेला. तो मुकाट्याने आपल्या ऑफिसात गेला. तिथले एक कपाट उघडून त्याने पेप्सीची बाटली घेतली व ती पेल्यात ओतली. जरी आपल्याला मद्य चढल्यासारखे वाटत नसले तरीही ते चढले असावे अशा समजुतीने तो पेप्सीकोला घेऊ लागला. त्या खोलीतील त्याचे जुने भिंतीवरचे घड्याळ वैशिष्ट्यपूर्ण टिकटिक करत होते. त्याने एका दमात पेल्यातील पेप्सी पिऊन टाकली. पुन्हा एकदा तो पेला भरला. दुसर्‍या एका पेल्यात पेप्सी भरली व त्याने गॅब्रिएलला हाक मारली. ती आत आल्यानंतर तिला त्याने म्हटले, ''गॅब्रिएल, पी हे.''

गॅब्रिएल आत गेली नाही. ती तशीच दारात उभी होती. तो म्हणत होता, ''ये ग आतमध्ये. ही पेप्सी घे आणि सांग बघू नासामध्ये तुला काय सापडले?''

ती यावर कंटाळून म्हणाली, ''आज रात्री मला फारच ताण पडला आहे. झाले एवढे पुरे झाले. आता आपण उद्याच बोलू.''

सेक्स्टन आता डावपेचात्मक बोलण्याच्या मनःस्थितीत नव्हता. तिने आणलेली माहिती त्याला हवी होती. तिची मनधरणी करण्याची त्याची इच्छा नव्हती. त्याने थकून भागून एक श्वास सोडला. *आपण तिच्यावर विश्वास टाकला पाहिजे.* तो म्हणाला, ''फार चमत्कारिक दिवस गेला. माझ्या मनावर खूप ताण पडला आहे. मी तुला उगाचच रागावून बोललो.''

गॅब्रिएल अजूनही तशीच दारात उभी होती.

सेक्स्टनने तिच्यासाठी भरलेला पेप्सीचा पेला टेबलावर ठेवला. मग कातड्याने मढवलेल्या आपल्या खुर्चीकडे बोट दाखवत तो तिला म्हणाला, ''बस. पेप्सी पी. मी जरा बेसिनकडे जाऊन येतो.'' एवढे म्हणून तो आपल्या खासगी स्वच्छता-गृहाकडे गेला.

गॅब्रिएल अजूनही दारातून हलली नव्हती.

बेसिनमध्ये हात धूत असताना त्याच्या मनात आले, *आपला तिच्यावर अजूनही विश्वास आहे हे दाखवण्यासाठी काहीतरी कृती केली पाहिजे.* मग तो तिथूनच ओरडून तिला म्हणाला, ''मला वाटते की मी एक फॅक्स आलेला पाहिला आहे. जरा बघतेस का त्या मशीनकडे?''

मग त्याने आपल्या तोंडावरती पाण्याचे हबके मारले; पण तरीही त्याला उत्साह वाटला नाही. पूर्वी कधी असे झाले नव्हते. सेक्स्टन आपल्या अंतःप्रेरणेवर, आपल्याला जी काय जाणीव होते त्यावर अवलंबून असणारा होता. अन् त्याची जाणीव त्याला सहसा दगा देत नव्हती. त्याची खात्री होती, की गॅब्रिएल ॲश आपल्या ऑफिसात नक्की शिरली होती.

पण कशी? हे केवळ अशक्य होते.

जाऊ दे ते. तो आता आपल्या हातातील कामावर लक्ष केंद्रित करू लागला. नासा! आत्ता त्याला गॅब्रिएलच्या साहाय्याची गरज होती. तिच्याशी शत्रुत्व करून चालणार नव्हते. तिने नासाबद्दल काय शोधून काढले ते त्याला हवे होते. *आपल्या अंत:प्रेरणांना आपण सध्या तरी विसरून जाऊ. कदाचित या वेळी आपलीच चूक झाली असेल.*

त्याने आपला चेहरा पुसून कोरडा केला व डोके मागे नेऊन एक दीर्घ श्वास घेतला. *शांत हो. एकदम काहीही बोलू नकोस.* त्याने स्वत:ला बजावले. त्याने आपले डोळे बंद केले व पुन्हा एकदा खोल श्वास घेतला. आता त्याला थोडेसे बरे वाटले.

जेव्हा तो स्वच्छतागृहातून बाहेर आला तेव्हा गॅब्रिएल त्याच्या ऑफिसात आत आलेली त्याने पाहिली. त्याला बरे वाटले. आता आपण कामाचे बोलू. गॅब्रिएल फॅक्स यंत्रापाशी उभी होती. जी काही पाने त्यातून बाहेर आली होती ती पाने ती चाळत होती. सेक्स्टनने तिच्या चेहऱ्यावरती भीती व गोंधळ पाहिला. कुठेतरी हरवून बसल्यासारखी तिची नजर झाली होती. भयभीत झाली होती. सेक्स्टन तिच्याकडे जात म्हणाला, ''काय आले आहे?''

गॅब्रिएल एकदम थरथरली. तिला आता चक्कर येईल असे सेक्स्टनला वाटले. ''काय?''

''उल्का.....'' ती कशीबशी बोलली. तिचा आवाज तिच्या हातांसारखाच थरथरत होता. हातात फॅक्सचे कागद होते. ती कसेबसे म्हणाली, ''तुमची मुलगी... ती संकटात आहे.''

सेक्स्टन तात्काळ पुढे झाला. त्याने ते फॅक्सचे कागद तिच्या हातून काढून घेतले. पहिल्या पानावरती रेचलने आपल्या हस्ताक्षरात लिहिले होते. ते हस्ताक्षर घाईघाईत लिहिल्यासारखे होते; पण त्यातील निरोप स्वच्छ होता, स्पष्ट होता.

Meteorite is fake. Here is a Proof.
NASA/White House trying to kill me. Help!
– RS

ती उल्का बनावट आहे. त्याचा पुरावा सोबत आहे. नासा/व्हाईट हाऊस मला ठार करू पहात आहेत. मदत करा– आर.एस.

याआधी समोरचा मजकूर वाचून बोध झाला नाही असे सिनेटरला कधीही झाले नव्हते; पण जेव्हा त्याने रेचलचा निरोप वाचला तेव्हा त्याला नीट समजेना. पुढे

काय करावे ते त्याला कळेना. ती उल्का बनावट आहे? नासा आणि व्हाईट हाऊस रेचलला ठार करू पहात आहेत?

त्याच्या डोळ्यांपुढे धुके पसरू लागले. त्याने बाकीचे कागद वाचायला सुरुवात केली. पहिल्या पानावरती एक संगणकावर केलेली प्रतिमा होती. त्यावरती मथळा होता Ground Penetrating Radar (GPR). काहीतरी बर्फाची पहाणी केल्यासारखा तो कागद आहे असे त्याला वाटले. टीव्हीवरती त्याने उल्का जिथून बाहेर काढली तो उत्खननाचा खड्डा त्याने पाहिला होता. त्याच कागदावरती मध्ये एक अंधुक चित्र होते. एक मानवी आकृती खड्ड्याखालच्या बिळात तरंगत होती. नंतर त्याने बारकाईने पाहिले ते अधिक धक्कादायक होते. त्यात एक बर्फातील उभे बीळ होते व ते खाली समुद्रापर्यंत गेलेले होते. ती उल्का खालून बर्फाच्या थरात घुसवल्याचा स्पष्ट अर्थ त्यातून काढता येत होता. बाप रे!

त्याने पुढचा कागद पाहिला. त्यावरती एक छायाचित्र होते. एका समुद्र जीवाचे ते छायाचित्र होते. उल्केमधील प्राणी हाच वाटत होता.

मग पुढचा कागद तो भराभर चाळत गेला. त्यात हाताने म्हटले होते की – Hydrogen Burn? Nasa Expender Cycle Engine? उल्केमधील हायड्रोजन आयन्सचे एकूण प्रमाणही त्यावरती टाईप केलेले होते.

सेक्स्टनचा आपल्या डोळ्यांवरती विश्वास बसेना. आपल्या भोवतालची खोली फिरू लागली आहे असा त्याला भास होऊ लागला. त्याने एकदम शेवटचा कागद पाहिला. त्यात एका दगडाचे सूक्ष्मदर्शकातून घेतलेले छायाचित्र होते. त्यामध्ये अनेक बुडबुडे होते. तसलेच बुडबुडे उल्केमध्ये असलेले त्याने टीव्हीवर पाहिले होते. त्यांना कॉन्ड्र्यूल्स म्हणतात असेही त्या वेळी त्याने ऐकले होते. त्या छायाचित्राशेजारी लिहिले होते : *सदरहू दगड हा समुद्रातील आहे.*

पण टीव्हीवर तर सांगितले की फक्त उल्केमध्ये तसले बुडबुडे सापडतात.

सेक्स्टनने ते कागद खाली ठेवले व तो खाली खुर्चीत कोसळला. सर्व कागदांमधून काय घडले त्याचा अर्थ लावायला त्याला फक्त पंधरा सेकंद लागले. त्यातून निघालेला अर्थ स्वच्छ होता. अगदी स्पष्ट होता. एखाद्याला अर्धाच मेंदू असता तरी त्याला त्या छायाचित्रांमधून सहज अर्थ काढता आला असता.

नासाची उल्का बनावट आहे!

सेक्स्टनच्या आजवरच्या कालखंडात आजचा दिवस अत्यंत वेगाने होणाऱ्या घडामोडींचा होता. खाली-वर करणाऱ्या त्या घडामोडींत त्याचा मेंदू नुसता ढवळून निघत होता. रोलर कोस्टरच्या गाडीत बसल्यावर जसा माणूस वेगाने खाली जातो, वर येतो, उलटापालटा होतो तसा अनुभव त्याला आला. आशा-निराशेच्या लाटांमध्ये तो उंच फेकला जात होता, तर दुसऱ्या क्षणाला खोल

गर्तेमध्ये तळाशी जात होता. राजकीय घोटाळा काय काय करू शकतो हे तो आज प्रथमच पहात होता.

या सगळ्या वादळातून एक गोष्ट मात्र त्याला उमगली होती. ती गोष्ट अत्यंत मोहक होती व त्याला भुरळ घालत होती.

जर मी हा सारा तपशील जनतेपुढे मांडला तर अमेरिकेचे अध्यक्षपद माझेच होईल.

या विचाराने त्याच्या मनात आनंदाची कारंजी उसळू लागली. सिनेटर सेजविक सेक्स्टन हा मनाने एकदम राष्ट्राध्यक्ष बनला. या आनंदाच्या भरात तो क्षणभर आपली मुलगी संकटात सापडली आहे हे विसरला.

गॅब्रिएल म्हणत होती, ''रेचल धोक्यात आहे. नासा आणि व्हाईट हाऊस तिला मारायला टपले–''

अचानक सिनेटरच्या फॅक्स यंत्राची घंटा वाजू लागली. गॅब्रिएलने वळून पाहिले. सेक्स्टनही त्या यंत्राकडे बघू लागला. आता रेचल काय पाठवणार ते त्याला समजेना. ते आणखी पुरावे असतील? असे किती पुरावे असणार आहेत? हे आहेत ते पुरावे सबंध देशभर खळबळ माजविण्यास पुरेसे आहेत!

जेव्हा फॅक्सचे कनेक्शन लागले तेव्हा त्यातून कोणताच कागद बाहेर आला नाही. त्या यंत्राला कागदावरची माहिती सापडत नव्हती काय? मग त्या फॅक्स यंत्राने आन्सरिंग यंत्र जोडून दिले.

आधीच ध्वनिमुद्रित केलेला आवाज पलीकडच्या व्यक्तीला आता ऐकवला जाऊ लागला. तो आवाज स्पीकरफोनमधून मोठ्याने ऐकू येत होता. तो आवाज पलीकडच्या व्यक्तीला म्हणत होता, ''हे सिनेटर सेजविक सेक्स्टन यांचे ऑफिस आहे. जर तुम्हाला फॅक्स पाठवायचा असेल तर नंतर कधीही पाठवा. जर तुम्हाला निरोप द्यायचा असेल तर 'बीप'आवाज झाल्यानंतर द्या.''

सेक्स्टनने पुढे होऊन तो फोन घेण्याचा प्रयत्न केला; पण त्याआधीच पलीकडची व्यक्ती फोनवर बोलू लागली होती. त्या व्यक्तीचा आवाज ध्वनिमुद्रित होत होता.

ती व्यक्ती म्हणत होती, ''सिनेटर सेक्स्टन? मी विल्यम पिकरिंग, एनआरओचा डायरेक्टर बोलतो आहे. कदाचित तुम्ही आत्ता या वेळी ऑफिसमध्ये नसणार; पण मला तुमच्याशी ताबडतोब बोलायचे आहे.'' त्यानंतर पलीकडची व्यक्ती बोलायची थांबली. जणू काही यानंतर कोणी फोन उचलेल याची ती वाट पहात असावी.

गॅब्रिएल फोन घेण्यासाठी पुढे गेली.

पण सेक्स्टनने मधेच तिचा हात पकडून तो दूर केला. ती गोंधळून म्हणाली, ''पण ते एनआरओ संस्थेचे डायरेक्टर आहेत–''

पिकरिंग बोलत होता. फोन कोणीच घेतला नाही म्हणून त्याला हायसे

वाटले होते. तशी भावना त्याच्या बोलण्यात उमटत होती. तो म्हणत होता, ''सिनेटर, मला तुम्हाला एक त्रासदायक बातमी सांगायची आहे. मला आत्ता एवढ्यातच कळले आहे की तुमची मुलगी भयंकर संकटात सापडलेली आहे. मी हे तुम्हाला सांगत असताना तिला वाचवण्यासाठी काही जवानांची तुकडी पाठवत आहे. तिथली परिस्थिती कशी आहे ते मी तुम्हाला फोनवर सांगू शकत नाही; पण मला असे नुकतेच कळविण्यात आले आहे, की तुमच्या कन्येने तुम्हाला काही कागद थोड्या वेळापूर्वी फॅक्स केलेले असावेत. त्या कागदांमध्ये नासाच्या उल्केबद्दलची माहिती आहे. त्यात नक्की काय आहे ते मला ठाऊक नाही; पण ज्या लोकांनी तुमच्या कन्येला धमकावले आहे त्यांनी अशी धमकी देऊन ठेवली आहे, की त्या कागदामधली माहिती तुम्ही किंवा कोणीही जर जाहीर केली तर तुमची कन्या मरण पावेल. मी हे स्पष्टपणे बोलतो याबद्दल माफ करा, सर; पण मी हे तुम्हाला नीट समजावे म्हणून स्पष्ट सांगतो आहे. जर तिने तुमच्याकडे काही माहिती फॅक्स केली असेल तर कृपया त्याची वाच्यता कोठेही करू नका. त्यावरती तुमच्या कन्येचे आयुष्य अवलंबून आहे. तुम्ही जिथे आहात तिथेच थांबा. मी आपल्यापर्यंत लवकरच पोहोचतो.'' मग थोडे थांबून तो पुढे म्हणाला, ''कदाचित तुम्ही झोपून उठेपर्यंत हा सारा मामला निस्तरलाही गेला असेल; पण जर योगायोगाने हा निरोप मी तुमच्या ऑफिसात येण्याआधी जर तुम्हाला मिळाला तर तुम्ही तिथे ऑफिसातच थांबा आणि कोणालाही फोन करू नका. कोणाशीही संपर्क साधू नका. तुमची कन्या सुखरूप परत आणण्यासाठी मी माझ्या अधिकारात शक्य असेल तितके करत आहे.''

पिकरिंगने फोन खाली ठेवून दिला.

गॅब्रिएल थरथर कापत होती, ''रेचलला त्यांनी ओलीस धरले आहे?''

गॅब्रिएलला आता आपल्याबद्दल आदर वाटत नाही, हे सेक्स्टनने केव्हाच हेरले होते. कुणी सांगावे, तिने आपल्या ऑफिसात शिरून आपला संगणक सुरू करून नको ती माहिती मिळवली असेलही. म्हणूनच तिचा आपल्याबद्दल भ्रमनिरास झाला असेल. अन् तरीही एक हुषार तरुण मुलगी ओलीस धरली जात आहे याचे तिला वाईट वाटत आहे. सेक्स्टनलाही आपल्या कन्येबद्दल तसेच काहीसे वाटत होते; पण त्याचबरोबर त्याच्याकडे अमेरिकेचे अध्यक्षपद चालून आल्यात जमा होते. ज्यासाठी इतकी वर्षे तो जीव टाकत होता ती अप्राप्य गोष्ट आता साध्य होण्याच्या बेतात होती. अशी संधी तो कशी सोडणार? एखाद्या लहान मुलाला त्याचे आवडते खेळणे दिल्यावर तो ते जसे आपल्या हातून सोडण्यास तयार होत नाही, तसाच प्रकार सेक्स्टनच्या बाबतीत आता झाला होता.

या माहितीची मी वाच्यता करू नये असे पिकरिंगला हवे आहे.

तो उठून उभा राहिला. या साऱ्या गुंत्याचा तो अर्थ लावू लागला. त्याच्या मेंदूतील एका थंड व व्यावहारिक कोपऱ्यात असा विचार झाला की एका खेळाला प्रारंभ झाला असावा. त्याच्या मनातील एक राजकीय संगणक प्रत्येक घटनेची चिकित्सा करून त्याचे मोल ठरवत होता.

त्याने आपल्या हातातील ते कागद पाहिले आणि त्याला एकदम सत्तेची जाणीव होऊ लागली. या कागदांत सारी सत्ता एकवटली आहे. हेच कागद मला अध्यक्षपदाच्या खुर्चीवरती नेऊन बसवतील. नासाच्या उल्केने त्याचे अध्यक्षपदाचे स्वप्न उद्ध्वस्त केले होते; पण आता ते सारे खोटे ठरले आहे. तो एक बनाव होता. आता तो उघड झाला. ज्यांनी कोणी ते केले त्यांना त्याची किंमत मोजावी लागणार होती. त्याच्या शत्रूंनी निर्माण केलेली ती उल्का आता त्याला सामर्थ्य पुरवणार होती. कोणालाही कल्पना करता येणार नाही इतका तो सामर्थ्यशाली होणार होता. खुद्द त्याच्या मुलीनेच ते आता जवळून पाहिले होते.

यातून फक्त एकच मार्ग निघतो. आपले नेतृत्व उदयास आणण्यासाठी फक्त एकच कृती आवश्यक आहे. तो त्या कल्पनेने उत्साहित झाला.

आपली प्रतिमा उजळून निघण्याच्या कल्पनेने तो मोहित झाला. सेक्स्टन खोलीत चालत जाऊ लागला. त्याच्या भोवती एक स्वप्निल धुके पसरले होते. तो आपल्या फोटोकॉपी झेरॉक्स यंत्रापाशी गेला आणि त्याने ते चालू केले. रेचलने जे कागद फॅक्स केले होते त्याच्या प्रती तो आता काढणार होता.

ते पाहून गॅब्रिएलने गोंधळून जात त्याला विचारले, ''तुम्ही काय करणार आहात?''

सेक्स्टन म्हणाला, ''ते रेचलला ठार करू शकत नाहीत.'' पण जर त्याचा अंदाज चुकला किंवा अपेक्षेप्रमाणे घडले नाही आणि रेचलचा मृत्यू अटळ ठरला तर? तर तो त्याची मुलगी शत्रूला सोडून देणार होता. तसे केल्याने तो राजकीयदृष्ट्या आणखी बलवान बनणार होता. काहीही झाले तरी शेवटी तोच जिंकणार होता. त्यात एक जोखीम होती; पण ती जोखीम स्वीकारण्यास तो तयार झाला होता.

गॅब्रिएलने त्याला विचारले, ''कोणाला त्या प्रती पाठवणार आहात? विल्यम पिकरिंग तर त्याची वाच्यताही कुठे करू नका असे म्हणाले होते!''

सेक्स्टन झेरॉक्स यंत्रापासून वळला व तिच्याकडे पाहू लागला. ती एकदम त्याला अनाकर्षक वाटू लागली. त्यालाही याचे आश्चर्य वाटले. त्या क्षणाला सेक्स्टन एकाकी पडला होता. त्याला कोणीही साद घालू शकत नव्हते की त्याच्यापर्यंत पोहोचू शकत नव्हते. एका कोणत्या तरी अगम्य विश्वात तो शिरला होता; कारण त्याच्या सर्व स्वप्नांची पूर्तता करणारी संधी आता त्याच्या हातात आली होती. आता त्याला कोणीही अडवू शकत नव्हते की थांबवू शकत नव्हते.

त्याच्यावर लाचेचे आरोप होणार नव्हते. त्याच्या लैंगिक प्रकरणाबद्दलच्या अफवा आता उठू शकणार नव्हत्या. कोणीही त्याला विरोध करू शकत नव्हते.

भारलेला सेक्स्टन गॅब्रिएलला म्हणाला, "गॅब्रिएल, तू आता घरी जा. तुझा आता मला काहीही उपयोग नाही."

१२५

रेचल मनात म्हणाली, चला, संपले सारे.

ती आणि टॉलन्ड डेकवरती शेजारी शेजारी बसले होते आणि डेल्टा-वन याने रोखलेल्या मशीनगनच्या नळीकडे ते पहात होते. दुर्दैवाने, रेचलने फॅक्स कुठे केला ते पिकरिंगला ठाऊक झाले होते. सिनेटर सेजविक सेक्स्टन याच्या ऑफिसात ते कागद फॅक्स केलेले होते.

आपण पाठवलेला फोनवरचा निरोप मुळात तेथवर पोहोचेल की नाही याबद्दल तिला शंका होती. कदाचित पिकरिंग आधीच पहाटे सेक्स्टनच्या ऑफिसात पोहोचेल नि ते कागद हस्तगत करेल. मग तो फोनच्या आन्सरिंग मशीनमध्ये पाठवलेला निरोपही नष्ट करेल. मग सिनेटर सेक्स्टनला इजा करण्याचे काहीच कारण उरणार नाही. ज्या अत्यंत थोड्या माणसांना कोणत्याही सिनेटरकडे जाण्यासाठी कसलीही परवानगी लागत नव्हती त्यामध्ये पिकरिंग मोडत होता. राष्ट्रीय सुरक्षिततेच्या नावाखाली एवढे कसले अधिकार बहाल केले जातात, याचे तिला नवल वाटत होते.

रेचलच्या मनात आले, *पण समजा तसे घडू शकले नाही तर?*

तर पिकरिंग सरळ हेलिकॉप्टरने तिथे जाईल व खिडकीतून एक क्षेपणास्त्र सोडून ते फॅक्स मशीन आणि फोन उद्ध्वस्त करू शकेल.

परंतु तिला असेही जाणवले की तो असे करू शकणार नाही.

ती टॉलन्डच्या शेजारी बसली होती. त्याच्या हाताच्या हळुवार स्पर्शाने आपल्याला किती धैर्य येते आहे हे तिला जाणवले. त्या दोघांनी आपली हातांची बोटे एकमेकांच्या बोटांत गुंफली होती. ती बोटे तशीच आयुष्यभर आपल्या हातात रहावीत अशी तिला इच्छा झाली. त्याच्या बाहूत आत्ता आपण विसावा घ्यावा असे तिला प्रकर्षाने वाटू लागले.

पण लवकरच तिला जाणवले की, *हे असे कधीच घडणार नाही.*

मायकेल टॉलन्ड हा अशा माणसांपैकी एक होता की जे फाशीच्या तख्तावर चढतानाही सुटकेची आशा करत काहीतरी मार्ग शोधत असतात.

जीवन मला वेडावून दाखवते आहे, असे त्याच्या मनात आले.

सिलियाच्या मृत्यूनंतर अनेक वर्षे टॉलन्ड रात्री विचार करत बसे. अनेकदा त्या वेळी त्याला आपल्या जीवनाचा अंत करावासा वाटे. मनाला होणाऱ्या यातना व एकटेपणा यापासून सुटका करून घेण्याचा तो एक मार्ग होता आणि तरीही त्याने जगण्याचा निर्णय घेतला होता. आपण एकटेपणातच जगू या, असा निर्णय तो अनेकवार घेई. आज प्रथमच टॉलन्डला आपले मित्र इतके दिवस आपल्याला काय सांगत आले होते त्याचा अर्थ कळला. ते म्हणत होते, *माईक, तू एकट्याने काही करू नकोस. तुझ्या प्रेमाचे दुसरे माणूस तुला भेटेल.*

रेचलचा हात हातात असताना त्याला या वाक्याचा अर्थ कळला होता व जाणवला होता; पण किती उशिरा! दैव हे किती क्रूर असते! या जगाचा निरोप घेताना हे सारे लक्षात यावे. त्याने आपल्या हृदयावरती चिलखतावर चिलखते चढवली होती. ती सारी चिलखते भुगा होऊन खाली कोसळत होती. सिलिया आपल्याकडे वरून बघते आहे असा भास त्याला क्षणभर झाला. यापूर्वी अनेकदा तसे भास त्याला वेळोवेळी झाले होते. तिचे शेवटचे शब्द त्याला आता परत ऐकू आले.

''तू जगणार आहेस,'' ती कुजबुजत्या आवाजात त्याला म्हणत होती, ''दुसरी कोणी तरी शोधून तिला पत्नी कर. मला तसे वचन दे.''

''मला तुझ्याशिवाय दुसरी कोणीही नको,'' टॉलन्ड तिला म्हणत होता.

सिलिया किंचित हसून त्याला म्हणाली होती, ''तुला ही गोष्ट पुढे समजेल.''

आता गोया जहाजाच्या डेकवरती टॉलन्डला ती गोष्ट काय आहे ते समजले. कोणत्या तरी अनामिक भावनेने त्याला ग्रासले. सुख कशात आहे ते त्याला कळले.

ते समजताक्षणीच जगण्याची ऊर्मी त्याच्यात एकदम उफाळून आली.

आपल्या दोन्ही कैद्यांकडे पिकरिंग निर्विकारपणे चालत गेला. तो रेचलच्या समोर थांबला. तिला तोंड देऊन तिच्यासमोर उभे रहाणे हे आपल्याला जमणार नाही असे त्याला वाटत होते; पण ते किती सहजपणे जमले हे जाणवून त्याला त्याचे आश्चर्य वाटले.

रेचल त्याच्याकडे रोखून पहात होती. मनाने तिने शरणागती पत्करली नव्हती हे त्यावरून समजत होते. ती चिडून म्हणाली, ''तुम्हीच ही परिस्थिती निर्माण केलीत.''

''युद्धात बळी पडत असतातच.'' पिकरिंग बोलत होता. त्याच्या आवाजात आता ठामपणा आला होता. *माझी कन्या डायना कशी मरण पावली किंवा दरवर्षी कितीतरी जण आपल्या देशासाठी प्राण गमावत असतात,* असे त्याच्या मनात येऊन गेले. ''रेचल, तुमच्यासारख्या लोकांना हे समजले पाहिजे.'' त्याने आपले

डोळे तिच्यावरती केंद्रित केले. त्याच्या मनात ते प्राचीन वाक्य प्रकट झाले. तो म्हणाला, "Iactura Paucourm Serva Multos."

तिला ते वाक्य चांगलेच ठाऊक होते. राष्ट्रीय सुरक्षेशी संबंधित असलेल्या सर्व खात्यांत, तशा संस्थांत ते वाक्य बोलले जायचे. *त्या वाक्याचा अर्थ होता : अनेकांना वाचवण्यासाठी थोड्या जणांचा बळी गेला तरी बिघडत नाही.*

रेचलने त्याच्याकडे पाहिले. तिच्या नजरेत घृणा प्रकट झाली होती. ती त्याला म्हणाली, "मग मी आणि टॉलन्ड आत्ता तुमच्या त्या थोड्या जणांत कसे काय मोडतो?"

पिकरिंगने थोडा विचार केला. त्याला दुसरा कोणताही मार्ग सापडेना. शेवटी त्याने डेल्टा-वनकडे वळून पाहिले आणि म्हटले, "आपल्या माणसाला सोडवा आणि संपवा आता हे सारे."

डेल्टा-वन याने मान डोलावली.

मग पिकरिंगने रेचलकडे बराच वेळ पाहिले व तो पाठ फिरवून तिथून निघाला. जहाजाच्या डाव्या बाजूकडे जाऊन तिथल्या कठड्यावरून खाली पाण्यात पाहू लागला. खाली पाण्याचे प्रवाह खळबळत जात होते. आत्ता जे घडणार होते ते दृश्य त्याला पहायचे नव्हते.

आपल्याला सर्व अधिकार बहाल केलेले आहेत याची जाणीव डेल्टा-वनला झाली. त्याने आपली माशीनगन उचलली आणि आपल्या लोंबकळणाऱ्या सहकाऱ्याकडे पाहिले. आता फक्त त्याच्या खाली उघडली गेलेली डेकची दारे बंद करणे बाकी होते. मग त्याला पोलादी पंजातून सोडवता येईल. अन् नंतर रेचल व टॉलन्ड यांना संपवता येईल.

ती खालची दारे उघडणे व बंद करणे याचा खटका ज्या पॅनेलवर होता तिथे खूप गुंतागुंत होती. तिथे अनेक खटके होते. त्यावरती कोणतीही खूण नव्हती की क्रमांक नव्हते. अनेक डायल्स होत्या. एक केबल गुंडाळणारे विंच मशीन होते. याखेरीज विविध प्रकार होते. नवीन माणसाला त्या गुंत्यात नेमके कोणते बटण दाबायचे, कोणता खटका खाली-वर करायचा, कोणती डायल फिरवायची ते कधीच समजले नसते. चुकीचा खटका ओढून आपल्या सहकाऱ्याला इजा पोहोचवण्याची किंवा त्याला खाली पाण्यात पडू देण्याची त्याची इच्छा नव्हती.

सर्व जोखमी टाळा. कधीही घाई करू नका.

टॉलन्डकडून ते काम सक्तीने करून घेता आले असते; पण ऐन वेळी टॉलन्डने काही दगाबाजी केली, काही युक्ती करून फसवले तर? डेल्टा-वनला आपल्या व्यवसायात अशा वेळी जोखमीपासून कसे संरक्षण करायचे ते ठाऊक

होते. सांकेतिक भाषेत ते तशा कृतीला Biological Collateral असे म्हणायचे. *तुमच्या शत्रूंपैकी एकाला दुसऱ्याविरुद्ध वापरा.*

डेल्टा-वनने एकदम आपली मशीनगन वळवून रेचलच्या चेहऱ्यासमोर धरली. तिच्या चेहऱ्यापासून मशीनगनची नळी काही इंचावरती होती. तिने आपले डोळे मिटून घेतले. डेल्टा-वनचे लक्ष तिच्याकडे नव्हते. त्याने तिला गोळी घालण्याचा जरी आविर्भाव केला असला तरी त्या वेळी तो टॉलन्डकडे पहात होता. टॉलन्डने रागाने आपल्या मुठी आवळल्या आहेत हे त्याने नजरेने टिपले.

मग डेल्टा-वन तिला म्हणाला, ''मिस सेक्स्टन, उठून उभ्या रहा.''

तिने त्याप्रमाणे केले.

तिच्या पाठीला मशीनगनची नळी टेकवून त्याने तिला पुढे चालवत नेले. टांगलेल्या छोट्या पाणबुडीच्या मागच्या बाजूला दोन ॲल्युमिनियमचे हलवता येणारे जिने होते. एक जिना त्या पाणबुडीच्या माथ्यापर्यंत गेला होता. त्याने तिला दरडावून म्हटले, ''यावर चढून जा आणि पाणबुडीच्या माथ्यावरती उभ्या रहा.''

रेचल गोंधळली व तिला भीती वाटू लागली.

ती जागची हलत नाही हे पाहून तो ओरडून तिला म्हणाला, ''मी सांगतो तसे करा.''

आपण एका भयाण स्वप्नातून जात आहोत असे रेचलला त्या जिन्याच्या पायऱ्या चढताना वाटले. तो जिना ट्रिटॉन पाणबुडीला मागून नुसता टेकला होता. ती जिन्याच्या माथ्यावरती पोहोचली व तिथेच थांबली. याच्याही पुढे जाऊन त्या टांगलेल्या पाणबुडीवर पाय टाकायचा असेल तर तिची तयारी नव्हती; कारण जरा काही चुकले तर खाली तीस फुटांवरती समुद्राचे पाणी होते नि पाण्यात शार्क मासे होते.

''पाणबुडीच्या माथ्यावरती जा,'' डेल्टा-वन याने खालून हुकूम सोडला. मग तो टॉलन्डपाशी गेला व त्याच्या डोक्याला मशीनगनची नळी टेकवली.

रेचलच्या समोर तो लोंबकळणारा जवान होता. तो तिच्याकडे पहात होता. त्याला खूप वेदना होत असल्या पाहिजेत. म्हणून तो अस्वस्थ होऊन सारखी हालचाल करत होता. या पोलादी पकडीतून कधी आपली सुटका होते आहे असे त्याला झाले होते. रेचलने टॉलन्डकडे पाहिले. त्याच्या डोक्याला नळी टेकवली होती. त्यामुळे पाणबुडीच्या माथ्यावरती जाण्याखेरीज तिच्यापुढे कसलाही पर्याय नव्हता.

आपण एका कड्याच्या टोकावरती आलो असून, खाली खोल दरी आहे असे तिला वाटू लागले. तिने पुढे पाय टाकून पाणबुडीच्या इंजिनाच्या केसिंगवरती

ठेवला. तिथे एक थोडासा सपाट भाग होता. त्याच्यापुढे पाणबुडीच्या माथ्यावरची घुमटासारखी गोल खिडकी होती. ती संपूर्ण पाणबुडी ही एखाद्या मोठ्या लंबकासारखी लटकलेली होती. त्या नऊ टन वजनाच्या पाणबुडीला विंच मशीनमधून आलेल्या एका केबलने पकडले होते. पाणबुडीवर तिने पाय टाकल्यामुळे ती पाणबुडी अवघी काही मिलिमीटरमधून हलली. तिने आपला श्वास रोखून स्वत:ला कसेबसे स्तब्ध केले.

"ठीक आहे, चला आता," डेल्टा-वन टॉलन्डला म्हणत होता, "त्या कन्ट्रोलरपाशी जा आणि ते खाली उघडलेले दार परत मिटवून घ्या."

टॉलन्ड कन्ट्रोल पॅनेलपाशी सावकाश सरकू लागला. त्याच्या मागे डेल्टा-वन जाऊ लागला. रेचल वरून ते दृश्य पहात होती. जसजसा टॉलन्ड पाणबुडीच्या जवळून जाऊ लागला तसतसा तो रेचलकडे रोखून पाहू लागला. जणू काही त्याला आपल्या नजरेतून तिला काही निरोप द्यायचा होता. त्याने नंतर आपली नजर पाणबुडीच्या माथ्यावरील खिडकीवरती नेली. परत एकदा त्याने तिच्याकडे व त्या उघड्या घुमटाकडे नेली. तो घुमट म्हणजे माथ्यावरचे एक झाकण होते. ते झाकण आता बाहेर तिरपे होऊन उघडे झालेले होते. *त्याला मी आत जायला हवे आहे,* हा त्याचा निरोप तिला कळला; पण कदाचित आपण त्याच्या खुणेच्या कृतीचा चुकीचा अर्थ लावला असेल म्हणून तिने टॉलन्डकडे पुन्हा पाहिले. तो आता कन्ट्रोल पॅनेलपाशी पोहोचत होता. टॉलन्डचे डोळे तिच्यावरती खिळले होते. या वेळी त्याने तशीच खूण केली होती.

त्याने आपल्या ओठांची हालचाल केली. न बोलता त्याचे ओठ तिला सांगून गेले की तो म्हणतो आहे, *चल, आत उडी टाक!*

डेल्टा-वन रेचलची हालचाल आपल्या डोळ्यांच्या एका कोपऱ्यातून पहात होता. त्याची तात्काळ प्रतिक्षिप्त क्रिया झाली व त्याने तिच्या दिशेने गोळ्यांची एक फैर झाडली. त्या गोळ्या जिथे जिथे लागल्या तिथे ठिणग्या निर्माण होऊन उडाल्या. उघडा व तिरपा असलेला पारदर्शक घुमट एकदम खाली पडला. डोक्यावर टोपी घट्ट बसावी तसा तो बसला. आतल्या कॉकपिटवरती झाकण बसले.

मशीनगनचा आपल्या पाठीवरचा नेम आता पाणबुडीच्या माथ्यावर धरला गेला आहे हे समजताक्षणी टॉलन्डने डाव्या बाजूला डेकवरतीच आपले अंग लोटून दिले; कारण उजव्या बाजूला पाणबुडीखालच्या डेकचा भाग उघडलेला होता. तो गडबडा लोळत लोळत गेला. डेल्टा-वन एकदम गर्रकन वळला व त्याने टॉलन्डच्या दिशेने गोळ्या झाडल्या. टॉलन्डने उठून वेगाने पळत जहाजाच्या मागे असलेल्या एका चाकामागे आश्रय घेतला. खाली सोडलेल्या नांगराची पोलादी केबल गुंडाळण्यासाठी

ते चाक होते. खरे म्हणजे ते चाक नव्हते, तर केबल आपल्याभोवती गुंडाळून घेणारा तो एक दंडगोलासारखा भाग होता. विजेच्या मोटारीवर तो स्वत:भोवती फिरत असल्याने ते एक रीळ होते असे म्हटले तरी चालेल. त्याच्याभोवती कित्येक हजार फूट लांबीची केबल गुंडाळली जाई.

टॉलन्डने मनात काहीतरी योजना आखली होती व त्यानुसार त्याला फार त्वरेने हालचाल करायची होती. डेल्टा-वन त्याच्याकडे धावत येऊ लागला. ते फिरणारे रीळ किंवा दंडगोल एकदा नांगर टाकल्यावर फिरू नये म्हणून लॉक केले होते. टॉलन्डने ते लॉक किंवा तो अडथळा दोन्ही हातांनी जोर लावून दूर केला. ताबडतोब त्या रिळावर गुंडाळलेली केबल सुटू लागली व ती खाली समुद्रात जाऊ लागली. इतका वेळ जे जहाज स्तब्ध उभे होते ते आता जोरदार प्रवाहात सापडल्यामुळे हेलकावे खाऊ लागले, डचमळू लागले. यामुळे डेकवरील प्रत्येक गोष्ट हलू लागली. डेल्टा-वन आणि पिकरिंग यांचा तोल जाऊ लागला. ते अडखळू लागले. त्या फिरणाऱ्या रिळातील केबल आणखी सुटत गेली व जहाज जोरदार प्रवाहात भरकटू लागले.

डेल्टा-वनने आपला गेलेला तोल सावरला आणि तो टॉलन्डकडे धावला. टॉलन्डने मग आपला जोर एकवटून त्या फिरणाऱ्या रिळात अडथळा घुसवून ते परत लॉक करून टाकले. मग ती सुटलेली केबल एकदम झटका मारून ताठ झाली. तो झटका एवढा जबरदस्त होता, की त्याचा हादरा सबंध जहाजामधून गेला. जहाजावरील अनेक गोष्टी उन्मळून पडल्या. सैलपणे ज्या वस्तू उभ्या होत्या त्या हवेत फेकल्या गेल्या. जहाजापासून सुटलेले पदार्थ इतस्तत: भरकटले. भूकंपात जशी उलथापालथ होते तसा उत्पात घडला.

कॉर्की जेव्हा मोटरबोट घेऊन पळ काढत होता तेव्हा त्याच्यावर डागलेले एक क्षेपणास्त्र जहाजाच्या डेकवरती खाली असलेल्या चार तरंगत्या खांबांपैकी एका खांबाला लागले होते. त्या खांबापासून तिरपे आधार निघून ते डेकला मिळालेले होते. त्यातल्या एका आधाराने त्या वेळी मार खाल्ला होता. त्यातून आत्ता बसलेल्या जोरदार हिसक्यामुळे तो आधार तुटू लागला. धातू फाटण्याचा मोठा आवाज होऊ लागला. जहाजाचा मागचा उजवा कोपरा खालचा आधार नाहीसा झाल्याने स्वत:च्या वजनाने कोसळू लागला. मग सबंध गोया जहाज अडखळत आवाज करत एका बाजूला झुकून तिरपे होत गेले. एखाद्या अवाढव्य टेबलाचा एक पाय नाहीसा झाल्यावर जसे होते तसे झाले. डेकखालून येणारा धातू फाटण्याचा, चुरमडण्याचा आवाज कानठळ्या बसवणारा होता.

ट्रिटॉन पाणबुडीमध्ये रेचल कशाला तरी घट्ट पकडून बसली होती. तिने आपल्या बोटांनी एवढे घट्ट पकडले होते की तिची नखे पांढरी झाली. नऊ टन

वजनाची ती पाणबुडी हवेत हेलकावे खात हलू लागली होती. तिने त्या घुमटाकार खिडकीतून खाली पाहिले. जहाजाचा डेक तिरपा झाला होता. पाणबुडीखालचे डेकचे दार उघडून टॉलन्डने त्यात डेल्टा-थ्री याला सोडून दिले होते, त्या विस्तृत भोकातून खालचा समुद्र तिला दिसत होता.

डेल्टा-वन टॉलन्डच्या जवळ आला असताना जहाजाला हिसका बसून ते हादरले व डेकच्या आधाराचा एक खांब गेला होता. त्या हादऱ्याने डेल्टा-वन खाली पडला होता व तो आता गुडघ्यावर उभा रहात होता. पिकरिंग कठड्यापासून आतल्या बाजूला फेकला गेला. तोही आता उठून उभे रहाण्याचा प्रयत्न करत होता. रेचल त्या पारदर्शक घुमटामधून डेकवरचे नाट्य पहात होती. ट्रिटॉनच्या यांत्रिक हाताच्या पंजात अडकलेला डेल्टा-टू याला पाणबुडी झुलण्यामुळे खूप यातना होऊ लागल्या होत्या. तो वेदनेमुळे कळवळून ओरडू लागला होता. डेकवर पडलेला पिकरिंग उठून उभे रहाण्याची धडपड करू लागला होता. टॉलन्डने कठडा घट्ट पकडला होता व तो पलीकडे पाण्यात पडण्यापासून स्वत:चा बचाव करत होता. जेव्हा डेल्टा-वन याने स्वत:ला सावरले व तो मशीनगन घेऊन नीट उभा राहिला तेव्हा रेचल घाबरली व तिने कॉकपिटमध्ये ओरडून टॉलन्डला म्हटले, "माईक, तो बघ!"

पण डेल्टा-वन याने टॉलन्डकडे पूर्ण दुर्लक्ष केले होते. तो हेलिकॉप्टरकडे पहात होता. त्याचे तोंड भीतीने वासले होते, डोळे मोठे झाले होते. त्याच्या नजरेच्या दिशेने रेचलने पाहिले. माथ्यावरचा पंखा फिरत असणारे ते हेलिकॉप्टर उतारावरती हळूहळू पुढे सरकत होते. हेलिकॉप्टरला खाली लांब पट्ट्याचे धातूंचे स्किड्स होते. उतारावरती ते बर्फावरून जाणाऱ्या स्कीजसारखे काम करू लागले. हेलिकॉप्टरचे अवजड धूड ट्रिटॉन पाणबुडीच्या दिशेने सावकाश निघाले होते.

डेल्टा-वन धडपडत धडपडत सरकणाऱ्या हेलिकॉप्टरपाशी गेला व त्याने आत उडी मारली. आपल्याला सुखरूप परत नेणारे हे एकमेव वाहन त्याला डेकवरून खाली पडू द्यायचे नव्हते. त्याने त्याचे कन्ट्रोल्स पटापट दाबले व आतली जॉय स्टिक मागे खेचली. *चल, वर चल!* सावकाश फिरणारी माथ्यावरची पाती एकदम जोरजोरात गरगरू लागली. त्यांच्या फिरण्याचा आवाज कानठळ्या बसवणारा होता. तो पंखा आपल्या ताकदीनिशी त्या अवजड हेलिकॉप्टरला वरती उचलू पहात होता. तरीही ते पुढे सरकत चाललेच होते. आपल्या दिशेने येणारे हेलिकॉप्टर पाहून लोंबकळत असलेला डेल्टा-टू घाबरला.

हवेत वर गेलेल्या हेलिकॉप्टरला जर पुढे जायचे असेल तर त्याचे नाक थोडे खाली करावे लागते. येथे सबंध डेकच तिरपा झालेला असल्याने घसरत पुढे

जाणाऱ्या हेलिकॉप्टरचा वरचा पंखा जोरात फिरला तरीही हेलिकॉप्टरचा कल पुढे जाण्याचा होता. डेल्टा-वनला क्षणभर असे वाटले की आपण हेलिकॉप्टरच्या तळाशी असलेली अर्धा टन वजनाची क्षेपणास्त्रे जर टाकून दिली तर हे हवेत वर उचलले जाऊ शकेल. जड हेलिकॉप्टरचे वजन कमी करायला हवे; पण तेवढा विचार करायच्या आत ते हेलिकॉप्टर एवढे वेगाने पुढे सरकले होते, की त्याच्या फिरणाऱ्या पंख्याची पाती यांत्रिक हाताच्या पंजात लोंबकळणाऱ्या डेल्टा-टूला लागायची वेळ आली. डेल्टा-टूने डोळे मिटून घेतले व भयाने एक किंकाळी फोडली; पण तो थोडक्यात बचावला. ती पाती त्याच्या डोक्यावरून सुमारे सहा इंच अंतरावरून निघून गेली.

त्या पाणबुडीच्या मागे एक पोलादी केबल होती. त्या केबलचे एक टोक वरती जहाजाला पक्के केलेले होते. तर बाकी सारी केबल पाणबुडीमध्ये असलेल्या रिळाला गुंडाळलेली होती. ज्या वेळी पाणबुडीला पाण्यात असताना जहाजापासून दूर जायचे असेल तेव्हा ते रीळ फिरवून आपल्या मागे केबल सोडत जाई. जेव्हा परत जहाजाकडे यायचे असेल तेव्हा तेच रीळ उलटे फिरवून केबल गुंडाळत यायचे; पण आता टांगलेल्या पाणबुडीतून बाहेर पडलेली केबल आणखी उंच गेलेली होती. किओवा हेलिकॉप्टरच्या पंख्याची पोलादी पाती मिनिटाला ३०० फेरे करत फिरत होती. ती पाती त्या केबलवरती शेवटी आदळलीच. धातूवर धातू आपटून झालेला खणखणाट कानठळ्या बसवणारा होता. डेल्टा-वन याने कॉकपिटमधून पाहिले की हेलिकॉप्टर वाटेत येणारी प्रत्येक गोष्ट तोडत, भादरत चालले आहे. त्या पात्यांनी खणखणाट करत पाणबुडीची केबल तोडली. त्याच वेळी ती फिरणारी पातीही तुटली होती. तिथे असंख्य ठिणग्या निर्माण होऊन त्यांचा पाऊस पडला. ते दृश्य नेत्रदीपक होते, तसेच भयप्रदही होते. हेलिकॉप्टर तसेच पुढे गेले आणि डेकच्या कठड्यावर त्याने दाणकन जबरदस्त धडक दिली. डेल्टा-वन हेलिकॉप्टरवर नियंत्रण ठेवण्याची पराकाष्ठा करत होता; पण त्याचा उपयोग होत नव्हता. त्या तुटक्या पात्यांनी हेलिकॉप्टर थोडेच वर जाणार होते! त्याने कठड्याला जोरात धडक मारली व उलट प्रतिक्रिया म्हणून ते जरासे मागे सरकले; पण पुन्हा एक धडक दिली. उतारावरती घसरत आलेल्या त्या अवजड हेलिकॉप्टरच्या दोन धडकांमुळे कठड्याचा कितपत टिकाव लागेल याची डेल्टा-वनला शंका होती. हेलिकॉप्टर कठड्याला दोनदा धडक मारून थांबले खरे, पण पुढच्याच क्षणाला लोखंडी कठड्याला एक तडा जात असल्याचा आवाज डेल्टा-वनला ऐकू आला.

काय होते आहे हे कळायच्या आत तो कठडा तुटला आणि हेलिकॉप्टर आणखी पुढे जाऊन सरळ समुद्रात खाली कोसळले.

ट्रिटॉन पाणबुडीमध्ये रेचल गर्भगळीत होऊन बसली होती. तिने आपली पाठ आसनाला दाबून धरली होती. जेव्हा थरथरत चाल करून येणाऱ्या हेलिकॉप्टरची पाती पाणबुडीच्या केबलवरती आदळली तेव्हा ती केबल तुटली व तिचा काही भाग पात्यांना गुंडाळला गेला. तरीही ती पाणबुडी जहाजावरील एका जाडजूड हूकला टांगलेल्या अवस्थेत लोंबकळत होती. हेलिकॉप्टरच्या पात्यांनी पाणबुडीच्या मुख्य भागावरती आघात केला नव्हता; परंतु रेचलला कळून चुकले होते, की जहाजाशी संबंध जोडणारी केबल मात्र तुटून गेली आहे. या पाणबुडीतून निसटून ताबडतोब दूर जाणे हा एकच विचार तिच्या डोक्यात त्या वेळी आला होता. पाणबुडीच्या हाताच्या पंजात अडकलेला डेल्टा-टू याने तिच्याकडे पाहिले. तो आता बेशुद्ध होण्याच्या बेतात होता. त्याच्या अंगावरती ठिणग्यांचा पाऊस पडल्याने तो भाजून निघाला होता. तसेच, धातूचे अनेक तुकडे त्याच्या अंगात जागोजागी शिरले होते. त्याच्या अंगातून रक्ताच्या धारा वाहू लागल्या होत्या. तो आता रेचलकडे टक लावून पहात होता. रेचलने डेकच्या कठड्यापाशी नजर फेकली तर तिला पिकरिंग कठड्याला धरून तिरप्या झालेल्या डेकवर उभे रहाण्याचा कसाबसा प्रयत्न करत असल्याचे दिसले.

अन् मायकेल कुठे गेला? तिला तो कुठेही दिसेना. ती घाबरली, पण क्षणभरच; कारण पुढच्या क्षणी तिला एका नव्या भीतीने ग्रासले. कसला आवाज होतो आहे म्हणून तिने वार पाहिले तर पाणबुडीला जोडणारी केबल तुटलेली होती व तिचा जहाजाकडेचा तुटका भाग हेलकावे खात सारखा आपटून आवाज करत होता. त्यानंतर ज्या हूकने एका वेगळ्या केबलच्या साहाय्याने पाणबुडीला टांगून धरले होते ती केबल ताडकन तुटली. त्या तुटण्याचा आवाज खूप मोठा झाला.

आसनावर बसलेल्या रेचलला क्षणभर आपण वजनरहित झालो, हलके झालो आहोत असे वाटले; कारण पाणबुडी खाली समुद्रात कोसळत होती. तिच्या नजरेसमोरचा डेक अदृश्य झाला. डेकच्या खालचे जहाजाला लागून गेलेले छोटे छोटे व्हरांडे वेगाने वर जाताना तिला दिसले. पाणबुडीच्या यांत्रिक हातात अडकलेला डेल्टा-टू याला काय होते आहे ते जास्त जाणवले. त्याची भीती पराकोटीला पोहोचली. तो तरीही रेचलकडे बघत होता. पाणबुडी कोसळण्याचा वेग वाढत होता.

ते कोसळणे कधीच थांबणार नाही, अनंत काळापर्यंत चालेल असे तिला वाटले.

शेवटी ती पाणबुडी समुद्रपृष्ठावर आदळली, पाण्यात खोल शिरली. त्याचा जबरदस्त धक्का रेचलला आतमध्ये बसला. ती वरच्या दिशेने दाबली गेली. तिचे पाठीतील मणके एकमेकांवरती दाबले गेले. जेव्हा पाणबुडीचे पाण्यातील अध:पतन

थांबले तेव्हा ती वरती उसळून येऊ लागली. रेचलला गुदमरल्यासारखे वाटू लागले. शेवटी एखादे महाकाय बूच पाण्यावरती उसळी मारून यावे तशी ती पाणबुडी वरती आली.

तात्काळ त्या पाणबुडीला शार्क मासे भिडले. आता रेचलच्या समोर, अगदी हाताच्या अंतरावर, एक भीषण नाट्य उलगडू लागले.

हॅमरहेड शार्क माशाने त्याच्या आडव्या डोक्याने आपल्याला जबरदस्त धडक दिली आहे हे डेल्टा-टू याला जाणवले. पाण्यात पडल्याने श्वासोच्छ्वास न करता आल्याने तो कासावीस झाला होता, गुदमरला होता. त्यात ही धडक बसल्याने आपण आता कोणत्या संकटाच्या खाईत कोसळलो आहोत ते त्याला कळले. त्याचा दंड एका माशाने तोंडात धरला आणि आपले सुरीसारखे अत्यंत धारदार दात तो रुतवत गेला, पार हाडापर्यंत गेला. तापून लालबुंद झालेल्या धातूच्या पकडीत सापडल्यावर जशा वेदना होतात तशा वेदना डेल्टा-टू ला झाल्या. त्या वेदना स्फोट झाल्यासारख्या त्याच्या साऱ्या शरीरात पसरल्या. त्या शार्क माशाने आपले तोंड जोरजोरात हलवून शेवटी संपूर्ण हात शरीरापासून तोडलाच. इतर शार्कही मग धावून आले. आपल्या पायावर असंख्य सुरे चालवले जात आहेत असे डेल्टा-टू याला जाणवले. त्यानंतर त्याचे पोट, पाठ यावरही ते सुरे खुपसले गेले. त्याच्या शरीराचे लचक्यावर लचके निघत होते. एक मासा त्याच्या मानेला भिडला. वेदनेचा कल्लोळ झाला; परंतु तो ओरडू शकत नव्हता, किंकाळी फोडू शकत नव्हता; कारण तो पाण्यात होता व श्वासोच्छ्वास करू शकत नव्हता. आता त्याच्या शरीराचे मोठमोठे लचके तोडले जाऊ लागले. अनेक शार्क मासे त्याच्यावर तुटून पडले होते. डेल्टा-टू याने एका शार्क माशाचे चंद्रकोरीसाखे उघडलेले तोंड पाहिले. त्या दोन चंद्रकोरींमध्ये तीक्ष्ण दातांच्या रांगा होत्या. त्या रांगा जवळ आल्या आणि त्याचा चेहरा पकडला. अगदी घट्ट! त्याने पाहिलेले ते शेवटचे दृश्य होते.

त्यानंतर त्याचे सारे जग अंधारात बुडून नाहीसे झाले!

ते शार्क मासे आपल्या डोक्यांनी पाणबुडीच्या घुमटावरती थडाथड ढुशा देत होते. मधला पारदर्शक अडथळा त्यांना समजत नव्हता. समोर आपले दुसरे एक भक्ष्य आहे म्हणून ते रेचलकडे आकर्षित झाले होते. त्यांच्या कराल जबड्यांचे भीतिदायक दर्शन तिला सारखे होत होते. तिची भीती पराकोटीला पोहोचली. शेवटी एक वेळ अशी आली, की त्या शार्क माशांना कळून चुकले, हे भक्ष्य आपल्याला मिळणार नाही. त्यांनी तिचा नाद सोडला व ते तेथून पसार झाले.

रेचलने आपले मिटलेले डोळे उघडले. बाहेर लटकणारा व यांत्रिक पंजात

अडकलेला माणूस नाहीसा झाला होता. त्याचा मागमूस राहिला नव्हता. घुमटाकार खिडकीभोवतालचे पाणी गुलाबी झाले होते. ती आपल्या आसनावरती हातापायांची जुडी करून थरथरत बसली. पाणबुडी पाण्यात कोणत्या तरी दिशेने सरकते आहे हे तिला जाणवले. समुद्राच्या प्रवाहात ती भरकटत चालली होती. गोया जहाजाला अगदी तळाशी एक छोटा डेक होता. त्याला खेटून खरवडत खरवडत ती पुढे चाललेली होती; पण त्याचबरोबर ती पाणबुडी अत्यंत हळूहळू एका वेगळ्याच दिशेने जाऊ लागली होती. खालच्या दिशेने ती जात होती. सत्य काय आहे ते तिला लवकरच उमगले. पाणबुडीत कुठे तरी पाणी शिरू लागले होते. आणि ती बुडू लागली होती!

पाणबुडीचा तोल संभाळण्यासाठी व खाली-वर जाण्यासाठी तिच्या बाहेर बॅलास्ट टाक्या होत्या. त्यामध्ये बुडबुड आवाज करत पाणी शिरत होते. तो आवाज मोठा मोठा होत गेला. पारदर्शक घुमटाला पाणी लागले होते व ते आता इंचाइंचाने वर सरकत होते. तिला आतून ते दिसत होते. समुद्र तिला ग्रासत चालला होता.

मी बुडत आहे!

ती जाणीव होताच तिच्या शरीरातून भीतीची एक लाट सरसरत गेली. एकदम ती धडपडत उठली व वरचा घुमट उघडण्याची खटपट करू लागली. जर ती बाहेर पडून पाणबुडीवर उभी राहिली तर तिला अजूनही जहाजाच्या खालच्या डेकला पकडता येईल अशी तिला आशा वाटली. तो डेक अवघा काही फुटांवरती होता.

मला यातून बाहेर पडलेच पाहिजे!

घुमटाचे झाकण कसे फिरवून उघडायचे याचे बाण व खुणा आतमध्ये रंगवलेल्या होत्या. तिने जोर लावून त्याप्रमाणे करायचा प्रयत्न केला; परंतु ते झाकण तसूभरही जागचे हलले नाही. तिने पुन्हा प्रयत्न केला. तरीही काही घडले नाही. ते झाकण जाम घट्ट बसले होते; कारण ते कोठेतरी वाकले होते. तिच्या भोवतालच्या समुद्राचे पाणी जसजसे वर चढत होते तसतशी तिची भीती वाढत गेली. तिने एक शेवटचा प्रयत्न करून पाहिला; पण त्या निकराच्या प्रयत्नालाही त्या घट्ट बसलेल्या झाकणाने दाद दिली नाही.

ट्रिटॉन पाणबुडी आणखी काही इंच खाली बुडाली. गोया जहाजाला तिने एक शेवटची धडक दिली आणि नंतर तिने खुल्या समुद्रात प्रवेश केला.

१२६

"हे काय करता आहात तुम्ही?" गॅब्रिएलने सिनेटरला विचारले; पण सिनेटरने तिच्याकडे लक्ष न देता आपले काम चालू ठेवले. रेचलने फॅक्स केलेल्या सर्व

कागदांच्या प्रती काढण्याचे काम तो करत होता.

तिने पुन्हा त्याला विनवले, "असले काही करून तुम्ही तुमच्या मुलीचा जीव धोक्यात घालता आहात."

परंतु सेक्स्टनने तिच्याकडे दुर्लक्ष करत आपले काम पूर्ण केले. त्याने प्रत्येक फॅक्सच्या कागदाच्या दहा दहा प्रती काढून दहा संच बनवले. यामध्ये रेचलने आपल्या हाताने लिहिलेल्या त्या निरोपाच्या कागदाच्याही दहा प्रती काढलेल्या होत्या. *ती उल्का बनावट आहे. नासा आणि व्हाईट हाऊस मला ठार करण्याचा प्रयत्न करत आहेत.*

वृत्तमाध्यमांना या कागदांचा संच म्हणजे कित्ती मोठा बॉम्ब वाटेल, असे सेक्स्टनच्या मनात येऊन तो हर्षभरीत झाला. त्याचे नाव छापलेली मोठमोठी दहा पाकिटे त्याने बाहेर काढली. प्रत्येक पाकिटात एकेक संच तो घालू लागला. पाकिटावर त्याचे नाव, पत्ता व त्याचा शिक्का असल्याने या माहितीचा उगम कोठे आहे ते कोणालाही समजले असते. त्याच्या मनात आले, *या शतकामधील ही एक सर्वांत मोठी राजकीय भानगड ठरेल आणि ती उघडकीला आणल्याचे श्रेय मला मिळेल.* सेक्स्टन आता स्वत:च्याच विश्वात गेला होता. भावी घटनांची स्वप्ने त्याला पडू लागली.

गॅब्रिएल अजूनही सिनेटरची मनधरणी करत होती, काकुळतीने विनंती करत होती; पण त्याने केवळ मौन राखले. रेचलच्या सुरक्षिततेसाठी जीव तोडून त्याची आर्जवे करत शेवटी ती गप्प बसली.

जर ती कागदपत्रे जाहीर केली गेली तर रेचलच्या जिवाला धोका उत्पन्न होईल असे विल्यम पिकरिंगने त्याला बजावले होते. तो धोका पत्करूनही आपण नासाचा हा वैज्ञानिक भ्रष्टाचार जाहीर केला तर... तर केवळ या कृतीमुळे आपला व्हाईट हाऊसमध्ये हमखास प्रवेश होऊ शकेल. अमेरिकेचे अध्यक्षपद मिळेल. अमेरिकी राजकारणात कधी नव्हे एवढे राजकीय नाट्य घडेल.

त्याला वाटले, *जीवन हे अनेक अवघड निर्णयांनी भरलेले असते आणि जे असे निर्णय घेतात तेच शेवटी विजयी होतात.*

सेक्स्टनच्या डोळ्यांत ही भावना गॅब्रिएल ॲशला स्पष्ट दिसली. एक आंधळी महत्त्वाकांक्षा! तिला याचीच भीती वाटली. सेक्स्टन नासाचा भ्रष्टाचार जाहीर करण्यासाठी उतावीळ झालेला असून, त्यासाठी आपल्या मुलीच्या जिवाची जोखीम घ्यायला बेधडक तयार झाला आहे.

तिने एक शेवटचा प्रयत्न करून पहायचे ठरवले. ती म्हणाली, "असे पहा, तुम्ही आता जिंकल्यात जमा आहात. या प्रकरणातून नासा वाचत नाही आणि झॅक हर्नी यांचाही निभाव लागणार नाही. हे सारे आपोआप घडणार आहे. तुम्ही त्यासाठी

काहीही करायची गरज नाही. हे प्रकरण शेवटी कोण बाहेर काढणार आहे नि ते केव्हा बाहेर येणार आहे याला आता काय अर्थ उरला आहे? रेचल सुरक्षित आहे असे कळेपर्यंत तरी तुम्ही थांबा. पिकरिंगशी बोलणे होईपर्यंत थांबा!''

परंतु सेक्स्टनचे तिच्या बोलण्याकडे अजिबात लक्ष नव्हते. त्याने आपल्या ड्रॉवरमधून एक ॲल्युमिनियमची फॉईल बाहेर काढली. गोल आकाराची, स्वत:च्या नावाची नक्षीदार सील्स त्याला चिकटवलेली होती. प्रत्येक पाकीट बंद केल्यावरती त्याने पाकिटाच्या फ्लॅपवरती ते सील चिकटवून टाकले. यामुळे ती पाकिटे एकदम महत्त्वाची वाटू लागतात, शानदार दिसतात आणि त्यामुळे आतील कागदपत्रांचेही महत्त्व वाढते. यामुळे या नाट्यात पडली तर भरच पडेल, उठाव येईल. प्रत्येक सील फॉईलवरून काढून सेक्स्टन स्वत: सर्व पाकिटांवरती चिकटवत गेला.

गॅब्रिएलचे हृदय धडधडू लागले. या माणसाला कसे थोपवावे हे तिला समजेना. शेवटी ती चिडली. तिच्या डोळ्यांसमोर संगणकावर पाहिलेली सेक्स्टनला मिळालेल्या लाचेची आकडेवारी आली. त्याची ही भानगड उकरून काढू अशी धमकी त्याला दिली तर? तर काहीही होणार नाही. उलट आपण त्याच्या खोलीत चोरून घुसलो याबद्दल त्याची खात्री पटेल आणि तो शांतपणे आपल्या संगणकावरील माहिती पुसून टाकेल. एक पुरावा नाहीसा होईल व ते आपल्यामुळेच घडेल. शेवटी ती रागारागाने म्हणाली, ''हे थांबवा आता. नाहीतर मी आपल्या दोघांचे संबंध जाहीर करेन.''

पाकिटांना सील्स लावता लावता सेक्स्टन ते ऐकून हसला, मोठ्याने हसला. तो म्हणाला, ''खरं? अन् तुझ्या सांगण्यावर कोणी विश्वास ठेवील असे तुला वाटते? सत्तेची अभिलाषा असलेली तू एक राजकीय मदतनीस आहेस, हे बाहेरचे जग कसे विसरेल. तुला मी माझ्या सत्ताग्रहणात काहीही वाटा दिला नाही म्हणून तू हे सारे खोटेनाटे आरोप करून माझ्यावर राळ उडवते आहेस, असे मी म्हटले तर? एकदा असे आरोप माझ्यावर केले गेले होते. त्या वेळी मी ते फेटाळून लावले होते आणि जगाने माझ्यावरती विश्वास ठेवला होता, हे तू विसरलीस? मी परत ते आरोप नाकारेन, फेटाळेन, धुडकावून लावेन.''

''परंतु आपल्या निकटच्या संबंधांचे व्हाईट हाऊसकडे फोटो आहेत.'' शेवटी तिने ते जाहीर केले.

सेक्स्टनने तिच्याकडे वर न पहाता म्हटले, ''त्यांच्याजवळ ते फोटो नाहीत. आणि जरी ते असले, तरी त्या फोटोंना आता काहीही अर्थ उरला नाही.'' शेवटच्या पाकिटाला सील चिकटवत तो पुढे म्हणाला, ''माझ्यावर कोणीही आरोप करू शकणार नाही; कारण एकदा मी ही पाकिटे वृत्तसंस्थांना वाटली की माझ्याविरुद्ध

कोणतेही आरोप टिकणार नाहीत. त्यांची कोणीही दखल घेणार नाही. माझ्या हातात ही हुकमाची पाने आहेत.''

सेक्स्टनचे म्हणणे बरोबर आहे हे गॅब्रिएलला पटले. ती आता हताश झाली, निराश झाली, हतबुद्ध होऊन बसली. सेक्स्टनच्या टेबलावर ती दहा पाकिटे ओळीने मांडली होती. स्वच्छ पांढऱ्या व जाड कागदाची पाकिटे. त्यावरती नीट अक्षरात सेक्स्टनचे नाव, पत्ता आणि सील. जणू काही ती पाकिटे राजेशाही निमंत्रणाची आहेत असे वाटत होते.

त्याने त्या पाकिटांचा एक गठ्ठा केला, उचलून हातात घेतला व तो जाण्यास निघाला. गॅब्रिएल त्याच्या वाटेत उभी राहिली व म्हणाली, ''तुम्ही एक चूक करत आहात. थोडी वाट पहा. थोडी कळ सोसा. मग काय तो निर्णय घ्या.''

सेक्स्टन तिच्यावर आपले डोळे खिळवत म्हणाला, ''गॅब्रिएल, मी तुला राजकारणात आणले व तयार केले. आता मीच तुला राजकारणातून घालवून देत आहे.''

''ते सर्व फॅक्सचे कागद तुम्हाला अध्यक्षपदावर नेऊन बसवणार आहेत, याचे श्रेय रेचलला आहे. यामुळे तरी तिच्या सुरक्षिततेचा विचार करा.''

''मी तिला आजवर खूप काही दिलेले आहे.''

''पण आता तिला काही झाले तर?''

''तर मग माझ्याबद्दल जनतेला सहानुभूती वाटेल. त्यामुळे माझ्या मतांत भरच पडेल.''

गॅब्रिएलचा आपल्या कानांवरती विश्वास बसेना. या माणसाच्या मनात असा कसा विचार येतो? तिला त्याची घृणा आली. ती फोनकडे गेली व म्हणाली, ''मी सरळ आता व्हाईट हाऊसला–''

सेक्स्टन गर्रकन वळला आणि त्याने गॅब्रिएलच्या खाडकन थोबाडीत दिली.

गॅब्रिएल हेलपाटत मागे गेली. आपले ओठ दातांवर आपटून फाटले असे तिच्या लक्षात आले. तिने टेबलाला धरून सावरले. ज्या माणसाला आपण देवता समजून त्याची पूजा केली होती तोच हा माणूस आहे का? ती आश्चर्याने डोळे विस्फारून त्याच्याकडे पहात राहिली.

सेक्स्टन तिच्याकडे टक लावून कठोर नजरेने पहात राहिला. तो म्हणाला, ''आत्ताच्या माझ्या राजकीय हालचालींच्या जर तू आड आलीस, तर तुला मी जन्माचा पश्चात्ताप करायला लावेन.'' आपल्या काखेत पाकिटांचा गठ्ठा पकडून धरत तो निश्चल उभा राहिला. त्याच्या डोळ्यांत एक धोकादायक अंगार पेटलेला दिसत होता.

शेवटी गॅब्रिएल त्याच्या ऑफिसमधून बाहेर पडली. इमारतीच्या बाहेर गेली. रात्रीची थंड हवा आणि ओठातून गळणारे रक्त तिला जाणवले. तिने एका टॅक्सीला

हाक मारली. टॅक्सी आल्यावर आत चढून बसली व तिने आपल्या घराचा पत्ता ड्रायव्हरला सांगितला. एवढे केल्यानंतर मात्र तिला रडू फुटले. वॉशिंग्टनमध्ये आल्यापासून ती प्रथमच रडत होती. ढसाढसा रडत होती.

१२७

अखेर ट्रिटॉन पाणबुडी खाली गेली...

टॉलन्ड झोकांड्या खात आपल्या पायावर कसाबसा उभा राहिला. त्याने टांगलेल्या पाणबुडीच्या दिशेने पाहिले. तिथे पाणबुडी नव्हती. तो धावत त्या बाजूला गेला व कठड्यावरून वाकून खाली पाण्यात डोकावून पाहू लागला. खाली पडलेली ट्रिटॉन नुकतीच वरती येत होती. ती गोया जहाजाच्या डेकखाली होती. पाणबुडीला काहीही झालेले नाही हे पाहून त्याने हुश्श केले. त्याने पाणबुडीच्या घुमटाकडे पाहिले. तो उघडून रेचल बाहेर पडेल अशी त्याला आशा होती. या अपघातात तिला काहीही झालेले नसणार याची त्याला खात्री होती; पण तो घुमट उघडला गेला नाही. कदाचित पाणबुडी उंचावरून खाली पडल्यामुळे तिला धक्का बसला असावा, असे त्याला वाटले.

पण वरून पहाताना त्याच्या लक्षात आले की पाणबुडी नेहमीसारखी पाण्यावर फार वर तरंगत नाही. ती बरीचशी पाण्यात खाली गेलेली आहे. याचा अर्थ एकच होता. तो म्हणजे, *पाणबुडी सावकाश पाण्यात बुडत आहे.* असे का होते आहे याची त्याला कल्पना करता येईना; पण कोणते का कारण असेना, त्या कारणाला आत्ता महत्त्व नव्हते.

रेचलला बाहेर काढलेच पाहिजे. तेही ताबडतोब.

तो डेकवरून उडी मारण्यास तयार होत असताना मशीनगन कडाडल्याचा आवाज त्याला ऐकू आला. त्याच्या डोक्यावरून गोळ्या गेल्या होत्या. त्याच्या वरच्या भागात ते केबल गुंडाळणारे मशीन होते. पिकरिंग त्यावरच चढून गोळ्या झाडत होता. ''छ्याऽ!'' असा उद्गार काढून तो एकदम खाली बसला. त्याने पिकरिंगकडे पाहिले. तो नेम धरत होता. डेल्टा-वन जेव्हा हेलिकॉप्टरमध्ये चढला तेव्हा त्याची मशीनगन डेकवर खाली पडली होती. तीच मशीनगन पिकरिंगने उचलली होती. एनआरओचा डायरेक्टर उंचावर उभा होता. त्याच्या हातात मशीनगन होती. परिस्थिती त्याच्या हातात गेल्यासारखी दिसत होती.

नांगराची केबल गुंडाळण्याच्या चाकामागे टॉलन्ड लपला. त्याने खाली पाहिले तर ट्रिटॉन आणखी आणखी खाली चालली होती. *उठ रेचल, बाहेर पड!* तो वाट पाहू लागला; पण काहीच घडले नाही.

त्याने मागे वळून पाहिले. मागच्या बाजूचा कठडा वीस फुटांवरती होता. वाटेत डेकचा मोकळा भाग होता. तेवढे अंतर धावत जायचे म्हणजे जोखीम होती. मध्ये कोठेही आडोसा घेत येत नव्हता.

टॉलन्डने एक खोल श्वास घेतला. निश्चय केला. अंगातील शर्ट त्याने ओरबाडून काढला आणि डेकवरती उजवीकडे हवेत भिरकावून दिला. ताबडतोब त्या शर्टावरती गोळ्यांचा पाऊस पाडला गेला. शर्टाला असंख्य भोके पडली. टॉलन्डने तिरप्या झालेल्या डेकवरती डावीकडे धाव घेतली. धनुष्यातून बाण सुटावा तसा तो धावत सुटला. जहाजाचा मागचा कठडा जवळ येताच त्याने एकदम त्यावरून सरळ खाली पाण्यात उडी टाकली. कठडा ओलांडताना त्याच्यावर पुन्हा गोळ्या झाडल्या गेल्या. चुईं, फुईं आवाज करत त्या गोळ्या त्याच्या दोन्ही बाजूने व डोक्यावरूनही जात होत्या. त्यातली एक जरी गोळी आपल्याला चाटून गेली तर खाली पडताक्षणी शार्क माशांना त्याच्या शरीराची मेजवानी मिळणार होती.

एखाद्या पिंजऱ्यात रानटी जनावर कोंडल्यावरती त्याची जशी तडफड होईल तशी अवस्था रेचलची झाली होती. तिने पुन्हा पुन्हा ते घुमटाकार झाकण काढायचा प्रयत्न केला; पण तिला यश आले नाही. आपल्या पायाखाली तळात कुठेतरी एखादी टाकी असून ती पाण्याने भरली जात आहे याचा आवाज तिला आता ऐकू येऊ लागला. पाणबुडी जड होत चालली आहे हेही तिला जाणवले. समुद्रातला काळा अंधार हा तिच्या भोवती तसूतसूने वर चढत होता. पारदर्शक घुमटावरती एक काळा पडदा खालून वर चढत होता.

अर्ध्या घुमटाखालचा पाणबुडीचा भाग पाण्यात गेला होता. एखादे पिशाच जसे रात्री आपल्या थडग्यातून बोलावत असते, तसा आजूबाजूचा अंधारलेला समुद्र आपल्याला बोलावतो आहे असे तिला वाटले. त्याची अथांगता जाणवल्यावर हा समुद्र आपल्याला नक्की गिळून टाकणार याची तिला खात्री वाटू लागली. तिने पुन्हा वरचा घुमट उघडण्यासाठी त्याचे हँडल जोरात फिरवून पाहिले; पण तो घुमट ढिम्म हलला नाही. तिच्या फुप्फुसांवरती आता ताण पडला. पाणबुडीतील त्या छोट्याशा जागेत तिच्या उच्छ्‌वासातील कार्बन-डाय-ऑक्साईड साठू लागला. त्याचा चमत्कारिक दर्प तिच्या नाकपुड्यांना झोंबू लागला. आता एकच विचार तिच्या मनात सतत येऊ लागला.

मी एकटीच या पाण्यात मरून जाणार.

तिने पाणबुडीतील कन्ट्रोल्स निरखून पाहिले. तिथे काही खटके होते. त्यातला एखादा खटका तरी आपल्या उपयोगी पडेल असे तिला वाटले; पण कोणता खटका दाबायचा? त्या खटक्यांसाठी असलेल्या डायल्स बंद होत्या. डायलमधले दिवे बंद असल्याने काहीच समजत नव्हते. याचा अर्थ पाणबुडीत वीज नव्हती.

कदाचित बॅटऱ्या रिचार्ज करावयाच्या राहून गेल्या असतील. ती खरोखरीच एका पोलादी पेटीत अडकून बुडत चालली होती. शेवटी समुद्राच्या तळावर ती पेटी कायमची विसावणार होती.

तळाच्या टाकीत शिरणाऱ्या पाण्याचा बुडबुड आवाज आता अधिक वेगाने होऊ लागला. घुमटाचा फक्त फूटभर भाग पाण्यावरती राहिला होता. त्यातून तिने पाहिले असता सर्वत्र क्षितिजापर्यंत समुद्रपृष्ठाची विस्तृत सपाटी पसरलेली दिसली. दूरवर कुठेतरी क्षितिजावरती एक गुलाबी पट्टा हळूहळू सरकत होता. हळूहळू सकाळ होत चालली आहे हे तिला त्यावरून समजले. आपण पहात असलेला हा शेवटचा प्रकाश आहे हे रेचलला मनोमन उमजले. आपल्यावर चालून येणारे व आपला अंत करणारे संकट न पहाण्यासाठी तिने डोळे बंद केले. ताबडतोब तिच्या मनात बालपणातील भयानक दृश्ये धावून आली.

बर्फाच्या थरातून आत पाण्यात ती कोसळली होती. त्या पाण्यातून ती घसरत जाऊ पहात होती. तिला श्वास घेता येईना. आपले शरीर वर खेचता येईना. ती बुडत होती. तिची आई तिला हाक मारत होती, "रेचल! रेचल!"

पाणबुडीवरती बाहेरून कोणीतरी सारखे धक्के मारते आहे असे तिला जाणवले. त्यामुळे दचकून ती त्या स्मृतिभ्रमातून बाहेर आली. तिने फटकन आपले डोळे उघडले.

"रेचल!" घुसमटलेल्या आवाजात कोणीतरी तिला हाक मारत होते. पारदर्शक घुमटामधून भुतासारखे कोणीतरी बाहेरून तिला पहात होते. त्या भुताचे डोके उलटे होते. त्या डोक्याचे दाट केस पाण्यात विस्कटल्यासारखे हलत होते. अंधारातही तिने त्या व्यक्तीला ओळखण्याचा प्रयत्न केला. तिने त्याला जेमतेम ओळखले असेल, तोच तिच्या तोंडून शब्द बाहेर पडला, "मायकेल!"

टॉलन्ड तिथून एकदम वरती आला. रेचल आतमध्ये असून अजूनही जिवंत आहे म्हणून त्याला हायसे वाटले. तो भराभर हात मारत पाणबुडीच्या मागच्या बाजूला गेला व पाण्यात बुडलेल्या इंजिनाच्या प्लॅटफॉर्मवरती चढला. तिथे एक बाहेर आलेला मोठा स्क्रू होता. त्याला पकडून तो ओणवा झाला. पिकरिंगच्या मशीनगनचा मारा झाला तर तो चुकवण्यासाठी टॉलन्ड काळजी घेत होता.

ट्रिटॉनच्या गोलाकार भिंती पाण्यात जवळजवळ पूर्णपणे खाली बुडाल्या होत्या. तेव्हा अजिबात वेळ न लावता ते घुमटाचे झाकण उघडून रेचलला बाहेर काढणे गरजेचे आहे हे त्याच्या लक्षात आले. त्याला आता घाई करायला हवी होती.

पाण्याबाहेर तो घुमट फक्त दहा इंचच वर होता. हळूहळू ते अंतर कमी होत जाणार होते. एकदा का तो घुमट पूर्णपणे पाण्यात बुडाला तर मग पंचाईत होणार होती. त्या वेळी तो उघडला तर समुद्राचे पाणी आत वेगाने घुसणार होते. त्या घुसणाऱ्या पाण्याचे दडपण झुगारून रेचलला बाहेर पडता आले नसते. अन् एकदा पाणबुडी पाण्याने भरून गेली की ती सावकाश समुद्रतळावरती जाऊन बसणार होती. कायमची!

जे काय करायचे ते आत्ता या क्षणी केले पाहिजे. आटोकाट धडपड केली पाहिजे, असा विचार मनात आणून टॉलन्डने घुमटाचे चाक पकडले व तो ते उलट चक्राकार दिशेने जोर लावून फिरवू लागला. काहीच घडले नाही. त्याने पुन्हा प्रयत्न केला. आपल्या अंगातील सारे बळ एकवटून प्रयत्न केला. पुन्हा तेच झाले. त्या घुमटाकार झाकणाने फिरण्यास निकार दिला.

त्या घुमटाच्या मागच्या बाजूला तो होता. तिथेही त्याला रेचलचा क्षीण आवाज ऐकू येत होता. तो आवाज घुसमटलेला होता; पण तरीही त्याला त्या आवाजातील प्रकट झालेली भीती समजत होती. ती म्हणत होती, ''मी प्रयत्न केला; पण ते फिरतच नाही.''

घुमटावर पाणी आपटून जात होते. तो ओरडून तिला म्हणाला, ''परत प्रयत्न करा. आतमध्ये तुम्ही घड्याळाच्या काट्याच्या दिशेने फिरवा. मी बाहेरून फिरवतो. आपण दोघे एका वेळी प्रयत्न करू.'' कोणत्या दिशेने फिरवायचे हे तिथे स्पष्टपणे लिहिले होते; पण तरीही त्याने तिला सांगितले. तो पुढे म्हणाला, ''हं, ठीक आहे? एक दोन तीन. आता फिरवा.''

टॉलन्डने बॅलास्ट टाकीला आपल्या शरीराचा जोर लावला व आपली सारी शक्ती एकवटून तो ते चाक फिरवू लागला. रेचलही आतमध्ये तसेच करते आहे हे त्याला जाणवले. ते चाक अर्धा इंच फिरले आणि अडथळा आल्यासारखे थांबले.

मग तेवढ्यात त्याला ते दिसले. चाक न फिरण्याचे कारण दिसले. ते झाकण मुळातच नीट बसले नव्हते. एखाद्या बरणीचे झाकण तिरपे बसवले तर ते आट्यात कसे गुंतून पडते तसे झाले होते. आता ते अधिक फिरणे केवळ अशक्य होते. फक्त गॅस वेल्डिंगच्या ज्योतीने तो भाग वितळवून कापून काढणे एवढेच हातात उरले होते.

आता संपूर्ण घुमट पाण्याखाली गेला होता. टॉलन्ड घाबरला. रेचल आता कधीच बाहेर पडू शकणार नाही, हे हळूहळू त्याला उमगू लागले.

तिथेच दोन हजार फूट खाली, ते चुरमडलेले, मोडलेले किओवा हेलिकॉप्टर खाली खाली चालले होते. आकाशात गुरुत्वाकर्षणावर मात करणारे ते वाहन आता मात्र गुरुत्वाकर्षणाचे कैदी झाले होते, वेगाने बुडू लागले होते. गुरुत्वाकर्षणाच्या

जोराबरोबरच खालच्या भोवऱ्याचा जोरही त्याला खेचत होता. आत कॉकपिटमध्ये डेल्टा-वन याचे निर्जीव शरीर ओळखण्यापलीकडे गेले होते. खोल पाण्याच्या अफाट दाबामुळे ते शरीर विदीर्ण झाले होते, विकृत झाले होते.

ते हेलिकॉप्टर गरगरत गरगरत खाली जात होते. त्याच्या पोटाखाली ती क्षेपणास्त्रे तशीच चिकटलेली होती. खाली तळावरील मॅग्मा डोमचा, ज्वालामुखीचा लालबुंद माथा आ वासून होता. तो आता हेलिकॉप्टरचा लँडिंग प्लॅटफॉर्म ठरणार होता. दहा फूट जाडीचा तो माथा ज्वालामुखीचे बूच होते. त्याच्या खाली आतमध्ये एक हजार अंश सेल्सिअस उष्णतामानाचा लाव्हा रस खदखदत होता. स्फोट होण्याची वाट पहात होता.

१२८

बुडत चाललेल्या ट्रिटॉनच्या इंजिन बॉक्सवरती टॉलन्ड उभा होता. रेचलला कसे वाचवावे यावर त्याचा मेंदू वेगाने काम करू लागला.

ही पाणबुडी बुडू देता कामा नये.

त्याने मागे वळून जहाजाकडे पाहिले. तिकडून एखादी केबल आणून ती पाणबुडीला जोडायची व मग विंच मशीनने ती केबल गुंडाळत पाणबुडी ओढून घ्यायची. निदान तिला समुद्रपृष्ठावर आणून ठेवायचे; पण ती गोष्ट अशक्य होती. दीडशे फुटांवरती पिकरिंग ब्रिजवरती उभा राहून हातात मशीनगन घेऊन पहारा देत होता. जणू काही मोठ्या व खुल्या प्रेक्षागृहात रोमन बादशहाने उंचावरचे व पुढचे आसन घेऊन खालची क्रौर्यक्रीडा न्याहाळावी, तसे ते दृश्य वाटत होते.

टॉलन्ड स्वत:शी म्हणाला, *जरा विचार कर. ही पाणबुडी का बुडते आहे?*

पाणबुडी पाण्यात कोठेही खाली-वर तरंगण्यामागचे तत्त्व कमालीचे साधे व सोपे होते. बॅलास्ट टाकीमध्ये पाणी भरल्यावर पाणबुडी जड होऊन खाली जाते. तर हवा पंपाने भरल्यावर पाणबुडी हलकी होऊन वरती येऊ लागते.

याचा अर्थ बॅलास्ट टाक्या पाण्याने भरल्या असल्या पाहिजेत.

पण आत्ता त्या कशा भरल्या?

प्रत्येक बॅलास्ट टाकीला तळाला आणि माथ्याला पाणी आत-बाहेर करण्यासाठी भोके ठेवलेली असतात. तळाची भोके ही पाणी आत घेण्यासाठी. ती नेहमी उघडीच असतात. तर वरची भोके ही आतली हवा बाहेर जाण्यासाठी किंवा हवा आत घेण्यासाठी असतात; मात्र या भोकांना झडपा असतात. त्या झडपा उघडून किंवा लावून भोके उघडी किंवा बंद करता येतात. म्हणून त्याला Venting Valves असेही म्हणतात.

कदाचित ही माथ्यावरची भोके काही कारणाने उघडीच राहिलेली असली तर? पण तसे कारण त्याला सापडेना. तो पाण्यात वाकून हाताने ती भोके चाचपडू लागला. बॅलास्ट टाक्यांच्या माथ्यावरची भोके बंद होती; पण बोटाने चाचपडत असताना त्याला एकदम काहीतरी वेगळे कारण सापडले.

गोळ्यांनी बॅलास्ट टाकीला भोके पाडली होती!

जेव्हा रेचलने उघड्या घुमटातून आतमध्ये उडी मारली तेव्हा डेल्टा-वन याने तिच्यावर गोळ्यांची फैर झाडली होती. त्या गोळ्यांनी बॅलास्ट टाकीला भोके पाडली होती. ताबडतोब टॉलन्ड पाण्याखाली पोहत पाणबुडीच्या खाली गेला. तिथे तळाला आणखी एक बॅलास्ट टाकी होती. पाणबुडीची ती महत्त्वाची टाकी होती. त्याला 'निगेटिव्ह टँक' म्हटले जाई. ब्रिटिश नौदलात या टाकीला 'द डाऊन एक्स्प्रेस' म्हटले जाई. तर जर्मन लोक त्याला 'पायात शिशाचे बूट चढवणे' अशा अर्थाने संबोधत. नावावरून त्याचा अर्थ स्पष्ट होता. जेव्हा ही टाकी किंवा निगेटिव्ह टँक पाण्याने भरला जाई तेव्हा पाणबुडी खाली जाई.

टॉलन्डने त्या टाकीवरून आपली बोटे काळजीपूर्वक फिरवून चाचपणी केली. तिथे दहा-बारा भोके त्याला सापडली. ती सर्व भोके गोळ्यांनी पाडलेली होती. डेकवर टांगलेल्या पाणबुडीवर खालून गोळ्या झाडल्यावर असेच होणार. त्या भोकातून अजून आतमध्ये पाणी शिरत असल्याचे त्याला जाणवले. ट्रिटॉन सूर मारून खाली जाण्याची तयारी करत होती. टॉलन्डला ते आवडो वा न आवडो, परंतु ते एक कठोर सत्य होते.

समुद्रपृष्ठापासून तीन फूट खाली ती पाणबुडी उतरली होती. तो वरती आला व घुमटाच्या काचेला त्याने आपला चेहरा चिकटवला आणि आत पाहिले. रेचल बेभान होऊन आतून धक्के मारत होती व ओरडत होती. तिच्या आवाजातील भीती जाणवून टॉलन्डच्या अंगातील त्राण गेले. क्षणभर तो एकदम एका थंड रुग्णालयात होता. ज्या स्त्रीवर त्याने प्रेम केले ती स्त्री त्याच्या डोळ्यांसमोर मरत होती अन् तो तिला वाचवण्यासाठी काहीही करू शकत नव्हता. बुडत चाललेल्या त्या पाणबुडीभोवती तो पाण्यात घिरट्या घालू लागला; पण त्याने स्वत:ला बजावले की पुन्हा तसला प्रसंग येथे उद्‌भवू द्यायचा नाही. अजिबात नाही. सिलियाने मरताना त्याला म्हटले होते, ''मायकेल, तू जगणार आहेस.'' पण टॉलन्डला एकट्याने जगायचे नव्हते... अन् आत्तासुद्धा त्याला तेच वाटत होते. पुन्हा तसे नको.

टॉलन्डच्या फुप्फुसातली हवा संपली. तिथे त्याला दुखू लागले. त्याला हवेची नितांत गरज भासू लागली. अन् तरीही तो पाण्याखालीच राहिला. जेव्हा रेचल आतून ठोठावे तेव्हा प्रत्येक वेळी पाण्यातून बुडबुडे उठत. बॅलास्ट टाकी आणखी जड होत जाई. आतमध्ये पाणी शिरले आहे अशा अर्थाने रेचल काहीतरी बोलत

असल्याचे त्याने ऐकले.

आता घुमटाच्या खिडकीतूनही आत पाणी गळू लागले.

पण घुमटाला कुठे गोळीने भोक पाडले होते, त्याला शंका आली. त्याची स्वत:ची फुप्फुसे स्फोट पावण्याच्या बेतात आली होती. त्याने पृष्ठभागावर जायची तयारी केली. जेव्हा तो हाताने पाणी खाली दाबून घुमटाशेजारून वर जात होता, तेव्हा त्याच्या हाताला एक सैल झालेल्या रबराचा तुकडा लागला. ते घुमटाचे झाकण एका गोलाकार रबराच्या पट्टीवरती बसे. त्यामुळे झाकण पक्के सीलबंद होई; पण ते सील जागेवरून सरकून वेडेवाकडे झालेले होते. म्हणूनच थोडी फट राहून तिथून पाणी गळत होते. ही आणखी एक वाईट गोष्ट घडलेली होती.

तो पृष्ठभागावर आला. त्याने तीन वेळा दीर्घ श्वास घेतला व परत खाली बुडी मारली. तो पुन्हा विचार करू लागला. कॉकपिटमध्ये पाणी आत शिरणे म्हणजे ती पाणबुडी आणखी खाली घसरणे. आत्ताच ती पाण्याखाली पाच फूट खाली गेली होती. आपल्या पायाने तो तिला कसेबसे चाचपडू शकत होता; पण तेवढ्या स्पर्शानेही त्याला रेचल आतमध्ये बेभानपणे ठोठावते आहे ते जाणवले.

आता तो फक्त एकाच गोष्टीचा विचार करू शकत होता. जर त्याने आणखी खाली जाऊन ट्रिटॉनच्या इंजिन बॉक्समधून तो सिलिंडर शोधला तर काही काम होण्याजागे होते. त्या सिलिंडरमध्ये दाबाखालची हवा गच्च भरलेली होती. तो सिलिंडर काढून घेऊन त्यातली हवा तळाच्या निगेटिव्ह टँकमध्ये सोडायची; परंतु भोके पडलेल्या टाकीत हवा सोडून फारसा फायदा होण्याची शक्यता नव्हती. त्यामुळे फार तर फक्त मिनिटभर समुद्रपृष्ठावर येऊन राहू शकत होती. परत त्यातील हवा निसटून त्यात पाणी भरले जाणारच होते.

मग नंतर काय?

या प्रश्नाला त्याच्याकडे लगेच उत्तर नव्हते. त्याने अखेर वरती येऊन फुप्फुसात जमेल तेवढी हवा भरून घेतली. त्याने आपली फुप्फुसे नैसर्गिक मर्यादेपेक्षा अधिक फुगवली होती. शेवटी त्याला त्यामुळे वेदना होऊ लागल्या. फुप्फुसे जास्त फुगवली की जास्त ऑक्सिजन मिळतो व अधिक काळ पाण्याखाली रहाता येते. फुप्फुसे फुगवताना त्याला एक चमत्कारिक कल्पना सुचली.

जर पाणबुडीतील हवेचा दाब वाढवला तर? त्या घुमटाचे रबर सील मधेच तुटलेले आहे. कॉकपिटमधल्या हवेचा दाब वाढवला तर आतील दाबाने तो घुमटच वर उडून जाईल. मग रेचलला बाहेर काढता येईल.

तो पृष्ठभागावर काही क्षण पोहत राहिला. आपल्या योजनेत काही अडचणी येतील का त्याचा अंदाज घेत राहिला. ती योजना तत्त्वत: अत्यंत परिपूर्ण होती. शेवटी कोणतीही पाणबुडी एकाच दिशेने कशी मजबूत राहील हेच पाहिले जात

असते ना. बाहेरच्या अफाट दाबाला तोंड कसे देता येईल याच दृष्टीने तिची रचना केली जाते; पण आतल्या बाजूचा विचार केला जात नाही. तशी गरजच नसते.

ट्रिटॉनमधले सगळे रेग्युलेटर व्हॉल्व्ह्ज हे सारखे ठेवले होते. त्यामुळे अनेक स्पेअर पार्ट्स बाळगण्याचे वाचत होते. टॉलन्डने फक्त तो सिलिंडर त्याच्या तोंडातील होज पाईपसकट काढून घ्यायचा होता आणि तो पाणबुडीच्या डाव्या बाजूला असलेल्या एका व्हेंटिलशन सप्लायला जोडायचा होता. ती जागा मुद्दाम आणीबाणीसाठी ठेवली होती. बाहेरून हवेचा पुरवठा करून आत अडकलेल्यांचा जीव वाचवण्यासाठी ती होती. आतल्या कॉकपिटमध्ये जर दाबाखालची हवा कोंडली गेली तर रेचलला बऱ्यापैकी शारीरिक वेदना होणार होत्या; पण त्याला नाइलाज होता; कारण हाच एकमेव मार्ग समोर होता.

टॉलन्डने एक दीर्घ श्वास घेतला व त्याने खाली सूर मारला.

पाणबुडी आता पाण्याखाली आठ फूट गेली होती. तिथला अंधार आणि प्रवाह यामुळे दिशांचे भान हरपून जात होते. नेमक्या ठिकाणी पोहोचणे अवघड झाले होते; परंतु तरीही त्याने तो सिलिंडर शोधून काढलाच. मग त्याने वेळ न गमावता त्याचा होज पाईप हा व्हेंटिलेशन सप्लायमध्ये घातला. त्याने त्या सिलिंडरची चावी जेव्हा पाहिली तेव्हा तिथे चमकदार पिवळ्या रंगात लिहिलेली धोक्याची सूचना त्याच्या नजरेस पडली :

सावधान! दाबाखालची हवा– तीन हजार पौंड दर चौरस इंचाला.

जमिनीवरील हवेचा दाब हा दर चौरस इंचावर अवघा १४ पौंड एवढा असतो. त्याच्या सुमारे २१४ पट हवेचा दाब त्या सिलिंडरमध्ये होता. जरा काही चुकले तर त्या सिलिंडरचा स्फोट होऊ शकत होता किंवा कोणताही अपघात होऊ शकत होता. एखादा बॉम्ब हाताळण्यासारखेच ते होते. रेचलची फुप्फुसे कॉकपिटमधील त्या दाबाखाली चिरडली जाण्याच्या आत तो वरचा घुमट बाहेर उडवला जायला हवा. फायर ब्रिगेडच्या जोरदार पाण्याने एक रबराचा फुगा भरण्यासारखा होता. तो रबरी फुगा घाईघाईत फुटू शकत होता.

त्याने त्या चावीला हात घातला व निश्चय केला. हळूच चावी फिरवून व्हॉल्व्ह उघडला. एकदम तो होज पाईप ताठ व सरळ झाला. कॉकपिटमध्ये खूप जोरात दाबाखालची हवा घुसू लागली.

ट्रिटॉनमध्ये रेचलच्या डोक्यात एकदम तीव्र कळ उमटली. आपल्या मेंदूचे सुरीने दोन तुकडे केले जात आहेत असे तिला वाटले. किंकाळी फोडण्यासाठी तिने

आपले तोंड उघडले; पण तिच्या तोंडातून फुप्फुसात आणखी हवा घुसली. त्या हवेचा दाब तिला छातीत सहन होईना. आपली छाती आता स्फोट पावणार असे तिला वाटू लागले. आपले डोळे कोणीतरी जबरदस्त शक्तीने आत डोक्यात दाबत आहे असेही तिला वाटले. तिच्या कानात कानठळ्या बसवणारे आवाज ऐकू येऊ लागले. हळूहळू ती बेशुद्धीच्या कड्याकडे ढकलली जाऊ लागली. तिने आपले डोळे गच्च मिटून घेतले. आपल्या कानात बोटे खुपसली; पण त्या वेदना वाढतच होत्या.

आपल्या समोरच कोणीतरी ठोठावत आहे असा तिला भास झाला. मोठ्या कष्टाने तिने डोळे उघडले. त्या अंधारात तिला टॉलन्डची आकृती दिसली. ती आकृती हेलकावत होती. त्याने आपला चेहरा घुमटाला चिकटवला होता. तो तिला काहीतरी खुणा करून सुचवत होता.

पण काय सुचवत होता?

बाहेरच्या अंधारात तिला तो नीट दिसेना. तिला समोरचे दृश्य सारवल्यासारखे दिसू लागले. तिची बुबुळे दाबामुळे विकृत आकार धारण करू लागली. तरीसुद्धा तिला हे जाणवले की इतका वेळ आपल्याला गोया जहाजावरील दिव्यांचा प्रकाश दिसत होता. आता तो प्रकाश अंधुक होत होत काळोख झाला. याचा अर्थ पाणबुडी आणखी खाली गेली आहे हे तिला समजून चुकले. एका गडद शाईच्या गर्तेत ती पाणबुडीसकट कोसळत होती.

टॉलन्ड आता घुमटावर आडवा होऊन दाणदाण ठोठावू लागला. त्याच्या छातीतील हवा संपून गेली होती. काही सेकंदांतच आपल्याला वर जाऊन श्वास घ्यावा लागणार हे त्याला समजले.

खिडकीवर दाब दे. ती ढकल. तिने असे करावे म्हणून तशी जोरदार इच्छा त्याने आपल्या मनात व्यक्त केली. खिडकीभोवतालून आतली हवा बाहेर पडत होती. तिचे छोटे छोटे बुडबुडे वरती जात होते. याचा अर्थ कुठेतरी ते रबरी सील सैल झालेले आहे. त्याने आपल्या बोटाने चाचपून पाहिले. कुठे जराशी किंचित फट सापडली तर त्यात तो आपली नखे घुसवणार होता; पण तशी फट त्याला सापडेना.

जेव्हा त्याच्या छातीतील ऑक्सिजन संपला तेव्हा त्याच्या नजरेला सर्व बाजूने अंधार मध्यभागाकडे येतो आहे असे दिसले. त्याने शेवटचा निकराचा प्रयत्न म्हणून घुमटावरती जोरात मूठ आपटली. ती आता त्याला दिसणार नव्हती; कारण अंधाऱ्या खोलीवर ते पोहोचले होते. फुप्फुसातील उरलीसुरली हवा एकवटून तो पाण्याखाली ओरडला.

''रेचल... खिडकी... आतून... दाब.''

पण त्याच्या तोंडून फक्त हवेचे बुडबुडे बाहेर पडले. आवाज आलाच नाही.

१२९

मध्ययुगीन काळात फार कठोर शिक्षा देऊन कैद्याचे हाल केले जायचे. तसे आपले हाल होत आहेत असे रेचलला वाटले. आपले डोके कोणीतरी मोठ्या पकडीत दाबत आहे अशा वेदना तिला होऊ लागल्या. यातनांची ही परमावधी झाली असे तिला वाटले. ती अर्धवट उभी होती. आपल्यावर सर्व बाजूने मृत्यू चालून येतो आहे, हे तिला जाणवले. तिच्या समोरच्या घुमटापलीकडे आता काहीही नव्हते. तिथे गडद अंधार होता. त्यावर बाहेरून ठोठावणे थांबले होते.

टॉलन्ड निघून गेला होता. शेवटी त्याने तिला सोडून दिले.

मिल्नेच्या बर्फभूमीवरती वादळी वारे जसे आवाज करत घोंगावत होते तसा आवाज तिला हिस्स करून आत घुसणाऱ्या हवेचा वाटला.

त्या कॉकपिटमध्ये आत तळाशी फूटभर पाणी साचले होते. *मला बाहेर पडायचे आहे. मला बाहेर जाऊ द्या.* ती जिवाच्या आकांताने ओरडू पहात होती. हजारो स्मृती व विचार तिच्या मनात वेगाने घुसू लागले. ते सारे एखाद्या फ्लॅशसारखे चमकून निघून जायचे.

त्या अंधारात पाणबुडी वाटेल तशी हिंदकळू लागली. त्यामुळे रेचल अडखळू लागली, तिचा तोल जाऊ लागला. आसनावर बसायला जाताना ती तोल जाऊन पुढे पडली. त्या घुमटावरती तिचे डोके दाणकन आपटले. तिच्या खांद्यामधून तीव्र कळा उमटल्या. तिने आपल्या शरीराचा भार त्या खिडकीवरती टाकला. तसे करताना तिला किंचित अशी जाणीव अनपेक्षितपणे झाली की कॉकपिटमधील हवेचा दाब कमी कमी होत चालला आहे. कानात बसलेले दडे सुटू लागले. आतली हवा बुडबुड आवाज करत बाहेर निसटून चालल्याचा आवाजही तिने ऐकला.

काय झाले ते समजायला तिला एक क्षणही लागला नाही. जेव्हा ती घुमटावर कोसळली होती तेव्हा तिच्या वजनाचा दाब त्यावर पडला होता. त्यामुळे त्या घुमटाची प्लॅस्टिकची काच बाहेरच्या बाजूस थोडी वाकली, फुगली. तेवढ्या जादा दाबामुळे ते रबरी व गोलाकार सील थोडेसे उघडले होते. याचा अर्थ तो घुमट सैल होता हे उघड होते! तिला एकदम टॉलन्डचा आतील हवेचा दाब वाढवण्यामागचा हेतू कळला.

त्याला तो घुमट बाहेर उडवायचा होता. त्यासाठी तो प्रयत्न करत होता.

सिलिंडरमधली हवा अजूनही कॉकपिटमध्ये घुसत होती. आतला हवेचा दाब वाढू लागला आहे हे तिला जाणवले. ती पुन्हा आवळली जाऊन बेशुद्धीकडे झुकू लागली; पण या वेळी तिने त्या हवेचे स्वागत केले. धडपडत ती उठली आणि अंगातील सारा जोर एकवटून ती आतून घुमटावर दाब देऊ लागली.

परंतु या वेळी घुमटातून बुडबुडे बाहेर पडले नाहीत. घुमटाचे प्लॅस्टिक जेमतेमच हलले.

तिने पुन्हा आपल्या सर्व शरीराचा भार घुमटावरती दिला. काहीच घडले नाही. तिच्या खांद्याची जखम दुखू लागली. तिने त्याकडे पाहिले; पण तिथले रक्त साकळून वाळले होते. ती पुन्हा धडक देऊन दाब देणार होती; पण तिला तेवढा वेळच मिळाला नाही. अनपेक्षितपणे ती पाणबुडी मागच्या बाजूला कलली. पाण्यात उभी राहिल्यासारखी स्थिती घेऊन मागच्या बाजूने ती घसरू लागली.

रेचल कॉकपिटच्या मागच्या भिंतीवरती आपटली. आतमध्ये शिरलेले पाणी हिंदकळत होते. त्यात ती निम्मी बुडली. तिने वरती घुमटाकडे पाहिले. एखादा राक्षसी दिवा टांगावा तसा तो भासत होता; पण बाहेर फक्त काळाकुट्ट अंधार होता. रात्र होती... आणि हजारो टन वजनाचे समुद्राचे पाणी पाणबुडीला खाली दाबत होते.

वरती घुमटापाशी तिला जायचे होते; पण तिचे शरीर जड झाले होते, थकले होते. तिने डोळे मिटले. पुन्हा एकदा तिची बालपणची स्मृती उसळून वर आली.

गोठलेल्या नदीच्या बर्फावरून ती स्केटिंग करत होती. अन् अचानक एके ठिकाणचा बर्फाचा थर फुटून ती खाली पाण्यात गेली होती.

तिची आई त्या खड्ड्यापाशी येऊन तिला ओरडून सांगत होती, "अग धडपड कर, घाबरू नकोस रेचल!" खड्ड्यात जमेल तितका खाली हात घालून ती छोट्या रेचलला पकडू पहात होती. "पकड, माझा हात पकड!" ती ओरडून तिला म्हणत होती.

रेचलने आपले डोळे आता मिटून घेतले. *मी आता बुडत आहे.* तिच्या पायात स्केटिंगचे बूट होते. ते बूट शिशासारखे जड वाटू लागले. तिने वरती आपल्या आईकडे पाहिले. एखाद्या गरुडाने जसे पंख पसरून छाया धरावी तशी तिची आई खड्ड्यावरती पसरलेली तिला दिसली. तिथला बर्फ थोडा पातळ होता. आपले वजन कदाचित तिथल्या थराला एकाच जागी पेलवणार नाही म्हणून तिच्या आईने हातपाय पसरले होते.

"ये, रेचल वर ये! तू पाय झाड. खाली लाथा मार." आई वरतून तिला ओरडून सांगत होती.

रेचलने आपले पाय जमतील तेवढे झाडले. तिचे शरीर थोडेसे खड्ड्याच्या दिशेने पाण्यातून वर आले. पटकन तिच्या आईने तिला पकडले; पण त्या दोघींचे वजन खड्ड्याच्या काठाच्या थराला पेलवले नसते. रेचलने त्या काठाला हाताने धरून वर येण्याचा प्रयत्न केला असता तर तिथला थर मोडून परत ती खाली पाण्यात पडली असती. म्हणून तिची आई तिला म्हणाली, "शाब्बास बेटा. असेच पाण्यात

पाय झाड. पाण्याला खाली पायाने जोरात दाब. म्हणजे मला तुला वर उचलता येईल. झाड. पाय झाड.''

मग रेचलने शेवटचा प्रयत्न जोर एकवटून केला. आपले स्केटिंगचे बूट घातलेले पाय तिने लाथ झाडावेत तसे जोरात झाडले. तेवढा जोर पुरेसा होता. ती वर आल्यावर तिच्या आईने मागे सरकत सरकत तिला ओढत आणले. त्याच अवस्थेत दोघी काठाच्या दिशेने फरपटत फरपटत सरकत गेल्या. नंतर मात्र दोघीही जणी एकमेकींच्या गळ्यात गळा घालून रडल्या.

पाणबुडीमध्ये आता उष्णता व दमटपणा वाढला होता. रेचलने आपले डोळे उघडून सभोवतालचा अंधार पाहिला. तिची आई कुजबुजत होती. त्या मृत मातेचा आवाज ट्रिटॉनमध्ये तिला स्पष्ट ऐकू आला. तिची आई म्हणत होती, ''रेचल, तुझे पाय झाड.''

रेचलने वरती घुमटाकडे पाहिले. आपले धैर्य एकवटून ती आसनावरती चढली. आता ते आसन दंतवैद्याच्या खुर्चीसारखे आडवे झाले होते. त्या आसनावरती तिने आपली पाठ टेकवली. आपले गुडघे वाकवले. पाय जितके वरती घेता येतील तितके घेतले. आणि नेम धरून आपले पाय जोराने घुमटावर झाडले. ते पाय स्फोट झाल्यासारखे पुढे जाऊन घुमटावर आपटले. पाय झाडताना ती चिडून ओरडली होती. ॲक्रिलिक प्लॅस्टिकच्या घुमटाच्या मध्यभागी लाथा बसल्या होत्या. तिच्या नडगीतून वेदनेच्या कळा उमटल्या. त्यामुळे तिचे डोके क्षणभर गरगरले. एकदम मोठा आवाज झाल्याचे तिला ऐकू आले. तिच्या कानातले दडे सुटले होते. एकाएकी कानाच्या पडद्याच्या आतला व बाहेरचा दाब समान झाला होता. घुमटाच्या डाव्या बाजूचे रबरी सील फाटून गेले होते. त्यामुळे तो अवाढव्य घुमट, ते भिंग अर्धवट बाजूला सरकले व बिजागरीचे दार उघडले जावे तसे एका बाजूने मोकळे होऊन झुलू लागले.

दुसऱ्या क्षणी समुद्राच्या पाण्याचा लोंढा आत घुसला आणि त्या लोंढ्याने तिला पुन्हा त्या आडव्या आसनावरती दाबले. तिच्या सभोवताली आता समुद्राचे पाणी होते. त्या पाण्याच्या खळबळाटाने तिला आसनावरून वर उचलले, फिरवले व उलटेपालटे केले. वॉशिंग मशीनमधला साधा हलका पायमोजा कसा खळबळाटी पाण्यात खालीवर होतो तशी ती होऊ लागली. काहीतरी पकडण्यासाठी ती धडपडू लागली; पण ती खाली-वर, उलटीपालटी अशी वेगाने होत होती की तिला काही पकडताच येईना. आतल्या पाण्यात ती भिरभिरत राहिली. कॉकपिट जेव्हा पाण्याने पूर्ण भरून गेले तेव्हा तिला जाणवले की आता ही पाणबुडी खरोखरीच खाली जाऊ लागली आहे. आपल्या वजनाने बुडू लागली आहे. तिला कसलाच अटकाव राहिला

नाही. तिचे शरीर वरती जाऊन कशाला तरी धडकले व तिथेच दाबले गेले. तिच्या भोवताली असंख्य बुडबुडे उसळले. डाव्या बाजूला व वरच्या दिशेने ती ओढली जाऊ लागली. ॲक्रिलिक प्लॅस्टिकचा एक कठीण तुकडा तिच्या पाठीत घुसला.

अन् एकदम ती मुक्त झाली.

पाण्यातल्या अंधारात ती खाली-वर, बाजूला व मागे-पुढे करत होती. बाहेरच्या उबदार पाण्याचा स्पर्श तिला जाणवत होता. ती गुदमरू लागली. श्वास घेण्यासाठी धडपडू लागली. *वरती पाण्याबाहेर गेले पाहिजे,* असे तिच्या मनात आले. तिने इकडे-तिकडे प्रकाश दिसण्याच्या अपेक्षेने पाहिले; पण तो कुठेच दिसेना. सर्वत्र अंधाराचा समुद्र पसरलेला होता. वरची बाजू कोणती आहे हे तिला समजेनासे झाले. सर्वत्र अंधार. गुरुत्वाकर्षणाचा अभाव.

त्या घाबरवून टाकणाऱ्या क्षणाला रेचलला कळेना की आपण नक्की कोणत्या दिशेने पोहत गेले पाहिजे.

रेचलच्या खाली हजारो फुटांवरती किओवा हेलिकॉप्टर खाली खाली चालले होते. समुद्राच्या पाण्याचा दाब त्याच्यावरती सतत कठोरपणे वाढत जात होता. त्या वाढत्या दाबाखाली ते हेलिकॉप्टर आणखी आणखी चुरमडून जात होते. त्याचे तुकडे तुकडे होत चालले होते. हेलिकॉप्टरला अजूनही १५ रणगाडाविरोधी 'AGM-114 हेलफायर' नावाची क्षेपणास्त्रे चिकटलेली होती. ती सुटून वेगळी झाली नव्हती. त्यांच्याहीवरती पाण्याचा दाब कित्येक टनांनी वाढत जात होता. ती क्षेपणास्त्रे तेवढ्या वाढत्या दाबाला टिकणे कठीण होत चालले होते. त्यांच्या अग्रभागी तांब्याची निमुळती होत गेलेली टोके होती आणि आतमध्ये स्प्रिंग होती. क्षेपणास्त्र आपल्या लक्ष्यावरती आदळल्यावरती ते टोक दबे आणि आतली स्प्रिंग सुटून तिथल्या डिटोनेटरचा स्फोट होई. परिणामी, त्यामागे खच्चून भरलेल्या अतिस्फोटक दारूचा स्फोट होई. सर्व क्षेपणास्त्रातील स्प्रिंग कणाकणाने आत आत सरकत चालल्या होत्या.

समुद्रतळावरती शंभर फूट उंचीचा मेगॅप्लुम ऊर्फ ज्वालामुखीची टेकडी होती. त्या टेकडीच्या माथ्यापासून खाली तळापर्यंत जिथे लाव्हारसाचा साठा आहे तेथवर एक नैसर्गिक पोकळ बोगदा तयार झाला होता. ज्वालामुखी जेव्हा जागृत होई तेव्हा या नळीतून लाव्हा रस वरती येऊन उफाळे. किओवा हेलिकॉप्टर खाली जाताना ते मोडत चालले होते. त्याचे भाग सुटून, तुटून वेगळे होत गेले. ते सारे अवशेष शेवटी त्या ज्वालामुखीच्या टेकडीवर जाऊन पडले. त्या ज्वालामुखीचे तोंड सुमारे दहा फूट जाडीच्या तापलेल्या थराने बंद झाले होते. जरी पाण्यात तो थर असला तरी त्याला आतून सतत उष्णता मिळत असल्यामुळे तो कधीच गार होत नसे.

उलट आजूबाजूचे पाणी गरम होऊन जाई. लालबुंद तापलेल्या त्या थरावरती शेवटी हेलिकॉप्टरचे अवशेष जाऊन पडले. मग ती सर्व क्षेपणास्त्रे आगपेटीतील काड्या एकामागोमाग पेटाव्यात तशी पेटून स्फोट पावत गेली. परिणामी, त्या थराला एक आरपार असे मोठे भगदाड पडले. आतून उफाळून येऊ पहाणाऱ्या लाव्हारसाला आता कोण अडथळा करू शकणार होते?

मायकेल टॉलन्ड श्वास घेण्यासाठी समुद्राच्या पृष्ठभागावर आला. भरपूर श्वास घेऊन त्याने परत खाली बुडी मारली. पंधरा फूट खाली गेल्यावरती तो सर्वत्र नजर फिरवत होता. तिथे सारा अंधार ठासून भरला होता. त्याचवेळी तळावरच्या ज्वालामुखीच्या तोंडावरती 'हेलफायर' क्षेपणास्त्रांचा स्फोट झाला. त्या स्फोटाचा प्रखर पांढरा प्रकाश वरती आला. त्या प्रकाशात टॉलन्डला जे दृश्य दिसले ते तो विसरू शकणार नव्हता. एक आश्चर्यजनक आकृती त्याला दिसली. दोऱ्याच्या गुंत्यात अडकलेली एखादी उलटी बाहुली जशी असते तशी रेचल तिथे अडकून पडलेली त्याला दिसली. तिच्या खाली ट्रिटॉन पाणबुडी आता वेगाने समुद्राच्या तळाकडे चालली होती. त्या पाणबुडीचा घुमट बिजागरीचे दार जसे हलते तसा हलत होता. त्या भागातले शार्क मासे हे तेथून पांगून दूरवर निघून गेले होते; कारण त्यांना येथे आता लवकरच काहीतरी भयंकर संकट कोसळणार आहे याची जाणीव झाली होती.

रेचल दिसल्यानंतर टॉलन्डला झालेला आनंद क्षणभरच टिकला. पुढे काय होणार याची त्याला कल्पना आली. तो झटकन वर आला. एक खोल श्वास घेतला. ती जिथे दिसली ती जागा आठवून त्याने पुन्हा खाली सूर मारला. आपले हात पुढे करून तो तिच्याकडे चालला.

शेवटी समुद्रतळावरील ज्वालामुखीचे तोंड क्षेपणास्त्राच्या स्फोटाने फाटल्याने तो ज्वालामुखी जागृत झाला. आपल्या तोंडून तो १२०० अंश सेल्सिअस तापमानाचा लाव्हारस समुद्रात ओकू लागला. त्या तप्त लाव्हा रसाला पाण्याचा स्पर्श झाला की चटकन त्याची वाफ होऊन जाई. मग त्या वाफेचा एक अवाढव्य स्तंभ पाण्यातून वर चढू लागला. वादळी वातचक्र जसे स्वत:भोवती भिरभिरत उठते तसाच प्रकार येथे झाला. स्वत:भोवती फिरत उठणाऱ्या वाफेच्या स्तंभाभोवती पाण्याचे प्रवाहही जोरदाररीत्या फिरत खाली जाऊ लागले. वर निघून जाणाऱ्या वाफेची पोकळी भरून काढण्यासाठी कित्येक लाख टन पाणी खाली ज्वालामुखीकडे स्तंभाला प्रदक्षिणा घालत खाली जाऊ लागले. जेव्हा ते नवीन पाणी ज्वालामुखीच्या तापलेल्या टेकडीला भिडले तेव्हा त्याचीही वाफ झाली. ती वाफ स्तंभातल्या वाफेत मिसळून

फिरत फिरत वर चढू लागली. त्यामुळे आणखी पाणी खाली खेचले जाऊ लागून त्याचा मोठा भोवरा होत गेला. शेवटी पाण्याच्या एका प्रचंड भोवऱ्यामधून वाफेचा अवाढव्य स्तंभ वरती उगवू लागला. दर सेकंदाला तो भोवरा आणि स्तंभ हे अधिकाधिक तीव्र होत गेले. अन् ही सारी सुरुवात समुद्राच्या तळावरती घडली. आता तो स्तंभ समुद्रपृष्ठाच्या दिशेने निघाला होता.

एक समुद्री ब्लॅक होल, कृष्णविवर तयार झालेले होते.

मातेच्या गर्भाशयात जसे बाळाला वाटते तसे रेचलला वाटू लागले. आजूबाजूच्या उबदार अंधारात ती विचार करत होती. आपल्याला आता श्वासोच्छ्वास केला पाहिजे. तिला जो प्रकाशाचा झगझगाट क्षणकाल दिसला तो नक्कीच समुद्राच्या पृष्ठभागाकडून आलेला असणार असे वाटले. नाहीतर दुसरीकडून कुठून येणार? पण तो किती दूरवर दिसला होता. का तो एक भास होता, भ्रम होता? आपल्याला वर जायला हवे. ज्या दिशेला तिने प्रकाश पाहिला त्या दिशेने तिने जायला सुरुवात केली. तिच्या अंगातले त्राण संपल्याने तिची प्रगती अत्यंत मंद होती. तिने आणखी प्रकाश पाहिला. तो लाल प्रकाश होता. हाच दिवस उजाडल्याचा प्रकाश असणार. ती आणखी जोर लावून त्या दिशेने पोहू लागली; पण तिची दिशा चुकीची होती. ती ज्वालामुखीच्या दिशेने खाली निघाली होती. तळाकडे जात होती. नकळत मृत्यूला मिठी मारायला निघाली होती.

एकदम कोणीतरी तिचा पाय पकडला.

रेचलने घाबरून पाण्यात अर्धवट किंकाळी फोडली. आपल्या फुफ्फुसातील उरलीसुरली हवा तिने अशा रीतीने बाहेर टाकून दिली.

कोणीतरी तिला उलट दिशेने, पायाच्या दिशेने ओढत नेले. लवकरच तिला त्या पकडीचा स्पर्श लक्षात आला. टॉलन्डने तिचा पाय पकडला होता. आपल्याबरोबर तो तिला घेऊन चालला होता.

रेचलला तिच्या मनाने सांगितले की तुला खाली ओढले जात आहे. टॉलन्ड खाली नेत आहे; पण तिच्या दुसऱ्या मनाने तिला सांगितले, की तो जे काही करतो आहे ते जाणीवपूर्वक करतो आहे.

१३०

अखेर टॉलन्ड व रेचल यांनी समुद्राच्या पृष्ठभागावरती आपली डोकी बाहेर काढली.

पण टॉलन्डच्या लक्षात आले की एवढे करूनही काहीही उपयोग झालेला

नाही. आता मात्र सारे संपले आहे. येणाऱ्या संकटातून आपण वाचत नाही. समुद्रतळावरील ज्वालामुखी जागृत झाल्याचे त्याने ओळखले होते. ज्या क्षणाला ते वाफेचे वातचक्र पाण्यातून येऊन पृष्ठभागाला स्पर्श करेल त्या वेळी तो राक्षसी स्तंभ पृष्ठभागावरील एकूण एक गोष्टी आपल्याकडे ओढून खाली खेचून घेईल.

पण आश्चर्य म्हणजे समुद्राच्या बाहेरील जग शांत नव्हते. पहाटेची वेळ असूनही शांत नव्हते. काही क्षणांपूर्वी त्याने पाण्यात बुडी मारली तेव्हा मात्र किती नीरव शांतताा होती. आत्ता कानामध्ये घोंगावणारा आवाज कानठळ्या बसवत होता. त्याने डोके वर काढताच त्याच्या चेहऱ्यावरती सपकन वाऱ्याचा मारा झाला. एवढ्या थोड्या काळात निसर्ग बदलू शकतो?

ऑक्सिजन कमी पडल्याने टॉलन्ड बेशुद्धीकडे झुकू लागला. त्याने रेचलला पाण्यात आधार दिला होता; पण त्याच्या हातातून ती दूर ओढली जात होती. हा पाण्यातल्या प्रवाहाचा प्रताप असावा. त्याने तिला पकडण्याचा आटोकाट प्रयत्न केला; पण एक अदृश्य प्रेरणा तिला आपल्याकडे खेचून घेत होती, त्याच्यापासून ओरबाडून घेत होती. त्याच्या पकडीतून ती अखेर सुटली. पूर्ण सुटली व दूर जाऊ लागली; परंतु पाण्यात न जाता ती वरती हवेत चढू लागली होती.

हा काय चमत्कार आहे हे त्याला कळेना. तो गोंधळून गेला. रेचल खरोखरीच पाण्याबाहेर वर वर हवेत जाऊ लागली होती.

त्यांच्या डोक्यावरती तटरक्षक दलाचे ऑस्प्रे जातीचे टिल्ट-रोटर पद्धतीचे हेलिकॉप्टर घिरट्या घालत होते. त्यातून निघालेला एक दोर रेचलला वर नेत होता. वीस मिनिटांपूर्वी तटरक्षक दलाला एक निरोप दिला गेला होता. कोणीतरी समुद्रावरती एक स्फोट झालेला पाहिला होता. याआधी जे हेलिकॉप्टर उडाले होते त्याचा माग लागत नव्हता. तेव्हा त्याच भागात आपले हेलिकॉप्टर असणार व त्यालाच अपघात झाला असणार असे समजून ते टिल्ट-रोटर हेलिकॉप्टर निघाले होते. पहिल्या हेलिकॉप्टरकडून जो शेवटचा संदेश आला होता त्यावरून त्याचे स्थान ठाऊक झाले होते. त्या स्थानाचे अक्षांश-रेखांश मार्गदर्शन करणाऱ्या नॅव्हिगेशन यंत्रणेत टाईप केले गेले आणि ते भव्य हेलिकॉप्टर उडाले.

प्रकाशित गोया जहाजापासून सुमारे अर्ध्या मैलावर त्यांना समुद्रात काहीतरी जळताना दिसले. ते जळणारे अवशेष पाण्याच्या प्रवाहाबरोबर भरकटत चालले होते. ती एक स्पीडबोट असावी असे वरून पाहिल्यावर वाटले. तिथेच पाण्यात एक माणूस कसाबसा तरंगत होता व आपले दोन्ही हात हलवत होता. विमानातील माणसांनी खाली एक हार्नेस सोडले. हार्नेस म्हणजे दोरानी विणलेला एक पिशवीसारखा भाग. ते हार्नेस त्या माणसाने आपल्या गळ्यात अडकविल्यावर

त्याला वर ओढून घेण्यात आले. आश्चर्य म्हणजे तो माणूस संपूर्ण नग्न होता. फक्त त्याने आपली एक तंगडी चिकटपट्टीने संपूर्ण मढवून टाकली होती.

टॉलन्डने थकून वर पाहिले. घोंगावणाऱ्या टिल्ट-रोटर हेलिकॉप्टरच्या पंख्याचा आवाज कर्णकटू होता. त्याच्याकडून खाली जोरात हवा ढकलली जात होती. रेचलला वरती ओढून घेतल्यावर अनेक हातांनी तिला विमानात घेतले. टॉलन्डला त्याच वेळी तिथे विमानाच्या दारात एक ओळखीचा माणूस बसलेला दिसला. तो अर्धनग्न होता.

कॉर्की? हा तर वाचलेला दिसतो आहे. टॉलन्डला अत्यंत आनंद झाला. त्याने कॉर्कीची आशा सोडून दिली होती.

पुन्हा एकदा वरून खाली ते हार्नेस टाकण्यात आले. टॉलन्डपासून दहा फुटांवरती ते पडले. त्याला तेवढे अंतर पोहून जाऊन ते हार्नेस पकडायचे होते; पण आता तो पूर्ण थकला होता. त्याच्या हातापायातील त्राण निघून गेले होते. त्याला हळूहळू जाणवू लागले होते, की आपल्याला खाली खेचून घेणारी ओढ बसू लागली आहे. तो वाफेचा स्तंभ वेगाने वर येऊ लागला होता. समुद्राने टॉलन्डला सर्व बाजूने वेढून आपल्या पकडीत निर्दयपणे धरले होते. समुद्र त्याला सोडत नव्हता.

प्रवाह त्याला खाली खेचू लागले होते. तो पृष्ठभागावर रहाण्याचा प्रयत्न शिकस्तीने करू लागला; पण त्याच्या प्रयत्नांवरती त्याची दमणूक मात करून जात होती. कुणीतरी त्याला म्हणत होते, *तू जगणार आहेस.* समुद्रपृष्ठावरती तरंगत रहाण्यासाठी त्याने आपले पाय झाडले. तो थोडासा पुढे सरकला. तरीही हार्नेसपर्यंत तो पोहोचला नव्हता. प्रवाह त्याला मागे व खाली खेचत होता. घोंगावणाऱ्या वाऱ्यात व आवाजात त्याने वर पाहिले. तिथे त्याला रेचल दिसली. ती खाली त्याच्याकडे टक लावून पहात होती. तिच्या डोळ्यांत त्याने वर यावे म्हणून केलेली याचना दिसली.

हार्नेसपर्यंत पोहोचायला टॉलन्डला चार जोरदार हात मारावे लागले. अंगातील शक्तीचा शेवटचा थेंब खर्चून अखेर त्याचा हात हार्नेसवर पडला. आपला हात त्याने हार्नेसमध्ये अडकवून गुंतवला आणि त्याचे भान हरपले.

तत्क्षणी त्याच्या अंगाखालचा समुद्र एकदम खाली पडला, कोसळला, दूर गेला.

टॉलन्ड थोडासा भानावर आला. त्याने खाली पाहिले. तिथे समुद्रात, तो जिथे होता त्या जागी, एक भोवरा पाण्यात फिरू लागला होता. त्या भोवऱ्याने आपले विक्राळ तोंड उघडले होते. शेवटी समुद्रतळावरचा ज्वालामुखी पृष्ठभागापर्यंत पोहोचला होता.

विल्यम पिकरिंग गोया जहाजाच्या सर्वोच्च स्थानी, म्हणजे ब्रिजमध्ये जाऊन उभा राहिला होता. समोर घडणारी निसर्गातील उलथापालथ आश्चर्याने तोंडाचा आ वासून तो पहात होता. गोया जहाजाच्या उजव्या बाजूला समुद्रात एक भला मोठा खळगा पडू लागला होता. तो भोवरा अजून शेकडो फूट दूर होता; पण त्याचा विस्तार झपाट्याने होत होता. त्या भोवऱ्याभोवती समुद्रातील पाणी फेर धरून फिरू लागले होते. भोवऱ्यातून एक खर्जातला व घुमणारा आवाज बाहेर पडू लागला. हळूहळू त्या भोवऱ्याचा विस्तार त्याच्या दिशेने येऊ लागला. जणू काही एखाद्या समुद्रातील राक्षसी देवतेने गिळंकृत करण्यासाठी आपले भुकेलेले तोंड उघडले होते. त्यात कोणाची ना कोणाची तरी आहुती पडायला हवी होती. आपला घास घेण्यासाठी तो गरगर फिरणारा खळगा, भोवरा चाल करून येत होता.

मला स्वप्न पडत आहे, पिकरिंगला वाटले.

कोळशाच्या इंजिनातील वाफ एकदम फुस्स आवाज करून सुटावी तशी ती वाफ भोवऱ्यामधून स्फोटासारखी वरती उफाळली. त्या वाफेचा स्वत:भोवती फिरणारा एक स्तंभ आकाशात चढत जाऊ लागला. गडगडाट करणारे ते एक वाफेचे राक्षसी कारंजे होते. वरच्या आकाशात त्या स्तंभाचे टोक कोठवर गेले हे खालून दिसत नव्हते, इतके ते वरती गेले होते.

एकदम त्या खळग्याच्या, भोवऱ्याच्या किंवा त्या राक्षसी नरसाळ्याच्या भिंती तीव्र उताराच्या होत गेल्या. आता त्या भोवऱ्याचा विस्तार वाढत चालला होता. त्या दिशेने गोयाची मागची बाजू ओढली जाऊन हेलकावे खाऊ लागली. पिकरिंगचा तोल गेला आणि तो एकदम आपल्या गुडघ्यावर खाली बसला. एखाद्या लहान मुलाने देवाकडे पहावे तसे त्याने खाली पसरत जाणाऱ्या गर्तेकडे पाहिले.

त्याच्या मनातले शेवटचे विचार त्याची कन्या डायना हिच्याबद्दल होते. ती जेव्हा मृत्यू पावली तेव्हा तिला अशी भीती वाटलेली नसावी, अशी इच्छा त्याने मनोमन व्यक्त केली.

त्या वाफेच्या लाटेपासून एक घुसमटवून टाकणारी लाट निघाली व ती ऑस्प्रे हेलिकॉप्टरच्या बाजूने निघून गेली. टॉलन्ड आणि रेचल यांनी एकमेकांना घट्ट धरून ठेवले होते. विमानाचा वैमानिकही तो अक्राळविक्राळ भोवरा व त्यातून गरगरत निघालेले वाफेचे वातचक्र पाहून हादरला होता. लवकरच तो भानावर आला आणि त्याने संकटग्रस्त गोया जहाजाच्या भोवताली अगदी खालून आपले हेलिकॉप्टर नेले. सर्वांना विल्यम पिकरिंग दिसला. काळ्या कोटातील पिकरिंग जहाजाच्या सर्वांत वरच्या कठड्यापाशी गुडघे टेकून बसला होता.

जेव्हा तो भोवरा जहाजाच्या मागच्या बाजूने गेला तेव्हा एखाद्या माशाने आपले

शेपूट हलवावे तसा जहाजाचा मागचा भाग डावीकडे व उजवीकडे हलला; पण या हालचालीमुळे जहाजाने टाकलेल्या नांगराची केबल अखेर तुटली. जहाजाचा पुढचा भाग थोडा हवेत उचलला गेलेला असल्याने जहाज मागच्या बाजूने त्या राक्षसी भोवऱ्यात घसरले. गरगरत आत गेले आणि पहाता पहाता पाण्यात लुप्त होऊन गेले. ते जहाज जरी पाण्यात बुडून खाली चालले होते तरीही त्यावरील दिवे तसेच जळत होते. त्यांचा प्रकाश पाण्यातून दिसत होता. शेवटी तो प्रकाश अंधुक होत होत नाहीसा झाला.

<h1 style="text-align:center">१३१</h1>

वॉशिंग्टनमधील सकाळ स्वच्छ व प्रसन्न होती. वाऱ्याच्या झुळकीमुळे झाडांची वाळलेली पाने गरगरत फिरत खाली पडत होती. त्या झाडांसमोर वॉशिंग्टनचे स्मारक होते. एक मोठा स्मृतिस्तंभ तिथे उभा केला होता. एवढा मोठा स्मृतिस्तंभ जगात अन्यत्र कुठेही नव्हता. त्याच्या समोरच्या तळ्यात त्याचे प्रतिबिंब उमटले होते. तो एक निवांत व रम्य परिसर होता; पण तिथे आत्ता गडबड उडालेली होती. बातमीदारांनी त्या स्मृतिस्तंभाभोवती गर्दी केली होती. काहीतरी अनपेक्षित व सनसनाटी ऐकायला मिळणार असे त्यांना वाटत होते.

सिनेटर सेजविक सेक्स्टन याला आपण खुद्द वॉशिंग्टनपेक्षा मोठे झालेलो आहोत असे वाटत होते. आपल्या लिमोसिन गाडीतून तो तिथे आला. एखाद्या जेत्याच्या रुबाबात तो बाहेर पडला व स्मारकस्तंभाकडे सिंहासारखी दमदार पावले टाकत चालू लागला. तिथे एक पत्रकार कक्ष उभा केला होता. आत्ता तो तिथेच एक पत्रकार परिषद घेऊन काहीतरी सांगणार होता. त्यासाठी त्याने महत्त्वाच्या दहा वृत्तसंस्थांना निमंत्रण दिले होते. त्या वृत्तसंस्थांची वृत्तपत्रे होती व टी.व्ही. चॅनेल्सही होते. या दशकातील एका मोठ्या भ्रष्टाचाराचा गौप्यस्फोट आपण करणार आहोत असे त्याने वृत्तसंस्थांना कळवले होते.

बातमीदारांची गर्दी पाहून तो मनात म्हणाला, गिधाडांना जसा मृतदेहांचा वास चटकन लागतो तसा या बातमीदारांनाही लागतो.

त्याच्या हातात पांढऱ्या पाकिटांची एक चळत होती. त्यावरती सुबक रीतीने त्याने आपली राजेशाही मोहोर ऊर्फ सील चिकटवलेले होते. त्या सीलवरची अक्षरे फुगीर होती, एम्बॉस केलेली होती. जर माहिती हे सामर्थ्य असेल तर आत्ता त्याच्याकडची माहिती म्हणजे एक अणुबॉम्ब होता!

तिथे एक छोटे व्यासपीठ उभारलेले होते. त्याची रचना पाहून त्याला बरे वाटले. व्यासपीठावर मध्यभागी वक्तव्यासाठी एक पोडियम ऊर्फ व्याख्यानमंच उभे

केलेले होते. त्याच्या मागे दोन्ही बाजूला निळे पडदे लावलेली दोन पार्टिशन्स उभी होती. रोनाल्ड रेगन या माजी अध्यक्षाची ती एक युक्ती होती. नेव्ही-ब्ल्यू रंगाच्या पार्श्वभूमीवरती अंगातील कोणतेही कपडे उठून दिसतात. रेगन नेहमी अशीच रचना वार्ताहर परिषद घेताना करत.

सेक्स्टन व्यासपीठावर उजव्या बाजूने, पण मागून चढला. तो त्या पार्टिशनच्या मागे होता. मग वेळ येताच एखाद्या नटाच्या थाटात विंगेतून तो मंचावर प्रवेश करणार होता. बातमीदार पटापटा आपापल्या खुर्च्यांवर जाऊन बसले. अर्धगोलाकृती आकारात त्या फोल्डिंग खुर्च्यांची रांग लावलेली होती. पूर्वेला कॅपिटॉल इमारतीच्या घुमटामागून सूर्य उगवत होता. त्यातून निघालेले सोनेरी किरण सेक्स्टनवरती पडले होते. जणू काही ते स्वर्गातून आपल्यावर मुद्दाम पाडण्यात आले आहेत असा त्याला भास झाला.

जगातील सर्वोच्च सामर्थ्यवान माणूस होण्यासाठी आत्ताचा दिवस किती परिपूर्ण आहे!

सेक्स्टन पोडियमपाशी गेला आणि मायक्रोफोनमध्ये वाकून तो बोलू लागला, ''लेडीज अँड जेंटलमेन, मी माझे भाषण शक्य तितके छोटे व कमीत कमी त्रासदायक असे करेन. आत्ता मी जी माहिती तुम्हाला देणार आहे ती, खरे सांगायचे तर, अत्यंत अस्वस्थ करणारी आहे. माझ्या समोरच्या या पाकिटांमध्ये सरकारच्या वरिष्ठ पातळीवरती कसे फसवणूक करण्याचे कारस्थान करून ते पार पाडले गेले याचे पुरावे आहेत. मला आपल्याला सांगायला लाज वाटते, की अर्ध्या तासापूर्वी अध्यक्ष महाराजांनी मला फोन करून माझ्यापाशी याचना केली– होय मी स्पष्टपणे म्हणतो, की याचना केली– माझ्याकडचा पुरावा जनतेसमोर नेऊ नका.'' मग आपले डोके खेदाने हलवत तो पुढे म्हणाला, ''पण तरीही मी एक 'सत्य मानणारा माणूस' असल्याने आपणापुढे आता ते पुरावे ठेवणार आहे. मग भले ते पुरावे कितीही वेदनादायी असले तरी.''

सेक्स्टन क्षणभर थांबला. त्याने ती पाकिटे उचलून वर केली व सर्वांना दाखवली. समोरच्या बातमीदारांमध्ये त्याने औत्सुक्य निर्माण केले. कुत्री जशी आशाळभूतपणे लाळ गाळत मालकाच्या पिशवीत काहीतरी खाण्याचे पदार्थ असतील म्हणून पहात असतात, तसे ते बातमीदार त्या पाकिटांकडे पाहू लागले.

अध्यक्षांनी सेक्स्टनशी अर्ध्या तासापूर्वी संपर्क साधला होता आणि सारा काही खुलासा केला होता. अध्यक्ष हर्नी रेचलशी फोनवर आधी बोलले होते. त्या वेळी ती टिल्ट-रोटर विमानात होती. तिनेच अध्यक्षांना विमानातून फोन लावला होता. विल्यम पिकरिंगने हुषारीने जे काही कारस्थान केले होते त्याचा पत्ता त्याने अध्यक्षांना व नासाला लागू दिला नव्हता.

यावर सेक्स्टनची आपल्या मनातील प्रतिक्रिया अशी होती : *त्यामुळे काहीही बिघडत नाही. या गोष्टी कशाला आता लपवायच्यात. नाहीतरी झॅक हर्नी आता निवडणुकीत हरणार आहेत. त्यांना पायउतार व्हावेच लागणार आहे.*

फोनवर चर्चेचे निमंत्रण मिळाल्यावर सेक्स्टनच्या मनात आले, की आपण बेधडक 'सारे भांडे जनतेसमोर फोडणार आहोत' असे म्हणू, तेव्हा झॅक हर्नी यांचा चेहरा कसा पहाण्यासारखा होईल. त्याने अध्यक्षांशी चर्चा करण्याचे मान्य केले. जे काही उल्केबद्दलचे सत्य आहे ते राष्ट्राला योग्य तऱ्हेने कसे सांगता येईल, याविषयी त्या दोघांत चर्चा व्हायची होती. ते सांगताना अध्यक्ष टेलिव्हिजनच्या कॅमेऱ्यासमोर कसे उभे रहातील व कसा चेहरा करतील हे सेक्स्टन मनात आणत होता.

भानावर येऊन सेक्स्टन बोलू लागला, ''माय फ्रेंड्स, मला ते निमंत्रण मिळाल्यावर मी त्यावर खूप विचार केला. अध्यक्षांच्या इच्छेला मान देऊन ही माहिती गुप्त ठेवायची का यावर मी विचार केला; पण माझ्या हृदयात मला जे वाटते तेच करायचे मी शेवटी ठरवले.'' एवढे म्हणून त्याने एक सुस्कारा टाकला. आपल्या डोक्यावर इतिहासाचा भार असल्याप्रमाणे आपले डोके त्याने हलवले. तो पुढे म्हणाला, ''अखेर सत्य म्हणजे सत्य! जी माहिती तुम्हाला देणार आहे त्याबद्दल तुम्हाला जादा काही सांगून तुमची मूळ मते मी बिघडवणार नाही. मी ती माहिती तुम्हाला जशी आहे तशी देणार आहे. त्यावरती माझे भाष्य करणार नाही.''

दूरवरून एका मोठ्या हेलिकॉप्टरचा आवाज येऊ लागला होता. क्षणभर त्याला वाटले, की खुद्द अध्यक्षच अस्वस्थ झाल्याने व्हाईट हाऊसमधून आपल्याला भेटायला येत आहेत. त्यांना ही पत्रकार परिषद थांबवायची असावी. *वा:! असे झाले तर मग दुधात साखर पडली म्हणायचे. त्या वेळी अध्यक्षांचा चेहरा किती अपराधी दिसेल.*

सेक्स्टन सांगू लागला, ''मला असे काही करण्यात आनंद होत नाही.'' आपण बरोबर वेळ साधत आहोत असे वाटून तो पुढे म्हणाला, ''पण मला वाटते की अमेरिकेच्या जनतेला खरे काय ते सांगणे हे माझे कर्तव्य आहे. म्हणून मी असे सांगतो, की काल अमेरिकी जनतेला खोटे सांगण्यात आले. जे सांगितले ते सत्य नव्हते, असत्य होते. धादांत असत्य होते.''

ते हेलिकॉप्टर मोठ्याने घरघर करत जवळ आले व जमिनीवरती उतरले. व्यासपीठाच्या उजव्या बाजूला उतरले. जेव्हा सेक्स्टनने त्या हेलिकॉप्टरकडे पाहिले तेव्हा त्याला आश्चर्य वाटले. ते अध्यक्षांचे हेलिकॉप्टर नव्हते. ते एक टिल्ट-रोटर पद्धतीचे मोठे हेलिकॉप्टर होते.

त्या हेलिकॉप्टरच्या मधल्या भागावरती लिहिले होते :

UNITED STATES COAST GUARD

सेक्स्टन त्याच्याकडे बघत असताना हेलिकॉप्टरचे दार उघडून एक स्त्री बाहेर पडली. तिच्या अंगात कोस्ट गार्डचा नारिंगी रंगाचा पोषाख होता. तिचा चेहरा खूप दमलेला दिसत होता. जणू काही नुकतेच एक युद्ध खेळून आल्यासारखा तो चेहरा झाला होता. ती सरळ पत्रकार परिषदेकडे चालत गेली. क्षणभर सेक्स्टनने तिला ओळखलेच नाही. मग एकदम त्याच्या डोक्यात प्रकाश पडला. त्याला आश्चर्याचा धक्का बसला.

रेचल? अन् ती येथे कशासाठी आली?

खुर्चीवर बसलेल्या पत्रकारांमधून हळू आवाजात बोलण्याची लाट आली. ते सर्व गोंधळून तर्कवितर्क करत होते.

मग आपल्या चेहऱ्यावरती एक उसने मंद हास्य आणत सेक्स्टनने म्हटले, "एक्स्क्यूज मी! कृपया मला दोन मिनिटे द्या. जरा खासगी काम निघालेले आहे." मग एक नाटकी सुस्कारा सोडत तो म्हणाला, "शेवटी कुटुंबसंस्था प्रथम."

यावर काही बातमीदार हसले.

रेचल ज्या वेगाने त्याच्याकडे येत होती ते पाहिल्यावर बाप-बेटीची ही भेट सर्वांसमोर व्हायला नको असे त्याने ठरवले. दुर्दैवाने अशा प्रसंगी फारसा खासगीपणा मिळत नसतो. त्याने इकडे-तिकडे नजर टाकली नि त्याने उजव्या बाजूच्या मोठ्या पार्टिशनकडे पाहिले.

अजूनही तो शांतपणे हसत होता. त्याने आपल्या मुलीकडे पाहून हात हलवला व तो मायक्रोफोनपासून दूर झाला. त्याने आपली चाल अशी ठेवली की शेवटी रेचलची गाठ पार्टिशनच्या मागे पडेल. तो मागे गेला. आता त्याला बातमीदारांपैकी कोणीही पाहू शकत नव्हते.

रेचल जवळ आल्यावर त्याने दोन्ही हात पसरून तिचे स्वागत केले व तिला म्हटले, "हनी! केवढा मोठा आश्चर्याचा धक्का दिलास!"

रेचल त्याच्यासमोर चालत गेली व तिने फाडकन त्याच्या थोबाडीत ठेवून दिली.

पार्टिशनच्या मागे लोकांच्या नजरेपासून दूर, रेचल सिनेटर सेक्स्टनबरोबर एकटीच होती. तिथे दुसरे-तिसरे कोणीही नव्हते. रागाने ती नुसती पेटून निघाली होती. तिने जीव खाऊन आपल्या वडिलांच्या तोंडात ठेवून दिली होती; पण त्याचा फारसा परिणाम त्याच्यावर झाला नाही. त्याने अत्यंत थंडपणे आपल्या भावना काबूत ठेवल्या. तो जराही विचलित झाला नाही; पण त्याच्या चेहऱ्यावरचे कृत्रिम

हास्य ओघळून गेले. त्याचा आवाज बदलला. तो आता ताकीद देणाऱ्या गंभीर आवाजात, खालच्या स्वरात म्हणाला, "तू येथे का आलीस?"

त्याच्या डोळ्यांत पेटलेला अंगार तिने पाहिला व प्रथमच ती त्याच्यासमोर निर्भयपणे म्हणाली, "मी मदतीसाठी तुमच्याशी संपर्क साधला, तर तुम्ही माझी पर्वा न करता आपला राजकीय स्वार्थ साधू लागलात? मी जवळजवळ ठार झाले होते."

"पण तू तर मला उत्तम दिसते आहेस." त्याच्या स्वरातील नाराजी उघड होत होती.

ती म्हणाली, "नासाचा काहीही दोष नाही. अध्यक्षांनी तुम्हाला ते सांगितले होते. मग आता तुम्ही येथे काय करता आहात?" रेचलने तटरक्षक दलाच्या हेलिकॉप्टरमधून प्रवास करताना फोनने राष्ट्राध्यक्ष, आपले वडील आणि गॅब्रिएल अॅश हिच्याशीसुद्धा संपर्क साधला होता. ती म्हणाली, "तुम्ही अध्यक्षांना वचन दिले होते की तुम्ही व्हाईट हाऊसमध्ये जाऊन त्यांना भेटाल."

"होय." तो मंद स्मित करत म्हणाला, "पण ते निवडणुकीच्या दिवशी. त्या दिवशी मी व्हाईट हाऊसमध्ये प्रवेश करणार आहे."

"तुम्ही आत्ता जे काही करणार आहात तो शुद्ध वेडेपणा आहे."

"असं?" असे म्हणून त्याने पार्टिशनच्या टोकाला थोडेसे पोडियम दिसत होते त्याकडे बोट दाखवले. तिथे ती दहा पांढऱ्या पाकिटांची चळत होती. ती चळत वाट पहात होती. तो म्हणाला, "तू पाठवलेली सर्व माहिती ही त्या दहा पाकिटांमध्ये आहे, रेचल. तूच तर ती माहिती मला पाठवली होतीस ना?"

"जेव्हा तुमची मदत मला हवी होती तेव्हा मी ती माहिती तुम्हाला फॅक्स केली होती! त्या वेळी मला अध्यक्ष व नासा हे दोषी वाटले होते!"

"पण तो पुरावा पहाता नासाच दोषी आहे असे दिसते."

"तसे दिसत असले तरीही नासा दोषी नाही! आपल्या हातून झालेल्या चुका मान्य करायला त्यांना संधी दिली पाहिजे. ही निवडणूक तुम्ही जिंकल्यात जमा आहे. झॅक हर्नी संपले! तुम्हाला ठाऊक आहे ते. तेव्हा निदान त्या माणसाच्या प्रतिष्ठेला तरी धक्का पोहोचवू नका."

सेक्स्टन गुरगुरत म्हणाला, "रेचल, तू फार भाबडी आहेस. नुसती निवडणूक जिंकण्याबद्दल हे नाही. हा सत्तेबद्दलचा सारा खेळ आहे. तुला नाही कळणार तो. यामध्ये निर्णायक विजय, महानतेची कृत्ये, विरोधकांना नेस्तनाबूत करणे आणि वॉशिंग्टनमधील प्रेरणांवर नियंत्रण ठेवणे याला महत्त्व असते. तसे केले तरच काहीतरी हाती लागत असते."

"अन् ते जे हाती लागते ते किती किंमत देऊन?"

"उगाच प्रामाणिकपणाबद्दल बोलू नकोस. मी फक्त हाती आलेले पुरावे

जनतेसमोर मांडतो आहे. कोण दोषी आहे, कोण निर्दोष आहे याचा निर्णय जनता घेईल.''

''पण अशा देखाव्याने तुम्हाला जे पाहिजे ते साधते. तुम्हाला ठाऊक आहे ते.''

त्याने खांदे उडवून म्हटले, ''कदाचित नासाचे दिवस भरत आले असतील.''

पार्टिशनच्या पलीकडे बातमीदार मंडळी अस्वस्थ झाली आहेत हे सिनेटरला जाणवले. येथे आपल्या मुलीकडून व्याख्यान ऐकण्यासाठी तो आला नव्हता. त्याच्या मोठेपणाचा क्षण तो येथे अनुभवणार होता. तो क्षण त्याची वाट पहात होता.

''मला वाटते की मी तुला पुरेसा खुलासा केला आहे. पत्रकार परिषद माझी वाट पहात आहे.''

रेचल म्हणाली, ''मी तुमची मुलगी म्हणून तुम्हाला म्हणते की हे असले काही करू नका. तुम्ही जे काही करता आहात त्यावर पुन्हा एकदा विचार करा. अन्य काही चांगल्या मार्गानेही ते साध्य करता येईल.''

''मला ते जमणार नाही.''

समोरच्या बातमीदारांचा गलका मायक्रोफोनमध्ये गेला. तेथून तो मोठा होऊन लाऊडस्पीकरमधून बाहेर पडला. पुन्हा तो आवाज मायक्रोफोनमध्ये गेला. लाऊडस्पीकरमधून फुंई, चुंई असे फीडबॅकचे आवाज उमटू लागले. गलका कशामुळे झाला आहे ते पहाण्यासाठी सेक्स्टन व्यासपीठावर धावला. एक स्त्री बातमीदार उशिरा आलेली होती. तिला पाहून पुरुष मंडळींनी गलका केला होता. ती सरळ व्यासपीठावर गेली आणि तिने आपल्या जवळचा माईक तिथे अडकविण्यासाठी प्रयत्न केले.

ही मूर्ख मंडळी वेळेवरती का येत नाहीत, सेक्स्टन मनात धुसफुसला.

ती घाईघाईने आपले काम करत असताना पोडियमवर ठेवलेल्या पाकिटांच्या गठ्ठ्याला तिचा धक्का लागला. ती चळत खाली जमिनीवरती पडली.

गॉड डॅम इट! सेक्स्टन तिच्याकडे ताडताड पावले टाकत गेला. आपल्या मुलीने मध्येच व्यत्यय आणला म्हणून त्याने मनात तिला शिव्या घातल्या. जेव्हा तो पोडियमपाशी आला तेव्हा ती स्त्री गुडघे टेकून बसली होती व ती पाकिटे गोळा करत होती. सेक्स्टनला तिचा चेहरा दिसला नाही; पण ती कोणत्या तरी टी.व्ही. नेटवर्कची बाई होती. एक लांब काश्मिरी कोट, त्यावर साजेशा रंगाचा मफलर आणि डोक्यावरती खूप पुढे आलेली बेरेट टोपी असा तिचा वेष होता. त्या टोपीवर एबीसी नेटवर्कला मिळालेला पास क्लिपने अडकवलेला होता.

मूर्ख कुठली! सेक्स्टन तिथे पोहोचून तिला म्हणाला, ''मी घेतो ते सारे.'' असे

म्हणून त्याने आपला हात ती पाकिटे घेण्यासाठी पुढे केला.

तिने शेवटचे पाकीट उचलले आणि सर्व पाकिटे त्याला दिली; पण तिने शेवटपर्यंत आपली मान वर करून त्याच्याकडे अजिबात पाहिले नाही. ''सॉरी...'' ती पुटपुटत म्हणाली. तिला अवघडल्यासारखे झाले असणार. शरमेने आपली मान खाली घालत ती तेथून झटपट समोरच्या लोकांमध्ये जाऊन मिसळली.

सेक्स्टनने ताबडतोब ती पाकिटे मोजली. दहा. बरोबर. छान! आता आज त्याचा बुलंद आवाज कोणीही बंद करू शकणार नव्हते. त्याने ती पाकिटे नीट क्रमाने लावली, मग तिथले सर्व मायक्रोफोन जुळवून ठेवले आणि तो विनोदाने समोरच्या बातमीदारांना उद्देशून म्हणाला, ''मला वाटते की ही पाकिटे आणखी कुणाला दुखापत करण्याआधी मी वाटायला हवी.''

समोरची माणसे त्यातला लपलेला अर्थ ओळखून हसली. त्यांची उत्सुकता ताणली गेली होती. सेक्स्टनला जाणवले की रेचल पार्टिशनच्या मागे येऊन थांबली आहे. ते पार्टिशन म्हणजे चौकटीला एक पातळ पडदा लावला होता. त्यामुळे पलीकडचे थोडेसे त्यातून दिसू शके.

रेचल पलीकडून त्याला उद्देशून म्हणाली, ''तुम्ही ते जाहीर करू नका. तुम्हाला पश्चात्ताप होईल.''

सेक्स्टनने तिच्याकडे दुर्लक्ष केले.

ती आता आणखी मोठ्या आवाजात म्हणाली, ''मी जे सांगितले त्यावरती विश्वास ठेवा. तुम्ही एक मोठी चूक करता आहात.''

सेक्स्टनने ती पाकिटे उचलून नीट दाबून त्यांच्या कडा सरळ केल्या.

''डॅड,'' रेचलचा आवाज आता आणखी मोठा झाला होता. त्या आवाजात ओतप्रोत कळकळ भरलेली होती. ती म्हणत होती, ''ही तुमची शेवटची संधी आहे. हे थांबवा व योग्य ते करा.''

योग्य ते करा! सेक्स्टनने हाताने मायक्रोफोन झाकला व तो घसा साफ करू लागला. त्याने मागे वळून रेचलला हळू आवाजात सुनावले, ''तू तुझ्या आईसारखीच आहेस. आदर्शवादी व कोती. खरी सत्ता काय असते ते बायकांना कधीच कळणार नाही.''

त्याने निर्धाराने रेचलकडे पाठ फिरवली. समोरच्या उत्साही बातमीदारांना तो सामोरा गेला. आपली मान ताठ ठेवत त्याने पोडियमला वळसा घातला व पाकिटांचा गठ्ठा उचलला. एकेक बातमीदार पुढे येऊन आपले पाकीट घेऊन जाऊ लागला. सर्वजण आपापल्या आसनावरती बसून पाकिटांची सील्स काढून आतील कागद बाहेर काढू लागले. त्यांचा आवाजही सेक्स्टनने ऐकला. ख्रिसमसच्या भेटी उघडून पहाताना जशी धांदल उडते तशी सर्वांची धांदल झाली होती.

एकदम सर्वत्र शांतता पसरली. त्या शांततेत सेक्स्टनला आपल्या राजकीय कारकिर्दीमधील सुवर्णक्षण अवतरल्याचे भासले.

ती उल्का बनावट आहे. आणि मीच हे प्रकरण उघडकीस आणले.

आपण काय वाचतो आहोत ते नीट समजण्यासाठी बातमीदारांना थोडा वेळ लागणारच होता. बर्फाच्या थराखालची जीपीआर तंत्राने काढलेली प्रतिमा, सध्या अस्तित्वात असलेल्या एका समुद्री जीवाचे छायाचित्र की ज्याचे नासाच्या उल्केमधील जीवाशी कमालीचे साम्य आहे, पृथ्वीवरती कॉन्ड्रयूल्स तयार होऊ शकण्याचा पुरावा. त्या सर्वांमधून एकच एक धक्कादायक निष्कर्ष निघत होता.

''सर?'' एक बातमीदार अडखळत बोलू लागला. तो पाकिटातील कागद पाहून सुन्न झाला होता. ''हे सारे खरे आहे? अस्सल आहे?''

सेक्स्टन सौम्यपणे हसून म्हणाला, ''होय, ते सारे खरे आहे.''

आता जमावातून गोंधळलेले, पुटपुटलेले आवाज ऐकू येऊ लागले.

''मी ती पाने पहाण्यासाठी तुम्हाला पुरेसा वेळ देतो आणि मग आपल्या प्रश्नांना मी उत्तरे देईन. तुम्ही जे पहाता आहात त्यावरती मग प्रकाश पडेल.'' सेक्स्टन बोलला.

''सिनेटर,'' दुसरा एक बातमीदार विचारू लागला. तो तर अत्यंत गोंधळलेला होता. हे काय चालले आहे तेच त्याला कळेना. तो विचारत होता, ''यातील प्रतिमा अधिकृत आहेत?... म्हणजे असे की त्यावर रिटचिंगसारखे काही सोपस्कार वगैरे झालेले नाहीत?''

''बिलकूल नाही, त्या प्रतिमा शंभर टक्के खऱ्या आहेत.'' मग सेक्स्टन ठामपणे म्हणाला, ''तसे असते तर मी हे पुरावे तुमच्यासमोर ठेवलेच नसते.''

बातमीदार मंडळींमधला गोंधळ वाढत चालला. सेक्स्टनला तर काहीजण हसताना दिसले. अशा प्रतिसादाची त्याने अपेक्षा केलेली नव्हती. आपल्यापेक्षा वृत्तमाध्यमे हुषार असून, आपल्या आधीच त्यांना सुगावा लागला होता काय? त्याला भीती वाटू लागली. मग स्वत:कडे त्याला कसे श्रेय घेता येणार होते?

''अंऽ सिनेटर?'' कोणीतरी विचारत होते. त्या व्यक्तीला या प्रकाराची मौज वाटत असावी. त्याने विचारले, ''या छायाचित्रांना तुम्ही अधिकृत मानता?''

सिनेटर थोडासा चिडला. तो म्हणाला, ''माय फ्रेंड्स, मी आता आपल्याला शेवटचे सांगतो की तुमच्या हातात जो पुरावा ठेवला आहे तो शंभर टक्के खरा आहे. जर कोणी तो पुरावा खोटा आहे असे सिद्ध केले तर मी माझी हॅट खाऊन दाखवेन!''

यावर कोणी हसेल याची सेक्स्टन वाट पाहू लागला; पण कोणीच हसले नाही.

ठार शांतता. थंड नजरा. कोरे चेहरे.

ज्या बातमीदाराने प्रश्न विचारला होता तो उठून सेक्स्टनकडे गेला. आपल्या हातातील झेरॉक्स प्रती चाळत चाळत त्याने म्हटले, "सिनेटर, तुम्ही म्हणता आहात ते बरोबर आहे. हा सारा भ्रष्टाचाराचा मामला आहे." एवढे बोलून तो थोडे थांबला व आपले डोके खाजवत तो पुढे बोलू लागला, "पूर्वी तुम्ही याच गोष्टी ठामपणे नाकारल्या होत्या. अन् त्याच गोष्टींचा पुरावा तुम्ही आमच्या हातात देता आहात म्हणून आमचा गोंधळ उडाला आहे."

तो बातमीदार काय बोलत आहे याची सेक्स्टनला कल्पना येईना. त्या बातमीदाराने आपल्या हातातील कागद सिनेटरकडे दिले. सेक्स्टनने त्या कागदांकडे नजर टाकली... आणि क्षणभर तो अवाक् झाला. काय प्रतिक्रिया व्यक्त करावी ते त्याला सुचेना.

त्याच्या तोंडून शब्द फुटेना.

त्या कागदातील छायाचित्रे तो पहात होता. ती कृष्णधवल रंगातील छायाचित्रे होती. त्यात दोघेजण होते. एक पुरुष व एक स्त्री. विवस्त्र. त्यांचे हातपाय एकमेकांत गुंतलेले. आणखीन बरेच काही. क्षणभर सेक्स्टनला आपण काय पहातो आहोत तेच कळेना. हळूहळू त्याला सारे समजत गेले. थेट त्याच्यावरतीच एक तोफ डागली गेली होती.

त्याने भीतीने एकदम मान ताठ करून बातमीदारांकडे पाहिले. ते सर्वजण आता हसत होते. त्यातले निम्मेजण तर ही बातमी आपल्या न्यूज डेस्कला मोबाइल फोनवरून कळवू लागले होते.

सेक्स्टनच्या खांद्यावरती कोणीतरी थोपटले. भेदरून त्याने वळून पाहिले.

तिथे रेचल उभी होती. ती म्हणत होती, "आम्ही तुम्हाला थोपवायचा आटोकाट प्रयत्न केला. प्रत्येक संधी तुम्हाला दिली होती."

रेचलच्या शेजारी आणखी एक स्त्री येऊन उभी राहिली. थरथरणाऱ्या सेक्स्टनने तिच्याकडे आपली नजर फिरवली. काश्मिरी कोट व बेरेट टोपी घातलेली तीच ती बातमीदार बाई होती. तिनेच त्याची पाकिटे खाली पाडली होती. सेक्स्टनने तिचा चेहरा नीट निरखून पाहिला मात्र, त्याच्या रक्ताचे पाणी पाणी झाले.

ती गॅब्रिएल ॲश होती.

गॅब्रिएलने आपले काळे डोळे त्याच्यावरती खिळवले होते. जणू काही आपल्या डोळ्यांनी ती त्याला भोके पाडू पहात होती. तिने आपल्या कोटाच्या गुंड्या काढल्या आणि आतमध्ये काखेखाली असलेल्या खिशात पांढऱ्या पाकिटांचा एक गठ्ठा खोचलेला दाखवला.

१३२

व्हाईट हाऊसमधील ओव्हल ऑफिसमध्ये अंधार पडला होता. राष्ट्राध्यक्षांच्या टेबलावरती फक्त एक पितळी दिवा होता. त्यातून मंद प्रकाश बाहेर पडला होता. अध्यक्षांच्या समोर गॅब्रिएल ॲश उभी होती. त्यांच्यामागे जी खिडकी होती त्यातून पश्चिमेकडची हिरवळ दिसत होती. सूर्यास्त होत चालला होता.

"तुम्ही जाणार असे मी ऐकतो आहे," अध्यक्ष म्हणाले. त्यांच्या आवाजात खेद प्रकट झाला होता.

गॅब्रिएलने यावर नुसतीच आपली मान हलवली. गॅब्रिएल व सेक्स्टन यांची आक्षेपार्ह छायाचित्रे प्रसिद्ध झाल्यापासून येथून पुढे वृत्तमाध्यमांचा ससेमिरा तिच्यामागे लागणार होता. त्यापासून तिला अभय मिळावे म्हणून अध्यक्षांनी तिला व्हाईट हाऊसमध्ये हवे तितके दिवस रहाण्याची परवानगी दिली होती; पण आत्ताचे वृत्तवादळ शमेपर्यंत असे लपून दिवस काढण्यास गॅब्रिएल राजी नव्हती. या राजधानीपासून, या राजकारणापासून जितके दूर जाता येईल तितके दूर जाण्याचे तिने ठरवले होते. निदान काही दिवस तरी.

अध्यक्षांनी तिच्याकडे कौतुकाने पाहिले. ते म्हणाले, "गॅब्रिएल, तुम्ही आज सकाळी जो निर्णय घेतलात..." मग ते थांबले. त्यांना शब्द सापडत नसावेत. त्यांचे डोळे अत्यंत साधे व स्वच्छ आहेत हे गॅब्रिएलच्या लक्षात आले. निदान सेक्स्टनच्या खोल, गूढ व अनाकलनीय डोळ्यांपेक्षा ते निर्मळ आहेत, असे तिला वाटले. अत्यंत प्रभावी असलेल्या व जगातील सत्ता एकवटलेल्या स्थानावर आरूढ झालेल्या माणसाच्या नजरेमध्ये खराखुरा दयाळूपणा, मान आणि रुबाब दिसून येत होता. ती हे कधीही विसरणार नव्हती.

"सर, मी ते काम माझ्यासाठीही केले होते." ती शेवटी म्हणाली.

आपली मान डोलवत ते म्हणाले, "तरीही मी आपला ऋणी आहे व आभारी आहे." मग उठून उभे राहून त्यांनी तिला आपल्या मागून येण्याची खूण केली. ते एका हॉलच्या दिशेने चालले होते. जाता जाता ते तिला म्हणत होते, "तुम्ही येथेच रहाल असे मी धरून चालत होतो. अन् म्हणून मी तुम्हाला माझ्या बजेटिंग स्टाफमध्ये सामावून घेणार होतो. ती नोकरी तुम्हाला नक्कीच आवडली असती."

यावर गॅब्रिएलने थोड्याशा शंकास्पद नजरेने त्यांच्याकडे पाहिले व म्हटले, "म्हणजे 'उधळपट्टी थांबवा आणि अर्थव्यवस्था दुरुस्त करा' हे धोरण राबवण्याचे खाते ना?"

ते हसत हसत म्हणाले, "होय, तसलेच काहीतरी."

"मी येथे असणे ही गोष्ट लाभदायक ठरण्याऐवजी एक जोखीम ठरणार आहे.

आपल्यासाठी आणि स्वत:साठीही. अन् आपल्या दोघांना हे ठाऊक आहे.''

अध्यक्षांनी आपले खांदे उडवून म्हटले, ''काही महिने काम करून बघा. तोपर्यंत सारा राजकीय धुरळा खाली बसेल. अशा परिस्थितीमधून अनेक मोठ्या माणसांना जावे लागले आहे; पण शेवटी ती माणसे महान ठरली.'' मग आपले डोळे मिचकावून हळू आवाजात ते म्हणाले, ''त्यातले काहीजण तर अमेरिकेचे अध्यक्ष होते.''

अध्यक्षांचे बोलणे खरे आहे हे तिला समजले. सेक्स्टनने कामावरून काढून टाकल्यावर काही तास ती बेकार होती; पण नंतर नोकरीच्या दोन संधी तिच्यापुढे उभ्या राहिल्या होत्या; परंतु तिने त्या नाकारल्या होत्या. योलंडाने तिला एबीसी नेटवर्कमध्ये नोकरी देऊ केली होती. दुसरी नोकरी तिला सेंट मार्टिन्स प्रेस या प्रकाशक कंपनीने देऊ केली होती; मात्र त्यांनी एक अट घातली होती. तिने आत्तापर्यंतचे आपल्या आयुष्यातील सारे प्रसंग काहीही हातचे न राखता लिहून काढावेत. ते त्याचे एक पुस्तक करून छापणार होते. त्यासाठी त्यांनी भरपूर मोबदलाही देऊ केला होता. मोबदल्यापोटी पाहिजे तेवढी आगाऊ रक्कम द्यायला ते तयार होते. पुस्तक प्रकाशित झाल्यानंतर तिची त्याच कंपनीत नोकरी चालू रहाणार होती; परंतु गॅब्रिएलने एबीसी नेटवर्क आणि ती प्रकाशनसंस्था या दोघांनाही नकार दिला होता. तिने दोघांनाही एवढेच म्हटले, ''नो, थँक्स!''

गॅब्रिएल आणि अध्यक्ष एका प्रशस्त बोळातून चालले असताना तिला टीव्हीवर आता दाखवली जाणारी आपली छायाचित्रे आठवली. सेक्स्टनशी करत असलेल्या शरीरसंबंधांची छायाचित्रे टीव्हीवरती दाखविण्याने नुकसान देशाचेच होणार होते. हे नुकसान भयंकर होते.

सेक्स्टनच्या ऑफिसातून बाहेर पडल्यावर पराभूत व अपमानित झालेली गॅब्रिएल तडक योलंडाला भेटायला गेली. तिने सारा प्रकार तिला सांगितला. तिच्याकडे असलेली ती आक्षेपार्ह छायाचित्रे तिने घेतली. सेक्स्टनच्या ऑफिसात पुन्हा चोरून प्रवेश करून तिने त्या छायाचित्रांच्या दहा दहा प्रती काढून दहा संच तयार केले. तिथलीच दहा पांढरी पाकिटे घेऊन त्यात ती छायाचित्रे घालून वरती सील्सही लावून टाकली. योलंडाकडून तिने वृत्तमाध्यमांना मिळालेला पास घेतला, तिची टोपी घेतली आणि तडक ती सेक्स्टनच्या पत्रकार परिषदेकडे निघून गेली.

सेक्स्टनच्या ऑफिसात असताना त्याने ज्यांच्या ज्यांच्याकडून चेकच्या स्वरूपात लाच घेतली होती त्या चेक्सची छायाचित्रे संगणकात असलेली तिने पाहिली होती. त्याच्याही प्रती तिने प्रिंटरवरून काढून घेतल्या. उद्या सिनेटर आपल्याविरुद्ध काही करू नये म्हणून तिने तसे केले होते. सिनेटरच्या पत्रकार

परिषदेनंतर ती बेधडक त्याच्यासमोर गेली आणि तिने त्याच्यापुढे आपली मागणी मांडली, "उल्का प्रकरणातील सत्य जनतेपुढे मांडायची संधी अध्यक्षांना द्या. नाहीतर माझ्याजवळील या चेक्सच्या प्रती, फोटो कॉपीज याही मी पत्रकारांना प्रसिद्ध करण्यासाठी देईन."

तिच्या या धमकीपुढे सिनेटर काहीही बोलला नाही. त्याने तिच्या हातातील कागदांच्या गठ्ठ्याकडे एकदा पाहिले आणि तो सरळ स्वत:च्या लिमोसिन गाडीत बसून तिथून निघून गेला. तेव्हापासून आत्तापर्यंत कोणाही पत्रकाराला त्याचा ठावठिकाणा लागत नव्हता.

ब्रीफिंग रूममध्ये पत्रकार परिषद ठेवलेली होती. त्या रूमच्या मागे असलेल्या खोलीत अध्यक्ष व गॅब्रिएल पोहोचले. पत्रकारांचा गोंगाट गॅब्रिएलला ऐकू येत होता. चोवीस तासांत दुसऱ्यांदा या जागेत अध्यक्षांनी बोलावलेली एक पत्रकार परिषद होत होती. त्याचे जिवंत चित्रण प्रक्षेपित होणार होते.

गॅब्रिएलने त्यांना विचारले, "तुम्ही त्यांना काय सांगणार आहात?"

यावर अध्यक्षांनी एक उसासा सोडला. त्यांच्या चेहऱ्यावरती शांत भाव होते. ते म्हणाले, "गेल्या अनेक वर्षांत मी एक गोष्ट परत परत शिकत आलेलो आहे..." त्यांनी आपला हात तिच्या खांद्यावर ठेवून हसत हसत पुढे म्हटले, "ते म्हणजे, सत्याला पर्याय नसतो, अजिबात नसतो."

ब्रीफिंग रूमच्या स्टेजच्या पायऱ्या चढून शेवटी अध्यक्ष पत्रकारांना सामोरे गेले. ते आता उल्केबद्दलचे सारे सत्य सांगणार होते. त्या चुकीची जबाबदारी स्वत:वर घेणार होते. तशी जाहीर कबुली ते देणार होते. आता मात्र ते अध्यक्ष वाटत नव्हते.

त्यांच्याकडे पाहिल्यावर त्यांच्याबद्दल गॅब्रिएलचे मन अनपेक्षितपणे अभिमानाने भरून आले.

१३३

रेचलला जेव्हा जाग आली तेव्हा खोलीमध्ये अंधार झालेला होता.

एका घड्याळात रात्रीचे १०:१४ झालेले आकडे चमकत होते. ती ज्या बिछान्यावर झोपली होती तो तिचा स्वत:चा नव्हता. बराच वेळ ती नि:स्तब्धपणे पडून राहिली होती. आपण कोठे आहोत याचा विचार करत होती. हळूहळू तिला सारे आठवत गेले... समुद्रतळावरचा ज्वालामुखी... आज सकाळी वॉशिंग्टन स्मारकापाशी झालेली पत्रकार परिषद... नंतर अध्यक्षांनी तिला आपल्याकडे येऊन आपला पाहुणचार स्वीकारण्याची केलेली विनंती... नंतर व्हाईट हाऊसमध्ये आपले जाणे...

अध्यक्षांनी हुकूम दिल्यामुळे तटरक्षक दलाचे ते हेलिकॉप्टर टॉलन्ड, कॉर्की व रेचल यांना घेऊन व्हाईट हाऊसमध्ये उतरले. ते तिघेही दमून गेले होते. व्हाईट हाऊसमध्ये त्यांना भरपूर न्याहारी देण्यात आली. डॉक्टरांनी सर्वांची प्रकृती तपासली. त्यांनतर पाहुण्यांसाठी असलेल्या चौदा आलिशान बेडरूम्सपैकी कोणत्याही निवडून तिथे रहाण्याची त्यांना विनंती करण्यात आली.

त्यांनी ताबडतोब ती मान्य केली.

आपण इतका वेळ झोपलो याचे रेचलला आश्चर्य वाटत होते. तिने उठून खोलीतला टी.व्ही. लावला. अध्यक्ष हर्नी हे नुकतीच आपली पत्रकार परिषद आटोपत असल्याचे तिला त्यावर दिसले. ज्या वेळी अध्यक्ष सारे काही जाहीर करतील त्या वेळी आपण त्यांच्या सोबत हजर राहू, कोण्या पत्रकारांनी काही शंका विचारल्या तर त्यांना उत्तरे देऊ, सत्य गोष्टींची ग्वाही देऊ, असेही त्या तिघांनी अध्यक्षांना सांगितले होते. आपणा सर्वांच्याच हातून एकत्रित चुका झाल्या आहेत; परंतु अध्यक्षांनी सर्व जबाबदारी आपल्या एकट्याच्याच खांद्यावर घेतली.

टीव्हीवरील एक राजकीय समीक्षक म्हणत होता, "मोठ्या दु:खाने असे म्हणावेसे वाटते, की नासाला अंतराळात जीवसृष्टी असल्याचा पुरावा अद्याप सापडलेला नाही. या दशकात दुसऱ्यांदा अशी चूक नासाकडून घडली आहे. पृथ्वीवरचेच जीव अंतराळातील समजले गेले; परंतु या वेळी अनेक तज्ज्ञांची अशी गफलत झाली.''

दुसरा समीक्षक म्हणत होता, "मी असे म्हणेन की अध्यक्षांनी जाहीर केलेली एवढी मोठ्या प्रमाणावरील फसवणूक ही त्यांच्याच राजकीय कारकिर्दीला धोका पोहोचवेल असे वाटते... आणि तरीही आज सकाळी वॉशिंग्टन स्मारकापाशी घडलेल्या घटना पहाता मी असे म्हणेन, की अध्यक्ष पुन्हा निवडून येण्याची शक्यता पूर्वीपेक्षाही अधिक झाली आहे.''

यावर पहिल्या समीक्षकाने मान डोलावून दुजोरा देत म्हटले, "तेव्हा, अंतराळात जीवसृष्टी नाही आणि सिनेटर सेक्स्टन यांच्या निवडणूक प्रचारमोहिमेतही आता जीव उरला नाही. आणि आता याच सिनेटरविरुद्ध जी नवीन आर्थिक माहिती हातात येते आहे त्यावरून असे दिसते की ते अडचणीत–''

खोलीतील दारावर बाहेरून कोणीतरी टकटक केल्याने रेचलचे लक्ष तिकडे गेले.

हा मायकेलच असणार, अशी आशा करून तिने चटकन टी.व्ही. बंद केला. सकाळच्या न्याहारीनंतर आत्तापर्यंत तो तिला दिसला नव्हता. तिला त्याच्या बाहुपाशात झोपण्याची इच्छा होती. मायकेल टॉलन्डलाही तसेच वाटत असणार, असे तिला

वाटत होते; पण कॉर्की ऐन वेळी आला व टॉलन्डच्या पलंगावर बसून तो सारखा मागील प्रसंगांची उजळणी करत होता. आपल्याला ऐन वेळी लघवी करणे कसे जड गेले ही गंमत तो सारखी दिवसभर सांगत होता. शेवटी रेचल व टॉलन्ड कंटाळून तिथून वेगवेगळ्या खोल्यांत झोपण्यासाठी निघून गेले.

आता दार उघडण्यास जाण्याआधी रेचलने आरशात आधी आपला चेहरा पाहून स्वत:ला जरासे नीटनेटके केले. आपण किती विचित्र कपडे घातले आहेत याची तिला गंमत वाटली. झोपायला जाण्याआधी तिला तिथल्या एका कपाटात फुटबॉलपटूची एक जुनी जर्सी सापडली होती. तीच तिने अंगात घातली होती. अन् ती जर्सी तिच्या गुडघ्यापर्यंत पोहोचली होती.

दरवाज्यावरचे ठोठावणे चालूच होते.

रेचलने पुढे होऊन दार उघडले. दारात यु.एस. सीक्रेट सर्व्हिसची एक कर्मचारी स्त्री उभी होती. ती अत्यंत तरुण व उत्साही होती. तिच्या अंगात निळ्या रंगाचे ब्लेझर होते. ती म्हणाली, ''मिस सेक्स्टन, लिंकन बेडरूममध्ये जे गृहस्थ आहेत त्यांना तुमच्या बेडरूममधला टी.व्ही. ऐकू आला. त्यांनी विचारले आहे, की तुम्ही परत झोपेपर्यंत तो टी.व्ही. चालूच ठेवणार आहात का?...'' मग ती थोडे थांबली. आपल्या भुवया तिने उंचावल्या. व्हाईट हाऊसमध्ये पाहुण्यांच्या अशा गोड गमती व गोंधळ तिला नवीन नाहीत, असा भाव त्यातून प्रकट झाला होता.

ते ऐकून रेचल एकदम लाजली. तिच्या रोमारोमात शहारे उमटले. ती तिला एवढेच म्हणाली, ''थँक्स!''

त्या स्त्रीने रेचलला एका आलिशान बोळातून जवळच्या साध्या खोलीकडे नेले. ती म्हणाली, ''हीच ती लिंकन बेडरूम. येथे बाहेरच रात्रभर पहारा देण्याचे काम मला देण्यात आले आहे. तुम्ही आत आराम करा; पण येथे थोडी भुताटकी आहे असे म्हणतात. त्याकडे नीट लक्ष ठेवा.''

रेचलने मान डोलवली. व्हाईट हाऊस जितके जुने तितक्या त्याबद्दलच्या दंतकथाही जुन्या होत्या. असे म्हणतात, की इंग्लंडचा पंतप्रधान विन्स्टन चर्चिल याने या बेडरूममध्ये अब्राहम लिंकनचे भूत पाहिले होते. अनेकांनाही तसा अनुभव आला होता. त्यामध्ये एलिनॉर, रुझवेल्ट, ॲमी कार्टर, नट रिचर्ड ड्रेफस हे होते आणि येथे काम करणाऱ्या असंख्य नोकर मंडळींनी हीच गोष्ट वारंवार सांगितली होती. एकदा तर अध्यक्ष रेगन यांचा कुत्रा इथल्या दारावर काहीही कारण नसताना बराच वेळ भुंकत होता.

ऐतिहासिक भुतांबद्दलचा विचार रेचलच्या मनात येताच तिला वाटले, की ही खोली किती पवित्र आहे! किती महान लोकांच्या वास्तव्यामुळे पावन झाली आहे! अशा खोलीपुढे आपण एक बेंगरूळ जर्सी घालून, उघड्या पायांनी उभे आहोत, अन्

एखाद्या कॉलेजात जाणारी विद्यार्थिनी जशी तिच्या मित्राच्या खोलीत चोरून भेटायला जाते, तसले काहीतरी आपण करत आहोत. सीक्रेट सर्व्हिसच्या स्त्रीला ती म्हणाली, ''पण मी येथे लिंकनच्या बेडरूममध्ये जाणे म्हणजे इथल्या पावित्र्याला धक्का लावण्यासारखे होईल ना?''

त्या तरुण स्त्रीने डोळे मिचकावत म्हटले, ''आमचे या मजल्यावरचे धोरण असे आहे : काही विचारू नका नि काही सांगू नका.''

रेचल तिला हसून 'थँक्स!' एवढेच म्हणाली. आत जाण्याठी तिने दरवाज्याच्या मुठीला हात घातला. यापुढचा प्रसंग काय असेल याचे चित्र ती मनात उभी करत असतानाच तिला आपल्या नावाने मारलेली हाक ऐकू आली.

''रेचल!'' आपल्या अनुनासिक आवाजात कॉर्की तिला हाक मारत होता.

रेचल व ती तरुण स्त्री वळून त्या दिशेने पाहू लागल्या. कॉर्की मार्लिन्सन कुबड्यांच्या आधारे तिच्याकडे लंगडत लंगडत येत होता. त्याच्या पायावर आता डॉक्टरांनी छानपैकी बँडेज बांधले होते. तो म्हणत होता, ''मलाही झोप येत नाही.''

रेचल एकदम खचून गेली. तिच्यातील प्रणयिनी ओसरून जाण्याच्या बेतात आली.

कॉर्कीने त्या स्मार्ट, तरुण व उत्साही स्त्रीकडे पाहून तोंडभरून हास्य केले. तो म्हणाला, ''वा:! झकास! गणवेशामध्ये बायका किती सुंदर दिसतात!''

त्यावर त्या सीक्रेट सर्व्हिसच्या कर्मचारी स्त्रीने आपल्या अंगावरचा ब्लेझर थोडा उघडून आत लपवलेले रिव्हॉल्व्हर कॉर्कीला दाखवले.

कॉर्कीने माघार घेत म्हटले, ''ठीक आहे! मुद्दा समजला!'' मग रेचलकडे वळून तो म्हणाला, ''माईक जागा आहे ना? तुम्हीही त्याला भेटायला जाता आहात ना?'' कॉर्कीला त्या दोघांत सामील होण्याची उत्सुकता आहे असे दिसले.

रेचल चाचरत म्हणाली, ''म्हणजे, त्याचे काय आहे, कॉर्की...''

ते ऐकून गणवेशातील स्त्रीने आपल्या ब्लेझरच्या खिशातून एक चिठ्ठी काढली व कॉर्कीला म्हटले, ''ही चिठ्ठी मला डॉ. टॉलन्ड यांनी दिली आहे. त्यात लिहिलेल्या सूचनेनुसार तुम्हाला खाली स्वयंपाकघरात घेऊन जाण्यास सांगितले आहे. तिथे आचाऱ्याशी तुमची गाठ घालून दिल्यावर तुम्ही त्यांना जे पाहिजे ते खायला मागू शकता. तसेच तुमच्यावर आज जो प्राणघातक प्रसंग कोसळला त्यातून तुम्ही कसे वाचलात याबद्दलचे तपशीलवार वर्णन मला ऐकवण्यास सांगितले आहे...'' मग तिने परत चिठ्ठी वाचून जरासे चाचरत म्हटले, ''... म्हणजे ते शार्क माशांना रक्ताचा वास कळू नये म्हणून तुम्ही...''

ते शब्द ऐकताच जादू झाली. कॉर्कीने आपल्या कुबड्या ताबडतोब टाकून

दिल्या आणि तिच्या दंडाला आधारासाठी धरले व तो म्हणाला, ''चला, आपण खाली जाऊ या, माय डिअर...''

तिच्याबरोबर जाताना कॉर्की एकदम किती खुषीत आला हे रेचलने पाहिले. आता तो नक्कीच स्वर्गात पोहोचला असेल. कॉर्की जाता जाता जे बोलत होता ते शब्द तिला लांबून ऐकू येत होते. तो म्हणत होता, ''शार्क माशाचे घ्राणेंद्रिय फार तीक्ष्ण असते. त्याला रक्ताचा वास एक मैलावरून सहज येतो. तो वास दडपण्यासाठी मला शेवटी दर्प असलेले रसायन पायावर ओतावे लागले. म्हणून ऐन वेळी मी...''

जेव्हा रेचल लिंकन बेडरूममध्ये शिरली तेव्हा आतमध्ये पूर्ण अंधार होता. तिने पलंगाकडे पाहिले. तिथला बिछाना रिकामा होता. तो जरासाही विस्कटलेला नव्हता. खोलीत मायकेल टॉलन्ड कोठेही दिसत नव्हता.

एक जुना तेलाचा दिवा बिछान्यापाशी जळत होता. त्याच्या मंद प्रकाशात खोलीतील ब्रुसेल्स सतरंजी तिला दिसली... तो पलंग प्रसिद्ध रोजवूड लाकडाचा व कोरीव काम केलेला आहे हेही तिला दिसले... लिंकनची पत्नी मेरी टॉड हिचे मोठे तैलचित्र तिथे भिंतीवरती टांगलेले होते. ज्या टेबलवरती लिंकनने निग्रोंची गुलामगिरीतून मुक्तता करणाऱ्या जाहीरनाम्यावर सही केली ते टेबलही तिला तिथे दिसले.

तिने आत शिरून आपल्यामागे दार लावून टाकले. तिच्या उघड्या पायांवरून एक थंड झुळूक गेली. हा गेला तरी कुठे? समोर एक उघडी खिडकी तिला दिसली. त्यावरचे पांढरे पडदे वाऱ्याने फुगत होते. खिडकी बंद करण्यासाठी ती पुढे गेली, अन् तिला कुजबुजत्या आवाजात काहीतरी ऐकू आले. कोणीतरी कोणाला तरी हाक मारत होते.

''मेऽऽ रीऽऽऽ...''

रेचल गर्रकन वळून सर्वत्र पाहू लागली.

''मेऽऽऽऽ रीऽऽऽऽ?'' पुन्हा तो कुजबुजणारा आवाज म्हणाला, ''तूऽऽऽ... मेरी... टॉड... लिंकन... ना?''

रेचलने पटकन खिडकी बंद करून टाकली आणि ती एका कपाटाकडे गेली. येथूनच आवाज येत असला पाहिजे. तिचे हृदय धडधडू लागले. हा सारा प्रकार पोरकट वाटत होता. पण... कुणी सांगावे? ती ओरडून म्हणाली, ''माईक, मला ठाऊक आहे. तुम्हीच बोलत आहात.''

''नाहीऽऽऽ मी... माईक... नाही. मी... मी... अब्राहम...'' तो आवाज म्हणाला.

रेचलने आपले हात कंबरेवर ठेवून म्हटले, ''असं, खरंच! म्हणजे ज्यांचा

उल्लेख 'प्रामाणिक आबे' असा केला जातो, तेच का?''

एक घुसमटलेले क्षीण हास्य तिला ऐकू आले, ''बऱ्यापैकी प्रामाणिक आबे...'' तो आवाज म्हणाला.

आता रेचल मोठ्याने हसू लागली.

''हसूऽऽ नकाऽऽऽ. जरा... घाऽबरा. चांगल्याच घाऽबऽराऽ''

''पण मी घाबरलेली नाही.''

''प्लीज घाऽबऽराऽ...'' तो आवाज विव्हळत म्हणाला, ''मानवी प्राण्यात भीतीची भावना व लैंगिक भावना यांची जवळीक असते. एकाबरोबर दुसरी भावना उफाळते.''

रेचल आता स्फोट झाल्यासारखी हसत सुटली. ती म्हणाली, ''रोमान्सला तयार करण्याची हीच का तुमची युक्ती?''

''माफ करा... गेली अनेक वर्षे माझा स्त्रीबरोबर संबंध आला नाही.''

''साहजिक आहे,'' तिने कपाटाचे दार उघडत म्हटले.

समोर मायकेल टॉलन्ड हसत उभा होता. त्याने अंगात एक चकचकीत निळ्या सॅटिनचा पायजमा चढवलेला होता. त्याच्या अंगातील शर्टावर अध्यक्षांचे चिन्ह होते.

तिने आश्चर्याने म्हटले, ''अध्यक्षांचे कपडे?''

त्याने खांदे उडवत म्हटले, ''मला ते ड्रॉवरमध्ये सापडले.''

''अन् मला मात्र ही फुटबॉल जर्सी मिळाली.''

''म्हणून लिंकन बेडरूम निवडावी लागते.''

''मग तसे निमंत्रण मला तुम्ही द्यायचे होते.''

''मला कळले, की येथल्या गाद्या चांगल्या नाहीत. या पूर्वीच्या काळातील आहेत. त्या काळात गादीत कापसाऐवजी घोड्याचे केस वापरत असत.'' एक छोटे पार्सल संगमरवरी टेबलावर ठेवले होते. डोळे मिचकावून त्याकडे बोट दाखवून त्याने म्हटले, ''यामुळे तुमचा निश्चय नक्की होईल.''

रेचलने त्या पार्सलकडे पाहिले. त्यावर नक्षीदार व रंगीत कागदाचे वेष्टण होते. त्याने ती भेट तिच्यासाठी आणली होती. त्याला स्पर्श करत रेचल आनंदाने म्हणाली, ''माझ्यासाठी?''

''त्यासाठी मी अध्यक्षांच्या एका रक्षकाला बाहेर पाठवून हे मागवून घेतले. आत्ताच ते आले आहे. जपून उघडा.''

तिने उत्सुकतेने व काळजीपूर्वक ते पार्सल उघडले. आतमध्ये एक मोठे काचेचे भांडे होते. त्यामध्ये पाणी होते व पाण्यात एक सोनेरी माशांची जोडी पोहत होती. रेचलने गोंधळून, निराश होत म्हटले, ''तुम्ही नक्की काहीतरी विनोद केलेला

आहे. बरोबर?''

''जीवशास्त्रात या माशांना Helostoma Temmincki असे म्हणतात.'' टॉलन्ड अभिमानाने म्हणाला.

''तुम्ही मला भेट देण्यासाठी मासे आणले?'' ती 'मासे' या शब्दावर जोर देत म्हणाली.

''ते चिनी मासे आहेत. दुर्मिळ आहेत. त्यांना कोणी किसिंग फिश असेही म्हणतात. ते फार रोमँटिक असतात.''

''माईक, मासे कधी रोमँटिक नसतात.''

''हे तुम्ही त्या माशांना सांगून बघा. मग बघा, ते तुम्हाला तासभर एकमेकांचे चुंबन घेऊन दाखवतील.''

''मला रंगात आणण्याचा हा दुसरा प्रकार आहे का?''

''हे पहा, याबाबतीत मी फारच गावंढळ आहे. तेव्हा तुम्हीच माझे प्रयत्न सांभाळून घ्या.''

''असं का? मग तुम्हाला मी सांगते, की माशांमुळे माणूस रोमान्सला प्रवृत्त होत नसतो. त्याऐवजी फुले वापरून पहा.''

लगेच टॉलन्डने आपल्यामागून एक पांढऱ्या लिलीच्या फुलांचा गुच्छ तिच्यापुढे धरला व म्हटले, ''मी लाल गुलाब आणणार होतो; पण येथल्या बागेतील रक्षकाने मला बागेत चोरून शिरल्याबद्दल गोळीच घातली असती.''

टॉलन्डने उभ्या असलेल्या रेचलला जवळ ओढून आपल्या उराशी घट्ट कवटाळले व तिच्या केसांचा सुगंध हुंगला, तेव्हा त्याला आपल्या एकाकीपणाचा, गेल्या कित्येक वर्षांचा विसर पडला. त्याच्या अंत:करणातील ती एकटेपणाची भावना आता विलय पावत नाहीशी होत चालली होती. त्याने तिचे एक खोल व प्रदीर्घ चुंबन घेतले. ती आपले शरीर आपल्याला घट्ट दाबते आहे व ती उत्तेजित होत चालली आहे, हे त्याला जाणवले. त्या दोघांच्या पायाशी ती पांढरी फुले पडली होती. त्याने आपल्या मनात ज्या भिंती उभ्या केल्या होत्या त्या आता कोसळत नाहीशा होत होत्या. आपल्या मनात अशा काही भिंती होत्या हे त्याला आत्ता कळले.

शेवटी भुतांनी झाड सोडले.

रेचल आपल्याला इंचाइंचाने पलंगाकडे नेत चालली आहे हे त्याला कळले. ती त्याच्या कानात कुजबुजली, ''मासे रोमँटिक नसतात. तुम्हाला ठाऊक होते ना हे?''

''पण तुम्ही जेली फिशचा समागम पहा. तो अगदी विधिपूर्वक चालतो. ते

पाहून माणसाच्या कामभावना चेतवल्या जातात.''

रेचलने पलंगाजवळ आल्यावर त्याला त्यावरती उताणे झोपवले. त्याच्या शरीरावर तिने आपले अंग झोकून दिले.

''अन् तुला मी सीहॉर्सेसबद्दल...'' तो म्हणाला. 'तुम्ही' वरून तो 'तू'वर आला होता. तिला एकेरी संबोधू लागला होता. तिचा स्पर्श त्याला सॅटिनच्या पायजम्यातूनही जाणवल्याने तो फारच उत्तेजित झाला. त्याचा श्वासोच्छ्वास भरभर होऊ लागला होता. तो पुढे बोलला, ''सीहॉर्सेस हे तर... आश्चर्य वाटेल असा प्रणय करतात. ते दृश्य खूप उत्तेजक असते.''

''पुरे ते माशांबद्दलचे बोलणे.'' ती कुजबुजत पुढे म्हणाली, ''माकडांपासून जी प्रगत माणसे उत्क्रांत झाली त्यांच्या प्रणयाबद्दल मला सांगा की जरा.''

टॉलन्ड उसासा टाकून म्हणाला, ''मला त्याबद्दल फारसे ठाऊक नाही.''

मग तिने म्हटले, ''वेल, निसर्गपुत्रा, आता जरा माझ्याकडून पटपट शिकून घे.''

समारोप

अटलांटिक महासागरावरून नासाचे मालवाहू जेट विमान खूप उंचावरून चालले होते.

विमानात लॉरेन्स एक्स्ट्रॉम बसला होता. जवळ ठेवलेल्या एका जळालेल्या भल्या मोठ्या काळ्या दगडाकडे त्याने शेवटचे पाहून घेतले. तो मनात म्हणाला, "जा बाबा. जिथून त्यांनी तुला आणले तिथेच निघून जा."

एक्स्ट्रॉमने हुकूम देताच वैमानिकाने मागची दारे बटण दाबून उघडली आणि तो दगड खाली सोडून दिला. तो अवाढव्य दगड खाली जाताना त्यांनी पाहिले.

उन्हाने भरलेल्या आकाशातून जाताना त्या दगडाने एक वक्राकार मार्ग धरला व तो खाली गेला. त्याचा आकार लहान लहान होत नाहीसा झाला. शेवटी तो समुद्रातील लाटांवर जाऊन पडला. चंदेरी तुषार उडाले व तो दगड बुडी मारून अदृश्य झाला. तो महाकाय दगड किंवा ती तथाकथित उल्का शेवटी नाहीशी झाली.

पाण्यात ३०० फूट खोलीपर्यंत अंधुक उजेड होता; परंतु ५०० फूट अंतर कापल्यावर मात्र तिथून सुरू होणाऱ्या पूर्ण अंधारात तो दगड गेला.

तो दगड वेगाने खाली जात होता.

खोल, खोल व आणखी खोल जात होता.

पूर्ण बारा मिनिटे त्याचा अध:पात चालला होता.

एखादी उल्का पडल्यावर तिथली धूळ उडते तसेच येथे झाले. समुद्रतळावरील गाळ, चिखल आत उसळला. तळावर तो नीट स्थिरावल्यावर मानवाला अद्याप ठाऊक न झालेले असंख्य जीव तिथे धावून गेले. हा कोण नवीन पाहुणा आला आहे हे ते सारेजण पहात होते.

पण लवकरच त्यांचे कुतूहल ओसरले व ते नेहमीप्रमाणे पाण्यात विहार करू लागले.

मूळ इंग्रजी लेखक : **डॅन ब्राऊन**

अनुवाद : **अजित ठाकूर**

द दा विंची कोड

पॅरिसमधील लूव्हर या सुप्रसिद्ध संग्रहालयाच्या वयस्कर व्यवस्थापकाचा संग्रहालयामध्येच खून होतो. विचित्र गोष्ट अशी की, त्यांच्या मृतदेहाभोवतीच्या जमिनीवर गोंधळून टाकणारी काही चिन्हे आणि खुणा दिसतात. या खुणांचा शोध घेण्यासाठी त्याचवेळी पॅरिसमध्ये आलेल्या रॉबर्ट लँग्डन या हार्वर्ड विद्यापीठातील चिन्हशास्त्रतज्ज्ञाची मदत घेतली जाते.

फ्रान्समधील निष्णात गुप्तलिपीतज्ज्ञ सोफी नेव्ह्यू हिच्या बरोबर लँग्डन या चित्रविचित्र खुणांमधून खुनाला वाचा फोडणारी काही दिशा मिळते का, याचा शोध घेतो. यातूनच मग काही वेगळेच रहस्य उजेडात येते. जगप्रसिद्ध चित्रकार लिओनार्दो दा विंचीच्या अनेक चित्रांमधून अत्यंत कौशल्यपूर्ण रीतीने दडवलेले संकेत दोघांना आश्चर्यचकित करतात.

खून झालेले संग्रहालय व्यवस्थापक 'प्रायरी ऑफ सायन' या पंथाशी संबंधित असतात, ही स्फोटक माहितीही त्यांना कळते. अत्यंत गुप्तपणे काम करणाऱ्या या पंथामध्ये सर आयझॅक न्यूटन, व्हिक्टर ह्यूगो आणि दा विंची अशा अनेक नामवंत व्यक्ती कार्यरत असतात.

संग्रहालय व्यवस्थापकांनी मती गुंग करून टाकणारे एक ऐतिहासिक सत्य जिवापाड जपलेले असते. हा शोध घेत असताना एक अव्यक्त प्रतिगामी शक्ती सतत रॉबर्ट आणि सोफीचा पाठलाग करत असते. प्राचीन काळापासून अस्तित्वात असलेले एक स्फोटक सत्य खुणा आणि संकेतांच्या भूलभुलय्यातून बाहेर येते.